மீசல் வண்ணக் களஞ்சியப் புலவரின்
இராஜ நாயகம்

(மூலமும் உரையும்)

உரையாசிரியர்

புலவர் ப.மு. அன்வர்

2011 மே மாதம் 20, 21, 22ஆம் நாள்களில்
கோலாலம்பூரில் நடைபெற்ற
உலக இஸ்லாமியத் தமிழிலக்கிய மாநாட்டில்
வெளியிடப்பட்டது

வெளியீடு

இண்டர்நேஷனல் லா புக் சர்வீசஸ்
International Law Book Services
Publisher of Law Books & Legal Forms

WISMA ILBS, No. 10, Jalan PJU 8/5G, Perdana Business Centre,
Bandar Damansara Perdana, 47820 Petaling Jaya, Selangor D.E, Malaysia
Tel: 03-77274121/77274122/77283890 Fax: 77273884
E-mail: gbc@pc.jaring.my. Website: www.malaysialawbooks.com
Mailing Address: Post Box No. 11664, 50752 Kuala Lumpur, Malaysia.

பதிப்பு 1	:	**2011**
உரிமை	:	இண்டர்நேஷனல் லா புக் சர்வீசஸ் International Law Book Services
ISBN	:	978-967-89-2191-6
தலைப்பு	:	மீசல் வண்ணக் களஞ்சியப் புலவரின் இராஜ நாயகம் (மூலமும் உரையும்)
உள்ளடக்கம்	:	1. கவிதைகள் 2. உரைவிளக்கம்
பக்கங்கள்	:	872
அளவு	:	6" x 9"
விலை	:	

நூல் கிடைக்குமிடம்
யுனிவர்ஸல் பப்ளிஷர்ஸ்
2, வடக்கு உஸ்மான் சாலை, முதல் மாடி,
(கோடம்பாக்கம் மேம்பாலம் அருகில்)
தியாகராய நகர், சென்னை - 600 017.
✆ : 044 - 2834 3385, 94440 47786
விலை ரூ. **600**

வெளியீடு	:	இண்டர்நேஷனல் லா புக் சர்வீசஸ் **International Law Book Services** Publisher of Law Books & Legal Forms WISMA ILBS, No. 10, Jalan PJU 8/5G, Perdana Business Centre, Bandar Damansara Perdana, 47820 Petaling Jaya, Selangor D.E, Malaysia Tel: 03-77274121/77274122/77283890 Fax: 77273884 E-mail: gbc@pc.jaring.my. Website: www.malaysialawbooks.com
அச்சமைப்பு	:	உங்கள்குரல் எண்டர்பிரைசு Room 2, 1st. Floor, No. 22 China Street, 10200 Pulau Pinang, Malaysia. தொ/பேசி: 04-2615290
அச்சிட்டோர்	:	S.S. Graphic Printers (M) Sdn. Bhd. (252774-k) No. 7 & 8, Jalan TIB 3, Taman Industry Boltan 68100 Batu Caves, Selangor Darul Ehsan

பதிப்பகத்தின் உரிமையாளர் டத்தோ, டாக்டர், ஹாஜி செய்யது இபுராகிம் அவர்களின் பதிப்புரை

எல்லாப் புகழும் அல்லாஹ்வுக்கே. சாந்தியும் சமாதானமும் இறுதித்தூதர் முஹம்மத் (ஸல்) அவர்கள் மீதும் அவர்களின் குடும்பத்தார்கள் மீதும் உண்டாகட்டும்.

எல்லாம் வல்ல அல்லாஹ்வின் பேரருளால் எனது நிறுவனமான இண்டர்நேஷனல் லா புக் சர்வீசஸின் பெருமுயற்சியால் எங்களின் மூதாதையாரான மீசல் வண்ணக் களஞ்சியப் புலவர் எழுதிய, இராஜநாயகம் என்ற காப்பியத்திற்கு சுமார் இருநூறு (200) ஆண்டுகளுக்குப் பிறகு அனைவரும் எளிதாகப் புரிந்துகொள்ளும் அளவிற்கு மதிப்பிற்குரிய அண்ணன் புலவர் ப. மு. அன்வர் அவர்களால் உரை எழுதப்பட்டு இன்று புத்தக வடிவில் உங்கள் கைகளில் தவழ்கிறது. இதற்குத் துணை புரிந்த வல்ல அல்லாஹ்விற்கே எல்லாப் புகழும் புகழ்ச்சியும், அல்ஹம்து ஸல்லாஹ்.

பல நூற்றாண்டுக் காலமாகத் தமிழ் இலக்கியத்திற்கும் அதன் வளர்ச்சிக்கும் முஸ்லிம்களின் பங்களிப்பு மிகவும் பெருமைக்குரியது என்றால் அது மிகை யாகாது. தமிழ்முஸ்லிம் புலவர்கள் இரண்டாயிரத்திற்கு மேற்பட்ட சிறந்த பேரிலக்கியங்களையும் சிற்றிலக்கியங்களையும் படைத்திருக்கின்றனர். இவற்றில் ஒரு சிலவற்றைத் தவிரப் பெரும்பாலானவை அறியப்படாத நிலையில், அவற்றின் மூலப்படியையோ, அடுத்தடுத்த பதிப்புகளையோ தமிழ்நாட்டில் புகழ் பெற்று விளங்கும் அரசு நூலகங்களில் அல்லது தனியார் நூலகங்களில் பார்க்க முடியவில்லை. தமிழ்நாடு அருஞ்சுவடிக் காப்பகத்தில்கூட கிடைக்காத நிலை யிலும் விவரம் அறியப்படாத நிலையிலும்த அவை மறைந்து கிடக்கின்றன. மேலும், நம் கவனத்திற்கு எட்டிய இலக்கியவாதிகளின் சிறந்த படைப்புக்களில் பெரும்பாலானவை இன்னமும் முழுமையாக மதிப்பீடு செய்யப்படாமலும் உள்ளன என்பதையும் மறுக்கமுடியாது.

நாம் அறிந்தவற்றில் ஒன்று எங்களது மூதாதையாரான “மீசல் வண்ணக் களங்சியப் புலவர்” என்று பெயர்பெற்ற வண்ணக் களஞ்சியம் ஹமீது இபுராஹீம் புலவர் அவர்களால் இயற்றப்பட்ட இராஜநாயகம் என்ற சிறந்த காப்பியமாகும். 46 படலங்களில் 2240 விருத்தப் பாட்டுக்களால் பாடப்பட்ட காப்பியமான இராஜநாயகம், நபி சுலைமான் (அலை) அவர்களின் வரலாற்றைப் பின்னணியாகக்கொண்டு ஹிஜ்ரி 1223இல் (கிபி1802இல்) அரங்கேற்றப் பட்டது. இதன் முதல் அச்சுப் பிரதி கி.பி. 1860ஆம் ஆண்டு பதிப்பிக்கப்பட்ட தாக வரலாற்றில் காணப்படுகிறது.

ஒருநாள், நாச்சிகுளத்தார் அவர்களால் 1972ஆம் ஆண்டு பதிப்பிக்கப்பட்ட பிரதியை எடுத்துப் படித்துக்கொண்டிருந்தபோது, அதிலுள்ள வார்த்தைகளை என்னால் எளிதில் புரிந்துகொள்ள முடியவில்லை. பலஅகராதிகளின் துணை யுடன்தான் அதற்குரிய ஆழமான பொருளைப் புரிந்துகொள்ள முடிந்தது. அப்போது உடனிருந்த என் மனைவி பாத்திமா, இந்த நூலுக்கு யாரேனும் உரை எழுதியுள்ளார்களா என்று வினவினார். அதற்கு நான், எனக்குத் தெரிந்த வரை யாரும் உரை எழுதவில்லை என்று கூறினேன். சிறிது நேரத்திற்குப்பின் மீசலில் பிறந்த நான் அதற்கான முயற்சியைச் செய்தால் என்ன என்ற எண்ணம் ஏற்பட்டது. மேலும், உயர்ந்த நடையில் முழுவதும் விருத்தப் பாடல்களால் அமைந்த இந்தக் காப்பியத்தை அகராதியின் துணையின்றி அனைவரும் எளிதில் புரிந்துகொள்ளவேண்டும் என்ற எண்ணமும் எங்களுக்கு ஏற்பட்டது. அந்தத் தாக்கத்தின் பிரதிபலிப்புத்தான் இன்று செயல் வடிவம் பெற்றுள்ளது.

இந்தக் குறிக்கோளை நிறைவேற்றுவதற்குத் தகுதியானவர் ஈடு இணையற்ற சிறந்த தமிழ்ப்புலவர் என்ற தனிப்பெருஞ்சிறப்பைப் பெற்ற மரியைதைக்குரிய அண்ணன் புலவர் ப.மு. அன்வர் அவர்கள்தான் என்று என் மனத்தில் ஆசையை வளரத்துக்கொண்டு அவர்களை அணுகினேன். முதலில், அவர்களுக்குள்ள வேலைப்பளுவின் காரணமாக அந்தப் பொறுப்பை வேறு யாரிடமாவது ஒப்படையுங்கள் என்று சொன்னார்கள். பின்பு என் வேண்டுகோளுக்கு இணங்கி அந்த மாபெரும் பொறுப்பை ஏற்றுக்கொண்டார்கள். இந்த வேளையில் மரியாதைக்குரிய அண்ணன் புலவர் ப.மு. அன்வர் அவர்களுக்கு என் இதயங் கனிந்த நன்றியைத் தெரிவித்துக்கொள்கிறேன். அத்துடன் இந்த எளிய உரையுடன் கூடிய நூல் வெளிவருவதற்கு எல்லா வகையிலும் உறுதுணையாக இருந்து, நேரங்காலம் பாராது அத்தனை பக்கங்களையும் சரிபார்த்து அச்சு ஏற்றும்வரை அரும்பணியாற்றிய மரியாதைக்குரிய உங்கள்குரல் மாத இதழின் ஆசிரியர், நாடறிந்த “கவிஞர் சீனி” என்றழைக்கக்கூடிய அண்ணன் கவிஞர் சீனி நைனா முகம்மது அவர்களுக்கும் எனது உளங்கனிந்த நன்றியைத் தெரிவித்துக்கொள்கிறேன்.

பொதுவாக இதுபோல் உயர்ந்த நடையில் விருத்தப் பாடல்களால் அமையப் பெற்ற காப்பியத்திற்கு, அதுவும் அனைவரும் புரிந்து கொள்ளும் அளவிற்கு எளிய நடையில் இரத்தினச் சுருக்கமாக உரை எழுதும்போது, மார்க்கம், இலக்கணம், மரபு, பண்பாடு ஆகியவற்றின் தோற்றம் மாறாமலும் அதே நேரத்தில் இயல்பான கருத்துநயம் குன்றாமலும் இருக்கவேண்டும். இதை ஏன் குறிப்பிடுகிறேன் என்றால் பாடல்களை அறிவுப்பூர்வமாகவும் உணர்வுப்பூர்வ மாகவும் புரிவதற்கு அவற்றினுள்ளே புதைந்துகிடக்கும் கருத்துகளை அப்படியே துல்லியமாகவும் புதுக்கருத்துகளை இம்மியும் சேர்க்காமலும் அதேநேரத்தில் மூலக்கருத்து சிறிதும் குறையாமலும் விளக்கவேண்டியது மிகஅவசியம். அதனை முழுமையாக கவனத்தில் கொண்டு ஒவ்வொரு வரியையும், சொற்றொடரையும், தொடர்ச்சியையும் ஒன்றுக்குப் பலமுறை சரிபார்த்து உரை எழுதியுள்ளார் மதிப்புக்குரிய அண்ணன் ப.மு. அன்வர் அவர்கள். அவர்களின் இந்தப் பணி இஸ்லாமியத் தமிழிலக்கிய வரலாற்றில் என்றென்றும் நிலைத்து நிற்கும் என்பது எனது தாழ்மையான கருத்து.

மாபெரும் முயற்சியில் எளிய உரையுடன் பிரசுரிக்கப்பட்டுள்ள 'இராஜநாயகம்' என்ற இந்தக் காவியம், இலக்கிய ஆர்வலர்களுக்கு மட்டுமல்லாமல், தமிழ் இலக்கியத்தில் உயர் கல்வி கற்கக்கூடிய மாணவ மாணவிகளுக்கும், முனைவர் பட்டத்திற்குத் தங்களைத் தயார்ப்படுத்தும் அறிஞர்களுக்கும் பயன்படும் என்று உறுதியாக நம்புகின்றேன்.

இஸ்லாமியத் தமிழிலக்கியத்தின் மீதும், தமிழ்மொழி மீதும் கொண்ட ஆர்வமும் அக்கரையுமே இந் நூலை உருவாக்கிப் பிரசுரிக்க ஊக்கமும் ஆக்கமும் அளித்தன.

இந் நூலைப் படிப்பவர்கள் தாங்கள் பயன்பெறுவதோடு, தங்களின் நண்பர்கள், உற்றார் உறவினர்கள் அனைவருக்கும் பரவலாக அறிமுகப்படுத்தும்படி அன்புடன் கேட்டுக்கொள்கிறேன்.

இம் மாபெரும் பணியைச் செய்ய என்னுள் ஓர் எழுச்சியைத் தூண்டி, அதை இப்போது வெற்றியுடன் நிறைவுபெறச் செய்த எல்லாம் வல்ல இறைவனுக்கு எனது நன்றியை உரித்தாக்குகிறேன்.

எல்லாப் புகழும் புகழ்ச்சியும் இறைவனுக்கே.

டத்தோ டாக்டர் ஹாஜி பி.எம். செய்யது இபுராஹீம்
கோலாலம்பூர்
மலேசியா.
15 - 04 - 2011

இக் காப்பியத்தின் உரையாசிரியர் புலவர் ப.மு. அன்வர் அவர்களின் முன்னுரை

அல்ஹம்துலில்லாஹ்! புகழ் அனைத்தும் அல்லாஹ்வுக்கே உரியன! அவனே படைப்பாளன்! உலகங்கள் அனைத்தையும் படைத்துப் பாதுகாக்கின்றவன்! அவன் ஒருவன்! தனித்தவன்! எவரிடமிருந்தும் எத்தகைய தேவையும் இல்லாதவன்! அவன் யாரையும் பெறாதவன்; யாராலும் பெறப்படாதவன்! அவனைப் போல் எதுவும் இல்லை! இணைதுணை இல்லாத ஒரே தனிப்பெருந் தலைவன். அவனையே புகழ்கிறோம்! அவனுடைய சலவாத்தும் சலாமும் அவன் அருளிய தூதர் அண்ணல் முகம்மது (சல்) அவர்கள் மீதும் அவர்களின் தோழர்கள் கேளிர் கிளையார் யாவரின் மீதும் பொழிவதாக என்று இறைஞ்சுகிறோம்.

இஸ்லாமிய இலக்கியம்

தமிழ் இலக்கியத்திற்கு முஸ்லிம்களின் பங்களிப்புப் பெரிது; பெருமைக்கு உரியது. அதன் பரப்பும் பெருமையும் இன்னும் முழுமையாக மதிப்பீடு செய்யப்படவில்லை. ‘பல்சந்த மாலை’ தொடங்கி இன்றுவரை இரண்டாயிரத்திற்கும் மேற்பட்ட பாட்டு இலக்கியங்கள் படைக்கப்பட்டுள்ளன. காப்பியம் போன்ற பேரிலக்கியங்களும் கலம்பகம் போன்ற சிற்றிலங்கியங்களும் பாடிக் குவிக்கப்பட்டிருக்கின்றன. அவற்றில் பெரும்பாலானவை அறியப்படாத புதைபொருளாக மறைந்து கிடக்கின்றன. அவை அறியப்படும் நாள் எந்நாளோ? அறிந்து போற்றப்படும் நாள் எந்நாளோ?

அறியப்பட்ட நூல்களில் ஒன்று வண்ணக் களஞ்சியம் ஹமீது இபுராகீம் புலவர் பாடிய இராஜ நாயகம். நபி சுலைமான் (அலை) அவர்களின் “இயற்கையும் செயற்கையும்” ஆகிய வரலாற்றை, 46 படலங்களில் 2240 விருத்தப் பாட்டுகளில் பாடியுள்ளார். நூலின் முகப்பில் அறுசீர் ஆசிரிய விருத்தத்தில் அமைந்த காப்புச் செய்யுள் ஒன்றும், நூலின் இறுதியில் பதினான்கு சீர் ஆசிரிய விருத்தம் ஒன்றும் பாடி இணைத்துள்ளார். இந்த இறுதிப் பாட்டில் காப்பியத்தின் பெயர், பாடிய காலம், படல எண்ணிக்கை, பாட்டுகளின் எண்ணிக்கை, பாடிய புலவர் பெயர், அவர் ஊர், வாழும் நகரம் முதலிய விவரங்களைத் தெரிவித்துள்ளார். இவ் விரண்டு பாட்டுகளையும் சேர்த்தால் இராஜ நாயம் காப்பியத்தின் பாட்டுகளின் எண்ணிக்கை 2242 ஆகிறது.

ஹிஜ்ரி 1223இல் காப்பியத்தைப் பாடி அரங்கேற்றியதாகப் புலவர் குறிப்பிடுகிறார். அதனை கி.பி. 1860ஆம் ஆண்டு அச்சில் பதிப்பித்துள்ள வரலாறு காணப்படுகிறது. நாகூரில் வாழும் அசன்கான் சாகிபுவின் மைந்தர் மதாறுகான் சாகிபுவின் முயற்சியால் அச்சிடப்பட்டுள்ளது. இந்த மதாறுகான்

ஒரு புலவர் என்று தெரிகிறது. இவரின் மைந்தர் முகம்மது கௌசு என்பவரின் எழுத்துப் படிவமே அச்சிடப் பயன்படுத்தப்பட்டுள்ளது. மெய்ப்புத் திருத்தியவர் காயற்பட்டினம் கள் - எகுமது மகதூம் பிள்ளையின் மைந்தர் மகுதூம் முகம்மது ஆவார். சென்னை முத்தமிழ் விளக்க அச்சுக்கூடத்தில் அச்சிடப்பட்டுள்ளது. இதன் பின்னர் 1914ஆம் ஆண்டளவில் ஒருமுறை அச்சிடப்பட்டதாக அகச்சான்று உள்ளது. அப்பால் இருமுறை அச்சிடப்பட்டுள்ளது. ஆனால், பதிப்பித்த ஆண்டு விவரம் இல்லை. ஏறத்தாழ 1972ஆம் ஆண்டில் பதிப்பிக்கப்பட்டதாகக் கருதத் தக்க கவிஞர் நாச்சிகுளத்தார் பதிப்பிலும் பதிப்பித்த ஆண்டு விவரம் இல்லை.

கவிஞர் நாச்சிகுளத்தார் பதிப்பித்த சுவடியை டத்தோ டாக்டர் ஹாஜி மு. செய்யது இபுராகீம் தந்துதவினார். நாகூர் மதாறுகான் 1860இல் பதிப்பித்த சுவடியையும் விவரமில்லாத மற்றொரு சுவடியையும் செய்யது முகம்மது ஹசன் தந்துதவினார். இம் மூன்று சுவடிகளின் அடிப்படையில் திருத்தமான பதிப்பாக இந்தப் பதிப்புத் தயாரிக்கப்பட்டுள்ளது.

உரை

மிக உயர்ந்த நடையில் அமைந்த செவ்வியல் இலக்கியம் இராஜ நாயகம். முழுவதும் விருத்தப் பாக்களால் ஆகிய இக் காப்பியத்தை எளிய படிப்பினர் கற்று உணர்தல் அரிது. ஆதலால் உரையுடன் வெளியிட வேண்டும் என்று விரும்பி என்னிடம் கூறினார், டத்தோ டாக்டர் ஹாஜி மு. செய்யது இபுராகீம். இராஜ நாயகத்திற்கு உரை வகுக்கும் தகுதி எனக்கு இல்லை. ஆதலால் எனது நிலைமையை எடுத்துக் கூறினேன். ஆனால் அவர் ஒப்பவில்லை. "உங்களால் முடியும். நீங்கள்தான் உரை எழுதவேண்டும்" என்று முடித்தார். அவரது அன்புக் கட்டளையை மீற முடியவில்லை. ஆதலால் உடன்பட்டுத் தொடங்கினேன்.

பழம்பாட்டு நூலுக்கு உரை வகுப்பதை ஒரு கலையாக வளர்த்திருக்கிறார்கள் தமிழ்ச் சான்றோர்கள். அவர்களின் உரைகளை மட்டும் ஊன்றிக் கற்றாலே போதும், புலவனாகிவிடலாம்.

அவர்களின் அந்த நெறியைப் பின்பற்றி இந்த உரை வகுக்கப்படவில்லை. எளிய படிப்பினரும் பாட்டின் பொருளைப் புரிந்துகொள்ள வேண்டும் என்ற நோக்கில் எளிமையாக உரை வகுக்கப்பட்டுள்ளது. ஆதலால் நூல் நெடுகிலும் அமைந்து கிடக்கும் நுட்பங்களும் நயங்களும் சுட்டிக்காட்டப்படவில்லை. பொருள் விளக்கம் மட்டுமே தரப்பட்டுள்ளது. கதைத் தொடர்புபற்றி ஆங்காங்கே விளக்கங்கள் தரப்பட்டுள்ளன.

இரண்டு செய்திகள்

இந்த முன்னுரையில் குறிப்பிட்டுச் சொல்லத் தக்க பல செய்திகள் காப்பியத்தில் உள்ளன. விரிவஞ்சி இரண்டு செய்திகள் மட்டும் இங்குக் குறிப்பிடப்படுகின்றன.

நூலின் தொடக்கத்தில் கடவுள் வாழ்த்துப் பாடுவது பிற்கால மரபு. கடவுள் வாழ்த்து என்று சொல்லப்பட்டாலும் இறைவனையும் பிற சான்றோர்களையும் பாடுவதோடு, நூலின் ஆதாரமூலம், கொடை நாயகர், அவையடக்கம் முதலிய கூறுகளையும் பாடுவது வழக்கம். அதனையொட்டி வண்ணக் களஞ்சியப் புலவரும் இறைவனை வாழ்த்திப் பாடுகிறார். நபிகள் நாயகம் (சல்) அவர்களை வாழ்த்திப் பாடுகிறார். முருசலான நபிமார்களை வாழ்த்திப் பாடுவதோடு 1,24,000 நபிமார்களையும் வாழ்த்திப் பாடுகிறார். இவர்களைச் "சின்ன நபிமார்" என்று குறிப்பிடுகிறார். அதாவது 'முருசல்' அல்லாத நபிமார்களைச் சின்ன நபிமார் எனக் குறிப்பிடுகிறார். இந்தச் சொல்லாட்சி வண்ணக் களஞ்சியப் புலவரின் சொந்தச் சொல்லாட்சியாகும். இந்தப் பகுதியில் தமக்கு முந்தியவர்களான ஏழு புலவர்களைப் பெயர் குறிப்பிட்டு வாழ்த்துகிறார். இப்படி யாரும் தமக்கு முந்திய புலவர்களைப் பெயர் குறிப்பிட்டு வாழ்த்திப் பாடியதில்லை. இஃது இராஜ நாயகத்தில் இடம்பெற்றுள்ள குறிப்பிட்டுச் சொல்லத் தக்க ஒரு செய்தி.

இன்னொரு செய்தி காவியப் பொருண்மை பற்றியது.

பொதுவாகக் காவியம் பாடுவோர் அறம், பொருள், இன்பம், வீடு என்னும் நாற்பொருள் குறித்தே பாடுவர். அரசியல், போர், கொடை, காதல், வீரம், நீதி என்றவாறு பாடிச் செல்வர். இவற்றுக்கப்பால் காதலர் நிலையைப் பாடுவர். கூடல், பிரிதல், இருத்தல், ஊடல், ஏங்கல் என்றவாறு உணர்ச்சிகள் அமைத்துப் பாடுவர். ஆனால் குடித்தன ஒழுங்கு பற்றிப் பெரும்பாலும் பாடுவதில்லை. சிலப்பதிகாரத்தில் பாடப்பட்டுள்ளது. ஆயினும் கோட்பாட்டு நிலையில் பாடப்பட்டுள்ளதே யன்றிக் காட்சி அமைத்துப் பாடப்படவில்லை. இராஜ நாயகத்தில் அது பாடப்பட்டுள்ளது. பருந்து, அன்னம் போன்ற பறவைகள் மேல் வைத்துப் பாடப்பட்டுள்ளது. குடும்பப் பெண்கள் படித்து அறிய வேண்டிய செய்திகள் அவை. தாய்மை, தந்தைமை உணர்வுகள் மிகையின்றி இயல்பாகப் பாடப்பட்டுள்ள அழகு உள்ளத்தைத் தொடும் என்பதில் ஐயமில்லை.

வண்ணக் களஞ்சியப் புலவர்

இராஜ நாயகம் பாடிய வண்ணக் களஞ்சியப் புலவரின் இயற்பெயர் ஹமீது இபுராகீம் என்பதாகும். இவர் ஏர்வாடியில் அடங்கப் பெற்றிருக்கும் சையிது இபுராகீம் ஷஹீது (ரஹ்) அவர்களின் வழித்தோன்றல். இவர் பிறந்த ஊர் தமிழகம் இராமநாதபுரம் மாவட்டத்தைச் சேர்ந்த மீசல் ஆகும். இவர் மதுரையில் இருந்த ஒரு மடத்துத் தம்பிரானிடம் தமிழும் வடமொழியும் மலையாளமும் கற்றுத் தேர்ந்தவர். தமிழில் வண்ணம் பாடுவதில் வல்லவராகத் திகழ்ந்தார். இவரின் வண்ணம் பாடும் திறனைக் கண்டு வியந்த நாகூர் புலவர்கள், நாகூர் தர்காவில் வைத்து "வண்ணக் களஞ்சியப் புலவர்" என்னும் பட்டம் சூட்டி மகிழ்ந்தனர்.

ஹிஜ்ரி 1223இல், இபுராகீம் லெப்பை ஆலிம் என்பாரிடம் உரைபெற்று இராஜ நாயகம் காவியத்தைப் பாடினார். கீழக்கரை அப்துல் காதிர் என்ற வள்ளல், இராஜ நாயகத்திற்குக் கொடைநாயகராய் அமைந்தார்.

இராஜ நாயகத்துடன், ஏர்வாடி சையது இபுராகீம் ஷகீது (ரஹ்) அவர்களைப் பாட்டுடைத் தலைவராக அமைத்து "தீன் விளக்கம்" என்னும் காப்பியத்தை ஹிஜ்ரி 1236 இல் பாடினார். பகுதாது முகிய்யித்தீன் அப்துல் காதிர் ஜீலானி (ரஹ்) அவர்களின் வரலாற்றை 'குத்பு நாயகம்' என்னும் பெயரில் காப்பியமாகப் பாடினார். எளிய மக்களிடம் மிகுபுகழ் பெற்றதான "அலி பாதுஷா நாடகம்" இவர் இயற்றியதுதான்.

இவர் புரையாற்றில் வாழ்ந்த பத்தானை மரைக்காயர் என்ற செல்வரின் மகளை மணமுடித்து வாழ்ந்ததாக அறிய முடிகிறது. நாகூரில் குடியேறி வாழ்ந்தார். தஞ்சை மன்னர் இவருக்குச் சிங்கமுகப் பொற்சிவிகை (பல்லக்கு) வழங்கியதாகத் தெரிகிறது. 81 ஆண்டுகள் வாழ்ந்த வண்ணக் களஞ்சியப் புலவர், இராஜசிங்க மங்கலத்திற்கு அருகில் உள்ள "தும்படைக்காக் கோட்டையில்" இறப்பெய்தினார். இவர் உடல் அங்கேயே நல்லடக்கம் செய்யப்பட்டது.

நன்றி

இராஜ நாயகத்திற்கு உரை எழுதும் பணியை எனக்களித்த டத்தோ டாக்டர் ஹாஜி மு. செய்யது இபுராகீம் அவர்களின் அன்பிற்கு நன்றி சொல்லி மாளாது. பல்வேறு பழஞ்சுவடிக் காப்பகங்களிலும் தேடி, எங்கும் மூலப் படிவம் கிடைக்காது இறுதியில் கவிஞர் நாச்சிகுளத்தார் பதிப்பித்த இராஜ நாயகம் படிவத்தை வாங்கிவந்து கொடுத்தார்.

இராஜ நாயகத்திற்கு உரை எழுதுகிறேன் என்று கேள்விப்பட்ட உடனேயே தம்மிடம் இருந்த கி.பி. 1860இல் நாகூர் மதாறுகான் பதிப்பித்த இராஜ நாயகம் படிவத்தின் நகல் படிவம் ஒன்றும், பதிப்பு விவரம் இல்லாத (வேறு) படிவம் ஒன்றும் கொடுத்து அனுப்பிய எம். செய்யது முகமது ஹசன் அவர்களின் உதவி மிகப் பெரியது.

உயர் நீதிமன்ற முன்னாள் நீதிபதி மு.மு. இஸ்மாயில் அவர்களின் ஆய்வு நூலான "இனிக்கும் இராஜ நாயகம்" தந்து உதவிய ஹாஜி ஏவி. எம். ஜாபர்தீன் அவர்களுக்கும் நன்றி சொல்லக் கடமைப்பட்டிருக்கிறேன். நன்றிக்குரிய இவர்களின் இருமை வாழ்வையும் அழகாக்கி வைக்கும்படி எல்லாம் வல்ல இறைவனிடம் இறைஞ்சுகின்றேன்.

இராஜ நாயகத்திற்கு உரை எழுதும் பணி பெரியது. என் தகுதி அற்பமானது, அன்பிற்குக் கட்டுப்பட்டே இப் பணியில் இறங்கினேன். பிழை நேர்ந்துவிடக் கூடாது என்று பெரிதும் முயன்றிருக்கிறேன். பிழை ஏதும் காணப்பட்டால் தயவு செய்து தெரிவித்து உதவ வேண்டுகிறேன்.

அருளாளர்களில் எல்லாம் பேரருளாளனாகிய அல்லாஹ் அனைத்தையும் அழகாக்கித் தந்தருள்வானாக! ஆமீன்!

ப.மு. அன்வர்
15 - 4 - 2011

இந் நூலின் உரையாசிரியர் புலவர் ப.மு. அன்வர் பற்றிய குறிப்புகள்

பிறப்பு:	15-6-1942 திருப்பனந்தாள், தமிழ்நாடு
கல்வி/தொழில்:	தமிழகத்தில் பள்ளிக் கல்வியுடன், புலவர் பலரிடம் இலக்கண இலக்கியங்கள் கற்றவர். 1954இல் மலேசியவருகை; வாணிக ஈடுபாடு.
துறைகள்/திறன்கள்:	கவிதை, இசைப்பாடல், நாடகம், கட்டுரை, பழைய இலக்கியங்களுக்கு உரையெழுதல்.
பணிகள்:	இலக்கிய அமைப்புகளில் ஈடுபாடு. மலேசியத் தமிழ்க் கவிதைக் களஞ்சியத்தின் துணைத் தொகுப்பாசிரியர். 2010இல் கோவைச் செம் மொழி மாநாட்டில் 'சங்க இலக்கியத்தில் சமய நல்லிணக்கம்' என்ற கட்டுரை படைத்தார்.
படைப்புகள்:	1960 முதல் எழுதுபவர். செய்குசனான்-குறுங்காப் பியம்; முத்தொளிரும் பெண்ணிலவு (கவிதை), நெருப்புப் பறவையின் தேடல் (கவிதை); பிசுமில் குறம் உரை, இராஜநாயகம் உரை (இந் நூல்) ஆகியன இவர் படைத்த நூல்கள்.
புனைபெயர்கள்:	அகரன், பாவேந்தன், பமுஅ
விருதுகள்/பரிசுகள்:	தலைநகர் இசுலாமிய நற்பணிமன்ற விழாவில் (1995) தங்கப் பதக்கம்; முசுலிம் முரசு பொன் விழாவில் (சென்னை 1999) பாராட்டுக்கேடயம்; தலைநகர் கவிதை மாநாட்டில் (2000) தங்கப் பதக்கம்; உலக இசுலாமியத் தமிழிலக்கிய 6-ம் மாநாட்டில் (சென்னை 2000) பத்தாயிரம் உரூவா பரிசு; மலேசியத் தமிழ் எழுத்தாளர் சங்கத்தில் (2003) தான்சிரீ மாணிக்க வாசகம் பெயரில் - சிறந்தநூல் பரிசு 5000 வெள்ளி.

11

உள்ளே உள்ளவை!

1. கடவுள் வாழ்த்து -- 13
2. நாட்டுப் படலம் -- 27
3. நகரப் படலம் -- 46
4. தலைமுறைத் தோற்றப் படலம் -- 56
5. சுலையுமானபி யவதாரப் படலம் -- 61
6. புறா வசனித்த படலம் -- 87
7. பசுவுயிர் மீட்ட படலம் -- 100
8. நிதியாட்டுப் படலம் -- 109
9. கனவுகண்டு மணஞ்செய்த படலம் -- 118
10. சதக்கா நன்மைப் படலம் -- 167
11. அனந்தரம் பிரித்த படலம் -- 180
12. அரசு நிலையிட்ட படலம் -- 189
13. தாவூது நபி உபாத்துப் படலம் -- 218
14. நபிப்பட்ட முத்திரை மோதிரம் வந்த படலம் ------------------------------ 232
15. சின் கணங்கள் வசப்படு படலம் -- 250
16. படியளந்தேலாப் படலம் -- 267
17. பறவை விலங்கினம் வசப்படு படலம் ---------------------------------- 285
18. வானம்பாடிப் படலம் -- 328
19. எறும்புகள் புத்திப் படலம் -- 343
20. குறுபான் கொடுத்த படலம் -- 351
21. எறும்பரசைக் கண்ட படலம் -- 365
22. எறும்புகள் விருந்திடு படலம் -- 375
23. ஆனையிறாஞ்சி தர்க்கப் படலம் -- 393

24. கடல்வேட்டைக் கெழுந்த படலம் ------------------------------ 403

25. இருவர் மோகப் படலம் -- 424

26. விதி கூட்டிய படலம் --- 445

27. தரும லாபப் படலம் --- 458

28. ஆனையிறாஞ்சிப் பட்சி நாணிய படலம் ------------------------ 474

29. பல்கீசு வரலாற்றுப் படலம் ------------------------------------- 486

30. பல்கீசு அரசுரிமைப் படலம் ------------------------------------- 510

31. பல்கீசுக்குப் பத்திர மனுப்பின படலம் ---------------------------- 538

32. பல்கீசு சோதனைப் படலம் -- 573

33. பல்கீசை யெடுத்துவந்த படலம் ---------------------------------- 597

34. திருமணப் படலம் -- 616

35. பவுனவகு வதைப் படலம் -- 667

36. முத்திரை மோதிரம் பறிபட்டுவந்த படலம் ---------------------- 690

37. தம்பெயரோனுக் கன்புறு படலம் ---------------------------------- 725

38. சகுறசின்னீமான் கொண்ட படலம் -------------------------------- 741

39. பைத்துல் முக்கத்திசுப் படலம் ------------------------------------- 763

40. சகுறசின் கூட்டமீமான் கொண்ட படலம் ------------------------ 776

41. அரியணை மாளிகைப் படலம் ------------------------------------- 814

42. முத்து மாளிகைப் படலம் -- 822

43. மலக்கல் மவுத்தைக் கண்ட படலம் ------------------------------- 830

44. பைத்துல் முக்கத்திசிற் குறுபான் கொடுத்த படலம் -------------- 838

45. சுலைமானபி யுபாத்துப் படலம் ----------------------------------- 846

46. அரசாட்சிப் படலம் -- 862

(நிறைவுற்றது)

பிஸ்மில்லாஹிர் ரஹ்மானிர் ரஹீம்

மீசல் வண்ணக்களஞ்சிய புலவரின்
இராஜநாயகம்
- தெளிவுரை -

கடவுள் வாழ்த்து

கலி விருத்தம்

புவிமுழு தமைத்துமுத் தொழில்பு ரிந்துவாழ்
கவினுறு மளவிலாக் கருணை வள்ளலைக்
குவியிரு வினையெனுங் கோதி லார்மனத்
தவிசில்வீற் றிருக்குஞ்சந் ததனைப் போற்றுவாம். (1)

1. உலகங்கள் அனைத்தையும் படைத்து, படைத்தல், காத்தல், அழித்தல் ஆகிய மூன்று தொழில்களையும் முறையே செய்து வாழ்பவன்; எல்லையற்ற கருணைவள்ளல்; சொல், செயல், சிந்தனையால் வரும் நன்மைதீமையாகிய இருவகை வினைகளையும் தொலைத்த குற்றமற்ற மேலோர் மனத்தில் வீற்றிருப்பவன் ஆகிய இறைவனைப் புகழ்ந்து வணங்குகின்றோம்.

புவி - உலகம்; கவினுறு - அழகுபொருந்திய; கோது - குற்றம்; தவிசு - இருக்கை; சந்ததன் - நிலையானவன், என்றும் இருப்பவன்; புவிமுழுதமைத்தவன் - காலிக்; முத்தொழில் புரிபவன் - ரப்; அளவிலாக் கருணைவள்ளல் - அர் ரஹ்மான்; தவிசு - அர்ஷ்; குலூபின் மூமினீன் அர்ஷுல்லாஹ் - மூமீன்களின் உள்ளமே அல்லாஹ்வின் அர்ஷ் என்ற ஹதீஸின் கருத்து.

ஆரணத் தினிலகி லாண்ட கோடியி
லேரணக் கடல்வரை யினின்மற் றெங்குமாம்
பூரணப் பொருளெனப் பொருந்து மோர்முதற்
காரணக் கடவுளைக் கருத்தி ருத்துவாம். (2)

2. வேதங்களிலும் எல்லா அண்டங்களிலும் தத்துவக் கடற்பரப்பிலும் மற்றும் உள்ள எல்லா இடங்களிலும் நிரப்பமான பொருளாய் நிறைந்திலங்கும் ஒற்றைத் தனிமுதலாகிய இறைவனை அனைத்திற்கும் காரணமாகிய இறைவனை மனத்தில் இருத்துகின்றோம்.

ஆரணம் - வேதம்; அகிலாண்ட கோடி - அண்டங்கள் அனைத்தும்; ஏரணம் - தருக்கம்; அதன்வழி பெறப்படும் தத்துவ ஞானம்; வரை - எல்லை;

அணங்குறுத் தியபிறப் பிறப்பு மன்றியே
யிணங்குமெய் பொருளினு நிறையு மேகனைக்
குணங்குறிப் பரியகோ மானை யன்பினால்
வணங்குவர்க் குலகெலாம் வணக்கஞ் செய்யுமே (3)

3. ஆசையால் தோன்றும் காமமும் அதன் விளைவாகிய பிறத்தலும் இறத்தலும் இன்றி எல்லாப் பொருள்களிலும் நீக்கமற நிறைந்து இலங்கும் ஒருவனும்; குணம், குறி இல்லாத தலைவனும் ஆகிய இறைவனை அன்புடன் பணிந்து வணங்கும் நல்லடியாரை உலகமே மதித்துப் போற்றும்.

அணங்கு - ஆசை, பெண்; உறுத்திய - உண்டாக்கிய, வயப்பட்ட; இணங்குதல் - பொருந்துதல்;

இதனையென் றுன்வலிக் கெனது பேதைமைக்
கெதனையுங் காண்கில னுவமை யீவைநற்
பதவிபெற் றிடுவாம் பகரு மோரணு
வதனையு மலைநிக ராக்கு நாதனே. (4)

4. தலைவா! என்னுடைய பேதைமைக்கு எடுத்துக்காட்டாகத் தக்க எதனையும் என்னால் காண முடியவில்லை. நீயோ வல்லமை மிக்கவன். அற்ப அணுவையும் மலையாக்க வல்லவன். நாதனே! மறுமை ஈடேற்றமாகிய பதவிபெற்றிடும் வரம் எனக்கு அருள்க.

வலி - வலிமை, வல்லமை, குதுரத்; ஈவை - அருள்க; பதவி - மறுமை ஈடேற்றம்; வரம் - வாழ்த்து, ஸலவாத்.

வேறு சந்தம்
வண்ணம்

அமரருக் குத்தலைவ னானஜிபு ரீல்மனதி
லதிசயப் பட்டருள வேபொன்முடி மீதுகண
மதனையொப் பித்தமுதி யோர்கொடிய பாலையினிலே
யிமவருத் தத்தையடை வோர்மகிழ்வு கூரநதி
யினையழைப் பித்தருள்கு ணாளர்முடி மீதுமணி
யிலகுசர்ப் பத்தினொடு பேசுமக ராஜநயினார்.
கமழிறைச் சிக்கவள வாயனொரு வேடனிடு
வலையினிற் சிக்குமுழை வாழ்கநெடு டாளருள்செய்
கருணையுற் பத்திவடி வாகிமதி னாவில்வளர்வோர்
வமெனவொற் றைத்தருவை யோதிவர வேயருளி
வெகுகணத் துற்றசின்னெ லாமுரிய தீனிலையில்
வரவிரட் சித்தமகு மூதுநபி பாதநினைவாம். (5)

5. வானவர் தலைவராகிய ஹள்ரத் ஜிபுரீல் அலைஹிஸ்ஸலாம் வியப்படையும்படி அவருக்கு முந்திய நட்சத்திரமாகத் தாம் இலங்கிய அருமையை விளக்கிய மூத்தவர்; பாலைவனத்தில் நீரின்றி வருந்திய தோழர்களுக்காக நதியை வரவழைத்து தாகம் தீர்த்து மகிழ்வித்த குணச்சிறப்புடையவர்; முடியில் மணியிலங்கும் நாகத்துடன் பேசிய அரசர்; வேடன் வலைப்பட்டு அவனுக்கு உணவாக இருந்த மான்; நெடுநாள் வாழுமாறு விடுவித்த கருணையின் மூலமானவர்; மதீனா நகரில் வாழ்பவர்; ஒரு காட்டரபியின் பொருட்டு வேரோடு

மரம் பெயர்ந்துவரச் செய்தவர்; மிகுதியான ஜின் கூட்டங்கள் தீனுல் இஸ்லாத்தில் இணையச் செய்து நரக நெருப்பில் இருந்து அவற்றைக் காத்தவர் ஆகிய முஹம்மது நபி ஸல்லல்லாஹு அலைவரிவஸல்லம் அவர்களை நினைந்து புகழ்கின்றோம்.

அமரர் - மலாயிக்கா; கணம் - நட்சத்திரத் தொகுதி; உமவருத்தம் - வறட்சி, தாகம்; மகிழ்வுகூர - மகிழும்படி; மணி - நாகமணி; இலகு - இலங்கும்; சர்ப்பம் - நாகம்; நயினார் - தலைவர், நாயகம், நாயகன், நாயன், நாயனார், நைனார், நயினார்; கமழ் - மணக்கும், நாறும்; இறைச்சிக் கவளம் - இறைச்சித் துண்டு; வாயினொடு வேடன் - இறைச்சி மணக்கும் வாயுடைய வேடன்; உழை - பசிமான், புனிற்று மான், குட்டி ஈன்ற மான்; வமென - வம்என, வாஎன; தரு - மரம்; வெகு - மிக, மிக்க; கணம் - கூட்டம்; தீனிலை - தீன் நிலை; இரட்சித்தி - நரக நெருப்பில் வீழாது காத்த. ஒருமுறை நபிகள் நாயகம் ஸல்லல்லாஹு அலைஹி வஸல்லம் ஹள்றத் ஜிபுரீல் அலைஹிஸ்ஸலாமிடம் உங்களுக்கு வயது என்ன? என்று கேட்டார்கள். 'நான் அறியேன். ஆனால் ஒரு நட்சத்திரத்தைப் பார்த்திருக்கின்றேன். அது 40 ஆயிரம் ஆண்டுகளுக்கு ஒருமுறை தோன்றும். அதை 40 தடவைப் பார்த்திருக்கின்றேன்' என்று மறுமொழி கூறினார். 'அந்த நட்சத்திரம் நான்தான் என்றார்கள் நபிகள் நாயகம் (ஸல்). சீறாப்புராணத்தில் பாலையில் நதியை அழைத்தது, பாம்பொடு பேசியது, மானை மீட்டது, ஜின்களை இஸ்லாத்தில் இணைத்தது பற்றிய செய்திகள் நதியை அழைத்த படலம், பாந்தள் வசனித்த படலம், மானுக்குப் பிணைநின்ற படலம், ஜின்கள் ஈமான் கொண்ட படலம் ஆகிய படலங்களில் விரிவாகக் காணலாம். ஒருமுறை ஒரு காட்டரபி நபிகள் நாயகம் (ஸல்) இடம் வந்து, 'அந்த மரம் இங்கு வந்து நீங்கள் நபிதான் என்று கூறினால் உங்களை ஒத்துக் கொள்வேன்' என்றார். அவரிடம் 'அல்லாஹ்வின் தூதர் உன்னை அழைக்கிறார் என்று அந்த மரத்திடம் நீ சொல். அது வரும்' என்றார்கள். அவ்வாறு அவர் சொல்ல அம் மரம் வேரோடு பெயர்ந்து வந்தது.

வேறு
அறுசீர் சந்த விருத்தம்

மிக்கபொருள் வேதமே பெறற்குரிய பேர்களாய்
விளக்குநபி மாரெல்லோருமே
யிக்குரிசில் வேதநா லுமத்திலொரு வோர்கள்பே
றியற்கையெனு மாதிதூதனார்
தக்கஜிபு ரீலையே வுசத்தமிடு மேன்மைசேர்
தலத்தினிலு மேவுவாழ்வுளோர்
மக்கநபி பாதமே துதிப்பவர்கள் போலவே
மகத்துவமு ளோர்களியாவரே. (6)

6. பொருட்சிறப்பு மிக்க வேதம் அருளப்பட்ட முந்தைய நபிமார்களும், இறைவனின் இறுதித் தூதராய் வந்த நபிகள் நாயகம் (ஸல்) அவர்களின் சமுதாயத்தில் ஒருவராய்ப் பிறந்தோமில்லையே என வருந்தினர். அத்தகைய சிறப்புக்குரிய நபிகள் நாயகம் (ஸல்) மக்காவில் தோன்றினார்கள். மதீனாவில்

வாழ்கிறார்கள். அவர்கள் வானவர் தலைவர் ஜிபுரீலை (அலை) தோழராகக் கொண்டார்கள். ஜிபுரீல் (அலை) கொணர்ந்த வேத முழக்கம் மதீனாவில் ஒலித்துக்கொண்டே இருக்கிறது. இத்தகைய மகத்துவம் மிக்க இறுதித் தூதரைப் போற்றி ஸலவாத் சொல்லிக் கொண்டிருக்கும் உம்மத்தே முஹம்மதியா - முஹம்மது (ஸல்) அவர்களைப் பின்பற்றும் சமுதாய மக்களைப் போல் உயர்ந்தவர் யார்?

விளக்கு - விளங்கிய, திகழ்ந்த; குரிசில் - அரசர்; ஆதி - இறைவன்; சத்தம் - இசை, திருக்குர்ஆன் ஓதும் ஓசை, கிராஅத்; மேன்மைசேர் தலம் - மதீனா; மேவு - சேர்தல்; துதி - புகழ்ச்சி, ஸலவாத்; மகத்துவம் - மேன்மை, உயர்வு.

கலிநிலைத்துறை

கரைசெ யாப்பெருங் கருணைவல் லவனருள் கதித்தே
யுரைசெய் சின்னநன் னபிகளி உயர்ந்தினி துதித்தோர்
முரசி யம்பிய முன்றில ராய்முடி தரிக்கு
மரசர் நாயகர் முறுசலீன் களையகந் துதிப்பாம். (7)

7. கரைகாண முடியாத கருணையாளனின் அருள் பொங்கி கிதாப் எனும் வேதமாகவும் ஸுஹ்ஃபு எனும் கட்டளைகளாகவும் உரைக்கப்பட்ட இறைமொழி (கலாமுல்லாஹ்)களைப் பெற்ற நபிமார்களில், முறுசலீன் எனும் விருதுபெற்ற 313 பேர்களையும் மனத்தால் போற்றுகின்றோம்.

வல்லவன் - இறைவன்; கதித்தல் - மிகுத்தல்; உரை - பேச்சு, கலாமுல்லாஹ்; முரசு - முரசம், கொற்ற முரசு; முன்றில் - முற்றம்; முறுசலீன் - நபிமார்களில் நாயகமானவர்கள்.

அறுசீர்க்கழிநெடிலடி யாசிரிய விருத்தம்

ஆற்றுமொரு தனிமுதல்வ னருள்பெருக குபிர்க்களைகள் போக்கி
நாற்றிசையுந்தீன் பயிரை வளர்த்தருள வுதித்தசின்ன நபிமா ரென்றே
யேற்றுமிலக் கத்தினிரு பத்தினா லாயிரவ ரிணைப்பொற் பாத
மாற்றரிய பதவிபெற்று வாழ்கவிதி யுடையவரே வழுத்துவாரே. (8)

8. காக்கும் இறைவனின் அருள் பெருகுமாறு குஃபிர் ஆகிய குற்றம் அனைத்தையும் போக்கி, நான்கு திசைகளிலும் தீன் ஆகிய இறைநேர்வழிப் பயிர்வளர்க்கத் தோன்றிய 1,24,000 நபிமார்களையும் வாழ்த்துகின்றோம். ஏன் எனில் மாறுதல் இல்லாத உயர் பதவியாகிய மறுமை ஈடேற்றம் பெற்று வாழும் விதி அமைந்தவரே வாழ்த்துவார் ஆதலால்.

முதல்வன் - இறைவன்; குஃபிர் - இறைவனுக்கு மாறான வழியாகிய குற்றம், பெரும்பாவம்; தீன் - இஸ்லாம், இறைநேர்வழி; உதித்த - பிறந்த, தோன்றிய; மாற்றரிய பதவி - மாறுதல் அடையாத, வேறொன்று இல்லாத மறுமை ஈடேற்றம் ஆகிய பதவி.

அறுசீர் ஆசிரிய விருத்தம்

நின்றுபல் லுயிர்க ளெல்லா நெடிதிரங் கியகி யாமத்
தென்றுமுள் ளவன்றன பக்க லிரந்துமன் றாடி மீட்கு
நன்றிசெய் தருள்க பீபு நபிபின்னே தொழத்தா முன்னின்
றன்றிமா மத்துச் செய்த அபூபக்கர் பதந்து திப்பாம். (9)

9. பல்வேறு உயிர்க்கூட்டங்களும் அழுது அரற்றி ஈடேற்றம் பெறத் தவித்து நிற்கும் மறுமை இறுதித் தீர்ப்பு நாளில் என்றும் உள்ள இறைவன்பால் மன்றாடி நம்மை மீட்க இருக்கும் நேசராகிய நபிகள் நாயகம் (ஸல்) அவர்கள் பின்னே வரிசையில் நின்று தொழுமாறு தலைமையாக - இமாமாக முன்னின்று தொழுகை நடத்திய ஹள்ரத் அபூபக்கர் (ரளி) அவர்களை வாழ்த்துகின்றோம்.

நெடிது - நீளமாக; இரங்கிய - அழுது அரற்றிய; கியாமத் - மறுமை இறுதித் தீர்ப்புநாள்; என்றும் உள்ளவன் - இறைவன்; பக்கல் - இடம்; மன்றாடல் - பரிந்து பேசல், ஷபாஅத் செய்தல்; கபீபு - ஹபீபு, நேசர். ஹபீபுல்லாஹ் - இறைநேசர் என்பது நபிகள் நாயகம் (ஸல்) சிறப்புப் பெயர்; இமாமத் செய்த - தலைவராக முன்னே நின்று தொழுவித்த நபிகள் நாயகம் (ஸல்) உடல் நலிவுற்ற கடைசிக் காலத்தில் அவர்கள் கட்டளைப்படி ஹள்ரத் அபூபக்கர் (ரளி) இமாமாக நின்று சிலநாள்கள் தொழவைத்தார்கள். அப்போது ஒருநேரத் தொழுகையில் நபிகள் நாயகம் (ஸல்) பின்னின்று தொழுதார்கள்.

நரபதி யிறைக பீபு நபியுடன் றொழுத போது
தரமுறைக் கருபத் துல்லா தனிலுறை புத்தை யெல்லாஞ்
சிரசுகீழ்ப் பணித்துத் துள்ளு சீட்டினான் மிசுறா றோட்டி
யரசுசெய் யுமறு செம்பொ னடியிணை முடியில் வைப்பாம். (10)

10. இறைவனின் நேசர், நபிகள் நாயகம் (ஸல்) அவர்களுடன் தொழுத போது கஃபத்துல்லாஹ்வில் இருந்த சிலைகளை எல்லாம் அடித்து வீழ்த்தியவரும் சீட்டெழுதிவிட்டு எகிப்தின் நீலாற்றில் நீர் வரச் செய்தவரும் மக்கள் தலைவரும் ஆகிய கலீஃபா உமர் இப்னு கத்தாப் (ரளி) அவர்களைப் புகழ்கின்றோம்.

நரபதி - மக்கள் தலைவர்; இறைகபீபு - இறைவனின் நேசர் நபிகள் நாயகம் (ஸல்); தரமுறை..... துல்லா - இறைவனை வணங்குவதற்கென்று உலகில்.... கட்டப்பட்ட இறையில்லம்; புத்து - விக்ரகம்; பணித்து - கட்டளையிட்டு; மிசிறு - எகிப்து; ஆறு - நீலாறு; ஓட்டி - நீர் வரச்செய்து; செம்பொன் அடி இணை - சிவந்த பொன்னிறப் பாதம் இரண்டு; முடியில் வைப்பாம் - தலையில் வைப்போம், முதன்மையாகப் புகழ்வோம். இரண்டாம் கலீஃபா உமர் (ரளி) ஆட்சிக் காலத்தில் எகிப்து நாடு இஸ்லாமிய ஆட்சியின்கீழ் வந்தது. அங்கு நீண்ட காலமாக ஒரு வழக்கம் இருந்தது. எகிப்தின் வேளாண் வளத்திற்குக் காரணமாகத் திகழும் நீல ஆற்றில் கோடைக்கால முடிவில் ஒரு கன்னிப் பெண்ணைப் பலியிடுவார்கள். இந்த உயிர்ப்பலி கொடுக்கப்படாவிட்டால் நீலாற்றில் நீர் வராது என்பது ஐதிகம். புதிதாக ஆட்சியில் அமர்ந்த முஸ்லிம்கள் இதற்கு உடன்படவில்லை. கடுமையான வாக்குவாதத்திற்குப்பின் மதீனாவில் உள்ள கலீஃபா உமர் (ரளி) அவர்களின்

முடிவிற்கு விடப்பட்டது. அவர்கள் "நீலாறே! நீர் வழங்கும் அதிகாரம் உன்னிடம் இருக்குமானால் உன்னுடைய நீர் எங்களுக்குத் தேவையில்லை. அஃது அல்லாஹ்விடம் உள்ளது என்றால் அவன் எங்களுக்குப் போதுமானவன்" என்றொரு கடிதம் எழுதி அனுப்பி 'இக் கடிதத்தை நீலாற்றில் போட்டுவிட்டு மற்ற வேலைகளைக் கவனியுங்கள்' என்று கட்டளையிட்டார்கள். அவ்வாறே செய்யப்பட்டது. அவ் வாண்டும் வழக்கம்போல் நீர் பெருகிவந்தது. அதுமுதல் கன்னிப் பெண்ணை நீலாற்றிற்குப் பலியிடும் கொடுமை ஒழிந்தது. இவ் வரலாற்றுத் துணுக்கைச் 'சீட்டினால் மிசிறு ஆறு ஓட்டி' எனக் குறித்துக்காட்டுகிறார் புலவர்.

ஒழுகிய கருணை யாத முதலுள நபிமார்க் கெல்லாம்
பழகிய தூத ரான வானவர்கோன் சிறையின் மீதே
யெழுதிய நாம வள்ள லெனுமுது மான்பொற் பாத
முழுதுநெஞ் சகத்துள் வாழ்த்தி முடிமிசை யிருத்து வாமே. (11)

11. கருணை மிகுந்த முதல் மனிதரும் முதல் நபியும் ஆகிய ஹள்ரத் ஆதம் (அலை) முதல் எல்லா நபிமார்களுக்கும் இறைக்கட்டளையாகிய வஹீ கொண்டுவரும் வானவர்களின் தலைவராகிய ஹள்ரத் ஜிபுரீல் (அலை) அவர்களின் சிறகில் பெயர் பொறிக்கப்பட்ட சிறப்பிற்கு உரிய மூன்றாம் கலீஃபா உதுமான் (ரளி) அவர்களைப் புகழ்ந்து போற்றுகின்றோம்.

வானவர்கோமான் - வானவர்களின் தலைவர், ஜிபுரீல் (அலை); சிறை - சிறகு, வானவர்களுக்குச் சிறகு உண்டு; முடிமிசை - தலைமீது

அறுசீர் சந்தவிருத்தம்

நடைநடமிடு துலுதுலின் வருவிசை யினினரர்புவி சுமைகொளுமோர்
விடையுடல் குழைதர வலகடல் சுவறிட மிகுகண முதிர்தரவே
கடையுக முடிவதி ரெனமுதிர் திசைமத கரிகளு மலறிடவே
யடையலர் முடிபொடி படவிட றியபுலி யலியிரு பதநினைவாம். (12)

12. ஆட்ட நடை நடக்கும் துல்துல் என்னும் குதிரையில் ஏறிவரும் போது அதன் ஓட்ட விசையில் பூமி சுமந்துகொண்டிருக்கும் மனிதர்களும் மாடுகளும் கலங்கி நிற்க, அலைவீசும் கடல் வற்றி வறள, வானத்தின் நட்சத்திரக் கூட்டங்கள் உதிர்ந்து விழ, அமளிமிக்க உலக முடிவுநாளின் அடையாளம் இது என்று அஞ்சி திசைகளும் யானைக் கூட்டங்களும் அலறித் துடிக்க, பகைவர்களின் மணிமுடிகள் வீழ்ந்து நொறுங்கிப் பொடியாகுமாறு போர் செய்யும் வீரப் புலியாகிய நான்காம் கலீஃபா ஹள்ரத் அலீ (ரளி) அவர்களைப் போற்றுகின்றோம்.

நடைநடம் - ஆட்ட நடை; துல்துல் - குதிரையின் பெயர்; விசை - விரைவு, வேகம்; நரர் - மனிதர்; புவி - உலகம்; விடை - காளைமாடு; குழைதர - குழைய, கலங்க; அலைகடல் - அலையெழும் கடல், அலையும் கடல்; சுவரிட - வற்றிவிட, சுவல், சுவல்தல், சுவறல்; மிகுகணம் - மிகுதியான நட்சத்திரக் கூட்டம்; கடையுகம் - அமளிமிக்க உலக முடிவுநாள்; அதிரென - அதிர், அதிர்ச்சி, அமளிதுமளி; முதிர் - முதிர்ப்பு, கலக்கம்; மதகரி- யானை; அடையலர் - பகைவர்; இடறிய - காலினால் எற்றுதல், போர்செய்தல்

கலிநிலைத்துறை

மட்டில் லாவய தகுமதர் தாரகை வடிவோ
டொட்டி வாழ்செவி மணியெனு முதியவ லருகில்
விட்டி லாதொளிர் சிறைச்சிபு ரீலிறை விளம்பத்
தொட்டி லாட்டிளை யவரச னுசைனடி தொழுவாம். (13)

13. கணித்து அளவு சொல்ல முடியாத நெடுங்காலம் அஹ்மது நபி (ஸல்) அவர்கள் நட்சத்திரமாக இலங்கிக்கொண்டிருந்தபோது, படைப்புக்கு முந்திய ஆலம் அர்வாஹ் ஆகிய உயிர்களின் உலகில், இறைவன் கட்டளைப்படி ஒளிச்சுடர் இலங்கும் சிறகுகள் கொண்ட ஜிபுரீல் (அலை) தொட்டில் ஆட்டிய சிறப்பிற்கு உரிய இளைஞர் தலைவர்களாகிய இமாம்கள் ஹசன் ஹுஸைன் (ரளி) புகழைப் பாடுகின்றோம்.

மட்டில்லா வயது - அளவில்லாக் காலம், நெடுங்காலம்; தாரகை - நட்சத்திரம்; செவிமணி - கண்பார்வைக்கு எட்டாத ஒலியுலகு; முதியவருலகு - பிறப்பு இறப்பு ஆகிய இயற்கைவயப்படாத ஆன்ம உலகு; விட்டிலாது ஒளிர்சிறை - விட்டு விட்டு ஒளிராது எப்போதும் சுடர் இலங்கும் சிறகு, இறகு; விளம்ப - கட்டளையிட; இளையவர் - சொர்க்க இளைஞர்களின் தலைவர்.

பொருபது றதனில் வென்ற புகழ்நபி தவிர யாரும்
வெருவது குடிகொண் டோங்கி மிகக்கலங் கிடுங்கொ டூரந்
தருவது வெனுங்கி யாமந் தனிலுமே கேள்வி யில்லா
வொருபது பெயரை நாவி னுளத்தினுட் புகழ்ச்சி செய்வாம். (14)

14. பதுர்ப் போரில் வெற்றிபெற்ற புகழ்ச்சிக்கு உரிய நபிகள் நாயகம் (ஸல்) அவர்களைத் தவிர மற்ற அனைவரும் அஞ்சி நடுநடுங்கிக் கலங்கும் கொடூரம் மிக்க மறுமை கியாமத் நாளில் கேள்விக் கணக்கின்றியே சொர்க்கம் புகும் 'அஷ்ரத்துல் முபஷ்ஷரா' ஆகிய உலகிலேயே சொர்க்கவாதிகள் என்று அறிவிக்கப்பட்ட பத்துப் பேர்களையும் மனத்தில் இருத்திப் புகழ்கின்றோம்.

பொரு பதறு - பதுர்ப்போர்; வெருவது - அச்சம்; கியாமம் - உலகம் அழிந்தபின் கேள்விக் கணக்கிற்காக உயிர் கொடுத்து எழுப்பப்படும் அமளிநாள்; ஒருபது - பத்து; நாபி - தொப்பூழ்;

அஷ்ரத்து முபஷ்ஷரா ஆகிய நன்மாராயம் பெற்ற 10 பேர்கள் வருமாறு:

1. ஹள்ரத் அபூபக்கர் (ரளி)
2. ஹள்ரத் உமர் (ரளி)
3. ஹள்ரத் உதுமான் (ரளி)
4. ஹள்ரத் அலீ (ரளி)
5. ஹள்ரத் தல்ஹா (ரளி)
6. ஹள்ரத் ஜுபைது (ரளி)
7. ஹள்ரத் ஸஅது (ரளி)
8. ஹள்ரத் சயீது (ரளி)
9. ஹள்ரத் அப்தில் ரஹ்மான் (ரளி)
10. ஹள்ரத் அபூஉபைதா (ரளி)

கலிநிலைத்துறை

ஏலு நற்கதிர் மதியைமீன் சூழ்ந்திருப் பதுவே
போலு மான்மத மொழுகுமெய் யினிற்பொலி கிரணங்
காலு முத்திரை முகம்மதைச் சூழசு காபி
நாலு பத்திரண் டாயிரம் பெயர்துதி நவில்வாம். **(15)**

15. ஒளி பொருந்திய முழுமதியை நட்சத்திரக் கூட்டம் சூழ்ந்திருப்பது போல் கஸ்தூரி ஒழுகும் உடம்பினில் நுபுவ்வத்தின் முத்திரை ஒளி வீசும் முஹம்மது (ஸல்) அவர்களைச் சூழ்ந்திருக்கும் 42 ஆயிரம் தோழர்களின் பெயர்களைப் போற்றிப் புகழ்கின்றோம்.

ஏலுதல் - பொருந்தியிருத்தல்; கதிர் - ஒளி; மதி - நிலவு, முழுமதி; மீன் - நட்சத்திரம்; மான்மதம் - கஸ்தூரி; மெய் - உடம்பு, உடல், மேனி; பொலி - பொலிதல், இலங்குதல்; கிரணம் - ஒளிக்கதிர்; காலும் - ஒளிவீசும்; முத்திரை - துபுவ்வத் முத்திரை, நபிகளாரின் முதுகில் அமைந்திருந்தது; அசுகாபி - ஸஹாபி, தோழர்கள்; துதி - புகழ்ச்சி; நவில்வாம் - பேசுவோம்.

அறுசீர் சந்த விருத்தம்

மேருவா முபயபுய வேதநா யகர்நபிதம் வீறுசேர் சறகினெறியோர்
தாருவா யதனிலுயர் நாலுநீள் பணரெழுவ தாகவே மதகபுகளாய்
நேருலா வியவவர்கள் வாய்மையேகதியருளு நீர்மையாலது கனிகளாய்ப்
பாரரெலா முதவவரு நாலிமா மெனுமவர்கள் பாததா மரைபரவுவாம். **(16)**

16. இரண்டு தோள்களும் இமயமலைபோல் இலங்கும் வேதநாயகர் ஆகிய நபிமுஹம்மது (ஸல்) அவர்களின் பெருமை பொருந்துய சரகு நெறி, தேவதாரு மரத்தில் கிளைத்து உயர்ந்த நான்கு கிளைகள் கொப்புவிட்டு உயர்ந்து நிற்பது போல் நான்கு மதுஹபுகளாய் நேர்மையோடு நிலைநிறுத்தியவர்கள்; உண்மை வழியாக இலங்கும் இயல்பாகிய கனிகளை உலக மக்களுக்கெல்லாம் உதவியவர்கள் ஆகிய நான்கு இமாம்களையும் போற்றுகின்றோம்.

மேரு - மேருமலை, இமயமலை; உபயம் - இரண்டு; புயம் - புஜம், தோள்; வேதநாயகம் - வேதம் காட்டும் தலைவர்; வீறு - பெருமை; சறகு - ஷறகு, ஷரீஅத்; நெறி - வழி; தாரு - தேவதாரு மரம்; நீள் - நீளமான; பணர் - கிளை; மதுகபு - மதுஹப், வழி, சட்ட மரபு; நேருலாவிய அவர்கள் - நேர்மையாளர்கள்; வாய்மை - உண்மை; கதி - வழி; நீர்மை - இயல்பு, இயற்கை; பர் - உலகு, உலக மக்கள்; பரவுவாம் - போற்றுகின்றோம்.

வண்ண விருத்தம்

விளைகிரண மதியைநிக ராய்வர வழைத்தே
மிகுகுடில மிடுகபடர் கேடுறவ ழித்தோர்
தளர்முதிய வடிவெனவு மோர்வடிவெ டுத்தே
தறையிலலி யிழுபடவு மேநடைந டப்போ

ரளவிலவ னருளவுலி யாவெனவு தித்தோ
ரனைவரிலு மதிகமெனு மேன்மையுமி குத்தோர்
வளைமணிக ளிலகுபகு தாதுமுகி யித்தீன்
மலரடியை மனதினினை வாமவுலி வைப்பாம். (17)

17. கிரகணத்தால் மறைக்கப்பட்ட நிலவை முழுமதியாய் ஒளிவீசி வெளிப்படச் செய்து இருளில் கபடம் புரிந்த சடாமுடி சன்னியாசியின் கேடுகளை அழித்தவரும் தளர்ந்த முதியவராய் மாறி நெற்றி தரையில் இழுபடுமாறு நடந்துகாட்டியவரும், கணித்து அளவு உரைக்க முடியாத இறைவனின் அருபெற்ற அவுலியாமார்கள் அனைவரிலும் பதவியால் உயர்ந்தவரும், சங்குமணி முதலிய இரத்தினங்கள் மலிந்துகிடக்கும் பகுதாதில் வாழ்பவரும் ஆகிய முஹ்யியத்தீன் ஆண்டகையை மனத்தால் நினைத்துப் போற்றுகின்றோம்.

கிரணம் - ஒளி, கிரகணம், நிலாமறைப்பு; மதி - நிலவு; நிகராய் - முழுமையாக, முழுமதியாக; குடிலம்-சடாமுடி; இடுகபடர்--தரித்த கபட சன்னியாசி; கேடுற- கேடுஉற, கெடும்படியாக; தளர் முதிய வடிவு - தளர்ந்த கிழவடிவம்; தறை - தரை; அலி - நெற்றி; அளவிலவன் - அளவில்லாதவன், இறைவன்; அவுலியா - இறைநேசர்; அதிகம் எனும் மேன்மை - உயர்பதவி,கௌது; வளை - சங்கு; மணி - இரத்தினம்; இலகுதல் - இலங்குதல்; மவுலி - மௌலி, தலை, முடி.

அறுசீர் சந்த விருத்தம்

இருண்மேக மேசேரு மலைமீதி லேயேறி யெதிர்காபர் தற்கமிடுநா
ளருள்வாரி செய்கூசு பவர்சாடி மீதாய மையவே யுருட்டிநிலமீ
தொருசேதம் வாராம லருள்காவ லோர்வாழ்வி னுயர்சோப னப்பதியதாய்
வருநாகை வாழ்காதி றொலிபாத மேநாளு மனமீதில் வைத்தருளுவாம். (18)

18. இருண்ட மேகம் திரண்டு நிற்கும் மலைமீது ஏறி எதிர்த்து வந்த காஃபிர்களுடன் தர்க்கம் செய்யும்போது, அருட்கடல் ஆகிய மைந்தர் செய்கு யூசுபு அவர்களின் திருவோட்டை மண்ணில் புதைத்து மேலமர்ந்துகொண்ட சித்தர்கள் உருண்டு விழுமாறு செய்து திருவோட்டை வெளிப்படுத்தினாலும், அச் சித்தர்களுக்கு ஆபத்து நேராமல் காப்பாற்றியவரும், வாழ்த்தொலி மாறாத பதியாகிய திருநாகைப் பதியில் வாழ்பவரும் ஆகிய காதர் வலீயின் புகழை மனத்தில் கொள்கின்றோம்.

எதிர்காஃபிர் - எதிர்த்த காபிர்கள்; தற்கம் - தர்க்கம், சொற்போர்; அருள்வாரி - அருட்கடல்; செய்கூசுபு - செய்கு யூசுபு; சாடி - திருவோடு; மீதாய் அமையவே - புதைத்து அதன்மீது அமர்ந்துகொள்ள; சேதம் - பாதிப்பு, ஆபத்து, தீங்கு; சோபனம் - வாழ்த்து; பதி - ஊர், தலம்.

கூறுமொளி யாகிமணி யாகிமயி லாயினர்
குலோதாயர்தன் னாம்நினைவோர்க்
கீறுவரை நோய்பிணிபி சாசுபல தீவினைக
ளேதுமணு காமலருள்வோர்

தேறுபடி கீரியொடு நாகமது தானுமொரு
சேகரம தாகவிடுவோ
ரேறுபடி வாழுமிபு றாகிமொலி பாதமிரு
போதுமன மீதுநினைவாம். **(19)**

19. ஒளியாய், முத்தாய், மயிலாய் இலங்கிய முஹம்மது (ஸல்) அவர்களினது குலத்தோன்றலாய் விளங்குபவரும், தன் பெயர் நினைப்பவர்க்கு நோய் பிணி பிசாசுகளால் எத்தகைய தீங்கும் அணுகாது கடைசிவரை பாதுகாப்பவரும், பாம்பையும் கீரிப்பிள்ளையையும் ஒன்றாக விளையாட விடுபவரும் ஆகிய ஏர்வாடியில் வாழும் இபுராஹீம் வலீயின் புகழை எப்போதும் நினைந்து போற்றுகின்றோம்.

குலோதையர் - குலஉதயர், குலத்தோன்றல்; ஈறு - கடைசி; தேறுபடி - நிச்சயம்; சேகரம் - ஒன்றாக, சேர்த்து, இணைத்து; ஏறுபடி - ஏற்வாடி; இருபோது - இரவிலும் பகலிலும்.

கலிவிருத்தம்

மதிதவழ் மணிமுடி மாட மக்கமா
பதியினிற் றொழுதன்றே வகுதைப் பால்வரு
துதியொலி சதக்கத்துல் லாப்ப தப்புகழ்
யிதிமனப் பேழைனிறைத்துப் போற்றுவாம். **(20)**

20. நிலவு தவழ்ந்துவரும் முகடுடைய மாடமாளிகைகள் நிறைந்து விளங்கும் மக்கமா நகரில் தொழுகை முடித்துக் கீழைக்கரைக்கு வரும் புகழ்ஒலி ஸதக்கத்துல்லாஹ் (ரஹ்) வின் புகழ்ஒலியாகும். அதுவே செல்வம். அதை மனப்பெட்டியில் நிறைத்துப் போற்றுக்கின்றோம்.

மாடம் - பல அடுக்கு மாளிகை; வகுதை - கீழைக்கரை; துதி - புகழ், புகழ்ச்சி; நிதி - செல்வம்; பேழை - பெட்டி.

தவமுயர் முதலியார் லெவ்வை சாகிபு
கவினுறு பதமலர் களுங்கண் போலவே
யவரரு ளபூபக்கர் லெவ்வை யாலிமாம்
நவநிதி பதநளி னமுந்த லைக்கொள்வாம். **(21)**

21. தவத்தில் சிறந்த முதலியார் லெவ்வை சாகிபியின் பாதமலர்களும் அவர் உதவிய கண்போன்ற அபூபக்கர் லெவ்வை ஆலிம் ஆகிய நவநிதி பத நளினமும் உச்சிமேற் கொள்கின்றோம்.

தவம் - அறவொழுக்கம்; கவினுறு - அழகு பொருந்திய; பதமலர் - பாதங்கள்; நவநிதி - கச்சநிதி, கற்பநிதி, சங்கநிதி, நந்தநிதி, நீலநிதி, பதுமநிதி, மகாநிதி, மகாபதுமநிதி, முகுந்தநிதி ஆகியவை நவநிதி என்பது புராண மரபு. குறைவற்ற பெருஞ்செல்வம் என்பது கருத்து; நளினம் - தாமரை மலர்.

ஒவ்வுபால் சலம்பிரித் துதவு மன்னம்போற்
கௌவையா யிருவினை கடக்கு மார்க்கத்தை
மௌவல்வாய் மலர்தௌ கீது மாமுனா
லெவ்வையா லிமுமெந் நெஞ்சும்வே றன்றே. (22)

22. கலந்திருக்கும் பாலையும் நீரையும் பிரித்து உதவும் அன்னபறவைபோல் அலைக்கழிக்கும் நன்மைதீமையாகிய இருவினைகளையும் கடந்து நடுநிற்கும் வழியை மலர்போன்ற வாயால் மொழியும் தௌஹீது மாமுனா லெப்பை ஆலிமும் எம்முடைய நெஞ்சும் வேறுவேறு அன்று.

ஒவ்வுதல்-ஒன்றாகக் கலந்திருத்தல்; சலம்-நீர்; கௌவை-அலைக்கழிப்பு, துன்பம்; மௌவல்-மலர், காட்டுமல்லிகை; வாய்மலர்தல்-பேசுதல், மொழிதல்

அறுசீர் ஆசிரிய விருத்தம்

எவலியா னதிலும் மேலா யிருப்பவ னிணையில் லாதான்
கவலியா னொருவ னன்புங் கருணையும் பெருகி வாழு
மவுலியா வொலிக ளானோ ரனைவர்பொன் னடியும் போற்றி
மவுலியாய்ச் சிரத்து மேற்றி மதித்தசெந் தமிழ்நூல் சொல்வாம். (23)

23. எத்தகைய வலிமையிலும் மேலாய் இருப்பவன்; இணையில்லாதவன்; கவலையும் துக்கமும் இல்லாதவன்; ஒருவன் ஆகிய இறைவனின் அருளும் அன்பும் பெருகப் பொங்கி இலங்கும் அவுலியா, ஒலிகள் ஆனோர் அனைவரையும் போற்றிப் பணிந்து அவர் பாதங்களை மணிமுடியாகத் தலையில் சூட்டி மதிப்புமிக்க செந்தமிழ்நூல் செய்கின்றோம்.

எவலியானதிலும் - எத்தகைய வலிமையானதிலும்; கவலியான் - கவலை இல்லாதவன்; மவுலி - அரசர் தலையிற் சூடும் மணிமுடி, தாஜ்; சிரம் - தலை; மதித்த - அறவு நிரம்பிய, மதிப்புமிக்க.

மேவிய மிகிறா ஜாலிப் புலவன்மின் னானூ றுத்தீ
னீவிய மதுர வின்ப சாகர நிகராஞ் சீறாக்
காவிய உமறு மாலைக் கனகவி ராயன் காசீம்
நாவினா ளெட்டில் வென்றான் சவாதுநற் றாள்கள் போற்றி. (24)

24. மிகுராஜ் மாலை பாடிய ஆலிப் புலவர், பொன்னரிய மாலை பாடிய மின்னா நூருத்தீன், மதுர இன்பக் கடல் நிகர்த்த சீறாக் காவியம் பாடிய உமர் புலவர், கனகாபிஷேக மாலை பாடிய கனகவிராயர், திருப்புகழ் பாடிய காசீம் புலவர், கனகவிராயரின் மைந்தராகிய பீருகான் நாளெட்டில் வென்றான், ஜவ்வாது புலவர் முதலிய பெருமக்களின் நினைவைப் போற்றுகின்றோம். அடைபட்ட ஆலயத்தின் கதவுகளைக் கவிபாடி எட்டு நாள்களில் தாமாகவே திறக்கச் செய்வதாக ஆணையிட்டு அவ்விதமே செய்துகாட்டியதன் காரணமாக நாளெட்டில் வென்றான் என்ற சிறப்புப் பெயரை இவர் பெற்றார் - எம்.ஆர்.எம்.அப்துற் றஹீமின் - இஸ்லாமியக் கலைக்களஞ்சியம்.

மேவிய - விரும்பிய நீவிய - கிளர்ச்சியூட்டும்; மதுரம் - இனிப்பு; தூகரம் - கடல்.

வாய்ந்தெழிற் சுலையு மானன் னபிவர லாறு தன்னை
யாய்ந்திபு றாகீம் லெவ்வை யாலிமா மமுத மாரி
தோய்ந்துசொல் லுரையின் வண்ணஞ் சொல்வன்கா வியமி தற்கே
யேய்ந்திடு பெயரி ராஜ நாயக மென்ப தாமே. (25)

25. நபியாகவும் அரசராகவும் வாழ்ந்த சுலைமான் (அலை) அவர்கள் வரலாற்றை ஆராய்ந்து, அமுத மழையில் தோய்ந்த சொற்களால் விளக்கினார் இபுராஹீம் லெப்பை ஆலிம். அவ் வண்ணமே காவியமாகப் பாடுகின்றேன். இக் காவியத்திற்குப் பொருத்தமாக இராஜநாயகம் எனப் பெயரிட்டேன்.

மாரி - மழை; உரை - விளக்கம்; ஏய்ந்திடு - பொருத்தமாக, பொருந்துமாறு.

துதிநபி சுலையு மானி ராஜநா யகத்தைத் தோகைக்
கெதிர்மட வியர்நீ ரள்ளுங் குடவளை மணியீன் றெங்குங்
கதிர்விரி வளங்கொள் கீழைக் கரையினி லரங்க மாக
மதுரைவாழ் மீசல் வண்ணக் களஞ்சிய மவுல லுற்றாம். (26)

26. நபி சுலைமான் (அலை) புகழ்கூறும் இராஜநாயகத்தை, மயில்கள் போன்ற இளம் பெண்கள் நீர் முகந்துவரும் குடத்தில் கவர்ந்துவந்த சங்குகள் ஈன்ற முத்துகள் சிந்தி சுடர்பரப்பும் வளம் நிறைந்த கீழைக்கரையில் அரங்கேற்றி, மதுரையில் வாழும் மீசல் வண்ணக் களஞ்சியம் ஆகிய யான் பாடினேன்.

துதி - புகழ்; தோகை - மயில்; மடவியர் - இளம்பெண்கள்; மணி - முத்து; கதிர் - ஒளி; விரி - பரப்பும்; அரங்கமாக - அரங்கேற்றி; மவுலல் - பாடுதல்.

புராதனச் சுலையு மானன் னபிபுகழ் புனைந்து கூறு
மிராஜநா யகத்துக் கன்பா யிருநிதி மழைபொ ழிந்தான்
றராதரப் புயசிங் கார னகுமது நயினான் றந்த
வராதிப னப்துல் காதிர் வள்ளல்வாழ் வகுதை யோனே. (27)

27. பழைமையான சுலைமான் நபியின் புகழை உயர்த்திப் பேசும் இராஜ நாயகம் என்னும் இக் காவியத்திற்கு, கீழைக்கரையில் வாழும் மலைபோல் தோள் உயர்ந்த அழகுபொருந்திய அஹ்மது நயினாரின் மகனாகிய நற்பேறுபெற்ற வள்ளல் அப்துல் காதிர் செல்வ மழை பொழிந்தான்.

புராதனம் - பழைமை, தொன்மை; இருநிதி - செல்வம், சங்கநிதியும் பதுமநிதியும்; தராதரம் - தரை ஆதரம், மலை; புயம் - தோள்; சிங்காரன் - அழகன்; வராதிபன் - வர அதிபன், நல்வரம் பெற்ற அரசன், பெருஞ்செல்வன்; விகுதை - கீழைக்கரை.

கலிநிலைத்துறை

குணங்கள் வேறுவே றெனும்பொரு ணிறைகுவ லையத்தை
வணங்கு லாவிட வளைகட லதிர்வதற் கெதிரே
யணங்க னார்கொடு வருகுறை குடத்தளும் பொலிபோ
லிணங்கு நூற்கவிப் புலவர்முன் யானியம் புவதே. (28)

28. வேறுவேறான குணங்கொண்ட பொருள்கள் நிறைந்த உலகத்தைச் சூழ்ந்து உலவும் சங்குகள் நிறைந்த கடலோசைக்கு எதிரே பெண்கள் சுமந்துவரும் சிறிய குடத்தின் குறைவான நீர் அலம்புவதை ஒத்திருக்கின்றது பொருந்திய நூலறிவும் பாட்டுப் புலமையும் நிறைந்த புலவர்முன் யான் பாடவந்தது.

குவலயம் - உலகம்; வணங்குலாவுதல் - சூழ்ந்து உலவுதல்; வளைகடல் - சங்குகள் விளையும் சூழ்கடல்; அணங்கனார் - பெண்கள்; கொண்டுவரு - கொண்டுவரும்; அலம்பொலி - தளும்பும் ஒலி; இணங்கு நூல் - பொருந்திய நூலறிவு.

ஏழ்வ கைப்புவி யினுநிறை தருபுக ழினராய்
வாழ்வின் மிக்கமா மன்னவ ரணிமுடி தனக்கே
தாழ்வின் மிக்கதாழ் வெனுங்குரு விந்தமே சரிபோற்
சூழ்வி தித்தமிழ்ப் புலவர்மு னியான்சொலுந் துணிவே. (29)

29. ஏழுவகையாக வகுக்கப்பட்ட உலகம் முழுவதும் நிறைந்த புகழோடு வாழும் பேரரசன் அணியும் மணிமுடிக்கு எதிரே மிகத்தாழ்ந்த கோரைக் கிழங்கை வைப்பதைப் போல் விதிவிலக்கு அனைத்தையும் கற்று தேர்ந்த தமிழ்ப் புலவர்முன் அவற்றை அறியாத யான் பாடத் துணிந்தேன்.

குருவிந்தம் - கோரைக்கிழங்கு; சூழ்விதித்தமிழ் - இலக்கண விதிவிலக்குகள்.

மிகைத்த விக்கவிப் புலமைவல் லவர்முன்மே ருவுக்கே
தொகைப்ப டுஞ்சிதல் குவித்தமண் ணிணையெனச் சொலுமத்
தகைத்து மல்லவென் றகற்றியென் புத்தியென் றனையே
நகைத்து மாசைவிட் டொழிந்திலை யென்செய்வ னானே. (30)

30. மிகைத்த இக் கவிதை வல்லவர்முன் பாடுவது, இமயமலையின் முன்னே கறையான் புற்றை ஒப்பாகச் சொல்லும் அறியாமையைவிடவும் தாழ்ந்ததாயிற்றே என்று என்னுடைய அறிவு என்னை நகைத்தது. இருந்தும் ஏன் செய்வேன்! ஆசை விடவில்லையே!

மேரு - இமயமலை; சிதல் - கறையான்; குவித்தமண்- கறையான் புற்று; அத்தகையத்து - அந்த அறியாமை.

வேறு பட்டசெம் பிரதமா குளிகைமீ தணுகி
லேறு மிக்கபொன் மாற்றது போலவென் கவியுந்
தேறு முத்தமிழ்ப் புலவர்கள் செவிப்படி லவரன்
பூறு நற்கவி யாமெனுங் குறிப்புமொன் றுளதே. (31)

31. வேறான செம்பு இரசவாத மாத்திரை பட்டதும் உயர்ந்த மாற்றுயர்ந்த தங்கமாக மாறுவதுபோல் என்னுடைய கவிதையும் தேர்ந்த முத்தமிழ்ப் புலவர் செவிப்பட்டு, அவர்கள் என்மேல் அன்பு பாராட்டி நல்ல கவிதைதான் என்று சொல்லிவிட மாட்டார்களா, அவர்களின் அன்பு மொழியாகிய இரசவாத மாத்திரையினால் என்னுடைய புன்கவியும் நற்கவியாக மாறிவிடாத என எதிர்பார்த்தே பாடுகின்றேன்.

இரதமா குளிகை - இரசவாத மாத்திரை; ஏறு - உயர்ச்சி; மிக்க பொன் மாற்று - மாற்றுயர்ந்த தங்கம்; தேறு - கற்றுத்தேர்ந்த; குறிப்பு - எதிர்பார்ப்பு.

1. கடவுள் வாழ்த்து.
படலச் செய்தி

படலத் தலைப்பு கடவுள் வாழ்த்து என்று உள்ளது. இறைவாழ்த்து, இறைப்புகழ் என்னும் கருத்தில் இத் தலைப்பிற்குப் பெயரிடப்பட்டுள்ளது. ஆயினும் இறைவனுடன் வேறு பலரும் வாழ்த்தப்பட்டுள்ளனர். நபிகள் நாயகம் (ஸல்), முந்தைய நபிமார்களில் முர்ஸலீன்கள் 313பேர், மற்றுள்ள நபிமார்கள் 1,24,000, கலீஃபாக்கள் அபூபக்கர் (ரளி) , உமர் (ரளி), உதுமான் (ரளி), அலீ (ரளி), இமாம் ஹசன் (ரளி), இமாம் ஹுஸைன் (ரளி), உலகிலேயே சொர்க்க நன்மாராயம் பெற்ற 10பேர், 42,000 நபித்தோழர்கள், மதுஹபு எனப்படும் சட்டமரபு நிறுவனர்களாகிய இமாம்கள் 4பேர், முஹ்யியத்தீன் ஆண்டகை, நாகூர் பாதுஷா நாயகம், ஏர்வாடி இபுராஹீம் வலீ, மாதிஹுர் ரஸூல் ஸதக்கத்துல்லாஹ் அப்பா, முதலியார் லெப்பை சாகிபு மகன் அபூபக்கர் லெப்பை ஆலிம், தைஹீது மாமூனா லெப்பை ஆலிம், அவுலியாக்கள் ஆகிய அனைவரும், ஆலிப் புலவர், மின்னா நூருத்தீன் புலவர், உமர் புலவர், கனகவிராய புலவர், காஸிம் புலவர், நாளெட்டில் வென்றான், ஜவ்வாது புலவர், காப்பிய வரலாறு கற்பித்த இபுராஹீம் லெப்பை ஆலிம், காவியம் அரங்கேறிய கீழைக்கரை அஹ்மது நயினார் மகன் அப்துல் காதிர் ஆகியோரும் வாழ்த்தப்பட்டுள்ளனர். இறைவன் படைத்தவன் (காலிக்), காப்பவன் (ரஸ்ஸாக்) அருளாளன் (அர்ரஹ்மான்), மூமீன்கள் உள்ளத்தில் இருப்பவன், எங்கும் நிறைந்தவன், பூரணன் (கமால்), தனித்தவன் (அஹது) அனைத்திற்கும் காரணமானவன், தாய்வயிற்றில் பிறவாதவன், மரணம் அணுகாதவன், உருவம் குறி இல்லாதவன், அவனை வணங்குவோரை உலகெலாம் பணியும் என விதந்து பாடுகிறார் ஒரு பாட்டில்

"என்னுடைய பேதைமையே! இதற்கு உவமை எதனையும் காணமுடியவில்லையே! இறைவா! நீ வலியவன்! உன் வலிமைக்கு உவமை இல்லை! அற்பமான அணுவை மலைக்கு நிகராக உயர்த்தவும் வல்லவன்! தலைவா! மறுமை ஈடேற்றம் ஆகிய பதவியை எனக்கு ஈந்தருள்வாயாக!" என்று இறைஞ்சுகின்றார். நபிகள் நாயகம் (ஸல்) அவர்களைப் புகழும்போது அவர்கள் நிகழ்த்திய ஆறு அற்புத நிகழ்ச்சிகளை (முஃஜிஸாத்) நினைவுகூர்கிறார். ஹள்ரத் அபூபக்கர் (ரளி) அவர்களைப் பாடும்போது உடல் நலிவுற்ற நபிகள் நாயகம் (ஸல்) பின்தொடர்ந்து தொழ இமாமத் செய்த வரலாற்றை எடுத்துக்காட்டிப் புகழ்கிறார். ஹள்ரத் உமர் (ரளி) அவர்களைப் பாடும் போது கஃபத்துல்லாஹ்வில் இருந்த விக்ரகங்களை வீழ்த்தியதையும் எகிப்தியரின் நீலாற்றிற்குக் கன்னிப் பெண்ணைப் பலியிடும் மடமையை விலக்கியதையும் எடுத்துக்காட்டிப் புகழ்கிறார்.

ஹஸ்ரத் உதுமான் (ரளி) அவர்களைப் பாடுப்போது ' நபிமார்களுக்கு வஹீ கொண்டுவரும் ஹள்ரத் ஜிபுரில் (அலை) அவர்களின் இறக்கையில் பெயர் எழுதப்பட்ட வள்ளல்' என்றொரு புதுச்செய்தியைக் குறிப்பிட்டுப் புகழ்கிறார்.

ஹள்ரத் அலீ (ரளி) அவர்களைப் பாடும்போது முன்னோர் மரபைப் பின்பற்றி அவர்களின் துல்துல் எனப் பெயரிட்ட குதிரையையும் போரிடும் ஆற்றலையும் விதந்து பாடுகிறார். இமாம்கள் ஹஸன், ஹுஸைன் (ரளி) ஆகிய இருவரையும் பாடும்போது, படைக்குமுன்னே நபிகள் நாயகம் (ஸல்) நட்சத்திரமாக இலங்கிக்கொண்டிருந்தபோது ஆன்ம உலகில் (ஆலம் அர்வாஹ்) குழந்தையாய்த் தொட்டிலில் கிடந்தனர் என்றும் அத் தொட்டிலை இறைவன் ஆணைப்படி ஜிபுரில் (அலை) ஆட்டினார் என்றும் பாடுகிறார்.

'எனது தோழர்கள் நட்சத்திரங்கள் போன்றவர்கள்' என்னும் நபிமொழியையொட்டி 42,000 நபித்தோழர்களும் நிலாவைச் சூழ்ந்திருக்கும் விண்மீன்கள் என்று பாடுகிறார். முன்னோர்கள் ஏழு புலவர்களைப் புகழ்ந்து பாடியிருப்பது புதுமையாக உள்ளது. காவியக் கருப்பொருள் நபி சுலைமான் (அலை) வாழ்க்கை வரலாறு என்பதையும் காவியத்தின் பெயர் இராஜநாயகம் என்பதையும் காவியப்புலவர் மதுரையில் வாழும் மீசல் வண்ணக் களஞ்சியம் என்பதையும் காவியம் அரங்கேறியது கீழைக்கரையில் என்பதையும் இரண்டு பாட்டுகள் (25, 26) தெரிவிக்கின்றன. அவையடக்கமாகப் பாடப்பட்டுள்ள நான்கு பாட்டுகளில் 'கடல் முழக்கத்தின்முன் மண்குடத்தில் உள்ள குறைவான நீர் தளும்புவது போலும் பேரரசனின் மணிமுடிக்கு நிகரென்று கோரைக்கிழங்கை முன்னே வைத்ததைப் போலும் இமயமலைக்கு நிகராகக் கறையான்புற்றைக் காட்டியது போலும் கற்றுத் துறைபோகிய தமிழ்ப் புலவர்முன் நான் பாடுகின்றேன் இவ் வுண்மையை என்னுடைய அறிவே எனக்குச் சுட்டிக்காட்டித் தடுக்கின்றது. ஆயினும் ஆசை விடவில்லையே! என்ன செய்வேன்!' என மறுகுகிறார்.

இருப்பினும் " இரசவாதக் குளிகையிட்ட செம்பு மாற்றுயர்ந்த தங்கமாக மாறுகின்றது அல்லவா? அதேபோல் முத்தமிழும் வல்ல சான்றோர்களான புலவர்களின் செவியில் என் பாட்டுகள் படும்போது, அவர்களின் அன்புள்ளம் இரங்கி 'நற்கவியே' என்று அன்பால் சொல்லிவிட மாட்டார்களா? சொல்லிவிட்டால் என்னுடைய புன்கவியும் நற்கவியாகி விடுமே!" என்று பாடி அமைகிறார்.

2. நாட்டுப்படலம்
அறுசீர்க் கழிநெடிலடி யாசிரிய விருத்தம்

அருணிறை கடல தான வகுமத ரிறசூ லுல்லா
திருமயில் கதிஜா நெஞ்சந் தேற்றுதற் கழைத்த வெள்ளி
வரையெனு நிறங்கொண் மேக வாரிவீழ்ந் தருந்தி நீல
கிரிகள்போல் விசும்பின் மீண்டு கிளர்தர நெருங்கிற் றன்றே. (1)

1. (32) கடல்போல் அருள்நிறைந்த வள்ளல் ஆகிய அஹ்மது ரசூலுல்லாஹ் (ஸல்), மாட்சிமை தாங்கிய மயில் போன்ற கதீஜா அன்னையின் ஊடலைத் தணிப்பதற்காக அழைத்த நிலா போன்ற வெள்ளை மேகம், கடலில் இறங்கி

நீர் அருந்தி கருநீல மலைகள்போல் எழுந்து வானத்தில் ஏறி இடிமுழக்கத்தோடு நெருங்கித் தரண்டது.

திருமயில் - மாட்சிமை தங்கிய மயில்; தேற்றுவதற்கு - தெளிவுபடுத்துவதற்கு, அவர்கொண்ட ஊடலைத் தணிப்பதற்கு; வெள்ளிவரை - வெள்ளைநிலா; வாரி - கடல்; கிரி - மலை; விசும்பு -வானம்; கிளர்ந்த - கிளர்ச்சியுடன், இடிமுழக்கத்துடன்.

கலிநிலைத்துறை

அட்ட திக்கய மொருப்படக் கதறல்போ லதிர்ந்து
விட்டெ ழிற்கொள்பல் கீசிடை போலவு மின்னி
மட்ட லர்ச்செழுங் கிரியிற்கை மாறது மதியாது
இட்ட முற்றருள் பவர்கொடை யெனப்பொழிந் தனவே (2)

2. (33) எட்டுத் திசைகளுக்குக் காவலாய் அமைந்தவர்களின் பட்டத்து யானைகள் கூடி ஒன்றாகப் பிளிறுவதுபோல் இடி முழங்கிற்று; சுலைமான் நபியின் மனைவியார் பல்கீஸ் அம்மையாரின் இடைபோல் விட்டுவிட்டு மின்னல் மின்னிற்று; கைமாறு கருதாது ஈபவர் கொடைபோல் மலையில் மழை பொழிந்தது.

அட்டதிக்கயம் - எட்டுத்திசை யானைகள்; கயம் - கஜம், யானை; ஒருப்பட - ஒன்றுகூடி; மட்டு - தேன்; அலர் - மலர்; கிரி - மலை; இட்டம் - இஷ்டம், தாமே விரும்பி முன்வந்து.

புயலி னைத்தொகை வெண்மையந் தாரபூ தலத்தி
லயர்வ ரப்பல பலசரா சரவுடம் பனைத்து
மியல்பு றத்தழைத் தோங்கவா னகத்தினி லிருந்தே
யுயிர்வ ரத்தகு வெள்ளிநூ லேணியொத் தனவே (3)

3. (34) மேகத்திலிருந்து தாரைதாரையாக மழை பொழிந்தது. அது, அயர்ந்து கிடந்த சராசரி உடல்கள் இயல்பாகத் தழைத்து வளரும் பொருட்டு வானத்திலிருந்து நூலேணியில் இறங்கிவரும் சுவாசக் காற்றுப்போல் தோன்றியது.

புயல் - மேகம்; தொகை - தொகுதி, திரட்சி; வெண்மையந்தாரை - மழைத்தாரை; பூதலம் - பூமி; அயர்வு - சோர்வு; சராசரம் - சரம் அசரம் அசைவனவும் அசையாதனவும்; இயல்புற - இயல்பாக; உயிர்வரத்து அசு - உயிர்வரும் சுவாசம், போய்வரும் மூச்சுக்காற்று.

தகுபெ ருங்குளி ராவயிற் றிடைத்தலை நுழைத்தே
யுகழ்த ருங்கனல் விழிக்கொடு மடங்கல்க ளுறையுங்
குகையில் வெம்புலி முதல்விலங் கினநமைக் கொல்லும்
பகையுண் டென்றி யாதடைந் திடரினும் பாரா (4)

4. (35) பெருமழை பொழிந்தது. குளிர் வருத்தியது. குளிருக்கு ஆற்றாத கால்நடைகள் குகைகளில் நுழைந்து தலையை வயிற்றில் நுழைத்து ஒதுங்கின. அக் குகைகளில் கண்களில் அனல் சொரியும் சிங்கங்கள் உள்ளன. புலி முதலிய கொடிய விலங்குகளும் உள்ளன. அப் பகை விலங்குகள் கொல்லும் என்பதையும் கருதாது குளிரின் கொடுமையால் அங்கடைந்தன கால்நடைகள்.

தகுபெருங்குளிர் - கொடுமையான குளிர்; உகல்தரும் கனல்விழி - அனல் சொரியும் கண்கள்; மடங்கல் - சிங்கம்; உறையும் - வாழும், தங்கியிருக்கும்; வெம்புலி - கொடும்புலி; விலங்கின -விலங்கு இனம்; இடறுதல் - தடுக்கிவிழுதல்

விரைந்து பட்சிகள் கலைதரத் தருக்களை வீழ்த்திப்
பொருந்து மின்கனி யமுதமு மருமலர்ப் பொடியுந்
திருந்து மேலவர் திருப்பதப் பொடியுஞ்சஞ் சீவி
மருந்துஞ் செந்நிற முங்கலந் தெழுந்தன வாரி. (5)

5. (36) பாய்ந்து வரும் பெருவெள்ளம் மரங்களை அசைத்தது. கிளைகளில் அமர்ந்திருந்த பறவைகள் கலைந்து பறந்தன. மரத்தைச் சாய்த்தது வெள்ளம். மரங்களில் இருந்த சுவைக் கனிகள் நசுங்கி வீழ்ந்தன; பூக்களின் மகரந்தப்பொடி சிந்தியது; ஞானியரின் பாததூளியும் அத்துடன் கலந்தது; சஞ்சீவி மருந்து சிந்தியது; இவை யாவும் கலந்து செந்நிறம் கொண்டு எழுந்தது வெள்ளம்.

பட்சி - பறவை; கலைதர - கலைந்து பறக்க; தரு - மரம்; மருமலர்ப்பொடி - மகரந்தப்பொடி; திருந்துமேலவர் - ஞானியர்; திருப்பதப்பொடி - பாதமண்; வாரி - வெள்ளம்.

குறவர் தம்பொரு ளணியுமா யுதத்தொகை குறிஞ்சிப்
பறைகள் பொன்மணி சந்தகின் முதலுள பலவுஞ்
செறித ரக்கவர்ந் தருவிகொண் டிறங்கியே திரண்டு
நிறைத ரப்பெரு நதியதா யெழுந்தன நீத்தம். (6)

6. (37) குறிஞ்சிநில மக்களாகிய குறவர்தம் பொருள்களையும் அவர்கள் அணியும் ஆயுதங்களையும், குறிஞ்சிப் பறைகளையும், பூணும் பொன், மணி முதலிய அணிவகைகளையும், சந்தனக்கட்டை அகிற்கட்டை போன்றவற்றையும் கவர்ந்துகொண்டு மலையிலிருந்து இறங்கிய வெள்ளம் கரைபுரளும் பெருநதியாகத் திரண்டெழுந்தது.

ஆயுதத்தொகை - வில், வாள் முதலியன; குறிஞ்சிப்பறை - குறவர்கள் அடிக்கும் தமுக்கு; சந்து -சந்தனம்; அகில் - அகில் கட்டை; செறிதர - நிரப்பமாக; கவர்ந்து - களவாடி; அருவி - மலையிலிருந்து கீழ்நோக்கி நீர்பாய்தல்; நீத்தம் - வெள்ளம்.

வரிவில் வாளிவாள் வேல்பல படைக்கல வகைக
ளரிதி னிற்கொடு பெயர்ந்தது நதிமலை யரசு

திரையின் முத்தெறி கடலெனு மரசுபாற் சென்று
பொரவெ னக்கடி தேவிய தானையைப் போலும் (7)

7. (38) வளைந்த வில், அம்பு, வாள் ஈட்டி முதலிய போர்க்கருவிகளைச் சுமந்துகொண்டு ஆறு நடந்தது. அது நடந்து செல்வது, அலைகளின் வழியே முத்துகளை எறியும் கடல் அரசனுடன் போரிடுவதற்கென்று, மலையரசன் விரைந்து அனுப்பிய போர்ப்படை செல்வதுபோல் உள்ளது.

வரிவில் - வளைந்த வில்; வாளி - அம்பு; வேல் - ஈட்டி; படைக்கலன் - போர்க்கருவிகள்; கொடு - சுமந்துகொண்டு; பெயர்ந்தது - நடந்தது; திரை - அலை; முத்தெறி - முத்துகளைக் கரையில் கொண்டுவந்து எறியும்; பொர - போரிட; கடிது - விரைந்து; தானை - போர்ப்படை

கோணல் கொண்டுபற் பலதுறை படைத்தெவர் குறித்துப்
பேணல் கொண்டிடங் கொடுத்தழைக் கினும்பெயர்த் தெய்தி
யாண வம்பெருத் தேதெளி வின்றியந் நதியும்
வீண வந்தரு வேசியர் மனமுமொவ் வியதே (8)

8. (39) வளைந்து நெளிந்து செல்லும் ஆறு பற்பல துறைகளையும் சென்றடைந்தது. எவரிடமும் அவரவருக்குரிய நீராயிற்று; எந்த வாய்க்கால் வழியாகவும் ஓடி எவருடைய நிலத்திலும் பாய்ந்தது. அவ்வாறு பாயுங்கால் ஆணவத்தோடும் கலங்கலாகவும் சென்றது. இது வீண்பழியை ஏற்படுத்தும் விலைமாதர் மனத்தை ஒத்திருந்தது. அவ் விலைமாதர் கோணல் நடையும் பிறரைக் கவரும் பொருட்டு வளைந்து நெளியும் இயல்பும் கொண்டவர்; எந்தத் துறையைச் சேர்ந்தவராயினும் அவரிடம் செல்வம் உள்ளது என்று அறிந்தால் அன்பு காட்டுவர்; பணம் கொடுத்தால் அவர் குறிப்பிடும் இடத்திற்குச் சென்று உடலின்பம் வழங்குவர்; எவரையும் மயக்கும் தங்கள் உடலழகின் மீது ஆணவம் கொண்டவர்; மெய்யான இன்ப வாழ்வு பற்றித் தெளிந்த அறிவில்லாதவர்; அவர்களின் பழக்கம் வீண்பழியைச் சேர்க்கும்.

கோணல் - வளைவு நெளிவு; பற்பல துறை - நீர்த்துறை, பல்வேறு உலகியல் துறைகள்; அழைக்கினும் - அழைத்தாலும்; பெயர்ந்து - நடந்து; எய்தி - சென்று; தெளிவின்றி - கலங்கல், தெளிந்த அறிவில்லாமல்; வீண்அவம் - வீண்பழி கோணல் நடை நடத்தலால், துறைதோறும் சேர்தலால், விரும்புவார் குறிப்பறிந்து விருப்பத்தை நிறைவேற்றலால், அழைக்கும் இடந்தோறும் சென்று அவரைப் பேணுதலால், பெருமித நடை நடத்தலால், கலங்கலாய் இருத்தலால், வீணே பயன்படாதும் போதலால், பழியும் சேர்தலால், விலைமகளிர் மனம் போன்றது ஆறு. கோணல் - கோணல் ஒழுக்கம், வளைவு நெளிவு; பற்பல துறை - பல்வேறு துறைசார்ந்தோர்; எவர் குறித்தும் பேணல் - எந் நிலத்தும் பாய்தல், பணம் தரும் எவர் தோளையும் தழுவுதல்; இடம்கொடுத்து அழைக்கினும் - எந்த இடத்திற்கு அழைத்தாலும், கால்வாய் எங்குச் சென்றாலும்; பெயர்ந்து - சென்று, போய்; ஆணவம் - எவரையும் மயக்கும் ஆணவம், பெருகிப் பாயும் பெருமிதம்; பெருத்தே - மிகுதியாகி; தெளிவின்றி - மெய்யான இன்ப வாழ்வு பற்றிய அறிவின்றி, கலங்கி; வீண்அவம் - வீண்பழி, விலைமாதரைச் சார்பவர் எய்தும் பழி, பயனின்றிக் கழிதலாலும் களர் நிலத்தில் வீணே பாய்தலாலும் எய்தும் பழிப்பு; வேதி - விலைமாதர்; ஒவ்வியது - ஒத்தது.

ததிகொ ளுந்தரு வினங்களு மணியுமொண் சங்க
நிதியுந் தன்வயி நுறைதரச் செல்வங்க ணிறைந்து
பதியில் வந்தடைந் தவர்க்கெலா மாதரப் பயன்செய்
தெதிர றுந்துதி வாழ்வின்மிக் கவர்க்கிணைந் ததுவே. **(9)**

9. (40) பலவகையான பயன்மரத் தோப்புகளும் இரத்தினங்களும் சங்கநிதியாகிய முத்து பவளம் சங்கு முதலிய செல்வங்கள் நிரப்பமாகப் பெற்று, தன்னை நாடி வருபவர்க்கெல்லாம் வாரிவாரி வழங்கி, நிகரிலாப் புகழ்வாழ்வு வாழும் செல்வனுக்கு இணையாக நடந்தது ஆறு.

ததி - ததும்புதல்; தரு - மரம்; மணி - இரத்தினம்; ஒண் சங்கநிதி - ஒளிவீசும் சங்கநிதி, சங்கு முத்து பவளம் முதலியன; தன்வயின் - தன்பால், தன்னிடம்; உறைதர - நிறைந்திருக்க; பதி - ஊர், இடம்; ஆதரப் பயன் - அன்பு நிறைந்த உதவி; எதிரறும் - நிகரில்லாத; துதி - புகழ்.

புகலு மிவ்விதப் புதுப்புன லகில்சுடு சங்க
முகில் வெதும்புதண் குறிஞ்சிவிட் டெழுந்தழன் முதிர்ந்து
பகல வன்சுட நெருஞ்சிவஞ் சிகளெரி பாலை
யகல விண்டுள நெடுவிடர் நிலத்திலா யதுவே. **(10)**

10. (41) இத்தகைய புதுவெள்ளம், அகில் சுடும் புகையினால் மேகம் வருந்தும் குளிர்ந்த குறிஞ்சி நிலத்தை விட்டெழுந்து, நெருப்புக் கனல் முதிர்ந்து சூரியன் சுடுதலால் நெருஞ்சி வஞ்சி முதலிய செடிகொடிகள் கருகிக் கிடக்கும் பாலை நீங்கும்படி வெடித்துக் கிடக்கும் துன்பம் நிறைந்த பெருநிலத்தில் புகுந்தது.

புகலும் - சொல்லும்; அகில் - அகில் கட்டை, நறுமணக்கட்டை; முகில் - மேகம்; வெதும்புதல் - புழுக்கத்தால் வருந்துதல்; தண் - குளிர்ச்சி; குறிஞ்சி - மலைசார்ந்த நிலம்; அழல் முதிர்ந்து - நெருப்பு கனன்று; பாலை - பாலை நிலம்; விண்டுள்ள - வெடித்துள்ள; நெடுவிடர் - பெருந்துன்பம்; ஆயது - ஆகியது; புகுந்தது - சென்றடைந்தது.

கள்ளி வேலியைப் பெயர்த்துவெங் கானலைக் கடத்தி
வள்ள வூற்றறு முறைக்கிணற் றையும்வெறு வயிற்றுப்
பள்ள வாய்க்கரைத் தடத்தையு நிறைத்திளம் பால்வாய்ப்
பிள்ளை தூக்கெயிற் றியர்வெருண் டிடப்பெரு கியதே **(11)**

11. (42) கள்ளிச் செடிகளைப் பெயர்த்தெறிந்தது. கானல் பரந்த வெளியைக் குளிரச் செய்தது. சிறு பாத்திரத்தால் முறைவைத்து நீரெடுக்கும் ஊற்று வற்றிக் கிடந்தது; அதையும் நிறைத்தது. காய்ந்து கிடந்த பள்ளங்களை எல்லாம் நிறைத்தது. பால்வாய் நாறும் குழந்தைகளைச் சுமந்திருக்கும் வேடர்குலப் பெண்கள் மருளும்படி வீறுகொண்டு பெருகிப் பாய்ந்தது.

கள்ளிவேலி - வேலியிட்டது போல் வளர்ந்து கிடக்கும் கள்ளிச்செடிகள்; வெங்கானல் - வெப்பம் நிறைந்த காங்கை; கடத்தி - போக்கி, காங்கையைப்

போக்கி குளிரச் செய்து; வள்ளம் - சிறு பாத்திரம், மரக்கால்; ஊற்று அறு - ஊற்றுக்கண் அற்றுப்போன, நீர் ஊற்று வற்றிய; முறைக்கிணறு - முறை வைத்து நீரெடுக்கும் கிணறு; வெறுவயிற்றுப் பள்ளவாய்க்கரைத் தடம் - காய்ந்து கிடக்கும் பள்ளம்; இளம்பால் வாய்ப்பிள்ளை - பால்வாய் நாறும் இளம்பிள்ளை, குழந்தை; எயிற்றியர் - வேடர்குலப் பெண்கள், பாலைநில மகளிர்; வெருண்டிட - மருளும்படி, அஞ்சும்படி.

ஈடி லிச்சுர மருதமாக் கியநதி யிடையர்
பாடி யுற்றமுல் லையிற்புகுந் தவர்பொருள் பறித்துத்
தேடி வைத்தமுல் லையின்மலர் கவர்ந்துசே ணளவு
காடு ழக்கிவாழ் விலங்கினங் கொடுகடந் ததுவே. (12)

12. (43) ஈடு சொல்ல முடியாத பாலை நிலத்தை மருத நிலமாக்கிய ஆறு முல்லை இடையர் வாழும் முல்லை நிலத்தில் புகுந்தது; அம் மக்களின் உடைமைகளை எல்லாம் கவர்ந்து கொண்டது. அத்துடன் அமையாது, வானளவு உயர்ந்த காடுகளைக் கலங்க அடிக்கும் கொடிய விலங்குகளையும் இழுத்துச் சென்றது.

சுரம் - பாலைநிலம்; மருதம் - வயலும் வயலைச் சார்ந்த நிலமும்; பாடி - இடையர் குடியிருப்பு; முல்லை - காடும் காடு சார்ந்த நிலமும்; இந்த முல்லையும் மருதமும் கோடை வெப்பத்தால் உருக்குலைவதே பாலை; சேண் - வானம்; காடு உழக்கி வாழ் விலங்கினம் - காட்டைக் கலங்க அடிக்கும் விலங்குகள், புலி, யானை நரி போல்வன; கொடு - கொண்டு, அடித்துக்கொண்டு; கடந்தது - அப்பால் போயிற்று.

சூறை யிட்டகன் றிடுபொழு திடைச்சியர் தோய்த்துப்
பாறை யிட்டவெண் டயிரெனுந் தெப்பமென் பதனி
லேறி மிக்குள விலங்கின முறையவின் கதலித்
தாறு டைப்பணை மருதத்திற் சார்ந்தது சலிலம். (13)

13. (44) இடைச்சியர் தினைமாவு இடித்தனர். அப்போது அவர்களின் வீடுகளில் புகுந்த வெள்ளம் அங்கிருந்த பொருள்களை எல்லாம் சூறையாடிச் சென்றது. உறைந்த வெள்ளைத் தயிர் பாறையைப் போல் மிதந்தது. அதன் மீது நீரில் அடித்துவரப்பட்ட விலங்குகள் ஏறிக்கொண்டன. இந்தக் கோலத்துடன் பருத்த வாழைக் குலைகள் உள்ள மருத நிலத்தில் சென்று சேர்ந்தது வெள்ளம்.

சூறையிட்ட - சூறையாடிய, கவர்ந்த; இடிபொழுது - தினைமாவு இடிக்கும் பொழுது; தோய்த்து - உறையவைத்து; பாறையிட்ட - பாறைபோல் உறைந்த; வெண் - வெள்ளை; மிக்குள - மிகுதியாக உள்ள; உறைய - இருப்புக்கொள்ள; கதலி - வாழை; பணை - பருத்திருத்தல்; சார்தல் - சேர்தல்; சலிலம் வெள்ளம்.

சலில மென்பது தாழ்ந்துள விடமெலாஞ் சார்ந்து
நிலையி னின்றன வன்பொடு தாழ்ந்தநெஞ் சினராய்
மலியு நற்குணத் தவர்க்குமெய் வருந்துறா வகையாய்
வலிய வந்துள செல்வமொத் திருந்தன மாதோ. (14)

14. (45) மருதத்தில் புகுந்த வெள்ளம் ஏரி, குளம், குட்டை முதலிய நீர்நிலைகளில் நிரம்பி நின்றது. அவ்வாறு நிரம்பி நிற்பது, அன்பும் பணிவும் உடைய நெஞ்சினராய் நற்குணங்கள் நிறைந்து இலங்கும் நல்லவர்களிடம், அவர்கள் வருந்தி உழைக்காமலே செல்வம் வலிய வந்து நிற்பது போல் உள்ளது.

சலிலம் - வெள்ளம்; தாழ்ந்து உள இடம் - தாழ்வன பகுதி, ஏரி, குளம் குட்டை போல்வன; தாழ்ந்த நெஞ்சு - பணிவு உடைய நெஞ்சு; மெய் வருந்துறா வகை - உடல் வருந்தி உழைக்காத வகை.

ஏரி யுந்தடங் களுநிறைந் தெங்கணும் பரந்து
வாரி பொங்கிநெய் தலிற்புக வளவிலா மள்ளர்
சேரி யிங்கிணைப் பறையொலித் திடமிகச் செறிந்து
வீரியந்தர வெழுந்துநீர்க் கரையின்மே வினரே. (15)

15. (46) ஏரிகுளம் முதலிய நீர்த்துறைகளில் நிறைந்து பரந்த வெள்ளம் கடல்போல் பொங்கி நெய்தல் நிலத்தில் புகுந்தது. இதைக் கண்ட உழவர்கள் ஊர் முழுவதும் பறை அறைந்து புதுவெள்ளம் வந்ததை அறிவித்தனர். ஊர்மக்கள் விரைந்தெழுந்து நீர்க்கரையில் கூடினர்.

வாரி - கடல்; நெய்தல் - நெய்தல் நிலம், கடலும் கடலைச் சார்ந்த நிலமும் நெய்தல்; மள்ளர் - உழவர்; சேரி - மருத நிலக் குடியிருப்பு; இணைப்பறை - உழவர் கொட்டும் பறை, தடாரி; செறிந்து - திரண்டு; வீரியம் - விரைந்து, சுறுசுறுப்பு; மேவுதல் - கூடுதல்.

மள்ளர் கள்ளருந் தினர்கரை யியற்றினர் வலிதா
யள்ள ருங்குணப் பெரியவ ரிதையஞா நாந்த
வெள்ள மென்பது மறிபடச் செய்யும்வே சியராங்
கள்ள வொண்கருங் கயல்விழிச் சியரமயற் கறைபோல் (16)

16. (47) புதுவெள்ளத்தைக் கண்ட உழவர்கள் மகிழ்ச்சியில் கள் குடித்தனர்; நீர்நிலைகளின் கரைகளை உயர்த்தினர். நற்குண ஞானியரின் உள்ளத்திலிருந்து அள்ளஅள்ள குறையாமல் ஊறிப் பொங்கும் ஞானவெள்ளம் தடைப்படும்படிச் செய்யும், கள்ளம் நிறைந்த மீன்போன்ற ஒளிவீசும் கண்களை உடைய விலைமாதர்மேல் மையல் போன்ற கரைகளை வலிமையுடன் எழுப்பினர்.

மள்ளர் - உழவர்; இயற்றினர் - எழுப்பினர், அமைத்தனர்; ஞாநாந்தம் - ஞான அந்தம். ஞான முடிவு; மறிபட - தடைபட; கயல்விழி - மீன்போன்ற கண்; மயல் - மையல்; கறை - குற்றம்.

வெண்சி றைக்குரு கினமுதற் பறவைகள் வெருண்டுள்
ளஞ்சி விண்செல நெடுவராற் பாய்ந்ததி லடிபட்
டெஞ்சு பட்சிக ளொடுவிழப் பகடுக ளிணக்கி
யொண்செ முங்கதிர் மணிவரம் பிடுவய லுமுதார். (17)

17. (48) நீரில் பெரிய வரால் மீன்கள் பாய்ந்தன. அதனால் வெள்ளைச் சிறகு உடைய கொக்கு முதலிய பறவைகள் அஞ்சின; மருண்டு வானத்தில் பறந்து சென்றன; சில பறவைகள் அடிபட்டு நிலத்தில் வீழ்ந்தன; எருதுகளை ஏரில் பூட்டி நெற்கதிர் செழித்து வளருமாறு எழுப்பப்பட்ட உயர்ந்த வரப்பு உடைய வயலை உழுதனர்.

வெண்சிறை - வெள்ளைச்சிறகு; குருகு - கொக்கு; விண் - வானம்; பகடு - எருது, உழவுமாடு; இணக்கு - ஏரில் பூட்டி; ஒண் - ஒளி; கதிர்மணி - நெல் நெற்கதிர்; வரம்பு - வரப்பு.

கஞ்சமுங் குவளைகளுநெய் தலுங்கழு நீருந்
துஞ்ச வுள்ளவல் லிகளுந்தா துகுத்துத்தேன் சொரிய
வெஞ்செ ருக்குறு பகட்டினு முழவர்மே னியினுஞ்
சஞ்ச யப்பணை யினுங்கமழ் தரவுழு தனரே. (18)

18. (49) தாமரை, குவளை, செவ்வல்லி, அல்லி, கற்பூர வல்லி முதலிய பூக்கள் மகரந்தம் இறைத்துத் தேனைச் சிந்தின. துள்ளும் எருதுகள் மீதும் உழவர் மீதும் வரப்பில் நிற்கும் தடித்த பனைமரங்கள் மீதும் மணம் கமழுமாறு உழுதனர்.

கஞ்சம் - தாமரை; குவளை -நீர்ப்பூ; நெய்தல் - செவ்வல்லி; கழுநீர் - அல்லி; துஞ்சல் - சோர்தல்; தாது - மகரந்தப்பொடி; சொரிய - சிந்த; வெஞ்செருக்கு - பெருமை, பூரிப்பு; பகடு - உழவுமாடு; சஞ்சயம் - பனை; கமழ்தர - மணம் வீசுமாறு.

வளையி னந்தரு மணிகளு முளரிவெண் மணியுந்
தொளிபு தைந்ததும் புதைந்திலா தவையுமாய்த் தோன்றல்
குளிரு டுக்குலஞ் செங்கரும் புயலிடைக் குளித்தே
யொளிதெ ரிந்திலா ததுந்தெரி வதுமென வுழுதார். (19)

19. (50) உழவர் நிலத்தை உழும்போது சங்குமணிகளும் பிறமணிகளும் சேற்றில் புதைந்தும் புதையாமலும் கிடக்கின்றன. மழைமேகத்தில் குளித்த நட்சத்திரங்கள் ஒளிவீசிக் கிடப்பனவும் மேக இருளில் மறைந்து கிடப்பனவும் போல் அவை கிடக்கின்றன.

வளை - சங்கு; முளரி - தாமரை; தொளி - சேறு; உடு - நட்சத்திரம்; புயல் - மேகம், இருண்ட மழைமேகம்.

பறவை யின்குலம் விசும்புசென் றொலிப்பவை பலநா
ளுறவு கொண்டநின் பதுமமு மொழிந்துடன் றோன்று
நறவு கொண்டமற் றவையுமற் றனவென நலிவாய்
முறையி டும்பரி சாயின கதிரவன் முனம்போய். (20)

20. (51) தாமரை முதலிய பூக்களையும் சேர்த்து உழுதனர். பறவைகள் வானத்தில் பறந்தன. கத்திக் கொண்டே பறந்தன. 'சூரியனே! நெடுங்காலமாக உன் உறவிற்கு என்று உள்ள தாமரை மலர்களையும் தேன்கொண்ட பிற

மலர்களையும் சேர்த்து உழுதலால் அவை அழிந்து விட்டன என்று சூரியனிடம் வருந்தி முறையிடுவதுபோல் அப் பறவைகள் இரைந்தன.

விசும்பு - வானம்; பதுமம் - தாமரை; நறவு - தேன்; அற்றன - அழிந்தன; நலிவாய் - வருத்தத்துடன்; பரிசு - பரிசில்; கதிரவன் - சூரியன்; முனம் - முன்னம்

உழுது சேறுசெய் தலங்கலிட் டேதெய்வ முன்னித்
தொழுது நற்றினங் குறித்துச்செய் யியல்பெலாந் தொகுத்த
குழுவொ டுஞ்செய்து நென்முளை வலக்கரங் கொண்டு
பொழித லுற்றனர் தேன்மழை பொழிவது போலும். (21)

21. (52) நிலத்தை உழுது சேறாக்கினர். மாலை சார்த்தித் தெய்வத்தை வணங்கினர். நல்ல நாள் குறித்தனர். உணவுத்தொழில் இயற்கை அறிந்த குழுவொடும் சூழ்ந்தனர். வலக்கையால் நெல்முளையை அள்ளி நாற்றங்காலில் பொழிந்தனர். அது தேன்மழை பொழிவதுபோல் இருந்தது.

அலங்கல் - பூமாலை; உன்னி - நினைத்து; நற்றினம் - நல்லநாள்; செய் - வயல், உழவு; இயல்பு - இயற்கை; தொகுத்த குழு - அறிந்தவர்களின் குழு; பொழிதல் - தூவுதல், விதைத்தல்.

கந்த வான்பொழிற் றலையினி லிருந்துகா லூன்றி
மந்தி பாய்ந்துவான் றருவசைத் திடமண மலரிற்
சிந்து தேனும்வா னமுதெனும் புனல்களுஞ் சேர்ந்தே
நந்தி லாப்பெருந் தவமென வளர்ந்தன நாற்றே. (22)

22. (53) வானுயர்ந்த காடுகளில் பூக்கள் பூத்துக் கிடக்கின்றன. மரம் விட்டு மரம் தாவும் மந்திகளின் கால் உந்தலால் மரக்கிளைகளில் உள்ள பூக்கள் அசைந்து தேன் சிந்துகின்றன. அத்துடன் வரப்பில் எறிந்த மலர்களின் தேனும் மழைநீரும் கலந்து வயலில் பாய்கின்றன. அந் நீரை உண்டு மேலோரின் தவம் வளர்வதுபோல் வளர்ந்தது நாற்று.

கந்தம் - மலை, பொதியமலை; வான்பொஇல் - வானளாவிய காடு; தரு - மரம்; வானமுது - மழைநீர் ; நந்திலா - சார்பில்லாத, இறைவனை அன்றி வேறொன்றைச் சாராத; தவம் - இறைவனை நெருங்கும் முயற்சி.

எழுசீர் ஆசிரிய விருத்தம்

அமர்பசுங் கருமை தருமிளம் பருவத் தடைந்தடர் நாற்றினைப் பறித்து
தமதுகைப் பிடிமட் டாய்முடி விசித்துத் தடம்புய வுழுநர்தந் தலையிற்
சிமைகொடு சேர்ந்தார் கடைசியர் குரவை யொடுநடிற் சேதகந்தெரித்துக்
கமழ்முலை யுபைய கனகசெப் புகளிற் கருமணி பதித்தது நிகர்க்கும். (23)

23. (54) நாற்று வளர்ந்தது. அழகிய பச்சை நிறம்பிடித்து வளர்ந்தது. உரிய பருவம் வந்த நாற்றைப் பறித்துச் சிறுசிறு கட்டுகளாகக் கட்டினர். அது கைப்பிடி அளவு இருந்தது. சிறுசிறு கட்டுகளைச் சேர்த்துப் பெரிய கட்டுகளாகக் கட்டினர். உழவர்கள் அவற்றைத் தலையிற் சுமந்துசென்று

வயல்களில் சேர்த்தனர். மருதநிலப் பெண்கள் குரவை பாடி நாற்றை நட்டனர். அவ்வாறு நடும்போது தெறித்த சேறு அப் பெண்களின் முலைகளில் திட்டுத்திட்டாய்ப் படிந்தது. அது தங்கக் கலசத்தில் கறுப்புமணி பதித்துப்போல் தோன்றியது.

அமர் - பொலிவு, அழகு; கருமைதரும் - செழுமையான், கருமையான; அடர் - அடர்த்தி; தமது கைப்பிடி மட்டாய் - தம்முடைய கைப்பிடி அளவாக; முடி - கட்டு; விசித்தல் - கட்டுதல்; தடம்புயம் - பரந்த தோள்; உழுநர் - உழவர்; சிமை - குடுமி, தலை; கடைசியர் - மருதநிலப் பெண்கள், நடவாள்; குருவை - குரவை, குலவை, பெண்கள் மகிழ்ந்து எழுப்பும் கூட்டுஒலி; நடில் - நடுகையில்; சேதகம் - சேறு; கமழ்தல் - தோற்றுதல்; கனகம் - தங்கம்; செப்பு - செம்பு, சிறுகுடம், கலசம்.

கள்ளவிழ் குழலுஞ் சரிந்திட விடையுங்
காற்றினி லசைந்திட நடையில்
வெள்ளனஞ் சிதைய நடுபவர் முகத்தில்
விரைதரு சேதகந் தெறித்த
லொள்ளிய மதிசற் றாயினு நிகர்க்கு
மோவல வோவென கருமைப்
புள்ளிமன் மதன்கை யாலிடு வதுபோற்
பொற்புறத் துலங்குவ தாமால். (24)

24. (55) தேன்வழியும் மலர்முடித்த கூந்தல் சரிய, காற்றினில் இடை அசைந்திட, வெள்ளை அன்னங்கள் வெட்கமுற்று ஓடி ஒளியும்படி நடந்து நாற்று நடுகின்றனர். அவர்கள் முகத்தில் சேறு தெறித்தது. அது, ஒளிநிறைந்த நிலவு இப் பெண்டிர் முகத்திற்கு நிகராகக் கூடும் என்று, மன்மதன் கறுப்பு மையால் புள்ளியிட்டதுபோல் திகழ்ந்தது.

அவிழ்தல் - வழிதல்; குழல் - கூந்தல்; அனம் - அன்னம்; சிதைய - கலைந்து செல்ல; விரை - நாற்றம்; சேதகம் - சேறு; ஒள்ளிய - ஒளிநிறைந்த; மதி - நிலவு; பொற்புற - அழகுற.

உவந்துகள் ளருந்தி யிருவிழி சிவப்புற்
றுளச்செருக் கொடுநடு மடவார்
சிவந்தமெல் லடியில் வலம்புரித் தரளஞ்
சிலபடு வதுமதிக் கடவுண்
மவுன்றிடு மிவர்தம் முகத்தழ கதனிற்
சிலபதம் வருடியென் றாலுங்
கவர்ந்தென துழையில் வருகெனத் தாராக்
கணங்களை யேவுதல் காட்டும். (25)

25. (56) மகிழ்ச்சியுடன் கள்ளருந்திய பெண்களின் கண்கள் சிவந்தன. அந்தப் பெருமிதத்தோடு நாற்று நட்டனர். அவர்களின் சிவந்த பாதங்களில் வலம்புரி முத்துகள் மிதிப்பட்டன. அவர்களின் முகஅழகில் மயங்கிய நிலாக் கடவுள்,

'அப்பெண்களின் பாதத்தை வருடியேனும் அவர்களின் முகஅழகில் கொஞ்சம் கவர்ந்து வாருங்கள்' என்று நட்சத்திரங்களை ஏவியது போலிருந்தது அக் காட்சி.

உவந்து - மகிழ்ந்து; செருக்கு - பெருமிதம்; மடவார் - பெண்கள்; தரளம் - முத்து; மதிக்கடவுள் - நிலாக்கடவுள், நிலவரசி; மவுன்றிடும் - நாற்றுநடும்; கவர்ந்து - களவாடி, திருடி, பாதத்தை வருடினால் தூக்கம் வரும், அப்போது முக அழகில் கொஞ்சம் திருடி வாருங்கள் என்றபடி; உழை - திடம்; தாராக்கணம் - நட்சத்திரக் கூட்டம்

பருந்திகி ரிகளைப் பழித்திடு முலையார்
பதித்துள நடுகையின் சாய்வு
திருந்துமே ல்நோக்கிக் கிளைகிளைத் துயர்ந்து
சிறியவர் மனப்பெரு மையைப்போற்
பொருந்துற விறுமாப் படைந்துசூன் முதிர்ந்து
பொருகதிக் குரகத முகமாய்
விரிந்தொளி தருமுத் தொடுநிலம் படிந்து
மெய்யறி வினரையொத் தனவே. (26)

26. (57) பருத்துத் திரண்ட காந்தத்தைப் பழித்திடும் முலைகளை உடைய பெண்கள் நட்ட நாற்றுகள் திருத்தமுற மேல்நோக்கி வளர்ந்தன. அன்னம் பிடித்து அற்பர் உள்ளத்தின் இறுமாப்புப்போல் மதர்த்து நிமிர்ந்தன. அப்பால் கதிர் சூல் முதிர்ந்து குதிரை முகம்போல் விரிந்து மெய்யுணர்ந்த ஞானியர்போல் சுடர் மணிக்கதிர் சாய்ந்து நிலத்தில் படிந்தன.

பருந்திகிரி - பருத்த காந்தம்; சாய்வு - பக்கம்; பொருகதி - போர்க்களத்தின் வீரநடை; குரகதம் - குதிரை; மெய்யறிவினர் - ஞானியர்.

கானிருந் தொழுகுங் காவியந் தொடையல்
கமழ்தர மணிப்புயத் தணிந்து
கூனிரும் பதனா லரிந்தரி சுமைசெய்
தெடுத்தெழில் கொளுங்களஞ் சேர்ந்து
வானிருந் தொழுகு மதிதொடு கனக
வரைகள்போ ல்நெடியபோ ரிடுவார்
மீனிருந் தொளிர்வ தெனவதின் மணிகள்
மிகுசத கோடிமின் னவுமே. (27)

27. (58) காட்டில் மலர்ந்து தேனொழுகும் காவி மலர்மாலை மணம்வீசும்படி தோளில் அணிந்த ஆடவர் கருக்கரிவாளால் கதிர் அறுத்துக் கட்டுக் கட்டினர். அவற்றைக் களத்தில் சுமந்துவந்து சேர்த்தனர். நிலா இருந்து ஒளுவீசும் வானத்தை அளாவும் மலைகளைப்போல் போர் இட்டனர். கோடிக்கோடி நட்சத்திரங்கள் மின்னுவதுபோல் நெல்மணிகள் சுடர்வீசின.

கான் - காடு; ஒழுகும் - தேன் ஒழுகும்; காவி - கருங்குவளை மலர்; தொடையல் - மாலை; கமழ்ந்த - மணம் வீச; கூனிரும்பு - கருக்கரிவாள்; அரி - நெற்கட்டு;

சுமைசெய்தல் - கட்டுக்கட்டி சுமத்தல்; களம் - நெல்லடிக்கும் களம்; மதி - நிலவு; கனகம் - தங்கம்; வரைகள் - மலைகள்; மீன் - நட்சத்திரம்; மணி - நெல்மணி; சதகோடி - நூறுகோடி.

பகடுகள் பிரித்து நடத்திவை யகற்றிப்
பருமலை களைநெடுங் கிடையாய்ச்
சகதல மதனிற் கிடத்திய தெனவே
தகுபொலி களையெலாங் குவித்துத்
திகழ்மணிச் சகடத் தெடுத்துவந் துவந்து
திருவுறை களஞ்சிய நிறைத்து
நிகரறு முபைய நிதிகளும் படைத்து
நித்யகல் யாணவாழ் வடைவார். (28)

28. (59) போரடித்தனர். மாடுகட்டிப் போரடித்து வைக்கோலை அகற்றினர். தூற்றாத நெல்மணிகள் மலைகளைப்போல் குவிந்து கிடந்தன. தூற்றிய நெல்மணிகளை வண்டிகளில் ஏற்றிவந்து களஞ்சியங்களை நிறைத்தனர். எல்லாச் செல்வங்களும் படைத்துப் பெருவாழ்வு வாழ்ந்தனர்.

பகடுகள் - எருதுகள்; நடத்துதல் - போரடித்தல்; பருமலை - பருத்த மலை; சகதலம் - உலகம்; பொலி - தூற்றுநெற்குவியல்; சகடம் - வண்டி; திரு - செல்வம்; நிகரறு - நிகரில்லாத, பெரிய; உபயநிதி - இருவகைநிதி, சங்கநிதியும் பதுமநிதியும்; நித்யகல்யாணம் - நிருந்தர மகிழ்ச்சி.

காய்க்குலைக் கமுகும் பழக்குலைத் தேங்குங்
கன்னலுஞ் செந்நெலுங் கோங்கும்
வேய்க்குலத் திரளுங் கதலிசண் பகமும்
வேங்கையு நெருங்குதண் டலையில்
வாய்க்கும்வெண் பிறைக்கோ டுழக்கிமெல் லிதழ்ப்பூ
மழைமது மழையிருண் முழுதுஞ்
சீக்குவெண் டரள மழைபொழிந் திரவு
பகல்களாய்த் தினம்வளஞ் செழிக்கும். (29)

29.(60) குலைகுலையாக் காய்த்துத் தொங்கும் பாக்கு மரங்களும் தென்னை மரங்களும் கரும்பும் நெல்லும் நெல்லியும் திரண்ட மூங்கில் குலமும் வாழையும் சண்பகமும் வேங்கை மரங்களும் நெருக்கமாக வளர்ந்துகிடக்கும் சோலை. அங்கே பிறைக்கோடு போன்ற மெல்லிதழ்ப் பூக்கள் விரிந்துகிடக்கின்றன. அவற்றிலிருந்து தேன்மழை பொழிவதுபோல் பூந்தேன் சிந்துகிறது. அதை உறிஞ்சிய மேகம் இரவும் பகலும் முத்துமுத்தாய் மழைபொழிகிறது. அதனால் வளம் செழித்துக் கிடக்கிறது.

கமுகு - பாக்கு; தேங்கு - தெங்கு, தென்னை; கன்னல் - கரும்பு; கோங்கு - நெல்லி; வேய் - மூங்கில்; கதலி - வாழை; வேங்கை - வேங்கை மரம்; தண்டலை - சோலை; உழக்கி - வருத்தி; மழைமது - மழைபோல் பொழியும் தேன்; மழையிருள் - மழைமேகம்; சீக்குதல் - சீய்த்தல், உறுஞ்சுதல், சீத்தல்; தரளம் - முத்து.

திசைமுக முழுதுங் கமழுஞ்செம் முளறிச்
செழுந்தடப் பொறிவரி வாளை
விசைதர வெடிபோய்க் குலைத்தலைக் கமுகு
மிடற்றடி படமுறிந் தமுதங்
கசிதரத் தரளந் தெறித்துவிண் முகிலாங்
காளக நுடலினிற் கடவி
யிசைதரக் கனக மழையழைத் திறங்கி
யெங்கணுஞ் சுடர்விரித் திலங்கும். (30)

30. (61) திசை முழுதும் மணம் கமழும்படி குளத்தில் தாமரை மலர்ந்துள்ளது. அக் குளத்தில் உள்ள வாளை மீன் துள்ளிப் பாய்கிறது. உந்திப் பாயும் போது குலைதள்ளி நிற்கும் பாக்குமரப் பாளையில் மோத அது முறிகிறது. அதனால் பாளைக் கள் கசிகிறது; கமுகமுத்து தெறித்து மேகத்தின் மீது படுகிறது. கமுகம் தன்னை அழைத்ததாகக் கருதிய மேகம் மழையைப் பொழிவிக்கிறது. அப்பால் வெளிச்சம் பரவுகிறது.

முளரி - தாமரை; தடம் - குளம்; விசைதர - உந்தித்தள்ள; மிடறு - கழுத்து, பாக்குமரப் பாளை; அமுதம் - சுவையான கள் ; தரளம் - முத்து, பச்சை நிறம் கொண்ட கமுகமுத்து; காளகன் - குயில்; கடவி - செலுத்தி; இசைதர - இசைந்து.

கொழுமடற் பசுந்தேன் பருந்துளி யுகுப்பக்
குயில்குனிந் திருந்தலர் கோதும்
பொழிலிடை மகரம் பொழிதர நடனம்
புரிமயின் மரகத நிறம்போ
லெழிலுறு கனக நிறங்கொளு மயலுற்
றிவண்வரு பிணிமுக மெவையுந்
தழுவுநம் மினமோ வலகொலோ வெனவே
தனித்தனி நோக்கிநின் றிடுமால் (31)

31. (62) சோலையில் பூக்கள் தேன் சிந்துகின்றன. குயில் குனிந்து தளிர்கோதி சாறு பருகிப் பாடுகின்றது. நடனம் ஆடும் மரகத மயிலின் மீது அப் பொடி உதிர்ந்து தங்கம் நிறம் பூசுகிறது. அங்கு வந்த அன்னங்கள் இவை நம்மினமோ அல்லவோ என்று தனித்தனியே உற்றுப் பார்க்கின்றன.

பருந்துளி - பெருந்துளி; அலர் - மலர்ந்தபூ; பொழில் - சோலை; மகரம் - மகரந்தம்; மயல் - மயக்கம், மலைப்பு; இவண் - இங்கு; பிணிமுகம் - அன்னம்; தழுவும் - தழுவும், சேரும்.

எழுதுவாட் டடங்க ணிளமுலை மடவா
ரெழில்வளைத் தடம்புன லாடிற்
செழுமுக மதியென் றரவிந்தங் குவியுந்
திரள்குவ ளைகண்முதற் பலதும்
வழிதரு மமுதப் பெருக்கொடு மலரும்
வரிமிடற் றேழிசைச் சுரும்பு
முழுதுமம் மலருட் புகுங்கரை யேறின்
மூடவுட் கிடந்தொலித் துழலும். (32)

32. (63) மைதீட்டிய வாள்போன்ற நீண்ட கண்களும் இளைய முலைகளும் உடைய இளம்பெண்கள் நீராட இறங்கினால், சங்குகள் வளரும் குளத்தில் உள்ள தாமரை, அவர்கள் முகத்தை நிலவென நினைத்துக் குவியும், குவளை முதலிய மலர்கள் சுவைமிக்க தேன் பெருக்கோடு மலரும், ஏழிசை பாடும் வரிவண்டுகள் அம் மலர்களில் புகும். அப்பெண்கள் கரையேறி விட்டால் அம் மலர்கள் மூடிக்கொள்ளும். வண்டுகள் உள்ளே கிடந்து பாடி வருந்தும்.

வாட்டடங்கண் - வாள் தடங்கண், வாள்போன்ற நீண்ட கண்; தடம் புனலாடல் - நீர்த்துறையில் குளித்தல்; அரவிந்தம் - தாமரை; திரள் - திரண்ட; குவளை - அல்லி, செவ்வல்லி; அமுதம் - தேன்; வரி - இசை; மிடற்றுதல் - பாடுதல், இசைத்தல்; ஏழிசை - ஏழு சுரங்களில் அமைந்த அழகிய ஓசை; சுரும்பு - வண்டு.

கிடங்கினிற் பூத்த குவளைவாய் குதட்டிக்
கிடந்துமூச் செறிதரு மேதிக்
குடம்படு செருத்தன் முலையமு தொழுகிக்
குண்டுக ணிறைந்துள தோற்ற
மிடங்கொளு முலையி லுருக்கியே சாய்த்த
விரசித நிகர்தரு மதன்மேற்
படும்படி யருகாம் பொழின்மலர் மகரம்
பரந்துபொன் னுருக்கிச்சாய்த் தெனவாம். (33)

33. (64) குழிகளில் பூத்த குவளை மலர்களை மென்று அசைபோட்டபடி பெருமூச்செறிந்து கிடக்கிறது எருமை மாடு. அதன் குடம் போன்ற மடியில் இருந்து ஒழுகிய பால் குண்டு குழிகளில் நிறைந்து நிற்கிறது. அத் தோற்றம், முலையிலிருந்து உருக்கிச் சாய்த்த வெள்ளிபோல் உள்ளது. அதன்மேல், அருகில் உள்ள மரங்களிலிருந்து சிந்திய மகரந்தப் பொடி படிந்து பொன்னை உருக்கி வார்த்ததுபோல் காட்சியளிக்கிறது.

கிடங்கு - குழி; குவளை - குவளை மலர்; குதட்டி - மென்று அசைபோடுதல்; மேதி - எருமை; செருத்தன் - பால்மடி; உருக்கி - உருகச் செய்து; இரசிதம் - வெள்ளி; பொழில் - சோலை; மகரம் - மகரந்தம்.

காணுமின் கனியை விரும்பிவெம் முகவெண்
கவியினைக் கல்லினா லெறிவார்
பேணியங் கதுமாங் கனியினா லெறிய
விழுமுனம் பிடித்தினி துண்பார்
பூணுநற் றெளிவுள் ளவர்தமைப் பணிய
நாணிப்புல் லவர்சின மெழும்ப
வீணுரை கொடுத்துப் பயன்படு முரையை
வெளிப்படுத் துவதிணை யாக. (34)

34. (65) மாங்கனியை விரும்பிப் பறிக்கும் குரங்கை விரட்டக் கல் எறிவார்கள்; அக் குரங்கு அவர்களை மாங்கனியால் எறியும்; அக் கனி கீழே விழுமுன் பிடித்து உண்பார்கள். தெளிந்த ஞானியரைப் பணிய மறுத்துச் சினந்து பேசுவர்

மூடர். அவ் வீண் பேச்சைக் கேட்ட ஞானியர் நல்ல அறிவுரை நல்குவர். கல்லை எறிந்தவர்முன் கனியை எறிந்த குரங்கின் செயல் ஞானியர் நன்மொழி கூறியதை ஒத்திருந்தது.

காணும் இன்கனி - கண்ட இனிய கனி; செம்முக வெண்கவி - சிவந்த முகமுடைய வெண்குரங்கு; பூணும் - ஒழுகும்; நாணி - மறுத்து; புல்லவர் - மூடர்; பயன்படும் உரை - அறிவுரை, நன்மொழி; இணை - நிகர்.

குரவையிட் டார்க்கும் பெருங்குரற் பேழ்வாய்க்
கூன்பிடர் சுரிமுக முடைக்கும்
வரிவராற் பகடு வயன்மிசை வெடிபோ
வதின்மலர் முளரியஞ் சுரும்பு
திரளொடு மெழுந்தெய் திடலறற் குழற்கே
தாம்பல்வாய் செய்யெனு மடமான்
கருமணி யெறிந்து கரங்களா லேந்திக்
களிப்பொடா டுதனிகர்த் திடுமால். **(35)**

35. (66) கூனல் புறங்கழத்து உடையது நத்தை. அதன் கூடு உடையும்படி துள்ளும் தகட்டுவரால் மீன் பெரிய வாயும் பெண்களின் குரவை ஒலி போன்ற இரைச்சலும் உடையது. அது வயல்நீரில் துள்ளியது. அதனால் அச் சேற்றில் பூத்த தாமரைப் பூக்களில் தேனருந்திக் கொண்டிருந்த வண்டுகள் அஞ்சிக் கூட்டமாக எழும்பின. பின்னர் மீண்டும் தேனருந்த அமர்ந்தன. அது, வண்டலைக் கூந்தலாகவும் ஆம்பல் மலரை வாயாகவும் கொண்ட வயல் என்னும் இளம்பெண், கறுப்பு மணிகளை எறிந்தும் கைகளால் ஏந்தியும் அம்மானை ஆடுவதுபோலிருந்தது.

குரவை - பெண்கள் கூட்டமாகக் கூடி எழுப்பும் மகிழ்ச்சி ஒலி; ஆர்ப்பு - ஒலித்தல்; பேழ்வாய் - பெரிய வாய்; சுரிமுகம் - நத்தை; வரிவரால் பகடு - தகட்டு வரால்; வெடி - ஓசை; வதி - சேறு; முளரி - தாமரை; சுரும்பு - வண்டு; எழுந்துஎய்திடல் - எழுந்து பின் அமர்தல்; அறல் - வண்டல்; குழல் - கூந்தல்; ஆம்பல்வாய் - அல்லிமலர் போன்ற வாய்; செய் - வயல்; மடமான் - இளம்பெண்; களிப்பொடு - மகிழ்ச்சியுடன்; ஆடுதல் - சிறுசிறு கற்களை மேலே எறிந்தும் கைகளால் பிடித்தும் இளம்பெண்கள் ஆடும் அம்மானை விளையாட்டு.

கதிர்மணி விரிதண் டலைதொறுஞ் செங்கட்
கருங்குயி லிசைபயின் றிடுத
லதிபதி தரும குணபதி வகுதை
யாள்பதி யகுமது நயினா
னிதிபதி யுதவு துரைஅப்துல் காதிர்
நிரைபதி துதியினைப் புலவோர்
மதிகதி ருலகுள் ளளவுமே கவியில்
வாழ்த்தல்செய் யிசையினைப் போலும். **(36)**

36. (67) வேனில் காலத்துச் சூரியன் ஒளிவீசுகின்றது. சிவந்த கண்களை உடைய கருங்குயில்கள் சோலைதோறும் கூவுகின்றன. அரசர்க்கு அரசர், தரும குணம் நிறைந்தவர், கீழைக்கரையை ஆள்பவர், செல்வ வளம் செறிந்த அகமது நயினார் ஈன்ற துரை அப்துல் காதிரின் நிறைந்த புகழை, சூரியன் சந்திரன் உள்ளளவும் கவிதையில் வாழ்த்திப் புலவர்கள் பாடும் இசைபோல் குயில்கள் கூவின.

கதிர்மணி - சூரியன்; விரி - ஒளிவீசுதல்; தண்டலை - சோலை; அதிபதி - அரசர்க்கு அரசர்; வகுதை - கீழைக்கரை; மதி - நிலவு; கதிர் - சூரியன்.

அலம்பிய பகுவா யீற்றுளைந் தலறி
யதிர்குரல் வலம்புரிக் குலங்கள்
புலம்பிடு முயிர்க ளெவைக்குமுள் ளுயிராம்
புயல்மொழி புனல்வலி யேறி
யிலங்குய பவள நிறம்பழுத் துளநெல்
லிடுகளஞ் சியத்தளத் திருத்த
னிலந்தனி லிறங்கி மலைகளி லேறி
நிறைமதி பலவுறை வனபோல் (37)

37. (68) குஞ்சு பொறித்த துன்பத்தில் அலறி அதிர்கின்றன பிளந்த வாயுடைய வலம்புரிச் சங்குகள். பசித் துன்பத்தில் வருந்திப் புலம்பும் எல்லா உயிரினங்களின் பசியையும் போக்குதலால் உயிரினங்களின் உள்ளுயிராய் இலங்கும் மேகம் பொழிந்த மழைநீர் பெருகி ஓடுகிறது. பவளம் போன்ற நிறத்தை உடைய பழுத்த நெல் களஞ்சியங்களில் நிறைக்கப்பட்டது. நீரில் அலம்பும் சங்குகள் அக் களஞ்சியங்களின் மீது ஏறி ஊர்கின்றன. நிலத்தில் இறங்கிய நிலவுகள் மலைகளில் ஏறி இறங்கி ஊர்வதுபோல் உள்ளது அக் காட்சி.

பகுவாய் - பிளந்தவாய்; ஈற்றுளைதல் - ஈன்ற வருத்தம்; புயல் - மேகம்; புனல் - நீர், மழைநீர்; நிறைமதி - முழுநிலா.

கண்டரு பொரியஞ் சிறையறு காலே
ழிசைபயில் கருவரி மிடற்று
வண்டுக ளுதைந்து மலர்ந்தகுங் குமத்தின்
மகரந்த முதிப்பவே ளிரதங்
கொண்டுவந் தருகி னுளமுருக் கலரில்
வீசலின் மணங்குல வுவதாந்
திண்டிறற் புவியிற் பெரியரைச் சிறியோர்
சேர்கின்ற சேர்க்கைவா சனைபோல் (38)

38. (69) நெல்மணியைப் பொறித்தது போன்ற கண்களும் அழகிய சிறகும் ஆறுகால்களும் ஏழிசை பாடும் கருவரி படர்ந்த கழுத்தும் உடைய வண்டுகள் உதைத்ததனால் குங்குமப் பூக்களின் மகரந்தம் உதிர்ந்தது. தென்றல் தேரில் வந்த மன்மதன் அதைத் தாங்கி அருகில் உள்ள முருங்கை மரத்தில் பூத்த பூக்களின் மீது தூவினான். அதனால் முருங்கைப்பூ மணந்தது. அருள்நிறைந்த பெரியாரைச் சேர்ந்த சிறியார் அவர் தொடர்பால் அவர் குணங்களையும்

அடைவதுபோல் குங்குமப்பூவின் மகரந்தச் சேர்க்கையால் முருக்கம்பூ மணம்பெற்றது.

பொரி - நெற்பொறி; அஞ்சிறை - அழகிய சிறகு; கருவரி - கரிய வரிக்கோடு; மிடறு - கழுத்து, கண்டம்; உதைந்து - உதைப்பட்டு; வேள் - மன்மதன்; இரதம் - தேர், தென்றல்; முருக்கு - முருங்கை; அலர் - மலர்ந்த பூ; திண்திறன் - திண்ணிய ஆற்றல்.

கருமுகி லளவு நெடுந்துட வையினிற்
கவிக்குலம் பாய்ந்தசைந் திடுகில்
விரிதலைக் கமுகின் பசுங்குலைக் காயும்
விரைதரு மகிழலர் மலரு
மரியகுங் குமங்கள் வேங்கைசண் பகமெல்
லலரமு தமும்பொழிந் திடுதன்
மரகத மணியும் பதுமரா கமும்பொன்
மணிகளும் பொழிதல்போற் றுலங்கும். (39)

39. (70) வானக் கருமேகத்தைத் தொடும்படி உயர்ந்துள்ளது காடு. அங்குள்ள மரங்களில் குரங்குகள் தாவிப் பாய்கின்றன. அதனால் தலைவிரிந்த பாக்கு மரத்தின் பசுங்குலை அதிர்ந்து காய்கள் உதிர்கின்றன. மணம் மிக்க மகிழம்பூக்களும் அரிய குங்குமப் பூக்களும் வேங்கை மரத்தின் பூக்களும் மென்மையான சண்பக மலர்களும் உதிர்கின்றன. மரகத மணியும் பதுமராகம் என்னும் இரத்தினக்கல்லும் பொன்மணிகளும் பொழிவதுபோல் அதை உதிர்க்கின்றன.

அளவுதல் - தொடுதல்; துடவை - சோலை; கவி - குரங்கு; கமுகு - பாக்கு; விரை - மணம்; அலர் - பூ; பதுமராகம் - ஓர் இரத்தினக்கல், கெம்பு; துலங்குதல் - காட்சியளித்தல்.

தானமேற் பவர்க ளிலையெனச் சலிக்குஞ்
சலிப்பன்றி மறுசலிப் பிலையே
மானவேல் விழியார் மருங்குநூ லெனவாங்
குறைவன்றி மறுகுறை விலையே
யானதாங் கொடைமங் கலவெற்றிக் கொடிய
ரன்றியே கொடியர்வே றிலையே
யீனவெம் பவநிந் தனையின்றி யிகழ்வா
யியற்றுநிந் தனைபிறி திலையே. (40)

40. (71) அந் நாட்டில், தானம் வாங்குபவர் யாவரும் இல்லையே என்ற சலிப்பு அல்லாமல் வேறு சலிப்பு இல்லை. வேல் போன்ற கண்களைக் கொண்ட பெண்களின் இடை நூல்போல் இருந்தும் இல்லாமல் உள்ளதே என்ற குறையன்றி வேறு குறை இல்லை.

கொடைமங்கலக்கொடி நாட்டியவர்களை - கொடியரை, கொடியுடையாரை அன்றி வேறு கொடியவர் யாரும் இல்லை. தன்னுடைய கொடிய பாவத்தை நினைத்து இறைவன்முன் தன்னைத்தானே நிந்தனைசெய்துகொள்ளும் ஆன்மிக நிந்தனையே அன்றிப் பிறரைப் பழித்துப் பேசும் நிந்தனை அங்கே இல்லை. தானம்

- தருமம்; மருங்கு - இடை; நூல் - நூல்போல்; கொடைமங்கலக்கொடி - கொடையாளர் மங்கலநாளில் ஏற்றும் கொடி; வெம்பவம் - கொடிய பாவம்; இயற்றுதல் - பேசுதல், பழித்தல்.

2. நாட்டுப் படலம்

படலச் செய்தி

மழைமேகம் திரள்வதிலிருந்து படலம் தொடங்குகிறது.

அன்னை கதீஜா (ரளி) கொண்ட ஊடலைத் தணிப்பதற்காக நிலவை அழைத்தார்கள் நபிகள் நாயகம் (ஸல்). அந்த நிலா போன்ற வெள்ளை மேகம் இறங்கிக் கடல்நீரை அருந்தி நீல மலைபோல் கருமையடைந்து வானில் ஏறித் திரள்கிறது. காவிய நாயகர் நபி சுலைமான் (அலை) அவர்களின் மனைவி அன்னை பல்கீஸ் நாச்சியாரின் இடைபோல் மின்னி இடித்து மழை பொழிகிறது. மழைத்துளி வெள்ளி நூலேணிபோல் உள்ளது. அது வானகத்தில் இருந்து உயிரினங்களுக்காக இறங்கும் மூச்சுக்காற்று, சுவாசம். மழைநீர் திரண்டு வரும்போது செந்நிறமாக உள்ளது. பெயர்ந்து விழுந்த மரங்களில் உள்ள பழங்கள் நைந்து கசிந்த சாறும் மகரந்தப் பொடியும் மேலோரின் பாததூளியும் சஞ்சீவி மருந்தும் கலந்ததனால் அந் நிறம் பெற்றது. கடலரசனுடன் போர் செய்வதற்கு மலையரசன் அனுப்பிய படை நடப்பதுபோல் வெள்ளம் திரண்டு ஆறாக ஓடுகிறது. கோணல் நடைகொண்ட விலைமகளிரை ஒத்திருக்கிறது ஆறு. புதுவெள்ளத்தில் கால்நடைகள் அடித்துச் செல்லப்படுகின்றன. ஆய்ச்சியர் வீட்டுத்தயிர்ப்பானைகள் உடைந்து உறைந்த கெட்டித்தயிர் பாறைபோல் மிதக்கிறது. அதில் கால்நடைகள் ஏறிக்கொண்டன. தாழ்வான பகுதிகளில் நீர் தங்கியது. முயற்சி ஏதும் இன்றியே வலியவந்து ஏழையை அடைந்த செல்வம்போல் உள்ளது.

புதுவெள்ளம் வரக்கண்ட உழவர்கள் கிணைப்பறை முழக்கி வரவேற்றனர். நீர் நிலைகளின் கரைகளை உயர்த்தினர். அதனால் நீர் பாய்ந்தோடுவது நின்றது. ஞானியர் உள்ளத்தில் ஞான ஊற்றுப் பொங்கி வழியும். அவர்கள் விலைமாதர் மீது மோகங்கொண்டால் அந்த ஊற்று அடைபட்டுவிடும். ஞான ஊற்றைப் பறித்து அடைக்கும் விலைமாதர் மையல்போல் உழவர் உயர்த்திய கரைகள் புதுவெள்ளம் பாய்வதை மறித்துத் தடுத்தனர்.

உழவர்கள் நிலத்தை உழுதனர். சங்குகள் மலர்கள் முதலிய புரளவும் குழையவும் உழுதனர். பறவைகள் வானில் பாடிப் பறந்தன. உன்னுடன் உறவுடைய தாமரையையும் பிற மலர்களையும் மண்ணோடு சேர்த்து உழுது அழித்துவிட்டனர் என்று சூரியனிடம் அவை முறையிட்டன.

தேன்மழை பொழிவதுபோல் விதைநெல் தூவினர். மழையில்லாத தவம்போல் நாற்று வளர்ந்தது.

பெண்கள் நாற்றைப் பறித்து நடுகின்றனர். நடுபவர் முகத்தில் சேறு தெறிக்கிறது, அவர்களுக்கு நிகராக விளங்க வேண்டும் என்று கருதிய மன்மதன்

நிலவுக்கு கரும்புள்ளி இட்டான். அவர்கள் காலில் முத்துகள் மிதிபடுகின்றன. அவர்கள் பாதங்களை வருடி அவர்களின் முக அழகில் கொஞ்சம் திருடி வாருங்கள் என்று நட்சத்திரங்களை ஏவினாள் நிலவரசி.

சிறியவர் மனப்பெருமைபோல் நிமிர்ந்து எழுந்த நாற்று வளர்ந்து கதிர் முதிர்ந்து மெய்ஞானியர்போல் தாழ்ந்து நிலத்தில் சாய்ந்தது.

கதிரை அறுத்தனர். கட்டுக்கட்டிக் களத்தில் சேர்த்தனர். அது தங்கமலைபோல் மின்னிற்று. மாடுகட்டிப் போரடித்து வண்டிகளில் ஏற்றிவந்து களஞ்சியத்தில் சேர்த்தனர்.

மக்கள் நிலையான மகிழ்ச்சியில் திளைத்தனர்.

குளத்தில் வாளை துள்ளுகிறது. அது பாக்கு மரத்தில் பாளையை மோதிக் கள் வடியச்செய்கிறது. கமுகமுத்து தெறித்து மேகத்தை மோதுகிறது. தங்கமழை பொழிகிது.

குயில் கூவுகிறது. மயில் ஆடுகிறது. மகரந்தப்பொடி உதிர்ந்து மரகத மயிலைத் தங்க மயிலாக மாற்றுகிறது. அதைக் கண்ட அன்னம் மயங்குகிறது.

பெண்கள் நீராடுகின்றனர். நிலவு வந்தது என்று தாமரை கூம்புகிறது. அல்லி அவிழ்கிறது. வண்டு அமர்கிறது. பெண்கள் கரையேற அல்லி கூம்புகிறது. உள்ளே மாட்டிக்கொண்ட வண்டு அலறுகிறது.

மாம்பழம் பறிக்கும் குரங்கை விரட்டக் கல் எறிகின்றனர். குரங்கு பழத்தை எறிகிறது. பிடித்து உண்கின்றனர். நல்லவரைச் சினந்து ஏசிய புல்லர் அவர் கூறும் அறவுரையைப் பெற்றுக்கொள்வதைப் போல, தகட்டுவரால் பாய்கிறது. அவ் வோசை கேட்டு அஞ்சிப் பறந்த வண்டுகள் மீண்டும் மலர்களில் அமர்கின்றன. அக் காட்சி வயல் என்னும் மங்கை அம்மானை ஆடுவதுபோல் உள்ளது. சோலைதோறும் குயில்கள் பாடுகின்றன. அகமது நயினார் மகன் அப்துல் காதிரைப் புலவர்கள் வாழ்த்திப் பாடுவதுபோல் பாடுகின்றன. மழைநீரில் வலம்புரிச் சங்குகள் அலம்புகின்றன. அவை புதிதாகக் குஞ்சு பொறித்த சங்குகள். நீரில் ஊர்ந்து வந்து நெற்களஞ்சியங்களில் ஏறி விளையாடுகின்றன, தரையில் இறங்கிய நிலவுகள் மலைகளில் ஏறி விளையாடுவதுபோல். தானம் ஏற்பவர் யாரும் இல்லை என்று சலிப்படைகின்றனர் மக்கள்; இந்தச் சலிப்பே அன்றி வேறு சலிப்பு அந் நாட்டில் இல்லை!

பெண்களுக்கு இடை இல்லாதது பெரிய குறை; இந்தக் குறை அன்றி வேறு குறை அந் நாட்டில் இல்லை! கொடைமங்கலக் கொடி ஏற்றப்பட்டுள்ளது. அவர்கள் கொடி(யுடை) யவர் எனப்பட்டனர்.; இந்தக் கொடியவர் அன்றி வேறு கொடியவர் அந்நாட்டில் இலர்!

ஆன்மிக வேட்கையுற்ற மக்கள் தம்மைத் தாமே பழித்துக்கொண்டு இறைவனிடம் இறைஞ்சுகின்றனர்; இந்தப் பழிப்பையன்றி வேறு பழிப்பு அந் நாட்டில் இல்லை!

காவிய நாயகரின் நாடு ஷாம். அந் நாட்டின் வளம்பாடுகிறார் புலவர்.

புலவர்க்கு மகரந்தப்பொடி மிக்க விருப்பமான பொருள் போலும். 40 பாட்டுகள் கொண்ட இப் படலத்தில் 5 பாட்டுகளில் (5,18,31,33,38) அதைப் பாடிக் களிக்கிறார். அற உணர்வும் ஆன்மிக வேட்கையும் படலம் முழுதும் விரவிக் கிடக்கின்றன.

3. நகரப் படலம்

எழுசீர்க் கழிநெடிலடி யாசிரியவிருத்தம்

உலகமென் பதுவே யொருபெரும்பரவை
உபையபக் கமுமெழி லுலவப்
பலநவ மணிகள் பதித்தென வொளிரப்'
படுசத மிசுறொடு சாமென்
றலகறு தெளிவுள் ளவர்கித்தாப் பதனி
லறவதா மதிற்கதித் தோங்கி
நலன்மிகத் தழைத்த அறபுநா டதுசூழ்
சாமெனு நகர்வள நவில்வாம். (1)

1. (72) உலகம் ஒரு பெரும் பறவை. அதன் இரண்டு இறக்கைகள் எகிப்தும் சாமும். அவ் விறக்கைகளில் பல்வேறு இரத்தினங்கள் பதிக்கப்பட்டு ஒளிவீசுகின்றது. தெளிந்த ஞானிகள் இதுபற்றி நூல்களில் எழுதிவைத்துள்ளனர். பல்வேறு நலங்களும் நிறைந்த அரபு நாட்டைச் சூழ்ந்துள்ள அவ் விரு நகரங்களில், உயர்ந்த மதில்கள் நிறைந்த ஷாம் நகரம் பற்றிப் பேசுகிறோம்.

உபயம் - இரண்டு; சதம் - நூறு; அலகு - எல்லை; கித்தாப் (அ) - நூல், புத்தகம்; அறைவதாம் - சொல்வதாம்; நவில்வோம் - சொல்வோம்.

இடையெதி ரெடுக்குங் குரல்வலம் புரிக
ளீன்றுவெண் ணிலவுகான் றொழுகிப்
படர்கதிர் மணிக ளொடுமலை யெறியும்
பயோததி யெனுங்கலை யுடுத்த
புடவியென் றிடுபெண் மகடன கனந்தம்
புரியெலா முடலணி நகையாய்
தடமுடி மகுட நெடுவளங் குல்வு
சாமெனு நகரமா கியதே. (2)

2. (73) பூமி தாயின் செல்லமகள் ஷாம். அவளுக்குப் பல்வேறு அணிமணிகள் பூட்டி அழகு பார்க்கிறாள். இனிய ஓசை எழுப்பும் வலம்புரிச் சங்குகள், அவற்றின் மீது பாயும் நிலா ஒளி, ஒளிவீசும் இரத்தினங்கள் இலங்க மலையிலிருந்து வீழும் பாற்கடல் போன்ற அருவி ஆடையாக உடுத்தப்பட்டிருக்கிறது. கோட்டைகள் எல்லாம் உடலில் அணிந்த நகைகள். நிறைந்த செல்வ வளம் தலையில் சூடிய மணிமுடியாய் இலங்குகிறது.

கான்று - கனன்று; படர்கதிர் - படரும் ஒளி; எறியும் - வீழும்; பயோததி - பாற்கடல்; கலை - ஆடை; புடவி - பூமி; மகடனக்கு - மகள் தனக்கு; அனந்தம் - எல்லையற்ற, ஏராளம்; புரி - கோட்டை; தடமுடி - பெரிய முடி; குலவும் - பொருந்தும்

அண்டத்தின் சுவரைப் பெயர்த்திறை யவனி
லமைதரச் சுருக்கிவைத் ததுவோ
கொண்டற்றங் கியமண் டலத்தையுங் கடந்து
குளிர்மதி யளவுவான் புரிசை
பண்டுற்ற தொருநற் புனற்கட லதனைப்
பரிவுறத் திரட்டியப் புரிசைக்
கொண்டத்தி விளங்க வளைத்திருந் தியதோ
வொளிர்மணி கொழிக்குமவ் வகழி. (3)

3. (74) வானத்தின் சுவரைப் பெயர்த்து எடுத்த இறைவன் அதைச் சுருக்கி உலகில் வைத்தானோ? மேக மண்டலத்தைக் கடந்து நிலாவைத் தொடும் கோட்டை அதுதானோ? பழைய கடல்நீர் அனைத்தையும் திரட்டிக் கோட்டையைச் சுற்றி இருத்தினானோ? சங்கு முதலிய மணிக்குலம் கொழிக்கும் அகழி அதுதானோ?

அண்டம் - வானம்; அவனி - பூமி, உலகம்; கொண்டறங்கிய - கொண்டல், மேகம் தங்கிய; குளிர்மதி - குளிரும் நிலா; அளவு - தொடும்; வான் - பெரிய, உயர்ந்த; புரிசை - கோட்டை; பண்டு - பழைய, முன்னாள்; புனல் - நீர்.

உவர்கொளு வதனாற் புவிவளை சலதி
யொப்பபலப் பெரும்புறக் கடலுங்
கவலுமக் கடற்கப் புறமொளித் ததுவான்
கங்கையே நமக்கெதி ரதனோ
டிவணிருந் தனந்தங் கரங்களை நீட்டிப்
பொருதடக் குவமென வெண்ணு
மவமதிப் பொடுநீட் டுவதென நெடுவா
னளவுயர்ந் தலையெறி யகழி (4)

4. (75) உப்புக் கரிக்கும் தன்மை தனக்கு இருப்பதனால் அவ் வகழி நீருக்கு நாம் ஒப்பாக மாட்டோம் என்று பெரிய கடல் புறம் ஒதுங்கி வருந்தும். வானகங்கையும் அஞ்சி அக் கடலுக்கு அப்பால் ஒளிந்தது. வானகங்கையே தனக்குப் பகையாக உள்ளதாகையால் அதனைப் போரிட்டு வென்று அடக்குவோம் என்று அவமதிக்கும் முகமாக வானளவு உயர்ந்த அலைகளை எழுப்பியது அகழி.

உவர் - உப்புக்கரிப்பு; கொளும் - கொண்டிருத்தல்; புவிவளை சலதி - உலகை வளைத்திருக்கும் அகழிநீர்; கவலும் - கவலை கொள்ளும்; வான்கங்கை - வானகங்கை; இவண் - இங்கு; அனந்தம் - எல்லையற்ற; பொருது - போரிட்டு; எறி - எறியும்.

புதுநறா வருந்தும் பெருந்தலைக் குறுங்கட்
பொறிவரி வாளைகள் வெடிபோய்க்
கதிருடுக் குலத்தை வால்விசைத் தடித்து
மீளல்யாங் களித்துறை யகழி
முதுகுரன் முழக்கு வலம்புரி யுதவு
முத்துகட் கிணைகொலோ நீரென்
றதிசின மிகுத்திட் டுடலகந் துடிப்ப
வடித்துமீள் கின்றதொப் பாமால். **(5)**

5. (76) அகழி நீரில் வாளை மீன்கள் உள்ளன. பெரிய தலையும் சிறிய கண்களும் புள்ளியும் வரியும் கொண்ட அவ் வாளைகள் புதிதுபுதிதான கள்ளை அருந்துகின்றன. அதனால் வெறிகொண்டு துள்ளித் தாவி வானத்து நட்சத்திரங்களை வாலால் அடித்து மீள்கின்றன. நாங்கள் வாழும் அகழியின் இனிய ஓசையுடைய வலம்புரிச் சங்கு ஈன்ற முத்துக்கு நிகரோ நீங்கள் என்று சினங்கொண்டு அடித்துவிட்டு மீள்வதுபோல் உள்ளது அது.

புதுநறா - புதுக்கள்; பொறி - புள்ளி; வெடி - துள்ளி; கதிர்உடு - ஒளிவீசும் நட்சத்திரம்; உறைதல் - வாழ்தல்; முதுகுரல் - செவ்விய ஓசை; அதிசினம் - பெருஞ்சினம்.

கருநிறக் குவளை யாம்பல்பங் கயங்கள்
கமழ்தர்ப் பலமலர் மிசையே
முருகுயிர்த் தறுகாலளியிசை பயில
மொய்த்திரா கங்கொள்புள் ளினங்க
ளரியவொண் பிறைகள் விரித்தணி யணியா
யந்தரத் திடைநிலை யாதல்
பருமணி கொழிக்குந் திரையகழ் முழுதும்
பந்தரிட் டிடுதலொப் பாகும். **(6)**

6. (77) அகழியில் கருங்குவளை அல்லி தாமரை முதலிய பூக்கள் பூத்துள்ளன. அவற்றில் அமர்ந்து வண்டுகள் பாடுகின்றன. வெள்ளைப் பறவைகள் இராகம் பாடி வானில் பறக்கின்றன. வெள்ளைச் சிறகு விரித்து அப் பறவைகள் பறப்பது அகழிக்கு உயரே பந்தலிட்டதுபோல் உள்ளது.

பங்கயம் - தாமரை; மலர்மிசை - மலர்மேல்; முருகு - எழுச்சி; உயிர்த்து - கொண்டு; அறுகால் - வண்டு; அளி - மது; புள்ளினம் - பறவையினம்; அந்தரம் - வெளி; பருமணி - பெரிய முத்து; பந்தர் - பந்தல்.

அழன்முகத் துடைத்து சாறுபட் டொழுகி
யழகொழு காடக மதனாற்
றழுவிய னிலைகள் கதவங்க ளியற்றித்
தனித்தனி நவமணி தரித்து
விழுதுவிட் டொளிர விடுநெடு வாயற்
புரிசையுள் விளங்குமா நகரம்
பழுதற வுலக முழுதுமே திரண்டோர்

பதியில்வீற் றிருப்பதொத் ததுவே. (7)

7. (78) நெருப்புப்போல் சுடர் இலங்கும் சாரம் வைத்து அழகு கொழிக்கும் ஆடகப் பொன்னால் நிலைகளும் கதவுகளும் அமைக்கப்பட்ட கோட்டை அது. ஒன்பது வகை இரத்தினங்களும் பதிக்கப்பட்ட தலைவாசல் கற்றைச் சுடர் வீசுகின்றது. அக் கோட்டையின் உள்ளே அமைந்துள்ளது ஷாம் நகரம். அப் பெரிய நகரத்தில் உலகம் முழுவதும் ஓரிடத்தில் திரண்டதுபோல் எல்லாச் செல்வங்களும் குவிந்துள்ளன.

அழன்முகன் - நெருப்புச் சாயல்; சாறு - சாரம்; பட்டொழுகி - தூக்கி; ஆடகம் - பொன்னில் முதல் தரமானது, ஆடகப்பொன்; தழுவிய - எடுத்த, அமைத்த; கதவம் - கதவு; விழுது - கற்றை; நெடுவாயில் - பெரிய தலைவாயில்; புரிசை - கோட்டை; பதி - ஊர்.

விளைந்தமு தொழுகுங் கலங்கக லனந்த
வெண்மதிக் கதிர்களைத் திரட்டி
யளந்திடற் கரிய மேருவா யுயர்த்தி
யருணனின் கிரணத்தை மழுக்கித்
துளங்குமொண் மணிகள் பதித்துவைத் தனபோற்
சுதைநிறந் தருமணி மாடங்
குளிர்ந்தவெண் டுளிமைப் புயல்விளை யாடுங்
குடுமிகொண் டனகணக் கிலையே. (8)

8. (79) களங்கமற்ற நிலாவின் அமுதக் குழம்பைத் திரட்டி எடுத்து மலைபோல் உயர்த்தி, சூரியக் கதிர்களைப் பழிக்கும் சுடர் மணிகளைப் பதித்துவைத்தது போன்ற உயர்ந்த மாளிகைகள், மாடங்கள்தோறும் சிற்ப வேலைப்பாடுகள், மாளிகையின் முகட்டில் மழைமேகம் விளையாடுகின்றது. இத்தகைய மாளிகைகளுக்குக் கணக்கே இல்லை.

அமுது - நிலவும் ஒளிக்குழம்பு; கலங்ககல் - கலங்கு அகல், களங்கம் நீங்கிய; மேரு - மலை; அருணன் - சூரியன்; மழுக்கி - மங்கச் செய்து; துளங்கும் - இலங்கும்; சுதை - சிற்பத்திறன்; வெண்டுளி - வெள்ளைத்துளி; மைப்புயல் - கறுத்த மேகம்; குடுமி - முகடு.

பதிவுற வொருசற் குருமொழி நிலையென்
பதினிலாப் பேதையர் மனம்போ
லெதிலடுக் கினுமந் நிறமுழு தினுங்காட்
டியல்புசேர் பளிங்கினா லமைந்து
முதிர்வளங் குலவு பலசத கோடி
மாடவொண் முடிகளிற் றறுகிக்
கதிர்விரிந் தொழுகு மணிக்கொடித் துடவைக்
காற்றில்வெண் மதியிளைப் பாறும். (9)

9. (80) ஒரு ஞானகுருவின் போதனையில் பதிந்து நில்லாதவர் மனம் பதைப்பர். அவர் மனம்போன்றது பளிங்கு. எதில் பதிக்கின்றோமோ அதன் நிறத்தை

முழுமையாகக் காட்டும் இயல்பு உடையது. அத்தகைய பளிங்கினால் அமைக்கப்பட்டிருக்கின்ற மாடங்கள் பலநூறு கோடி வளங்கள் நிறைந்து ஒளிவீசும் மாடங்களில் மணிக்கொடிகள் ஏற்றப்பட்டுள்ளன. சோலைத் தென்றலில் அசைந்தாடுகின்றன கொடிகள். கொடிக்காற்றில் வியர்வை மாற்றி இளைப்பாறுகிறது நிலவு.

அடுக்கினும் - எதிர்ப்பட்டாலும்; முதிர்வளம் - நிறைந்தவளம்; குலவுதல் - பொருந்தியிருத்தல்; சதம் - நூறு; முடி - முகடு; தறுகி - தடைப்பட்டு; துடவை - பூங்கா.

வெள்ளியங் கிரிக ளணியணி நிறுவி
வீதிக ளொழுக்கல்போல் விளங்குந்
தெள்ளிய மணிமா ளிகைதொறு மடவார்
செறிந்துபந் துகள்பயின் றிடுகிற்
கள்ளவிழ் குழல்சோர்ந் ததிற்றள வரும்பு
காறொடன் முலைக்கிணை யெனலாற்
றுள்ளுபந் தடிபட் டதுநமை நகையென்
றதற்கெதோ விளைவெனத் தொழலாம். (10)

10. (81) வெள்ளி மலைகளை அணியணியாக இருபுறமும் நிறுத்தியதுபோல் மாளிகைகள் ஒழுங்குற அமைந்த வீதிகள். அம் மாளிகைகளில் இளம்பெண்கள் கூடி பந்தடித்து விளையாடுகின்றனர். ஆடுகையில், கூந்தலில் சூட்டிய முல்லை அரும்புகள் உதிர்ந்து அவர்களின் கால்களில் மிதிபடுகின்றன. முலைக்கு நிகர் என்றதனால் பந்து அடிபடுகின்றது; புன்னகைக்கு நிகர் என்றதனால் நாம் மிதிபடுகிறோம் என்று வருந்தி பணிகின்றது முல்லை அரும்பு.

கிரி - மலை; ஒழுக்கல் - ஒழுங்கு; தெள்ளிய - தெளிந்த; செறிந்து - திரண்டு, கூடி; அதிற்றளம் - அதில் தளம்; தளம் - முல்லை; காறொடன்- கால்தொடல்; தொழல் - பணிதல்.

கொலைவிழி புரளச் சுரிகுழ னெகிழக்
குருமணி வடமுருண் டசைய
வலைதரு வூச லெனக்குழை யாட
வம்மனை யாடிடு மடவார்
மலயெனு முபைய முலைகுலுங் குவது
வாடுமெல் லிடையொடிந் திடுமென்
றுலைவுற நடுங்கி மேலெழுந் ததிபா
ரங்குலைத் திடுவதொத் திடுமே. (11)

11. (82) இளம்பெண்கள் அம்மானை ஆடுகின்றனர். கண்டவர்கள் உள்ளத்தைக் காம நோயால் கொல்லும் இயல்புடைய கண்கள் அப்படியும் இப்படியும் புரள்கின்றன. சுருண்ட கூந்தல் அவிழ்கிறது. வடக்கயிறு போன்ற முலைவடம் உருண்டு அசைகிறது. அசைந்து ஆடும் ஊஞ்சல்போல் காதணி ஆடுகிறது. மலைபோன்ற இரண்டு முலைகளும் குலுங்குகின்றன. அவ்வாறு குலுங்குவது,

மெல்லிய இடை பாரம் தாங்காது ஒடிந்துவிடும் என்று அஞ்சி நடுக்கத்துடன் மேல் எழுந்து பாரத்தைக் குறைக்க முயல்வதுபோல் தோன்றுகிறது.

சுரிகுழல் - சுருண்ட கூந்தல்; குரு - பாரம்; மணிவடம் - முலைவடம்; அலைதரு - அலையும், அசையும்; ஊசல் - ஊஞ்சல்; குழை - காதில் அணியும் வளைந்த அணி, குண்டலம்; அம்மனை - அம்மானை, சோழி எறிந்து பெண்கள் ஆடும் விளையாட்டு; உபயம் - இரண்டு; உலைவுற - மனம் வருந்தி, அஞ்சி; அதி - மிக்க; பாரம் - கனம்; குலைத்தல் - குறைத்தல்.

இனித்தசெங் கனிமெல் லிதழ்மடந் தையரைந்
தேழினிற் கிளியைநோக் கிடலும்
பனிக்கருங் குவளை விழிமணி யொளிகள்
பாய்ந்ததிற் கறுத்திடப் பஞ்ச
வனக்கிளி யெனப்பொய் சொலிக்கருங் கிளியை
வழங்குவ தோவென வளர்ந்த
சினத்தொடுந் தமது கணவர்பால் வதனந்
திரிந்திருந் தூடல்செய் திடுவார். (12)

12. (83) செங்கனிபோல இனிக்கும் மெல்லிய இதழ் அவளுக்கு, பஞ்சவண்ணக் கிளி ஒன்றை வாங்கித் தந்தான் கணவன். அதை உற்றுப் பார்த்தாள். அவளுடைய கருங்குவளை மலர்போன்ற கண்களின் ஒளி அக் கிளியின் மீது பாய்ந்தது. அதனால் அது கறுப்புக் கிளியாகி விட்டது. அதைக் கண்ட அவள் முகம் மாறிவிட்டது. சினம் மூண்டது. பஞ்சவண்ணக் கிளி என்று பொய் சொல்லிக் கருங்கிளியைத் தருவதோ என்று கணவருடன் ஊடல் கொண்டாள்.

சொலி - சொல்லி; வதனம் - முகம்; திரிந்து - மாறி, வாடி; ஊடல் - செல்லக்கோபம்.

பருமணித் தரள வடஞ்சுமந் தெழுந்து
பணைத்திறு மாந்தவெம் முலையார்
பொருதுவெண் பளிங்குத் தளத்தினின் றிடிலத்
தளங்குளிர் புனலென நெடிய
கருவிழி யிரண்டுங் கயலெனத் தோன்றக்
கண்டுவந் துடல்சை யாது
விரிசிறை யசைத்தந் தரத்தினின் றெழில்சேர்
மீனெறிப் பறவைவீழ்ந் திடுமே. (13)

13. (84) அவள் நிற்கிறாள். அது பளிங்குக்கல் பதித்த தரை, தளம். மணியும் முத்தும் பதித்த வடத்தால் இறுகக் கட்டிய முலைகள் மதர்ந்து நிற்கின்றன. பளிங்குத் தரை குளிர்ந்த நீர்நிலை போல் தோன்றுகின்றது. அதில் அவளுடைய கரிய கண்கள் தெரிகின்றன. அதைக் கண்ட மீன்கொத்திப்பறவை, அவள் கண்களை மீன் என்று மயங்கி அசையாது நின்று குறிவைத்துப் பாய்ந்து பளிங்கில் மோதி விழுகிறது.

பரு - பருத்த; மணி - இரத்தினக்கல்; தரளம் - முத்து; வடம் - முலையில் அணியும் வடம்; பணைத்து - மதர்த்து; இறுமாந்த - பெருமை கொண்ட; வெம்முலை - ஆடவர்க்குச் சூடேற்றும் முலை; பொருது - பொருந்திய; தளம் - தரை; கயல் - மீன்; உடலசையாது - இரைக்குக் குறிவைக்கும் மீன்கொத்திப் பறவை வானில் அசையாமல் சிறகடித்து நிற்கும்; விரிசிறை அசைத்து - சிறகை விரித்து அசைத்தபடி; அந்தரம் - வானவெளி; மீன்எறி பறவை - மீன் கொத்திப்பறவை

மலர்ந்தபங் கயங்க ணிகர்முக மழைக்கண்
மடந்தையர் நடந்திடி னீழ
னலந்தரு பளிங்குச் சுவரிடை தெரிதல்
விண்ணவர் பதியினா ரியர்கள்
பலந்தரு நகர்மா ளிகைதொறு மடைந்து
பரந்தகண் களிலடங் காது
துலங்குமெய் யழகு நடையுடையழகுந்
தொடர்ந்துநோக் குவதெனத் தோன்றும். (14)

14. (85) மாளிகைச் சுவர்களில் பளிங்குக் கல் பதிக்கப்பட்டிருக்கிறது. மலர்ந்த தாமரை போன்ற அழகிய முகமும் குளிர்ந்த கண்களும் கொண்ட இளம்பெண்கள் நடந்து செல்கின்றனர். அவர்களின் உருவ நிழல் ஆயிரம் பதினாயிரமாகப் பளிங்குச் சுவர்களில் தெரிகிறது. பதினாயிரக் கணக்கான விண்ணவப் பெண்களான ஹூரிகள் இறங்கிவந்து நடந்துசெல்லும் ஷாம் நகரப் பெண்களின் கண்களின் அடங்காத உருவ அழகையும் நடையுடை அழகையும் உற்று நோக்குவதுபோல் தோன்றுகிறது.

பங்கயம் - தாமரை; மழைக்கண் - குளிர்ச்சியுடைய கண்; பதினாயிரியர் - பதினாயிரம் பெண்கள்; பலம் - வலிமை; பரந்த கண் - பரபரத்து நோக்கும் கண், அகன்ற விழி; மெய்யழகு - உடலழகு.

நாடுறு பொருளும் நகருறு பொருளு
நாற்றிசை மயங்குற வளர்ந்த
காடுறு பொருளு மலையுறு பொருளுங்
கடலுறு பொருள்களுங் கதித்துத்
தேடரு முயிர்ச்சஞ் சீவியொப் பெனலாய்
சிறந்தன கடைத்தெருத் தலைக
ளீடிலங் கிலையென் பவையவை நினைத்த
திலையெனு மொழியொன்றே யிலையே. (15)

15. (86) ஷாம் நகரக் கடைத்தெருக்களில் எல்லாவகையான பொருள்களும் குவிந்து கிடக்கின்றன. நாட்டுப் புறத்தின் விளைபொருள்களும் நகர்ப்புறத்தின் உற்பத்திப் பொருள்களும் நான்கு திசைகளும் மயங்கும்படிக் காடுகளில் விளைந்த பொருள்களும் மலைகளில் கிடைக்கும் பொருள்களும் கடலில் வளரும் பொருள்களும் உயிர்வாழ்விற்குச் சஞ்சீவி போன்ற பொருள்களும் எல்லாம் குவிந்து கிடக்கின்றன. அங்கு இல்லாததெல்லாம் 'இதற்கு ஈடு

இல்லை. இப்படி என்று நினைத்ததே இல்லை' என்று மக்கள் பேசிக்கொள்ளும் பேச்சில் உள்ள இல்லை என்னும் சொல்லே ஆகும்.

கதித்து - மிகுத்து.

உரைப்பரு நிதியிற் கல்வியிற் றரும
வொழுக்கமென் பதிலக முழுது
நிரப்புறு கொடையிற் புகழில்வேண டுவது
நிறைதுவாப் பேறுபெற் றிடலிற்
கரத்தினெல் லியைப்போ னியத்தினில் வளத்திற்
கதித்துவாழ்ந் திருக்குநன் னகரி
லிரப்பவர் கிடைக்கி லவரரும் பொருளே
யின்றியோ ரரும்பொரு ளிலையே. (16)

16. (87) அந் நகரில் அரும்பொருள் என்று எதுவும் இல்லை. எல்லையில்லாத செல்வமும் கல்வியும் அற ஒழுக்கமும் அகத்தையும் புறத்தையும நிரப்பும் கொடையும் புகழும் இறைஞ்சியது இறைஞ்சியவாறு எய்தும் துஆப் பேறும் உள்ளங்கை நெல்லிக்காய் போன்ற தூய நிய்யத்தும் வாழ்க்கை வளங்களும் நிரம்பிக் கிடக்கின்றன. மக்கள் உயர்ந்த வாழ்க்கை வாழ்கின்றனர். அங்குப் பிச்சைக்காரரே இல்லை. அப்படி வெளியிலிருந்து வந்த பிச்சைக்காரர் யாரும் கிடைத்தால் அவரே அரும்பொருள் என்று கொண்டாடப்படுவார்.

கரத்தினெல்லி - உள்ளங்கை நெல்லிக்காய்; நியத்தினில் - நிய்யத்தில், மனநிர்ணயக் குறிப்பு; கதித்து - மிகுத்து; அரும்பொருள் - கிடைக்க அரிதான பொருள்.

முரசமூன் றொலியுஞ் சததள வொலியு
முருக்கித ழினர்சிலம் பொலியு
மிருநிதி மணித்தூக் கெழிற்றரா சொலியு
மிளைஞர்கள் சிலம்பஞ்செய் யொலியும்
விரவுநூ லுணர்ந்தோர் கிளிகள்பூ வைகளின்
வேதகீ தாநந்த வொலியுந்
திரையொலி கடந்து விண்ணினிற் படர்ந்து
செழுமுகி லொலியினுஞ் சிறக்கும். (17)

17. (88) கொடைமுரசு மணமுரசு வெற்றிமுரசு ஆகிய மூன்றுவகை முரசொலியும் காலாள் குதிரை யானை தேர் ஆகிய நான்கு வகை படைகளின் ஒலியும் நாட்டிய மாதரின் சிலம்பு ஒலியும் சங்கநிதியையும் பதுமநிதியையும் நிறுக்கும் தூலாக்கோல் ஒலியும் இளைஞர்கள் சிலம்பம் பயிலும் ஒலியும் வேதம் உணர்ந்தவர்போல் கிளிகளும் பூனைகளும் எழுப்பும் வேதகீத ஆநந்த ஒலியும் கடலில் எழும் அலைகளின் ஒலியும் கடந்து வானத்தில் அளாவி மேகங்களின் கடமுடா ஒலியையும் மிஞ்சி ஒலிக்கும்.

சதுதளம் - நாற்படை; முருக்கிதழ் - முருங்கைப்பூ போன்ற உதரு; சிலம் - காலில் அணியும் காப்பு வகை; இருநிதி - சங்கநிதி, முத்து பவளம் சங்கு முதலியனவும்

பதுமநிதி, தங்கம் முதலியனவும்; சிரம்பம் - சிலம்பம்; விரவுநூல் - பல்வகைநூல், அவற்றால் பெறப்பட்ட பலதரப்பட்ட அறிவு.

வதுவைசெய் யிளைஞர் வீதிவந் திடுகின்
மடந்தையர் கண்ணெச்சில் கழித்த
கதிர்நவ மணியும் பசியமாற் றுயர்ந்த
கனகமுங் கவினுறக் கிடந்து
முதிர்க்கக னளவு மனத்திர வியங்கொண்
முகிற்றொடு மாளிகைத் தெருக்கண்
மதியொடு கதிரு முடுக்குலக் திரளும்
வயங்கல்போல் வயங்கிவா னிகர்க்கும் (18)

18. (89) திருமணம் முடித்த இளைஞர்கள் வீதிக்கு வருகின்றனர். அவர்களுக்குக் கண்ணேறு கழிக்கப் பெண்கள் ஆலத்தி எடுக்கின்றனர். ஆலத்திப் பாத்திரத்தில் இட்ட நவமணிகளையும் பசும்பொன் மணிகளையும் வீதியில் எறிகின்றனர். பல்வேறு திரவியங்கள் நிறைந்து வானளாவி மேகக் கூட்டங்களைத் தொடும் மாளிகைகள் நிறைந்துள்ள தெருவில் அவை கிடக்கின்றன. நிலாவும் சூரியனும் நட்சத்திரக் கூட்டங்களும் ஒளிவீசுவதுபோல் சுடர்பரப்பி வானவெளிக்கு நிகராகக் கிடந்தது அவ் வீதி.

வதுவை - திருமணம்; கண்ணெச்சில் - கண்ணேறு; கனகம் - பொன்; கவின் - அழகு; முதிர் - மேகம்; ககன் - வானம்; திரவியம் - நெல், பயறு, உளுந்து முதலிய தானியங்களும் பொன் வெள்ளி முதலிய செல்வங்களும்; முகில் - மேகம்; மதி - நிலவு; கதிர் - சூரியன்; உடுக்குலத்திரள் - நட்சத்திர நாசித் தொகுதி; வயங்கல் - ஒளிவீசுதல்.

தருவென வுதித்த துரையப்தில் காதிர்
தனதிதை யாசனத் துறையுந்
திருநபி கபீபு முகம்மத ரொளியா
லுதித்தருள் சிறப்புள நபிகள்
வருநகர் கொடைபுண் ணியம்புகழ் தழைத்து
வளர்நகர் துதியெலாந் திரண்டோ
ருருநகர் வளத்தி லுயர்நகர் முதலோ
னுவப்பருட் பெருகுமிந் நகரே. (19)

19. (90) நடுவூரில் பழுத்த பயன்மரம் போன்றவர் அப்துல்காதிர். அவர் உள்ளத்தில் வாழும் நபிகள் நாயகம் ஹபீபு முஹம்மது (ஸல்) அவர்களின் ஒளியில் இருந்து படைக்கப்பட்டவர் நபி சுலைமான் (அலை). ஆதலால் அவர்கள் வரவிருக்கும் ஷாம் நகர், கொடையும் புண்ணியமும் புகழும் தழைத்து வளர்ந்தது. புகழ் அனைத்தும் திரண்ட நகர். செல்வ வளத்தில் உயர்ந்த நகர். இறைவனின் உவப்பும் அருளும் பெருகும் நகர் இந்த ஷாம் நகர்.

தரு - மரம்; இதய ஆசனம் - மனத்தை இருக்கையாய்க் கொள்ளல்; உறையும் - வாழும்; துரை - மேன்மகன்; கபீபு முகம்மதர் ஒளி - இறைவனின் நேசராகிய முஹம்மது (ஸல்) அவர்களின் ஒளி, நூரே முஹம்மதியா; துதி - புகழ், போற்றுகை; முதலோன் - இறைவன்.

சீரிடத் தருமெவ் வெவையினு முயர்ந்த
செழுமுடிப் பட்டமார் பெறினும்
பாரிடத் ததனை மதித்திடார் சாமி
ராச்சியப் பட்டமோ விதுவென்
றோரிடத் துரைப்ப ரென்னிலந் நாட்டுக்
குவமையா துரப்பதந் நாடே
யேரிடப் புனைந்த நகர்தனக் குவமை
யாதென விரித்தியம் புவதே. (20)

20. (91) உலகில், யார், எத்தகைய உயர்ந்த பட்டம் பெற்றாலும், எத்துணைப் பெருமை மிக்க நாட்டின் மன்னராக முடிசூடிக்கொண்டாலும் அதனை ஒரு பொருட்டாக மதியாத சிலர் இருப்பர். அத்தகையவர்களும் 'ஷாம் நாட்டுப் பட்டமோ' என்று வியந்து பேசுவார்கள் என்றால் அந் நாட்டுக்கு உவமையாக எந் நாட்டைச் சொல்வது? அழகு புனைந்த அந் நகருக்கு எந் நகரை உவமையாகச் சொல்வது?

சீர் - அழகு, செம்மை; சீரிடம் - உலகம்; செழுமுடி - மணிமுடி; இராச்சியம் - நாடு; ஏர் - அழகு; விரித்து உரைத்தல் - விளக்கிச் சொல்லல்.

நகரப் படலம் முற்றிற்று.
படலம் 3க்கு திருவிருத்தம் 91

3. நகரப் படலம்
படலச் செய்தி

உலகம் ஒரு பறவை, எகிப்தும் சாமும் சிறகுகள் என்று அறிஞர் கூறுவர். அரபு நாடுகள் சூழ நடுவில் அமைந்து கிடக்கிறது ஷாம். (சிரியா) பாற்கடலை ஆடையாய் உடுத்திய பெண் உலகம். அவள் தலையில் சூடிய மணிமுடியே ஷாம். வானச் சுவர்களைப் பெயர்த்து எடுத்து எழுப்பிய கோட்டையும் எழுகடல் நீரையும் திரட்டி அமைத்த அகழியும் உடையது. கடல்நீர் உவர்ப்பு உடையது. அகழிநீர் அருந்தத்தக்கது. அதனால் வருந்திய கடல்நீர் நாணம்கொண்டு ஒளிந்தது. ஆகாயகங்கையோடு போரிட எழுகிறது அகழி அலை. அகழியில் வலம்புரி முத்துகள் விளைகின்றன. வானத்தில் நட்சத்திரங்கள் மின்னுகின்றன. இதைக் கண்டு சினங்கொண்ட அகழியின் வாளைமீன் நீங்களா எங்கள் முத்துக்கு இணை என்று குதித்துத் தாவி நட்சத்திரங்களை அடிக்கிறது. அகழியில் குவளை ஆம்பல் தாமரை முதலிய மலர்களில் வண்டுகள் இசை பாடுகின்றன. வெள்ளைப் பறவைகள் சிறகு விரித்து இராகம் பாடுகின்றன. அகழிமீது பந்தலிட்டதுபோல் அவை பறக்கின்றன. கோட்டையின் நிலைகளும் கதவுகளும் தங்கத்தால் ஆனவை. அவற்றில் இரத்தினக் கற்கள் பதிக்கப்பட்டுள்ளன. குருமொழியில் பதியாத பேதையர் மனம்போன்ற பளிங்குக் கற்கள் பதித்த மாளிகைகளில் கொடிகள் பறக்கின்றன. அவை காற்றிலாடி நிலாவுக்கு விசிறியாகின்றன. வெள்ளிமலை போன்ற மாளிகைகளில் இளம்பெண்கள் பந்தடிக்கின்றனர். அவர்கள் கூந்தலில் சூடிய முல்லை அரும்புகள் உதிர்ந்து காலில் மிதிபடுகின்றன. அப் பெண்களின் முலைக்கு

நிகர் என்றதால் பந்து அடிபடுகின்றது; அவர்கள் புன்னகைக்கு நிகர் என்றதால் முல்லை அரும்புகள் மிதிபடுகின்றன. அவளுக்குப் பஞ்சவண்ணக் கிளி வாங்கிக் கொடுத்தான் கணவன். உற்றுப் பார்த்தான். அவளுடைய குவளைவிழி ஒளி பாய்ந்ததனால் அது கறுப்பாயிற்று. பஞ்சவண்ணக் கிளி என்று பொய் சொல்லிக் கருங்கிளியா கொடுத்தீர்கள் என்று அவள் ஊடினாள். பளிங்கு மாளிகையில் நின்றாள். அவள் விழியின் நிழல் பளிங்குத் தரையில் தெரிந்தது.அதை மீன் என்று மயங்கிய மீன்கொத்திப்பறவை பிடிக்கப் பாய்ந்து நொந்தது. அவள் நடந்தபோது சுவரில் பதித்த பளிங்குக் கற்களில் அவள் உருவ நிழல் ஆயிரக்கணக்கில் தெரிந்தது. சொர்க்கத்தின் ஹூரிப்பெண்கள் இறங்கிவந்து அவள் அழகை வியந்து நோக்குவதுபோல் உள்ளது அக் காட்சி.

ஷாம் நகரக் கடைத்தெருக்களில் இல்லாத பொருள்களே இல்லை. இதற்கு ஈடு இல்லை, இப்படி என்று நினைக்கவில்லை என்னும் வார்த்தையில்தான் இல்லை என்பது சொல்அளவில் உள்ளது. வளம் குவிந்து கிடக்கும் அத் தெருக்களில் பிச்சைக்காரர் யாரும் தென்பட்டால் அதுதான் கிடைக்காத பொருள். மனைகளில் முரசுகள் ஒலிக்கின்றன. கடைத்தெருக்களில் நிறுவைபோடும் துலாக்கோல் ஒலிகள், இளம்பருவத்தினர் சிலம்பம் பயிலும் ஒலிகள், கிளிகளும் பூனைகளும் வேதம் ஓதும் ஒலிகள் என்று எல்லா ஒலிகளும் திரண்டு இடியோசை போல் முழங்குகின்றன.

மணம் செய்து கொண்ட இளைஞர்கள் வருகின்றனர். பெண்கள் ஆலத்தி எடுக்கின்றனர். அதில் இட்ட இரத்தின மணிகளும் தங்க மணிகளும் வீதியெங்கும் நிறைந்து கிடக்கின்றன. அதனால் வீதி நட்சத்திரங்கள் மின்னும் வானவெளிபோல் இலங்கிற்று. வள்ளல் அப்துல் காதிரின் உள்ளத்தில் வாழும் நபிகள் நாயகம் (ஸல்) அவர்களின் நூரே முஹம்மதியாவின் ஒளியிலிருந்து தோன்றியவர் நபி சுலைமான் (அலை). அவருடைய நகரம் ஆதலால் அந் நகரத்தைக் கொடையும் புண்ணியமும் புகழும் வளரும் நகரமாகவும் போற்றுதலுக்குரிய நகரமாகவும் வளத்தில் உயர்ந்த நகரமாகவும் ஆக்கினான் இறைவன். எத்துணை உயர்ந்த பதவியும் பட்டமும் ஆயினும் அவற்றை மதியாதவர்கள் ஆயினும் ஷாம் நாட்டுப் பதவியையும் பட்டத்தையும் வியப்பர். அதற்கு ஏது உவமை?

4. தலைமுறைத்தோற்றப் படலம்
கலிநிலைத்துறை

நிலையு மாதியு நடுவுமந் தமுநிகழ்த் தரிய
தலைவ னாமிறை யருணபிப் பட்டமுந் தரித்தோ
ரலையு மாழ்கடல் வளைபுவி யனைத்தையும் புரந்தோர்
சுலையு மானபி தலைமுறைத் தோற்றமே சொல்வாம். (1)

1. (92) நிஜமானவனும் முதலும் நடுவும் இறுதியுமானவனும் பேச்சில் அடங்காத தலைவனும் ஆனவன் இறைவன். அவன் அருளிய நபிப்பட்டம் தரித்துத் கடல்சூழ்ந்த உலகம் முழுவதையும் காத்தவர் நபி சுலைமான் (அலை). அவர் தலைமுறை வரலாறு சொல்கிறோம்.

நிலை - நிலைப்பாடு; அடி - முதல்; அந்தம் - முடிவு; நிகழ்த்தல் - பேசுதல்; அரிய - அருமைப்பாடு உடையது, முடியாதது; அருள் - அருளிய; நபி - இறைவன் கட்டளைகளை மக்களுக்குப் போதித்து அக்கட்டளைகள் வழி நடந்து பிறரையும் நடத்துபவர்; புரந்தோர் - காத்தவர்; தலைமுறைத் தோற்றம் - குல முன்னோர் வரலாறு.

பொருளெ லாநிறை மறைமுத லிறைவனைப் புகழா
திருளெ லாநிறை தருமனத் தினரெனுங் குபிரர்
மருளெ லாமறத் தீனெறி யினில்வர வழைத்தோர்
ரருளெ லாறைந் திருப்பதற் கில்லிட மானோர். **(2)**

2. (93) வாழ்க்கையின் உறுதிப்பொருள் அனைத்தும் நிறைந்த வேதத்தை ஓதி உணரமாட்டார்கள், இறைவனைப் புகழ்ந்து வணங்கமாட்டார்கள், அவர்கள் மனத்தில் அறியாமையும் ஆணவமும் ஆகிய இருள் நிறைந்திருக்கும், அவர்களே காஃபிர் எனப்படுவர். அவர்களின் மருட்சியைப் போக்கியவர்கள்; அவர்களை நேர்வழியில் வரவழைத்தவர்கள்; அருளெல்லாம் நிறைந்தவர்கள், நபிமார்கள்.

பொருள் - வாழ்க்கையின் உறுதிப்பொருள்; மறை - வேதம்; புகழாது - புகழ்ந்து வணங்காது; இருள் - அறியாமையும் ஆணவமும் ஆகிய இருள்; குஃபிரர் - குஃபிர் உடையவர், காஃபிர், இறைமறுப்பாளர்; மருள் - மருட்சி; அற - இல்லாது ஆகும்படி; தீன்நெறி - நேர்வழி, இஸ்லாம்; இல்லிடம் - வாழும் இடம்.

அறுதி யாய்நமு றூதனற் புகுந்துவ தறிந்தும்
பெறுதி யென்றிறை செயுமெவை யையும்பெறு வோமென்
றுறுதி மாறிலா துயர்ந்துமண் முதற்பல துதவி
சிறிதும் வேண்டிலா திருந்தரு ளியதொரு செம்மல். **(3)**

3. (94) அத்தகைய நபிமார்களில் ஒரு செம்மல் இருந்தார். அவர் நமுரூது மன்னன் தம்மை நெருப்புக்குழியில் எறிவதை நிச்சயமாக அறிந்திருந்தும் இறைவன் நாட்டப்படி நடக்கும் எதையும் பொறுத்துக்கொள்வேன் என்று உறுதிகுலையாது உயர்ந்து நின்றார். மண்முதல் பூதங்கள் நான்கும் உதவ முன்வந்தும் அவற்றை மறுத்தார். அருட்செயல்திறம் முடித்த செம்மல் அவர்.

அறுதி - உறுதி, நிச்சயம்; அனல் - நெருப்புக் குண்டம்; புகுத்துதல் - அதனுள் போடுதல்; பெறுதி - பெற்றுக்கொள்ளல்; செயும் - செய்யும்; பெறுவோம் - பெற்றுக்கொள்வோம்; மாறிலாது - மாறாது; பலதுதவி - பலவற்றின் உறுதி; வேண்டிலாது - வேண்டாது; செம்மல் - செயல்திறன் முடித்தவர்.

பவக்க டற்குடி யிருக்குநெஞ் சினனெடும் பகையோ
னெவர்க்கு மிக்கவன் முனிவிறங் கியநமு றூதன்
றவர்க்க மைத்ததோர் நெருப்பினிற் றள்ளவந் நெருப்பிற்
சுவர்க்க மீதினி லிருப்பதொத் திருந்தரு டியோர். **(4)**

4. (95) பாவக்கடல் குடியிருக்கும் நெஞ்சினன், பெரும் பகைவன், உலகம் முழுவதையும் ஒரு குடையின்கீழ் ஆண்டவன், இறைவனின் சாபம் இறங்கியவன் பேரரசன் நம்ரூது. அந்தச் செம்மலுக்காக நெருப்புக்குண்டம் அமைத்து அதில் அவரைத் தள்ளினான். இறைவன் அருளால் சொர்க்கப் பூங்காவில் இருப்பதுபோல் அதில் அந்தத் தூயவர் இருந்தார்.

பவம் - பாவம்; எவர்க்கும் மிக்கவன் - உலக மன்னர்களை எல்லாம் வென்று அடக்கி மேலாட்சிச் செய்தவன்; முனிவு - சாபம்.

சாற்று மோரிபு லீசுதன் கலைவினைத் தவிர
மாற்று வோர்கண்மூ சாநபி மற்றவ ரீசா
ஆற்று நம்முகம் மதுநபி யாகுமன் னவரோ
டேற்று மின்னவ ரொருவராம் நபியிபு றாகிம். (5)

5. (96) இபுலீசின் கலைப்பு அணுகாத நபிமார்கள் நபி மூசா (அலை), நபி ஈசா (அலை), நம்முடைய நபி முஹம்மது (ஸல்) அவர்கள் ஆவர். அவர்களுடன் நாம் புகழும் நபி இபுராஹீம் (அலை)உம் ஒருவர் ஆவார்.

கலைவு - கலைப்பு, நேர்வழியில் செல்பவரைக் கலைக்கும் செயல்; தவிர - தவிர்த்து; ஏற்றும் - புகழும்; இன்னவர் - முன் இரண்டு பாட்டுகளில் குறிப்பிடப்பட்ட செம்மல்.

ஏறத்தாழ 5 ஆயிரம் ஆண்டுகளுக்குமுன் பாபிலோனியா எனப்பட்ட பாபல் நகரைத் தலைநகராகக் கொண்டு ஆண்ட மன்னன் நமுரூது. உலகம் முழுவதையும் ஆண்ட பேரரசர் நால்வரில் ஒருவன். (சிக்கந்தர் துல்கர்னைன், நபி சுலைமான் (அலை), புக்தநசர் ஆகியோர் மற்ற மூவர் ஆவர்) கொடுங்கோலன். தன்னைப்போல் விக்ரகம் அமைத்து அதையே வணங்கவேண்டும் என்று கட்டளை இட்டவன். அதை எதிர்த்துப் புரட்சி செய்தார்கள் நபி இபுராஹீம் (அலை). ஆதலால் அவர்களை பெரிய நெருப்புக் குண்டத்தில் எறிந்தான். வானவர் முதல் நாற்பூதங்களும் உதவிக்கு வந்தும் அவற்றை மறுத்து என் இறைவன் எனக்குப் போதும் என்றார்கள். இறைவன் அருளால் நெருப்புக் குண்டம் சொர்க்கப் பூங்கா ஆகியது. அந்த வரலாற்றை 3, 4ஆம் பாட்டுகளில் குறிப்பிடுகிறார். இதன் விரிவை புலவர் நாயகம் சேகனா புலவர் பாடிய திருமணி மாலை காப்பியத்தில் காண்க.

இவர்பெ றுந்திருப் புதல்வரா யிருவிழி மணியாய்த்
தவநி றைந்திடு பொறையெனுந் துணையொடு தரித்தே
மவலு நெஞ்செனு மனையினில் வாழவந் துதித்தோர்
நவமி குந்தரு ளியஇசு காக்குநன் நபியே. (6)

6. (97) அந்த நபி இபுராஹீம் (அலை) பெற்ற புதல்வர், கண்மணியாய் தவத்தில் நிரப்பமானவராய் பொறுமையுடையவராய் வாழ்க்கைத் துணையாய்ப் பூண்டு மனத்திலும் மனையிலும் வாழ்ந்த அன்னை சாரா அம்மையார் தளர்ந்த பருவத்தில் புதுமையாய் ஈன்ற நபி இஸ்ஹாக்கு (அலை).

தரித்து - பூண்டு; மவுலும் - சொல்லும்; நவம் - புதுமை; அருளிய - ஈன்ற.

அப்பெ ரும்புக ழினரிசு காக்கருண் மகவா
யொப்ப ரும்பெரும் பொருளிறை யருளினா லுதித்தோர்
செப்ப ரும்பெரும் பொருண்மலை பிளந்திடச் செய்தோர்
மைப்பெ ருங்கையஃ கூபுநன் நபியெனும் வள்ளல். (7)

7. (98) ஒப்பில்லாத பெரும்பொருளாகிய இறைவனின் அருளினால் புகழ்படைத்த இஸ்ஹாக்கு நபியின் மைந்தராய் மழைபோல் கொடைகொடுக்கும் யாக்கூபு நபி பிறந்தார்.

மைப்பெருங்கை - மழைமேகம்போல் வழங்கும் கை.

முடிந்து வீழ்ந்திடா நபியஃ கூபருண் முதிர்சேய்
வடிந்து வீழ்ந்திடு மதகரி மருவலர் படைகண்
மடிந்து வீழ்ந்திடப் புரிசைக்கொத் தளமரண் மனைக
ளிடிந்து வீழ்ந்திட வொலித்திடு குரல்எஃ தாவே. (8)

8. (99) தம்முடைய புகழுக்கு முடிவோ வீழ்ச்சியோ இல்லாத யாக்கூப்பு நபியின் மைந்தர் எகுதா. மதயானைகள் துடித்து வீழ்த்திடும்படியும் பகைவர் படைகள் மடிந்து வீழ்ந்திடும் கோட்டை கொத்தளங்கள் இடிந்து வீழ்ந்திடும்படியும் ஒலித்திடும் பயங்கரக் குரல் உடையவர் அவர். (இச்செய்தி கஸஸுல் அன்பியாவில் உள்ளது)

முதிர்செய் - மூத்த பிள்ளை; வடிந்து - தளர்ந்து; கரி - யானை; மருவலர் - பகைவர்; புரிசை - கோட்டை.

மருக்கொண் மாலையம் புயத்தெஃ தாவருண் மதலை
திருக்கொண் மன்னவர் மணிமுடி யழுந்துசெம் பதத்தான்
றருக்கொ ளுங்கரன் பாரினி லவன்றவந் திரண்டோ
ருருக்கொள் கண்மணிச் சந்ததி நிதிகிலு றூனே. (9)

9. (100) தோளில் மலர்மாலை அணிந்த எகுதாவின் மகன் செல்வம் நிறைந்த மன்னர்களின் மணிமுடிகளில் பாதம் பதித்தவன். கனிகொடுக்கும் மரம்போல் கொடை கொடுக்கும் கையன். பாரில் தவம் திரண்ட கண்மணி கிலுரூன்.

மரு - மணம்; புயம் - தோள், புஜம்; மதலை - மகன்; தரு - மரம்; கரன் - கையன்; நிதி - செல்வம்.

(இது சரியான பாடமாதல் கூடும்)

இணைய மன்னவன் விழிஅகம் குளிர்தர ஈன்ற
தனையன் தாமன்அன் னவன்அருள் தோன்றல்கா றீபக்
கனைக ழற்பதக் குரிசில்ஈன்று அருள்மதக் களிறாம்
வினைய முற்றடை யலர்க்கிடி உமையுபாம் வேந்தன். (10)

(காரீபு +அக்; தாம்+அன்; உமையுபு +ஆம்)

10. (101) இத்தகைய மன்னவனாகிய கிலுஷுன் கண்ணும் மனமும் குளிர ஈன்ற மகன் தாம். அவன் மகன் காரிபு. கால்களில், வீரக்கழல் அணிந்த பெருமகன் என்ற காரிபு ஈன்ற மதயானை போன்ற வீரமகன், வஞ்சகம் முற்றிய பகைவர்களுக்கு இடியேறு போன்ற உமை என்னும் வேந்தன்.

இணைய - இத்தகைய; தனையன் - மகன்; தோன்றல் - மதிப்பிற்குரிய ஆண்மகன்; கணைகழல் - வீரக்கழல் ஆடவர் காலில் அணியும் காப்பு; குரிசில் - பெருமகன்; மதக்களிறு - மதயானை; வினையம் - வஞ்சகம்; அடையலர் - பகைவர்.

உமையு பென்பவ னருள்சுத னுயர்வசு தூறு
சமையு மின்னவன் றருதிரு மதலைசல் ஷுனே
யிமைய லோகமு நிறதைரு புகழின நிவக்
கமையு மாருயிர்த் தோன்றல்பா கறுவெனு மரசன் **(11)**

11. (102) உமையுபு என்பவன் ஈன்ற மகன் வசுதூரு. அவன் மகன் சல்ஷுன். வானவர் உலகிலும் நிறைந்த புகழ் விளங்கும் சல்ஷுனின் உயிர்போன்ற மகன் பாகரு என்னும் வேந்தன்.

சுதன் - மகன்; இமையலோகம் - இமையவர், வானவர் உலகம்; அமையும் - அமைந்த; தோன்றல் - புகழ்மகன்.

பதியெ லாமொரு குடயினிற் புரந்தபா கறுக்கே
நிதியெ லாமொரு வடிவெடுத் தனையநன் நேயன்
கதியெ லாநிறை துரங்கமன் னவர்கழற் றொழுமத்
துதியெ லாமணி பூணுவை யீதெனுந் தோன்றல். **(12)**

12. (103) உலகை எல்லாம் ஒருகுடையின்கீழ் ஆண்ட பாகிருக்குச் செல்வம் எல்லாம் ஒருவடிவாகி வந்தது போன்ற நேசமகன். உலகுக்கே கதிபோல் திகழும் குதிரைப்படையையுடைய வேந்தர்கள் தாள் பணிந்து நிற்கும் வெற்றி வேந்தன், புகழடியே அணியாகப் பூண்ட வையீது.

பதி - நாடு; பிரந்த - காத்த; நிதி - செல்வம்; துரங்கம் - குதிரை; கழல் - பாதம்; துதி - புகழ்.

அலங்கல் வேலுவை யீதுபுத் திரமணி யயிசா
துலங்கு சீர்வள ரிவர்க்குட லுயிர்ச்சுத னனந்த
பெலங்கு லாவிய வாதிநா யகனருட் பெருகு
நலங்கு லாவிய வரசுதா வூதுநன் னபியே. **(13)**

13. (104) ஒளிவீசும் வேலுடைய வையீதுவின் மகன் ஈசா. ஈசாவின் உயிர்போன்ற மகன் எல்லையற்ற வலிமையும் இறைவனின் அருள்பெருகும் நலங்களும் இலங்கிய மன்னர் தாவூது நபி (அலை).

அங்கல் - ஒளி; புத்திரசிகாமணி - சிறந்த மகன்; சுதன் - மகன்; அனந்தம் - முடிவற்ற, எல்லையற்ற; பெலம் - வலிமை.

தலைமுறைத் தோற்றப் படல முற்றிற்று.
படலம் 4-க்கு திருவிருத்தம் 104

4. தலைமுறைத்தேற்றப் படலம்
படலச்செய்தி

நபி சுலைமான் (அலை) அவர்களின் கொடிவழியை நபி இபுராஹீம் (அலை) அவர்களிலிருந்து தொடங்குகிறார் புலவர்.

மறை ஓதவும் இறைவனைப் பணியவும் மறுத்த மனஇருள் உடையவர்கள் காஃபிர்கள். அவர்களின் மனமருட்சியைப் போக்கி இஸ்லாத்தின்பால் வரவழைத்த அருள்மகன் இபுராஹீம் (அலை). கொடுங்கோல் மன்னன் நம்ரூது தீக்குண்டத்தில் எறியப்போவதை அறிந்திருந்தும், உதவ முன்வந்த வானவரையும் மண்முதல் பூதங்களையும் மறுத்து இறைவன் நாடுவது நடக்கட்டும் என்று பொறுமை மேற்கொண்டவர். இறைவன் அருளால் தீக்குண்டத்தில் பாதுகாக்கப்பட்டவர். இபுலீசு நெருங்க முடியாத நால்வரில் ஒருவர். மற்ற மூவர் நபி மூசா (அலை), நபி ஈசா (அலை) நபி முஹம்மது (ஸல்) ஆவர்.

இத்தகைய புகழ்படைத்த செம்மல் நபி இபுராஹீம் (அலை) அவர்களின் மைந்தர் நபி இஸ்ஹாக்கு (அலை). அவர்கள் மைந்தர் யாக்கூபு (அலை). அவர்கள் மகன் எகுதா. எகுதாவின் மகன் பாரில். அவர் மகன் கிலுரூன். அவர் மகன் தாம். அவர் மகன் காரிபு. அவர் மகன் உமையுபு. அவர் மகன் வகுதூரு. அவர் மகன் சல்மூன். அவர் மகன் வாகிரு. அவர் மகன் வையீது. அவர் மகன் ஈசா. அவர் மகன் நபி தாவுது (அலை) இதைக் கஸஸுல் அன்பியா இப்படி வரிசைப் படுத்துகிது; தாவூது இபுனு, ஈசா இபுனு, வைது இபுனு, பாகிறு இபுனு, சில்மூன் இபுனு, நஜஊத்தூர் இபுனு, உமை இபுனு, காரிபு இபுனு, தாம் இபுனு, கில்ரூன் இபுனு, பாரில் இபுனு, எகூதா இபுனு, யாக்கூபு அலைஹிஸ்ஸலாம் என்பது வம்சவழி.

5. சுலைமானபி யவதாரப் படலம்
கலி விருத்தம்

தருமமும் பொறுமையுந் தவமு மாதிதன்
னருளுமோ ருருவெடுத் தனைய காட்சியாய்ச்
சுருதிபெற் றவர்மகன் சுலையு மானபிக்
குரிசில்வந் திடுமவ தாரங் கூறுவாம். (1)

1. (105) தருமமும் பொறுமையும் தவமும் இறைவன் கருணையும் ஒன்றாய்த் திரண்டு மனித உருவம் கொண்டு வந்ததுபோல் வேதம்பெற்ற நபி தாவூது (அலை) அவர்களின் மகனாகத் தோன்றினார் நபியரசர் சுலைமான் (அலை). அந்த வரலாறு கூறுகிறோம்.

தவம் - இறைவஇியில் மேற்கொள்ளும் கடினமான முயற்சி; சுருதி - வேதம்; சுருதி பெற்றவர் - தாவூது (அலை); வந்திடும் - பிறந்திடும்; அவதாரம் - பிறப்பு.

துதித்திடு மவர்பிழை பொறுக்குந் தூயவன்
கதித்திடுங் கருணையங் கடவு ணாயகன்
மதித்திவர் வலவரிம் மறைக்கென் றாய்ந்துமுன்
விதித்திடு சபூறெனும் வேத நாயகர். (2)

2. (106) முறையிட்டுப் புகழந்து இறைஞ்சும் அடியார்களின் குற்றங்களை மன்னிக்கும் தூயவன்; பொங்கிப் பெருகும் கருணைக் கடவுள்; தலைவன்; அவனே அல்லாஹ். அவனால் இவர் வேதம்பெறும் தகுதி உள்ளவர் என்று தெரிந்தெடுக்கப்பட்டவர். ஏவல் விலக்கல்களின் கட்டளைகளைக் கொண்ட ஸபூர் என்னும் வேதத்தைப் பெற்றவர் நபி தாவூது (அலை).

துதி - புகழ்ச்சி; கதித்தல் - மிகுதியாகப் பொங்கிப் பெருகுதல்; நாயகன் - தலைவன்; மதித்து - தெரிந்தெடுத்து; வலவர் - வல்லவர், சுமக்கவல்ல தகுதி உள்ளவர்; முன் - முந்தைய; விதித்தல் - ஏவல் விலக்கல்களின் கட்டளை விதிகளை விதித்தல்; வேதநாயகர் - வேதம் பெற்ற நபி, தாவூது (அலை).

வரமருள் பெரியவன் மறையி னீதியான்
முரணிய குபிர்க்கலி முழுது மாற்றியே
யிரணிய சுவனவாழ் வெவையு நல்கவே
தரணியி லுதித்திடு தரும தாருவே. (3)

3. (107) வரம்தரும் பெரியவன் அல்லாஹ். அவன் அருளிய வேத நீதியால் முரண்பாடு கொண்ட குஃப்ரையும் பிற தீங்குகளையும் முற்றாக நீக்கியவர். பொன்னுலகம் ஆகிய சொர்க்க வாழ்க்கையை உறுதிப்படுத்துவதற்கென்று உலகில் தோன்றியவர். ஊர் நடுவே பழுத்த மரம்போன்ற கொடை நாயகர்.

வரம் - தேவ ஈகை; குஃபிர் - இறைமறுப்பு; கலி - எல்லாத் துன்பங்களையும் சீர்கேடுகளையும் குறிக்கும் சொல்; இரணியம் - பொன்; தரணி - உலகம்; தாரு - மரம், ஊர்நடுவே பழுத்தமரம்.

பொரும்பல குபிரர்தம் முளத்திற் பூண்டுறை
யுரம்பெறு மிரும்புருக் கின்ற தன்றியே
யரும்புன லினைநிக ராக வேமலை
யிரும்பையும் நெருப்பிடா துருக்கு மேந்தலே. (4)

4. (108) காஃபிர்களின் இரும்பு போன்ற கடின உள்ளத்தை உருக்கி மாற்றியவர். அன்றியும் நெருப்பில் இடாமலே மலை இரும்பையும் நீர்போல் உருக்கிய பெருமைக்கு உரியவர்.

உரம் - கடினம்; புனல் - நீர்; ஏந்தல் - பெருமை மிக்கவர்.

வளநிறை மரகத மலையி னார்குழ
யளவறு மொருமிசு றாற்றி னார்நறாத்
துளிமலர்க் குங்குமத் தொடைய லார்சமர்
கிளர்பகை ஞரைக்கொலும் பசிய கிள்ளையார். (5)

5. (109) வளம்நிறைந்த மரகத மலைகளையும் அளவு சொல்ல முடியா மிசிர் போன்ற நிலப்பரப்புக்கொண்ட நாடுகளையும் உடையவர். தேன் தளும்பும் குங்கும மலர்மாலை அணிந்த தோள்களை உடையவர். வலிய போருக்கு எழும் பகைவரைக் கொல்லும் வல்லமை பெற்றவர்.

குழி - ஒருகோல் அகலமும் ஒருகோல் நீளமும் கொண்ட நீட்டல் அளவு; நறா - தேன்; தொடை - மலர்மாலை; சமர் - போர்; பசிய - பச்சை; கிள்ளை - கிளி.

தகுமரு வலர்முடி தகர்த்துப் பின்னதி
னுகுகதிர் மணிகளை யுயர்த்தி வீசிவான்
புகுமதி பருதிதேர் பதியப் போர்செயு
மிகுமத மொழுகிய வெள்ளை யானையார். (6)

6. (110) தகுதியுள்ள பகைவரின் மணிமுடிகளைத் தகர்த்து, அவற்றில் உள்ள ஒளிவீசும் வைரமணிகளை உதிர்த்து வானவெளியில் வீசுவார். அவை வானத்தில் பதிந்து சந்திர சூரியன்போல் இலங்கும். போரில்வல்ல மதம் ஒழுகும் வெள்ளை யானை உடையவர். 3, 4, 5, 6 ஆகிய நான்கு பாட்டுகளிலும் குறிக்கப்படுபவர் நபி தாவூது (அலை)

மருவலர் - பகைவர்; உகுகதிர் - ஒளிவீசும்; மதி - சந்திரன்; பருதி - சூரியன்; பதிய - அழுத்தமாக; மதம் - மதநீர்.

பிழைப்படு குபிர்கெடச் சுவனம் பெற்றிட
மழைக்கர ரிவர்பதம் வழுத்த வாருமென்
றழைப்பது போலநின் றசைந்து பொங்கொளி
தழைத்திடு பசுங்கொடி தழைத்த வாசலார். (7)

7. (111) அவருடைய அரண்மனை வாசலில் பட்டொளி வீசிக் கொடி பறக்கிறது. குஃபிர் ஆகிய இறைமறுப்பு குற்றம் ஆகும். அக் குற்றம் நீங்கவும் சொர்க்கப்பேறு அடையவும் மழைபோல் கொடைகொடுக்கும் தாவூது நபியைப் பணிந்து வாருங்கள் என்று அழைக்கிறது அக் கொடி.

பிழை - குற்றம்; குபிர் - இறைமறுப்பு; சுவனம் - சொர்க்கம்; மழைக்கரர் - மழைபோல் கொடைகொடுக்கும் கை உடையவர்; வழுத்தல் - போற்றல்.

விழியரு ணோக்கிமே வலர்ப ணிந்திடிற்
கழிசிறு வீணைபொன் முடிக றங்கொலி
பொழிவற முழங்கவவ் வொலியின் கூடவே
மொழியுமும் முரசொலி முழங்கு முன்றிலார். (8)

8. (112) அவருடைய அருள்வேண்டிப் பணியுங்கள். பணிந்தால் வீணை இசை முழங்க அதனுடன் மூன்று முரசும் முழுங்க வழங்குவார். இதுவே அவர் வாசலில் வழக்கம்.

மேலவர் - தாவூது நபி; கறங்க - ஒலிக்க; மும்முரசு - மணமுரசு, கொடைமுரசு, வெற்றிமுரசு; முன்றில் - முற்றம்.

கதிர்மதி யனல்புனல் காற்று மற்றுமிப்
பதியினி லுளவுயிர் பலது மஞ்சிய
துதிபெறு மாணையார் சுருதி நீதிமுன்
குதிகொள வியற்றுசெங் கோலின் மாட்சியார். **(9)**

9. (113) சூரியன் சந்திரன் நெருப்பு நீர் காற்று முதலிய இயற்கையும் உலகில் வாழும் உயிர்களும் அஞ்சிப் பணிந்து போற்றும் அதிகாரம் படைத்தவர். வேத நீதி விளங்க ஆளும் மாண்புயர்ந்த செங்கோல் உடையவர்.

கதிர் - சூரியன்; மதி - சந்திரன்; அனல் - நெருப்பு; புனல் - நீர்; பதி - உலகு, பூமி; துதி - புகழ்; ஆணை - அதிகாரம்; சுருதி - வேதம், சபூர் வேதம்; முன்குதிகொள - வெளிப்பட; இயற்றுதல் - செலுத்துதல்; மாட்சி - மாண்புடைய நிலை.

சவியுலா வியமணித் தவிசின் மீதிருந்
துவமைவே றிலன்றிரு வுளத்துக் கேற்பவே
கவினுமோர் நிலவுவெண் கவிகை மீதினிற்
புவியெலாம் பொதுவறப் புரக்குங் காவலார். **(10)**

10. (114) ஒளிபொருந்திய அரியணையில் அமர்ந்து, தனக்கு உவமை வேறு ஒன்றும் இல்லாத இறைவனின் திருவுளப்படி ஆள்பவர். அவருடைய கொற்றக்குடை அழகானது. வெண்ணிலவு போல் குளிர்ச்சி உடையது. அதன் நிழலில் உலகம் முழுவதையும் பாதுகாப்பவர்.

சவி - ஒளி; தவிசு - அரியணை; உவமை வேறிலன் - இறைவன்; கவினும் - அழகு இலங்கும்; கவிகை - குடை, கொற்றக்குடை; பொதுவற - உலகம் பொது என்னும் சொல் அகலும்படி; புரக்கும் - பாதுகாக்கும்.

கலிநிலைத்துறை

கறங்கு தெண்டிறைக் கடலினுங் கதித்திடு தளத்தார்
மறங்கொள் வீரமுங் கல்வியு மிருந்துவாழ் மனத்தார்
நிறங்கொள் கோடிசூ ரியகதிர் நிறைந்திலங் குதல்போற்
பிறங்கு வள்ளல்தா வூதுநன் னபியெனும் பெயரார். **(11)**

11. (115) ஓயாது இரைச்சலிடும் கடலைவிடப் பெரிய படை உடையவர். உரம் மிக்க வீரமும் கல்வியும் வாழும் மனம் உடையவர். கோடிச் சூரியக் கதிர்திரண்டு ஒளிவீசுதல்போல் விளங்கும் வள்ளல். அவர் பெயர் தாவூது நபி.

கறங்கு தெண்டிரை - இரைச்சலிடும் அலை; கதித்தல் - மிகுத்தல்; தளம் - படைவீடு, பாசறை; மறம் - உரம். உறுதி; பிறங்குதல் - ஒளிர்தல்.

வகுக்கு மின்னதா வூதுநன் னபிமனை வியர்க
டொகுக்கு மோர்தொண் ணூற்றொன்பதா மிவரிலோர் தோகை

மிகுக்க நற்கண மணிகள்சூழ்ந் திருக்கமின் கிரண
முகுக்கு மோர்நடு நாயக மணியினை யொத்தார். (12)

12. (116) முன்னர் விரித்துப் பேசப்பட்ட தாவூது நபியின் மனைவியர் 99 பேர். அவர்களில் ஒளிவீசும் வைரமணிகளின் பேரொளி வீசும் ஒரு மணி போனறவர். பெண்களில் நடுநாயகம் ஆனவர்.

வகுத்தல் - வகைபடப் பிரித்தல்; தொகுக்கும் - தொகை; தோகை - மயில்; கணம் - கூட்டம்; மின்கிரணம் - ஒளிக்கதிர்; உகுக்கும் - உமிழும், வீசும்.

உளந்த னிற்பல பொறுமைக ளெனுமுடுக் குலங்க
டளர்ந்தி டாவகை வளைந்துசுற் றிடநெடுந் தவச்சீர்
விளைந்தி ருந்துளக் கசடெனு மறமற விளங்கி
வளர்ந்த கற்பெனுங் கதிர்நிறைந் திலங்கிய மதியம். (13)

13. (117) உள்ளத்தில் பலவகையான பொறுமைகள் நட்சத்திரங்கள்போல் சுற்றிச் சுழன்று ஒளிவீசுகின்றன. அரிய பல நெடிய தவங்கள் விளைந்திருக்கின்றன. ஆதலால் அவர் உள்ளத்தில் கசடுகளும் குற்றங்களும் இல்லை. முற்றிய கற்பு என்னும் ஒளி நிறைந்து இலங்கும் நிலவுபோல் திகழ்கின்றார்.

உடுக்குலம் - நட்சத்திரக் கூட்டம்; மறம் - குற்றம்; அற - அற்றுப் போக; கதிர் - ஒளி; மதியம் - நிலவு.

வருக வின்கொள்பெண் பருவமென் றிடுசிறை வளர்ந்தே
தரும மென்னும்வற் றாதவா வித்தடந் தினில்வந்
தொருவ னன்பெனுஞ் செழுமரை மலரினி லுறைந்தே
யரிய சிந்தையின் மகிழ்வுகொண் டினிதுவா ழன்னம். (14)

14. (118) அவர் தாமரை மலரில் உறையும் அன்னம் போன்று உள்ளார். அவருக்குப் பருவம் அழகிய சிறகாக வளர்ந்துள்ளது. அறம் என்பதும் வற்றாத குளமாக உள்ளது. ஒருவனாகிய இறைவனின் அன்பே தாமரை மலர். அவன் நாட்டமே அவர் கொள்ளும் மகிழ்ச்சி.

கவின்கொள் - அழகுகொண்ட; சிறை - சிறகு; வாவி - குளம்; ஒருவன் - இறைவன்; உறைந்து - தங்கியிருந்து; சிந்தை - நாட்டம்.

உலகி னிற்குடி யிருக்குமின் மறைப்பொரு ளோது
மிலகு பைங்கிளி நிறுத்துரை யாதபொன் னெழில்சேர்
கலக வேல்விழி மடந்தையர் திலகமாங் கரும்பு
குலவி ளத்தய வெனுமல ரலர்ந்தபூங் கொடியே. (15)

15. (119) அவர் உலகில் வாழும் ஒளி. ஸபூர் வேதம் ஓதும் பச்சைக்கிளி. மாற்று இவ்வளவு என்று சொல்ல முடியாத பசுந்தங்கம். அழகிய வேல் போன்ற

கண்களைக் கொண்ட பெண்களின் திலகம். கரும்புபோல் இனிய குலத்தில் தோன்றிய தயவு என்னும் பூமலர்ந்த பூங்கொடி.

மின் - ஒளி; நிறுத்துரையாத - இத்தனை மாற்று என்று நிறுத்துச் சொல்ல முடியாத; மடந்தை - 14 முதல் 19 வயதிற்கு உட்பட்ட பெண்; குலம் - தோன்றிய குடி; அலர்ந்த - பூத்த.

அருண்மி குத்துயி ரெவையெவை யினுநிறைந் தருளு
மொருத னிப்பொரு ளிறைவனை நினைதுள முருகித்
தரும மிக்கயா சூஃசெய் திடுநெடுந் தவத்தால்
வருகு லக்கொடி நசாயிஃ வெனும்பெயர் மயிலே **(16)**

16. (120) அவர் யாசூகு ஆவார். தருமச் செயல்களில் நிரப்பமான யாசூகு நெடுநாளாகத் தவத்தில் ஈடுபட்டிருந்தார். அருள் நிறைந்தவனும் எல்லா உயிர்களிலும் நிறைந்து இலங்குபவனும் ஒருதனிப் பொருளும் ஆகிய இறைவனை நினைந்து உள்ளம் உருகித் தவம் செய்தார். அந்தத் தவத்தின் பயனாகக் குலம் விளங்க நசாயிகு என்னும் பெண்மயில் தோன்றினார்.

குலக்கொடி - குலம் விளங்கத் தோன்றிய கொடிபோன்ற பெண்.

இன்ப வாரிதி யமிழ்தொரு வடிவெத் திருந்த
தென்ப தாகுமிம் மயிலுட னிசைக்குமோர் தொண்ணூற்
றொன்ப தாந்துணை வியரையுங் கலந்ததா வூதுள்
ளன்ப தாயிருந் தனரொரு சமரச மாக. **(17)**

17. (121) இன்பக் கடலில் தோன்றிய அமிழ்தம் பெண் வடிவம் கொண்டு வந்ததைப் போன்றவர் நசாயிகு. அவருடன் தம்முடைய 99 மனைவியருடனும் சமமான அன்புடன் வாழ்ந்தார் தாவூது நபி.

வாருதி - கடல்; இசைக்கும் - சொல்லும்; சமரசம் - சமமான.

இந்த மாமடந் தையருட னெழில்குடி யிருக்குஞ்
சந்த னாசல வுபையதிண் புயநபி தாவூ
தந்த வானுல கரம்பைய ரணையவாழ் வதுபோற்
கந்த வான்பொழிற் சாமில்வாழ்ந் திருந்தனர் களித்தே. **(18)**

18. (122) பொதிய மலைபோன்ற இரண்டு தோள்களை உடையவர் தாவூது நபி. அவர் தம்முடைய 99 மனைவியருடனும் கூடிச் சொர்க்கத்தின் ஹூருலீன்களுடன் கூடி வாழ்வதுபோல் தென்றல் தவழும் சோலைகள் சூழ்ந்த ஷாம் நாட்டில் மகிழ்ச்சியுடன் வாழ்ந்திருந்தார்.

சந்தனாசலம் - பொதியமலை; உபயம் - இரண்டு; புயம் - தோள்; அரம்பையர் - ஹூருலீன் பெண்கள்; அணைய - கூட; கந்தவான் - தென்றல்; பொழில் - பூஞ்சோலை; களித்து - மகிழ்ந்து.

நிலங்க ளேழினு மதிகவெண் புகழ்நிலை நிறுத்து
மலங்கல் வேலின ரிவருளப் பொருளுமா வியும்போ
லிலங்க வோர்பதி னாறுசந் ததிகள்பெற் றெடுத்தார்
நலங்கண் மேவியம் மதலையர் வளருமந் நாளில். (19)

19. (123) ஏழு கண்டங்களிலும் நிலைத்த புகழுடையவர், ஒளிவீசும் வீரவேல் ஏந்தியவர் தாவூது நபி. அவர் உள்ளத்தின் அரிய செல்வங்களும் உயிரும் போன்ற பதினாறு மக்களைப் பெற்றெடுத்தார். எல்லா நலன்களும் சூழ அம் மக்கள் வளர்ந்தனர் அந் நாளில்.

வெண்புகழ் - தூய புகழ்; அலங்கல் வேல் - ஒளிவீசும் வேல்; இலங்க - திகழ; சந்ததி - பிள்ளைகள்.

தனந்த வந்தனிற் பெருகிய வெனதுதா வூதே
முனந்த ரம்பெறப் பிறந்தபுத் திரரின்முக் கியமா
யினந்த ரம்பெற வுமதுதந் தலைமைக ளெல்லா
மனந்த ரம்பெற வொருமத லையையரு ளுவனியான். (20)

20. (124) செல்வப் பெருக்கிலும் தவத்திலும் சிறந்த தாவூதே! உமக்கு வாரிசாகப் பிறந்த மக்களில், அம் மக்கள் கூட்டம் சிறந்த மக்களினமாக ஆகவும் உம்முடைய தலைமைத்துவத் தகுதிகளை எல்லாம் அனந்தரம் கொள்ளவும் தகுதியுள்ள ஒரு மகனை உமக்கு அருள்வேன்.

தனம் - செல்வம்; முனந்தரம் - முன் அனந்தரம் - முன்னர் வாரிசு உடையதாக; இனந்தரம்பெற - இனம்தரம் பெற; மதலை - மகன்.

கலிவிருத்தம்

புனலிடை குளித்துடல் புனித மாக்கியே
வனநிறை தருமிழை வத்தி ரம்புனைந்
தனமெனு நடை யிபயில்யா சூஃக் காருயி
ரெனவரு நசாயிகை யணையு மென்னவே. (21)

21. (125) யாசூகின் உயிருக்கு நிகரான மகளும் உமது மனைவியுமான நசாயிகை நீராடித் தூய்மைபெறச் செய்க. வனப்புமிக்க ஆடை அணிவிக்க. அன்னநடை பயிலும் மங்கை நசாயிகுடன் வீடுகூடுக.

புனல் - நீர்; வனநிறை - வனப்புமிக்க; இழை - நூல்; வத்திரம் - வஸ்திரம், ஆடை; புனைந்து - உடுத்து; அனம் - அன்னம்; அணையும் - வீடுகூடும்.

அரும்பொரு ளிறையொகி யிறக்கி னானதை
விரும்பியிப் புவிப்புனன் மிசைக்கு ளிக்குமுன்
வரும்பெரு மகிழ்ச்சிவா ருதிகு ளித்திரு
பொரும்பெரு மலையெனும் புயங்கள் பூரித்தார். (22)

22. (126) என்று, மெய்யான அரும்பொருளாகிய இறைவன், தன்னுடைய நபியாகிய தாவூதுக்குச் செய்தி அனுப்பினான். அச் செய்தியை உகந்துகொண்ட தாவூது நபி, உலக நீரில் குளிக்குமுன் பெருகிப் பொங்கி எழுந்த மகிழ்ச்சிக் கடலில் குளித்து மலைபோன்ற தோள்கள் பூரித்தார்.

ஓகி - வஹீ, இறைச்செய்தி இறங்கும் முறை; புனன் - புனல், நீர்; மிசை - மேல்; வாருதி - வாரிதி, கடல்; பொரும் - பொருதும், போர்செய்யும்; புயம் - தோள்; பூரித்தல் - விரும்மிப் புடைத்தல்.

முதலிதிற் குளித்தபின் முதல்வ னோதுமவ்
விதமிகு புனிதநீர் மிசைக்கு ளித்தனர்
கதிரவ னரருரு வெடுத்துக் காசினி
யுதகம தினிற்குளிப் பதுவொப் பாகவே. (23)

23. (127) இறைக்கட்டளைப்படி நசாயிகு அம்மையார், முதலில் வழக்கம்போல் குளித்தார்; பின்னர் இறைவன் கட்டளைப்படியான புனித நீர்நிலையில் குளித்தார். அக் காட்சி, மனித உருவெடுத்த சூரியன் பூமியில் உள்ள நீர்நிலையில் குளிப்பது போன்றிருந்தது.

மிசை - மேல்; நரர் உரு - மனித உரு; காசினி - புமி, உலகம்; உதகம் - நீர்நிலை.

வானதி யெனும்புன லாடி மற்றொரு
கானிமிர் மலரெனுங் கலையி னாற்றிரு
மேனியி லீரமும் புலர்த்தி வெற்றிசேர்
சூனிமிர் மழைக்கையாற் றுகில்பு னைந்தபின். (24)

24. (128) ஆற்றுநீரில் குளித்தார். சோலைமலர் போன்ற மென்மையான துணியினால் மேனியில் ஈரம் போக்கினார். மேகம் போல் வழங்கும் கையால் ஆடை அணிந்தார்.

வானதி - ஆகாயக்கங்கை, ஆறு; கானிமிர் மலர் - சோலைமலர்; கலை - துணி; புலர்த்தல் - துடைத்தல்; சூனிமிர்மழை - திரண்டு இடித்துப் பெய்யும் மழை; துகில் - ஆடை.

இகந்தனிற் பிறந்திடி லியற்கை யாகவே
திகழ்ந்திடு பரிமள வாசந் திக்கெலா
மிகுந்திட நடந்துள விருப்ப தாய்விண்ணோர்
புகழ்ந்திடு நசாயிஃ மனையிற் புக்கினார். (25)

25. (129) உலகில் பிறக்கும்போது இயற்கை நறுமணத்துடன் பிறந்தவர் நசாயிகு. அவர் நடந்தால் திசைகள் மணக்கும் என்று வானவரால் புகழப்பட்டவர். மணவறையில் நுழைந்தார்.

இகம் - உலகம்; பரிமளம் - நறுமணம்; மனை - மணவறை; புக்கினார் - போனார்.

கதிர்வர வலர்தரு கமலம் போலவே
மதிமுக மலர்தரக் கண்டு மாதெழுந்

தெதிரினின் றனரருகி ருத்தி யின்புறப்
புதுமல ரணையினிற் புல்லி னாரரோ. (26)

26. (130) சூரியனைக் கண்ட தாமரை மலர்வதுபோல் நசாயிகைக் கண்ட தாவூதின் முகம் மலர்ந்தது. அதைக் கண்ட நசாயிகு அவர்முன் ஒதுங்கினார். நசாயிகை அருகமர்த்தி இன்பம் சேரக் கூடி கலந்தார்.

கதிர் - சூரியன்; கமலம் - தாமரை; மதிமுகம் - நிலாமுகம்; மலரணை - மலர்ப்படுக்கை; புல்லினார் - தழுவினார்.

குலவுமப் பொழுதகி லாண்ட கோடியுந்
துலகுநற் புகழ்வளர் சுலியு மானபி
யிலகுபொற் கிளிநசா யிஃவ யிற்றினுட்
பலனுறக் கருப்பவுற் பத்தி யாயினார். (27)

27. (131) கூடிய அப்போது, எல்லா உலகங்களிலும் புகழ் துலங்கும் சுலைமான் நபி நசாயிகு வயிற்றில் கருவுற்றார்.

குலவுதல் - கூடிக்களித்தல்; அகிலாண்ட கோடி - அகிலம், அண்டம் கோடி, எல்லா உலகங்களும்; துலகி - துலங்கும்; இலகு - இலங்கும்.

பொறைநிறை நசாயிஃ வயிற்றிப் போதினி
னறைகமழ் சுலையுமா னபியை வைத்தன
னறைதரு மதிகசோ பனங்கொண் டாடுமென்
றிறையவன் வகுத்தன னமர ரியார்க்குமே. (28)

28. (132) பொறுமை மிக்கவர் நசாயிகு, அவர் வயிற்றில் சுலைமான் நபியை வைத்தேன், அவருக்கு வாழ்த்துக் கூறுங்கள் என்று வானவர்க்குக் கட்டளை யிட்டான் இறைவன்.

பொறை - பொறுமை; நறை - மணம்; அறைதகு சோபனம் - வாழ்த்துமொழி; வகுத்தனன் - கட்டளையிட்டான்.

ஈனமில் லவனிது விசைக்கு மெல்வையிற்
றாய்நறை யறுசினிற் குறுசிற் சொர்க்கமென்
றானதிற் புவியினி லாயி ருந்திடு
வானவ ரடங்கலு மகிழ்ச்சி பொங்கியே. (29)

29. (133) குறை பழுது இல்லாதவன் ஆகிய இறைவன் இவ்வாறு கூறிய அளவில், அருசியிலும் குருசியிலும் சொர்க்கத்திலும் உலகம் எங்கிலும் இருந்த வானவர் அடங்கலும் மகிழ்ச்சியில் பொங்கினர்.

ஈனமில்லாதவன் - குறை பழுது இல்லாதவன், இறைவன்; இசைக்கும் - சொல்லும்; எல்வை - நேரம்; நறை - மணம்; அறுசு - அருஷு; குறுசு - குருசி, அரியணை; புவி - உலகம்.

கடல்வளை யுலகினுங் கதித்த வானுல
      கிடமத னிலுமினி தேத்தி வாழ்த்தியே
      யடரதி சுபதின மின்றைக் காமெனப்
      படர்தரு மதிகசோ பனங்கொண் டாடினார்.   (30)

30. (134) கடல் சூழ்ந்த உலகிலும் உயர்ந்த வானங்களிலும் உள்ள வானவர் யாவரும் புகழ்ந்தனர்; வாழ்த்தினர். இன்று மங்கல நாள் எனப் போற்றிக் கொண்டாடினர்.

கதித்த - மிகுதியான; ஏத்துதல் - புகழ்தல்; அடர்தல் - படர்தல்; அதி - மிக்க; சுபதினம் - நன்னாள்; படர்தரும் - படரும், தொடரும்; சோபனம் - வாழ்த்து.

      புளகித முடன்மிகு புலவ ரிப்படிக்
      கொளவுய ரதிகசோ பனங்கொண் டாடுதல்
      வளர்தரு கொடுமையு மாய வஞ்சமு
      மளவறு மனத்திபு லீச றிந்தனன்.   (31)

31. (135) வானவர் பூரித்து வாழ்த்தி மகிழ்வதை, வளர்ந்த கொடுமையும் மாயமும் வஞ்சமும் நிறைந்த இபுலீசு அறிந்தான்.

புளகிதம் - மகிழ்ச்சி; புலவர் - வானனவர்; கொள - கொண்டு.

      அறிந்துளங் கலங்கிவீழ்ந் துணர்ச்சி யற்றுப்பின்
      முறிந்தசிந் தையிற்றெளிந் தெழுந்து மூர்க்கமாய்ச்
      செறிந்தவிண் ணவரிடஞ் சென்று வாய்திறந்
      தெறிந்தனன் சோபன மேதென் றோர்மொழி.   (32)

32. (136) அறிந்து மனம் கலங்கினான். விழுந்து புரண்டான். மூர்ச்சையாகினான். பின்னர் எழுந்தான். நடப்பு உண்மை எனத் தெளிந்தான். மனவுறுதி குலைந்தான். விரக்தியில் வெறியனானான். வானவரை அணுகி இஃதென்ன மங்கல முழக்கம் என்று வாய்திறந்து கடுப்புடன் கேட்டான்.

முறிந்த சிந்தை - உறுதி குலைந்த மனம்; செறிந்து - நெருங்கி; எறிந்தனன் - கடுப்புடன் கேட்டான்.

      இவனிது கேட்கவிண் ணவரி சைப்பரெப்
      புவனமு நிறைந்தவன் முனிவு பொங்கியுன்
      மவுலியி லிறங்குவஞ் சகத்துன் மார்க்கனே
      நவிலிபு லீசெனு நாமப் பாவியே.   (33)

33. (137) இபுலீசு கேட்க வானவர் கூறினர்; எங்கும் நிறைந்த இறைவனின் சாபத்தால் முடியிழந்த வஞ்சகனே. வழிகேடனே. இபுலீசு என்னும் பெயருடைய பாவியே.

இசைப்பர் - சொல்வர்; புவனம் - உலகம்; முனிவு - சாபம்; மவுலி - முடி; நவில் - சொல்.

மாயிரு நிலமும்வா னுலகும் வாழ்த்திய
நாயக சுலையுமா னபியென் போரவர்
தாய்திரு வயிற்றினிற் றரித்த நாளிது
வாயதான் மகிழ்ச்சிகொண் டாடு கின்றனம். (34)

34. (138) விண்ணும் மண்ணும் வாழ்த்திடும் நாயகர் சுலைமான் நபி தாய் வயிற்றில் தரித்துள்ளார். அதை ஒட்டியே மகிழ்ச்சி கொண்டாடுகின்றோம்.

மாயிரு நிலம் - கடலும் நிலமும்; ஆய - ஆகிய.

இனியனை யுதரம்விட் டிவர்பி றந்திடிற்
றினமரி யவருல கினிற்செ யுந்தவ
மனநிலை கெடுக்குமுன் மாய வஞ்சமு
முனதுதன் னரசுமற் வொழிவ துண்மையே. (35)

35. (139) இனி அவர் தாய்வயிற்றிலிருந்து பிறந்துவிட்டால் நுபுவ்வத்தின் கடமையைச் செய்யத் தொடங்கிவிடுவார். அதனால் மனித மனத்தைக் கெடுக்கும் உன்னுடைய மாயமும் வஞ்சகமும் எடுபடமாட்டா. நீ அரசிழக்கப் போவது உண்மை.

உதரம் - கருப்பை; அரியவர் - நபி; செயும்தவம் - நுபுவ்வத்தின் கடமை, ஷிர்க்கையும் குஃப்ரையும் ஒழித்து தீனை நிலைநாட்டல்; தன்னரசு - வழிகேடு; அற்று - இல்லாமலாகி.

வழியிது வெனவவர் வகுக்கக் கேட்டலும்
விழியினிற் புனல்சொரி தரவி சாரமிட்
டழிதரு மனத்துட னவரி யார்கமன்
மொழியுமென் றனன்பெரு முனிவி னுட்பட்டோன். (36)

36. (140) என்றனர் வானவர். வானவர்விவரம் கூறக்கேட்ட அவன் கலங்கினான். கண்ணீர் சிந்தினான். துன்பமுற்றான். மனம் அழிந்தவனாக அவர் எவருடைய மகன் என்று கேட்டான். கரிக்கும் சாபம்பெற்ற இபுலீசு.

வருத்தல் - சொல்லல்; புனல் - நீர்; சொரிந்த - சிந்த; விசாரம் - துன்பம்; கெருமுனிவு - கரிக்கும் சாபம்.

உடையவன் சுருதிதா வூது நன்னபி
கடைமக வெனக்கவன் றார்கள் கேட்டுள
மிடைமிடைந் தவிடம்விட் டேவி ரைந்துபோம்
நடையற மெலமெல நடந்து போயினான். (37)

37. (141) அனைத்தையும் உடையவனாகிய இறைவனின் வேதம் பெற்ற தாவூது நபியின் கடைசி மகன் என்று கூறினார்கள். கேட்டு மனம் உடைந்தான். அங்கிருந்து விரைந்து நடந்தான். நடக்க முடியாது மெல்ல மெல்ல நடந்து போனான்.

உடையவன் - அனைத்தையும் உடைமையாகக் கொண்டவன், இறைவன்; சுருதி - வேதம், சபூர்; கடைமகவு - கடைசிப் பிள்ளை; கவன்றார்கள் - சொன்னார்கள்; இடைமிடைந்து - இடையில் நெருங்கி; நடையற - நடக்க முடியாமல்.

சென்றவ னிருப்பிடத் திருந்து தீங்கெலா
மின்றடைந் தனவென விரங்கி யேங்கியே
கன்றியிவ் விதம்வரு கவலை போம்வழி
யொன்றிலை யோவென வுருகி வாடினான். (38)

38. (142) தன் இருப்பிடம் சேர்ந்தான். எல்லாத் தீங்குகளும் இன்று என்னை வந்து அடைந்தனவே என்று ஏங்கினான். முகம் கன்றினான். இன்று வந்த கவலை நீங்க ஒருவழி இல்லையோ என்று உருகி வாடினான்.

கதறின னடிக்கடி கதறி நெஞ்சகம்
பதறின னெனக்குமிப் பகையுண் டோவென
விதறினன் பொறுக்கொணா விதத்திற் கைகடித்
துதறின னெடும்பெரு மூச்சொ ழிந்திலன். (39)

39. (143) கதறினான். அடிக்கடிக் கதறி நெஞ்சம் பதறினான். எனக்கும் இப்படி ஒரு பகை உள்ளதா என்று நடுங்கினான். பொறுக்க முடியாமல் கையைக் கடித்துக்கொண்டு உதறினான். ஒழியாது நெடுமூச்செறிந்தான்.

விதறினான் - நடுங்கினான்.

படுத்தன னெழுந்தனன் பலது மெண்ணவே
தொடுத்தனன் புலம்பினன் றுடிது டித்தன
னெடுத்தனன் சிலவளப் பிதுவெல் லாதென
விடுத்தனன் மருண்டுமண் மேற்பு ரண்டனன். (40)

40. (144) படுத்தான். எழுந்தான். ஏதேதோ எண்ணத் தொடங்கினான். புலம்பினான். துடிதுடித்தான். சில சூழ்ச்சிகளை எண்ணினான். ஆனால் இவை எல்லாம் வெற்றிபெற மாட்டா எனக் கைவிட்டான். மருண்டு மண்ணில் விழுந்து புரண்டான்.

சிலவளப்பு - சில அளப்பு, சிலவகை குழப்பம், சூழ்ச்சி.

அருகினன் கவலையக் கினியி லீரலுங்
கருகினன் றியங்கினன் கண்ம யக்கமே
பெருகின னறிவுதன் னிலைபெ யர்ந்துபோய்த்
திருகினன் சுழன்றனன் றிகைத்த யர்ந்தனன். (41)

41. (145) கவலை நெருப்பில் வீழ்ந்து ஈரல் கருகினான்; தயங்கினான். கண்மயக்கம் கொண்டான்; அறிவு தலைபுரண்டு தலைசுற்றினான். திகைத்தான். அயர்ந்தான்.

அருகினான் - அராவப்பட்டான், ராவப்பட்டான்; அக்கினி - நெருப்பு; திருகினான் - திருகு நோய்.

இவனிவை விளைந்திட யிவன்றன் கூட்டத்தார்
கவலையே துனக்கெனக் கலங்கிக் கேட்கவே
நவமுயர் சுலியுமா னபிபி றப்பது
மவர்பிறந் திடிற்றனக் கடையுந் துன்பமும் **(42)**

42. (146) இபுலீசு நிலை இவ்வாறிருக்கும்போது அவனுடைய கூட்டத்தார் வந்தனர். தலைவன் நிலைகண்டு கலங்கினர். உன் கவலைக்குக் காரணம் யாது எனக் கேட்டனர். அறப்புதுமைகள் நிறைந்த சுலைமான் நபி பிறக்க இருப்பதும் அதனால் தனக்கு ஏற்படக்கூடிய துன்பமும்

நவம் - புதுமை, முஃஜிஸாத்.

வானவர் மகிழ்ச்சிகொண் டாடும் வண்மையும்
தானவ ரிடத்தினிற் கேட்டுச் சஞ்சலிப்
பானதும் வகைவகை யாக வோதினா
னீனவஞ் சகநிறைந் திருக்கு நெஞ்சனே. **(43)**

43. (147) வானவர் மகிழ்ச்சி கொண்டாடும் பெருமிதமும் அவர்களிடம் விவரம் கேட்டுத் தான் அடைந்த சஞ்சலமும் ஆகிய அனைத்தையும் விரிவாக எடுத்துரைத்தான், ஈனமும் வஞ்சகமும் நிறைந்திருக்கும் நெஞ்சனான இபுலீசு.

வண்மை - வளமை, பெருமிதம்.

கேட்டன ரவர்களுங் கிலேச முற்றனர்
வாட்டமு மிகுந்தொளிர் மதிம யங்கினர்
கோட்டம துடன்நிலை குலைந்து நிற்குமக்
கூட்டமென் பதற்கிவ னின்னங் கூறுவான். **(44)**

44. (148) இதைக் கேட்ட அவனுடைய கூட்டத்தார் கலங்கினர். வாடினர். மதி மயங்கினர். துவண்டனர். நிலைகுலைந்து நிற்கும் அக் கூட்டத்திம் மேலும் கூறுகிறான்.

கிலேசம் - கலக்கம்; கோட்டம் - வளைவு, துவளல்.

மருப்பதி சுலையுமா னெனவ குத்திடுங்
கருப்பமற் றிடவொரு கலைவு செய்திடிற்
பொருப்பில்வைத் திடுசுடர் போல வாழ்க்கைபெற்
றிருப்பமற் றொருகுறை யாது மில்லையே. **(45)**

45. (149) மலைகளின் அரசராகத் திகழவிருக்கும் சுலைமானின் கருவைக் கலைத்து அழித்துவிட்டால், நம்முடைய வாழ்க்கை மலைமேல் ஏற்றிய தீபம் போல் இலங்கும். எத்தகைய குறையும் ஏற்படாது.

மரு - மலை, மணம்; பதி - தலைவர், அரசர்; கருப்பம் - கரு, கர்ப்பம்; பொருப்பு - மலை.

இதுசெயத் துணியுமென் றியற்றி னானவ
ரதுசெயத் துணிந்துமா காத லுற்றன
ரெதுசெயத் துணியினு மேக நாயகன்
விதிசெயப் படுமதை விலக்கக் கூடுமோ. **(46)**

46. (150) இந்த வேலையைச் செய்யுங்கள் என்றான். அவர்கள் என்ன முயன்றும் அதைச் செய்ய முடியவில்லை. எத்தனை முயன்றாலும் இறைவன் விதித்த செயலை விலக்க முடியுமா?

இயற்றினான் - சொன்னான், செய்தான்; ஆகாதல் உற்றனர் - செய்ய முடியாதவராயினர்.

கலியிபு லீசுமன் னவன்க ணங்களு
முலைவுசெய் வதற்கிட மற்றொ ழிந்துள
மலைவுட னிருந்தனர் மகித லத்தினின்
மிலைதரு நன்மையைத் தீமை வெல்லுமோ. **(47)**

47. (151) கலைக்கும் தொழிலுடைய இபுலீசும் அவன் கூட்டமும் அழிவு செய்திட இடமில்லாமல் மலைத்தனர். உலகத்தில் நன்மையைத் தீமை வெல்லுமோ?

கலை - கலைத்தல் தொழில்; கணம் - கூட்டம்; உலைவு - அழிவு; இடமற்றொழித்துள - இடம் அற்றொழிந்து உள்ள; மலை - திகைப்பு, மலைப்பு; மகிதலம் - உகம்; மிலை - அணிதல்.

வேதநுண் பொருள்விதித் தவன்றன் காவலா
னீதமு நெறியுமோர் நிலையிற் றங்கியே
யோதுரு வெடுத்துயர் வதுவொத் தொன்பது
மாதமும் நசாயிஃ வயிற்றி லுற்றனர். **(48)**

48. (152) நுட்பமான வேதப்பொருளை விதித்த இறைவன் காவலில், நீதியும் நெறியும் ஒன்றாகத் தங்கி ஓருரு எடுத்து உயர்வதுபோல், நசாயிகு வயிற்றில் ஒன்பது மாதம் நிரம்பினார் சுலைமான் நபி.

கருப்பமுற் றிடுநசா யிஃக்குக் கால்கைசோர்ந்
திருப்பதும் புளிப்பினின் மண்ணி லிச்சைகொள்
விருப்பமுங் கனியிதழ் வெளுப்புஞ் சிற்றிடை
பருப்பது மிகுந்துநீர் பருகும் பான்மையும். **(49)**

அடிக்கடி மயக்கமு மதிலு றக்கமுந்
திடுக்கென விழிப்பதுந் தியங்கி மெல்லவே
நடப்பது மிளைப்பது நல்வ யிற்றனிற்
றுடிப்பதும் வாயினீர் சுழற்று கின்றதும். **(50)**

புதுமதி முகமொரு போது போலிரா
ததுவுமெய் யினிற்பசு நரம்புண் டாவது
மதுமலர்க் குழலிதன் வயிறு வீங்கலு
மிதுமுதற் பலகுறி யெவையு மில்லையே. (51)

49, 50, 51. (153, 154, 155) கருப்பம் முற்றிய நசாயிகுக்கு கால்கை சோரவில்லை; புளிப்புச் சுவையிலும் மண்ணிலும் இச்சை ஏற்படவில்லை; இதழ் வெளுக்கவில்லை; இடுப்பும் பெருக்கவில்லை; அடிக்கடி நீர் அருந்தவில்லை; அடிக்கடி மயக்கமும் தூக்கமும் ஏற்படவில்லை; திடுக்கிட்டு விழிப்பதும் தயங்கித்தயங்கி மெல்ல நடப்பதும் இல்லை; மூச்சு இரைப்பதும் வயிற்றில் பிள்ளை துடித்திடப் புரளுவதும் இல்லை; வாயில் எச்சில் ஊறுவதில்லை; முகம் அவ்வப்போது மாறுவதும் இல்லை; பச்சை நரம்பு தோன்றவில்லை; வயிறு பெருக்கவில்லை. இப்படிப்பட்ட கருப்பக் கால அடையாளம் ஏதும் நசாயிகுக்கு ஏற்படவில்லை.

கருப்பம் - கர்ப்பம்; முற்றிடு - முற்றிய; தியங்கி - தயங்கி; புதுமதி முகம் - புதிய முழுமதி போன்ற முகம்; மெய் - உடம்பு; பசுநரம்பு - பச்சை நரம்பு;பலகுறி - கருப்பக்கால அடையாளம்.

துதிசெய வருமொரு சுலையு மானபி
மதிநுதல் வயற்றினில் வந்த நாண்முத
லிதினள வினுநடந் திருக்குங் காரண
வதிசயங் கணக்கினி லகப்ப டாததே. (52)

52. (156) புகழுடன் வரவிருக்கும் சுலைமான் நபி, பிறைபோன்ற நெற்றியுடைய நசாயிகுவின் வயிற்றில் தரித்த நாள் முதல், மேற்கூறிய அதிசயங்களுடன் இன்னும் பலவும் நடந்தன. அவற்றைக் கணக்கிட முடியாது.

துதி - புகழ்ச்சி; மதி - பிறை; நுதல் - நெற்றி; நாண் - நாள்; காரணம் - அற்புதம், முஃஜிஸாத்; அதிசயம் - விந்தை.

புதுமைகளிவ் விதந்தோன்ற வயிற்றினில்வைத்
திருந்திடுபூங் கொடித னக்கு
முதிர்கருப்ப வயிறுநொந்து கருமாரி
வருத்தமது முற்றுந் தோன்ற
விதுவறிந்து தாதியருந் தன்னுடைதா
ரங்கடொண்ணூற் றெண்மர் தாமும்
பதியிலுள்ள வரிவையருந் தனதுகிளை
யெனவிருக்கும் பாவை யாரும். (53)

மருத்துவத்தின் மிகத்தெளிந்த மடவியரு
மொருதிரளாய் வந்து கூடிக்
கருத்தினிலஞ் சேலெனவுந் திடமுரைத்துக்
கரந்தமுவி நடத்திக் கஞ்சம்

பொருத்துமுக வெயர்வையற வசந்ததென்றற்
காற்றதனைப் போல வீசி
யொருத்திமடி யினிலிருத்தி யடிவருடி
மார்பிலணைத் துறையும் போதில். **(54)**

53, 54. (157,158) இவ்வாறு அதிசயங்கள் பலவும் தோன்றும்படி கருப்பம் சுமந்த பூங்கொடி போன்ற நசாயிகுக்குக் கருப்பம் முற்றி நோக்காடு ஏற்பட்டது. இடுப்பு வலியும் எடுத்தது. இதை அறிந்த தாதியரும் தாவூது நபியின் மற்ற 98 மனைவியரும் ஊர்ப்பெண்களும் உறவுப் பெண்களும் மருத்துவிச்சிகளும் திரண்டனர். அஞ்ச வேண்டாம் என்று ஆறுதல் கூறினர். அணைத்து நடைபயிற்றினர். முகத்தில் அரும்பிய வேர்வை நீங்க விசிறி வீசினர். ஒருத்தி தன் மடியில் அமர்த்தி மார்பில் சாய்த்துக்கொண்டாள். ஒருத்தி கால் வருடினாள்.

முதிர் வருப்ப வயிறு நொந்து - கருப்பம் முற்றிய நிலையில் வயிற்றில் ஏற்படும் நோக்காடு, கருமாரி வருத்தம், பிரசவ வேதனை, இடுப்புவலி; பதி - ஊர், ஷாம்; அரிவை - இளம்பெண், 20 முதல் 25 வயதுக்கு உட்பட்டவள்; தனது கிளை - உறவுப்பெண்கள்; மடவியர் - மருத்துவிச்சிகள்; கஞ்சம் - தாமரை; உறைதல் - இருத்தல்.

கரியமுகி லெனக்கூந்தல் சரிந்துகிடந்
திடநெடுவேற் கண்ணீ ரோடிச்
சொரிவதிலஞ் சனங்கலந்து முழுநீல
மணிசொரியுந் தோற்ற மாகத்
தெரிதரநொந் திடுவதடிக் கடிமிகுக்கத்
தெரிவையர்க டிரண்டு சூழ
வரியதொரு கருப்பமது கனிந்திளகிச்
சிரசுதய மாகு நேரம். **(55)**

55. (159) கருமுகில் போல் கூந்தல் சரிந்தது.நீண்ட வேல்போன்ற கண்களில் நீர் சுரந்தது. அதில் கண் மை கரைந்து கலந்து நீலமணி சிந்துவதுபோல் தோன்றியது. இடுப்புவலியும் மிகுதியானது. இதை உணர்ந்த மருத்துவிச்சிகளும் மற்ற பெண்களும் திரண்டு சூழ்ந்தனர். அப்போது கருப்பம் கனிந்து இளகி குழந்தையின் தலை தோன்றியது.

முகில - மேகம்; நெடுவேற்கண் - நீண்ட வேல்போன்ற கண்; சொரிவது - சிந்துவது; அஞ்சனம் - கண்மை; சிரசு - தலை.

ஆதிமுத லவையாகி யகிலசரா
சரமுழுது மமைத்துக் காக்குஞ்
சோதியிறை நபிசுலையு மான்பிறக்கு
மனைதனக்குத் துவசங் கொண்டு
மேதினியி லிறங்குமென விதித்திடுங்கட்
டளையதனால் விரைந்து விண்ணோ

ரேதமறு மொருநான்கு மாராயக்
கொடிகரங்கொண் டிறங்கி னாரே. **(56)**

56. (160) அப்போது, ஆதிமுதல் அவனாகவும் அண்ட சராசரங்களையும் அமைத்துக் காக்கும் ஒளியாகவும் உள்ள இறைவன் வானவரை அழைத்தான். சுலைமான் நபி பிறக்கும் மாளிகைக்குக் கொடிபிடித்துப் போங்கள் என்று கட்டளையிட்டான். அதனால் வானவர் யாவரும் விரைந்து பூமியில் இறங்கினர். அவர்கள் குற்றம் இல்லாத நான்கு வகையான மாராயக் கொடிகளைக் கைகளில் ஏந்தி இறங்கினர்.

ஆதி - தொடக்கம்; அகிலம் - உலகம்; சரம் - அசைவது; அசரம் - அசைவற்றது; மனை - வீடு, மாளிகை; துவசம் - துவஜம், கொடி; மேதினி - பூமி; ஏதம் - குற்றம்; அறு - அறுந்த, நீங்கிய; மாராயம் - நற்செய்தி, வாழ்த்து.

இறங்கியிவர் பிறக்குமனை தனக்குமுன
மொருகொடியு மிந்த வீட்டின்
புறந்தனினின் றிலகவொரு கொடியுமிது
வலதுவலப் புறத்தி லொன்றுஞ்
சிறந்தமனைக் கிடதுபுறத் தொருகொடியு
மாய்க்கிரணஞ் செகமும் வானும்
பிறங்கிவர மகிழ்ச்சியுட னதிகசோ
பனஙகூறிப் பிடித்து நின்றார். **(57)**

57. (161) இறங்கிய வானவர்கள், பிள்ளை பிறக்கும் மனையின் முன்புறம் ஒரு கொடியும் பின்புறம் ஒரு கொடியும் வலப்புறம் ஒரு கொடியும் இடப்பறம் ஒரு கொடியும் பிடித்து நின்றபடி மகிழ்ச்சியுடன் மங்கலம் கூறினர். அக் கொடிகளின் ஒளிக்கதிர் வானத்தையும் பூமியையும் அளாவி நின்றது.

புறம் - பின்புறம்; இலக - இலங்க; கிரணம் - ஒளிக்கதிர்; செகம் - ஜகம், பூமி; பிறங்குதல் - சுடர்தல்; சோபனம் - வாழ்த்து, மங்கலம்.

அளவிலவ னருள்பெருகு மமரர்துதி
பரவிநிறைந் தருளு மாதர்
புளகமுட னிதுசமைய மதலைபிறந்
திடுமெனவும் புகன்று வாழ்த்த
வளரமிழ்த கிரணமதி தனிலிருந்து
மணிபிறக்கும் வாறு போல
வொளிரனைதன் வயிற்றிருந்து சுலையுமா
னபிபிறந்தா ருலகின் மீதே. **(58)**

58. (162) வரம்பில்லாதவனான இறைவனின் அருளில் தோய்ந்த வானவர் வாழ்த்துகள் பரந்து நிறைந்தன. அதே சமயம் இப்போது குழந்தை பிறந்துவிடும் என்று பெண்கள் மகிழ்ந்து கூறி வாழ்த்தினர். அப்போது, நிலவின் அமிழ்த

ஒளியில் இருந்து மணி பறப்பதுபோல் ஒளி இலங்கும் அன்னை நசாயிகு வயிற்றிலிருந்து வெளிப்பட்டு உலகில் பிறந்தார் சுலைமான் நபி.

அளவிலவன் - அளவு இல்லாதவன்; துதி - வாழ்த்து; பரவி - நிறைந்து; புளகம் - மகிழ்ச்சி; மதலை - குழந்தை - புகன்று - சொல்லி; வளரமிழ்த கிரணமதி - வளர் அமிழ்த கிரண மதி; ஒளிர் - சுடர் இலங்கும்; அனை - அன்னை, தாய்.

எள்ளலரு நபிகளெவர்க் குங்கிபுலா
பைத்துல்முகத் தீசென் றோதும்
பள்ளியைநே ரிட்டுமுன்னோக் கிக்கலிமா
விரலுயர்த்திப் பண்ப தாகத்
தெள்ளியதோர் சுசூதுசெய்து சுன்னத்துந்
தொப்புழுமே செய்வ தாகி
வள்ளலிரு பதியினிலும் வரிசையுற்ற
நபிசுலையு மான்பி றந்தார். (59)

59. (163) பழிப்பு இல்லாதவர்கள் நபிமார்கள். அவர்கள் அனைவர்க்கும் கிபுலாவாகிய தொழுகையில் முன்னோக்கும் இலக்காகத் திகழ்ந்தது பைத்துல்முகத்திஸ். அதை முன்னோக்கியவராகவும் கலிமா விரலாகிய சுட்டுவிரலை உயர்த்தியவராகவும் பிறந்த சுலைமான் நபி பிறந்த உடனே சுஜூது செய்தார். பிறக்கும்போது அவருக்கு கத்னா செய்யப்பட்டிருந்தது. தொப்பூழ் கொடி அறுக்கப்பட்டிருந்தது. அவர் கொடையில் சிறந்த வள்ளல். இம்மை மறுமையாகிய ஈருலகிலும் பெருமைப்படுத்தப்பட்டவர்.

எள்ளல் - பழிப்பு; கிபுலா - முன்னோக்கும் இலக்கு; பைத்துல் முகத்திஸ் பள்ளி - ஜெருசலத்தில் அமைந்துள்ள தூய இறையில்லம்; நேரிட்டு - நேர்முகமாக; கலிமாவிரல் - சுட்டுவிரல்; சுஜூது - இரண்டு பாதம் இரண்டு முழங்கால் இரண்டு உள்ளங்கை நெற்றி ஆகிய ஏழு உறுப்புகள் தரையில் படும்படிச் செய்யும் வணக்கமுறை; சுன்னத் செய்தல் - பாலுறுப்பான நுனித்தோலை நீக்குதல், கத்னா செய்தல்; இருபதி - இரண்டு உலகம், இம்மையும் மறுமையும்; வரிசை - பெருமை, மகிமை.

சிறிதுமலப் பெருதுமல வெனுந்தேகம்
வெளிறியதோர் சிவப்ப தாகி
வெறிகமழு முபையமரை மலர்களென
மிகப்பருத்த விழிக ளாகி
யறிதருமார் பகலமிரு புயம்பெரிது
புருவமெல்லி தாகி யேயோர்
மறுவறுகற் பரசிநசா யிஃமகவாய்
நபிசுலையு மான்பி றந்தார். (60)

60. (164) சிறிய குற்றமும் இல்லாத கற்பரசி நசாயிகு. அவர் மகனாக சுலைமான் நபி பிறந்தார். பிறந்த குழந்தை பெரியதோ சிறியதோ அல்லாத நடுத்தரமான உடல், வெளிறிய சிவப்பு நிறம், மணம் கமழும் தாமரை மலர்

போன்ற கண்கள், அகன்ற மார்பு, பெரிய தோள்கள், மெல்லிய புருவங்கள் உடையவராகப் பிறந்தார்.

வெறி - மணம்; உபயம் - இரண்டு; மரை - தாமரை; மறு - குற்றம்.

அயர்வகலு மொருமுதல்வ னருட்கடலிற்
புகுந்தளவி லாம லுண்டு
முயல்புவியி னரர்களெனும் பயிர்தழையப்
பொழியவரு முகிலைப் போலும்
வயமுலவு பொருள்வேத தாவூது
நபியெனும்வள் ளலுக்கி ரண்டு
நயனமலர் போலுமுயிர்க் குயிர்போலுஞ்
சுலையுமா னபிபி றந்தார். **(61)**

61. (165) அயர்வு அணுகாத இறைவனின் அருட்கடலில் படிந்து மிகுதியாக உண்டு முயற்சியால் தழைக்கும் உலக மானிடப் பயிர் தழைக்கப் பொழிய வந்த மேகம் போன்றவர் சுலைமான் நபி. உறுதிப்பொருள் கூறும் ஸபூர் வேதம் உடையவர் தாவூது நபி. அந்த வள்ளலின் கண்மலர் போலவும் அவருடைய உயிரின் உயிர் போலவும் சுலைமான் நபி பிறந்தார்.

அயர்வு - சோம்பல்; அகலும் - அஃது இல்லாதிருத்தல்; நரர் - மனிதர்; வயம் - இரும்பு; நயனம் - கண்.

நிலவொழுகுஞ் சுதைமதில்வெண் மணிமாடச்
சாமதனி னேர லார்க
ளிலகுமுடி பொடிபடுத்துந் தாவூது
நபிமனையெங் கெங்கும் வாசங்
குலவிநெடு வானுலக முந்திகழத்
துடக்ககன்று குவலை யத்தே
நலனெவைக்கு முயிரெவைக்கு மதிபதியாய்
சுலையுமா னபிபி றந்தார். **(62)**

62. (166) ஷாம் நகரில் உள்ள மாளிகைகளில் நிலாவின் குழம்பு வழிகிறது. அழகிய சாந்து பூசப்பட்டுள்ள மதில் சூழ்ந்த வெள்ளை மணிமாடங்கள் அவை. அவற்றிடையே உள்ளது பகைவரின் மணிமுடிகளைத் தகர்த்து நொறுக்கும் தாவூது நபியின் அரண்மனை. அந்த மனையில் சுலைமான் நபி பிறந்தார். உலகில் அவர் எல்லா உயிர்களுக்கும் அரசர். எல்லா நலன்களும் அருளப் பெற்றவர். குற்றமற்றவர். அவர் மேனியில் கமழும் இயற்கை நறுமணம் வான உலகையும் தொட்டுக் கமழ்ந்தது.

சுதை - சாந்து வேலை; நேரலர் - பகைவர்; இலகுமுடி - தலையில் இலங்கும் மணிமுடி; பொடிபடுத்து - பொடியாக நொறுக்கும்; குவி - கமழ்ந்து; துடக்கு - தொடக்கு, தீட்டு, குற்றம்.

சுவர்க்கமதி லிருக்குமணி யெவைக்குமுதன்
மணிக்கதிருந் துலக்க மாயிப்
புவிக்கிலகு மதிக்கதிருங் கதிரவன்றன்
கதிரில்வெம்மை போக்கி யந்தச்
செவப்புறுநற் கதிருமின்னனங் குளிர்ந்தகதி
ரெவையுமொன்றாய்த் திரண்டு கூடி
நவப்படநன் னரர்வடிவா யுதித்ததென
சுலையுமா னபிபி றந்தார். **(63)**

63.(167) சொர்க்கத்தில் இருக்கும் மணியின் ஒளியும் படைக்கப்பட்ட முதல் மணியின் ஒளியும் உலகில் இலங்கும் நிலாவின் ஒளியும் வெம்மை நீக்கப்பட்ட சூரியனின் சிவந்தஒளியும் இன்னும் உள்ள குளிர்ச்சி பொருந்திய ஒளிகளும் ஆகிய அனைத்தும் ஒன்றாகத் திரண்டு மனித வடிவில் வந்ததுபோல் சுலைமான் நபி பிறந்தார்.

கதிர் - ஒளி; துலக்கம் - வெளிச்சம்; மதிக்கதிர் - நிலாவொளி; வெம்மை - சூடு; நவம் - புதுமை.

விரவுகடற் புவிமுழுது மொருபகலிற்
றிரிந்துசுற்றி மீள வல்ல
திரனுறுசின் கணங்கள்செயித் தான்குலங்கள்
பூதகணத் திரள்க ளியாவும்
பரவியிரு பதம்பணிந்து பணிவிடைகேட்
டேவல்செய்யப் பலித்து வாழு
நரரெவர்க்கு மிவர்பெயரே மந்திரம
தாய்சுலையு மான்பி றந்தார். **(64)**

64. (168) கடல் சூழ்ந்த உலகம் முழுவதையும் ஒரு பகல் சுற்றித் திரும்ப வல்லவை ஜின் கூட்டங்கள், ஷைத்தான்கள், பூதக்கூட்டங்கள். அவை அனைத்தும் அடிபணிந்து ஏவல் செய்யவும் மனிதர்களுக்குத் தம்முடைய பெயரே பலிக்கும் மந்திரமாகத் திகழவும் சுலைமான் நபி பிறந்தார்.

விரவு - பொருந்துதல்; மீளல் - திரும்புதல்; ஜின் - நெருப்பால் படைக்கப்பட்ட உயிரினம்; செயித்தான் - ஷைத்தான், வழிகெடுக்கும் தீய சக்தி; திரள் - திரட்சி, கூட்டம்; பரவி - புகழ்ந்து.

அறந்தவநற் குணமிரக்கம் பொறைநிறையோ
ருருவெடுத்திவ் வகில மீது
பிறந்ததெனப் பிறந்தவுட னமுதனரப்
பொழுதுளத்திற் பிரியம் பொங்கிச்
சிறந்தமட வியரெடுத்துப் புனலாட்டிப்
புலர்த்தியபின் சேனை யூட்டி
மறந்தவமு மயில்விமுச்சி யொருத்திமடி
யேந்தவதில் வைத்தா ரன்றே. **(65)**

65. (169) அறமும் தவமும் நற்குணமும் இரக்கமும் பொறுமையும் ஆண்தகைமையும் ஓருருவாக உலகில் பிறந்ததுபோல் பிறந்த சுலைமான் நபி பிறந்தவுடன் அழுதார். அழகு மயில் போன்ற இளம்பெண்களில் சிறந்த மாதர் உள்ளத்தில் ஆசை பொங்கிற்று. குழந்தையைத் தூக்கினர். நீராட்டினர். நீர்ப் புலர்த்தியபின் ஆடை அணிவித்தனர். ஒருத்தி மடியை ஏந்தினாள். குழந்தையை அதில் வைத்தனர்.

பொறை - பொறுமை; நிறை - ஆண்பால் கற்பு; மடவியர் - இளம்பெண்டிர்; புலர்த்துதல் - உடலில் உள்ள ஈரத்தை உலர்த்துதல்; சேனையூட்டல் - ஐம்படைத்தாலி; மயில் விழுச்சி - மருத்துவிச்சி.

நளினமுகத் தியர்மதலை பிறந்தவுடன்
தாவூது நபிக்கி யம்ப
விளமைவறி ஞருக்கரசு கிடைத்ததென
வோருயிர்போ லிருவர் கல்வி
வளமையின ரினிலொருவ னிறந்துநெடு
நாளகன்று மகித லத்திற்
தளர்வறுநண் நண்பனைத்தழுவ
முன்போல்வந் தெனமகிழ்ச்சி தழைப்ப தானார். (66)

66. (170) குழந்தை பிறந்த செய்தியை அழகுமுகப் பெண்கள் தாவூது நபிக்கு அறிவித்தனர். அவர் வறுமையில் கிடந்த இளைஞனுக்கு அரச பதவி கிடைத்ததுபோல் மகிழ்ந்தார். இளமையில் கல்வி கற்ற காலத்திலிருந்து ஓருயிர்போல் பழகிய நண்பர்கள் நெடுநாள் பிரிந்திருந்து திடீரென ஒருநாள் சந்தித்துத் தழுவிக் கொண்டது போல் பூரித்தார்.

நளினம் - அழகு; வறிஞர் - ஏழை; மகிதலம் - உலகம்.

கூன்முளைக்கு நெடுமுதுகொட்
டகந்தகர்மட்டறவறுத்துக் குறுபான் செய்து
வான்முளைக்குங் கதிர்மதியு மெவையுமைத்
தவனைமன நாடி யென்றன்
கான்முளைக்குன் னருள்புரிந்து தீங்ககற்றி
வளர்த்தருளக் கடவா யென்னத்
தீன்முளைக்கும் பொருள்வேதர் சுஜூதுசெய்து
கனிந்துதுவாச் செய்தா ரன்றே. (67)

67. (171) கூனிய நீண்டு வளைந்த முதுகு உடைய ஒட்டகைகள் அழகிய செம்மறிக் கிடாய்கள் அறுத்து குர்பானி செய்தார். வானத்தில் சூரியன் நிலவு முதலியவற்றை முளைக்க வைத்தவனை நினைந்தார். சுஜூதில் கிடந்து உருகி இறைஞ்சினார். என் பிள்ளைக்கு உன்னுடைய அருளைப் பொழிவாயாக! தீங்குகள் அணுகாமல் காத்து வளர்ப்பாயாக என்று தீனை விளக்கும் சபூர் வேதம் பெற்ற தாவூது நபி இறைஞ்சினார்.

கூன் முளைக்கும் நெடுமுதுகொட்டகம் - கூனிய நீண்டு வளைந்த முதுகு உடைய ஒட்டகம்; தகர் - செம்மறி ஆட்டுக்கிடாய்; மட்டற - மட்டு அற, அளவின்றி; குறுபான் - அகீகா; கான்முளை - பிள்ளை; கடவாய் - உன்னுடைய கடனாகக் கொள்க எனல்; சுஜூது - தொழுகையில் ஓர் உறுப்பு, இரண்டு பாதம், இரண்டு முழங்கால், இரண்டு உள்ளங்கை, நெற்றி ஆகியவை நிலத்தில் பதியுமாறு தோய்தல்; துஆ - இறைஞ்சல்.

ஐந்தருவை நிகர்கரத்தா ரிவ்விதஞ்செய்
ததன்பினமு தருள்வ தான
பைந்தொடியார் களினோயொன் றிலராகி
மிகவூறும் பாலுள் ளோராய்த்
தொய்ந்தமுதி யவரிலராய் நற்குணராய்த்
தெரிந்துசில தோகை யாரை
மைந்தனுக்குப் பால்கொடுக்கக் கட்டளையிட்
டேதமது மனையில் வைத்தார். (68)

68. (172) வரையாது கொடுக்கும் ஐந்து மரங்களை நகர்த்த கொடைக்கை உடைய தாவூது நபி இவ்வாறு செய்தபின் பிள்ளைக்குப் பாலூட்ட செவிலியரை அமர்த்தினார். அவர்கள் நோய் இல்லாதவர்; மிகுதியாகப் பால் ஊறும் உடல் வளத்தினர்; தளர்ந்து முதுமை எய்தாத நடுத்தர வயதினர்; நற்குணம் நிறைந்தவர். அவர்களைத் தம்முடைய மனையில் அமர்த்திப் பிள்ளைக்குப் பால்கொடுக்கக் கட்டளையிட்டார்.

ஐந்தரு - பஞ்ச தரு, அரிச்சந்தனம், கற்பகம், சந்தானம், பாரிசாதம், மந்தாரம் ஆகிய ஐந்து மரங்கள், இந்திரனிடம் உள்ளவை (புராணச்செய்தி); அமுதருள்வதான - பால் கொடுப்பதற்கான; பைந்தொடியர் - அழகிய வளையல் அணிந்தவர்.

வடுத்தவழும் விழுச்சியரம் முலைத்தாயர்க்
கனமெவையு மனையி னல்கி
யுடுத்துகலை யதிகசெம்பொன் மணியமுத்து
நகைமுதன்மற் றுள்ள தெல்லாங்
கொடுத்தனர்பெற் றனர்களவர் கலிநீங்கி
மனமகிழ்ச்சி கொண்டு தம்மை
யடுத்தவரை யடுத்தவருந் தமையடுத்தோர்க்
கதிகசெல்வ மருள்வ தானார். (69)

69. (173) அச் செவிலியர் செப்புச் சிலை போன்றவர். அவர்களுக்கு எல்லா வசதிகளும் கொடுத்தார் தாவூது நபி. வீடு கொடுத்தார். ஆடை கொடுத்தார், வைரமணிகள் இழைத்த நகைகள் கொடுத்தார். தங்கம் மிகுதியாகக் கொடுத்தார். இன்னும் அவர்களுக்குத் தேவையான அனைத்தும் கொடுத்தார். அச் செவிலியர் பெற்றனர். வறுமையும் துன்பமும் நீங்கினர். மகிழ்ச்சி கொண்டனர். தம்மை அண்டிவந்தோர்க்கெல்லாம் அவர்கள் கொடுத்து மகிழ்ந்தனர்.

வடு - வசம்பு, மச்சம்; விழுச்சியர் - உயர்ந்த பெண்டிர்; கலை - ஆடை; கலி - வறுமை, துன்பம்.

சந்ததிக்கு வேண்டுமவை யெவையுமிக
வுதவியின்னந் தளர்வி லாமற்
சுந்தரத்தின் மிகுபுதல்வன் றனக்கெவையுங்
கேளுமெனத் தொகுத்துக் கூறிச்
சிந்துரத்தி னடைபயிலு நசாயிஃக்கு
வேண்டியதுஞ் செய்து மேலும்
வந்திருக்கு மடவியர்க்கு மடவியர்செய்
வதுந்தமது மடவார்க் கீந்தார். (70)

70. (174) சுற்றத்தார்க்கு வேண்டுவன யாவும் நல்கினார். மகனுக்கு வேண்டுவன யாவை எனக் கேள் எனக் கேட்டு, கேட்டவை ஈந்தார். பெண்யானை போல் மந்தநடை நடக்கும் நசாயிகுக்கு வேண்டுவனவும் செய்தார். பணிப் பெண்டிர்க்கும் அவர்தம் கூட்டத்திற்கும் தம்முடைய பிற மனைவியர்க்கும் பரிசில்கள் நல்கினார்.

சந்ததி - பிற மனைவியர்க்குப் பிறந்த மக்கள்; சிந்துரம் - பெண்யானை; மடவியர் - பெண்கள்; மடவியர் செய்வது - பிள்ளைப்பேற்றுப் பணி; மடவார் - மனைவியர்.

மகவுதித்த தெனவறிந்தன் னகரிலிவர்
தமைக்காண வருவோ ரியார்க்கும்
புகலுமயற் பதியதனி லிருந்துவரு
பவர்க்குமணி பொருள்பூ ணார
மிகவும்விலை பெருகுகலை முதற்பலவு
மவரவர்க்காம் விதத்தி னல்கி
யகமகிழ்ச்சி கொளவியைந்த மொழியுரைத்து
வழியில்விழை யதிக மானார். (71)

71. (175) மகன் பிறந்த செய்தி அறிந்த நகர மக்கள் அவரைக் காண வந்தனர். அயலூர் மக்களும் வந்தனர். அவர்கள் அனைவர்க்கும், அவரவர் தகுதிக்கேற்ப மணிகள், பொருள்கள், ஆபரணங்கள், விலையுயர்ந்த ஆடைவகைகள் முதலியன நல்கினார். அவர்களோடு அகமகிழ்ந்து அளவளாவினார்.

அயற்பதி - வேற்றூர்; பூணாரம் - ஆபரணம்; கலை - ஆடை; வழி - பழைமை, உறவு.

வீதிநா னிலமுழுது மொருகுடையிற்
புரக்கவரும் வேந்த ரான
நீதிநா யகர்சுலையு மான்செவியிற்
புகுதமறை நெறிவல் லோர்க
ளாதிநா யகனொருவன் றிருநாமஞ்
சாற்றியதன் பின்னன் பாகச்

சோதிநா யகமணிந சாயிஃபால்
கொடுத்தருளத் துய்த்தார் பின்னர். **(72)**

72. (176) அகன்ற உலகம் முழுவதையும் ஒரு குடையின்கீழ் ஆளப் பிறந்திருப்பவர் சுலைமான். அவர் நீதியானவர். அவர் செவியில் லாயிலாஹ இல்லல்லாஹ் - அல்லாஹ்வைத் தவிர வேறு இறைவன் இல்லை என்னும் கலிமாவை ஓதியபின் தாய் நசாயிகுவிடம் கொடுத்தனர் வேதப் பண்டிதர்கள். உச்சிமோந்து மகிழ்ந்தார் நசாயிகு.

வீதி - அகற்சி, விசாலம்; புரத்தல் - காத்தல்; மறைநெறி வல்லோர் - வேதப்பண்டிதர்; ஆதிநாயகன் திருநாமம் - லாயிலாஹ இல்லல்லாஹ் என்னும் கலிமா; சாற்றுதல் - சொல்லுதல்; சோதி நாயகமணி - ஒளியிலங்கும் பெண்டிர்க்குத் தலைவி; துய்த்தார் - உச்சி மோந்தார்.

மதிக்குமுலை யனையினர்கண் மனமகிழ்வு
குறைவதற வளர்வ தாலும்
விதிக்குமிறை யருள்வளரிம் மதலைபறக்
கத்தாலு மிகப்பீர் விட்டுக்
கதிக்குமமு தொழுகுமுலை தலைதாங்கி
யூட்டியலர் கமலம் போல
வுதிக்குமிரு விழியினிலஞ் சனமெழுதி
நெய்யெடுத்துச் சியினிற் றேய்த்து. **(73)**

73. (177) பாலூட்டும் செவிலித் தாயர் மகிழ்ச்சி குறைவற வளர்ந்தது. இறைவன் அருளாலும் குழந்தையின் பரக்கத்தாலும் அவர்கள் மார்புகளில் பால் மிகுதியாகச் சுரந்தது. பூரிப்புடன் பிள்ளைக்கு ஊட்டினர். தாமரை போன்ற கண்களுக்கு மை தீட்டினர். தலைக்கு நெய் தேய்த்தனர்.

மதி - பானம் பருகும் குவளை; அனை - அன்னை, தாய்; மதிக்கு முலையனை - பாலூட்டும் தாய்; பரக்கத் - நிறை; பீர்விட்டுக் கதித்தல் - மிகுதியாகப் பீறிடுதல்; கதிக்கும் - மிகும்; தலைதாங்கி - குழந்தையின் தலை கைப்புறத்தில் இருக்குமாறு ஏந்தி; கமலம் - தாமரை; உதிக்கும் - தோன்றும்; அஞ்சனம் - மை.

மணியொளிர்பொற் கலைதரித்து மதலையருக்
கியற்றுவரன் முறைதப் பாம
லணியிழையா ரியற்றிமுலை யமுதளிப்ப
வமுதளிக்கு மனையா ரல்லாற்
கணிதமிடு மொருதொண்ணூற் றொன்பதனை
வருமுவந்து கையி லேந்தி
யிணையிலதோ ரருமருந்தே யெனப்போற்றி
யேத்திமுத்த மிட்டு வாழ்த்த **(74)**

74. (178) மணிகள் இழைத்த பொன்வேய்ந்த ஆடை அணிவித்தனர். குழந்தைக்குச் செய்யும் பணிக்கைகள் அனைத்தும் செய்தனர், ஒழுங்கு

தவறாத பாலூட்டும் தாயர். அவர்கள் அல்லாத 99 மனைவியர் அனைவரும் குழந்தையைக் கையிலேந்தி உச்சிமோந்து இணையில்லாத அருமருந்தே என்று போற்றிப் புகழ்ந்து முத்தமிட்டு வாழ்த்தினர்.

மணியொளிர் பொற்கலை - மணிகள் ஒளிவீசும் பொன்னாடை; இயற்றும் - செய்யும்; வரன்முறை - ஒழுங்குமுறை; அணியிழையார் - ஒழுங்கு தவறாதவர்; ஏத்தி - புகழ்ந்து.புண்ணியவுள் ளுயிரனைய தாவூது

புண்ணியவுள் ளுயிரனைய தாவூது
நபிகளிப்புப் பொங்கி யோங்கித்
திண்ணியபொற் புயம்பூரித் தெழும்பவிறை
யேவலினாற் றிரண்டு வந்து
நண்ணியனு தினமுமுவந் திமைப்பொழுது
நீங்காது நவிலும் வானோ
ரெண்ணிலவர் சூழவுயர் சுலையுமா
னபியமுதுண் டிருந்தா ரன்றே. (75)

75. (179) புண்ணியத்தின் உயிர்போன்ற தாவூது நபி மகிழ்ச்சி பொங்கி ஓங்கினார். உரம் மிக்க தோள்கள் பூரித்து உயர்ந்தன. இறைவன் கட்டளைப்படி நாள்தோறும் வந்து திரண்டு பிள்ளையை உவந்து வாழ்த்தும் எண்ண முடியாத வானவர் தொகையே இதற்குக் காரணம். இவ்வாறாக சுலைமான் நபி உண்டு வளர்ந்தார்.

நண்ணி - கூடித் திரண்டு.

தவமுமுது மியற்றியகு மதுநயினா
னீன்றருள்சந் ததியாய் வந்து
சுவமுதவு குணநிறையைந் தருவெனத்தோன்
றியவகுதைத் தோன்ற லானோன்
புவனமுமு தினுங்கீர்த்தி தழைத்தவப்துல்
காதிர்மனப் பொருள தாக
மவுல்சுலையு மானமுதுண் டோங்கினர்பூ
மானோங்கி வளரத் தானே. (76)

76. (180) எல்லாவகையான தவங்களையும் குறைவற முடித்த அஹ்மது நயினான் மகனாகப் பிறந்தான், செல்வப் பேறுகள் அனைத்தும் நல்கும் குணம்கொண்டு ஐந்தரு (பஞ்சதரு) எனத் தோன்றியவன். கீழைக்கரையின் தோன்றல், உலகம் முழுவதும் புகழ் பரவித் தழைத்த அப்துல் காதிர். அவன் வீட்டில் செல்வம் வளர்வதுபோல் பாட்டுடைத் தலைவர் சுலைமான் அமுதுண்டு வளர்ந்தனர்.

சந்ததி - பிள்ளை; சுவம் - செல்வப்பேறுகள்; ஐந்தரு - 68. (172)ஆம் பாடற்குறிப்புக் காண்க; மனப்பொருள் - வீட்டுச்செல்வம்; மவுல் - பேசப்படும்.

சுலைமான்நபி யவதாரப் படலம் முற்றிற்று.
படலம் 5-க்கு திருவிருத்தம் 180

5. சுலைமான் நபி அவதாரப் படலம்
படலச் செய்தி

சபூர் வேதம் பெற்ற நபி தாவூது (அலை) வேத நீதியை நிலைநாட்டும் அரசர். குஃப்ரையும் ஷிர்க்கையும் எதிர்த்துப் போரிடும் வீரர். நெருப்பில் இடாமல் இரும்பை உருக்கி உருக்குச் சட்டை தயாரிப்பவர். நுபுவ்வத்தின் அதிகாரமும் உலக அரசின் அதிகாரமும் ஒருசேரப் பெற்ற ஏந்தல். அவருக்கு 99 மனைவியர் இருந்தனர். அவர்கள் மூலம் 16 மக்களைப் பெற்றார்.

யாசூகு என்பவரின் மகள் நசாயிகு என்பவர் 99 மனைவியருள் ஒருவர். இளமையும் அழகும் நிறைந்தவர். நற்குணம் மிக்கவர். உமது தலைமைத் தகுதிகள் அனைத்தையும் அனந்தரம் கொள்ளும் மகனை நசாயிகு வயிற்றில் அருளுவேன், அவரோடு கூடுக என்று இறைவன் கட்டளையிட்டான். நீராடி, மணம்பூசி, புத்தாடை புனைந்து புதுமணப் பெண்போல் வந்த நசாயிகைக் கூடினார் நபி தாவூது அலை). அகிலாண்ட கோடியும் நற்புகழ் வளரும் சுலைமான் நபி(அலை) கருப்ப உற்பத்தியாயினார்.

இது குறித்து மகிழ்ச்சி கொண்டாடும்படி இறைவன் கட்டளையிட்டான். விண்ணிலும் மண்ணிலும் உள்ள வானவர் அனைவரும் திரண்டு மகிழ்ச்சி கொண்டாடினர். இதை அறிந்த இபுலீசு இடிந்து போனான். தன்னுடைய பட்டாளத்தைக் கூட்டி ஆலோசனை செய்தான். நசாயிகுவின் கருப்பத்தைக் கலைக்கச் செய்திட முடிவு செய்து முயன்றான். இறைவன் அதற்கு இடம்கொடாது காவல் செய்தான். கருப்பமுற்ற மாதர்க்குத் தோன்றும் துன்பங்கள் அடையாளங்கள் ஏதும் தோன்றாது கரு வளர்ந்து முற்றியது. உரிய நாளில் இடுப்புவலி கண்டது. தாவூது நபி (அலை)யின் மற்ற 98 மனைவியரும் பணிப்பெண்களும் உறவுப்பெண்களும் மருத்துவிச்சிகளும் கூடினர். அதே சமயம் இறைவன் கட்டளைப்படி இறங்கிய வானவர்கள் வீட்டின் முன்னும் பின்னும் வலப்புறமும் இடப்பறமும் கொடியூன்றி நின்று காவல் காத்தனர். வானவர் வாழ்த்த மாதர்கள் நன்மொழி கூற சுலைமான் நபி (அலை) பிறந்தார். நபிமார்களின் கிபுலாவான பைத்துல் முகத்தஸை நோக்கியபடி, கலிமா விரலை உயர்த்திய நிலையில் சுஜூது செய்து, சுன்னத் செய்யப்பட்டவராகவும் தொப்பூழ்க்கொடி அகற்றப்பட்டவராகவும் இருபதியிலும் வரிசையுற்ற சுலைமான் நபி (அலை) பிறந்தார். மகன் பிறந்த செய்தி அறிந்த தாவூது நபி (அலை) மகிழ்ந்து ஏராளமான ஒட்டகைகளும் ஆடுகளும் அறுத்துக் குர்பானி கொடுத்தார். இறைவனைப் புகழ்ந்து சுஜூதில் கிடந்து கனிந்து துஆச் செய்தார்.

பாலூட்டும் செவிலியரை அமர்த்தினார். பிள்ளைப்பேறு பார்த்தவர்களுக்கும் பிற பெண்களுக்கும் பரிசுகள் வழங்கினார். வறுமை தீர்ந்து வளம் எய்தும் அளவிற்குத் தாராளமாக வழங்கினார். பிள்ளையைப் பார்க்க வந்தவர் அனைவருக்கும் மதிப்புமிக்க பரிசுகள் வழங்கினார்.

அமுதருந்தி கண்களில் மைதீட்டி உச்சியில் நெய்தேய்த்து ஆடை அணிகலன்கள் அணிந்து அன்னையர் உச்சிமோந்து முத்தமிட கீழைக்கரை அப்துல் காதிர் மனப்பொருளாக சுலைமான் நபி (அலை) வளரலானார்.

6. புறாவசனித்த படலம்

எழுசீர் ஆசிரிய விருத்தம்

எல்லவன் கிரண மணிமுடி யரச ரிருபத மிறைஞ்சிநின் றேத்த
மல்லலம் புவனம் பொதுவறப் புரந்து வளர்தரு மறைநபி தாவூ
தில்லக மதனி லிருந்திடு முலைத்தா யினரருள் பாலினி தருந்தி
வல்லவ னருள்சேர் சுலையுமா னபிக்கு வரவரத் தேகமுற் றியதே. (1)

1. (181) உலகம் பொது என்பதை ஒழித்து வலிமையினால் தனியரசு செய்பவர் தாவூது நபி (அலை). சூரிய ஒளி வீசும் மணிமுடி தரித்த வேந்தர்கள் அவரைப் பணிந்து திறை செலுத்திப் புகழ்கின்றனர். அவருடைய அரண்மனையில் செவிலியரிடம் பால் அருந்தி வளர்கிறார் இறைவன் அருள் தங்கிய சுலைமான் நபி (அலை) . மெல்ல மெல்ல அவர் உடல் வளர்வதாயிற்று.

எல்லவன் - சூரியன்; கிரணம் - ஒளி; மணிமுடி - மகுடம்; இறைஞ்சி - பணிந்து; ஏத்த - புகழ; பொதுவது - பொது என்னும் மொழி நீங்கும்படி; புரந்து - காத்து; வளர்தரு - வளர்க்கும்; முலைத்தாய் - பாலூட்டும் செவிலி; தேகம் - உடல்; முற்றியது - வளர்ந்தது, முதிர்ந்தது.

இனியமென் மொழியார் பிடித்திட விருந்தே
யிவர்தொடா திருந்திட விருந்து
புனிதமுஞ் சேர்ந்து தவழ்ந்திடத் தவழ்ந்து
புகழ்நிலை நின்றிட நின்று
முனிவர்க ணரர்சின் கணங்கண்மற் றெவையு
மொழிப்பட நடந்திட நடந்து
தொனிதரு முயுர்க ளுரையெலாம் விளங்கச்
சொல்லுரை யானதும் விளங்கி. (2)

2. (182) இனிமை நிறைந்த மென்மொழி மாதர் கைப்பிடியில் இருந்தும் அவர் தொடாத போது தான் தனியே இருந்தார் சுலைமான் நபி. தன்னோடு சேர்ந்து புனிதமும் தவழத் தவழ்ந்தார். புகழ் நிலைபெற்று நிற்க நின்றார். முனிவர், மனிதர், ஜின் கூட்டங்கள் மற்றுள்ள உயிரக் கூட்டங்கள் தம்முடைய கட்டளைப்படி நடக்க நடந்தார். ஓசை எழுப்பும் உயிரினங்களின் பேச்சுகள் எல்லாம் அவருக்கு விளங்கின. அப் பேச்சுகளின் உட்பொருளும் விளங்கிற்று.

நரர் - மனிதர்; தொனி - ஓசை; உரை - பேச்சு, மொழி; சொல்லுரை - சொல்பொருள்.

அதிசயம் வளர நெறிமுறை தருகோ
லாதரம் வளர்ந்திட வளர்ந்து
மதிசெயு முகத்தார் சுலையுமா னபிக்கு
மாதநா லாறுசென் றதன்மேற்
கதிசெயு முலைப்பால் குடித்திடன் மறப்பச்
செய்தனர் கன்னிய ரதன்மே

றுதிசெய வளரு நாளினில் வயது
மூன்றெனத் தொகைநிரம் பியதே. **(3)**

3. (183) அதிசயம் வளர்ந்தது. நீதிமுறைகளும் அரச செங்கோல் விருப்பங்களும் வளர வளர்ந்தார். இவ்வாறாக நிலாமுக சுலைமான் நபிக்கு இரண்டு வயது நிரம்பிய போது பால்மரக் கடித்தனர் பெண்கள். அப்பால் புகழ்கொண்டு வளரும் நாளில் மூன்று வயதும் நிரம்பியது.

அதிசயம் - இயற்கையிகந்த செயல், முஃஜிஸாத்; நெறிமுறை தருகோல் - நீதிமுறைகளை வகுக்கும் செங்கோல்; ஆதரம் - ஆசை, விருப்பம்; மதிசெயும் முகம் - நிலாமுகம்; மாத நாலாறு - இருபத்து நான்கு மாதம், இரண்டு வயது; கதிசெயும் - ஆதாரமாகிய; துதிசெய - புகழ.

வயதொரு மூன்று மிறையருட் படியே
மலக்குகள் காத்திருந் தனர்பின்
வியனுற வளரு நாட்பல கலையும்
விருப்புறு சபூரெனு மறையும்
பயனுற வொருற்காற் செவிப்படின் மறவாப்
படிமனத் துறைதரப் படித்தார்
நயனுறு தமது தந்தைதா வூது
நபிபயிற் றிடமிகத் தெளிவாய். **(4)**

4. (184) இறைவன் கட்டளைப்படி மூன்று வயதாகும்வரை வானவர்கள் பாதுகாப்பு அளித்தனர். அப்பால் அவர் பெருமையுடன் வளரும் நாள்களில் பற்பல கலைகளையும் சபூர் வேதத்தையும் கற்றார். ஒருமுறை கேட்டதை மறக்காமல் மனத்தில் பதித்துக் கற்றார். இவை அனைத்தையும் தமது தந்தை தாவூது நபியிடமிருந்தே கற்றார்.

மலக்கு - வானவர்; வியனுற - பெருமையுடன்; கலை - கலை, கல்வி; மறை - வேதம்; ஒருகால் - ஒருமுறை; மனத்துறை - மனத்தில் உறைந்து நிற்க; நயன் - மகிழ்ச்சி.

உலகினி னரர்க ளமரர்க ணாக
ருதித்திடு விலங்கினத் திரள்க
ளலகைகள் பறவைக் குலங்கள்ஜெந் துகளென்
றாய்ந்திடு மெழுவகைப் பிறப்புங்
குலமிவை யுடனே சின்களென் பதுவுங்
குறித்தித னுள்விரி வாகப்
பலபல விதமாய்ப் படையுணப் படுமெண்
பத்துநான் கிலக்கமா முயிரும். **(5)**

5. (185) உலகில் ஏழுவகையான உயிர் இனங்கள் உள்ளன. அவை மனிதர், வானவர், நாகர், நாற்கால் விலங்குகள், பேய்கள், பறவைகள், ஊர்வன எனப்படும். இவற்றுடன் ஜின் இனமும் சேரும். இவை பற்பல வடிவமும்

இயற்கையும் கொண்ட பல்வேறு பிரிவாக படைபடையாக வாழ்கின்றன. இவற்றின் தொகை 84 இலட்சம் ஆகும் (இங்கே கூறப்பட்ட உயிரினப் பகுப்பு புராண மரபு ஆகும்).

நரர் - மனிதர்; அமரர் - வானவர்; நாகர் - நாகர், வானவர் போல் இவர் ஒரு சாதியார்; உதித்திடு - தோன்றும்; திரள் - கூட்டம்; அலகை - பேய்; ஜெந்து - ஊர்வன; ஆய்ந்திடும் - வகைபிரித்து ஆராய்ந்து அறியும்; எழுவகைப் பிறப்பு - ஏழுவகையான உயிரினம்; ஜின் - நெருப்பால் படைக்கப்பட்ட உயிரினம்; படையுணல் - படைபடையாகத் திரண்டு வாழ்தல்.

புகன்றிடு வசன மனைத்தினு முளநுண்
பொருள்களுந் தெளிந்துபே சுவது
மிகுந்தவவ் வுயிர்க ளறிந்திடா வுரையும்
விரித்துரைத் திவ்வித மென்னப்
பகர்ந்தது வதற்கே பயிற்றலு மொருகாற்
பணிந்தெதிர் பேசிய வுயிர்க
ளகந்தனின் மகிழ்ந்தெப் பொழுதினும் பேச
வாசைகொண் டிடப்பக ரிதமும். (6)

6. (186) மேற்கூறிய உயிரினங்கள் பேசுவதும் அப் பேச்சுகளின் உட்பொருளும் அவருக்கு (சுலைமான் நபிக்குத்) தெளிவாக விளங்கின. அவை பேசுவது போலவும் பேசினார். அவை அறியாதவற்றையும் அறிய உரைத்தார். இவ்வாறு என்று அவ் வுயிரினங்களுக்கும் திருத்தமாகக் கற்பித்தார். அவ்வப்போது அவரிடம் பேசிய உயிரினங்கள் மகிழும்படி பேசினார். எப்போதும் அவரிடம் பேசிக்கொண்டிருக்க வேண்டும் என்று விருப்பம் கொள்ளும்படி இனிமையாகப் பேசினார்.

புகன்றிடு வசனம் - பேசும் பேச்சு; விரித்துரைத்து - விரிவாக எடுத்துரைத்து; பகர்ந்து - சொல்லி; பயிற்றல் - கற்பித்தல்; ஒருகால் - அவ்வப்போது; பகர்இதம் - பேசும் இனிமை.

மகிழ்ச்சிமுற் றியபோ திருந்திடு விதமு
மகிழ்ச்சிசற் றெனிலுறை விதமு
மிகச்சலித் திடுபோ திருந்திடு விதமும்
வெகுளியி லிருந்திடு விதமு
மகப்பய முளபோ திருந்திடு விதமு
மலைந்திடி லிருந்திடு விதமுந்
தகத்தனித் திடுபோ திருந்திடு விதமுந்
தயையுட னிருந்திடு விதமும். (7)

பகையடுத் திடுபோ திருந்திடு விதமும்
பார்முகத் திருந்திடு விதமுந்
தொகைப்படப் புகன்ற விதுகுண மலது
தோன்றிய பலதுமே யறிய

வகைவகை பிரித்துப் பொருத்துபுத் தியின்மேல்
வளர்தகு முபாயசா தகமு
மிகபர மெவையுந் தருமொரு முதல்வ
னருளின னெவரினு மேலாய். (8)

7. 8. (187, 188) சுலைமான் நபிக்கு மனித இயல்புகள் அனைத்தையும் கற்பித்தான் இம்மை மறுமைப் பேறுகளை நல்கும் இறைவன். மகிழ்ச்சி மிகுதியாகும் போதும் குறையும் போதும் மனிதர் இருக்கும் விதமும், சலிப்பு ஏற்படும் போதும் சினம் ஏற்படும்போதும் இருக்கும் விதமும், மனத்தில் அச்சம் தோன்றும் போதும் மலைப்புத் தோன்றும் போதும் இருக்கும் விதமும், கொதிப்புடன் தனித்திருக்கும் போதும் இரக்கத்துடன் இருக்கும்போதும் இருக்கும் விதமும், பகைவர் நெருங்கிய போது இருக்கும் விதமும் மக்கள்முன் தோன்றும்போது இருக்கும் விதமும், இங்குத் தொகுத்துக் கூறிய குணவேறுபாடுகள் அல்லாத பிற குண வேறுபாடுகளையும் வகை வகையாகப் பிரித்துக் கற்பித்தான். சூழ்நிலைகளை எதிர்கொள்ள உதவும் இந்த உபாய சாதகத்தை அறிவிற் பொருத்திக் கொண்டார்.

வெகுளி - சினம்; தகம் - சூடு, உஷ்ணம்; தயை - இரக்கம்; பார் - உலகம்; பார்முகத்திருத்தல் - மக்கள் முன் தோன்றல்; தொகைப்பட - தொகுத்து; புகன்று - கூறிய; இது குணம் அலது - இக் குணங்கள் அல்லாமல்; புத்தி - அறிவு; வளர்தகு - வளரத்தக்க; உபாய சாதகம் - கொள்ளத்தக்க சாதகமான வழிமுறைகள்; உபாயம் - சூழ்ச்சி, தந்திரம்; சாதகம் - சார்பானது; இகம்பரம் - இம்மையும் மறுமையும்; முதல்வன் - இறைவன்.

இறையவ னிவர்க்கிவ் விதமினி தளித்த
வெவையுமுள் ளுணர்ந்திவர் தாதை
மறைநபி தாவூ தெதுவொரு கருமம்
வருகினு மிவருட னுரைத்து
நிறைதரு மிருவர் மனத்தினுந் தெளிந்து
நிலைத்தபின் செய்துசீர் மிகுத்தா
ரறைகட லுலகி லெவர்க்குநற் பொருள்க
ளறிவுடைப் புதல்வர்போ லுண்டோ. (9)

9. (189) இறைவன் தம்முடைய மைந்தர்க்கு வழங்கும் அரிய பேறுகளை எல்லாம் உணர்ந்தார் தந்தை தாவூது (அலை). எதிர்ப்படும் எச் செயலையும் மகனுடன் கலந்து பேசித் தெளிவடைந்த பின்னரே செய்யும் வழக்கத்தை மேற்கொண்டார். அதனால் சிறப்படைந்தார். அறிவுடைய மக்களைப் போல் நற்பொருள் கடல்சூழ்ந்த உலகில் எவருக்கும் உண்டோ?

தாதை - தந்தை; கருமம் - செயல், பணி; நிறைதரும் - நிரப்பமாக; சீர் - சிறப்பு; அறைகடல் - இரையும் கடல்.

எவ்வகை யினிலு மளப்பரி யவனா
மிறையவன் றிருவருள் பெருகி

யிவ்வகை யிருக்கு நாள்பனி யிசுறா
யீல்கள்சூழ்ந் திசைபடு நடுவே
வெவ்வகைப் பறமு மளித்தகே சரியு
மிகுபுலி நடுவில்வந் திருக்கு
மவ்வகை நபிதா வூதுடன் சுலையு
மானபி யிருக்குமவ் வளவில். (10)

10. (190) பெருகி இவ்வாறு இருக்கும்போது, ஒருநாள் பனீஇசுராயீல்கள் சூழ்ந்து,தங்கள் நபியும் அரசருமாகிய தாவூதை (அலை)யும் அவர் மைந்தரையும் மெச்சிப் புகழ்ந்தனர். புலிக் கூட்டத்தின் நடுவே தான் ஈன்ற வலிய குட்டியுடன் வீற்றிருக்கும் சிங்கம்போல் நபி தாவூது (அலை) நபி சுலைமான் (அலை) உடன் வீற்றிருந்தார்.

அளப்பரியவன் - அளக்க முடியாதவன், பெரியவன்; பனீஇசுராயீல்கள் - யூதர்; இசை படுதல் - புகழ்ச்சி செய்தல்; வெவ்வகை - சீறும் இயல்புகொண்ட; பறழ் - குட்டி; கேசரி - சிங்கம்; மிகு - மிகுதி, கூட்டம்.

மரகத கிரண மொழுகிய களமு
மணிக்குரு விந்தமாம் விழியுந்
தரமுறு பவளத் தாலமைத் ததுபோற்
றாள்களுங் கூரிய வாயு
மரியபுன் னையின்கா யெனத்திரள் சிரமு
மழகுட னொழுங்குள சிறையுந்
தெரிதர வுளதோர் புறவுதா வூது
சிறுவர்முன் பறந்துவந் ததுவே. (11)

11. (191) அப்போது, ஒரு பெண் புறா தாவூது நபி (அலை)யின் மைந்தர் சுலைமான் நபி (அலை)முன் பறந்து வந்து அமர்ந்தது. அதன் கழுத்து மரகத ஒளிவீசியது. குன்றிமணி போன்ற கண்கள், உயர்தரமான பவளநிறக் கால்கள், கூரான அலகு, புன்னைக்காய் போன்ற தலை, அழகான சிறகு கொண்டு மிக்க அழகுடன் திகழ்ந்தது.

மரகதம் - பச்சை; கிரணம் - ஒளி; ஒழுகுதல் - வீசுதல்; களம் - கழுத்து; குருவிந்தம் - குன்றிமணி; தரம் - உயர்தரம்; தாள் - கால்; திரள் - திரட்சி; சிறை - சிறகு; தெரிதர - விளங்குமபடி; புறவு - புறா.

வந்திருந் திடும்ப் புறவது தலையான்
மகிழ்வுடன் மலரடி பணிந்து
சுந்தரத் தொடுபின் சிரசினை யுயர்த்தித்
துணைக்கண்ணான் மதிமுக நோக்கி
முந்தவாய் திறந்து மொழிந்திடு மொழியின்
முறைபிச காதித மாகச்
சிந்தையிற் பதிவாய்க் குறித்திடக் கேட்குஞ்
செவிக்கின்பந் தோற்றிடச் செப்பும். (12)

12. (192) வந்த புறா தலையால் அவர் காலடியில் பணிந்தது. பின்னர் அழகாகத் தலையை உயர்த்தி இரு கண்களாலும் நிலவுபோன்ற அவருடைய குளிர்ந்த முகத்தைப் பார்த்து, வாய்திறந்து பேசியது. பேசும் முறை பிசகாமலும் இனிமையாகவும் மனத்தில் பதியும்படியும் காதில் இனிக்கும்படியும் பேசியது.

சுந்தரம் - அழகு; சிரசு - தலை; மதிமுகம் - நிலாப் போன்ற குளிர்ந்த முகம்; இதம் - இனிமை; தோற்றிட - தோன்றுமாறு.

பறவைக ளுரையு முலகினி லுளபல்
லுயிர்களி னுரையெவை யெவையு
மறைகளி னுளநுண் பொருள்களு மறையின்
வழிவரு பலகலைப் பொருளு
நிறைதர வுணர்ந்து தெளிந்தநன் னபியே
நிகரிலா தவனரு ளரசே
நறைவிரி கமல வதனநா யகமே
நானிலம் புகழ்மணி விளக்கே. (13)

13. (193) பறவைகள் மொழியும் உலகில் உள்ள பிற உயிரினங்களின் மொழிகளும் வேத நுட்பமும் அதன் வழிப்பட்ட தத்துவ நுட்பங்களும் உணர்ந்து தெளிந்த நபியே. நிகரில்லாத இறைவன் அருளிய அரசே. மணம் கமழும் தாமரை போன்ற முகத்தையுடைய நாயகமே. உலகம் புகழும் அறிவு மணிவிளக்கே.

உரை - பேசும் பேச்சு, மொழி; நறை - மணம்; விரி - விரியும், பரவும்; கமலம் - தாமரை; வதனம் - முகம்; நானிலம் - உலகம்.

நவில்பொருட் சுருதிக் குரியதா வூது
நபிதவந் திரண்டொரு மகவாய்ப்
புவியினி லுதித்த கருணையங் கடலே
புண்ணியந் திரண்டமெய்ப் பொருளே
குவிதிரட் பறவைக் குலங்களி லெளிய
பறவையான் குழறிடு மொழியைச்
செவியினிற் புகுத்தி வரந்தர வேண்டுஞ்
செம்மலே யெனப்புகழ்ந் தியம்பும். (14)

14. (194) சபூர் வேதத்திற்கு உரிய தாவூது நபியின் தவம் எல்லாம் திரண்டு மகவாகப் புவியில் தோன்றிய அருட்கடலே. புண்ணியம் திரண்ட மெய்ப்பொருளே, திரண்டு குவிந்துள்ள பறவைக் கூட்டத்தில் உள்ள எளிய பறவை நான். குழறும் என் மொழியைக் கேட்டு வரம்தர வேண்டும் செம்மலே எனப் புகழ்ந்து கூறியது.

நவில்பொருட் சுருதி - இடையறாது ஓதி விளக்கப்படும் வேதம், சபூர்; குவி - குவிந்துள்ள; திரள் - திரண்டுள்ள; குழறல் - திருத்தமில்லாப் பேச்சு.

மிஞ்சிய வளமை பெருகுமிந் நகர
மீதுள புறவினத் துடனே
சஞ்சரித் திடுமோர் புறவியா னெனக்கித்
தரணியி லிற்றைநாள் வரைக்குங்
குஞ்சிலை யொருகுஞ் சாயினு மிறைவன்
கொடுத்தில னேயென நினைத்தே
னெஞ்சினி லுருகி யுருகிநீந் தரிய
நெடுந்துயர்க் கடலினி லமிழ்ந்தேன். **(15)**

15. (195) மிதமிஞ்சிய வளம் பெருகிக் கிடக்கும் இந் நகரத்தில் உள்ள புறா நான். எனக்கு இதுவரையும் பிள்ளைப்பேறு கிட்டவில்லை. இறைவன் எனக்கு ஒரேயொரு குஞ்சுகூட கொடுக்கவில்லை. இதை நினைத்து நினைத்து நெஞ்சம் உருகி நீந்திக் கரைசேர முடியாத துன்பக் கடலில் வீழ்ந்தேன்.

தரணி - உலகம்; இற்றை - இன்று; நீந்தரிய - நீந்திக் கரைசேர முடியாத; நெடுந்துயர்க்கடல் - நீண்ட துன்பக் கடல்; அமிழ்ந்தேன் - விழுந்தேன்.

மனதினி லிதனை நினைத்திடா தொழித்து
மறந்திட வெனிலுமென் னினங்க
ளெனதுகண் முனந்தன் பார்ப்புடன் மகிழ்வுற்
றிருப்பது காணுமப் பொழுது
கனதுயர் பெருக நினைவுவந் தெனது
கருத்தினிற் வருத்தமுற் றேங்கி
யனலிடு மெழுகா யுருகினன் றனியே
யழன்றழன் றறிவழிந் துழந்றேன். **(16)**

16. (196) இதை மறக்க முயன்றாலும் முடியவில்லை. என் இனத்துப் புறாக்கள் என் கண்முன்னே தங்கள் குஞ்சுகளுடன் கொஞ்சி மகிழ்வதைக் காணும் பொழுது மிகுந்த துயரம் பெருகுகிறது. நினைவு திரும்புகிறது. வருத்தம் சூழ்கிறது. ஏங்கி ஏங்கி அனலில் இட்ட மெழுகாக உருகுகிறேன். தனியே எரிந்து எரிந்து அறிவு கலங்கிக் கிடக்கின்றேன்.

பார்ப்பு - குஞ்சு; கனதுயர் - மிகுதியான துன்பம்; அழன்று - எரிந்து; உழன்றேன் - அதிலேயே கிடந்தேன்.

விரவிய கடல்சூழ் புவுயினின் மலடாய்
மிகவும்வாழ்ந் திருப்பது தனிலுந்
திரவிய வுடல்விட் டுயிரிறப் பதுவே
சிறப்பென விடைவிடா தெண்ணி
யிரவினும் பகலும் பெருகுசஞ் சலத்தா
லிரையெடுப் பதுங்குறை வாகிப்
பரவிய பார்வை விழியினித் திரையு
மகன்றுடல் பாதியாய் மெலிந்தேன். **(17)**

17. (197) பரந்த கடல் சூழ்ந்த உலகில் மலடாய் வாழ்வதைவிட இறப்பதே மேல் என்று எண்ணி இரவும் பகலும் சஞ்சலம் மிகுந்தேன். இரை எடுப்பதும் குறைந்தது. தூக்கமும் இல்லாமல் போயிற்று. உடல் பாதியாய் மெலிந்தேன்.

விரவிய - பரந்த; புவி - உலகம்; திரவியம் - செல்வம்; பரவிய பார்வை - நீளும் பார்வை.

நேசியா வெவையு நினந்தனன் கசடு
நீங்கவாய்ந் தவர்முனங் கசடாய்க்
கூசிநா வசையா தடங்குதல் போலென்
குலத்தின்முன் னடங்கிவா யிழந்தே
னாசைநோய் மிகுந்தோர்க் கவிழ்தமவ் வாசை
யாம்பொருள் கிடைத்திட லன்றி
யோசைவா ருதிசூழ் மகிதலத் தினின்மற்
றொருமருந் ததையொழித் திடுமோ. (18)

18. (198) நினைக்கக் கூடாதவை எல்லாம் நினைத்தேன். குறைகள் நீங்கப்பெற்றவர்முன் ஒரு கசடாய், கூசி நாவு அடங்கி நிற்பதுபோல் என் இனத்தவர் முன்னே தலை கவிழ்ந்து வாயடங்கி நிற்கிறேன். ஒரு பொருள் மீது ஆசை கொண்டவருக்கு அப் பொருளே கிடைத்தலே அமிழ்தம் ஆகும். அது கிட்டாமை நோயே ஆகும். இரைச்சல் மிக்க கடல் சூழ்ந்த இவ் வுலகில் வேறொரு மருந்து அந் நோயைத் தீர்த்திடுமோ?

நேசியாவவை - நேசியா அவை, விருப்பமற்றவை, நினைக்க கூடாதவை; கசடு - குற்றம்; கூசி - கூனி, குறுகி; குலம் - இனம்; அவிழ்தம் - அமிழ்தம், மருந்து; ஓசை - இரைச்சல்; வாருதி - கடல்; மகிதலம் - உலகம்.

மனத்தினி லொருமித் தெதிர்ந்தவொன் னலர்முன்
வைத்திடு கால்பின்வாங் குவதுந்
தனக்குறு வறுமைக் கொடுமையாற் சிறியோர்
தமதுபின் சென்றுநிற் பதவு
முனத்தகு மிழிவென் றுரைப்பரவ் விழிவு
முலகினின் மலடெனக் கீழ்ப்பட்
டினத்தின்முன் னடங்கித் தலைகவிழ் வதுபோற்
பெருகிய விழிவென லாமே. (19)

19. (199) போர்க்களத்தில் திரண்டு நிற்கும் பகைவர்முன் பின்வாங்குவதும், வறுமையின் கொடுமையால், செல்வம் படைத்த அற்பரின் பின்னே போய் நிற்பதும் இழிவு என்பர். அந்த உலகில் மலடாகிக் கீழ்ப்பட்டுத் தன் இனத்தின் முன்னே அடங்கித் தலைகவிழ்ந்து நிற்பது அதை எல்லாம்விடப் பேரிழிவாகும்.

மனத்தினில் ஒருமித்து - திரண்டு; ஒன்னலர் - பகைவர்; சிறியோர் - செல்வம் படைத்த அற்பர்; உனத்தகும் - உன்னத்தகும், நினைக்கத் தக்க; பெருகிய - பெரிய.

பலபல வுயிர்க்குந் திருவருட் கடைக்கட்
பார்வையா லிகபரங் கொடுக்க
வுலகினி லுதித்த மனுக்குல நிதியே
யுமதுள மிரங்கியென் றனக்குச்
சலனமற் றிடக்குஞ் சிகளினி துதிக்கத்
தனியவ னிடந்துவா விரந்து
நலவரம் புரிய வேண்டுமென் றுரைத்து
நறுமலர்ப் பதந்தொழு ததுவே. **(20)**

20. (200) பல வகையான உயிரினங்களுக்கும் அருள் நிறைந்த பார்வையால், இம்மை மறுமைப் பேறுகளைப் பெற்றுத்தரத் தோன்றிய மனிதகுலச் செல்வமே. என்பால் இரங்குதல் வேண்டும். மனக்கலக்கம் தீர்த்தல் வேண்டும். பிள்ளைப்பேறு உண்டாகத் தனிமுதலாகிய இறைவனிடம் எனக்காக இறைஞ்சுதல் வேண்டும் என்று கூறி அவருடைய மலர்ப்பாதம் பணிந்தது.

இகபரம் - இம்மை மறுமை; சலனம் - கலக்கம்; தனியவன் - இறைவன், இணையோ துணையோ இன்றித் தான் தனி இருப்பவன்; துஆ - இறைஞ்சல், பிரார்த்தனை; நலவரம் - நற்பேறு; நறுமலர் - மணமலர்; பதம் - காலடி, பாதம்; தொழுது - பணிந்தது.

அடிதொழு திறைஞ்சி யுரைத்தவா சகங்கேட்
டகமகிழ்ந் தப்புறா முதுகைத்
தடவியுன் வயிற்றி லெழுபது பார்ப்புத்
தனியவ னருளினாற் பிறக்கும்
படிமிசை தழைத்து வாழ்வையின் னமுறின்
பார்ப்பினம் பெருகியே கியாம
முடியுமவ் வளவு மதுவொரு குழுவாய்
முதிர்தரப் பெருகிவாழ்ந் துலவும். **(21)**

21. (201) அடிபணிந்து இறைஞ்சிய புறாவின் நிலைக்கு இரங்கினார். அதன்மீது அன்புகொண்டார். மகிழ்ச்சியுடன் அதன் முதுகில் தடவிக்கொடுத்தார். கவலை தீர்க. தனியவன் அருளினால் உன் வயிற்றில் எழுபது குஞ்சுகள் பிறக்கும். உலகில் பெருகி வாழ்வாய். மறுமை நாள்வரை தனியொரு இனமாய் உன்னுடைய குஞ்சுகள் தழைத்து வாழும்.

பார்ப்பு - குஞ்சு; படி - உலகம்; கியாமம் - உலகம் அழிந்து மறுமை நிலைபெறும் நாள்; முதிர்தர - நீண்ட ஆயுளுடன்.

எனவினி துரைக்கு மளவொரு பொருட்கே
யிச்சைகொண் டலைந்தவர்க் கதுபோல்
வனமிகு பொருட்கள் பலபல கோடி
வலியவந் தனவென மகிழ்ச்சி

மனதினிற் படர்ந்து பதுமசெம் பதத்திற்
சென்னிவைத் தடிக்கடி போற்றிச்
சினவயிற் கரநா யகமனுப் பியபின்
சிறையடித் தெழுந்துயர்ந் ததுவே. **(22)**

22. 202) சுலைமான் நபி (அலை) கூறிய இம்மொழி கேட்ட அளவில் மகிழ்ந்தது புறா. ஒரு பொருள்மீது இச்சை கொண்டு அலைந்தவர்க்கு அதுவும், அதைப் போன்ற அழகு மிகுந்த பலகோடி பொருள்கள் வலிய வந்து கிடைத்தால் எப்படி இருக்கும்? அப்படிப்பட்ட மகிழ்ச்சிப் பெருக்கில் திளைத்த புறா அவருடைய சிவந்த பாதத்தில் தலைவைத்துப் பணிந்து போற்றியது. சினம் மிகுந்த வேலைக் கையில் ஏந்திய நாயகர் சுலைமான் நபி (அலை) சென்றுவா என்று கூறி அனுமதி அளித்தபின் சிறகடித்து எழுந்து பறந்து உயர்ந்தது.

வனமிகு - அழகு மிக்க; பதுமம் - தாமரை; சென்னி - தலை; சினவயிற் கரம் - சின அயில் கரம்; அயில் - வேல்.

சலதரப் படமட் டகமகிழ் வதனாற்
றணிவிலா துயர்ந்துபின் பணிந்து
பலதரங் கோணிப் பறந்தெளு மினங்கள்
பரிந்திருந் திடும்மிடஞ் சேர்ந்தே
யுலவுதன் னுயிர்ச்சே வலையடுத் திருந்தங்
குளபுற வினமெலா மகிழக்
குலவுநல் வரம்பெற் றதைவகை வகையாய்க்
கூறியின் புறவுறைந் ததுவே. **(23)**

23. (203) துயரக் கடலில் இருந்து மீண்ட மகிழ்ச்சியினால் உயர்ந்து பின் பணிந்து பலவகையாகக் கோணியும் வளைந்தும் பறந்தது. மலடி என்று இகழ்ந்த இனத்தார் வாழும் இடம் சேர்ந்தது. அங்கே தன்னுடைய பெட்டையைக் காணாமல் அங்கும் இங்கும் அலைந்து தேடி வருந்தும் சேவலைக் கண்டு அதனோடு சேர்ந்தது. சேவலிடமும் தன்னுடைய இனத்தாரிடமும் தான் பெற்று வந்த அரிய வரத்தைச் சொல்லிச்சொல்லி மகிழ்ந்தது.

சலதரம் - கடல்; மட்டு - துயரம், அவதி; எளும் இனம் - மலடி என்று இகழ்ந்த இனம்.

உறையுமந் நாளிற் றனதுயிர் சேவ
லுடன்புணர்ந் துட்கருக் கூட்டி
முறையுடன் குடம்பை தேற்றிமற் றதிலே
முட்டையிட் டடைகிடந் ததன்மே
விறைதரப் பார்ப்புத் திரண்டபின் பொரித்து
நேசமுற் றகலுட லிரண்டு
சிறையினு மணைத்தங் கிருந்திரைக் கடலிற்
சேவலைக் காவலாய் வைத்து. **(24)**

குடம்பையை யடுக்க விரையெடுத் துவந்து
கொடுத்தந்நா ளானதிற் குஞ்சு
திடம்பட லறிந்து சிலநெடுந் தூரஞ்
சேவலும் பெடையுமாய்ச் சென்று
சடம்படு பதங்க ளரிசிநென் முதலாய்த்
தகுமிரை தம்பசி சற்றே
யடங்கவுண் டதன்மேன் மிகவெடுத் ததைவா
யடக்கிவந் தன்புட னளித்து. **(25)**

24, 25. (204, 205) இவ்வாறு மகிழ்ச்சியில் திளைத்த புறா தன்னுடைய சேவலைக் கூடியது. கருவுற்றது. கூடுகட்டி அதில் முட்டையிட்டது. அடைகிடந்தது. கரு வளர்ச்சியுற்று நிறைந்து திரண்டபின் குஞ்சு பொரித்தது. அன்பு கனிந்து வயிற்றிலும் சிறகிலும் அணைத்து வளர்த்தது. சேவலைக் காவலாய் வைத்துவிட்டு வெளியில் சென்று இரைதேடி எடுத்துவந்து கூட்டில் உள்ள குஞ்சுக்கு ஊட்டியது. இப்படியாக வளர்ந்த குஞ்சு உடல் சற்றே உரம் பெற்றது. இதையறிந்து சேவலும் பெட்டையும் குஞ்சைக் கூட்டில் தனியே விட்டுச் சற்றுத் தொலைவில் சென்று இரை தேடின. வித்துகள் சோறு அரிசி நெல் முதலியவற்றை உண்டு தம் பசி அடங்கின. மேலதிகமாகச் சேகரித்து வாயில் அடக்கிக்கொண்டு வந்து தம் குஞ்சுக்கு அன்புடன் ஊட்டின.

புணர்ந்து - கூடி; கூட்டி - கூடி, உண்டாகி; குடம்பை தேற்றி - கூடு அமைத்து; நிறைதர - நிறைவாக; பார்ப்பு - குஞ்சு; திரண்டபின் - வளர்ச்சி பெற்றபின்; அகல் - அகடு, அடிவயிறு; குடம்பை - கூடு; அடுக்க - அருகில்; சிலநெடுந்தூரம் - சற்றுத் தொலைவு; பெடை - பெட்டை; சடம் - ஆம் வித்து; பதம் - சோறு.

தக்கவுள் ளுயிர்போல் வளர்த்துவந் ததனாற்
றரமுறு குஞ்சுகட் கிரண்டு
பக்கமு மிறகு முளைத்தன வதிலோர்
பக்கமுற் றிடுசிறை யதிலே
மிக்கவொண் கிரண மதியென வெள்ளை
விழுந்துவால் விரிந்திடத் தழைத்தே
யக்கநற் பறவை காட்டிடு பருவ
மடைந்தழ குடன்குல வியதே. **(26)**

26. (206) குஞ்சுகள் வளர்ந்தன. இரு புறமும் சிறகு முளைத்தது. அதில் ஒரு பக்கம் நிலா ஒளிபோல் வெள்ளை விழுந்தது. வால் விரிந்தது. இவ்வாறாகத் தழைத்து வளர்ந்து கன்னிப் பருவம் எய்தி அழகுடன் திகழ்ந்தது.

அக்கம் - இளமை, கன்னிமை.

வேய்க்குயர்ந் திடுதோ ளினர்குறற் காட்டு
மிடறுவாய் தாள்களுந் திறத்துத்
தாய்க்களர் பதமுன் பறந்துகாட் டிடவத்
தகைமையாய்த் தணிவுறப் பறந்து

போய்க்கடி திழிந்து தனதுவா யதனாற்
பொருந்திய விரையெடுத் தருந்தி
வாய்க்குநற் புனலுண் டரும்பசி யாறி
வரவகை யுறப்படித் ததுவே. **(27)**

27. (207) மூங்கில் போன்ற தோளுடையவர் பெண்கள். அவர்கள் கொஞ்சுதல் போன்ற குரலினிமை உடையது புறா. அக் குரல் எழும் வாய் திறந்துகாட்டியும் தாய்முன் பறந்துகாட்டியும் தாயை மகிழ்ச்சிப் படுத்தியது புறாக்குஞ்சு. தணிவாகப் பறந்து தரையில் இறங்கி அலகால் இரையைக் கொத்தி உண்ணவும் நீர் அருந்தவும் கற்றுக்கொண்டது.

வேய் - மூங்கில்; மிடறு - கழுத்து; தாள் - கால்; தாய்க்களர் - பதம்; கடிது - விரைந்து.

திகைப்பற வெழுந்து பறந்துதா யலது
திரிந்துமேய்ந் திடவுமுற் றியபின்
புகைப்படு நிறமு மினம்பல நிறமும்
பொருந்திய புறவின மெனவோர்
தொகைப்படு கிளையிற் றாயொடும் புகுந்து
துலங்குமப் போதுதாய் தனக்கு
வகைப்படு முலகிற் பிள்ளையில் லாத
மலடெனு மீனமா றியதே. **(28)**

28. (208) தயக்கம் இல்லாமல் பறந்தது. தாயின் உதவி இல்லாமலே பறக்கவும் திரிந்து மேயவும் கற்றுக்கொண்டது குஞ்சு. புகை நிறமும் நிலாஒளி நிறமும் கலந்த புதிய கலவை இனமாகத் திகழ்ந்தது. அதன் தாய்க்கு மலடு என்ற பழி மறைந்தது.

திகைப்பற - தயக்கம் இல்லாமல்; முற்றியபின் - கற்றுக்கொண்டபின்; ஈனம் - பழி.

கஞ்சநன் னிதிய மெனவரு ளுபய
கானப்துல் காதிர்பா லடுத்துத்
தஞ்சமென் றவர்கள் கலியெலா மகன்று
சதாதினஞ் சம்பத்தும் பெருகி
நெஞ்சக மகிழ்வ தெனநெடுங் கால
நினைத்ததில் வியனுறக் கிடைத்த
குஞ்சுக டமைக்கண் டளவிலா மகிழ்ச்சி
கூர்ந்தன விருபுற வுகளும். **(29)**

29. (209) இரு கைகளாலும் பொன்னும் பொருளும் ஈபவன் அப்துல் காதிர். அவனைத் தஞ்சம் என அண்டியவர்கள் துன்பம் தீர்வர்; அவர்கள் செல்வம் பெருகும்; எப்போதும் மனமகிழ்ச்சியோடு வாழ்வர். அதுபோல் சுலைமான் நபி (அலை) துஆவினால் மலடி என்ற பழி நீங்கிய புறா நெடுங்காலம்

வாழ்ந்தது. பலமுறை குஞ்சு பொறித்தது. அவற்றைக் கண்டு அளவிலா மகிழ்ச்சியடைந்தது.

கஞ்சம் - பொன்; கலி - துன்பம்; சம்பத்து - செல்வம்; வியனுற - பெருமை கொள்ளும்படி; கூர்ந்தன - அடைந்தன.

இப்படி யிருபார்ப் பளித்தது வுடனோ
ரெழுபது குஞ்சுமிம் முறையாய்ப்
பொற்பொடு பொரித்து மனமகிழ் வொடுதாய்ப்
புறவுவாழ்ந் திருக்குமந் நாளிற்
செப்புமப் பறவை யெழுபதும் பலுகிச்
செகத்தினி லவர்க்கிளை யதனை
யொப்பென மிகவும் பெருகிய தெவைக்கு
மொருசிறை வெள்ளையுற் றனவே. (30)

30. (210) இவ்வாறு இரண்டிரண்டு குஞ்சாக எழுபது குஞ்சுகள் பொரித்தன. அந்த எழுபது குஞ்சுகளும் பல்கிப் பெருகின. தாய்ப் புறா மகிழ்ந்து, ஒருபுறம் சிறகு வெள்ளை உடைய தனியொரு இனமாய் அளவில்லாமல் பெருகி வாழ்வதாயிற்று.

தெள்ளிய புறவின் முதுகினைத் தடவித்
திருவருட் சுலையுமா நபிமுன்
விள்ளுமப் படியே யுதித்தது பெருகி
வேறொரு தூதுணக் குழுவி
னுள்ளுறப் புகுதா திதுவொரு குழுவா
யுற்றதப் புறாமர பின்னம்
வெள்ளையுற் றிடுமோர் சிறையடை யாளத்
துடன்றிரி வதுபுவி மீதில். (31)

31. (211) சுலைமான் நபி (அலை) பரக்கத்தான கைகளால் முதுகைத் தடவி முன்னர் கூறியபடியே குஞ்சுகள் பெருகிப் பல்கின. வேறு புறா இனங்களுடன் கலக்காமல் தனி இனமாகவே வாழ்கின்றன. இன்றும் அவ் வினம் வாழ்கிறது. ஒரு பக்கம் நிலாவெள்ளை நிறத்துடன் திகழும் புறா இனத்தை இன்றும் காணலாம்.

தெள்ளிய - தெளிந்த; விள்ளும் அப்படி - சொன்னபடி; தூதுணம் - புறா; உற்றது - வாழ்கிறது.

புறா வசினித்த படலம் முற்றிற்று.
படலம் - 6 க்கு திருவிருத்தம் 211.

6. புறா வசனித்த படலம்.
படலச்செய்தி

சுலைமான் நபி (அலை) மெல்ல மெல்ல வளரலானார். செவிலித்தாயர் கையில் இருந்தார். புனிதம் தவழச் சேர்ந்து தவழ்ந்தார். முனிவர் மனிதர் ஜின் கூட்டம் அனைத்தும் தம் சொற்படி நடக்க நடந்தார். அதிசயங்களும் செங்கோல் நீதியும் வளர வளர்ந்தார். இரண்டாண்டு நிறைந்தபோது பால் மறக்கடிக்கப்பட்டார். மூன்றாம் ஆண்டு முடியும்வரை வானவர் காவல் காத்தனர். பின்னர் கல்வி கற்கத் தொடங்கினார். தந்தையிடம் சபூர் வேதம் கற்றார். எழுவகை உயிரின மொழிகளையும் கற்றார். மனிதரின் பல்வேறு இயல்புகளையும் இறைவன் கற்பித்தான்.

இக் காலை ஒருநாள் தந்தையுடன் அவையில் அமர்ந்திருந்தார். அப்போது ஒரு பெண்புறா அவர்முன் வந்து அமர்ந்தது. தான் ஷாம் நகரப் புறா என்றும் தனக்குப் பிள்ளை இல்லாக் குறையால் மலடி என்று சிறுமைப்படுவதையும் கூறி தனக்குப் பிள்ளை பிறக்கும்படி துஆச் செய்ய வேண்டும் என்றும் இறைஞ்சி நின்றது. அன்புடன் அதன் முதுகைத் தடவிய நபி, கவலை தீர்க! எழுபது குஞ்சுகள் இறையருளால் பிறக்கும் என்றார்.

நல் வரம் பெற்று மகிழ்ந்த புறா நபியைப் போற்றிப் பணிந்து பறந்தது. புகன்றவாறே எழுபது குஞ்சுகள் பொரித்தது. சிறகு ஒருபுறம் நிலாவெள்ளை நிறத்துடன் இன்றளவும் தனியொரு இனமாக பிற புறாக்களுடன் கலப்பு நேராமல் வாழ்கிறது அப் புறாவின் இனம்.

7. பசுவுயிர் மீட்ட படலம்

பசு வுயிர் மீட்ட படலம்
அறுசீர்க் கழிநெடிலடி யாசிரிய விருத்தம்

இருநிதி குவித்துச் செம்பொன் முடியின ரிறைஞ்சி யேத்த
வொருதனிச் செங்கோ லோச்சி யுறையுமன் னாளி லோர்நாட்
சுருதிநன் னபிதா வூதுந் துணைவிழி மணிக ளொப்பாய்த்
தருநபி சுலையு மானுந் தமதகத் திருக்கும் போதில். (1)

1. (212) சங்க நிதியையும் பதுமநிதியையும் கப்பமாகக் குவித்து வைத்து முடிமன்னர்கள் பணிந்து புகழும்படி நிகரற்ற செங்கோல் நடத்தும் காலத்தில் ஒருநாள், வேத நபி தாவூதும்(அலை) கண்மணி போன்ற நபி சுலைமானும்(அலை) அரண்மனையில் இருந்தனர்.

இருநிதி - சங்கநிதியும் பதுமநிதியும்; செம்பொன் முடியினர் - முடிமன்னர்; இறைஞ்சி ஏத்த - பணிந்து புகழுமாறு; உறையும் - வாழும்; சுருதி - வேதம்; தமதகம் - அரண்மனை.

உண்ணியுந் திரண்ட பீளை யொடுபுன லொழுகுங் கண்ணும்
வெண்ணுரை படிந்த வாயும் விடைத்தெலும் பெழுவி லாவு
நண்ணிய கிழக்கோ வொன்று மெலமெல நடந்து வந்து
புண்ணிய நபிதா வூதைப் பணிந்துபின் புகழ்ந்து கூறும். **(2)**

2. (213) அப்போது கிழட்டு மாடு ஒன்று வந்தது. அதன் உடலில் உண்ணி மொய்த்துக் கிடந்தது. பீழை தள்ளிய கண்ணில் நீர்வடிந்தது. வாயில் நுரைதள்ளியது. விலா எலும்புகள் புடைத்து எழுந்து நின்றன. அக் கிழமாடு மெல்ல நடந்து வந்து தாவூது நபியை (அலை)ப் பணிந்து புகழந்து கூறியது.

பீழை - கண் அழுக்கு; புனல் - நீர்; விடைத்து - புடைத்து; நண்ணிய - வந்த; கோ-மாடு.

தனியவ னுண்மைத் தூதே சபூறெனு மறைபெற் றந்த
வினியமெய்ப் பொருளி னீதி யியற்றவந் துதித்த வேந்தே
துனிமிகுத் தெளியே னும்பால் வந்தவை சொல்லக் கேண்மின்
பனியிசு றாயீல் கூட்டத் தொருவன்றன் மாடி யானே. **(3)**

3. (214) தனித்தவனாகிய இறைவனின் மெய்யான தூதரே, சபூர் எனும் வேதம் பெற்றவரே, அவ் வேதத்தின் மெய்ப்பொருள் நீதி செலுத்தும் அரசரே, துன்பம் நிறைந்த எளியேன் தங்கள்பால் வந்த காரணத்தைச் சொல்கிறேன். கேளுங்கள். பனீஇசுராயீல் கூட்டத்தைச் சேர்ந்த ஒருவன் மாடு நான்.

இயற்ற - செலுத்த; துனி - துன்பம்; கேண்மின் - கேளுங்கள்; மாடியானே - மாடு நானே.

இளவய தினிற்கொண் டென்னை யாள்பவ னிவனென் மீதி
லளவறு சுமைக ளேற்றி யடுத்துள நகரு மற்ற
வளநகர் தோறுஞ் சென்று வாணிபஞ் செய்தா னந்நாட்
களபவொண் புயத்தாய் சற்றுங் கடுநடை குறைந்தி லேனே. **(4)**

4. (215) இளைய வயதில் என்னை வாங்கினான். மிகுதியான சுமைப் பொதிகளை என் முதுகில் ஏற்றுவான். அவற்றைச் சுமந்து நகரம் தோறும் செல்வேன். அவன் வாணிகம் செய்வான். யானைபோல் பருத்த தோளுடையவரே. அப் போதெல்லாம் நான் வேகம் குறையாமல் ஓடுவேன்.

களபம் - யானை; புயம் - புஜம், தோள்; கடுநடை - ஓட்டம்.

கழியெடுத் தோங்கா வண்ண நடப்பது கவன மல்லால்
வழியிடை முழந்தாண் மட்டும் வளர்ந்துபுல் லிருந்த போதும்
விழியினாற் பாரேன் சறே பிந்திய விலங்கை யாள்வோ
னிழிவுரைத் ததட்டல் கேட்டென் னிதயத்துட் பயங்கொள் வேனே. **(5)**

5. (216) கோல் எடுத்து ஓங்கி அடிக்காமல் கவனமாக நடப்பேன். வழியில் முழங்கால் அளவு வளர்ந்த புல் இருந்தாலும் கண்ணெடுத்தும் பாரேன்.

என்னோடு வந்து பிந்திய மாட்டை உடையவன் பழித்து அதட்டுவதைக் கேட்டு நான் அஞ்சுவேன்.

முழந்தாள் - முழங்கால்; விலங்கை - மாட்டை; ஆள்வோன் - உடைமைக்காரன்; இழிவுரைத்து - பழித்து.

குறையற வென்னோ டேகுந் தாவளக் குழாத்துக் கெல்லா
மிறையள வெனினும் பிந்தே னெருதுக ளெவைக்கு மேலா
நிறைபொதி சுமந்தோ யாம லுழைத்தன னிதமென் வாயா
லறைவதென் முதுகி லுள்ள தழும்புபார்த் தறிய லாமால். (6)

6. (217) குறையின்றி என்னோடு வரும் வாணிகக் குழுவில் அணுவளவும் பிந்தமாட்டேன். எல்லா எருதுகளுக்கும் மேலாக மிகுதியாகப் பொதி சுமந்து ஓயாமல் உழைத்தேன். என் முதுகில் உள்ள தழும்பைப் பார்த்து நான் சொல்வதன் உண்மையை உணரலாம்.

தாவளம் - வாணிகக்குழு; இறை - அணு; அறைவது - சொல்வது.

இவைகொலோ வுதவி மற்றோ ரிருபது கன்று மீன்று
கவையற மூன்று போதுங் கறந்தனன் கறக்குந் தீம்பால்
சுவைவுறு தயிர்மோர் நெய்பா லுண்டுதேக் கிடச்சு சித்தா
ரவையவன் மனையி லுள்ளோ ரியாவரு மவனுந் தானே. (7)

7. (218) இம்மட்டோ என் உதவி? இருபது கன்றுகள் ஈன்றேன். முப்போதும் குறையாமல் பால் கறந்தான். சுவையான தயிர், மோர், நெய், பால் என்று திகட்டும் அளவும் உண்டார்கள் அவன் குடும்பத்தார். அவனும்தான்!

கவை - குறைவு; தேக்கிடல் - திகட்டல்.

ஈன்றகன் றினிலுள் ளாசை யிருத்தியான் வளர்க்குங் காலத்
தேன்றபான் மறந்து புன்மேய்ந் தெழிலுறப் பருத்து விம்மி
யான்றுடல் கொழுத்து நிற்கும் பருவத்தி லறுத்துண் பாரன்
பூன்றுகன் றனைத்தும் மிவ்வா றொன்றற வறுத்துண் டாரே. (8)

8. (219) ஈன்ற கன்றுகளை உள்ளன்புடன் வளர்ப்பேன். பால்குடி மறந்து புல் மேய்ந்து வளரும் கன்று, பருத்து விம்மிக் கொழுத்து நிற்கும் பருவத்தில் என் கண் காண அறுத்து உண்பார்கள். நான் அன்புடன் நேசித்த கன்றுகள் அனைத்தையும் இவ்வாறு மிச்சம் வைக்காமல் அறுத்து உண்டார்கள்.

ஏன்ற - இயல்பாகச் சுரந்த; ஆன்று - பெருமிதம்; ஒன்றற - மிச்சம் ஏதும் இன்றி.

கன்றனைத் தும்மிவ் வாறென் கண்முன்னே வதைப்பார் காணு
மன்றெனக் கென்ற னாவி யகல்விசும் பெய்தி மீட்டுஞ்
சென்றென துடலின் மேவுஞ் செகுக்குமிக் கோத னங்க
ளொன்றுக்கொன் றொருகான் மாய்ந்தே யுய்ந்ததந் திருபதுற்றேன். (9)

9. (220) என்னுடைய கன்றுகள் அனைத்தையும் இவ்வாறே என் கண் முன்னேயே அறுத்து உண்டார்கள். அதைக் காணும் அன்று என் உயிர் என் உடலைவிட்டு நீங்கி வானுலகம் போய் மீண்டு வந்து என் உடலில் புகும். இவ்வாறு என்னுடைய கன்றுகள் கொல்லப்படும் ஒவ்வொரு தடவையும் செத்துப் பிழைத்தேன்.

விதைப்பார் - கொல்வார்; அகல் - தொலைவு; விசும்பு - வானம்; எய்தி - அடைந்து; மீட்டும் - மீண்டும்; செகுக்கும் - கொல்லும்; கோதனம் - பசுங்கன்று; ஒருகால் - ஒருபோது; உய்து - பிழைத்து; அவத்து - துன்பத்தில்.

கமழ்ந்ததிண் புயத்தீ ரென்றன் கதியுள வறைக்கு மோர்நா
ளமர்ந்துறை யாத வண்ண மட்டத்திக் கினுக்கு மேகிச்
சுமந்ததிற் பலனு மீந்தேன் சுரந்ததிற் பலனு மிந்தேன்
சமைந்தகன் றனைத்து மீந்தேன் றத்துக்கும் பிழைத்தி ருந்தேன். (10)

10. (221) மாலை மணம் கமழும் தோளுடையவரே. உடலில் வலிமை இருந்தவரை ஒருநாளும் ஓய்ந்து இருந்ததில்லை. பொதி சுமந்து எட்டுத்திசையில் உள்ள ஊர்களுக்கும் போனேன். அதனால் வாணிகப் பலன் ஈந்தேன். மடிசுமந்து பால் பலனும் ஈந்தேன். ஈன்ற கன்றுகள் அனைத்தும் ஈந்தேன். எல்லாக் கண்டங்களுக்கும் பிழைத்திருந்தேன்.

திண் - வலிய; புயம் - புஜம், தோள்; கதி - திராணி; அட்டதிக்கு - எட்டுத்திசை; ஏகி - சென்று; சுரந்ததில் - மடிசுரந்த பால்; சமைந்த - உண்டாகி ஈன்ற; தத்து - விபத்து, துன்ப வரவு.

இத்திற னிழைத்த வென்மீ திரக்கமெவ் வளவு மாறி
யெய்த்துடன் முதிர்ந்த திந்தப் பசுவையின் றீர்வோ மென்னக்
கத்தியுங் குறித்து வைத்தார் கன்றினா லிறந்து மீளுந்
தத்திரு பதுக்குந் தப்பிச் சாவுவந் துற்ற தையா. (11)

11. (222) இவ்வளவு செய்தும் என்மீது அவனுக்கு இரக்கம் எள்ளளவும் இல்லை. உடல் மெலிந்து நலிந்த இப் பசுவை இன்று அறுத்துவிடுவோம் என்று கூறி கத்தியும் தீட்டி வைத்துவிட்டார்கள். கன்றுகளால் செத்து பிழைத்த, இருபது கண்டங்களுக்கும் தப்பிய எனக்கு இன்று சாவு நெருங்கி வந்துவிட்டது, ஐயா!

இத் திறன் - இத்தனை பலன்; இழைத்த - செய்த; மாறி - நீங்கி; எய்த்து - நிந்து; உடன் - உடல்; ஈர்வோம் - அறுப்போம்; ஈறாம் (ஈறுஆம் = ஈறாம்) - முடிவான; தத்து - விபத்து, கண்டம்; உற்றது - வந்தது.

இயங்கொளு முலகந் தன்னி லிறத்தல்வந் தெய்து மாகிற்
பயங்கொளா தவரியா ரென்னைக் கொலைசெயப் பகர்ந்த வார்த்தை
நியங்கொள வறிந்த போதே நெட்டுயிர்த் தகத்துள் வெம்பி
வயங்கொளுங் கதிநீரென்று வந்தனன் றரும வேந்தே. (12)

12. (223) சுழலும் உலகத்தில் மரணம் நெருங்கி வரக் கண்டால் அஞ்சாதவர் யார்? என்னைக் கொல்ல முடிவு செய்து சொன்ன சொல் உண்மை என்று அறிந்தவுடன் பெருமூச் செறிந்தேன். உள்ளம் வெம்பினேன். அனைத்தும் வசப்பட ஆளும் நீங்களே கதி என்று வந்தேன். தரும வேந்தே.

இயம் - நடத்துதல், சுழலுதல்; எய்துதல் - வந்தடைதல்; பகர்ந்த - சொன்ன; நியம் - நிஜம், உண்மை; நெட்டுயிர்த்தல் - துன்பப் பெருமூச்சு விடுதல்; அகம் - உள்ளம்; வயம் - வசம்.

விலங்கினத் துளதே யென்று விலங்கிடார் நபிமார் யார்க்குந்
துலங்குமெவ் வுயிர்கள் சொல்லு மாதலாற் றுயர மெய்தி
மலங்கிய தெவையுங் காப்ப ரெனமனந் தேறி வந்தே
னிலங்கிய கருணைக் கண்பார்த் தெனையுயிர் காத்தல் வேண்டும். (13)

13. (224) நான் விலங்கே ஆயினும் என்னைக் கொல்வது தடுக்கப்படல் வேண்டும். தாங்கள் நபி. எல்லா உயிரினங்களின் பேச்சும் விளங்கும். ஆதலால் கலங்கும் உயிரைக் காப்பீர்கள் என்று நம்பி வந்தேன். கருணைக் கண்ணால் நோக்கி என் உயிரைக் காத்தல் வேண்டும்.

விலங்கு - மிருகம், தடை; துலங்கும் - புரியும்; மலங்கிய - கலங்கிய; தேறி - தெளிந்து; இலங்கிய - ஒளிவீசும்.

எனவுரைத் தொடுங்கி நின்ற பசுமுக மெதிர்ந்து நோக்கி
யுனைநரர் புசிக்க வென்றே யமைத்தன னொருவ னாள்வோன்
றனதகப் படிபொ ருந்தென் றருளறச் சாற்றக் கேட்டு
மனநிலை பிரிந்துள் ளாவி பிரிதன்போன் மறுகிற் றன்றே. (14)

14. (225) என்று தன் நிலையைக் கூறி ஒடுங்கி நின்ற பசுவின் முகத்தை நோக்கிய தாவூது நபி (அலை), மனிதர்கள் உண்பதற்கு என்றே உன்னை படைத்துள்ளான் இறைவன். அவன் நோக்கத்தைப் பொருந்திக்கொள் என்று அருள் இல்லாமல் இயற்கை நீதி அடிப்படையில் தீர்ப்புக் கூறினார். அதைக் கேட்டு உயிர் பிரிவது போன்று துடித்தது.

எதிர்ந்து - நேர்முகமாக; நரர் - மனிதர்; ஒருவனாள்வோன் - ஆளும் ஒருவனாகிய இறைவன்; தனதகம் -- இறை நாட்டம்; அருளற - அருள் இல்லாமல்; சாற்ற - சொல்ல; மறுகிற்று - துடித்தது.

ஆவியோ வலவோ மெய்போ லருந்தொழி லாளர் செய்த
வோவியப் பசுவோ வென்ன வொடுங்கிநின் றதனை நோக்கி
மேவிய கருணை பொங்கித் தாதையை விளித்து நீதித்
தூய்வழி துலக்கும் வள்ளல் சுலையுமா னபிசொல் வாரால். (15)

15. (226) உயிர் உள்ளதோ இல்லையோ? தேர்ந்த ஓவியன் தீட்டிய பசு ஓவியமோ? என்று நினைக்கும்படி ஒடுங்கி நின்றது. அதைக் கருணையோடு நோக்கினார் நீதியைத் துலக்கவந்த சுலைமான் நபி(அலை). பின்னர் தந்தையிடம் கூறினார்.

அருந்தொழிலாளர் - ஓவியர்; மேவிய - பொருந்திய; தாதை - தந்தை; விளித்து - அழைத்து.

சொல்லுத னெறியென் றாலுஞ் சுமந்துபால் சுரந்து மீன்று
நல்லுயிர் பிழைக்கச் செய்த நன்றியை மறந்து மேலுங்
கொல்லுத றெறியோ வென்று கூறியிக் கோவைக் கூவிச்
செல்லுக நினையாள் வோன்பா லியாமுடன் செலவென் றாரே. (16)

16. (227) தாங்கள் சொல்வதுதான் இயற்கை நீதி. ஆனாலும் சுமை சுமந்து உதவி, பால் சுரந்து உதவி, கன்று ஈன்று உதவி உயிர்வாழச் செய்த நன்றியை மறந்து கொல்வது சரியன்று என்றார். பின்னர், பசுவே நீ உன் முதலாளியிடம் செல். நானும் உடன் வருவேன் என்று கூறினார்.

நெறி - இயற்கை நீதி; கோ - பசு; கூவி - அழைத்து; ஆள்வோன் - முதலாளி; செல - செலவு, வருவோம்.

அவ்வுரை யெனுஞ்சஞ் சீவி யாய்செவி குளிரப் புக்க
வவ்விய வுடலை விட்டுச் செலுமுயிர் வருவ தேபோல்
வெவ்விய பெருமூச் சோர்கால் விட்டது தீர்ந்து ளத்திற்
செவ்விய மகிழ்ச்சி கூர்ந்து திருமுன நடந்த தன்றே. (17)

17. (228) அவர் கூறிய சொல் சஞ்சீவியாய்ப் பசுவின் செவியில் புகுந்தது. செவி குளிர்ந்தது. இருந்த உடலை விட்டுப் பிரியும் உயிர் மீண்டு வருவது போல் சூடான பெருமூச்சு விட்டது. வருத்தம் தீர்ந்தது. உள்ளத்தில் நல்ல மகிழ்ச்சி பிறந்தது. சுலைமான் நபி(அலை) பின்னே நடந்துவர பசு முன்னே நடந்தது.

சஞ்சீவி - உயிர் காக்கும் மருந்து; புக்க - நுழைய; வவ்விய - பொருந்திய; வெவ்விய - வெம்மையான, சூடான; செவ்விய - நல்ல; கூர்ந்து - கொண்டு; திருமுனம் - சந்நிதானம்.

இந்தக்கோ முன்னு மெங்க ளினையகோ பின்னு மாச்சென்
றந்தக்கோ வுடையோன் வைகு மகக்கடை யெய்தி நின்று
பிந்தக்கோ கனகக் கையாற் பிறங்கொளிக் கபாடந் தட்ட
வந்தக்கோ குலத்தான் வாயி றிறந்தகம் மகிழக் கண்டான். (18)

18. (229) பசுமாடு முன்னும் இளைய நபி பின்னுமாக நடந்து சென்று பசுவின் உரிமையாளன் வாழும் வீட்டின் தலைவாயிலை அடைந்தனர். பின்னர் தம்முடைய தாமரைக் கையால் ஒளிவீசும் வாயிற்கதவைத் தட்டினார். வந்து கதவைத் திறந்த பசுவின் உரிமையாளன் வாராதார் வரக்கண்ட மகிழ்ச்சியில் பூரித்தான்.

இந்தக் கோ - இப்பசு; இளைய கோ - சுலைமான் நபி(அலை); கோவுடையான் - பசுவின் உரிமையாளன்; வைகும் - வாழும்; அகம் - வீடு; எய்தி - அடைந்து; பிந்த - பின்னர்; கோகனக்கை - தாமரைக் கை; பிறங்கொளி - ஒளிவீசும்; கபாடம் - கதவு; கோகுலக்கரன் - பசுவின் உரிமையாளன்

கண்டவன் சுலையு மானன் னபிமுகக் கமல நோக்கி
மண்டலம் புகழுங் செங்கோ னபிதிரு மகவே வாசங்
கொண்டபொற் பதங்க ணோவ வருமனக் குறிப்புத் தோன்ற
விண்டுரைத் திடுமி னென்றா னதற்கிவை விளம்ப லுற்றார். (19)

19. (230) கண்டவன் சுலைமான் (அலை) நபியின் முகத்தாமரை நோக்கி உலகம் புகழும் நீதி மிக்க அரசர் நபியின் மைந்தரே. தங்கள் பொற்பாதம் நோகுமாறு நடந்து வந்த நோக்கம் புலப்படும்படி விளக்கிச் சொல்லுங்கள் என்றான். அவனுக்கு மறுமொழியாக இவற்றைக் கூறலானார்.

கமலம் - தாமரை; மண்டலம் - மண்தலம், உலகம்; செங்கோல் - செம்மையான நீதி; வாசம் - மணம்; பொற்பாதம் - பொன்னடி; மனக்குறிப்பு - நோக்கம்; தோன்ற - புலப்படும்படி; விண்டு - விளக்கி; விளம்பல் - சொல்லல்.

அருகிநின் றிடுமிக் கோவை யறுத்துண நினைக்கின் றயாம்
வெருவிய திதைநீ கோறல் செய்திடேல் விலையாய் நம்பாற்
றருகவென் றனரிவ் வார்த்தை கேட்டிது தனையான் கொல்லக்
கருதிய துமக்கி யாரே விண்டனர் கவலு மென்றான். (20)

20. (231) அருகில் நிற்கும் இப் பசுவை அறுத்து உண்ண நினைக்கின்றாயாம், அதனால் அஞ்சி நம்மிடம் முறையிட்டது. இதை நீ கொல்ல வேண்டாம். எம்மிடம் விலைக்குத் தந்து விடு என்றார். இது கேட்ட அவன் இப் பசுவைக் கொல்ல நினைக்கிறேன் என்ற உண்மையைத் தங்களுக்குக் கூறியவர் யார்? சொல்லுங்கள் என்றான்.

வெருவியது - அஞ்சியது; கோறல் - கொல்லல்; கவலும் - சொல்லுங்கள்.

வேறொரு வருமிவ் வாறு விண்டிலர் மனையில் வைகிக்
கோறல்செய் திடுவோ மென்றே கூறிய மொழியா லச்ச
மேறியிப் பசுவந் தெம்பாற் புகன்றதென் றிசைத்தார் கேட்டு
மீறிய களிப்பானந்தக் கடலிடை மிதந்தா னன்றே. (21)

21. (232) வேறு யாரும் இல்லை. இப் பசுவை அறுப்போம் என்று நீ உன் வீட்டில் சொன்னதைக் கேட்டு அஞ்சிய இப் பசுவே நம்மிடம் கூறியது என்றார். இதைக் கேட்டுக் களிப்புப் பொங்கிப் பேரின்பக் கடலில் மிதந்தான்.

அச்சம் ஏறி - அஞ்சி; புகன்றது - கூறியது; இசைத்தார் - சொன்னார்.

இவ்வழி மகிழ்ந்து நின்றா னிவன்மனை யிருந்தோ ரியாரு
மவ்வழி யடைவ தானா ரனைவரு மிதனைக் கேட்டு
வவ்வழ கியதிண் டோள்கண் மலைகள்போற் புளகம் பூத்துச்
செவ்வழி தருமா னந்தக் கண்ணினீர் சிதறிச் சொல்வார். (22)

22. (233) இவ்வாறு வீட்டுக்காரன் மகிழ்ந்தான். அவ் வீட்டின் மற்ற உறுப்பினர் களும் மகிழ்ந்தனர். இளைய நபியின் சொல் கேட்டுத் தங்கள் வலிமைமிக்க அழகிய தோள்கள் பூரித்தனர். மகிழ்ச்சிக் கண்ணீர் சிந்தியபடி பேசினர்.

அவ்வழி - அவ்வாறே; வவ்வு - சேர்ந்த; திண்தோள் - வலிமை மிக்க தோள்.

இப்பசு வினையி யாங்க ளீர்வதும் விலையா யார்க்கும்
விற்பது மிலையு மக்கே யளித்தனம் விருப்பத் தென்றார்
செப்பியோர் விலைக்கு மீயா வறுத்துணாச் செய்கை யேதெம்
முற்பட வுரைமி னென்று நபிசொல முறையிற் சொல்வார். (23)

23. (234) இப் பசுவை நாங்கள் அறுக்க மாட்டோம். யாருக்கும் விற்கவும் மாட்டோம். தங்களுக்கே விருப்பத்தோடு அளிக்கிறோம் என்றனர். விற்பதும் இல்லை; அறுத்து உண்பதும் இல்லை என்ற முடிவிற்கு என்ன காரணம்? அதை முதலில் சொல்லுங்கள் என்று நபி வினவினார். அதற்கான மறுமொழி கூறுகிறார்கள்.

ஈர்வது - அறுப்பது; எம் முற்பட - எம்முன்னே, முதலில்.

மருமலர்ப் புயத்தீ ரெங்கள் பனியிசு றாயீல் கூட்டத்
தொருவர்வந் துதிப்ப ரன்னோர்க் கூர்வன பறப்ப யாவுந்
தருமுரை தெரியுஞ் சின்னு மாந்தருந் தரணி மீது
வருவன வெவையுஞ் சொற்கீழ் நடக்குமவ் வள்ளற் கென்றே. (24)

சிறக்கவிவ் வுலக மீதெந் திருக்குலந் தனினீர் வந்து
பிறக்குமுன் னெங்கள் பாலாங் கிதாபினிற் பிறந்த தாலே
மறைக்கரும் பொருளே யந்த வள்ளலைக் கண்டி யாங்க
ளிறக்கநீ யருட்செய் யென்றே துவாவிரந் திருந்தோ மியாமே. (25)

24, 25. (235, 236) மணமாலை புரளும் தோளுடையீர், எங்கள் பனிஇசுராயீல் கூட்டத்தில் ஒருவர் தோன்றுவார். அவருக்கு ஊர்வன பறப்பன ஆகிய உயிரினங்களின் மொழிகள் தெரியும். ஜின் இனமும் மனித இனமும் உலகின் தோன்றும் பிற உயிரினங்களும் அவர் சொல்லுக்கு அடங்கி நடக்கும். இச் செய்தி தாங்கள் இவ் வுலகு சிறக்க எங்கள் குலத்தில் தோன்றுவதற்கு முன்னரே எங்களிடம் உள்ள புத்தகத்தில் எழுதப்பட்டுள்ளது. அதைப் படித்த நாங்கள் வேதங்களுக்கும் அரிய பொருளான இறைவா! அந்த வள்ளலைக் கண்ணாரக் கண்டு களிக்கவும் அதன் பின்னரே மரணம் எய்தவும் அருள்செய் என்று இறைஞ்சினோம்.

மருமலர்ப்புயம் - மணமாலை அணிந்த தோள்; தருமுரை - மொழி; தரணி - உலகம்; கிதாப் - புத்தகம்; மறைக்கரும் பொருள் - வேதங்களும் விளக்குதற்கு அரிதான பொருள், மறைக்க முடியாத பொருள்; துஆ - இறைஞ்சுதல்; இரத்தல் - இறைஞ்சுதல், கேட்டல்.

அந்தநா யகர்நீர் முன்னூற் படியடை யாளங் கொண்டு
வந்தநா யகர்நீ ரெங்கள் பனியிசு றாயீல் கூட்டச்
சொந்தநா யகர்நீ ராயெந் துணைவிழி குளிரக் கண்டோ
மிந்தநாட் பலநா ளெண்ணி யிருந்தவை முடிந்த தென்றார். (26)

26. (237) அந்த நாயகர் தாங்கள்தாம். முந்தைய நூல்கள் கூறும் அடையாளங்களுடன் வந்த நாயகர் தாங்கள்தாம். பனீஇசுராயீல் கூட்டத்தின் சொந்த நாயகர் தாங்கள். எங்கள் விழிகுளிரத் தங்களைக் கண்டோம். பலகாலம் எண்ணி எதிர்பார்த்திருந்த ஏக்கம் இன்று தீர்ந்தது என்றார்கள்.

முன்னூற்படி - முந்தை நூல்களில் உள்ளபடி.

ஆவைநன் கொடையி லீந்தா ரணிமலர்ப் பதத்தை வாழ்த்தி
நாவியந் துரைத்தார் வள்ள னபிதுவாப் பேறு பெற்றா
ரியாவையு முதவு மேலோ னருளினா லிங்கு வானப்
பூவைய ரெதிர்கொண் டேத்த பொன்னுல கிடத்திற் சேர்ந்தார். (27)

27. (238) பசுவை நன்கொடையாக ஈந்தார்கள். காணக் காத்திருந்த நபியைக் கண்டு போற்றினார்கள். நபியின் துஆவையும் பெற்றுக்கொண்டார்கள். அனைத்தும் அருளும் இறைவன் அருளால் சொர்க்கத்துக் கன்னியர்கள் வாழ்த்தி வரவேற்கப் பொன்னுலகம் போய்ச் சேர்ந்தார்கள்.

ஆ - பசு; வானப் பூவையர் - சொர்க்கக் கன்னியர்; பொன்னுலகு - மேலுலகம், சொர்க்கம்.

திருநபி சுலையு மானித் தேனுவோ டகத்திற் சேர்ந்தார்
கருணையங் கடலா மிந்த வள்ளல்பாற் காலி நித்த
மருமலர்ப் பதங்கள் போற்றி வாழ்ந்துநின் றதுவீ தெல்லாங்
குரிசில்தா வூது கேட்டுக் குறைவிலா கிழ்ச்சி கூர்ந்தார். (28)

28. (239) சுலைமான் நபி(அலை) பசுவுடன் அரண்மனையை அடைந்தார். கருணைக் கடலான நபியை வாழ்த்தியது பசு. இந்த விவரங்களைக் கேட்டறிந்த தாவூது நபி (அலை) குறையாத மகிழ்ச்சியில் திளைத்தார்.

தேனு - பசு; காலி - மாடு; குரிசில் - பெருமையிற் சிறந்தவர்.

பசுவுயிர் மீட்ட படலம் முற்றிற்று. படலம் 7-க்கு - திருவிருத்தம் 239

7. பசுவுயிர் மீட்ட படலம்
படலச்செய்தி

தாவூது நபி(அலை) அரசோச்சும் காலத்தில் ஒருநாள் அரண்மனையில் தம் மைந்தர் சுலைமான் நபி (அலை)யுடன் வீற்றிருந்தார். அப்போது தளர்ந்த முதிய பசு ஒன்று வந்து முறையிட்டது. பொதி சுமந்தும் பால் சுரந்தும் இருபது கன்றுகள் ஈன்றளித்தும் உதவிய என்னை என் முதலாளி அறுத்து உண்ண முடிவு செய்துவிட்டான். என் உயிர்காத்து உதவ வேண்டும் என்று வேண்டி நின்றது.

மனிதர் உண்பதற்காகவே நீ படைக்கப்பட்டிருக்கிறாய். ஆதலால் அமைதிகொள் என்றார் தாவூது நபி (அலை). இஃது இயற்கை நீதியே.

ஆயினும் காலமெல்லாம் உழைத்து உதவிய பசுவைக் கொல்வது சரியன்று. நான் போய் உரிமையாளனிடம் பேசுகிறேன் என்று சொல்லிப் பசுவுடன் புறப்பட்டார் சுலைமான் நபி(அலை).

உரிமையாளனைக் கண்டு பேசினார். எப்படி உங்களுக்குத் தெரியும் என்று கேட்டான் முதலாளி. இந்தப் பசு சொல்லிற்று என்றார் இளைய நபி. இதைக் கேட்ட முதலாளியும் குடும்பத்தாரும் மகிழ்ச்சிக் கண்ணீர் சிந்தினர். இப் பசுவைக் கொல்லவும் மாட்டோம். விற்கவும் மாட்டோம். தங்களுக்கே அன்பளிப்பாய்த் தந்துவிட்டோம் என்றனர். வியந்து காரணம் கேட்ட இளைய நபிக்கு விளக்கினர். பனீஇசுரவேலரிடம் உள்ள புத்தகத்தில் ஒரு செய்தி உள்ளது. இசுரவேல் கூட்டத்தில் ஒருவர் பிறப்பார். ஊர்வன பறப்பன யாவும் அவருடன் பேசும். மனிதர் ஜின் முதலிய எல்லா உயிர்களும் அவர் கட்டளைக்கு அடங்கி நடக்கும் என்று எழுதப்பட்டுள்ளது.

அதைப் படித்தவுடன் அவரைக் காணும் பேற்றினை வேண்டி இறைஞ்சினோம். தங்களைக் கண்டுவிட்டோம். அடையாளங்கள் யாவும் சரியாக உள்ளன. எங்கள் எண்ணம் நிறைவேறியது என்று கூறினர். உயிர் பிரிந்தனர். சொர்க்கக் கன்னியர் வந்து அவர்களை அழைத்துப் போயினர்.

சுலைமான் நபி(அலை) பசுவுடன் அரண்மனை திரும்பினார். அனைத்தும் கேட்டறிந்த தாவூது நபி(அலை) மகிழ்ந்தார்.

பசுவின் உயிரை மீட்ட செயலைப் பாடுவது இங்குப் புலவர் கருத்தன்று எல்லா உயிரினங்களின் மொழிகளையும் அறிந்த ஜின், மனிதர் முதலிய எல்லா உயிரினங்களையும் அடக்கியாளக்கூடிய நபி ஒருவர் தோன்றுவார் என்ற செய்தி முன்வேதங்களில் உள்ளது; அவரை எதிர்பார்த்துச் சிலர் காத்திருந்தனர் என்ற உண்மையைப் பாடுவதே புலவர் நோக்கம் ஆகும்.

8. நிதியாட்டுப் படலம்

அறுசீர்க்கழிநெடிலடி யாசிரியவிருத்தம்

பலகுலமு மமைத்தவிறை யருட்பெறுதா
வூதநபி பரிவாய் மாந்தர்
குலவுதவம் புரிவதிலு நாளுமிவர்
பதங்க ளென்மேற் கொள்ள வென்றே
யிலகுதவம் புரிவதிலும் வருசுலையு
மானபியோ டுறையும் போதி
லிலகுநிறை மதிவதனர் சாலிக்குக்
குணமுடையோ ரிருவர் வந்தார். **(1)**

1. (240) பல்வேறு உயிரினங்களைப் படைத்த இறைவனின் அருள்பெற்ற நபி தாவூது (அலை) மக்கள் நலம்பெற்று வாழுமாறு அரசு புரிந்தார். உலகம் அவரைப் பணிந்து வாழ்ந்தது. அறம் வழுவாது மகன் சுலைமான் நபி

(அலை)யோடு வாழும்போது ஒருநாள் இருவர் வந்தனர். அவ் விருவரும் முழுமதிபோல் இலங்கும் முகத்தினர். ஒழுக்கம் நிறைந்தவர். உயர்ந்த குணமுடையவர்.

பலகுலம் - பல்வேறு உயிரினம்; அருட்பேறு - அருள்பெற்ற; பரிவாய் - பரிவுடன்; தவம் - அறச்செயல்; உறையும் - வாழும்; இலகு - இலங்கும்; சாலிகு - ஸாலிஹ், நல்லொழுக்கம் நிறைந்தவர்.

வந்தவிரு வரிலொருவன் மலர்ப்பதத்தை
மிகப்புகழ்ந்து மணிவாய் பொத்தி
யந்தரமுங் கடன்மலையு மநந்தசரா
சரமுமமைத் தளிப்போன் றூதே
யெந்தமுரை கேட்டருள்க வென்றுரைப்ப
வென்னொடுவந் தீதோ நின்றோர்
சொந்தநில மொன்றகல நீளமுளத்
தையிவர்பாற் றொடுத்துக் கொண்டேன். (2)

2. (241) வந்த இருவரில் ஒருவன் தாவூது நபி (அலை)யைப் புகழ்ந்தான். வாய்பொத்தி அடக்க ஒடுக்கமாக நின்று, வான மண்டிலமும் கடலும் மலையும் கணக்கற்ற சராசரமும் படைத்துக் காப்பவனின் தூதரே. என் வழக்கைக் கேட்டு நல்ல தீர்ப்பு வழங்க வேண்டும் என்று வேண்டிக்கொண்டு விவரிக்கலானான். இதோ என்னோடு வந்து நிற்கும் இவரிடம் இருந்த நிலத்தை விலைக்கு வாங்கினேன்.

அந்தரம் - வான மண்டிலம்; அநந்த - (அந்தம், அநந்தம்) முடிவற்ற, கணக்கற்ற; சராசரம் - (சரம் + அசரம்) சராசரம் (சரம்) அசைவுள்ளது, (அசரம்) அசையாதது; கொடுத்து - விலைகொடுத்து.

புலங்கொண்டே யந்நிலத்திற் றிடர்திருத்தும்
போதினிதிப் புதையல் கண்டே
னலங்கொண்டே யிவரையனு பவியுமென்றேன்
வெறுத்தெனைக்கொள் கெனந வின்றார்
நிலங்கொண்டே னிலத்ததனிற் குடநிறையப்
புதைந்திருக்கு நிதிகொண் டேனோ
கலங்கொண்டே யிலங்கியதிண் புயத்தரசே
கேண்மினென்றான் கலைவல் லோனே. (3)

3. (242) வாங்கிய நிலத்தைத் திருத்தும்போது இப் புதையலைக் கண்டேன். இதை நீயே கொள் என்றேன். மறுத்து என்னை எடுத்துக்கொள்ளச் சொன்னார். நிலத்தையே வாங்கினேன். நிலத்தின் உள்ளே குடம் நிறையப் புதைந்திருக்கும் பொற்புதையலையுமா வாங்கினேன்? வலிமைமிக்க தோளில் ஆபரணம் புனைந்துள்ள அரசே. இவ்வழக்கைக் கேட்டுத் தீர்ப்புச் செய்யுங்கள் என்றான், அவன் கல்வியின் சிறந்தவன் ஆதலால்.

புலம் - நிலம்; திடர் - திடல், திட்டு; நலங்கொண்டு - நல்லபடி; கொள்கென - கொள்க என; நவின்றார் - கூறினார்; நிதி - பொன்; கலம் - ஆபரணம், நகை.

இவனுரைத்த மொழிவழிகேட் டெதிர்நின்றோன்
முகநோக்க விசைப்ப னியானு
மவுலிநில மதனையய லொருவனிடங்
கொண்புதவன் வங்கி டத்தி
லெவருமிலை யிறந்தனரந் நிதியுமென
தலக்கவரே னென்று கூற
நபிசெவிகொண் டிருவோருஞ் சமனிறையாய்க்
கொண்மினென நவின்றிட் டாரே. **(4)**

4. (243) இவன் சொன்னதைக் கேட்ட நபி எதிரே நின்றவனின் முகத்தை நோக்கினார். அவன் நான் சொல்கிறேன் என்று கூறலானான். பேசப்படும் அந் நிலத்தை நான் ஒருத்தனிடம் வாங்கினேன். அவன் இறந்தான். அவன் வம்சத்தில் எவரும் இல்லை. அனைவரும் இறந்தனர். ஆதலால் புதையலை யான் கொள்ளேன் என்றான். இதைக் கேட்ட அரசர் நபி இருவரும் சமமாகப் பங்கு பிரித்துக்கொள்ளுங்கள் என்றார்.

இசைப்பன் - சொல்வேன்; மவுலி - பேசப்படும்; வங்கிடம் - வம்சம்; சமநிறை - இரண்டு சமமான பங்கு.

நிகழ்த்துமொழிக் கிருவருஞ்சம் மதித்திலராய்
வெறுத்துரைக்க நிட்சே பத்தைப்
பகுத்தளித்து மகிழ்ந்தனரிவ் வகைக்கினியோர்
நீதியெது பகர்வோ மென்ன
அகத்தின்மயங் கினரெழிற்சந் ததிசுலையு
மானபிகண் டைய வென்னை
வகுக்கவென வுரைக்கிலந்த வழக்கினெறி
யிசைப்பனென மவுல்கின் றாரே. **(5)**

5. (244) இருவரும் அதற்கு உடன்படவில்லை. இருவருமே புதையலை வெறுத்தனர். அவர்கள் மறுக்கவே வேறு எந்த வகையில் தீர்ப்புச்செய்வது என்று மயங்கினார் அரசர் நபி. அதைக்கண்ட இளைய சந்ததியாகிய சுலை மான் நபி (அலை) எனக்கு அனுமதிதந்தால் நான் தீர்ப்புச் செய்வேன் என்றார்.

நிகழ்த்தும் - சொல்லும்; வெறுத்து - மறுத்து; நிட்சேபம் - புதையல்; பகுத்து - பிரித்து; பகர்வோம் - சொல்வோம்; அகத்தின் - மனத்தில்; வகுக்க - தீர்ப்பு உரைக்க; நெறி - நீதி; இசைப்பன் - சொல்வேன்; மவுலல் - சொல்லல்.

தந்தையது புரியுமென வுரைத்தனர்சா
லிகாமிருவர் தமையுங் கூவிச்
சந்ததியுண் டோவுமக்கென் றன ரொருவ
னெனக்காண்சந் ததியுண் டென்றான்
பிந்தவொரு வனுமெனக்கோர் பெண்ணுளதென்
றானிருபிள் ளைகட்கு நீவிர்
விந்தைமண முடித்தெடுத்த புதையனிதி
யவர்க்களிமி னெனவிண் டாரே. **(6)**

6. (245) தந்தையார் செய்யும் என்றார். உடனே நல்லவர்களான இருவரையும் அழைத்து உங்களுக்குப் பிள்ளைகள் உள்ளனரா எனக் கேட்டார். ஒருத்தன் எனக்கு ஆண்மகன் உள்ளான் என்றான். மற்றவன் எனக்குப் பெண்மகள் உள்ளாள் என்றான். அப்படியானால் இருவருக்கும் திருமணம் செய்து வைத்துப் புதையலை அவர்களுக்கு அளித்துவிடுங்கள் என்று தீர்ப்புரைத்தார் மைந்தர்.

சாலிகு - ஸாலிஹ், நல்லொழுக்கம் நிறைந்தவர்; கூவி - அழைத்து; சந்ததி - மக்கள்; விண்டார் - கூறினார்.

விண்டமொழிக் ககங்குளிர்ந்து சுலையுமா
னபிபதமென் மலரை வாழ்த்திப்
பண்டுறைதம் பதிபுகுந்து சுருதிநெறிப்
படியொருவன் பரிவி னீன்ற
வொண்டொடிக்கு மற்றொருவன் சந்ததிக்கும்
வதுவைபுரிந் துடனே யந்நாட்
கண்டெடுத்த திரவியத்தை யவர்க்களித்து
வாழ்ந்தனர்நற் கதியுள் ளோரே. (7)

7. (246) இதைக் கேட்ட இருவரும் மனம் குளிர்ந்தனர். சுலைமான் நபி (அலை)யைப் புகழ்ந்து வாழ்த்தினர். தங்கள் வீடுகளுக்குத் திரும்பிச் சென்று அன்புடன் பெற்று வளர்த்த தங்கள் பிள்ளைகளுக்கு வேத மரபுபடி திருமணம் செய்துவைத்துக் கண்டெடுத்த புதையலையும் அவர்களிடம் ஒப்படைத்தனர். இதனால் நற்கதி அடைந்தனர்.

பண்டு - பழைய; உறை - குடியிருக்கும்; சுருதிநெறி - வேதமரபு, ஷரீஅத்; ஒண்டொடி - ஒளிவீசும் வளையல் அணிந்தவள்; வதுவை - திருமணம்; திரவியம் - செல்வப் புதையல்; நற்கதி - ஈடேற்றம்.

மற்றொருநாட் சுலையுமா னபியொடுதா
வூதுநபி மகிழ்ச்சி கூரப்
பற்றலர்கள் பணிந்தேத்த வினிதுறக்கை
காலுதறப் பதற நெஞ்ச
முற்றுமிகத் துடிதுடிக்க வொருவனொரு
வனையழைத்து முன்பின் னாக
வுற்றருகில் வந்ததற்பின் சிறிதுபயந்
தடங்கிவெம்பி யொதுங்கிச் சொல்வான். (8)

8. (247) மற்றொருநாள் தம் மைந்தருடன் தாவூது நபி (அலை) அமர்ந் திருந்தார். பகைவர்கள் பணிந்து நின்று திறை செலுத்திக்கொண்டிருந்தனர். அப்போது ஒருத்தன் மற்றொருத்தனை இழுத்துக்கொண்டு பதறியடித்துக் கொண்டு முன்வந்து நின்றான். அவன் கைகால்கள் துடித்தன. நெஞ்சம் பதறியது. அருகில் வந்ததும் அஞ்சி அடங்கி ஒதுங்கிச் சொன்னான்.

மகிழ்ச்சிகூர - மகிழ்ச்சியுடன்; பற்றலர் - பகையரசர்; வெம்பி - சினந்து.

பாழ்கிடந்த வயலையச்சுத் திருத்திநெடு
வரம்புகட்டிப் பரவ வெங்குங்
காழ்கிடந்த வெருப்போட்டு வாயுரமு
முகவெருவுங் கதிக்க விட்டு
மேழ்கிடந்த வுழவுழுது பரம்படித்து
நாற்றுநட்டி யிறைதண் ணீரா
வாழ்கிடந்த குளமாக்கி விளைந்துகதிர்
கொய்பருவ மான தையா. **(9)**

9. (248) ஐயா, பாழ்பட்டுக் கிடந்த வயலை விவசாய நிலமாகத் திருத்தி, வரப்புக்கட்டி, நிரப்பமாக எருப்போட்டு, தழையுரமும் சாம்பல் உரமும் மிகுதியாக இட்டு, கலப்பையால் உழுது, பரம்படித்து, நாற்று நட்டு, ஆழமான குளம்போலத் தண்ணீர் பாய்ச்சிப் பாடுபட்டேன். பயிர்விளைந்து கதிர்முற்றி அறுவடைப் பருவம் வந்தது.

பாழ்கிடந்த - சும்மாக் கிடந்த; அச்சு - வேளாண்மைக்கு உரிய நிலம்; வரம்பு - வரப்பு; காழ் - காய்ந்து முற்றிய மணியுரம்; வாயுரம் - சாம்பல்; முகவெரு - தழையுரம்; கதிக்க - மிகுதியாக; மேழ் - மேழி, கலப்பை; பரம்படித்தல் - பலகையால் சமன்படுத்தல்; ஆழ்கிடந்த குளம் - ஆழமான குளம்; கொய்பருவம் - அறுவடைக் காலம்.

அருளூறும் விழியரசே விளைந்துவரி
லிவ்வருடத் தன்ன மெய்து
மிருநூறு தகரைவிட்டு மேய்த்தழித்தா
னிவனதையென் றிழுத்து வந்த
வொருவோனைக் கரனீட்டிக் காட்டினனா
லவனைவிளித் துண்டோ வென்ன
மருவாரு மலர்ப்புயநன் னபிகேட்ப
நிசமெனவாய் புதைத்துச் சொல்வான். **(10)**

10. (249) அருள் பொங்கும் விழியரசே. அறுத்து வந்தால்தான் இவ் வாண்டில் உணவு உண்ணலாம். அப் பயிரைத் தன்னுடைய இருநூறு ஆடுகளைவிட்டு மேய்த்து அழித்துவிட்டான் இந்தப் பயல் என்று ஒருத்தனை இழுத்துவந்து காட்டினான். அவனை அழைத்து உண்மையா என்று கேட்க, உண்மைதான் என்று வாய்புதைத்துச் சொன்னவன் தொடர்ந்து விவரமாகக் கூறினான்.

அன்னம் - உணவு; எய்தும் - கிடைக்கும்; தகர் - வீடு, செம்மறியாட்டுக் கிடா; கரம் - கை; விளித்து - அழைத்து; மருவாரும் - மரு ஆரும், மணம்கமழும்; நிசம் - உண்மை.

கெழுவிரவிற் றகரனைத்து மடைத்துவைத்தே
னகத்துறைந்து கிரண வெய்யோ
னெழுமளவிற் போய்நோக்க மறிகாணேன்
றொழுவைமுறித் திருக்கக் கண்டே

முழுவதுமெங் கெனத்துணுக்கிட் டருகிருக்கு
மிவர்வயலைப் பார்த்தேன் முற்றும்
பழுதுபடக் கதிரெவையு மேய்ந்துநிற்கக்
கண்டேனெப் பதிக்கும் வேந்தே. **(11)**

11. (247) எல்லா நாடுகளுக்கும் உரிய பேரரசே. இரவில் ஆடுகள் அனைத்தையும் தொழுவத்தில் அடைத்தேன். பின்னர் வீட்டில் உறங்கினேன். சூரியன் எழுந்தபின் போய்ப் பார்த்தேன். ஓர் ஆடும் தொழுவத்தில் இல்லை. தொழுவ அடைப்பு முறிந்திருக்கக் கண்டு துணுக்குற்றேன். ஆடுகளைத் தேடினேன். அருகில் உள்ள இவர் வயலில் மேயந்திருக்கக் கண்டேன். கதிர்களை முழுமையாக மேய்ந்து விட்டன.

கெழுவிரவு - செறிந்த இரவு. தகர் - ஆடு; அகம் - வீடு; உறைந்து - தூங்கி; மறி - குட்டி; தொழு - தொழுவம், கொட்டில்; பதி - நாடு, இம்மையும் மறுமையும்.

இவர்கழனி யழிக்கவெனத் தொழுத்திறந்து
மறியைவிட்ட திலையீ தல்லா
லுமுறவத் தொழுமுறித்துச் செலும்பொழுது
மறிந்ததில்லை யரசே யென்றான்
கவல்வதுதன் செவிபுகுத்தி வருத்தமிகுந்
தவன்விளைத்த கதிர்ச்சே தத்தை
யிவளவெனத் தொகைப்படுத்தி நீயுதவ
னெறியாமென் றியம்பி னாரே. **(12)**

12. (251) இவருடைய வயலை அழிப்பதற்கென்று தொழுவம் திறந்து ஆடுகளை விடவில்லை. அதுவுமன்றி ஈனமுறும்படி தொழுவத்தை முறித்துக்கொண்டு செல்லும்போது பார்த்து அறிந்ததும் இல்லை அரசே என்றான். அவன் சொன்ன அனைத்தையும் கேட்டு வருந்தினார். அவன் விளைவித்த கதிரின் சேதத்தை அளவிட்டு அதற்கு உரிய தொகையைக் கொடுத்துவிடு என்றார் தாவூது நபி (அலை).

கழனி - வயல்; அவம் - ஈனம்; கவல்வது - சொல்வது; இயம்பினார் - உத்தரவிட்டார்.

இயம்பியபின் னிவனாடு மவன்கதிர்ச்சே
தமுங்கணக்கிட் டிந்த வாட்டி
னயங்கொள்விலை கதிர்விலையா மெனக்குறித்தா
யுனைக்கூவி நல்கு வாயுன்
னயங்களிரு நூறையுமக் கதிர்க்கீடா
யவன்பெறவென் றறைய லுற்றார்
நியங்கொள்புகழ்ச் சுலையுமா னபிதடுத்தவ்
வழக்குநெறி நிகழ்த்து வாரே. **(13)**

13. (252) தீர்ப்புக் கூறியபின் இவனுடைய ஆடுகளின் மதிப்பை கணக்கிட்டார். அவனுடைய கதிர்ச்சேதத்தின் மதிப்பையும் கணக்கிட்டார். கதிர்ச்சேதத்திற்கு

ஈடாக அவனுடைய ஆடுகள் அனைத்தும் ஆகுவது கண்டார். இடையனே! உன்னுடைய இருநூறு ஆடுகளைக் கதிர்ச்சேதத்திற்கு ஈடாக அவன் பெறுவான் என்று தீர்ப்புக் கூறினார். நீதியுரைப்பதில் புகழ்பெற்ற சுலைமான் நபி (அலை) தடுத்து வழக்கின் உண்மை நிலையை விளக்குகின்றார்.

இவனாடு - இவன் ஆடும்; இந்த வாட்டின் - இந்த ஆட்டின்; நயம் - நீதி; ஆயன் - இடையன்; கூவி - அழைத்து; நல்கு - கொடு; அறையல் - கட்டளை; நியம் - நியாயம், நீதி; வழக்குநெறி - வழக்கின் இயல்பு; நிகழ்த்தல் - விளக்கி உரைத்தல்.

உருவிடைய னவ்வயலி லுழுதுபயி
ரேற்றிமுன்போ லுறவி ளைந்த
பருவமதிற் சேதமுற்றோன் றனக்களிக்க
வேண்டுமிவன் பறழோ டாட்டை
வருகதிர்ச்சே தங்கொடுத்தோற் குதவிப்பின்
வாங்கவென்றார் வந்து கூறு
மிருவர்களுஞ் சம்மதித்துள் ளன்பான
நண்பினரா யேகி னாரே. (14)

14. (253) இந்த இடையன் வயலை உழுது பயிர்செய்து அழிந்த பயிரளவு கதிர் முதிர்ந்து அறுவடைப் பருவம் வந்தபின் இழப்புற்ற விவசாயியிடம் ஒப்படைக்க வேண்டும். அதுவரை தன்னுடைய ஆடுகளையும் குட்டிகளையும் இழப்புற்றவனுடைய பயனீட்டிற்கு என்று அவனிடம் விடவேண்டும். அறுவடைப் பருவத்தில் பயிரை ஒப்படைத்துவிட்டுத் தன்னுடைய கிடையை மீட்டுக்கொள்ள வேண்டும் என்று தீர்ப்புரைத்தார். வழக்குரைத்த இருவரும் உடன்பட்டு நண்பர்களாய்ச் சென்றனர்.

உரு - உருவம்; (பயிர்தேற்றி) பயிர்ஏற்றி - பயிர்செய்து; பறழ் - ஆட்டுக்குட்டி.

பகையொன்றி லாவிறையோ னுலகிலன்மே
லோர்க்களித்த பண்பாங் கல்வித்
தொகையொன்றுக் காயிரமாம் வகையவ்வா
யிரம்வகையிற் றோன்றி நிற்கும்
வகையொன்றுக் காயிரமாம் பிரிவுபிரி
வொன்றுக்கா யிரமா நுட்பந்
தகையொன்று சுலையுமா னபிக்கீந்தா
னிவர்தாதை தவப்பே றன்றோ. (15)

15. (254) பகை என்ற ஒன்று இல்லாதவன் இறைவன். அவன் மேலோரின் பண்பாகக் கல்வியை உலகில் ஈந்தான். அக் கல்வித் தொகுதி ஒவ்வொன்றும் ஆயிரம் வகையாகக் கிளை பிரிந்து நிற்கும். அக் கிளை ஒவ்வொன்றும் ஆயிரம் வகையில் நுட்பக் காட்சி அளிக்கும். வகை ஒன்றிற்கு ஆயிரம் பிரிவுகளும் பிரிவு ஒன்றிற்கு ஆயிரம் நுட்பங்களும் பொருந்தி இலங்கும் அவற்றை சுலைமான் நபி (அலை)க்கு ஈந்தான் இறைவன். இவருடைய தந்தையின் தவப்பேறு என்னே!

தாதை - தந்தை.

இதுவெலாம் பனியிசுறா யீல்கூட்டத்
தார்களுணர்ந் திவர்பால் வந்து
மதிரசா வொன்றுகட்டி யுதவுவநீ
ரதின்மேவி வன்மைக் கல்வி
முதிரவே கற்பனையிட் டிடுவீரெங்
கட்குமறை முழுதுந் தேர்ந்தச்
சதுரசா துரியரணி முடிமணியே
யெனப்புகழ்ந்து சாற்றி னாரால். (16)

16. (255) இவற்றை யெல்லாம் உணர்ந்த பனீஇசுராயீல்கள் இவரிடம் வந்தார்கள். இவரைப் புகழ்ந்து, வேதம் முழுதும் கற்றுத் தேர்ந்த மேலான அறிஞர்கள் அணியும் கிரீடத்தில் பதித்த வைரமணி போன்றவரே! நம்முடைய மக்களிடம் கல்வி வளம் பெருக வேண்டும். அதற்குக் கல்விக் கழகம் வேண்டும். அதை அமைக்கக் கட்டளையிட வேண்டும். அதில் தாங்களே அமர்ந்து போதிக்க வேண்டும் என்று கோரினார்கள்.

பனீஇசுராயீல் - யூதர்; மதிரஸா - மதுரஸா, கல்விச்சாலை; அதின்மேவி - அதில் அமர்ந்து; முதிர - வளம்பெருக; கற்பனையிடல் - கற்பித்தல்; சதுரர் - கற்றவர்; சாதுரியர் - மேம்பட்டவர், நிபுணர்.

ஆதியிறை யோனருள்சேர் வேதநபிப்
பட்டமுமிவ் வகில மெல்லா
நீதியொரு செங்கோலாற் செலுத்துமர
சாட்சியுமாம் நிலைபெற் றெந்தந்
தாதையிருந் திடிலியாமே தனித்துமக்கோர்
பள்ளியிடை சார்ந்தி ருந்தே
யோதுகல்வி நெறிபயிற்றன் முறையலவென்
றெடுத்தியற்றி யுறைந்தா ரிப்பால். (17)

17. (256) ஆதி இறைவனின் அருள் கூடி நிற்பவர், வேதமும் நபிப் பட்டமும் பெற்றவர், உலகை எல்லாம் நீதியோடு ஆளும் அரசாட்சியும் பெற்றவர் என் தந்தை. அவர் உயிரோடு இருக்கும்போது நான் தனியாக உங்களுக்குப் பள்ளி அமைப்பதும் அதில் அமர்ந்து கற்பிப்பதும் முறையன்று என்று மறுத்துப் போயினார் சுலைமான் நபி (அலை).

வேதம் - சபூர் வேதம்; தாதை - தந்தை; நெறி பயிற்றல் - கல்வி கற்பித்தல்; இயற்றி - சொல்லி.

நிதியாட்டுப் படலம் முற்றிற்று.
படலம் 8-க்கு - திருவிருத்தம் 256

8. நிதியாட்டுப் படலம்
படலச்செய்தி

ஒருநாள் இரண்டு நல்ல மனிதர்கள் வந்தனர். அவர்களுக்குள் ஒரு வழக்கு. ஒருவர் கூறினார்: இதோ என்னுடன் வந்திருக்கும் இவரிடமிருந்து ஒரு நிலத்தை வாங்கினேன். பயிரிடுவதற்காக உழுதேன். அப்போது ஒரு புதையல் வெளிப்பட்டது. அதை இவரிடம் ஒப்படைக்கச் சென்றேன். ஏனென்றால் நான் நிலத்திற்கே விலை கொடுத்தேன். புதையலுக்கு அன்று. ஆனால் இவர் அதை ஏற்றுக்கொள்ள மறுத்துவிட்டார் என்றான். அதை மறுத்த இரண்டாம் மனிதர், அந்த நிலத்தை நானும் ஒருத்தனிடமிருந்துதான் வாங்கினேன். இன்று அவனும் இல்லை. அவன் வாரிசுகளும் இல்லை. ஆதலால் அப் புதையலில் எனக்கு உரிமை இல்லை என்றான். இருவர் வழக்கும் கேட்ட தாவூது நபி (அலை) புதையலை இருவரும் சமமாகப் பிரித்துக்கொள்ளுங்கள் என்றார் இருவருமே அதை மறுத்துவிடடனர். ஆதலால் அடுத்து என்ன செய்வது என்று குழம்பினார் அரசர் நபி தாவூது (அலை).

அப்போது உடனிருந்த இளவரசர் சுலைமான் நபி(அலை) எனக்கு அனுமதி கொடுத்தால் நான் தீர்த்து வைக்கிறேன் என்றார். அனுமதி கொடுக்கப்பட்டதும் வழக்காளர் இருவரையும் அழைத்து உங்களுக்கு மக்கள் உள்ளனரா என்று வினவினார். முதலாமவர் எனக்கு மகன் உள்ளான் என்றார். இரண்டாமவர் எனக்கு மகள் உள்ளாள் என்றார். இதைக் கேட்ட இளவரசர் இருவருக்கும் மணம் முடித்துப் புதையலை அவர்களுக்கு அளித்து விடுங்கள் என்றார். அவர்கள் ஏற்றனர். அவ்வாறே செய்தனர்.

மற்றொரு நாள் ஒருத்தன் மற்றொருவனை அழைத்துவந்து பரபரப்புடன் தாவூது நபி (அலை) முன் நிறுத்தினான். பதற்றத்துடனும் மனவருத்ததுடனும் இவன் செய்ததைக் கேளுங்கள் என்றான். உழுது நீர்பாய்ச்சி எருவிட்டுக் கரம்படித்து விவசாயம் செய்தேன். கதிர்முற்றி அறுவடைப் பருவத்தில் தன்னுடைய 200 ஆடுகளை விட்டுப் பயிரை அழித்து விட்டான். இவ் வாண்டிற்கான உணவை நான் இழந்தேன் என்று முறையிட்டான். இதற்கு மறுமொழியாக இரண்டாமவன் நான் ஆடுகளை ஏவவில்லை. இரவில் தொழுவத்தில் அடைத்திருந்தேன். விடிந்து பார்க்கையில் தொழுவ அடைப்பு முறிந்து கிடந்தது. ஆடுகளைக் காணவில்லை. தேடியபோது இவர் வயலில் மேயக் கண்டேன். தொழுவத்தை நான் திறந்து விடவும் இல்லை. அடைப்பை முறித்து ஆடுகள் வெளியேறுவதையும் நான் அறியவில்லை. பொழுது விடிந்த பின்னர்தான் நடந்ததை அறிந்தேன் என்றான். இருவர் வாக்குமூலமும் கேட்டபின் பயிர் சேதத்தை மதிப்பிட்டு அந்தத் தொகையைச் செலுத்திவிடு என்றார் அரசர் நபி. பின்னர் பயிர்சேதத்தை மதிப்பிட்டு ஆடுகளுக்கும் விலை மதிப்பீடும் செய்து, உன்னுடைய 200 ஆடுகளையும் பயிர்சேதத்திற்கு ஈடாகக் கொடுத்துவிட வேண்டும் என்று தீர்ப்புரைத்தார்.

எல்லாவற்றையும் பார்த்துக்கொண்டிருந்த சுலைமான் நபி (அலை) தீர்ப்பை மறுத்து இப்படித் திருத்தம் உரைத்தார்: ஆட்டுக்கு உரியவன் தன்னுடைய ஆடுகள் அனைத்தையும் விவசாயியிடம் ஒப்படைத்துவிட்டு

அவனுடைய நிலத்தை இவன் உழுது பயிர்செய்ய வேண்டும். சேதப்படுத்தப் பட்ட பயிரளவிற்குப் பயிரை வளர்த்து அவனிடம் கொடுக்க வேண்டும். அதுவரை குட்டிகள் உட்பட ஆடுகளை விவசாயி பயன்படுத்திக்கொள்வான். உரிய பருவத்துப் பயிரைப் பெற்றுக்கொண்டு ஆடுகளைத் திருப்பிக் கொடுத்துவிட வேண்டும். இத் தீர்ப்பிற்கு இருவரும் உடன்பட்டு நண்பர்களாகத் திரும்பினர். இவற்றை எல்லாம் கண்டும் கேட்டும் மகிழ்ந்த பனீஇசுராயீல்கள் ஒரு குழுவாகத் திரண்டு வந்து சுலைமான் நபி (அலை)யைச் சந்தித்தனர். இத் தகைய உயர்ந்த கல்வியை நம்முடைய சமுதாய மக்கள் அனைவரும் கற்க வேண்டும். அதற்கு ஏற்ப ஒரு கல்விக்கூடம் நிறுவ வேண்டும். அதில் தாங்களே அமர்ந்து கற்பிக்க வேண்டும் என்று கோரிக்கை வைத்தனர். சுலைமான் நபி (அலை) இதை மறுத்துவிட்டார். வேதநபி என்ற பட்டமும் உலக அரசும் பெற்ற தந்தை உயிரோடு இருந்து பயிற்றும்போது நான் தனியே கல்விநெறி பயிற்றல் முறையன்று என மறுத்துவிட்டார். சுலைமான் நபி (அலை)யின் இந்தத் தந்தையை மதிக்கும் பண்பாட்டுச் சிறப்பைப் புலப்படுத்துவதே இப் படலத்தின் நோக்கம் எனத் தோன்றுகின்றது.

9. கனவுகண்டு மணஞ்செய்த படலம்

அறுசீர்க் கழிநெடிலடி யாசிரிய விருத்தம்

இன்னதன் மையினாற் றாதை யுடன்மகிழ்ந் திருக்குங் காலம்
பின்னெடுந் தூரத் தேயோர் தேயத்திற் பெருகுஞ் சீர்த்தி
மன்னவ னெனுமோர் சுலுத்தா னுறைந்தன னவன்ம லர்க்கண்
டன்னிலொண் மணிபோ லீன்ற சந்ததி யொருவன் மாதோ. (1)

1. (257) இவ்வாறாக சுலைமான் நபி (அலை) தம் தந்தையுடன் வாழ்ந்து வந்தார். அப்போது நெடுந்தொலைவில் உள்ள ஒரு நாட்டில் புகழ் பெருக வாழ்ந்தான் ஓர் அரசன். அவனுக்குக் கண்மணி போன்ற மகன் ஒருத்தன் இருந்தான்.

தேயம் - தேசம், நாடு; சீர்த்தி - புகழ்; சுலுத்தான் - அரசன்; ஒண்மணி - ஒளிவீசும் மணி; சந்ததி - மகன்.

அடையலர்க் கிடியே றான வரசனுக் கேக மைந்தன்
வடிவழ கொழுகுங் காளை மனவலி வீரங் கல்வி
குடியிருந் தகலா வண்ணங் குலவுமோ ருறையுள் ளானோன்
கடிமல ரணையின் மேவிக் கண்டுயில் கின்ற காலை. (2)

2. (258) பகைவர்க்கு இடிபோன்ற அரசனுக்கு அவன் ஒரே மகன். வடிவ அழகு ஒழுகும் இளைஞன். மனஉரமும் வீரமும் கல்வியும் அகலாது குடியிருக்கும் நிலையம் போன்றவன். ஒருநாள் மணமலர்கள் தூவிய கட்டிலில் உறங்கினான். அப்போது,

அடையலர் - பகைவர்; இடியேறு - இடி; ஏகம் - ஒன்று; காளை - இளைஞன்; வலி - வலிமை, உரம்; குலவும் - ஒன்றாக வாழும்; உறையுள் - நிலையம், வீடு; கடி - மணம்; அணை - கட்டில்; மேவி - படுத்து; காலை - போது.

நற்புவி யதனி லன்ன நடைபயின் றுயிரை வாட்டு
மற்புத மலர்ப்பூங் கொம்போ வமுதெல்லாந் திரண்டு பெண்போ
லுற்பவித் ததுவோ கீத சாரமோ ருருவெ டுத்த
பொற்பதோ மறையா மின்னோ நவரசப் புஞ்சந் தானோ. (3)

3. (259) தூக்கத்தில் கனவு ஒன்று கண்டான். அதில் உலகத்தில் அன்னநடை நடந்து உயிரை வாட்டும் அற்புதப் பூங்கொம்போ? இனிய அமுதம் எல்லாம் திரண்டு ஒரு பெண்ணாகத் தோன்றியதோ? இசையின் அழகிய சாரம் எல்லாம் ஓர் உரு எடுத்துவந்த பொலிவோ? மறையாத மின்னல் கொடியோ? நவரசக் குவியலோ?

பயின்று - நடந்து; உற்பவித்தல் - தோன்றுதல்; கீதம் - இசை; பொற்பு - பொலிவு; மின் - மின்னல்; நவரசம் - ஒன்பது சுவை: அவை அற்புதம், ரௌத்ரம், கருணை, சாந்தம், சிங்காரம், பயம், பெருநகை, வீரியம், அருவெறுப்பு; புஞ்சம் - குவியல்.

விண்ணுல கரம்பை மாதர்க் கரசியை விலைகொண் மாதோ
மண்ணுல கரிவை யார்கண் மணியொளி மழுக்கும் வேறோர்
பெண்ணிதோ சோதி தானோ பெருகிய வனந்தங் கால
மெண்ணிலாத் தவஞ்செய் தாரீன் றெடுக்கவந் துதித்த வாழ்வோ. (4)

4. (260) விண்ணுலகப் பெண்களின் அரசியை விலையாகக் கொண்டவளோ? மண்ணுலகப் பெண்களின் கண்களில் உள்ள மணியின் ஒளியை மழுங்கடிக்கும் வேறொரு பெண்வடிவமோ? ஒளியோ? நீண்ட காலம் எண்ணிக்கை இல்லாது செய்த அரிய தவங்களின் பெறுபேறாக வந்துதித்த வாழ்வோ?

அரம்பை - தேவர் உலக மாதர்; விலைகொண் - விலையாகக் கொள்ளல்; அரிவை - பெண்; மழுக்கும் - மழுங்க வைக்கும்; சோதி - ஒளி; அனந்தம் - நீண்ட; தவஞ்செய்தார் ஈன்றெடுக்க - தவம் செய்தவர்களால்தான் பெற்றெடுக்க முடியும்.

இத்தனை கோடி மாற்றென் றியம்பொணாக் கனக மோவொண்
பத்திவிட் டெறிக்குங் காந்தி கதிர்மதி பரவ மேலோன்
வைத்துள சொற்க லோக மணியினா லமைத்து விட்ட
சித்திரப் பாவை யீதோ செகம்பெற்ற செல்வப் பேறோ. (5)

5. (261) இத்தனை கோடி மாற்று என்று கூற முடியாத தங்கமோ? பத்தி பத்தியாக ஒளி இலங்க, சூரியனும் சந்திரனும் புகழ்ந்து பணியும்படி இறைவன் அமைத்து வைத்துள்ள சொர்க்கத்து மணியினால் அமைத்து உலவவிட்ட ஓவியப் பாவையோ? உலகம் பெருமைகொள்ளும்படி பெற்றுக்கொண்ட செல்வப்பேறோ?

இயம்ப - சொல்ல; ஒணா - ஒண்ணாத, முடியாத; கனகம் - பொன்; காந்தி - ஒளி; கதிர் - சூரியன்; செகம் - உலகம்; பேறு - பாக்கியம்.

அழகினுள் ளுயிரோ காமக் கடலரு மருந்தோ நெஞ்சோர்
வழிவரா வகைம யக்கு மாயையை மயக்கு வாளோ
மொழிவதெவ் விதமோ வென்னு மொய்குழ லொருத்தி தன்னை
விழியினாற் கனவ கண்டான் விழித்ததுமே தேட லுற்றான். (6)

6. (262) அழகின் உள்ளுயிரோ? காமக் கடலின் அமிழ்தோ? மனம் ஒரு வழியில் நிலைகொள்ளாமல் மயக்கி அலைக்கழிக்கும் மாயையையே மயக்கும் ஒளிவாளோ? எவ்வாறு விளக்குவது? எனத் தடுமாறச் செய்யும் கூந்தல் செறிந்த அழகி ஒருத்தியைக் கனவில் கண்களால் கண்டான். கண் விழித்ததும் அவளைத் தேடலானான்.

அருமருந்து - அமிழ்தம்; வாள் - ஒளிவீசும் வாள்; மொய்குழல் - நிறைந்து செறிந்த கூந்தல் உடையவள்; உற்றான் - ஆயினான்.

மங்கையைக் கனவிற் கண்டோ மெனமனத் தணுவுந் தேறா
னிங்குவந் தவளா ரென்பா னெவ்விடத் தொளித்தா ளென்பான்
பங்கய வதனை மாதென் பார்வையிற் புகுந்தா ளென்னிற்
கொங்கையும் புகுமோ செம்பொன் மலையன்றோ கொளுமோ வென்பான். (7)

7. (263) அழகான அப் பெண்ணைக் கனவில் கண்டோம் என்று அவன் கருதவில்லை. இங்கு வந்தவள் யார் என்பான். எங்கே ஒளிந்தாள் என்பான். தாமரை மலர்முக மங்கை என் பார்வையில் புகுந்தாள் என்பது உண்மையே. ஆனால் முலையும் புகுமோ? அது தங்க மலையன்றோ? பார்வையில் புக இடம் கொள்ளுமோ என்பான்.

தேறான் - கருதலில்லான்; பங்கயம் - தாமரை; கொங்கை - முலை.

வஞ்சியர்க் கரசே யென்பான் வருமமோ வென்மீ தென்பா
னென்செய்தேன் குற்ற மென்பா னிரக்கமு மிலையோ வென்பான்
கஞ்சமென் பதத்தி லுள்ள வழகினாற் கவர்ந்த வென்ற
னெஞ்சையென் னிடத்தி லீந்து நீங்கிநீ விளையாட டென்பான். (8)

8. (264) பெண்ணரசே என்பான். என்மீது வெறுப்போ என்பான். நான் என்ன குற்றம் செய்தேன் என்பான். இரக்கம் இல்லையோ என்பான். தாமரை போன்ற மென்மையான பாத அழகால் கவர்ந்த என்னுடைய நெஞ்சைத் திருப்பிக் கொடுத்துவிட்டு நீ விலகி நின்று விளையாடு என்பான்.

வஞ்சி - பெண்; வருமம் - பகை; கஞ்சம் - தாமரை; ஈந்து - திருப்பிக் கொடுத்துவிட்டு; நீங்கி - விலகிநின்று.

எத்தனை கோடி கால மியற்றிய தவத்தி னாலோ
வித்திரு வடிவைக் காணத் தெரிசன மீந்தாய் கண்டு
சித்தவுட் பிரமை யாய்வாய் திறந்திலா திருந்தேன் பேசாப்
பித்தனைக் கலக்கங் கொள்வோ மென்னவே யொளித்தாய் பேதாய். (9)

9. (265) எத்தனையோ கோடி ஆண்டுக் காலம் செய்த தவத்தின் பயனாக, உன்னுடைய அழகு வடிவத்தைக் காண தரிசனப் பாக்கியம் தந்தாய். கண்ட இன்ப அதிர்த்தியில் திகைத்து வாய் திறவாது இருந்தேன். நம்மைக் கண்டும் வாய் பேசாது இருக்கும் இப் பித்தனைக் கலங்க அடிப்போம் என்றா ஒளிந்துகொண்டாய்? என்ன பேதைமை?

இயற்றிய - செய்த; தெரிசனம் - தரிசனப் பாக்கியம், காட்சிப் பேறு; சித்தம் - மனம்; உட்பிரமை - திகைப்பு; வாய் திறத்திலாது - வாய் திறவாது; பேதாய் - பேதைமையுடையவளே.

துதிக்குமின் னரசே யன்னத் தூவியு மனிச்சந் தானும்
பதித்துவைத் திடினெ ரிஞ்சிப் பழமொக்கும் பதம்ப ளிங்கின்
மிதித்திடிற் பொறுக்கு மோகண் ணிமைக்குமுன் வேக மாகக்
குதித்தன்றோ நடந்தொ ளித்தாய் கொப்பளங் கொண்ட தேயோ. (10)

10. (266) புகழ்ச்சிக்கு உரிய மின்னல் அரசியே! அன்னப் பறவையின் மென்மையான இறகையும் அனிச்ச மலரையும் கொட்டி வைத்து அதன்மீது நடந்தாலும் முள்நிறைந்த நெருஞ்சிப் பழத்தில் பதிந்தது போல் உன் பாதம் நோகுமே! பளிங்குக் கல் பதித்த தரையில் நடக்கப் பொறுக்குமோ? கண்ணிமைக்கும் நேரத்தில் குதித்து அன்றோ ஓடி ஒளிந்தாய்! கால் கொப்புளித்ததோ?

துதிக்கும் - புகழும்; மின் - மின்னல் ஒளி; தூவி - இறகு.

ஒளித்ததின் பலன்வீண் போமோ யுனைவந்து பிடித்தே னாகிற்
பளிக்கெழிற் றூணிற் சாய்ந்துன் பைம்பொன்னா மேனி நோவ
துளத்தினின் வீறி னாலே யுணர்ந்திலை யுன்னைக் கண்டு
களித்தகண் புனலு குக்குங் காட்சியைக் காண வாராய். (11)

11. (267) ஒளிந்தாயே அதன் பலன் வீண் போகுமோ? நிச்சயமாக உன்னைத் தேடிப் பிடிப்பேன். அழகிய பளிங்குத் தூணில் சாய்த்துவைத்து உன்னுடைய பொன்மேனி நோகும்படி வெறியுடன் அணைப்பேன். இதனை நீ உணரவில்லை. அன்பே! உன்னைக் கண்டு களித்த கண், காணாது கண்ணீர் சிந்துவதைக் காண வா!

ஒளித்த - ஒளிந்த; பளிக்கு - பளிங்கு; பைம்பொன்னாம் மேனி - பசும்பொன் மேனி; வீறு - வெறி, கொதிப்பு; உகுக்கும் - சிந்தும்.

ஏவென்றா ரழகு வாய்ந்த விணைவிழி மயிலே வாசப்
பூவென்றா லிணையி லாத பொற்பத வருடல் செய்ய
வாவென்றால் வருகி லாயோ மறைந்தெனைத் தோற்கச் செய்து
நீவென்றாய் வென்றாய் வாவென் னெஞ்சுகொண் டகன்ற மாதே. (12)

12. (268) கட்டளையிடும் அழகிய இரண்டு கண்கொண்ட மயிலே! மணமலர் என்றால் அஃது இணையில்லாத உன்னுடைய பொற்பாதங்களை வருடுவதற்கு உரியது. அதைச் செய்கிறேன் வா என்றால் வர மறுக்கிறாயே! என்னைத் தோற்கடித்தவளே! மறைந்தது போதும். என் நெஞ்சைக் கவர்ந்து சென்ற பெண்ணே! நீயே வென்றாய்! நீயே வென்றாய்! விரைந்து வா!

ஏவென்றார் - கட்டளையிட்டு ஆர்க்கும்; இணை - இரண்டு.

ஊடுதல் காமத் தின்ப மதற்கின்ப மூட லற்றுக்
கூடுத லென்பார் நீயவ் விதஞ்செயக் குறித்தா யென்னிற்
கோடுடை முலையி னோர்காற் புல்லின்மேற் குணங்கல் வேண்டும்
வாடுநுண் ணிடையா யாதை நினைந்துநீ கரந்த வாறே. (13)

13. (269) காதலில் இன்பம் மிகச் செய்வது ஊடல் ஆகிய செல்லக் கோபம். அச் செல்லக் கோபத்தின் இன்பமே அது நீங்கிக் கூடுதல்தான். நீ அதைக் கருதினாய் என்றால் மலைபோன்ற முலைகள் குழையும்படி புணர்தல் வேண்டும். முலை பாரத்தால் வாடும் நுண்ணிய இடை உடையவளே! நீ எதை நினைத்து மறைந்தாய்?

ஊடுதல் - செல்லக் கோபம் கொள்ளுதல்; காமம் - காதல்; குறித்தாய் - கருதினாய்; கோடு - மலை; ஓர்கால் - ஒரு பொழுது; புல்லல் - புணர்தல்; குணங்கல் - குழைதல், வளைதல்; கரந்த - மறைந்த; வாறு - வகை.

என்றிவை யுரைக்கு மேல்வை யேந்திழை யுருவங் கண்மு
னின்றிட வோகோ விங்கே நின்றன ணெடிய கண்ணா
யுன்றிரு வதனங் காணா துழலவோ வொளித்தா யென்னத்
தன்றுணைக் கரங்க ளாலே தழுவினன் குவவுத் தோளான். (14)

14. (270) என்று இவ்வாறு புலம்பினான். அப்போது அப் பெண் உருவம் கண்முன் நிற்பதுபோல் தோன்றிற்று. ஓகோ! நெடிய கண்ணுடையவளே! இங்கேயா நிற்கிறாய்? உன் முகத்தைக் காணாத துன்பத்தில் கிடந்து துடிக்கட்டும் என்றா ஒளிந்துகொண்டாய்? என்று தன் கைகளால் தழுவினான் அப் பருத்த தோளான்.

ஏல்வை - பொழுது; ஏந்திழை - பெண்; வதனம் - முகம்; துணை - இரண்டு; குவவு - பருத்த.

மஞ்செனுங் கரத்திற் றட்டா துளமயி லுருவை நோக்கி
வஞ்சியுன் னுருவந் தோன்ற மறையக்கை தழுவ வந்தா
லெஞ்செய்வ ரூப மாக வெவர்க்குமே கிடைக்க வொண்ணா
விஞ்சைகற் றனையோ வீதே வித்தையி லரிய தென்றான். (15)

15. (271) தன்னுடைய அழகிய இளைய கைக்குத் தட்டுப்படாது உள்ள இளைய மயில் போன்ற பெண்ணுருவை நோக்கி வஞ்சியே! உன்னுருவம் மறையவும் தோன்றவும் கண்டு தழுவ வந்தால் கைக்குத் தட்டுப்பட வில்லையே! என்ன செய்வேன்? உருவம் எவர் கைக்கும் தட்டுப்படாது இருப்பதற்கு வித்தை ஏதும் கற்றாயோ? நீ கற்ற இவ் வித்தை வித்தைகளிலேயே அபூர்வமானது என்றார்.

மஞ்சு - இளமை; தட்டாது - தட்டுப்படாது; எஞ்செய்வ - என்ன செய்வேன்; ஒண்ணா - முடியாத; விஞ்சை - வித்தை; அரியது - அபூர்வமானது.

மீட்டுமிவ் விஞ்சை போதும் விளங்கவுன் னிசவு உருபங்
காட்டென முன்பே நின்ற வுருவெழி றானுங் காணா

தேட்டினி லெழுத வொண்ணாத் துயர்மிகுத் திரையொன் னாரை
யூட்டுவேற் கரத்தான் செந்தீ யுலையிடு மெழுகு போன்றான். (16)

16. (272) தோன்றி மறையும் வித்தை காட்டியது போதும். மீண்டும் மீண்டும் காட்ட வேண்டாம். உன்னுடைய மெய்யான உருவம் இன்னபடி என்று விளங்கும்படிக் காட்டு என்றான். அவ்வளவில் முன்னர் தோன்றி நின்ற உருவ அழகுதானும் காணாது ஒழிந்தது. ஒழியவே ஏட்டில் எழுதிக் காட்ட முடியாத துயரம் கொண்டான். பகைவரைக் கைவேலுக்கு இரையாக இடும் இளவரசன் உலையில் இட்ட மெழுகுபோல் உருகினான்.

மீட்டும் - மறுபடியும்; நிச உரூஉபம் - மெய்யான உருவம்; காட்டுஎன - காட்டு என்று சொல்ல; வுருவெழிறானும் - உரு எழில்தானும்; இரை - உணவு; ஒன்னார் - பகைவர்; ஊட்டு - ஊட்டும்; உரூஉபம் - உருவம், அளபெடை.

தனிப்படு மிடமாய் வேறோர் பரிசனர் தாமு மின்றித்
துனிப்படு மோகத் தாலோர் சோகமுற் றெழுந்த பின்பு
கனிப்படு மிதழி னாளைக் கனவினிற் கண்டு தானோ
தொனிப்படு புலம்பல் கொண்டோ மென்னவுந் தோற்றிற் றம்மா. (17)

17. (273) தனியிடத்தில், ஏவலாளர் எவரும் இன்றித் துன்பப்படுத்தும் மோகத்தால் துயரமுற்று எழுந்தான். பின்னர் கனிபோன்ற இதழுடைவளைக் கனவில் கண்டுதான் புலம்பினோமோ என்று தோன்றியது அவனுக்கு.

தனிப்படும் இடம் - தனியிடம்; பரிசனர் - ஏவலர், பணியாள்; துனி - துன்பம்; தொனி - ஓசை; தோற்றிற்று - தோன்றியது.

கொண்டற்ற தோற்ற முற்றிக் கனவென்றே குறித்து ளாய்வான்
கண்டதே காண்ப தல்லாற் காண்கிலாப் பொருள்யார் காண்பா
ரொண்டொடி நினைவு மின்றி யொருபொழு தேனுங் காணா
வண்டுறை கூந்த லாளைக் கண்டதெவ் வண்ணந் தானே. (18)

18. (274) அவள் தோற்றத்தை மனத்தில் கொண்டான். ஆனால் கண்முன்னே காணுதல் அற்றான். மனத்தில் கொண்ட தோற்றம் முதிர்ந்தது. கனவாக இருக்கலாமோ என்று நினைத்தான். முன்னர் கண்டு அறிந்த பொருளையே கனவில் காணமுடியும். காணாத பொருளை யாரேனும் கனவில் காண்பதுண்டோ? ஒளிவீசும் வளையல் அணிந்த அப் பெண்ணின் நினைவு என் மனத்தில் இருந்ததில்லை. ஒருமுறைகூட அவளைக் கண்ணால் கண்டதில்லை. இந் நிலையில் வண்டுகள் மொய்த்துக் கிடக்கும் மலர்க் கூந்தலாளைக் கனவில் கண்டது எப்படி?

கொண்ட - மனத்தில் கொண்ட; அற்ற - நேரில் காணுதல் அற்ற; குறித்து - நினைத்து; ஆய்வான் - சிந்தித்தான்; ஒண்டொடி - ஒளிவீசும் வளையல்; உறைதல் - மொய்த்துக் கிடத்தல்; எவ் வண்ணம் - எப்படி.

கண்ணினிற் காஜெனா ணாத காட்சியாங் கண்ட தாலே
பெண்ணிவ ளெதுதே யத்தும் பிறந்திருப் பதுமெய் நம்மா
னண்ணிய கதியின் மட்டு நடந்துதே டுவங்கண் கண்டே
யெண்ணிய படியந் நாளு மிணங்கிடில் வதுவை செய்வோம். (19)

19. (275) கண்ணால் காண முடியவில்லையாயினும், நான் கனவில் காட்சியாகக் கண்டேன். ஆதலால் இப் பெண் ஏதோ ஒரு நாட்டில் பிறந்திருப்பது மெய். நம்மால் முடிந்த மட்டும் அவளைக் காணும் அதிர்ஷ்டம் கிடைக்கும்வரை நடந்து தேடுவோம். அவளை நம் எண்ணத்திற்கு அவள் இணங்கினால் திருமணம் செய்துகொள்ளலாம்.

எதுதேயத்தும் - எந் நாட்டிலேனும்; நண்ணிய - கிட்டிய; கதி - அதிர்ஷ்டம்; வதுவை - திருமணம்.

பதியுளதெவையுஞ் சென்று பார்த்திடிற் கூட்டொ ணாத
விதியுள தெனிலி றக்கு மட்டுவே றொருமின் னாசங்
கதியுள மணங்கொ ளாம லிருந்திடக் கடவோ மென்றோர்
மதியுள துணிவு கெண்டான் மற்றுள தெவையு நீத்தான். (20)

20. (276) எல்லா ஊர்களுக்கும் சென்று தேடுவோம். அனைத்தையும் கூட்டுவிக்கும் விதி நமக்கு நல்லதாக இருக்குமானால் அவளை மணப்போம். விதி கூட்டவில்லையானால் இறக்கும்வரை வேறொரு பெண்ணை மணம்செய்யாமல் இருந்துவிடுவோம் என்று மனத்தில் உறுதிகொண்டான். மற்றுள்ள அனைத்தையும் விலக்கினான்.

பதி - ஊர்; கதி - அடைக்கலம்,சேர்தல்; கடவோம் - இருப்போம் என்னும் துணிபு; துணிபு - உறுதி; நீத்தான் - விலக்கினான்.

கனவினிற் கண்ட பொன்னை நகைசெயக் கருதல் போலே
நினைவுவைத் தனமென் றாலு நெஞ்சினி லுறுதி யென்னுஞ்
சனதமே குடிகொண் டோங்கு தருமசிந் தையினா ளற்கு
வினவரும் பொருளொன் றுண்டோ விதியுமொத் திருக்கு மன்றோ. (21)

21. (277) கனவில் கண்ட பொன்னை எடுத்து நகை செய்யக் கருதுவது போல் ஆயிற்று நம் நிலை. ஆயினும் உள்ளத்தில் உறுதி என்னும் ஆவேசம் குடிகொண்டு ஓங்கி உந்தி எழும் செயலூக்கம் மிக்கவர்க்குக் கருதுதற்கு அரிய பொருள் ஒன்றுண்டோ? இறைவனின் விதிப்பும் ஒத்து இருக்கும் அன்றோ?

நினைவு வைத்தனம் - கனவில் கண்டவளை மணக்க முடிவு செய்தோம்; சனதம் - ஆவேசம்; தருமசிந்தை - செயலூக்கச் சிந்தை; சிந்தை - நாட்டம்; ஆளற்கு - ஆளனுக்கு; வினவுதல் - கருதுதல்; அரும்பொருள் - கிடைத்தற்கு அரிய பொருள்; விதி - இறைவனின் விதிப்பு.

அரசிய லியற்கை நீத்தா னன்னையைப் பிதாவை நீத்தான்
சரதநண் பினரை நீத்தான் றன்குலத் தினரை நீத்தான்
பரிசன மெவையு நீத்தான் பரிகரி சிவிகை நீத்தான்
விரைசெறி குழலி னாடன் வேட்கையை நீத்தி லானே. (22)

22. (278) ஆட்சி அதிகாரத்தைத் துறந்தான். தாய் தந்தையைத் துறந்தான். மெய்யான நண்பரைத் துறந்தான். தன் உற்றார் உறவினரைத் துறந்தான். பணியாளரைத் துறந்தான். குதிரை, யானை, பல்லக்கு முதலியவற்றைத் துறந்தான். மணம் மிக்க மலர்கள் சூடிய கூந்தல் உடைய பெண்மீது கொண்ட மோகத்தைத் துறக்க முடியாதவன் ஆனான்.

அரசியல் இயற்கை - ஆட்சியும் அதிகாரமும்; பிதா - தந்தை; சரதம் - உண்மை; தன் குலத்தினர் - உறவின் முறையார்; பரிசனம் - பணியாளர்; பரி - குதிரை; கரி - யானை; சிவிகை - பல்லக்கு; விரை - மணமலர்; செறிகுழல் - சூடிய கூந்தல்; குழலினாடன் - குழலினாள் தன்; வேட்கை - மோகம்; நீத்தல் - துறத்தல், விலக்கல்.

மண்ணினுக் கழகு பெண்ணே மடந்தையர்க் கழகு
பொன்னேகண்ணினற் கண்டி யாமே கடிமண முடிக்கி லந்தப்
பெண்ணினுக் கியைந்த யாவுஞ் செயவென்று பிரித்து ளத்தி
லெண்ணிநன் மணியும் பொன்னும் வேண்டுமட் டெடுத்துக்
கொண்டான். (23)

23. (279) மண்ணுக்கு அழகு பெண்குலமே. பெண்ணுக்கு அழகு பொன்னே, பொன்னில் செய்த அணிமணியே. ஆதலால், கனவில் கண்டவளைத் தேடி மணம் முடிக்கும்போது அவளுக்கு அணிமணிகள் செய்வதற்கென்று தேவையான அளவு பொன்னும் மணியும் எடுத்துக்கொண்டான்.

மடந்தை - பெண்; கண்டியாமே - கண்டு யாமே; கடிமணம் - திருமணம்; இயைந்த - இசைந்த; பிரித்து - ஆராய்ந்து.

அணையருங் கலனு மின்றி யாய்தந்தை யறிவ தின்றி
யிணையரு மொருவ ரின்றி யேறுவா கனமு மின்றி
மணையருள் வேட மாறி நகரையா மத்தி னீங்கிப்
பிணையருள் விழியைத் தேடி யாத்திரை புறப்பட் டானே. (24)

\

24. (280) அரசர்க்கு உரிய பொருள் ஏதும் இன்றியும் தாய் தந்தையர் அறியாமலும் நண்பர் எவரின் துணையின்றியும் குதிரை முதலிய ஏறுவாகனம் ஏதும் இன்றியும் ஒப்பனையால் உருமாற்றம் செய்துகொண்டும் நள்ளிர நேரத்தில் நகரத்தை விட்டுப் பயணம் புறப்பட்டான். கவரிமான் உதவிய விழியுடையாளைத் தேடிப் புறப்பட்டான்.

அணை - சேர்தல், அணிதல்; அருங்கலன் - அரசர்க்கு உரிய குடை, வாள் முதலிய பொருள்; ஆய் - தாய்; இணையர் - நண்பர்; மணை - ஒப்பனை; யாமம் - நள்ளிரவு; பிணை - கவரிமான்.

சிறந்தநீ ணெறிக டந்து செம்மல்போ யிணைன வன்பா
லுறைந்துள விடையி னாளர் கதிரவ னுதிக்கு முன்ன
ரறந்தரு காளை பள்ளி யறையினிற் கதவந் தன்னைத்
திறந்திருப் பதனான் மெல்லச் சென்றுபஞ் சணையிற் பார்த்தார். (25)

25. (281) அழகிய அரச வீதிகளைக் கடந்து இளவரசன் சென்றபின், சூரியன்உதித்தெழாத அந்த இளங்காலை நேரத்தில் பணியாளர் எழுந்தனர். அறநெறி தவறாத இளவரனின் பள்ளியறைக் கதவு திறந்திருக்கக் கண்டு மெல்லப் போய்ப் படுக்கையைப் பார்த்தனர்.

சிறந்த - அழகிய; நீனெறி - நீள்நெறி, நீண்ட வீதி, அரச வீதி; செம்மல் - செயல்திறன் முடித்தவன், இளவரசன்; இன்னவன் பால் - இங்கே அரண்மனையில்; இடையினாளர் - ஏவலர்; அறந்தரு - அறவழி நிற்கும்; காளை - இளவரசன்; பள்ளியறை - படுக்கை அறை.

திருந்துபூ வணையிற் காணாச் செய்கையா லெழுமுன் னேவந்
திருந்தில மிதனா லென்கொல் விளையுமோ வெனவுள் ளஞ்சிப்
பரிந்துகோ மகனை யன்று பகலெல்லாந் தேடிக் காணார்
விரிந்தபூ தலத்தை யாளும் வேந்தன்பால் விளம்பி னாரே. (26)

26. (282) படுக்கை அறையில் இளவரசன் காணப்படாததனால் பதறினர். இளவரசன் எழுமுன் நாம் வரவில்லையே. இதனால் என்ன நடக்குமோ என்று அஞ்சியவர்களாய்த் தேடினர். பகலெல்லாம் பரபரப்புடன் தேடினர். இளவரசனைக் காணாது கலங்கினர். கடைசியில் வேறு வழியின்றி பரந்த உலகை ஆளும் அரசனிடம் கூறினர்.

திருந்து - திருத்தம் செய்யப்பட்ட; பூவணை - பஞ்சணை, படுக்கை; என்கொல் - என்ன; பரிந்து - துக்கம் கொண்டு; கோமகன் - இளவரசன்; பூதலம் - உலகம்.

சொல்லிவை செவியிற் சார மன்னவன் றுணுக்கிட் டேங்கி
நல்லிய லமைச்சர்க் கோத வவர்மன நடுங்கி வீரர்
பல்லரை விடுத்திப் பாரிற் பதிதொறுந் துருவிக் காணா
தில்லென வுரைப்ப வேந்தல் துணைவியோ டிரங்கி வீழ்ந்தான். (27)

27. (283) பணியாளர் சொல் காதில் விழுந்ததும் அரசன் துணுக்குற்றான். ஏங்கினான். மதிநிறைந்த நல்ல அமைச்சரை அழைத்து அவரிடம் கூறினான். அவர் மனம் நடுங்கினார். வீரர் பலரை ஏவி ஊர்தோறும் தேட அனுப்பினார். அவர்கள் எங்கும் காணாது திரும்பினர். துருவித் துருவித் தேடினோம். இல்லை என்றனர். அரசன் துன்பத்தில் வீழ்ந்தான். அரசியின் நிலையும் அவ்வாறாயிற்று.

சார - சார்ந்ததும்; நல்லியல் - நல்ல தன்மைகள் நிறைந்த; ஓத - சொல்ல; பல்லரை - பலரை; பாரில் - உலகில்; பதி - ஊர்; ஏந்தல் - அரசன்; துணைவி - அரசி; இரங்கி - துன்பமுற்று.

கலகமிட் டெழுமொன் னார்கள் கடும்பகை யகற்றி யிந்த
வுலகபா ரத்தை நீயே தாங்குவை யொருசெங் கோலாற்

பலகவ லையுமி லாதி யான்பரிந் திருப்ப னென்றே
யலகிலா மகிழ்ச்சி கூரவ் வளவுதுன் பளித்தாய் மைந்தா. (28)

28. (284) மகனே! கலகம் செய்யும் பகைவரின் பகைமையை ஒடுக்கி இந்த அரச பாரத்தை நீ உன் செங்கோலால் தாங்குவாய், எவ்வகைக் கவலையும் இன்றி இருக்கலாம் என்று அளவிலா மகிழ்ச்சியோடு இருந்தேனே. அவ்வளவு மகிழ்ச்சியையும் துன்பமாக மாற்றி அளித்து விட்டாயே,

ஒன்னார் - பகைவர்; உலக பாரம் - உலகைக் காக்கும் அரச பாரம்; பரிந்து - பெருமையுடன்; அலகிலா - எல்லையில்லா; கூர் - மிகுதி.

எக்குறை யென்பாற் கண்டா யெதிருள்ளோ ரியாவ ரிந்த
விக்கினம் வந்த தென்கொ லியான்செய்தீ வினையோ வென்ன
மக்கிவாய் புலம்ப லுற்றான் மனைவியு மயில்போற் சொர்ந்தே
யுக்கியுள் ளுணர்வு மாறி யுயிர்க்கைய மாகி னாளே. (29)

29. (285) என்ன குறை என்னிடம் கண்டாய்? எதிரிகளால் இந்தத் தீங்கு நேர்ந்ததோ? என்னுடைய தீ வினையோ? என்று மனம் மாழ்கிப் புலம்பினான் அரசன். அவன் மனைவியோ மயில்போல் சோர்ந்து விழுந்தாள். உள்ளொடுங்கினாள். உணர்வு மாறினாள். உயிர் போயிற்றோ என ஐயம் கொள்ளும்படியாயினாள்.

விக்கினம் - தீங்கு; என்கொல் - என்னவோ; மக்கி - மழுங்கி; உக்கி - உள்ளொடுங்கி; உயிர்க்கு ஐயம் - உயிர் உண்டோ இன்றோ என்னும் ஐயம்.

அண்ணல்சந் ததிக்குங் காதற் றுணைவிக்கு மழுவ தாக
நண்ணிய சோகங் கொண்டா னகலுநா ளல்ல வென்றோ
புண்ணிய தேக மென்றோ திரும்பின போன வாவி
பெண்ணிவ ளுணர்வு வந்த பின்சில புலம்ப லானாள். (30)

30. (286) சோகம் கொண்ட மன்னன் மகனை எண்ணி அழுதான். செத்தாள் போல் கிடக்கும் காதல் மனைவியை எண்ணி அழுதான். இந்த அரசியின் உடல் புண்ணிய உடல் அன்றோ! மரணநாள் இஃது அன்றே! என்று, போன உயிர் திரும்பிவந்து அவள் உடலில் புகுந்தது. உணர்வு வந்தபின் மகனை எண்ணிப் புலம்பலானாள்.

அண்ணல் - அரசன்; சந்ததி - மகன்; காதற் றுணைவி - மனைவி, அரசி; நண்ணிய - வந்த; அகலுநாள் - உடலை விட்டுப் போகும் நாள்.

அடரவித் துயரங் கொள்ளு மரசனை யமைச்சர் தேற்ற
மடவியைக் குலத்தி லுள்ள மங்கையர் தேற்றத் தேறி
யுடலகத் துயிர்பெற் றாங்கே யுறைந்தனர் சுலுத்தா னீன்ற
கடகளி றனைய பாலன் வரவினிக் கழற லுற்றாம். (31)

31. (287) நெருங்கிப் பற்றிய துயரில் கிடக்கும் அரசனைத் தேற்றினார் அமைச்சர். அரசியைக் குலத்தார் தேற்றினர். இருவரும் உடலில் உயிர்

வரப்பெற்று இருப்பாராயினர். இனி அரசன் பெற்ற கடாயானை போன்ற மகன் வரலாற்றைத் தொடர்ந்து சொல்கின்றோம்.

அடர் - சாடிய; அடரவித் - அடர இத்; மடவி - பெண், அரசி; உறைந்தனர் - இருந்தனர்; பாலன் - மகன்; வரவு - வரலாறு; கழறல் - சொல்லல்.

கானக மலைகண் முற்றுத் துருவவுங் காண்கி லாளே
லானவெப் பதிக டோறுந் துருவவு மகப்பட் பாளேல்
வானமங் கையர்க்கு மேலாம் வல்லியை மணப்போ மென்னத்
தாலகத் திருத்தி மாறாத் தொனிநெடிற் கானஞ் சார்ந்தான். (32)

32. (288) காடுகளிலும் மலைகளிலும் துருவித் துருவித் தேடியும் காணக் கிடைக்காவிட்டாலும் உள்ள ஊர்கள்தோறும் துருவித்துருவித் தேடியும் அகப்படாவிட்டாலும் கவலை இல்லை. சொர்க்கக் கன்னியர்க்கும் மேலான அம் மங்கையை நிச்சயமாக மணப்பேன் என்று மனத்தில் உறுதிசெய்து கொண்டு மாறாத இரைச்சல் மிக்க நீண்ட காட்டிற்குள் சென்றான்.

கானகம் - காடு; பதி - ஊர்; வான மங்கையர் - சொர்க்கக் கன்னியர்; வல்லி - பெண்; தொனி - இரைச்சல்; நெடில் - நெடிய, நீண்ட; சார்ந்தான் - சென்றடைந்தான்.

வேங்கைக்கு மஞ்சான் மாறா மிகுமத மொழுகு யானைத்
தீங்கிற்கு மஞ்சா னீண்ட மயிர்ச்சினக் கரடி கையா
லோங்கற்கு மஞ்சா னின்ன முளபல விலங்கின் சாதி
யேங்கச்செய் தீதுக் கெல்லா மெள்ளள வஞ்சி லானே. (33)

33. (289) வேங்கைப்புலிக்கும் அவன் அஞ்சவில்லை. நீங்காது மதநீர் ஒழுகும் யானையின் தீங்கிற்கும் அஞ்சவில்லை. அடர்ந்து நீண்ட மயிர்க்கையால் ஓங்கி அடிக்கவரும் கரடிக்கும் அஞ்சவில்லை. இன்னும் உள்ள பற்பல விலங்கினங் களின் ஏங்கச் செய்யும் தீங்குகளுக் கெல்லாம் எள்ளளவும் அஞ்சவில்லை.

மாறா மிகுமதம் - யானை வாயிலிருந்து நீங்காது ஒழுகும் மதநீர்; விலங்கின் சாதி - விலங்கினம்.

நல்லதோர் வழிபோற் றோன்று நடந்திடி னன்றி தேராப்
புல்லவர் தமது நண்பு போலறத் தேய்வ தாகுஞ்
சொல்லெழிற் கனிக டூங்கும் பறித்ததைத் துய்க்க வென்றால்
வல்லசெல் வரின்பாற் சூழுங் கொடியர்போன் முசிறு வைகும். (34)

34. (290) நல்ல பாதைபோல் தோன்றும்; நடந்து சென்றாலோ நன்றி உணர்ச்சி இல்லாப் புல்லரின் நட்புப்போல் தேய்ந்து குறுகி மறையும். அழகிய சுவைமிக்க பழங்கள் தொங்கும்; பறித்து உண்ணலாம் என்று நெருங்கினால் கொடைநலம் மிக்க செல்வரைச் சூழ்ந்து நிற்கும் பண்பிலாக் கொடியவர்போல் முசிறு எறும்புகள் மொய்த்துக் கிடக்கும்.

நன்றி தேரா - நன்றி பாராட்டாத; நண்பு - நட்பு; அற - அற்று; தூங்கும் - தொங்கும்; முசிறு - முசிறு எறும்பு; வைகும் - சூழ்ந்திருக்கும்.

முள்ளுள செடியு மிண்டுங் கழல்களு முருக்கு வேலு
மெள்ளிய வுடையு மற்று மினம்பல தருவு மின்றி
யொள்ளிய கதிரோன் காந்தி யொருபொழு தேனுந் தோன்றாத்
துள்ளியிவ் வடவி யெங்குந் துருவியே யுழல் கின்றானே. (35)

35. (291) முள்நிறைந்த செடிகளும் மண்டி மதத்துக் கிடக்கும் பிரண்டையும் எலுமிச்சையும் வேல மரங்களும் பழிக்கத் தக்க உடை மரங்களும் இவைபோல் இன்னும் பற்பல நிறைந்த காடு. ஒளி பொருந்திய சூரியக் கதிர் ஒருபோதும் காணாத காடு. அக் காடு முழுவதும் அங்கும் இங்கும் தேடித் துருவி உழல்கின்றான்.

மிண்டுதல் - மதர்த்துக் கிடத்தல்; கழல் - பிரண்டை; முருக்கு - எலுமிச்சை; வேல் - கருவேலம்; எள்ளிய - நகைத்த; உடை - உடைமரம்; தரு - மரம்; ஒளிபொருந்திய - காந்தி, கதிர், வெளிச்சம்; அடவி - காடு; உழல்தல் - வருந்துதல்.

ஈன்றவேய் மணியி னோடு மருவிபாய்ந் திடுதற் பாரிற்
றோன்றுதா ரகைகள் போலச் சுடர்தரச் சந்தந் தேக்குத்
தான்றிகுங் குமங்கார் நெல்லி சண்பக நெருங்கி நிற்கும்
வான்றொடு வரைக ளெங்குந் தேடியும் வாடி னானே. (36)

36. (292) மூங்கில் மரங்களிலிருந்து தெறித்த முத்துகளோடு அருவி பாய்கிறது. அது பூமியில் நட்சத்திரம் சுடர் வீசுவதுபோல் உள்ளது. சந்தனம், தேக்கு, தான்றி, குங்குமம், கார்நெல்லி, சண்பகம் முதலிய மரங்கள் நெருங்கி வானளாவ வளர்ந்து நிற்கின்றன. அங்கெல்லாம் தேடி வாடினான்.

ஈன்ற - தெறித்த; வேய் - மூங்கில்; மணி - மூங்கிலில் விளையும் முத்து; பாரில - உலகில், பூமியில்; தாரகை - நட்சத்திரம்; சந்தம் - சந்தனம்; தான்றி - தான்றிமரம், தானே தோன்ற வளரும் மரம்; குங்குமம் - குங்கும மரம்; வரை - மலை.

பொருந்திய கந்த மூலஞ் சருகுகள் புசித்து நீருண்
டருந்திறற் கரமே சென்னி யணையென வைத்துத் தூங்கி
வருந்தியே கலையு மின்றி மரவுரி தரித்துக் காதற்
றிருந்திழை தன்னை நாடித் திரிந்தனன் பன்னீ ராண்டே. (37)

37. (293) கிழங்குகளையும் சருகுகளையும் உண்டான். நீர் அருந்தினான். வலிமை மிக்க கையைத் தலைக்கு அணையாக வைத்துத் தூங்கினான். உடுத்திய ஆடைகள் நைந்து கிழிந்ததனால் மரப்பட்டைகளை உடுத்தித் திரிந்தான். இவ்வாறு கனவில் கண்ட காதலியைத் தேடிப் பன்னிரண்டு ஆண்டுகள் அலைந்தான்.

கந்தமூலம் - கிழங்கு; சென்னி - தலை; அணை - தலையணை; கலை - ஆடை; மரவுரி - மரப்பட்டை.

ஆறிரண் டாண்டுங் கானின் மலையினி லலையும் போதில்
வேறொரு நகர மெய்த நோக்குவ மெனவே யெண்ணி

மாறியத் திசையை விட்டந் நகரிடை வந்தவ் வூரிற்
பேறுடைப் பள்ளி புக்கி யிருந்தனன் பிரியா மோகன். (38)

38. (294) பன்னிரண்டு ஆண்டுகள் காட்டிலும் மலையிலும் அலைந்தான். ஒருநாள் வேறொரு நகரில் சென்று பார்க்கலாம் என்று எண்ணி வேவொரு புதிய திசையில் நடந்து ஒரு நகரை அடைந்தான். ஒரு பள்ளிவாசலில் தங்கினான் காதல் பிரியாத இளவரசன்.

மாறி - வழக்கமான திசையை மாற்றி; பேறு - பாக்கியம்; பள்ளி - பள்ளிவாசல்; புக்கி - புகுந்து; மோகன் - காதலன்.

தெள்ளியன் மலையி லோடித் தேய்ந்தகாற் சிறந்த கான
முள்ளுகள் கிழித்த மேனி கிழங்குக ளகழ்ந்து மேகாய்ப்
புள்ளகை படைத்தோன் றன்னை யுற்றுணரந் தருகா யந்தப்
பள்ளியின் மோதீன் வந்தே யிருந்திவை பகர லுற்றான். (39)

39. (295) மலையில் ஓடித் தேய்ந்த காலையும் காட்டு முட்கள் கிழித்த மேனியையும் கிழங்குகள் தோண்டிக் காய்ப்பு ஏறிய கையையும் கொண்டு இரங்கத் தக்க நிலையில் உள்ள அவனை உற்றுப் பார்த்தான் அப் பள்ளியின் மோதீன். நடந்துவந்து அருகில் அமர்ந்து பேசினான்.

தெள்ளிய - தெளிந்த; சிறந்த - பெரிய; கானமுள் - காட்டு முள்; அகழ்ந்து - தோண்டி; மோதீன் - முஅத்தின், பள்ளிவாசலில் பாங்கு சொல்லும் பணியாளர்; பகரல் - பேசல்.

எந்தவூ ரியாவர் தோன்ற லெங்குபோங் கருத்திவ் வூர்க்கு
வந்தவோ விந்த வூரில் வந்துநா ளெவள வென்ன
நந்திலா நெடுந்தூ ரத்தோர் நகரமென் றந்தை தாயர்
சிந்தையன் புடையீர் தேசாந் தரியின்றே யிங்குச் சேர்ந்தேன் (40)

40. (296) நீ எந்த ஊர்? யாருடைய மகன்? எங்குப் போகும் கருத்தில் இவ் வூருக்கு வந்தாய்? இங்கு வந்து எத்தனை நாள்கள் ஆயின என்று கேட்டான். எட்டாத நெடுந்தொலைவில் உள்ள நகரில் என் தாய் தந்தையர் உள்ளனர். அன்பு உள்ளம் கொண்டவரே! நான் நாடு சுற்றுபவன். இன்றுதான் இங்கு வந்து சேர்ந்தேன்.

தோன்றல் - மகன்; போங்கருத்து - போகும் கருத்து; நாளெவ்வளவு - நாள் எவ்வளவு; நந்திலா - குற்றமில்லா; தேசாந்தரி - நாடு சுற்றுபவன், பரதேசி.

வசிப்பதிவ் வூரென் றில்லை வந்தொரு கணமே யென்றான்
பசிக்குண விலையோ வென்று பள்ளியின் மோதின் கேட்பப்
புசித்தில னினமென் றோதப் பூண்டுறை தரும சிந்தை
யசைப்பரு குணத்தான் வாரீ ரகத்தென வழைத்து வந்தே. (41)

41. (297) இன்ன ஊரில் வசிப்பது என்றில்லை. இப்போதுதான் வந்தேன் என்றான். பசிக்கு உணவு உண்டாயோ என்று பள்ளிவாசலின் மோதீன் கேட்க

இன்னும் உண்ணவில்லை என்றான் இளவரசன். அசைக்க முடியாத தரும சிந்தை பூண்டு வாழும் மோதீன் என் வீட்டிற்கு வருக என்று அழைத்து வந்தான்.

இனும் - இன்னும்; பூண்டு - அணிந்து; உறை - வாழும்; தருமசிந்தை - அவமனம்; அசைப்பரு - அசைக்க முடியாத; அகத்து - வீட்டிற்கு.

தலைக்கடை கூடத் துற்றோர் பாத்திரந் தன்னிற் றன்வீட்
டுலைக்கடை யன்ன மிட்டே புதல்விபா லுதவென் றீயக்
கொலைக்கடை வேற்க ணல்லாள் கோமக னுறைவ தான
நிலைக்கடைந் துணவை வைத்துண் பீரென நிகழ்த்தி நின்றாள். (42)

42. (298) தலைவாசற் கூடத்தில் அவனை அமர்த்திய மோதீன் அடுக்களையில் உள்ள மகளை அழைத்தான். ஒரு பாத்திரத்தில் உணவை இட்டு, இதை இவனுக்கு உண்ணக் கொடு என்று தன் மகளிடம் கொடுத்தான். கொலை செய்யும் வேல் போன்ற கடைக்கண் நல்லாள் ஆகிய அவள், இளவரசன் இருக்கும் நிலையை அடைந்து உணவை அவன்முன் வைத்து உண்ணுங்கள் என்று கூறினாள்.

தலைக்கடை - கூடம், வீட்டின் முன்கட்டு; உற்று - அடைந்து; உலைக்கடை - அடுக்களை; அன்னம் - உணவு; உதவு - உண்ணக் கொடு; ஈய - கொடுக்க; கொலை - கொல்லும் தொழில்; கடைவேற் கண் - வேல் போன்ற கடைக்கண்; நிலைக்கு - இடத்திற்கு; அடைந்து - வந்து; நிகழ்த்தி - சொல்லி.

நின்றமு தருந்த வென்ற நேரிழை வதனங் கண்டா
னன்றுநாங் கனவிற் கண்ட வாருயி ரிவளே கானுங்
குன்றுமே யலைந்த தெல்லாங் குறைவறு தவமாய்க் கூடி
யின்றுகண் டிடவோ பெற்றோ மெனவெண்ணி மயங்கி வீழ்ந்தான். (43)

43. (299) நின்று உணவு அருந்து என்ற பெண்ணின் முகத்தைப் பார்த்தான். அன்று கனவில் கண்ட ஆருயிர்க் காதலி இவளே. காடும் மலையும் அலைந்ததெல்லாம் குறையாத தவமாகக் கூடி இன்று காணப்பெற்றோம் என்று எண்ணி மயங்கிச் சாய்ந்தான்.

நேரிழை - பெண்; வதனம் - முகம்; கானும் - காடும்; குன்றும் - மலையும்; குறைவறு - குறைவில்லாத.

வண்ணவார் குழல்க னாவில் வருமழ கமுத முண்டு
கண்ணதிற் புகுந்த தாலே யித்தனை கலக்கங் காதி
லுண்ணவென் றுரைத்த வார்த்தை யமுதொக்கச் சேரு மாகில்
வெண்ணகை மான்மேற் கொள்ளும் விரகத்துக் களவு முண்டோ. (44)

44. (300) வாரிமுடித்த கூந்த அழகி கனவில்வரும் அழகமுதை உண்டான். கண்வழி புகுந்து மனத்தில் உறைந்தாள். அதனால் இத்தனை கலக்கம்! அத னுடன் உண்ணுங்கள் என்ற வார்த்தை அமுதமும் காதின்வழி சென்று சேரு மானால், அவன் அவள்மேல் கொள்ளும் காமநோய்க்கு அளவும் உண்டோ?

வார்குழல் - அழகிய கூந்தல்; ஒக்க - ஒன்றாக; மான் - பெண்; விரகம் - காமநோய்.

பொருந்திய கல்வி வீரம் பொறுமையைம் புலனீ தெல்லாம்
திருந்திழை பாலி னேகித் தேகத்தி லாவி யொன்று
மிருந்தது வதனாற் சோர்ந்தே கிடந்தவ னெழுந்தே யுண்டி
யருந்திலன் பள்ளி புக்கா னாருயிர்க் குயிரைக் கண்டோன். (45)

45. (301) தன்னுடைய உயிரின் உயிரைக் கண்ட அவன் வீரம் பொருந்தியவன். கல்வியும் பொறுமையும் நிரம்பியவன். அவனிடம் பொருந்தியிருந்த அவை ஐம்புலனுடன் சேர்ந்து அவளிடம் சென்றாள். உடலில் உயிர் ஒன்று மட்டுமே இருந்தது. அதனால் சோர்ந்து கிடந்தவன் எழுந்தான். உணவு உண்ணவில்லை. பள்ளிவாசலில் போய்ப் புகுந்தான்.

ஐம்புலன் - காணல், கேட்டல், முகர்தல், சுவைத்தல், தொடல் ஆகிய உணர்வுப் புலன்கள்; திருந்திழை - திருத்திய கூந்தலாள்; பாலின் ஏகி - இடத்திற் சென்று; தேகம் - உடல்; ஆவி - உயிர்; உண்டி - உணவு; புக்கான் - புகுந்தான்.

கனவினிற் கண்ட போதே கைவந்தா லல்த ருந்தோ
மனமென வமுதின் மேலா மனந்தள்ளிக் கந்த மூலந்
தனையினி துண்டோன் மெய்யாய்த் தன்னிரு விழியிற் கண்டும்
வனிதகை வாரா திந்த வசனமோ புசிப்பான் மாதோ. (46)

46. (302) கனவில் கண்டபோதே, அவள் கைவசப்பட்டால் அன்றி அருந்தோம் உணவு என்று, அமுதினும் மேலான சுவையுணவை ஒதுக்கிவிட்டுக் கிழங்கும் சருகும் விரும்பி உண்டு பத்தியம் காத்தவன். உண்மையில் தன்னுடைய இரண்டு கண்களால் கண்டும் அப் பெண் வசப்படாத நிலையில் உண்ணுங்கள் என்ற வார்த்தையைப் புசிப்பானோ?

கைவந்தாலலது - கையில் கிடைத்தால் அன்றி; அனம் - அன்னம், உணவு; மேலான அனம் - மேலான உணவு; தள்ளி - ஒதுக்கி; கந்தமூலம் - கிழங்கு; வனிதை - பெண்; கைவராது - கையில் கிடைக்காது; வசனம் - வார்த்தை.

இருந்தவ னமுது ணாம லெழுந்தகன் றதைமின் னாள்கண்
டருந்தவ மியற்றிப் பெற்ற தாதைபா லடுத்துச் சொல்ல
வருந்தல்கொண் டெழுந்து பள்ளி வைகினோ னருகிற் சார்ந்து
பொருந்திவந் தசனங் கொள்ளா தடைந்ததென் புகல்வீ ரென்றான். (47)

47. (303) அமர்ந்திருந்தவன் உணவு உண்ணாமல் எழுந்து சென்றதைக் கண்ட பெண் திகைத்தாள். அரிய தவங்கள் செய்து பெற்ற தந்தையிடம் சென்று நடந்ததைச் சொன்னாள். கேட்டு வருந்திய மோதீன் எழுந்து சென்று பள்ளிவாசலில் அவனைக் கண்டான். அருகில் சென்று, மனம் பொருந்தி வந்தும் உணவு உண்ணாது எழுந்து வந்த காரணம் யாது? சொல் என்று கேட்டான்.

உணாமல் - உண்ணாமல்; அகன்றதை - போனதை; மின்னாள் - மின்னல் கொடி போன்ற பெண்; இயற்றி - செய்து; தாதை - தந்தை; பால் - இடம்; அடுத்து -

சென்று; வைகினோன் - இருந்தவன்; சார்ந்து - சென்று சேர்ந்து; பொருந்தி - உடன்பட்டு; அசனம் - உணவு; அடைந்தது - பள்ளிவாசலை அடைந்தது; புகல்வீர் - சொல்வீர்.

என்றவ னுரைப்ப வேந்த னீன்றசே யெனக்கு நீர்வாக்
கொன்றளித் திடிலூண் கொள்வே னென்றுரைத் திடவாக் கீந்தான்
சென்றவன் கூடத் தன்ன முண்டனன் செப்ப லீந்தோன்
வென்றிகொள் புயத்தீர் கேட்கும் வாக்கென்கொல் விளம்பு மென்றான்.(48)

48. (304) அவன் வினவினான். கேட்ட மன்னன் மகன் 'ஒரு வாக்குறுதி தரவேண்டும். தந்தால் உணவு உண்பேன்' என்றான். என்ன? ஏது? என்று கேட்காமலே வாக்குறுதி அளித்தான். மகிழ்ச்சியுடன் எழுந்து சென்று அவன் வீட்டில் உணவு உண்டான் இளவரசன். அவன் உண்டபின் வாக்குறுதி அளித்த மோதீன், வெற்றி கொள்ளும் வீரத் தோளுடைய விருந்தாளியே! நீ கேட்கும் வாக்கு யாது? சொல் என்று கேட்டான்.

ஈன்ற - பெற்ற; சேய் - மகன்; வாக்கு - வாக்குறுதி; ஊண் - உணவு; ஈந்தான் - அளித்தான்; செப்பல் - வாக்குறுதி; வென்றி - வெற்றி; புயம் - புஜம், தோள்; விளம்பும் - சொல்லும்.

ஓதிய மொழிகேட் டுள்ளத் துறுதியோ ரணுவு மாறீர்
மாதிரு வனைய நுந்தம் புதல்வியை மணஞ்செய் தெற்கு
நீர்தர வேண்டு மென்றா னிகழ்த்துமவ் வசன மோதீன்
காதினிற் புகுந்து ளத்தைக் கலக்கநீள் கவலை கொண்டான். (49)

49. (305) மோதீன் சொன்ன வார்த்தையைக் கேட்டு, அணுவளவும் உறுதி மாறமாட்டீர் என்று நம்புகிறேன். ஒருபெரும் செல்வம் போன்ற உங்கள் மகளை எனக்கு மணம்செய்து தரவேண்டும் என்றான். சொல்லும் வார்த்தை மோதீன் காதில் புகுந்து உள்ளத்தைக் கலக்கியது. பெருங் கவலை கொண்டான்.

ஓதிய - சொன்ன; மொழி - வார்த்தை; மா - பெரிய, அரிய; திரு - செல்வம்; நுந்தம் - நும்தம், உம்முடைய; எற்கு - எனக்கு; நிகழ்த்தும் - சொல்லும்; வசனம் - வார்த்தை; நீள் - நீண்ட, பெரிய.

கொச்சையாய்த் தனித்து மேதன் கும்பிக்கு மிரைகிட் டாம
லுட்சலித் திருப்பக் கண்டே யுளத்தினி லிரங்கி யாமே
பிச்சையீந் திடுகை யானம் பெண்ணையீந் திடவோ வென்றே
நச்சையார் கயல்கள் போல நலிந்துள முருகி னானே. (50)

50. (306) சிறுமைப்பட்டவனாய் யாருமற்ற தனியனாய் வயிற்றுக்கு உணவு கிடைக்காமல் மனம் சலிப்புற்றவனாகக் கண்டேன். மனம் இரங்கி உணவுப் பிச்சை ஈந்தேன். அதே அவனுக்குப் பிச்சை ஈந்த கையால் நம் பெண்ணைக் கொடுப்பதா என்று நஞ்சூட்டப்பட்ட மீன்போல் உள்ளம் வருந்தி உருகினான்.

கொச்சை - சிறுமை; தனித்து - அனாதையாய்; கும்பி - வயிறு; உள் - உள்ளம்; சலித்திருப்ப - சலித்திருக்க; கையானம் - கையால் நம்; நச்சு - நஞ்சு, விஷம்; ஆர் - ஊட்டல்; கயல் - மீன்.

நவநிதி பொறுமை கல்வி நற்குல மெழிலுள் ளோரா
யவரவர் கேட்க வுஞ்சம் மதித்தளி யாதி ருந்தோ
முவமையிற் கலியா லிற்றைக் குண்பதற் கிடமி லாது
கவலைகொள் பவனுக் கோநங் கண்ணையீ குதென் றாய்ந்தான். (51)

51. (307) செல்வம், பொறுமை, கல்வி, நல்ல குடும்பப் பின்னணி, அழகு உள்ள பலரும் பெண் கேட்டும் சம்மதிக்காது இருந்தோம். துன்பத்திற்கு உவமையாய் இன்றைய உணவிற்கு வழியில்லாமல் கவலைப்படுபவனுக்கா நம் கண்மணியைக் கொடுப்பது என்று சிந்தித்தான்.

நவநிதி - ஒன்பது வகை செல்வம், அவை: கச்சபநிதி, கற்பநிதி, சங்கநிதி, நந்தநிதி, நீலநிதி, பதுமநிதி, மகாநிதி, மகாபதுமநிதி, முகுந்தநிதி இவை குபேரனின் நவநிதி என்பது புராண மரபு; எழில் - அழகு; உவமை - எடுத்துக்காட்டு; கலி - துன்பம்; இற்றைக்கு - இன்று; ஆய்ந்தான் - சிந்தித்தான்.

பரர்க்குப காரச் சொல்லைப் பணத்திலொன் றிரண்டைத் தூசை
யிரப்பவர் கேட்ப ரென்றே யெண்ணிவாக் கீந்தோ நந்தம்
வரத்தினிற் பயந்த செல்வ மடவியைக் கேட்டான் சொன்ன
வுரைக்கிரண் டாவ தோபெண் ணுதவுவ தோவென் றோர்ந்தான். (52)

52. (308) அயலார்க்கு உபகாரமாகக் கூடிய சொல்லை, ஒன்றிரண்டு பணத்தை, துணியைத்தான் பிச்சைக்காரர்கள் கேட்பார்கள் என்று வாக்களித்தோம். ஆனால் அவனோ நம்முடைய வரத்தால் பெற்ற செல்வ மகளை அல்லவா கேட்டான்! கொடுத்த வாக்கு மாறுதா? பெண்ணைக் கொடுப்பதா என்று சிந்தித்தான்.

பரர் - அயலார்; பணம் - காசு; தூசு -ஆடை, துணி; இரப்பவர் - பிச்சைக்காரர்; வரம் - துஆப்பேறு; பயந்த - பெற்ற; மடவி - இளம்பெண்; உரைக்கு - வாக்குறுதிக்கு; இரண்டாவது - இரண்டகம் செய்வது; உதவுவது - கொடுப்பது; ஓர்ந்தான் - சிந்தித்தான்.

இத்திறங் கலங்கிக் காளைக் கியம்புவ னீன்ற செல்வப்
புத்திரி யெனக்கு மென்றன் துணைவிக்கும் பொதுமை யன்றோ
வுய்த்தவோர் பாதிக் கீந்தேன் மற்றவோர் பாதிக் கன்னாள்
சுத்தவுண் மையையு சாவிச் சொல்வனென் றெழுந்து போனான். (53)

53. (309) இவ்வாறு கலங்கிய மோதீன் இளவரசனிடம், பெற்ற மகள் எனக்கு மட்டும் சொந்தம் அல்லள். எனக்கும் என் மனைவிக்கும் பொது அன்றோ? என்னைப் பொறுத்தவரை உனக்கு வாக்களித்துவிட்டேன். அது பாதி. மறுபாதிக்கு அவள் கருத்தைக் கேட்டறிந்து சொல்வேன் என்று சொல்லிவிட்டு எழுந்து போனான்.

இத் திறம் - இவ்வாறு; காளை - இளவரசன்; இயம்புவன் - சொல்வான்; பொதுமை - பொது ஆனவள்; உய்த்தல் - சேர்த்தல்; உசாவி - கேட்டறிந்து.

மடவிகேண் மருங்கிற் கட்ட வத்திர மிலவ னென்றுந்
தொடர்கலி யுளவ னின்று சோற்றுக்கிங் கடைந்தோ னென்ற
னிடமொரு வார்த்தைப் பாடெற் கீகென்றா னீந்தே னந்த
முடலுயிர்ப் புதல்வி தன்னை யுதவுக வெனவு ரைத்தான். (54)

54. (310) பெண்ணே கேள். இடையில் கட்ட உடையில்லாதவனும் எப்போதும் தொடர்ந்துவரும் தரித்திரம் உள்ளவனும் இன்று சோற்றுக்கு இங்கு வந்தவனும் ஆகிய அவன் எனக்கு ஒரு வாக்குறுதி கொடு என்று கேட்டான். சிந்திக்காமல் கொடுத்துவிட்டேன், கேட்பதைத் தருவேன் என்று. அவனோ நம்முடைய உடலும் உயிரும் ஆன மகளை மணம் செய்யக் கேட்கின்றான்.

மடவி - பெண்; கேண் - கேள்; மருங்கில் - இடையில்; வத்திரம் - ஆடை; கலி - தரித்திரம்; உளவன் - உள்ளவன்; அடைந்தோன் - வந்தவன்; வார்த்தைப்பாடு - வாக்குறுதி; ஈக - தருக; நந்தம் - நம்முடைய; உதவுக - தருக.

மதிமிக மயங்கி யென்றன் மனைவிக்கு மெனக்குஞ் செல்வி
பொதுவவ ளுளம றிந்து புகல்வனென் றுன்பால் வந்தே
னதிசய மிதற்கென் செய்வோ மென்றன னகத்துள் வாடி
விதியிதோ தவத்தா லீன்ற மகட்கென வெம்பி னாளே. (55)

55. (311) அறிவு கலங்கி, எனக்கும் என் மனைவிக்கும் பொதுவானவள் எங்கள் மகள். ஆதலால் அவள் கருத்தை அறிந்து சொல்வேன் என் சொல்லிவிட்டு உன்னிடம் வந்தேன். இஃது ஓர் அதிசயம். இதற்கு என்ன செய்யலாம் என்று கேட்டான், அவள் மனத்தில் வருந்தி தவத்தால் பெற்ற மகளின் விதி இப்படியா என்று கொதிப்படைந்தாள்.

அதிசயம் - நூதனம், நடக்கக் கூடாதது; வெம்பினாள் - கொதித்தாள்.

முன்னையெந் தவத்தின் பேறே முருக்கிதழ் கனியே யார்க்கு
நன்னய வமுதே மானே நறுமலர்க் கொடியே மாறா
மின்னையான் பெற்ற செல்வத் திருவைவிண் ணுலக மாதைப்
பொன்னையோ விரப்பான் கையிற் புகுப்பதென் றுகுத்தாள் கண்ணீர். (56)

56. (312) முன்னர் பலகாலம் தவம் செய்து பெற்ற செல்வமே! முருங்கைப்பூ போன்ற அழகிய பல்வரிசை அமைந்த நெஞ்சக் கனியே. யாரும் நலம் செய்யும் அமுதே! மானே! பூங்கொடியே! மாறாத ஒளியே! நான் பெற்ற செல்வப் பேறே! விண்ணுலக ஹூரியே! தங்கமே! உன்னைப் பிச்சைக்காரன் கையிலா கொடுப்பேன் என்று புலம்பிக் கண்ணீர் சிந்தினாள்.

முருக்கு - முருங்கை; நன்னயம் - நலம்; மின் - ஒளி; விண்ணுலக மாது - சொர்க்கத்து ஹூரி; இரப்பான் - பிச்சைக்காரன்;புகுப்பது - ஒப்படைப்பது; உகுத்தாள் - சிந்தினாள்.

நேர்ப்படு மளவந் நாட்க ணிறைந்தகா தலனுக் கிந்த
வார்ப்பொதி தனத்தி னாளை மணமுடித் திருகண் ணாரப்
பார்ப்பதற்கிடமி லாம லொருபர தேசிக் கீந்து
கேட்பவர் நகைக்க விந்தக் கீழ்மையும் வருமோ வென்றாள். (57)

57. (313) வார்வைத்துக் கட்டிய இந்த இளமுலையாளை வயதுக்கு ஒத்த காதலனுக்கு மணம் முடித்துவைத்துக் கண்ணாரப் பார்ப்பதற்கு இடமில்லாமல் போயிற்றே! ஒரு பரதேசிக்குக் கொடுப்பதோ! கேட்பவர் சிரிக்கும்படி இந்தக் கீழ்மை வருமோ? என்றாள்.

நேர்ப்படும் அளவு அந்நாட்கள் - ஒத்த வயது; வார் - மார்க்கச்சை; பொதி - பொதிந்த; தனம் - முலை.

கலங்கியே தெளிந்திம் மாது கணவனை நோக்கி யானே
விலங்கினே னாகி லுந்தம் வார்த்தைவீ ணாகு மன்றோ
மலங்கிலேன் பொருத்த மென்றாண் மலர்க்கண்ணின் மணிக ளொப்பா
யிலங்குபூங் கொடியுங் கேட்கி லுமதுநெஞ் சென்னெஞ் சென்றாள். (58)

58. (314) கலங்கினாள். பின் தெளிவு பெற்றாள். கணவனை நோக்கி நான் தடைசெய்தால் உங்கள் வாக்கு வீணாகிவிடும் அன்றோ? ஆதலால் நான் கலங்கவில்லை. மணமுடிக்கவிருக்கும் ஒளிசெய்யும் பூங்கொடி போன்ற அவளையும் கேட்கவேண்டும். அவளுடைய மென்மையான பாதங்கள் நம்முடைய கண்ணின் மணிகளுக்கு ஒப்பானவை அன்றோ? என்றவள் மகளிடம் சென்று கேட்டாள். உங்கள் நெஞ்சே என் நெஞ்சு என்றாள் மகள்.

விலங்கினேன் - விலக்கினேன், தடுத்தேன்; உந்தம் - உம்தம், உங்கள்; வார்த்தை - வாக்குறுதி; மலங்கிலேன் - கலங்கவில்லை; பொருத்த - மணம் செய்விக்க; மென்தாள் - மென்மையான பாதம்; இலங்கல் - ஒளிசெய்தல்; நெஞ்சுஎன் - கருத்து என்ன?

மூவரு மொருசொல் லாக முடிந்தபின் மோதீ னிந்தக்
காவரு கரத்தான் பக்கல் வந்துநுங் கருத்தின் வண்ணம்
பூவரு பதத்தா டன்னைப் புரிகுவோம் பொருத்த மென்றான்
மாவரு மலைகள் போல மணிப்புயம் பூரித் தானே. (59)

59. (315) கணவன் மனைவி மகள் ஆகிய மூவரும் கலந்து பேசி முடிவு செய்தபின் நாடு காக்கும் அருங்கையனான இளவரசனிடம் வந்தான் மோதீன். உம் விருப்பப்படி பூப்போன்ற மென்மையான பாதம் கொண்ட எங்கள் பெண்ணை மணமுடித்துத் தருவோம் என்றான். பெரிதுயர்ந்த மலைபோன்ற அழகுதோள் பூரித்தான் இளவரசன்.

கா - காவல், நாடு காத்தல்; அருங்கரம் - கோல்பிடிக்கும் கை; பக்கல் - அருகில்; பூவரு பதம் - பூப்போன்ற பாதம்; பதத்தாள் - பெண்; பொருத்தம் - திருமணம்; மா - பெரிய; அருமலை - உயர்ந்த மலை; மணி - அழகு.

நாட்குநாள் வளருங் கீர்த்தி நரபதி யப்துல் காதிர்
வாக்கினா லஞ்ச லென்றே மவுன்றிடப் பெற்றோர் போலத்
தார்க்குழன் மயிலன் னாளை மணஞ்செய்து தருவோ மென்று
கேட்குமப் பொழுது நெஞ்சங் கிளர்தர மகிழ்ச்சி கூர்ந்தான். (60)

60. (316) நாளுக்கு நாள் புகழ் வளர வாழ்பவர் அப்துல் காதிர். அவர் மனிதர்களின் தலைவர்; அரசர். அவர் வாயால் அஞ்சேல் என்று சொல்லப்பட்டவர் அச்சம் தீர்வர். அமைதி கொள்வர். அவர்போல் கூந்தலில் பூமுடித்த மயில் போன்ற எங்கள் மகளை மணம்செய்து தருவோம் என்று சொல்லக்கேட்டபோது நெஞ்சக் கிளர்ச்சி அடைந்தான்;

மகிழ்ந்தான். நரர் - மனிதர்; பதி - தலைவர், அரசர்; வாக்கு - வாய்,சொல்; மவுன்றிட - சொல்லிட; தார் - பூ; குழன் - குழல், கூந்தல்; கிளர்தர - கிளர்ச்சி அடைய; கூர்தல் - மிகுதல்.

முன்னுள்ளோர் தவமோ யாம்போய் முயன்றிடு தவமோ வன்றி
மன்னுநந் தந்தை தாயால் வரப்படு தவமோ விந்தப்
பொன்னுநம் பாரி யாகக் கிடைக்குமோ புனித மேலோன்
துன்னுநற் கருணை யேயிச் சோபன வசன மென்றான். (61)

61. (317) முன்னோர் துஆப் பேறோ? அலைந்து திரிந்து தேடிய முயற்சியின் பலனோ? அல்லது பெருமை மிக்க நம் தந்தை தாயால் கிட்டிய தவமோ? இந்தத் தங்கமும் நமக்கு மனைவியாகக் கிடைக்குமோ? தூய மேலோனாகிய இறைவனின் பெருகிய கருணையே இத் திருமண நற்செய்தி என்றான்.

தவம் - துஆ; மன்னு - பெருமை; வரப்படு - வந்த, கிடைத்த; பொன்னு - தங்கம்; பாரி - மனைவி; புனிதம் - தூய்மை; மேலோன் - இறைவன்; துன்னுதல் - பெருகுதல்; சோபனம் - நற்செய்தி; வசனம் - சொல்.

உணர்ந்தவர் புகல்கல் யாண வோரையின் றினத்தின் மோதீன்
குணந்தரு முறவோர் தம்மைக் கூட்டிய பந்த ரிட்டு
கணந்தரு நகருள் ளோரியா வருக்குமங் கலமென் றோதி
வணந்தரு வாய்மை வேத வல்லவர் தமக்குஞ் சொல்லி. (62)

62. (318) அறிவுடையவர் குறித்துச் சொன்ன திருமண இராசி நாளில் கணம் உள்ள உறவின்முறையாரை எல்லாம் கூட்டினான் மோதீன். மணப்பந்தல் இட்டான். நகரில் உள்ள அனைவருக்கும் திருமண அழைப்புக் கொடுத்தான். தெளிந்த வாய்மைமிக்க வேத பண்டிதர்களுக்கும் சொன்னான்.

உணர்ந்தவர் - நாள்நிலை அறிந்தவர்; புகல் - சொன்ன; ஓரை - இராசி; கணம் - கூட்டம்; வணம் - தெளிவு; வேதவல்லவர் - வேத பண்டிதர்.

அழைத்தினி திருத்திப் பெண்ணை யலங்கரித் தகத்தில் வைத்து
மழைத்தடக் கரத்தி னானை மணச்சிறப் பியற்றிக் கூண்டங்
குழைக்கண்ணார் குரவை யார்ப்ப வொலித்துவார் முரசி யம்பத்
தழைத்துள குழுவி னாப்ப ணாசனந் தனிலி ருத்தி. (63)

63. (319) அழைத்துச் சூழ அமர்த்தினான். பெண்ணை அலங்கரித்து வீட்டினுள் வைத்தனர். மழைபோல் கொடுக்கும் இயல்புடைய இளவரசனுக்கு மண அலங்காரம் செய்தனர். மலர்போல் கண்ணுடைய இளம்பெண்கள் கூடி குரவை ஒலி எழுப்பினர். வார்வைத்துக் கட்டப்பட்ட மணமுரசு முழக்கினர். செழிப்பாகக் கூடியுள்ள மண அவையில் நடுவில் இருக்கையில் அவனை அமர்த்தினர்.

அகத்தில் - வீட்டினுள்; மழைத்தடக்கரம் - மழைபோல் கொடுக்க நீண்ட கை; மணச்சிறப்பு - மண அலங்காரம்; இயற்றுதல் - செய்தல்; கூண்டு - கூடி; குழை - மலர்; முரசு - மணமுரசு; இயம்ப - முழங்க; தழைத்து - செழித்து; குழு - கூட்டம், மண அவை; நாப்பண் - நடு.

சீதன மகர்பொருத்தஞ் செப்பநூன் முறைவ ழாம
லாதினத் திளவ லுக்கு மருமருந் தனைய செஞ்சொன்
மாதனந் தனக்கு மேலோர் மருமலர் மாலை சூட்டிப்
போதனந் தமுங்கொள் வாச மணவறை புகுத்தி னாரே. (64)

64. (320) சீதனம், மகர், ஈஜாப் - கபூல் சொல்ல, வேதநெறி தவறாமல், இளவரசனுக்கும் அமிழ்தம்போல் இனிக்கும் சொல்லுடைய பெண்ணாகிய அன்னத்திற்கும் பெரியவர்கள் மணமாலை சூட்டி அன்று திருமணம் நிகழ்த்தினர். பின்னர் பல்வேறு மணமலர்கள் நிறைந்து மணம் கமழும் மணவறையினுள் இருவரையும் புகுத்தினர்.

சீதனம் - மகட்பேறு; மகர் - மணமகன் மணமகளுக்குத் தரும் மணக்கட்டணம்; பாருத்தம் - உலகறியச் சொல்லும் மண உறுதிமொழி, ஈஜாப் கபூல்; செப்ப - சொல்ல; நூல் - வேதம், வேதநெறி; ஆ - அந்த; தினம் - நாள்; இளவல் - இளவரசன்; அருமருந்து - அமிழ்தம்; செஞ்சொல் - இன்சொல்; மாதனம் - மாது அனம், அன்னம்; மருமலர் - மணமலர்; போதனந்தம் - போது அனந்தம், அளவற்றபூக்கள்.

வந்தவ ரெவர்க்கு மோதீன் மனமகிழ்ந் திடச்சு கந்த
சந்தன மிலைபாக் கீந்தே யவரவர் தமக்குத் தக்க
முந்திய முகமன் கூறி முறையுட னேற்போர்க் கீந்து
சுந்தர முகமி லங்க வனுப்பிவை கினன்சீர் தோன்ற. (65)

65. (321) திருமணத்திற்கு வந்த அனைவர்க்கும் அவர்கள் மனம் மகிழும்படி நறுமணச் சந்தனம் வெற்றிலைப்பாக்குக் கொடுத்து, அவரவர்க்குத் தக்கபடி ஸலாம் கூறி, இரவலர்க்கு ஈந்து, அழகுமுகம் இலங்க விடைகொடுத்து அனுப்பிவைத்தான் மோதீன். அவன் சிறப்பும் புலப்பட்டது.

சுகந்தம் - நறுமணம்; இலை - வெற்றிலை; முகமன் - ஸலாம்; ஏற்போர் - ஏழைபாழைகள்; வைகினன் - இருந்தான்; சீர் - சிறப்பு.

மருமல ரணையிற் சேர்ந்து மகிழ்ச்சிகூர்ந் தணையும் போதிற்
கருவரு கரணத் தின்பந் தோற்றியப் புறங்க டந்தே
யிருவருஞ் சுயவ சம்போய்ப் பரவச மெய்தி யார்க்கும்
விரவரு மனத்தா னந்த வெள்ளத்தை மேவி னாரே. (66)

66. (322) மணமக்கள் இருவரும் மணமலர்கள் தூவிய கட்டிலில் சேர்ந்தனர். மகிழ்ச்சியுடன் அணையும்போது புணர்ச்சி இன்பம் தோன்றியது. அதைக் கடந்து அப்பால் சென்று இருவரும் தம்வசம் இழந்து பரவசம் எய்தினர். மனங் கலந்து பேரின்ப வெள்ளத்தை விரும்பி அதில் ஆழ்ந்தனர்.

மரு - மணம்; மலரணை - கட்டில்; கரு - கருப்பம், கர்ப்பம்; வருகரணம் - உற்பத்தியாகும் காரணச் செயலாகிய புணர்ச்சி; தோற்றி - தோன்றி; சுயவசம் - தம்வசம்; விரவுதல் - காத்தல்; மேவினார் - விரும்பினார்.

பொருளையு முறையை யும்போற் புகழையுங் கொடையை யும்போற்
றருவையும் நிழலை யும்போற் றவத்தையும் பொறையை யும்போன்
மருவையும் மலரை யும்போன் மணியையு மொளியை யும்போ
லரிவையு மணிப்பொற் றிண்டோ ளண்ணலுங் கலந்து வாழ்ந்தார். (67)

67. (323) பொருளும் ஒழுக்கமும் போல், புகழும் கொடையும் போல், மரமும் நிழலும் போல், தவமும் பொறுமையும் போல், மணமும் மலரும் போல், மணியும் ஒளியும் போல் அழகு மங்கையும் அழகிய பொன்னாலான வலிமைமிக்க தோளுடைய அண்ணலும் கலந்து வாழ்ந்தார்.

முறை - ஒழுங்கு, ஒழுக்கம்; தரு - மரம்; பொறை - பொறுமை; மரு - மணம், மணி - வயிரம்; அரிவை - அழகு மங்கை; மணி - அழகு; திண் - வலிமை; அண்ணல் - அரசன்.

மருவியிவ் வண்ணம் வாழ்கின் மன்னவன் றனது பாலி
லொருவரு மறியா வண்ண மொளித்துவைத் திருந்த செம்பொன்
குருமணி முதலி ரத்ன தொகையினைக் கொண்டு மோகத்
திருமயி லனையாட் கேற்கு நகையெல்லாஞ் செய்திட் டானே. (68)

68. (324) இவ்வாறு கலந்து வாழும் காலத்தில், ஒருவரும் அறியாமல் தான் மட்டும் அறிந்த இடத்தில் ஒளித்து வைத்திருந்த பொன்னையும் நவமணித் தொகையினையும் கொண்டுவந்து, தன்னுடைய காதல் மயிலுக்குப் பொருத்தமான நகைகள் செய்து போட்டான் இளவரசன்.

மருவி - கூடி; பாலில் - பக்கத்தில்; குருமணி - வெண்மணி, வைரம்; ரத்னம் - இரத்தினம்; தொகை - தொகுதி; மோகம் - காதல்; திருமயில் - அழகுமயில்; ஏற்கும் - பொருத்தமான, ஏற்ற.

வனத்தினிற் கணைவிக் கின்பந் தெளிவின்மா துலனுக் கின்பம்
தனத்தினிற் பெண்ணை யீன்ற தாய்க்கின்ப மொழுக்க மென்னும்
கனத்தினி னகரோர்க் கின்பங் கதித்துள வுரிமை யாலே
யினத்துள்ளோ ரியாவ ருக்கு மிதையத்தி லின்ப முற்றான் (69)

69. (325) சோலையில் துணைவிக்கு இன்பமளித்தான். தெளிந்த அறிவினால் மாமனாருக்கு இன்பமளித்தான். செல்வத்தால் பெண்ணைப் பெற்ற தாய்க்கு இன்பமளித்தான். நிரப்பமான நல்லொழுக்கச் சிறப்பினால் நகரில் உள்ளவர் யாவருக்கும் இன்பமளித்தான். மிகுந்த உரிமை பாராட்டிப் பழகும் முறையினால் இனத்தில் உள்ள யாவருக்கும் நெஞ்சில் இன்ப உணர்வைப் பாய்ச்சினான்.

வனம் - சோலை; துணைவி - மனைவி; தெளிவு - அறிவுத்தெளிவு; மாதுலன் - மாமனார்; தனம் - செல்வம்; கனம் - நிறைவு; கதித்தல் - மிகுதல்.

வலித்தடப் புயத்தி னானிவ் வண்ணமே யுறையி லோர்நாட்
பலித்தநன் னகரைத் தந்தை தாயினைப் பரிவி னெண்ணிக்
கலித்தெழு கவலை மீறி யிருந்தனன் காதன் மாது
சலித்ததே னென்றா ளன்று தன்வர வனைத்தும் சொல்வான். (70)

70. (326) வலிமை மிக்க நீண்ட தோளுடைய இளவரசன் இவ்வாறு இன்பமுடன் வாழுகையில் ஒருநாள் தான் விரும்பி வாழ்ந்த நகரையும் தந்தையையும் தாயையும் இரக்கத்துடன் நினைத்தான். வெடித்து எழுந்தது கவலை. வருந்தியிருந்தான். அதையுணர்ந்த காதல் மனைவி சலித்ததேன் என்று கேட்டாள். அன்று தன்னுடைய வரலாறு அனைத்தையும் சொல்லலானான்.

வலி - வலிமை; தடம் - பெருமை; புயம் - தோள்; உறையில் - வாழ்கையில்; பலித்த - விரும்பிய; பரிவு - இரக்கம்; கலித்தல் - வெடித்தல்; வரவு - வரலாறு.

வேரிவை கியமைக் கூந்தல் வெண்ணகைத் துவர்வாய் மாதே
பூரிவை நெடுந்தூ ரத்தே யுலகர செனது தாதை
பேரிவை யுனைக்க னாவிற் கண்டியான் பெயர்ந்து தேடுஞ்
சீரிவை மணமு டிந்த செயலிவை செப்பக் கேளாய். (71)

71. (327) மலர் சூடலால் கள் தங்கிய கரிய மைக்கூந்தலும் வெள்ளைச் சிரிப்பும் சிவந்த வாயும் உடைய மாதே! என்னுடைய ஊர் இது. அது நெடுந் தொலைவில் உள்ளது. அதை ஆளும் அரசர் என் தந்தை. அவர் பேர் இது. உன்னை நான் கனவில் கண்டேன். கனவில் கண்ட உன்னைத் தேடிப் புறப்பட்டுப் பட்ட பாடுகள் இவையிவை. நம்முடைய திருமணம் முடிந்த செயல் இவையிவை. இன்னும் சொல்லக் கேள்.

வேரி - கள்; வைகிய - தங்கிய; வெண்ணகை - வெள்ளைச் சிரிப்பு; துவர்வாய் - சிவந்த வாய்; ஊரிவை - ஊர்இது; உலகரசு - உலகாளும் அரசர்; தாதை - தந்தை; பெயர்ந்து - புறப்பட்டு; தேடும்சீர் - தேடி அலைந்த பாடு; செப்ப - சொல்ல.

எந்தைதாய் பாலி னேக வெண்ணமின் றுற்ற தின்று
முன்றனைப் பிரியே னின்னை யழைத்துட னேக வுன்றன்
சிந்தையிற் பொருந்தா யென்னில் விட்டியான் செல்வ தின்றே
லந்தநல் லரசு போமே யிவைநினைத் தழுகின் றேனே. (72)

72. (328) என் பெற்றோரிடம் செல்லும் வேட்கை எழுந்தது. உன்னைப் பிரிந்து செல்ல விரும்பவில்லை. உடனழைத்துச் செல்வது நோக்கம். உடன்வரும் விருப்பம் உனக்கு இல்லையானால் நான் செல்லவில்லை. செல்லவில்லையானால் அந்த அரசு போய்விடுமே! இவற்றை நினைத்து அழுகிறேன்.

எந்தை - எம் தந்தை; பாலின் - இடத்திற்கு; ஏக - செல்ல; உற்றது - வந்தது; உன்றனை - உன்தனை, உன்னை; நின்னை - உன்னை; சிந்தை - மனம்; பொருந்தாய் - உடன்பட மாட்டாய்.

என்னவிவ் வசனங் கூற விளம்பிடி யனையாள் காதன்
மன்னவென் னுயிர்நீ ரும்மை மறித்திமைப் பொழுதும் வைகே
னின்னபோ தடைந்தே னென்றா ளிளவலுங் களித்தான் மின்னா
ளன்னையை யனுக்கு மோத வவருமுட் பொருந்தி னாரே. (73)

73. (329) என்று இம்மொழி கூறினான். ஆண் யானையைப் பிரியாத பெண் யானை போன்ற அவள் காதல் அரசே! என் உயிர் நீங்கள். உங்களைப் பிரிந்து இமைப்பொழுதும் வாழேன். இப்போதே உடன் வருகிறேன் என்றாள். இளவல் மகிழ்ந்தாள். அவள் தாய் தந்தையர்க்குச் சொன்னாள். அவர்களும் உடன்பட்டனர்.

வசனம் - வார்த்தை; இளம்பிடி - பெண்யானை; வைகேன் - வாழேன்; இன்னபோது - இப்போதே; அடைந்தேன் - சேர்ந்தேன். இளவல் - இளவரசன்; களி - மகிழ்ச்சி; மின்னாள் - பெண்; ஐயன் - தந்தை; உள் - உள்ளம்.

துணைவியுங் காவ லோனுஞ் செலவன்று துணிந்தா ரீன்றா
ளணைதர மோந்து மானை யடிக்கடி முத்த மிட்டுப்
பிணைவிழி வழிநீர் சிந்திப் பேதுற்றாண் மோதீ னுள்ளத்
திணையறு கவலை மீறி யேங்கிநெட் டுயிர்ப்ப தானான். (74)

74. (330) துணைவியும் காவல் துணைவனும் பயண ஏற்பாடுகளைச் செய்து முடித்தனர். புறப்படும் நாள் வந்தது. பெற்ற தாய் மகளைப் பிரிவதை நினைத்தாள். மான் போன்ற மகளை அங்கும் இங்கும் முத்தமிட்டாள். இரு விழிகளிலும் கண்ணீர் சிந்தினாள். மனம் கலங்கினாள். மோதீனோ அளவிலாக் கவலை உள்ளத்தில் திமிர ஏங்கினான். பெருமூச்சு விட்டான்.

காவலோன் - துணைவன்; செலவு - புறப்பாடு; துணிந்தார் - முடிவு செய்தார்; அனை - அன்னை; தரம்ஓர்ந்து - பிரியும் நிலையை நினைந்து; பிணை - இரண்டு; பேதுற்றாள் - கலங்கினாள்; இணையறு - அளவிலா; மீறி - திமிரி; நெட்டுயிர்ப்பு - நீண்ட மூச்சு.

கோங்கினார் முலையி னாட்குங் கொழுநற்கு முருகி யுள்ளந்
தேங்கினா ருதவு சீருஞ் செய்துபோ னகமு மீந்தார்
வாங்கினா ரன்னை பாதம் வணங்கினார் விடைகொண் டவ்வூர்
நீங்கினா ரீன்ற தாதை நெடுந்தொலை தொடர்ந்து சென்றான். (75)

75. (331) கோங்கின் கிளைபோல் புடைத்த முலையினாட்கும் அவள் கணவனுக்குமாக உருகி உள்ளம் ஏங்கினார். கணவன் வீட்டிற்குச் செல்லும் மகளுக்கு உரிய சீர் செய்து கொடுத்தார். உணவு அளித்தார். பெற்றுக் கொண்ட மகள் தாயின் பாதம் தொட்டு வணங்கிணாள். விடைபெற்று அவ் வூரை விட்டு வெளியேறினர். பெற்ற தந்தை நெடுந்தொலைவு தொடர்ந்து சென்றான்.

கோங்கு - புடைத்தெழும் காட்டுகரம்; கொழுநன் - கணவன்; போனகம் - உணவு, கட்டுச்சோறு; ஈந்தார் - கொடுத்தார்; நீங்கினார் - வெளியேறினார்; தாதை - தந்தை.

வருபவன் றன்னை மாது மன்னனு நிலுமென் றேத்த
வுருகிநின் றிரண்டு கண்ணீ ருகுத்துத்தன் னகத்திற் சேர்ந்தா
னருவிநீர் சொரிந்தாள் வேற்க ணன்னமு மரசு தேற்றி
யிருவருந் தனிமை யாக வெய்தின ருபைய மார்க்கம். (76)

76. (332) தொடர்ந்து வரும் மோதீனை பெண்ணும் மருமகனும் நில்லுங்கள், வீட்டிற்குச் செல்லுங்கள் என்று வணங்கிச் சொல்ல அவன் நின்றான். உருகி நின்று கண்ணீர் சிந்தி விடைபெற்றுத் திரும்பி வீட்டை அடைந்தான். தந்தை போவதைப் பார்த்து அருவிபோல் கண்ணீர் சிந்தினாள், வேல்போல் கண்கொண்ட அன்னம். கணவன் தேற்றினான். இருவரும் தனியாக நடந்து சென்றனர். அவர்கள் இரண்டு வழிகளை அடைந்தனர்.

நிலும் - நில்லும்; உகுத்து - சிந்தி; அகம் - வீடு; அன்னம் - பெண்; அரசு - கணவன்; உபயம் - இரண்டு; மார்க்கம் - வழி.

மார்க்கமீ தொழுகி லிந்த வல்லியை யனங்கள் கண்டே
யேர்க்கவிங் கிவளுக் கொப்பாய் நடையறிந் திலம்யா மென்னத்
தீர்க்கநாண் மிகுந்தொ ளிக்கு மரைமலர்த் தடங்கள் செய்கள்
போர்க்கதிர் வரைக ணோக்கி மருதமுங் கடந்து போந்தார். (77

77. (333) இந்த வழியாகப் போனால், அங்கே அன்னங்கள் தாமரைக் குளத்தில் உள்ளன. அவை இப் பெண்ணைக் கண்டு இவளுக்கு ஒப்பாக நடக்க நாம் அறியவில்லையே என்று வெட்கம் கொண்டு தாமரை மலர்களில் ஒளியும். ஆதலால் குளங்களும் வயல்களும் நெற்கதிர்களும் நிறைந்த மருத நிலத்தைக் கடந்து போயினர்.

ஒழுகில் - சென்றால்; வல்லி - பெண்; அனம் - அன்னம்; ஏர்க்க - அழகாக; அறிந் திலம்யாம் - நாம் அறியவில்லை; தீர்க்கம் - முடிவு, நிச்சயம்; நாண் - வெட்கம்; மரை - தாமரை; தடம் - குளம்; செய்கள் - வயல்கள்; போர்க்கதிர் - நெற்கதிர்ப்போர், கதிர்க்குவியல்; வரை - மலை; மருதம் - வயலும் வயலைச் சார்ந்த இடமும்; போந்தார் - போனார்.

கருங்குழன் முகிலென் றெண்ணிக் களிமயி னடனஞ் செய்யப்
பெருங்கதி ரணில்வால் போலாந் தினைப்புனக் குறப்பெண் மாத
ரிருங்கதிர் மணியை நீண்ட கவணில்வைத் தெரிந்து கூர்வா
யருங்கிளி கடியு மோங்கற் குறிஞ்சியு மகன்று சென்றார். (78)

78. (334) கரிய கூந்தலைத் திரண்ட மேகம் என்று நினைத்து மயில் ஆடும். அணில்வால் போன்ற பருத்த கதிர் முற்றிய தினைப்புனத்தில் குறப்பெண்கள் காவல் காக்கின்றனர். கூரான அலகுடைய கிளிகள் கூட்டமாகப் புனத்தில் தினை உண்ண வருகின்றன. ஒளிவீசும் மணிகளைக் கவணில் வைத்து எறிந்து அக் கிளிக் கூட்டத்தை ஓட்டுகின்றனர். இத்தகைய உயர்ந்த குறிஞ்சி நிலத்தையும் கடந்து போயினர்.

இருங்கதிர் மணி - ஒளியிருக்கும் மணி; கடியும் - ஓட்டும்; ஓங்கல் - உயர்ந்த; குறிஞ்சி - மலையும் மலைசார்ந்த இடமும்; அகன்று - விலகி.

ஏகையிற் சிள்ளி னோசை யிருசெவி யடைப்ப தாக
வேகவெங் களிறு வேங்கை நடந்தடி வியந்து தோன்ற
போகவும் வரவுந் தூரத் தொருவரும் புகுவ தின்றி
மேகமண் டலத்தைத் தீண்டு வனமொன்று மேவிற் றன்றே. (79)

79. (335) போகும்போது சிள்வண்டுகளின் ஓசை காதுகளை அடைத்தது. யானையும் புலியும் அதிர நடந்து சென்ற காலடித் தடம் தோன்றி வியப்பூட்டியது. நீண்ட தொலைவுவரை போவார் வருவார் யாரும் தென்படவில்லை. மேக மண்டலத்தைத் தீண்டுமாறு நெடிதுயர்ந்த காடு ஒன்று தோன்றியது.

ஏகையில் - ஏகுகையில், போகையில்; சிள் - சிள்வண்டு; வேக - வேகமான; வெங்களிறு - சினம்கொண்ட யானை; நடந்படி - நடந்த காலடித் தடம்; புகுவது - நுழைவது; தீண்டும் - தொடும்; வனம் - காடு; மேவிற்று - எதிர் தெரிந்தது.

நீண்டவல் லயமும் வில்லுந் தூணியு நிறைத்த வம்பும்
பூண்டகே டகமும் வாளுந் தரித்துவெம் புலி முழக்கா
யீண்டடைந் தவனார் நில்லென் வெதிர்த்ததிர்த் ததட்டி யச்சங்
காண்டகு முருவத் தானோர் கள்ளன்வந் தெதிர்ப் பட்டானே. (80)

80. (336) நீண்ட ஈட்டியும் வில்லும் அம்புகள் நிறைந்த கூடும் பிடித்த கேடயமும் தரித்து, அச்சம் கொள்ளத்தக்க உருவம் கொண்ட கள்ளன் ஒருத்தன் எதிரில் வந்தான். அவன், கொடிய புலியின் முழக்கம் போன்ற குரலில் இங்கு வந்தவன் யார்? நில் என்று எதிரே நின்று அதட்டினான்.

வல்லயம் - ஈட்டி; தூணி - அம்புக்கூடு; கேடகம் - கேடயம், பலகை; வெம்புலி - கொடும்புலி; ஈண்டு - இங்கு; அடைந்தவன் - வந்தவன்; காண்டகு - காணத்தக்க.

எதிர்ப்படு கரிக்கை சோர னேந்திழை யெழிலி னாலே
மதிப்படு விரக மீறி மன்னவ னுயிரை மாய்த்துக்
கதிப்படு குயிலன் னாளைக் கவர்ந்துசெல் வோமென் றெண்ணித்
துதிப்படு மிளவல் சென்னி துணிக்கவா ளோங்கி னானே. (81)

81. (337) எதிர்ப்பட்ட யானைக்கைக் கள்ளன் மங்கையின் அழகில் மயங்கினான். அறிவை மயக்கிய காமம் மீறியது. கணவன் உயிரைப் போக்கிவிட்டு, அதிர்ஷ்டக்காரியான குயில் போன்றவளைத் தூக்கிச் செல்வோம் என்றெண்ணி புகழ்ச்சிக்குரிய இளவரசனின் தலையைத் துண்டிக்க வாளை ஓங்கினான்.

கரிக்கை - யானைக்கை; சோரன் - கள்ளன்; ஏந்திழை - மங்கை; மதிப்படு - அறிவில் பட்ட; விரகம் - காமம்; மீறி - மிகைத்து; மன்னவன் - கணவன்; கதி - அதிர்ஷ்டம்; கவர்ந்து - திருடி; துதி - புகழ்ச்சி; இளவல் - இளவரசன்; சென்னி - தலை; துணிக்க - துண்டிக்க.

ஓங்குமவ் வளவில் கற்புக் கரசவ னுளம றிந்தே
யாங்கரிப் பவனைத் தப்பி யாவியுய்ந் திருக்கு மாகிற்

நீங்கியற் றிடுமிக் கள்ள னம்மையெந் திசையிற் கொண்டு
நீங்கினு நம்பாற் காந்தன் புகுமென நினைத்துக் கூறும். (82)

82. (338) ஓங்கிய அளவில் கற்புக்கரசி அவன் மனத்தில் நினைப்பதை அறிந்தாள். இறுமாப்புக் கொண்டு ஆரவாரம் செய்யும் இக் கள்வனிடமிருந்து தப்பி உயிருடன் இருப்பாரானால், தீங்கு செய்யும் இவன் நம்மை எந்தத் திசைக்குக் கொண்டு சென்றாலும், நம் கணவர் நம்மைத் தேடி வந்துவிடுவார் என்று நினைத்து அவனிடம் கூறினாள்.

கற்புக் கரசவ னுளம் - கற்புக்கு அரசு அவன் உளம்; ஆங்கரிப்பு - இறுமாப்பு; உயர்ந்திருக்கும் - பிழைத்திருக்கும்; காந்தன் - கணவன்; புகும் - வந்துவிடுவார்.

என்னுயிர்த் துணைவ னாவி வதைத்துநீ யெனைக்கொண் டேகின்
மன்னுமப் பழியு னக்கு வருமவை யெனையுஞ் சேரு
மின்னுயிர் செகுத்தி டாம இவணில்விட் டெனைக்க வர்ந்தே
நின்னுறை பதிக்கே கென்று நிகழ்த்தின ளகத்தி சைந்தான். (83)

83. (339) என்னுடைய உயிரான கணவன் உயிரைக் கொன்றுவிட்டு என்னைக் கவர்ந்து போனால் அந்தப் பழி நிலையாக உன்னைச் சுற்றிவரும். என்னையும் அது சேரும். ஆதலால் அவரைக் கொல்ல வேண்டாம். உயிரோடு இந்தக் காட்டில் விட்டுவிட்டு என்னைக் கவர்ந்து கொண்டு நீ வாழும் ஊருக்குப் போ என்று சொன்னாள். அவனும் உடன்பட்டான்.

ஆவி - உயிர்; வதைத்து - கொன்று; கொண்டு - கவர்ந்து; ஏகின் - போனால்; மன்னும் - நிலைக்கும்; இன் - இனிய; செகுத்தல் - கொல்லல்; இவண் - இங்கே; நின் உறைபதி - நீ வாழும் ஊர்; நிகழ்த்தினள் - சொன்னாள்; அகம் - மனம்; இசைந்தான் - சம்மதித்தான்.

ஓமென மார்பின் மட்டா யொருகுழி பறித்த தற்குட்
கோமகன் றனையி றக்கிக் கொதிக்கமண் கூறு செய்து
தேமலர்க் குழலி யோடுஞ் செறிவனங் கடந்து வைகு
மாமணிப் பதிசா மென்னும் வளம்பதி வந்து சேர்ந்தான். (84)

84. (340) சரி என்று உடன்பட்டு அக் காட்டில் மார்பளவு குழி ஒன்று பறித்தான். இளவரசனை அதில் இறக்கினான். பாதி அளவு மண்ணைத் தள்ளி சரிசெய்தான். பின்னர் தேன் நிறைந்த மலர்சூடிய கூந்தலாளை உடன் இழுத்துக்கொண்டு மரங்கள் நெருங்கித் திரண்ட காட்டை விட்டு வெளியேறினான். தான் வாழும் பெரிய அழகு நகரான வளம் நிறைந்த ஷாம் நகருக்கு வந்து சேர்ந்தான்.

ஓம் - ஆம்; மட்டாய் - அளவாய்; பறித்தல் - தோண்டுதல்; கோமகன் - இளவரசன்; கொதிக்க - துன்பம் கொள்ள; கூறு - பாதி; தேமலர் - தேன் உள்ள மலர்; குழலி - கூந்தல் உடையவள்; செறிவு - நெருக்கம்; வனம் - காடு; வைகும் - வாழும்; மா - பெரிய; மணி - அழகு; பதி - நகர்; ஆம் - ஷாம்; சுலைமான் நபி (அலை)யின் ஊர்.

உரியதன் மனையின் மேவி யுறைந்தபின் னுன்னை யானே
மருமலர் மாலை சூட்ட மனங்கொளென் றுரைப்ப யானோர்
புருடனுள் ளிருந்து தள்ளி நினைப்புணர் வதனா லோரீ
ரிருபது தினமு நோன்பா யிருந்துமேற் பொருந்தல் வேண்டும். (85)

85. (341) தன்னுடைய வீட்டிற்கு வந்தபின், நான் உன்னை மாலையிட்டு மணந்துகொள்ள உடன்படு என்றான் கள்ளன். நான் ஒருத்தன் மனைவி. அவனை மனத்தில் இருந்து விலக்கிவிட்டே உன்னைக் கூட வேண்டும். அதற்கு நாற்பது நாள் நோன்பு நோற்று அதன்பிறகே உன்னைச் சேர்தல் வேண்டும்.

மனை - வீடு; உறைந்தபின் - சேர்ந்தபின்; மரு - மணம்; மாலை சூட்ட - திருமணம் செய்ய; மனங்கொள் - உடன்படு; உரைப்ப - சொல்ல; புருடன் - கணவன்; உள்ளிருந்து - மனத்திலிருந்து; தள்ளி - விலக்கி; நினை - உன்னை; புணர்வது - கூடுவது; பொருந்தல் - சேர்தல்.

என்றினி துரைப்பச் சோர னிதயஞ்சம் மதிப்ப தானா
னன்றுதொட் டெனது கற்புக் கவமிலா தருட்செய் தென்னை
மன்றல்செய் துணைவ னென்பால் வரவரம் புரிவா யென்றே
துன்றுபூங் குழலா ளாதி யிடந்துவா விரந்தி ருந்தாள். (86)

86. (342) என்று நடிப்புடன் இனிமையாக அவள் இவ்வாறு சொல்ல, கள்ளன் உடன்பட்டான். அன்று தொடங்கி நோன்பு நோற்று, என் கற்புக்கு ஈனம் ஏற்படாமல் அருள்செய்து காத்து, என்னைத் திருமணம் செய்துகொண்ட கணவன் என்னிடம் வந்து சேரும்படி அருள் செய்வாயாக என்று இறைவனிடம் இறைஞ்சிக் கொண்டிருந்தாள் மலர்சூடிய கூந்தலாள்.

இனிது - இனிமையாக நடித்து; சோரன் - கள்ளன்; தொட்டு - தொடங்கி; அவம் - ஈனம், பழி; அருள்செய்து - காத்து; மன்றல் - திருமணம்; செய் - செய்த; துணைவன் - கணவன்; என்பால் - என்னிடம்; வரம்புரிவாய் - அருள்செய்வாய்; துன்று - நெருங்கிய; குழலி - கூந்தலாள்; ஆதி - இறைவன்; துவா - துஆ, இறைஞ்சல், முறையீடு; இரத்தல் - வேண்டுதல்.

இவளிவன் மனையி லிவ்வா றிரந்திரந் திருந்தா ளிப்பாற்
குவிதரப் பிரிகி லாமற் குழுவுடன் வழிச்செல் வோர்க
ளவதியுற் றவனைக் கண்கண் டக்குழி யகற்றி விட்டார்
கவலவ னவரைச் சேர்ந்து கடந்தொரு பதியில் வந்தான். (87)

87. (343) இவள் இவ்வாறு கள்ளன் வீட்டிலிருந்து வேண்டுதல் நடத்திக்கொண் டிருந்தாள். இங்கே காட்டில் குழியில் சிக்கிக்கிடந்தான் இளவரசன். ஒருநாள் ஒருவரை யொருவர் பிரியாமல் கூட்டமாகத் திரண்டுவந்த வழிப்போக்கர் குழு ஒன்று அவ்வழியே வந்தது. குழியில் கிடந்து துன்புற்ற அவனைக் கண்டு குழியிலிருந்து விடுவித்தது. மனைவியைப் பிரிந்த கவலையுடன் அவரோடு சேர்ந்து காட்டைக் கடந்து ஓர் ஊரில் வந்து சேர்ந்தான்.

இரந்து இரந்து - வேண்டியபடி; இப்பால் - இங்கே; குவிதர - கூட்டமாகக் கூடி; பிரிகிலாமல் - பிரியாமல்; கவலவன் - கவலைகொண்டவன்; கடந்து - தாண்டி; பதி - ஊர்.

விதிபதி யதனி லைய மேற்பவர் வேடங் கொண்டே
யதிமயற் கணவி வைகிற் றன்குர லறிய வென்று
கதிர்மணி மனைக தோறுங் கடிதினிற் சென்று சென்று
பதிவறத் தொனியை நீட்டிப் பலியெனக் கேட்கின் றானே. (88)

88. (344) விதிவசத்தால் வந்து சேர்ந்த ஊரில் பிச்சைக்கரன் வேடம் கொண்டான். ஒளிவீசும் அழகிய வீடுகள்தோறும் சென்று, உள்ளே தன்னுடைய அழகுமிக்க மனைவி இருந்தால் அவள் தன்னுடைய குரலை அறிந்துகொள்ள வேண்டும் என்று பெரிய குரலில் நீட்டி முழக்கிப் பிச்சைக் கேட்டான்.

விதி - விதி; தக்தீர்; பதி - ஊர்; ஐயம் - பிச்சை; அதி - மிக்க; மயம் - அழகு; துணைவி - மனைவி; வைகில் - இருந்தால்; கதிர்- ஒளி; மணி - அழகு; மனை - வீடு; கடிது - விரைந்து; பதிவு - மறைவு; அற - இல்லாமல்; தொனி - குரலோசை; பலி - சோறு.

செச்சைகொள் பதிக டோறுந் திரிந்தலைந் தலுத்தே யெங்கும்
பிச்சைகண் டனமல் லாமற் பெண்ணைக்கண் டிலமென் றேங்கி
வச்சிர மணிமா டத்தின் மதிதவழ் தருசா மென்னும்
விற்செழு நகர மெய்தி வீடெல்லாந் தேடி னானே. (89)

89. (345) செஞ்சாந்து பூசிய வீடுகள்தோறும் திரிந்து அலைந்து அலுத்தோம். பிச்சை கண்டோமே அன்றிப் பெண்ணை எங்கும் காண முடியவில்லையே என்று ஏங்கினான். அந் நகரை விட்டு வெளியேறினான். நிலவு தவழும் உயர்ந்த மாடங்கொண்ட உறுதிமிக்க அழகு மாளிகைகள் நிறைந்த ஷாம் என்னும் ஒளி இலங்கும் நகரத்தை அடைந்தான். அங்குள்ள வீடுகளில் எல்லாம் தேடினான்.

செச்சை - செம்சாந்தின் குழம்பு; வச்சிரம் - உறுதி; மணி - அழகு; மதி - நிலவு; தவழ்தரு - உலவும்; வில் - ஒளி; செழு - நிறைவு; எய்தி - அடைந்து.

ஐயமிட் டருள்க வென்றே மனைதொறுந் துருவி யந்த
வெய்யவெங் கொடிய கள்ளன் வீட்டினு மொலித்து கேட்கத்
தையல்கா தினிலிவ் வார்த்தை சார்ந்திட நமது காதற்
றுய்யநா யகன்சொற் போல தோற்றுவ தென்றே யெண்ணி. (90)

90. (346) பிச்சை இட்டருளுங்கள் என்று வீடுகள்தோறும் துருவித்துருவித் தேடினான். இவ்வாறே கூவி அந்த வெங்கொடுங் கள்ளன் வீட்டிலும் போய் நின்று கூவினான். அந்தப் பெண்ணின் காதில் இவ் வார்த்தை விழுந்தது. அவள் சிலிர்த்தாள். இது நம் தூய கணவன் குரல்போல் உள்ளதே என்று எண்ணினாள்.

ஐயம் - பிச்சை; வெய்ய - வெம்மை நிறைந்த; ஒலித்து - இரைந்து, கூவி; தையல் - பெண்; சார்ந்திட - விழுந்திட; நாயகன் - கணவன்; சொல் - குரல் ஒலி; தோற்றுவ - தோன்றுகிறது.

வாயலில் வந்து நோக்க மனமுந்தன் னுயிரு மொப்பாய்
நாயக னிற்கக் கண்டாள் கண்டதே நளினக் கையாற்
றூயபொன் மேனி புல்லித் துணைவிழி சொரியு மாரி
யோய்விலா துகுத்தல் போலா யமுதன ளோல மிட்டே. (91)

91. (347) வாசலில் வந்து பார்த்தாள். மனமும் தன் உயிரும் ஒப்பாகக் கணவன் நிற்கக் கண்டாள். கண்டவுடன் ஓடினாள். ஓடித் தன்னுடைய தாமரைக் கைகளால் தன்னுடைய தூய கணவனின் பொன்னுடலைத் தழுவிக்கொண்டு ஓலமிட்டு அழுதாள். ஓயாது நீர் சிந்தும் மழைமேகம் போல் அவள் கண்கள் இருண்டு கண்ணீர் சிந்தின.

வாயல் - வாசல்; நாயகன் - கணவன்; நளினம் - தாமரை; புல்லி - தழுவி; துணைவிழி - இருவிழி; சொரியும் - சிந்தும்; மாரி - மழைமேகம்; உகுத்தல் - சிந்துதல்; ஓலம் - அபயஒலி.

கள்ளவிழ் மலத்தா ரோனுங் கலங்கிலா மனங்க லங்கி
யுள்ளுயி ரிடைந்து கண்ணீ ரூற்றிருந் தொழுகி யோடத்
தெள்ளிய வமுதைப் புல்லித் தியங்நின் றமுதா னெங்குங்
கொள்ளுமிவ் வொலிவீ டுற்ற சோரன்றன் செவியிற் கொண்டான். (92)

92. (348) தேன்தளும்பும் மலர்மாலை அணிந்த இளவரசனும் கலங்காத மனம் கலங்கினான். உள்ளுயிர் வசமிழந்தான். கண்ணீர் ஊற்றுப் பெருகி ஓடியது. கொழித்துத் தெளிந்த அமுதம் போன்ற அவள் உடலை தழுவிச் சோர்ந்து நின்று அழுதான். எங்கும் பரவிய இவ் விருவரின் அழுகை ஒலியை வீட்டில் இருந்த கள்ளன் காதில் கேட்டான்.

கள் - தேன்; அவிழ்தல் - தளும்பிச் சிந்துதல்; தார் - மாலை; தாரோன் - மாலை அணிந்தவன்; இடைந்து - வசம் இழந்து; தெள்ளிய - கொழித்த; புல்லி - தழுவி; தியங்கி - சோர்ந்து; கொள்ளும் - பரவி நிறைந்த; உற்ற - இருந்த; சோரன் - கள்ளன்; செவி - காது; கொண்டான் - கேட்டான்.

செவியினிற் கொள்ளும் போதிற் றிருமண முடித்த வாறுங்
குவிவனம் புகுந்த வாறுங் கொடியவ னிவன்கை யாலே
புவியினிற் புதைத்த வாறும் பூங்கொடி சொலிப்பு லம்புங்
கவலையெவ் வவையுங் கேட்டான் கருத்தினிற் சினமீக் கொண்டான். (93)

93. (349) காதில் கேட்டபோது, திருமணம் முடித்த வகையும் குவிந்த காட்டில் புகுந்த வகையும் கொடியவனான இவன் கையால் கணவனை நிலத்தில் புதைத்த வகையும் சொல்லிப் பூங்கொடி போன்றவள் கவலையுடன் புலம்புவது அவ்வளவும் கேட்டான் கள்ளன். மனத்தில் சினம் மிகக் கொண்டான்.

வாறு - வகை; குவி - குவியல், திரட்சி; வனம் - காடு; புவி - நிலம்; சொலி - சொல்லி; எவ்வவை - எவை அவையும்; சினம் - கோபம்; மீ - மிகுதி.

கடிதெழுந் திங்கு வந்தான் கண்டுபன் னெறுனெ றென்னும்
படிகடித் ததிர்ந்தெ திர்த்தார்ப் பரித்துவண் டுறுக்கி மீசை

துடிதுடித் திடக்கண் ணிற்றீப் பொறியெழ துணைக்கை மாறா
வடியடித் தனனவ் வேளை யலுள்ளோர் வந்து சூழ்ந்தார். (94)

94. (350) கள்ளன் விரைந்து எழுந்து வெளியில் வந்தான். இருவர் நிலையும் கண்டான். பல்லை நெறுநெறு என்று நெறுயும்படிக் கடித்தான். அதிர்ந்து எதிர்த்து ஆர்ப்பரித்தான். சூலம்போல் அதட்டினான். மீசை துடிதுடித்தது. கண்ணில் நெருப்புப் பொறி பறந்தது. இரண்டு கைகளாலும் மாறி மாறி அடித்தான். அந் நேரம் இரைச்சல் கேட்டு அண்டை அயலில் உள்ளவர்கள் வந்து கூடினர்.

கடிது - விரைந்து; பன் - பல்; வண்டு - சூலம்; உறுக்கி - அதட்டி; நீற்றி - துகள்; பொறி - நெருப்புப்பொறி; துணைக்கை - இருகை; சூழ்ந்தார் - கூடினார்.

கூடினோர் விலக்கி யேதிவ் வடியெனக் கொடியோன் சொல்வ
னோடிவந் தையங் கேட்டு கெஞ்சின னுளத்தி ரங்கி
மாடுறைந் துளவென் சொந்த மனைவியை நோக்கி யேதும்
போடென்றேன் றவசங் கையிற் கொண்டிவன் முன்பு போனாள். (95)

95. (351) கூடியவர்கள் குறுக்கிட்டு விலக்கினர். எதற்காக அடிக்கிறாய் எனக் கேட்கக் கொடிய கள்வன் சொல்வான். ஓடிவந்து பிச்சைக்கேட்டுக் கெஞ்சினான். உள்ளம் இரங்கி வீட்டில் உள்ள என்னுடைய சொந்த மனைவியைப் பார்த்து ஏதாவது போடு என்றேன். தானியப் பொருளை கையில் எடுத்துக்கொண்டு இவன்முன் போனாள்.

ஏது - எதற்காக; ஐயம் - பிச்சை; மாடு - உள்வீடு; உறைந்துள - தங்கியிருக்கும்; தவசம் - தானியம்.

போனவட் கென்ன மாய மிவன்புரிந் தானோ காத
லானவெங் கணவா வின்னாள் வரைக்குமெங் கடைந்தா யென்ன
மானமு தனளென் சொந்த மலர்க்கொம்பே யின்றைக் கன்றோ
வீனமற் றுயிர்பெற் றோனென் றிவனும்பொய்த் தழப்பு குந்தான். (96)

96. (352) போனவளுக்கு என்ன மாயம் இவன் செய்தானோ? காதல் கொண்டாள். எம் கணவா! இந் நாள் வரைக்கும் எங்கே போனாய்? என்று இப் பெண் அழுதாள். என் சொந்த மலர்க்கொம்பே! இன்று அன்றோ ஈனம் நீங்கி உயிர்ப் பெற்றேன் என்று இவனும் பொய்யாக அழத்தொடங்கினான்.

எங்கணவா - எம் கணவா; அடைந்தாய் - போயிருந்தாய்; என்ன - என்று; மான் - பெண்; ஈனம் - சிறுமை; அற்று - நீங்கி; பொய்த்து - பொய்யாக; புகுந்தான் - தொடங்கினான்.

ஆவதாற் புடைத்தே னென்றா னவனுரை நிறுத்தி யிந்தக்
காவலன் மகவைக் கேட்கக் கவன்றன னடந்த தெல்லா
மியாவருங் கேட்டார் மற்றிவ் வழக்கியாந் தீர்ப்ப தின்று
பூவதி பதிதா வூது நபியின்பாற் புகுமி னென்றார். (97)

97. (353) அதனால் அடித்தேன் என்றான். அவன் பேச்சை நிறுத்தி இந்த இளவரசனைக் கேட்க, அவன் நடப்பை எல்லாம் யாவரும் கேட்க எடுத்துரைத்தான். கேட்டு, இந்த வழக்கு நாங்கள் தீர்ப்பதற்கு உரியதன்று. உலக அரசர் தாவூது நபி (அலை)யிடம் போங்கள் என்றனர்.

ஆவதால் - ஆதலால்; புடைத்தேன - அடித்தேன; அவனுரை - அவன் பேச்சு; காவலன் - அரசன்; மகவு - மகன்; கவன்றனன் - கவலையுடன் கூறினான்; பூவதி - பூபதி, உலக அரசர்; பால் - இடம்; புகுமின் - போங்கள்.

நடுவனோ ருரைத்தங் கேவ மூவரு நடந்தார் சோரன்
விடுவனோ வுனைத்து ணித்து வெங்கழு வேற்று வேனென்
றிடுவனோ ரணுவு மஞ்சா னேந்தல்சே யெதிர்ந்து சொல்லா
னுடுவனோ டிணைமு கத்தா வூதுநன் னபிமுன் சென்றார். (98)

98. (354) நடுவர் இவ்வாறு உரைத்து தாவூது நபியிடம் (அலை) போங்கள் என்று ஏவ, மூவரும் நடந்தனர். எதற்கும் அஞ்சாத கள்ளன், விடுவேனோ? உன்னை வெட்டி கொடூரமான கழுவில் ஏற்றுவேன் என்றான். அரசன் மகன் மறுத்து ஏதும் சொல்லவில்லை. மூவரும் நடந்து நிலா நிகர் முகத்து தாவூது நபி (அலை)முன் சென்றனர்.

நடுவனோர் - நியாயம் கேட்டு வந்தவர்கள்; சோரன் - கள்ளன்; துணித்து - வெட்டி; வெங்கழு - கொடூரமான கழுமரம்; ஏந்தல் - அரசன்; சேய் - மகன்; எதிர்ந்து - மறுத்து; உடுவன் - உடுபன், நிலா; இணை - நிகர்.

அன்னெறி புகுந்து நிற்கு மத்தின மவ்வி டத்தே
நன்னெறிச் சுலையு மானன் னபியிலா தகன்று சென்று
சென்னெறிச் சிறுவ ராட னோக்கியே தெருவி லுற்றார்
முன்னெறி மொழியாய்க் கள்ளன் மொழிகுவன் பழிகொண் மாற்றம். (99)

99. (355) நெறியல்லாத நெறியிற்சென்ற சோரன் வழக்கு மன்றத்தில் போய் நிற்கும். அன்று நீதியறிந்த சுலைமான் நபி (அலை) மன்றத்தில் இல்லை, வெளியில் சென்று சிறுவர்கள் தெருவில் விளையாடுவதைப் பார்த்துக் கொண் டிருந்தார். அப்போது கள்ளன் வாதத்தை முன்வைத்தான். உண்மையை மாற்றிப் பொய்யுரைத்தான்.

அன்னெறி - அல்நெறி, நெறியில்லா நெறி; நன்னெறி - நீதி; சென்னெறி - செல்நெறி, போகும்பாதை; முன்னெறிமொழி - வாதம்; பழிகொண்மாற்றம் - பழிகொள் மாற்றம், பழிப்பிற்கு உரிய மாற்றம்.

ஒருதினத் தினுமி லாத வதிசெய முமது நீதி
மருவிய நகரில் வந்து வழங்கிய தென்றான் சொல்லென்
றருண்மொழி கொடுப்பப் பிச்சைக் கடைந்தவ னென்பெண் டிரைக்
கருதியே பகலிற் பெண்டு பிடித்தன னெனக்க வன்றான். (100)

100. (356) ஒருநாளும் இல்லாத அதிசயம் உங்கள் நீதி பொருந்திய நகரில் நடந்தது என்றான். சொல் என்று அருள்மொழி கொடுக்க, பிச்சை கேட்டு வந்தவன் என் மனைவியை விரும்பி பட்டப்பகலில் பெண்ணின் கையைப் பிடித்தான் என்றான்.

மருவிய - பொருந்திய; வழங்கியது - நடந்தது; கருதி - விரும்பி; பெண்டு பிடித்தான் - பெண்ணின் கையைப் பிடித்தான்; கவன்றான் - சொன்னான்.

வகைப்படச் சொல்லு கென்றார் மனையினி லடித்த போது
தொகைபடக் கூடி னோர்க்குச் சொன்னது போல்வி ரித்து
நிகழ்த்தினன் கேட்டி வன்சொ னிறுத்தியே வேந்தன் மைந்தன்
முகத்தினை விழித்து வாறே துரையென மொழிய லுற்றான். (101)

101. (357) விவரமாகச் சொல் என்றார். வீட்டில் அடித்தபோது கூட்டமாக கூடியவர்களிடம் சொன்னதுபோல் விரிவாகச் சொன்னான். அவன் சொல்வதைக் கேட்டு, அவன் பேச்சை நிறுத்திய பின், அரசன் மகன் முகத்தை நோக்கி உன் கதை என்ன? சொல் என்றார். அவன் சொல்லலானான்.

வகைபட - விவரமாக; தொகைபட - கூட்டமாக; வாறு ஏது - வகை என்ன; மொழியல் - சொல்லல்.

கனவுகண் டதுதொட் டிந்த நாள்வரை நடந்த காட்சி
யினையதென் றெவையுஞ் சொன்னா னிளங்கொடி தனையுங் கேட்க
வனையதே யுண்மை யென்றா ளவளையு மடவன் கோமான்
றனையுநீர் மணந்த தற்குச் சாட்சிக ளுண்டோ வென்றார். (102)

102. (358) கனவு கண்டது முதல் இந்த நாள்வரை நடந்த நடப்புகள் இன்னவை என்று எல்லாவற்றையும் சொன்னான். இளங்கொடி போன்றவளைக் கேட்க அதுவே உண்மை என்றாள். அவளையும் இளவரசனையும் நீங்கள் திருமணம் செய்துகொண்டதற்குச் சாட்சிகள் உண்டோ என்று கேட்டார்.

காட்சி - நடப்பு; இனையது - இன்னது; அனையது - அன்னது; மடவன் கோமான் - இளவரசன்.

விண்டவை கேட்டி யாங்கண் மேவிய நகர மென்னி
லுண்டுமெய்க் கரியிவ் வூரில் லொருவரு மறியா ரென்றார்
முண்டுசெய் திருடன் றன்னைக் கேட்கமூ துணர்ந்தோர் நால்வர்
பண்டெனக் கியன்ற சாட்சி யுளவெனப் பரிந்தி சைத்தான். (103)

103. (359) சாட்சிகள் உண்டோ என்றதைக் கேட்டு, நாங்கள் வாழ்ந்த நகரத்தில் என்றால் உண்மையான சாட்சிகள் உள்ளனர். இவ் வூரில் ஒருவரும் எங்களை அறிய மாட்டார்கள் என்றனர். முரண்டு செய்யும் திருடனைக் கேட்க எல்லாவற்றையும் உணர்ந்த நான்கு பேர் எனக்குச் சாட்சி உள்ளனர் என்று பரிவுடன் கூறினாள்.

விண்டவை - சொன்னவை; மேவிய - பொருந்தி வாழ்ந்த; கரி - சாட்சி; முண்டு - முரண்டு; மூதுணர்ந்தோர் - எல்லாம் அறிந்தவர்; பண்டு - பழைமை; இசைத்தான் - சொன்னான்.

உரைத்தவிக் கள்ளன் றன்னை யுன்கரி கொடுவா வென்ன
விரித்தநூ லுணர்ந்தோர் போல வேடங்கொண் டவர்நால் வோரைப்
பொருத்தியொவ் வொருவர்க் கொவ்வோ ராயிரம் பொன்னை யீந்து
வரைத்தடப் புயங்க ளோங்க வள்ளன்முன் கூட்டிப் போந்தான். (104)

104. (360) சாட்சி உள்ளது என்று சொன்ன கள்ளனை உன்னுடைய சாட்சியைக் கொண்டு வா என்று கூற, அறநூல் உணர்ந்தோர் போல் வேடம் அணிந்த நால்வரை அழைத்து வந்து வள்ளல் நபிமுன் நிறுத்தினான். ஒவ்வொருவர்க்கும் ஒவ்வோர் ஆயிரம் பொன்னை இலஞ்சமாகக் கொடுத்து நாம் வென்றுவிட்டோம் என்ற பூரிப்பில் மலைபோன்ற தோள்கள் புடைத்து ஓங்க நின்றான்.

கரி - சாட்சி; கொடுவா - கொண்டு; விரித்த நூல் - அறநூல்; வரைத்தடம் - மலை; போந்தான் - வந்தான்.

போந்தவ னெனது சாட்சி யிவரெனப் புகலக் கேட்கிற்
சேர்ந்திரு தெழினிக் காகு செய்தளித் தவரியா மென்ன
வாய்ந்தவ ரிவர்சொற் பொய்யோ வசடனம் பதியில் வந்தே
யேய்ந்தவன் பகலிற் றானோ சிறைபிடித் தவனென் றெண்ணி. (105)

105. (361) வந்தவன் என்னுடைய சாட்சி இவர்கள் என்றான். அவர்களைக் கேட்க உடனிருந்து திருமணம் செய்துகொடுத்தவர்கள் நாங்களே என்றனர். அதைக் கேட்ட நபி தாவூது (அலை) தகுதியுள்ள இவர்களின் சாட்சியம் பொய்யோ? இராது. இந்த அசடன்தான் நம் ஊரில் வந்து ஏய்க்கிறான். பகலிலேயே பெண்ணைத் திருடியவன் இவன்தான் என்று நினைத்து.

போந்தவன் - வந்தவன்; புகல - சொல்ல; கேட்கில் - கேட்ட உடன்; எழில் - அழகு; நிக்காகு - திருமணம்; வாய்ந்தவர் - தகுதிபெற்றவர்; அசடன் - குற்றவாளி; பதி - நகரம்; ஏய்ந்தவன் - ஏய்த்தவன், ஏமாற்றியவன்; சிறைபிடித்தவன் - திருடன்.

போதருஞ் சீற்றங் கொண்டிப் புல்லனை தலைது ணித்தே
யேதலெங் கழுவி லேற்று மென்றனர் கொண்டு சென்றார்
பாதகர் நால்வ ருக்கு முகமனும் பகர்ந்த னுப்பிக்
கோதையைத் திருடன் கையிற் கொடுத்துநீ கொடுபோ வென்றார். (106)

106. (362) நீங்காத கோபம் கொண்டு, இந்தக் கீழ்மகனின் தலையை வெட்டிக் கழுவில் ஏற்றுங்கள் என்று கட்டளையிட்டார். அவனைக் கொண்டு சென்றனர். பாதகர் நால்வருக்கும் நல்வாழ்த்துக் கூறி அனுப்பினார். பெண்ணைத் திருடன் கையில் ஒப்படைத்து நீ கொண்டுபோ என்றார்.

போதரும் - போதல் அரும், நீங்காத; சீற்றம் - கோபம்; புல்லன் - கீழ்மகன்; துணித்து - துண்டித்து; முகமன் - வாழ்த்து; கோதை - பெண்; கொடுபோ - கொண்டுபோ.

கோவையோர் புலியின் கையிற் கொடுப்பது போல வீந்து
தீவைகுங் கொலைக்கட் பாவி திடுக்கிடக் கொடுசென் றேகின்
மாவையொண் கயலை யம்பை வாள்களை நிகர்க ருங்கட்
பூவையர்க் கரசி யான பொற்கொடி புலம்ப லுற்றாள். (107)

107. (363) பசுவைப் புலியின் கையில் கொடுப்பது போல் கொடுத்தார். தீ உமிழும் கொலைவெறி கொண்ட கண்ணுடைய பாவியாகிய கள்ளன் அவள்

திடுக்கிடக் கொண்டு போகின்றான். மானையும் மீனையும் அம்பையும் வாள்களையும் நிகர்த்த கரிய கண்ணுடைய பெண்களின் அரசியான பூங்கொடி புலம்பலானாள்.

கோ - பசு; ஈந்தார் - கொடுத்தார்; வைகும் - இருக்கும்; கொடு - கொண்டு; மா - மான்; ஒண் - ஒளி; கயல் - மீன்.

வன்மமோ தெளிந்தி டாதே மன்னவன் கொலைகள் செய்யத்
தன்மமோ வெனது கும்பி கொதித்துளந் தவிக்கு மிந்தக்
கன்மமோர் பொழுதும் போமோ கள்ளன்கை புகுதப் பாவச்
சென்மமோ வெடுத்தே னென்ன தீவினை செய்துற் றேனோ. (108)

108. (364) கொடும்பகையோ? ஆராய்ந்து தெளிந்திடாமல் அரசன் கொலைகள் செய்வது தர்மமோ? என் கும்பி கொதிக்கிறது. உள்ளம் தவிக்கிறது. இந்தக் கர்மம் எப்போதாவது தீருவது உண்டோ? கள்ளன் கையில் சிக்குவதற்கு நான் பாவப் பிறவியோ எடுத்தேன்? என்ன பாவம் செய்து இந் நிலை அடைந்தேனோ?

வன்மம் - வர்மம், கொடும்பகை; தன்மம் - தர்மம்; கும்பி கொதிப்பு - வயிறு எரிகிறது; கர்மம் - முன்னர் செய்த பாவம்; புகுத - வாழ்க்கைப்பட; சென்மம் - பிறப்பு; தீவினை - பாவம்; உற்றேனோ - அடைந்தேனோ?

செவிக்குள்ளே கசக்க வார்த்தை பொறுத்துத்தீங் கஞ்சு வோர்கள்
கவிக்குவெண் குடையோர் செங்கோ லியற்றிடக் கடவ ரல்லா
லவிக்குவெங் கொடுமை கட்கோ ரணுவுமஞ் சாத்தா வூது
நபிக்குமிவ் வுலகை யாள ஞாயமோ தீய தன்றோ. (109)

109. (365) செவிக்குள்ளே கசக்கும் வார்த்தை பேசினாலும் அதைப் பொறுத்துத் தீமைக்கு அஞ்சுபவரே ஆட்சிக் கோல் செலுத்துவார்களே அல்லாது அவித்தெடுக்கும் கொடிய கொடுமைகளுக்கு அணுவும் அஞ்சாதவரான தாவூது நபிக்கு இந்த உலகத்தை ஆள ஞாயம் உண்டோ? தீங்கு அன்றோ?

செவி - காது; கவிக்கும் - கவிழ விரிக்கும்; வெண்குடை - அரசர்களின் வெண்கொற்றக் குடை; செங்கோல் - ஆட்சிக்கோல்; இயற்றிட - நடத்திட, செலுத்திட; கடவர் - உரிமையுடையவர்.

மாலையிட் டவன்பெண் டீரை மற்றொரு கயவன் கையி
லோலமிட் டழவி ராச ருதவுவ ருலகி லுண்டோ
காலமுற் றியவு காந்த கலக்கமோ விலக்கொ ணாதோ
வேலைமைக் கடல்சூழ் பாரிற் பொய்யைமெய் யுரைவெல் லாதோ. (110)

110. (366) மாலையிட்டவன் மனைவியை, அவள் ஓலமிட்டு அழும்படி, வேவொரு கயவன் கையில் ஒப்படைக்கும் அரசர் உலகில் உண்டோ? காலம் மாறிய கடைசிக் காலத்தின் அறிவுக் கலக்கமோ? விலக்க முடியாதோ? மைக்கடல் எல்லையாகச் சூழ்ந்துள்ள உலகில் பொய்யை உண்மை வெல்லாதோ?

இராசர் - அரசர்; உதவுவர் - கொடுப்பவர்; முற்றிய - மாறிய; யுகாந்தம் - யுக அந்தம், கடைசிக்காலம்; ஒணாதோ - ஒண்ணாதோ, முடியாதோ? வேலை - கரை; பாரில் - உலகில்.

அடவிகள் வரைக ளியாது மாறிரண் டாண்டு சுற்றித்
திடமுற வெனைக்கண் டெய்தி மணஞ்செய்த செம்ம லாவி
யிடருற வெனது கற்புப் பழுதுற வியன்ற கூற்றைக்
கடவுளே யுனக்கு நோக்கக் கண்ணிலா திருக்கின் றாயோ. (111)

111. (367) காடுகள் மலைகள் எங்கெங்கும் பன்னிரண்டு ஆண்டுகள் சுற்றித் தேடி உறுதியுடன் என்னைக் கண்டு திருமணம் செய்துகொண்ட செம்மல். அவர் உயிர் போக்கவும் என்னுடைய கற்புப் பழுதுபடவும் அளிக்கப்பட்ட தீர்ப்பைக் காண, கடவுளே! உனக்குக் கண்ணில்லையோ?

அடவி - காடு; வரை - மலை; யாதும் - எங்கும்; ஆறிரண்டு - பன்னிரண்டு; திடமுற - உறுதியுடன்; செம்மல் - செயல்திறன் முடித்தோன்; இடர்உற - துன்பம் அடைய; இயன்ற கூற்று - அளிக்கப்பட்ட தீர்ப்பு; நோக்க - பார்க்க.

வனமிதோ நகரோ விந்த மன்னர்க்கு மதிம யங்குந்
தினமிதோ தரும மாறி தீங்கர சிருக்கு நாளோ
தனமிதோ பதியை விட்ட முகுர்த்தமோ தரணி வேறோ
நனவிதோ கனவு தானோ யாவதோ வந்தோ வந்தோ. (112)

112. (368) இது கொடுவிலங்குகள் வாழும் காடோ? மக்கள் வாழும் நகரமோ? இந்த மன்னருக்கு அறிவு மயங்கும் நாள் இதுவோ? தருமம் அழிந்து கொடிய தீமை ஆட்சி புரியும் போர்க்காலமோ? ஊரை விட்டுக் கிளம்பிய நேரமோ? இது வேறு உலகமோ? நனவோ? கனவுதானோ? என்னவோ! அந்தோ! அந்தோ!

வனம் - காடு; தீங்கு - தீமை; ஓதனம் - போர்; நாளோ தனம் - போர்க்காலம்; பதி - ஊர்; முகூர்த்தம் - நேரம்; தரணி - உலகம்; யாவதோ - என்னவோ.

ஐயகோ வைய கோவென் றழுமிரு விழிநீர் மாது
மெய்யெலா நனைந்து செல்லும் வீதியு நனைய வேடன்
கையிலோர் மயிலை யொப்பாய்க் கள்ளன்கொண் டேகக் கண்டே
பொய்யுலா விடையி னாரும் புருடருஞ் சூழ்ந்து சென்றார். (113)

113. (369) ஐயகோ! ஐயகோ! என்று எழும் கண்ணீரில் அப் பெண்ணின் உடல் எல்லாம் நனைந்தது. செல்லும் வீதியும் அவள் கண்ணீரால் நனையும்படி, வேடன் கையில் சிக்கிய மயிலுக்கு ஒப்பாக அவளை இழுத்துச் சென்றான் கள்ளன். அதைப் பார்த்தபடி இல்லாத இடை இருப்பதாகப் பொய்யாக உரைத்து உலவும் பெண்களும் ஆண்களும் சூழ்ந்து சென்றனர்.

மெய் - உடம்பு; கொண்டேக - இழுத்துச்செல்ல; பொய் உலாவு இடையினார் - இல்லாத இடையுடைய பெண்கள்; புருடர்கள் - ஆண்கள்.

ஆழ்ந்தள விடிலி வன்கா தலியல வவனைக் கூடி
வாழ்ந்தவ ளாத லாலே வல்லிக்கித் துயர மென்பார்
சூழ்ந்தவூழ் வினையீ தென்பார் சொன்னது நபிதன் காதில்
வீழ்ந்திடி னிபமா மென்பார் வீணெலா நமக்கே னென்பார். (114)

114. (370) ஆராய்ந்து பார்த்தால் இவள் இக் கள்ளனின் மனைவி அல்லள். அவனைக் கூடி வாழ்ந்தவளே. ஆதலால்தான் இவளுக்கு இத் துயரம் என்பார். வினைப்பயனே இவ்வாறு சூழ்ந்தது என்பார். நாம் பேசியது நபியின் காதில் விழுந்தால் கோள் ஆகிவிடும் என்பார். நமக்கு ஏன் வீண் பேச்சு என்பார்.

அளவிடில் - ஆராய்ந்தால்; வல்லி - பெண்; ஊழ்வினை - முன்னர் செய்த தீய வினையின் விளைவு; நிடம் - கோள்.

இவனையிவ் வழியிற் கண்டோ மேந்திழை யுருகிச் சொல்லு
மவனையும் விழியிற் கண்டோ மவனிவள் கணவ னென்று
கவலுதற் கீடி யாதுங் கருத்தினிற் பிரிந்தோ ராம
லவம்நபி செய்தா ரென்பா ரவர்க்குமுன் னறைவோ மென்பார்.(115)

115. (371) இவனை இந்த வழியில் கண்டோம். இந்தப் பெண் தன் கணவன் என்று உருகிச் செல்லும் அவனையும் வழியில் கண்டோம். அவன் இவள் கணவன் என்று சொல்வதற்கு ஈடாக எதையும் கருதி ஆராயாமல் பிழை செய்தார் நபி என்பார். அவர்முன் போய்ச் சொல்வோம் என்பார்.

ஏந்திழை - பெண்; கவலுதல் - சொல்லுதல்; யாதும் - ஏதும்; பிரித்து - ஆராய்ந்து; ஓராமல் - தெளியாமல்; அவம் - பிழை; அறைவோம் - சொல்வோம்.

தோட்டட வரைபோ லுள்ளத் தோன்றலை வதைப்பா ரென்னில்
வாட்டடங் கண்ணி னிளு மாய்க்குந்தன் னுயிரை யென்பார்
பாட்டளி முரலு கூந்தற் பைந்தொடி யழகு சொல்லக்
கேட்டது மில்லை யென்பார் கிளிமொழிக் கஞ்சு மென்பார். (116)

116. (372) உயர்ந்த மலைபோன்ற தோளும் உள்ளமும் கொண்ட இளைஞனைக் கொல்வாரானால் வாள்போல் நீண்ட கண்ணுடையாளும் தன்னுடைய உயிரை மாய்த்துக் கொள்வாள் என்பார். வண்டிருந்து பாடும் கூந்தல் உடையாளின் அழகு யாரும் சொல்லக் கேட்டு அறியாத அழகு என்பார். அவள் பேசக் கேட்டு கிளி அஞ்சும் என்பார்.

தோள் - புயம்; தடம் - உயர்வு; வரை - மலை; தோன்றல் - ஆண்மகன்; வதைத்தல் - கொல்லுதல்; வாட்டடங்கண் - வாள் தடம் கண்; அளி - வண்டு; முரலும் - பாடும்; பைந்தொடி - அழகிய வளையல் அணிந்தவள், பெண்.

அவிரொளி யிழையோ மின்னோ வையநுண் ணிடையு மென்பார்
துவரிதழ்க் கிணையோ வென்பார் துணைவிழி கயலோ வென்பார்
செவிகள்வள் ளைகளோ வென்பார் தீங்கிவட் குளதோ வென்பார்
நலிவுமின் னவர்க ளோடு நடந்துசெல் வழியின் மீதே. (117)

117. (373) ஐயா! ஒளிவிரியும் இழையோ மின்னலோ நுண்ணிய இடை என்பார். சிவந்த இதழ்களுக்கு நிகர் உண்டோ என்பார். இரு விழிகளும் மீனோ என்பார். காதுகள் வள்ளையோ என்பார். இவளிடம் தீங்கும் உண்டோ என்பார். இவ்வாறு அவர்களுடன் வழியில் நடந்து செல்லும் பலரும் பலவாறு பேசிச் சென்றனர்.

அவிர் - ஒளிர்தல்; மின் - மின்னல்; துவர் - சிவப்பு; கயல் - மீன்; வள்ளை - வள்ளைக்கொடி; நவிலும் - சொல்லும்.

நறுமலர்த் தொடை தாவூது நபியருள் கருணை வள்ளல்
சிறுவக்ள பலர்கள் சூழத் திருவிளை யாடல் செய்தங்
குறுவது விழியிற் கண்டே யோடிச்சென் றொளிருஞ் சந்த்ர
மறுவறு வதன மங்கை மடிபிடித் தெதிர்ந்து சொல்வாள். (118)

118. (374) நறுமலர் மாலை அணிந்த தாவூது நபி (அலை) பெற்ற கருணை வள்ளலாகிய சுலைமான் நபி (அலை) தெருவில் சிறுவர்களுடன் விளையாடிக் கொண்டிருந்தார். கள்ளனால் இழுத்துச் செல்லப்படும் மாசு மறுவின்றி ஒளிவீசும் நிலாமுக மங்கை வழியில் இதைக் கண்டாள். விரைந்து ஓடிச் சென்று எதிரே நின்று அவர் மடியைப் பிடித்துக் கொண்டு தன் துயரத்தைச் சொல்லலானாள்.

கொடை - மாலை; அருள் - அருளிய, பெற்ற; உறுவது - இருப்பது; ஒளிரும் - ஒளிவீசும்; சந்த்ர - நிலவு; மறு - குற்றம், மாசு; அறு - அற்ற; வதனம் - முகம்; எதிர்ந்து - எதிரில் நின்று.

நன்குடன் வதுவை செய்து நடந்தவை யிதுவ னத்திற்
பின்கதி யில்லான் செய்த பிழையிது நுமது தந்தை
முன்கவன் றதற்குங் கேட்ட முறையிது புருடன் றன்னை
வன்கொலை புரியச் சொன்ன வகையிது வகுக்கக் கேண்மோ. (119)

119. (375) நல்லபடி திருமணம் செய்ததுவரை நடந்த கதை இது. காட்டில், மறுமையில் கதியில்லாத கள்ளன் செய்த குற்றம் இது. உங்கள் தந்தையிடம் நீதிகேட்டு முறையிட்டதற்கு அவர் செய்த நீதி இது. கணவனைக் கொடூரமாகக் கொல்லச் சொன்ன வகை இது. என் முடிவைச் சொல்கிறேன். கேளுங்கள்.

நன்குடன் - நல்லபடி; வதுவை - திருமணம்; வனம் - காடு; பின்கதி இல்லான் - மறுமையை இழந்தவன்; பிழை - குற்றம்; கவன்றதற்கு - முறையிட்டதற்கு; கேட்டமுறை - கேட்டுச் செய்த தீர்ப்பு; முறை - நீதி; புருடன் - கணவன்; வகுத்தல் - வகைப்படுத்தல்; கேண்மோ - கேளுங்கள்

அல்கிலா வெனது காதற் றுணைவனை யாவி மாய்க்கக்
கொலைகுலா வியக ளத்திற் கொண்டுபோ வதையு மாற்றி
நிலைகுலா வியநன் னீதி நெறிப்படி செய்ய லீரே
லுலகெலா மறிய வென்ற னாவியு மொழிப்பன் மன்னோ. (120).

120. (376) ஆழ்ந்த என் காதற் கணவனைக் கொல்லக் கொலைக் களத்திற்குக் கொண்டு போவதை மாற்றி, நிலையான நல்ல நீதி ஒழுங்கின்படி செய்யுங்கள். இதைச் செய்ய நீங்கள் முன்வரவில்லை என்றால், உலகம் அறிய என் உயிரைப் போக்கிக் கொள்வேன்.

அலகுஇலா - அகலமான, எல்லையற்ற; ஆவி - உயிர்; கொலை குலாவிய களம் - கொலைக்களம்; நிலைகுலாவிய - நிலையான; செய்யலீரேல் - செய்யல் இலீர் ரேல், செய்யவில்லையானால்; ஒழிப்பன் - ஒழியச் செய்வேன்.

என்பழி யுமையே காக்கு மெனைமணம் புரிந்த காந்தன்
றன்பழி யுமது தந்தை தன்னையே விடாது சூழ
மன்பழிந் தெருவங் கொள்ளா வரும்பழி யிதுவா மென்றே
மின்பழித் திடும ருங்குல் விழுந்தழு தலர்த்தி னாளே. (121)

121. (377) என்னுடைய பழி உங்களையே சுற்றும். என்னை மணம்செய்த கணவனின் பழி உங்கள் தந்தையையே விடாது சூழும். அன்பை அழித்து இரத்தப் பலிகொண்டதனால் வரும் பழி இதுவாகும் என்று மின்னலைப் பழித்திடும் இடையாள் விழுந்து அழுது விரித்துரைத்தாள்.

காக்கும் - சுற்றும்; காந்தன் - கணவன்; எருவம் - இரத்தம்; கொள்ளா - கொண்ட; அரும்பழி - கொடிய பழி; மின் - மின்னல்; மருங்குல் - இடை; அலர்த்தல் - விரித்துரைத்தல்.

விழுந்தெழுந் தலர்த்தி மீட்டு மேலவன் றிருமுன் பாக
வெழுந்துநின் றிடுகி யாமத் தினில்விடே னென்று கூற
வழுந்தவெங் கொலைசெய் வோரை நிறுத்தல்செய் தசட னோடுந்
தொழுந்திரு மயிலை யிங்கே நிலுமெனச் சொலியெ ழுந்தார். (122)

122.(378) மீண்டும் சஜ்தாவில் விழுந்து எழுந்து இறைவன் கையை விரித்து, கல்லறைகளில் இருந்து மனிதர்கள் எழுந்து நிற்கப் போகும் மறுமையில் இதைவிட மாட்டேன் என்று கூறினாள். இதைக் கேட்ட சுலைமான் நபி (அலை) அக் கொடிய கொலைகாரர்களை நிறுத்தச்செய்தார். அக் கீழ்மகனோடு மதிக்கத்தக்க அழகு மயிலாளையும் இங்கே நில்லுங்கள் என்று சொல்லி எழுந்தார்.

அலர்த்து - விரித்து; மீட்டும் - மீண்டும்; மேலவன் - இறைவன்; திருமுன் - சன்னிதானம்; எழுந்து நிற்றல் - எக்காளம் ஊதப்பட்டதும் கல்லறைகளில் உள்ளவர்கள் உயிர்பெற்று எழுந்து நிற்றல்; கியாமத் - மறுமைநாள், இறுதித் தீர்ப்புநாள்; அழுந்த - பதிய; வெங்கோலை - கொடுங்கோலை; அசடன் - கீழ்மகன்; தொழுதல் - மதித்தல்; திரு - அழகு; நிலும் - நில்லும்; சொலும் - சொல்லும்.

தந்தைபா லடுத்திவ் வாறு புரிந்ததென் சாற்றீ ரென்ன
வந்தவா சகங்கேட் டின்ன வரவென வறைத லோடு
முந்தம திருக்கை யின்றெற் குதவிமற் றோர்கா லென்றன்
சிந்தையின் வண்ணங் கேட்கத் திருவரு டருக வென்றார். (123)

123. (379) அவர்களை அங்கேயே நிறுத்திவிட்டுத் தந்தையிடம் வந்தார். வீதியில் நடந்ததை எல்லாம் கூறினார். ஏன் இவ்வாறு நடக்கும்படிச் செய்தீர்கள் சொல்லுங்கள் என்று கேட்டார். அவர் நடப்புக்களைக் கூறினார். அதைக் கேட்டபின் இன்று ஒருநாள் மட்டும் உங்கள் அரியணையை எனக்குத் தரவேண்டும். அத்துடன் இவ் வழக்கை விசாரிக்கும் அதிகாரமும் தருதல் வேண்டும் என்றார்.

பால் - இடம்; அடுத்து - வந்து; புரிந்தது - செய்தது; சாற்றீர் - சொல்லுங்கள்; வந்த வாசகம் - அவரிடமிருந்து வந்த சொல்; வரவு - வருகை; உந்தமது - உம்தமது, உங்கள்; இருக்கை - அரசிருக்கை, அரியணை; எற்கு - எனக்கு; உதவி - கொடுத்து; ஓர்கால் - ஒருநாள்; சிந்தை - மனம்; திருவருள் - அதிகாரம்.

ஆமென மகிழ்ச்சி கூர வணியர மனையிற் புக்கார்
நாமவே லரசு வைகு மிருக்கையின் னண்ணி நின்ற
தாமவொண் புயத்து வீர ரெவரையு நுமது சார்பிற்
போமென வுரைத்து மின்சூழ் புதல்வரை யழைத்தி ருத்தி. (124)

124. (380) அவர் மகிழ்ச்சியோடு இசைந்தார். கேட்டு மகிழ்ச்சியுடன் அரசவையில் புகுந்தார். அரசிருக்கையை அடைந்து அங்கிருந்த வீரர் முதல் ஆயத்தார் அனைவரையும் போகச் சொன்னார். தம்முடைய தோழர்களை அழைத்து அப் பொறுப்புகளில் அமர்த்தினார்.

அணி - அழகு; அரண்மனை - அரசவை; நாமம் - சினம்; வைகும் - செய்யும்; இருக்கை - அரசிருக்கை, அரியணை; நண்ணி - அடைந்து; தாமம் - மலை; ஒண் - ஒளி; புயம் - தோள்; நுமது - உங்கள்; சார்பு - வீடு; மின் - ஒளி; சூழ்புதல்வர் - சூழ்ந்திருக்கும் தோழர்.

மந்திரி யொருவ னென்றுஞ் சேனைகா வலவன் வேறோர்
சுந்தர னெனவு நால்வர் கணக்கெழு துவர்க ளென்றுஞ்
சிந்துரக் களிறன் னார்மற் றவரெல்லாஞ் சேனை யென்றுந்
தந்தமா தரத்துக் கேற்கத் தகுமதி கார மீந்தார். (125)

125. (381) ஒருத்தனை அமைச்சர் என்றார். மற்றோர் அழகனைப் படைத்தலைவன் என்றார். நால்வர் கணக்கு எழுதுவோர் என்றார். சிவந்த யானை போன்ற மற்றவர்கள் எல்லாம் படைவீரர் என்றார். இவ்வாறு பொறுப்புகள் தந்து அந்த அரச தந்திரிகளுக்குப் பொருத்தமான அதிகாரமும் அளித்தார்.

சேனை - படை; காவலவன் - தலைவன்; சிந்துரம் - சிகப்பு; களிறு - கடாயானை; அமாதரம் - தந்திரிகள்; ஏற்கும் - ஏற்புடைய, பொருத்தமான; தகும் - தகுதியான.

அளித்தபின் கொலைக்க ளம்போ மவனையும் வென்றோ மென்று
களித்தவன் றனையு மேங்கிக் கலங்குமங் கையையு மெய்போ
லொளித்துரைத் தவர்க ணால்வர் தம்மையு முதவு கென்ன
வளிக்கிணை கடுந டைச்சே வகர்தமை யனுப்பி னாரே. (126)

126. (382) இவ்வாறு பதவிகளும் அதிகாரங்களும் அளித்தபின் காற்றுக்கு நிகராக விரைந்து செல்லும் சேவகர்களை அழைத்தார். கொலைக்களத்திற்கு அனுப்பப்பட்டவனையும் வழக்கில் வெற்றிபெற்றோம் எனும் பூரிப்புக்கொண்ட கள்ளனையும் ஏங்கிக் கலங்கும் பெண்ணையும் மெய்போலப் பேசி உண்மையை மறைத்த சாட்சிகள் நால்வரையும் இங்கே கொண்டு வாருங்கள் என்று கட்டளையிட்டு அனுப்பினார்.

உதவு - கொண்டுவருக; அளி - காற்று.

அவ்வுழி யழைத்து வந்தா ரனைவரும் வந்த பின்னர்
செவ்விதி னெருவன் கூறு முரைமற்றோன் செவியிற் கேளா
தொவ்வொரு வோனை யொவ்வோ ரறையிடை யுறப்பு குத்தி
வெளவிய கபாடஞ் சார்த்தி வாயல்காத் திடப்ப ணித்தார். (127)

127. (383) அவ்வாறே அவர்களை அழைத்து வந்தனர். அனைவரும் வந்த பின்னர், ஒருத்தர் சொல்வதை மற்றவர் கேட்க முடியாதபடி ஒவ்வொருத்தனையும் ஒவ்வோர் அறையினுள் இட்டு வலிய கதவுகளைச் சார்த்தினார். வாசலில் காவலும் அமைத்தார்.

அவ்வழி - அவ்விடம்; செவ்விதின் - செம்மையாக; இடை - இல்; உற - இருக்கும்படி; வெளவிய - வலிய; கபாடம் - கதவு.

பணித்தபின் கரியி லொன்றைத் தருகெனச் சிறுவர் பண்பா
யணித்தினிற் கொணரு கின்றா ரவளியார் மனைவி யென்ன
மணிப்புய வரையீ ரிவ்வூ ருறைபவன் மனைவி யாமே
கணித்தநூன் முறைநிக் காகு செய்துகை யளித்தோ மென்றான். (128)

128. (384) கட்டளைகள் இட்டபின் சாட்சிகளில் ஒருத்தனைக் கொண்டு வாருங்கள் என்றார். ஓர் இளைஞர் விரைந்து சென்று அவர்களில் ஒருத்தனைக் கொண்டு வந்தார். அவள் யார் மனைவி என்று அவனிடம் கேட்டார். அழகிய மலைபோன்ற தோளுடையீர்! இவ் வூரில் வாழ்பவன் மனைவியே ஆவாள். நாள் பார்த்து நாங்களே வேத முறைப்படித் திருமணம் செய்துகொடுத்தோம் என்றான்.

பணித்தல் - கட்டளையிடல்; கரி - சாட்சி; தருக - கொண்டுவருக; அணித்து - அருகு; அவளியார் - அவள் யார்; மணி - அழகு; புயம் - தோள்; வரை - மலை; உறைபவன் - வாழ்பவன்; கணித்து - நாள், நேரம் பார்த்து; நூல் - வேதம்; நிக்காகு - திருமணம்; கையளித்தல் - ஒப்படைத்தல்.

உணரவிவ் வசனங் கூற வுரைப்பர்நிக் காகி யத்திற்
கணவன்பேர் துணைவி நாமங் கருத்துவந் தீண்டோர் நாம
மணியுறக் கேட்டன் றோநீர் செய்ததா மவையு மிந்த
மணநறுங் கூந்த லாடன் மகருஞ்சீ தனங்க ளியாவும். (129)

129. (385) அவையோர் உணர்ந்துகொள்ளும்படி அவன் இவ்வாறு கூறியபின், சுலைமான் நபி (அலை) கேட்டார். மனைவி பெயரும் கணவன் பெயரும்

அவர்களை மனம் உவந்து பெற்றவர் பெயர்களை அழகாகக் கேட்டுத்தானே திருமணம் செய்து கொடுத்தீர்கள்? அந்தப் பெயர்களையும் இந்த அழகிய நறுமணம் கமழும் கூந்தலாளின் மகர் எவ்வளவு என்றும் சீதனப்பொருள்கள் இவை இவை என்றும்.

நிக்காகியம் - திருமணக் களரி; கணவி - மனைவி; நாமம் - பெயர்; கருத்து - மனம்; உவந்து - விரும்பி, மகிழ்ந்து; ஈன்றோர் - பெற்றோர்; அணியுற - அழகாக; லாடன் - லாள்தன்; மகர் - திருமணக்கட்டணம், மனமகனால் மணமகளுக்குத் தரப்படும் தொகை; சீதனம் - மகளுக்குத் திருமணத்தின்போது பெற்றோர் கொடுக்கும் வீட்டுத் தளவாடப் பொருள்கள்.
இது, பொருள் முற்றுப் பெறாத குளகச் செய்யுள்.

வதுவைசெய் வருட மாதந் தெய்திநாள் வரவு முற்று
மிதுவென வுரைமி னென்றா ரிவ்வுரை செவியிற் சாரக்
கதிதர விவையெ லாநாம் கள்ளனைக் கேட்டு நெஞ்சிற்
பதியவைத் திருக்கி லன்றோ பகரலாங் கேட்டி லோமே. (130)

130. (386) திருமணம் செய்த ஆண்டு, மாதம், தேதி, கிழமை, மொய்வரவு ஆகியவை இவை இவை என்று சொல் என்றார். இந்த வார்த்தையை கேட்டதும் திகைத்தான். இதை எல்லாம் கள்ளனிடம் ஒழுங்காகக் கேட்டு நெஞ்சில் பதிய வைத்திருந்தால் அன்றோ சொல்ல முடியும்? கேட்கவில்லையே!

வதுவை - திருமணம்; நாள் - கிழமை; வரவு - மொய்வரவு; சார - சேர; கதி - ஒழுங்கு; பகரலாம் - சொல்லலாம்.

தனத்தினுக் காசை கூர்ந்து சாற்றினோ மெனிலு நம்பட்
டினத்தினி லொருவன் பெண்டீ ரொருவனுக் கெய்த மாறாய்த்
துனிப்படுத் திடுவ தோவென் றேசிரந் துணிப்ப ரியாமே
மனத்தினிற் குறித்தோ ரூர்பேர் மகரியா வதுஞ்சொன் னாலும். (131)

131. (387) பணத்திற்கு ஆசைப்பட்டுப் பொய்சாட்சிச் சொன்னோம் என்றாலும், நம் ஊரில் ஒருத்தன் மனைவியை இன்னொருத்தன் அடையும்படி பொய்சாட்சிச் சொல்வதோ என்று தலையைத் துண்டித்து விடுவார்களே. நாமே கற்பனையாக ஓர் ஊரையும் பெயரையும் மகரையும் சொன்னாலும்

தனம் - பணம்; கூர்ந்து - விரும்பி; சாற்றினோம் - சொன்னோம்; எய்த - அடைய; மாறாய் - மாறுபாடாக, மாற்றமாக; துனிப்படுத்தல் - வெறுப்பு ஊட்டுதல்; சிரம் - தலை; துணிப்பர் - துண்டிப்பர், வெட்டுவர்; குறித்து - கற்பனையாகப் புனைந்து.
இதுவும் குளகம்

இன்னமு வரையு நம்போற் றனித்தனி யியம்பக் கேட்பா
ரன்னவர் மொழியு நாம்சொல் வதுவுமோர் மொழிப்ப டாதே
யென்னசெய் குவமென் றாவிக் கிரங்கியோ ரூரும் பேரும்
பின்னிய மகர்தி னஞ்சீ தனங்களும் பிதற்றி னானே. (132)

132. (388) மற்றுமுள்ள மூன்று சாட்சிகளையும் தம்மை விசாரிப்பது போலவே தனித்தனியே விசாரிப்பார். அவர்கள் சொல்வதும் நாம் சொல்வதும் ஒன்றாகப் பொருந்தி வராதே! என்ன செய்வேன் என்று உயிருக்கு அஞ்சித் தடுமாறினான். சொல்லாமலும் முடியாதே என்று உயிருக்கு அஞ்சி ஊரும் பேரும் மகரும் நாளும் சீதனங்களும் இவைஇவை என்று பிதற்றினான்.

இயம்ப - சொல்ல; ஓர்மொழிப்படாது - ஒன்றாகப் பொருந்தாது; ஆவி - உயிர்; இரங்கி - அஞ்சி.

முதலிவன் பிதற்ற லெல்லாங் கரணிகள் முகத்தை நோக்கி
யிதமுற வெழுது கென்ன வின்னவன் வாக்கு மூலம்
விதமுற வெழுதிப் பின்னர் விளம்புரை யெழுதித் தீரப்
பதிதனிங் கிவனை முன்போ லறையுறப் படுத்தி னாரால். (133)

133. (389) முதல்வன் பிதற்றிய அனைத்தையும் எழுதும்படிக் கணக்கனிடம் கூறினார். அவன் வாக்குமூலத்தையும் பின்னர் விசாரணையில் கூறியவற்றையும் எழுதினான் கணக்கன். பின்னர் அவ் வொழுங்கீனனை முன்போல் தனியறையில் போட்டு அடைத்தார்.

கரணிகன் - கணக்கன்; விளம்புரை - பேச்சு; பதிதன் - ஒழுங்கீனன்.

மற்றமூ வரையு மிந்த வகைதனித் தனியே கேட்க
முற்றுமுட் கலக்க மீறி முன்னர்வந் தவன்போ லெண்ணி
வெற்றுரை குளறிப் பேரும் விளம்பலும் பதிந்தார் மேலும்
புற்றுறை யரவொப் பாகப் புகுத்தின ரறையுட் போனார். (134)

134. (390) மற்ற மூவரையும் இவ்வாறே தனித்தனியாக விசாரித்தார். அவர்கள், முதல்வன் போலவே மனங் கலங்கி ஏதேதோ குழறினர். அவர்கள் கூறிய பேர்களையும் வாக்குமூலத்தையும் பதிந்தார். பின்னர் பாம்பை புற்றில் புகுத்துவதுபோல் அவர்களை அறையில் புகுத்தினார்.

வெற்றுரை - பொருளற்ற பேச்சு; விளம்பல் - வாக்குமூலம்; உறைதல் - வாழ்தல்; அரவு - பாம்பு.

சந்திரன் கருங்கோ ளென்னுங் கள்ளனைத் தனித்தோ தென்ன
விந்தன முபைய பக்க நடுவுறை விடையெ றும்பாய்ச்
சிந்தையிற் றுயர மெய்தி யுளறினன் சிலவெவ் வேறா
யந்தவா சகமும் பேரும் வரிந்துமுன் னிடத்த டைத்தார். (135)

135. (391) நிலாவை மறைக்கும் இராகுப் பாம்பு போன்ற கள்ளனைத் தனியே அழைத்து விசாரித்தார். இருதலைக் கொள்ளி எறும்புபோல் மனம் கலங்கி முன்னுக்குப் பின் முரணாக உளறினான். அந்த வாசகங்களையும் அவன் கூறிய பெயர் முதலிய விவரங்களையும் பதிவுசெய்து முன்போல் தனியறையில் அடைத்தார்.

கருங்கோள் - கிரகணம் பிடிக்கும் கரிய கோளம், இராகு; இந்தனம் - தீச்சுவாலை; உபையம் - இரண்டு; வரிந்து - எழுதி.

மன்னர்கோ மகவைக் கூவு யிவ்வண வகுக்க வெண்ணத்
தன்னனை தாதை நாமந் தன்பெயர் நகர்தன் காதற்
பொன்னிரு குரவ ரவ்வூர் மகர்தனந் தினம்பு கன்றா
னன்னசொல் லனைத்தும் பேரும் பொறித்தவ்வீட் டிருத்தி னாரே. (136)

136. (392) இளவரசனைத் தனியே அழைத்து முன்போல் விவரம் கேட்டார். தன் தாய், தந்தையர் பெயர், தன் பெயர், தன் ஊர், தன்னுடைய காதற் பொன்னின் பெற்றோர் பெயர், ஊர்ப்பெயர், மகர், சீதனம், திருமணநாள் முதலிய விவரங்களைக் கூறினான். அவன் கூறிய அனைத்தையும் குறித்துக்கொண்டு அவனை முன்போல் தனிவீட்டில் அமைத்தார்.

கோமகவு - இளவசரன்; வணம - வண்ணம்; வகுக்க - விரித்துச் சொல்; தன்னனை - தன்அன்னை; தாதை - தந்தை; நாமம் - பெயர்; காதற்பொன் - மனைவி; இருகுரவர் - தாய் தந்தை; தனம் - சீதனம்; தினம் - திருமணநாள்; புகன்றான் - சொன்னான்; பொறித்து - குறித்து, எழுதி.

ஒண்டொடி மயிலைக் கூவி யொற்றையி லுரைக்க வென்ன
மண்டலம் புகழுஞ் செங்கோல் வேந்தன்சேய் வகுத்த வாறே
விண்டவள் பவளக் கொம்பாங் கோகிலம் விரிப்ப தொப்பாய்க்
கொண்டவா சகமும் பேருங் குறித்தறை புகுத்தி னாரே. (137)

137. (393) ஒளிவீசும் வளையல் அணிந்த மயிலாளைத் தனியாக அழைத்துச் சொல் என்றார். உலகம் புகழும் அரசனின் மகன் சொன்னது போலவே பவளக்கொடி போன்ற அவளும் சொன்னாள். குயில் கூவுவது போல் அவள் கூறிய அனைத்தையும் எழுதிக்கொண்டு அவளை முன்போல் அறையில் புகுத்தினார்.

ஒண்டொடி - ஒளிவீசும் வளையல்; ஒற்றை - தனி; மண்டலம் - மண்தலம், உலகம்; செங்கோல் - நீதிக்கோல்; வேந்தன் - அரசன்; சேய் - மகன். வகுத்தல் - விரித்துரைத்தல்; விண்டவள் - சொன்னவள்; குறித்து - எழுதி.

எழுதிய தனைத்து மோர்ந்துள் ளெண்ணியிங் கிருந்து வீரந்
தழுவுதந் தையைய ழைத்துத் தவிசினி லிருத்தி நூல்கள்
பழுதற வுணர்ந்த மேலோர் பலரையு மவணிற் சேர்த்து
மொழிவழி வரிந்து ளோனைத் தாதையின் முன்ப தாக்கி. (138)

138. (395) எழுதிய அனைத்தையும் ஆராய்ந்து மனத்தில் இருத்திக்கொண்டார். வீரம் தழுவிக் கிடக்கும் தந்தை தாவூது நபி (அலை)யை அழைத்து அரியணையில் அமரத்தினார். வேதத்தையும் அற நூல்களையும் பழுதற உணர்ந்த மேலோர் பலரையும் அழைத்து அங்கே அமர்த்திக்கொண்டார். வாக்குமூலத்தை எழுதியவனை அழைத்து சபை முன்னே நிறுத்தினார்.

ஓர்ந்து - ஆராய்ந்து; தவிசு - அரியணை; அவண் - அங்கு; வரிந்துளோன் - எழுதியவன்; தாதை - தந்தை.

உள்ளவ ரெவர்க்குந் தோன்ற வுன்கையட் டவணை தன்னை
விள்ளவென் றனர தற்பின் வகைவகை விரித்தான் கேட்கிற்
கள்ளனு மவனைச் சேர்ந்த கரிகளு முரைத்த வாக்கோ
ரெள்ளள வெனிலு மொவ்வா தைவித மிருப்ப தோர்ந்தார். (139)

139. (395) இங்குள்ள அனைவர்க்கும் கேட்கும்படி உன்னிடம் உள்ள வாக்குமூல அட்டவணையைப் படி என்றார். அவன் வரிசையாகப் படித்தான். கேட்டவர்கள், கள்ளனும் அவனைச் சேர்ந்த சாட்சிகளும் கூறிய வாக்குமூலம் எள்ளளவும் பொருந்தாதிருப்பதை உணர்ந்தனர்.

தோன்ற - கேட்கும்படி; அட்டவணை - வாக்குமூலப் பட்டி; விள் - சொல், படி; வகைவகை - வரிசையாக; கரிகள் - சாட்சிகள்; ஒவ்வாது - பொருந்தாது; ஐவிதம் - ஐந்து விதமாக; ஓர்ந்தார் - உணர்ந்தார்.

திருமயில் மொழியுங் காளை செப்பிய மொழியு மேவி
யொருமொழிப் படுவ தாலே யுண்மையீ தெனவு ணர்ந்தா
ரருமறை நபிதா வூது வதைக்கில்வீண் பழிக ளன்றோ
வருமெனத் துயர மென்னுங் கடலிடை மாழ்கி னாரே. (140)

140. (396) அழகு மயிலாள் மொழியும் காளை உரைத்த மொழியும் ஒன்றாகப் பொருந்தியிருப்பதாலே இவ் விருவரும் கூறுவதே உண்மை என்று உணர்ந்தார். இவ் விளைஞனைக் கொன்றிருந்தால் பழியன்றோ வந்திருக்கும் என்று எண்ணித் துயரக்கடலில் வீழ்ந்தார் ஸபூர் வேதம் பெற்ற நபி தாவூது (அலை).

திருமயில் - அழகுமயில்; மொழி - வாக்குமூலம்; காளை - இளவரசன்; மேவி - பொருந்தி; ஒருமொழிப்படுதல் - ஒத்திருத்தல்; வதைக்கில் - கொன்றால்; மாழ்கினார் - ஆழ்ந்தார்.

செழுமதி வதன மாதைத் திருடினோன் றலைது ணித்துக்
கழுவினி லிடவு மாறாய்க் கரிபகர்ந் தவர்கள் கண்ணைப்
பழுதுறப் பறித்துக் கானிற் றுரத்தவும் பணித்தார் நின்ற
வெழுவரைப் புயத்து வீர ரிவ்வகை யியற்றி னாரே. (141)

141. (397) முழுமதிமுகப் பெண்ணைத் திருடிய கள்ளனின் தலையை வெட்டிக் கழுவில் ஏற்றவும் பொய்சாட்சிக் கூறிய நால்வரின் கண்களைக் குருடாக்கிக் காட்டில் துரத்தி விடுமாறும் கட்டளையிட்டார். அருகில் நின்ற, உயர்ந்த மலைபோன்ற தோளுடைய வீரர்கள் அவ்வாறே செய்தனர்.

செழுமதி - முழுநிலா; வதனம் - முகம்; மாது - பெண்; துணித்து - வெட்டி; மாறாய் - உண்மைக்கு மாறாய், பொய்யாய்; கரி - சாட்சி; பகர்ந்தவர் - சொன்னவர்; பழுதுறப்பறித்து - பழுதுபடுமாறு ஒளியைப் போக்கி; கான் - காடு; பணித்தார் - கட்டளையிட்டார்; எழுவரை - உயரமாக எழுந்து நிற்கும் மலை; புயம் - தோள்; இவ்வகை - இவ்வாறு; இயற்றினார் - செய்தார்.

அறிவுடைப் புதல்வர் போலப் பொருளிலை யார்க்கு மென்றே
மறுவற வுணர்ந்த மேலோர் வகுப்பது சரத முண்மை

பெறுபய னரக மின்று பெறுவது தவிர்த்த தென்ன
வுறுவிழி மணிச்சேய் தம்மை யுச்சிமோந் தனர்தா வூது. (142)

142. (398) எவருக்கும் அறிவுடைய மகன்போல் பொருள் இல்லை என்று குற்றம் நீங்க உணர்ந்த மேலோர் அறிந்து சொல்வது சத்தியமான உண்மை. அத்தகைய மகனால் நான் நரகம் பெறுவது தவிர்க்கப்பட்டது என்று அழகிய கண்மணி போன்ற மகனை உச்சி மோந்தார் தாவூது நபி(அலை).

மறுவற - குற்றம் நீங்கும்படி; வகுப்பது - அறிந்து சொல்வது; சரதம் - சத்தியம்; தவிர்த்தது - தவிர்க்கப்பட்டது; உறுவிழி - அமைந்த நுட்பவிழி, கண்மணி; மணி - அழகு; சேய் - மகன்.

சீரெல்லரந் தரித்த மேலோ ரியாவருஞ் சிறந்து சூழ
வேரெல்லா முதவு செம்பொற் றவிசினி லிருந்து நீரே
பாரெல்லாம் பரிமி னென்றே யருண்மழை பரிவிற் பெய்யுங்
காரெல்லா நிகரும் வேத நபிகவன் றனர்பா லர்க்கே. (143)

143. (399) சிறப்புத் தன்மைகளை எல்லாம் பூண்டிருக்கும் மேலோர் யாரும் சூழ்ந்திருக்கும் சிறந்த கூட்டத்தில், காரணச் சிறப்புகள் எல்லாம் உதவும் இந்தத் தங்க அரியணையில் அமர்ந்து, நீரே இனி உலக பரிபாலனம் செய்க என்று, பரிவுடன் பெய்யும் மேகம் போன்ற வேத நபி தாவூது (அலை) தம் மைந்தரிடம் கூறினார்.

சீர் - சிறப்புத் தன்மை; தரித்த - பூண்ட, அணிந்த; வேர் - காரணம்; செம்பொன் - தங்கம்; தவிசு - அரியணை; பார் - உலகம்; பரி - பரிபாலனம்; கார் - மேகம்; பாலர் - மைந்தர்.

சேல்வகை விழியி னாட்குஞ் செழுமணி புயத்தோ னுக்கு
மேல்வகை முகமன் கூறி வியந்தவா கனங்க ளீந்து
பால்வகைப் பரிச னங்கள் பைம்பொன்மற் றெவையு நல்கி
நால்வகைத் தளமுங் கூட்டி யனுப்பின ரவர்ந கர்க்கே. (144)

144. (400) சேல் போன்ற கண்ணுடைய பெண்ணுக்கும் செழித்த அழகு தோளுடையவனுக்கும் தேவையான வாகனங்கள் கொடுத்துப் பலவகை பரிசுப் பொருள்களும் பொன்னும் பிற பொருள்களும் நல்கி, நால்வகை படைவீரர்களும் கொடுத்து, ஏற்புடைய வாழ்த்துகள் கூறி அவர்கள் ஊருக்கு அனுப்பினர்.

சேல் - சேல் கெண்டை மீன்; செழு - செழித்த; மணி - அழகு; புயம் - தோள்; ஏல்வகை - ஏற்றவகை; முகமன் - வாழ்த்து, ஸலாம்; இயந்த - நல்ல, பொருத்தமான; பால்வகை - பலவகை; பரிசனம் - பரிசு; மைம்பொன் - தங்கம்; தளம் - படை.

தளத்துட னகரஞ் சேர்ந்து தந்தைதாய் தம்மை யெய்தி
வளத்திரு மயிலுந் தானு மலரடி வணங்கச் செய்து
வொளித்துள வுயிர்வந் தென்ன விருகுர வருமு வந்தே
களித்தெடுத் தருகி ருத்திக் கண்களும் பெற்றா ரன்றே. (145)

145. (401) நால்வகைப் படைவீரர் சூழத் தன்னுடைய அரச நகரம் சென்று சேர்ந்தான் இளவரசன். அரண்மனையை அடைந்து தாய் தந்தையைக் கண்டான். அழகு செழித்த மயில் போன்ற மனைவியும் தானுமாக அவர்கள் தாள் பணிந்து மரியாதை செய்தான். பிரிந்து போயிருந்த உயிர் திரும்பி வந்தது என்று அவ் விருவரும் மகிழ்ந்தனர். களிப்புடன் அருகில் அமர்த்திக் கண்பெற்ற பேறு பெற்றனர்.

தளம் - படைவீரர்; எய்தி - அடைந்து; மலரடி - மலர்போன்ற பாதம்; வணக்கம் - பணிதல்; ஒளித்துள் - விலகி மறைந்து உள்ள; இருகுரவர் - தாய் தந்தையர்; உவந்து - மகிழ்ந்து.

மாந்தளிர்ப் பதத்தி னாளு மிளவலும் வாழ்ந்தி ருந்தார்
போந்துசெல் சேனைக் கெல்லாம் பொன்னணி யாடை யீந்து
வேந்துசுலு தானிங் கேவ மீண்டணி நகரஞ் சார்ந்து
வாய்ந்துரைத் தனர்தா வூது மகவும்பொற் புயம்பூ ரித்தார். (146)

146. (402) மாந்தளிர் போன்ற பாதம் உடைய மங்கையும் இளவரசனும் மகிழ்ந்து வாழலானார். திரும்பிச் செல்லும் படை வீரர்களுக்குப் பொன்னாபரணங்களும் ஆடையும் அளிக்கக் கட்டளையிட்டார் அரசர். ஷாம் நகருக்குத் திரும்பிய வீரர்கள் அரண்மனை அடைந்து அனைத்தையும் உரைத்தனர். கேட்டு தாவூது நபி (அலை)யும் மைந்தரும் பூரித்தனர்.

போந்து - திரும்பி வந்து; சேனை - படைவீரர்; பொன்னணி - பொன்னாபரணம்; வேந்து - அரசர்; சுலுத்தான் - அரசர்; ஏவ - கட்டளையிட; மீண்டனர் - திரும்பி அடைந்தனர்; வாய்ந்து - வாய்ப்பாக; பொற்புயம் - பொன்னாலாகிய தோள்.

கனவுகண்டு மணஞ்செய்த படலம் முற்றிற்று.
படலம் 9 -க்கு - திருவிருத்தம் - 402

9. கனவுகண்டு மணஞ்செய்த படலம்
படலச்செய்தி

தொலைவில் உள்ள நாட்டில் ஒரு சுலுத்தான் சீர்த்தியுடன் ஆண்டுவந்தான். அவனுக்குக் கண்மணி போன்ற மகன் இருந்தான். ஒரே மகன். மனவலிமை, கல்வி, வீரம் செறிந்த மகன். ஒருநாள் தூக்கத்தில் கனவு கண்டான். அழகின் உள்ளுயிராகவும் காமக்கடலில் கடைந்தெடுத்த அமுதமாகவும் ஒருநிலையில் நில்லாமல் மனத்தை மயக்கி அலைக்கும் மாயையை மயக்குபவள் போன்ற பெண்ணழகியைக் கனவில் கண்டு மயங்கினான். கனவு என்று கருதாது மெய்யாகவே அப்படி ஒருபெண் வந்ததாகக் கருதி மயங்கினான். விழித்து எழுந்து அங்கும் இங்கும் தேடினான். பலவாறு புலம்பினான். இறுதியில் கனவு என்று உணர்ந்தான். ஆயினும் அவள் உலகில் வாழ்வது மெய் என்று நம்பினான். எங்கோ வாழ்கிறாள் என்று நம்பினான். அவளைத் தேடி மணப்பதே விதி என்று நம்பினான். ஆதலால் அன்றிரவே அரண்மனை நீங்கிப் புறப்பட்டான். போகும்போது பொன்னும்

மணியும் உடன் எடுத்துப் போனான். அவளைக் கண்டு திருமணம் செய்யும்போது நகை செய்து போடவேண்டும் அல்லவா, அதற்காக! பின்னிரவு நேரத்தில் இளவரசன் அறைக்கதவு திறந்து கிடக்கக் கண்ட பணியாளர் சென்று பார்த்தனர். இளவரசனைக் காணாது தேடினர். அரசரிடம் அறிவித்தனர். பதறிய சுலுத்தான் நகரில் தேடப் பணித்தார். நாடு முழுவதும் வீரரை அனுப்பித் தேடினார். அனைவரும் வெறுங்கையோடு திரும்பினர். ஆளப் பிறந்த மகன் காணாமல் போன கவலையில் அரசனும் அரசியும் உழன்றனர்.

அரச ஆடை களைந்து, தாய்தந்தை அறியாமல், தோழர் துணையின்றி, மாறு வேடத்தில் புறப்பட்ட இளவரசன் காடுகளிலும் மலைகளிலும் மருதநில ஊர்களிலும் கடற்கரைப் பட்டினங்களிலும் தேடித் தேடி அலைந்தான். கொண்டுவந்த உடைமைகளை ஓரிடத்தில் மறைத்து வைத்துவிட்டுப் பல்வேறு பகுதிகளிலும் சென்று தேடினான். முள்ளால் குத்தப்பட்டும் கல்லால் இடறப்பட்டும் காலும் மேனியும் புண்ணானான். ஆடைகிழிந்து அம்மணமானான். இலை தழைகளை உடுத்தி சருகுகளையும் கிழங்குகளையும் உண்டு திரிந்தான். இவ்வாறு பன்னிரண்டு ஆண்டுகள் அலைந்து தேடினான்.

இவ்வாறு பரதேசிக் கோலத்தில் அலைந்த இளவரசன் ஒருநாள் ஒரு புதிய நகரத்தை அடைந்து அங்குள்ள பள்ளிவாசலில் தங்கினான். புதிய மனிதனைக் கண்ட பள்ளியின் மோதீன் அவனைப் பற்றி உசாவினான். பரதேசி என்றும் பசியோடு இருக்கிறான் என்றும் அறிந்து வீட்டிற்கு அழைத்துச்சென்று, அவனுக்கு உணவளிக்கும்படி மகளை ஏவினான்.

அவள் உணவுத் தட்டோடு வந்தாள். அவளை நிமிர்ந்து பார்த்த இளவரசன், தன் கனவில் வந்தவள் அவளே என்று அறிந்து மூர்ச்சையானான். மூர்ச்சை தெளிந்து, உணவு உண்ணாமல் எழுந்து சென்று பள்ளிவாசலில் அமர்ந்துகொண்டான். அவள் மோதீனிடம் சென்று சொல்கிறாள். அவன் என்னமோ ஏதோ என்று பதறினான். பள்ளிவாசலுக்குச் சென்று ஏன் இப்படிச் செய்தீர் என்று கேட்டான். எனக்கொரு வாக்கு, அளிக்க வேண்டும். அளித்தால் வந்து உண்பேன் என்றான். அவன் ஆராயாமல் வாக்களித்தான். அதன்மேல் சென்று உண்டான். உண்டபின் வாக்கு எதற்கு என்று கேட்டான். மோதீன். வாக்கு மாறக் கூடாது என்று எச்சரித்துவிட்டு உம்முடைய மகளை எனக்குத் திருமணம் செய்து கொடுக்க வேண்டும் என்றான். மோதீன் தடுமாறினான். பரதேசிக்கா என் பெண்?... கலங்கினான். வாக்கை முறிக்க முடியுமா? சோர்ந்தான். மனைவியிடம் கலந்தான். அவள் நிலைகுலைந்தாள். கொடுத்த வாக்கை எண்ணி அஞ்சினாள். இருவரும் மகளிடம் பேசினர். மகளோ வாக்குறுதி காத்தலை முதன்மைப்படுத்தினாள். மூவரும் ஒரு சொல்லாகச் சம்மதித்து ஊரைக் கூட்டி வேதநூல் முறைப்படி திருமணம் செய்து வைத்தனர். மணமக்கள் இருவரும் மகிழ்ச்சியுடன் வாழ்ந்தனர். இடையில் ஒருநாள், தான் மறைத்து வைத்திருந்த பொன்மணிப் புதையலை எடுத்துவந்து மனைவிக்குத் தகுந்த நகையெல்லாம் செய்து போட்டான். ஒருநாள் தாய் தந்தையர் நினைவுவர மாமனார் மாமியாரிடம் தன் வரலாறு கூறி மனைவியை அழைத்துச் செல்ல அனுமதி கேட்டான். அவர்கள் இசைவுடன் புறப்பட்டனர். ஊர் எல்லைவரை வந்து வழியனுப்பினான் மோதீன். பல்வேறு ஊர்களையும்

இடங்களையும் கடந்து போயினர். வழியில் காடு குறுக்கிட்டது. அதைக் கடக்கையில் கள்ளன் ஒருத்தன் வழிமறித்தான். கொள்ளையடிக்க நினைத்தவன் அவள் அழகில் மயங்கி அவனைக் கொல்ல முயன்றான். அவன் நினைவைப் புரிந்துகொண்ட அவள், தந்திரமாக அவனிடம் பேசினாள். என் கணவரைக் கொன்று என்னைத் திருடினால் அப்பழி உன்னைச் சேரும். என்னையும் சேரும். அவரைக் கொல்லாமல் விட்டு என்னைக் கொண்டுபோ என்றாள். இவன் எங்கே கொண்டு போனாலும் தன் கணவன் தன்னைத் தேடி வந்துவிடுவான் என்பது அவள் எண்ணம்.

அவள் கருத்துக்கு இசைந்த கள்ளன் மார்பளவு குழிவெட்டி, அதில் அவள் கணவனை நிறுத்தி மண்ணைப்போட்டு கெட்டித்துவிட்டு அவளைக் கொண்டு போய்த் தன் ஊராகிய ஷாம் நகரில் சேர்த்தான். உன்னை மணக்க வேண்டும் என்றான். நான் வேறொருத்தர் மனைவி. உன்னை மணக்கும் முன் இருபதுநாள் நோன்பு நோற்க வேண்டும் என்றாள். கள்ளன் சம்மதித்தான். அன்று முதல் நோன்பு நோற்று என் கற்பு பழுதுபடாமல் காக்க வேண்டும், என் கணவன் வந்து சேர வேண்டும் என்று இறைவனிடம் முறையிட்டு வந்தாள். குழியில் நடப்பட்ட இளவரசனை வழிப்போக்கர்கள் கண்டு விடுவித்தனர். பிச்சைக்காரனாகி ஊர்தோறும் வீடுதோறும் சென்று பிச்சை கேட்டு உரத்த குரல் எழுப்பினான். தன் குரல் கேட்டு மனைவி உள்ளிருந்தால் வருவாள் என்று நம்பினான். ஊர் ஊராகச் சுற்றி ஷாம் நகருக்கு வந்தான். வீடுவீடாகக் கூவிக் கள்ளன் வீட்டிலும் வந்து கூவினான். வந்து பார்த்த அவள் கணவனைக் கண்டு கண்ணீர் சிந்தினாள். அவனும் அழுதான். இருவர் அழுகுரலும் கேட்டு வெளியில் வந்த கள்ளன் அடித்தான். இரைச்சல் அதிகமாகியது. அண்டை அயலார் கூடினர். கள்ளனும் இளவரசனும் இவள் என் மனைவி என்றனர். தாவூது நபி (அலை)யிடம் போங்கள் என்றனர் ஊரார். போயினர்.

தாவூது நபி (அலை) விசாரணை நடத்தினார். அப்போது இளவல் சுலைமான் நபி (அலை) தெருவில் ஒத்த வயதினரோடு விளையாடிக் கொண்டிருந்தார்.

கள்ளன் பொய் சொன்னான். இவள் என் மனைவி என்றான். இளவரசனைக் கேட்டார். அவன் தன் வரலாறு கூறி இவள் என் மனைவி என்றான். சாட்சி உண்டோ என்று கேட்டார். இந்தப் புதிய ஊரில் எனக்குச் சாட்சி இல்லை என்றான். கள்ளனைக் கேட்க உண்டு என்றான். கொண்டுவா என்றார். தலைக்கு ஆயிரம் பொன் கொடுத்து நால்வரை அழைத்து வந்தான். வேதியர்போல் பொய் வேடம் பூண்டு வந்த அவர்கள் நாங்களே இவ் விருவர்க்கும் திருமணம் செய்து வைத்தோம் என்றனர். அதை ஏற்றுக்கொண்ட தாவூது நபி (அலை) அவளைக் கள்ளனிடம் ஒப்படைத்து அவள் கணவனை, தலையை வெட்டிக் கழுவில் போடக் கட்டளையிட்டார். கள்ளன் மங்கையை இழுத்துச் சென்றான். வழியில் புலம்பிக்கொண்டும் தீர்ப்புச் செய்த தாவூது நபி (அலை)யைப் பழித்துக்கொண்டும் சென்றாள். தெருவில் விளையாடிக் கொண்டிருக்கும் சுலைமான் நபி (அலை) கேட்டு அவர்களைத் தடுத்து நிறுத்தினார். தந்தையிடம் வந்து மறுவிசாரணை செய்யவும் அதைத் தாமே செய்யவும் அனுமதி கோரினார். கிடைத்ததும் வழக்கில் தொடர்புடைய

அனைவரையும் தனித்தனி அறைகளில் வைத்துப் பூட்டினார். ஒவ்வொருவரையும் தனித்தனியாக அழைத்து மணமகன் மணமகள் பெயர், பெற்றோர் பெயர், திருமண நாள், கிழமை, மாதம் ஆண்டு, மஹர், சீதனம் முதலிய விவரங்களைக் கேட்டார். கள்ளனும் அவன் சாட்சிகளும் ஆளுக்கு ஒரு விதமாகக் கூறினர். இளவரசனும் மங்கையும் ஒரே மாதிரியாகக் கூறினர். எல்லா விவரங்களும் எழுதிப் பதிவுசெய்யப்பட்டன. கடைசியில் எல்லார் முன்னிலையிலும் படிக்கப்பட்டன. கள்ளனும் அவன் கொண்டுவந்த சாட்சிகளும் பொய்யர் என்பது உறுதிப்பட்டது. கள்ளன் தலைவெட்டப்பட்டுக் கழுவில் ஏற்றப்பட்டான். பொய்சாட்சிகள் கண் குருடாக்கப்பட்டு காட்டிற்குத் துரத்தப்பட்டனர். இளவரசனும் மங்கையும் அன்பளிப்புகள் வழங்கப்பட்டுப் படைவீரர் பாதுகாப்போடு அவர்கள் நாட்டிற்கு அனுப்பப்பட்டனர். மகனையும் மருமகளையும் கண்ட பெற்றோர் உயிர்பெற்றனர்.

துணைக்கு வந்த படை வீரர்க்குப் பொன்னாபரணங்களும் ஆடையும் வழங்கி அனுப்பி வைத்தனர்.

10. சதக்கா நன்மைப் படலம்

எழுசீர்க் கழிநெடிலடி யாசிரிய விருத்தம்

தொங்கிய தனமு நகையுறப் பெயர்ந்து
சுருங்கியுள் விழுந்தபேழ் வாயு
மங்கிய விழியும் குழிவிழு கதுப்பும்
வாயசை வினிலசை மூக்குஞ்
சங்கியல் குழலு முரத்தசொற் செவியுந்
தனுவளைத் ததைநிகர் கூனு
நன்குள விருத்தை யொருத்திதா வூது
நபிதிரு முன்புவந் திசைப்பாள். **(1)**

1. (403) தொங்கிய மார்பு, சிரிப்பூட்டும்படி சுருங்கி உள்வாங்கிய பெரிய வாய், ஒளி இழந்த கண்கள், குழிந்து உள்ளமுந்திய கன்னம், வாய் அசைய அசையும் மூக்கு, விரல்விட்டு எண்ணிவிடக் கூடிய அளவிலான கூந்தல், செவிட்டுக் காது, வில் வளைத்தது போன்ற கூன்முதுகு - இக் கோலத்துக் கிழவி ஒருத்தி தாவூது நபி (அலை) அவையில் வந்து கூறினாள்.

தனம் - முலை; நகை - சிரிப்பு; உற - உண்டாக; பெயர்ந்து - இடம் மாறி; பேழ் - பெரிய; கதுப்பு - கன்னம்; சங்குஇயல் - எண்ணிவிடக் கூடிய; குழல் - மயிர்; செவி - காது; தனு - வில்; விருத்தை - கிழவி; திருமுன் - சந்நிதானம்.

அறத்தினுக் குயிரே யண்ணலே கேண்மி
னடியவ ளின்றுண வெனமூன்
றுறட்டிசுட் டதுகைக் கவர்ந்தயல் வீட்டி
லொருநிலத் திரிகையுண் டதிற்போய்
மறைப்படத் திரித்து வருகமுன் னாழி
கோதுமை மஞ்சிகத் தெடுத்துச்

சிறப்புள தெருவிற் புகுந்தன னங்கோர்
தெளிந்தஆ லீமெதிர்ந் தனரே.   (2)

2. (404) அறத்திற்கு உயிர்போன்ற அரசே! கேளுங்கள். இறைவன் இன்று அளித்த உணவு என்று மூன்று ரொட்டிகள் சுட்டேன். அதைக் கையில் மறைத்து எடுத்துக்கொண்டேன். பக்கத்து வீட்டில் மாவு அறைக்கும் நிலத்திரிகை உள்ளது. அதில் போய் மறைவாக மாவு அறைத்து வரலாம் என்று மூன்றுபடிக் கோதுமையை ஒரு கூடையில் இட்டு எடுத்துக்கொண்டேன். தெருவிற்கு வந்தபோது தெளிந்த ஆலிம் ஒருவர் எதிரில் வந்தார்.

அறம் - மேலான ஒழுக்கம்; அண்ணல் - அரசர்; கேண்மின் - கேளுங்கள்; நெடியவன் - இறைவன்; உறட்டி - ரொட்டி; கைக்கவர்ந்து - கையில் மறைத்து; அயல் - பக்கம்; நிலத்திரிகை - மாவு அறைக்கும் கல்; திரித்தல் - அறைத்தல்; நாழி - படி; மஞ்சிகம் - கூடை; ஆலிம் - அறிந்தவர், சமய அறிஞர்; எதிர்ந்தனர் - எதிரில் வந்தார்.

பத்திகொள் சிறகி லெதிர்ந்தவர்க் கடங்காப்
பசியுள குறிப்பறிந் தென்பால்
வைத்துள வுறட்டி மூன்றையு மளித்தேன்
வாங்கினர் பொசித்தன ரதன்மே
லத்திரி கையிற்போய்த் திரித்தியா னுறையு
மனையினுக் கடைந்திடு மார்க்க
மத்தியிற் கடிதோர் காற்றுவந் தெனது
மாவெல்லாங் கொண்டுபோ யினவே.   (3)

3. (405) வீட்டு வரிசையின் பக்கம் எதிரில் வந்த அவருக்கு அடங்காப் பசி உள்ளதைக் குறிப்பால் அறிந்து என்னிடம் இருந்த மூன்று ரொட்டிகளையும் கொடுத்தேன். வாங்கி உண்டார். அதன்பின் அத்திரிகையில் போய் மாவு அறைத்துத் திரும்பினேன். இடைவழியில் கடுமையான காற்றுச் சுழன்றடித்து என்னுடைய மாவை எல்லாம் கொண்டு போய்விட்டது.

பத்தி - விசை; சிறகு - பக்கம்; பொசித்தனர் - உண்டார்; திரித்து - அறைத்து; மனை - வீடு; மார்க்கம் - வழி; மத்தி - இடை; கடிது - கடுமையான.

அணுவள வெனிலு மஞ்சிகத் தினிலொட்
டாதெடுத் தகல்சதா கதியைக்
கணமதி லழைத்தென் மாவினை வாங்கித்
தரவென நடுக்கொடு கவன்றாள்.
மணமலி புயத்தார் கேட்டலு மருத்தை
யழைத்திடச் சோம்பலாய் மதித்துக்
குணமுற நூறு வெள்ளிக்கா சளித்துன்
மாவினும் வியன்கொண்டே கென்றார்.   (4)

4. (406) கூடையில் அணுவளவும் வைக்காது துடைத்து எடுத்துச் சென்ற காற்றை நொடியில் அழைத்து என்னுடைய மாவை வாங்கித் தாருங்கள்

என்று நடுக்கத்துடன் கூறினாள். மணம் நிறைந்த தோளுடைய தாவூது நபி (அலை) காற்றை அழைக்கச் சோம்பல் கொண்டு நூறு வெள்ளிக் காசுகள் கொடுத்தார். உன்னுடைய மாவைவிட இஃது அதிகம். கொண்டு போ என்றார்.

மஞ்சிகம் - கூடை; அகல் - அகன்ற,போன; சதாகதி - காற்று; கணம் - நொடி; நடுக்கு - நடுக்கம்; கவன்றாள் - சொன்னாள்; மலி - மலிந்த, நிறைந்த; புயம் - தோள்; மருத்து - காற்று; குணமுற - நல்லபடி; வியன் - அதிகம்; ஏகு - போ, செல்.

விருத்தையுண் மகிழ்ந்து காசுகொண் டகன்றாள்
வீதியிற் சுலையுமா நபிகண்
டிருப்பிட மெவணெங் கேகினை யெனக்கேட்
டனரதற் கிவளியல் பாய்மாத்
திரித்துவந் ததுங்காற் றெடுத்தகன் றதும்பின்
செம்மல்பா லுரைத்ததுங் கொடுபோ
மருத்தினை யழைக்கச் சோம்பலாய் வெள்ளி
யளித்தது மிளைப்பொடு வகுத்தாள். (5)

5. (407) மனம் மகிழ்ந்த கிழவி காசுடன் போனாள். வீதியில் கண்ட சுலைமான் நபி (அலை), உன் இருப்பிடம் எங்கே? எங்குப் போனாய்? என்று கேட்டார். அதற்கவள் தான் வழக்கம்போல் மாவு அறைத்து வந்ததும் காற்று எடுத்துச் சென்றதும் பின்னர் தாவூது நபி (அலை) யிடம் சொன்னதும் கொண்டு போன காற்றை அழைக்கச் சோம்பலாய் வெள்ளிக்காசு கொடுத்தும் மூச்சு இளைக்க விவரித்தாள்.

விருத்தை - கிழவி; உண் - உள்ளம்; அகன்றாள் - போனாள்; எவண் - எங்கே; ஏகினை - போனாய்; இயல்பாய் - வழக்கம் போல்; திரித்து - அறைத்து; செம்மல் - தாவூது நபி (அலை); கொடுபோ - கொண்டு போ; மருத்து - காற்று; இளைப்பொடு - மூச்சு இளைப்புடன்; வகுத்தாள் - விவரித்தாள்.

கோதைசொல் செவிக்கொண் டென்செய்தாய் தருமம்
வேறுள குரிசில்பா லினம்போ
யூதையை விளித்தெண் மாவினை வருவித்
துதவிநும் வெள்ளிநீர் கொளுமென்
றோதென விடுத்தா ராங்குசென் றிவ்வா
றுரைத்தனள் பின்பொரு நூறு
தாதளித் தகலென் றனரகம் பொருந்திச்
சந்ததி யுறையிடம் சார்ந்தாள். (6)

6. (408) அவள் சொன்னதைக் கேட்டு, என்ன காரியம் செய்தாய்? நீதி வேறு புறம் உள்ளது. அரசரிடம் திரும்பச்செல். உங்கள் வெள்ளியை நீங்களே வைத்துக்கொள்ளுங்கள். எனக்கு என் மாவு வேண்டும்; காற்றை அழைத்து என் மாவை வருவித்து உதவுங்கள் என்று கேள் என்று சொல்லி அனுப்பினார். அங்குத் திரும்பிச் சென்று இவ்வாறே கூறினாள். மேலும் நூறு வெள்ளிக்காசு கொடுத்து, போ என்றார். நிறைவுடன் தன்மக்கள் வாழும்வீட்டை அடைந்தாள்.

தருமம் - நீதி; குரிசில் - அரசர்; இனம் - இன்னும்; ஊதை - காற்று; விளித்து - அழைத்து; கொளும் - கொள்ளும்; ஓது - சொல்; விடுத்தார் - போக்கினார், அனுப்பினார்; ஆங்கு - அங்கு; தாது - பணம்; அகல் - மனம்; பொருந்தி - நிறைவடைந்து; சந்ததி - மக்கள்; உறைவிடம் - வீடு; சார்ந்தாள் - அடைந்தாள்.

வந்தவ டனைத்தா வூதருண் மதலை
வகுத்தனை யோவெனக் கேட்கப்
பிந்தவு மொருநூ றளித்தனர் புகுந்தே
னென்றனள் பேதைநீ மறுத்துந்
தந்தவிப் பொருள்யான் விரும்பிலன் மாவைத்
தரச்செயு மெனப்புகுந் துரையென்
றந்தமில் கலைகட் குயிர்ப்பொரு ளனுப்ப
மெலமெல நடந்தவ ணடைந்தாள். (7)

7. (409) வந்தவளை, கேட்டாயா என்று தாவூது நபி (அலை) ஈன்ற மைந்தர் கேட்க மேலும் ஒரு நூறு வெள்ளி அளித்தார்; பெற்றுத் திரும்பினேன் என்றாள். பேதையே! மறுபடியும் திரும்பிச் செல். உங்கள் பொருள் எனக்கு வேண்டா. மாவைத் தரச் செய்யுங்கள் என்று கேள் என்று முடிவற்ற கலைகளுக் கெல்லாம் உயிரும் பொருளுமாய் அமைந்த சுலைமான் நபி (அலை) அனுப்ப மெல்லமெல்ல நடந்து சென்று அங்குச் சேர்ந்தாள்.

அருமதலை - ஈன்ற மைந்தர்; வகுத்தனையோ - சொன்னாயோ; பிந்தவும் - பின்னும்; புகுந்தேன் - அடைந்தேன்; பேதை - அறிவில் குறைந்தவள்; மறுத்து - மறுபடியும்; விரும்பிலன் - விரும்பவில்லை; அந்தம் - முடிவு; இல் - இல்லாத; அவண் - அங்கு.

அடைந்திவை யுரைக்க மேலுமோர் சதவங்
கங்கொடுத் தேகென வறைந்தார்
நடந்துவந் திவையுந் தோன்றலுக் கிசைத்தா
ளின்னநீ நடையயர் வெண்ணா
திடும்புசெய் பவனந் தனைவிளித் தெனது
பொருளையெற் கீந்திடச் செய்து
திடந்தரு முமது பொருளைநீர் கொளுமென்
றுரையென வகுத்திடச் சென்றாள். (8)

8. (410) அங்குச் சென்று இவற்றைச் சொல்ல மேலும் ஒரு நூறு கொடுத்துப் போ என்றார். பெற்று வந்து இவற்றையும் இளவரசரிடம் கூறினாள். நீ நடைநோவு கருதாது சென்று, துன்பம் செய்த காற்றை அழைத்து என் பொருளை என்னிடம் கொடுக்கச் செய்யுங்கள். வலிமை தரும் உங்கள் பொருளை நீங்களே திரும்பப் பெற்றுக்கொள்ளுங்கள் என்று விவரமாகச் சொன்னார் இளவரசர். அவள் சென்றாள்.

அடைந்து - சேர்ந்து; சதம் - நூறு; வங்கம் - வெள்ளி; ஏகு - போ; அறைந்தார் - சொன்னார்; தோன்றல் - இளவரசர்; இசைத்தாள் - சொன்னாள்; இன்னம் - மறுபடியும்; அயர்வு - அசதி, நோவு; இடும்பு - துன்பம்; பவனம் - காற்று; விளித்து

- அழைத்து; எற்கு - எனக்கு; ஈந்திட - கொடுத்திட; திடம் - வலிமை; கொளும் - கொள்ளும்; வகுத்திட - விவரித்திட.

சென்றுவெள் ளியைநீ ரெடும்பறி கொடுத்த
பொருள்வரச் செயுமென விளம்ப
வென்றிகொள் ளரசு பகருநின் பொருட்கு
மேலனந் தந்தேன மீந்திற
நன்றென மகிழ்ந்தேற் றகன்றரைக் கணத்தி
னான்பொருந் திலனென வந்தா
யன்றியோர் தரமே யல்லமுத் தரமு
மலைந்தனை யிவ்வகை யாக. (9)

9. (411) சென்று, வெள்ளியை எடுத்துக்கொள்ளுங்கள். நான் பறிகொடுத்த பொருள் என்னிடம் வரச்செய்யுங்கள் என்று கூறினாள். கேட்டு வெற்றிப் பேரரசர் சொன்னார்; உன்னுடைய பொருளைவிட அதிக மதிப்பு உள்ளதைக் கொடுத்தோம். நல்லது என்று மகிழ்ச்சியுடன் பெற்றுச் சென்று, அரை நொடியில் திரும்பிவந்து நான் பொருந்திக் கொள்ளவில்லை என்றாய். ஒரு தடவை அன்று. மூன்று தடவை இவ்வாறு அலைந்தாய்.

விளம்ப - சொல்ல; வென்றி - வெற்றி; பகரும் - சொல்வார்; நின் - உன்; மேல் - அதிகம்; அனந்தரம் - பல; தரம் - தடவை; ஈந்தோம் - கொடுத்தோம்.

ஆவதா லுனது மனத்திற னலவீ
தார்கொலோ புகன்றுனை யேவு
மேவல்போ லிருப்ப தவரெவர் புகலென்
றிசைத்திட வெதிர்ப்படு முதியாள்
காவனா யகமே யருணிறை கடலே
கவின்கொளு முமதுகண் மணிச்சஞ்
சீவியே யனைய சந்ததி பணித்த
செயலிவை யெனவுரைத் தனளே. (10)

10. (412) ஆதலால் உன்னுடைய முடிவன்று இது. இது யாருடைய கட்டளை? உன்னை ஏவுபவர் யார்? சொல் என்று கேட்டார். எதிரில் நின்ற முதியவள், காவல் நாயகமே! அருள் நிறைந்த கடலே! அழகு மிகுந்த உங்கள் கணிமணி, சஞ்சீவி போன்ற மைந்தர் இட்ட கட்டளையே இவை என்று கூறினாள்.

ஆவதால் - ஆதலால்; மனத்திறம் - முடிவு; அல - அல்ல, அன்று; ஈது - இது; ஆர் - யார்; புகன்று - சொல்லி; ஏவும் - ஏவிவிடும்; எவர் - யார்; புகல் - சொல்; இசைத்திட - சொல்லிட; முதியாள் - கிழவி; கவின் - அழகு; சந்ததி - மகன்.

இவளியம் புதலாய்ந் தெழிலெலா முருவா
யினதிரு மதலையைக் கூவிப்
பவனம்வந் தெடுத்துக் கொடுபுகு மிவண்மா
விலைக்குமே லநந்தம்பங் காக

நவநிதி கொடுப்ப மகிழ்வொடு வாங்கி
நடப்பதைத் தடுத்துமுத் தரமுங்
கவனமுற் றிவிணிற் றிருப்புவ தெவைகொல்
கவலுமென் றிடப்புக லுவரால் (11)

11. (413) இவள் கூறியதை ஆராய்ந்தார் தாவூது நபி (அலை). பின்னர் அழகு எல்லாம் திரண்டு உருவான தம்முடைய மைந்தரை அழைத்தார். காற்று வந்து எடுத்துச்சென்ற இவள் மாவின் விலைக்கு மேல் மிகுதியான தொகை கொடுத்தேன். இவளும் மகிழ்ச்சியுடன் வாங்கிக்கொண்டு போனாள். அவளைத் தடுத்து மூன்று முறையும் இங்குத் திருப்பி அனுப்பிய காரணம் என்ன? சொல்லுக என்று தந்தை கேட்க மைந்தர் விளக்குகின்றார்.

இயம்புதல் - சொல்லுதல்; ஆய்ந்து - ஆராய்ந்து; எழில் - அழகு; திருமதலை - மேன்மைமிக்க மகன்; கூவி - அழைத்து; பவனம் - காற்று; கொடு - கொண்டு; புகும் - போகும், போன; இவண் - இவள்; மா - மாவு; அநந்தம் - மிகுதி; நவநிதி - பணம்; கவனம் - கருத்து; இவண் - இங்கு; எவை - யாது; கவலும் - சொல்லும்; புகலுவர் - சொல்வார்.

மிழற்றுதல் சரத நெடும்புவி புரக்கும்
வேந்தர்பா லொருவர்வந் துரைக்கும்
வழக்கினைத் தீர்த்தல் பறுலுசுன் னத்தா
மனமிரங் கித்தரு சதக்கா
கிழத்தகை யுடையாண் மருத்துடன் வழக்குக்
கிளர்த்தின ளழைத்தறுத் தகற்றா
திழுக்குவைத் திவட்குள் ளிரங்கியே கைக்கா
சீகின்றீர் சோம்பல்கொண் டெந்தாய். (12)

12. (414) பேச்செல்லாம் சத்தியமாகப் பெரிய உலகை ஆளும் அரசரிடம் ஒருத்தர் வந்து சொல்லும் வழக்கைத் தீர்த்துவைத்தல் பர்ளும் சுன்னத்தும் ஆகும். மனம் இரங்கிப் பொருள் கொடுப்பது தருமம் - பிச்சையிடுதல் ஆகும். இந்த முதியவள் காற்றுடன் வழக்குத் தொடுத்தாள். காற்றை அழைத்து அதைத் தீர்க்காமல், அவள் மீது இரக்கம் கொண்டு கைப்பணத்தைக் கொடுக்கின்றீர்கள். தந்தையே! அரசர்களுக்கு இந்தச் சோம்பல் குற்றமாகும்.

மிழற்றுதல் - பேசுதல்; சரதம் - சத்தியம்; நெடும்புவி - பெரிய உலகம்; புரக்கும் - ஆளும்; பறுலு - கட்டாயக்கடன்; சுன்னத் - மரபு; தரு - தரும்; சதக்கா - தருமம்; கிழத்தகை - வயது முதிர்ச்சியினால் தளர்ந்தநிலை; உடையாள் - உடையவள்; கிளர்த்தினாள் - எழுப்பினாள்; அறுத்து - தீர்த்து; அகற்றாது - நீக்காது; இழுக்கு - குற்றம்; இவட்கு - இவளுக்கு; ஈகின்றீர் - அளிக்கின்றீர்.

நீரிடு சதக்காச் சுன்னத்தாற் பறுலு
நிறைவதின் றேயென வுமது
சாரிடந் தனிலிவ் விருத்ததையை மூன்று
தரமியான் றிருப்பினன் பறித்த

மாருத மதனை யழைத்தவள் பொருளை
வாங்கியின் றுதவுக வென்றார்
சீரிய மறைநன் னபியனி லத்தை
விளங்கினர் திருமுனங் குயிற்றி. **(13)**

13. (415) தாங்கள் கொடுக்கும் தருமத்தால் சுன்னத் நிறைவேறும். ஆனால் ஃபர்ளு நிறைவேற மாட்டாது. ஆதலால்தான் இம் முதியவளை மூன்று முறை தங்களிடம் திருப்பி அனுப்பினேன். மாவை எடுத்துச் சென்ற காற்றை அழைத்து அவள் பொருளை இன்றே வாங்கிக் கொடுங்கள் என்றார். சிறந்தவரான ஸபூர் வேதம்பெற்ற தாவூது நபி (அலை) காற்றை அழைத்து வினவினார்.

சதக்கா - தருமம்; சுன்னத்து - மரபு; பறுலு - ஃபர்ளு, கட்டாயக்கடமை; இன்றே - இல்லையே; சாரிடம் - இருப்பிடம்; விருத்தை - முதியவள், கிழவி; மாருதம் - காற்று; உதவுக - கொடுங்கள்; சீரிய - சிறந்த; மறை - வேதம்; நபி - இறைத்தூதர்; அனிலம் - காற்று; குயிறி - அழைத்து.

விளங்கிடி பத்தா னெனுமலக் கிவள்பால்
விரைவினிற் பறித்துவா வென்றே
யுளைந்துரைத் ததனாற் கொண்டுபோ யினனென்
றோதின தவர்தமை விளித்துத்
துளங்குறக் கேட்க வெனக்கிசு றாபீல்
சொற்படி யென்றன ரவரைக்
களங்கற வருவித் தேதென விசுறா
யீலிடு பணியெனக் கவன்றார். **(14)**

14. (416) விளக்கம் சொல்வதானால் பத்தான் என்னும் வானவர், இவளிடம் சென்று பறித்துக்கொண்டு வா என்று வருந்திக் கேட்டுக் கொண்டதனால் இவள் மாவை எடுத்துச் சென்றேன் என்று கூறியது காற்று. அந்தப் பத்தானை அழைத்து விளங்கும்படிக் கேட்க, எனக்கு இசுராபீ கட்டளை என்றார். இசுராபீலை அழைத்துக் கேட்க எனக்கு இசுரயீல் இட்ட பணி என்றார்.

விளக்கிடிலல் - விளக்கிச் சொன்னால்; பத்தான் -வானவர் பெயர்; மலக்கு - வானவர்; உளைந்து - வருந்தி; ஓதினது - சொன்னது; விளித்து - அழைத்து; துளங்குற - ஒளியுற; இசுராபீல் - வானவர், காற்றின் தலைவர்; களங்கற - குற்றம் நீங்க; இசுராயீல் - உயிர் பறிக்கும் வானவர் பெயர்; இடுபணி - இட்ட கடமை; கவன்றார் - சொன்னார்.

அவர்தமை வினவப் பலகையி லவுகி
லன்றெழு தியவித மாகத்
துவநிலை யிசுறா பீற்கிசைத் தனனென்
சொல்லுணர்ந் தவர்பத்தான் றமக்குக்
கவலுதல் புரிந்தா ரவர்மிக விரைவாய்க்
காற்றினுக் கோதினர் காற்று
நவமொடு கொடுபோ யினதிறை யவகைக்
கேண்மின்யாஞ் செய்வதே னென்றார். **(15)**

15. (417) இசுராயீலைக் கேட்க, இறைவனின் நாட்டத்தைப் பதியும் பலகை யான லவ்ஹில் எழுதப்பட்ட அன்று எழுதியபடி பிறழாத இசுரபீலுக்குக் கட் டளை யிட்டேன். என் சொல்லை உணர்ந்த அவர் பத்தானுக்குச் சொன்னார். அவர் விரைந்து காற்றுக்குச் சொன்னார். காற்று கொண்டு போயிற்று. நீங்கள் இறைவனைக் கேளுங்கள். நான் செய்வதற்கு ஏதும் இல்லை என்றார்.

பலகை, லவுகு - லவ்ஹுல் மஹ்பூல் என்னும் பலகை; துவனிலை - அசையாநிலை, பிழைநிலை, மாறுபடாநிலை; இசைத்த - சொல்லல்; கவலுதல் - சொல்லுதல்; புரிந்தார் - செய்தார்; ஓதினார் - சொன்னார்; நவம் - புதுமை; கொடு - கொண்டு; கேண்மின் - கேளுங்கள்.

நண்ணியித் தகைமை யுரைப்பவை யுணர்ந்து
நபிதுவா விரந்தன ரிறையோன்
விண்ணவர்க் கரசுக் கறைந்தினி தனுப்ப
வெண்டிரை யுடுத்தபார் புரக்கு
மண்ணல்பா லிழிந்து சலாமுரைத் துரைப்ப
ரனிலமா வெடுத்தவை கேண்மின்
றண்ணளி யுமது சாமெனு நகரி
லுளனொரு சாலிகா னவனே. (16)

16. (418) அழைக்கப்பட்ட காற்றும் வானவர்களும் இவ்வாறு வந்து சொல்லக் கேட்ட தாவூது நபி (அலை) இஃது இறைவன் நாட்டப்படியே நடந்துள்ளது என்பதை உணர்ந்தார். உடனடியாக இறைவனிடம் கரைந்து இறைஞ்சிக் காரணம் கேட்டார். இறைவன் வானவர் தலைவர் ஜிபுரீலுக்குக் கட்டளையிட்டு விவரம் சொல்ல ஏவினான். அவர் கடலை ஆடையாக அணிந்திருக்கும் உலகை ஆளும் அரசர் நபி தாவூது (அலை)யிடம் இறங்கிவந்து ஸலாம் உரைத்தார். விவரம் கூறினார். காற்று மாவு எடுத்த காரணத்தைக் கேளுங்கள். அருளுடன் ஆளும் உங்கள் ஷாம் நகரில் நல்ல நெறியாளன் ஒருத்தன் உள்ளான்.

நண்ணி - வந்து; இத்தகைமை - இவ்வாறு; உரைப்ப - சொல்ல; துவா - துஆ, இறைவனிடம் நிகழ்த்தும் முறையீடு; இரந்தார் - பணிந்து கேட்டார்; விண்ணவர்க்கு அரசு - வானவர் தலைவர், ஜிபுரீல் (அலை); அறைந்து - அறிவித்து; வெண்டிரை - வெள்ளை அலையுடைய கடல்; உடுத்த - ஆடையாக அணிந்த; பார் - உலம்; புரக்கும் - ஆளும்; அண்ணல் - அரசர்; பால் - இடம்; இழிந்து - இறங்கி; சலாம் - முகமன், அஸ்ஸலாமு அலைக்கும் எனல்; அனிலம் - காற்று; தண்ணளி - அருள்; சாலிகானவன் - நல்லொழுக்கம் நிறைந்தவன்.

வருடமொன் றினுக்கீ ரிருதரம் ஸக்காத்
தொடுசதக் காவழங் கிடுவன்
விரிதர விபரங் கேண்மின்ஸக் காத்தோர்
தரங்கொடுத் ததற்குமேற் சதக்காப்
புரிவனிவ் விரண்டு மீந்தபின் னேற்றோர்
புனிதரோ வல்லரோ வெனவே
கருதிமற் றொருகா லுதவுவ னிரப்போர்
கலியற மனமகிழ் வுறவே. (17)

17. (419) ஆண்டொன்றுக்கு இரண்டுமுறை தருமமும் ஜக்காத்தும் கொடுப்பான். விரிவான விவரத்தைக் கேளுங்கள். ஒருமுறை ஜக்காத்தும் கொடுத்து அதற்குமேல் தருமமும் கொடுப்பான். கொடுத்தபின், வாங்கியவர்கள் தூய்மையானவரா அல்லவா என்று கருதி ஐயம்கொண்டு, வாங்குபவர் துன்பம் நீங்கி மகிழும்படி மீண்டும் ஒருமுறை கொடுப்பான்.

ஸக்காத் - சட்டப்படி கொடுத்துத் தீரவேண்டிய உரிமைத் தொகை; சதக்கா - தருமம்; விரிதர - விரிவான; புனிதரே - ஜக்காத் ஏற்கத் தகுதியுள்ள தூயர்; ஒருகால் - ஒருமுறை; இரப்போர் - கேட்டு வாங்குவோர்; கலி - துன்பம்; அற - நீங்கும்படி.

இன்னமிப் பொருளியாங் கொடுத்திடிற் பொருளி
னுரிமைசற் றெய்திநம் மிதையம்
பின்னபே தப்பட் டிருந்ததோ வெனச்சந்
தேகமொன் றுளத்தினிற் பிறந்து
சொன்னமே லொருகா லளிப்பன்வற் சரங்க
டொறுந்தொறு மிதுதொழி லாக
வுன்னுநால் வகையின் கொடையின னிவனுக்
குளதெழின் மரக்கலம் பலவே. (18)

18. (420) மேலும் இவ்வாறு பொருளைக் கொடுத்தபோது, இது நம்முடைய பொருள் என்னும் உரிமையுணர்வு கொஞ்சமாவது ஏற்பட்டு நம்முடைய மனம் பேதப்பட்டிருக்குமோ? கலப்பற்ற நிலை குலைந்திருக்குமோ? என்ற ஐயம் கொண்டு மீண்டும் ஒருமுறை பொன் கொடுப்பான். ஆண்டுதோறும் இவ்வாறே கொடுப்பான். நால்வகைக் கொடை கொடுத்தலையும் தொழிலாக நடத்துபவன். இவனுக்கு உரிமையான மரக்கலங்கள் பல உள்ளன.

எய்தி - தோன்றி; பின்னப்படுதல் - என்னுரிமை உன்னுரிமை எனப் பிளவுபடுதல்; பேதப்படுதல் -கலப்பற்ற (இக்லாஸ்) நிலை குலைதல்; சொன்னம் - சொர்ணம், பொன்; மேலொருகால் -மீண்டும் ஒருமுறை; வச்சரங்கள் - வற்சரங்கள், ஆண்டு; உன்னும் - நினைக்கும்; நால்வகைக்கொடை - பசுக்கொடை, நிலக்கொடை, பொன்கொடை, உணவுக்கொடை புராண மரபு); எழில் - அழகு; மரக்கலம் - கப்பல்.

அவைகளி லொருசோங் கினிலதி பார
மடுக்கிய சரக்குக ளேற்றிக்
கவல்கட லினிற்பாய் விரித்ததின் மிசைமீ
காமனு மளவிடற் கரிதாய்
நவமுற வருபேர் தண்டையொன் றகன்று
போயதி னவள்கொணர் மாவாற்
பவசலம் புகுதா தடைந்திருந் தனபூ
பதிகணா யகமணி விளக்கே. (19)

19. (421) அவற்றில் ஒரு கப்பலில் மிகுதியான சரக்குகளை அடுக்கிவிட்டனர். பாரம் அதிகமாகி விட்டது. இதை அறியாத மாலுமி கப்பலைக் கடலில்

செலுத்தினான். பாய்விரித்துச் செல்லும்போது கப்பலின் வால்பகுதியில் ஒட்டுப் பீற்றலை அடைக்கும் அண்டை ஒன்று விலகியது. அரசர்களின் நாயகமே! மணிவிளக்கே! துண்டு விலகிய இடத்தில் கடல்நீர் புகுந்துவிடாது அடைக்கவே இவளுடைய மாவைப் பறித்தோம். அந்த மாவைக் கொண்டு இடைவெளி அடைக்கப்பட்டது.

சோங்கு - பாய்மரக் கப்பல்களில் ஒருவகை; அதி - மிகுதி; பாரம் - சுமை; கவல்கடல் - இரைச்சலிடும் கடல்; மிசை - மேல்; மீகாமன் - மாலுமி; நவம் - புதுமை; அண்டை - ஒட்டும் பீற்றல் அடைக்கும் துண்டு; கொணர் - கொண்டு வரும்; பலசலம் - கடல்நீர்; பூபதி - அரசர்; நாயகம் - தலைவர்.

கடல்கடந் தோடித் துறையில்வந் தளவே
கலத்தினில் சரக்கைநாற் பங்காய்
திடனுறப் பிரித்தோர் பங்குகூன் முதியாட்
குதவுக என்றுசெப் பினர்பின்
படர்சிறை விரித்தவ் வானகத் தடைந்தார்
பழமறை கொடுவரு ஜிபுரீல்
வடிவெழில் குடிகொள் சாலிகா ளவன்றன்
மரக்கல மன்றுவந் ததுவே **(20)**

20. (422) கடல் கடந்து கப்பல் துறைமுகத்தை அடைந்ததும், கப்பலில் உள்ள சரக்குகளை நான்கு பங்கிட்டு ஒரு பங்கை இந்த முதுகு வளைந்த முதியவளுக்கு வாங்கிக் கொடுங்கள் என்று கூறினார் நபிமார்களுக்கு வேத வஹீ கொண்டுவரும் ஜிபுரீல் (அலை). பின்னர் தம்முடைய சிறகை விரித்து வானுலகம் சென்று சேர்ந்தார். வடிவ அழகெல்லாம் குடிகொண்டிருக்கும் நல்லவனின் கப்பல்களும் அன்றே துறையடைந்தன.

துறை - கப்பல்துறை, துறைமுகம்; வந்தளவே - வந்தவுடன்; திடன் - உறுதி; கூன் - கூனல்; உதவுக - வாங்கிக்கொடுங்கள்; செப்பினர் - சொன்னார்; படர்சிறை - படர்ந்த சிறகு; பழமறை - ஆதிவேதம்; கொடுவரு - கொண்டுவரும்; வடிவு - உருவம்; மரக்கலம் - பாய்மரக்கப்பல்.

வந்தவை யறிந்தக் கப்பலோன் றனக்கு
வல்லவன் ஜிபுரயீல் வகுத்த
நந்தலில் வசன முறைத்திவட் குளபங்
குதவென நவின்றனர் கேட்டுச்
சுந்தரத் தரணி யண்டைபோ யுளதோ
சொன்மினென் றதற்குமீ கானை
பிந்தவு முளவ ரெவரையுங் கேட்க
வறிந்திலம் பெயர்ந்ததென் றனரே. **(21)**

21. (423) கப்பல் வந்ததை அறிந்து, அக் கப்பல் முதலாளியை அழைத்து வல்லமை நிறைந்த ஜிபுரீல் கூறிய கெடுதல் இல்லாத வார்த்தைகளை எடுத்துக்கூறினார். இவளுக்கு உள்ள நான்கில் ஒரு பங்கைக் கொடு என்று தீர்ப்புச் செய்தார். அதைக் கேட்ட கப்பல் முதலாளி இந்த அழகிய கப்பலில்

அண்டை போய் உள்ளதோ என்று பார்த்துச் சொல்லுங்கள் என்று மாலுமியையும் பிற ஊழியர்களையும் கேட்டான். அண்டை பெயர்ந்ததாக நாங்கள் அறியவில்லை என்றனர்.

நந்தல் - கெடுதல்; இல் - இல்லாத; வசனம் - வார்த்தை; சுந்தரம் - அழகு; தருணி - தெப்பம், கப்பல்; அண்டை - ஓட்டை உடைசல்களில் வைத்து அடைக்கும் துண்டு; மீகான் - மீகாமன், மாலுமி; பிந்தவும் உளவர் - மற்றுள்ளவர்.

தரணியி லிருந்தோ ரியாவரு மறியோ
மென்றனர் சரக்கினா லொருபங்
கருள்வதெவ் வகையென் றுருவின னிசைத்தா
னகிலநா யகரணி மணியா
மருமலர்ப் புயத்தார் சுலையுமா னபியவ்
வங்கத்தி லேறியன் றடைத்த
திரிகையின் மாவும் பெயர்ந்தவண் டையுமே
தெரிதரக் காட்டினர் மகிழ்ந்தான். (22)

22. (424) கப்பலில் இருந்த அனைவரும் அறிய மாட்டோம் என்றனர். இந் நிலையில் சரக்கில் நான்கில் ஒரு பங்கு கொடுப்பது எப்படி என்று கரையடைந்தவன் கேட்டான். உலக நாயகர்களின் மணிமுடியாம் மணமலர் மாலை புரண்டசையும் தோளுடைய சுலைமான் நபி (அலை) கப்பலில் ஏறினார். அன்று அடைத்த மாவையும் பெயர்ந்த அண்டையையும் சுட்டிக்காட்டினார். கண்ட முதலாளி மகிழ்ந்தான்.

தரணி - தருணி, தெப்பம், கப்பல்; (உருவினன்) உறுவினன் - கரையை அடைந்தவன்; அகிலம் - உலகம்; அணிமணி - அணியும் மணிமுடி; மருமலர் - மணமலர்; புயம் - தோள்; வங்கம் - கப்பல்; திரிகை - மாவறைக்கும் கல்; தெரிதர - தெரியும்படி.

பேசிய சரக்கி னான்கிலோர் கூறு
பிரித்ததின் விலையினை மதித்து
மூசிய கலியற் றிடமுதி யாட்கு
முப்பதி னாயிரந் தங்கக்
காசினி தளித்தா னிவையுமுன் னுதவு
காசுமுந் நூறுமே கைக்கொண்
டூசிகொண் டெழுதா மகிழ்வுற்றா ளுணர்ந்தோற்
குதவிய வறட்டியின் பலனே. (23)

23. (425) பேசியடி சரக்கை நான்கு பங்காகப் பிரித்து அதற்குரிய தொகையை மதிப்பீடு செய்து கொடுத்தான். அது முப்பதினாயிரம் தங்கக் காசாக இருந்தது. அதையும் முன்னர் தந்த முன்னூறு வெள்ளிக்காசையும் சேர்த்துக் கையளிக்கப் பெற்றாள். அம் முதியவளை மொய்த்துக் கிடந்த வறுமை ஒழிந்தது. எழுத்தாணியால் எழுதிக்காட்ட முடியாத மகிழ்ச்சியில் திளைத்தாள. இஃது உள்ளுணர்ந்த ஆலிமுக்கு உதவிய ரொட்டியின் பலன் ஆகும்.

கூறு - பங்கு; மூசிய - மொய்த்த; கலி - வறுமை; ஊசி - எழுத்தாணி.

மந்தர வருவி யெனமத மொழுகி
வண்டல்பாய் கவுட்கய விசைய
சுந்தரன் வகுதை யகுமது நயினா
னுவிய துரைஅப்துல் காதிர்
சந்திர வதனோ தயன்மனத் தினிலுஞ்
சாற்றுமந் திரம்பல தினிலும்
வந்துறை சுலையு மானெனுங் குரிசின்
மலரடி வாழ்த்தியுண் மகிழ்ந்தாள். **(24)**

24. (426) மலையில் இருந்து வீழும் அருவி நீர் சுழித்துப் பாயும். யானையின் கன்னத்தில் இருந்து வீழும் மதநீரும் அவ்வாறு பாயும். அஃது கடாயானை. அந்த யானை போன்ற வெற்றிவீரன், அழகன் வகுதை அகுமது நயினான் மகன் முழுமதி முகமுடையவன். ஆரியன் போன்றவன். அவன் மனத்திலும் மந்திர உச்சாடனங்களிலும் இருப்பவர் சுலைமான் நபி (அலை). அவர் பெருமைமிக்க அரசர். அவரைப் பணிந்து வாழ்த்தி மகிழ்ந்தாள் முதியவள்.

மந்தரம் - மலை; மதம் - யானையின் மதநீர்; வண்டல் - நீர்ச்சுழி; கவுள் - கன்னக் கதுப்பு; கயம் - கஜம், யானை; விசய - விஜய, வெற்றி; சுந்தரன் - அழகன்; வகுதை - கீழைக்கரை; சந்திரன் - நிலா; வதனம் - முகம்; உதயன் - சூரியன்; சாற்றும் - உச்சாடனம் செய்யும்; வந்துறை - உள்ளிருப்பவர்; குரிசில் - அரசர், பெருமையிற் சிறந்தவர்.

மகிழ்வினாற் கூன்சற் றகன்றிடச் சுரித்த
வதனமு மலரநின் றாளைத்
தகுமுன தகத்துக் கேகெனப் புகன்றார்
சந்ததி பதத்தையுந் தாதை
விகசிதாம் புயபொற் பதத்தையும் வணங்கி
மேவின டனதுசார் பிடத்தி
னகுமுடி யரசர் பரவுதா வூது
நபிமக வைப்புகழ்ந் திருந்தாள். **(25)**

25. (427) மகிழ்ச்சியினால் கூனல் சற்றே நிமிர்ந்தவுடன் சுருங்கிய முகம் மலரவும் நின்றாள் மூதாட்டி. அவளை, நீ உனக்கு உரிய வீட்டிற்குச் செல் என்றார். மைந்தர் சுலைமான் நபி (அலை)யையும் தந்தை தாவூது நபி (அலை)யின் மலர்ந்த தாமரை போன்ற பொற்பாதத்தையும் பணிந்து புகழ்ந்து தன் இருப்பிடம் சென்றாள். அங்கே, ஒளிவீசும் மணிமுடி சுமந்த அரசர்கள் போற்றும் தாவூது நபி (அலை)யின் மைந்தரைப் புகழ்ந்து கொண்டிருந்தாள்.

சுரித்த - சுருங்கிய; தகும் - உரிமை; அகம் - வீடு; ஏகு - செல்; புகன்றார் - சொன்னார்; சந்ததி - மகன்; பதம் - பாதம்; தாதை - தந்தை; விகசிதம் - மலர்ச்சி; அம்புயம் - அம்புஜம், தாமரை; .ஆர்பிடம் - இருப்பிடம்; நகும் - ஒளிவீசும்; பரவும் - போற்றும்.

சதக்கா நன்மைப் படலம் முற்றிற்று.
படலம் 10 -க்கு - திருவிருத்தம் - 427

10. சதக்கா நன்மைப்படலம்

படலச்செய்தி

ஷாம் நகரில் ஒரு அழகிய கிழவி இருந்தாள். அவள் ஒருநாள் தன் உணவிற்காக மூன்று ரொட்டிகள் சுட்டாள். மூன்றுபடி கோதுமையை ஒரு கூடையில் எடுத்துக்கொண்டு அதை மாவாக அறைப்பதற்காகத் திரிகை உள்ள அயல் வீட்டிற்குப் போகப் புறப்பட்டாள். போகும்போது ரொட்டிகளையும் எடுத்துக்கொண்டு போனாள். வழியில் ஓர் ஆலிம் எதிரில் வந்தார். பசியால் களைத்தவர்போல் காணப்பட்டார். அவர் மீது இரக்கப்பட்டு, தனக்கென்று சுட்ட ரொட்டிகளைக் கொடுத்து உண்ண வேண்டினாள். அதன்பின் மாவு அறைக்கப் போனாள்.

அறைத்த மாவைக் கூடையில் வைத்து எடுத்து வரும்போது காற்று வந்து அவள் மாவைக் கவர்ந்து போய்விட்டது. நேராக தாவூது நபி (அலை)யிடம் போய் முறையிட்டாள். காற்றை அழைத்து என் மாவை வாங்கித் தரவேண்டும் என்றாள். அப்போது சுலைமான் நபி (அலை) அங்கே இல்லை. ஒத்த பருவத் தோழர்களுடன் தெருவில் விளையாடிக் கொண்டிருந்தார். காற்றை அழைக்க அலுப்புப்பட்டுக்கொண்டு நூறு வெள்ளிக் காசுகளைக் கொடுத்து அனுப்பினார் அரசர் தாவூது நபி (அலை). வழியில் அவளைக் கண்ட சுலைமான் நபி (அலை) என்ன ஏது என்று வினவினார். அவள் விவரம் கூறினாள். நீ போய் எனக்கு மாவுதான் வேண்டும், காசு வேண்டாம் என்று சொல் என்று சொல்லி அனுப்பினார். திரும்பிச் சென்ற அவள் அவ்வாறே கூறினாள். மேலும் ஒரு நூறு காசுகள் கொடுத்து அனுப்பினார். வந்து விவரம் சொன்னாள். திரும்பிச் சென்று காசு அல்ல, மாவுதான் வேண்டும் என்று கேள் என்று சொல்லி அனுப்பினார். திரும்பிச் சென்ற அவள், அவ்வாறே கூறினாள். மேலும் ஒரு நூறு காசுகள் கொடுத்து அனுப்பினார். வந்து விவரம் சொன்னாள். திரும்பிச் சென்று காசு அல்ல, மாவுதான் வேண்டும் என்று கேள் என்று சொல்லி அனுப்பினார். திரும்பிச் சென்ற அவள் அவ்வாறே கூறினாள். கேட்ட அரசர் நபி உன் பொருளைவிட மிகுதியான தொகை கொடுத்தேன். வாங்கிச் சென்ற நீ மூன்று முறையும் திரும்பி வந்தது ஏன்? உன்னை இயக்குபவர் யார்? என்று வினவினார். தங்கள் பிள்ளைதான் என்றாள். மைந்தரை அழைத்துக் காரணம் கேட்டார். ஒருத்தர் வழக்குரைத்தால் அதைத் தீர்த்து வைப்பது அரசருக்கு ஃபர்ளு ஆகும். நீங்கள் பணம் கொடுத்தது சுன்னத்து. ஆனால் ஃபர்ளு நிறைவேற வில்லையே? ஃபர்ளு நிலுவையில் இருக்க சுன்னத்தை நிறைவேற்றுவது எப்படிச் சரியாகும் என்று வினவினார் சுலைமான் நபி (அலை). காற்றை அழைத்துக் கேட்டார் தாவூது நபி (அலை). பத்தான் என்னும் வானவரின் உத்திரவுப்படி மாவைக் கவர்ந்தேன் என்றது காற்று. பத்தான், இசுராபீல் (அலை) கட்டளை என்றார். இசுராபீல், இசுராயீலின் (அலை) கட்டளை என்றார். இசுராயீல், லவ்ஹுல் மஹ்ஃபூளில் உள்ளதை நிறைவேற்றினேன். நீர் இறைவனைக் கேளும் என்றார். இறைவனை இறைஞ்சிக் கேட்டார். இறைவன் ஜிபுரீலை (அலை) அனுப்பினான். ஜிபிரீல் வந்து சொன்ன விவரமாவது: இவ்வூரில் ஒரு நல்லவன் வாழ்கிறான். அவன்

ஆண்டுதோறும் மூன்று முறை ஜக்காத்தும் சதக்காவும் கொடுப்பவன். அவனுக்கு வாணிகக் கப்பல்கள் பல உள்ளன. அவனுடைய கப்பல்களில் ஒன்று சரக்கேற்றி வரும்போது கடலில் பழுதுபட்டது. அதை அடைக்கவே இவள் மாவு கவரப்பட்டது. அக் கப்பல் துறையை அடைந்ததும் அவனிடம் விவரம் சொல்லி, கப்பல் சரக்கில் நான்கில் ஒரு பங்கை - அதற்குரிய தொகையை இவளுக்கு வாங்கிக் கொடுங்கள். அன்றே கப்பல் கரையை அடைந்தது. கப்பல் உரிமையாளனுக்கு விவரம் சொல்லப்பட்டது. அவன் அதை அறியவில்லை. கப்பல் ஊழியரும் அறியவில்லை. இளவல் சுலைமான் நபி (அலை) கப்பலில் ஏறி இடத்தைச் சுட்டிக்காட்டினார். உண்மை உணர்ந்த அவன் வியந்தான். மகிழ்ச்சியுடன் சரக்கைப் பங்கிட்டு அதற்குரிய தொகையாக முப்பதினாயிரம் தங்கக் காசுகள் கொடுத்தான். பெற்றுக்கொண்ட கிழவியின் கூனல் முதுகும் சற்றே நிமிர்ந்தது. முகச்சுருக்கமும் சற்றே நீங்கியது. பசித்து வந்த ஆலிமுக்கு ரொட்டி வழங்கியதன் பெறுபேறு இது என்பதை உணர்ந்தோற்கு உதவிய உறட்டியின் பலனே எனப் பாடுகிறார் புலவர்.

11. அனந்தரம் பிரித்த படலம்

கலிவிருத்தம்

சுருதிநற் றீன்பயிர் வளர்த்துத் தொல்புவி
யரசர்வந் திறைஞ்சப்புண் ணியம னைத்துமோ
ருருவெடுத் தனையதா வூது நன்னபி
திருமத லையருடன் சிறந்து வாழுநாள். (1)

1. (428) நன்மைகள் அனைத்தும் ஓர் உருவம் பெற்று வந்ததைப் போன்றவர் தாவூது நபி (அலை). வேத முடிவான நேர்வழிப் பயிர் வளர்த்து வருபவர். உலக அரசர்கள் அவரைப் போற்றிப் புகழ்ந்தனர். தம்முடைய அழகு மைந்தரான சுலைமான் நபி (அலை)யுடன் பெருவாழ்வு வாழ்ந்தார். அக் காலத்தில் ஒருநாள்

சுருதி - வேதம்; தீன் - நேர்வழி; தொல் - பழைமை; புவி - உலகம்; இறைஞ்சி - போற்றிப் புகழ்ந்து; புண்ணியம் - நன்மை; அனைய - போன்ற; திரு - அழகு, மேன்மை; மதலை - மகன்.

நந்தலில் பனியிசு றாயில் கூட்டமாம்
பந்தமுஞ் சுலையுமா னபியும் பாங்குறச்
சுந்தரப் புயவரை துலங்க வைகுங்கால்
வந்தன ரிருவர்கள் வணங்கிக் கூறுவார். (2)

2. (429) பழிப்பு இல்லாத பனீஇசுராயீல் கூட்டமாகிய உறவின் முறையாரும் சுலைமான் நபி (அலை)யும் அழகுடன் தோளுயர்த்திப் பெருமிதத்துடன் வாழும் காலத்தில் இரண்டு பேர் வந்து பணிந்து தம் வழக்கை எடுத்துரைத்தனர்.

நந்தல் - பழித்தல்; பனீஇசுராயீல் - யூதர்; பந்தம் - உறவு; பாங்கு - அழகு; சுந்தரம் - அழகு; புயம் - தோள்; வரை - உயர்ச்சி, மலை; துலங்க - ஒளிவீச; வைகும் - வாழும்; கால் - காலத்தில்.

ஏன்றமெய்ச் சுருதியீ ரியாங்க ளோர்பிதா
வீன்றபுத் திரரவ ரெமைவ ளர்த்திட
வூன்றுமன் பொருநிறை யலது ளத்தினி
லான்றதி கங்குறை யணுவு மில்லையால். **(3)**

3. (430) இறைவனால் விதிக்கப்பட்ட மெய்யான வேதம் உடையவரே! நாங்கள் ஒரு தந்தையின் மக்கள். அவர் ஒரு நிறையாக அன்பு பாராட்டி எங்களை வளர்த்தார். எங்களிடையில் அணுவளவும் ஏற்ற இறக்கம் காட்டியது இல்லை.

ஏன்ற - விதிக்கப்பட்ட; சுருதி - வேதம்; யாங்கள் - நாங்கள்; பிதா - தந்தை; புத்திரர் - மக்கள்; ஆன்ற - ஆகிய.

அடந்தரா நீதியீ ரவர்க்கி யாங்களுந்
தொடர்ந்தோரெள் ளளவுமா யாசந் தோன்றிட
நடந்தறி யோமவ ரிருக்கு நாளெல்லாங்
கடந்துபொன் னுலகடை காலந் தோன்றிற்றே. **(4)**

4. (431) ஈனம் ஏற்படாத நீதி மன்னரே! அவர் எள்ளவும் மனவருத்தம் ஏற்படுமாறு நடந்ததில்லை. இவ்வாறே தொடர்ந்து அவரை மதித்து நடந்தோம். அவர் ஆயுள் முடிந்து மேலுலகம் செல்லும் காலம் நெருங்கியது

அடம் - ஈனம்; ஆயாசம் - மனவருத்தம்; கடந்து - முடிந்து; பொன்னுலகம் - சொர்க்கம்; அடை - அடையும்; தோன்றிற்று - நெருங்கிற்று.

ஒப்புறு மவுத்தென வுணர்ந்து புந்திகள்
பற்பல பகர்ந்துபூம் பாயன் மேவினா
ரப்பொழு திருவரு மவர்கண் டோன்றிடச்
செப்பரும் பணிவிடை செய்தி ருந்தனம். **(5)**

5. (432) ஒப்புக்கொள்ளப்பட்ட மரணம் நெருங்கிவிட்டது என்று உணர்ந்து பல்வேறு அறிவுரைகள் கூறினார். படுக்கையில் ஆயினார். அப்போது நாங்கள் இருவரும் அவருக்குப் பணிவிடைகள் செய்தோம்.

ஒப்புறு - ஒப்புக்கொள்ளப்பட்ட; மவுத்து - மரணம்; புந்தி - அறிவுரை; பகர்ந்து - சொல்லி; பூம் - மென்மை; பாயல் - படுக்கை; மேவினார் - சேர்ந்தார்; செப்பரும் - சொல்ல அரிதான.

ஒள்ளிய வுடலைவிட் டுயிர்பி ரிந்திடிற்
பிள்ளைக ளிருவரி லொருவன் பெற்றிட
வுள்ளதெம் பொருளென வுரைத்தி றந்தனர்
வள்ளிய நெறிக்கலி மாவுங் கூறியே. **(6)**

6. (433) என் உடலை விட்டு உயிர் பிரிந்துவிட்டால், என் பிள்ளைகளே! என்னுடைய சொத்துகளை உங்கள் இருவரில் ஒருவன் பெற்றுக்கொள்வான் என்று சொல்லிவிட்டு மூலமான கலிமாவும் சொல்லி இறந்து போனார்.

ஒள்ளிய - நல்ல; பொருள் - சொத்து; வள்ளிய - வளம் நிறைந்த; நெறி - மார்க்கம்; கலிமா - மூலமொழி.

அன்னவர் தமையெடுத் தடக்கிச் செய்கட
னுன்னதத் தெவையுஞ்செய் தோம னந்தரஞ்
சொன்னவை மையமே யலது தோன்றலி
லின்னவன் பெறுவதென் றிசைத்த தில்லையால். (7)

7. (434) அவரை எடுத்து அடக்கம் செய்தோம். பின்னுள்ள கடமைகளை உயர்வாகச் செய்தோம். தாயம் கொள்வது பற்றிப் பொதுவாகச் சொன்னாரே அன்றி இன்ன மகன்தான் பெறுவது என்று சொல்லவில்லை.

உன்னதம் - உயர்வு; அனந்தரம் - தாய உரிமை; மையம் - பொது; அலது - அன்றி; தோன்றல் - மகன்; இசைத்தல் - சொல்லல்.

நபியுநல் லரசுமாய் நடத்து நீதியீ
ரிவணுள குடிக்கெலா மேக தந்தைநீர்
குவிபொரு ளிருவரி லொருவன் கொள்பவ
னிவனென வகைபிரித் திசைத்தல் வேண்டுமால். (8)

8. (435) நபியும் நல்ல அரசருமாய் ஆளும் நீதியரசரே! இங்குள்ள குடிமக்கள் அனைவருக்கும் பொதுநிலையில் தந்தையும் நீங்கள்தான்! எங்கள் தந்தையின் திரண்ட சொத்துகள், எங்கள் இருவரில் இன்னவன் கொள்வது என்று அடையாளம் காட்ட வேண்டும்.

இவண் - இங்கு; ஏகம் - ஒற்றை; குவி - குவிந்துள்ள; வகைபிரித்தல் - சுட்டிக்காட்டல்; இசைத்தல் - சொல்லல்.

கொற்றவேந் தேயெனக் கூற வோர்பிதாப்
பெற்றபா லகரிரு வோரிற் பிள்ளையொன்
றுற்றவன் பொருள்பெற வொருவன் பெற்றிடா
தற்றிட நீதியா தெனவுள் ளாய்ந்தனர். (9)

9. (436) வெற்றி வேந்தே! எங்களுக்கு வழிகாட்டுங்கள் என்றனர். இதைக் கேட்டு தாவூது நபி (அலை) சிந்தனையில் ஆழ்ந்தார். ஒருத்தன் பெற்ற பிள்ளைகள் இருவரில் ஒருத்தன் தாயம்பெற மற்றவன் பெறாதிருத்தல் நீதியா? அதற்கு வழி உள்ளதா என்று ஆராய்ந்தார்.

கொற்றம் - வெற்றி; வேந்தர் - அரசர்; பிதா - தந்தை; பாலகர் - ஆண்மக்கள்; உற்றவன் - குறிப்பிட்ட ஒருத்தன்; உள் - உள்ளம்.

வேதமு மனுநெறி விளக்க மியாவது
மோதுவ தொருபிதா வுதவு மைந்தர்கட்
கேதமி லனந்தரஞ் சரிபங் கென்பது
பேதமுற் றிடவியாம் பிரிப்ப தென்கொலோ. (10)

10. (437) வேதநெறியும் மனித வழக்கமும் எல்லாம் சொல்வது யாது? ஒரு தந்தையின் சொத்தை அவனுடைய மக்கள் அனைவரும் சரிசமமாகப் பங்கு பிரித்துக் கொள்வது அல்லவா? இதற்கு மாற்றமாக நாம் எப்படிப் பிரிக்கமுடியும்?

ஓதுவது - சொல்வது; பிதா - தந்தை; உதவும் - பெறும்; மைந்தர் - மக்கள்; ஏதம் - குற்றம்; அனந்தரம் - தாயம்; தாயம் - தந்தைவழி உரிமை; பேதம் - மாற்றம்; யாம் - நாம்; என் - எப்படி.

வேற்றுமை யாயிரு வோரும் விண்டிலர்
தோற்றமுங் கடுவள வகன்று தோற்றில
வேற்றுதந் தையின்முத லெவனைச் சேர்வதாய்ச்
சாற்றுவ தென்னென மனஞ்ச லித்தனர். (11)

11. (438) இருவரும் முரண்பாடாகப் பேசவில்லை. முகத் தோற்றத்திலும் கடுகளவு வேறுபாடும் தோன்றவில்லை. இந் நிலையில் தகப்பனின் சொத்து இன்னவனைச் சேரும் என்று சொல்வது எப்படி? என்று மனம் சலித்தார்.

விண்டிலர் - பேசவில்லை; தோற்றம் - முகத்தோற்றம்; அகன்று - வேறுபட்டு; தோற்றில - தோன்றவில்லை; ஏற்றுதல் - அங்கீகரித்தல்; முதல் - சொத்து; சாற்றுவது - சொல்வது.

கலங்கியிவ் வகையுறல் கண்டு தந்தைமுன்
னலங்கிளர் சுலியுமா னபிசென் றிவ்வகை
புலங்கொளத் தெளியொணாப் பொருளைச் சொல்லெனத்
துலங்கநும் விடைதரிற் சொல்லு வேனென்றார். (12)

12. (439) தந்தையார் இவ்வாறு கலங்குதல் கண்ட சுலைமான் நபி (அலை), தந்தையே! தெளிவு காணாது கலங்குவதற்குக் காரணமான செய்தியைச் சொல்லுங்கள். எனக்குத் தெரிந்தால் சொல்வேன் என்றார்.

நலம் - நன்மை; கிளர்தல் - நிறைதல்; புலம் - திசை, இலக்கு; துலங்க - ஒளிவீச.

சேயுரை செவிப்புகச் சேண ளாவிய
காயனன் மூழ்குதல் கடந்த தொத்தனர்
தூயவுள் ளகநிறை மகிழ்ச்சி தோன்றின
ரேயவிப் பிரிவுணர்ந் தியம்பு மென்றனர். (13)

13. (440) மைந்தர் சொல் காதில் புகுந்தது. வானத்தை அளாவி நிற்கும் பெருநெருப்பில் மூழ்கியவர் அதைவிட்டு வெளியேறியவரை ஒத்தவரானார். தூய உள்ளத்தில் மகிழ்ச்சி தோன்றி நிறைந்தது. இவர்களின் சொத்துப் பிரிவினைக்குப் பொருத்தமான வழி சொல்க என்றார்.

சேய் - மகன்; உரை - சொல்; சேண் - வானம்; காயனன் - காயும் அனல், எரியும் நெருப்பு; கடந்தது - விட்டு வெளியேறியது; ஏய - பொருந்திய; பிரிவு - பிரிக்கும் வகை; இயம்புக - சொல்.

உத்தமர் புரிந்தபி னுபைய பேர்களிற்
றத்திய முன்னையை யழைத்துன் றந்தையி
னத்தியொன் றெடுத்தம தருக ளித்திடி
லித்திற வழக்கறுத் தியம்பு வேனென்றார். (14)

14. (441) உத்தமராகிய தாவூது நபி (அலை) விளக்கியபின், வழக்குரைத்த உடன்பிறந்தாரில் மூத்தவனை அழைத்தார் சுலைமான் நபி (அலை), நீ போய் உன் தந்தையின் எலும்பு ஒன்றை எடுத்து வந்து எம்மிடம் கொடுத்தால் இந்த வழக்கைத் தீர்த்து வைக்கிறேன் என்றார்.

உபய - இரண்டு; தத்திய - சுவீகரித்த; முன்னை - மூத்தவன்; அத்தி - எலும்பு; இத்திற - இவ் வகையான; வழக்கறுத்தல் - தீர்த்துவைத்தல்; இயம்புதல் - சொல்லுதல்.

ஓதிய மாற்றஞ்செம் புருக்கித் தன்னிரு
காதினிற் விடலெனக் கேட்டுக் கைமிகு
வேதனைப் பெருக்கொடும் விளம்பு வானுயிர்
போதினுந் தந்தையென் பெடுக்கப் போவதோ. (15)

15. (442) சொல்லிய மறுமொழி, செம்பை உருக்கித் தன்னிடைய இரண்டு காதுகளிலும் ஊற்றியது போல் வேதனை மீறித் துடித்தான். மிகுந்த வேதனைப் பெருக்கோடு சொல்வான்: உயிரே போனாலும் தந்தையின் எலும்பெடுக்கப் போவேனோ?

ஓதிய - சொல்லிய; மாற்றம் - மறுமொழி; கைமிகு - கைம்மிகு, மிகுதிப்பட்ட; விளம்புவான் - சொல்வான்; போதினும் - போனாலும்; என்பு - எலும்பு; போவதே - போவேனோ?

இனத்தினிற் பொருளெலா மெனது தம்பிக்கே
சனத்தினிற் கொடுக்கினுங் கொடுமின் கைக்கொண்டேன்
மனத்தினிற் றுணிந்தியா னெடுத்து வந்திடத்
தனத்தினு மெளியதோ தாதை யங்கமே. (16)

16. (443) எல்லா சொத்துகளையும் பரிவோடு என் தம்பிக்கே கொடுப்பதானாலும் கொடுங்கள். ஒத்துக்கொள்கிறேன். மனந்துணிந்து எடுத்துவரும் அளவிற்குச் செல்வத்தைவிடத் தாழ்ந்ததா என் தந்தையின் உடல் உறுப்பு?

இனம் - கூட்டம்; சனம் - கரிசனம், பரிவு; கொடுமின் - கொடுங்கள்; கைக்கொண்டேன் - அங்கீகரிக்கிறேன்; தனம் - செல்வம்; தாதை - தந்தை; அக்கம் - உறுப்பு.

என்றன னிச்சொலு மிருசெ விப்புக
நின்றன னிளையவ னிவனை நீபுகுந்
தொன்றிய களேபர முதவென் றோதினார்
சென்றனன் குழிபறித் தெடுத்துச் சேர்ந்தனன். (17)

17. (444) என்றான் மூத்தவன். இதைக் கேட்டுக்கொண்டு நின்றான் இளையவன். அவனிடம் நீ போய் ஓர் எலும்பு எடுத்துவா என்றார். அவன் சென்றார். கல்லறையைத் தோண்டி எடுத்து வந்தான்.

புகுந்து - போய்; ஒன்றிய - ஒரு; களேபரம் - எலும்பு; குழி - புதைகுழி, கல்லறை.

சந்ததி முன்புவத் தனன்ம றித்திரு
மைந்தர்க டம்மையு நோக்கி வம்மினும்
சுந்தரச் சிறுவிரல் குத்திச் சோரியிற்
சிந்திடா தெடுமொரு திவலை யென்றனர். **(18)**

18. (445) மைந்தர் முன் வைத்தான். இரு மக்களையும் பார்த்து வாருங்கள். உங்கள் கைச்சிறுவிரலைக் குத்தி ஒரு சொட்டு இரத்தம் எடுங்கள் என்றார்.

சந்ததி - மகன்; மறித்து - எதிராக; வம்மின் - வாருங்கள்; சுந்தரம் - அழகு; சோரி - இரத்தம்; திவலை - துளி, சொட்டு.

சுருதிகொண் டெடுத்தனர் சுலியு மானபி
திருமுனம் வைத்தனர் தெரிய முன்னவன்
குருதியங் கத்திலிட் டனர்கு டித்தன
வெரியினிற் காய்ந்தவோ டிட்ட துள்ளிபோல். **(19)**

19. (446) வேதம் விதித்த ஒழுங்கின்படி இரத்தம் எடுத்து சுலைமான் நபி (அலை) முன்னிலையில் தெரியும்படி வைத்தனர். மூத்தவன் இரத்தத்தை எலும்பில் இட்டார். அஃது எலும்புக்குள் சார்ந்துவிட்டது. நெருப்பால் காய்ந்த வறவோட்டில் இட்ட நீர்த்துளிபோல் ஆயற்று.

சுருதி - வேதம்; குருதி - இரத்தம்; அங்கம் - எலும்பு; எரி - நெருப்பு; ஓடு - வறவோடு; துள்ளி - துளி.

இளையவன் சோணித மெலும்பி லிட்டனர்
தளைபடு மூடரை யறிஞர் தள்ளல்போ
லுளவணு வளவுமுண் ணாத கற்றின
களபவொண் புயத்தின ரெவருங் காணவே. **(20)**

20. (447) சுட்ட சாந்து போல் ஒளிவீசும் தோள்வீரர் யாவரும் காணும்படி இளையவன் இரத்தத்தையும் எலும்பில் இட்டனர். சிறைப்பிடிக்கப்பட்ட மூடரை அறிஞர் புறக்கணித்து ஒதுக்குவதுபோல் அதை அணுவளவு உறிஞ்சிக்கொள்ளவில்லை. இட்டது இட்டபடியே இருந்தது.

சோனிதம் - இரத்தம்; தளைபடல் - சிறைப்படல்; களபம் - சுட்டசாந்து; ஒண் - ஒளி; புயம் - தோள்.

இதுதெளிந் திறைமக விசைப்பர் முன்னவ
னுதிரமுண் டெனவெலும் புதந்தை யென்பிலொன்
றதுகொடு வரவெனி லதற்கி ணங்கிலன்
சுதனிவ னேயவ னீன்ற தோன்றலே. **(21)**

21. (448) இவ்வாறு உண்மையை ஆராய்ந்த தெளிந்த அரச மைந்தர் விளக்கலானார். மூத்தவன் இரத்தத்தை எலும்பு உறுஞ்சிக்கொண்டது. தந்தையின் எலும்பை எடுத்து வா என்றபோது அதற்கு அவன் உடன்படவில்லை. ஆதலால் இவனே அவன்பெற்ற பிள்ளை.

இறை - அரசர்; இசைப்பர் - விளக்கிக் கூறுகிறார்; முன்னவன் - மூத்தவன்; உதிரம் - இரத்தம்; உண்டன - உறிஞ்சியது; என்பு - எலும்பு; கொடு - கொண்டு; சுதன் - மகன்; தோன்றல் - மகன்.

பின்னவன் வாய்மொழி பிறக்கு முன்னமே
யன்னவன் களேபர மெடுத்த டைந்தன
னின்னமுங் குருதியுண் டிலவின் னோனவன்
தன்னருண் மகவல வென்றுஞ் சாற்றுவார். (22)

22. (449) இளையவன், சொல்லி முடிக்கும் முன்னமேயே தந்தையின் எலும்பை எடுத்து வந்தான். மேலும் இவனுடைய இரத்தத்தை எலும்பு உறிஞ்சவும் இல்லை. ஆதலால் இவன், இறந்த அவனுடைய மகனே அன்று என்று கூறித் தீர்ப்புச் சொல்லலானார்.

பின்னவன் - இளையவன்; களேபரம் - எலும்பு; குருதி - இரத்தம்; உண்டில - உறிஞ்சவில்லை; அருமகவு - பெற்றபிள்ளை; அல - அன்று; சாற்றுவார் - சொல்வார்.

மூத்தவ னனந்தர முழுதுங்கைக் கொள்வோ
னேத்ததோர் கடுகும்பின் னவனுக் கில்லையென்
றார்த்தரு குள்ளவர்க் கறைய வாய்வொடு
பார்த்திவை யேநெறி யெனப்ப கர்ந்தனர். (23)

23. (450) சொத்து முழுவதையும் மூத்தவன் கொள்வான். இளையவனுக்கு ஒரு கடுகும் கிடையாது என்று அருகில் இருந்தவர்களிடம் பொருத்தம் காட்டிக் கூறினார். ஆராய்ந்து பார்த்து இதுவே நீதி என்று கூறினர்.

அனந்தரம் - சொத்துரிமை; கைக்கொள்வோன் - பெறுவான்; ஏத்து - எடுத்துக்காட்டு; ஆர்த்தல் - பொருத்துதல்; அறைய - அறிவிக்க; ஆய்வொடு - ஆராய்ச்சியுடன்; நெறி - நீதி; பகர்ந்தனர் - கூறினர்.

கவலுமிவ் வாசகங் கனிட்டன் கேட்டலு
மிவையனை யிடம்புகுந் தியம்ப வோதுவ
ளுவகையென் காதல ரொருதி னத்தினிற்
றிவளொளி மணிக்கடைத் தெருவுக் கேகினார். (24)

24. (451) வருத்தம் தரும் இச் சேதியைக் கேட்ட கீழ்மகனான இளையவன், தாயிடம் சென்று சொன்னான். அவள் கூறினாள்: என் மகிழ்ச்சிக்கு உரிய என் கணவர் ஒருநாள் ஒளிவீசும் இரத்தின வாணிகக் கடைத்தெருவிற்குப் போனார்.

கவலும் - கவலைதரும்; வாசகம் - செய்தி; கனிட்டன் - கீழ்மகன்; கேட்டலும் - கேட்டதும்; அனை - தாய்; புகுந்து - போய்; இயம்ப - சொல்ல; ஓதுவாள் - கூறினாள்; உவகை - களிப்பு; திவள் - திகழ்; மணிக்கடை - இரத்தின வணிகக்கடை; ஏகினார் - போனார்.

வருமுனங் கதிரவ னடைந்து மையிருட்
பெருகின மற்றொரு பிரட்டன் வந்தனன்
புருடனென் றிருந்தனன் புணர்ச்சி செய்தனன்
மருவிய பின்னவன் வதன நோக்கினன். (25)

25. (452) அவர் திரும்பி வரும் முன்னே சூரியன் மறைந்து மையிருள் சூழ்ந்தது. வேறொரு புரட்டன் வந்தான். உருவ ஒற்றுமையால் கணவன் என்று நினைத்திருந்தேன். என்னோடு வீடுகூடினான். கூடிய பின்னர் அவன் முகத்தைப் பார்த்தேன்.

முனம் - முன்; கதிரவன் - சூரியன்; அடைந்து - மறைந்து; பெருகின - சூழ்ந்தது; புரட்டன் - மாறுபாட்டுக்காரன்; புருடன் - கணவன்; புணர்ச்சி - வீடுகூடல்; மருவுதல் - சேர்தல்; வதனம் - முகம்; நோக்கினேன் - பார்த்தேன்.

நோக்கிமே லெவரிட நுவல்வ தென்றுளந்
தாக்கிய கவலையிட் டவனைச் சண்டையிட்
டேக்குட னகற்றினன் றுணைவ ரெய்தினார்
நாக்கினி லெடுத்திவை நவில வெண்ணிலேன். (26)

26. (453) உற்றுப் பார்த்ததும் அவன் கணவன் அல்லன் என்பது புரிந்தது. எவரிடம் சொல்வது? மனத்தைக் கவலை தாக்கியது. அவனை அடித்துத் துரத்திவிட்டு அச்சத்துடன் இருந்தேன். கணவர் வந்தார். அவரிடம் சொல்லவில்லை. நாவால் சொல்ல நினைக்கவும் இல்லை.

நுவல்வது - சொல்வது; ஏக்கு - ஏக்கம், அச்சம்; அகற்றினேன் - துரத்தினேன்; ஏய்தினார் - வந்தார்; நவில - சொல்ல.

அயற்புரு டனைப்புணர் குறிப்ப றிந்தெனக்
கியற்றியீ தேதென வென்றுங் கேட்டிலார்
நயத்துவாழ்ந் தனமன்று திருடி னானுக்கென்
வயிற்றினிற் றரித்தனை மைந்த னீயென்றாள். (27)

27. (454) நான் அயலானோடு வீடுகூடியதை அவர் குறிப்பால் அறிந்துகொண்டார். ஆயினும் எனக்குத் தண்டனை ஏதும் விதிக்கவில்லை. இஃது என்ன என்றும் கேட்கவில்லை. எப்போதும் அன்பு பாராட்டினார். விருப்பத்துடனேயே வாழ்ந்தோம். மகனே! அன்று வந்து திருடினானே அவனுக்கே நீ தரித்தாய் என்றாள்.

அயல் - அயலான்; புருடன் - கணவன் போன்றிருந்தவன்; புணர் - புணர்ந்தமை; இயற்றி - விதித்து, தண்டனை விதித்து; ஈது - இது; நயத்து - விருப்புடன்; வாழ்ந்தனம் - வாழ்ந்தோம்.

இவையுணர்ந் திவனபி யருகி னெய்தில
னவையறு முன்னனைப் பொருள்களி யாவதுங்
குவைதரக் கொளமொழி கொடுத்துத் தந்தைபா
லெவையுநீ சொலியக லென்ற னுப்பினார். (28)

28. (455) இவ் வுண்மையை உணர்ந்த இளையவன் நபியிடம் திரும்பி வரவில்லை. குற்றமற்ற மூத்தவனை அழைத்துத் தந்தையின் சொத்து முழுவதையும் மொத்தமாகப் பெற்றுக்கொள்ள அனுமதி கொடுத்தார். இதை எல்லாம் என் தந்தையிடம் சொல்லிவிட்டுப் போ என்று சொல்லியனுப்பினார் சுலைமான் நபி (அலை).

எய்திலன் - செல்லவில்லை; நவை - குற்றம்; அறு - அற்ற; முன்னன் - மூத்தவன்; யாவதும் - அனைத்தையும்; குவைதர - ஒட்டுமொத்தமாக; கொள - கொள்ள; மொழி - அனுமதி; சொலி - சொல்லி; அகல் - போ.

மறைமலர் வதனதா வூது வள்ளலுக்
குரைசெய்தா னதிசயித் தேகென் றோதியே
யிரைசெயுங் கடற்புவிக் கேக வெண்குடை
யரசியல் சுலையுமா னபிக்கென் றன்புற்றார். (29

29. (456) அவன் சென்று, வேதம் ஓதுவதால் மலர்ந்திருக்கும் முகத்தையுடைய தாவூது நபி (அலை)க்கு விவரம் கூறினான். அவர் வியந்தார். அவனைப் போகச்சொல்லிவிட்டு, இரைச்சல் செய்யும் கடல் சூழ்ந்த உலகுக்கு ஒரே அரசராகப் பேரரசு செய்யும் உரிமை சுலைமான் நபிக்கே (அலை) என்று முடிவு செய்தார்.

உரைசெய்தல் - சொல்லுதல்; ஏகு - போ; ஓதி - சொல்லி; இரைசெயும் - இரைச்சல் செய்யும்; புவி - உலகு; ஏகம் - ஒன்று; வெண்குடை - ஆட்சிக்குடை.

அனந்தரம் பிரித்த படலம் முற்றிற்று.
படலம் 11 -க்கு - திருவிருத்தம் - 456

11. அனந்தரம் பிரித்த படலம்
படலச் செய்தி

அண்ணனும் தம்பியுமாக இருவர் வந்தனர். நாங்கள் ஒரே தந்தையின் இரண்டு மக்கள். தந்தைமீது மாறாத அன்புள்ளவர்கள். அவரும் எங்களிடம் ஏற்ற இறக்கம் காட்டியதில்லை. அவருக்கு மரணம் நெருங்கிய போது எங்களை அழைத்து என்னுடைய சொத்துகள் அனைத்தையும் உங்களில் ஒருத்தன்தான் முழுமையாக அடைய வேண்டும் என்று சொல்லிவிட்டு இறந்தார். ஆதலால் எங்களில் யார் அதை அடைவது என்று தீர்ப்புச் செய்ய வேண்டும் என்றனர். தாவூது நபி (அலை) கேட்டுக் குழம்பினார். இறை நியதிக்கு மாறாக எப்படித் தீர்ப்புச் சொல்வது என்று மனஞ்சலித்தார். அப்போது அங்கு வந்த சுலைமான் நபி (அலை) என்ன விவரம்? என்னிடம் சொல்லுங்கள். எனக்குத்

தெரிந்தால் சொல்கிறேன் என்றார். முழுவிவரமும் சொல்லி நீயே தீர்த்து வை என்று சொல்லிப் போய்விட்டார் தந்தை. இருவரில் மூத்தவனை அழைத்து நீ போய் உன் தந்தையின் புதைகுழியைத் தோண்டி ஓர் எலும்பு எடுத்து வா என்றார். இதைக் கேட்டு உருக்கிய செம்பைக் காதில் பாய்ச்சியது போல் துடித்தான். தந்தையின் கல்லறையைத் தோண்டுவதா? எலும்பு எடுப்பதா? அண்ணலே! இது முடியாது என்னால். வேண்டுமானால் சொத்து முழுவதையும் தம்பிக்கே கொடுத்துவிடுங்கள் என்றான். இளையவனை அழைத்து அதே கட்டளையை இட்டார். அவன் விரைந்து சென்று புதைகுழியைத் தோண்டி ஓர் எலும்பு எடுத்து வந்தான். இருவரும் சிறுவிரலில் இருந்து ஒருதுளி இரத்தம் எடுத்துத் தாருங்கள் என்றார். தந்தனர். எலும்பின் மீது அதை வைத்தார். மூத்தவன் இரத்தத்தை எலும்பு உறிஞ்சிக்கொண்டது. இளையவன் இரத்தம் அப்படியே இருந்தது. மூத்தவன்தான் இறந்தவரின் மகன். இளையவன் அவன் மகனே அல்லன். ஆதலால் சொத்து முழுவதும் மூத்தவனுக்கே உரியது என்றார். இளையவன் தாயிடம் ஓடி முறையிட்டான். அவள் மகனே! ஒருநாள் என் கணவர் இரத்தினக் கடைக்குச் சென்றார். பொழுதடைந்து இரவு நேரம் ஆனதும் ஒரு புரட்டன் வந்தான். உருவ ஒற்றுமையால் கணவன் என்று நினைத்தேன். வீடுகூடினான். உற்று நோக்கினேன். கணவன் அன்று என்பது புரிந்தது. அடித்துத் துரத்தினேன். கணவர் வந்தார். குறிப்பறிந்து கொண்டார். அவரும் கேட்கவில்லை. நானும் சொல்லவில்லை. ஆனாலும் கடைசிவரை என்னுடன் பாசம் மாறாது வாழ்ந்தார். அன்று புரட்டன் வீடுகூடியபோது தரித்தவன்தான் நீ என்றாள். அவன் நபியிடம் திரும்பவில்லை. மூத்தவன் தாவூது நபி (அலை)யிடம் வந்து விவரம் கூறினான். கேட்டு வியந்தார். அரசுப்பட்டம் சுலைமான் நபி (அலை)க்குத்தான் என்று முடிவு செய்தார்.

12. அரசு நிலையிட்ட படலம்

கலி நிலைத்துறை

தவிசி லுற்றுநன் நெறிமுறை நடத்துந்தா வூது
நபித மக்கிறை யருளினா னடந்துள வயது
புவியி டத்துநூற் றறுபத்து மூன்றுசென் றதற்பி
னுவண மிக்கநம் மரசெர்வர்க் கருள்வதென் றுணர்ந்தார். (1)

1. (457) அரியணையில் அமர்ந்து வேத நெறிமுறை நடத்தும் தாவூது நபி (அலை)க்கு இறைவன் அருளினால் நூற்று அறுபத்து மூன்று வயதாயிற்று. அப்போது உயர்வு மிக்க தம்முடைய அரசைத் தம் மக்களில் யாருக்குக் கொடுப்பது என்று சிந்தித்தார்.

தவிசு - அரியணை; உவணம் - உயர்ச்சி.

வேய வாய்ந்திடிற் சுலையுமான் மிகச்சிறு பருவ
மாய தாலவர்க் கரசிய லாதென வகற்றிச்
சேயர் மற்றவர்க் கேதகு மெனமனந் தேறி
யேய விங்கிவர் தம்மிலார்க் கீவதென் றெண்ணி. (2)

2. (458) பொறுமையாக ஆராய்ந்தால் சுலைமான் நபி (அலை) சிறு பிள்ளை. இளம்பருவம். ஆதலால் அவரால் அரசு நடத்த இயலாது என விலக்கினார். மூத்தவரான மற்ற பிள்ளைகளுக்கே தகும் என்று நினைத்தார். மற்ற பிள்ளைகளில் எவருக்குப் பட்டம் கட்டுவது பொருந்தும் என்று சிந்தித்தார்.

வேய - மூடலாக, இரகசியமாக; அகற்றி - நினைவை விலக்கி; சேயர் - மக்கள், மகன்கள்; தேறி - தெளிந்து; ஏய - பொருத்தமுற; ஈவது - கொடுப்பது.

ஊன்று மிவ்விதந் தனிப்பட வுணர்வரி தெனவே
யேன்று தம்மிடத் துறையுல மாக்களா யெழில்கொள்
சான்ற கேள்விய ராமெழு பதின்மர்க டமையு
மீன்ற பாலர்பன் னறுபெய ரையுமழைத் திருத்தி. (3)

3. (459) இவ்வாறு தனியாக முடிவு செய்வது கடினம். கலந்து பேசி முடிவு செய்வதே நல்லது என்று எண்ணினார். கல்வி கேள்விகளில் சிறந்தவர்களும் தம்முடன் நெருங்கியிருப்பவர்களும் ஆகிய எழுபது அறிஞர்களைத் தெரிந்தெடுத்தார். தம்முடைய மக்கள், சுலைமான் நபி (அலை) நீங்கலாகப் பதினாறு பேர்களையும் அழைத்து ஓரிடத்தில் கூட்டினார்.

ஊன்றுதல் - நாட்டல்; அரிது - கடினம்; ஏன்று - பொருந்தி, நெருங்கி; உறை - வாழும்; உலமா - அறிஞர்; பன்னவு - பதினாறு.

ஏக மாய்க்கலந் திருந்தவ ரவரியல் பெண்ணிப்
போக பூதல முழுதுமோர் குடையினிற் புரக்கும்
யூக வல்லவர் பதினறு வோரிலை வோரென்
றாக முட்களித் தனைவருந் தெரிந்தெடுத் தனரே. (4)

4. (460) இந்த எண்பத்தாறு பேர்களும் கலந்து பேசி ஆராய்ந்து ஆளப் பொருத்தமானவரைத் தெரிந்தெடுக்குமாறு கோரினார். அவர்கள், ஒவ்வொரு பிள்ளையின் இயல்புகளையும் ஆராய்ந்து பதனாறு பிள்ளைகளில் ஐந்து பேரைப் பொருத்தமானவர் என்று தெரிவு செய்தனர். இந்த ஐவரும் மதிநுட்பம் வாய்ந்தவர்கள்; சொர்க்கம் போன்ற இவ்வுலகம் முழுவதையும் ஒரு குடையின் கீழ் ஆளப் பொருத்தமானவர்கள், என்று மகிழ்ச்சியுடன் தெரிவுசெய்தனர்.

ஏகம் - ஒன்று; போகபூதலம் - போக பூமி, சொர்க்கம்; புரக்கும் - காக்கும்; யூகம் - மதிநுட்பம்; ஆகம் - உடல்; உள் - உள்ளம்; களித்து - மகிழ்ந்து.

சிந்தை மீதிவை தெரிந்தபி னோர்சிங்கா சனத்துக்
கைந்து பேரிருந் தரசியற் றுதன்முறை யாமோ
விந்தை யைவரி லொருபுதல் வனைத்தெரிந் தெடுத்தே
நந்தந் கோல்கொடுத் திடிலழ கெனநபி நயத்தார். (5)

5. (461) இதை அறிந்த தாவூது நபி (அலை) சலிப்படைந்தார். ஓர் அரியணை யில் ஐந்து பேர் அமர்ந்து ஆட்சி செய்தல் முறையாகுமா? விந்தை அல்லவா? ஐந்து பேரில் ஒருத்தனைத் தெரிந்தெடுத்து அவனிடம் ஆட்சியைக் கொடுப்பது தான் அழகு என்று நினைத்தார். அதையே செயல்படுத்த விரும்பினார்.

சிந்தை - மனம்; இயற்றுதல் - செய்தல்; கோல் - செங்கோல், அரச ஆணைக்கோல்; நயந்தார் - விரும்பினார்.

உறையும் வீரத்திற் கல்வியி லொருவருக் கொருவர்
குறைவி லாரிவர் களில்விய னொன்றெனக் குறித்தெம்
முறையி னால்வரைத் தள்ளுவ தெனமன முன்னி
நிறைவி யாகுல மடைந்தன ரிடைந்தனர் செஞ்சில். (6)

6. (462) நெஞ்சில் வாழும் வீரத்திலும் கல்வியிலும் ஒருவருக்கொருவர் குறைவு இல்லாதவர்கள் இவர்கள். இவர்களில் மேம்பட்டவன் என்று எவனைச் சொல்வது? எந்த முறையில் நால்வரை விலக்குவது? என்று மனத்தில் நினைத்து கலங்கினார். நெஞ்சில் நெருக்கடிக்கு ஆளானார்.

உறையும் - வாழும்; வியன் - மிகுதி, மேம்பாடு; குறித்து - முடிவுசெய்து; உன்னி - நினைத்து; நிறை - நிரப்பம்; வியாகுலம் - கலக்கம்; இடைந்தனர் - நெருக்கப்பட்டார்.

மதியி லாய்வரி தாயயர் காலையில் வலிமைக்
கெதிரி லாதவ னுரைப்படி ஜிபுரியீ லிறங்கித்
துதியெ லாமுடை யோன்சலா முமக்கெனச் சொல்லி
யதிக சோதிமுத் திரைக்கடு தாசுமொன் றளித்தார். (7)

7. (463) பட்டத்திற்கு உரியவனை முடிவு செய்வதில் அறிவால் ஆராய்ந்து முடிவு காண இயலாமல் சோர்வு அடைந்த சமயம், எதிரிலா வல்லமையுடைய இறைவன் கட்டளைப்படி ஜிபுரீல் (அலை) வந்தார். புகழ்ச்சிக்கெல்லாம் உரியவனின் சலாம் தங்களுக்கு என்றார். உடன் மிக்க ஒளிவீசும் முத்திரைக் கடிதம் ஒன்றையும் கொடுத்தார்.

மதி - அறிவு; ஆய்வு - ஆராய்ச்சி; அரிது - கடினம், இயலாநிலை; காலை - சமயம்; வலிமை - வல்லமை; எதிரிலாதவன் - இறைவன்; உரைப்படி - கட்டளைப்படி; துதி - புகழ்ச்சி; சலாம் - புகழ்ச்சி; சோதி - ஒளி; கடுதாசு - கடிதம்.

பழுதில் பத்திர மிதில்மச லாவொரு பனிரண்
டெழுத லுற்றதிங் கிதன்பொரு ளிசைப்பவர் தமக்கு
முழுது நுந்தலை மையையுத வுவதென மொழிந்தே
விழுது விட்டொளிர் சிறைவிரித் தடைந்தனர் விண்ணில். (8)

8. (464) குற்றம் இல்லாத இக் கடிதத்தில் பன்னிரண்டு கேள்விகள் எழுதப்பட்டுள்ளன. இவற்றின் பொருளைச் சொல்பவருக்கு உங்கள் அரசுரிமையைத் தருக என்று சொல்லிவிட்டு கற்றைச் சுடர் இலங்கும் சிறகு விரித்து வானுலகம் சென்றடைந்தார்.

பத்திரம் - கடிதம்; மசலா - வினா; இசைப்பவர் - சொல்பவர்; நும் - உங்கள்; தலைமை - அரசுரிமை; உதவுதல் - அளித்தல்; விழுது - கற்றை; சிறை - சிறகு.

பயனெ லாமருண் முடங்கலை விரித்தனர் பார்த்தார்
நயன பர்வையை மழுக்கியற் புதவொளி நல்கும்

வியன தாமொளி வாலெழு தியவரி மீது
வயன மாமச லாவுணர்ந் துளத்தினில் வைத்தார். (9)

9. (465) இறைவனிடம் இருந்து வந்த கடிதம்! ஆதலால் அது வாழ்க்கைப் பேறுகளை எல்லாம் அளிக்கவல்லது. அதை விரித்துப் பார்த்தார். கண்பார்வையை மழுக்கி அற்புத ஒளி நல்கும் பெருமைமிக்க சுடரால் எழுதிய வரிமீது கண் பதித்தார். அதில் உள்ள வகைவகையான வினாக்களைப் படித்து உணர்ந்து உள்ளத்தில் வைத்தார்.

முடங்கல் - கடிதம்; நயனம் - கண்; வியன் - பெருமை; ஒளிவு - சுடர்; வயனம் - வகை; மசலா - வினா.

மனத்தில் வைத்துல மாக்களோ ரெழுபதின் மரையும்
வனத்த புத்திரர் பன்னறு வோரையும் வருவித்
தினத்தொ டும்மச லாச்சில வியம்புவ தற்கித்
தினத்தி னிற்பொரு ளுரைப்பவர்க் குதவுவஞ் செங்கோல். (10)

10. (466) மனத்தில் வைத்துக்கொண்டு எழுபது அறிஞர்களையும் அழகு மைந்தர்கள் பதினாறு பேரையும் அழைத்தார். இந்த அமைச்சர் குழுமுன் இப்போது உங்களிடம் சில வினாக்கள் எழுப்புவேன். அதற்குப் பொருள் சொல்பவர்க்கே அரச பதவி அளிக்கப்படும்.

உலமா - அறிஞர்; வனத்த - வனப்பு, அழகு; இனம் - அமைச்சர் குழு; மசலா - வினா; இயம்புதல் - எடுத்துரைத்தல்; உதவுவம் - அளிப்போம்.

எனவ ருஞ்சுரு தித்திரு நபிசொல விவர்க
ளனைவ ரும்பொரு ளுணர்த்துவஞ் சொன்மினென் றறைந்தார்
வினவ ரும்மச லாப்பனி ரண்டையும் விரித்தார்
கனவ ருந்தல்கொண் டாய்ந்தன ரவரவர் கருத்தில். (11)

11. (467) என்று அரிதான வேதம்பெற்ற பெருமைக்குரிய நபி சொல்ல இவர்கள் அனைவரும் ஒருமித்து, சொல்லுங்கள். பொருள் உணர்த்துகிறோம் என்றனர். கேட்பதற்கு அரியதான வினாக்கள் பன்னிரண்டையும் வரிசையாகக் கூறினார். அவரவரும் தத்தம் கருத்திற்கு ஏற்ப வருந்தி ஆராய்ந்தனர்.

அரும் - அரியதான; சுருதி - வேதம்; திரு - பெருமை, மேன்மை; உணர்த்துவம் - உணர்ந்துகொள்ளச் செய்வோம்; சொன்மின் - சொல்லுங்கள்; அறைந்தார் - அறிவித்தார்; வினவரும் - வினவ அரும், வழக்கமாகக் கேட்பதற்கு அரியதான; மசலா - வினா; விரித்தார் - வரிசையாகச் சொன்னார்; கனம் - மிகுதி; வருந்தல் - வருத்தம்.

ஆய்ந்து தாங்கண்முன் கற்றுள கித்தாபுக ளனைத்துந்
தோய்ந்து லோகசு லோகவார்த்தை களையுந் தொகுத்து
வாய்ந்து பார்த்திது சொலவரி தெனமனந் தம்மா
லோய்ந்து நாம்பொருள் வகுக்கொணா தெனநபிக் குரைத்தார். (12)

12. (468) ஆராய்ந்தனர். தாங்கள் முன்னரே கற்றுள்ள நூல்கள் அனைத்திலும் தோய்ந்து பார்த்தனர். உலகப் பழமொழி முதலிய மரபுசொற்களையும் தொகுத்து ஆராய்ந்தனர். பலவாறு ஆராய்ந்து பார்த்துவிட்டு இது பொருள்சொல்ல முடியாதது என்று மனம் ஓய்ந்தனர். இறுதியாக நபியிடம் இதற்குப் பொருள் உரைக்க நம்மால் ஆகாது என்றனர்.

ஆய்ந்து - ஆராய்ந்து; க்தாப்பு - நூல்; தோய்ந்து -படிந்து, படித்து; லோக சுலோகம் - உலகப் பழமொழி; வார்த்தை - மரபுதொடர்; தொகுத்து - சேர்த்து, திரட்டி; சொல - சொல்ல; அரிது - அரியது, இயலாதது; வகுக்க - பிரித்துப் பொருள் சொல்ல; ஒணாது - ஒண்ணாது, முடியாது.

விண்ட வாசகங் கேட்டிதன் பொருளைமே லவரே
கண்டி யம்புவ ரெனமனங் கலங்கிய கவனங்
கொண்டி ருந்தன ரிருந்திடி லிறைசொலக் குறித்தே
யண்டர் கோனிழிந் தருகினி லுறைந்திவை யறைவார். (13)

13. (469) அவர்கள் சொன்னதைக் கேட்டு, இதன் பொருளை மேன்மக்களே அறிந்து சொல்வர் என்று கலங்கி அதன்மீதே கவனமாக இருந்தார் நபி. அப்போது இறைவன் கட்டளைப்படி வானவர் தலைவர் இறங்கினார். நபியின் அருகில் இருந்து சொல்லலானார்.

விண்ட - சொன்ன; வாசகம் - வார்த்தை; மேலவர் - மேன்மக்கள்; கண்டு - அறிந்து; இயம்புவர் - சொல்வர்; கவனம் - கருத்து; சொலக்குறித்து - கட்டளைப்படி; அண்டர் - வானவர்; கோன் - தலைவர்; இழிந்து - இறங்கி; உறைந்து - இருந்து; அறைவார் - சொல்வார்.

உமது புத்திர ரெத்தனை யென்றன ருறைவோ
ரமையு மோர்பதி னெழுவரென் றனரவ ரெவர்க்குஞ்
சமைத ரும்மச லாவுரைத் ததுவுள தோவென்
றிமையர் கோன்சொலச் சூறெனு மறைநபி யிசைப்பார். (14)

14. (470) உங்கள் பிள்ளைகள் எத்தனை பேர் என்று கேட்டார். வாழும் மக்கள் பதனேழு பேர் என்று நபி அவர்கள் சொல்ல அனைவர்க்கும் வினாவைச் சொன்னீர்களா என்று கேட்டார் வானவர் தலைவர். ஸபூர் என்னும் வேதம் பெற்ற நபி விளக்குகிறார்.

உறைவோர் - வாழ்வோர், இருப்போர்; சமையும் - ஆகும்; இமையர் - வானவர்; கோன் - தலைவர்; சொல - சொல்ல; இசைப்பார் - சொல்வார்.

சால நன்றியீர் சுலையுமா னென்னுஞ்சேய் தவிரப்
பால ரோர்பதி னறுவர்க்கும் பகர்ந்தன னென்றார்
வால கோமள வெழில்கனிந் தொழுகந்த மகவை
யேல நீர்தவிர்த் திசைத்ததென் னென்றிட விசைப்பார். (15)

15. (471) மிக்க நன்றிக்கு உரியவரே! சுலைமான் என்னும் மகன் தவிர மற்ற பிள்ளைகள் பதினாறு பேருக்கும் சொன்னேன் என்றார். இளமைப்

பேரழகு கனிந்து ஒழுகும் அந்தப் பிள்ளையை விலக்கிவிட்டு மற்ற பிள்ளைகளிடம் மட்டும் சொன்னது ஏன் என்று கேட்க விளக்கம் சொல்கிறார்.

சால - மிக்க; சேய் - மகன்; பாலர் - மக்கள்; பகர்ந்தனன் - சொன்னேன்; வால - பெரிய; கோமளம் - இளமைச் செழிப்பு; ஏல - இயல, பொருந்த; இசைத்தது - சொன்னது; இசைப்பார் - சொல்வார்.

சுலையு மான்சிறு பருவமொன் னலர்செயுஞ் சூழ்ச்சி
நிலையு மானிலந் தனக்கடங் கச்செயு நெறியுந்
தலையு மானத ராதரங் களுந்தெரிந் தரசு
மிலையு மானல வெனவகற் றினனென விரிப்பார். (16)

16. (472) சுலைமான் சிறுபருவப் பிள்ளை. பகைவர் செய்யும் சூழ்ச்சிகளின் தன்மையும் உலகம் தனக்கு அடங்கி நடக்குமாறு செய்யும் வழியும் முதன்மையாக மனிதர்களின் தராதரம் தெரிந்து அரசு புரியும் பக்குவமும் பொருந்தி அமையவில்லை என்று விலக்கினேன் என்றார்.

ஒன்னலர் - பகைவர்; மானிலம் - உலகம்; நெறி - வழி; தலையும் - முதன்மை; தராதரம் - இன்னார் இன்னபடி என்ற தரம்; மிலைதல் - சூடுதல்; விரிப்பார் - விவரிப்பார்.

துணம னத்தெவர் நினைப்பது மறப்பதுந் துயருந்
தணிவ றப்பெறு மகிழ்ச்சியும் வலிமையுந் தாழ்வு
மணிவ குப்பொடு வருமுன மறிபவ னவனக்
கணித மிட்டொரு வருமள விடற்கருங் கடவுள். (17)

17. (473) இதைக் கேட்டு வானவர் தலைவர் கூறுகிறார்: துணிந்து ஒருவர் மனத்தில் நினைப்பதும் மறப்பதும், துன்ப துயரங்களும் தணியாத பெருமகிழ்ச்சியும், வலிமையும் தாழ்வும் அணிவகுத்து வருமுன்னே அறிபவன், அவனைக் கணித்து ஒருவர் அளந்து அறியமுடியாதவன் - இறைவன்.

துணி - துணிவு; தணிவரும் - குறையாத; கணிதமிடல் - கணித்தல்; கடவுள் - இறைவன்.

அலையை யுந்திட ராக்குவன் றிடரலை யாக்கு
மலையை யும்மணு வாக்குவ னணுமலை யாக்கு
நிலையை யீகுவன் கணித்திடற் கருநெடுங் காலத்
தொலையை யுந்நொடிப் பொழுதெனச் செய்குவன் றுய்யோன். (18)

18. (474) அலைகடலைத் திடலாக்குவான்; திடலை அலைகடலாக்கிவான்; மலையை அணுவாக்குவான்; அணுவை மலையாக்கும் தன்மையை அளிப்பான். அளவிட முடியாத நெடுங்காலத்தையும் நொடிப் பொழுதாக ஆக்கிவிடும் வல்லமை படைத்த தூயவன்.

அலை - அலைகடல்; திடரு - திடலு; நிலை - தன்மை; ஈகுவன் - அளிப்பான்.

கொடுக்கி லோஅறு சளவுயர் வாழ்வையுங் கொடுப்பன்
கெடுக்கி லோநர கத்தினுங் கீழ்ப்படக் கெடுப்ப
னடுக்கி லோவவ னிவனெனப் பூரண மாவன்
விடுக்கி லோவவ னுக்கவ னேயிணை மேலோன். (19)

19. (475) கொடுத்தாலோ அர்ஷ் அளவு உயர்ந்த வாழ்வு கொடுப்பான். கெடுத்தாலோ நரக வாழ்வைவிடக் கீழாக்கிக் கெடுப்பான். நெருங்கினால் அவன் இவனே எனத்தக்க நிரப்பமானவன். விலகிவிட்டால் அவனுக்கு அவனே நிகர் என்னும் மேன்மையுடையவன்.

கொடுக்கில் - கொடுத்தால்; அறுசு - இறைவனின் அதிகார பீடம்; கெடுக்கில் - கெடுத்தால்; அடுக்கில் - நெருங்கினால்; விடுக்கில் - விலகினால்; இணை - நிகர்.

அனந்த ஞானமு மனந்தலோ கமுமள வகன்ற
வனந்த போகமு மனந்தவூக் கமுமறை யாத
வனந்த பார்வையு முள்ளவன் பெயர்கிளை யற்றோ
னனந்த காலமு மழிவிலா வியல்புடை யவனே. (20)

20. (476) எல்லையற்ற ஞானமும் எல்லா உலகங்களின் அளவற்ற போகங்களும் எல்லையற்ற ஊக்கமும் மறைவு அற்ற பார்வையும் உள்ளவன். இனப்பெயர் குலப்பெயர் இல்லாதவன்.எல்லாக் காலங்களிலும் அழிவு இல்லாத நிலைபேறு உடையவன்.

அனந்தம் - முடிவற்ற; அகன்ற - விரிந்த; போகம் - நுகர்ச்சி ஏது; கிளை - கிளையோர், தாய் தந்தை மனைவி மக்கள் போல்வர்.

இந்த மெய்பொரு ளுமதருந் தவத்தினி லீன்ற
சந்த தித்திற லறிவனீ ரறிந்திடத் தகுமோ
மைந்தர் மற்றவ ருடன்கடை மகவையும் வைத்துக்
சுந்த ரப்புயத் தீரின முஞ்சொலிக் கேண்மின். (21)

21. (477) இத்தகைய மெய்ப்பொருளான இறைவன், நீர் அரிய தவத்தினால் பெற்ற மைந்தரின் திறனை அறிவான். நீர் அறிந்திட முடியுமோ? அழகிய தோளுடையவரே! மற்ற மக்களுடன் கடைசிப் பிள்ளையையும் சேர்த்து வைத்துக்கொண்டு மீண்டும் கேளுங்கள்.

சந்ததி - மகன்; கடைமகவு - கடைசிப் பிள்ளை; இனம் - இன்னும், மீண்டும்; சொலி - சொல்லி; கேண்மின் - கேளுங்கள்.

பொருளு ரைப்பதை யறிமினென் றுரைத்துவான் புகுந்தா
ரருளு ருக்கொளு மண்ணல்தா வூதரு மறையின்
றெருளு ருக்கொளுஞ் சுலையுமா னொடுசிறு வரையு
மருள கற்றுல மாக்கடம் மையும்வர வழைத்தார். (22)

22. (478) பொருள்விளக்கம் சொல்வதை அறியுங்கள் என்று சொல்லி வான மண்டலம் சென்றடைந்தார் ஜிபுரீல் (அலை). அருளே உருக்கொண்டு வந்த

தாவூது நபி (அலை), அரிய வேதத்தின் தெளிந்த தெளிவாக உள்ள சுலைமான் (அலை) உடன் மற்ற பதினாறு மக்களையும் மன மருட்சி நீங்கிய அறிஞர்களையும் மீண்டும் வரவழைத்தார்.

அறிமின் - அறியுங்கள்; தெருள் - தெளிவு; சிறுவர் - மகன்கள்; மருள் - மனமருட்சி; உலமா - அறிஞர்.

வந்த பின்னரு கிருத்தியே நேற்றுநா மவுன்ற
மந்தி ரம்மச லாவின மொருதரம் வகுக்கச்
சிந்தை யின்மிகத் தெளிந்துரைப் பீரெனச் செப்பி
முந்த விண்டது போல்வகை வகைமொழி குவரால். (23)

23. (478) வந்தபின் அவர்களை அருகில் அமர்த்திக் கொண்டார். நேற்று நாம் சொன்ன மறைபொருள் கொண்ட வினாக்களை மீண்டும் கூறுகிறோம். நன்றாகச் சிந்தித்துப் பொருள் சொல்லுங்கள் என்று சொல்லிவிட்டுக் கேள்விகளை முன்னர் கூறியதுபோல் வகைவகையாக ஏடுத்துரைத்தார்.

மவுன்ற - சொன்ன, கேட்ட; மந்திரம் - மறைமொழி; மசலா - வினா; இனம் - இன்னும், மீண்டும்; வகுக்க - சொல்ல; சிந்தை - அறிவு; செப்பி - சொல்லி; முந்த - முன்னர்; விண்டது - சொன்னது; வகைவகை - வரிசை; மொழிகுவர் - சொல்வர்.

எவையி னும்மிக முடுகுத லெவையினுந் தூர
மெவையி னும்மிக மருவுத லெவையினு நன்மை
யெவையி னும்மிகக் கெட்டவை யெவையினு மிகுத்த
லெவையி னும்மிக நுட்பமா யிருப்பவை யினமும். (24)

24. (479) எவையினும் மிக நெருக்கமாக இருப்பது எது? எவையினும் தொலைவில் இருப்பது எது? எவையினும் அருகில் இருப்பது எது? எவையினும் நன்மையானது எது? எவையினும் கெட்டது எது? எவையினும் கனத்து இருப்பது எது? எவையினும் நுட்பமாய் இருப்பது எது?

மேலும் முடுகுதல் - நெருங்கிவரல்; மருவுதல் - அருகிலாதல்; மிகுத்தல் - கனத்தல், பாரமாயிருத்தல்,கடுமையானது.

என்றைக் கும்முள திரண்டென்றும் பேதமோ ரிரண்டு
மொன்றுக் கொன்றதி சினமிரண் டுயர்புக முடைத்தொன்
றின்றிப் பங்கொள் பழிப்புள தொன்றிவை யெவையு
மன்றைக் காய்ந்ததி லழுந்தவாய்ந் தோதுமென் றனரே. (25)

25. (481) என்றைக்கும் உள்ள இரண்டு எவை? ஒவ்வொரு நாளும் பேதப்படும் இரண்டு எவை? ஒன்றுக்கொன்று மிக சினம் கொண்டு மோதும் இரண்டு எவை? உயர்குணம் படைத்தோன் விழுங்கி இன்பம் கொள்வது யாது? பழிக்கப்பட்ட ஒன்று எது? இவை அனைத்தையும் ஆராய்ந்து அதில் தோய்ந்து வாய்ப்பாகச் சொல்லுங்கள் என்றார்.

பேதம் - மாறுபாடு; அதி - மிக்க; சினம் - கோபம்; தின்று - விழுங்கி; ஆய்ந்து - ஆராய்ந்து; அழுந்த - தோய; வாய்ந்து - வாய்ப்பாக; ஓதும்- சொல்லுங்கள்.

தேர்ந்து பார்த்தனை வருமதி மயக்கொடு திகைத்தே
கூர்ந்தி யாமுமீ துரைப்பரி தெனுமொழி கொடுத்தா
ரோர்ந்து மீட்டும்லா கவுலவொ லாமுழு தோதி
நேர்ந்து ளோர்க்கெலாஞ் சுலையுமா னபிநிகழ்த் துவரால். (26)

26. (482) மறைபொருள் குறிப்புடைய வினாக்களை ஆராய்ந்த பார்த்து அனைவரும் அறிவு மயங்கினர், திகைத்தனர். எத்தனை ஆராய்ந்தாலும் நாங்கள் இவற்றின் பொருளைச் சொல்ல இயலாது என்றனர். இவற்றைக் கேட்ட சுலைமான் நபி (அலை) லாஹவ்ல வலாகுவ்வத்த இல்லா பில்லாஹி... திரும்புதலும் தீமையை விலக்கும் வலிமை பெறுதலும் அல்லாஹ்விடம் இருந்தே அல்லாமல் இல்லை என்று மீண்டும் மீண்டும் ஓதினார். பின்னர் முன்னே இருப்பவர்களை நோக்கிக் கூறினார்.

தேர்ந்து - ஆராய்ந்து; கூர்ந்து - உற்று ஆராய்ந்து; அரிது - இயலாது; மொழி - மறுமொழி; முழுது - முழுமையாக; நேர்ந்து - முன்னே; உளோர் - உள்ளோர், இருப்பவர்; எலாம் - எல்லாம்.

கலையெ லாமுணர் முதியவர் நீரிவை கவல
மலையெ லாநிக ராய்நினைத் தீர்மயக் கானீர்
நிலையெ லாமிவை யிவையென யானிகழ்த் திடவோ
தொலையெ லாம்புகழ் பெற்றுளீ ரெனச்சொலு மென்றார். (27)

27. (483) கலைகளை எல்லாம் உணர்ந்த பெரியோர்களே! நீங்கள் இவற்றை மலையாக நினைத்து மயங்குகிறீர்கள். அதனால் கவலைகொள்கிறீர்கள். தொலை தேசங்களில் எல்லாம் புகழ்பெற்றுள்ளவர்களே! இவற்றின் பொருள் இவைஇவை என்று நான் சொல்லவா? என்றார். சொல்லுங்கள் என்றனர்.

நிகழ்த்திடவோ - சொல்லவா; பொறற்றுளீர் - பெற்றுள்ளீர்.

அனைத்தி னும்மிக முடுகுதல் வயதறுத் திடுநா
ளனைத்தி னும்மிகு தூரங்கை விட்டகன் றதுவா
மனைத்தி னும்மிக மருவுத லகத்துள ஈமா
னனைத்தி னும்நல மாதியுண் டென்னுநிண் ணயமே. (28)

28. (484) எல்லாவற்றையும்விட நெருக்கமாக இருப்பது வாழ்வை முடித்திடும் மரண நாள். எல்லாவற்றையும்விடத் தொலைவில் இருப்பது கையை விட்டுப்போனது. எல்லாவற்றையும்விட அருகில் இருப்பது ஈமான். எல்லாவற்றையும்விட பலம் இறைவன் உண்டு என்னும் நிர்ணயம்.

முடுகுதல் - நெருங்குதல்; வயதறுத்தல் - மரணம்; மருவுதல் - அருகில் இருத்தல்; அகம் - உள்ளம்; ஈமான் - நம்பிக்கை; ஆதி - இறைவன்; நிண்ணயம் - நிர்ணயம்.

யாதி னும்மிகக் கெடுதியா திக்குமா றியற்ற
லியாதி னும்மற நுண்பொரு ளுண்மையென் பதுவே
யாதி னும்மற மிகுந்தவை சக்குவைத் திருத்த
லியாதி னும்முணர் வீரின மியற்றிடக் கேளீர். (29)

29. (485) எதையும்விட மிகக் கெட்டது இறைவனுக்கு மாறு செய்தல். எதையும்விட மிக நுண்ணிய பொருள் உண்மை என்பதுதான். எதையும்விட மிகக் கனத்தது எதிலும் சந்தேகம் கொண்டிருத்தல் என்பதை உணருங்கள். இன்னும் சொல்வேன் கேளுங்கள்.

ஆதி - இறைவன்; இயற்றல் - செய்தல்; அற - மிக; மிகுந்தது - கனத்தது; சக்கு, ஷக்கு - சந்தேகம்; இனம் - இன்னும்; இயற்றிட - சொல்லி.

நாளு நிற்பது வானமும் பூமியு நலிந்தே
நாளும் பேதிப்ப திரவொடு பகல்சின நாட்டி
நாளுங் காய்வதி ரண்டெனல் கயாத்தொடு மவுத்தே
நாளு நற்றவம் புரிகுவீ ரின்னமு நவில்வேன். (30)

30. (486) நாளும் நிற்பது வானமும் பூமியும். தேய்ந்து நாள்தோறும் மாறிமாறி வருவது இரவும் பகலும். கோபம்கொண்டு ஒவ்வொருநாளும் சுடும் இரண்டு என்பது வாழ்வும் சாவும். நாள்தோறும் நல்ல தவச்செயல் செய்பவர்களே! இன்னும் சொல்வேன்.

நலிந்து - தேய்ந்து; பேதம் - பகல் இரவு என மாறுபடல்; சினம் - கோபம்; நாட்டி - கொண்டு; காய்வது - சுடுவது; கயாத்து - ஹயாத்து, வாழ்வு; மவுத்து - சாவு; நவில்வேன் - சொல்வேன்.

புகழப் பட்டவை வெகுளிவந் திடில்வை போக்கி
மகிழப் பட்டநல் லமைதியோ டிருந்திடல் வையத்
திகழப் பட்டதி லிழுக்குள பழிப்பென லினியோர்க்
ககலப் பட்டகோ பத்தினின் முனைக்கொள்வ தாமே. (31)

31. (487) கோபம் வந்தால் அதை அகற்றிவிட்டு மகிழ்ச்சிக்குரிய அமைதியுடன் இருப்பதே புகழப்பட்டது. இனிய மனிதர்களுக்குத் தொலைவானதாகவும் விலக்கப்பட்டதாகவும் உள்ள கோபத்தில் முனைப்புக்கொண்டு நிற்பதே உலகில் பழிக்கப்பட்டவற்றில் எல்லாம் குற்றம் உள்ள பழிப்பாகும்.

வெகுளி - கோபம்; போக்கி - அகற்றி; வையம் - உலகம்; இகழ் - பழிப்பு; இழுக்கு - குற்றம்; உள - உள்ள; இனியோர் - இனியவர்; அகலப்பட்டது - தொலைவானது, விலக்கப்பட்டது; முனை - முனைப்பு.

வகையி தென்றனர் பன்னறு வருமுல மாக்க
டொகையும் வாயடைத் திருந்தனர் பொறாமையின் சூழ்ச்சி
தகும னத்தரா யெழுபதின் மரமவர் தங்கள்
பகுதி நற்கிதா புகளினிற் றகவலும் பார்த்தார். (32)

32. (488) இவையே நீங்கள் கேட்ட மறைபொருள் வினாக்களுக்கு உரிய விளக்கம் என்றார் சுலைமான் நபி (அலை). கேட்ட அண்ணன்மார் பதினாறு பேர்களும் எழுபது உலமாக்களும் வாயடைத்துப் போயினர். அவர்கள் மனத்தில் பொறாமை சூழ்ந்தது. உலமாக்கள் தங்களிடம் உள்ள அறநூல்களில் கூறப்பட்டுள்ள தகவல்களையும் ஒப்பிட்டுப் பார்த்துக் கொண்டனர்.

வகை - பகுப்பு; பன்னறுவர் - பதினாறு அண்ணன்மார்; உலமா - அறிஞர்; தொகை - குழு; சூட்சி - சூழ்தல் சூழ்ச்சி; தகுமனத்தர் - ஏற்றுக்கொண்ட மனத்தர்; பகுதி கிதாப் - வேதத்தின் பகுதி; தகவல் - எடுத்துக்காட்டு, மேற்கோள்.

பார்த்த திற்பொருந் தினபினு முணர்ந்தவர் பலரு
மூத்த பன்னறு வருமனக் கசடுகண் முற்றி
யார்த்தெ முந்தொருப் படவொரு தலத்தினி லாகி
நாத்த மும்புறப் பிதற்றிய மொழிசில நவில்வார். (33)

33. (489) பார்த்ததில் விடைகள் பொருத்தமாய் இருப்பதை உணர்ந்தனர். ஆயினும் அவர்களில் பலரும் பதினாறு அண்ணன்மார்களும் மனத்தில் அழுக்காறு கொண்டனர். அது முற்றியது. அவர்கள் அனைவரும் ஓரிடத்தில் கூடி ஆர்ப்பாட்டம் செய்தனர். நாத்தழும்பேறிப் பேசிப் பிதற்றினர்.

கசடுகள் - குற்றம், அழுக்காறு; ஒருப்பட - ஒன்றாக; தலம் - இடம்; நாத்தழும்புறல் - நாவு தடித்தல்; நவில்வார் - பேசுவார்.

கதித்த மைந்தர்பன் னறுவரிற் சுலையுமான் கடையி
லுதித்த புத்திர னாவதின் மிகுந்துளத் துரித்தாய்
மதித்துத் தாமுறை யாசனத் தவர்தமை வலிதாய்ப்
பதித்து வைத்திட நினைத்தனர் நினைத்தபண் பியற்றில். (34)

34. (490) சிறந்த மக்கள் பதினாறு பேர்களில் சுலைமான் கடைசி மகன். ஆதலால் உள்ளத்தில் மிகுதியான உரிமையும் அன்பும் பாராட்டித் தாம் அமர்ந்திருக்கும் அரியணையில் வலுக்கட்டாயமாய் அவரை அமர்த்திட நினைத்தார். நினைத்தபடி செய்தார்.

கதித்த - சிறந்த; ஆவதின் - அதன் காரணமாக; உரித்தாய் - உரியவராய்; தாம் உறை ஆசனத்து - தாம் அமர்ந்துள்ள அரியணையில்; வலித்தாய் - வலுக்கட்டாயமாக; பதித்தல் - அமர்த்தல்; நினைத்தபண்பு - நினைத்தபடி; இயற்றில் - செய்தால்.

(இது குளகச் செய்யுள்)

ஏற்ற மேவிய சுதரிருந் திடிலிளை யவள்மேற்
றோற்ற மேவிய மயலினா லவள்பெறு சுதனுக்
காற்ற மேவிய வரசளித் தனரென வகிலந்
தூற்று மேயெனப் பின்வரு வகையுஞ்சீர் தூக்கி. (35)

35. (491) தகுதியுள்ள மக்கள் இருக்கும்போது, இளம்பெண்ணான சுலைமானின் தாயின் அழகின் மீது கொண்ட மையலினால் அவள்பெற்ற பிள்ளைக்கு வலிய அரச அதிகாரத்தைக் கொடுத்தார் என்று உலகம் தூற்றுமே என்று நினைத்திருக்கிறார். பின்விளைவுகளையும் சீர்தூக்கிப் பார்த்திருக்கிறார்.

ஏற்றம் - உயர்வு; மேவிய - தங்கிய; சுதர் - மக்கள்; தோற்றம் - வடிவு; மயலினால் - மையலினால்; சுதன் - மகன்; ஆற்ற மேவிய - வலிமை மிக்க; அகிலம் - உலகம்; பின்வருவகை - பின்விளைவுகள்.

(இதுவும் குளகம்)

இனத்தைக் காட்டிய கல்வியிற் பொறுமையி லெதிர்த்துச்
சினத்தைக் காட்டிய வடையலர் தமைசெகுப் பதனில்
வனத்தைக் காட்டிய சுலையுமான் வல்லவ னெனவோர்
கனத்தைக் காட்டியே நமக்கெலாம் பழுதுகள் காட்டி. (36)

36. (492) கல்வியிலும் பொறுமையிலும் இவ் வறிஞர் குழுவைவிட உயர்வாகக் காட்டி எதிர்த்து வரும் சினம்கொண்ட பகைவரை அழிப்பதில் மிகுந்த திறன் உள்ளதாகக் காட்டிய சுலைமான் வல்லவன் என்ற பெருமிதம் காட்டியே நமக்கெல்லாம் பழுதும் குறைபாடும் உள்ளதாகக் காட்டி

இனம் - அறிஞர்குழு; அடையலர் - பகைவர்; செகுத்தல் - அழித்தல்; வனம் - மிகுதி; கனம் - பெருமை, பெருமிதம்.

(இதுவும் குளகம்)

மால்கொ டுத்திதி லிலகிழி வுரைப்பதை மாற்றி
பால்கொ டுத்தவாய் மணமக லாச்சிறு பாலற்
கேல்கொ டுத்துல கெங்குமோ ரரசியற் றிடுசெங்
கோல்கொ டுத்திடத் துணிந்திதே மனத்தொரு குறிப்பாய். (37)

37. (493) மயக்கி, இதன்மூலம் உலகம் பழிப்பதை மாற்றி, பால் குடித்த வாய் மணம் நீங்காத சிறு பாலனுக்குச் செங்கோல் கொடுத்து, உலகம் முழுவதையும் ஆளும் அரசப்பதவி கொடுத்திட முடிவு செய்து, அதையே குறிக்கோளாய்க் கொண்டு

மால் - மயக்கம்; கோல் - செங்கோல்; செங்கோல் - அரச பதவி; துணிந்து - முடிவுசெய்து; குறிப்பாய் - குறிக்கோளாய்.

(இதுவும் குளகம்)

உவப்பு றும்மச லாப்பயன் வகைவகை யுணர்த்தி
யெவர்க்கு மேதெரி யாப்பொருள் விரித்திடு மியல்பாய்
நவப்ப டப்புகல் வாயென மறையினி னவின்ற
துவக்க மல்லது சுலையுமான் சொலத்தர மலவே. (38)

38. (494) விரும்ப தக்க வினாக்களின் பொருளை முன்னரே உணர்த்தி, எவர்க்குமே தெரியாத மறுமொழியை இயல்பாக விவரித்துப் புதுமையாகச் சொல்வதுபோல் சொல் என்று மறைவாகச் சொன்ன சதித்திட்டத்தின் துவக்கமே இது. இல்லை என்றால் அறிஞர்களால் சொல்ல முடியாததைச் சுலைமான் சொல்ல முடியுமா?

உவப்பு - விருப்பம்; மசலா - வினா; பயன் - சொல்லுரை; வகைவகை - தன்மையாய்; நவம் - புதுமை; புகல் - சொல்; நவின்ற - சொன்ன; சொல் - சொல்ல; தரமல - தகுதியல்ல.

மற்றி தற்கினி யென்செய்வோ மெனமன மயங்கி
முற்று தற்படத் தெளிந்தொரா லோசனை முடித்து
வெற்றி யைத்தரு மிவ்வகை செயிலென வீறாய்ப்
பொற்ற டப்புய நபிமுனம் வந்திவை புகல்வார். (39)

39. (495) அரசு எவருக்கு என்று முடிவாகிவிட்டது. இனி இதற்கு என்ன செய்வோம் என்று மயங்கினர். கூடி ஆலோசனை செய்தனர். கடைசியாக ஒரு முடிவு செய்தனர். இவ்வாறு செய்தால் நமக்கு அது வெற்றியைத் தரும் என்று நம்பினர். அந்த முடிவோடும் நம்பிக்கையோடும் தங்கமலை போல் பூரித்து உயர்ந்த தோளுடைய நபிமுன் வந்து இவற்றைக் கூறினர்.

முற்றுதற்பட - முடிந்த முடிபாக; ஈறாய் - முடிவாய்; தடம் - மலை; புயம் - புஜம், தோள்; புகல்வார் - சொல்வார்.

வியன்ம றைக்குரி யீரும தன்புவீற் றிருக்குஞ்
செயன்மி குத்துள கடைமகன் செப்பிய மசலாப்
பயனு ரைத்ததி லவனர செனநிலைப் படுத்த
நயன ளப்புவைத் தீரவை பொருந்தில மியாமே. (40)

40. (496) பெருமை மிக்க வேதத்திற்கு உரிய தந்தையே! உங்கள் அன்பு குடிகொண்டிருக்கும் செயல்திறன் மிகுந்த கடைசிமகன் கூறிய மறுமொழியால், அவனே அரசன் என்று நிலைப்படுத்தப் பெருமகிழ்ச்சி கொண்டீர்கள். இதை நாங்கள் சம்மதிக்கவில்லை.

வியன் - பெருமை; மறை - வேதம்; வீற்றிருக்கும் - குடிகொண்டிருக்கும்; செப்பிய - சொன்ன; மசலா - வினா; பயன் - மறுமொழி; நயன் - மகிழ்ச்சி; அளப்பு - மிகுதி; பொருந்திலம் - சம்மதிக்கவில்லை.

திட்ட மாகியாம் பொதுவிலோர் காரணஞ் செய்வோ
நட்ட மாய்விடா தவற்கவை பொருந்திடி னயக்கு
மிட்ட மாயுல கனைத்துமோர் தனிற்செங்கோ லியற்றும்
பட்ட மீகுவோ மியாவரு மவன்சொற்கீழ்ப் படிவோம். (41)

41. (497) உறுதியாக நாம் பொதுவாக ஒரு காரியம் செய்வோம். இதனால் அவனுக்கு இழப்பு ஏற்பட்டுவிடாது. இதுவும் அவனுக்குப் பொருந்திவிட்டால் நாங்களும் மகிழ்வோம். உலகம் அனைத்தும் தனிச்செங்கோல் நடத்தும் பட்டத்தை நாம் விரும்பிக் கொடுப்போம். நாங்கள் யாவரும் அவன் சொல்லுக்குக் கீழ்ப்படிந்து நடப்போம்.

திட்டம் - உறுதி; காரணம் - அற்புதக் காரியம்; நட்டம் - இழப்பு; நயக்கும் - மகிழ்வோம்; இட்டம் - இஷ்டம்; இயற்றும் - நடத்தும்; ஈகுவோம் - கொடுப்போம்.

இவைசெய் தாற்பொருந் துவமல துமதுளத் தியல்பா
யெவைசெய் தெங்களைப் பொருத்தினும் பொருந்துறோ மெனவே
கவைசெய் யுள்ளமோ டுரைத்தன ருரைப்பவை கருதி
யவைசெய் தெவ்வகை செயத்துணிந் தீரென வறைவார். (42)

42. (498) இவ்வாறு செய்தால் ஏற்றுக்கொள்வோம். அல்லாமல் உங்கள் மனஇயல்புப்படி என்ன செய்து எங்களை ஏற்கச் சொன்னாலும் ஏற்றுக்கொள்ள மாட்டோம் என்று வேறுபட்ட மனத்துடன் கூறினர். அதைக் கேட்டு, என்ன செய்ய வேண்டும்? எவ்வாறு செய்ய வேண்டும் என்று விரும்புகின்றீர்கள் என்று கேட்க அவர்கள் கூறுவராயினர்.

பொருந்துவம் - ஏற்போம்; அலது - அல்லாமல்; இயல்பால் - இயலும்படி; பொருந்துகிறோம் - ஏற்க மாட்டோம்; கவை - பிளவுபட்ட, கோணலான; செய - செய்ய; துணிந்தீர் - முடிவுகட்டியுள்ளீர்; என் - என்று சொல்ல; அறைவார் - சொல்வார்.

ஒட்ட கங்களுக் குள்ளகூ னெனமுர ணொழியா
தெட்ட கங்கொளு மெவர்களு மினமினந் தனக்கோர்
பட்ட கம்பெடுத் தவரவர் பெயரதிற் பதித்தேழ்
கட்ட கந்தனிற் போட்டுவா யலின்கத வடைத்தே. (43)

43. (499) ஒவ்வொருவரும் ஒட்டகங்களுக்கு உள்ள கூன்போன்ற வளைவும் நெளிவும் உள்ள உலர்ந்த கம்புகள் கொண்டு வந்து அவரவர் பெயரையும் அவரவர் கம்பில் எழுதி, ஏழு கட்டுவீட்டில் வைத்து வாசல் கதவை அடைத்து

முரண் - வளைவு நெளிவு; எட்டகம் - வஞ்சனை; இனம்இனம் - அவரவர்; பட்ட - உலர்ந்த; கம்பு - கழி; ஏழுகட்டுஅகம் - மாளிகை.

(இது பொருள் முற்றுப்பெறாத குளகச் செய்யுள்)

அடைத்த வாயிலின் முத்திரை பதித்தனை வோருந்
திடத்த காவலி னுடன்மறு தினந்தனிற் றிறந்தே
யெடுத்து நோக்கிடிற் றளிர்த்துள கழியினர் தமக்குத்
தடுத்தி டாதுநும் மரசளித் திடுதல்சம் மதித்தோம். (44)

44. (500) அடைத்த வாசலுக்கு முத்திரை இடவேண்டும். வலிய காவலுடன் மறுநாள் வீட்டைத் திறந்து பார்க்கும்போது எவருடைய கம்பு தளிர்த்து உள்ளதோ அவருக்கு உங்கள் அரசைக் கொடுக்கச் சம்மதிப்போம். இதில் எத்தகைய தடையும் சொல்ல மாட்டோம்.

திடத்த - வலிய, உறுதியான; கழியினர் - கம்புக்கு உரியவர்.

இதற்கி ரண்டுரைத் திடுகில மென்றன ரெவரு
மதற்கி ணங்கிநும் பெயர்வரிந் தாட்கொரு கழியென்
னெதிர்க்கின் றிப்பொழு தேகொடு வருகவென் றிசைத்தார்
மதிச்செ முந்திரு வதனசுந் தரநபி வள்ளல். (45)

45. (501) இதற்கு மாறு சொல்லமாட்டோம் என்றனர். இதற்கு அனைவரும் இணங்கினர். இன்றே இப்பொழுதே நீங்கள் ஒவ்வொருவரும் உங்கள் பெயரை எழுதி ஆளுக்கொரு கம்பு கொண்டு வாருங்கள் என்று கூறினார், முழுமதி போன்ற அழகிய செழுமுக நபியாகிய வள்ளல்.

இரண்டு சொல்லல் - மாறுபாடு பேசல்; எதிர்க்கு - முன்; கொடு - கொண்டு; இசைத்தார் - சொன்னார்; மதி - முழுமதி; சுந்தரம் - அழகு; வள்ளல் - அளவின்றிக் கொடுப்பவர்.

சிறந்த யாவரு மொழுங்குள பசுங்கழி தேடிப்
பிறந்த தம்பெயர் வரைந்தனர் சுலையுமான் பெயர்க்கென்
றறந்த விர்ந்தவர் குடிகள்போ லற்றுலர்ந் தழிய
விறந்த கம்பெடுத் தெழுதென வெழுதியீந் தனரே. (46)

46. (502) எல்லாரும் ஒழுங்கான, பசுமையான நல்ல கழிகளைத் தேடி எடுத்துத் தங்கள் பெயர்களை எழுதினர். அறநிலை தவறிய குடிகள்போல் நன்றாக உலர்ந்து உயிர்ப்பு இல்லாத செத்துப்போன கம்பு ஒன்றைத் தேடி எடுத்து, அதை சுலைமானிடம் கொடுத்து உன்னுடைய பெயரை எழுது என்றனர். அவர் எழுதிக் கொடுத்தார்.

வரைந்தனர் - எழுதினர்; அறம் - அறநிலை; தவிர்ந்தவர் - தவறியவர்; குடிகள் - குடும்பங்கள், குடிமக்கள்; அற்று - இருந்தும் இல்லாமலாகி; உலர்ந்து - காய்ந்து; அழிய இறந்த - செத்துப்போன; ஈந்தனர் - கொடுத்தார்.

எட்டி வைத்துள மனத்தினர் கழியெலா மெடுத்துக்
கொட்டி வைத்துள மறைப்பொரு ணபியையுங் கூட்டிக்
கட்டி வைத்துள வொருமனை புகுந்துதங் கழிக
ணட்டி வைத்தனர் சுவரினிற் சார்புற நன்காய். (47)

47. (503) எட்டிக்காய் போன்ற கசப்பை மத்தில் வைத்துள்ள அவர்கள் எல்லாக் கழிகளையும் எடுத்துக்கொண்டனர். அரிய ஞானங்கள் எல்லாம் கொட்டிக்கிடக்கும் வேதப் பொருள் உணர்ந்த நபியையும் அழைத்துக்கொண்டனர். முழுமையாகக் கட்டிமுடிக்கப்பட்டுள்ள ஒரு வீட்டில் புகுந்து, தங்கள் கழிகளை எல்லாம் சுவரில் சாய்ந்திருக்கும்படி நன்றாக நட்டு வைத்தனர்.

எட்டி - எட்டிக்காய்; மறைப்பொருள் - வேதப்பொருள்; மனை - வீடு; சார்புற - சாய்த்தபடி; நன்காய் - நன்றாய்.

சாற்று கின்றகொம் புகளினிற் கவையுள தலையி
லேற்று கின்றனர் சுலையுமான் கழியினை யெடுத்தே
மாற்று வோந்தளிர்த் திடினுமென் றெண்ணிவைத் ததுபோ
யாற்று தாரண மவர்க்கிவர் தலையென்றா யினதால். (48)

48. (504) நட்டு வைக்கப்பட்ட கொம்புகளின் தலையில் உள்ள கவைகளில் சுலைமானின் கழியைப் படுக்க வைத்தனர். ஒருவேளை அது தளிர்த்துவிட்டால் விரைந்து மாற்றிவிடலாம் என்றே அவ்வாறு வைத்ததுபோல் வைத்தனர். அஃது அவர்களின் தலைக்கு உதாரணம் என்றாயிற்று.

சாற்றுகின்ற - சொல்லப்படுகின்ற; கொம்பு - கோல்; ஆற்றல் - செய்தல்.

சாத்தி முத்திரை வைத்தனர் பின்புதா தையினோ
டேத்த தங்கள்சார் படைந்தனர் விடிந்தபின் னெழுந்தே
சேர்த்த தோர்த்திர ளாய்ப்புகுந் தம்மனை திறந்து
பார்த்தி டற்கென நபியைவந் தழைத்தனர் பாலர். (49)

49. (505) வீட்டைச் சார்த்தி முத்திரை இட்டனர். பின்னர் தந்தையோடு தங்கள் இருப்பிடத்திற்குச் சென்றடைந்தனர். பொழுது விடிந்தபின் திரளாகக் கூடித் தந்தையிடம் வந்தனர். வாருங்கள்! போய் வீட்டைத் திறந்து பார்ப்போம் என்றனர் மூத்த பிள்ளைகள்.

சாத்தி - சார்த்தி, மூடி; தாதை - தந்தை; ஏத்த - புகழ; சார்பு - இருப்பிடம்; திரள் - கூட்டம்; மனை - வீடு; பாலர் - பிள்ளைகள்.

கூவு போதினி லண்ணலு மிளையகோ மானுந்
தாவு சீர்பெறு பனியிசு றாயில்க டாமு
மேவ லோர்களு முதியரு முடன்கலந் தெழுந்தே
மேவி னார்கழி யுறைந்துள மனையின்மே வியபின். (50)

50. (506) கோழி கூவும் வேளையில் அரசர் தாவூது நபி (அலை)யும் இளவரசர் சுலைமானும் சீர்மையின் உறைவிடமான பனீஇசுரயீல்களும் பணியாளரும் முதியவர்களும் உடல் கலந்து எழுந்து கழிகள் வைக்கப்பட்டுள்ள வீட்டில் கூடினர். கூடிய பின்

கூவு போது - சேவல் கூவும் நேரம்; அண்ணல் - அரசர்; இளைய கோமான் - இளவரசர்; சீர் - சீர்மை, செல்வம்; ஏவலோர் - பணியாளர்; முதியர் - மூத்தோர்; மேவினார் -சேர்ந்தார்.

மெய்த்த நாயக நபியொடு திறந்துமேற் பார்க்கிற்
கைத்த சோதரர் பன்னறு வோர்கழி களுமே
வைத்த போதுள பசுமையு மகன்றற வற்றிப்
பொய்த்து ளோர்முகங் கறுத்திட வெளிறல்போன் றனவே. (51)

51. (507) மெய்யான நாயக நபியுடன் திறந்து பார்த்தபோது கசந்த சகோதரர் பதினாறு பேர்களின் கழிகளும் வைத்தபோது இருந்த பசுமையும் நீங்கி முற்றக் காய்ந்து உலர்ந்து பொய்யுரைத்தவர் முகம் கறுத்து வெளிறுதல்போல் வெளிறிக் கிடந்தன.

மெய்த்த - மெய்யான; கைத்த - கசந்த; சோதரர் - சகோதரர்; அகன்று - நீங்கி; அற - முற்றாக, அறவே; வற்றி - உலர்ந்து; பொய்த்துள்ளோர் - பொய்யுரைத்தவர்; வெளிறல் - வெளுத்தல்.

கவையில் வைத்திடு சுலையுமான் பெயரிடு கம்பு
நவைமி குத்தவர் கழியகன் றிப்புற நண்ணி
யுவகை நற்றவர் நிலையென வாணிவே ரூன்றித்
தவற கற்றிநன் னெறிசெய்வோர் நிலையெனத் தழைத்தே. (52)

52. (508) சுலைமான் பெயர் எழுதப்பட்டு மற்ற கழிகளின் கவைகளில்படுக்க வைக்கப்பட்ட கம்பு குற்றம் மிகுந்தவர்களின் கழிகளை விட்டு விலகி இப்புறம் வந்து தரையில் ஊன்றி நின்றது. அது, மகிழ்ச்சியுடன் நல்ல தவம் செய்வோர் நிலைபோல் ஆணிவேர் ஊன்றி, தவறுகளை நீக்கி, நன்னெறி வளரத் தொண்டு செய்வோர் நிலைபோல் தழைத்திருந்தது.

நவை - குற்றம்; நண்ணி - அடைந்து; உகவை - மகிழ்ச்சி; செய்வோர் - தொண்டு செய்வோர்.

உணர்ந்த மேலவ ரொழுக்கமுஞ் சீருமொத் திருப்ப
மணங்கு லாவிய மெல்லித ழலர்பல மலர்ந்தே
யிணங்கி யும்மிணங் கார்மன நிகர்த்தகா யீன்றே
குணங்க ணூலென வினியசெந் தேன்கனி கொடுத்தே. (53)

53. (509) மெய்யுணர்ந்த மேலோர்களிடம் நல்லொழுக்கம் புகழும் ஒத்திருப்பதுபோல் நறுமணம் கமழும் மென்மையான இதழ்களையுடைய மலர்கள் மலர்ந்திருந்தன. இணங்கியும் இணங்காதும் போக்குக்காட்டுவோர் மனம்போன்ற காய்கள் காய்த்திருந்தன. நற்குண நல்லற நூல் போன்ற இனிய செந்தேன்போல் இனிக்கும் கனிகள் கனிந்து தொங்கின.

சீர் - புகழ்; அலர் - மலர்.

துலங்கி நின்றிட விதனையுங் கண்டுசோ தரருட்
கலங்க நின்றன ரெழுபதின் மருங்களைத் தனர்மே
லலங்க னின்றதோ ளினரதி சயித்தனர் முகங்க
ளிலங்க நின்றனர் மறைநபி யுடனிள வலுமே. (54)

54. (510) மேற்கண்டபடி இளவல் சுலைமானின் கம்பு துலங்கி நின்றது. இதனைக் கண்ட அண்ணன்மார் மனம் கலங்கி நின்றனர். எழுபது அறிஞர்களும் சோர்ந்தனர். தோள்களில் மலர்மாலை கிடக்கும் வேதநபி அருகில் முகம் ஒளிர நின்றார் இளவல்.

துலங்குதல் - ஒளிவீசுதல்; சோதரர் - அண்ணன்மார்; களைத்தனர் - சோர்ந்தனர்; அலங்கல் - மலர்மாலை; இலங்க - ஒளிர.

முத்தெ லாமொரு கடலிடைப் பிறக்கினு முழுதும்
பத்தி யாயொளி ராணிமுத் தாவதோ பரிந்து
சுத்த வோரனை பெறுகினுஞ் சோதர ரெவரு
முத்த மாதிப ராவரோ வூழ்விதி யொழிந்தே. (55)

55. (511) முத்துகள் எல்லாம் ஒரே கடலில் பிறந்தாலும் முழுவதும் கதிர்விட்டு ஒளிரும் ஆணிமுத்துப்போல் ஆவதுண்டோ? பரிசுத்தமான ஒரே தாய் பரிவுடன் பெற்றெடுத்திருந்தாலும் சகோதரர் அனைவரும் உத்தமமான பிள்ளையைப் போல் ஆவரோ? இறைவிதிப்பு ஒழியுமோ?

ஆணிமுத்து - வயிரமுத்து; சுத்தம் - பரிசுத்தம், புனிதம்; அனை - அன்னை; உத்தமாதிபர் - உத்தம அதிபர், மேலான குணங்களின் அதிபதி, மேலோர்; ஊழ் - முறைமை, ஒழுங்கு; விதி - இறைவனின் ஏற்பாடு ஆகிய விதிப்பு.

பொங்கு மக்கினிப் பெருங்கருப் பூரத்தான் மறைக்கின்
மங்கு மோமிக வும்பெரி தாய்வள ராதோ
வெங்கு மாமிறை யருளளோர்க் கெவர்செயு மிடறுந்
தங்கு சீர்த்தியைக் கொடுப்பதல் லாலடந் தருமோ. (56)

56. (512) பெருமலைபோல் பொங்கி எரியும் நெருப்பைக் கற்பூரத்தால் மறைத்தால் அது குறையுமோ? அது மேலும் பெரிதாய் வளராதோ? எங்கும் நிறைந்துள்ள இறைவன் அருளைப் பெற்றுள்ளவர்களுக்கு, எவர் இடையூறு செய்தாலும், அது அவர்களுக்குப் பெருமையைக் கொடுக்குமே அன்றி அவர்களின் பெருமையைப் போக்கிவிடுமோ?

கிரி - மலை; பூரம் - கற்பூரம்; இடறு - இடையூறு; அடம் - போக்குதல்.

சோத ரங்கள்செய் யிடரெல்லாஞ் சுலையுமா னபிதம்
மாத ரம்பெறு மகத்துவப் புதுமையை வலியை
யாத ரந்தர வளர்த்துல கரசினுக் கிவரே
நீத ரஞ்சித ரெனுஞ்சொலை நிலைநிறுத் தியதே. (57)

57. (513) சகோதரர்கள் செய்த இடையூறுகள் எல்லாம் சுலைமான் நபி (அலை)யின் உயரிய படித்தரத்தில் உள்ள அவர்களின் அற்புதப் பெருமையையும் அதன் வலிமையையும் உணர்த்தி உலக மக்கள் மனத்தில் அவர் மீது அன்பை வளர்த்தன. உலக அரசுக்கு இவரே சரியானவர், பொருத்தமானவர் என்னும் சொல்லை நிலைநிறுத்தின.

சோதரம் - அண்ணன்மார்; இடறு - இடையூறு; மா - உயரிய; தரம் - படித்தரம்; மகத்துவம் - பெருமை; புதுமை - அற்புதம், முஃஜிஸாத்; ஆதரம் - அன்பு; நீதர் - சரியானவர்; அஞ்சிதர் - பொருத்தமானவர்.

ஒன்று செய்யமற் றொன்றதாய் முடிந்ததை யுன்னி
நின்று நெட்டுயிர்த் தளவறு துயர்க்கட னீந்திச்
சென்று போவதற் கரியதாய் மனத்தினிற் றிகைத்துக்
கன்றி வாடினர் பாலரு முணர்ந்துளோர் களுமே. (58)

58. (514) ஒன்று செய்ய வேறொன்றாய் முடிவதை நினைத்து நினைத்து அண்ணன்மாரும் எழுபது அறிஞர்களும் வாடினர். திகைத்து நின்று பெருமூச்சு விட்டனர். அளவில்லாத் துயரக் கடலில் சிக்கி, நீந்திக் கடக்க முடியாதவராய் முகம் கன்றி வாடினர்.

உன்னி - நினைத்து; நெட்டுயிர்த்து - பெருமூச்சுவிட்டு; அளவறு - அளவு இல்லாத; துயர் - துயரம்; சென்றுபோவது - கடத்தல்; அரியதாய் - முடியாததாய்; பாலர் - அண்ணன்மார்; உணர்ந்துளோர் - எழுபது அறிஞர்கள்.

வெய்ய சிந்தையிற் கலங்கிய புதல்வரை விளித்துத்
துய்ய தந்தையர் கூறினர் சுலையுமான் பெறவிவ்
வைய கந்தனி லரசளிப் பதற்குநும் மனத்தி
லைய மின்னமுண் டோவென வதற்கெதி ரறைவார். (59)

59. (515) மனப்புழுக்கத்தில் கலங்கிய மக்களை அழைத்து, சுலைமானிடம் உலகத்தின் அரசாங்கத்தைக் கொடுப்பதற்கு உங்கள் மனத்தில் சந்தேகம் இன்னும் உண்டோ என்று கேட்டார் தூய தந்தையார். அதற்கு மறுமொழி கூறினர்.

கலிவிருத்தம்

முந்து பாரி முதன்மக்கண் மீதிலே
தந்தை யார்க்குத் தயவுகொள் ளாதினிப்
பிந்து பாரியின் மீதவள் பிள்ளைமீ
தந்த மற்றவன் பாமென்ப ராதலால்.   (60)

60. (516) முந்திய மனைவியின் மக்களான மூத்த பிள்ளைகள் மீது தந்தையர்க்குப் பரிவு ஏற்படுவதில்லை. பிந்திய இளைய மனைவியின் மீதும் அவள் பிள்ளை மீதும் எல்லையற்ற அன்பு இருக்கும் என்பார்கள். ஆதலால்

முந்து - முந்திய; பாரி - மனைவி; முதல்மக்கள் - மூத்த பிள்ளைகள்; தயவு - பரிவு; பிந்து - பிந்திய, இளைய; அந்தம் - எல்லை.

இளைய தாரத்தின் பாலனை யெண்ணியே
யளையு மன்பி னணுவள வேனுமே
விளைய நீரெங்கண் மீதுவைத் தீரிலை
களையொ ணாவஞ்ச கத்தைக்கை யாடினீர்.   (61)

61. (517) இளைய தாரத்தின் பிள்ளையை எண்ணிக் கலங்கும் அன்பில் ஓர் அணு அளவுகூட எங்கள் மீது நீங்கள் வைக்கவில்லை. நீக்க முடியாத வஞ்சகத்தைக் கைக்கொண்டு சதிசெய்து விட்டீர்கள்.

பாலன் - பிள்ளை, மகன்; அளையும் - கலங்கும், கவலைப்படும்; விளைய - விளையும்படி; களையொணாத - களையமுடியாத; கையாடினீர் - கரவாகச் செய்தீர்.

கரவி லாது கழிவைத் தகன்றபின்
மருவு மந்த மகன்கழி யாணிவேர்
தரவுங் காய்கனி தந்துத ழைக்கவு
மிரவெ லாம்விழித் தேங்கித்து வாச்செய்தீர்.   (62

62. (518) வஞ்சகம் இல்லாமல் எங்கள் கழிகளை வைத்துச் சென்றோம். சென்றபின், உங்கள் நெருக்கத்திற்கு உரிய அந்த மகனின் கழி ஆணிவேர் விட்டுத் தழைக்கவும் காயும் கனியும் தரவும் இரவெல்லாம் விழித்திருந்து ஏங்கி இறைவனிடம் மன்றாடி இறைஞ்சினீர்கள்.

கரவு - வஞ்சகம்; மருவும் - நெருங்கியிருக்கும்; துவா - துஆ, இறைஞ்சுதல், மன்றாடுதல்.

ஆன தாலவன் வைத்தகொம் பற்புதந்
தானு லாவத் தழைத்தெழுந் தோங்கின

வீன மேவிய விவ்வித வஞ்சகம்
ஞான வேத நபிகள்செய் வார்களோ. (63)

63. (519) ஆனதால் அவன் வைத்த கொம்பு அற்புதமாகத் தழைத்து ஓங்கி எழுந்தது. கேவலமான இத்தகைய வஞ்சகத்தை வேத ஞானம் பெற்ற நபிமார்கள் செய்வார்களோ?

உம்மைப் போலு முருகித் துவாச்செய்யுஞ்
செம்மைப் பேறுடை யோரெம்மைச் சேர்ந்திடிற்
றம்மைப் போலுங் கழிக டழையுமா
லெம்மைப் போலும் வலியவ ரில்லையால். (64)

64. (520) உங்களைப் போல் உருகி இறைஞ்சும் நற்பேறு பெற்றவர் எங்களோடு இருந்தால் நன்மை தழைப்பதுபோல் எங்கள் கழிகள் தழைக்கும்; எங்களைப் போன்ற வலிமை படைத்தவரும் இருக்கமாட்டார்.

செம்மை - செம்மாந்த உயர்வு; பேறு - பாக்கியம்; தம் - நன்மை; வலியவர் - வலிமை மிக்கவர்.

இந்த வஞ்சகத் தெங்கண் மனமிளைத்
துந்து நல்லர சீயவு டன்படோ
மெந்த மால்மச லாவொன்றி யம்புவோ
மந்த வாய்மைக் கவன்பொருள் கூறிலோ. (65)

65. (521) உங்களின் இந்த வஞ்சகத்தால் எங்கள் மனம் இளைத்தது. இந் நிலையில் உயர்ந்த நல்லுரைத் தம்பிக்குக் கொடுக்க உடன்பட மாட்டோம். நாங்கள் ஒரு வினா எழுப்புவோம்.அதன் உண்மையான பொருளை விளக்கிக் கூறினால்

இளைத்தல் - நலிதல்; உந்து - உயர்ச்சி; ஈய - கொடுக்க; எந்தம் - எங்கள்; மசலா - வினா; இயம்புவோம் - சொல்வோம்; வாய்மை - உண்மை.

(இதுவும் குளகம்)

ஓல மாங்கடல் சூழுல குக்கொரு
கோலி யாங்கள் கொடுக்கப்பொ ருந்துவோம்
பால னாம்பண் பினனையிப் போதிலே
சால வாய்ந்திவை சாற்றச்சொல் வீரென்றார். (66)

66. (522) ஓலமிடும் கடலால் சூழப்பட்ட உலகை ஆளும் ஆட்சிக்கோலைக் கொடுக்க நாங்கள் உடன்படுவோம், பிள்ளை இயல்புடையவனைச் சொல்லச் சொல்லுங்கள். நன்றாக ஆராய்ந்து இப்போதே சொல்ல வேண்டும்.

ஓலம் - இரைச்சல்; கோல் - ஆட்சிக்கோல்; பொருந்துதல் - உடன்படுதல்; பாலன் - பிள்ளை; பண்பினன் - இயல்புடையவன்; சால - நன்றாக; சாற்றல் - சொல்லல்.

தம்மைச் சொல்பழிக் கேதொன்றுஞ் சாற்றிலர்
வெம்மைக் கோபம னத்தினு மேவில

ரும்மிற் றேர்ந்து சிறுவர்க்கு ரைப்பதைச்
செம்மைக் கோதுமென் றாரவை செப்பலும். **(67)**

67. (523) அவர்கள் தம்மைச் சொல்லால் பழித்ததற்காக எதுவும் சொல்லவில்லை. வெப்பமான கோப உணர்வு மனத்தில் தோன்றவும் இல்லை. தம்பியிடம் கேட்க விரும்புவதை உங்களுக்குள் தீரத் தெளிந்து திருத்தமாகச் சொல்லுங்கள் என்றார் தந்தை. அவர் சொன்னவுடன்

சொல்பழிக்கு - சொல்லால் பழித்ததற்காக; சாற்றிலர் - சொல்லவில்லை; வெம்மை - வெப்பம், சூடு; மேவிலர் - உண்டாகவில்லை; தேர்ந்த - தெளிந்த; செம்மைக்கு - திருத்தமாக; ஓதும் - சொல்லுங்கள்; செல்லலும் - சொன்னதும்.

பனியைக் கொண்ட மதியைப் பறக்குமின்
மினியைக் கொண்டு வெலநினைப் பார்கள்போற்
றுனியைக் கொண்டப் புறத்தி லிருந்துதோய்ந்
தினியைக் கொண்மச லாவொன் றெடுத்தனர். **(68)**

68. (524) பனிபோன்ற குளிர்ச்சி உடைய முழுநிலவைப் பறக்கும் மின்மினிப் பூச்சியைக் கொண்டு வெல்ல நினைப்பவர் போல், மனத்தில் வெறுப்புக்கொண்டு, அதிலேயே தோய்ந்து நின்று இனிமையான மறைபொருள் கொண்ட வினா ஒன்று விடுத்தனர்.

வெல - வெல்ல; துனி - வெறுப்பு; இனியைகொள் - இனிய மறைபொருளுடைய

இந்த மாமச லாவிசைக் கத்தகா
னெந்த வாறுணர்ந் தாலுமென் வெண்ணியம்
மைந்த னாரொடு வைகிய சுந்தரத்
தந்தை முன்வந்து சாற்றுகின் றோமென்றார். **(69)**

69. (525) எப்படிச் சிந்தித்து ஆராய்ந்தாலும் இந்த அரிய வினாவிற்கு அவனால் விளக்கம் சொல்ல முடியாது என்று எண்ணிய அண்ணன்மார், இளைய மைந்தரோடு தங்கியிருந்த தந்தையின் முன் வந்து நின்று சொல்கின்றோம் என்றனர்.

மா - அரிய; மசலா - வினா; இசைக்க - விளக்க; தகாது - முடியாது; வைகிய - தங்கியிருந்த; சாற்றுதல் - சொல்லல்.

சொல்வீ ரென்றிடச் சொல்வர்ந ரர்க்கொன்று
நல்வி தங்கொளி னன்மையெ லாமினிப்
புல்வி தங்கொளிற் புன்மைய தென்னென்றார்
கல்ப தென்றுவிண் டார்கடைப் பாலனார். **(70)**

70. (526) சொல்லுங்கள் என்றார் தந்தை. சொன்னார்கள். மனிதரிடம் ஒன்று உள்ளது. அதை நல்லபடி பாதுகாத்துக் கொண்டால் நன்மைகள் எல்லாம் உண்டாகும். இழிவில் தோய்த்துக் கொண்டால் கேடுகள் எல்லாம் உண்டாகும். இஃது என்ன என்றார். அஃது இதயம் என்றார் கடைக்குட்டிப் பிள்ளை.

நரர் - மனிதர்; புல் - இழிவு; புன்மை - கேடு, சிறுமை; கடை - கடைசி.

வாட்ட மற்றசொல் லாய்மச லாப்பொரு
ளீட்ட வோத விருசெவி யாரவே
கேட்ட னேக பொறாமைக்கி லேசத்தை
யோட்ட வுட்களிப் புற்றனர் சோதரர். **(71)**

71. (527) கோணல் இல்லாத சொல்லாய் வினாவிற்கு உரிய பொருளைத் தொகுத்துச் சொல்லக் கேட்ட அண்ணன்மார் செவிகள் குளிர்ந்தன. பொறாமையால் உண்டான துன்பங்களைத் தம்பியின் சொல் ஓட்டிவிட்டது. உள்ளம் மகிழ்ந்து பூரித்தனர்.

வாட்டம் - கோணல்; ஈட்ட - தொகுத்துச்சொல்ல; கிலேசம் - துன்பம்

ஏரு லாவுல மாக்க ளெழுபது
பேருங் கல்விப் பெரியவ ரியாவருந்
தேரு நந்தந் தெளிவி லகத்திலொன்
றோரு தற்கிணை யல்லவென் றுன்னினார். **(72)**

72. (528) அழகிய கல்வி கற்ற அறிஞர் எழுபது பேர்களும் மற்றுள்ள கல்விப் பெரியார் யாவரும் நிச்சயமாக நாம் பெற்றிருக்கும் தெளிவு, இவ் விளையாரோடு ஒப்பிட்டு ஆராய்ந்தால் இணைசொல்லத் தக்கதல்ல என்று நினைத்தார்கள்.

ஏர் - அழகு; தேரு - தேர், நிச்சயம்; நந்தம் - நம்முடைய; ஒன்று - ஒன்றாக; ஓருதற்கு - ஆராய்வதற்கு; உன்னினார் - நினைத்தார்.

பால ரும்முல மாக்களும் பன்னிரு
சீல நன்மச லாப்பொருள் செப்புதன்
மூல தந்தை முடிவென வெண்ணுதல்
சால வும்பிழை யென்று தவிர்த்தனர். **(73)**

73. (529) பதினாறு மைந்தர்களும் அறிஞர்களும், முன்னர் பொருள் சொல்லக் கேட்ட பன்னிரண்டு அறிவார்ந்த நல்ல வினாக்களும், தந்தையின் மறைவான சதியின் முடிவு என்று எண்ணியது பெரும்பிழை என்பதை உணர்ந்தனர். அவ் வெண்ணத்தை நீக்கினர்.

பாலர் - மைந்தர்; சீலம் - நல்லறிவு; மசலா - வினா; செப்புதல் - சொல்லக் கேட்டது; மூலம் - அடிப்படைக் காரணம்; சால - மிகுதி; தவிர்த்தனர் - நீக்கினர்.

தந்தை யைப்பன் னறுவருந் தாள்பணிந்
தெந்தை யீருமை யாங்க ளுணர்விலாச்
சிந்தை யாச்சொலுந் தீமொழிக் குற்றத்தி
னிந்தை யைப்பொறுத் தாள்கென நேர்ந்தனர். **(74)**

74. (530) பதினாறு பிள்ளைகளும் தந்தையை அடிபணிந்தனர். தந்தையே! தங்கள் அருமையை உணராச் சிற்றறிவினால் தீயவார்த்தைகள் பேசிவிட்டோம். எங்கள் குற்றத்தையும் பழிப்பையும் பொறுத்தருள வேண்டும் என்றனர்.

தாள் - அடி; தீய்மொழி - சுடுசொல்; நிந்தை - பழிப்பு; நேர்தல் - வேண்டுதல்.

மன்னு மன்பொடு வாழ்த்தித் தழுவியே
யுன்னும் பட்ட முமக்கென்று போற்றினார்
துன்னுஞ் சுந்தர மேவு சுலையிமா
னென்னுந் தம்பியை முன்னவ ரியாருமே. (75)

75. (531) அண்ணன்மார் யாவரும் அழகு கொஞ்சும் சுலைமான் ஆகிய தம்பியை ஆழ்ந்த அன்புடன் கட்டித் தழுவி வாழ்த்தினர். மதிப்பிற்குரிய பட்டம் உமக்கே உரியது என்று போற்றினர்.

மன்னுதல் - நிலைபேறு; உன்னுதல் - நினைத்தல்; துன்னுதல் - பிதுங்குதல்; சுந்தரம் - அழகு; மேவுதல் - பொருந்துதல்; முன்னவர் - அண்ணன்மார்.

தாயர் தந்தை தவப்பய னோபுவி
நேய மாய்ச்செய் நெடுந்தவ மோவிந்தச்
சேயர் வந்துசென் மித்ததென் றேநின்ற
தூய ரியாவருஞ் சொல்லத் தொடங்கினார். (76)

76. (532) தாய் தந்தை செய்த தவத்தின் பயனோ? உலக மக்கள் வேண்டிச் செய்த நெடிய தவத்தின் பயனோ? இந்தக் குழந்தை பிறந்தது எவ்வகையோ? என்று கூடி நின்ற தூய்மையானவர்கள் எல்லாம் சொல்லத் தொடங்கினர்.

புவி - உலகம்; நேயம் - விருப்பம்; சேய் - மகன்; சென்மித்து - பிறந்தது; துடங்கினார் - தொடங்கினார்.

இங்கு வைகி யிவர சாள்கிலோ
பொங்கு வீரப் புரவலர் சூடிய
முங்கி ரத்ன முடியின் னகர்த்தெரு
வெங்கு மெங்கு மிடறுமென் பார்சிலர். (77)

77. (533) இங்கிருந்து இவர் அரசாளத் தொடங்கிவிட்டால் வீரம் பொங்கும் அரசர்கள் சூடிக்கொண்டிருக்கும் மணிமுடி, அவர்களின் அரசநகர், அரண்மனைத்தெரு முதலிய அனைத்தும் இவரால் வெல்லப்பட்டுத் துன்பத்தில் உழலும் என்பார் சிலர்.

வைகி - இருந்து; புரவலர் - அரசர்; முங்கு - அழுந்தப்பதித்த; இரத்னமுடி - மணிமுடி; இடறும் - போரிடுவார்.

சாமெ னும்பதி தன்னில்வி ளங்கியே
பூமி யெங்கும் புரப்பது மெய்யென
நாம வேற்கை நறுங்குங் குமப்புயஞ்
சோம வாண்முகஞ் சொல்வதென் பார்சிலர். (78)

78. (534) இவர் ஷாம் நகரில் ஒளிவீசுமாறு இருந்துகொண்டு, பூமி முழுவதையும் ஆளப் போவது மெய் என்று இவருடைய வீரவேல் தாங்கிய கையும் நறுமணக் கங்கும் பூசிய தோளும் சிவந்த வாள்முகமும் சொல்கின்றன என்பார் சிலர்.

விளங்கி - ஒளிர்ந்து; புரப்பது - ஆள்வது; நாமவேல் - வீரவேல்; சோமம் - சிவப்பு.

காரொப் பாகுந் துரைஅப்துல் காதிர்தன்
சீரொப் பாகுஞ்செல் வங்கள் செழித்துள
வூரொப் பாகு முவகை வசனத்தி
னேரொப் பாகும் வகையென் னிகழ்த்துவோம். (79)

79. (535) மழைமேகத்திற்கு ஒப்பாவான் துரை அப்துல் காதிர். அவன் சிறப்பிற்கும் ஒப்பாகும். செல்வங்கள் செழித்துள்ள ஊர் ஒப்பாகும் மகிழ்ச்சி. அதன் வகைதொகைகளை ஒத்த மொழியில் எப்படிச் சொல்வோம்?

கார் - மழைமேகம்; சீர் - சிறப்பு; உவகை - மகிழ்ச்சி; வசனம் - மொழி, வார்த்தை.

ஏன்ற திச்சொ லெழினபி தம்மனை
தோன்றிச் சொன்முந் தோகையர் சொல்லக்கேட்
டீன்ற போதினி லெய்துமு வப்பின்மே
லூன்ற நல்லுவப் புற்றனர் பெற்றதாய். (80)

80. (536) இந்தப் பேச்சுகள் எல்லாம் நபியின் மாளிகை சென்றடைந்தன. அதிகாரப் பூர்வமாக அறிவிக்கப்படுமுன், மயில்போன்ற தோழியர் வந்து சொல்லக் கேட்டு, பெற்றபோது அடைந்த மகிழ்ச்சியைவிட மிகுதியாக மகிழ்ச்சியில் ஊன்றி நின்று களித்தார், சுலைமான் நபி (அலை)யைப் பெற்ற தாய்.

என்றது - சேர்ந்தது, பொருந்தியது; மனை - அரண்மனை; தோன்று - முன்வந்து; சொல்முனம் - சொல்லுமுன்; தோகையர் - தோழியர்; எய்தும் - அடையும்; உவப்பு - மகிழ்ச்சி; மேல் - மிகுதி; உற்றனர் - பெற்றனர், அடைந்தனர்.

காதற் சேயை யெவருங் கணித்திவை
யோத வோத மகிழ்வோ ரளவின்றித்
தாது லாவிய தார்புய வள்ளலாம்
வேத நன்னபி மெய்ப்புள கித்தனர். (81)

81. (537) தனியன்பிற்கு உரிய மகனைப்பற்றி எல்லாரும் இப்படி உயர்வாக மதித்துப் பேசப் பேச, தேன் தளும்பும் மலர்மாலை புரளும் தோளுடைய வள்ளலாகிய வேத நபி அளவில்லா மகிழ்ச்சியால் உடல் சிலிர்த்தார்.

காதல் - ஆழ்ந்த அன்பு; சேய் - மகன்; கணித்தல் - மதித்தல்; ஓதஓத - பேசப் பேச; தாது - பூந்தாது; உலாவுதல் - புரளல்; தார் - மாலை; புயம் - தோள்; மெய் - உடல்; புளகித்தல் - சிலிர்த்தல்.

கலிச்சந்த விருத்தம்

ஒழியாவறு மையினோர்பழு துளசேய்சொலு குதலைக்
கெழுதாமகிழ் வடைவார்மறி யினிலாய்வரு மசலா
வழகானம தலையேசொல வயலோர்விய னுறவே
வழுவாவர சிலர்காதுறின் மகிழ்வாரள விடுவார். (82)

82. (538) நீங்காத வறுமையில் வாடுவோரும்கூட உடல் ஊனப்பட்ட தங்கள் பிள்ளைகளின் மழலை மொழியைக் கேட்டு எழுதி விளக்க முடியாத மகிழ்ச்சி

அடைவர். என்றால், மறைவான உலகில் இருந்து வரும் வினாக்களுக்கு யாராலும் விளக்கம் சொல்ல முடியாது தடுமாறும் நிலையில், தன்னுடைய அழகு மகன் சொல்கிறார்; கேட்டு அயலவர் எல்லாம் வியக்கிறார்கள்; பெருமையாகப் பேசுகிறார்கள்; குற்றமற்ற அரசும் அவருக்கே உரிமையாகிறது. இச் செய்திகளைக் கேட்ட தாயின் மகிழ்ச்சியை யாரால் அளக்க முடியும்?

ஒழியா - நீங்காத; பழுது - குறைபாடு; குதலை - மழலைமொழி; மறையினில் - தொடர்பில்லாத மற்றவர்; வியன் - வியப்பு, பெருமை; உற - கொள்ள; வழு - குற்றம்; காதுறின் - செவியில்பட்டால்.

வெல்வெற்றியை யுதவித்தவ விளைவுக்கிட னருளிச்
செல்வப்பொருள் வருவித்தணி திகழுத்தம சபையி
னல்வித்தகர் புகழச்செயு நரகப்பழி விலகுங்
கல்விப்பொருண் மகவுக்கிணை கருதத்தகு வதுவோ. (83)

83. (539) வெல்வதற்கு அரியதை வெற்றிகொள்ள உதவும். தவத்தினால் கிடைக்கும் விளைவுகளைத் தரும். செல்வப் பொருள்களை இருப்பிடத்திற்கே வருவித்துத் தரும். மேன்மையான உத்தமர்களின் சபையில் கற்ற அறிஞர்கள் புகழச் செய்யும். ஊர்ப்பழியும் நீங்கும். இத்தனை பேறுகளும் கல்வி கேள்விகளில் தேர்ந்த மைந்தரால் கிட்டும். இத்தகைய மகனுக்கு இணையாகக் கருதத் தக்கது ஏதும் உண்டோ?

வருவித்தல் - தேடிவரச்செய்தல்; அணி - அழகு; உத்தமம் - மேன்மை; வித்தகர் - அறிஞர்; விலகும் - நீங்கும்; பொருண் - பொருள்; மகவு - மகன்.

நறைவீசிய புயதாவூது நபிபோலுல கினிலே
நிறைவாழ்வுகல் விகள்வீரிய நிலைஞானம்வி தானம்
பொறையேருள சுதனார்பெறு புகலோரிலை மகவாற்
குறையாவக மகிழ்வானது கொளுவோர்களு மிலையே. (84)

84. (540) தோளில் மாலை அணிந்திருப்பவர் தாவூது நபி (அலை). அதனால் பூக்களில் உள்ள தேன் மணக்கிறது. அவரைப் போல் பாக்கியவான் உலகில் யாரும் உளரோ? நிறைவாழ்வு, பலதுறைக் கல்வியறிவு, வீரம், ஞானம், செல்வம், பொறுமை, அழகு நிறைந்த மகனைப் பெற்றதால் புகழ்பெற்றார் யாருமில்லை. தான் பெற்ற மகனால் குறையாத மனமகிழ்ச்சி கொள்வாரும் இல்லை.

நறை - தேன்; வீசிய - மணக்கும்; புயம் - தோள்; விதானம் - செல்வம்; பொறை - பொறுமை; ஏர் - அழகு; சுதன் - மகன்; மகவு - மகன்.

அரிதாமகிழ் விவைமேவிய வருள்வாருதி நபிமின்
பரிலேறியொ ருவனாமது திகளேப விநறா
விரிதாமரை மலர்குவ தெனவாய்விக சிதமா
யுரியோருள சபைமீதவ ருடனோதுவ ரினிதின். (85)

85. (541) இத்தகைய பெறற்கரிய பேறுகள் பெற்றதால் மகிழ்ச்சி கொண்ட அருட்கடலான தாவூது நபி (அலை), மிம்பர் மேடையில் ஏறி நின்று

ஒருவனாகிய இறைவனின் திருப்பெயரைப் புகழைப் பேசினார். பின்னர் விரிந்த தாமரை மலர் தேன் சிந்துவதுபோல் பெரியவர்கள் கூடியிருந்த சபையில் வாய்திறந்து இனிமையுடன் அவர்களிடம் கூறினார்.

அரிது - பெறற்கு அரியது; மேவிய - சேர்ந்த; வாருதி - கடல்; மின்பர் - மிம்பர், குத்பாமேடை; ஒருவன் - இறைவன்; நாமதுதி - திருப்பெயர்ப் புகழ்; பரவி - சொல்லி; நறா - தேன்; ஈகுவது - ஈவது; விகசிதம் - திறப்பு; உரியோர் - மேலோர்; ஒதுவர் - சொல்வர்; இனிதின் - இனிமையுடன்.

எங்காலம கலுநாண்நம தெழில்சேர்கடை மகவை
மங்காதொளிர் முடிசூடிய மனுவாதிபர் தொழவெஞ்
சிங்காசன மிசையேநிலை செயுமாறென வெவையுந்
தங்காதிய னெனுமோர்தனி யவனோதின னதனால். **(86)**

86. (542) எம்முடைய காலம் முடிவுபொறும் காலத்தில், நம்முடைய அழகிய கடைசி மகனை, மங்காது ஒளிவீசும் மணிமுடி சூடிய அரசர்கள் பணிந்து போற்றும்படி நம்முடைய அரியணையில் அமர்த்துமாறு, படைக்கப்பட்ட எவையும் இளைப்பாற ஓடியடையும் அதிபதி என்னும் ஒருவனாகிய இறைவன் எனக்குப் பணித்துள்ளான். அதனால்

எங்காலம் - எம்காலம்; அகலும்நாள் - முடியும்நாள், மரணநாள்; எழில்சேர் - அழகு சேர்ந்து ஒளிரும்; கடைமகன் - கடைசிமகன்; மனுவாதியர் - அரசர்; தொழ - புகழ்ந்து பணிய; வெம் - வெப்பம், வெற்றி; மிசை - மேல்; நிலைசெயல் - அமர்த்துதல்; தங்காதிபன் - தங்கும் அதிபன்; ஓர் - ஒரே; தனியவன் - தனித்தவன்; ஓதினன் - பணித்தான்.

உமக்கும்பிற ரெவர்க்குங்கலி யொழிக்கும்படி யவர்க்கின்
றமைக்குந்தல மையிற்பண்பர சளிக்கின்றன னிலைத்தென்
றிமைக்குங்ககதிர் மணித்திண்புய ரிசைத்தன்பொடு விரித்தார்
கமைத்தன்புள பிறப்பென்பவர் களிப்பின்பரி மளித்தார். **(87)**

87. (543) உடன்பிறந்த மூத்தோராகிய உங்களுக்கும் மற்றுள்ள மக்கள் யாவருக்கும் துன்பங்கள் நீங்கும்படி அவருக்கு இன்று தலைமைத் தனத்தின் அடையாளமாகிய அரசு அளிக்கின்றேன் என்று நிலையாக என்றும் ஒளிமின்னும் அழகிய வலிமை மிக்க தோளுடையவர் அன்புடன் அறிவித்தார். பொறுமையுடன் கேட்டு உடன்பிறந்த அன்புள்ள மூத்தவர்கள் களித்து மகிழ்ந்தார்கள்.

கலி - துன்பம், கேடு; அமைக்கும் - நியமிக்கும்; கதிர் - ஒளி; மணி - அழகு; திண் - வலிமை; புயர் - தோளுடையார்; இசைத்து - அறிவித்து; விரித்தார் - விவரித்தார்; கமைத்தல் - பொறுத்தல்; பரிமளித்தார் - மகிழ்ந்தார்.

இவைகாதிடை புகுவோரெவர் களுமேமன மகிழ்வாய்ச்
சவிமாமணி யொளிசேரவ ரவர்சார்பிலெய் தினர்நன்
னபிதாவூது மவர்பாலரு னனிவானவர் துதிகள்
செவிமீதுற வினிதேகினர் திருமாளிகை யினிலே. **(88)**

88. (544) இச் செய்தியைக் காதில் கேட்டவர் யாவரும் மனமகிழ்ச்சியுடன் வந்து கண்டு அவரவர் சார்பில் ஒளிவீசும் இரத்தினங்களைக் காணிக்கை வைத்து வாழ்த்தினர். தாவூது நபி (அலை)யும் அவர் மைந்தரும், திரண்டு வந்த வானவர்களின் புகழ்மொழிகளைக் காதாரக் கேட்டவர்களாய் அரண்மனையுள் சென்றனர்.

கவி - ஒளி; மணி - இரத்தினம்; எய்தினர் - அடைந்தனர்; நனி - மிகுதி; துதி - புகழ்ச்சி; திருமாளிகை - அரண்மனை.

அந்தத்தின மதுபோய்மறு பகலானதில் வதன
மிந்துக்கிணை யெழில்சேர்பனி யிசுறாயில்க டமது
சொந்தத்தல மையினோர்வித றுதலாகிய துறையாய்
வந்தற்புத நபிதாவூது முனமேயிவை மவுல்வார். (89)

89. (545) அன்றைய நாள் கழிந்து மறுநாள் பகல்நேரம் வந்தது. நிலவுக்கு இணையாக முகம் இலங்கும் பனீஇசுராயீல்களில் மூப்பர்களும் குலத் தலைவர்களும் வந்து அற்புத நபி தாவூது (அலை) அரசரைக் கண்டனர். அச்சமும் ஏமாற்றமும் அடைந்தவர்களாய் இவற்றைச் சொல்வார்.

வதனம் - முகம்; இந்து - நிலவு; சொந்தத் தலைமையினோர் - குலத்தலைவர்கள், மூப்பர்; விதறுதல் - விதற்பம், அச்சம்; துறை -இயல்பு; முனம் - முன்னம், முன்; மவுல்வார் - சொல்வார்.

எமதின்குல முடையீரும தெழிலாரர சுதவிற்
கமழும்புய வலியாரறி வினிலேழ்கட லிணையார்
நமதன்புள மரபாயின ருளர்நாடிய வரைநீ
ரமையும்படி மணியாசன மருள்யோசனை யழகே. (90)

90. (546) எம் குலத்தவரே! உமது பேரரசைக் கொடுக்க நாடினால், மாலை மணக்கும் தோள் வலிமை கொண்டவர்களும் அறிவில் ஏழு கடலுக்கும் இணையானவர்களும் நம்முடைய அன்பிற்குரிய குலமரபினர் பலர் உள்ளனர். அவர்களில் நீர் விரும்பியவரை அரசராக அமையும்படி அரியணை நல்குவது அழகான யோசனையாகும்.

உதவில் - கொடுத்தால்; கமழும் - மணக்கும்; புயம் - தோள்; வலியார் - வலிமை கொண்டவர்; மரபாயினர் - மரபினர்; நாடியவரை - விரும்பியவரை; அமையும்படி - அரசராக அமையச் செய்து; மணியாசனம் - அரியணை; அருள் - நல்குதல்; யோசனை - கருத்து, முடிவு.

இதுவன்றிவ யதுமன்றிய சிறுவன்றன திடமா
யெதுகொண்டுத வுவதென்றுள மியல்வெஞ்சின முடனே
பதறுங்கதி யொடுவிண்டனர் பலதுந்தனி முதலோன்
விதிதந்தசொல் விலகின்றதெவ் விதமென்றனர் நபியே. (91)

91. (547) இதுவன்றி வயது வராச் சிறுவனிடம் அரச பதவியை ஒப்படைப்பது எக் காரணத்தால் என்று சினத்தோடும் பதற்றத்தோடும் கேட்டனர். தனிமுத

லோன் ஆகிய இறைவன், தன் விருப்பம் இது என்று பலவகையாலும் புலப்படுத்தியபின் அவன் கட்டளைக்கு மாறுபடுவது எவ்வாறு முடியும் என்றார் நபி.

இயல் - இயன்ற; வெம் - வெய்ய; சினம் - கோபம்; பதறும்கதி - பதற்றம்; விண்டனர் - வினவினர்; பலதும் - பலவகையாலும்; தனிமுதலோன் - இறைவன்; விதிதந்த சொல் - கட்டளை; விலகின்றது - மாறுபடுவது.

இசைவாய்மையிரு லிவராதிசொல் லிகழாவகை யெனவு
மசலாவுரை சொலுநேர்மையின் மலர்காய்கனி யுடனே
நசையேதும கலுமோர்கழி நலமானதி னபியே
நிசமாகுமெ னவுமேமன நிலைதேறியுன் னுவரால். (92)

92. (548) அத்துடன் நடப்புகள் அனைத்தையும் எடுத்துரைத்தார். அவற்றைக் கேட்டபின் உண்மையில் இவர் இறைவன் கட்டளைக்கு மாறுபடாத நிலையிலேயே இம் முடிவைச் செய்துள்ளார் என்றும் இறைவன் விடுத்த வினாக்களுக்கும் அண்ணன்மாரும் அறிஞர்களும் கூடி எழுப்பிய வினாவிற்கும் பொருத்தமான பொருள் விளக்கம் செய்த நேர்மையும் ஈரப்பசை உலர்ந்த கழி தழைத்துக் காயும் கனியும் நல்கிய புதுமையும் அவர் நபியே என்பதற்கு அடையாளம் ஆகும் என்றும் இஃது உண்மை என்றும் மனம்மாறி நினைக்கலாயினர் வந்த பனீஇசுராயீல்கள்.

இசை - புகழ்; வாய்மை - உண்மை; ஆதி - இறைவன்; சொல் - கட்டளை; இகழாவகை - மாறுபடாதவாறு; மசலா - வினா; உரை - பொருள்விளக்கம்; நசை - ஈரம்; அகலும் - உலர்ந்த; நலமானது - தழைத்தது; நிசம் - உண்மை; மனநிலை - கருத்தோட்டம்; தேறி - தேற்றம் பெற்று; உன்னுவர் - நினைப்பர்.

ஆராய்வதிலி வரேயுல கரசாளவல் லவரென்
றோராவுறு திகண்மேவின ருணர்வேதநன் னபியை
யாராய்கடை மகனார்தமை யினிதேப வினர்நன்
மாராயசு பதினோதய மெனவேமமெய் தினரால். (93)

93. (549) ஆராய்ந்து பார்த்தால் இவரே உலக அரசு ஆள வல்லவர் என்பது புலனாகின்றது என்று தெளிந்து உறுதிகொண்டனர். வேதம் உணர்ந்த நபியையும் நுண்ணறிவு மிக்க கடைசி மகனையும் போற்றினர். இன்று நன்மாராய மங்கல நாள் உதயமாயிற்று என்று இன்பம் எய்தினர்.

ஓரா உறுதி - பிறழ்ச்சியற்ற உறுதி; ஆராய்வு - நுண்ணறிவு; பரவினர் - போற்றினர்; மாராயம் - நற்செய்து; சுபதினம் - நன்னாள்; ஏமம் - இன்பம்.

முதிர்காந்திகொண் மகுடாசல மணிவோர்முறை முறையா
யெதிர்வாய்ந்தெழில் புரிதாளெனு மிருதாமரை தொழுதா
ரிதழூன்றுபன் னறுவோரினு மிளையோரிவர் வயது
பதின்மூன்றது நிறைவாயின பதினால்கலை நிறைய. (94)

94. (550) ஒளிமிகுந்த மணிமுடி அணிந்த அரசர்கள் வரிசை வரிசையாக வந்து அழகிய இதழ் விரித்த தாமரை போன்ற பாதத்தில் பணிந்தார்கள்.

உரிமை கொண்ட பதினாறு பேர்களிலும் இளையவரான இவருக்கு பதின்மூன்று வயது முடிந்து பதினான்காம் வயது தொடங்கியது. அன்று முழுநிலவு நாள் ஆகும்.

முதிர் - முதிர்ச்சி, மிகுதி; காந்த - ஒளி; மகுடாசலம் - மகுடம் அசலம், மலைபோன்ற முடி; முறை - வரிசை; எழில் - அழகு; புரி - செய்; தாள் - பாதம்; இதம் - உரிமை; ஊன்று - ஊன்றிய; பதனால்கலை - பதினான்காம் நாள் சந்திர கலை; நிறைய - நிரப்பமாக.

அரசு நிலையிட்ட படலம் முற்றிற்று.
படலம் 12 -க்கு - திருவிருத்தம் - 550

12. அரசு நிலையிட்ட படலம்
படலச்செய்தி

தாவூது நபி(அலை)க்கு நூற்று அறுபத்து மூன்று வயதாயிற்று. தம்முடைய அரசைத் தம் மக்களில் எவருக்குக் கொடுப்பது என்று சிந்திக்கலானார். சுலைமான் சிறுபிள்ளை ஆதலால் அரசு நடத்த இயலாது என்று கருதினார். மூத்த மக்கள் பதினாறு பேரில் எவருக்கு முடிசூட்டுவது என்று முடிவுசெய்ய இயலாது திணறினார். எனவே அந்தப் பதினாறு பேர்களுடன் கல்வி கேள்விகளில் சிறந்து விளங்கிய எழுபது அறிஞர்களைத் தெரிவுசெய்து அவை கூட்டினார். நீங்கள் ஆராய்ந்து ஆட்சிக்குத் தகுதியுள்ள மகன் எவர் என்று முடிவு சொல்லுங்கள் என்று பணித்தார். அவர்கள் பலமுறை கூடி ஆராய்ந்து பதினாறு பேரில் ஐந்து பேர்களைத் தெரிவு செய்து அரசர் நபியிடம் அறிவித்தனர். ஓர் அரியணையில் ஐந்து பேர்களா எனத் திகைத்த அவர் ஐவரில் ஒருத்தரைத் தெரிவு செய்யுங்கள் என்றார். அஃது எங்களால் இயலாது என்றனர். கேட்டுக் கலங்கினார் அரசரும் நபியும் ஆகிய தாவூது (அலை). அந் நேரம் இறைவன் கட்டளைப்படி ஜிபுரீல் (அலை) இறங்கிவந்தார். முத்திரை இடப்பட்ட கடிதம் ஒன்றை நபியிடம் கொடுத்து இதில் பன்னிரண்டு வினாக்கள் உள்ளன. அவற்றிற்கு மறுமொழி கொடுப்பவர்க்கு அரசளிக்கலாம் என்று கூறிச் சென்றார். மகிழ்ச்சியுடன் பெற்றுக்கொண்ட அவர் அதன் விவரத்தைத் தம் மக்களிடமும் அறிஞர்குழுவிடமும் கூறினார். உடன்பட்ட அவர்கள் வினாக் களைக் கேட்டுத் திகைத்தனர். தாம் கற்ற நூல்களிலும் பிற ஆவணங்களிலும் அவற்றிற்கான விளக்கம் கிடைக்காமல் மருண்டனர். இறுதியில் தங்கள் இயலாமையைக் கூறினர். அதனால் கலங்கிய நபியின்முன் ஜிபுரீல் (அலை) வந்தார். அவரிடம் விவரத்தைச் சொன்னார். கடைசிப் பிள்ளையிடம் கேட்டீர்களா என்று கேட்டார். சுலைமான் சிறுபிள்ளை. அதனால் கேட்கவில்லை என்றார். அவர் திறனை அல்லாஹ் அறிவான். ஆதலால் அவரையும் அழைத்துக் கேளுங்கள் என்று உரைத்துப் போனார். அவரை அழைத்து அவையில் அமர்த்திப் பன்னிரண்டு வினாக்களையும் கூறினர். அவர், அவையோர் வியக்கும்படி எல்லா வினாக்களுக்கும் சரியான பொருள்விளக்கம் கூறினார். இதனால் மூத்த மக்களும் அறிஞர் குழுவினரும் சுலைமான் மீது பொறாமை கொண்டனர். இளைய மகனுக்கு அரசு தருவதற்காக இப்படி ஒரு நாடகம் ஆடினீர்கள்.

எல்லாம் சதி, முன்னேற்பாடு. ஆதலால் நாங்கள் ஒத்துக்கொள்ள மாட்டோம் என்றனர். பின்னர், ஆளுக்கொரு குச்சி எடுத்துப் பெயர் எழுதித் தனிவீட்டில் வைத்துப் பூட்டுவோம். மறுநாள் திறப்போம். எவருடைய குச்சி வேர்விட்டுத் தழைத்திருக்கிறதோ அவருக்கு அரசு கொடுக்கலாம் என்றனர். அவ்வாறே செய்யப்பட்டது. மறுநாள் பார்க்கையில் சுலைமான் குச்சி மட்டுமே வேர்விட்டுத் தழைத்துப் பூத்துக் காய்த்துக் கனிந்திருந்தது. மற்றவர் குச்சிகள் எல்லாம் பட்டுப்போயிருந்தன. இதையும் சதி என்றனர். இரவெல்லாம் இளைய மகனுக் காக இறைஞ்சினீர்கள். அழுது கெஞ்சினீர்கள். இறைவன் உங்கள் முறை யீட்டை ஏற்றான். இது வஞ்சகம் என்றனர். இறுதியாக, நாங்கள் ஒருவினா எழுப்புவோம். அதற்கு விளக்கம் சொன்னால் சுலைமானுக்குப் பட்டம் கொடுக் கலாம் என்றனர். அதற்கு உடன்பட்டார். நெடுநேரம் சிந்தித்து ஒரு வினாவை எழுப்பினர். அவர்கள் கேட்டு வாய்மூடுமுன் விளக்கம் கூறினார் சுலைமான். தம்பியின் அறிவாற்றலை அறிந்து வியந்த அண்ணன்மார் உண்மையை உணர்ந் தனர். பட்டம் தம்பிக்கே உரியது என்று கூறி வாழ்த்தினர். தந்தையிடம் மன்னிப்புக் கேட்டுக்கொண்டனர். அடுத்த அரசர் சுலைமானென்று அறிவிக்கப் பட்டது. பெற்ற அன்னை பெரிதுவந்தார். அரசர்களும் பெருமக்களும் வந்து கண்டு வாழ்த்தினர். பனீஇசுரவேலர்கள் தங்கள் குலமரபுத் தலைவர்களுடன் வந்து தாவூது நபி (அலை)யைச் சந்தித்தனர். அறிவிலும் வீரத்திலும் இணை யில்லாதவர்கள் பலர் இருக்கையில் சிறுபிள்ளைக்கா பட்டம் என்று சீறினர். இஃது இறைவன் கட்டளை என்ற தாவூது நபி (அலை) அனைத்தையும் விளக்கமாக எடுத்துரைத்தார். கேட்டுமகிழ்ந்த அவர்கள் வாழ்த்தினர். அப்போது சுலைமான் நபி (அலை)க்குப் பதின்மூன்று வயது நிறைந்தது.

13. தாவூது நபி உபாத்துப் படலம்

அறுசீர்க் கழிநெடிலடி யாசிரிய விருத்தம்

கதித்திற லுதவு லேலோன் கருணையாற் சுருதி பெற்றே
பதித்தல முழுது மோர்கோ லியற்றிடும் பரிவு பெற்றே
யிதத்திரு வயது நூறு மெழுபது மிருக்கப் பெற்றே
யுதித்தநன் னபிதா வூதுக் குபாத்துவந் தடுத்த தம்மா. (1)

1. (551) மேலான படித்தரங்களும் வலிமையும் தந்து அருளும் இறைவனின் கருணையினால் நபிப் பட்டமும் வேதமும் பெற்றார்; உலகம் முழுவதையும் ஒரு குடையின் கீழ் ஆளும் பேறு பெற்றார் தாவூது நபி (அலை). அவருக்கு வயது நூற்றெழுபது ஆனபோது மரணம் நெருங்கி வந்தது.

கதி - படித்தரம், பதம்; திறல் - வலிமை; மேலோன் - இறைவன்; சுருதி - வேதம்; பதித்தலம் - உலகம்; கோல் - ஆட்சிக்கோல்; இயற்றுதல் - நடத்துதல்; இதம் - இனிமை; உதித்த - பிறந்த; உபாத்து - மரணம்; அடுத்தது - நெருங்கியது.

அவைப்பட விழியிற் காண்ப தனைத்துமே யணிவ தன்றி
நவப்பட வழுவி லாது நயத்துநிற் பவையு முண்டோ
துவப்பட வுயிர்க ளியாவு மமைத்திடத் துணியு மந்நாண்
மவுத்தைமுன் வகுத்து மேலோன் கயாத்தைப்பின் வகுத்த தன்றே. (2)

2. (552) வெளிப்படையாகக் கண்ணால் காண்பவையாவும் அழிவெய்துமே அன்றி, புதுமையழகு கெடாது மீந்திருப்பவையும் உண்டோ? இணைஇணை யாக உயிர் இனங்களை அமைக்கத் தொடங்கிய அன்று, மரணத்தை முதலில் வகுத்தான் இறைவன். உயிர்வாழ்க்கையை அடுத்ததாகவே வகுத்தான்.

நவம் - புதுமை; வழு - கேடு; நயம் - மிகுதி; துவம் - இணை, ஜோடி; துணியும் - தொடங்கும்; மவுத்து - மரணம்; ஹயாத்து - உயிர்ப்பு.

கருத்தினி னினைக்கத் தோன்றுங் காரண காயந் தானும்
வருத்துறு வினையின் மேவி வரைவற வழியு மென்னிற்
பொருத்திய கரண பூத புவனபோ கங்கள் பெற்றே
யுருத்திரண் டழிந்த மேனி யுடலழி வடைந்தி டாதோ. (3)

3. (553) கருத்தில் நினைவாகத் தோன்றும் காரண உடல், அலைக்கழிக்கும் நல்வினை தீவினைகளில் பொருந்தி நிற்கும் கணக்கற்ற வழிகள் என்னென்ன என்றால், கரணபோகம், பூதப்போகம், உலக போகம் ஆகிய போகங்கள் பெற்று உருண்டு திரண்டு கடைசியில் உருக்குலைந்து அழியும். இந் நிலையில் இந்த உடல் மட்டும் அழியதா?

காரணகாயம் - மனம்; வினை - நல்வினை, தீவினை; மேவி - பொருந்தி; வரைவு அற - கணக்கின்றி; கரணம் - மனம்; கரணபோகம் - மன இன்பங்கள்; பூதம் - பஞ்சபூதம்; பூதபோகம் - பஞ்ச பூத இன்பங்கள்; புவனம் - உலகம்; புவனபோகம் - உலக இன்பங்கள்; மேனி - காரணகாயம்.

எண்ணியோ ரளவு நீர்மேற் குமிழியை யளவென் றோத
நண்ணியீ தழியும் போது பெரிதுநா ரியர்கள் கூர்வேற்
கண்ணிமை யதனான் கொன்றாங் கானொடி யளவென் றாலு
மண்ணினி லுதித்த வாக்கைக் கொருநிலை வகுக்க லாமோ. (4)

4. (554) மண்ணில் தோன்றிய இந்த உடலின் நிலைப்பாட்டை அளவிட்டால் நீரில் தோன்றிமறையும் குமிழியின் அளவேயாகும். பின்னர் இந்த உடல் அழியும். இதில் பெண்களின் கூரிய வேல்போன்ற கண்ணிமையிற் சிக்கி அதனால் கொல்லப்படும் கால அளவு நொடி நேரமே. நீர்க்குமிழியின் ஆயுள் அளவே வாழ்க்கை அளவு. இதில் பெரிய காலம் பெண் மையல். அதுவும் நொடிப் பொழுதே. இந் நிலையில் இந்த உடலுக்கு நிலைப்பாடு சொல்ல முடியுமோ?

நண்ணி - நெருங்கி; நாரியர் - பெண்கள்; யாக்கை - உடம்பு; ஒருநிலை - நிலைப்பாடு; வகுத்தல் - அமைத்தல்.

மழைக்கர நபிதா வூது மவுத்துவந் தடுத்த தெண்ணி
யிழைத்தவொண் மணிமா டத்திற் புத்திர ரெவருஞ் சூழத்
தழைத்துவிண் டடவுஞ் சீர்த்திச் சந்ததி சுலையு மானை
யழைத்தரு கிருத்தி வேதத் தாய்ந்தபுந் திகளி சைப்பார். (5)

5. (555) மரணம் நெருங்கிவிட்டதை உணர்ந்த மழைபோல் ஈயும் கொடைக்கையுடைய தாவூது நபி (அலை) பளிங்கு இழைத்த ஒளிவீசும்

மணிமாடத்திற்குத் தம் மைந்தர் அனைவரையும் அழைத்துச் சுற்றி அமர்த்திக்கொண்டார். விண்ணளவு உயர்ந்த சிறப்புகள் கொண்ட மைந்தர் சுலைமானை அருகில் அமர்த்திக்கொண்டு வேதச் சாரம் தோய்ந்த அறிவுரைகள் சொல்லலானார்.

மழைக்கரம் - மழைபோல் கொடுக்கும் கை; மவுத்து - மரணம்; அடுத்தது - நெருங்கிற்று; ஒண் - ஒளி; புத்திரர் - மைந்தர்; சீர்த்தி - சிறப்பு; சந்ததி - மகன்; புந்தி - அறிவுரை; இசைப்பார் - சொல்வார்.

மைந்தனென் றுதித்த வொண்கண் மணியிலொண் மணியே கேண்மி
னந்தலில் விளையா டற்சொன் னகைப்பரி யாசஞ் செய்தல்
சிந்தகொள் வெகுளி யேதுஞ் செய்திடா தொழிமின் செய்யிற்
புந்தியிற் றெளியு மாலோ சனையெலாம் போக்கு மன்றே. (6)

6. (556) மகனே! மகன் என்று பிறந்த ஒளிவீசும் கண்மணியே! கேள். ஆக்கம் தராத விளையாட்டில் ஈடுபடல், சிரிக்கப் பேசிப் பரிகாசம் செய்தல், மனத்தில் சினம் கொள்ளல் ஆகியவற்றிலிருந்து விலகி இரு. இவற்றைச் செய்தால் அறிவுத் தெளிவும் சிந்தனை ஆற்றலும் நீங்கிவிடும்.

நந்தல் - ஆக்கம்; இல் - இல்லாத; நகை - சிரிப்பு; வெகுளி - சினம்.

ஒருபொருட் கடவுட் கச்ச முறுவதெப் பொழுது நெஞ்சிற்
கருதுத லொழியா வண்ணங் கனவினுந் தியானஞ் செய்மின்
மருவிய வுலக வாழ்க்கைப் பேறெலாம் வயங்கத் தந்தே
யிருவினை யகற்றி மேலாம் பதவியு மீவ தாமே. (7)

7. (557) இறைவன் ஒருவன். அவனை எபபோதும் அஞ்சு. அவனை நெஞ்சில் நினைப்பதை மறவாதே. கனவிலும் அவனை நினைவுகூர். இது உலக வாழ்க்கைப் பேறுகள் அனைத்தையும் வசப்படுத்தித் தரும். இருவினைப் பற்றை விலக்கும். மேலான பதவிகளையும் தரும்.

ஒருபொருள் - ஒன்றான மெய்ப்பொருள்; உறுவது - கொள்வது; கருதுதல் - நினைத்தல்; தியானம் - நினைவுகூர்தல், திக்ரு; மருவிய - பொருந்திய; பேறு - செல்வங்கள்; வயங்கல் - வசப்படுத்தல்; ஈவது - நல்குவது, தருவது.

மணம்புரி துணைவி யார்கற் பவர்களே வலிது காத்தாற்
கிணங்குமற் றவைவீண் காணா திருக்கிலோ ரயிர்ப்பை யெண்ணிக்
குணங்குசந் தேக மாகக் குறித்திடேல் குறிக்கி நெஞ்சத்
தணங்குறு துயர்வி சாலித் தளவறு கேடுண் டாமால். (8)

8. (558) மணம்புரிந்துகொண்ட துணைவியர் மாணாக்கர் போன்றவர்கள். அவர்களை உறுதியுடன் பாதுகாக்க வேண்டும். அவர்களுடன் இணக்க மாகப் பழகவேண்டும். மற்றவை எல்லாம் வீண். நீ அவர்களைக் கண்டுகொள்ளாமல் இருந்துவிட்டால் உன்மீது சந்தேகம் கொள்வார். அந் நிலையில் சற்றே சுணங்கு. ஆனால் சந்தேகம் கொண்டுவிடாதே. கொண்டால், உள்ளத்தைக் கொல்லும் துயரம் பெருகி அளவில்லாத கேடுகள் உண்டாகிவிடும்.

துணைவியர் - மனைவியர்; கற்பவர்கள் - மாணாக்கர்; வலிது - வலிமை; அயிர்ப்பு - சந்தேகம்; குணங்கு - சுணங்கு, தாமதி; குறித்திடேல் - எண்ணவேண்டாம்; அணங்குறு - கொல்லும்; விசாலித்தல் - விரிந்துபெருகல்; அளவறு -அளவில்லாத.

மன்னவர் முதலா யுள்ள மானிட ரெவர்தம் மாலும்
பின்னுமெப் பொருள்க ளாலும் பெறுபலன் சிறிதை யெண்ணி
யினன்னுமா தரவு வைக்கு நம்புத லொழிமின் வைக்கிற்
றன்னிக ரிணையி லான்செய் நலத்தினைத் தாழ்வு செய்யும். (9)

9. (559) அரசர் முதல் உள்ள மனிதர்கள் மூலமாகவும் மற்றுள்ள பொருள்கள் மூலமாகவும் பெறும் பலன்கள் எல்லாம் அற்பமானவை. அவற்றின் மீது ஆதரவு வைக்கும் நம்பிக்கையை ஒழித்துவிடு. அவ்வாறு ஆதரவு வைத்தல், தனக்கு நிகரோ தனக்கு இணையோ இல்லாதவனான இறைவன் செய்யும் நலத்தைத் தாழ்ச்சி செய்தலாகிவிடும்.

விதனித்த வறுமை யேனும் வெளிப்படா மறைச்சொ லேனுஞ்
சதமுற்ற வுயிரைப் போலுந் தகுதித்தோ ழைமையர் பாலு
மிதையத்திற் களங்க நீங்கி யேழமை பகர வேண்டா
மதனிற்கண் குறையக் காணு மவபதிப் பெண்ணு வாரே. (10)

10. (560) வறுமை தாங்க முடியவில்லை. துயரத்தில் துடிக்கிறாய். உனக்கு, நூறு உயிர்களுக்கு நிகரான தோழர்கள் உள்ளனர். அவர்களிடம்கூட உன்னுடைய ஏழைமையைச் சொல்லாதே. வெளிப்படையாக அன்று, மறைமுகமாகக் கூட சொல்லிவிடாதே. நீ களங்கமில்லாமல் நட்புரிமையில் சொல்லிவிடுவாய். ஆனால் அவர்களோ உன் ஏழைமையைக் குறையாகக் கண்டு அவமதிப்பார்கள்.

விதனித்தல் - துயரத்தால் வருந்துதல், விசனித்தல்; மறைச்சொல் - குறிப்புச்சொல்; சதம் - நூறு; தகுதித்தோழமை - உரிமை உடைய நட்பு; ஏழைமை - வறுமை; பகர்தல் - சொல்லல்.

புனிதவாழ் வடைகின் றாலும் போயொழி தினங்கட் கெல்லா
மினிவரு தினமே நன்கா மெனமனத் திருத்தல் வேண்டுந்
துனிவரு கினுமிவ் வாறே துணிவுறு கருத்துத் தோன்றிற்
றனியவன் கருணை மென்மேற் சாருதற் குறுதி யாமால். (11)

11. (561) தூய வாழ்வினை அடையவில்லை என்றால் வருந்த வேண்டாம். சென்று மறைந்த நாள்களைவிட இனி வரவிருக்கும் நாள் நல்ல நாள் என்று மனத்தில் இருத்த வேண்டும். அச்சம் வரும் நிலையிலும் துணிவுகொண்டு இவ்வாறு கருதவேண்டும். இத்தகைய கருத்துத் தோன்றிவிட்டால் தனியவனான இறைவனின் கருணை மேலும்மேலும் வந்தடைவது உறுதி.

அடைகின்றாய் - அடையாவிட்டாலும்; போயொழி - சென்று மறையும்; தினம் - நாள்; இருத்தல் - கொள்ளுதல்; துனி - அச்சம்; தனியவன் - இறைவன்; சாருதல் - அடைதல்.

அறிஞர்க ளுறவு கூடி யனுதினங் கலந்து வாழ்கின்
மறுவறு தெளிவு தோன்று மடமென மனத்தின் மேவு
செறியிருட் பிழம்பு நீங்குந் தீவினை யெவையுந் தீரும்
பெறுபல னிதுபோ லியாதோர் பெற்றியு முலகி லின்றே. (12)

12. (562) நாள்தோறும் அறிஞர்களுடன் கூடிக் கலந்து உறவாட வேண்டும். அதனால் மனத்தில் குற்றமற்ற தெளிவு தோன்றும். மனத்தில் அடர்ந்து கிடக்கும் மூடத்தனம் என்னும் இருட்பிழம்பு நீங்கும். எத்தகைய தீவினையும் அகன்றுவிடும். இதுபோல் பலன் பெறத்தக்க தன்மை எதுவும் உலகில் இல்லை.

மறு - குற்றம்; அறு - நீங்கிய; மடம் - மூடத்தனம்; மேவும் - சேரும்; செறியிருள் - அடர்ந்த இருள்; பிழம்பு - திரட்சி; பெற்றி - தன்மை.

புல்லவர் தமையுந் தோரப் புந்தியர் தமையு மோக
மெல்லியர் தமையு நெஞ்சி லுவப்பது வெறுத்தல் செய்மின்
வல்லகல் வியர்க்கு மின்னோர் செயற்கைவா சனையி னாவே
யெல்லவர் தமக்குங் கீழா மடமைவந் தெய்தி நிற்கும். (13)

13. (563) அற்பர்களையும் தேர்ந்தறியாத மதியீனரையும் வெறிகொண்டு எழச்செய்யும் காமப் பெண்டிர்களையும் நெஞ்சம் விரும்பாதே. வெறுத்து ஒதுக்கு. நல்ல கல்வியறிவு பெற்றவர்களுக்கும் இத்தகையோர் தொடர்பின் காரணமாக எல்லார்க்கும் கீழ்ப்பட்ட மூடத்தனம் வந்துவிடும்.

புல்லர் - அற்பர்; தேராப்புந்தியர் - மதியீனர்; மோகமெல்லியர் - காமப்பெண்டிர், விலைமாதர்; செயற்கை வாசனை - தொடர்பு; எய்தும் - வரும்.

சிக்கறுத் தியலும் வேதந் தெளியுல மாக்க டம்மைத்
தர்க்கமிட் டகற்றி டாதன் னவருரை தழுவி வாழ்மின்
புக்குவை தனியோ னுக்கு மாந்தர்க்கும் பொருத்த மேவு
நற்குண மிகுந்த சாலி காமம்வகை நல்கு மன்னோ. (14)

14. (564) அகப்புறச் சிக்கல்களை அறுத்திடும் தன்மையுள்ள வேதம் கற்றுத் தெளிந்த சமயஅறிஞர்களைத் தருக்கவாதம் பேசி விரட்டிவிடாமல் அவர்களைத் தழுவி வாழ். இது, வாழும் உலகில், தனியனான இறைவனுக்கும் மனிதனுக்கும் பொருத்தமான நற்குணம் மிகுந்த நல்லொழுக்க வாழ்க்கையைத் தரும்.

இயல் - இயல்பு; உலமா - சமய அறிஞர்; புக்கு - வந்து, வாழும்; வை - உலகம்; தனியோன் - இறைவன்; சாலிகு - நல்லொழுக்கம்; நல்கும் - தரும்.

சத்துவத் தளவு பெண்க டமைமணம் புரிந்து சேரப்
புத்திவைப் பதையல் லாது களவினிற் புணரு மோக
நத்துத லொழிமி னிந்த நடைநடந் திடுவ தாயின்
முத்தொகை யுலகு மாதி முதல்வனு மிகழ்வ தாமே. (15)

15. (565) உன் வலிமை எவ்வளவு என்றறிந்து அந்த அளவிற்குப் பெண்களை மணந்துகொள். அவர்களுடன் கூடு. இவ்வான்றிக் களவாகப் பெண்களைக் கூடும் மோகவேட்கையை ஒழித்துவிடு. இவ்வாறு குடும்பவாழ்க்கையை அமைத்துக்கொண்டால் மூன்று உலகமும் மகிழும். இறைவனும் மகிழ்வான்.

சத்துவம் - வலிமை; சேர்தல் - வீடுகூடல்; களவு - மறைவு; போகம் - காமவேட்கை; நத்துதல் - விரும்புதல்; இந்தநடை - இந்த ஒழுக்கம்; நடந்திடுதல் - ஒழுகுதல்; ஆதிமுதல்வன் - இறைவன்.

உறவுள குடும்பத் தார்மீ திருத்துநல் லுரிமை போலும்
பிறர்தமைக் குறித்து ளன்பு பெயர்ந்திடா திருத்தல் வேண்டுந்
திறனிதிற் பயனே தென்னிற் செழும்புவி யனைத்தும் வாழ்த்து
மிறையருள் பெருகுஞ் செல்வ மெவையும்வந் துதிக்குந் தானே. (16)

16. (566) உறவுக்காரக் குடும்பத்தார் மீது வைக்கும் உரிமை அன்பு போலவே மற்றவர்கள் மீதும் அன்பு மாறாது இருத்தல் வேண்டும். இந்தத் தன்மையின் பயன் என்ன தெரியுமா? செழுமை மிக்க உலகனைத்தும் வாழ்த்தும். இறைவன் அருள் பெருகும். எல்லா வகையான செல்வங்களும் தானே வந்து சேரும்.

இருத்தும் - வைக்கும்; உரிமை - அன்புரிமை; பெயர்ந்திடாமை - நீங்காமை; திறன் - தன்மை, குணம்.

ஊதிய மிதுவென் றன்பா யுள்ளுயிர் மகவை நோக்கி
யீதுபோ லனந்தம் புந்தி யிசைத்தன ரெவையு நல்கத்
தாதைய ரழிவி லாத புதையலாய்த் தரணி மீது
காதன்மைந் தருக்கு வைக்கு மெய்ப்பொருள் கல்வி யன்றோ. (17)

17. (567) இதுவே பெறுபேறு ஆகும் என்று, உயிரான மைந்தரை உள்ளன்புடன் பார்த்து, இவ்வாறு பற்பல அறிவுரைகள் கூறினார். அன்பு மைந்தர்க்கு எல்லாப் பேறுகளும் நல்கத்தக்க அழிவில்லாத புதையலாய்த் தந்தைமார் விட்டுச் செல்லத் தக்க மெய்யான பொருள் கல்வி அன்றோ!

ஊதியம் - கூலி, பெறுபேறு; மகவு - மகன்; அனந்தம் - பற்பல; புந்தி - அறிவுரை; இசைத்தனர் - சொன்னார்; தாதை - தந்தை; தரணி - உலகம்; காதல் - பேரன்பு; வைக்கும் - விட்டுச்செல்லும்.

சகதலத் தொழுக்க ஞான தத்துவச் சேயர் கண்முன்
னிகநிலை பிரிந்து வான்சே ரிறத்தலுக் கிணைவே றுண்டோ
மகவினுக் கினிய தாதை மனத்திலன் பிருத்தித் தேர்ந்து
பகர்திரு வசனம் போலும் பலன்செய்மந் திரமு முண்டோ. (18)

18. (568) உலகில், ஒழுக்கத்திலும் ஞானத்திலும் சிறந்த தத்துவ மேதைகள், கண்காண உலக வாழ்வைப் பிரிந்து வானுலகு செல்லும் இறப்புக்கு நிகரான இழப்பு வேறுண்டோ? மகனுக்கு இனியவரான தந்தை, மனத்தில் அன்பு வைத் துத் தெளிந்து சொல்லும் அறிவுரைபோல் பலன்தரும் மந்திரமும் உண்டோ?

சகதலம் - உலகம்; சேயர் - மக்கள்; இகநிலை - இவ்வுலக வாழ்வு நிலை; பிரிதல் - நீங்கல்; வான் - வானுலகு; தாதை - தந்தை; தேர்ந்து - தெளிந்து; பகர் - சொல்லும்; திருவசனம் - அறிவுரை.

கருதியிவ் வறிவை யுள்ளங் கலந்தனர் புதல்வர் பின்ன
ரொருபொருட் கடவு ணாம முளத்தினி லிருத்தல் செய்து

பரிமளந் திகழு மென்பூம் பாயல்சாய்ந் திருகண் மூடி
யருமறை பெறுதா வூது நபியுபாத் தாயி னாரே. (19)

19. (569) தந்தையார் கூறிய அறிவுரைகளை எல்லாம் பெரிதும் மதித்து உள்ளத்தில் இருத்திக் கொண்டார் மைந்தர். பின்னர், அரிய ஸபூர் வேதம் பெற்ற தாவூது நபி (அலை), ஒரே பரம்பொருளான இறைவன் திருப்பெயரை உள்ளத்தில் இருப்பாக்கிக் கொண்டார். நறுமணம் கமழும் மென்மையான பூம்படுக்கையில் சாய்ந்தார். இரு கண்களையும் மூடினார். மரணம் எய்தினார்.

கருதி - மதித்து; கலந்தனர் - இருத்திக்கொண்டார்; புதல்வர் - மகன்; ஒருபொருள் - ஒற்றைப் பொருள்; கடவுள் - இறைவன்; நாமம் - பெயர்; இருத்தல் செய்தல் - தரிப்படுத்துதல்; பரிமளம் - நறுமணம்; பாயல் - படுக்கை; உபாத்து - மரணம்.

மதிதவழ் குடையி னீழன் மனுபதி யுயிர்வா னேகத்
துதிபதி சுலையு மானுஞ் சோதர னெனுமுன் னோர்கள்
பதினறு வருமுள் ளேங்கிப் பதைபதைத் துருகி வாடிக்
கதிரொளி மழுக்கு மேனிக் கவினலங் கருகி னாரே. (20)

20. (570) நிலவுபோல் குளிர்ந்த குடையின் நிழலில் மக்களைக் காத்த அரசரின் உயிர் வானுலகம் சென்றது. புகழ்ச்சிக்குரிய சுலைமானும் (அலை) அண்ணன்மார் பதினாறு பேரும் அறிந்து உள்ளம் ஏங்கினர். பதைபதைத்தனர். உருகினர். வாடினர். சூரிய ஒளியை மழுங்கச் செய்யும் உடல் அழகு கருகினர்.

மதிதவழ் - நிலவுபோன்ற; நீழல் - நிழல்; மனுபதி - அரசர்; ஏக - செல்ல; துதி - புகழ்ச்சி; பதி - அரசர்; முன்னோர் - மூத்தோர், அண்ணன்மார்; கதிர் - சூரியன்; மழுங்கும் - மழுங்கச் செய்யும்; கவின் - அழகு; நலம் - செழிப்பு.

பானுவி னொளியை மாற்றும் படரிருள் குடியாய் வைகி
நானமுங் கமழுங் கூந்த னசாயிகி னுடன்மற் றுள்ளோ
ரானகா தலியர் தாமு மகங்குலை குலைந்து வெம்பி
வானிடி யதிரக் கேட்கு மயிலென மயங்கி வீழ்ந்தார். (21)

21. (571) கஸ்தூரி மணம் கமழும் கூந்தலையுடைய நசாயிகுவுடன் மற்றுள்ள மனைவியரும் மனம் குலைந்தனர். வெம்பினர். சூரியனின் ஒளியை மாற்றும் இருள்படர்ந்த குடியினர் ஆயினர். வானத்தின் இடி அதிரக் கேட்ட மயில் போல் மயங்கி வீழ்ந்தனர்.

பானு - சூரியன்; வைகி - இருந்து; நானம் - கஸ்தூரி; காதலியர் - மனைவியர்.

வாகைவேந் திறந்த தாய்ந்து பனியிசு றாயில் கூட்டத்
தோகைய ரெவருஞ் சாமிற் றுடியிடை யினர்கு ழாமும்
வேகவெம் புலிகள் போன்ற வீரருஞ் சிறுவர் தாமு
மாகுல மிகுந்து கண்ணீ ரருவிபோ லொழுக வந்தார். (22)

22. (572) வெற்றி வேந்தர் இறந்ததை அறிந்த பனீஇசுராயில் கூட்டத்துப் பெண்களும் ஷாம் நகரத்துத் துடியிடைப் பெண்கள் கூட்டமும் பாயும் வீரப்

புலிகள் போன்ற வீரர்களும் சிறுவரும் துன்பம் மிகுந்து கண்ணீர் அருவிபோல் ஒழுக வந்து கூடினர்.

வாகை - வெற்றி; வேந்து - அரசர்; ஆய்ந்து - உறுதிப்படுத்திக்கொண்டு; தோகையர் - மயில்போன்ற பெண்கள்; துடி - உடுக்கு; குழாம் - கூட்டம்; ஆகுலம் - துன்பம்.

மணியொளிர் மனையின் மேவி மடந்தையர் பலரும் வள்ளல்
துகணவியா ருலகின் வைகிக் கண்ணீர் சொரிந்த தாற்ற
வுணர்வுவந் தெழுந்து மெய்சோர் வொடுநசா யிகுமற் றோரு
மணியிளங் குயில்க ளொப்பா யழுதுவாய் புலம்பிச் சொல்வார். (23)

23. (573) ஒளிவீசும் அழகிய அரச மாளிகையில் சூழ்ந்த பெண்கள் வள்ளல் நபியின் மனைவியர் அருகில் அமர்ந்து ஆறுதல் கூறினர். அதனால் உணர்வு பெற்று உடல் சோர்ந்து எழுந்தனர் நசாயிகும் மற்றவர்களும். துன்பம் தாங்காமல் அழகிய இளங்குயில்கள் போல அழுது வாய் புலம்பலாயினர்.

மணி - அழகு; ஒளிர் - சுடர்வீசும்; மனை - அரச மாளிகை; மேவி - சூழ்ந்து; மடந்தையர் - பெண்கள்; உலகின் - கூட்டத்தின்; வைகி - தங்கி; சொரிந்தது - சிந்தியது; ஆற்ற - ஆறுதல் சொல்ல; மெய் - உடம்பு.

கடகளி றரசே யுந்தங் கண்முன்னே யிறக்க வெங்கட்
கிடனுறு கடனி யாது நீரியற் றிடப்பெ றாமற்
படர்மிகுந் திருப்ப தாலே பலனென்கொ லுயிரி லாத
வுடலினுக் குலக வாழ்க்கை யுள்ளவோ பெறுபே றீதோ. (24)

24. (574) மதயானை போன்ற பெருமை மிக்க அரசரே! தங்கள் கண்முன்னே இறந்து போகவும் எங்கள் இறுதிக் கடன்கள் யாவையும் தாங்கள் செய்யவும் பெறாமல் போனோமே. கணவரை இழந்த துன்பம் மிகுதியாகிய நிலையில் உயிரோடு இருப்பதால் என்ன பலன்? உயிர் இல்லாத உடலுக்கு உலக வாழ்க்கை உண்டோ? நாங்கள் பெற்ற பேறு இதுதானோ?

கடகளிறு - மதயானை; இடவுறு கடன் - இறுதிக்கடன்; இயற்றுதல் - செய்தல்; படர் - துன்பம்; பெறு - பெற்ற; பேறு - ஆதாயம்.

ஒளியற விழுந்த கண்ணு முயிர்த்துணைக் கணவன் மாய்ந்து
விளைதுய ரடைந்து வைகும் விதவையு நிகரா மன்றோ
தளிரியல் பதமுஞ் செம்பொற் றடவரைப் புயமும் வாயு
நளிர்மதி முகமு மெந்த நாளினிக் காண்ப தாமே. (25)

25. (575) ஒளி நீங்கிய கண்ணும் உயிரான கணவன் இறப்பெய்த துன்பம் அடைந்து வாழும் விதவையும் ஒன்றன்றோ? தங்களின் மென்மையான பாதங்களையும் பொன்மலை போன்ற தோள்களையும் அன்புமொழி பேசும் வாயையும் குளிர்நிலவு முகத்தையும் இனி என்று காண்போம்?

ஒளியற - ஒளிநீங்க; விளைதுயர் - விளையும் துன்பம்; வைகும் - இருக்கும்; தளிரியல் - மென்மை; பதம் - பாதம்; தடவரை - மலை; புயம் - தோள்; நளிர் - குளிர்ச்சி; மதி - நிலா.

அழுகின்ற பொழுது கண்ணீ ராலழிந் திடுமை தன்னை
யெழுதென்று பகரு வார்மற் றெவரினி யிறந்து நும்மோ
டொழுகின்ற வுயிர்பெ றாம லுறைவது தீமை யன்றோ
கொழுகொம்பை யிழிந்து தேங்குங் கொடிகட்கோர் செழுமை யுண்டோ(26)

26. (576) நாங்கள் சிலபோது அழுவோம். எழுதிய மை கண்ணீரால் அழிந்து விடும். அப்போது மீண்டும் மை எழுது என்பார். இப்போதும் கண்ணீரால் மை அழிகிறது. இப்போது மீண்டும் எழுதச் சொல்வார் யார்? தங்களோடு சேர்ந்து இறப்பெய்தும் உயிர் பெற்றிருக்க வில்லையே? இது தீமை அன்றோ? தழுவும் கொழுகொம்பை இழந்து நிற்கும் கொடிகளுக்குச் செழுமையும் உண்டோ?

ஒழுகின்ற - ஒழுகுகின்ற; உறைவது - வாழ்வது; தேங்கல் - அஞ்சுதல்.

பாருற்ற கரைபெ றாமற் பறந்திற கிழந்து கங்குல்
சேருற்ற கடலில் வீழ்ந்து தியங்குபட் சிகள்போ லாணி
வேரற்ற தருக்கள் போல விதவையா யுருகி வாடிச்
சீரற்று மறுக வென்றோ சென்மித்தோஞ் செகத்தின் மீதே. (27)

27. (577) கரை காணாது பறந்து இறகும் இழந்து இருட்கடலில் சிக்கித் தவிக்கும் பறவைகள் போலவும் ஆணிவேர் அற்ற மரங்கள் போலவும் விதவையாய் உருகி, வாடி, சிறப்பிழந்து புரளவென்றோ உலகில் பிறந்தோம்?

பார் - உலகம்; இறகு - சிறகு; கங்குல் - இருட்டு; தியங்குதல் - கலங்குதல்; பட்சி - பறவை; தரு - மரம்; சீர் - சிறப்பு; சென்மித்தல் - பிறத்தல்; செகம் - உலகம்.

பண்புள புருட னார்க்கன் பொடுபரி மாறி யேதா
னுண்பது வெறுங்கூ ழேனு மோரறு சுவைக்கு மேலாங்
கண்பகர் கணவ னற்ற காலத்தி லமுதொத் தாலும்
வன்பினி லிறவா துண்ணு மருந்தன்றோ மகன்கை யன்னம். (28

28. (578) பண்புள்ள கணவனுக்கு அன்புடன் உணவு பரிமாறி, அவர் உண்டபின் அதில் ஏதேனும் மிச்சம் இருந்தால் உண்பது, அது வெறும்கூழே ஆனாலும் அறுசுவை உண்டிக்கும் மேலாம். கண்ணான கணவனற்ற காலத்தில், அமுதமே ஊட்டப்பட்டாலும் அது சாகாமல் இருப்பதற்காக வம்பு செய்து உண்ணும் மருந்து அன்றோ மகன்கை உணவு?

புருடன் - கணவன்; வன்பு - வம்பு, மல்லுக்கட்டல்; அன்னம் - சோறு, உணவு.

ஆருயி ரிழந்த தின்றே யெனவயி றலைத்து வீழ்ந்து
மாருத மறைய வாச மலரெலா முதிர்த்த கொம்பா
யேரொழு கியவெய் யோனொத் திளவெயி லெரிக்குங் காந்திச்
சீரணி மணிப்பைம் பூண்க ளியாவதுஞ் சிதற லுற்றார். (29)

29. (579) அரிய உயிரை இன்று இழந்தோம் என்று வயிறு எரிந்தனர். தென்றல் மறைந்ததனால் வாச மலர்களை உதிர்த்து மொட்டையாக நின்ற கொம்புபோல், அழகிய சூரியன்போல் இளவெயில் எரிக்கும் ஒளியழகு மிக்க அணிமணிகள் அனைத்தையும் கழற்றி எறிந்தனர்.

ஆர் - அரிய; அலைத்து - துன்புற்று; மாருதம் - தென்றல்; ஏர் - அழகு; வெய்யோன் - சூரியன்; காந்தி - சுடர்; சீர் - அழகு.

அடைதரு மிருளும் வாரி யறலுஞ்சை வலமு மஞ்சி
யுடைதரு நிறங்கொள் கூந்த உடன்முழு வதுமே மூட
மடைதறந் ததுபோற் றீட்டு மையெலாங் கரைத்து வேற்கட்
கடைதிறந் தொழுகுந் தாரை கருமுகி லுகுத்தல் போலும். (30)

30. (580) அடர்ந்த இருளும் கடலின் கருமணலும் பாசியும் அஞ்சும் கூந்தலை அவிழ்த்தனர். வண்ண ஆடை மறைய உடல் முழுவதையும் மூடி மறைத்தது கூந்தல். எழுதிய மை கரையும்படி கண்ணீர் தாரை தாரையாகச் சிந்துகின்றது. கூந்தலாகிய மேகம் பெருமழை பொழிவதுபோல் உள்ளது அக் காட்சி.

அடைதரு - அடைந்துள்ள; வாரி - கடல்; அறல் - கருமணல்; சைவலம் - பாசி; மடை - மதகு; கடை - ஓரம்; தாரை - பெருமழை ஒழுக்கு; உகுத்தல் - சிந்தல்.

உருகினர் மறுகித் தங்க ளுளமொரு நிலைநில் லாது
திருகினர் புழுதி யார்த்துச் செழுந்திரு மேனி யெல்லாங்
கருகின ரளவி லாத கடற்பெருந் துயர மென்மேற்
பெருகினர் மனைவி யாரிப் பெற்றிகொண் டயருங் காலை. (31)

31. (581) உருகினர். தங்கள் மனம் ஒரு நிலையில் நில்லாது குழம்பினர். முறுக்கினர். செழுமையான தங்கள் அழகு மேனி முழுவதும் புழுதி படர்ந்ததுபோல் கருகினர். அளவில்லாத துன்பம் மேலும் மேலும் பெருகிக் கடல்போல் பரந்து நின்றனர். நபியின் மனைவியர் இவ்வாறு வருந்தும்போது

மறுகுதல் - குழம்புதல்; திருகுதல் - முறுகுதல்; பெற்றி - தன்மை; அயர்தல் - வருந்ததல், சோர்வுறுதல்.

ஓதியா ரளவி டாத பரிமள முலவி வீசத்
தீதிலா நெடுவான் பூமி திகாந்தமோ டெவையு மேயோர்
சோதியா யிலங்கச் சொற்கத் திவ்விய துகில்கைக் கொண்டே
யாதிபா லிருந்து வானோர்க் கதிபதி யணுகி னாரே. (32)

32. (582) யாரும் அளவிட்டுச் செல்ல முடியாத நறுமணம் கமழ, குறைபாடுகள் இல்லாத நெடிய வானமும் பூமியும் திசைகளும் ஒரே சுடராக இலங்க, சொர்க்கத்தின் புனித ஆடையைக் கையில் ஏந்திக்கொண்டே இறைவன் புறத்திலிருந்து வானவர் தலைவர் நெருங்கி வந்தார்.

ஓதி - சொல்லி; பரிமளம் - நறுமணம்; தீது - குற்றம், குறைபாடு; திகாந்தம் - ஆகாயம், வெளி, வெற்றிடம்; திவ்வியம் - மேன்மை; துகில் - ஆடை, துணி; ஆதி - இறைவன்; அதிபதி - தலைவர்; அணுகினார் - நெருங்கினார்.

துலகிய புகழ்சேர் வள்ளல் சுலையுமா னபியை நண்ணி
நிலையினின் றன்பு கூர நெடியவன் சலாமுஞ் சொல்லிக்
கலையினை யருகில் வைத்துக் கையினாற் றழுவி வைகி
மலரெழில் வதன நோக்கி மவுலுவர் ஜிபுரி யீலே. (33)

33. (583) வானவர் தலைவர் ஜிபுரீல் (அலை), ஒளிவீசும் புகழ் தங்கும் வள்ளல் சுலைமான் நபியை (அலை) நெருங்கி அன்புகூர்ந்து நோக்கினார். இறைவனின் சலாமையும் சொன்னார். சொர்க்கத்துத் துணியை அருகில் வைத்தார். கையால் தழுவிக் கொண்டார். மலர்போன்ற அழகு முகத்தை நோக்கிச் சொல்லலானார்.

துலகல் - துலங்கல், ஒளிவீசுதல்; நண்ணி - நெருங்கி; நெடியவன் - இறைவன்; ஸலாம் - முகமன், வாழ்த்து; கலை - ஆடை; மவுலுவர் - சொல்வார்.

சீதவொண் கதிர்செய் யிந்த வாடையாற் கபன்செய் துந்தந்
தாதையை யடக்கிச் செய்யுஞ் சடங்குக ளியற்றிப் பின்னர்ப்
பூதலந் தனக்கு நீரே யொருசெங்கோல் புரிமி னென்ன
வோதினர் சிறையின் சோதி யொளிரவிண் ணடைந்தா ரன்றே. (34)

34. (584) குளிர்ந்த ஒளிக்கதிர் வீசும் இந்த ஆடையால் பொதிந்து உங்கள் தந்தையை அடக்கம் செய்யுங்கள். செய்யவேண்டிய சடங்குகள் எல்லாம் செய்தபின், உலகம் முழுவதற்கும் ஒரே செங்கோல் அரசராக நீங்கள் அமருங் கள் என்று சொல்லிவிட்டு, சிறகுகளின் சுடர்வீச வானுலகு சென்றடைந்தார்.

சீதம் - குளிர்ச்சி; ஒண் - ஒளி; கதிர் - சுடர்; கபன் - இறந்தார் உடலைப் பொதியும் ஆடை; தாதை - தந்தை; சடங்கு - செய்முறைகு கிரியை; இயற்றி - செய்து; பூதலம் - உலகம்; ஓதினர் - சொன்னார்; சிறை - சிறகு .

வள்ளனன் கெனம தித்து வத்திர மொருபால் வைத்துப்
புள்ளினத் தொகையை கூவி யடக்கியாம் புகுது மட்டும்
வள்ளிய கிபுலா வான பைத்துல்மு கத்தீ சென்னும்
பள்ளிதொட் டதற்கு நான்கு பாலுமேழ் காத மட்டாய். (35)

35. (585) அவர் கூறியவற்றை நல்லது என்று கேட்டுக்கொண்டார் வள்ளல் சுலைமான் நபி (அலை). சொர்க்கத்தின் ஆடையை ஒரு பக்கத்தில் வைத்துவிட்டு பறவை இனங்களைக் கூவி அழைத்தார். அவற்றிடம், தந்தையார் உடலை அடக்கம் செய்துவிட்டுத் திரும்பும்வரை, வளம்மிகுந்த கிபுலா ஆன பைத்துல் முகத்தீசு என்னும் பள்ளிவாசல் தொடங்கி நான்கு பக்கமும் ஏழு காதம் அளவிற்கு

வத்திரம் - ஆடை; புள் - பறவை; தொகை - கூட்டம்; கூவி - அழைத்து; புகுதும் - திரும்பிவரும்; வள்ளிய - வளம்பொருந்திய; கிபுலா முன்னோக்கும் இலக்கு; பால் - பக்கம்; காதம் - காவதம், 16 கி.மீ. தொலைவு ஒரு காதம்.

கதிரவன் வெயில்வி ழாது கவிந்துநுந் தூவி யாலே
பதிதர வசைந்தி டாத பந்தரிட் டுறைமி னென்றா
ரதிவித கதிகொண் டோடி யந்தர மதனி னின்றே
யிதின்மிகு பேறு வாய்ந்த தெனநிழ லிட்ட தன்றே. (36)

36. (586) சூரியவெயில் படாமல் இறகுகளால் கவிந்து நின்று வானத்தில் உறுதியான பந்தல் இடுங்கள் என்று கட்டளையிட்டார். கேட்ட பறவை

இனங்கள் இது நாங்கள் பெற்ற பெரும்பேறு என்று மகிழ்ந்து, வானத்தில் சிறகுவிரித்து வரிசைவரிசையாகக் கவிந்து நின்று நிழற்பந்தல் இட்டன.

கதிரவன் - சூரியன்; கவிந்து - வளைந்து; தூவி - சிறகு; பதிதர - பதிவாக; பந்தர் - பந்தல்; அதி - மிகுதி; கதி - நடை; பேறு - ஆதாயம், இலாபம்.

பலபல நிறத்த தோகைப் பட்சிக ளெவையுங் கூடி
நிலைசிறி தசைவி லாது நெருங்கியே நீழல் செய்ய
விலகிவில் லுமிழுஞ் சோதி மணிகளால் வியந்து நின்ற
துலகிய சுவன லோகப் பந்தர்போற் றோன்று கின்ற. (37)

37. (587) பற்பல நிறச் சிறகுடைய பறவைகள் யாவும் கூடி, நிலை அசையாமல் நெருங்கி நின்று நிழலிட்டன. அதைக்கண்டு ஒளிசிந்தும் சுடர் கதிர்களால் வியந்து நின்ற சூரியன். ஒளிவீசும் சொர்க்க உலகின் பந்தல்போல் தோன்றியது.

தோகை - இறகு; பட்சி - பறவை; நீழல் - நிழல்; வில் - ஒளி; சோதி - சுடர்; மணி - கதிர்; துலகிய - துலங்கிய

பறவையின் றிரளிவ் வாறு பந்தரிட் டிருப்ப வேத
முறைபுரி சுலையு மானு முன்னர்பன் னறுவர் தாமு
மறைநபி யெனுந்தா வூது வள்ளலைக் கரத்தாற் றாங்கி
யிறைபெயர்க் கலிமா வோதி வெளியினி லெடுத்து வந்தார். (38)

38. (588) பறவைக்கூட்டம் இவ்வாறு பந்தலிட்டிருக்க, நீதி செய்யும் சுலைமானும் (அலை) பதினாறு அண்ணன்மாரும் வேதநபி தாவூது (அலை) வள்ளலைக் கைகளில் தாங்கி, இறைவன் பெயர்க் கலிமாஓதி வெளியில் கொண்டுவந்தனர்.

முறை - நீதி; கலிமா - மூலமொழி.

வந்தபின் மெலவு யர்த்தி மணியங்கப் பலகை மீது
சுந்தர மிலங்கச் சேர்த்திச் சுதர்மலர்க் கரத்தாற் றீண்டி
யந்தரத் தவருஞ் சுற்றத் தவர்களு மருகிற் சூழப்
புந்தியி லுருகித் துய்ய புதுப்புன லாட்டி னாரே. (39)

39. (589) வந்தபின் மெல்ல உயர்த்தி அழகிய பலகை மீது வைத்தனர். அவர் அழகு இலங்கிக் கொண்டிருந்தது. வானவரும் சுற்றத்தார்களும் அருகில் சூழ்ந்திருக்க மனம் உருகிய மைந்தர்கள் தங்கள் கைகளால் தொட்டுத் தூய புதுப்புனல் வார்த்துக் குளிப்பாட்டினர்.

சுதர் - மைந்தர்; அந்தரத்தவர் - வானவர்; புந்தி - மனம்; புனல் - நீர்.

அரியநீ ராட்டித் தேகத் தாடையா லீர மாற்றிப்
பரிமளந் திகழும் சொர்க்கப் படத்தினாற் கபனுஞ் செய்து
விரைதரு சுகந்தம் பூசி விழிகளிற் சுறுமாத் தீட்டி
மரைமலர் வதன மைந்தர் மஞ்சில்வைத் தெடுக்க லுற்றார். (40)

40. (590) நீராடி, துணியினால் உடல் ஈரத்தைத் துடைத்தனர். நறுமணம் கமழும் சொர்க்கத்து ஆடையினால் பொதிந்து, நறுமணம் பூசினர். கண்ணுக்கு

சுருமா இட்டனர். பின்னர் கபனை முடித்து மஞ்சுப் பெட்டியில் வைத்து மூடினர். தாமரை முக மைந்தர்கள் பெட்டியைத் தூக்கினர்.

பரமளம் - நறுமணம்; படம் - துணி; விரை - கலவை; சுகந்தம் - நறுமணம்; சுருமா - கற்றூள்; மரை - தாமரை; மஞ்சு - பெட்டி, பிணப்பெட்டி.

பனியிசு றாயில் கூட்ட மன்னரு மமரர் தாமுந்
தினகரன் மழுங்கு மாடச் செழுநகர்ச் சாமுள் ளோரி
னலைவருந் திரண்டெ ழுந்தா ரதிற்றொடக் கிடைத்தோர் மஞ்சை
யினிதுடன் சுமந்து பட்சி நீழலி லேகி னாரே. (41)

41. (591) பனீஇசுராயீல் கூட்டத்தாரும் வானவரும் சூரியன்மழுங்க ஒளிவீசும் மாளிகை நிறைந்த வளநகர் ஷாமில் திரண்டனர். அவர்களில் வாய்ப்புக் கிடைத்தவர்கள் பெட்டியைச் சுமந்து பறவைப் பந்தல் நிழலில் நடந்தனர்.

தினகரன் - சூரியன்; மாடம் - மாளிகை மாடி; பட்சி - பறவை.

வள்ளலைத் தாங்கிச் சென்று பைத்துல்மு கத்தீ சென்னும்
பள்ளியி னருகி றக்கிப் பருவொடு தொழுவித் தேர்கொள்
கள்ளவிழ் மலர்த்தார் மைந்தர் கபுறில்வைத் தடக்கஞ் செய்தே
வெள்ளமொத் தெவருஞ் சூழ மீண்டுதம் மனையில் வந்தார். (42

42. (592) வள்ளல் நபியின் உடலைச் சுமந்து சென்று பைத்துல் முகத்திசு என்னும் பள்ளிவாசலில் இறக்கித் தொழுவித்தார்கள். பின்னர் தேன் தளும்பும் அழகிய மலர்மாலை அணிந்த மைந்தர்கள், மண்ணறையில் வைத்து அடக்கம் செய்தனர். இவை முடித்த பின்னர் வெள்ளம் போல் திரண்டு எழுந்த மக்கள் சூழ மீண்டும் அரண்மனைக்குத் திரும்பி வந்தார்கள்.

ஏர்கொள் - அழகுபொருந்திய; தார் - மாலை; கபுறு - மண்ணறை.

வந்தபின் னிரவ லோர்க்கு மறைமுதி யவர்க்குங் கேளாச்
சிந்தைகொண் டகத்த டங்குஞ் சிறுமையோர் தமக்கும் பைம்பொன்
புந்தியிற் கணிக்கொ ணாத மணிகலை போத நல்கி
யந்தமில் கலியன் னோரை யடுத்தவர்க் கிலதாய்ச் செய்தார். (43)

43. (593) வந்தபின், கேட்டுவரும் இரவலர்க்கும் வேதங் கற்ற அறிஞர் பெருமக்களுக்கும் மானத்திற்கு அஞ்சித் தங்கள் வறுமையை வெளியிற் புலப்படுத்தாது உள்ளடங்கி வாழ்வோர்க்கும், அறிவுகொண்டு மதிப்பிட முடியாத பொன்னும் மணியும் ஆடையும் வழங்கி, முடிவற்ற தரித்திரம் அவர்களை அண்டியவர்களுக்கும் இல்லை என்று ஆகும்படிச் செய்தார்.

இரவலர் - கேட்டு வருவோர், புலவர், கலைஞர், வழிப்போக்கர் போன்றவர்கள்; மறைமுதியவர் - வேத பண்டிதர், ஆலிம்; சிறுமையோர் - தரித்திரர்; புந்தி - அறிவு; கணித்தல் - மதிப்பிடல்; போதம் - புடைவை; அந்தமில் - முடிவில்லாத; கலி - தரித்திரம்; அடுத்தவர் - அண்டிவந்தவர்; இலதாய் - இல்லாதாகும்படி.

பரிவுட னளித்த பின்னர் பறவையின் றிரளை யெல்லா
முரியதஞ் சார்பிற் சார வுத்தர மளித்தார் வந்து

திருவடி வணங்கி யாவுஞ் சென்றன குலத்தி லுற்ற
மருமலர்ப் புயத்தா ரியாரும் வைகியுள் ளாற்றல் சொன்னார். (44)

44. (594) பரிவுடன் கொடை கொடுத்த பின்னர் பறவைக் கூட்டத்தைத் திரும்பிச் செல்ல அனுமதியளித்தார். அவை அனைத்தும் வரிசையாக வந்து அவரைப் பணிந்து சென்றன. குலத்தவர் யாவரும் வந்து மனத்திற்கு இதமான ஆறுதல் சொன்னார்கள்.

திரள் - கூட்டம்; சார்பு - இருப்பிடம்; சார - போயடைய; உத்தரம் - அனுமதி; வைகி - வந்து; உள்ளாற்றல் - மனம் ஆற்றுதல், ஆறுதல்.

நனிதிகழ் மலர்ப்பூக் கொம்பாம் நசாயிகி னுடன்மற் றுள்ள
வனிதையுந் தமையுந் தங்கண் மரபின ரிகுளை யார்கள்
பனிமதி திகழு மாடச் சாமெனும் பதிவாழ் மின்னா
ரினிதரு கிருந்து தேற்ற மொழிபல விசைக்க லுற்றார். (45)

45. (595) மிகுதியான மலர்கள் பூத்துக்குலுங்கும் பூங்கொடி போன்ற நசாயிகுவுடன் மற்றுள்ள மனைவியரையும் அவர்களின் குலமரபுப் பெண்களையும் தோழியரையும் பனிபோல் குளிரும் நிலா வந்து உலவும் மாடங்களுடைய ஷாம் நகரப் பெண்கள், அன்புடன் அருகில் அமர்ந்து ஆறுதல் சொல்லலாயினர்.

நனி - மிக்க; வனிதை - பெண், நபி மனைவியர்; மரபினர் - சுற்றத்தார்; இகுளை யார் - தோழியர்; பனி - குளிர்; மதி - நிலா; மாடம் - மாளிகை; பதி - நகர்; மின்னார் - பெண்கள்; தேற்றமொழி - ஆறுதல்மொழி; இசைத்தல் - சொல்லல்.

மரபின ருரையு மாதி வல்லவன் செயலுந் தேர்ந்து
தருமெழிற் சுலையு மானுந் தமையர்பன் னறுவர் தாமு
மெரிமணிக் கலன்க ளெல்லா மிழந்தமொய் குழலி னாரு
மருகியுட் கலங்குஞ் சிந்தை சிலதெளிந் துறைவ தானார். (46)

46. (596) அழகிய சுலைமானும் (அலை) அண்ணன்மார் பதினாறு பேரும் சுடர் இலங்கும் இரத்தினம் பதித்த அணிமணிகளை இழந்த சுருண்டு திரண்ட கூந்தலுடைய நபி மனைவியரும் சுற்றத்தாரின் ஆறுதல் மொழிகளினாலும் வல்லமை மிக்க இறைவனின் செயல் என்ற தெளிவினாலும் மருண்டு கலங்கும் மனத்தில் சற்றே ஆறுதல் பெற்றுத் தெளிந்தார்.

மரபினர் - சுற்றத்தார்; உரை - ஆறுதல்மொழி; ஆதி - இறைவன்; தேர்ந்து - ஆராய்ந்து; தமையர் - அண்ணன்மார்; எரிமணி - சுடர்வீசும் இரத்தினக்கல்; கலன் - அணிமணிகள்; மொய் - மொய்த்த; குழல் - கூந்தல்; மருகல் - மருளல், மருட்சி; சிந்தை - மனம்; சிலதெளிந்து - சற்றே ஆறுதல் பெற்று; உறைதல் - இருத்தல்.

இன்னபோ தீன்ற தந்தைக் கியல்சடங் கெவையுஞ் செய்தே
முன்னிவந் தடைந்தோ ரியார்க்குந் தராதர முகமன் கூறித்
துன்னுக வனுப்பல் செய்து துணைவர்க ளெவரு நெஞ்சிற்
பன்னிய வன்பு கூரப் பரிவொடு கலந்தி ருந்தார். (47)

47. (597) இதே போதில் பெற்ற தந்தைக்குச் செய்யவேண்டிய சடங்குகள் அனைத்தையும் செய்தார். அண்டிவந்து சேர்ந்தவர்களுக்கு அவரவர்களின் தரத்திற்கு ஏற்ற முகமன் கூறி அனுப்பினார். உடன்பிறந்தார் யாவரும் நெருங்கிய அன்புடன் கூடி வாழ்ந்தார்.

இன்ன - இத்தகைய; இயல் - செய்ய வேண்டிய; முன்னுதல் - நெருங்குதல்; துன்னுக - அப்பால்; பன்னிய - நெருங்கிய.

தாவூதுநபி உபாத்துப் படலம் முற்றிற்று. படலம் 13க்குத் திருவிருத்தம் 597

13. தாவூது நபி உபாத்துப் படலம்.
படலச் செய்தி

தாவூது நபி (அலை) நூற்று எழுபது வயதானபோது மரணம் நெருங்கியது. அதை உணர்ந்து பட்டத்திற்குரிய சுலைமான் நபி (அலை)யையும் மற்ற மைந்தர்களையும் அருகில் அமர்த்தி அரிய அறிவுரைகள் கூறினார். உயிர்வாழ்க்கைக்கு ஊதியமாகும் அறிவுரைகள் கூறியபின் இறைவன் திருப்பெயரை உள்ளத்திருத்திக் கண்களை மூடினார். உயிர் பிரிந்தது. மைந்தர்கள் கலங்கினர். மனைவியர் அழுது சலித்தனர். ஊராரும் உறவினரும் கூடினர். வானவர் தலைவர் சொர்க்கத்து ஆடை கொணர்ந்து கொடுத்து இந்தத் துணியால் கபன் இட்டு அடக்குங்கள் என்று சொல்லிப் போனார். பறவைக் கூட்டங்களை அழைத்தார். பைத்துல் முகத்தீசு என்னும் பள்ளிவாசலில் இருந்து நாற்புறமும் ஏழு காதத் தொலைவிற்கு வானத்தில் உங்கள் சிறகுகளை விரித்துப் பந்தலிடுங்கள் என்று கட்டளையிட்டார். அவை அவ்வாறே செய்தன. தாவூது நபி (அலை)யைக் குளிப்பாட்டிச் சொர்க்கத்துத் துணியால் கபனிட்டனர். நற்மணம் பூசி கண்களில் சுருமா இட்டு மஞ்சுப் பெட்டியில் வைத்தனர். பனீஇசுராயீல் கூட்டத்தினரும் வானவரும் ஷாம் நகரில் வாழும் மற்றவர்களும் திரண்டு வர மஞ்சுப்பெட்டியைச் சுமந்துகொண்டு பறவைப் பந்தல் நிழலில் நடந்தனர். பைத்துல் முகத்தீசு பள்ளியில் இறக்கித் தொழுவித்தபின் மண்ணறையில் வைத்து அடக்கம் செய்தனர். இல்லம் திரும்பி வந்து தாராளமாக தான தருமங்கள் செய்தனர். பந்தலைக் கலைக்கப் பறவைகளுக்கு உத்தரவிட்டார். அவை பணிந்து விடைபெற்றுத் திரும்பின. உறவின் முறையார் ஆறுதல் கூறினர். உறவுப் பெண்டிரும் தோழியரும் ஷாம் நகரப் பெண்களும் நபிமனைவியர்க்கு ஆறுதல் மொழிகள் கூறினர். அனைவரும் ஒருவாறு மனக்கலக்கம் நீங்கிச் சற்றே ஆறுதல் அடைந்தனர்.

14. நபிப்பட்ட முத்திரை மோதிரம் வந்த படலம்

எழுசீர்க் கழிநெடிலடி யாசிரிய விருத்தம்

தந்தைபொன் னுலகம் புகுந்ததற் கியன்ற
சடங்குகண் முடித்ததன் பின்னர்
வந்தனை யினர்க்குத் தெளிதிற னுரைத்து
மனத்தினிற் றுயர்க்கட லகற்றிச்

சுந்தரப் புயச்சோ தரர்பதி னறுவர்
சூழ்ந்திடச் சுலையுமா னெழுந்தே
நந்தலிற் புகழ்சே ரரசுதா வூது
நபிமிகு றாபில்வந் திருந்து. (1)

1. (598) தந்தையார் சொர்க்க உலகம் புகுந்ததற்குரிய சடங்குகள் அனைத்தையும் செய்து முடித்தனர். செய்தி அறிந்து தொலைவில் இருந்து வந்து பணிபவர் தமக்குத் தெளிவு கூறி அவர் மனத்தில் கொண்ட துயர்க்கடலை அகற்றினர். இதன் பின்னர் அழகிய தோள் கொண்ட அண்ணன்மார் பதினாறு பேரும் சூழ்ந்துவர எழுந்தார் சுலைமான் நபி (அலை). கெடுதல் இல்லாத புகழ் சேர்ந்த அரசர் தாவூது நபி (அலை)யின் மிகுராபில் வந்து நின்று,

பொன்னுகம் - சொர்க்கம்; வந்தனை - பணிதல்; தெளிதிறன் - தெளிவு; நந்தல் - கெடுதல்; மிகுராப் - தொழுகைக்காக இமாம் நிற்கும் இடம்.

சென்னியிற் கவிகொள் சருவந்து தரித்துச்
செழுமதி கதிரெனச் சிறந்த
மின்னென வொளிர்சுப் பாவுடற் கணிந்து
வேதநன் னபியெனு மூசா
மன்னிய நவகா ரணந்தரு மாசா
வலதுசெங் கரத்தினிற் பிடித்தே
யன்னிலை யிடம்விட் டெழுந்தருள் பொழுதி
லடைந்தன ரமரவர் கோமான். (2)

2. (599) தலையில் அணியும் தலைக்கவசம் தரித்தார். நிலவின் செழுமையான ஒளிச்சுடர் போவும் சிறந்த மின்னல் ஒளிபோவும் ஒளிரும் குப்பாயம் உடலில் அணிந்தார். வேதம்பெற்ற நபி மூசா (அலை) நிகழ்த்திய புதுமையான அற்புதங்கள் வெளிப்பட்ட கைத்தடியை வலக்கையில் பிடித்தார். பிடித்தபடி அங்கிருந்து நகர்ந்தபோது வானவர் தலைவர் ஜிபுரீல் (அலை) வந்து சேர்ந்தார்.

சென்னி - தலை; கவிகொள் - கவிழ்க்கும்; சருவந்து - சர்பந்து, தலைக்கவசம்; சுப்பா - ஜிப்பா, மேலங்கி; மன்னிய - நிலைத்த; நவம் - புதுமை; காரணம் - அற்புதம், முஃஜிஸாத்; ஆசா - அசா, கைத்தடி; அமரவர் - வானவர்.

தவநிலைக் குரிய தனிப்பொரு ளிறைவன்
சலாமுமக் குரைத்தன னின்னம்
புவியினுக் கொருகோ லரசுவேண் டுவதோ
பொருவரு மறிவுவேண் டுவதோ
விவையிலொன் றுரைமி னெனவிசைத் தறிந்தென்
பால்வரு கெனவிறை விடுத்தா
னெவையிசைந் துளநும் முளத்தெனக் கேட்ப
விகபர மிரண்டையு முணர்ந்தார். (3)

3. (600) தவநிலையின் ஊன்று பொருளான இறைவன் உங்களுக்குச் சலாம் உரைத்தான். உலகம் முழுவதையும் ஆளும் ஒற்றைக் கோல் அரசு வேண்டுமா?

ஒப்பு உவமை இல்லாத அறிவு வேண்டுமா? இவற்றில் ஒன்றைச் சொல்லுங்கள் என்று கேட்டு, அவர் வேண்டுவதை அறிந்து என்னிடம் வருக என்று இறைவன் என்னை அனுப்பினான். எதை உங்கள் உள்ளத்தில் விரும்புகின்றீர்கள் என்று கேட்டார். கேட்ட அளவில் இம்மை மறுமை ஆகிய இரண்டின் நிலையையும் மதிப்பிட்டு உணரலானார்.

பொருவு - உவமை; அறும் - இல்லாத; இசைத்து - கேட்டு; பால் - இடம்; இசைந்து - விரும்பி; இகம் - இம்மை; பரம் - மறுமை.

புன்னுனிப் பனியி னளவுசுக் கிலத்தாற்
பொருந்துறத் திரண்டெழு மாக்கை
யுன்னுவ தளவு நிலையல விதுகொண்
டுலகெலா மொருகுடை நிழற்ற
மன்னரை வணக்க நவநிதி படைக்க
மடந்தையர் சுகமனு பவிக்கத்
துன்னிய பெருமை யடையவெண் ணுதல்போற்
கெடுதியுந் துன்பமு முளதோ. (4)

4. (601) புல் நுனியில் தங்கும் பனித்துளியின் அளவு இந்திரியக் கலவையால் திரண்டு உருவான உடல் நிலையானது அன்று. இதைக் கொண்டு உலகை எல்லாம் ஒரு குடையின் கீழ் ஆளவும் பிற மன்னர்களை வென்று வணங்கச் செய்யவும் பெருஞ்செல்வம் படைத்திருக்கவும் மாதர் சுகம் அனுபவிக்கவும் நிறைந்த பெருமை அடையவும் எண்ணுவது போல் கெடுதியும் துன்பமும் உண்டோ?

புன்னுனி - புல்நுனி; சுக்கிலம் - இந்திரியம்; பொருந்துற -பொருந்தி, கலந்து; ஆக்கை - யாக்கை, உடல்; உன்னுவது - நினைப்பது; நிழற்றல் - நிழலிடுதல், ஆளுதல்; வணக்க - வணங்குமாறு செய்ய; நவநிதி - பெருஞ்செல்வம்; துன்னிய - நிறைந்த; கெடுதி - கேடு.

நிலைத்துள வளவும் பெறுமனு பவத்தை
நினைப்பினில் விருப்பொடு வெறுப்புப்
பலிக்கவைத் திடுவ தகற்றியே புளியம்
பழமொடு தோடென மருவிப்
புலப்படு மொருமும் மலத்தையுங் கடந்து
பொருவருங் கதியிடைப் புகுத
நலப்படு வதுபோற் புவியினி லுதித்த
நரசென்ம லாபம்வே றெவையே. (5)

5. (602) உலகில் நிலைத்துவாழும் காலம்வரை பெறும் அனுபவத்தை விருப்பு வெறுப்பு ஆகிய நினைப்பில் வளரவிடுவதை நீக்கி, புளியம்பழத்தோடு ஓடு கொள்ளும் உறவுபோல் ஒட்டியும் ஒட்டாமலும் இருந்து, வெளிப்பட்டுத் தோன் றும் ஆணவம் கன்மம் மாயை ஆகிய மூன்று குற்றங்களையும் நீக்கி வாழ்ந்தால் ஒப்புவமை இல்லாத மேலாம் படித்தரம் எய்தலாம். இவ்வாறு படித்தரம் எய்தி நலப்படுவதுபோல் உலகில் மனிதனாகப் பிறந்ததற்கு ஊதியம் வேறு எவை?

பலிக்கவைத்தல் - வளரவிடல்; தோடு - ஓடு; மருவி - பொருந்தி; புலப்படுதல் - விளங்குதல்; மும்மலம் - முக்குற்றம்; பொருவறும் - உவமை இல்லாத; கதி - படித்தரம்; நரஜென்மம் - மனிதன்; லாபம் - ஊதியம்.

ஆவதா லரசோ நிலைபெறாப் புவியி
நழகலா லியாவது மிலையே
மேவிய விருமைப் பதவியு முதவு
மெய்யறி வேயெனக் குறித்துத்
தோய்வுறு மறிவு வேண்டுமென் றிறையைச்
சுசூதுசெய் துரைத்தனர் ஜிபுரீல்
மாவிய விறையோன் றிருமுன்சென் றிசைப்ப
மட்டிலாக் கருணைகூர்ந் தனனே. (6)

6. (603) ஆதலால், அரசோ, நிலையில்லாத உலகின் அழகே அல்லாமல் வேறு ஒன்றும் இல்லை. இம்மை மறுமை ஆகிய இருமையிலும் மேலான பதவி அளிப்பது மெய்யறிவே என்று தெளிந்துணர்ந்தார். உணர்ந்த அளவில் சுஜூது செய்து இறைவனைப் பணிந்து புகழ்ந்து எழுந்தார். தோயும் மெய்யறிவே வேண்டும் என்றார். கேட்ட ஜிபுரீல் (அலை) பெருமை மிக்க இறைவன் திருமுன் சென்று கூறினார். இறைவன் மகிழ்ந்து மட்டில்லாக் கருணை கூர்ந்தான்.

ஆவதால் - ஆதலால்; மேவிய - பொருந்திய; இருமை - இம்மை மறுமை; குறித்து - குறித்துணர்ந்து; தோய்வது - தோயும், சாரும். சுசூது - சுஜூது; மா - பெருமை; மாவிய - பெருமை மிக்க; திருமுன் - சன்னிதி; கூர்தல் - மிகுத்தல்

தகுமறை நபிதா வூதுசந் ததியே
தணிந்தெனைப் பணிபவர் தமையான்
மிகவுவந் திருப்பன் மனத்தினீ ரறிவை
விரும்புவ தாலென தறிவு
மகிதல நரர்க்கும் சின்கணத் தொகைக்கும்
வலிதொரு கோல்புரி யரசும்
பகர்பல வுலக முழுவதுந் துதிக்கப்
பரிவொடு கொடுத்தனன் மேலும். (7)

7. (604) தகுதியால் உயர்ந்த ஸபூர் வேதம் பெற்ற தாவூது நபியின் (அலை) சந்ததியே! மனம் குளிர்ந்து என்னைப் பணிகின்றவர்களை நான் மிகவும் விரும்புகிறேன். மனத்தில் நீர் அறிவை விரும்புவதால், என்னுடைய புறத்திலிருந்து அறிவும் உலக மக்களுக்கும் ஜின் கூட்டத் தொகுதிக்குமான வலிமை மிக்க ஆட்சியும் மற்ற உலக உயிரினங்கள் அனைத்தும் போற்றிப் புகழும் பெற்றியும் அன்புடன் கொடுத்தேன். மேலும்

தகு - தகுதி; சந்ததி - மகன், பிறங்கடை; தணிந்து - குளிர்ந்து; மகிதலம் - பூமி; நரர் - மனிதர்; ஜின் - நெருப்பால் படைப்பட்ட ஓர் உயிரினம்; கணம் - கூட்டம்; தொகை - தொகுதி; வலிது - வலிய; கோல் - அதிகாரம்; பகர்தல் - பேசுதல்; துதி - புகழ்ச்சி; பரிவு - அன்பு.

உலகினி லுதித்த வூர்வன பறப்ப
னவைகளு மினமுள தெவையு
நிலைதர வுமக்கு வசப்படுத் தினனும்
முளத்தைநேர் வழியுறச் செய்து
குலவிய பெருமை மதிப்பகங் காரக்
குணத்தையுங் குணக்குள மாசு
சிலதையு மகற்றி னேனென வொருவன்
றிருமொழிச் சத்தம்வந் ததுவே. **(8)**

8. (605) உலகில் தோன்றிய ஊர்வன பறப்பன ஆகிய உயிரினங்களும் இன்னமுள்ள உயிரினங்களும் நிலையாக உமக்கு வசப்படுத்திக் கொடுத்தேன். உம்முடைய உள்ளத்தை நேர்வழிபெறச் செய்தேன். அதில் பொருந்திக் கிடந்த பெருமை, தப்பெண்ணம், அகந்தை முதலிய குணங்களையும் கோணல்மாணலான குற்றங்கள் சிலவற்றையும் அகற்றினேன் என்று ஒருவனாகிய இறைவனின் அருள்மொழிக் குரல் வந்தது.

உதித்த - தோன்றிய; நிலைதர - நிலையாக; குலவிய - பொருந்திய; மதிப்பு - தப்பெண்ணம்; அகங்காரம் - அகந்தை; குணக்கு - வளைவு; மாசு - குற்றம்; ஒருவன் - இறைவன்; திருமொழி - அருள்மொழி; சத்தம் - சப்தம், குரல்.

சத்தம்வந் தளவிற் சுக்கூறுசெய் தவனித்
தலத்தினி னெற்றிதோய்ந் திடவே
பத்திகொண் டுருகிச் சுசூதினில் விழுந்து
பலமுறை துதித்தெழுந் திருந்தார்
சுத்தவொண் கிரண முத்திரை யாழி
சுவர்க்கத்தி லுளததை யெடுத்தே
யித்தினஞ் சுலையு மானபிக் கருள்க
வென்றிறை ஜிபுரீயிற் கிசைத்தான். **(9)**

9. (606) குரலோசை வந்தவுடன் நன்றி கூறி, தரையில் நெற்றி படும்படி சுஜூதில் விழுந்தார். பக்தியுடன் உருகி இறைவனைப் பலவாறு புகழ்ந்து எழுந்தார். தூய ஒளிக்கதிர் வீசும் முத்திரை மோதிரம் சொர்க்கத்தில் உள்ளது. இன்றே அதை எடுத்து வந்து சுலைமான் நபியிடம் கொடுங்கள் என்று ஜிபுரீல் (அலை) இடம் கூறினான் இறைவன்.

சுக்கூறு - ஷுக்குர், நன்றி; அவனி - பூமி; தலம் - இடம்; பத்தி - பக்தி; சுசூது - சுஜூது; துதித்து - போற்றிப் புகழ்ந்து; ஒண் - ஒளி; கிரணம் - கதிர்; ஆழி - மோதிரம்; இசைத்தான் - கூறினான்.

படைத்தெவை யினையும் வளர்த்தரு ளிறையோன்
பணித்தருள் கற்பனைப் படியே
யடுத்துமுத் திரைமோ திரத்தினை யெடுத்திவ்
வகிலத்தில் வந்துகைக் கொடுத்தார்

கொடுக்குமப் பொழுது தனிற்றிரு நபிப்பட்
டமுமெழில் குல்வவந் தனவால்
வடித்தநுண் மறைதா வூதுசே யிவர்க்கு
வயதிரு பதுநிறைந் தனவே. (10)

10. (607) எல்லாவற்றையும படைத்துவளர்த்து அருளும் இறைவன் கட்டளை யின் அருள் கற்பனைப்படியே உடன்சென்று முத்திரை மோதிரத்தை உலகத் திற்கு எடுத்துவந்து அவர் கையில் கொடுத்தார் ஜிபுரீல்(அலை). மோதிரத்தைக் கொடுத்த அதே சமயம் நபிப்பட்டமும் வந்தது. வேத நுட்பம் தெளிந்த தாவூது நபி (அலை)யின் மைந்தரான இவர்க்கு அப்போது இருபது வயது நிறைந்தது.

அகிலம் - உலகம்; தாவூது சேய் - சுலைமான் (அலை).

மணியொளிர் சுவனத் தலத்திலற் புதஞ்சேர்
மான்மத பரிமளங் கமழ
வணிபர வியமுன் கதிமதி திரண்டொன்
றாய்க்கிர ணங்கள்வீ சுவதாய்ப்
பணியிரு சுடர்போ லழல்குளி ரிலதாய்ப்
பார்த்தகண் ணொளிபறிப் பதுபோற்
கணிதவோ ரொளியாற் குடையினான் மூலை
யுள்ளதாய்க் கவினிலங் கியதே. (11

11. (608) அழகொளிரும் சொர்க்கத்தின் அரிய கஸ்தூரி மறுமணம் கமழ்வ தாய், அழகுபரப்பி ஒளிரும் சூரியசந்திர ஒளிகள் ஒன்றாகத் திரண்டு ஒளி வீசு வதாய், இறைவனைப் பணிந்து சுழன்று வரும் சூரிய சந்திரன் போல் வெப்பமும் குளிரும் இல்லாததாய், பார்த்த கண்ணைப் பறிப்பதுபோன்ற ஒற்றைப் பேரொளியால் குடையப்பட்டு நான்கு மூலை உள்ளதாய் அழகு இலங்கிற்று.

மணி - அழகு; மான்மதம் - கஸ்தூரி; பரிமளம் - நறுமணம்; அணி - அழகு; மின் - ஒளி; கிரணம் - ஒளிக்கதிர்; பணி - பணியும்; இருசுடர் - சூரியன் சந்திரன்; அழல் - நெருப்பு; கணிதம் - எண்; குடை - குடைசல்; கவின் - அழகு.

இயம்பொரு பக்கந் தன்னிலே லாயி
லாகவென் பதுமுழு தெழுதி
வயங்கொரு பக்கத் தினிற்குல்லு செய்யின்
காலிக்கு வெவையுமே வரிந்து
தயங்கொரு பக்க மிசைசுபு கான
மன்லகுல் முல்க்கெலாந் தரித்து
வியன்கொளோர் பாற்பத் தபாறக்கல் லாகு
வனைத்துமே விளக்குறத் தீட்டி. (12)

12. (609) அதில் ஒரு பக்கத்தில் 'லாயிலாக' என்பது முழுமையாக எழுதியிருந்து. மற்றொரு பக்கத்தில்குல்லு ஷய்யின் காலிக்கு எழுதியிருந்தது. வேறொரு பக்கத்தில் 'சுபுகான மண்குல் முல்க்' பொறித்திருந்தது. நான்காம் பக்கத்தில் 'பத்தபாரக்கல்லாகு' தீட்டியிருந்தது.

இயம்பு - சொல்; வயங்கல் - ஒளிசெய்தல்; எவையும் - அனைத்தும், முழுவதும்; வரிந்து - எழுதி; தயங்கல் - ஒளிசெய்தல்; தரித்து - அணிந்து; வியன் - பெருமை; தீட்டி - எழுதி.

1. லா இலாஹ இல்லல்லாஹ் - அல்லாஹ்வைத் தவிர இறைவன் இல்லை.
2. குல்லு ஷய்யின் காலிக்கு - எல்லாவற்றையும் படைப்பவன்.
3. சுபுஹான மன்லஹுல் முல்க் - ஆட்சி யாரிடம் உள்ளதோ அவன் தூய்மையானவன்.
4. ஃபதபாரக்கல்லாகு - அல்லாஹ் எல்லா பாக்கியங்களும் உள்ளவன்.

இருப்பதிவ் வெழுத்தோ கலத்தினா லெழுதா
திறைகுத றத்துக்கொண் டொளியால்
வரிப்படுத் தியது மோதிர மிதனை
மலர்க்கரத் தளிக்கும்போ திதனா
லுரைப்பருஞ் சகல சோபனா திகளு
முமக்குள வெனவிரித் தொழியா
மருக்கொளு நெடிய சிறைவிரித் தெழுந்து
வானகம் புகுந்தனர் ஜிபுரீல். (13)

13. (610) எழுதியிருக்கும் இவ் வெழுத்துகளோ எழுதுகோலால் எழுதப்பட்டவை அல்ல. இறைவனின் தனிப் பேராற்றலைக் கொண்டு ஒளியால் எழுதப்பட்டவை. இம் மோதிரத்தை மலர்போன்ற குளிர்ந்த மென்மையான அழகிய கையில் அளிக்கும்போது, இதனால் சொல்லி மாளாத நன்மைகள் எல்லாம் உங்களுக்கு உண்டாகும் என்று கூறிய ஜிபுரீல் (அலை) அவற்றை விவரித்துச் சொல்லவில்லை. நறுமணம் மாறாத நீண்ட சிறகுகளை விரித்துப் பறந்து வானகம் சென்றடைந்தார்.

கலம் - எழுதுகோல்; குதரத்து - தனிப்பேராற்றல்; குதரத் - இல்லாத பொருளை உண்டாக்கவும் உண்டான பொருளை இல்லாமல் ஆக்கவும் வல்ல பேராற்றல், முன்ஜிது; வரி - எழுத்து; உரைப்பரும் - சொல்லிமுடியாத; சோபனாதிகள் - நன்மைகள்; ஒழியாத - நீங்கா; மரு - மணம்; நெடிய - நீளமான; சிறை - சிறகு.

இணையறு மிறையோ னருளினா னபிப்பட்
டமுமிலச் சினையும்வந் ததனைத்
துணைவர்க ளொருபன் னாறுபேர் தமக்குஞ்
சொல்லிமோ திரத்தைமுன் வைத்தார்
மணமலி புயத்தா ரதிசயத் துபைய
மலர்விழி மணிகளில் வைத்துத்
தணிவற மகிழ்ச்சி பெருகியுள் ளுவந்து
சலசமென் கரமுகந் தனரே. (14)

14. (611) இணையற்ற இறைவனின் அருளினால் நபிப் பட்டமும் முத்திரை மோதிரமும் வந்தததனைப் பதினாறு அண்ணன்மார்களுக்கும் சொல்லி மோதிரத்தையும் எடுத்து வைத்தார். மணம் கமழும் தோளுடைய அவர்கள் வியப்பு அடைந்தனர். இரண்டு கண்களிலும் ஒற்றிக்கொண்டனர். குறையாத

மகிழ்ச்சிப் பெருக்கெடுத்தது. உள்ளம் உவந்து அவர் தாமரைக் கையை முத்தமிட்டனர்.

இலச்சினை - மோதிரம்; மலி - கமழும்; புயம் - தோள்; உபயம் - இரண்டு; தணிவற - தணிவு அற, குறையாத; சலசம் - தாமரை; முகந்தனர் - முத்தமிட்டனர்.

அதிசய மிதனை பனியிசு றாயீ
லனைவரு மறிந்துவந் தணுகிப்
பதிசெய்முத் திரையை நோக்கலு மெதிர்ந்து
பார்த்தகண் ணொளியினைப் பறித்துப்
புதியநல் லொளிவு முகத்தினிற் றெளிவும்
புரிந்ததை யாய்ந்தக மகிழ்ந்து
துதிசெய்து சுலையு மானபி யுபைய
சுந்தரப் பதம்பணிந் தனரே. (15)

15. (612) இந்த அதிசயத்தைப் பனீஇசுராயீல்கள் அனைவரும் அறிந்தனர். நெருங்கி வந்து மோதிரத்தில் பதிக்கப்பட்டிருக்கும் முத்திரையை உற்றுஉற்று நோக்கினர். பார்த்தவர் கண்களைப் பறித்தது. புத்தொளி பாய்ந்தது. முகத்தில் புதிய தெளிவு பிறந்தது. இதைப்பற்றிச் சிந்தித்து மகிழ்ந்தனர். சுலைமான் நபி (அலை)யைப் போற்றிப் புகழ்ந்தனர். அவர் பாதங்களில் பணிந்தனர்.

அணுகி - நெருங்கி; பதிசெய் - பதிக்கப்பட்ட; எதிர்ந்து - எதிரப்பட்டு; பறித்து - கூசச்செய்து; ஒளிவு - சுடர்; புரிந்தது - ஏற்படச் செய்தது; ஆய்ந்து - நிச்சயித்து; அகம் - மனம்; துதி - புகழ்ச்சி.

மேவியிப் பரிசி லனைவரு மிருப்ப
வியனுள மின்பறி லேறி
யேபிசு மில்லா கிற்றகு மானிற்
றகீமென வினிதுற விசைத்தார்
நாவுரை செவியிற் புகுதலு மளவி
லாதவா னந்தமே பெருகி
யோவிய நிகர்த்தங் கசைந்திலா திருந்தா
ருளமெலா நபிபதத் துறைய. (16)

16. (613) விரும்பி இவ்விதம் அனைவரும் இருக்கும்போது பெருமை மிக்க மிம்பரில் ஏறி பிஸ்மில்லாஹிர் ரமாகுனிர் ரஹீம் என்று கூறினார். இவ்வாறு நாவால் ஓதிய ஓசை காதில் புகுந்ததுமே எல்லையில்லா மகிழ்ச்சிபெருக, உள்ளமெல்லாம் நபியின் பாதத்தில் பணிய, ஓவியம்போல் அசையாதிருந்தனர்.

மேவி - விரும்பி; பரிசில் - விதம்; வியன் - பெருமை; மின்பறு - மிம்பர், பள்ளி வாசலிலுள்ள சிறிய சொற்பொழிவு மேடை; பிசுமில்லா கிற்றகுமா னிற்றகீம் - அளவற்ற அருளாளனும் நிகரற்ற அன்புடையோனும் ஆகிய அல்லாஹ்வின் பெயரால்; பதத்துறைய - பாதம் பணிந்து கிடக்க.

உறைந்தவ ரிவையெய் திடநெடும் புவியு
முயர்ந்தெழு மண்டகோ ளகையு

நிறைந்துள கடலு மலக்குகள் பலருஞ்
சோபன நிகழ்த்திவாழ்த் தெடுப்பப்
பிறந்திடத் தரித்த பொழுதினி லடைந்த
பெருந்துய ரினிலுமெண் மடங்காய்
முறிந்தசிந் தையினோ டமுதழு திபுலீ
சொருவனு முகங்கரு கினனே. **(17)**

17. (614) இவ்வாறு மக்கள் பணிந்து கிடக்க, நெடிய உலகமும் உயர்ந்த வெளியில் சுழலும் அண்ட கோளங்களும் நிறைந்த கடலும் வானவரும் மங்கலம் நிகழ்த்தி வாழ்த்துக் கூறினர். இதைக் கேட்ட இபுலீசு, பிறப்பதற்கு முன்னே கருவறையில் தரித்தாரே சுலைமான் (அலை), அப்போது அடைந்த துன்பத்தைவிட எட்டுமடங்கு துன்பம் அடைந்தான். உள்ளம் உடைந்தான். அழுது அழுது முகம் கருகினான்.

அண்டம் - வெளி; கோளகை - கோளம், ; சோபனம் - மங்கலம், மர்ஹபா எனல்; முறிந்த சிந்தை - உள்ளம் உடைந்து; பிறந்திடத் தரித்த பொழுதில் சுலைமானபி அவதாரப்படலம் பாட்டு 32 முதல் 47 வரை 17 பாட்டுகளில் காண்க.

துவக்கியிவ் விசுமி லாதியில் விளங்கச்
சொல்லிய திவரையல் லாம
லுவர்க்கட லுடுத்த புவித்தலத் தினிலே
யுதித்தநன் னபிகளி லெவரு
நவப்பட வுரைத்த திலையிதன் பெருமை
நவிலப்துல் காதிர்நெஞ் சுறையுந்
தவப்பொரு ளனைய முகம்மது நயினார்
சாற்றிய திருமொழி கேண்மின். **(18)**

18. (615) பிசுமில்லாஹ் ஓதத் துவங்கிய சுலைமான் நபி (அலை) அதன் விளக்கம் கூறினார். இந்த பிசுமில், ஆதியில் விளக்கம் சொல்லியவர் முஹம்மது நபி (ஸல்) ஆவார். உப்புக் கடல் சூழ்ந்த இந்த உலகில் தோன்றிய நபிகளில் இவரை அல்லால் வேறு எவரும் இதன் புதுமையை விளக்கிச் சொன்னதில்லை. அப்துல் காதிரின் உள்ளத்தில் வாழும் தவப் பொருளான அந்த முஹம்மது நபி (ஸல்) கூறிய அருள்நிறைந்த வார்த்தைகளைக் கேளுங்கள்.

விசுமில் - பிஸ்மில்லா ஹிர்ரஹ்மா னிர்ரஹீம்; உவர்க்கடல் - உப்புக் கடல்; புவித்தலம் - உலகம்; நவம் - புதுமை; உறையும் - வாழும்; சாற்றிய - கூறிய.

ஆதிசொல் சுகுபு நூறுமும் மறையி
லடங்கிய தந்தமும் மறைக
ளேதமில் குறுஆ னென்பதி லடங்கி
யிருப்பதிவ் வகைக்குறு ஆனுங்
கோதகல் பாத்தி காவினி லடக்கங்
கொண்டது பாத்திகா முழுது
மோதிய பிசுமி லினினிறைந் தடங்கி
யுறைவதென் றனர்வரன் முறையே. **(19)**

19. (616) இறைவன் சொல்லாக அருளப்பட்ட சுகுபுகள் நூறு. அந்த நூறு சுகுபுகளும் ஸபூர், தௌராத், இன்ஜீல் ஆகிய மூன்று வேதங்களில் அடக்கம். அந்த மூன்று வேதங்களும் குற்றம் இல்லாத குர்ஆனில் அடங்கியுள்ளன. இந்தக் குர்ஆன், சக்கை நீங்கி முழுதும் சத்தாக உள்ள தோற்றுவாய் அத்தியாயத்தில் அடக்கம் கொண்டது. தோற்றுவாய் முழுவதும் துவக்கத்தில் ஓதிய பிசுமிலில் நிறைந்து அடங்கியுள்ளது என்று ஒழுங்குமுறைப்படி விளக்கிக் கூறினார்.

ஆதி - இறைவன்; சுகுபு - கட்டளை ஏடு; மும்மறை - மூன்று வேதங்கள்; ஏதம் - குற்றம்; குறுஆன் - திருக்குர்ஆன்; கோது - சக்கை; பாத்திஹா - திருக்குர்ஆனின் தோற்றுவாய், சூரா ஃபாத்திஹா; வரன்முறை - ஒழுங்குமுறை.

இயல்புற வோதி மின்பறென் றுரைக்கு
மெழின்மணித் தவிசில்வீற் றிருந்தார்
நயனுறு மரசு பதியதாய்த் தோன்று
நல்லெழிற் சாமெனு நகரோர்
பயனரு ணபியு மரசுமிங் கிவரே
யெனப்பகர்ந் தேத்தின ரன்றே
வியனுறு புவிக்கெ லாமொரு செங்கோல்
விளங்கிவாழ் பட்டமுற் றனரே. (20)

20. (617) ஆதி பிஸ்மிலின் பெருமையை நவப்பட விளக்கியபின் மிம்பர் எனப் படும் அழகிய மணித்தவிசில் அமர்ந்தார். மகிழ்ச்சிமிக்க தலைநகராய்த் தோன் றிய நல்ல அழகிய ஷாம் நகர மக்கள் இருமைப் பயன்களையும் பெற்றுத்தரும் நபியும் அரசரும் இவரே என்று போற்றிப் புகழ்ந்கனர். பெருமை மிக்க முழு உலகுக்கும் ஒரு செங்கோல் நிகழ்த்தும் பேரரசர் பட்டம் சூட்டப் பெற்றார்.

இயல்புற - தகுதியுடன்; மின்பறு - மிம்பர், மணித்தவிசு; நயனுற - மகிழ்ச்சியுடன்; அரசுபதி - தலைநகர்; அருள் - தரும்; ஏத்துதல் - வணங்குதல்; வியன் - பெருமை; விளங்கி - ஒளிவீசி.

பட்டமுற் றளவின் முதுமறை தெளிந்தோர்
பலர்மகிழ் வாசிகள் பகர்ந்தா
ரிட்டபே ரொலிப்பே ரிகைமணி யுடுக்கை
யிடக்கைதம் பட்டமத் தளங்க
ளொட்டிய வுறுமி முரசங்கண் முருடு
முழவொடு பம்பைதண் ணுமையு
மட்டறு கடலின் முழக்கென முழங்க
வலம்புரி களுங்கறங் கினவே. (21)

21. (618) பட்டம் சூட்டப்பட்டவுடன் வேதபண்டிதர்கள் மகிழ்ச்சியுடன் வாழ்த்தினர். பேரிகை, மணி, உடுக்கை, இடக்கை, தம்பட்டம், மத்தளம், ஒட்டி உரசும் உறுமி, முரசங்கள், முருடு, முழவு, பம்பை, தண்ணுமை முதலிய கருவிகள் மட்டற்ற கடலின் முழக்கம் போல் முழங்கின. வலம்புரிச் சங்குகளும் ஒலித்தன.

முதுமறை - பழையவேதம்; தெளிந்தோர் - பண்டிதர்; ஆசி - வாழ்த்து; இட்ட - எழுப்பிய; வலம்புரிசங்கு; கறங்கின - ஒலித்தன.

தவிசினி லிருப்பக் கடலில்வெண் ணுரைபோற்
சாமரை யிரட்டினர் சிலர்க
ணவமணி விசிறி யிருகையாற் சுழற்றி
நறுந்தென்ற லுதவினர் சிலர்க
ளவிரொளி கனகப் பெட்டியிற் சுருள்பா
கடைப்பைக ளேந்தினர் சிலர்கள்
கவினுற விதழ்கள் விரிந்தபூப் போலக்
கஞ்சனைப் பிடித்தனர் சிலர்கள். (22)

22. (619) அவர் தவிசினில் அமர்ந்திருக்க, சிலர் கடல் வெண்ணுரை போன்ற கவரி வீசினர். சிலர் இரத்தினங்கள் பதித்த அரச விசிறிகளை இரு கைகளாலும் பற்றிப் பிடித்து வீசி குளிர்காற்று உதவினர். சிலர் ஒளிவீசும் தங்கப் பெட்டிகளில் வெற்றிலைப் பாக்கு ஏந்தி நின்றனர். சிலர் அழகிய இதழ் விரிந்த பூப்போன்ற கண்ணாடி பிடித்து நின்றனர்.

சாமரை - வெண்சாமரம், கவரி; இரட்டினர் - அசைத்தனர்; அவிரொளி - ஒளிவீசுதல்; கனகம் - பொன்; சுருள் - வெற்றிலைச் சுருள்; பாகு - பாக்கு; அடைப்பை - வெற்றிலைப்பை; கவின் -அழகு; கஞ்சனை - கண்ணாடி.

உவரியங் கடல்சூழ்ந் துளநெடும் புவன
முதித்தநாட் டொடுத்திந்நாள் வரைக்கு
மவுல்கடை யுகச்சூ றூதுநா ளளவும்
வரத்தகு மரசர்க ளெவரு
மிவர்தமக் கிணையில் லாதுயி ரெவைக்கு
மேகசெங் கோன்முறை நடத்து
நபிமணித் தவிசி லிருந்தன ரெனவே
கட்டிய நவின்றனர் சிலர்கள். (23)

23. (620) உப்புக்கடல் சூழ்ந்த இப் பெரிய உலகம் தோன்றிய நாள்முதல் இன்று வரையும், இனி உலகின் கடைசிநாள் என்று சொல்லப்படும் எக்காளம் ஊதும் நாளளவும் வரவிருக்கும் அரசர்கள் எவரும் இவருக்கு நிகராக மாட்டார்கள். ஏனெனில் அவர்கள் மனிதர்களுக்கு மட்டுமே அரசர்கள். ஆனால் இவரோ, மனிதர்கள் ஜின்கள் பறவைகள் விலங்குகள் முதலிய உலக உயிரினம் அனைத்திற்கும் ஒற்றைச் செங்கோல் முறை நடத்தும் அரசர் நபியாக தவிசில் வீற்றிருக்கிறார் என்று கட்டியம் கூறினார்கள் சிலர்.

உவரியங்கடல் - உப்புக்கடல்; புவனம் - உலகம்; உதித்தநாள் - தோன்றியநாள்; மவுல் - சொல்லப்படும்; கடையுகம் - கடைசி ஊழி; சூறு - சூர், எக்காளம், கொம்பு; வரத்தகும் - வரவிருக்கும்; இணை - நிகர்; ஏகசெங்கோல் - ஒற்றைச் செங்கோல்; முறை - நீதி; தவிசு -மிம்பர், அரியணை; கட்டியம் - புகழ்ச்சி.

விளங்குதெள் ளமுதத் துளவினி மையினு
மேலவ ருறவினி மையினும்
வளங்கொளு மதுர வாசகந் துலங்க
வனப்பிளங் குயிலிசை தோன்றக்
களங்கற நபிக்கு முறைபவ ரெவர்க்குங்
காதினுங் குளிர்ந்துடல் பூரித்
துளங்களுங் குளிரக் கற்பனைக் கவிக
ளுரைத்தன ருணர்ந்தநூற் புலவோர். (24

24. (621) தெளிந்த தெள்ளமுதத்தின் இனிமையை விடவும் மேலோர் உறவின் இனிமையை விடவும் வளம் நிறைந்த இனிய சொற்கோவை துலங்க உணர்ந்த நூற்புலவர் கற்பனைக் கவிகள் பாடினர். இனிமை நிறைந்த அக் கவிகளைக் கேட்ட நபிக்கும் உடனிருப்பவர் யாவருக்கும் களைப்பு நீங்கிற்று. செவி குளிர்ந்து உள்ளங் குளிர்ந்து உடல் பூரித்தனர்.

விளங்கல் - தெளிதல்; மதுரம் - இனிமை; வாசகம் - சொற்கோவை; துலங்க - ஒளிவீச; வனப்பு - அழகு; களங்கற - களைப்பு நீங்க.

கடலென நிறைந்த நால்வகைச் சேனை
காவல ரனைவரு மெய்திப்
படியுறத் தொழுதா ரரசர்க ளெவரும்
பைம்பொனொண் மணித்திறை குவித்து
மடலவிழ் கமல மலரெனும் பதத்தி
லிறைஞ்சினர் மணிமுடி யழுந்த
நெடிதுள நடுங்கிப் புடையினி லொதுங்கி
நின்றன ரவரவர் நிலையில். (25)

25. (622) கடல்போல் நிறைந்த நான்குவகைப் படைத்தலைவர்கள் அனைவரும் வந்து பதிந்து பணிந்தனர். அரசர்கள் அனைவரும் பொன்னும் மணியும் கப்பமாகக் குவித்து வைத்து இதழ்விரிந்த தாமரை போன்ற பாதத்தில் தங்கள் மணிமுடி அழுந்தும்படிப் பணிந்து போற்றினர். அவரவரும் தங்கள் உள்ளம் நடுநடுங்கியவர்களாகப் பக்கத்தில் அவரவர்க்கும் உரிய இடங்களில் நின்றனர்.

எய்தி - வந்து; படியுற - பதிந்து; தொழுதார் - பணிந்தார்; பைம்பொன் - பசும்பொன், கலப்பற்ற தங்கம்; திறை - கப்பம்; கமலம் - தாமரை; இறைஞ்சினர் - போற்றினர்; நெடிது - பெரிதும்; உளம் - உள்ளம்; புடை - பக்கம்.

கலிமணித் தேர்பொற் புயலென நெருங்கக்
கடகரி வரையென நெருங்கப்
பலகதிப் பரிகள் பறவையி னெருங்கப்
பதாதிவா ருதியென நெருங்கச்
சிலகுடை மதிகள் கதிர்கள்போ னெருங்கச்
செழுங்கொடி பொழிலென நெருங்கத்
துலகுமின் னெனவா யுதங்களு நெருங்கச்
சூழ்ந்தன வணிவணி யாக. (26)

26. (623) மணி ஒலிக்கும் தேர்கள் பொன்னால் செய்த மேகத் திரள்போல் திரண்டன. யானைகள் மலைகளைப்போல் திரண்டன. விரைந்து செல்லும் குதிரைகள் பறவைக் கூட்டம் போல் திரண்டன. காலாட்படைகள் கடல்போல் திரண்டன. மன்னர்களின் குடைகள் நிலாப்போலவும் சூரியன் போலவும் திரண்டு நின்றன. கொடிகளின் கூட்டம் பூந்தோட்டம் போல் காட்சிதந்தது. ஒளிவீசும் மின்னல் என ஆயுதங்கள் ஏந்தியவர்களாக அணிஅணியாகத் திரண்டு வந்தனர்.

கலி - ஒலி; புயல் - மேகம்; கடகரி - யானைக்கூட்டம்; கதி - நடை; பரி - குதிரை; பதாதி - காலாள்; குடை - அரசர்குடை; மதி - நிலவு; கதிர் - சூரியன்; பொழில் - பூந்தோட்டம்; துலகு - துலங்கு, ஒளிவீசும்; மின் - மின்னல்.

தாள்பணி யரச ரணிந்தபொன் முடியிற்
றானைகா வலரிரு கரத்திற்
றோள்களி லணியும் பணிகளின் மணியிற்
றோன்றியொன் பதுவகை யிலகு
நீளொளி கதிரோ னொளியையு மழுக்கி
நிலத்தினிற் கிடந்தகல் லனைத்தும்
வாளிய நவரத் தினமெனத் துலங்கி
வயங்கவுஞ் செய்தன மாதோ. (27)

27. (624) வந்து பாதம் பணிந்த அரசர்களின் மணிமுடிகளிலும் படைத்தலைவர்கள் கைகளிலும் தோள்களிலும் அணிந்திருந்த ஆபரணங்களிலும் பதிக்கப்பட்டிருந்த ஒன்பதுவகை இரத்தினக்கற்கள் பதிக்கப்பட்டிருந்தன. அவற்றிலிருந்து ஒன்பது வகை ஒளி இலங்கிச் சூரியனின் ஒளியையும் மழுக்கின. தரையில் கிடந்த கற்களை எல்லாம் நவரத்தினக் கற்கள் போல் ஒளிவீசச் செய்தன.

தாள் - பாதம்; பணி - பணிந்த; தானை - படை; காவலர் - தலைவர்; பணிகள் - ஆபரணங்கள்; நீளொளி - பேரொளி; வாள் - ஒளி; வாளிய - ஒளியுடைய,துலங்கி; வயங்கல் - ஒளி வீசுதல்.

வயங்கிய வயிர வொளியினிற் கரிய
வாரணம் வெள்ளைவா ரணமாய்
வியங்கொளு நெடிய மரகத வொளியில்
வெண்பரி பச்சையம் பரியாய்
நயம்பெரு நீல மணிதரு மொளியில்
வலம்புரி நலம்புரி கறுப்பாய்
பயன்செயு முரக மணிக்கதி ரொளியிற்
பசுங்குடை சிவப்பதா யிருந்த. (28)

28. (625) வைரக் கற்களின் ஒளியில் கறுப்பு யானைகள் வெள்ளை யானைகளாய்த் தோன்றின; மரகதக் கற்களின் ஒளியில் வெள்ளைக் குதிரைகள் பச்சைக் குதிரைகளாய்த் தோன்றின. நீலக் கற்களின் ஒளியில் வலம்புரிச் சங்குகள் கறுப்புச் சங்குகளாய்த் தோன்றின. பவளக்கற்களின் ஒளியில் குடைகள் எல்லாம் சிவப்புக் குடைகளாய்த் தோன்றின.

வயங்கிய - ஒளிவீசிய; வாரணம் - யானை; வியம் - ஒளி; மரகதம் - பச்சை; பரி - குதிரை; உரகம் - பவளம்.

வாரண முழுதும் புயல்களா யதின்வாய்
வருமொலி புயலிடு மொலியாய்
வீரர்கள் கரவா ளொளிகண்மின் னலுமாய்
மிகுமதம் பொழிதரு புனலாய்ச்
சாரவெங் கணுமே பெருகிய ததனிற்
சந்தனப் புயத்தின ரணிந்த
வாரம துகுக்கு மகரந்தப் பொடியா
லடங்கின விரைதரு நிலமாய். (29)

29. (626) யானைகள் கருமேகம் போல் தோன்றின. அவற்றின் பிளிறல் இடிமுழக்கம் போல் ஒலித்தது. அவற்றின் மீது அமர்ந்துள்ள வீரர்களின் கைவாள் மின்னல்போல் ஒளிர்ந்தது. யானைகளின் மதநீர் மழைநீர்போல் பொழிந்து பூமியை நனைத்தது. மார்பில் சந்தனம் பூசிய வீரர்கள் மலர்மாலை அணிந்திருந்தனர். அப் பூக்கள் உதிர்த்த மகரந்தப்பொடி ஈர நிலத்தில் படிந்தது. அதனால் பூமி நறுமண நிலமாய் மணந்தது.

வாரணம் - யானை; புயல் - மேகம்; மதம் - மதநீர்; புனல் - நீர்; சார - கலக்க; ஆரம் - மலர்மாலை; விரை - மணம்.

தானையின் வனப்பிவ் வகையுற விருந்து
சரதநுண் மறைப்பொரு ளுணர்ந்த
ஞானமூ றியசொன் முதியவர் தமக்கு
நறுமலர் நிகர்கவி ஞோர்க்கு
மானதந் தமர்க்கு மன்னர்க்குந் தளத்தி
னதிபர்க்கு மிரப்பவ ரெவர்க்கும்
வானவொண் முகில்போன் மணியணி பொருள்கள்
வத்திர மனத்தள வளித்தார். (30)

30. (627) படைகளின் அணித்திரள் இவ்வாறு இருந்தது. அவற்றைப் பார்வை யிட்ட பின்னர் கொடை வழங்கினார். நுட்பம் நிறைந்த நிலையான வேதத்தின் பொருளுணர்ந்து தெளிந்து ஞானத்தில் ஊறிய வார்த்தைபேசும் மூதறிஞர்க்கும் மணமலர் போன்ற கவிஞர்களுக்கும் சொந்த உறவினர்க்கும் குறுநில மன்னர்க் கும் மாளிகைவாசிகளுக்கும் ஆடைகளும் அவரவர் மனத்தளவு அளித்தார். வான்மேகம் பொழிவதுபோல் அன்பளிப்பாகவும் தானமாகவும் அளித்தார்.

தானை - படை; வனப்பு - அழகு; சரதம் - நிலையான; மானல் - ஒத்தல்; தமர் - உறவினர்; தளம் - மாடி; அதிபர் - உரிமையாளர்; இரப்பவர் - கையேந்துபவர்; ஒண் - ஒளி; மணி - இரத்தினவகை; அணி - நகைவகை; வத்திரம் - ஆடை.

அந்தரத் தமரர் கண்களித் துவப்ப
வாசனத் தினின்மனு நீதிச்
சுந்தர மணிச்செங் கோல்கரந் தரித்துத்
துலங்கின ரிவ்வணஞ் சிலநாட்

பிந்தின ததற்பின் செறுனரைச் செகுத்துப்
பிடித்தவ ராயுத மெடுத்துத்
தந்தைவைத் திருந்த தனைத்துமே தெரிந்து
தாமொரு மனையில்வைத் தனரே. **(31)**

31. (628) வானத்தில் உள்ள வானவர், மகிழ்ந்து களிக்கும்படி அரியணையில் அமர்ந்தார். அழகிய கையில் செங்கோல் ஏந்தி மனித நீதி காத்தார். இவ்வாறு சில நாள்கள் கழிந்தன. பின்னர் வம்புசெய்யும் பகைவர் மீது கருத்துச் செலுத்தினார். அவர்களைக் கொன்று ஆயுதங்களைப் பறித்தார். அவற்றை எல்லாம் ஆயுதசாலையில் சேர்த்தார். தந்தையார் திரட்டி வைத்திருந்த ஆயுதங்களையும் பகைவரிடம் கைப்பற்றிய ஆயுதங்களையும் ஓரிடத்தில் அடுக்கி வைத்தார்.

அந்தரம் - வானம்; அமரர் - வானவர்; ஆசனம் - இருக்கை, அரியணை; மனுநீதி - மனிதநீதி; சுந்தரம் - அழகு; மணி - வைரம்; தரித்தல் - ஏந்துதல், பிடித்தல்; துலங்கல் - ஒளிர்தல்; செறுநர் - பகைவர்; செகுத்தல் - கொல்லுதல்.

வைத்தபின் மழுவேல் சூலம்வல் லயந்தோ
மரங்கவண் சுழல்குணில் கதைகள்
தைத்தகல் பகழி கரசர நேமி
தனுவுடை வாள்வசி கோணங்
கைத்தகு பரிசை கலையிரு மருப்பா
யுதங்கவ சங்கணைத் தூணி
யித்தொகை யனந்தம் படைக்கலந் தேடி
யிருத்தினர் தமதரண் மனையின். **(32)**

32. (629) அவ் வாயுதங்களாவன: மழு, வேல், சூலம், வல்லயம், தோமரம், கவண், சுழற்றும் குணிலம், கதை, பகைவர் உடலைத் துளைத்துப் பாயும் அம்பு, கரசம், தனு, உடைவாள், வசி, கோணம், கைக்குப் பொருத்தமான பரிசை, தந்தப்பிடியிட்ட ஆயுதம், கவசரம், அம்புக்கூடு. இவ்வாறான ஏராளமான போர்க் கருவிகளைத் திரட்டித் தம்முடைய அரண்மனையில் வைத்தார்.

முடிகக னளவி மதிதொடு நெடிய
மொய்ம்மணிக் கேதனத் தேர்கள்
கடுநடைச் சிறுகட் புகர்முகத் துடித்தாட்
கடமொழு கியமத கயங்க
ளடல்புரி தருமைங் கதிநிறை சுழிகொண்
டணிதரு நானவாய்ப் பரிக
ளிடுசர மொருகண் புகுதினு மறுகண்
ணிமைத்திடா மனவலி வீரர். **(33)**

33. (630) வானத்தை அளாவி நிலாவைத் தொடும்படி பறக்கும் விருதுக்கொடி பறக்கும் தேர்கள்; விரைந்து செல்லும் சிறிய கண்கள் கொண்ட பெண் யானைகள்; உடுக்குப் போன்ற குறுகிய கால்களும் மதநீர் ஒழுகும் கதுப்பும் உடைய கடாயானைகள்; போர்க்களத்தில் ஐந்துவகை நடையும் மங்கலச்

சுழியும் அழகிய கஸ்தூரி மணக்கும் வாயுமுடைய குதிரைகள்; ஒரு கண்ணில் பகைவர் அம்பு பாய்ச்சினாலும் மறுகண்ணை இமைத்திடாத மனவலிமை பெற்ற வீரர்கள்.

ககனம் - வான்; கேதனம் - விருதுக்கொடி; புகர்முகம் - யானை; துடி - உடுக்கு; கடம் - கதுப்பு; மதகயம் - யானை; நானம் - கஸ்தூரி; பரி -குதிரை; சரம்-அம்பு.

சேனைநால் வகையு மெழுகட லொருபாற்
செறத்தல்போற் சேவகத் திருத்தி
வானகத் துடுவை மதிக்கதி ரொளியை
மழுக்குமொண் கருவிக ளளித்து
மேனவ நிதிகள் வேண்டுமட் டுதவி
யுறையிடம் வீதிவே றருளி
நானமுங் கியதோள் புளகமுற் றினதோர்
நான்மறைப் பொருளருள் பெருக. (34)

34. (631) ஏழுகடல்களையும் ஓரிடத்தில் திரட்டி வைத்ததுபோல் நால்வகைப் படைகளையும் பணியில் அமர்த்தினார். வானத்து நட்சத்திரங்களையும் நிலாவையும் சூரியனையும் ஒளிமழுங்கச் செய்யும் ஆயுதங்கள் அளித்தார். அப் படைஞர்க்கு வேண்டிய அளவு செல்வம் அளித்தார். அவர்களுக் கென்று தனி வீதிகளில் வீடுகள் அமைத்துக் கொடுத்தார். அவர் தோள் கஸ்தூரியில் முங்கி மணந்தது. பூரித்தது. நான்கு வேதங்களின் பொருளான அருள் பெருகியது.

செறித்தல் - நெருக்கியிருத்தல்; சேவகம் - பணி; உடு - நட்சத்திரம்; மதி - நிலா; கதிர் - சூரியன்; உறையிடம் - வீடு; நானம் - கஸ்தூரி.

மரைமலர் பதத்தின் மணிமுடி யழுந்த
வணங்கிலா வரசரை நெடுவாட்
கிரைகொடுத் துலகி லெதிரொரு வருமற்
றியலெறும் பீறிய முதலாய்
வருமுயி ரெவைக்குந் தனியதி பதியாய்
மணிமதிற் சாமெனுஞ் செல்வத்
திருநக ரினிற்செங் கோன்முறை புரிந்தார்
புரியுநாட் செய்திற னுரைப்பாம். (35)

35. (632) தம் தாமரை மலர்போன்ற பாதத்தில், தங்கள் மணிமுடி பதியும்படி வணங்கிப் பணியாத அரசர்களைத் தம் வாளுக்கு இரையாக்கினார். உலகில் நிகர் யாருமில்லாத பேரரசராய்த் திகழ்ந்தார். எறும்பு ஈ முதலாய் எல்லா உயிர்களுக்கும் தனி அரசராய் இலங்கினார். உயர்ந்த மதில் சூழ்ந்த அழகிய ஷாம் என்னும் செல்வத் திருநகரில் நல்லாட்சிச் செய்தார் நபி சுலைமான் (அலை). அந் நாளில் அவர் நடத்திய ஆட்சிச் சிறப்பை இனிப் பேசுவோம்.

மரை - தாமரை; இயல் - ஒழுங்கு; இயம் - ஈ; செய்திறன் - ஆட்சிச் சிறப்பு.

நபிப்பட்ட முத்திரைமோதிரம் வந்த படலம் முற்றிற்று.
படலம் 14 -க்கு - திருவிருத்தம் - 632

14. நபிப்பட்ட முத்திரை மோதிரம் வந்த படலம்
படலச் செய்தி

பொன்னுலகம் சேர்ந்த நபி தாவூது (அலை)க்கு உரிய சடங்குகள் அனைத்தையும் முறையாகச் செய்து முடித்தார் சுலைமான் (அலை). வந்தவர் அனைவர்க்கும் தெளிவு கூறி மனத்துயர் அகற்றினார். பின்னர் உடன்பிறந்தார் பதினாறு பேரும் சூழ தாவூது நபி (அலை)யின் அரியணையில் வந்து அமர்ந்தார். தலையில் கவசம் அணிந்தார். உடலில் அங்கி அணிந்தார். நபி மூசா (அலை) கையில் இருந்ததும் பற்பல அற்புதங்கள் நிகழ்த்தியதுமான அசா (தண்டம்) வலக்கையிற் பிடித்தபடி அவ் விடம் விட்டு அகன்றார். அவர் முன்னே வானவர் தலைவர் ஜிபுரீல் (அலை) தோன்றினார். இறைவன் உமக்குச் சலாம் உரைத்தான் என்றார். பின்னர் உலகம் முழுவதையும் ஆளும் அரசு வேண்டுமா மெய்யறிவு வேண்டுமா என்று கேட்டுவரச் சொன்னான் என்றார். பனித்துளி அளவு இந்திரியத்தால் திரண்டது உடல். இது நிலையன்று. இவ் வுடலைக் கொண்டு உலகை ஆளுதல், பிற அரசர்களை வெல்லுதல், மாதரின்பம் நுகர்தல் ஆகியவற்றைக் கொண்டு பெருமை அடைய எண்ணுவது போல் கெடுதியும் துன்பமும் உண்டோ? வாழும் காலத்தில் விருப்பு வெறுப்பை அகற்றி, புளியம் பழத்தொடு ஓடுபோல் ஒட்டியும் ஒட்டாமலும் இருந்து, மூன்று வகை அழுக்கையும் போக்கி, ஈடேற்றம் அடைவதுபோல் மனித வாழ்வின் ஊதியம் வேறு உண்டோ? அரசோ நிலையற்றது. நிலையில்லாத உலக அழகன்றி வேறில்லை. இம்மையிலும் மறுமையிலும் உயர்த்துவது மெய்யறிவே. ஆதலால் அதுவே வேண்டும் என்று சுஜூதில் கிடந்து கூறினார் சுலைமான் (அலை). இதை அப்படியே இறைவனிடம் சென்று கூறினார் ஜிபுரீல் (அலை). இதைக் கேட்டு மட்டற்ற கருணை கூர்ந்தான் இறைவன். தாவூதின் பிள்ளையே! தணிந்து என்னைப் பணிபவர்களை நான் மிக விரும்பியதனால் என்னுடைய அறிவிலிருந்து அறிவு நல்கினேன். மனிதர்களுக்கும் ஜின் கூட்டங்களுக்கும் உரிய அரசும் பல்வேறு உலகங்களும் புகழும் பெற்றியும் நல்கினேன். மேலும் உலகில் உள்ள ஊர்வன பறப்பன முதலிய எல்லா உயிரினங்களையும் வசப்படுத்திக் கொடுத்தேன். உம்முடைய உள்ளத்தை நேர்வழிப் படுத்திப் பெருமை மதிப்பு ஆணவம் முதலிய கீழ்மைக் குணங்களை நீக்கிவிட்டேன். குணக்கேடு முதலிய குற்றங்களையும் போக்கிவிட்டேன் என்று இறைவனின் திருமொழி ஓசை கேட்டது.

ஓசை கேட்டதும் நன்றி கூறி சுஜூதில் விழுந்து பணிந்து புகழ்ந்தார். ஒளிவீசும் முத்திரை மோதிரம் சொர்க்கத்தில் உள்ளது. அதை எடுத்துச் சுலைமானிடம் கொடும் என்று ஜிபுரீலுக்குக் கட்டளையிட்டான் இறைவன். அவ்வாறே செய்தார் ஜிபுரீல் (அலை). அப்போதே நபிப்பட்டமும் வந்தது. அப்போது அவர் வயது இருபது நிறைந்தது. சொர்க்கத்தின் கஸ்தூரி மணக்க, சூரியனும் சந்திரனும் ஒன்றாகத் திரண்டு ஒளிவீசுவதாய், சூடும் குளிர்ச்சியும் இல்லாததாய், கண்ணொளியைப் பறிப்பதாய், நான்கு மூலை கொண்ட சதுரவடிவாய் இலங்கியது அம் மோதிரம். அதன் நான்கு பக்கங்களிலும்

1. லா இலாக இல்லல்லாகு
2. குல்லு செய்யின் காலிக்கு
3. சுபுகான மன்லகுல் முல்க்
4. தபாரக் கல்லாகு

என்று எழுதப்பட்டிருந்தது. கலம்கொண்டு எழுதாமல் இறைவல்லமை யால் ஒளியால் வரையப்பட்டது. அதைக் கையளிக்கும்போது அதனால் எல்லா மங்கலமும் உங்களுக்கு அளிக்கப்பட்டது என்றுகூறிச் சென்றார் ஜிபுரீல் (அலை). நபிப் பட்டமும் முத்திரை மோதிரமும் வந்ததை உடன்பிறந்தாரிடம் கூறி மோதிரத்தை முன்வைத்தார் சுலைமான் அலை). அவர்கள் மகிழ்ந்தனர். மோதிரத்தைக் கண்களில் ஒற்றிக்கொண்டனர். தம்பியின் கையை அன்புடன் முத்தமிட்டனர். இந்த விந்தைச் செய்தியைக் கேள்விப்பட்ட பனீஇசுராயீல்கள் அணிஅணியாகத் திரண்டு வந்து மோதிரத்தைப் பார்த்து மகிழ்ந்தனர். இவ்வாறிருக்க நபி சுலைமான்(அலை) மிம்பரில் ஏறி பிசுமில்லா கிர்ரகுமா னிர்ரகீம் என்று கூறினார். இதைக் கேட்ட பனீஇசுராயீல்களின் உள்ளங்கள் பூரித்தன. தொடர்ந்து அவர் சொல்லப் போவதைக் கேட்க அணியமாயினர். உலகிலும் வானங்களிலும் உள்ள வானவர்கள் வாழ்த்தினர். அதே சமயம் இபுலீசு உள்ளம் உடைந்தான். சுலைமான் (அலை) தாய் வயிற்றில் தரித்த போது அடைந்த துன்பத்தைப்போல் எட்டு மடங்கு மிகுதியான துன்பம் அடைந் தான். அழுது அழுது முகம் கருகினான். சுலைமான் நபி (அலை) தொடர்ந்து பிசுமிலின் பெருமையைப் பேசினார்:

இறைவனின் சொல் நூறு சுகுபுகள் ஆகும். அந்த நூறும் மூன்று வேதங்களில் அடக்கம். வேதங்கள் மூன்றும் குர்ஆனில் அடக்கம். குர்ஆன் பாத்திகா சூராவில் அடக்கம். அந்த பாத்திகா சூரா முழுவதும் ஓதிய பிசுமிலில் நிறைந்து அடங்கியுள்ளது என்று விளக்கினார்.

இவ்வாறு பேசி முடித்தபின் மிம்பரில் அமர்ந்தார், மக்கள் வாழ்த்தினர். அதே சமயம் உலகம் முழுவதற்கும் பேரரசர் என்னும் பட்டமும் வந்தது. வேத பண்டிதர்கள் வாழ்த்தினர். மங்கல முரசு வாத்தியங்கள் முழங்கின. கவரி வீசினர் சிலர். விசிறி வீசினர் சிலர். வெற்றிலைப் பாக்குப் பெட்டி ஏந்தினர் சிலர். கண்ணாடி ஏந்தினர் சிலர். கட்டியக்காரர் உலகப் பேரரசர் இவர் எனக் கட்டியம் கூறினர். கவிஞர்கள் வாழ்த்துப் பாடினர். நால்வகைப் படையினர் அணிவகுப்பு நடத்தினர்.

வேதப் பண்டிதர்களுக்கும் கவிஞர்களுக்கும் உறவினர்களுக்கும் இரவலர் யாவருக்கும் பொன்னும் மணியும் ஆடையும் அளித்தார். வானவர்களும் உவக்கும்படி நீதிச் செங்கோல் நடத்தினார். பகைவர்களை ஒழித்தார். அவர்தம் ஆயுதங்களைப் பறித்தார். நால்வகைப் படையினரையும் தனித்தனியே அமைத்தார். அவர்களுக்குச் சிறந்த ஆயுதங்கள் அளித்தார். இவ்வாறு ஈ எறும்பு முதல் எல்லா உயிர்களுக்கும் ஆட்சியாளராய்த் தனிச்செங்கோல் நடத்தினார். அந்த நாள்களின் செய்திற நேர்த்தியைப் பேசுவோம்.

15. சின்கணங்கள் வசப்படு படலம்

கலி நிலைத்துறை

ஞான மெய்ப்பொருள் விளங்குந்தா வூதுள நயன
மான புத்திரர் சுலையுமா நபியர சிருந்தே
வான கத்தினும் புகழ்தழைத் தோங்கவா ருதிசூழ்
நானி லத்தினுக் கோர்செங்கோல் புரியுமந் நாளில். **(1)**

1. (633) ஞான மெய்ப்பொருள் உணர்ந்த தாவூது நபி (அலை)யின் அகக்கண் போன்ற மைந்தர் சுலைமான் நபி(அலை). அவர் அரசராக அமர்ந்து வானுலகிலும் புகழ் ஓங்கும்படி உலகனைத்திற்கும் பேரரசராகத் திகழ்ந்தார். அந்நாளில்

உள - உள்ளம், அகம்; நயனம் - கண்; வாருதி - கடல்; நானிலம் - உலகம்.

கண்ட ளப்பரு மிறையவன் றிருக்கரு ணையினால்
விண்ட லத்தவர்க் கரசெனும் ஜிபுரியீல் விரைவின்
மண்ட லத்தினில் வந்தெழு வான்படி வான்மட்
டொண்டி றற்சிறை விரித்துறக் கூவிநின் றிசைப்பார். **(2)**

2. (634) இறைவனின் அளவிலாத கருணையால் வானவர் தலைவர் ஜிபுரீல் (அலை) பூமியில் இறங்கி, ஏழு வானளாவத் தம் சிறகை விரித்துக் கூவினார்.

அளப்பரும் - அளக்க முடியாத; விண்டலத்தவர் - வானவர்; மண்டலம் - பூமி; ஒண் - ஒளி; திறல் - வலிமை; சிறை - சிறகு; இசைப்பார் - சொல்வார்.

வரையில் வாரியி லூர்களில் வனங்களி லோடைக்
கரையின் மற்றுள தலங்களி லுறையும்சின் கணங்கா
ணிரையும் பூதப சாசுகா ணீரெலா நீதி
புரியு நாயகர் சுலையுமா னபியிடம் புகுமின். **(3)**

3. (635) மலைகளிலும் கடல்களிலும் ஊர்களிலும் காடுகளிலும் ஓடைக் கரைகளிலும் மற்றுமுள்ள இடங்களிலும் வாழும் ஜின் கூட்டங்களே! பூதங்களே! பசாசுகளே! நீங்கள் எல்லாரும் நீதி மன்னர் சுலைமான் நபியிடம் செல்லுங்கள்.

வரை - மலை; வாரி - கடல்; வனம் - காடு; உறையும் - வாழும்.

கடிதி னிற்புகுந் தஞ்சிய மனத்தொடு கமல
வடிவி னிற்றொழு தேகரங் கட்டிநின் றவர்சொற்
படியி னித்தமு நடவுமி னெனுமொழி பகர்ந்தே
வடிவு றச்சிறை விரித்தெழுந் தடைந்தனர் வானில். **(4)**

4. (636) விரைந்து செல்லுங்கள். அஞ்சிய மனத்தோடு பணிந்து கைகட்டி நின்று அவர் கட்டளைப்படி நடந்துகொள்ளுங்கள் என்று சொல்லிவிட்டுத் தம்முடைய சிறகை விரித்து வானுலகம் சென்றடைந்தார்.

கடிதினில் - விரைந்து; நித்தமும் - எப்போதும்.

வலித்த காரிடி யிடித்திடு முழக்கிலெண் மடங்காய்ப்
பலித்த சொல்லெழு வான்முத லாய்ப்படு வானிற்
கலித்த சின்கள்பூ தங்கள்கா ரலகைகள் காதி
லொலித்த தொத்தன வுடலகந் திடுக்கணுற் றனவே. (5)

5. (637) மழைக் காலத்தின் வலிய இடி முழக்கத்தைவிட எட்டு மடங்காய் ஒலித்தது ஜிபுரீலின் கூவல். எழுவான் முதல் படுவான்வரை ஆரவாரம் செய்யும் ஜின்கள் பூதங்கள் கரிய பேய்கள் முதலியவற்றின் காதுகளில் இடிபோல் முழங்கியது. அவை கேட்டுத் திடுக்கிட்டு நடுங்கின.

வலித்த - வலிமைமிக்க; எழுவான் - கிழக்கு; படுவான் - மேற்கு; கலித்த - ஆரவாரம் செய்த; கார் - கரிய; அலகை - பேய்.

திடுக்க ணுற்றிடக் கேட்டபி னவைகளின் சிந்தை
நடுக்க முற்றதி காரமும் வீரமு நலிந்தே
யொடுக்க முற்றெலாக் கணங்களுங் கூடியோர் திரளா
யடுக்க லுற்றுநன் னபிபத மிறைஞ்சிநின் றனவே. (6)

6. (638) ஜிபுரீலின் அறைகூவலைக் கேட்டுத் திடுக்கிட்டன. மனம் நடுங்கின. அதிகாரமும் வீரமும் நலிந்து ஒடுங்கின. எல்லாக் கூட்டங்களும் கூடி ஒரே திரளாக சுலைமான் நபி (அலை) வந்து நின்று அவரைப் புகழ்ந்தன.
கணம் - கூட்டம்; அடுக்கல் - அடுத்தல், முன்னிற்றல்; இறைஞ்சல் - புகழ்தல்.

மனுவு டற்கள்போ லுயரமு மொழுங்குமாய் வளர்ந்த
தனுவெ டுத்துமற் றுள்ளசின் பெலங்களைத் தாண்டிப்
புனித முற்றவூ ணருந்தியா யுதவகை பூண்டு
வனமி கக்கனிந் தொழிகிய சின்சில வகைகள். (7)

7. (639) அவ்வாறு வந்த கூட்டத்தில் உள்ள ஜின்கள் பல்வேறு கோலங்கொண்டும் குறும்புகொண்டும் வந்தன. மனித உடல் போன்ற உயரமும் ஒழுங்கும் அமைந்த வில் ஏந்தி, மற்றுள்ள ஜின்களை வலிமையுடன் தாண்டி, உணவு உண்ட வாயுடன் பலவகை ஆயுதங்கள் அணிந்த கோலத்துடன் வந்தன சில ஜின்கள்.

மனு - மனிதர்; தனு - வில்; பெலம் - வலிமை; ஊண் உணவு; வனம் - வனப்பு, அழகு.கடிம லர்த்தொடை புனைந்தன நவமணி கதிர்செய்

முடித ரித்தன நெடியவான் முகட்டினிற் கொடிக
ளடரு மாளிகை வெட்டெழில் வாகன மலது
படியி னிற்பத மிதித்திடாச் சின்சில பகுதி. (8)

8. (640) மலர்மாலை சூடி, நவமணிகள் சுடரும் முடி தரித்து, வானை அளாவிக் கொடி பறக்கும் மாளிகைகளில் இருந்து சில ஜின்கள் வந்தன. அவை வாகனங்களில் ஏறி வரவும் இல்லை. அவற்றின் கால்கள் தரையில் படவும் இல்லை.

கடி - மணம்; தொடை - மாலை; கதிர் - சுடர்; செய் - வீச்சு; முகடு - உச்சி; அடரும் - நெருங்கும்; படி - தரை, பூமி; பதம் - பாதம், கால்.

பூத மியாதினும் பெரும்படைப் பானதைப் பொருத்தி
யோத லாமொரு விரற்பெரி தினுமுட லெடுத்தே
காதன் மாறியென் வகைக்குமஞ் சாதுளங் கடந்த
கோதி லார்களும் பயங்கொளும் சின்சில குழுக்கள். (9)

9. (641) உலகிலேயே பெரிய படைப்பு என்று உள்ளதை ஒப்பிட்டுப் பார்த்தால் இந்த ஜின்களின் விரற்கடை அளவே என்று சொல்லத்தக்க உருவங்கொண்ட ஜின்கள் சில வந்தன. அன்பு மாறி பகை முற்றி எதற்கும் அஞ்சாத உள்ளங் கொண்டவர்களும் அச்சம் கொள்ளும் ஜின்கள் அவை.

பொருத்தி - ஒப்பிட்டு; ஓதலாம் - சொல்லலாம்; காதல் - அன்பு; கோது - குற்றம்.

உறையு மேழ்கடற் கப்புறம் போயொரு பகலிற்
றறுகி லாமலே வரத்தகு சத்துவம் படைத்து
மறுகி லாதெடுத் தம்மனை யாடவு மலைகள்
சிறிய தாமெனச் சலித்துள சின்சில திரள்கள். (10)

10. (642) ஒரு பகற்பொழுதில் ஏழு கடல்களுக்கும் அப்பால் சென்று தடையில் லாமல் திரும்பும் வலிமை கொண்ட ஜின் கூட்டங்கள் சில. குழப்பமின்றி அம் மானை ஆடுதற்கு இந்த மலைகள் மிகச்சிறியவை என்று சலிப்புக் கொண்டன.

உறையும் - இருக்கும்; தறுகிலாமல் - தடையில்லாமல்; சத்துவம் - வலிமை; மறுகிலாது - குழப்பம் இல்லாமல்; அம்மனை - அம்மானை ஆட்டம்.

மீட்சி காட்டிய வொருபெரு மூச்சுவிட் டிடிலோ
மாட்சி காட்டிய சண்டமா ருதங்களை மாற்றி
நீட்சி காட்டிய மலைகளை நிலத்திடை யுருட்டிக்
காட்சி காட்டிய வலியுள சின்சில கணங்கள். (11)

11. (643) ஒரு பெருமூச்சு விட்டால் வலிய புயல் வீச்சையும் தடம் மாற்றிவிடும். நீண்டுயர்ந்த மலைகளைப் பூமியில் உருட்டிவிடும். அத்தகைய வலிமைகொண்ட ஜின் கூட்டங்கள் சில.

மாட்சி - பெருமை; சண்டமாருதம் - புயல்; நீட்சி - உயரம்; கணம் - கூட்டம்.

இடிக ளஞ்சவிண் முகில்களுங் கதறவுள் ளேங்கிப்
படியுந் திக்குத்தி காந்தமுஞ் செவிடுபட் டயரக்
கிடுகி டென்றெழு மலைகளு மசைதரக் கிளர்ந்த
கொடிய வெங்குரன் முழக்கிடும் சின்சில குலங்கள். (12)

12. (644) இடிகள் அஞ்சவும் மேகங்கள் கதறவும் எட்டுத் திசைகளும் செவிடாகவும் பூமியும் ஏழு மலைகளும் கிடுகிடுவென்று அசைந்து ஆடவும் கொடுங்குரல் முழக்கிடும் ஜின் கூட்டங்கள் சில.

முகில் - மேகம்; படி - பூமி.

தாக்கி யேவெகு ளிகள்வரில் விழியெழு தழலாற்
றேக்கி யேகடல் குடித்துயர் வடவையைச் சிதைய
நீக்கி யேபுவி கொளும்விடை மருப்புக ணெரியத்
தூக்கி யோரடி பெயர்த்திடும் சின்சில தொகைகள். **(13)**

13. (645) சில ஜின் கூட்டங்கள் வந்தன. அவை சீற்றம் கொண்டால் கண்களில் நெருப்புப் பறக்கும். அதன் வெப்பத்தால் கடல் வற்றிவிடும். வடவாக்கினி ஆகிய இத்தீ அணைந்துவிடும். ஓரடி எடுத்து வைத்தால் எட்டுத் திக்கிலும் உள்ள யானைகளின் தந்தங்கள் நொறுங்கிவிடும்.

வெகுளி - சீற்றம்; தழல் - நெருப்பு; வடவை - வடவாக்கினி, ஊழித்தீ; புவி - உலகம்; புவிகொளும் விடை - எட்டுத் திசைகளின் யானைகள், திக்கஜம், அவை ஐராதம், புண்டரீகம், வாமனம், குமுதம், அஞ்சனம், புஷ்பதந்தம், சார்வபூமம், சுப்பிரதீபம் (புராண மரபு); மருப்பு - யானைக் கொம்பு, தந்தம்.

தேடி யேபெரும் பொறைக்கடற் குளித்ததிற் சேறா
யோடி யேமுகில் களைப்பிழிந் துடனனை யாநீ
ராடி யேநெடுங் கரங்களைக் கோத்தனு தினமுங்
கூடி யேவிளை யாடுசின் சிறார்சிலர் கூட்டம். **(14)**

14. (646) கடலில் குளித்ததனால் உடல் சேறாயிற்று. ஆதலால் மேகத்தைப் பிழிந்து உடல் நனையும்படி நீராடின. பின்னர் கூட்டமாகக் கூடி கைகளைக் கோத்து விளையாடின ஜின் சிறுவர் கூட்டங்கள்.

பொறை - பொறுமை, அமைதி; முகில் - மேகம்; நனையா - நனையும்படி.

மலையி னும்பெரி தாய்நெடு வானள வளர்ந்து
நிலையி னின்றிடு தடியுட நெடுங்கரஞ் சென்னி
யலைய நாழிகை யொன்றினி லாயிரங் காதந்
தொலைய மென்னடை புரிகிழச் சின்சில தொகுதி. **(15)**

15. (647) மலையைவிடப் பெரிதாய் வளர்ந்து நெடுந்தூண் போன்ற கைகளைத் தலையில் வைத்துக் கோதியபடியே ஒரு நாழிகை நேரத்தில் பத்தாயிரம் கல் தொலைவு மெல்ல நடந்து கடக்கும் கிழச் சின் கூட்டங்கள்.

தடி - தூண்; சென்னி - தலை; அலைய - கோதியபடி; நாழிகை - நிமிடம்; காதம் - பத்துக்கல் தொலைவு.

புடைப ரந்துள வலப்புயத் திருந்திடப் புயத்தி
லடைய வென்றொரு பறவைசென் றிடிலரைக் கடிகை
யுடைய போதடுத் திடுமுட லொடுக்கியோர் கடுகிற்
றடைய றப்புக வகைபெறு சின்சில தொகுதி. **(16)**

16. (648) புடைத்துப் பருத்த வலது தோளில் இருந்து இடது தோளுக்குச் செல்வதற்காக ஒரு பறவை பறந்தால் ஒரு வினாடி நேரத்தில் தன்னுடைய பெரிய உடலை ஒடுக்கிக் கடுகினுள் புகுந்துவிடும் வல்லமை பெற்ற ஜின் கூட்டங்கள் சில.

புடை - புடைத்தல்; பரந்துள் - பருத்த; புயம் - தோள்; கடிகை - நாழிகை, நிமிடம்; போது - நேரம்.

காலங் கண்டுள விருத்தர்போற் சிறுவர்போற் கவின்சேர்
சீலங் கொண்டநல் லிளைஞர்போற் பெரியர்போற் றினமு
மோலங் கொண்டநீர்க் கடன்மடுத் துண்ணுமொண் முகில்போற்
கோலங் கொண்டிட வரம்பெறு சின்சில குழாங்கள். (17)

17. (649) நினைத்த நேரத்தில் வயது முதிர்ந்த கிழவர்போல், சிறுவர்போல், அழகும் ஒழுக்கமும் கொண்ட இளைஞர்போல், பெரியார் போல், நாள்தோறும் முழங்கும் கடல்நீரை உண்ணும் கரிய மேகம் போல், உருவம் கொள்ள வரம்பெற்ற ஜின் கூட்டங்கள் சில.

விருத்தர் - முதியவர், கிழவர்; கவின் - அழகு; சீலம் - நல்லொழுக்கம்; ஓலம் - முழக்கம்; கடன் - கடல்; மடுத்தல் - குடித்தல்; ஒண்மை - மிகுதி; முகில் - மேகம்; கோலம் - உருவம்; வரம் - தெய்வஈகை.

ஓடி யோர்சிறு சின்கையிற் குறுந்தடி யொன்றா
லாடி யோர்தரந் தாக்கிய வடியினி லதிரிற்
கோடி மானிட மடியுமென் றிடிலுளங் குறித்துச்
சூடி யாள்படைக் கலவகைக் குவமையார் சொல்வார். (18)

18. (650) ஒரு சிறு ஜின் குறுந்தடியால் ஒருமுறை தாக்கினால் அந்த அடியின் அதிர்ச்சியினால் ஒரு கோடி மனிதர்கள் மடிவர். கூடிய ஜின் கூட்டங்கள் பற்பல கொடிய ஆயுதங்கள் தரித்துள்ளன. அவற்றின் விளைவுக்கு உவமை சொல்பவர் யார்?

அதிரில் - அதிர்ச்சியில்; சூடி - தரித்து; படைக்கல வகை - போர்க்கருவிகள்.

மன்னு கின்றவொட்ட கந்தகர் முயன்மயி ராலு
முன்னு பஞ்சியி னாலுமா மாடைக ளுடுத்த
சின்னி னங்களிங் கிவைவரிற் சேர்ந்துவந் தொருபான்
முன்னி னின்றுள பூதகோ ரங்களை மொழிவாம். (19)

19. (651) ஒட்டகம், செம்மறியாடு, முயல் ஆகியவற்றின் மயிராலும் பஞ்சினாலும் ஆன ஆடைகள் உடுத்தி வந்த ஜின் கூட்டங்கள் இவை. இவற்றுடன் சேர்ந்து வந்து ஒரு பக்கமாக நின்ற பூதங்களின் அச்சம் தரும் தோற்றத்தைச் சொல்வோம்.

மன்னுகின்ற - சேர்கின்ற; தகர் - செம்மறியாட்டுக் கடா; முன் - மேல்; ஒருபான் - ஒரு பக்கம்; கோரம் - அச்சம்.

வரையெ னுஞ்சிர நாறிய கற்குள வாயக்
கரைபொ ருந்திய வுதடுவண் டிலிற்பெருங் கண்கள்
புரையி ரண்டுள மதகெனு நாசிபோற் களிறு
திரியு னுந்திரி யாச்சிறு சேடியர் செவிகள். (20)

20. (652) மலை என்னும் தலை; நாற்றமெடுத்த கற்குளம் வாய்; அக்கரை போல் உதடு; பெருத்த வயிறுபோல் கண்கள்; மதகுபோல் இரு தொளைகள், அவை மூக்கு; யானை திரிந்தாலும் திரியாத சிறு பரிசை போல் செவிகள்.

வரை - மலை; சிரம் - தலை; வண்டிலி - யானை; சேடியர் - பரிசை.

பனைநி ரைத்தல்போ னீண்டுள விரற்கரம் படர்ந்து
கனைமு கிற்களோ டிடிபடு புயங்குறுங் கழுத்து
வனைக யம்பல நிறைந்துள வாரிபோல் வயிறு
பினியு ரோமங்கள் காதத்தி னீண்டுள பெருக்கால். (21)

21. (653) பனைமர வரிசைபோல் நீண்டடர்ந்த விரல்களுடன் கை; முழங்கும் மேகத்தோடு இடிபடும் குட்டைக் கழுத்து; அழகிய மீன்கள் நிறைந்த கடல் போல் வயறு; பல காதத் தொலைவிற்கு நீண்ட மயிரடர்ந்து பெருத்த கால்கள்.

நிரைத்தல் - வரிசைபட அமைத்தல்; கரம் - கை; கனை - கனைத்தல், முழக்கல்; முகில் - மேகம்; புயம் - தோள்; வனை - அழகு; கயம் - மீன்; வாரி - கடல்; பினி - பின்னி; காதம் - பத்துக்கல் தொலைவு.

கோர மிவ்வகை யாகிய பூதத்தின் கூட்டம்
பார நீள்சடை நிலம்படத் தொங்குதல் படிவிட்
டார மேகமண் டலந்தனக் கேறவென் றனந்தந்
தூர மாங்கயிற் றேணிவைத் ததைநிகர் தோன்றும். (22)

22. (654) இத்தகைய அச்சந்தரும் பூதக் கூட்டம் கனத்த நீண்ட கூந்தலை நிலத்தைத் தொடும்படி தொங்க விட்டிருக்கின்றது. அது பூமியிலிருந்து, ஆரவாரம் செய்யும் மேக மண்டலத்திற்கு ஏறிச் செல்வதற்காக நூலேணி தொங்க விட்டிருப்பது போல் உள்ளது.

கோரம் - அச்சம்; பாரம் - கனம்; படி - பூமி; ஆரம் - நுனி, உச்சி; அனந்தம் - அளவற்ற; தூரம் - தொலைவு.

ஒட்ட மாப்பிறை நிகர்தரு சரிமருப் புடனே
வட்ட மாய்ச்சடை முடித்திடில் வானெலா மறைக்கப்
பட்ட மாட்சிகொள் செங்கரும் புயலையிப் படியிற்
டொப்ப காரிருட் சுமந்துவந் தனவெனத் துலங்கும். (23)

23. (655) வளைந்த பிறைபோன்ற தந்தத்தால் வட்ட வடிமாகச் செய்த சடைப்பில்லையைக் கூந்தலில் ஒட்ட வைத்துள்ளன. வானம் முழுவதும் மறையும்படி மேகத்தைச் சுமந்துவந்த காரிருள் போன்று இருந்தது அது.

ஒட்டம் - ஒட்டு; மருப்பு - தந்தம்; படி - பூமி; துலங்கும் - தோன்றும்.

பொருது கொத்தளக் கொம்மைக ளிருப்பது போல
நிரைகொள் பற்களும் கன்னமட் டாய்வர நீண்டு
கரிக டூங்கிய வக்கிரதந் கமும்புகைக் கண்ணு
மிருளு மேனியுங் கண்டுகூ ளிகளுமுள் ளேங்கும். (24)

24. 656) கோட்டை மதில்மேல் கொம்மட்டிக்காய்கள் காய்த்துக் கிடப்பதுபோல் பூதங்களின் பற்கள் கன்னம்வரை நீண்டுள்ளன. அவ்வாறு நீண்டுள்ள உறுதியான வளைந்த பல்லும் புகைபறக்கும் கண்ணும் இருண்ட உடலும் கண்டு பேய்களும் அஞ்சின.

பொருதுதல் - போர்செய்தல்; கொத்தளம் - மதில்; கொம்மை - கொம்மட்டிக் காய்; நிரை - வரிசை; கரி - வைரம்; தூங்கிய - பாய்ந்த; வக்கிர தந்தம் - வளைந்த பல், கோரைப்பல்; கூளி - பேய்.

பாதத் தண்டையுங் கைக்கணி கடகமும் பரந்த
காதிற் குண்டலங் களுமலைப் பாம்பலங் கரித்துச்
சோதிக் கும்பெரு மலையெனுந் தண்டுகைச் சுழற்றி
யேதுற் றெங்கணு மலைந்திடு மிதிற்சில வினங்கள். (25)

25. (657) மலைப்பாம்பைப் பிடித்து பாதத் தண்டையாகவும் கையில் கடகமாக வும் காதில் குண்டலமாகவும் அணிந்து, பெரிய மலையைக் கைத்தடியாகச் சுழற்றிக்கொண்டு அங்கும் இங்குமாக அலைகின்றன சில பூதக் கூட்டங்கள்.

தண்டை - காலில் அணியும் காப்பு; கடகம் - கைக்காப்பு; குண்டலம் - காதில் அணியும் வளையம்; சோதித்தல் - இலங்கல்; தண்டு - கைத்தடி; ஏது - திராணி.

திடக யக்குரு தியைமணச் சந்தனச் சேறா
யுடல மெங்கணும் பூசியா னையையுரித் துடுத்தே
யிடிமு ழக்கிய தெனநெடுங் கரத்தொலி யெழும்பக்
கடிது கொம்மைகொட் டித்திரி யுஞ்சில களரி. (26)

26. (658) வலிய யானையின் இரத்தத்தைச் சந்தனக் குழம்பாக உடலில் பூசிக்கொண்டு, யானையின் தோலை உரித்து உடுத்திக்கொண்டு இடி முழக்கம்போல் கும்மிகொட்டித் திரிகின்றன சில கூட்டங்கள்.

திடம் - வலிமை; கயம் - கஜம், யானை; குருதி - இரத்தம்; சேறு - குழம்பு; கடிது - வலிமையுடன்; கொம்மை - கொம்மி, கும்மி; களரி - கூட்டம்.

பணிந்தி டாதவே தாளகூட் டங்களைப் படுத்துத்
துணிந்த நெஞ்சையும் பிளந்துவாய் கிழித்துயிர் துடிக்கப்
பிணஞ்செ ருக்கிய குடர்களைப் பிடுங்கியே மாலை
யணிந்து நின்றுகூத் தாடுபூ தங்களு மனந்தம். (27)

27. (659) பணியாத வேதாளக் கூட்டங்களை அடித்து வீழ்த்தி நெஞ்சைப் பிளந்து வாயைக் கிழித்து உயிர் துடிக்கப் பிணமாக்கி வயிற்றைக் கிழித்துக் குடலைப் பிடுங்கி மாலையாக அணிந்து நின்று கூத்தாடும் பூதங்கள் ஏராளம்.

படுத்து - வீழ்த்தி; செருக்கிய - அலங்கரித்த; அனந்தம் - ஏராளம்.

அருளைக் காத்தவர்க் களித்ததிற் பலனடை யாமற்
றெருளைக் காத்தபா வலர்க்குத விப்புகழ் தேடா
திருளைக் காத்தநெஞ் சினர்புதைத் திறந்திட விந்தப்
பொருளைக் காத்தக லாதிருப் பதுசில பூதம். (28)

28. (660) அருளறம் பூண்ட மேலோர்களுக்கு அளித்துப் பயனடைய மாட்டார்கள், தெளிந்த உண்மைகளை பாடும் பாவலர்களுக்கு உதவி செய்து புகழடைய மாட்டார்கள், இருள்மூடிய நெஞ்சுடையவர்கள். தங்கள் செல்வத் தைப் புதைத்து வைத்திருப்பார்கள். பின்னர் அப்படியே இறந்துவிடுவார்கள். அத் தகையவரின் செல்வப் புதையலை காவல் காத்து அகலாது அங்கேயே இருப்பவை சில பூதங்கள்.

தெருள் - தெளிவு; அகலாது - நீங்காது.

கவள வெங்களி றேபொசித் துக்குடர் கறுத்த
நவைகொள் பூதத்தின் வகையினம் பலதுள நவில
வுவமை வேறில திக்கணம் வரிலுடன் வந்த
திவள வென்றிடாப் பசாசதின் வகைசில திசைப்பாம். (29)

29. (661) கொடிய யானையையே உண்டு உடல் கறுத்த பழிகார பூதவகைகள் இன்னும்பல உள்ளன. அவற்றை விவரிக்க உவமை இல்லை. ஆதலால் இவ்வளவு என்று வரையறுக்க முடியாத பெருங்கூட்டமாய் வந்த பசாசுகளின் வகையைச் சொல்கின்றோம்.

கவளம் - சோறு; வெம் - வெம்மை - சீற்றம்; களிறு - யானை; பொசித்தல் - உண்ணல்; குடர் - குடல்; நவை - குற்றம், பழி; நவில - சொல்ல; இக்கணம் - இப்போது; இசைப்பாம் - சொல்வோம்.

குழிவி ழுந்தகண் ணிலையறு மாத்தலைக் கூகை
முழுதும் வாழ்செவி பாழ்த்தபுற் றெனுதுளை மூக்கா
ரழல ழுந்தவாய் நெடியவெற் பனமயி ரடர்கை
பழுவெ லும்பெழ வொட்டிய வயிறிரு பனைக்கால். (30)

30. (662) குழிவிழுந்த கண்ணும் இலையற்ற மாவின் தலையும் கொண்ட கோட்டான் குடிவாழும் காதும், பாழ்பட்ட புற்றுப் போன்ற தொளை மூக்கும், நெருப்புக் கக்கும் வாயும், நெடுமலைபோல் மயிரடர்ந்த கையும், விலா எலும்பு எழுந்து நிற்கும் ஒட்டிய வயிறும் இரு பனைமரக் கால்களும்

மா - மாமரம்; கூகை - கோட்டான்; ஆர் - நிறைந்த; தழல் - நெருப்பு; வெற்பு - மலை; அன - அன்ன, போன்ற; பழுவெலும்பு - விலா எலும்பு.

கரிய மேனியும் படைத்துள தனுதினங் காளிக்
குரிய வேவல்செய் துறைவது தொழிலுடைத் துயிரைப்
பிரியும் வஞ்சக ருடல்களுங் குடர்களும் பிடுங்கி
நரியோ டுண்டதின் சுவையறி நாற்றநா வுளதே. (31)

31. (663) கரியமேனியும் கொண்டது. நாள்தோறும் காளிக்கு ஏவல்செய்து வாழ்வது. உயிர்விடும் வஞ்சகரின் உடலையும் குடலையும் நரியுடன் சேர்ந்து உண்ணும். அதனால் பிணச்சுவையும் நாற்றமும் மாறாத நாவு கொண்டது.

உறைவது - வாழ்வது; தொழில் - பிழைப்பு; உடைத்து - உடையது; குடர் - குடல்.

பிணங்கை யாடியுண் டதிற்புதி தாய்ப்பெருஞ் செல்வப்
பணங்கை யாடிய புல்லர்போன் மகிழ்ச்சிகள் படைத்துக்
குணங்கை யாடிய மனச்செருக் காய்க்கரங் கொட்டித்
துணங்கை யாடியே முழவொலி யிடுஞ்சில சோகு. (32)

32. (664) பிசாசுகள் பிணந்திருடித் தின்னும். தின்றபின் பணம் கையில் வரப்பெற்ற அற்பர்போல் மகிழ்ந்து வளைந்து கைகொட்டி ஆடி பெருமையுடன் துணங்கை ஆடி பறைகொட்டும் சில பசாசுகள்.

குணங்கையாடுதல் - புறங்கை கொட்டி ஆடுதல்; செருக்கு - பெருமை; தணங்கை - ஒருவகை கூத்து, பசாசுகள் ஆடும் கூத்து; முழவு - பறை; சோகு - பசாசு.

கிடைக்கு நல்வரந் தருதெய்வ மிதுவெனக் கீழோர்
படைக்கும் பூசையு மனமுறைத் தவர்பிரம் பாலே
படைக்கும் பூசையுங் கொண்டுவேம் பினுங்குடிப் போய்த்தா
ளடைக்கும் பாழ்மனை யினுமுறை வனசில வலகை. (33)

33. (665) நல்ல வரங்கள் தரும் தெய்வம் இது என்று நம்பிச் சிலர் பூசை படைக்கின்றனர். மன எரிச்சல் கொண்டவர்கள் பிரம்படிப் பூசை படைக்கின்றனர். இந்த இருவகை பூசைகளையும் பெற்றுக்கொண்டு வேப்ப மரத்திலும் பாழடைந்த வீடுகளிலும் சில பசாசுகள் குடியேறி வாழ்கின்றன.

உறைப்பு - எரிச்சல்; பாழ்மனை - பாழடைந்த வீடு; உறைவன - வாழ்வன; அலகை - பசாசு.

உசித முற்றொரு வோனிடஞ் சத்திய வுரையாய்
நிசவி ருத்திதன் னிலைகளைப் பேதமாய் நிகழ்த்து
மிசைத ரித்தவீ டிழந்துபா ணரகமெய் துவராம்
வசன சத்தியில் லார்கள்போ லுஞ்சில மருள்கள். (34)

34. (666) பேச்சில் வாய்மை இல்லாதவர்கள் மற்றவரிடம் பேசும்போது தோதுக்கேற்ப சத்தியம் செய்து பேசுவர். உண்மை வாழ்க்கையில் நேர் மாற்றமாக நடப்பர். இத் தகையவர்கள் மறுமையில் சொர்க்கம் இழந்து பாழான நகரத்தில் வீழ்வர். இவர்கள் போல்வன சில மோசக்காரப் பசாசுகள்.

உசிதம் - தோது; நிசம் - நிஜம், உண்மை; விருத்தி - ஒழுக்கம்; பேதம் - மாறுபாடு; மிசை - மேல், மேலுலகம்; தரித்த - அமைந்துள்ள; வீடு - சொர்க்கம்; வசனம் - பேச்சு; சத்தி - சத்தியம், வாய்மை; மருள் - பசாசு.

வடித்த புந்திசொல் லிடினுமெண் ணாமல்வை திடினு
மடிக்கி னுங்கடு களவுமஞ் சாமலே யழிவாங்
குடித்த னஞ்செயு மாதர்போ லானுருக் குலையப்
பிடித்து நித்தமு மனுபவஞ் செயுஞ்சில பெண்பேய். (35)

35. (667) மாதரில் சிலர் உள்ளனர். அறிவு சொன்னாலும் கேட்க மாட்டார்கள். கடிந்து ஏசினாலும் அடித்தாலும் கடுகளவும் அஞ்ச மாட்டார்கள்.

குடித்தனத்தை அழிப்பார்கள். கணவனை உருக்குலைப்பார்கள். இம் மாதர் போல்வன சில பேய்கள்.

வடித்த - தெளிந்த; புந்தி - அறிவு; நித்தமும் - நாள்தோறும், எப்போதும்.

வண்ண மிவ்வகை யாகிய கூளிகள் வகுக்கு
மெண்ண மிவ்வள வென்றில திவையுட னியன்று
நண்ணு பூதங்கள் சின்களென் பதுவுநா னிலத்தின்
கண்ண திர்ந்தநா னூற்றிரு பதுபெருங் கணங்கள். (36)

36. (668) இவ் வகையாகிய பேய்கள் இவ்வளவு என்று அளவிட முடியாத பெருங் கூட்டமாய்த் திரண்டு வந்தன. இவற்றுடன் உலகின் ஜின் கூட்டங்களும் பூத கூட்டங்களுமாகச் சேர்ந்து 420 பெருங் கூட்டங்கள் நிலம் அதிரத் திரண்டு வந்தன.

கூளி - பசாசு; வகுக்கும் - அளவிடும்; இயன்ற - கூடி; நண்ணுதல் - வந்து சேர்ந்த; கணங்கள் - கூட்டங்கள்.

கணமிவ் வொன்றினுக் களவிவை யெனுங்கணக் கேனுந்
துணிவு கொண்டியம் புவதரி தொவ்வொரு தொகையி
னுணவு வேறுறே றொழுகலும் வேறுவே றுடைவே
றணித ரும்படைக் கலங்களும் வேறுவே றம்மா. (37)

37. (669) இவ்வாறு வந்த கூட்டங்களில் ஒவ்வொரு கூட்டத்தின் எண்ணிக்கை இவ்வளவு என்று எவராலும் துணிந்து சொல்ல முடியாது. அக் கூட்டங்களின் உணவு வேறு வேறு. பழக்க வழக்கங்கள் வேறு வேறு. உடை வேறு வேறு. தரித்திருக்கும் ஆயுதங்களும் வேறு வேறு.

கணம் - கூட்டம்; அளவு - எண்ணிக்கை; இயம்புவது - சொல்வது; அரிது - இயலாது; ஒழுகல் - பழக்கவழக்கம்; அணிதரும் - தரித்திருக்கும்.

கடிதெ முந்திவை யாவதும் வரிலிரு கமல
வடிப ணிந்தனம் பணிந்தன மெனுமுரை யறைந்தே
முடுகி வந்துநின் றிறைஞ்சிட வுருமுகம் வீரங்
குடிகொ ளாயுதங் கண்டகத் தற்புதங் கொண்டார். (38)

38. (670) இவை யாவும் விரைந்தெழுந்து வந்து, மலரடி பணிந்தோம், பணிந்தோம் என்று சொல்லி அருகில் வந்து பணிந்து நின்றன. சுலைமான் நபி (அலை) அவற்றின் முகத்தை நோக்கினார். வீரம் குடியிருக்கும் ஆயுதங்களைக் கண்டார். மனத்தில் வியப்புக் கொண்டார்.

கடிது - விரைந்து; வரில் - வந்து; அறைந்து - சொல்லி; முடுகி - மொய்த்து; இறைஞ்சிட - புகழ்ந்திட; உறுமுகம் - உற்ற முகம்; குடிகொள் - குடியிருக்கும்;

அதிச யம்பெருத் திவ்வகைக் கோலமா யாரு
மதிசெ யுங்கணக் கறுதொகைக் கணங்களை வகுத்து
விதிசெய் தாளுவோய் புகழெலா முனக்கென விளம்பித்
துதிசெய் தாதியைச் சுசூதுசெய் தெழுந்தனர் தோன்றல். (39)

39. (671) வியப்புப் பெருகி, இவ் வகைக் கோலமாய், யாரும் அறிவால் அளந்து கணக்கிட முடியாத கூட்டங்களைப் படைத்து, அவ்வவற்றிற்கென்று இயற்கையும் ஒழுங்கும் வகுத்து ஆள்பவனே! உனக்கே எல்லாப் புகழும் என்று சொல்லி இறைவனைப் புகழ்ந்தார். சுஜூதில் விழுந்து பணிந்து எழுந்தார் அரசர் நபி.

பெருத்து - பெருகி; கோலம் - வடிவம்; மதி - அறிவு; கணக்கறு - கணக்கற்ற; விளம்பி - சொல்லி; துதி - புகழ்; ஆதி - இறைவன்; தோன்றல் - அரசர்.

பலத ரம்புகழ்ந் தெழுந்தபின் கணங்களைப் பார்த்துங்
குலமி ருப்பிட மெவையுணல் குடித்தலே துங்கட்
கிலகு கோலர சியற்றலார் சமையமே தென்றே
யுலக நாயர் கேட்பயா வதுமுரைத் தனவே. (40)

40. (672) இவ்வாறு பலமுறை சுஜூது செய்து புகழ்ந்து பணிந்து எழுந்தார். பின்னர் அக் கூட்டங்களைப் பார்த்து உங்கள் குலம் யாது? இருப்பிடம் எவை? உண்ணலும் பருகலும் யாவை? உங்கள் அரசர் யாவர்? சமயம் யாது? என்ற விவரங்களைக் கேட்டார் உலக நாயகர். அவை உரைத்தன.

உணல் - உண்ணல்; இலகும் - இலங்கும்; கோல் - செங்கோல்; இயற்றல் - நடத்துபவர்; ஆர் - யார்; சமையம் - சமயம், மதம்; நாயகர் - தலைவர்.

அங்க முற்றனைத் தையுமுரைத் திடவுணர்ந் ததற்பின்
சின்க ணத்தொகை யாவுமீ மான்கொளச் செய்து
கங்க மொய்த்தவேற் கரதலச் சின்கடங் கழுத்திற்
றங்க ரத்தின்மோ திரத்தினான் முத்திரை தரித்து. (41)

41. (673) அவர் கேட்ட எல்லா விவரங்களையும் கூறின. கேட்டு அறிந்தபின் ஜின் கூட்டங்களையும் பூதக் கூட்டங்களையும் பசாசுக் கூட்டங்களையும் ஈமான் கொள்ளச் செய்தார். நெருப்புப் பொறி பறக்கும் வேலாயுதத்தைக் கையில் ஏந்திய ஜின் முதலிய கூட்டங்களின் கழுத்தில், தம்முடைய கையில் உள்ள மோதிரத்தினால் முத்திரை பதித்தார்.

அங்கம் - உறுப்பு; ஈமான் - ஓரிறை நம்பிக்கை; கங்கம் - தீப்பொறி; மொய்த்த - சூழ்ந்த; வேல் - வேலாயுதம்; கரதலம் - கை; சின் - ஜின்; சின்கூட்டம் - சின்கள்தம்தொகுதி; தரித்து - பதித்து.

தழைக்கும் சின்கண மலகைகள் பூதங்க டமையு
மழைக்கும் போதுவந் திடுமென வனுப்பின ரடங்கா
விழைக்கொ ளும்புயச் சின்கள்கா லினில்விலங் கிட்டுக்
குழைத்து ளத்தினில் வயிரமுற் றியவலி குறைத்தே. (42)

42. (674) திரண்ட ஜின் கூட்டங்கள் பூதக் கூட்டங்கள் பசாசுக் கூட்டங்கள் ஆகியவற்றிடம் நான் அழைக்கும்போது வரவேண்டும் என்று கட்டளையிட்டு அனுப்பினார். அடங்காத வேகம் கொண்ட தோளுடைய முரட்டு ஜின்களின் கால்களில் விலங்கிட்டு மன வலிமை குன்றச் செய்தார்.

தழைக்கும் - அடர்ந்து திரளும்; அலகை - பசாசு; விழை - விசை, வேகம்; புயம் - தோள்; சின் - ஜின்; குழைத்து - இளகுவித்து; வயிரம் - உரம்; முற்றிய - முதிர்ந்த; வலி - வலிமை.

படர்ந்தெ ழும்பெரு மரங்களைத் துணிக்கவும் பணிசெய்
திடங்கொ ளுஞ்சில மனையியற் றவுமெழிற் செப்புக்
குடங்க டாரங்கள் செய்யவு மலைமிசைக் குறுகி
யிடங்கொள் கற்பகுக் கவுந்தொழில் கட்டளை யிட்டார். (43)

43. (675) அம் முரட்டு ஜின்களை படர்ந்து எழுந்து நிற்கும் பெரிய மரங்களைத் துண்டு துண்டாக வெட்டவும் புதிய பணிமனைகள் கட்டவும் அழகிய செப்புக் குடங்களும் அரிய பண்டங்களும் செய்யவும் மலைகளை உடைத்துக் கற்பிளக்கவும் கட்டளையிட்டார்.

துணித்தல் - வெட்டுதல்; பணி - வேலை, அலுவல்; திடங்கொளும் - உறுதியான; மனை - வீடு; இயற்றவும் - கட்டவும்; தாரங்கள் - அரும்பண்டங்கள்; மிசை - மேல்; குறுகி - நெருங்கி; பகுக்கவும் - பிளக்கவும்; தொழில் - பணி.

இடுத ளைப்பதத் தொடுதிரிந் திப்பணி யெவையும்
வடிவி னித்தமுஞ் செய்தன ரிவர்மனை வியரைத்
திடமு யற்றக ரொட்டக மயிற்பருத் திகளா
னெடிய கொட்டைக டிரைத்ததை யலகினூ னிறைய. (44)

44. (676) விலங்கிடப்பட்ட ஜின்கள் இப் பணிகளை எல்லாம் ஓடி ஆடி அழகாகச் செய்தன. இவர் மனைவியரை முயல், செம்மறியாடு, ஒட்டகை ஆகியவற்றின் மயிர் திரட்டியும் பருத்தியினாலும் நீண்ட இராட்டினங்களால் திரைத்து பலவகை நூல்கள் நூற்கச் செய்தார்.

இடுதளை - விலங்கு; பதம் - பக்குவம்; வடிவு - அழகு; நித்தம் - நாளும்; திடம் - வலிமை; தகர் - செம்மறியாடு; நெடிய - நீண்ட, பெரிய; கொட்டை - நூல் நூற்கும் குட்டை, இராட்டினம்; திரைத்து - பஞ்சு திரைத்தல், அடித்துச் சுத்தம் செய்தல்; அலகில் நூல் - அளவற்ற நூல், பலவகை நூல்; நிறைய - நிறைத்து.

பரிவி னூற்றிட நூற்றநூல் கண்டுகம் பளங்க
ளரிய வண்ணவொண் பரமதா னிகளுநெய் தருள
வுரைகொ டுத்தன ரவ்வகை கணப்பொழு தொழியா
திரவி னும்பகன் முழுதினுஞ் செய்வதா யினவே. (45)

45. (677) நூற்றிடவும் நூற்ற நூல்கொண்டு கம்பளங்கள் அரிய பலவண்ண பரமதானிகள் நெய்யவும் கட்டளையிட்டார். அதன்படி நொடிப்பொழுதும் ஓய்தல் இன்றி இரவு பகலாகச் செய்தன.

பரமதானி - தரையில் விரிக்கும் கம்பளம்; ஒழியாது - ஓய்வில்லாமல்.

இன்ன சின்னலால் சின்களிற் சிலதைநீ ரேகி
மின்னு நித்திலம் பவளங்கள் வலம்புரி மிகநம்
முன்னு றக்கொணர் கென்றனர் கடலிடை மூழ்கி
யன்ன முத்திர வியங்குளு மெடுத்களித் தனவே. (46)

46. (678) இந்த ஜின்கள் அல்லாத வேறு சில ஜின்களை, நீங்கள் போய் ஒளிமுத்து பவளம் வலம்புரிச் சங்கு ஆகியவற்றை கொண்டு வந்து நம் முன்னே குவியுங்கள் என்று ஏவினார். அவை சென்று கடலில் மூழ்கி அம் மூன்று வகை செல்வங்களையும் கொண்டு வந்து குவித்தன.

மின்னும் - ஒளிரும்; நித்திலம் - முத்து; வலம்புரி - உயர்தரச் சங்கு; முன்னுற - முன்னால் ஆகும்படி; திரவியம் - செல்வம்.

சில்தை யட்டதிக் கினுமுள தானியத் திரள்கள்
பல்தை யுங்கொடு வருகெனப் போய்ச்சுமைப் படுத்தி
மலைக ளைச்சுமந் தெய்தல்போற் சுமந்துவந் தோதுந்
தலம திற்ககன் முகடுறக் குவித்துவைத் தனவே. (47)

47. (679) சில ஜின்களை ஏவிஎட்டுத் திசைகளிலும் உள்ள பலவகைத் தானி யத் திரள்களையும் கொண்டு வாருங்கள் என்றார். அவை போய் மலைகளைச் சுமத்தல் போல் சுமந்துவந்து, காட்டிய இடத்தில் வானைத் தொடும் அளவில் குவித்து வைத்தன.

அட்ட திக்கு - எட்டுத்திசை; சுமைப்படுத்தல் - சுமக்கத்தக்க வகையில் பொதியாகக் கட்டல்; தலம் - இடம்; ககன் - வானம்; முகடு - உச்சி.

அருகி லுற்றிடு மேவலோர் சிலர்தமை யழைத்தே
யிருநி தித்தொகை யுதவியெண் டிசையினு மேவிப்
புருவ வொட்டைமா டுகள்பல தேடியோர் புறத்திற்
செருக வைத்தனர் வெள்ளமொன் றாய்த்திரட் டினபோல். (48)

48. (680) அருகில் உள்ள ஏவலரில் சிலரை அழைத்து, அவர்களிடம் பணம் கொடுத்து, எட்டுத் திசையிலும் உள்ள குதிரை ஒட்டகை மாடு ஆகியவற்றைக் கொண்டு வாருங்கள் என்று அனுப்பினார். அவர்கள் கொண்டுவந்து ஒரு புறத்தில் வெள்ளத் திரள்போல் நெருக்கமாகத் திரட்டி வைத்தனர்.

ஏவலோர் - ஏவற் பணியாளர்; இருநிதி - பணம்; ஏவி - அனுப்பி; புருவம் - குதிரை; செருகல் - நெருக்கமாக வைத்தல்.

மேல னப்பொரு ளெவைகளும் வந்தபின் மிகுந்த
கால மட்டினுந் தொலைவுறாத் தானியங் களைத்தண்
டுல மாக்கவு முடையறத் தீட்டவுந் தொகுத்தார்
பாலி ருத்தவுஞ் சில்திறற் சின்களைப் பணித்தார். (49)

49. (681) மேலும் உணவுத் தானியங்கள் வந்த பின், நீண்ட காலம் தீர்ந்து போகாத பேரளவிலான அவற்றை மாவாக அறைக்கவும் நாற்றம் போகும்படி தீட்டித் தூய்மை செய்யவும் அவற்றை உரிய இடங்களில் தொகுத்து வைக்கவும் சில திறமைமிக்க ஜின்களுக்குக் கட்டளையிட்டார்.

அனப்பொருள் - அன்னம், உணவுப் பொருள்; தொலைவுறா - தீர்ந்து போகாத; தண்டுலம் - மாவு; முடை - நாற்றம்; அற - நீங்க; பால் - இடம்; திறம் - திறமை; பணித்தார் - கட்டளையிட்டார்.

பணித்த தன்படி முடிந்தன முடிந்தபின் பலவா
டணிப்ப டுந்தொகை யத்திரி மாடெலா மறுக்கப்
பிணித்து ரித்திட வகிர்ந்திடப் பெருங்கடா ரத்திற்
கணித்தி டச்சில சின்களை யேவினர் கடிதின். (50)

50. (682) கட்டளையிட்டபடி அவை முடித்தன. முடித்தபின் பல தொகுதி ஆடுகளையும் ஒட்டகைகளையும் மாடுகளையும் அறுக்கவும் உரிக்கவும் வெட்டித் துண்டாக்கவும் அவற்றைப் பெரிய குடங்களிலும் அண்டாக்களிலும் நிரப்பி வைக்கவும் சில ஜின்களை ஏவினார்.

பணித்ததன்படி - கட்டளையிட்டபடி; அணி - வரிசை; அத்திரி - ஒட்டகை; பிணித்து - கட்டி; வகிர்ந்திட - கீறி வெட்ட; கடாரம் - குடம், அண்டா; கணித்திட - அடைத்திட; கடிதின் - விரைவில்.

உரைவ ழிக்கவை புரிந்தன மேலொரு கடிகை
விரைவி னிற்செலுந் தொலைசில சின்களை விடுத்து
நிரைநி ரைப்படி சுல்லிவெட் டுமினென நிகழ்த்த
வெரிநெ ருப்புநாற் புறத்தினும் வரவியற் றினரே. (51)

51. (683) சொன்னபடி அவை நிறைவேற்றின. சில ஜின்களை ஏவி, ஒரு நாழிகை நேரத்தில் செல்லக்கூடிய தொலைவில் உள்ள இடத்தில் வரிசை வரிசையாக அடுப்பு வெட்டுங்கள் என்றார். பூமியில் தோண்டி அடுப்பு வெட்டி நாற்புறமும் நெருப்பு மூண்டு எரியும்படி நெருப்பு மூட்டினர்.

உரைவழி - சொற்படி; கடிகை - நாழிகை; நிரைநிரைப்படி - வரிசைவரிசையாக; சுல்லி - அடுப்பு; இயற்றினர் - மூட்டினர்.

சேர்த்த ணிப்பட வெட்டிய வடுப்பினிற் செப்புப்
பாத்தி ரங்களை யேற்றிப்போ சனங்கறி பலது
நேத்தி ரங்களுக் கழகுறச் சுவைதர நெய்யு
ளேத்து றச்செயு மெனச்சில சின்னையே வினரே. (52)

52. (684) வரிசையாக வெட்டி நெருப்பு மூட்டப்பட்ட அடுப்புகளில் செம்புப் பாத்திரங்களை ஏற்றி, உணவு கறிவகை பலவும் கண்ணுக்கு அழகானதாகவும் சுவை மிகுந்ததாகவும் நெய்சேர்த்துத் தயாரிப்புச் செய்யுங்கள் என்று சில ஜின்களை ஏவினார்.

அணிப்படி - வரிசையாக; செப்பு - செம்பு; போசனம் - உணவு; நேத்திரம் - கண்; ஏத்துற - புகழும்படி.

மேல்வ கைப்புகழ்த் திருநபி யுரைப்பவிண் டலத்தி
னேல்வ கைப்படு மமுதமு மிதுவுமொத் திருப்ப
நால்வ கைக்கறி யினமனஞ் சமைத்தன நாளும்
வேல்வ கைப்படு கண்ணரம் பையருமுள் விரும்ப. (53)

53. (685) மேலான புகழ்ச்சியுடைய திருநபி சொல்லியபடி நால்வகைக் கறியும் சமைத்தன. அக் கறிகளின் சுவை வான மண்டலத்தின் அமுதுக்கு

நிகராகவும் கண்ணழகிகளான சொர்க்கத்து ஹூரிகளும் விரும்பக் கூடியதாகவும் இருந்தது.

மேல்வகை - மேலான; ஏல் - ஒருமை; அரம்பையர் - பெண்டிர்.

ஏவி யிவ்வகை யாவது முடிந்திதன் பின்னர்
பூவி லுள்ளமா னிடர்க்கெலாம் சின்களைப் போக்கி
வாவி வந்தவ ரெவரையும் பந்திகள் வைத்து
நாவி னுள்ளினுஞ் சுவைதர வன்பொடு நல்கி. (54)

54. (686) இவ்வாறு கட்டளையிட்டு உணவு சமைத்து முடித்தபின் ஜின்களை ஏவி உலக மக்கள் அனைவரையும் அழைத்தார். அனைவர்க்கும் பந்திவைத்து நாவிற்குச் சுவையான உணவை அன்போடு நல்கினார்.

பூவில் - பூமியில்; வாவி - அவாவி; உள்ளினும் - நினைத்தாலும்; நல்கி - அளித்து.

பணியி யற்றிய சின்களியா தையுமறு பந்தி
யணியில் வைத்தினி தாகிய போசன மளித்துத்
தணிவ கற்றிய மகிழ்ச்சியுள் ளகத்துறத் தழைத்துக்
கணித மற்றெழுந் தோங்கவுஞ் செய்தனர் கடவுள். (55)

55. (687) வேலை செய்த ஜின்களை மறுபந்தியில் அமர்த்தி இன்சுவை உணவளித்தார். மனத்தில் தணியாத மகிழ்ச்சி தோன்றி அளவற்ற களிப்பு எழுந்தோங்கச் செய்தார் மன்னர்.

பணி - வேலை; தணிவு அகற்றிய - தணியாத; தழைத்து - தோன்றி; கணிதம் அற்று - அளவற்று; கடவுள் - மன்னர்.

அன்றைக் கிவ்விதஞ் செய்திவை போலவன் றேதொட்
டென்றைக் குஞ்செயத் துணிந்துசெய் தனர்விருந் தெழிலாய்க்
கன்றைத் தள்ளியொட் டகந்தகர் மாடிவை களினா
ளொன்றிக் காறைந்தா யிரத்தின்மே லீறுத லுற்றே. (56)

56. (688) அன்று இவ்வாறு விருந்தளித்தார். அன்று முதல் என்றைக்கும் இதேபோல் செய்யத் துணிந்தார். கன்றுகளை நீக்கி ஒட்டகம், செம்மறியாடு, மாடுகள் நாள் ஒன்றிற்கு 30 ஆயிரத்திற்கு மேல் அறுத்து விருந்து கொடுத்தார்.

அன்றே தொட்டு - அன்றுமுதல்; தகர் - செம்மறியாடு; ஆறைந்தாயிரம் - முப்பதாயிரம்; ஈருதல் - ஈர்தல், அறுத்தல்.

ஓத லுற்றவீ தலதுபட் சிகட்குத வுகவே
பூத நெட்டல கைகள்வலி யிணைபொரு வரச்சி
னியாதை யும்விடுத் தடவியிற் கற்கரை யிட்டுக்
காத நாலள வாகவோர் நீரத்தடங் கட்டி. (57)

57. (689) மேற்கூறிய இதுவன்றிப் பறவைகளுக்கு உதவுவதற்காக குளம் வெட்ட விரும்பினார். பூதங்ளையும் நெட்டைப் பசாசுகளையும் வலிமையில்

இணை ஒப்பு சொல்ல முடியாத சின்களையும் ஏவினார். காட்டில் கருங்கல்லால் கரை எழுப்பி நான்கு காதம் அளவில் நீர்நிலை உண்டாக்கினார்.

ஓதலுற்றது - சொன்னது; ஈது - இது; அலது - அல்லாது; பட்சி - பறவை; நெட்டலகை - நெட்டைப் பசாசு; வலி - வலிமை; இணை - நிகர்; பொருவா - ஒப்பாகாத; சின் - ஜின்; யாதையும் - யாவற்றையும்; அடவி - காடு; கல் - கருங்கல்; காதம் - பத்துக்கல் தொலைவு; நீர்த்தடம் - நீர்நிலை, ஏரி.

நிறைய நீர்விடுத் தெழுபதா யிநெடுங் கழுத்தல்
குறைவி லாதெடுக் குஞ்சுமைத் தவசங்கள் கொணர்ந்தே
யிறைய வீசியெவ் வனந்தொறு நிறைத்தவ ணிருக்கும்
பறவை யாவுமிவ் விரைகொண்டவ் வாவிநீர் பருக. (58)

58. (690) அதில் நீரை நிரப்பினார். எழுபதாயிரம் ஒட்டகைச் சுமை தானியங்கள் கொண்டுவந்து காடுகள் தோறும் வீசி எறிந்தனர். அங்கிருக்கும் பறவை யாவும் இந்த இரையை உண்டு அந்த நீர்நிலையின் நீரைப் பருகச் செய்தார்.

கழுத்தல் - ஒட்டகம்; தவசம் - தானியம்; அவண் - அங்கு; வாவி - நீர்நிலை.

புரிவ தாயினர் புள்ளினங் காண்கிலாப் புனித
விரையி தென்றெடுத் தந்தவா வித்தடத் தினினீர்
பருகி யுண்மகிழ்ந் துடல்கொழுத் துச்சிறை படர்ந்து
மரும லர்த்தொடைப் புயநபி பதத்தைவாழ்த் தினதே. (59)

59. (691) இதைக்கண்ட பறவைகள் புதுமை எய்தின. புனித இரை இது என மகிழ்ந்து உண்டன. அந்த ஏரியில் நீர்பருகி உள்ளம் மகிழ்ந்தன. உடல் கொழுத்துப் பறந்து, மணமலர் மாலை புரளும் தோளுடைய நபியை வாழ்த்தின.

வாவி - நீர்நிலை; கொளுத்து - கொழுத்து; சிறை - சிறகு; படர்ந்து - விரித்து; மறு மணம்; தொடை - மாலை; புயம் - தோள்.

சிறைவி ரித்தெழு குருகினத் திரள்களுந் திரைகொண்
டறைக டற்கிணை மிகுமனுக் குலமுஞ்சின் னவையு
முறைமு றைப்படி யுணநித விருந்திடு முயற்சி
யுறைவ தேமுத லெண்ணம்வைத் தனர்திரு வுளத்தில். (60)

60. (692) சிறகு விரித்துப் பறக்கும் பறவைக் கூட்டங்களும் அலை எழுந்து கரையும் கடலுக்கு நிகரான மனித குலமும் ஜின்களும் முறையாக உண்ணும்படி நாள்தோறும் உணவளிப்பதே முதல்வேலை என்னும் எண்ணத்தை மனத்தில் இருத்தினார் நபி சுலைமான் (அலை).

சிறை - சிறகு குருகு - பறவை; திரள் - கூட்டம்; திரை - அலை; அறைதல் - கரைதல், ஒலித்தல்; இணை - நிகர்; மனு - மனிதர்; உண் - உண்ண; நிதம் - நாள்தோறும்; உறைவதே - நிலைபெறல்.

சின்கணங்கள் வவசப்படு படலம் முற்றிற்று.
படலம் 15 -க்கு - திருவிருத்தம் - 692

15. ஜின்கணங்கள் வசப்படு படலம்
படலச்செய்தி

ஞான மெய்ப்பொருள் உணர்ந்த தாவூது நபி (அலை) யின் அகவிழி போன்ற மைந்தர் சுலைமான் நபி (அலை) வானமும் பூமியும் புகழ அரசோச்சும் நாளில் இறைவன் கருணையினால் வானவர் தலைவர் ஜிபுரீல் (அலை) பூமியில் இறங்கினார். ஜின் கூட்டங்களே! பூதங்களே! பசாசுகளே! நீங்கள் யாவரும் நபி சுலைமான் (அலை) இடம் செல்லுங்கள். பணிந்து செல்லுங்கள். அவருக்குக் கட்டுப்படுங்கள் என்று கட்டளையிட்டுச் சென்றார். அவ்வாறே இம் மூவகை குலங்களும் வந்தன. அவை 420 பெருங் கூட்டங்களாகவும் ஒவ்வொரு கூட்டம் எண்ணத் தொலையாத தொகையுடையதாகவும் இருந்தன. இதைக் கண்ட அரசர் நபி வியந்து புதுமை எய்தினார். சுஜூது செய்து இறைவனைப் புகழ்ந்து நன்றி கூறினார். அவற்றின் குலம் இருப்பிடம் முதலிய விவரங்களைக் கேட்டு அறிந்தபின் அவற்றை ஈமான் கொள்ளச் செய்தார். அவற்றின் கழுத்தில் தம்முடைய மோதிரத்தினால் முத்திரையிட்டார். அடங்காத முரட்டு ஜின்களுக்குக் கால்களில் விலங்கிட்டார். மரம் வெட்டவும் வீடு கட்டவும் மலை பிளந்து கல்லுடைக்கவும் சமையல் பாத்திரங்கள் செய்யவும் அவற்றிற் சில ஜின்களுக்குக் கட்டளையிட்டார். பருத்தியினாலும் உரோமத்தாலும் ஆடைகள் தயாரிக்கும்படி பெண் ஜின்களுக்குக் கட்டளையிட்டார். சில ஜின்களை ஏவி கடலில் உள்ள முத்து பவளம் சங்கு முதலியவற்றைக் கொண்டுவரப் பணித்தார். அவை அவற்றைக் கொணர்ந்து குவித்தன. வேறு சில ஜின்களை ஏவி உலகில் உள்ள தானிய மணிகளைக் கொண்டுவரப் பணித்தார். அவை அவற்றை மலை மலையாய்க் கொண்டுவந்து குவித்தன. வேறு ஜின்களிடம் பணம் கொடுத்து உலகில் உள்ள குதிரை ஆடு மாடு ஒட்டகை முதலியவற்றை வாங்கிவரப் பணித்தார். அவை மந்தை மந்தையாய் வந்து சேர்ந்தன. தானியங்களைத் தீட்டவும் மாவாக்கவும் சிலவற்றைப் பணித்தார். யாவும் இமைப்பில் முடிந்தன. முடிந்தபின் ஆடு மாடு ஒட்டகைகளின் மந்தை ஒன்றை அறுத்து உரித்து இறைச்சி வெட்டும்படி சில ஜின்களுக்குக் கட்டளையிட்டார். அவை முடித்தன. அடுப்பு வெட்டும்படிச் சில ஜின்களை ஏவினார். அவை வெட்டி நெருப்பு மூட்டின. சமையல் அறிந்த ஜின்களைச் சமைக்கப் பணித்தார். வானுலக அமுதம் ஒப்பவும் சொர்க்கத்து ஹூரிப் பெண்கள் விரும்பும் வண்ணமும் சுவை சொட்டச் சமைத்தன. உலக மக்களை அழையுங்கள்! பந்தி வைத்து விருந்துண்ணச் செய்யுங்கள்! என்று கட்டளையிட்டார். மனிதர்கள் வந்தனர். விருந்துண்டு மகிழ்ந்தனர். பணிசெய்த ஜின்களுக்குத் தனிப் பந்தியில் விருந்து பறிமாறப்பட்டது. நாள்தோறும் இவ்வாறே நடக்கட்டும் என்று கட்டளையிட்டார். இதன்படி நாள் ஒன்றிற்கு 30 ஆயிரத்திற்கு மேற்பட்ட ஆடு மாடு ஒட்டகைகள் விருந்திற்கென்று அறுக்கப்பட்டன. பறவைகளுக்கும் உதவ விரும்பினார். ஜின்களை ஏவி நான்கு காத அளவில் நீர்நிலை வெட்டிக் கருங்கல்லால் கரை எழுப்பி நீர் நிறைக்கச் செய்தார். பின்னர் 70 ஆயிரம் ஒட்டகைப் பொதி தானியங்களைக் காடுகளிலும் கரைகளிலும் வீசி எறியச் செய்தார். இத் தானியங்களை உண்டு அந்த ஏரி நீரைப் பருகின. இதனால் மகிழ்ந்து உடல் பூரித்த பறவைகள் அரசர் நபியை புகழ்ந்தன.

பறவைகளுக்கும் மனிதர்களுக்கும் சின் பசாசு பூதம் முதலிய கூட்டங்களுக்கும் நாள்தோறும் உணவு அளிப்பதே முதல் வேலை என்று மனத்தில் எண்ணம் கொண்டார் அரசர் நபி சுலைமான் (அலை).

16. படியளந்தேலாப் படலம்
கலிவிருத்தம்

வையகத் துயிரெவை யெவைக்கு மாசிலாத்
துய்யசெங் கோல்புரி சுலையு மானபி
யையுறு மனமதிப் பாண வத்தினாற்
செய்யமெய்ப் பொருளிறை பாலிற் செப்புவார். (1)

1. (693) மனிதர்களுக்கு மட்டுமன்றி உலகிலுள்ள எல்லா உயிரினங்களுக்கும் அரசராகக் குற்றமற்ற நீதிச்செங்கோல் செலுத்தினார் நபி சுலைமான் (அலை). உலகில் யாருக்கும் கிடைக்காத இப் பேறு தமக்குக் கிடைத்தது குறித்துத் தம்மை உயர்வாக மதித்தார். ஆணவமும் கொண்டார். அதனால் செம்மையான மெய்ப்பொருளான இறைவனிடம் ஒரு கோரிக்கை முன்வைத்தார்.

வையகம் - உலகம்; மாசு - குற்றம்; தூய்ய - தூய்மையான; செங்கோல் - நீதிக்கோல்; ஐயுறும் - சந்தேகப்படும்; செய்ய - செம்மையான, நிரப்பமான; பால் - இடம்; செப்புவார் - சொல்வார்.

காவல்செய் களித்தருள் கருணை யாய்மிக
நீவகை யுறவமைத் தருளு நின்படைப்
பாவதெவ் வெவைக்குமியான் படிய ளந்துண
வீவனென் வசப்படுத் தென்று கேட்கின்றார். (2)

2. (694) பாதுகாத்து உணவளிக்கும் அருளாளா! இறைவா! நீ உன்னுடைய படைப்புகளை வகைவகையாக அமைத்து அருள்கின்றாய். அவ்வாறு நீ அமைத்த உன்னுடைய படைப்புக்கு எல்லாம் நான் உணவளிப்பேன். அவற்றை என் வசப்படுத்துக என்று கேட்டார்.

அளித்தல் - பரிந்து ஊட்டுதல்; ஆவது - ஆகியது; வசப்படுத்து - என்பால் வரச்செய்.

ஒருவன்விள் ளுவனியா னுமக்க ளித்தரு
ளிருநில வாழ்க்கையென் வாழ்வி லீடொன்று
கருதிடி லொருசிறு கடிகை மட்டறு
பெருவெளி யினிலிடு பெற்றி யொக்குமால். (3)

3. (695) இதைக் கேட்ட ஒருவனாகிய இறைவன் கூறினான்: நான் உமக்கு அளித்திருக்கும் உலக வாழ்க்கையானது எனது பேரரசுடன் ஒப்பிடுகை யில் எல்லையற்ற பெருவெளியில் சிறுகடுகு போன்ற மறு தோன்றியதற்கு ஒப்பாகும்.

விள்ளுவன் - சொல்வான்; இருநிலம் - பூமி; கடிகை - சிறிய மறு, பரு; மட்டறு - எல்லையற்ற; அடுதல் - தோன்றல்; பெற்றி - தகுதி; ஒக்கும் - ஒப்பாகும்.

மனத்தினி லிவையுண ராது வாழ்படைப்
பனைத்துமுண் டகமகிழ் படிய ளக்கநீர்
நினைத்தது பழுதென விலகி நீக்கினா
னனைச்செழுந் தொடைப்புய நபிவி ளம்புவார். (4)

4. (696) இந்த உண்மையை உணராமல் வாழும் உயிரினம் அனைத்தும் மகிழும்படி உணவளிக்க நினைத்தீர். இந் நினைவே பெருங் குற்றமாகும். இந் நினைவை விலக்குக என்று அவர் கோரிக்கையைத் தள்ளுபடி செய்தான் இறைவன். அதைக் கேட்டுத் தேன் ஒழுகி நனைந்த மாலை அணிந்த தோளுடைய நபி சுலைமான் (அலை) சொல்லலானார்.

படியளத்தல் - உணவளித்தல்; பழுது - குற்றம்; நனை - நனைந்த; தொடை - மாலை; புயம் - தோள்; விளம்புவார் - சொல்லலானார்.

தருணசந் தெனச்சிபு ரீலைத் தாபித்தாய்
கருமுகின் மழையைமீக் காயிற் கீந்தனை
யுரனுறு சூறிசு றாபீர் குள்ளிட்டாய்
வருமிசு றாயில்பால் மவுத்தை நல்கினை. (5)

5. (697) நபிமார்களுக்கு உன்னுடைய அருட்செய்திகளைக் கொண்டுசெல்லும் தூதராக ஜிபுரீலை (அலை) அமைத்தாய். பொழியும் மழை நீரின் அதிகாரத்தை மீக்காயீலுக்கு (அலை) அளித்தாய். உலக முடிவின் அடையாளமாகவும் மீண்டும் உயிர்கொடுத்து எழுப்பப்படும் அடையாளமாகவும் எக்காளம் ஊதும் பணியை இசுராபீலுக்கு (அலை) அளித்தாய். உயிரைக் கைப்பற்றும் கடமையை இசுராயீலுக்கு (அலை) நல்கினாய்.

தருணசந்து - தெய்வத்தூது; தாபித்தாய் - அமைத்தாய்; முகில் - மேகம்; ஈந்தனை அளித்தாய்; உரன் - வலிமை; சூர் - எக்காளம்; உள்ளிட்டாய் - உட்படுத்தினாய்; பால் - இடம்; மவுத்து - மரணம்; நல்கினை - அளித்தாய்.

நல்குமவ் விதமவர் நடத்தி லார்கொலோ
பல்குண வுயிர்க்குநீ படிய ளந்திடென்
றொல்கறு தொழிலெனக் குதவு வாயெனிற்
புல்குநின் கருணையாற் புரிகு வேனென்றார். (6)

6. (698) நீ அளித்த கடமைகளை அவ்வாறே அவர்கள் நிறைவேற்ற வில்லையா? அதுபோல் பல்கிப் பெருகிய உயிர்களுக்கு நீ உணவு கொடு என்று தளர்ச்சி செய்ய முடியாத அத் தொழிலை நீ எனக்கு அளித்தால், உன்னுடைய பேரருள் பொருத்தத்தினால் நான் குறைவின்றி அக் கடமையை நிறைவேற்றுவேன் என்றார்.

நடத்திலார்கொலோ - நடத்தவில்லையோ; பல்கல் - பெருகல்; ஒல்கறு - தளர்ச்சி யற்ற; உதவுதல் - அளித்தல்; புல்குதல் - பொருந்துதல்; புரிதல் - செய்தல்.

இத்திற மிசைத்தலு மேக நாயகன்
சத்துவ முமக்கிலை யெனத்த டுத்தன

னத்தகை யென்னிலோ ராட்டைக் காயினு
நித்தமு முதவுவ னெனநி கழ்த்தினார். (7)

7. (699) அவர் இவ்வாறு சொன்னதும் அதற்கு உரிய ஆற்றல் உமக்கு இல்லை என்று தடுத்தான் இறைவன். அப்படியானால் ஓர் ஆண்டுக் காலத்திற்காவது நாள்தோறும் உணவளிக்க அனுமதி கொடு என்றார்.

இத் திறம் - இவ்வாறு; இசைத்தல் - சொல்லல்; ஏக நாயகன் - ஒற்றைத் தலைவன்; சத்துவம் - ஆற்றல்; அத்தகை - அவ்வாறு; ஆட்டை - ஆண்டு; நித்தம் - நாள்தோறும்; நிகழ்த்தினார் - சொன்னார்.

மாற்றின னவையுமோர் மாத மீவனென்
றேத்தினர் மறுத்தன னேக வாரமென்
றாற்றின ரென்படைப் பனைத்துங் கொல்லவோ
சாற்றிய துணிவும்மாற் றகுவ தோவென்றான். (8)

8. (700) அதையும் மறுத்தான். ஒரு மாதம் அளிப்பேன் என்றார். அதையும் மறுத்தான் இறைவன். ஒருவாரம்... என்றார். என் படைப்புகளைப் பட்டினி போட்டுக் கொல்லத் துணிந்தீரோ? உம்மால் ஆகக்கூடிய செயலல்ல என்றான்.

மாற்றினன் - மறுத்தான்; ஈவன் - அளிப்பேன்; ஏத்தினர் - புகழ்ந்து கேட்டார்; ஏகன் - ஒரவன், இறைவன்; ஆற்றினர் - கேட்டார்; சாற்றிய - சொல்லிய; துணிவு - துணிச்சல்; தகுவதோ - தக்கதோ.

இவையுணர்ந் தொருதின மீவ னென்றன
ரவையுமொவ் வுவதல வெனவ கற்றினான்
சுவையுண வொருபகற் கேனுந் துய்க்கவீந்
தெவையையு மகிழ்ச்சிசெய் திடுவ னென்றனர். (9)

9. (701) இறைவன் கருத்தை உணர்ந்து ஒரு நாள் உணவை அளிப்பேன் என்றார். அதுவும் பொருந்தாத செயல் என்ற மறுத்தான். ஒரு பகற் பொழுதுக்கேனும் சுவையான உணவு கொடுத்து எல்லா உயிர்களுக்கும் மகிழ்ச்சி செய்திடுவேன் என்றார்.

ஈவன் - அளிப்பேன்; ஒவ்வுதல் - பொருந்துதல்; துய்க்க - உண்ண; எவையும் - எல்லா உயிர்களும்.

ஈய்ந்தறி யுமினுல கிடத்தி லேயுமக்
காய்ந்துதே டரும்பொரு ளனந்தந் தந்தனன்
வேய்ந்தவெத் திசைதொறும் வேண்டு மட்டுநீர்
வாய்ந்தசே கரஞ்செயு மெனவ குத்தனன். (10)

10. (702) என் படைப்புகளுக்கு ஒரு பகற்பொழுது உணவு உண்ணக் கொடுத்து என் மறுப்பின் உண்மையை அறிந்து கொள்க. உலகில் உமக்குத் தேவையான பொருள் அனைத்தும் தந்துவிட்டேன். திசைதோறும் தேடி இயன்ற மட்டும் சேகரித்துக் கொள்ளுங்கள் என்றான்.

ஈய்ந்து - ஈந்து; அறியுமின் - அறிக; அனந்தம் - அளவின்றி; ஏய்ந்த - பொருந்திய; வாய்ந்த - வாய்ப்பாக; வகுத்தனன் - வகுத்துரைத்தான்.

வகுத்தலு மனத்தினின் மகிழ்ச்சி பொங்கியே
தொகுத்துள சின்களை யழைத்துச் சூழ்திசை
தகுத்துள நவவிதத் தவச மியாவையும்
பகுப்பற வொருதலப் படுத்து மென்றனர். (11)

11. (703) சொன்னதும் மனத்தில் மகிழ்ச்சி பொங்கியது. ஜின் கூட்டங்களை அழைத்தார். திசைதோறும் சென்று தகுதியான பலவகை தானியங்களையும் கொண்டு வந்து ஓரிடத்தில் குவியுங்கள் என்று கட்டளையிட்டார்.

வகுத்தல் - வாய்ப்பச் சொல்லுதல்; தொகுத்தல் - திரளல்; தகுத்துள - தகுதியுள்ள, உணவாகத் தக்க; நவ - ஒன்பது; தவசம் - தானியம்; பகுப்பு - பகுதி பகுதியாகப் பிரித்தல்; ஒருதலம் - ஓரிடம்.

கட்டளை யிடக்கருங் கம்ப ளங்களி
லட்டதிக் கினுமுள தானி யங்களை
மட்டற வெடுத்துவந் தனம லைக்கிணைப்
பட்டவெங் கயங்களைப் பறவை தூக்கல்போல். (12)

12. (704) கட்டளையிட்டதும் எட்டுத் திசைகளிலும் உள்ள மருத நிலங்களுக்குச் சென்று அங்குள்ள தானியங்களை அளவின்றிக் கட்டிக் கொண்டு வந்தன. அவற்றை அவை தூக்கி வந்தது மலைக்கு நிகரான யானைகளைப் பறவைகள் தூக்கி வருவது போன்று இருந்தது.

கம்பளம் - வயலும் வயல் சார்ந்ததுமான மருத நிலம்; அட்ட - எட்டு; திக்கு - திசை; மட்டற - அளவின்றி; வெங்கயம் - கடா யானை

கள்ளமற் றொருசின்னோர் களஞ்சி யத்தினி
லுள்ளநெல் லனைத்தையு மொருசு மைப்படக்
கொள்ளவெண் ணெடும்பையிற் கொடுப றந்திடல்
வெள்ளியங் கிரிகொடு விண்ணிற் றாவல்போல். (13)

13. (705) கள்ளம் இல்லாத ஒரு பெரிய ஜின் களஞ்சியத்தில் இருந்த நெல்லை எல்லாம் ஒரு பெரிய வெள்ளைப் பையில் நிரப்பி ஒற்றைச் சுமையாகச் சுமந்துகொண்டு பறந்து வந்தது. அக் காட்சி வெள்ளி மலையைச் சுமந்து வானத்தில் பறந்து வருவதுபோல் இருந்தது.

களஞ்சியம் - பண்டசாலை; கிரி - மலை.

மற்றொரு வலியசின் வானிற் றாவியே
கொற்றநீள் சுமைதலைக் கொடுப றந்திடல்
கற்றைகொண் முகில்களைத் திரட்டிக் கால்கரம்
பெற்றவொண் கிரிபறந் தேகும் பெற்றிபோல். (14)

14. (706) மற்றொரு வலிமை மிக்க ஜின் ஒரு நீண்ட அரச சுமையைத் தலையில் தூக்கிக்கொண்டு வானத்தில் தாவிப் பறந்தது. காலும் கையும் முளைத்த வெளிச்சமலை ஒன்று வானத்தில் உள்ள மேகத்தை எல்லாம் ஒன்றாகத் திரட்டி எடுத்துக்கொண்டு பறந்து செல்வதுபோல் பறந்தது.

வலிய - வலிமை உள்ள; கொற்றம் - அரசு; கொடு - கொண்டு; ஒண் - ஒளி; கிரி - மலை.

ஏற்கையிவ் விதமுற வெண்ணி லாதசின்
சேற்கையிற் சுமந்தொரு திங்கண் மட்டினும்
பாற்கட றேன்கடல் பைங்க ருங்கடன்
மேற்கொளத் திரண்டென மிகக்கு வித்தவே. (15)

15. (707) இவ்வாறு எண்ணற்ற ஜின்கள் தானியப் போர்களை ஒரு மாத காலம்வரை சுமந்து வந்து குவித்தன. பாற்கடலும் தேன்கடலும் கருங்கடலும் ஒன்றாகத் திரண்டு வந்ததுபோல் தானியங்களைக் குவித்துப் போட்டன.

ஏற்கை - ஒப்புதல்; சேற் - சேர், தானியப்போர்; திங்கள் - மாதம்; மேற்கொள - மேலாகும்படி.

குவித்தபின் னாதியிற் குரைகொள் சாகரத்
துவப்பொடு வாழுயிர்க் குதவ வேண்டுமென்
றிவற்றினிற் சிலகடற் கரையுய்ப் பீரென
நவப்படு மேவலோ ரிடந வின்றனர். (16)

16. (708) குவித்து முடித்தபின், முதலில் கத்தும் கடலில் மகிழ்ச்சியுடன் வாழும் உயிர்களுக்கு உணவளிக்க வேண்டும். ஆதலால் தானியங்களைக் கடற்கரையில் கொண்டுவந்து சேருங்கள் என்று தம்முடைய பணியாளர்களிடம் கூறினார்.

ஆதி - தொடக்கம்; குரைகொள் - கத்தும்; சாகரம் - கடல்; உவப்பு - மகிழ்ச்சி; உய்ப்பீர் - கொண்டுவந்து சேர்ப்பீர்; நவம் - புதுமை; ஏவலர் - பணியாளர்; நவின்றார் - கூறினார்.

நவிலலும் பணியினர் நடந்து சோகத்திற்
கவினுற விலக்கமா டிலக்கங் கத்தபங்
குவிதர விலக்கமுங் கொண்டு சும்மைசேர்த்
துவரியங் கடற்கரை யுய்ப்ப தாயினார். (17)

17. (709) சொன்னதும் பணியாளர்கள் பரபரப்புடன் செயற்பட்டனர். கடிவாளம் இட்ட ஓரிலட்சம் ஒட்டகங்களிலும் ஓரிலட்சம் மாடுகளிலும் ஓரிலட்சம் கழுதைகளிலும் சுமை ஏற்றி உப்புக் கடலின் கரையில் கொண்டுவந்து சேர்த்தனர்.

நவிலல் - சொல்லல்; சோகம் - ஒட்டகம்; கவின் - கடிவாளம்; இலக்கம் - இலட்சம்; கத்தபம் - கர்த்தபம், கழுதை; துவர் - துவர்ப்பு, உப்பு; உய்த்தல் - சேர்த்தல்.

கடற்கரை புகுதிரட் காலின் றூளிக
ளடர்த்தெழுந் துயர்ந்தவா னடைந்து மைமுகிற்
படத்தையும் பொதிந்துமேற் பறந்து வாருதி
யிடத்தையும் கலங்கல்செய் தெவையும் மேவிற்றே. (18)

18. (710) கடற்கரைக்கு தானியங்களைச் சுமந்துசென்ற ஒட்டகம் மாடு கழுதை ஆகிய விலங்குகளின் காற்புழுதி திரண்டெழுந்து உயர்ந்து வானவெளி யடைந்து மேகமண்டலத்தை சூழ்ந்து மேலும் உயர்ந்தது. கடற்கரை முழுதும் படர்ந்து பார்வையைக் கலங்கச்செய்தது. எல்லா இடங்களிலும் நிறைந்தது.

திரள் - கூட்டம்; காலி - நாற்கால் விலங்கு; தூளி - புழுதி; மைமுகில் - கருமேகம்; வாருதி - வாரிதி, கடல்; மேவிற்று - சேர்ந்தது.

ஒட்டகங் கரமெரு தொழுகு மோதையு
மட்டறு மெருதணி மணியி னோதையும்
வட்டவொண் ணிலமகள் வளையொ லித்திடக்
கொட்டுகும் மியினொலி யென்னுங் கொள்கையே. (19)

19. (711) தானியப் பொதிகளைச் சுமந்துவரும் ஒட்டகைகளின் வாயிலிருந்தும் நீர் ஒழுகுகின்றது. பூமியில் விழுந்து வளையல் ஒலிபோன்ற ஓசை அதனுடன் இணைகின்றது. அது, நிலவுபோல் வட்ட முகம் ஒளிவீசும் பெண்கள் கூடி கை வளையல் ஒலிக்கக் கும்மி கொட்டினால் ஓசை எழுமே அப்படி ஒலித்தது.

கரம் - கழுதை; எருது - மாடு; ஓதை - ஓசை; ஒண் - ஒளி.

கானடை நரரொலி கழிக ளோங்கொலி
வானமை முகில்சிறு குரல்வ ழங்கல்போ
லானதிவ் விதமுறை மாற்றி யாற்றியே
தீனமற் றிடச்சில தினமுஞ் சேர்த்தனர். (20)

20. (712) ஒட்டகை, கழுதை, மாடு ஆகிய கால்நடைகள் இடையிடையே கத்துகின்றன. அவற்றை ஓட்டுவோர் அதட்டுகின்றனர். கழிகளையும் ஓங்குகின்றனர், வானத்தில் உள்ள மேகம் சிறுகுரல் எழுப்புவதுபோல் உள்ளது அவற்றின் கலவை ஒலி. இவ்வாறு சில நாள்கள் தொடர்ந்து வேலை செய்து உணவு தானியங்களைக் கடற்கரையில் சேர்த்தனர்.

கானடை - கால்நடை, மாடு, ஒட்டகை முதலியவை; நரர் - மனிதர்; ஆற்றி - வேலை செய்து; தீனம் - தளர்ச்சி.

தகவுறக் குவிந்தன தவச மிங்கித
னகலமோ திங்களொன் றளவு நீளமோ
பகருமுத் திங்களிற் பயண மோங்கிய
சிகரமோ விழிகளிற் றெரியொ ணாததே. (21)

21. (713) உண்ணத் தகுந்த தானியங்கள் குவிந்தன. அக் குவியலின் அகலம் ஒரு மாதப் பயணத் தொலைவு. நீளம் மூன்று மாதப் பயணத் தொலைவு. உயரம், அதன் உச்சி பார்வைக்குப் புலப்படாததாக இருந்தது.

தகவு - தகுதி; திங்கள் - மாதம்; பகரும் - சொல்லும்; சிகரம் - உச்சி; ஒணாதது - ஒண்ணாதது, முடியாதது.

மேகமண் டலத்தையுங் கடந்து விண்ணள
வாகநின் றதுமுடி யடுத்த வொண்கதிர்
வேகசெந் நெருப்பினாற் பொரிந்த வெண்பொரி
போகிய வுடுக்குலம் போர்த்த தொத்ததே. (22)

22. (714) மேக மண்டலத்தையும் கடந்து வானத்தைத் தொட்டு நின்றது உச்சி. அடுத்து இருக்கும் சூரியனின் வெப்பத்தால் தானியம் பொரிந்தது. இவ்வாறு வெண்பொரி கிடப்பது நட்சத்திரப் போர்வை போர்த்தியது போல் இருந்தது.

வெண்கதிர் - சூரியன்; உடு - நட்சத்திரம்.

தானியப் பெருங்கிரிச் சிகரந் தாண்டொணா
தூனமி னெடுங்கிடை சுற்றி யோடொணா
தானதி லனத்தொகை முதல தாயுள
வானியல் பறவைகண் மறுக்க முற்றதே. (23

23. (715) தானியக் குவியலின் உச்சியைக் கடந்து செல்ல முடியாமலும் நெடுங்கிடையாகச் சுற்றிப் போக முடியாமலும் அன்னம் முதலிய வானப் பறவைகள் குழப்பம் அடைந்தன.

கிரி - மலை; சிகரம் - உச்சி; ஒணாத - ஒண்ணாத; ஊன - குறைபாடு; அனம் - அன்னம்; தொகை - கூட்டம்; மறுக்கம் - இக்கட்டு, மனக்குழப்பம்.

கலைக்கெலா முரியவர் கருத்துக் கொப்பிடு
மலைக்கெலா மரசென வகுப்ப தாய்மணி
யலைக்கெலாம் நடுக்கொடீ வாந்த ரங்களாந்
தொலைக்கெலாந் தெரிதரத் துலங்கி நின்றதே. (24)

24. (716) பலகலைகள் கற்ற அறிஞர்கள் கருத்து ஒருமித்து மலைகளுக்கு எல்லாம் அரசு என்று சொல்லும்படியும் அழகாக அலை தவழும் கடல் நடுவே தொலைவில் உள்ள தீவுகளில் எல்லாம் தெரியும்படித் துலங்குகிற்று.

வகுப்பதாய் - முடிவுகட்டுவதாய்; தீவாந்தரம் - தீவுகள்; தெரிதர - தெரியும்படி.

உணர்முகி லாவத்த னுடனுங் காளகன்
புணர்தர வடைகிடந் தெழுந்து போதலின்
மணியையும் பொன்னையும் வயங்கப் பெய்தலா
லணிமுடி சிகரமீ தணிந்த தாயதே. (25)

25. (717) சப்தமேகம் என்னும் ஏழு மேகங்களில், நீர்பொழியும் ஆவத்தம் என்னும் மேகமும் கல்பொழியும் காளமுகி என்னும் மேகமும் தானியக் குவியலில் படிந்து எழுந்து கலைந்து போயின. அதனால் நீரும் கல்லும் கலந்து பெய்தது பொன்னும் மணியும் பொழிவது போலிருந்தது. அதன்

காரணமாக தானியக் குவியலுக்கு மணிமுடி சூட்டியது போல் தோன்றியது.

ஆவத்தம் - சப்த (ஏழு) மேகங்களில் ஒன்று, நீர்பொழிவது; காளகன் - காளமுகி, சப்த மேகங்களில் ஒன்று, கல் பொழிவது; புணர்தர - சேர்ந்து; வயங்க - ஒளிவீச;

இன்னதன் மையினுற வின்றைக் கீகுவார்
மன்னிய விருந்துமீன் வகைகட் கென்றறிந்
தென்னகர் தலைவரு மிளைஞர் மாதருந்
துன்னுபா லருங்கடற் றுறையிற் றோன்றினார். (26)

26. (718) இஃது இவ்வாறு இருக்க, மன்னர் நபி சுலைமான் (அலை) இன்று மீன் இனத்திற்கு உணவு அளிக்கப் போகிறார் என்பதை அறிந்து பல்வேறு நகரங்களிலும் இருந்து தலைவர்களும் இளைஞர்களும் பெண்களும் சிறுவர்களும் கடற்கரையில் திரண்டு வந்து கூடினர்.

உற - இருக்க; ஈகுவார் - அளிப்பார்; மன்னிய - சேர்ந்த; துன்னிய - நிறைந்த.

ஏவிய நபிபடி யிடவிங் கெய்தினார்
கோவிய லிறைஜிபு ரீலைக் கூவிநீர்
மேவிநா லாங்கடன் மீனி லொன்றைப்போய்த்
தூவிய விருந்துணச் சொல்லு மென்றனன். (27)

27. (719) விருந்து தயாரிக்கக் கட்டளை இட்ட நபி சுலைமான் (அலை) படியளக்க அங்கே வந்தார். அரசர்களுக்கு எல்லாம் அரசனாகிய இறைவன் ஜிபுரீலை (அலை) அழைத்து, நீர் போய் நாலாவது கடலில் உள்ள மீன்களில் ஒன்றைப் போய் விருந்து உண்ணச் சொல்லும் என்று ஏவினான்.

ஏவிய - கட்டளையிட்ட; படியிட - படியளக்க, உணவளிக்க; எய்தினார் - அடைந்தார்; கோ - அரசர்; இறை - இறைவன்; கூவி - அழைத்து; மேவி - பொருந்தி; கடன் - கடல்; தூவிய - பெய்த, சிந்திய; உண - உண்ண.

தருமுரைப் படிசல சரத்தை மேவியே
நரபதி சுலையுமா னபிவி ருப்பமா
யொருபகற் கின்றிரை யுனக்கு நல்குவ
ரருகினிற் சென்றுணென் றறைந்து போயினார். (28)

28. (720) அக் கட்டளைப்படி நான்காம் கடல் மீன்களில் ஒன்றை அடைந்து மன்னர் நபி சுலைமான் (அலை) இன்றைய பகல் உணவை விருப்பத்துடன் அளிக்கிறார். கரையருகில் போய் உண் என்று சொல்லிச் சென்றார்.

தருமுரை - இறைவன் சொன்ன சொல்; சலசரம் - மீன்; மேவி - அடைந்து; நரர் - மனிதர்; பதி - அரசர்; நல்குவர் - அளிப்பார்; அறைந்து - அறிவித்து.

இம்மொழி பகர்தலு மிறைவன் றூதெனுஞ்
செம்மனிற் றிடுகறைத் திசையை நாடியே
கம்மிய கடற்சலங் கலங்கிப் பொங்கவே
வெம்மைகொள் பசியொடு விரைந்து வந்ததே. (29)

29. (721) இவ்வாறு சொன்னதும், இறைத்தூதர் சுலைமான் (அலை) நிற்கும் கரையை நோக்கிக் கொடும்பசியுடன் விரைந்து வந்தது. வரும் வேகத்தில் இரைச்சல் மிக்க கடல் நீர் கலங்கிப் பொங்கிற்று.

பகர்தல் - சொல்லல்; செம்மல் - மன்னர்; நாடி - விரும்பி; கம்முதல் - அதட்டும் குரல் ஓசை; சலம் - நீர்; வெம்மை - கடுமை.

பீலிவா லசைவினிற் பெருக வாருதி
யோலமிட் டெழுமலை யுயர்ந்த வான்முகின்
மேலினு மடித்தன சுழிமி குந்தன
சாலவும் பலமரக் கலத்தைத் தாழ்த்தவே. (30)

30. (722) தன் வால் அசைந்தபோது ஓலமிட்டு எழுந்த கடல்நீர் மலைபோல் உயர்ந்தது. வானத்தில் படர்ந்து கிடந்த மேகத்தின் மீதும் பீறி அடித்தது. கடலில் சுழிகள் மிகுந்தன. கடலில் நின்ற மரக்கலங்களைத் தாழ்த்தி விட்டது.

பீலி - வாலில் உள்ள தோகை; வாருதி - கடல்; முகின் - மேகம்; சால - மிக்க.

சண்டமா ருதத்தில்கோ தாரி தாக்கினுங்
கொண்டல்கள் பலபல கோடி கூடியே
யொண்டிறல் வாயிற்கொண் டுமிழும் போதினுங்
கண்டிடாச் சுழியலை கதித்துப் பொங்கிற்றே. (31)

31. (723) சூறாவளி கொள்ளைநோய் போல் வந்து தாக்கினாலும் பற்பல கோடி மேகக் கூட்டங்கள் ஒன்றாகக் கூடி ஒரே சமயத்தில் பொழிந்தாலும் காண முடியாத அளவில் அலைச்சுழல்கள் கதித்துப் பொங்கின.

சண்டமாருதம் - சூறாவளி, புயல்; கோதாரி - கொள்ளைநோய்; கொண்டல் - மேகம்; ஒண்திறல்வாயில் - சூரிய வாசல்; கதித்து - மிகுத்து.

இப்பியுந் தரளமு மிலங்கு செந்நிற
நற்பவ ளமுங்கரும் பவள ராசியும்
பற்பல வலம்புரித் திரளும் பாயலை
குப்பையிற் கறையிடைக் கொழிக்க லுற்றதே. (32)

32. (724) சிப்பிகளும் முத்துகளும் செம்பவளமும் கரும்பவளமும் பலவகை வலம்புரிச் சங்குகளும் கரையில் ஒதுங்கி மேடாகத் திரண்டு கிடந்தன.

இப்பி - சிப்பி; தரளம் - முத்து; ராசி - கூட்டம்; பாயலை - பாய்அலை, பாய்ந்த அலை; குப்பை - மேடு; கொழித்தல் - ஒதுங்குதல், திரளல்.

செருக்கயங் களையுணுந் திமிங்கி லங்களு
மரக்கல நறுக்குநண் டுகளும் வாலிடை
யிருக்குபற் பலசிலாம் பிடைத்தி ரிந்திடும்
பொருக்கென வயிற்றினும் புகுந்து மீளுமால். (33)

33. (725) போர்வெறி கொண்ட சுறாபோன்ற மீன்களை உண்ணும் திமிங்கிலங் களும் மீன்பிடிப் படகுகளையும் கப்பல்களையும் நறுக்கித் துண்டாடும்

நண்டுகளும் வாலில் சிலாம்புடன் திரிந்திடும் அந்தப் பெரிய மீனின் வாய்வழியாக வயிற்றினுள் புகுந்து வெளியேறும்.

செரு - போர்; மரக்கலம் - தோணி, கப்பல்; மீளும் - திரும்பும்; ஆல் - அசை; பொருக்கு - விசை, விரைவு.

வருவிசை யினிற்சில மச்ச கோடிக
டெருமர லுற்றன தேங்கித் தாமுணு
மிரையது வலியவா யினில்வந் தெய்தினும்
பரிவொடு கொளுமுணர் வறப்ப தைத்ததே. (34)

34. (726) அதுவரும் வேகத்தைக் கண்டு மீன் கூட்டங்கள் அஞ்சிச் செயலிழந்து நின்றன. தன்னுடைய உணவு வலிய வாயருகில் வந்தபோதும் உண்ணும் உணர்வு இழந்து பதைத்து நின்றன.

விசை - விரைவு, வேகம்; மச்சம் - மீன்; கோடிகள் - கூட்டங்கள்; தெருமரல் - அச்சத்தால் நம்பிக்கை இழத்தல்; தேங்கி - திகைத்து, தேங்கி நிற்றல்; எய்தினும் - பெற்றாலும்; அற - நீங்க.

மட்டறு மலையெலா மச்ச ரூபமாய்க்
கிட்டுவ தெனக்கடல் கிழிவ தாய்வரப்
பட்டது வெழுபது பாகந் தன்னிலே
நெட்டுடற் பொறுத்தது நிலத்திற் றண்டியே. (35)

35. (727) பெரிய பெரிய மலைகள் கூடி ஒரு மீன் வடிவம் கொண்டு வந்தது போல் கடலைக் கிழித்துக்கொண்டு வந்தது. அஃது எழுபது பாகம் (ஒரு பாகம் நான்கு முழம்) நீளம் இருந்தது. தன்னுடைய நீண்ட உடலைச் சுமந்துகொண்டு கரையோரத்திற்கு வந்தது.

மட்டு - அளவு, மதிப்பு; அறு - அற்ற, இல்லாத; பாகம் - இரண்டு கைகளையும் விரித்த அளவு, நான்கு முழம்; நெட்டுடல் - நீண்ட உடல்; பொறுத்து - சுமந்து; தண்டி - விலகி.

அருந்திறைக் கடையுமீ னங்கு வைகியே
பெருந்தலை நீட்டிவாய் பிளக்க லுற்றது
சுரந்தருள் பொழிநபி துணைக்கண் மீதிலே
தெரிந்தது வுடனுள திரளு நோக்கின. (36)

36. (728) கடலைக் கலக்கும் மீன் அங்கு வந்து தன்னுடைய பெரிய தலையைக் கரையின் பக்கம் நீட்டி வாயைத் திறந்தது. அக் காட்சி நபி சுலைமான் (அலை) அவர்களின் அருள் பொழியும் கண்களுக்குத் தெரிந்தது. உடனிருந்த மக்கள் ஜின் பூதம் பேய் முதலிய கூட்டங்களும் நோக்கின.

திரை - அலை, அலையை உடைய கடல்; கடைதல் - கலக்குதல்; வைகி - வந்து; திரள் - கூட்டம்.

வானகம் போலெழு வகைவி சாலமே
யானதோர் கோட்டையி னகல வாசலோ
தீனபிக் கதிசயங் செய்ய வந்துள
மீனதின் வாய்க்கிணை விள்வ தென்கொலோ. (37)

37. (729) ஏழாக அடுக்கப்பட்ட வானம்போல் பரந்து விரிந்த கோட்டையின் தலைவாசலோ? தீன் பரப்பும் நபிக்கு அதிசயம் காட்ட வந்த அந்த மீனின் வாய்க்கு எதை ஒப்பிட்டுச் சொல்வது?

விசாலம் - விரிவு; இணை - நிகர்; விள்வது - சொல்வது; என் - என்ன; கொலோ - அசை.

விரிவுறத் திறந்தவாய் மீதி லேகடற்
கரையுறு தானியங் களைபு குத்துமென்
றுரைதரச் சின்கண மொருமித் தொல்லையிற்
சொரிதரக் கொட்டின சுமையில் வாரியே. (38)

38. (730) கரையில் உள்ள தானியங்களை இந்த மீனின் திறந்த வாயில் கொட்டுங்கள் என்று கட்டளை இட்டார் நபி. அதன்படி ஜின் கூட்டங்கள் எல்லாம் கூடி தானியங்களை அள்ளி அள்ளிக் கொட்டின.

விரிவுற - அகலமாக, பெரிதாக; புகுத்தும் - கொட்டுக; குரை - கட்டளை; தர - இட; சின்கணம் - ஜின் கூட்டம், ஒல்லை - விரைவு; வாரி - அள்ளி.

சொலியள விடவருந் தொகைகொள் பூதமும்
வலியசின் கணங்களும் வாரி வாரியே
யுலைவறத் துறுகியுயோ யாது கொட்டிங்
கலைகடற் கரையுள தவச மற்றதே. (39)

39. (731) எண்ணிட முடியாத பூதக் கூட்டங்களும் ஜின் கூட்டங்களும் கூடி வாரிவாரிக் கொட்டின. இவ்வாறு கொட்டியதில் கடற்கரையில் குவித்து வைத்திருந்த தானியம் யாவும் தீர்ந்து போயிற்று.

சொலி - சொல்லி; அளவிட - எண்ணிட; அருந்தொகை - அரிதான தொகுதி; வலிய - வலிமைமிக்க; குலைவு - நடுக்கம்; துறுகி - நெருங்கி; தவசம் - தானியம்; அற்று - தீர்ந்தது.

கனமென விருநிதி கதிக்க வீசினுந்
தினநிறை வறுகுணத் திருட்டு வேசியர்
மனமென நிறைந்தில மச்ச வாயிடு
மனநவ தானிய மனைத்தும் வாங்கியே. (40)

40. (732) சங்கநிதி பதுமநிதி ஆகிய இருவகை நிதிகளையும் அளவில்லாமல் கொடுத்தாலும் ஒருபோதும் நிறைவு பெறாது கள்ளப் புணர்ச்சிக்கு இடம்தரும்

வேசியர் மனம். அதுபோல் மீனின் திறந்த வாயில் உணவாகக் கொட்டப்பட்ட நவதானியம் அனைத்தையும் வாங்கிக்கொண்டு வயிறு நிறையாமல் திறந்தவாய் திறந்தபடி இருந்தது.

கனம் - மிகுதி; இருநிதி - சங்கநிதியும் பதுமநிதியும்; கதிக்க - மிகுதியாக; நிறைவறுகுணம் - நிறைவு பெறாத மனம்; அன - அன்னம், உணவு.

எழுசீர்க் கழிநெடிலடி யாசிரிய விருத்தம்

உறையினி இவள வெனத்தொகைத் கணியா
வொருவருங் கண்டுகேட் டறியா
நிறைதருந் தவச மெவளவுங் காணார்
நெடுந்தலை வாயொன்றே கண்டா
ரிறையள வெனிலும் விரிந்தவாய் குவியா
திருந்தது விருக்கிலங் குளதாம்
பொறைநெடுங் கழுத்த லாடுமா டுகள்கத்
தபத்திர ளியாவையும் புகுத்தார். (41)

41. (733) பண்டங்கள் இட்டுவைக்கும் உறைகள் எத்தனை? எண்ண முடியாத அத்தனை உறைகளின் தானியத்தின் அளவு எவ்வளவு? யாரும் கண்டும் கேட்டும் அறியாத அவ்வளவு தானியங்களையும் வாயில் கொட்டியதைக் கண்டார்கள். ஆனால் போன இடம் தெரியவில்லை. நீண்ட தலையும் பெரிய வாயும் மட்டும்தான் தெரிந்தது. தலை அளவு சொல்லக் கூடியதாய் இருந்தாலும் விரித்த வாயை மூடாது இருந்தது மீன். ஆதலால் பொறுமை உள்ள ஒட்டகை ஆடு மாடு கழுதை முதலியவற்றின் கூட்டங்களை வாயில் புகுத்தினர்.

உறை - பண்டம் இடும் அறை; தொகை - அளவு; கணியா - கணிக்க முடியாத; தவசம் - தானியம்; எவளவும் - எவ்வளவும்; இறை - தலை; உளதாம் - உள்ளதாகிய; பொறை - பொறுமை; நெடும் - நீண்ட; கழுத்தல் - ஒட்டகம்; கந்தபம் - கழுதை; புகுத்தார் - புகுத்தினார்.

அப்பொழு திலும்வாய் குவித்தில ததுகண்
டகலெழு வான்படு வானிற்
செப்புமெத் தலத்து முளதவ சமுமே
சின்களாற் கொடுவரப் பணித்துப்
பெட்புறச் சொரிந்துங் குவித்தில தமது
பெருங்களஞ் சியத்துள தெவையும்
பொற்புறு மனையி லரிமுதன் முழுதும்
பொழிந்துமே குவித்தில புலாலே. (42)

42. (734) அப்போதும் வாயை மூடவில்லை. அதைக் கண்டு வான முகட்டிற்குக் கீழே உள்ள பூமியில் எல்லாத் திசைகளிலும் உள்ள தானியம் அனைத்தையும் கொண்டு வரும்படி ஜின்களுக்குக் கட்டளையிட்டார் நபி. வந்த அவற்றையும் கொட்டினார். அப்போதும் வாய்மூடவில்லை. தம்முடைய சொந்தக்

களஞ்சியத்தில் உள்ள தானியங்களையும் வீட்டில் உள்ள உணவுக்கான அரிசியையும் கொண்டுவந்து கொட்டியும் வாயை மூடவில்லை அம் மீன்.

அகல் - அகன்ற; எழு - ஏழு; செப்பும் - சொல்லும்; தலம் - இடம்; பெட்பு - பெருமை; சொரிந்து - பெய்து, கொட்டி; களஞ்சியம் - பண்டசாலை; பொற்பு - அழகு; அரி - அரிசி; புலால் - மீன்.

எழுந்துவிண் டடவும் புகழ்ப்புவி யர
ரிலகிய மணிமுடி யழுந்தத்
தொழுந்திருப் பதசுந் தரநிறை குரிசில்
சுலையுமா னபிதம திடத்திற்
பொழிந்திடத் தவச மொருபிடி யேனு
மற்றது வித்தனை புகுந்தும்
விழுங்கவு மூடித் திறந்தில முனமே
விரித்ததின் மிகவிரித் ததுவே.   (43)

43. (735) நபி சுலைமான் (அலை) பேரரசர். விண்ணளவு உயர்ந்த புகழுக்கு உரிய அரசர்கள் எல்லாம் அவரைப் பணிந்து திறை செலுத்துகின்றனர். அவர் தம்மிடம் இருந்த உணவாகக் கூடிய பொருள்களை எல்லாம் அந்த மீனின் திறந்த வாயில் புகுத்திவிட்டார். இனி இடுவதற்குப் பிடியளவு தானியமும் இல்லாமல் ஆகிவிட்டது. இத்தனை புகுந்தும் அவற்றை அஃது இன்னும் விழுங்கவும் இல்லை, திறந்த வாயை மூடவும் இல்லை. இட்ட பொருள்கள் வாயிலேயே கிடக்க அம் மீன் தன்னுடைய வாயைப் பெரிதாக விரித்தது.

புவி - உலகம்; இலகிய - ஒளிவீசிய; பதம் - தாள், பாதம்; சுந்தரம் - அழகு; குரிசில் - அரசர்; தவசம் - தானியம்; முனமே - முன்னமே.

மூடிலா திருந்த விதத்தி சயித்து
முரட்பெருஞ் சகுலிபா லேகி
நீடிய வயிறு தருமிரை யதனா
னிரம்பிய தோவெனக் கேட்ப
வீடிலங் களித்த தெவையுமுட் பசியை
யெழுப்பிவிட் டதிற்சின மிகுத்துக்
கூடிய கருணை வடிவெனு நபியைக்
கூவியே கொதிப்புரை கூறும்.   (44)

44. (736) பரிவும் இரக்கமும் நிறைந்தவர் நபி சுலைமான் (அலை). உணவிற்கு என்று திறந்த வாயை மூடாமல் இருக்கும் மீனின் நிலையைக் கண்டு வியந்தார். ஓசை உடைய அந்தப் பெரிய மீனிடம் சென்று நான் அளித்த இரையினால் உன்னுடைய பெரிய வயிறு நிரம்பியதா என்று கேட்டார். பசி நீக்கத்திற்கு என்று அளித்த பொருள்கள் அதன் பசியை மிகுத்தனவே அன்றிப் பசியை நீக்கவில்லை. அதனால் சினம்கொண்டு நபியிடம் கொதிப்புடன் பேசலாயிற்று.

முரள் - முரல், ஒலி; சகுலி - மீன்; பால் - இடம்; ஏகி - போய்; நீடிய - நீண்ட; இரை - உணவு; வீடு - மரணம்; இலம் - இல்லாதாக, நீக்க; கூவி - அழைத்து; கொதிப்புரை - சுடுசொல்.

மிகவொளிர் சுவன தலத்தினி லிறையோன்
விலக்கிய கோதும்பைக் கனியை
யகமதிற் குரியா துவப்பினா லருந்தி
யரும்பிழை செய்தவர் மகவே
பகருமிப் பொழுது முதலவன் விரித்துப்
பரிவுற வுரைத்தசொற் றவறிச்
சகலபல் லுயிர்க்கும் படியிடத் துணிந்து
கதாச்செய்தீர் சாற்றுதல் கேண்மின். (45)

45. (737) ஒளி மிகுந்த பூங்காவனச் சொர்க்கத்தில் இறைவன் விலக்கிய கோதும்பைக் கனியைப் பின்விளைவை நினையாது ஆவலுடன் அருந்திப் பிழை செய்த ஆதத்தின் பிள்ளையே! இறைவன் அன்புடன் மறுத்துச் சொன்னதையும் கேளாமல் எல்லா உயிர்களுக்கும் உணவளிப்பேன் என்று துணிந்து தவறு செய்தவரே! சொல்வதைக் கேட்பீராக. (முதல் மனிதர் மனிதத் தந்தை ஆதம் (அலை) அவர்களையும் படைத்துச் சொர்க்கத்தில் வைத்திருந்தான் இறைவன். அங்குள்ள அனைத்தையும் துய்க்க அனுமதித்து ஒரேயொரு மரத்தைச் சுட்டிக்காட்டி அதன் அருகிலும் நெருங்க வேண்டாம் என்று தடுத்திருந்தான். ஆயினும் ஷைத்தானால் குழப்பப்பட்ட மனைவியின் வேட்கையை நிறைவேற்ற அம் மரத்தின் கனியைப் பறித்து உண்டார் ஆதம் (அலை). அதனால் இறைவன் கட்டளையை மீறிய குற்றத்திற்கு ஆளாகிச் சொர்க்கத்தில் இருந்து மனைவியுடன் வெளியேற்றப்பட்டார்.)

சுவனம் - சொர்க்கம்; தலம் - பூங்கா; உவப்பு - வேட்கை; மகவு - பிள்ளை; பகரும் - பேசும்; விரிந்து - விரிவாக; தவறி - மீறி; படியிட - உணவளிக்க; கதா - ஹதா, பிழை; சாற்றுதல் - சொல்லுதல்; கேண்மின் - கேட்பீராக.

பிறந்தநாட் டொடுத்திந் நாள்வரை யினுமியான்
பெறுமிரை யினிற்சிறி தேனுங்
குறைந்திடக் கொடுத்த திலையொரு நெடியோன்
கொடும்பசி யின்னதென் றறியே
னிறைந்துணு மெனக்கின் றரைவயி றளவு
நிரம்பிலாப் பட்டினி போட்டீர்
தறிந்திடாப் பிழைகள் செய்குவ துமது
தலைமுறைக் குலவிரு தேயோ. (46)

46. (738) பிறந்தநாள் தொடங்கி இன்றுவரை நான்பெறும் உணவில் சிறிதும் குறைத்துக் கொடுத்தது இல்லை இறைவன். பசிக்கொடுமை இன்னது என்றும் நான் அறிய மாட்டேன். நாள்தோறும் நிரப்பமாக உண்ணும் எனக்கு இன்று அரை வயிறும் நிரம்பாத நிலையில் என்னைப் பட்டினி போட்டீர். முடிவில்லாமல் அடுத்தடுத்துப் பிழைகள் செய்வதே உங்கள் தலைமுறையின் குலவிருதோ?

நெடியோன் - இறைவன்; உணும் - உண்ணும்; தறிந்திடா - அறுபடா, வெட்டுப்படாத; விருது - வெற்றி, விரதம்.

மிக்குள வொருவன் படைப்புக ளனந்த
மதிலொரு மீனியா னெனக்கே
யிக்குறை புரிந்தீ ராதிசொற் றனையு
மெண்ணிலா தேற்பட லாமோ
கல்க்குக ளெவைக்கும் றிசுக்குகள் கொடுத்துக்
காக்கவல் லமையினர் நீரோ
தக்கதோ புரிந்தீ ரெனப்புலா லுரைக்கத்
தம்மன நடுக்கமுற் றனரே. (47)

47. (739) இறைவனின் படைப்புகள் எண்ணற்றவை. அவற்றில் நான், மீன் இனத்தைச் சேர்ந்த ஒரேயொரு மீன். எனக்கே இவ்வாறு குறை செய்தீர், அரைவயிறும் நிரம்பாது பட்டினி போட்டீர். இறைவன் சொல்லியும் மீறி இவ்வாறு செய்யலாமோ? படைப்புகள் அனைத்திற்கும் உணவளித்துக் காக்கும் வலிமை உடையவர் நீரோ? செய்யத் தக்க செயலையா செய்தீர் என்று மீன் சொல்லக் கேட்டு மனநடுக்கம் கொண்டார் நபி.

மிக்குள - மிகுந்துள்ள; ஒருவன் - இறைவன்; அனந்தம் - அளவற்றவை; ஆதி - இறைவன்; சொற்றனையும் - சொல்தன்னையும்; ஏற்படல் - தலைப்படல், தொடங்குதல்; கல்க்குகள் - படைப்புகள்; றிசுக்கு - உணவு; புலால் - மீன்.

நடுங்குயுள் ளுடைந்து மயிலையை யடுத்து
நனிபெருங் கடலகத் தினிலே
திடம்பட வுறையு மீனின மனந்தந்
திரள்களிற் பெரிதுநீ தானோ
கிடந்தனை யுரையென் றெழினபி கேட்பக்
கிளருமை முகிலடை கிடக்கு
நெடுங்கிரி யனைய வெள்ளெயி றிலங்க
நிறைந்துள வாயினா னிகழ்த்தும். (48)

48. (740) நடுங்கினார். உள்ளுடைந்தார். மீனின் அருகில் போய் பெரிய கடலில் வாழும் எண்ணற்ற மீன் கூட்டங்களில் உருவத்தால் பெரிய இனம் நீதானோ? சொல் என்று அழகு நபி கேட்டார். கரிய மேகம் திரண்டு கூடிக் கிடக்கும் பெரிய மலைபோன்ற வெள்ளை எயிறு ஒளிவீசும்படி நிறைந்த வாயைத் திறந்த பேசிற்று.

மயிலை - மீன்; நனி - மிக; உறையும் - வாழும்; அனந்தம் - அளவற்ற; திரள் - கூட்டம்; உரை - சொல்; எழில் - அழகு; கிளர்தல் - எழுதல்; உமை - கருமை; முகில் - மேகம்; கிரி - மலை; இலங்க - ஒளிவீச; நிகழ்த்தும் - பேசும்.

எதிரறு நாலாங் கடலின்மீன் கூட்ட
மெழுபதி னாயிர மிருப்ப
வதிலொரு கூட்டத் தளவுவான் றுளிக
ளனத்தையு மரத்திலை களையு
மதிதொகை யிடிலெவ் வளவுள தோவம்
மட்டுள திட்டம்வல் லவன்றன்

கதிதரு மறைபெற் றருணபி யுபைய
கண்மணித் தோன்றலே கேண்மின். (49)

49. (741) இணை சொல்ல முடியாத அளவு பெரியது நாலாம் கடல். அக் கடலில் எழுபதினாயிரம் மீன் கூட்டங்கள் உள்ளன. அதில் ஒரு கூட்டத்தின் அளவு, மழைத் துளிகளையும் பூமியில் உள்ள மரங்களின் இலைகளையும் எண்ணிக் கணக்கிட்டால் எத்தனை இருக்குமோ அத்தனை இருக்கும். அனைத்தையும் வகுத்துத் திட்டமிட்ட வல்லவன் இறைவன். அவனால் ஈடேற்றத்தின் பொருட்டு வேதம் அருளப்பட்ட அருள்நபி தாவூதின் (அலை) கண்மணி போன்ற மைந்தரே, கேளும்.

எதிர் - இணை; அறு - இல்லாத; வான்துளி - மழைத்துளி; மதிதொகையிடல் - எண்ணிக் கணக்கிடல்; கதி - ஈடேற்றம்; உபயம் - இரண்டு; தோன்றல் - வழித்தோன்றல், மைந்தர்; கேண்மோ - கேளும்.

விறற்பெறத் திரியு மிந்தமீன் களிலோர்
மீன்வயிற் றினிலியான் புகுந்து
புறப்படி லதற்குத் தெரிந்திடா துள்ளே
போயிருந் திடினெடு வெளியி
லறச்சிறு சோன வரிசிவைத் ததுபோ
லாமென துடலதன் வயிற்றி
லிறைத்தொழில் புரிந்தீ ரியானொரு பெரிதோ
வென்றகன் றதுகட லினிலே. (50)

50. (742) பெருமிதத்துடன் நீந்தித் திரியும் அந்த மீன் கூட்டத்தின் ஒரு மீன் வயிற்றில் நான் புகுந்து புறப்பட்டால் அஃது அம் மீனுக்குத் தெரியாது. உள்ளே போய் இருந்தால் நீண்ட பெரிய வெளியில் இருக்கும் - வான் வெளியில் அணுவளவு மிகச் சிறிய சோள அரிசி ஒன்றை வைத்ததுபோல் உணவளிக்கும் பணியைச் செய்ய வந்தவரே! நான் ஒரு பெரிதோ என்று சொல்லிவிட்டுக் கடலில் அமிழ்ந்து சென்று மறைந்தது.

விறல் - வெற்றி, பெருமிதம்; நெடுவெளி - பெரிய வெளி; அறச்சிறு - அணு; இறைத்தொழில் - படைப்புகளுக்கு உணவளிக்கும் தொழில்; அகன்றது - போனது.

மீனுரைத் ததுவு மிதற்குமுன் னிறையோன்
விளம்பிய வசனமுந் துணிவ
தானதின் முடிந்த கருமமு நோக்கி
யரும்பிழை செய்தன மெனவே
தானகத் திருத்தி யுருகியுள் ளேங்கிச்
சஞ்சலத் சலதியின் மூழ்கிச்
சோனைமைப் புயல்போற் கண்ணினீர் சொரிந்து
சுசூதினில் வீழ்ந்தன ரன்றே. (51)

51. (743) மீன் சொன்னதைக் கேட்டுத் திகைத்தார். இதற்குமுன், படைப்புகளுக்கு உணவளிக்கும் தம்முடைய விருப்பத்தைத் தெரிவித்தவுடன்

இறைவன் சொன்ன வார்த்தைகளையும், தம்முடைய துணிவின் இரங்கத்தக்க முடிவையும் நினைத்துப் பார்த்து நடுங்கினார். பெரும்பிழை செய்துவிட்டோம் என்று அஞ்சினார். அதையே நினைத்து நினைத்து உருகினார். உள்ளம் ஏங்கித் துன்பக் கடலில் மூழ்கினார். இடைவிடாமல் அழுதார். கரிய மேகம் திரண்டு பொழிவதுபோல் கண்ணீர் சிந்தினார். சுஜூதில் விழுந்து அழுது மன்றாடினார்.

விளம்பிய - சொல்லிய; வசனம் - சொல்; கருமம் - செயல்; சலதி - கடல்; சோனை - இடைவிடாமல் பெய்யும் மழைநீர்; மை - கறுப்பு; புயல் - மேகம்; சுசூது - சுஜூது, தரையில் மண்டியிட்டு இரண்டு உள்ளங்கைகளையும் நெற்றியையும் தரையில் ஊன்றும் நிலை.

சோதியே யறியா திவ்விதம் புரிந்தேன்
றூயனே பொறைநிறைப் பொருளே
நீதியே யெனது பிழைபொறுத் தருள்வாய்
நீயெவை யெவைக்கும்வல் லவனென்
றோதியே யெழுந்து தளத்துட னடந்தே
யுறையிடம் புகுந்தபின் னரச
ராதியாய் கணங்க ளெவையையு விழிநோக்
கனுப்பல்செய் திருந்தன ரிப்பால். (52)

52. (744) ஒளியானவனே! அறியாமையால் இவ்வாறு செய்தேன். தூய்மையானவனே! பொறுமை நிறைந்த மெய்ப்பொருளே! நீதி செய்யும் அரசனே! எல்லாம் வல்லவனே! என்று சுஜூதில் கிடந்து இறைஞ்சினார். பின்னர் எழுந்து பரிவாரங்களுடன் நடந்து அரண்மனையை அடைந்தார். சிற்றரசர்களையும் பேய் பூத ஜின் கூட்டங்களையும் அவரவர் இடங்களுக்குத் திரும்பிச் செல்லும்படி அனுப்பிவைத்தார்.

சதி - ஒளி; பொறை - பொறுமை; தளம் - படை; உறையிடம் - இருப்பிடம், அரண்மனை; ஆதியாய் - முதலாய்; கணம் - கூட்டம்.

படியளந்தேலாப் படல முற்றிற்று.
படலம் 16 -க்கு - திருவிருத்தம் - 744

16. படியளந்து ஏலாப் படலம்

படலச்செய்தி

பலவாகிய உயிர்த்தொகுதிகள் வசப்படுத்தித் தரப்பட்ட நபி சுலைமான் (அலை) தற்செருக்குக் கொண்டார். உயிர்க்குலம் அனைத்திற்கும் தம்மால் உணவளிக்க முடியும் என்று நம்பினார். தம்முடைய விருப்பத்தை இறைவனிடம் தெரிவித்துத் தமக்கு எல்லா உயிர்களையும் வசப்படுத்தித் தருமாறு கோரினார். அதை மறுத்த இறைவன் உம் நினைவு தவறானது என்றான். மீண்டும் மீண்டும் அவர் வலியுறுத்தவே கடல் மீன்களுக்கு ஒரேயொரு வேளை உணவளிக்க

அனுமதி அளித்தான். அதனால் மகிழ்ந்த அரசர் நபி ஜின்களையும் பூத பிசாசு களையும் ஏவி உணவுப்பொருள்களைச் சேகரம் செய்யக் கட்டளையிட்டார்.

மலைமலையாகத் தானியங்களும் கிடைகிடையாக ஆடு மாடு ஒட்டகைகளும் திரட்டிக் கடற்கரையில் குவிக்கப்பட்டன. அதை வேடிக்கை பார்க்க மனிதர்களும் திரண்டனர்.

இன்றைய பகல் உணவை நபியரசர் சுலைமான் அளிப்பார். போய் உண் என்று நாலாம் கடலில் உள்ள ஒரு பெரிய மீனுக்கு ஜிபுரீல் (அலை) இறைவன் கட்டளைப்படி அறிவித்தார். மீன் புறப்பட்டுக் கரை ஓரமாக வந்து வாயைத் திறந்தது. வானளவு விரிந்து அகன்ற அதன் வாயினில் உணவை இடுங்கள் என்று கட்டளையிட்டார் நபியரசர். ஜின் பூத பிசாசுக் கூட்டங்கள் கூடி உணவுப் பொருள்களை அதன் வாயில் கொட்டின. கொட்டின. கொட்டின. கொட்டிக் கொண்டே இருந்தன. இருந்த தானியங்கள் எல்லாம் கொட்டப்பட்டன. மீன் திறந்த வாயை மூடவே இல்லை.

தானியங்கள் போன இடமும் தெரியவில்லை. ஆடு மாடு ஒட்டகைக் கூட்டங்களும் இடப்பட்டன. அவையும் போன இடம் தெரியவில்லை. அரண்மனையின் உணவிற்கென்று வைக்கப்பட்டிருந்தவையும் கொண்டு வந்து கொட்டப்பட்டன. இனி இடுவதற்கு எதுவும் இல்லை. மீனின் திறந்தவாய் மூடவும் இல்லை. இதனால் வியப்படைந்த அரசர்நபி அருகில் நெருங்கி உன் வயிறு நிரம்பியதா என்று கேட்டார். இதைக் கேட்டுச் சினம் கொண்ட மீன் கொதிப்புடன் பேசியது.

“சொர்க்கத்தில் இறைவன் விலக்கியதை விரும்பி உண்டு பிழை செய்த ஆதத்தின் பிள்ளையே! இறைவன் மறுத்துரைத்தும் கேளாது எனக்கு உணவளிக்கத் துணிந்து பிழை செய்தவரே! கேளும். பிறந்த நாள் முதல் இன்றுவரை என் உணவில் குறை வைத்ததே இல்லை இறைவன். இன்று எனக்கு அரை வயிறும் நிரம்பாத உணவளித்து என்னைப் பட்டினி போட்டுவிட்டீரே! பிழை செய்வதே உங்கள் குலப் பெருமையா? என் ஒருவனுக்கே உணவிட முடியாத நீர் எல்லாப் படைப்புகளுக்கும் உணவளிப்பேன் என்றீரே! உம்மால் முடியுமா?”

இதைக் கேட்டுத் திடுக்கிட்ட அரசர் நபி மீன்களில் பெரிய மீன் நீதானா என்று கேட்டார். நாங்கள் எழுபதினாயிரம் வகை. மழைத் துளிகளையும் மரத் தில் உள்ள இலைகளையும் எண்ணினால் எங்கள் தொகை அளவு இருக்கும். அவற்றில் ஒருவகை உள்ளது. அம் மீன் வயிற்றில் நான் புகுந்து வெளியேறினால் அஃது அதற்குத் தெரியாது. உள்ளே போய் இருந்து கொண்டால் வான வெளியில் ஒரு சோள அரிசி வைத்தது போல் இருக்கும். நான் ஒரு பெரிதோ என்று சொல்லிவிட்டுக் கரையிலிருந்து அகன்று கடலில் மறைந்தது.

மீன் உரைத்ததையும் முன்னர் இறைவன் கூறிய அறிவுரையையும் எண்ணி நடுங்கினார். கண்கள் கொப்புளிக்க சுஜூதில் விழுந்து அழுது மன்றாடி இறைஞ்சினார். பின்னர் எழுந்து பரிவாரங்களுடன் நடந்து அரண்மனையை அடைந்தார்.

17. பறவை விலங்கினம் வசப்படு படலம்

சந்தவிருத்தம்

உலக மேழுமொளிர் நெடிய தீபமென
வொருநி தானவர சாட்சியா
யிலகு நாளின்மிகு பறவை யாவுமொழு
கியல்பு வாய்மைநிலை கேட்கவே
யலகி லாததிரள் பலவு மேவவுன
தருள்செய் வாயெனவெந் நாட்குமே
துலகு மாதியிறை யிடம்வி ணோர்கள்புகழ்
சுலையு மானபிது வாச்செய்தார். (1)

1. (745) ஏழு உலகங்களிலும் இலங்கும் நெடிய தீபம் போல் நேர்மையான ஆட்சி நடத்தினார் நபி சுலைமான் (அலை). வானவரும் அவரைப் புகழ்ந்தனர். அவர் ஒரு நாள் இறைவனிடம் இறைஞ்சினார். இறைவா! மிகுதியாக உள்ள பறவைகள் யாவும் என் சொல்கேட்டு நடக்க வேண்டும். கூரிய அலகு இல்லாத விலங்குக் கூட்டங்களும் எனக்கு வசப்பட வேண்டும். இதற்கு நீ அருள்கூட்டல் வேண்டும் என்றார்.

நிதானம் - நேர்மை; இலகுதல் - இலங்குதல், ஒளிர்தல்; ஒழுகுதல் - நடத்தல்; இயல்பு - இயற்கை; வாய்மைநிலை - வாய்மொழி; அலகு - எண்ணிக்கை; திரள் - கூட்டம்; மேவ - சேர; துலகு - துலங்கு, ஒளிர்தல்; ஆதி - மூலகாரணன், இறைவன்; துவா - துஆ, இறைஞ்சல்.

ஏய விங்கிவர்து வாவி ரந்திடுகி
லேக னம்புவியின் மீதுவாழ்
வீயி னங்களையெ லாமெ னன்புநபி
பால்வி ரைந்துகொடு போய்விடு
நீயி ரென்றுசொல வேயெ முந்துஜிபு
ரீலு மம்புயலை யேவுமீக்
காயி லென்பவரும் வானி ழிந்துசிறை
கால வந்தனர்கள் பூமியில். (2)

2. (746) இவர் இவ்வாறு இறைஞ்சியவுடன் வானவர் தலைவர் ஜிபுரீலை (அலை)யும் மழையின் அதிபதி மீக்கயீலை (அலை)யும் அழைத்தான் இறைவன். நீங்கள் போய் உலகில் வாழும் பறவை இனங்களை எல்லாம் என் அன்பு நபியிடம் கொண்டு போய் விடுங்கள் என்று பணித்தான். அதன்படி அவ் விருவரும் சிறகை விரித்து வானத்திலிருந்து பூமிக்கு இறங்கினர்.

ஏய - பொருந்த; துஆ - இறைஞ்சல்; இரந்திடுதல் - வேண்டுதல்; ஏகன் - ஒருவன், இறைவன்; அம்புவி - அழகிய உலகம்; வீ - பறவை; பால் - இடம்; கொடு - கொண்டு; நீயிர் - நீவிர், நீங்கள்; அம்புயல் - மழை; ஏவும் - ஏவல்படுத்தும்; இழிந்து - இறங்கி; சிறை - சிறகு; கால - விரித்து.

தெள்ள ணிப்புவியின் மீதுதித் தெழில்கொள்
சிறைவி லாசர்சிபு ரீலெனும்
வள்ளன் மிக்கவெழு வான்மு தற்பருதி
மறைவ தானபடு வான்வரைக்
குள்ள பட்சிகளெ லாம ழைக்கமழை
யுதவு வோர்ககன நீள்வனப்
புள்ளி னத்தொகையெ லாம்வி ளிக்கவிணை
பொருவி லாத்திர ளானதே. (3)

3. (747) அழகு கொழிக்கும் பூவுலகில் இறங்கினார் ஜிபுரீல் (அலை). அவர் வனப்பு மிகுந்த அடர்ந்து அகன்ற சிறகு உடையவர். தம்முடைய சிறகை விரித்து இறங்கி சூரியன் தோன்றும் எழுவான் தொடங்கி அது மறையும் படுவான் வரைக்கும் உள்ள பறவைகளை எல்லாம் கூவி அழைத்தார். மழையை உதவும் காற்றின் அதிபதியான மீக்காயீல் (அலை) வானத்துப் பறவைகளை எல்லாம் அழைத்தார். அவை அனைத்தும் திரண்டு வந்து ஈடும் உவமையும் இல்லாத பலவண்ணப் பறவைத் திரளானது.

தெள் - தெளிவு, கொழிப்பு; அணி - அழகு; புவி - பூவுலகம்; எழில் - வனப்பு; சிறை - சிறகு; விலாசர் - அழகர்; எழுவான் - கிழக்கு; பருதி - சூரியன்; படுவான் - மேற்கு; பட்சி - பறவை; மழை உதவுவர் - மீக்காயீல் (அலை); ககனம் - வானம்; புள் - பறவை; தொகை - தொகுதி, கூட்டம்; விளிக்க - அழைக்க; இணை - நிகர்; பொருவு - உவமை; திரள் - திரட்சி, கூட்டம்.

உயர்பெ ரும்பறவை யன்றி லன்னமுனி
யுள்ள னூர்க்குருவி சிச்சிலி
குயிலி னங்கருடன் வயிரி காடைகிளி
குருகு கூகைவலி சிவல்புறா
மயில்ச கோரமொடு கழுகு காகமிதல்
மதிய முக்குபுதல் கேகயம்
பயிலு நாரைசிரல் கோழி நேமிபல
பல்து மேலுமர பதிகமே. (4)

4. (748) அவ்வாறு திரண்ட பறவை இனங்களாவன: அன்றில், அன்னம், உள்ளான், ஊர்க்குருவி, மீன்கொத்தி, குயில், பருந்து, வல்லூறு, காடை, கிளி, நாரை, ஆந்தை, கரிக்குருவி, கவுதாரி, புறா, மயில், செம்போத்து, கழுகு, காகம், வானம்பாடி, கேகயப்புள், நாரை, சிச்சிலி, சக்கரவாகப்புள் முதலியனவும் மேலும் பல்வேறு வகைப்பட்ட பறவைகளும் திரண்டன.

முனி - முனைப்பு; உள்ளன் - உள்ளான்; சிச்சிலி - மீன்கொத்தி; வயிரி - வல்லூறு; குருகு - நாரை; கூகை - ஆந்தை; வலி - கரிக்குருவி; சிவல் - கவுதாரி; சகோரம் - செம்போத்து; மதியமுக்கி - வானம்பாடி; புதல் - புருவம்; கேகயம் - கேகயல்புள்; சிரல் - சிச்சிலி; நேமி - சக்கரவாகப்புள்; மரபு - வகை.

பக்கி முற்றையு மொருப்ப டத்திரள்ப
டுத்தி வட்டநில முற்றுமோர்
சக்க ரக்கவிகை யிற்பு ரக்குநபி
சற்ச பைக்கொள்சமு கத்திலே
புக்க விட்டவையு ரைப்ப திற்சிலபு
தைத்த சொற்பொருள்பு கட்டியே
யக்க ணத்தில்விண கத்தி லுற்றனர
ருட்பெ ருக்கிறைய னுப்பினோர். (5)

5. (749) எல்லாப் பறவைகளையும் ஒன்றாகத் திரட்டி, உலகம் முழுவதையும் ஒரு குடையின்கீழ் ஆளும் அரசர் நபியின் அவையில் அவர் திருமுன் கொண்டு வந்து நிறுத்தினர். இறைவன் கட்டளையை அவற்றிடம் கூறிவிட்டு விடைபெற்று வானுலகம் சென்றடைந்தனர், அருட்பெருக்காகிய இறைவன் அனுப்பிய ஜிபுரீலும் (அலை) மீக்காயீலும் (அலை).

பக்கி - பட்சி, பறவை; முற்றையும் - முழுவதையும்; ஒருப்பட - ஒன்றாக; திரள்படுத்தி - திரட்டி; வட்டநிலம் - உலக உருண்டை; சக்கரம் - ஆட்சியுருளை, அதிகாரம்; குடை - அரச குடை; புரக்குதல் - பாதுகாத்தல்; சற்சபை - நீதியான அவை; சமுகம் - திருமுன்; புக்க - புக, செல்ல; புதைத்த சொல் - இறைவன் மறைவாய் உரைத்த சொல்; புகட்டி - தெரிவித்து, மனங்கொள்ளும்படி விளக்கி; அக் கணம் - அப்பொழுது; விணகம் - விண்ணகம்; உற்றனர் - அடைந்தனர்; அருட்பெருக்கிறை - பெருகிய அருள்நிறைந்த இறைவன்.

ஒருதி ரண்டதிர ளினுலு றும்பறவை
யினையு ணர்ந்துதொகை கண்டுகூ
றரித னந்ததிர ளெனலி தன்கணித
மளவி டுந்தகைமை கொண்டதோ
வரைக டந்ததிவை யெவையும் வந்துவகை
வகைநெ டுஞ்சிறையி லங்கவே
பரிம ளந்திகழு நபியை யன்பினொடு
பதமி றைஞ்சியெதிர் நின்றதே. (6)

6. (750) ஒன்றாகத் திரண்டு நிற்கும் பறவை இனங்களின் தொகுதிகளைக் கண்டு விவரம் கூறுதல் அரிது. எண்ண முடியாத கூட்டம்! கணித்து அளவிடக் கூடியதோ! வகைவகையாக வந்து தங்கள் அழகிய சிறகுகள் இலங்க அன்போடு நபியின் நறுமணப் பாதம் இறைஞ்சி எதிரே நின்றன.

திரள் - கூட்டம்; தொகை - எண்ணிக்கை; கண்டு - பார்த்து; கூறல் - சொல்லல்; அரிது - இயலாது; அனந்தம் - அளவில்லாத; கணிதம் - தொகை; தகைமை - தன்மை; வரை - எல்லை, அளவு; நெடுஞ்சிறை - நீண்ட சிறகு; பரிமளம் - நறுமணம்; இறைஞ்சி - பணிந்து, புகழ்ந்து.

முன்பு நின்றகுரு விகள லாதுகண
முழுது நிற்கவிட மற்றதான்

மன்பெ ருங்கனக நகர வீதிதொறு
மனைமு கட்டினு மரத்தினு
மின்பி றங்குமணி முடியி ராசரத
மிசையும் வெற்பினும்வ னத்துமே
கம்பு குந்துலவு கொடிகண் மீதுமுயர்
ககன முற்றுநிறை வுற்றதே. **(7)**

7. (751) முன்னே நிற்கும் பறவைகளே அன்றி இன்னும் ஏராளமான பறவைக் கூட்டங்கள் இடமில்லாமல் நகரவீதிகளிலும் மாளிகை முகடுகளிலும் மரங்களிலும் ஒளிவீசும் மணிமுடி புனைந்த அரசர்களின் தேர்களிலும் மலைகளிலும் காடுகளிலும் கொடிக் கம்பங்களிலும் வான வெளியிலும் நிறைந்து நின்றன.

கணம் - கூட்டம்; மன் - அசை; கனகம் - பொன்; முகடு - கூரை; மின் - ஒளி; பிறங்கும் - சுடரும், பிரகாசிக்கும்; இராச ரதம் - அரசர்களின் தேர்; மிசை - மீது; வெற்பு - மலை; வனம் - காடு; ககனம் - வானம்.

அந்த ரத்தினிலை கொண்ட பட்சிபல
ததனின் மேலுமிகு பறவைகள்
சுந்த ரச்சிறைவி ரிந்திடக் கதிர்க
டுலகி வீசநிலை கொளுவது
பந்த ருக்குளுயர் பந்த ரிட்டிலகு
பரிவ தாகியணி யணிகளாய்
விந்தை யிற்பலவ னந்த ரித்தபடம்
வெயில்வி ழாதிடலு நிகருமே. **(8)**

8. (752) வானத்தில் பறவைக் கூட்டங்கள் சிறகு விரித்துப் பறந்தபடி இருந்தன. அவற்றின் சிறகு இடுக்குகளின் வழியே கதிரொளி பாய்ந்தது. அந்தக் காட்சி பந்தலுக்குமேல் பந்தலாக இட்டிருக்கும் நிலையில் வெயில் விழாதிருக்கும் அல்லவா? அப்படி இருந்தது.

அந்தரம் - வானவெளி; சுந்தரம் - அழகு; கதிர் - வெயிலொளி; துலகி - துலங்கி; கொளுவது - கொள்வது; பந்தர் - பந்தல்; பரிவு - பக்குவம்; அணி - வரிசை; வனம் - வண்ணம்; தரித்த - கொண்ட; நிகரும் - போலும்.

பட்டி னத்திலுறை பவரும் வேறுநக
ரோர்கள் பற்பலரு மட்டறு
நெட்டு டற்சின்முழு வதுவு மாடையணி
நீடி ரத்தினம ணித்திறை
யிட்டு நிற்குமர சருமெ லோருமினி
தேக ணுற்றதிச யித்தன
ரட்ட திக்குமொரு குடையி லாளுநபி
தாமு மற்புதமி குத்தனர். **(9)**

9. (753) பட்டினத்தில் வாழ்பவரும் வேறுவேறு நகரங்களில் உள்ளவர்களும் தங்கள் மேலாடைகளில் இழைத்த இரத்தினங்கள் ஒளிவீச திறை செலுத்திக்

கொண்டிருக்கும் அரசர்களும் மற்றுள்ளவர்களும் கண்டு வியந்தனர். எட்டுத் திசைகளையும் ஆளும் நபியும் கண்டு வியந்தார்.

மட்டறு - எல்லையற்ற; நெட்டுடல் - நெடிய உடல்; சின் - ஜின்; அணி - நகை; நீடு - நீளும்; மணி - பவளவகை; திறை - கப்பம்; இட்டு - செலுத்தி; கணுற்று - கண்ணுற்று, பார்த்து; அதிசயம் - வியப்பு; அட்டதிக்கு - எட்டுத்திசை; அற்புதம் - வியப்பு; மிகுத்தனர் - மிக அடைந்தார்.

பறவை யாதுமுறை முறைய தாகவிரு
பதமு மேபணிய நெறிசெய்கோல்
பொரிய தாகவுள வரச ராரதிக
புதுமை காணிதென நகருளோ
ரறைகு வாரிவகை நிகழும் வேலையினி
லளவி லாதகுரு கினமொடே
மறுவி லாதமதி வதன சோதிநபி
மதுர வாய்மைமொழி பகருவார். (10)

10. (754) பறவைகள் யாவும் ஒன்றன்பின் ஒன்றாக வரிசையாக வந்து அரசர் நபியைப் பணிந்தன. நீதிச் செங்கோலின் அடையாளமாகத் திகழும் அரசர்கள் இஃது எங்கும் காணாப்புதுமை என வியந்தனர். நகரில் உள்ளவரும் இவ்வாறே கூறி வியந்தனர். அப்போது குற்றம் இல்லாத நிலாமுகச் சுடர்நபி தம்முடைய மதுரவாய் திறந்து அளவற்ற அப் பறவை இனங்களுடன் பேசலானார்.

யாதும் - எதுவும், எல்லாம்; முறைமுறையதாக - வரிசை வரிசையாக; பதம் - தாள்; நெறி - நீதி; கோல் - ஆட்சிக்கோல்; பொறி - அடையாளம்; அரசரார் - அரசர்கள்; அறைகுவர் - சொல்வர்; இவகை - இவ் வகை, இவ்வாறு; அளவிலாத - அளவற்ற; குருகு - பறவை, நாரை; இனமொடே - இனத்துடன்; மற - குற்றம்; மதி - நிலா; வதனம் - முகம்; சோதி - ஒளி; மதுரவாய் - இனியமொழி பேசும்வாய்; வாய்மை - உண்மை; மொழி - சொல்; பகருவார் - பேசுவார்.

கலிநிலைத்துறை

குடம்பை தேற்றுதன் முட்டையிட் டிடலடை கொளுதன்
மடங்கி னிற்பொரித் திடலிரை கொடுத்திடல் வளர்த்த
லிடங்கண் முற்றினு மறிந்திடப் பறவைகாட் டிடுத
லுடன்றி ரிந்திட லினங்களைத் தழிழுயே யொழுகல். (11)

11. (755) கூடு கட்டுதல், முட்டையிடுதல், அடைகாத்தல், குஞ்சு பொரித்தல், குஞ்சுகளுக்கு இரை ஊட்டுதல், வளர்த்தல், குஞ்சுகளுக்கு இடம் சுற்றிக் காட்டுதல், குஞ்சுகளுடன் திரிதல், தத் இனப் பறவைகளைச் சார்ந்து வாழ்தல்.

குடம்பை - கூடு; தேற்றுதல் - கட்டுதல், அமைத்தல்; ஒழுகல் - வாழ்தல்.

ஈதெ லாந்தெரி தரவெமக் கியம்புமென் றிருந்த
சாதி யாவையும் வைவகை கேட்டனர் தமது
நீதி யாகிய நடையினைத் தனித்தனி நிகழ்த்த
வாதி நாயகன் றனைத்துதித் திருத்தின ரகத்தில் (12)

12. (756) ஆகிய இந்த விவரங்களை எல்லாம் நாம் அறிந்துகொள்ளும்படி விளக்கமாகச் சொல்லுங்கள் என்று திரண்டு நின்ற பறவை இனங்களிடம் கேட்டார் அரசர் நபி. ஒவ்வொரு பறவை இனமும் முன்வந்து தன்னுடைய இயற்கை நிலையைத் தனித்தனியாக விளக்கலாயிற்று. இறைவனைப் புகழ்ந்து அவ் விவரங்களை மனத்தில் இருத்திக்கொண்டார்.

ஈதெல்லாம் - இவை எல்லாம்; தெரிதர - தெரியும்படி, அறியும்படி; இயம்பும் - சொல்லுங்கள்; இருந்த - திரண்டு நின்ற; சாதி - இனம்; யாவையும் - எல்லாவற்றையும்; நீதி - இயற்கை; நடை - நடப்பு, வாழ்க்கை; நிகழ்த்த - சொல்ல; ஆதி - முதல்வன்; நாயகன் - இறைவன்; துதித்து - புகழ்ந்து; அகம் - மனம்.

அந்த வேளையப் புள்ளினத் திரளிலோ ரன்னம்
வந்து பொற்பத மலர்களைத் தலையினால் வணங்கி
நந்த லற்றுயி ரெவையினு முறைபவ னபியே
யென்றன் வாறுக ளனைத்தையுங் கேண்மினென் றியம்பும். (13)

13. (757) அப்போது அப் பறவைக் கூட்டத்திலிருந்து ஓர் அன்னம் முன்வந்து அவர் பாதத்தில் பணிந்து நின்று கேடு இல்லாமல் எல்லா உயிரிலும் தங்கியிருப்பவனாகிய இறைவனின் நபியே! என்னுடைய வாழ்க்கை நடைமுறை அனைத்தையும் கேட்பீராக என்று கூறி விவரித்தது.

புள் - பறவை; திரள் - கூட்டம்; நந்தல் - கெடுதல்; உறைபவன் - தங்கியிருப்பவன்; வாறு - நடப்பு; கேண்மின் - கேளுங்கள்; இயம்பும் - சொல்லும்.

ஈட்ட மேவலன் றிருவருட் பூணிலங் குமது
பாட்ட னாரெனு நூகுநன் னபிபல பறவைக்
கூட்ட மானதி லெனைத்தெரிந் தெடுத்தருள் கூரு
நாட்ட மாய்வளர்ந் துளவன நானே. (14)

14. (758) இறைவனின் திருவருளைத் திரளாகப் பூண்டு இலங்கும் உங்களின் பாட்டனாராகிய நபி நூஹ் (அலை) பறவைக் கூட்டத்தில் என்னைத் தெரிந்தெடுத்தார். இவ்வாறு வளர்ந்துள்ள அன்னம் நானே.

ஈட்டம் - திரள், திரட்சி; மேலவன் - மேலானவன், இறைவன்; நாட்டம் - விருப்பம்; அனம் - அன்னம்.

வளரு நாளுகாந் தப்பெரு வெள்ளம்வை யகத்தி
லளவி லாவுயி ரிறந்திட வந்தது வன்றுங்
களப வாசவொண் புயநபி யுடன்மரக் கலத்திற்
றளவி லாவகை யேறிவை கினனெடுந் தவத்தீர். (15)

15. (759) நெடிய தவம் உடையவரே! வளரும் நாளில் ஊழிப் பெருவெள்ளம் உலகைச் சூழ்ந்தது. அளவில்லா உயிர்கள் இறந்திடுமாறு வந்து சூழ்ந்தது. அன்று கலவைச் சாந்தின் நறுமணம் கமழ்ந்து ஒளிரும் தோளுடைய நபியுடன் தளராமல் மரக்கலத்தில் ஏறிவந்தேன். அழியாமல் உலகில் தங்கினேன்.

உகாந்தம் - யுகம் அந்தம், யுகாந்தம், ஊழிமுடிவு; களபம் - நறுமணக் கலவைச் சாந்து; ஒண் - ஒளி; புயம் - தோள்; இலா - இல்லா; வைகினன் - தங்கினேன்.

என்ற னாலுல கிடத்தினி லனம்பெரு கினதாஞ்
சுந்த ராசலப் புயநபி நூகுதோன் றிடுமு
னந்த நாள்வரு மாதநன் னபியையு மறிவேன்
கந்த மேவிய வவரடி பணிந்துவாழ் காலம். (16)

16. (760) என் மூலமாக உலகில் அன்னப்பறவை இனம் பல்கிப் பெருகிற்று. மலைபோன்ற அழகிய தோளுடைய நூகு (அலை) நபி தோன்றும் முன்னே, உலகில் முதல் மனிதரும் நபியும் ஆகிய ஆதம் (அலை) தோன்றினாரே அன்றும் இருந்தேன். அந்த ஆதம் (அலை) நபியையும் அறிவேன். மணம் கமழும் அவருடைய பாதம் பணிந்து வாழும் காலத்தில்

அனம் - அன்னம்; சுந்தரம் - அழகு; அசலம் - மலை; கந்தி - மணம்; மேவி - சேர்ந்து; அடி - பாதம்.

நரரெ வர்க்குந்தா தையரெனு மாதநன் னபியுட்
கருணை வைத்தொரு பொழுதெனை யழைத்துளக் களிப்புற்
றிருநி லத்தினிற் பறக்கத்தா யிருப்பைநீ யினிதீன்
றருள னத்தொகை யனைத்துக்கும் பறக்கத்துண் டாமால். (17)

17. (761) மனிதர் எவர்க்கும் தந்தை என்னும் ஆதம் (அலை) கருணை கூர்ந்து ஒருநாள் என்னை அழைத்தார். மனம் மகிழ்ந்து உலகில் பரக்கத்தாய் இருப்பாய் - நிரப்பமாய் இருப்பாய். நீ ஈனும் அன்னக் கூட்டம் அனைத்திற்கும் பரக்கத் உண்டாகும்.

நரர் - மனிதர்; தாதை - தந்தை; களிப்பு - மகிழ்ச்சி; இருநிலம் - பூமி; பரக்கத் - அருட்பெருக்கம், நிரப்பம்; இனிதீன் றருளனத்தொகை - இனிது ஈன்று அருள் அன்னத் தொகை; தொகை - தொகுதி, கூட்டம்.

எனது வங்கிடத் தொருவர்பிற் காலமிந் நிலத்தி
லினிது தோன்றுவ ரிவர்நிலை யென்னிலைக் கிணையா
நனிகொள் சின்னர ரூர்வன பறப்பன யாவுந்
தினமுஞ் சொற்படி நடக்கும்வா யுவும்பணி செய்யும். (18)

18. (762) பிற்காலத்தில் என் குலத்தில் ஒருவர் தோன்றுவார். அவர் நிலை என்னுடைய நிலைக்கு நிகராயிருக்கும். மிகத்திரண்ட ஜின்களும் மனிதர்களும் ஊர்வனவும் பறப்பனவும் அவர் சொற்படி நடக்கும். காற்றும் அவருக்குப் பணிசெய்யும்.

வங்கிடம் - வங்கிஷம், வம்சம், குலம்; நனி - மிக்க; நரர் - மனிதர்; வாயு - காற்று.

எனது வங்கிடத் தொருவர்பிற் காலமிந் நிலத்தி
லினிது தோன்றுவ ரிவர்நிலை யென்னிலைக் கிணையா
நனிகொள் சின்னர ரூர்வன பறப்பன யாவுந்
தினமுஞ் சொற்படி நடக்கும்வா யுவும்பணி செய்யும். (18)

19. (763) திருத்தமாக அவர் தோன்றும் நாளளவும் நீ உலகில் இருப்பாய். அவரைக் காண்பாய். கண்டால் அவருக்கு என் சலாம் சொல் என்று அருங்கனிவாய் திறந்து கூறினார் என்று சொல்லி அரசர் நபியின் உள்ளத்தில் மகிழ்ச்சி உண்டாக்கிவிட்டு மேலும் தொடர்ந்தது.

திருத்த - திருத்தமுற; ஜெகம் - உலகம்; காண்டை - காண்பாய்; சலாம் - அமைதி, முஸ்லிம்கள் கூறும் முகமன், அஸ்ஸலாமு அலைக்கும் - உம்மீது அமைதி உண்டாகுக; திரு - மேலான; கனிவாய் - கனி போன்று இனிக்கும் சொல்லுடைய வாய்; வாய்மலர்தல் - சொல்லுதல்; அறைந்து - அறிவித்து; பகரும் - சொல்லும்.

உணருஞ் சூறத்தொன் றெனதிடத் துளததை யோதி
லிணையி லாபறக் கத்துவாழ் வனந்தமு மெய்து
மணிய தாகுமவ் வாயத்துஞ் செவிப்படு மாயிற்
றணிவு றாவதி சயமிக வகத்தினிற் சாரும். (20)

20. (764) உணர்ந்து போற்றத் தக்க அத்தியாயம் ஒன்று என்னிடம் உள்ளது. அதை உணர்ந்து ஓதினால் வாழ்க்கையில் இணையற்ற அருட்பெருக்கம் அளவில்லாமல் வந்துசேரும். அதன் வாக்கியங்கள் காதில் படுமானால் தணியாத வியக்கத்தக்க புதுமைகள் உள்ளத்தில் வந்து நிறையும். விரைந்து வரும்.

சூரத் - அத்தியாயம்; பரக்கத் - அருட்பெருக்கம்; அனந்தம் - அளவில்லாத, முடிவற்ற; எய்து - வந்து சேரும்; அணி - அண்மை; ஆயத்து - வாக்கியம்; செவி - காது; தணிவுறா - தணியாத, குறையாத; அதிசயம் - புதுமை; அகம் - உள்ளம்.

மருக்கொ ளும்புயத் தீர்சொல வோவென வகுக்க
வருட்கண் காட்டின ரதன்பொருள் சொல்லலங் காரம்
விரிக்க முற்றினும் பாத்திகா வோதியா மீனைத்
தரிக்க நீட்டிவிண் டாதியைச் சுசூதுசெய் ததுவே. (21)

21. (765) மணம் கமழும் தோளுடையவரே! சொல்லட்டுமா என்று கேட்டது. சொல் என்று அருள்பொழியும் கண்ணசைத்துக் காட்ட திருக்குர்ஆனின் தோற்றுவாய் ஆன சூரத்துல் பாத்திஹாவை ஓதியது. சொல் அழகும் பொருள் நயமும் துலங்கும்படி முழுமையாக ஓதியது. ஆமீன் என்பதை நீட்டி நிறுத்தி ஓதி இறைவனை சுஜூது செய்தது.

மரு - மணம்; வகுக்க - கேட்க; அலங்காரம் - அழகு; விரிக்க - விரிவாக உணரும் படி; முற்றினும் - முழுவதும்; பாத்திகா - தோற்றுவாய்; திருக் குர்ஆனில் உள்ள முதல் அத்தியாயம்; ஆமீன் - அப்படியே ஆகுக; பாத்திகா ஓதியபின் சொல்லும் சொல்; தரிக்க - நிலைப்பட, நிறுத்தி; விண்டு -சொல்லி; ஆதி - முதல்வன், இறைவன்; சுஜூது - தொழுகையில் ஒருநிலை, இரண்டு உள்ளங்கை இரண்டு முழங்கால் இரண்டு பாதவிரல்கள் பதிய நிலத்தில் ஊன்றி நெற்றியைப் பதித்தல்.

தவள வாய்சிறைப் பசுஞ்சிகைச் செம்பதச் சகுனம்
பவள வாய்திறந் துரைத்திறைஞ் சலும்படி யரசர்
திவள வாய்த்தபொன் முடிதொழு செழும்பத நபியு
மிவள வாயுள னென்றிடான் றனைச்சுசூ திட்டார். (22)

22. (766) வெள்ளைச் சிறகும் பச்சை முடியும் சிவந்த கால்களும் கொண்ட அன்னப் பறவை பவளம் போன்ற வாய் திறந்து ஓதி இறைஞ்சியதும் மணிமுடி அரசர்கள் பணியும் அரசர் நபியும் இத் தகையவன் என்று சொல்ல முடியாத பெருமை மிக்க இறைவனைப் பணிந்து சுஜூது செய்தார்.

தவளம் - வெண்மை; சிறை - சிறகு; பசும் - பசுமை, பச்சை; சிகை - முடி; செம்பதம் - சிவந்த கால்; சகுனம் - பறவை, அன்னம்; திவளம் - மெலிவு, இளக்கம்; இவளவாயுளன் - இவ்வளவானவன், இத் தகைமையுடையவன்; என்றிடான் - என்று சொல்லப்படாதவன்; சுசூதிட்டார் - பணிந்து வணங்கினார்.

பறக்கு மோதிம முரைத்தமைந் திருந்தபின் பரிவாய்
நிறைக்கொ ளுங்குழ வகன்றுவந் தருகுற நின்று
சிறக்கும் பொற்பதம் வழுத்தியே தற்பணச் சிறகுக்
குறட்டு வாய்நெடுங் கழுத்துடன் கழுகொன்று கூறும் (23)

23. (767) பறந்து திரியும் இயல்புடைய அன்னப்பறவை பேசி அமைந்தபின் மற்றொரு பறவைக்கூட்டம் முன்வந்தது. அரசர் நபியின் சிறந்த பொன்போன்ற பாதத்தில் பணிந்து வாழ்த்தியது. அது யானைமுதுகு போன்ற சிறகும் புடைத்த வாயலகும் நீண்டகழுத்தும் கொண்ட கழுகுக் கூட்டம். அக் கூட்டத்திலிருந்து ஒரு கழுகு பேசியது.

ஓதிமம் - அன்னம்; பரிவாய் - அன்புடன்; நிறை - நிறைவு; அருகுற - அருகில்; வழுத்தி - வாழ்த்தி; தற்பணம் - யானை முதுகு; குறடு - படைப்பு.

துதிக்கும் வல்லவன் றிறுவருட் பெருகிய தூதே
பதிக்குளெவ் வுயிர்களுந் தொழு மொருசெங்கோல் படைத்தீர்
கதிக்கு நும்மர சினுக்கிணை யெவரையுங் காணேன்
மதிக்கு மென்னுரை சிலதுகேட் டருளுக மன்னோ. (24)

24. (768) எல்லா உயிர்களும் புகழும் வல்லமை மிக்க இறைவன் திருவருள் பெருகி நிற்கும் தூதரே! உலகில் எல்லா உயிர்களும் பணியும் பெருமை மிக்க அரசினைப் பெற்றிருக்கிறீர்கள். உங்களுக்கு நிகரான பேரரசு உடைய மன்னர் எவரையும் நான் கண்டதில்லை. நான் சொல்லும் சில சொற்களை மதித்துக் கேட்டு அருள்க.

பதி - பூமி; கதிக்கும் - சிறக்கும்; மன்னோ - அசை.

ஆர்க்குந் தந்தையாய் மானிட ருதிக்கவா தியினிற்
பார்க்குள் வந்தவ ராதநன் னபிமனப் பரிவாய்ச்
சேர்க்கு மோரிமைப் பொழுதக லாவிதந் தினமு
மேர்க்குந் தம்மரு குறவளர்த் தருள்கழு கெளியேன். (25)

25. (769) யாருக்கும் தந்தையாய்; மனிதர் தோன்றும் மூல ஊற்றாய்ப் பூமிக்கு வந்தவரான ஆதம் (அலை) அவர்கள் இமைப் பொழுதும் அகலாது உடனிருந்து பாதுகாத்து அன்புடன் வளர்த்த எளியேன் கழுகு.

ஆர்க்கும் - யாருக்கும்; ஆதியினில் - தொடக்கத்தில்; பரிவாய் - அன்புடன்; ஓர்க்கும் - ஒன்றுபடும்.

அருட்பெ ருங்கட லிடைவரு மினியதெள் ளமுத
முருக்கொ ளுந்திரு வடிவெனு மாதமுள் ளுருகித்
திருக்க ணிற்புனல் சொரிதரத் துயரொடு சிறையி
லிருக்கு மப்பொழு தினுமவ ருடனியா னிருந்தேன். (26)

26. (770) அருட்பெருங் கடலில் பிறந்துவரும் தெள்ளமுதம் உருக்கொண்டு வந்தது போன்ற ஆதம் (அலை) உள்ளம் உருகி அழகிய கண்களில் கண்ணீர் வழிய துன்பத்தோடு சிறையிலிருந்தபோதும் அவருடன் நான் இருந்தேன்.

புனல் - நீர்; சொரிதல் - சிந்துதல்.

துய்ய பொற்பதத் துறையுநாட் பகருவார் தொலையா
மெய்ய ருட்பொரு ளருளினா லெந்தலை முறையி
லைய மற்றநன் னபிபல ருதிப்பரன்ன னவருள்
வைய கத்தினில் வந்தவ தரிப்பரோர் வள்ளல். (27)

27. (771) தூய சொர்க்கத்தில் இருக்கும் போது ஒருநாள் கூறினார்: முடிவற்ற மெய்ப்பொருளான இறைவன் அருளினால் என் குலத்தில் எல்லா வகையான ஐயங்களும் நீங்கி மனத்தெளிவு பெற்ற நபிமார் பலர் தோன்றுவார்கள். அவர்களில் ஒருவர் தோன்றவார்.

துய்ய - தூய; பொற்பதம் - சொர்க்கம்; உறையும்நாள் - வாழும் காலம்; பகருவார் - சொல்வார்; தொலையா - முடிவற்ற; மெய் அருட்பொருள் - மெய்யான அருட்பொருள், இறைவன்; தலைமுறை - குலம்; ஐயமற்ற - மனத்தில் ஐயம் நீங்கிய; அவதரிப்பார் - பிறப்பார்.

அவர்த மக்கிப முதலெறும் பீறள வாக
வெவையு மைப்புயல் காற்றுஞ்சொற் படிநடந் திறைஞ்சு
நவைமிகு குத்தவை களின்மொழி தெரிந்தெதிர் நவில்வா
ரிவணி டத்தவ ருதிக்குநா ளளவுநீ யிருப்பாய். (28)

28. (772) அவருக்கு யானை முதல் எறும்புமுடிய உள்ள எல்லா உயிரினங்களும் மழையும் காற்றும் சொற்படி பணிந்து நடக்கும். புதுமைமிக்க அவற்றின் மொழி களை அறிந்து உரையாடுவார். இவ் வுலகில் பிறக்கும் நாளளவும் நீ வாழ்வாய்.

இபம் - யானை; ஈறு - முடிவு; மைப்புயல் - கருமேகம்; நவை - புதுமை; இவனிடம் - இவ்விடம், இவ்வுலகம்; உதிக்கும் - பிறக்கும்.

உறையு நீவிழி கண்டிடி லென்சலா முரையென்
றறைவ தாயின ரவ்வமா னிதமுமக் களித்தேன்
மறையி னீதியு மரசியற் கையும்வழு வாத
நிறையுஞ் சீர்த்தியீர் கேண்மினின் னமுமென நிகழ்த்தும். (29)

29. (773) வாழும் நீ அவரைக் கண்களால் கண்டால் அவருக்கு என்னுடைய சலாம் சொல் என்று கூறினார். அந்த அடைக்கலத்தை உங்களிடம் கொடுத்தேன். வேத நீதியும் அரசு இயற்கையும் தவறாது நிறைந்த புகழ் உடையவரே! கேளுங்கள் என்று சொல்லி மேலும் கூறியது.

உறையும் - வாழும்; சலாம் - முகமன், வாழ்த்து; உரை - சொல்; அறைவதாயினார் - சொல்லலானார்; அமானிதம் - அடைக்கலப் பொறுப்பு; அளித்தேன் - கொடுத்தேன்; சீர்த்தி - மிகுபுகழ்; நிகழ்த்தும் - சொல்லும்.

உலக திட்ட மு மலக்குக டிட்ட மு முணர்வேன்
பலன்மி கத்தரு சூறத்தொன் றுள்ளதென் பாலிற்
சொலவெ னச்சொலிற் சொல்வனென் றதுசெழுஞ் சுருதி
நலக லைப்பொரு ளொளிர்நிதி நபிநவி லென்றார். (30)

30. (774) உலக இயற்கையும் வானவர் இயற்கையும் உணர்ந்துள்ளேன். அவற்றை நான் உணர்ந்துகொள்ள உதவிய மிகுபலன் நல்கும் அத்தியாயம் ஒன்று என்னிடம் உள்ளது. அதைச் சொல் என்று கட்டளை இட்டால் சொல்வேன் என்றது கழுகு. செழுமையான வேத நல கலையறிவு செல்வம் இலங்கும் அரசர் நபி சொல் என்றார்.

சூரத் - அத்தியாயம், வேதமொழி; பால் - இடம்; சொல - சொல்; செழு - செழுமை; சுருதி - வேதம்; நிதி - செல்வம்; நவில் - சொல்.

உரைகொ டுத்தலு முழுவது மின்புற வோதி
விரைவி னிற்சுசூ திட்டது வதன்பொருள் விளங்கிக்
கரைய றத்தனி யுருகியா தியைமனங் கருதி
மரைம லர்ப்பத வள்ளலு மிறைஞ்சினர் வணங்கி. (31)

31. (775) அனுமதி கொடுத்ததும் அதை முழுவதும் இன்பமுடன் ஓதி விரைந்து சுஜூது செய்தது. அதைக் கேட்ட தாமரைபோல் சிவந்த பாதம் கொண்ட வள்ளலாகிய அரசர் நபி அதன் பொருள்விளங்கி உருகினார். கரையற்ற பேரின்ப வெள்ளம் பெருகியது. முதல்வன் ஆகிய இறைவனை மனத்தில் இருத்தி இறைஞ்சி வணங்கினார்.

உரை - கட்டளை; சுசூது - தொழுகையில் ஒருநிலை; ஆதி - முதல், இறைவன்; கருதி - இருத்தி, நினைந்து; மரை - தாமரை.

வணங்கி நன்னபி யெழக்கழு கெழுந்தபின் மவுல்வா
ரிணங்கு புள்ளினத் தொகைக்கெலா முனக்கரசீந்தோங்
குணங்கி நின்னுரைப் படிநட வாக்குழாங் களையே
பணிந்து னைத்தொழத் தண்டனைப் படுத்துவம் பறவாய். (32)

32. (776) வணங்கி எழுந்தார் நபி. அதன்பின் கழுகும் எழுந்தது. எழுந்தபின் நபி கழுகிடம் கூறலானார்: பறவையே! நெருங்கிய பறவை இனங்களின் அரசுரிமை உனக்குத் தந்தோம். முரண் கொண்டு உன் சொற்படி நடவாத கூட்டங்களை, அவை இணங்கி நடக்கும்வரை தண்டனை கொடுப்போம்.

மவுல்வார் - சொல்வார்; புள்ளினம் - பறவை இனம்; தொகை - கூட்டம்; ஈந்தோம் - கொடுத்தோம்; குணங்கி - மாறுபட்டு, முரண்பட்டு; குழாம் - கூட்டம்; பறவாய் - பறவையே.

நமது பாலுறை விடாதுறை யெனநபி நவிலக்
கமழ்ச ரோருக மலரடி தாழ்ந்தன கழுகாங்
கமைவ தானபத் திரத்திர ளனைத்தையு மழைத்தே
யெமது மாட்டிலிவ் வெருவைநும் மரசென விசைத்தார். (33)

33. (777) நம்மிடம் நெருக்கம் அகலாது வாழ்வாயாக என்று நபி சொல்ல அவருடைய தாமரைப் பாதம் பணிந்தது கழுகுக் கூட்டம். பறவைக் கூட்டங்கள் அனைத்தையும் அழைத்து நம்மிடம் இக் கழுகு உங்கள் அரசன் என்று அறிவித்தார்.

பால் - இடை; உறை - இருப்பு; நவில - சொல்ல; கமழ் - மணம்கமழும்; சரோசகம் - தாமரை; அமைவதான - திரண்டு நிற்கும்; பத்திரத்திரள் - இறகுள்ள பறவைக் கூட்டம்; எருவை - கழுகு; இசைத்தார் - அறிவித்தார்.

கோனை நாட்டிய வுரைசொலப் பறவையங் குலங்க
டானை யாய்ச்செறிந் துவணவரா சனைப்பணிந் தனவிண்
மீனை நீட்டியே தொடுகரம் வாய்பத மிசையே
யானை தூக்குபுள் ளெழினபி பதத்திலெய் தினதே. (34)

34. (778) தங்களின் அரசனாக கழுகை அமைத்தபின் பறவைக் கூட்டங்கள் படைவீரர்களாய் அணிதிரண்டு அரச கழுகைப் பணிந்தன. அதன்பின் கையை நீட்டி வானத்து நட்சத்திரங்களைத் தொடுவதும் காலால் யானையைத் தூக்கும் வலிமை கொண்டதும் ஆன ஆனை இறாஞ்சிப் பறவை அழகு நபியின் பாதத்தை அடைந்தது.

கோனை - அரசனை; நாட்டிய - அமைத்த; உரை - கட்டளை; தானை - படை; செறிந்து - நெருங்கி அணிவகுத்து நின்று; உவணம் - கழுகு; ராசனை - அரசனை; விண்மீன் - நட்சத்திரம்; பதமிசை - காலால்; யானை தூக்கு புள் - ஆனை இறாஞ்சிப் பறவை; எழில் - அழகு; எய்தினது - அடைந்தது.

இக்க ணத்திருந் தெய்திய யானைதூக் கெழிற்புட்
டக்க வன்சலா முரைத்துவிண் டதுசக தலத்தைக்
கைக்கொண் மன்னவர் களிலுமைப் போன்றவர் காணேன்
மிக்க தும்மர சாக்கின னிறையவன் வேந்தே. (35)

35. (779) நொடிப் பொழுதில் அடைந்த ஆனை இறாஞ்சிப் பறவை இறைவன் கற்பித்தபடி சலாம் உரைத்துப் பேசிற்று. உலகைக் கைப்பற்றிய மன்னர்களில் தங்களைப் போன்றவரைக் கண்டதில்லை. இறைவன் தூதரும் அரசரும் ஆனவரே! உங்கள் ஆட்சி அதிகாரம் வலியது.

இ - இந்த; கணம் - நொடிப்பொழுது; எய்திய - அடைந்த; யானைத் தூக்கு எழிற்புள் - ஆனை இறாஞ்சி அழகு பறவை; தக்கவன் - இறைவன்; சலாம் - முகமன் வாழ்த்து; விண்டது - பேசியது, சொன்னது; சகதலம் - உலகம்; கைக்கொள் - கைப்பற்றிய; மிக்கது - வலிமை மிகைத்தது; ஆக்கினை - அதிகாரம்.

கருணை நாயக மேயெனை யுமதுகண் காண
வருவ தாகவுஞ் செய்தன னந்தவல் லவனென்
றருக தாயெதிர் நின்றது நின்றிடி லதனி
னுருவ மியாவதுங் தனித்தனி நோக்கலுற் றனரே. (36)

36. (780) கருணை நாயகமே! தங்கள் கண் காண வர வேண்டும் என்று வல்லவனான இறைவன் எனக்குக் கட்டளை இட்டான் என்று சொல்லி அருகில் நெருங்கி வந்து முன்னே நின்றது. நிற்கும் அதன் உடல் உறுப்புகளை அனைவரும் வியப்புடன் நோக்கலாயினர்.

உருவம் - உடலின் உறுப்புகள்.

தரள வெண்ணிற வுடல்பற வைக்குலந் தனைப்போ
லரிய செம்மணிப் பவளவா யாயிரம் கிரணம்
விரியு மொண்மதி யொன்றுள தெனிலிணை விள்ள
மருவு நல்லெழி லொழுகிய மாதரின் வதனம். (37)

37. (781) முத்துப்போன்ற வெண்ணிற உடல்; பறவை உடல்; சிவந்த பவளமணி போன்ற வாய்; ஆயிரம் ஒளிக்கதிர் விரியும் ஒளிநிலவு ஒன்று உள்ளது என்றால் அதனை இணையாகச் சொல்லத் தக்க அழகு ஒழுகும் பெண்முகம்.

தரளம் - முத்து; கிரணம் - ஒளிக்கதிர்; ஒண்மதி - ஒளி நிலவு; விள்ள - சொல்ல; மருவும் - பொருந்தும்; வதனம் - முகம்.

இருளு மேகமு நீலமுங் கலந்துவாழ்ந் திடல்போ
லரிவை யார்குழ லனைத்தையும் பழித்தநீ ளளகங்
கரிய வாரணம் வேந்துகொம் பெனவெழில் கனிந்து
முருகு லாவிய பொருப்பிணைப் புளகித முலைகள். (38)

38. (782) இருளும் மேகமும் நீலமும் ஒன்றாகத் திரண்டதுபோல பெண்களின் கூந்தல் அனைத்தையும் பழித்த நீண்ட கூந்தல்; கருநிற யானை அரசனின் பெரிய கொம்பு என்று சொல்லும்படி அழகு கனிந்து திரண்ட மலைபோன்ற சிலிர்ப்பூட்டும் மகிழ்ச்சியூட்டும் இரண்டு முலைகள்;

அரிவை - இளம்பெண்; குழல் - தலைமயிர்; அளகம் - கூந்தல்; வாரணம் - யானை; எழில் - அழகு; முருகு - இளமைஎழில்; பொருப்பு - மலை; இணை - இரட்டை; புளகிதம் - மகிழ்ச்சி, சிலிர்ப்பு, புளகாங்கிதம்.

கிரண தங்கமே போன்றநெஞ் சிருகரங் கிளத்துங்
கரமொன் றுக்குமுப் பதுவிரல் கரமறைத் திருபான்
மரக தங்களும் வயிரமு நீலவொண் மணியுந்
திரளு முத்தமுஞ் சிவப்புமொத் தொளிர்தரு சிறைகள். (39)

39. (783) ஒளிவீசும் தங்கம் போல் நெஞ்சில் இரு கைகள்; கை ஒன்றுக்கு முப்பது விரல்கள்; இருபுறமும் படிந்து கிடக்கும் சிறகுகளில் மரகத மணிகளும் வைரமும் ஒளியுமிழும் நீல மணியும் திரளான முத்துகளும் சிவப்பு மணியும் ஒன்று கூடி ஒளிர்ந்தன.

கிரணம் - ஒளி; கிளத்தும் - சொல்லும்; இருபான் - இருபுறமும்; மரகதம் - பச்சை; சிவப்பு - பவளம்; சிறை - இறகு.

மஞ்ச டுத்தியொண் மலர்நிகர் பதங்களிவ் வடிவாய்
மிஞ்செ ழிற்றெரி வையர்சிறு வருக்கருள் விதமாய்க்
குஞ்சி னுக்குப்பால் கொடுப்பதா யுளதெலாங் குறிப்பாய்க்
கஞ்ச மொத்தகண் மலர்களி னோக்கியுட் களித்தார். **(40)**

40. (784) ஒளிவீசும் மஞ்சள் வண்ண துத்திப் பூவிற்கு நிகரான பாதங்கள்; அழகு கொழிக்கும் தாம் பெற்ற பிள்ளைகளுக்குப் பால் கொடுப்பது போல் தன்னுடைய குஞ்சுகளுக்குப் பால் கொடுக்கும் இயல்புடையதாய் விளங்கும் அந்த ஆனைஇறாஞ்சிப் பறவையைக் குறிப்பதாகத் தாமரை போன்ற மலர்க் கண்களினால் பார்த்து உள்ளம் களித்தார் அரசர் நபி.

துத்தி - துத்திப்பூ; ஒண் - ஒளி; பதம் - பாதம்; மிஞ்செழில் - மிதமிஞ்சிய அழகு; தெரிவை - பெண், 26 முதல் 30 வயதிற்கு உட்பட்டவள்; கஞ்சம் - தாமரை; உள் - உள்ளம்.

மகிழ்ந்து நோக்கிநீ சுவனவொண் பறவைபோல் வடிவு
மிகுந்தி ருந்தனை வயதுரை யெனப்புகழ் விண்ணிற்
றிகழ்ந்து ளீரிரண் டாயிரம் வருடஞ்சென் றனவென்
றகந்த னிற்செருக் கொடுதனை மதித்தறைந் ததுவே. **(41)**

41. (785) அப் பறவையை மகிழ்ச்சியுடன் நோக்கி நீ சொர்க்கத்தின் சுடர்ப்பறவை போன்ற வடிவுடன் அழகுடன் திகழ்கிறாய். உன் வயது என்ன? அதைச் சொல் என்று கேட்டார் அரசர் நபி. இவ்வாறு கேட்டதும் அதன் உள்ளத்தில் செருக்கு மிகுந்தது. தன்னைப் பெரிதாக மதித்து விண்ணளவு உயர்ந்த புகழ் உடையவரே! என் வயது ஈரிரண்டாயிரம் - நான்கு ஆயிரம் ஆண்டுகள் சென்றன என்றது.

சுவனம் - சொர்க்கம்; செருக்கு - பெருமை, ஆணவம்; தனைமதித்து - தன்னைப் பெரிதாக மதித்து; அறைந்தது - அறிவித்தது.

மணங்கொள் குங்குமத் தொடையலும் வீரமு மனமு
மிணங்கி வாழ்புயத் திருநபி திருவுளத் திதனை
யுணர்ந்து சுற்றிய திரள்களுங் கேட்பவொண் டொடிக்கை
யணங்க னார்முகப் பறவையை நோக்கியே யறைவார். **(42**

42. (786) மணங்கமழும் குங்குமப் பூ மாலையும் வீரமும் மனமும் பொருந்தியிருக்கும் தோளுடைய திருநபி அருள் உள்ளத்தில் இதனை உணர்ந்தார். சுற்றி நிற்கும் பறவைக் கூட்டங்களும் கேட்கும்படி கங்கணம் அணிந்த கையை உயர்த்தி பெண்முகப் பறவையை நோக்கி உரைக்கலானார்.

தொடையல் - பூமாலை; இணங்கி - பொருந்தி; புயம் - புஜம், தோள்; ஒண் - ஒளி; தொடி - கங்கணம், ஆடவர் கையில் அணியும் காப்பு; அணங்கனார்முகம் - பெண்முகம்; அறைவார் - அறிவிப்பார்.

வினைய முற்றுணர் கல்வியை யெழிலைவீ ரத்தை
வனைபு கழ்ச்சியை மிகுதன தானிய வாழ்வை
யினைய துத்தம மென்பெறு மற்றவை யினையுந்
தனைம திப்பகங் காரமே கெடுப்பது சரதம். (43)

43. (787) நல்லொழுக்கத்தையும் முற்றுணர்ந்த கல்வியையும் அழகையும் வீரத்தையும் அலங்கரிக்கும் புகழ்ச்சியையும் மிகுந்த செல்வத்தையும் தானியத்தையும் உடைய வாழ்வையும் இவை போன்ற மேலான பேறுகளான மற்றவற்றையும் தன்னை மதிக்கும் அகங்காரம் கெடுத்து அழிப்பது உறுதி.

வினயம் - விநயம், நல்லொழுக்கம்; வனைதல் - அலங்கரித்தல்; மிகு - மிக்க; தனம் - செல்வம்; தானியம் - தானிய மணி, உணவு; இனையது - இவை போல்வது; உத்தமம் - மேன்மை; பெறுமற்றவை - மற்ற பேறுகள்; சரதம் - உறுதி.

என்ப தாலகச் செருக்கினை யகற்றென விதையத்
தன்ப தாய்ப்பெரும் புள்ளினுக் கிசைத்தவை நிற்கின்
முன்பு தோன்றியோர் பறவைச லாமது மொழிந்து
பின்பு தாளிணை மலர்பணிந் தொழுங்கொடு பேசும். (44)

44. (788) ஆதலால் அகச் செருக்கை நீக்கு என்று மனத்தில் அன்புகொண்டு பெரிய ஆனை இறாஞ்சிப் பறவைக்குக் கூறினார். கூறி முடித்ததும் ஒரு பறவை தோன்றி முன்வந்தது. சலாம் உரைத்து அவர் பாதங்களைப் பணிந்து எழுந்து ஒழுங்குடன் பேசலாயிற்று.

அகம் - மனம்; செருக்கு - ஆணவம்; அகற்று - நீக்கு; இசைத்து - சொல்லி; நிற்கின் - முடித்தபின்; இணை - இரண்டு.

சோதி நாயகன் றூதென வுதித்தருள் சுரக்கு
நீதி நாயக மேநபி யாதநெஞ் சுவப்பா
யாதி நாளெனை வளர்த்தன ரவரொரு தசுபீ
கோதி யோய்விலா ததையுமென் செவியிற்கொண் டுறைவேன். (45)

45. (789) பேரொளி நாயகனாகிய இறைவனின் தூதராகத் தோன்றி அருள் பொழிந்து நீதி அரசு நடத்தும் அரசர் நபியே! பூமியில் மனித வாழ்வின் தொடக்க நாளில் நபி ஆதம் (அலை) மனம் உவந்து என்னை வளர்த்தார். அவர் ஒரு தசுபீகு ஓய்வில்லாமல் ஓதி வந்தார். அதைக் காதால் கேட்டு மனத்தில் இருத்திக் கொண்டேன்.

சோதி - ஒளி; சோதிநாயகன் - பேரொளியானவன், இறைவன்; உதித்து - தோன்றி; சுரக்கும் - பொழியும்; உவப்பு - பெருவிருப்பம்; ஆதிநாள் - தொடக்க காலம்; தசுபீகு - தஸ்பீஹ், தூய இறைவனின் திருப்பெயரை இடைவிடாது ஓதுதல்; செவியிற் கொள்ளல் - காதால் கேட்டு மனத்திற் கொள்ளல்.

வடித்துப் பண்புட னெனக்கினஞ் சிலகலி மாவும்
படித்துத் தந்தனர் பகரவோ வெனப்பக ரென்றார்
தடித்துத் திண்புகழ் பெருகிய வண்ணல்பாற் சாற்றி
முடித்துச் சிந்தையிற் களித்துநின் றதுபிணி முகமே. (46)

46. (790) தாம் பயின்று வசப்படுத்திக்கொண்ட இறைவாக்கியங்களில் சிலவற்றை என் குணமறிந்து எனக்குக் கற்றுக்கொடுத்தார். அவற்றைச் சொல் லவா என வினவியது. சொல் என்றார். பெருகி உயர்ந்த உறுதியான புகழ் கொண்ட அண்ணல் அரசர் நபியிடம் சொல்லிவிட்டுக் களிப்புடன் நின்றது மயில்.

வடித்தல் - வசப்படுத்தல்; பண்பு - குணம்; கலிமா - வாக்கியம், இறைவாக்கியம்; பகர்தல் - சொல்லல்; திண் - உறுதி; திண்புகழ் - உறுதியான புகழ்; சாற்றி - சொல்லி; சிந்தை - மனம்; களித்து - மிகு மகிழ்ச்சி கொண்டு; பிணிமுகம் - மயில்.

மீட்டு டன்னபி யேனெனக் கொருபணி விடையை
நாட்டுஞ் செய்துநும் பதத்துறை குவனென நன்றென்
றீட்டு மன்புகூர்ந் திசைத்தன ரக்கணத் தினிலோர்
தீட்டும் பொற்புவாழ் குதுகுது வந்திறைஞ் சியநே. (47)

47. (791) மீண்டும் நபியே! எனக்கு ஒரு பணியை ஏவுங்கள். தங்களுக்கு ஊழியம் செய்து தங்கள் காலடியில் கிடந்து வாழ்வேன் என்றது மயில். நல்லது. அவ்வாறே ஆகட்டும் என்று அன்புடன் கூறினார். அப்போது அலங்காரக் கொண்டை உள்ள கொண்டலாத்திக் குருவி வந்து பணிந்து புகழ்ந்தது.

மீட்டும் - மீண்டும்; பணிவிடை - ஊழியம்; நாட்டும் - ஏற்படுத்துங்கள்; பதத்து - காலடியில்; உறைவேன் - கிடப்பேன்; ஈட்டல் - தொகுத்தல்; இசைத்தனர் - கூறினார்; அக் கணம் - அப்போது; பொற்பு - அலங்காரம்; குதுகுது - கொண்டலாத்திக் குருவி.

நீல வொண்கதிர் நெடியகூர் வாய்க்கரு நிறக்காற்
சீல செம்பவ ளச்சிகை நவமணிச் சிறகாக்
கோல சுந்தரம் பழுத்தொழு கியசெழுங் குருவி
சால வுந்துதி செய்தியல் பொடுசலாஞ் சாற்றி. (48)

48. (792) நீல ஒளிவீசும் நீண்ட கூர்வாயும் கறுப்புநிறக் கால்களும் செம்பவளம் போன்ற தலைமுடியும் ஒன்பது வகை இரத்தினங்களும் ஒளிவீசும் அழகு சிறகும்கொண்டு அழகு கோலம் பழுத்து ஒழுகிய செழுமையான கொண்டலாத்திக் குருவி மிகப் பல புகழ்ச்சிகள் செய்து இயல்புடன் சலாம் சொல்லி

ஒண்கதிர் - ஒளிக்கதிர்; நெடிய - நீண்ட; சீலம் - அழகு; சிகை - தலைமுடி; நவமணி - ஒன்பது வகை இரத்தினம்; கோலம் - வடிவம்; சுந்தரம் - அழகு; சால - மிகப் பல; துதி - புகழ்ச்சி; சாற்றி - சொல்லி.

பணிக்கொ ணாமரு வலரையும் பணித்தவர் பைம்பொன்
மணிக்கி ரீடபந் திகளெலா முமதுதாண் மலரிற்
றணிக்க வையக முழுதுமோர் குடையினிற் றங்கக்
கணிக்கொ ணாப்பெரு வாழ்வர சளித்தனன் கடவுள். (49)

49. (793) பணியச் செய்ய முடியாத பகைவரையும் பணிய வைத்து, அவர்கள், நவமணிகள் ஒளிரும் தங்களின் மணிமுடி வரிசைகளை எல்லாம் உங்கள் பாத மலரில் தாழ்த்திப் பணியும் உலகம் முழுவது உங்கள் கொற்றக் குடையில் தங்கும் அளவிட முடியாத பெருவாழ்வு அளித்துள்ளான் இறைவன்.

பணிக்கொணா - பணிவிக்க முடியாத; மருவலர் - பகைவர்; பணித்து - பணிவித்து; பைம்பொன் - பசுந்தங்கம்; கிரீடம் - மணிமுடி; பந்தி - வரிசை; தாண்மலர் - பாதமலர்; தணிக்க - தாழ்த்த; வையகம் - உலகம்; குடை - ஆட்சி அதிகாரம்; கணிக்கொணா - அளவிட முடியாத; கடவுள் - இறைவன்.

முதல வன்றிருக் கருணையா லுமதிரு முளறிப்
பதம லர்த்தெரி சனஞ்செயப் பெறும்பலன் படைத்தே
சுதின மின்றெனக் கென்றுமுந் தமக்கெனைத் தூதாய்
மதித ருங்கடைக் கண்ணருள் புரிந்துவைத் திடுகில். (50)

50. (794) இறைவனின் மேலான கருணையினால் உங்களின் இருபாத தாமரைகளைக் காணும் பேறு பெற்றேன். இன்று எனக்கு மங்கல நாள். நான் தங்கள் தூதனாய் ஆகும்படி நிலவு பொழியும் கடைக்கண்ணால் அருள் புரிந்து அமர்த்துங்கள். அமர்த்தினால்

முளரி - தாமரை; தெரிசனம் - தரிசனம், காட்சிபேறு; பலன் - பேறு; படைத்தேன் - பெற்றேன்; சுதினம் - சுபதினம், மங்கல நாள்; உந்தமக்கு - உம்தமக்கு, தங்களுக்கு; மதி - நிலவு; வைத்திடுகில் - வைத்தால்.

வோர மேவிய சுரங்களில் வனங்களிற் குறுகி
நேர வீரிரு திசைமயங் கினுஞ்சல நிறைந்த
தீர வாசங்கள் காட்டுவன் கடிதிற்சென் றறிந்து
தூர தேசத்தி னடக்குமற் புதங்களுஞ் சொல்வேன். (51)

51. (795) அச்சம் தரும் பாலைவனங்களிலும் காடுகளிலும் சென்று நான்கு திசைகளையும் அறிய முடியாத திசை மயக்கம் ஏற்பட்டாலும் நீர் நிலைகளின் இருப்பிடம் கண்டுவந்து காட்டுவேன். தொலைவில் உள்ள நாடுகளில் நடக்கும் புதுமைகளை விரைந்து சென்று அறிந்து வந்து சொல்வேன்.

கோரம் - அச்சுறுத்தும்; சுரம் - பாலைநிலம்; வனம் - காடு; குறுகி - சென்று; ஈரிருதிசை - நான்கு திசைகள்; மயங்கினும் - குழம்பினாலும்; சலம் - நீர்; வாசம் - இருப்பிடம்; கடிதில் - விரைந்து; அற்புதம் - புதுமை.

பாதம் விட்டக லாதுறை குவனெனப் பரிவாய்த்
தூத ளித்தனர் நீண்டமுட் பகிர்விறற் றுணைத்தாள்
வேதி னச்சிகை பவநிற வொண்சிறை மிடல்வாய்
மிதொ னிக்குரல் வாரண மொன்றுவந் ததுவே. (52)

52. (796) தங்கள் காலடியில் அகலாமல் கிடப்பேன் என்று கூறியது. அன்புடன் அதற்குத் தூதர் பதவியளித்தார். அடுத்து, நீண்ட முள்பிளந்த விரலுடைய இரு கால்களும் தீக்கொழுந்து போன்ற முடியும் பலநிறமுள்ள இறகும் வலிமை மிக்க அலகும் பேரொலிக் குரலும் கொண்ட சேவற்கோழி ஒன்று வந்தது.

உறைகுவன் - வாழ்வேன்; பரிந்து - அன்புகொண்டு; பகிர் - பிளவு; துணைத்தாள் - இரண்டுகால்; வேதினம் - தீக்கொழுந்து; சிகை - தலைமுடி; மிடல்வாய் - வலிய அலகு; மா - பெரிய; தொனி - ஓசை; வாரணம் - கோழி, சேவல்.

அடுக்க முன்புவந் தண்டசத் திரளெலா மறிய
வுடுக்கு லந்திரள் சிறையடித் தெழிற்சிர முயர்த்திப்
படைக்கு மேலவன் றனையொரு மூச்சும்வீண் படவே
விடுக்க லன்றியெண் ணுமினென வதிர்ந்துகூ வியதே. (53)

53. (797) அருகில் வந்து முன்னே நின்ற சேவல் நட்சத்திரக் கூட்டம் போல் சுடர் இலங்கும் சிறகை விரித்து அடித்தது. அழகிய தலையை உயர்த்தி முட்டையிலிருந்து வெளிப்படும் பறவைக் கூட்டங்கள் எல்லாம் அறிந்துகொள்ளும்படி படைப்புத் தொழில் முதல்வனான இறைவனை விடுக்கும் ஒரு மூச்சும் வீணாகாதபடி எண்ணுங்கள் என்று அசைந்து கூவியது.

அடுக்கம் - பக்கம்; அண்டகம் - முட்டையிலிருந்து வெளிப்படும் உயிர்கள்; திரள் - கூட்டம்; உடுக்குலம் - நட்சத்திரம்; சிறை - இறகு; சிரம் - தலை; படைக்கும் மேலவன் - காலிக், இறைவன்; விடுக்கல் - விடுதல்; விதிர்ந்து - அசைந்து.

பின்னு நன்னபி மதிமுக நோக்கியே பேசு
முன்னுந் தந்தைய ராதமட் டுரைந்தனன் முதலோ
னென்னு மேலவன் றொழுகையி னொகுத்துவந் திடுகி
லுன்னு நேரம்வந் ததுவென வுணரக்கூ வுவனே. (54)

54. (798) பின்னும் நபியின் நிலவுமுகம் பார்த்துப் பேசியது. முன்னர் உங்கள் தந்தை ஆதம் (அலை) உடன் வாழ்ந்தேன். இறைவனைத் தொழும் நேரம் வந்துவிடுமானால் எமும் நேரம் வந்துவிட்டது என்று யாவரும் உணரும்படி கூவுவேன்.

மாட்டு - இடம்; உறைந்தனன் - வாழ்ந்தேன்; முதலோன், மேலவன் - இறைவன்; ஒகுத்து - வக்து, நேரம், தொழுகை நேரம்; உன்னும் - நினைக்கும்.

இவர்பு வித்தல மகன்றுவா னுலகமெய் தியபி
னுவகை யுற்றரு ணூகுநன் னபிபதத் துறைந்தே
னவர்ம ரக்கலத் தேறியு மிருந்தன னதன்மேற்
றவமி யற்றிபு றாகீநன் னபிபதஞ் சார்ந்தேன். (55)

55. (799) ஆதம் (அலை) உலகை நீங்கி வானுலகம் சென்றபின் அருள் நபி நூகு (அலை) உடன் சேர்ந்து வாழ்ந்தேன். அவருடைய கப்பலில் ஏறி உயிர் பிழைத்தேன். அதன்பின் இறைவழி முயற்சியில் இடைவிடாது உழைத்த இபுராகீம் (அலை) நபியிடம் சார்ந்தேன்.

பவித்தலம் - மண்ணுலகம்; அகன்று - நீங்கி; எய்துதல் - சேர்தல் அடைதல்; உவகை - மகிழ்ச்சி; நூகு - நுஹ் (அலை); மரக்கலம் - கப்பல்; தவம் - இடைவிடாத கடிய முயற்சி; சார்ந்தேன் - அடைந்தேன்.

உருக்க முற்றவ ரிடைவிடா தொருதுவா வோதி
யிருப்பர் பாடமென் றனக்கவை யோதவோ வென்ன
விருப்ப முற்றுரை யென்றனர் முழுதும்விண் டதுபொற்
பொருப்பெ னப்புள கிதமடைந் தனவிரு புயங்கள். (56)

56. (800) அவர் உருக்கமுடன் இடைவிடாமல் ஒரு துஆவை ஓதுவார். கேட்டுக்கேட்டு மனப்பாடம் ஆகிவிட்டது. அதை ஓதட்டுமா என்று கேட்டது. ஓது என்று விருப்பத்தோடு கேட்டார். முழுமையாக ஓதியது சேவல். கேட்டுப் பெருமகிழ்ச்சியுற்றார். அவருடைய தோள்கள் பூரிப்பில் மலைபோல் புடைத்தன.

உருக்கம் - மனம் உருகல், நெகிழ்ச்சி; உற்று - அடைந்து; துவா - துஆ, இறைஞ்சல்மொழி; பாடம் - மனப்பாடம்; விண்டது - சொல்லிற்று; பொருப்பு - மலை; புளகிதம் - பூரித்துப் புடைத்தல்.

ஆத நூகிபு றாகிநன் னபியரு ளடைந்தோ
யோது போதினிற் புள்ளின முனக்கிணை யுளதோ
போத நீநித நம்மிடத் துறையெனப் புகன்றார்
பாத தாமரை பணிந்துசம் மதித்தது பறவை. (57)

57. (801) ஆதம் (அலை) நுகு (அலை) இபுராகீம் (அலை) ஆகிய நபிமார்களின் உடனிருந்து அவர்களின் அருளைப் பெற்ற சேவலே! பறவைகளில் உனக்கு நிகர் உண்டோ? நீ நம் அருகில் இருந்து எப்போதும் அறப்போதம் நல்கிக்கொண்டிரு என்று சொன்னார் அரசர் நபி. சம்மதம் தெரிவித்து அவரைப் பணிந்தது சேவல்.

ஓதுபோதில் - சொல்லும் போதில்; புள்ளினம் - பறவையினம்; போதம் - அறப் போதனை; நீதி - அருள் நீதிமொழிகள்; புகன்றார் - சொன்னார்; பறவை - சேவல்.

தொட்டு ருத்தெரி யாமலு மாசுக டோயா
தெட்டு மெப்பொழு தினுமொரு சோம்பலு மெய்தா
தட்ட திக்கினு முலவுமென் காற்றும்வந் தணுகி
மட்டெ ழிற்குல வியபத மலர்வணங் கியதே. (58)

58. (802) தொட்டுப் பார்த்து அறியாமல், அழுக்கு துரு முதலிய மாசுகள் படியாமலும், சோம்பல் இல்லாமல் எட்டுத் திசைகளிலும் எப்போது உலவி வரும் மென்மையான காற்று நெருங்கிவந்து தேனூறும் மென்மையான மலர்ப் பாதத்தில் பணிந்தது.

மாசு - குற்றம்; தோயாது - படாது; எய்தாது - அடையாமல்; மட்டு - தேன்.

இறைஞ்சி நின்றுச லாஞ்சொலி யிசைக்குமெவ் விடத்து
முறைந்த பூரண மேலவ னெங்களை யுமது
சிறந்த பொற்பத வசப்படக் கட்டளை செய்தான்
பறந்து வந்தனம் பெற்றன மதிகசோ பனமே. (59)

59. (803) பணிந்து புகழ்ந்து சலாம் சொல்லிப் பேசலாயிற்று: நீக்கமற எவ் விடத்தும் நிறைந்த பூரணனாகிய இறைவன் எங்களை உங்களுக்கு வசப்படு மாறு கட்டளையிட்டான். அதன்படிப் பறந்து வந்தோம். பேறு பெற்றோம்.

இறைஞ்சல் - புகழ்தல்; சலாம் - முகமன், வாழ்த்து; இசைக்கும் - சொல்லும்; பூரணம் - நிரப்பம்; மேலவன் - மேன்மையானவன், இறைவன்; பொற்பதம் - பொன்போன்ற பாதம்; சோபனம் - வாழ்த்து.

பரிக்குஞ் செங்கதி ரெழுமெழு வான்முதற் படுவான்
வரைக்கு மெங்குசென் றிடவென நினைக்கினும் வாயால்
விரிக்கு மக்கணத் தேமன வேகத்தும் விரைவா
யுரைக்கு மத்தலத் தினிற்கொடு சேர்க்குவ மும்மை. (60)

60. (804) சூரியன் எழும் எழுவான் முதல் அது மறையும் படுவான்வரை எங்குச் செல்ல நினைத்தாலும் வாயால் சொல்லும் அக் கணத்திலேயே மனவேகத்தைவிட விரைவாக அவ் விடத்திற்குத் தங்களை கொண்டு சேர்ப்போம்.

எழுவான் - கிழக்கில் சூரியன் எழும் இடம்; படுவான் - மேற்கில் சூரியன் மறையும் இடம்; தலம் - இடம்; சேர்க்குவம் - சேர்ப்போம்.

பங்க யப்பதஞ் சுமந்தியான் பேறிவை படைக்க
வெங்கண் மீதருள் புரிந்துநுந் தளமெவை யெவையுந்
தங்கி யுந்தமைச் சூழவெம் மேற்றரித் தருளி
யிங்கு காண்பிரெம் மேவலென் றியம்பிநின் றிகில்டு. (61)

61. (805) தங்கள் தாமரைப் பாதங்களைச் சுமந்து தங்களின் பாசறை தோறும் சென்று தங்களோடு தங்கியிருக்கும் பாக்கியத்தை எமக்குத் தந்தருள வேண்டும். எங்கள் திறனைத் தாங்கள் காண வேண்டும் என்றது காற்று.

பங்கயம் - தாமரை; பேறு - பாக்கியம்; படைக்க - அடைய; தளம் - பாசறை, படைவீடு; சூழ் - சூழ்ந்திருக்க; தரித்து - நிலைநிறுத்தி; மேவல் - பொருந்துதல்; இயம்பி - சொல்லி.

சீயம் வெம்புலி கரிபரி யிடபமத் திரிகோ
நாயி னங்கரங் கரடிமான் கலைபுல்வாய் நரிக
ளேயு மேனமி யாளியா டரிமுய லிந்தி
கேய மேதிகஸ் தூரிமா வணிலெலி கீரி. (62)

62. (806) சிங்கம், கொடிய புலி, யானை, குதிரை, காளைமாடு, ஒட்டகம், பசு, நாய்இனம், கழுதை, கரடி, மான், கொம்பு மான், ஆண்மான், காட்டுப்பன்றி, யாளி, ஆடு, செம்மறிக்கடா, முயல், பூனை, எருமை, கஸ்தூரிமான், அணில், எலி, கீரிப்பிள்ளை

சீயம் - சிங்கம்; கரி - யானை; பரி - குதிரை; இடபம் - காளைமாடு, எருது; மத்திரி -ஒட்டகம்; கோ - பசு; கரம் - கழுதை; கலை - கொம்புமான்; புல்வாய் - ஆண்மான்; ஏயும் - பொருந்தும்; ஏனம் - காட்டுப்பன்றி; யாளி - யானையின் உடலும் சிங்க முகமும் கொண்ட விலங்கு; அரி - செம்மறிக்கடா; இந்தி - பூனை; கேயம் - தோண்டுதல்; மேதி - எருமை; மா - மான்; கீரி - கீரிப்பிள்ளை.

துலங்கு மிவ்வகை யன்றியு மனந்தமாய்ந் தோன்றும்
விலங்கி னத்தொகை யூர்வன வகைகளு மேவி
யுலங்கொ ளும்புயத் தரசர்கண் முடித்தமும் புடனே
யிலங்கி ணைப்பதந் தொழுதழ கியசலா மிசைத்தே. (63)

63. (807) துலக்கமுறும் இவ் வகையே அன்றி எல்லையின்றித் தோற்றம் தரும் விலங்கு இனத் தொகுதிகளும் ஊர்வனவும் சூழ்ந்து திரண்டு வந்து, மலைபோல் திரண்ட தோளுடைய முடியரசர்கள் பணிந்ததனால் உண்டான தழும்புடன் திகழும் இரண்டு பாதங்களிலும் பணிந்து அழகிய சலாம் கூறின.

துலங்குதல் - ஒளிவீசல்; அனந்தம் - எல்லையின்றி; மேவி - சூழ்ந்து; உலம் - கற்றிரள், மலை; புயம் - தோள்; இலங்குதல் - ஒளிர்தல்; இணை - இரண்டு.

ஏந்த லேயும் துத்தரப் படிநடந் திடவென்
றாய்ந்த மெய்ப்பொரு ளெமையனுப் பினன்மல ரடியிற்
சார்ந்த னந்திரு வுளம்பொருந் தேவலைச் சாற்றிப்
போந்த வெங்களை யாளுக வெனப்புகன் றனவே. (64)

64. (808) அரசே! தங்கள் கட்டளைப்படி நடக்கவேண்டும் என்று பணித்து எங்களை அனுப்பியுள்ளான், ஆராய்ந்து அறியப்பட்ட மெய்ப்பொருளான இறைவன். அதன்படி தங்களிடம் வந்திருக்கிறோம். தங்கள் மனம் பொருந்திய கட்டளை எதுவோ அதனைத் தெரிவித்து எங்களை ஆளுங்கள் என்று கூறின.

ஏந்தல் - அரசர்; உத்தரம் - கட்டளை, மறுமொழி; ஆய்ந்த - ஆராய்ந்து அறியப்பட்ட; மெய்ப்பொருள் - இறைவன்; மலரடி - பூப்போன்ற பாதம்; சார்ந்தனம் - அடைந்தோம்; உளம்பொருந்து - மனம் பொருந்திய, விரும்பிய; ஏவல் - கட்டளை; சாற்றி - சொல்லி; போந்த - வந்த; புகன்றன - கூறின.

வழுவ கன்றதம் முதவியில் லாதுகைம் மாறு
பொழிவ தெண்ணிலாப் புயலின மியாவதும் புகுந்து
நிழல்பொ ருந்துற வான்புவி நடுநிரை நிரையா
யெழிலி னின்றுச லாஞ்சொலித் தாழ்ந்தினி தேத்தி. (65)

65. (809) கைம்மாறு கருதாது, எந்த முன்னுதவியும் இல்லாத நிலையில் குற்றமற்ற நீரைப் பொழியும் மேகக் கூட்டங்கள் திரண்டு வந்தன. நிழல் படியும்படி வானத்திற்கும் பூமிக்கும் இடையில் கூட்டம் கூட்டமாக நிறைந்து அழகாக நின்றன. சலாம் சொல்லிப் பணிந்து இறைஞ்சி நின்றன.

வழு - குற்றம்; புயலினம் - மேகக் கூட்டம்; யாவதும் - யாவும்; புவி - பூமி; நடு - இடை; நிரை - கூட்டம், ஒழுங்கு; எழில் - அழகு; ஏற்றி - இரந்து.

எம்மை யும்மனத் தியல்பணி செயவென விறையோன்
செம்மை யிற்புகுத் தனனும துரைப்படி செய்வோ
மும்மை முற்றிய புகழுடை யீரென முயல்வோர்க்
கம்மை யுற்றுவாழ் பலனரு ணபிக்கறைந் தனவே. (66)

66. (810) மேல் உலகிலும் பழுத்த புகழ் உடையவரே, தங்கள் மனம் விரும்பும் செயல்களைச் செய்வதற்கென்று எங்களைத் தங்களிடம் அனுப்பினான் இறைவன். அதன்படி வந்துள்ளோம். தாங்கள் கட்டளையிட்டதைச் செய்வோம் என்று அருள் முயற்சி உடையார்க்கு நேர்மையான வாழ்வு நல்கும் வழியைக் காட்டும் நபிக்குக் கூறின.

மனத்தியல் - மனவிருப்பம்; செம்மை - திருத்தம்; புகுத்தினன் - அனுப்பினான்; உம்மை - மேல்உலகம், சொர்க்கம்; முற்றிய - பழுத்த; முயல்வோர்க்கு - முயற்சி உடையவர்க்கு; அம்மை - ஒழுங்கு, அங்கு; உற்று - பெற்று; வாழ்பலன் - வாழும்பலன், வாழும்பேறு; அறைந்தன - அறிவித்தன.

இயல்வி லங்கினம் பறவையூர் வனவெவை யெவையும்
புயலி னங்களும் புகலுரை நிகரிலாப் புளக
நயனு றும்பெருக் கத்திடைப் புரிந்திட நறுத்தார்ப்
புயருன் சீர்த்திக ளிதுவென முதல்வனைப் புகழ்ந்தார். (67)

67. (811) விலங்கினமும் பறவை இனமும் ஊர்வனவும் மேகக்கூட்டங்களும் வந்துபணிந்து கூறிய வார்த்தைகளைக் கேட்டுப் புளகாங்கிதம் அடைந்தார். நறுமணம் கமழும் மலர்மாலை சூடிய தோள்கள் நிகரில்லாது பூரித்து விம்மிப் புடைத்தன. இஃது உன்னால் எய்தியபுகழ் என்று இறைவனைப் புகழ்ந்தார்.

இயல் - இயக்கம்; புயல் - மேகம்; புகலுரை - சொல்லும் மொழி; புளகம் - பூரிப்பு; நயன் - மகிழ்ச்சி; இடை - நடு, இடையே; நறுந்தார் - மலர்மாலை; புயர் - புயம் உடையவர்; சீர்த்தி - புகழ்.

காவல் செய்பவன் கருணையாற் பதமலர்க் கமல
மேவல் செய்தபல் லுயிரையு நோக்கிநீர் விரைவிற்
கூவல் செய்தபோ தெமதரு கடைந்தியாங் கூறு
மேவல் செய்மினென் றனுப்பின ரெவைக்குமோ ரேந்தல். (68)

68. (812) விலங்கினம் பறவையினம் ஊரியினம் மனிதர் ஜின் முதலிய இனங்கள் அனைத்தின் அரசர் ஆகிய நபி சுலைமான் (அலை), காத்து அருளும் இறைவனின் அருளால் தம்மைப் பணிந்து ஏவல் செய்த பல்வேறு உயிரினங்களையும் நோக்கி, நீங்கள் உங்கள் இருப்பிடங்களுக்குச் செல்லுங்கள். அழைக்கும்போது வந்து இடும் பணிகளைச் செய்யுங்கள் என்று சொல்லி அனுப்பி வைத்தார்.

பதமலர் - மலர்த்தாள்; கமலம் - தாமரை; ஏவல் - பணிவிடை; கூவல் - அழைத்தல், கூவியழைத்தல்; ஏந்தல் - அரசர்.

போந்து நின்றுள திரளெலாந் திருவடிப் போதைத்
தாழ்ந்தி றைஞ்சியே நெடியகா லமுஞ்செக தலத்தில்
வாழ்ந்தி ருந்தெமை யாள்கவென் றடிக்கடி வாழ்த்தி
யாய்ந்த தம்முறை யிடங்களிற் சார்ந்தன வன்றே. (69)

69. (813) வந்து திரண்டு நின்ற உயிரினங்கள் எல்லாம் அவர் பாத மலரைத் தாழ்ந்து பணிந்து வாழ்த்தின. உலகில் நெடுங்காலம் வாழ்ந்து எங்களை ஆளுங்கள் என்று வாழ்த்திவிட்டுத் தங்கள் இருப்பிடங்களில் சென்று சேர்ந்தன.

போந்து - வந்து, புகுந்து; திரள் - கூட்டம்; போது - மலர்; நெடிய - நீண்ட; செகதலம் - உலகம்; ஆய்ந்த - ஆராய்ந்த; உறைவிடம் - இருப்பிடம்; சார்ந்தன - சென்றடைந்தன.

உறையி டங்களி லவையவை சார்ந்தபின் னொளிர்பொன்
னிறைகொள் போர்வைகள் கம்பளங் கோடிக ணெய்யு
முறைவ ளங்கொளும் சின்களை யழைத்தருண் முதிர்ந்து
துறைகொள் வாருயி ரெனுநபி சுலையுமான் சொல்வார். (70)

70. (814) அவை எல்லாம் இருப்பிடம் சென்று சேர்ந்தன. அதன்பின் ஒளிவீசும் பொன்வேய்ந்த போர்வைகள், கம்பளம், ஆடைகள் முதலியன நெய்யும் திறன் மிகுந்த ஜின்களை அழைத்தார். பணியாளர்க்கு உயிர்போன்ற நபி சுலைமான் (அலை) அருள்கனிந்து அவற்றிடம் சொன்னார்.

தோடி - துணி; முறை - திறன்; வளங்கொளும் - மிகுத்த; முதிர்ந்து - கனிந்து; துறை - காரியம், பணி; துறை கொள்வார் - பணியாளர்.

எழுசீர்க் கழிநெடிலடி யாசிரிய விருத்தம்

தொகுத்துள வெமது சபைக்குரி யவரு
மியாமுமே துலங்கிவீற் றிருப்ப
நிகழ்த்திய வகல மொருநெடுங் காத
நீளமு மவ்வள வாகத்
தகுத்தொளிர் கனகச் சரட்டினாற் பரம
தானியொன் றெழில்பெற நெய்து
மிகுத்ததி விரைவிற் கொடுவரு கெனவே
விண்டுவேண் டுவதெலா மளித்தார். (71)

71. (815) திரளான எமது அவையோரும் நாமும் துலக்கமுற அமர்ந்திருக்கத் தக்கதாக ஒருகாதம் நீளமும் ஒருகாதம் அகலமும் உடையதாகத் தங்க இழை யினால் அழகிய ஒருகம்பளம் நெய்து மிகவிரைந்து கொண்டு வாருங்கள் என்று கட்டளையிட்டு அதற்குவேண்டிய அனைத்துப் பொருள்களும் அளித்தார்.

தொகுத்துள்ள - தொகுதி தொகுதியாக உள்ள; துலங்கி - பளபளப்பாக, அழகாக; வீற்றிருப்ப - அமர்ந்திருக்க; நிகழ்த்திய - சொல்லிய; காதம் - பத்துக் கல் தொலைவு; தகுத்து - தகுதி; கனகம் - பொன்; சரடு - இழை; பரமதானி - கம்பளம்; எழில் - அழகு; மிகுத்து அதி - மிக்க; கொடு - கொண்டு; விண்டு - சொல்லி.

தருபணி தலைக்கொண் டெழுந்துறை தலத்திற்
சார்ந்துதங் கச்சர டியற்றி
யுரியகம் பலகி லோடியச் சேற்றித்
தறிபிணைத் தூடுபா விரண்டு
நிரவியொத் திருப்ப நெய்திடு வேலை
நிகழ்கதிர் மாணிக்க மணியால்
விரவணிப் பீட மிம்பறொன் றமைத்து
வெய்யவன் தனக்கிணைப் படுத்தி. (72)

72. (816) அச் சின்கள் இட்ட பணியைத் தலைமேற் கொண்டு தம் இருப்பிடம் சேர்ந்தன. தங்க இழைகள் செய்தன. உரிய மரக்கிளையில் இருந்து இலகு செய்து அச்சேற்றித் தறி அமைத்து அவ் விழைகளை இரண்டு ஊடு பாவுகளாக

நிரவி ஒத்து இருக்கும்படி அமைத்து நெய்தன. அதன் நடுவில் ஒளிவீசும் மாணிக்க மணி விரவிய அழகிய பீடத்தின் மேல் அரியணை அமைத்து சூரியனுக்கு நிகராகச் செய்தன.

தருபணி - இட்ட வேலை; தலைக்கொண்டு - தலைமேற்கொண்டு; கம்பு - மரக்கிளை; அலகு - தறியில் பாவு ஓட நிறைக்கும் அலகு; பாவுதல் - பரப்புதல்; விரவுதல் - பரப்புதல்; வெய்யவன் - சூரியன்; சரடியற்றல், கம்பலகு, கம்பலகில் ஓடல், அச்சேற்றல், தறிபிணைத்தல், ஊடுபாவு, ஊடுபரவு நிரவல் ஆகியன நெய்தற்றொழில் சார்ந்த கலைச்சொர்கள்.

கதிரவ னொளியைச் சுருட்டியோர் நெடிய
கற்றைசெய் தெடுத்துவந் ததுபோன்
மதிதரக் கொணர்ந்து நபிதிரு முனமே
வைத்தன கண்டக மகிழ்வா
யிதுவியற் றியசின் னெவைக்குநல் வரிசை
யீந்தனுப் யினர்சில சின்னை
நிதமிவை விரித்துச் சதுர்செயும் பணியி
னின்றிட விடைகொடுத் தனரே. (73)

73. (817) சூரியனின் ஒளி முழுவதையும் ஒரு நீண்ட கற்றையாகச் சுருட்டி எடுத்து வந்ததுபோல் மதிப்புடன் கம்பளத்தைக் கொண்டு வந்து நபியின் முன்னே விரித்து வைத்தன. அதைக் கண்டு மகிழ்ந்த நபியரசர் அந்தச் சின்களுக்குப் பரிசுகள் வழங்கி அனுப்பினார். அவை கூடும் நாள்களில் அக் கம்பளத்தை விரித்துப் பராமரிக்கும் பணியில் சில சின்களை அமர்த்தினார்.

கதிரவன் - சூரியன்; மதி - மதிப்பு; இயற்றிய - நெய்த; வரிசை - பரிசு; சதுர் - அவை கூடிச் செய்யும் நடனம்; நின்றிட - ஈடுபட, தொழிற்பட; விடைகொடுத்தல் - கட்டளையிடுதல், உத்திரவு கொடுத்தல்.

விடைபெறு பரிசார் காவிரித் ததின்மேல்
விரிகதிர் பரப்பிர ணியத்தா
லிடனுற வமைத்த கதிரையோர் மூவ்வா
யிரமொடு சரிகைவெள் ளியினா
லடல்பெற வியற்று கதிரைகண் மூவா
யிரமணி யணியதாய் வைப்ப
நடுவினி லிருக்குந் தவிசுமிமி பறிலி
ராஜநா யகநபி யிருந்து. (74)

74. (818) கட்டளைபெற்ற ஏவற்சின்கள் தங்கள் தோளில் சுமந்திருந்த கம்பளத்தை விரித்தன. அதன்மேல் விரிந்த கதிர் பரப்பும் தங்கத்தால் செய்யப்பட்ட மூவாயிர நாற்காலிகளையும் வெள்ளிச் சரிகை இழைத்துச் செய்யப்பட்ட மூவாயிரம் நாற்காலிகளையும் வரிசை வரிசையாக வைத்தன. நடுவில் இருக்கும் தவிசு ஆகிய மிம்பரில் அரசநாயகம் ஆகிய நபி சுலைமான் (அலை) அமர்ந்தார்.

விடைபெறுதல் - உத்திரவு பெறுதல்; பரிசார் - பணியாளர், பரிசாரகர்; இரணியம் - பொன்; இடனுற - உட்புறமாக அமைத்த; கதிரை - நாற்காலி (யாழ்பாணத்தார் வழக்கு); அடல்பெறல் - பொருத்தமுறல்; தவிசு - இருக்கை; மிம்பர் - இருக்கை; இராஜநாயகம் - அரசர் தலைவர்.

இரணியக் குரிசி யினிலுல மாக்க
ளிருப்பவெள் ளிக்குரி சியினிற்
பரபதித் தலைவ ருறையமற் றுளசின்
பலநர ரலகையங் கணங்கள்
கரிபரி சிவிகை யாயுதத் தொகைகள்
கடலெனச் சூழவான் பறவைத்
திரளிவை யெவைக்கும் வெயில்விழா வண்ணஞ்
சிறையினாற் பந்தரிட் டிடவே. (75)

75. (819) தங்க நாற்காலியில் அறிஞர்கள் அமர்ந்தனர். வெள்ளி நாற்காலியில் அரசர்கள் அமர்ந்தனர். மற்றுள்ள ஜின்கள் மனிதர்கள் பேய்க்கூட்டங்கள் குதிரைகள் யானைகள் பல்லக்குகள் போர்க் கருவிகள் கடல்போல் சூழ்ந்திருக்க பறவைக் கூட்டங்கள் வெயில்விழா வண்ணம் வானில் சிறகு விரித்துப் பந்தலிட்டன.

இரணியம் - தங்கம்; குரிசி - இருக்கை; உலமா - அறிஞர்; பரபதி - உலகம்; தலைவர் - அரசர்; உறைய - இருக்க; நரர் - மனிதர்; அலகை - பேய்; கணம் - கூட்டம்; கரி - யானை; பரி - குதிரை; சிவிகை - பல்லக்கு; தொகை - தொகுதி, குவியல்; சிறை - சிறகு; பந்தர் - பந்தல்.

சாருநன் கொலுச்செய் தருளவாப் பரம
தானியாம் விமானமிங் கிதனை
யோரிடந் தளும்பா தேகுமவ் விசையி
லுயர்மரத் திலைகளு மசையா
தாரியல் வலிமா ருதஞ்சுமந் தெடுத்தே
யந்தர வழியிடைப் பறந்து
பாரிய வொருதிங் களின்வழி யினையோர்
பகலினிற் கடந்திட நடத்தி. (76)

76. (820) இவை சார்ந்த அரச மன்றம் கம்பளமாகிய வானூர்தியில் கூடியிருக்க அதனை நுண்ணிய வலிமைமிக்க காற்று சுமந்து வானத்தில் பறந்து சென்றது. ஆடாமலும் அசையாமலும் செல்லும் வேகத்தில் உயர்ந்த மரத்தில் உள்ள இலைகள் அசையாமலும் பறந்து சென்றது. ஒரு மாதப் பயணத் தொலைவை ஒரு பகலில் கடந்து சென்றது.

கொலு - அரசமன்றம், சன்னிதி; பரமதானி - கம்பளம்; விமானம் - வானூர்தி; ஏகும் - செல்லும்; விசை - விரைவு, வேகம்; ஆர் - நுண்மை; இயல் - இயற்கை; வலி - வலிமை; மாருதம் - காற்று; அந்தரம் - வானவெளி; திங்கள் - மாதம்.

அட்டதிக் குளதீ வுகளென வுரைப்ப
தாயெழு வான்படு வானின்
மட்டுள தலங்க ளெவையினும் புகுந்து
வணங்கிலா வரசரை வணக்கி
யிட்டகட் டளையின் படிநடந் திடச்செய்
திவணெலாம் புரந்தன ரிவர்தங்
கட்டெழிற் சேனைத் திசைக்கொரு நூறு
நூறுகா வதவழிக் கணக்கே. **(77)**

77. (821) அவ் வரச பரிவாரம் எட்டுத் திசையிலும் சென்றது. எழுவானுக்கும் படுவானுக்கும் இடைப்பட்ட தீவுகள் தீவகங்கள் கண்டங்கள் முதலிய யாவற்றிலும் புகுந்து சுற்றி வந்தது. ஆங்காங்கே பணிந்த அரசர்களைத் தழுவியும் பணியாத அரசர்களைப் பணிவித்து இட்ட கட்டளைப்படி நடந்திடச் செய்தும் தமது அரச அதிகாரத்தை நிலைநாட்டினார். அவர் படை திசைக்கு நூறு காதத் தொலைவு என்ற கணக்கில் திரண்டு நின்றது.

அட்டதிக்கு - எட்டுத்திசை; எழுவான் - கிழக்கு, சூரியன் எழுதலம்; படுவான் - மேற்கு, சூரியன் மறையும் தலம்; மட்டு - வரை; தலம் - இடம், நாடு; வணங்கிலா - பணியாத; வணக்கி - பணியச்செய்து; இவண் - இங்கு, இவ்விடம்; புரந்தனர் - ஆட்சி செய்தனர்; கட்டெழில் - கட்டுப்பாடான அழகிய; சேனை - படை; காவதம் - காதம், பத்துக்கல் தொலைவு.

இதனிலோ ரிருபத் தைந்துகா தமுமா
னிடர்குழா மிருபத்தெங் காதங்
கதிமிக வுளசின் கணமிரு பதினைங்
காதத்தில் விலங்கினத் தொகுதி
பதிவுற நெருங்கி யையைங்கா வதத்தும்
பலபற வையின்றிர ளிருக்கு
மதிதெளிந் தெவரு மக்குரோ ணிகளில்
வகுத்திடு கணக்கினுட் படுமோ. **(78)**

78. (822) அப் படை வரிசை 25 காவதம் மனிதர்களும் 25 காவதம் விரைவும் வலிமையும் கொண்ட சின் கூட்டங்களும் 30 காவதம் விலங்கினங்களும் 25 காவதம் பறவைக் கூட்டங்களும் இருக்கும். அறிவுத் தெளிவுடைய எவரும் படைப் பெருக்கத்தை அக்குரோணிக் கணக்கில் கணக்கிடுவர். இப் படை அக் கணக்கிற்கு உட்படுமோ?

குழாம் - கூட்டம்; கதி - விரைவு, வேகம்; கணம் - கூட்டம்; பதிவுற - பதிவாக; நெருக்கமும் - அடர்த்தியும்; திரள் - கூட்டம்; அக்குரோணி - படைக்கணக்கு, 21870 யானைகளும் 45690 குதிரைகளும் 21870 தேர்களும் 109350 காலாளும் கொண்ட படைத்தொகுதி; வகுத்திடும் - வகுத்துக் காணும்; உட்படுமோ - அடங்குமோ.

துணைவிய ரின்முன் னூறுமிங் கிதன்மேற்
சுறியத்தென் பதிலெழு நூறு

மணமது பொருந்திச் சுவனவொண் பதிபோல்
வயங்கவே றோர்நக ராக
வணிதரு பளிங்கி னிரைநிரை யொழுங்கா
யாயிர மாளிகை யமைத்தே
கணைவிழி யினரொவ் வொருவரை யொன்றிற்
கவின்பமுத் தொமுகவே யிருத்தி. **(79)**

79. (823) ஒளிவீசும் சொர்க்கத்தைப் போன்றே உலகில் அமைந்த வேறு ஒரு சொர்க்க நகரமாக அழகிய பளிங்கினால் ஒளிவீசும் ஆயிரம் மாளிகைகள் அமைத்தார். அம் மாளிகைகளில் அம்பு போன்ற கூரிய கண்களையுடைய தம்முடைய முன்னூறு மனைவியரையும் எழுநூறு வெள்ளாட்டிகளையும் மாளிகைக்கு ஒருவராக அழகுற இருத்தினார்.

சுரியத் - வெள்ளாட்டி; மணம் - கூட்டு, சேர்க்கை; சுவனம் - சொர்க்கம்; ஒண் - ஒளி; பதி - நாடு; வயங்க - ஒளிவீச; அணி - அழகு; நிரைநிரை - வரிசை வரிசையாக; கணை - அம்பு; கவின் - அழகு; இருத்தி - அமர்த்தி.

ஆயிரங் கிரணம் படைத்துள மதிக
ளுளதெனி லவைகளு நாணு
மாயிர மனைக டொறுந்தொறு முறையு
மாயிர மடந்தைய ருடனு
மாயிர முருக்கொண் டனுபவித் தகத்தி
லளவளா மகிழ்ச்சிகள் புரிந்தா
ராயிரந் திருப்பேர்ப் பொருளினை யடைந்தோர்க்
கரியதொன் றாயினு முளதோ. **(80)**

80. (824) ஆயிரம் கதிர்கள் கொண்ட நிலவுகள் உளவாயின் அவையும் வெட்கித் தலைகுனியும் முக அழகு கொண்ட ஆயிரம் பேரும் ஆயிரம் பளிங்கு மாளிகைகளில் இருந்தனர். அந்த ஆயிரம் பேரழகிகளுடன் ஆயிரம் உருவம் கொண்டு ஒரே சமயத்தில் கூடி மகிழ்ந்தார். ஆயிரம் திருப்பெயர் கொண்ட மெய்ப்பொருளான இறைவனின் அருளை அடைந்தவர்க்கு இயலாதது ஒன்றேனும் உள்ளதோ?

கிரணம் - ஒளிக்கதிர்; மதி - நிலவு; நாணும் - வெட்கம் கொள்ளும்; மனை - மாளிகை, வீடு; உறையும் - வாழும்; அரியது - செய்வதற்கு அரிதானது, இயலாதது.

முன்பெருந் தவப்பே றெனுமிவர் தாதை
முயல்வுறு துணைவியர் தொண்ணூற்
றொன்பது பெயரி னுடனுமிவ் விதமே
யுருவெடுத் தணைந்துவாழ் துறைந்தார்
மின்பெரு வரையிற் பிறந்துள விரும்பு
மீட்டுமவ் வரைபிளப் பதனான்
மன்பெரும் புவியி லீன்றதந் தையினு
மகன்வியப் பென்பது வழக்கே. **(81)**

81. (825) முன்னர், தவத்தின் பெறுபேறாகத் தோன்றிய இவருடைய தந்தை நபி தாவூது (அலை) இவ்வாறே தம்முடைய தொண்ணூற்றொன்பது மனைவியருடனும் தொண்ணூற்றொன்பது உருவங்கொண்டு கூடி வாழ்ந்தார். ஒளிரும் மலையில் பிறந்த இரும்பு அம் மலையைப் பிளந்துவிடும் அன்றோ? ஈன்ற தந்தையின் சாதனையை மைந்தர் வியக்கத் தக்க வகையில் முறியடிப்பது உலகவழக்கில் உள்ளதுதான்!

தாதை - தந்தை; முயல்வு - முயற்சி; அணைந்து - கூடி; உறைந்தார் - வாழ்ந்தார்; மின் - மின்னல்; வரை - மலை; மன் - நிலையான; வியப்பு - ஆச்சரியம், அப்பனை விடப் பிள்ளை ஆச்சரியமானவன்; வழக்கு - வழக்கம், நடைமுறை.

புகலெழிற் குரிசி றவிசில்வீற் றுறையோர்
பொழுதுகை யினிற்குறுந் தடியு
மகல்பெருங் கருங்கிஸ் தியுங்கழுத் தினிலே
யணிபல மணிகளுஞ் சிரத்தின்
மிகநெடுந் தாசுங் கையொலி யுடைய
மேனியை மறைத்துள கபனுந்
திகழெழில் வயது முளபக்கீ றொருவர்
திருமுனம் வந்துதோன் றினரே. **(82**

82. (826) புகழ் மிகுந்த அழகு அரசர் நபி ஆட்சி நடத்தும் காலத்தில் ஒருநாள் கையில் குறுந்தடியுடன் வாய் அகன்ற பெரிய திருவோடும் ஏந்தி கழுத்தில் பலநிற மணிமாலை அணிந்து தலையில் பெரிய தலைப்பாகை கட்டி கை ஒலி எழுப்பியபடி வெள்ளைத் துணியால் உடலைப் போர்த்துக்கொண்டு இளவயதும் அழகும் நிறைந்த பக்கீர் ஒருவர் அவர் முன்னே வந்து நின்றார்.

எழில் - அழகு; குரிசில் - அரசர்; தவிசு - அரசிருக்கை; அகல் - அகன்ற; கிஸ்தி - திருவோடு; அணி - அணிந்த; சிரம் - தலை; நெடும் - நெடிய; தாசு - மணிமுடி, தாஜ், தலைப்பாகை; கபன் - வெள்ளைத்துணி; எழில்வயது - இளவயது; பக்கீர் - ஊர்சுற்றுபவர், தமக்கென உடைமையோ உறைவிடமோ இல்லாது ஊர்ஊராகச் சென்று இரந்துண்டு வாழும் இரவலர்.

வந்துகூ றுவரெண் ணறுமணி களினன்
மணிகளைப் பிரித்தெடுத் தனபோற்
சுந்தர மிலங்கும் பெண்கள்வாழ் தேசந்
தொறுந்தொறு மிகத்தெரிந் திமையா
வந்தரத் தரம்பை மகளிருக் கிணையோ
ராயிரம் பெண்களை மணந்தே
யுந்தம திடத்தில் வைக்கின்றீ ருலகி
லொருவர்க்கித் தனைபெய ராமோ. **(83)**

83. (827) வந்து நின்று அரசர் நபியிடம் கூறலானார். எண்ணற்ற மாணிக்கக் கற்களில் நன்மணிகளைப் பொறுக்கி எடுத்ததுபோல் அழகு இலங்கும் பெண்கள் வாழும் நாடுதோறும் சென்று கண்கள் இமைக்காத சொர்க்க உலகத்து ஹூரிப் பெண்களுக்கு நிகரான ஆயிரம் பெண்களைத்

தெரிந்தெடுத்து உரிமைகொண்டு உங்களிடம் வைத்திருக்கிறீர்கள். உலகில் ஒருவருக்கு இத்தனை பேர் இருப்பது தகுமா?

எண்ணறு - எண்ணற்ற; சுந்தரம் - அழகு; இலங்கும் - ஒளிவீசும்; தெரிந்து - ஆராய்ந்து; இமைய - கண் இமைக்காத; அந்தரம் - வானுலகம், சொர்க்கம்; அரம்பை - பெண், சொர்க்கத்துக் கண்ணழகிகளான ஹூருலீன்; மணந்து - உரிமைகொண்டு.

இவரிலோர் மனைவி தனையெனக் களிப்பீ
ரென்றன் ரிம்மொழி யுணர்ந்தே
யவிரொளி பரப்பும் பளிங்கினா லமைத்த
வாயிர மாளிகை யினிலு
முவகையுற் றிருக்கு மடந்தையர் களிலெம்
முடனுறை யாமலே தனித்த
கவினணங் கினைநீர் கவர்ந்துகொண் டேகு
மெனக்கவன் றனர்நபிக் கடவுள். (84)

84. (828) இவர்களில் ஒரு மனைவியை எனக்குக் கொடுங்கள் என்றார் அழகிளம் பக்கீர். இதைக் கேட்ட அரசர் நபி ஒளிவீசும் பளிங்கினால் அமைந்த ஆயிரம் மாளிகைகளிலும் மகிழ்ந்திருக்கும் பெண்களில், எம்முடன் சேர்ந்தே அன்றித் தனித்திருக்கும் அழகியை நீர் காணக் கூடுமானால் அவளை அழைத்துச் செல்லும் என்று கூறினார்.

அளிப்பீர் - கொடுப்பீர்; அவிர்தல் - பீறிடல்; உவகை - மகிழ்ச்சி; மடந்தை - பெண், பத்தொன்பது வயதுடையாள்; உடனுறையாமல் - சேர்ந்திராமல்; கவின் - அழகு; அணங்கு - பெண், கணவனைப் பிரிந்து வருந்தும் பெண்; கவர்ந்து - அழைத்து; ஏகும் - செல்லும்; கவன்றனர் - கூறினர்; கடவுள் - கடந்தவர், இயற்கைநிலை கடந்து உச்சத்தில் இருப்பவர்.

சொல்லலு மெழுந்து மகிழ்ச்சியென் றிடுமோர்
தோழன்மா விரைவினி லழைத்துச்
செல்லுகக் கழுத்தின் மணியறுந் துதிர்ந்த
செய்கையுந் தெரிந்திலா தோடி
வில்லுமிழ் மனைகண் முழுவதும் புகுந்து
மெல்லிழை யார்களை நோக்கி
லில்லகந் தொறுநன் னபியுட னிருந்தா
ரின்றியோர் தனித்தபெண் ணிலையே. (85)

85. (829) இவ்வாறு சொன்னதும் எழுந்தார். மகிழ்ச்சி என்னும் தோழன் மிக விரைந்து அழைத்துச் சென்றான். இவ்வாறு செல்கையில் கழுத்து மணி அறுந்து விழுந்ததும் தெரியவில்லை. ஓடி ஒளி உமிழும் மாளிகைதோறும் பெண்களைப் பார்த்தார். பார்க்கையில் ஒவ்வொரு மாளிகையிலும் நபியுடன் சேர்ந்திருந்தனரே அன்றித் தனித்து ஒரு பெண்ணும் இல்லை.

மா - மிகுதி; வில் - ஒளி; மெல்லிழையாள் - பெண்.

கழுத்தினின் மணிக ளறுந்ததை யலது
காய்குட ரறுகினுந் தெரியா
தொழிப்பரு மனவா சையுடன் புகுந்தோ
ரொருவருந் தனித்துறை யாத
வழிக்கொளு மரிய மகத்துவங் குறித்து
மனத்தினி லதிசயித் தமரர்
விழிக்கரு மணிக ளெனத்துதி நபிமுன்
வீற்றுறை யிடத்தைமே வினரே. **(86)**

86. (830) ஒழிக்க முடியாத மனவேட்கையும் ஒவ்வொரு மாளிகையிலும் ஓடிஓடித் தேடித் தேடிப் பார்த்தார். ஓடும் வேகத்தில் கழுத்து மணிமாலை அறுந்து சிதறி விழுந்தது. அஃது அவர்க்குத் தெரியவில்லை. குடல் அறுந்து சரிந்திருந்தாலும் அதை அறிந்திருக்க மாட்டார். எந்த மாளிகையிலும் எந்தப் பெண்ணும் தனித்திருக்கவில்லை. இந்த மகத்துவத்தைக் கண்களால் கண்டு மனம் வியந்தார். வியப்பு மாறாமலே வானவர்க்குக் கண்ணின் மணிபோன்ற நபி முன்னர் அமர்ந்திருந்த இடத்தை அடைந்தார்.

குடர் - குடல்; மகத்துவம் - மேன்மை; அமரர் - வானவர், மலக்குமார்; துதி - புகழ்; வீற்றுறை - அமர்ந்திருக்கும்; மேவினர் - சேர்ந்தார்.

இங்குமுன் னிருந்த தெனமணிப் பீடத்
தவிசினி லிருந்தன ரிவைகண்
டெங்கணு நிறைந்த திருவிளை யாட
யியற்றரும் பொருளென வெண்ணாப்
பங்கவெள் ளறிவாற் கொடியசொல் லிவர்முன்
பகர்ந்தரும் பிழைபடைத் தனமென்
றங்கமு மனமு நடுக்குற வெருவி
யனலிடு மெழுகுபோன் றுருகி. **(87)**

87. (831) இங்கு முன்னர் அமர்ந்திருந்தபடி அரசிருக்கையில் அமர்ந்திருந்தார் அரசர் நபி. அதைக் கண்டு அதிர்ந்தார். எல்லா இடத்திலும் நிறைந்த அருள் விளையாட்டு ஆட வல்ல அரிய திறன் பெற்றவர் என்பதை அறியாது குறைமதியால் கொடிய சொல்லை இவரிடம் சொல்லி அரும்பிழை செய்தோமே என்று அஞ்சினார். உடலும் மனமும் நடுநடுங்கி நெருப்பில் இட்ட மெழுகுபோல் உருகினார்.

இருந்ததென - இருந்தபடி; மணிப்பீடம் - மணியிழைத்த இருக்கை; தவிசு - சிம்மாசனம்; இயற்றும் - செய்யும்; அரும்பொருள் - அரிய திறனுடையார்; பங்கம் - குறை; வெள்ளறிவு - அறிவின்மை; பகர்ந்து - சொல்லி; வெருவி - அஞ்சி;

புகுந்துநோக் கினனம் மனைதொறு முறைந்தீர்
பொன்மணிப் பீடத்திங் கிருந்தீ
ரிகந்தனக் கணியா யுதித்தநா யகமே
யின்னமெண் ணறுமடந் தையர்கள்
சுகம்பெறு வதற்குத் தகுமுமை மனத்திற்
றோய்ந்தறி யாதபுல் லறிவாற்

பகர்ந்தவெம் பிழையைப் பொறுத்தருட் கடைக்கட்
பார்வைவைப் பீரெனப் பணிந்தார். (88)

88. (832) மாளிகை தோறும் சென்று பார்த்தேன். அம் மாளிகைதோறும் இருந்தீர். இங்கு வந்தால் மணியிழைத்த தங்க இருக்கையில் அமர்ந்திருக்கிறீர். இவ் வுலகிற்கு அணியாகத் தோன்றிய நாயகமே! இன்னும் எண்ணற்ற பெண்களைக் கூடிச் சுகம்பெறத் தகுதியானவர் நீர். அறிவுக் குறைவினால் பேசிய கொடிய பிழையை மன்னித்து என்மீது அருட்பார்வை வைக்க வேண்டும் என்று சொல்லிப் பணிந்து நின்றார்.

இகம் - இவ்வுலகம்; எண்ணறு - எண்ணற்ற; தோய்ந்து - நினைந்து; புல்லறிவு - கீழ்மையான அறிவு.

படர்ந்தக முருக்கம் பெருகநின் றெதிரே
பணிந்தபக் கீர்முக நோக்கி
யிடந்தருஞ் சுவன தலத்தினி லொருவ
னெழுபதி னாயிர மடவா
ருடன்புணர் வதுமிவ் விதமென வுரைத்தெம்
முழையினீ கேட்பதோ ரணுவு
மடந்தரு பிழையாய்க் குறித்திலம் புகுமென்
றனுப்பினர் துதித்தகன் றனரே. (89)

89. (833) படர்ந்த மனஉருக்கம் பெருக எதிரே பணிந்துநின்ற பக்கீரின் முகத்தை நோக்கிப் பரந்த சொர்க்க உலகத்தில் ஒருவன் எழுபதினாயிரம் பெண்களைக் கூடுவது என்பது இப்படித்தான் என்றார். பின்னர், எம்மிடம் கேட்டதை அறியாமையால் விளைந்த பிழையாக அணுவளவும் கருதவில்லை. ஆதலால் மன அமைதியுடன் செல்க என்றார். அவரைப் புகழ்ந்து பணிந்து சென்றார் பக்கீர்.

எம்முழை - எம்மிடம்; மடம் - மடமை, அறியாமை; குறித்திலம் - கருதவில்லை; புகும் - போம், செல்லும்; துதித்து - புகழ்ந்து.

வள்ளனன் னபியிவ் விதமகத் துவமே
வளரவா னகமும்வை யகமுந்
தெள்ளிய துதியே பரவவெவ் வுயிர்க்குஞ்
செவ்விய நெறிவழு வாம
லொள்ளிய வொருவெண் கவிகையே நிழற்றி
யுறைதரு சமுகமென் பதிலே
புள்ளினம் பலதும் விலங்கினஞ் சிலதும்
புகலறி விவையெனப் புகல்வாம். (90)

90. (834) இவ்வாறு வியத்தகு மேன்மைகள் வளர, வானத்திலும் பூமியிலும் தெளிந்த புகழ் பரவ, எவ் வுயிர்க்கும் அறநெறி தவறாமல் ஒளிமிக்க கொற்றக் குடையின் குளிர்நிழல் பரப்பி ஆட்சி செய்தார் வள்ளலாகிய நன்னபி சுலைமான் (அலை). அப்போது பறவை இனம் பலவும் விலங்கினம் சிலவும் அவர்

முன்னிலையில் மனிதர்க்குச் சில அறிவுரைகள் கூறின. அவை இவை என்று சொல்வோம்.

மகத்துவம் - மேன்மை; வானகம் - வானவர் உலகம்; வையகம் - பூமி; தெள்ளிய - ஒளியுடைய; கவிகை - குடை; நிழற்றி - நிழல்பரப்பி; உறைதரு - இருக்கும்; சமுகம் - முன்னிலை; புள் - பறவை; புகல் - சொல்லிய.

வையகத் துதிக்கும் பொழுதுடன் றோன்று
மவுத்துக்குச் சந்ததி பெறுவீ
ரையமில் கதியாய் பதவிவீ டமையா
தழிவுக்கு வீடுக ளமைப்பீர்
பொய்யற வுதவு பொருளற னகற்றிப்
போக்குக்குப் பொருள்கடே டிடுவீர்
மெய்யினீ ரெவரு மாதியை வணங்கு
மெனநிதம் விளம்புமோர் விகங்கம். (91)

91. (835) ஓர் அன்னப் பறவை முதலில் பேசிற்று: மனிதர்களே! நீங்கள், உலகில் பிறக்கும்போது உடன்சேர்ந்து பிறக்கும் மரணத்திற் கென்று மக்களை பெறுகின்றீர்கள். சந்தேகம் இல்லாத ஈடேற்றப் பதவியாகிய வீடு அமைக்காமல் அழியும் வீடுகள் கட்டுகின்றீர்கள். பொய்யின்றி உதவும் பொருள் நல்லறமே ஆகும். ஆனால் விலக்கி அழிவுக்கு உரிய உலகப் பொருளையே தேடுகின்றீர்கள். உண்மையை உணர்ந்தவர்களே! நீங்கள் யாவரும் இறைவனை எக் காலமும் வணங்குங்கள்.

வையகம் - உலகம்; உதிக்கும் - பிறக்கும்; மவுத்து - மரணம்; சந்ததி - மக்கள்; ஐயமில் - சந்தேகம் இல்லா; கதி - மோட்சம், ஈடேற்றம்; வீடு - சொர்க்கம்; பொய்யற - பொய்நீங்கி, மெய்யாக; அறன் - நல்லறம், நேர்வழி; போக்கு - அழிவு; ஆதி - இறைவன்; நிதம் - எப்போதும்; விளம்பும் - சொல்லும்; விகங்கம் - அன்னம்.

விரிவுறு மனந்தம் படைப்புகா ணீரெவ்
விதநடந் திடுவதோ வந்தத்
தரமுமை நடத்தப் படுமிவை சரத
சரதமென் றிடைவிடா வண்ணம்
பருமணி விழிமுள் ளெயிற்றுவா ளரவப்
படங்கிழித் தருநடம் புரியு
மரகதக் கலபச் செம்பசுஞ் சூட்டு
வனப்பிள மயிலொன்று கூறும். (92)

92. (836) மணிபோன்ற கண்ணும் கூரிய முள் போன்ற எயிறும் உடைய நாகப்பாம்பின் படத்தைக் கிழித்து நடனம் ஆடும் இயல்பு கொண்டது, மரகதத் தோகையும் செம்பஞ்சுக் கொண்டையும் உடைய அழகிய இளமயில். அது, பரந்து விரிந்து கிடக்கும் படைப்புகளே நீங்கள் மற்றவர்களிடம் எவ்வாறு நடக்கிறீர்களோ அவ்வாறே நீங்களும் நடத்தப்படுவீர்கள். இஃது உண்மை! உண்மை! என்று இடைவிடாமல் கூறியது.

அனந்தம் - எல்லையற்ற; அந்தம் - முடிவு; அனந்தம் - முடிவற்ற; சரதம் - உண்மை; பரு - பருமை; வாள் - வளைந்த; அரவம் - பாம்பு; கலபம் - தோகை; சூடு - கொண்டை; வனப்பு - அழகு.

கொடும்பவம் புரிவீ ரரியமெய்ப் பொருளை
குறித்தகத் தினிற்பயங் கொளுமி
னிடும்பைவிட் டகன்றுள் ளுருகியே தவுபாச்
செய்யுமென் றெழில்கொள்வாய் திறந்து
நெடுங்கதிர்ப் பவளத் துண்டத்தி னடுவே
நீலவொண் மணிதரித் தனபோற்
படுஞ்செழுஞ் சூட்டி னுறுமியங் குரலோர்
குதுகுது பலதரம் பகரும். (93)

93. (837) நீண்ட ஒளிவீசும் பவளத் துண்டின் நடுவே நீலநிற ஒளிமணி பதித்ததைப் போன்ற உடலும் செழுமையான கொண்டையும் உடைய கொண்டலாத்திப் பறவை தன்னுடைய அழகிய வாயைத் திறந்து இசைக்குரலால் கொடிய பாவங்களைச் செய்பவர்களே! அரிய மெய்ப்பொருளான இறைவனைக் குறித்து மனம் அஞ்சுங்கள். பொல்லாங்கை விட்டு நீங்கி உள்ளம் உருகிப் பாவமன்னிப்புத் தேடி மீளுங்கள் என்று பலமுறை கூறியது.

பவம் - பாவம்; அரியமெய்ப்பொருளாம் - நினைத்தற்கும் தீண்டற்கும் காண்டற்கும் அரிதான மெய்யான பொருள், இறைவன்; கொளுமின் - கொள்ளுங்கள்; இடும்பை - பொல்லாங்கு; தவுபா - பாவமன்னிப்பு, பிழைபொறுத்தல் தேடுதல்; கதிர் - ஒளிவீச்சு; ஒண் - ஒளி; தரித்தல் - பதித்தல்; இயம் - இசை; குதுகுது - கொண்டலாத்திப் பறவை; பகரும் - பேசும்.

மண்டல மிசையே மவுத்தெலாம் கயாத்தாங்
கயாத்தெலா மவுத்துக ளாகும்
பண்டுள பழமைப் புதுமையாம் புதுமை
பழமையாம் பார்த்துணர் வீரென்
றொண்டிற னெடுமுட் பதந்பொறிச் சிறைபோர்க்
கொடுங்கறு மிகுவலி வீரங்
கொண்டதிர் குரன்மேன் வளைவுசற் றுளவாய்க்
குலக்கவு தாரியொன் றிசைக்கும். (94)

94. (838) ஒளிவீசும் நீண்ட முள்போன்ற கால்களும் புள்ளி விழுந்த சிறகும் போரில் ஒடுங்காத வலிமை மிக்க வீரத்துடன் அதிரும் குரலும் மேல்நோக்கி சற்றே வளைந்த வாயும் கொண்ட கவுதாரி, உலகில் இறப்பெல்லாம் பிறப்பே. பிறப்பு எல்லாம் இறப்பே. பழைமை புதுமையாகும். புதுமை பழைமையாதும். இவ் வுண்மையைப் பார்த்து உணருங்கள் என்றது.

மண்டலம் - மண்தலம், உலகம்; மவுத் - இறப்பு; கயாத் - ஹயாத், பிறப்பு; பண்டு - பழைமை; ஒண் - ஒளி; திறன் - திறமை; நெடுமுள் - நீண்டமுள்; பதம் - கால்; பொறி - புள்ளி; சிறை - சிறகு; ஒடுங்கறு - ஒடுங்குதல் அற்ற; மிகுவலி - மிக்க வலிமை; குலம் - இனம்; இசைக்கும் - சொல்லும்.

நிகரறு மொருவன் கருணையங் கடவு
ணெடியவன் றுய்யவ னிகழ்த்து
மகிலமுங் ககன தலங்களு மிதில்வா
ழனைத்துயிர் களும்புகழ்ந் தேத்து
புகழ்முழு வதுமன் னவன்றனக் கெனவே
பொருந்துபைங் கதிர்க்குறுங் கழுத்து
மிகநிறை யிறுங்கின் புள்ளியஞ் சிறையோர்
புறவனு தினமுமே விள்ளும். (95)

95. (839) பொருத்தமுற அழகிய கதிரொளி வீசும் குறுங்கழுத்தும் சோளக் கதிர் போன்ற புள்ளிகள் நிறைந்த சிறகுமுடைய புறா முன்வந்து, நிகரற்றவன்! ஒருவன்! கருணை பொழியும் இறைவன்! பெரியவன்! தூய்மையானவன்! அவனே அனைத்தையும் நடத்துபவன்! பூவுலகமும் வான மண்டலங்களும் இவற்றில் வாழும் எல்லா உயிர்களும் பணிந்து புகழும் புகழ்ச்சிகள் அனைத்தும் ஆளும் மன்னவனாகிய அவனுக்கே உரியவை என்று கூறிற்று.

நிகரறும் - நிகர் அற்ற; நெடியவன் - பெரியவன்; அகிலம் - பூவுலகம்; ககனம் - வானம்; தலம் - மண்டலம்; பை - அழகு; இறுங்கு - சோளம்; சிறை - சிறகு; புறவு - புறா; விள்ளும் - சொல்லும்.

உயிரெவை யினையு மமைக்கவு மவைக
ளுணப்படு பொசிப்புக ளுதவிச்
செயிரற வளர்த்துக் காக்கவுங் கடிதிற்
சிதைவுற வழிக்கவும் வல்லோன்
றுயரணு வணுகா திருப்பவ னெனுமோர்
தூயனே பழுதிலா னென்றே
யயர்வற வொருசின் னாறுமுன் புறநின்
றடங்கிவா யோய்விலா தறையும். (96)

96. (840) எவ்வகை உயிரையும் படைக்கவும் அவை உண்ணும் உணவுகள் வழங்கிக் குற்றமற வளர்த்துக் காக்கவும் அவற்றைக் கடிதில் சிதையுமாறு அழிக்கவும் வல்லவன்! அணுவளவும் துயரம் அணுகாதிருப்பவன் எனப்படும் தூய்மையானவன் அவனே பழுதில்லாத இறைவன் என்று உணர்வு அழியாத ஒரு சின் தோன்றி முன்னே நின்று அடக்கமாக வாய் ஓயாது அறிவித்தது.

புசிப்பு - உண்பொருள்; செயிர் - குற்றம்; கடிதில் - விரைந்து; அயர்வு - உணர்வுஅழிவு; அறையும் - அறிவிக்கும்.

முன்னிய கடல்சூழ் வையகத் தினில்வாய்
மூடினோன் சலாமத்துப் பெறுவ
னென்னுமிவ் வசனந் தனையொரு பொழுதா
யினுமய ராவித மாக
வின்னிலத் தவருள் ளவர்தமக் கிணையா
யினங்களைக் கரைந்தழைத் தருத்து
மன்னிய விருகட் கொருமணிக் கரும்பு
ளொன்றுதன் வாயினால் வகுக்கும். (97)

97. (841) கடல்சூழ்ந்த உலகில் வாயை மூடியவன் ஈடேற்றம் பெற்றான் என்னும் இவ் வாக்கியத்தை ஒரு பொழுதும் அயராமல் கூறிக்கொண்டிருந்தது. எது? உலகத்தில் உள்ள மனிதர்களுக்கு நிகராகத் தன்னுடைய இனத்தைக் கூவி அழைத்து உணவு அருந்தச் செய்யும் திரண்ட இரு கண்கள் கொண்ட அழகிய கருநிறக் காக்கை.

முன்னிய - முற்படச் சூழ்ந்த; சலாமத் - ஈடேற்றம், அமைதி; வசனம் - வாக்கியம்; அயரா - சோர்தல் இல்லா; கரைந்து - வருந்தி, கூவி; அருந்தும் - அருந்தச் செய்யும்; மன்னிய - நிலைத்த; மணி - அழகு; வகுக்கும் - விளக்கும்.

கருத்தெலா முலக மயக்கினி லிருத்திக்
கதியினை மறந்தவர் தமக்கே
வருத்தமீ றியகே டெவைகளு மெனவே
மதிமுகச் சிற்றிடை யுபைய
பொருப்பிள முலைவேல் விழிச்சியர் வசனப்
பொற்புறு பவளச்செங் கூர்வாய்
பரப்புமொண் கிரண மரகதச் சிறையோர்
பசுங்கிளி நிகழ்த்துமுட் பரிவாய். (98)

98. (842) நிலவுபோன்ற முகமும் ஒடுங்கிய சிற்றிடையும் இரண்டு மலைபோல் திரண்ட முலையும் வேல்போன்ற கண்களும் உடைய இளம்பெண்டிரின் பேச்சுப் போன்ற மொழி அழகும் பவளம் போன்ற கூரிய சிவந்த வாயும் ஒளிபரப்பும் மரகத ஒளிச்சிறகும் உடையது பச்சைக்கிளி. அது கருத்தை எல்லாம் உலகக் கவர்ச்சியில் வைத்துக் கதியினை மறந்தவர்களுக்கே வருத்தமும் மட்டற்ற எல்லா வகையான கேடுகளும் என்று, பரிவு கொண்டு கூறியது.

இருத்தி - வைத்து; கதி - மோட்சம்; மீறிய - எல்லை கடந்த, மட்டற்ற; மதி - நிலவு; உபய - இரண்டு; பொருப்பு - மலை; வசனம் - பேச்சு; பொற்பு - அழகு; ஒண் - ஒளி; கிரணம் - ஒளிக்கதிர்; சிறை - சிறகு; நிகழ்த்தும் - சொல்லும்.

என்றனைப் படைத்த தனிமுத லொருவ
னேதொரு மாசுமில் லாத
சுந்தர னிவையென் றளவிடற் கரிய
தொகையறு புகழெலா முடையோ
னந்தமு நடுவு முதலுமற் றவனென்
றண்டசத் திரள்பல நடுங்கப்
பிந்தறு கதிகொள் வலியிரா ஜாளிப்
பிணிமுக மொன்றுபே சுவதால். (99)

99. (843) என்னைப் படைத்தவன் தனிமுதலோன்! ஒருவன்! எத்தகைய குற்றமும் இல்லாத அழகன்! இவ்வளவு என்று அளவிட முடியாத எண்ணிக்கையற்ற புகழ் எல்லாம் உடையவன்! முடிவும் நடுவும் தொடக்கமும் அற்றவன் என்று, முட்டையில் தோன்றும் உயிர்க் கூட்டங்கள் நடுங்கும்படி விந்தில்லாமல் பிறக்கும் வலிய இராஜாளிப் பறவை ஒன்று பேசியது.

மாசு - குற்றம்; தொகை - எண்ணிக்கை; அந்தம் - முடிவு; முதல் - தொடக்கம்; அண்டசம் - முட்டையிற் பிறப்பன, அரணை, ஆமை, சிப்பி, உடும்பு, ஓணான்,

தவளை, நண்டு, பல்லி, பறவை, பாம்பு, மீன், முதலை முதலியன; திரள் - கூட்டம்; பிந்து - விந்து; கதி - பிறப்பு; வலி - வலிமை; பிணிமுகம் - அன்னப்பறவை.

அறிவினி லடங்கா னெங்கணுந் துதிக்கு
மாதிவல் லவன்பழு தகன்றோன்
செறிதரு மெறும்பு கடையிப முதலாய்ச்
செப்புமெவ் வுயிர்களு மிதன்மேன்
மறைவுறு சீவ கோடியும் வணங்கும்
வணக்கத்துக் குரியவ னென்றே
சொறிநிறக் கூனன் முடப்பத முரசத்
தொனிக்குரற் றவளையொன் றோதும். (100)

100. (844) அறிவின் அளவைக்கு அடங்காதவன்! எங்கும் எல்லாராலும் புகழப்படும் இறைவன்! அவனே வலிமை உள்ளவன்! பழுதும் குறையும் இல்லாதவன்! யானை முதலாய் எறும்பு முடிய நிரம்பி உள்ளதாகச் சொல்லப்படும் எல்லா உயிர்களும் இதற்கு அப்பால் உள்ள மறைவான சின் முதலிய உயிரினங்களும் வணங்கும் வணக்கத்திற்கு உரியவன், என்று சொறியும் கூனல் உடலும், முடங்கிய காலும் முரசு போன்ற வெடிக்குரலும் கொண்ட தவளை ஒன்று ஓதியது.

துதித்தல் - புகழ்தல்; ஆதி - இறைவன்; செறி - நிறைவு; கடை - முடிவு; இபம் - யானை; செப்பும் - சொல்லும்; மறைவுறு - மறைவான; சீவகோடி - உரியினம்; சொறி - தினவு, அரிப்பு; முடப்பதம் - மடங்கிய கால்; தொனி - ஓசை.

வந்துமைக் கொடுபோ மவுத்தினை மறந்தீர்
வையகம் வானக மமைத்த
நந்தலில் பொருளை யாதிநா யகனை
நாளுமே நினையுமி னென்றே
கந்தர மயிர்கள் சிலிர்த்திட நிமிர்ந்து
கதிர்வர வறிதரக் கூவுஞ்
சுந்தரச் சிறைக்கூ ருகிர்விரற் காந்தட்
சூட்டுவா ரணமொன்று சொல்லும். (101)

101. (845) திடீரென்று வந்து உங்களைக் கொண்டு போகவிருக்கும் மரணத்தை மறந்துவிட்டீர்கள். பூமியையும் வான மண்டலங்களையும் அமைத்த கெடுதல் இல்லாத பொருளை, ஆதி நாயகனை எப்போதும் நினையுங்கள் என்று, கழுத்து மயிர் சிலிர்த்திட நிமிர்ந்து சூரியன் எழப்போவதைக் கூவி அறிவிக்கும் அழகு சிறகும் கூரிய நகமுடைய கால்விரலும் செங்காந்தள் கொண்டையும் உடைய சேவல் ஒன்று சொல்லிற்று.

கொடுபோம் - கொண்டுபோகும்; மவுத்து - மரணம்; நந்தல் - கெடுதல், கேடு அடைதல்; கந்தரம் - கழுத்து; கதிர் - சூரியன்; வரவு - எழுகை, தோற்றம்; அறிதர - அறியும்படி; சுந்தரம் - அழகு; சிறை - சிறகு; உகிர் - நகம்; காந்தள் - செங்காந்தள் பூ, கார்த்திகை மாதத்தில் பூக்கும் பூ; சூடு - கொண்டை; வாரணம் - சேவல்.

எவ்வுயி ரினுக்கு மிரங்கியெப் பொருளு
மீகுவ னிணையறு மிறையோ
னவ்விய மணுகா னழிவிலா றகுமா
னளவிடா தவனறு சதன்மேற்
செவ்விய வெழிற்சிங் காசன முடையோ
னெனச்செழுந் தரளஞ்செம் மணிமீ
தொவ்விய சிறைவெண்குங்கும நிறவா
யுளபெருங் கோழியொன் றுணர்த்தும். **(102)**

102. (846) எவ் வுயிருக்கும் இரங்கி எப் பொருளையும் அளிப்பவன் இணை யற்ற இறைவன். குற்றம் அணுகாதவன். அழிவில்லாதவன். அருளாளன். அளவிட முடியாதவன். அருஷின் மேல் செம்மையான அழகு சிங்காசனம் உடையவன் என்று, செழித்த முத்தும் செம்மணியும் விரவிய சிறகும் வெண்குங்குமப்பூ நிற வாயும் உடைய பெரிய கோழி ஒன்று உணர்த்திப் பேசியது.

ஈகுவன் - அளிப்பான்; இணையறும் - இணை அற்ற; அவ்வியம் - மறைவு, குற்றம்; அணுகான் - நெருங்காதவன்; ரகுமான் - அருளாளன்; அளவிடாதவன் - கணித்து அளந்து அறிய முடியாதவன்; அருசு - இறைவனின் அதிகார பீடம்; செவ்விய - செம்மையான; எழில் - அழகு; சிங்காசனம் - குருசி, இருக்கை; தரளம் - முத்து; ஒவ்விய - பொருந்திய; சிறை - சிறகு.

தவப்பொருள் விரும்பு மாதநன் னபிபூ
தலத்திடை யுதவுசந் ததிகாண்
மவுத்துவந் துமது வலியுமுள் ளுயிரு
மாய்ப்பது சரதமா கையினா
லுவப்புற வுமக்குச் சம்மதி யெவையோ
வவ்வகை யொழுகுமென் றுபைய
செவிப்பட மலைக்கல் லனைத்தையுந் துளைக்குந்
திறத்தவாய்க் கழுகொன்று செப்பும். **(103)**

103. (847) மெய்யான தவத்தின் இலக்குப் பொருளாகிய இறைவன் விரும்பும் ஆத நபி (அலை) உலகத்தில் பெற்றெடுத்த மக்களே! மரணம் வந்து உங்கள் வலிமையையும் உள்ளுயிரையும் மாய்ப்பது உறுதி. ஆகையினால் உங்களுக்கு மகிழ்ச்சியும் விருப்பமும் எவற்றில் உள்ளனவோ அவ் வகையில் வாழுங்கள் என்று, மலைக்கல்லையும் துளைத்துவிடும் வலிமைகொண்ட வாயுடைய கழுகு ஒன்று இரு காதுகளிலும் விழும்படிப் பேசிற்று.

தவப்பொருள் - இறைவன்; பூதலம் - உலகம்,; உதவும் - பெற்ற; மவுத்து - மரணம்; வலி - வலிமை; சரதம் - உறுதி; உவப்பு - மகிழ்ச்சி; உற - அடைய; ஒழுகும் - வாழுங்கள்; உபயம் - இரண்டு; செப்பும் - சொல்லும்.

விதிதரு முலக மயக்கமென் பதனில்
விளைவதிவ் வகையெனத் தெளியு
மதியுடை யவருக் கலைகடல் வளைந்த
வையகத் தினிலுமற் றுளதாம்

பதியினுங் கயிறா யிருக்குமென் றணிந்த
பழம்பவ ளச்சிறை தெளிகட்
கதிர்விரி தரள வெண்மையங் கழுத்துக்
கருடனொன் றெழிலொடு கவலும். (104)

104. (848) தரித்த பவளச் சிறகும் தெளிந்த கண்ணும் ஒளிவீசும் முத்துவெள்ளைக் கழுத்தும் கொண்ட பருந்து ஒன்று, மனிதர் வாழுமாறு விதிக்கப்பட்ட உலகத்தில் அதன்மீது கொள்ளும் மயக்கத்தினால் விளையக் கூடியது இது என்று ஆராய்ந்து தெளியும் அறிவு உடையவர்க்கு, அலைகடல் விளைந்த உலகத்திலும் மற்றுள்ள மறுமை நாட்டிலும் நன்மையாக இருக்கும் என்று அழகாகக் கூறியது.

விதி - விதிக்கப்பட்ட, மனிதர் வாழுமாறு விதிக்கப்பட்ட; மதி - அறிவு; கலை - அலை; பதி - நாடு, இடம்; கயிறு - நன்மை; அணிந்த - தரித்த; தெளிகண் - கூர்த்த பார்வை, தெளிந்த கண்; கதிர்விரி - ஒளிவிரியும்; தரளம் - முத்து; கருடன் - பருந்து; எழில் - அழகு; கவலும் - கூறும்.

வாரியை யுடுத்த நெடும்புவித் தலத்தில்
வந்துளீ ரழிவிலாப் பதவிக்
காரியத் தினிலே கருத்துவைத் திடுமின்
கடந்திடில் வரலரி தெனவே
கூரிய கோட்டுக் கருவிழி வளர்ந்த
கொப்புறக் கவையடி முழவுப்
பாரிய திமில்மென் றசையெறி தருவாய்ப்
பண்பினோ ரிடபமும் பயிலும். (105)

105. (849) கூரிய கொம்பும் கறுப்புக் கண்ணும் மயிர்வளர்ந்து மூடிய கவை யடிக் காற்குளம்பும் ஆடும் பெரிய பறைபோன்ற திமிலும் மென்று அசைபோடும் வாயும் உடைய காளை மாடு, கடலை ஆடையாக உடுத்த நெடிய நிலவுலகத்தில் உள்ளவர்களே! அழிவில்லாத பதவியாகிய சொர்க்கத்தைப் பெற்றுத்தரும் செயல்களில் கருத்துக் கொள்ளுங்கள். காலம் கடந்து இங்கிருந்து போய்விட்டால் மீண்டும் இங்கு வரமுடியாது என்று பண்புடன் சொல்லிற்று.

வாரி - கடல்; நெடும் - நெடிய, பெரிய; புவித்தலம் - நிலவுலகம்; கடந்திடில் - கடந்து போய்விட்டால்; வரல் - மீண்டும் இங்கு வருதல்; அரிது - முடியாது; கோடு - கொம்பு; கொப்பு - மயிர்க்கற்றை; அடி - கால்; முழவு - பறை; பாரிய - பெரிய; திமிழ் - திமில், கழுத்துக்கு மேலாக வளர்ந்த தசை; மென்றசை எறி - மென்று அசைபோடும்; இடபம் - காளைமாடு; பயிலும் - சொல்லும்.

இறைவிடுத் தருடூ துவரெனு நபிக
ளெவர்க்குநா யகமென வுதிக்குந்
திறன்முகம் மதர்மீ தினுமவர் திருக்கோத்
திரத்தின்மீ தினுஞ்சினப் பவர்க்குப்
பறைதரு கொடிய லகுனத்தா மெனவும்
பாத்திகா வென்னுஞ்சூ றத்தை

யுறுதிகொண் டோது மெனவுமோர் வௌவா
லோரடிக் கரம்விரித் துரைக்கும். **(106)**

106. (850) இறைவன் அனுப்பியருளும் தூதர்கள் என்னும் நபிமார்கள் எவருக்கும் நாயகம் தலைவர் எனத் தோன்றவிருக்கும் காரண முஹம்மது (ஸல்) மீதும் அவர்கள் குடும்பத்தார் மீதும் பகைத்துச் சினம் கொள்பவர்க்குப் பறை யறைந்து அறிவிக்கத் தக்க கொடிய சாபம் உண்டாகும் என்றும், தோற்றுவாய் அத்தியாயம் என்னும் பாத்திகா சூராவை உறுதிகொண்டு ஓதுங்கள் என்றும் ஒரு வௌவால் தன்னுடைய ஓரடிக் கையை விரித்துச் சொல்லிற்று.

நாயகம் - தலைவர்; திறன் - காரணம்; கோத்திரம் - குடும்பம்; லகுனத்து - முனிவு, சாபம்; பாத்திகா - தோற்றுவாய், முகமன்; சூரத் - அத்தியாயம்; கரம் - கை.

அதிகுணத் தவுறாத் தெனுஞ்சுரு தியின்மூன்
றாயத்துண் டதையிசை தோன்ற
விதயுமுள் ளுருக்கம் பெருகிநித் தமுமே
யிரவினும் பகலினு மோதுந்
ததியுற வளர்கூ ருதிர்விரற் கோமே
தகமணி நிகரிரு பார்வை
மதகயம் வெருவு வனப்புலி நிகரோர்
மனைப்புலி யென்னுமாற் சாலம். **(107)**

107. (851) நிறைந்து வளர்ந்த கூரிய நகங்களை உடைய காலும் கோமேதகமணிக்கு நிகரான இரண்டு கண்களும் உடையது பூனை. உருவத்தால் மதநீர் ஒழுகும் யானை கண்டு அஞ்சும் காட்டுப் புலிக்கு நிகரானது. அதனால் பூனை மனைப்புலி என்று கூறப்படும். காரணம் மிகுந்த தவுராத் என்னும் வேதத்தில் மூன்று வாக்கியங்கள் உள்ளன. அவற்றை, இசையுடன் மனஉருக்கம் பெருகி நாள்தோறும் இரவிலும் பகலிலும் ஓதிக்கொண்டே இருந்தது பூனை.

அதி - மிகுதி; குணம் - காரணம், அற்புதம்; சுருதி - வேதம்; ஆயத்து - நூற்பா, வாக்கியம்; நித்தம் - நாள்தோறும்; ததி - நிறைவு; கூர் - கூரிய; உகிர் - நகம்; மதகயம் - மதநீர் ஒழுகும் யானை; வெருவும் - அஞ்சும்; வனப்புலி - காட்டுப்புலி; மனைப்புலி - வீட்டுப்புலி; என்னும் - எனப்படும்; மார்ச்சாலம் - பூனை.

சதுவிதத் தளஞ்சூழ் சமுகமென் பதிலித்
தகையுறப் பறவையும் விலங்கு
நிதநித மறிவு நிகழ்த்தவீ தலது
நெடுந்தொலைத் தேயமெங் கணும்போ
யதிசய முணர்ந்து தூதெனமு னம்வந்
தடைந்தள குதுகுது வறையப்
பொதுநெறி செலுத்தித் திங்கண்மும் மாரி
பொழிதர மகிழ்ந்திருந் தனரே. **(108)**

108. (852) பறவை விலங்கு ஜின் பைசாசம் நான்குவகை கூட்டங்கள் சூழ்ந்து நிற்கும் அரச மன்றத்தில் பறவைகளும் விலங்குகளும் நாள்தோறும் அறிவு மொழிகள் நிகழ்த்தின. இஃதன்றி நெடுந்தொலைவில் உள்ள நாடுகள்தோறும் சென்று ஆங்காங்குக் காணும் புதுமைகளைக் கொண்டலாத்திப் பறவைத் தூதன் நாள்தோறும் வந்து சொல்லிக்கொண்டிருந்தது. அனைத்தையும் கேட்டுப் பொதுநீதி செலுத்தி, மாதம் மூன்று மழை பொழிய மகிழ்ந்திருந்தார் அரசர் நபி சுலைமான் (அலை).

சது - நான்கு; தளம் - கூட்டம்; சமுகம் - அரசமன்றம்; நிதநிதம் - நாள்தோறும்; நிகழ்த்த - கூற; அலது - அல்லாது; குதுகுது - கொண்டலாத்திப் பறவை; அறைய - அறிவிக்க; பொதுநெறி - சமநீதி, பொதுநீதி; திங்கள் - மாதம்; மாரி - மழை.

பறவைவிலங்கினம் வசப்படு படல முற்றிற்று.
படலம் 17 -க்கு - திருவிருத்தம் - 852

17. பறவை விலங்கினம் வசப்படுபடலம்

படலச்செய்தி

உலகம் முழுவதும் நீதியான ஆட்சி நடத்தும் அரசர் நபி சுலைமான் (அலை) பறவை இனங்கள் எனக்கு வசப்பட்டு ஒழுகுமாறு அருள்புரிய வேண்டும் என்று இறைஞ்சினார். வானவர் தலைவர் ஜிபுரீலை (அலை)யும் மீக்காயீலை (அலை)யும் அழைத்து பறவை இனங்களை எல்லாம் என் நபியிடம் கொண்டு போய்ச் சேருங்கள் என்று கட்டளையிட்டான். அவ் விருவரும் பூமியில் இறங் கிப் பறவை இனங்களை எல்லாம் அழைத்து நபி சுலைமான் (அலை) இடம் சென்று அவர் ஏவல்படி ஒழுகுங்கள் என்று கட்டளையிட்டுச் சென்றனர். அதன் படி எண்ணத் தொலையாத பறவை இனங்கள் கூட்டம் கூட்டமாகத் திரண்டு வந்தன. இக் காட்சியைக் கண்ட மன்னர்களும் மக்களும் சின்களும் புதுமை எய்தினர். எட்டுத் திசையும் ஆளும் அரசர் நபியும் வியப்பெய்தினார். ஒவ்வொரு பறவையையும் அழைத்து உங்கள் வரலாறும் வாழ்வும் குறித்து எனக்கு அறிவியுங்கள் என்று பணித்தார். முதலில் அன்னம் வந்தது. தங்கள் பாட்டனார் நூகு (அலை) நபியின் கப்பலில் ஏறிப் பிழைத்தேன். மனிதர் தந்தை ஆதம் (அலை) நபியையும் அறிவேன். அவரோடு வாழ்ந்தேன். ஒருநாள் அவர் என்னை வாழ்த்திவிட்டு பிற்காலத்தில் ஒரு நபி தோன்றுவார். சின், ஊர்வன, பறப்பன யாவும் அவர் சொற்படி நடக்கும். அவரை நீ காண்பாய். காணும்போது என் சலாம் சொல் என்று கூறினார் எனக் கூறி சலாமைச் சேர்த்துவைத்தது. தொடர்ந்து என்னிடம் ஒரு சூரா உள்ளது. அதை ஓதினால் வாழ்வில் பேறு களும் பெருக்கமும் ஏற்படும். அதைச் சொல்லட்டுமா எனக் கேட்க சொல் என்றனர் நபி. அதன்படி பாத்திகா சூராவை ஓதி ஆமீனை நீட்டி நிறுத்தி ஓதி சுசூது செய்தது. அரசர் நபியும் சுசூது செய்தார். அடுத்து வந்தது கழுகு. மனிதர் தந்தை ஆதம் (அலை) நபியுடன் தோழமை பூண்டிருந்தேன். தங்கள் வருகையை முன்னுரைத்துத் தங்களுக்குச் சலாமும் அமானிதமாக ஈந்தார். அதை அளித்தேன் என்றது. உலக இயற்கையும் வானவர் இயற்கையும் அறிவேன். என்னிடம் ஒருசூரா உள்ளது. அதைச் சொல்லவோ எனக் கேட்டது.

சொல் என்றார். அதைச் சொல்லி சுஜூது செய்தது. அதன் பொருள் விளங்கி அரசர் நபியும் உருகிச் சுஜூது செய்தார். பின்னர் எழுந்து பறவை இனங்களின் தலைமை உனக்கு அளித்தேன். உன்னைப் பணியாதவரைத் தண்டிப்பேன். எமக்கு அணுக்கமாய் இரு என்றார். பறவை இனங்கள் எல்லாம் கழுகைப் பணிந்தன. ஆனைஇறாஞ்சிப் பறவை அடுத்து வந்தது. அதன் வியத்தகு வடிவை நோக்கிச் சொர்க்கத்துப் பறவைபோல் உள்ளாய். உன்னைப்பற்றிச் சொல் என்றார். இதைக் கேட்டுச் செருக்குக் கொண்டு பேசலாயிற்று. இதை உணர்ந்த அரசர் நபி, முற்றுணரும் கல்வியை அழகை வீரத்தை புகழை செல்வவாழ்வை இவை போன்ற மேன்மைகளை எல்லாம் அழித்துவிடும் செருக்கு. ஆதலால் அதை அகற்று என்று அன்புடன் கூறினார். அடுத்து வந்தது அன்னப் பறவை. சலாம் சொல்லிப் பணிந்து ஒழுங்குடன் பேசிற்று. நபி ஆதம் (அலை) என்னை உகந்து வளர்த்தார். அவர் ஓயாது ஒரு தசுபீகு ஓதுவார். அதைக் கேட்டு அறிந்தேன். சில கலிமாக்களையும் கற்றுத் தந்தார். சொல்லவோ என வினவ, சொல் என்றார் அரசர் நபி. அவற்றை ஓதிக் காட்டியபின் எனக்கு ஒரு பணி ஏவுங்கள். அதைச் செய்தபடி தங்கள் அருகிலேயே இருப்பேன் என்றது. நல்லது என்றார். தொடர்ந்து வந்த கொண்டலாத்திப் பறவை சலாம் சொல்லி நபியை வாழ்த்திப் பணிந்தது. இறைவன் அருளால் தங்களைக் காணும் பேறு பெற்றேன். என்னைத் தூதுப் பணியில் அமர்த்துங்கள். நீர்நிலை இருக்கும் இடங்களை அறிந்து சொல்வேன். தொலைவில் உள்ள நாடுகளின் நடப்புகளை அறிந்துவந்து சொல்வேன். தங்கள் அருகில் இருப்பேன் என்றது. அஃது அவ்வாறே அமர்த்தப்பட்டது.

சேவல் வந்தது. ஒரு மூச்சும் வீண்படாது படைத்தவனை நினைவுகூருங்கள் என்று கூவியபடி வந்தது. அரசர் நபியின் முகம் நோக்கித் தந்தை ஆதம் (அலை) உடன் வாழ்ந்தேன். தொழுகை நேரத்தைக் கூவி அறிவிப்பேன். நூகு (அலை)வின் கப்பலில் நானும் இருந்தேன். பின்னர் இபுராகீம் (அலை) நபியின் அன்பில் இருந்தேன். அவர் ஒரு துஆ ஓதுவார். இடைவிடாமல் உருக்கமுடன் ஓதுவார் என்று சொல்லி அதனை ஓதிக் காட்டியது. கேட்டுப் பூரித்தார். சேவலை அருகில் அமர்த்திக்கொண்டார். தொட்டுத் தெரியாமலும் மாசு தோயாமலும் சோம்பலின்றி எட்டுத் திசையிலும் உலவும் காற்று வந்து பணிந்து புகழ்ந்தது. தன் திறன் உரைத்தது. அரச பரிவாரத்தைச் சுமந்து செல்லும் பணி அதற்குத் தரப்பட்டது. இவ்வாறே பிற பறவை இனங்களும் விலங்கினங்களும் ஊர்வனவும் வந்து பணிந்து ஏவலாளாய்ப் பணிபெற்றன. பின்னர் அவற்றை நோக்கி உங்கள் இருப்பிடங்களுக்குச் செல்லுங்கள். அழைக்கும்போது வாருங்கள் என்று கூறி அனுப்பினார். அப்பால் நெய்தல் தொழில் வல்ல சின்களை அழைத்துத் தங்கச் சரட்டினால், நீளத்தில் ஒரு காத அளவும் அகலத்தில் ஒரு காத அளவும் உடைய கம்பளம் ஒன்று நெய்து வாருங்கள். நம்முடைய பரிவாரங்களுடன் நாமும் அதில் அமர்ந்து பரிபாலனம் செய்ய வேண்டும் என்று கட்டளையிட்டார். அவ்வாறே விரைந்து நெய்தன. நடுவில் மாணிக்க மணி இழைத்த அரசிருக்கை ஒன்றும் அமைத்துக் கதிரவன் ஒளியைச் சுருட்டி எடுத்து வருவதுபோல் அரசர் நபிமுன் விரித்தன. கண்டு மகிழ்ந்து பரிசு கொடுத்து அனுப்பினார்.

பணியாளர் கம்பளத்தை விரித்தனர். நடுவில் மாணிக்கத் தவிசு இருக்க தங்க இருக்கை மூவாயிரமும் வெள்ளியிருக்கை மூவாயிரமும் பரப்பினர். மாணிக்கத் தவிசில் இராசநாயக நபி அமர்ந்தார். தங்க இருக்கையில் சமய அறிஞர்கள் - உலமாக்கள் அமர்ந்தனர். வெள்ளி இருக்கையில் அரசர்கள் அமர்ந்தனர். மற்றுள்ள சின்கள் அலகைகள் கரிபரி கவிகை ஆயுதத் தொகுதிகள் கடல்போல் சூழ்ந்தன. வெயில் விழாவண்ணம் பறவைகள் தங்கள் சிறகுகளால் பந்தலிட்டன. இந்த அரச கொலுவைக் காற்று வான வெளியில் சுமந்து சென்றது. ஒரு மாதப் பயணத் தொலைவை ஒரு பகலில் கடந்தது. எட்டுத் திசையிலும் சென்றது கம்பள விமானம். ஆங்காங்குள்ள அரசர்கள் பணிந்து புகழ்ந்தனர். பணியாதார் பணிவிக்கப்பட்டனர். திசைக்கு நூறு காதவழி படையணிகள் சென்றன. மனிதர் இருபத்தைந்து காதம், சின்கள் இருபது காதம், விலங்குகள் முப்பது காதம், பறவைகள் முப்பது காதம் என அளவிட முடியாத படைத்திரள் சென்றது. இஃது இவ்வாறாக,

அரசர் நபிக்கு முன்னூறு மனைவியரும் எழுநூறு வெள்ளாட்டியரும் இருந்தனர். ஆயிரம் பளிங்கு மாளிகைகள் வரிசையாகக் கட்டி அவற்றில் மாளிகைக்கு ஒருவராக அவர்களைக் குடியமர்த்தினார். அவ் வாயிரம் மடந்தையருடனும் ஆயிரம் உருவங்கொண்டு அனுபவித்து மகிழ்ந்தார். அவர் தந்தைக்குத் தொண்ணூற்று ஒன்பது மனைவியர் இருந்தனர். அவர் அவர்களை இவ்வாறே அனுபவித்தார். தந்தையைவிட மைந்தர் வியப்பிற்குரியவர். இவ்வாறு வாழும் காலத்தில் ஒருநாள் கையில் குறுந்தடியும் திருவோடும் கொண்டு கழுத்தில் மணிமாலை அணிந்து வெள்ளைத் துணியால் உடலைப் போர்த்துக்கொண்டு இளைய பக்கீர் ஒருவர் வந்தார். வந்தவர், ஆயிரம் அழகிய பெண்களை வைத்திருக்கிறீர். ஒருவர்க்கு இத்தனை பேரா? அவர்களில் ஒரு பெண்ணை எனக்குக் கொடும் என்று கேட்டார். அவரிடம், அவ் வாயிரம் பெண்களில் எம்முடன் சேர்ந்தே அல்லாமல் தனித்து இருக்கும் பெண்ணை நீர் அழைத்துச் செல்லும் என்றார். இதனால் மகிழ்ந்த பக்கீர் கழுத்து மணி அறுந்து சிதறி விழுவதையும் உடல் நெறிபடுவதையும் பாராமல் ஓடியோடி மாளிகை தோறும் சென்று பார்த்தார். ஒவ்வொரு மாளிகையிலும் அரசர் நபியுடன் இணைந்தே அன்றித் தனித்திருக்கும் பெண் எவரையும் காணாமல் திகைத்தார். இறுதியில் அரச மன்றத்திற்கு மீண்டார். அங்கும் அரசர் நபி தவிசில் அமர்ந்திருக்கக் கண்டு மருண்டார். மனம் நடுங்கினார். தங்கள் மேன்மையறியாக் குறைமதியால் குற்றம் செய்தேன். பொறுத்தருள வேண்டும் என்று இறைஞ்சினார். அவரைப் பரிவுடன் நோக்கி “சொர்க்கத்தில் ஒருவன் எழுபதினாயிரம் பெண்களை புணர்தல் இவ்வாறுதான்” என்று கூறி அவரை அனுப்பிவைத்தார். இவ்வாறு நாள்தோறும் புதுமைகளும் மேன்மைகளும் வளர்ந்தன. எல்லா உயிர்களுக்கும் செம்மையான நீதி அரசு புரிந்தார். அக் காலை ஒருநாள் அரச மன்றம் கூடிய போது சில விலங்குகளும் பல பறவைகளும் ஆழ்ந்த அறிவுரைகள் கூறின. உலகில் பிறக்கும் போது சேர்ந்தே பிறக்கும் மரணத்திற்கு மக்களைப் பெறுகிறீர். நிலையான வீடான சொர்க்க வீட்டைக் கட்டாமல் அழியும் வீடுகள் கட்டுகிறீர். மெய்ப்பொருளான அருளறம் தேடாமல் போயழியும் புவிப்பொருள் தேடுகிறீர். மெய்யுணர்ந்தவர்களே! இறைவனை வணங்குங்கள் என்றது அன்னம்.

நீங்கள் எவ்வாறு நடக்கிறீர்களோ அவ்வாறே நடத்தப்படுவீர்கள் என்றது மயில். கொடிய பாவங்கள் செய்பவர்களே! இறைவனுக்கு அஞ்சுங்கள். தவுபாச் செய்து மீளுங்கள் என்று குதுகுது - கொண்டலாத்திப் பறவை கூறியது.

இருப்பவை எல்லாம் இறந்து போகும். இறந்தவை எல்லாம் இறுதிநாளில் உயிர்கொடுத்து எழுப்பப்படும். பழைமை புதுமையாகும். புதுமை பழைமை ஆகும் என்பதை அறியுங்கள் என்றது கவுதாரி. இறைவன் நிகரற்றவன். ஒருவன். கருணைக்கடவுள். பெரியவன். தூயவன். புவியும் வான மண்டலங்களும் இவற்றில் வாழும் உயிர்களும் பணிந்து புகழும் புகழ்ச்சிகள் அனைத்தும் அவனுக்கு மட்டுமே உரியவை என்றது புறா. உயிர் எவையினையும் அமைக்கவும் அவை உண்ணும் உணவுப் பொருள் அளித்து வளர்த்துக் காக்கவும் அவற்றை அழிக்கவும் வல்லவன் ஆன இறைவன் துயர் அணுவும் அணுகாதிருப்பவன். தூயவன். பழுது குறை இல்லாதவன் என்றது ஒரு சின்.

வாயை மூடியவன் பாதுகாப்பும் அமைதியும் பெற்றான் என்றது காக்கை. தமது கருத்தை எல்லாம் உலகக் கவர்ச்சியில் வைத்து மறுமை வீட்டை மறந்தவர்க்கே துன்பம் தரும் கேடெல்லாம் என்றது கிளி. என்னைப் படைத்தவன் இறைவன். தனித்தவன். ஒருவன். யாதொரு குற்றமும் இல்லாதவன். அழகன். அளவிட முடியாப் புகழுடையவன். தொடக்கமும் நடுவும் முடிவும் இல்லாதவன் என்றது இராசாளிப் பறவை. அறிவில் அடங்காதவன் எவ்வுலகமும் புகழ்ந்து போற்றும் இறைவன். அவனே வல்லவன். பழுதகன்றவன். எறும்பு முதல் யானை வரை செறித்து கிடக்கும் உயிரினங்களும் மறைவான சின் பைசாசம் வானவர் முதலிய உயிரினங்களும் வணங்கும் வணக்கத்திற்கு உரியவன் என்றது தவளை.

திடுமென வந்து உங்களைக் கொண்டு போகும் மரணத்தை மறந்தவர்களே! கெடுதல் இல்லாத உறுதிப்பொருளான ஆதிநாயகனை எப்போதும் நினையுங்கள் என்றது சேவல்.

எவ் வுயிர்க்கும் இரங்கி அது வேண்டும் எப் பொருளையும் அளிப்பவன் இணையற்ற இறைவன். அழிவு நெருங்காதவன். அழிவிலா அருளாளன். அளவு செய்ய முடியாதவன். அருஷின் (பீடம்) மேல் அழகிய தவிசு (குருசி) உடையவன் என்றது கோழி.

ஆதம் (அலை) நபியின் கான்முளைகளே! மரணம் வந்து உங்கள் வலிமைகளையும் உயிரையும் மாய்ப்பது உறுதி. ஆதலால் உங்களுக்கு விருப்பமான வழி எதுவோ அவ் வழியில் வாழுங்கள் என்றது கழுகு. உலகக் கவர்ச்சியில் விளையக் கூடியது இது என்ற அறிவைப் பெற்றிருப்பது இவ் வுலகத்தினிலும் வரும் மறுமையிலும் நன்மை தரக் கூடியதாக இருக்கும் என்றது பருந்து.

உலகில் பிறந்துள்ளவர்களே! அழிவு இல்லாத மறுமைப் பதவிக்கு உரிய செயல்களில் கருத்து வையுங்கள் என்றது காளை. இறைவன் அனுப்பும் தூதர்களான நபிமார்கள் யாவருக்கும் தலைவராகத் தோன்றவிருக்கும் காரண நபி முகம்மது (சல்) அவர்கள் மீதும் அவர்கள் குடும்பத்தார் மீதும் பகையும்

சினமும் கொள்பவர்க்குக் கொடிய சாபம் இறங்கும் என்றும், பாத்திகா சூராவை உறுதிகொண்டு ஓதுங்கள் என்றும் கூறியது வௌவால். மிகுதியான காரணங்கள் விளங்கிய மூசா (அலை) நபியின் தவுராத் வேதத்தில் மூன்று ஆயத்துகள் (வாக்கியங்கள்) உள்ளன. அவற்றைப் பெருகிய மன உருக்கத்துடன் பகலிலும் இரவிலும் ஓதுங்கள் என்று சொல்லிவிட்டுத் தானும் ஓதியது பூனை. இவ்வாறு பறவைகளும் விலங்குகளும் அறிவுமொழி கூற, தொலைவில் உள்ள நாடுகளின் விந்தைகளைக் கொண்டலாத்திப் பறவை கண்டறிந்து வந்து அறிவிக்க, பொதுநீதி செலுத்தி, மாதம் மூன்று மழை பொழிய மகிழ்ந்திருந்தார் அரசர் நபி சுலைமான் (அலை).

18. வானம்பாடிப் படலம்
அறுசீர்க் கழிநெடிலடி யாசிரிய விருத்தம்

அரியவன் கருணை யோங்க வரசிருந் திடிலோர் நாளிற்
பரிவினோர் திசையை நாடிப் பலவலி மதுகை வீரர்
கரிபரி யிரதஞ் சூழக் காற்றுவா கனத்தை நீத்து
வருமன வேக மீக்கொள் வாம்பரி யேறி னாரே. (1)

1. (853) அரிதில் அரியவனான இறைவன் கருணை பொங்கி ஓங்க அரசு புரியும் காலத்தில் ஒருநாள் ஒரு திசையை நோக்கிப் பயணம் புறப்பட்டார் அரசர் நபி. வலிமைமிக்க வெற்றி வீரர்கள் நிறைந்த காலாட்படை யானைப்படை குதிரைப்படை தேர்ப்படை ஆகிய நாற்படையும் சூழ்ந்து வர காற்று வாகனத்தை விட்டிறங்கி மனவிரைவை மிஞ்சும் அழகிய குதிரையில் ஏறிப் புறப்பட்டார்.

அரியவன் - இறைவன்; பரிவு - அன்பு; வலி - வலிமை; மதுகை - வெற்றி; கரி - யானை; பரி - குதிரை; இரதம் - தேர்; நீத்து - நீங்கி, விட்டிறங்கி; மீக்கொள் - மிகுதி; வாம்பரி - அழகிய குதிரை.

தாரையெக் காளம் பூரி கஞ்சனஞ் சதியி னோடே
பேரிகை முதலாய் மற்ற முரசதிர் பெருகு மோதை
வாரியி னொலியை மாற்றி வான்முகில் வெருவத் தாக்கிச்
சீரிய விமையா நாட்ட விண்ணவர் செவியிற் சார. (2)

2. (854) தாரை எக்காளம் பூரி கஞ்சனம் சதி பேரிகை முரசு முதலிய இசைக்கருவிகள் முழங்கின. அவ் வோசை கடலோசையை மிகைத்தது. முகில்களின் மோதலால் எழும் இடியோசையையும் புறந்தள்ளி மேலுயர்ந்தது. இமைத்தல் இல்லாது பார்க்கும் வானவர் காதுகளில் சார்ந்தது.

தாரை, எக்காளம், பூரி, கஞ்சனம், சதி, பேரிகை, முரசு - போர்க்களத்தின் வாத்தியக் கருவிகள்; அதிர் - அதிர்ந்து; வாரி - கடல்; வெருவ - அஞ்ச; நாட்டம் - நோக்கு, பார்வை; சார - சென்றடைய, சேர.

பொலிதரு வனந்த பேதப் புள்ளினஞ் சிறைவி ரித்து
மலிகதிர் நிழல்வி ழாது வான்மிசை நீழல் செய்தே
யொலிமிகு தளத்தோ டேக லுவமையில் லாத சோதிப்
பலபல மணிக ளாலே பந்தரிட் டிடுத லொப்ப. (3)

3. (855) அழகுமிக்க பலவேறுபட்ட பறவைகள் சிறகு விரித்துச் சூரியனின் கதிர்வீச்சு விழாமல் வானத்தில் பந்தலிட்டபடி ஆரவாரத்தோடு செல்லும் படையணிகளோடு சேர்ந்து சென்றன. பல நிற மணிகள் பதித்த ஒப்பில்லாத ஒளிப்பந்தல் வானத்தில் மிதந்து செல்வதுபோல் இருந்தது அக் காட்சி.

பொலி - பொலிவு; அனந்தபேதம் - பல்வேறுபட்ட; புள் - பறவை; சிறை - சிறகு; மலி - அடர்த்தி; கதிர் - சூரியன், சூரியக் கதிர்; மிசை - மேல்; நீழல் - நிழல், பந்தல்; ஒலி - ஆரவாரம்; தளம் - படையணி; ஏகல் - செல்லுதல்; பந்தர் - பந்தல்.

இரதத்தின் சிகர மேகத் திடித்தணி மணியின் காந்தி
விரவுற்ற கதிரோன் றானும் வெட்கவா னெங்குந் தாவித்
தரையிற்றங் கியம ரத்திற் றழைத்தபச் சிலைக ளெல்லாம்
பரவிக்கண் களைம ழுக்கும் பலநிறம் வயங்கி வீச. (4)

4. (856) தேர்களின் உச்சி முகடு மேகத்தை இடித்தது. தேரில் பதித்த இரத்தினங்களின் ஒளிவீச்சு விரிந்து வரும் சூரியன் வெட்கும்படி வானவெளி எங்கும் பரவி தரையில் உள்ள மரங்களில் தழைத்த பச்சிலைகளிலும் பரவிக் கண்ணொளி மழுங்கும்படி பலநிறம் கொண்டு வீசிற்று.

இரதம் - தேர்; சிகரம் - உச்சி, முகடு; அணி - அணிந்த, பதித்த; காந்தி - ஒளி; மழுக்கும் - மழுங்கச் செய்யும்; வயங்கி - ஒளிர்ந்து.

கூரனல் விழிது டைக்கால் கோடுபெற் றனந்த மோங்கல்
பாரதிர் தரந டக்கும் பண்புவெங் கயங்கள் செல்லில்
வாரியிற் புகுந்து நீரை வாய்மடுத் தருந்தி மீளுங்
காரொலி யொலிப்ப தேபோற் கண்டையி னொலிக றங்க. (5)

5. (857) கூர்த்த நெருப்புக் கண்ணும் தொடர்ந்து நடக்கும் கால்களும் கொம்பும் பெற்று அளவில்லா எழுச்சியுடன் பூமி அதிரும்படி நடக்கும் இயல்புடைய சினம் மிகுந்த யானைகள் செல்கின்றன. செல்லும்போது நீர்நிலைகளில் புகுந்து நீர்ப்பருகி மீள்கின்றன. மேக முழக்கம் போல் கழுத்துமணி ஒலிக்க மீள்கின்றன.

கூர் - கூர்மை; அனல் - நெருப்பு; துடை - தொடை, தொடர்ச்சி; கோடு - கொம்பு; அனந்தம் - அளவற்ற; ஓங்கல் - எழுச்சி; பார் - உலகம், பூமி; அதிர்தர - அதிரும்படி; வெம் - வெம்மை, சினம்; கயம் - கஜம், யானை; செல்லில் - சென்றால்; வாரி - கடல், நீர்நிலை; மடுத்து - அருந்தி; மீளும் - திரும்பும்; காரொலி - இடி, மேக முழக்கம்; கண்டை - யானையின் கழுத்து மணி; கறங்க - ஒலிக்க.

பாயும்வெம் பிரவிப் பஞ்ச கதிகளைப் பார்வை மீதி
லாயுமவ் விதத்திற் காண்ப தலததன் காற்கு ளம்பு

வாயுவின் மீதி லேயோ மழைமுகின் மீதி லேயோ
தோயுமண் மீதி லேயோ தொடுவதென் றையந் தோற்ற. (6)

6. (858) குதிரைப் படையின் பாய்ந்து செல்லும் சினக் குதிரைகளின் பஞ்ச கதிகளாகிய ஐந்து வகை நடைகளை அறிந்து கொள்ளும் விதத்தில் பார்வைக்குப் படுவதில்லை. அவற்றின் காற்குளம்பு காற்றின் மீது படுகிறதோ? மழைபொழியும் மேகத்தின் மீது படுகிறதோ? மண் மீது படுகிறதோ? என்று ஐயம் தோன்றும்.

வெம் - வெம்மை, சினம்; புரவி - குதிரை; பஞ்சகதி - குதிரையின் ஐவகை நடை; அவை மயூரகதி - மயில்நடை; மல்லகதி - வலிமை, விரைநடை; வானரகதி - குரங்குநடை; விடபகதி - காளைநடை; வியாக்கிரகதி - புலிநடை, புலிப் பாய்ச்சல் நடை என்பன; ஆயும் - ஆராய்ந்து அறியும்; அலது - அல்லது; வாயு - காற்று; முகில் - மேகம்; தோயும் - பதியும்; ஐயம் - சந்தேகம்; தோற்ற - உண்டாக.

வீரரா யுதத்தி னெட்டி விறற்புய வயிர மாலை
தாரகை மதிய மான தயங்குசெம் மணித ரித்த
தேரியல் கழல்கள் வெம்மை நீக்கியொன் றாய்த்தி ரட்டிச்
சூரிய கிரணந் தன்னை துணைப்பதத் தமைத்த தாக. (7)

7. (859) வீரர்கள் தங்கள் வலிமை மிக்க தோள்களில் வேலாயுதத்தின் கழுத்துப் பகுதியைச் சார்த்தி வைர மாலையைக் கழுத்தில் அணிந்திருந்தனர். அது நட்சத்திரங்கள் சூழ்ந்த நிலவை ஒத்திருந்தது. ஒளிவீசும் சிவந்த மணிகள் பதித்த சிறந்த வீரக் கழல்கள் அணிந்திருந்தனர். அது சூரியக் கதிர்களை ஒன்றாகத் திரட்டி அதன் வெம்மையைப் போக்கிவிட்டு இரண்டு கால்களிலும் அமைத்ததைப் போல் இருந்தது.

ஆயுதம் - வேல், ஈட்டி; நெட்டி - வேலின் கழுத்துப் பகுதி; விறல் - வலிமை; புயம் - புஜம், தோள்; தாரகை - நட்சத்திரம்; மதி - நிலவு; மான - ஒப்ப; தயங்கும் - ஒளிவீசும்; தேரியல் - தெரிவு செய்த; கழல் - வீரர்கள் காலில் அணியும் காப்பு; வெம்மை - வெப்பம்; கிரணம் - ஒளிக்கதிர்; துணைப்பதம் - இருகால்கள்.

சுவனவொண் மலர்ப்பூஞ் சோலை தூயநன் நபிதன் காட்சி
யிவணிடைக் காண வென்றே யெட்டிநோக் கிடுதல் போல
வவிரொளித் துவச மோங்க வாலவட் டங்க ளம்பொற்
கவிகைகள் கார்மின் செங்கேழ் கதிர்பல கவிதல் காட்ட. (8)

8. (860) தூய நன்னபி படை நடத்தும் காட்சியைக் காண்பதற்காகச் சொர்க்கத்தின் ஒளிப்பூஞ்சோலை எட்டிப் பார்ப்பதுபோல் ஒளிவீசும் கொடி உயர்ந்து பறக்க, விசிறியாகிய பொற்குடைகளை வெட்டிப் பிளக்கும் மேக மின்னலின் செந்நிறக் கதிர்கள் கவிந்து காட்ட,

சுவனம் - சொர்க்கம்; ஒண் - ஒளி; இவண் - இங்கு; அவிர்ஒளி - ஒளிவீசும்; துவசம் - கொடி; ஆலவட்டம் - விசிறி; கவிகை - குடை; கார்மின் - மேகமின்னல்; செங்கேழ் - செந்நிறம்; கதிர் - ஒளிக்கதிர்; கவிதல் - குடைபோல் விரிந்து கவிழ்தல்.

தளமெனுங் கடல்வி ரிந்த நுரையிற்சா மரையி ரட்ட
விளர்நிலாக் கதிரைக் கையால் விரித்தென வாடை வீச
வளவறு துகளெ ழுந்தே யந்தர முழுதும் போர்ப்ப
வளநிறை புவியைத் தாங்கு வடிவிடை மருப்பு மாற்ற. (9)

9. (861) தளம் என்னும் கடல்விரிந்த நுரையால் வெண்சாமரம் வீச, வெண்ணிலாவின் ஒளிக்கதிரைக் கையால் விரித்ததுபோல் ஆடைவீச, அளவில்லாத புழுதிஎழுந்து வானவெளி முழுதும் மூட, வளங்கள் நிறைந்த பூமியைத் தாங்கும் காளை ஒரு கொம்பிலிருந்து இன்னொரு கொம்பிற்குச் சுமையை மாற்றுதற்கு.

தளம் - தரை; சாமரை - வெண்சாமாரம், கவரிமானின் மயிர்க்கற்றை விசிறி; இரட்ட - வீச; விளர் - வெண்மை; துகள் - புழுதி; அந்தரம் - வானவெளி; போர்ப்ப - மூட; விடை - காளை; மருப்பு - கொம்பு; மாற்ற - மாற்றுதற்கு, ஒரு கொம்பிலிருந்து இன்னொரு கொம்பிற்குச் சுமையை மாற்றுதல்.

எழுகட லெழுந்த தேயோ விவணெலாந் திரண்ட தேயோ
வழிகொள்பல் லுலக மெல்லா மண்டலத் துற்ற தேயோ
மொழிவதெவ் வகையென் றோது முதிர்பெருந் தானை யீட்டக்
குழுவொடு வள்ள லேறுங் கொய்யுளை நடத்தி னாரே. (10)

10. (862) ஏழுகடலும் எழுந்ததோ? எல்லாம் இங்கே திரண்டதோ? பல்வேறு உலகங்களும் பூமியில் வந்து கூடினவோ? எவ் வகையாக இதை விளக்குவது? என்று சொல்லும்படி முதிர்ந்த பெரிய படையணிகளின் கூட்டத்துடன் வள்ளலாகிய அரசர் நபி சுலைமான் (அலை) தாம் ஏறி அமர்ந்திருந்த குதிரையை நடத்தினார்.

இவண் - இங்கு; மண்டலம் - பூமி; உற்றது - அடைந்தது; மொழிவது - சொல்வது; தானை - படை; ஈட்டம் - திரள்; கொய்யுளை - குதிரை.

படையொடு நபிந டத்து பரிநடை புரியும் பாதை
யிடைசில தூரத் தப்பா லெழில்கொளோர் வானம் பாடி
சடைமல டிருந்து செய்யுந் தவத்தினின் முட்டை யிட்டே
யடைகிடந் ததுதன் காத லாண்குரு வியும்பால் வைக. (11)

11. (863) படையணிகளுடன் நபி நடத்தும் குதிரை செல்லும் பாதையில் சற்றுத் தொலைவிற்கு அப்பால், அழகிய வானம்பாடி ஒன்று, மலடாக இருந்து தவம் செய்து முட்டை இட்டு அடைகாத்துக் கிடந்தது. அதன் காதலனாகிய ஆண் குருவியும் அருகில் இருந்தது.

பரி - குதிரை; சிலதூரம் - சற்றுத்தொலைவு; எழில் - அழகு; சடை - சடைவு; பால் - பக்கம், அருகு; வைக - இருக்க.

இருபற வையுமி றாஜ நாயகந் தளமிங் கெய்த
வருவது துணைக்கண் ணாரக் கண்டன மலடி ருந்தே
யருள்கரு வுடைந்து நீற தாமென வகந்து ணுக்கித்
தெருமர லுறுவ தாகிச் சேவல்பேட் டினுக்கி யம்பும். (12)

12. (864) அரசர் நாயகத்தின் படை அவ் விடத்தை அடைய நெருங்கி வருவதைக் கண்களால் கண்டன. மலடாய் இருந்து, இறையருளால் இட்ட முட்டை, படையணிகளின் காலில் மிதிபட்டு உடைந்து சாம்பலாகிவிடுமே என்று மனம் துணுக்குற்றுக் கலங்கியது சேவல். சேவல் பெட்டைக்குச் சொல்லலாயிற்று.

தளம் - படை; அருள்கரு - இறையருளால் இட்ட முட்டை; நீறு - சாம்பல்; துணுக்கி - அஞ்சி; தெருமரல் - கலக்கம்; பேடு - பெட்டை; இயம்பும் - சொல்லும்.

தனியொரு வரும்வ ராத தலத்தினைக் குறித்து நெஞ்சிற்
புனிதமுற் றிடவி டாமற் போதுபோ யுதிக்கு மட்டு
நனிநரர் வருதல் போத லாய்நித நடக்கும் பாதை
யினின்மனத் துணிவாய் முட்டை யிட்டனை யினியென் செய்வாய். (13)

13. (865) எவரும் வராத இடமாகப் பார்த்து முட்டை இடாமல் பொழுது மறைந்து விடியும்வரை மிகுதியான மனிதர்கள் வருதலும் போதலுமாக நாள்தோறும் நடக்கும் பாதையில் துணிவுடன் முட்டை இட்டாய். இப்போது என்ன செய்வாய்?

தலம் - இடம்; நனி - மிகுதி; நரர் - மனிதர்; நிதம் - நாள்தோறும்.

தளமிதோ விங்கு நோக்கிச் சார்ந்தது தாளி னுட்பட்
டளவறு தவத்தா லீன்ற வண்டங்க ளுடைந்து தூளாய்
வளியினிற் பறக்கும் போது மகிழ்வுகண் முழுது மெய்திக்
குளிருமே யுன்னெஞ் சீதுன் குணத்தினால் வந்த தன்றோ. (14)

14. (866) படையணி இதோ இவ் விடத்தை நோக்கி வருகிறது. எல்லையற்ற தவத்தால் ஈன்ற முட்டை அதன் காலடியில் பட்டு உடைந்து புழுதியில் கலந்து காற்றில் பறக்கும். அப்போது உனக்கு மகிழ்ச்சி உண்டாகி உன்கண்ணும் மனமும் குளிருமே! இதுதானே உன்குணம்! அதனால்தானே இந் நிலை வந்தது!

தளம் - படை; அளவறு - அளவற்ற; அண்டம் - முட்டை; வளி - காற்று.

நடுவறி யினிலே முட்டை யிட்டடை காக்கொ ணாதென்
றிடுமொழி முனமே சொன்னே னெள்ளன வெண்ணி லாத
கெடுதொழில் கண்டன் றேயான் குஞ்சினிற் கிலேசந் தீர்ந்தேன்
கடுகள வெனிலு மென்றென் கருத்தினிற் கவலை கொள்ளேன். (15)

15. (867) நடுவழியில் முட்டை இட்டு அடைகாத்தல் கூடாது என்று முன்னரே சொன்னேன். எள்ளளவும் நீ எண்ணவில்லை. உன்னுடைய கெடுபுத்திக் கண்டு அன்றே நான் குஞ்சு பற்றிய கவலையைப் போக்கிக்கொண்டேன். இன்று கடுகளவும் மனத்தில் கவலைகொள்ள மாட்டேன்.

ஒணாது - ஒண்ணாது, கூடாது; இடுமொழி - கட்டளைமொழி; முனமே - முன்னரே; கெடுதொழில் - கெடுபுத்தி; கிலேசம் - கவலை.

அஞ்சிநின் றாண்மை செய்வ தழகென வடுத்த டுத்து
முன்சொலு மொழியைத் தள்ளி முட்டையிற் றிரண்ட குஞ்சு
துஞ்சவீண் பழிகொண் டாயின் றுன்மனத் துயரு மென்ற
னெஞ்சினிற் றுயரங் கூட்டி நீயனு பவிக்க வேண்டும். (16)

16. (868) அஞ்ச வேண்டும், அஞ்சி ஒதுங்கியும் ஆண்மை கொண்டு எதிர்நிற்க வேண்டுவதற்கு அவ்வாறு நின்றும் வாழ்வதே மனிதர்க்கு அழகு என்று நெடுங் காலமாக அடுத்தடுத்து முன்னோரால் சொல்லப்பட்டு வரும் அறிவுரையைப் புறந்தள்ளி முட்டையில் இரண்டு உருப்பெற்ற குஞ்சு அழியும்படி பழி சுமந்துகொண்டாய். இன்று உன்னுடைய மனத் துன்பத்தையும் என்னுடைய மனத்துன்பத்தையும் ஒன்றாகத் திரட்டி நீயே அனுபவிக்க வேண்டும்.

துஞ்ச - சாக.

வருமுனங் காக்கி லாதான் வாழ்க்கைகள் வளர்ந்து தாவு
மெரிமுனம் வைத்த வையா மெனுமுறை பழுது போமோ
தெருளணு வளவில் லாது திறப்பிழை செய்து பின்ன
ருருகுதற் குடம்பெ டுத்தோ ருனைநிக ரொருவ ருண்டோ. (17)

17. (869) தீங்கு வரும் என்பதை முன்னமே உணர்ந்து தற்காத்துக் கொள்ளாதவரின் வாழ்க்கை, வளர்ந்து தாவும் நெருப்பின் முன்னே வைக்கப்பட்ட வைக்கோல் போல் ஆகும் என்னும் சொல் பழுதாகுமோ? அணுவளவும் மனத் தெளிவில்லாமல் உறுதியான பிழை செய்து உருகுவதற்கு உடம்பெடுத்தவர்களில் உனக்கு நிகராக ஒருவரேனும் உளரோ?

எரி - எரியும் நெருப்பு; வை - வைக்கோல்; உரை - சொல்; தெருள் - தெளிவு; திறம் - உறுதி.

திருந்துதம் மறிவுள் ளோர்வச் சிரசரீ ரத்தோர் சொல்லில்
பொருந்துவோர் பிணிசேர்ந் தற்றோர் பொருந்திமேற் பொருந்தி லாதோர்
மருந்தினாற் றீர்ந்து பின்னும் வயப்படு நோயி னாளர்
பிரிந்துமுற் றினும்பொ ருந்தார் பிணத்தினுங் கீழ்மை யோரே. (18)

18. (870) தன் அறிவை மட்டுமே அடிப்படையாகக் கொண்டு செயல்படும் தற்சிந்தனையாளர், கட்டுடல் படைத்த முரடர், தான்செய்த உதவிகளைச் சொல்லிக்காட்டும் நண்பர், நோய்வாய்பட்டு நலிந்து அது தீர்ந்தோர், நட்புக்கொண்டு பழகியபின் அது முறிந்து பகைகொண்டோர், மருந்துண்டு நலம்பெற்றபின் மீண்டும் ஆகாதன செய்து நோய்வாய்ப்படும் பணியாளர் ஆகிய இவ் வறுவகை மக்களும் கூறுபடுத்தி வளைத்தாலும் பொருந்தி வழிக்கு வரமாட்டார்கள். இவர்கள் பிணத்தைவிடக் கீழ்ப்பட்டவர்கள்.

தம்மறிவு - தன்னை வியக்கும் அறிவு; வச்சிரம் - வைரம்; சரீரம் - உடல்; பொருந்துவோர் - நட்புப் பூணுவோர்; பிணி - நோய்; அற்றோர் - நீங்கியோர்; பொருந்தி - நட்புப் பூண்டு; பொருந்திலாதோர் - பகைகொண்டோர்; வயப்படுதல் - வசப்படுதல்; பிரிந்து - கூறுபடுத்தி, வேறுபடுத்தி; முற்றினும் - வளைத்தாலும்; பொருந்தார் - சரிப்படமாட்டார்.

நின்னறி வதனா லாய்ந்து செய்திலை நிகழ்த்து கின்ற
வென்னறி வெனிலுங் கேட்டற் கிடமிலை யிந்த நீர்மைப்
பின்னறி வுணரா மூடப் பேடைநீ ளயுயருள் ளாயோ
பன்னறி வெவைகற் றாலும் பெண்புத்தி பழுதே யன்றோ. (19)

19. (871) உன்னுடைய சொந்த அறிவால் ஆராய்ந்தும் செய்யவில்லை. எடுத்துச் சொல்லும் என்னுடைய அறிவுரையைக் கேட்பதற்கும் உன் இயற்கையில் இடமில்லை. இத்தகைய, பட்டு உணர்ந்தபின் அறியும் பின்புத்தி கொண்ட உணராத மூடப் பெட்டையே! நீ உயிருடன் இருக்கின்றாயோ? பலவகையான எத்தனை அறிவுகளைக் கற்றாலும் பெண்புத்தி குறையுடையதன்றோ?

ஆய்ந்து - ஆராய்ந்து; நிகழ்த்துகின்ற - சொல்கின்ற; நீர்மை - குணம்; பேடை - பெட்டை; பழுது - குறை.

ஒன்றுரை பயின்றி லாயின் றுன்மனத் துணர்வு சார்ந்து
நின்றுவெங் கவலை மீறி நிறைந்துவிம் மியதி னாலே
கன்றிவாய் திறக்க வொண்ணாக் கலக்கமுற் றிருக்கின் றாயோ
வென்றதிவ் வசனங் காதிற் கொண்டள வெதிர்ந்தி யம்பும். (20)

20. (872) ஒன்றும் சொல்ல முடியாமல், உன் அகவுணர்வைச் சார்ந்து நின்று, கொடிய கவலை மீறி நிறைந்து விம்மி அழுததனால் குரல் கன்றி வாய் திறக்க முடியாத கலக்கத்தில் இருக்கின்றாறோ? என்று சேவல் கூற, இவ் வார்த்தையைக் காதால் கேட்டவுடன் மறுமொழி சொல்லலாயிற்று பெட்டை.

பயின்றிலாய் - அறிந்திலாய்; மனத்துணர்வு - அகவுணர்வு, தாய்மையுணர்வு; வெம் - வெம்மை, கொடுமை; ஒண்ணா - முடியாமல்; வசனம் - வார்த்தை; எதிர்ந்தியம்பும் - மறுமொழி கூறும்.

நரர்முத லுயிர்கட் கெல்லா நன்னெறி தழைக்க வோர்கோல்
புரிதரு சுலையு மானன் னபிநெடும் புவியின் மீதே
பரவிய வனந்தங் கோடி பட்சியாம் பயிர்க ளுய்யத்
திருவடி சோனை மாரி தினந்தினம் புரியுங் கொண்டல். (21)

21. (873) மனிதர் முதலாய் உள்ள உயிர்கள் எல்லாம் நல்ல அறநெறியில் நின்று தழைத்து வாழ்வதற் கென்றே ஒற்றைத் தனிச்செங்கோல் நடத்துபவர் நபி சுலைமான் (அலை). உலகில் பரவியுள்ள அளவற்ற பறவையினங்களாகிய பயிர்கள் ஈடேற்றம் பெருவதற்காக நாள்தோறும் திருவடியாகிய பெருமழை பொழியும் மேகம்.

நரர் - மனிதர்; ஓர்கோல் - ஒற்றைச் செங்கோல்; புரிதரு - நடத்தும்; நெடும் - நெடிய, பெரிய; புவி - உலகம்; அனந்தங்கோடி - முடிவற்ற எண்ணிக்கை, அளவற்ற; பட்சி - பரவை; திருவடி - மேலான பாதம்; சோனைமாரி - விடாமழை, பெருமழை; கொண்டல் - மேகம்.

மன்னவ ரெவர்க டாமு மனுவொன்றுக் கரசாய் நீதி
பன்னுவர் மற்று முள்ள வுயிரைவீண் படவுங் கொல்வ
ரின்னவ ரெவைக்கு மோர்கோ லியற்றெழிற் குரிசி லாகி
நன்னவ நெறிக ளெந்த வுயிர்க்குமே நடத்துங் கோமான். (22)

22. (874) மன்னர் எவரானாலும் அவர்கள் மனிதர்களுக்கு மட்டும் அரசராய் நீதிசெய்வர். மற்றுள்ள உயிர்களை வீணே கொல்வர். இவரோ உயிர் எவைக் கும் ஒற்றைச் செங்கோல் நடத்தும் அரசராய் நல்ல நீதி நெறியை எந்த உயிருக்கும் நடத்தும் பேரரசர்.

மனு - மனிதர்; குரிசில் - அரசர்; நவநெறி - கேண்மைநெறி, அன்புநெறி;

அந்தநா யகமே யிந்த வழிவரி லவர்தம் மாலே
நந்தமக் கொருக லக்க நண்ணுமோ நமது கண்ணாற்
சுந்தரப் பதங்கள் காணத் தானையும் சூழ விங்கே
வந்தது நெடுநாட் செய்யுந் தவமல்லால் வாய்க்கும் பேறோ. (23)

23. (875) அந்த அரச நாயகமே இந்த வழியில் வந்தால் அவரால் நமக்குக் கலக்கம் ஏற்படுமோ? நம்முடைய கண்களால் அவருடைய அழகு பாதங்களைக் காணும்படிப் படைகள் சூழஇங்கே வருகின்றார் என்றால், அது நெடுங்கால மாக நாம் செய்யும் தவம் அல்லாமல் எளிதில் வாய்க்கும் பேறாம்.

நண்ணுமோ - வருமோ; சுந்தரம் - அழகு; பதம் - பாதம், அடி; தானை - படை;

இவர்மலர்ப் பதமிங் கெய்தும் பேற்றினா லினியென் னாளுங்
கவலையில் லாது வாழும் வாழ்வுகை கூடிற் றன்றோ
நவநெறி நடத்தி ராஜ நாயக நபியா மென்றே
யெவளவும் குறித்தா யில்லை யித்தனை பேதை நீயோ. (24)(23)

24. (876) இவருடைய திருவடிகளை இங்கடைந்த பாக்கியத்தால் இனி எந் நாளும் கவலை இல்லாது வாழும் பெருவாழ்வு கைகூடி வந்தது அன்றோ? அன்புநெறி நடத்தும் அரசநாயக நபி இவர் என்பதை எள்ளளவும் நினைக்கவில்லை. இந்த அளவு பேதையா நீ?

மலர்ப்பாதம் - மலர்போன்ற பாதம்; எய்தும் - அடையும்; பேற்றினால் - பாக்கியத்தால்; நவநெறி - அன்புநெறி; இத்தனை - இந்த அளவு.

உள்ளூறு மமுத மோரா துயர்பலாக் கனிப்பு றத்தின்
முள்ளூறு வதுகண் டச்ச முற்றல்போற் பெருகுஞ் சேனை
வெள்ளமென் பதைநீ கண்டு வெருவினை யிதனை யாளும்
வள்ளலை யறியா யேனும் வகுக்கவுங் கேட்டி லாயோ. (25)

25. (877) உள்ளே இருக்கும் அமுதச் சுவையுடைய சுளைகளை அறியாமல் பலாப் பழத்தின் வெளியே இருக்கும் முள்ளைக் கண்டு அஞ்சுதல் போல் வெள்ளம்போல் பெருகிவரும் படைகளைக் கண்டு அஞ்சுகின்றாய். இப் படைகளை ஆளும் வள்ளலை நீ அறியவில்லை யாயினும் அறிந்தவர் சொல்லக் கேட்டதும் இல்லையோ?

வெருவினை - அஞ்சினாய்; வகுக்கவும் - விவரித்துச் சொல்லவும்.

மற்றினி யறியா வுன்றன் மனத்தினிற் கலங்கி யெண்ணுங்
குற்றமற் றகலத் தவுபாச் செய்யெனக் கூற லோடு
முற்றிய தெளிவாய்ப் பேடை மொழிப்படி யியற்றி வாசப்
பொற்றடம் புயத்தோர் பாதப் போதினைப் போற்றிற் றன்றே. (26)

26. (878) இதை அறியா பேதைமையால் மனங்கலங்கி அவரைப் பற்றி நீ உன் மனத்தில் தவறாக எண்ணும் குற்றம் நீங்க தவுபாச் செய் - பிழைபொறுத்தல் கோரு என்று கூறியது பெட்டை வானம்பாடி. கேட்டு மனம் தெளிந்து முதிர்ந்த மனத் தூய்மையுடன் தன் பெட்டை சொன்னது போல் தவுபாச் செய்த சேவல் மணம் கமழும் பொன்மாலை அசையும் தோளுடைய அரசர் நபியைப் போற்றிப் புகழ்ந்தது.

தவுபாச் செய்தல் - இறைவனிடம் பிழை பொறுக்கக் கோருதல்; முற்றிய - முதிர்ந்த; தெளிவு - மனத்தெளிவு, தூய்மை; இயற்றி - செய்து; போது - மலர்.

அண்டச மிரண்டு மொன்றா யறைந்தக முறுதி யன்பாய்க்
கொண்டுதந் தவத்தா லீன்ற குடம்பைபா லுறையு மாற்றந்
திண்டிறற் கிணையில் லாத மாருதந் தெரிந்து சென்று
மண்டலம் புகழுஞ் செங்கோ னபிமுனம் வகுத்த தாங்கே. (27)

27. (879) இரண்டு பறவைகளும் ஒன்றுகூடிப் பேசி மனவுறுதியுடன் அவர்பால் அன்புகொண்டு, தாம் தவம் செய்து ஈன்றமுட்டையுடன் இருக்கும் செய்தியை, இணையில்லா வலிமை கொண்ட காற்று அறிந்து சென்று, உலகம் புகழும் அரசர் நபியிடம் விவரமாகக் கூறியது.

அண்டசம் - முட்டையிலிருந்து பிறப்பன; அறைந்து - பேசி; அகமுறுதி - மனவுறுதி; குடம்பை - முட்டை; பால் - இடம்; உறைதல் - இருத்தல்; திண்திறல் - வலிய ஆற்றல்; மாருதம் - காற்று; மண்டலம் - உலகம்; வகுத்தது - விவரமாகக் கூறியது.

வகுத்தலுங் கருணை யோங்கி வலியசின் னொன்றைக் கூவி
நிகழ்த்தியக் காற்றைக் கூவி நீயிது காட்டும் பாதை
யகத்தினிற் கருவை நின்கா லினைநடு வாக வைத்தே
யுகப்புறு பதனஞ் செய்தாங் கொருநிலை யாக நின்று. (28)

28. (880) காற்று சொல்லிய விவரம் அனைத்தையும் கேட்ட அரசர் நபியின் உள்ளத்தில் கருணை பொங்கி எழுந்தது. வலிமை மிக்க சின் ஒன்றை அழைத்தார். காற்றையும் அழைத்தார். சின்னிடம், நீ இக் காற்றுடன் செல். இது காட்டும் பாதையில் முட்டையுடன் இருக்கும் வானம்பாடிப் பறவைகளை உன் கால்களின் நடுவில் வைத்து அவை மகிழும்படி பாதுகாப்பாக நின்றுகொள்.

வகுத்தலும் - சொல்லவும்; கூவி - அழைத்து; நிகழ்த்திய - சொல்லிய; கரு - முட்டை; உகப்பு- மகிழ்ச்சிகொள்ளும்படி; பதனம் - பாதுகாப்பு.

வாகினி முழுது மப்பாற் கடந்தபின் வருகென் றேவப்
போகிய விடத்திற் காட்டப் புள்ளையுஞ் சினையை யுந்தன்

வேகத்தா ணடுவிற் காத்து நின்றது விரைவி னீது
மோகையோ டனிலம் வந்தே யுரைத்தது திருத்தாள் போற்றி. (29)

29. (881) படையணிகள் முழுவதும் கடந்து அப்பால் சென்றபின் நம்மிடம் வந்து சேர் என்று கட்டளையிட்டார். அவ்வாறே விரைந்து சென்று காற்று காட்டிய இடத்தில் இருந்த வானம்பாடிப் பறவைகளையும் முட்டையையும் தன்னுடைய வலிமை மிக்க கால்களின் நடுவில் வைத்துக் காத்து நின்றது. அதைக் கண்டு மகிழ்ந்த காற்றுத் திரும்பி வந்து நபியிடம் விவரம் கூறியது. அவர் பரிவை உகந்து போற்றியது.

வாகினி - படை; ஏவ - கட்டளையிட; போகி - போய்; அவிடம் - அவ்விடம்; புள் - பறவை; சினை - முட்டை; வேகம் - கடுமை, வலிமை; தாள் - கால், பாதம்; ஈதும் - இதுவும்; ஓகை - உவகை, மகிழ்ச்சி; அணிலம் - காற்று.

விள்ளுதல் செவிகொண் டன்பாய் வெந்திறல் யூகத் தோடுங்
கிள்ளையை நடத்தி முட்டை யிட்டடை கிடந்த மேகப்
புள்ளையுங் கடந்தார் மற்றும் புகல்பல கூழை யும்போய்
வள்ளலோர் தலத்தி றங்கு மட்டும்சின் காத்த தன்றே. (30)

30. (882) காற்று தெரிவித்த விவரங்களை அன்புடன் கேட்டுக் கொண்டார். பின்னர் வீரம் செறிந்த படையணிகளுடன் தம்முடைய குதிரையை நடத்தி, முட்டையிட்டு அடைகிடந்த வானம்பாடிப் பறவையையும் கடந்து சென்று விட்டார். பலவகையான படையணிகளும் போய் வள்ளல் அரசர் நபி ஓர் இடத்தில் தங்கும்வரை சின் பாதுகாத்து நின்றது.

விள்ளுதல் - சொல்லுதல்; வெந்திறல் - வீரத்திறன்; யூகம் - படையணி; கிள்ளை - குதிரை; மேகப்புள் - வானம்பாடி; புகல் - சொல்லல்; கூழை - படையணி; தலம் - இடம்.

காத்திருந் ததன்மே லண்ணல் கடும்பரி யிழிந்து வைகுஞ்
சீர்த்தரு சமுக மெய்திச் சிறைப்புள்ளின் மீதி லேயு
மீர்த்தசே னைகளின் காற்றா ளெனிலும்வந் தணுகா வண்ணம்
பேர்த்தக லாது நின்ற வகைசொலப் பிரிய முற்றார். (31)

31. (883) படையணிகள் கடந்து சென்றபின் பாதுகாத்து நின்ற சின் புறப்பட்டது. அரசர் நபி விரைந்து செல்லும் குதிரையை விட்டு இறங்கித் தங்கியிருக்கும் சிறப்புமிக்க சமூகத்திற்கு வந்து, படையணிகளின் கால் தூசும் பறவைகளின் மீது நெருங்கா வண்ணம் போர்த்து விலகாது பாதுகாத்து நின்ற விவரங்களை எடுத்துரைத்தது, கேட்டு அன்புகொண்டார்.

அண்ணல் - அரசர்; கடும்பரி - விரைந்து செல்லும் குதிரை; இழிந்து - இறங்கி; வைகும் - இருக்கும்; சிறைப்புள் - சிறகுடைய பறவை; ஈர்த்தல் - இழுத்தல்; அணுகா - நெருங்கா; பிரியம் - அன்பு. காற்றுள் - கால்தூள், கால்தூசு.

கடுகினிற் சிறிய தாமோ ருயிர்க்கிடர் கண்ட போது
மடுதுயர் தவிப்பர் மேலோர் மேகமு மவர்க்கீ டன்றே

கெடுதொழி லெவர்க்குஞ் செய்வர் கீழ்மையோர் கவளங் கையா
லிடுபவர் தமையுங் கொல்லுங் கயங்களு மிவர்க்கீ டன்றே. (32)

32. (884) கடுகைவிடச் சிறியதான ஓர் உயிருக்கு இடையூறு ஏற்பட்டாலும் அதைக் காணப் பொறுக்கமாட்டார் மேலோர். அவ் விடரைக் களைய முயல்வர். உணவு ஆக்கும் மழைநீரை உதவும் மேகமும் அவர்க்கு ஈடாகாது. யாருக்கும் கெடுதி செய்வர்கள் கீழோர். கையால் உணவளிக்கும் பாகனையே கொல்லும் யானைகளும் இவர்களுக்கு ஈடாகா. அவ் யானைகளைவிடக் கொடியவர்கள்.

இடர் - இடையூறு, துன்பம்; அடுதல் - சேர்தல்; கவளம் - உணவு; கயம் - யானை.

எண்ணிய தொகையிற் சேனை யினிலுமெண் குடம்பை யுய்ய
நண்ணிய வரசே போற்றி ராஜநா யகமே போற்றி
புண்ணியப் பொருளே போற்றி போற்றியென் றேத்தி யன்பு
திண்ணிய கலிங்கப் பேடு சேவலை நோக்கிச் செப்பும். (33)

33. (885) எண்ணிக்கையில் படையணிகளின் தொகுதிகளைவிட மிகுதியான உயிர்கள் ஈடேற்றம் பெறவந்த அரசே, போற்றி! அரச நாயகமே போற்றி! புண்ணியப் பொருளே போற்றி! போற்றி! என்று புகழ்ந்துவிட்டு அன்பு செறிந்த வானம்பாடிப் பெட்டை தன்னுடைய சேவலைப் பார்த்துப் பேசலாயிற்று.

குடம்பை - உடல், உடலில் வாழும் உயிர்; உய்ய - ஈடேற; நண்ணிய - வந்துசேர்ந்த; ஏத்தி - புகழ்ந்து; திண்ணிய - செறிந்த, வலிமையுடைய; கலிங்கம் - வானம்பாடி; பேடு - பெட்டை; செப்பும் - பேசும்.

நின்னுரை பிதற்றி யென்பா னிகழ்த்துபோ தளவில் லாத
மன்னுரைக் கடலஞ் சேனை நபிமகத் துவமெண் ணாம
லென்னுரை பயின்றாய் தவுபாச் செய்யென விதயத் தேத்தி
முன்னுரைத் ததுமிப் போது முடிந்ததுந் தெளிந்து பாராய். (34)

34. (886) ஆராயாமல் நீ என்னிடம் பிதற்றியபோது, அளவில்லாத நுரை ததும்பும் கடல் போன்ற படைகொண்ட அரசர் நபியின் மகத்துவத்தை நினைக்காமல் என்ன பேச்சுப் பேசுகிறாய்? உடனடியாகத் தவுபாச் செய் என்று மனம்கொண்டு முன்னே நான் சொன்னதையும், இப்போது நடந்து முடிந்துள்ள நடப்புகளையும் தெளிவாக எண்ணிப் பார்.

நிகழ்த்துபோது - பேசும்போது; மன் - நிலைப்பாடு; நுரை - கடல்நுரை; சேனை - படை; மகத்துவம் - மேன்மை; பயின்றாய் - சொன்னாய்; தவுபா - திரும்புதல், தீமையில் இருந்து உணர்ந்து விலகி இறைவன்பால் திரும்புதல்; தவுபாச் செய்தல் - மனம் வருந்தி இறைவனிடம் பாவமன்னிப்புக் கோரி இறைஞ்சுதல்; ஏத்தி - புகழ்ந்து.

திருவருள் சுரந்திவ் வாறு காக்கின்ற செம்மல் பாத
மருமலர் நமது கண்ணில் வைத்துவா யார முத்திப்
பெருவர முழுது மின்றே பெற்றுவந் திடுதல் வேண்டு
மிருவரும் வரிசை யேது கொண்டவ ணேகு வோமே. (35)

35. (887) இவ்வாறு திருவருள் சுரந்து காக்கின்ற செம்மலாகிய அரசர் நபியின் மணம் கமழும் மலர்ப்பாதத்தைக் கண்ணில் வைத்து, வாயார முத்தமிட்டு அரிய பேறுகள் பலவும் பெற்று வருதல் வேண்டும். இன்றே போக வேண்டும். இருவரும் ஏதாவது காணிக்கை கொண்டு அங்குச் செல்வோம்.

சுரந்து - பொழிந்து; மரு - மணம்; முத்தி - முத்தமிட்டு; வரம் - வாழ்த்து, நற்பேறு; வரிசை - சீர், காணிக்கை; அவண் - அங்கு; ஏகுவோம் - செல்வோம்.

என்றெழி லழகு கூற வென்வயிற் றினுக்கிப் போது
தின்றிடப் பிடித்த வெட்டுக் கிளியினுந் தின்னா தென்பா
லொன்றுவைத் திருக்கின் றேனீ துதவுவ னுன்பா லேது
துன்றவைத் திருக்கின் றாயென் றாய்ந்து துணையாஞ் சேவல். (36)

36. (888) என்று அழகு பெட்டை கூற, என் வயிற்றிற் கென்று தின்னப் பிடித்த வெட்டுக் கிளியினை இன்னும் தின்னாது வைத்திருக்கின்றேன். இதை நான் கொடுப்பேன். உன்னிடம் எதைச் சேர்த்து வைத்திருக்கின்றாய் என்று கேட்டது துணையாகிய சேவல்.

ஈது - இது; உதவுவன் - கொடுப்பேன்; துன்றல் - நெருங்கல், சேர்தல்; ஆய்ந்தது - ஆராய்ந்தது, அறியக் கேட்டது.

கூடிய கருத்தி ரண்டு பொரித்திடிற் குஞ்சுக் கீயத்
தேடிய விரையென் மாட்டிற் சிறிதுள திவையுஞ் சேர்த்து
நாடிய படியங் கோமான் பதத்தினி னாங்கொண் டேகிப்
பீடியல் வரிசை வைத்துக் காண்பமென் றதுபெண் பட்சி. (37)

37. (889) கருத்திரண்டு முட்டையிலிருந்து குஞ்சு வெளிப்பட்டுவிட்டால் அதற்குக் கொடுப்பதற்கு என்று தேடிய இரை கொஞ்சம் என்னிடம் உள்ளது. அதையும் சேர்த்து, நாம் விரும்புவது போல, அரசர் நபி பாதத்தில் பெருமையுடன் காணிக்கையாக வைத்து, கண்டு வருவோம் என்றது பெண்பறவை.

மாட்டு - இடத்தில்; அம் - அழகு; கோமான் - அரசர் நபி; பீடு - பெருமை; வரிசை - சீர், காணிக்கை; பட்சி - பறவை.

போதுமென் றிரண்டு மொவ்விப் பொரித்திடிற் குஞ்சுக் கீயத்
தீதறத் தேடி வைத்த விரையையுஞ் சேவலு லுண்ண
வேதுவிற் பிடித்த விட்டி லினையுமொன் றாகக் கொண்டு
காதலித் தாணும் பெண்ணு மெழுந்தன ககன மார்க்கம். (38)

38. (890) இவை போதும் என்று இரண்டும் ஒன்றுபட்டு, குஞ்சு பொரித்தால் அதற்குக் கொடுக்க வைத்திருந்த இரையையும் சேவல் உண்பதற்காகப் பிடித்துவைத்திருந்த வெட்டுக்கிளியையும் ஒன்றாக எடுத்துக் கொண்டு, அன்புடன் ஆணும் பெண்ணும் வானவெளியில் உயர்ந்து பறந்தன.

ஒவ்வி - பொருந்தி; தீதற - குற்றம் நீங்க; ஏது - காரணம், பொருட்டு; விட்டில் - வெட்டுக்கிளி; காதலித்து - அன்புகொண்டு; ககனமார்க்கம் - வான்வழி.

சிறைபுடைத் தகன்றாங் குள்ள செம்மல்பா னணுகித் தம்பா
லுறைவரி சையைமுன் னேவைத் தொண்முடி யதனாற் றாழ்ந்து
நறைமலர்ப் பதத்தில் வாயை வைத்துள நயந்து முத்தி
நிறைதருங் களிப்பா னந்தக் கடலிடை நீந்திச் சொல்லும். (39)

39. (891) சிறகடித்துப் பறந்துபோய் அங்குத் தங்கியுள்ள அரசர் நபியை அணுகி, கொண்டுவந்த வரிசையை முன்னே வைத்து, ஒளிவீசும் தலையினால் தாழ்ந்து, தேன் நிறைந்த மலர்போன்ற பாதத்தில் வாயை வைத்துப் பெருகிய ஆசையுடன் முத்தமிட்டு, நிறைந்த மகிழ்ச்சியாகிய இன்பக் கடலில் நீந்திச் சொல்லும்.

சிறை - சிறகு; புடைத்து - விரித்து, அடித்து; உறை - இருக்கும்; வரிசை - காணிக்கை, சீர்; ஒண் - ஒளி; முடி - தலை; நறை - தேன்; நயந்து - ஆசைபெருகி; முத்தி - முத்தமிட்டு; நிறை - நிறைவு; களிப்பு - மகிழ்ச்சி.

காட்டுடைப் பறவை தம்மிற் கழிபற வைகளெம் மீதி
லீட்டுமுட் கருணை பொங்கி யிடுசினை யினையுங் காத்தீர்
வேட்டுநும் பதத்தி லின்னம் வேண்டுவ கேட்ப தன்றிப்
பூட்டுமோர் கைமா றேது புரிகுவம் வேந்தர் வேந்தே. (40)

40. (892) அரசர்க்கு அரசே! காட்டுப் பறவைகளில் மிக அற்பப் பறவைகளான எங்கள் மீது திரண்ட மனக்கருணை பொங்கி இட்ட முட்டையினைப் பாதுகாத்தீர். விரும்பி உங்கள் பாதத்தடியில் வேண்டியவற்றைக் கேட்பதல்லாமல் பொருத்தமான கைமாறு என்ன செய்வோம்.

கழி - மிக்க, கழிபட்ட; ஈட்டுதல் - திரளல்; உட்கருணை - அகக்கருணை, மனக்கருணை; இடுசினை - இட்ட முட்டை; வேட்டு - விரும்பி; பூட்டும் - பொருந்தும்.

எனவுரைத் தெதிரே நின்ற திம்மொழிக் கன்பு கூர்ந்தார்
கனைகட லுலகெ லாமோர் கவிகையிற் புரக்கும் வேந்தர்
தினகர னிகர்கி ரீடந் திருப்பதந் தீண்டி யீயுந்
தனமணி மலையின் மேலாய்க் கொணரிறை தனைம கிழ்ந்தார். (41)

41. (893) என்று சொல்லி எதிரே நின்றன. இரைச்சலிடும் கடல் சூழ்ந்த உலகை எல்லாம் ஒரு குடையின் கீழ் ஆளும் வேந்தர் இச் சொல் கேட்டு மகிழ்ந்து அன்பு கூர்ந்தர். அரசர்கள், சூரியன் நிகர்த்த தங்கள் மணிமுடிகள் திருவடியில் பதியும்படித் தாழ்ந்து பணிந்து கொடுக்கும் செல்வ மலையைவிட மேலாய் அப் பறவைகள் கொண்டு வந்த இரையை மதித்து மகிழ்ந்தார்.

கனைகடல் - இரைச்சலிடும் கடல்; கவிகை - குடை; புரக்கும் - ஆளும்; தினகரன் - சூரியன்; ஈயும் - அளிக்கும்; தனம் - செல்வம்; மணி - இரத்தினம்; கொணர்இரை - கொண்டுவந்த இரை.

கருமைகொண் டுதவு மேகத் துளியொன்றைக் கடல்கொள் வாறா
யொருமைகொண் டெவருந் தங்கட் குள்ளமட் டுதவி லந்த

வருமைகொண் டுவந்து கைக்கொண் டருள்விளைத் திடுவர் தங்கள்
பெருமைகொண் டகற்று வாரோ பிழையிலாப் பெரியோர் தாமே. (42)

42. (894) கறுத்த மேகம் தரும் ஒரு துளி நீரையும் ஏற்றுக்கொள்ளும் அதுபோல், மன உகப்புடன் எவரும் தங்களிடம் உள்ளது எதுவாயினும் அதைத் தந்தால், தங்கள் பெருமையின் காரணமாக அதை விலக்காமல், அந்த அருமையை உணர்ந்து ஏற்றுக்கொண்டு அருளைப் பொழிவார்கள் குற்றமில்லாத பெரியவர்கள்.

கருமை - கறுப்பு நிறம்; வாறாய் - அப்படி; ஒருமை - மனம் ஒன்றியநிலை; விளைத்திடுவர் - விளையச் செய்வர்.

அகம்பெறு மன்பு கூர்ந்தே யணுநிகர் பொருளொன் றீத
லுகம்பெறு மலைகட் கெல்லாம் பெரிதென்ப ருணர்ந்த நூலோர்
முகம்பெறு வதற்கென் றெண்ணி யீவது முன்னீர் சூழ்ந்த
செகம்பெறு விலையுண் டேனுஞ் சிறிதினிற் சிறிதென் பாரால். (43)

43. (895) அறநூற் பொருள் உணர்ந்த மேலோர், மனத்தில் அன்பு கொண்டு அணுவளவே யான பொருளை அளிப்பது பூமியில் உள்ள மலைகள் எல்லா வற்றையும்விடப் பெரியது என்று கூறுவர்; முகத் தாட்சணியத்திற்காகக் கடல் சூழ்ந்த உலகம் முழுவதையும் விலைகொள்ளத் தக்க செல்வத்தை அளித்தாலும் அதனை அற்பமானது என்றே சொல்வர்.

உகம் - பூமி; நூலோர் - அறநூல், வேத நூற் புலவர்; முகம்பெறுதல் - முகத் தாட்சணியம்; முன்னீர் - கடல்நீர்; செகம் - உலகம்; பெறுவிலை - கொள்ளும்விலை.

மட்டற மகிழ்ந்த காற்று வாகன ரிரையைக் கையாற்
றொட்டெடுத் தருகி லுற்ற பறவைக டுய்க்க வென்றீந்
திட்டனர் சாத கப்புள் ளிரண்டையு மழைத்து ளன்பாய்க்
கட்டெழிற் சிரந்தொ டுத்து வால்வரை கமழ நீவி. (44)

44. (896) காற்றை வாகனமாகக் கொண்ட அரசர் நபி எல்லையற்ற மகிழ்ச்சிகொண்டு அவ் விரையைக் கையால் தொட்டெடுத்து அருகில் உள்ள பறவைகள் உண்ணக் கொடுத்தார். வானம்பாடி இரண்டையும் அருகில் அழைத்து அன்புடன் தலைமுதல் வால்வரை மணம் கமழும்படி நீவினார்.

மட்டற - எல்லை இல்லாமல்; காற்று வாகனர் - காற்றை வாகனமாகக் கொண்டவர், நபி சுலைமான் (அலை); உற்ற - உள்ள; துய்க்க - உண்ண; ஈந்தார் - கொடுத்தார்; சாதகப்புள் - வானம்பாடி; சிரம் - தலை.

என்றுமோ ரிடுக்க ணின்றி வாழ்ந்துற வெனத்து வாச்செய்
தொன்று நுஞ்சார்பிற் சென்மி னென்றன ருவந்து போற்றிச்
சென்றென வானம் பாடி திருநபி சேனை சூழ
வன்றெண்ணுந் திசைபோய் மீண்டே யணியரன் மனைவந் துற்றார். (45)

45. (897) எப்போதும் துன்பம் இல்லாமல் வாழுங்கள் என்று துஆச் செய்து, இருப்பிடத்திற்குச் செல்லுங்கள் என்றார். மகிழ்ந்து சென்றன வானம்பாடி. நபியவர்கள் அன்று போகத் திட்டமிட்ட திசைக்குச் சென்று திரும்பி அழகிய அரண்மனைக்கு வந்து சேர்ந்தார்.

இடுக்கண் - துன்பம்; துஆ - இறைஞ்சல்; ஒன்றும் - பொருந்தும்; சார்பு - இடம்; சென்மின் - செல்க; உவந்து - மகிழ்ந்து; அணி - அழகு; உற்றார் - சேர்ந்தார்.

வானம்பாடிப் படல முற்றிற்று.
படலம் 18 -க்கு - திருவிருத்தம் - 897

18. வானம்பாடிப் படலம்
படலச்செய்தி

அரியவன் கருணை ஓங்க அரசு புரியும் நபி சுலைமான் (அலை) ஒருநாள் நாற்படை சூழ ஒரு திசையை நாடிப் புறப்பட்டார். போர்ப்பறைகள் முழங்க, ஏழு கடல்களும் திரண்டு வந்தனவோ? பல்வேறு உலகங்கள் எல்லாம் பூமியில் சூழ்ந்தனவோ? என்று திகைக்கும்படி பெரும்படைத் தொகுதிகளுடன் புறப்பட்டார். அவர் போகும் பாதையில் ஓரிடத்தில் வானம்பாடிப் பறவை ஒன்று முட்டையிட்டு அடைகிடக்கிறது. பலகாலம் பிள்ளைப்பேறு கிட்டாது அரிய தவங்கள் செய்ததன் பயனாக இப்போதுதான் கருத் தரித்து முட்டையிட்டிருக்கிறது. ஆனால் பாதை ஓரத்தில் முட்டையிட்டிருக்கிறது. துணைக்கு ஆண் குருவியும் அருகில் உள்ளது. அரசர் நபியின் படை அவ் வழியில் வருகிறது. இதை உணர்ந்த சேவல் பெட்டையைக் கடிந்துகொண்டது. ஒதுக்குப்புறமான இடத்தில் இடாமல் மனிதர் நடக்கும் பாதையில் இட்டாயே. முன்பே நான் சொல்லியும் கேளாமல் இட்டாய். இப்போது பார். பெரும்படை வருகிறது. காலடியில் பட்டு முட்டை உடைந்து மண்ணோடு மண்ணாகிவிடும். செய்த தவங்களும் வீணாயின. முட்டையும் நாசமாகிவிடும். நீயாகவும் அறியவில்லை. நான் சொல்லியும் கேட்கவில்லை. எத்தனை கற்றாலும் பெண்புத்தி குறைபுத்திதான் என்றது. இதற்கு மறுமொழியாகப் பெட்டை வருவது நபி சுலைமான் (அலை) என்பதை அறியாயோ? அவர் இவ் வழியில் வருவதே நாம்பெற்ற பேறு. இதை அறியாத பேதையோநீ? நீ இவ்வாறு எண்ணியதே குற்றம். உடனே தவுபாச் செய் என்றது. சேவலும் அவ்வாறே தவுபாச் செய்தது.

இதை எல்லாம் காற்று வந்து சுலைமான் (அலை) நபியிடம் கூறியது. அவர் ஒரு வலிய சின்னை அழைத்து இந்தக் காற்று காட்டும் இடத்திற்குச் சென்று அங்கு அடைகிடக்கும் வானம்பாடியையும் துணையையும் உன் கால் நடுவில் வைத்துப் பாதுகாத்துப் படைகள் கடந்து அப்பால் சென்றபின் திரும்பி வா என்று ஏவினார். அவ்வாறே காத்த சின் நபியிடம் வந்து விவரம் தெரிவித்தது. சின் போனபின் வானம்பாடிப் பெட்டை சேவலிடம் நீ ஏதேதோ பிதற்றினாயே? என்ன நடந்தது பார்த்தாயா? அந்தக் கருணை வள்ளலை நாம்போய்ச் சந்தித்து

அவரது துஆவைப் பெற்று வரவேண்டும் என்றது. உணவிற்காக வைத்திருந்த ஒரு வெட்டுக்கிளியையும் கொஞ்சம் இரையையும் காணிக்கையாக எடுத்துக்கொண்டு அரசர் நபியிடம் வந்தன. காணிக்கை வைத்துக் காலடியை முத்தமிட்டுப் புகழ்ந்து பணிந்து நின்றன. மகிழ்ந்த நபி அக் காணிக்கைப் பொருள்களை ஏற்றுக்கொண்டு தலைமுதல் வால்வரை அக் குருவிகளின் உடலை நீவி என்றும் துன்பமின்றி வாழ துஆச் செய்தார். அரசர் நபியின் அனுமதி பெற்றுத் தம் இருப்பிடம் சென்றன அவ் வானம்பாடிக் குருவிகள்.

19. எறும்புகள் புத்திப்படலம்
கலிவிருத்தம்

சுருதிநன் னெறிபுரி சுலையு மானபி
யொருபொழு தொருதிசைக் கேக வுன்னியே
விருதொடு நால்வகைத் தானை வெள்ளஞ்சூழ்
தரவரு வழியிலோ ரெறும்பு சாற்றுமால். (1)

1. (898) வேத நெறிப்படி அரசு புரியும் சுலைமான் (அலை) நபி ஒரு சமயம் ஒரு திசைக்குப் போக எண்ணி கொடி பறக்கும் நால்வகைப் படைவெள்ளத்துடன் புறப்பட்டார். அவர் வரும் வழியில் ஓர் எறும்பு சொல்லிற்று.

சுருதி - வேதம்; ஏக - செல்ல; உன்னி - எண்ணி; விருது - கொடி; தானை - படை; சாற்றும் - சொல்லும்.

விண்டலம் படர்புகழ் வேந்தர் செல்வங்கண்
மண்டலத் திவர்பெறு வாழ்வுக் கொப்பதாய்க்
கண்டில விதனிலுங் கதித்த வாழ்க்கையொன்
றுண்டவை யினுமிக வுயர்ந்த தில்லையால். (2)

2. (899) வானுலகங்களிலும் படர்ந்துபரவிய புகழும் அரசர்களின் செல்வங்களும் நிறைய இவர்பெற்ற பெருவாழ்வுக்கு ஒப்பாக உலகிலில்லை. ஆயினும் இதை விடவும் சிறந்த வாழ்க்கை ஒன்று உள்ளது. அதைவிட உயர்ந்தது இல்லை.

விண்டலம் - வான உலகம்; கதித்த - சிறந்த.

வினவவை யேதெனில் வெளிப்ப ராசியத்
தினிலுமுள் ளுணரக சியத்து மாதியாந்
தனிமுதற் கச்சமுற் றிடலுந் தாழ்வினு
மனுசித வாழ்வினு மவனை நாடலும். (3)

3. (900) அவை யாவை எனில்: வெளிப்புறத்திலும் தன் உள்ளம் மட்டுமே உணரும் அந்தரங்கத்திலும் இறைவனாகிய தனிமுதலுக்கு அஞ்சுவது, தாழ்விலும் சிறுமையிலும் அவனையே நாடலும்.

வினவு அவை - கேட்கும் அவை; பராசியம் - பகிரங்கம், வெளிப்புறம்; ஆதி, தனிமுதல் - இறைவன்; அனுசிதம் - தகுதியின்மை, சிறுமை.

சினத்தினி னீதமே செயலுந் துன்புறின்
மனத்தினின் மகிழ்தலு மெனவ குத்ததிவ்
வினத்தொடு பகர்ந்தவை யிருசெ விப்புக
வனைத்தினு மேலிதென் றகங்க னிந்தனர். (4)

4. (901) சினம் கொண்ட போதும் நீதமே செய்தலும் துன்பம் நேர்ந்த போதும் இறைவனின் நாட்டம் என்று மனத்தில் மகிழ்ச்சி கொள்வதும் ஆகும் என்று விவரித்தது. இவற்றைக் கேட்டதும் அனைத்திலும் மேலான நிலை இதுவே என்று உள்ளத்தில் கனிவு கொண்டார்.

விகுத்தது - விவரித்தது; பகர்ந்தவை - கூறியவை; அகம் - உள்ளம்.

பொருந்தியிவ் வறிவில்வாழ் போதொ ராண்டினிற்
பெரும்புவி மிசைமழை பெய்தி லாமையாற்
றருந்தவ நிலைப்பொரு டன்னை நாடிச்சென்
றருந்துவா விரந்திட வகத்தி ருத்தனர். (5)

5. (902) இத் தகைய அறிவுடன் பொருந்தி வாழும் காலத்தில் ஓராண்டில் உலகில் மழை பெய்யவில்லை. அதனால் இறைவனிடம் மழைவேண்டி இறைஞ்சல் செய்ய எண்ணம் கொண்டார்.

புவிமிசை - உலகில்; தவப்பொருள் - இறைவன்; துவா - துஆ, இறைஞ்சல்; இருத்தல் - அமர்த்தல், நிலைபெறச் செய்தல்.

வலிதரு சின்களின் மனுக்கு லத்தினிற்
பலபெய ரினைத்தெரிந் தெடுத்துப் பாங்கினி
னலனுறக் கூட்டிவாழ் நகர்க்கப் பாலொரு
தலமதைக் குறித்தவண் சார வேகினார். (6)

6. (903) வலிமை மிக்க சின்களிலிருந்தும் மனிதர்களிலிருந்தும் பலரைத் தெரிந்தெடுத்தார் அவர்களை அருகில் சேர்த்து அழைத்துக்கொண்டு நகருக்கு அப்பால் உள்ள ஓர் இடத்திற்குச் செல்லத் திட்டமிட்டு அதை நோக்கிப் புறப்பட்டார்.

வலி - வலிமை; பாங்கு - அருகு; நலன் - நன்மை; தலம் - இடம்; குறித்து - திட்டமிட்டு; அவண் - அங்கு; ஏகினார் - புறப்பட்டார்.

நகரைவிட் டெழுந்தொரு வெளியி னண்ணியே
யகலிலவ் விடத்தொரு நொண்டி யாமெறும்
பிகல்பதம் பரப்பல்செய் தேக வைக்கொள்வாய்
தகுபெருஞ் சிரத்தையந் தரத்து யர்த்தியே. (7)

7. (904) நகரைவிட்டு எழுந்து ஒரு வெளியை அடைந்தார். அதைக் கடந்து செல்லும்போது நொண்டி எறும்பு ஒன்றைக் கண்டார். நடந்து செல்ல மறுக்கும் முடமான கால்களைப் பரப்பிக்கொண்டு கூர்மையான வாய் பொருந்திய பெரிய தலையை வானவெளியை நோக்கி உயர்த்தி

நண்ணி - அடைந்து; அகலில் - போகையில்; இகல் - பகை; ஏக - நடக்க; வை - கூர்மை; சிரம் - தலை; அந்தரம் - வானவெளி.

சுருதியினுட் பொருட் சோதி நீயமைத்
தருள்படைப் புகளிலோர் படைப்பிலி யானன்றோ
தருபவன் வளர்ப்பவன் காக்கத் தக்கவ
னிருநிலத் துனையலா தெனக்கிங் கார்கொலோ. (8)

8. (905) வேதத்தின் உட்பொருளான ஒளியே! நீ படைத்தருளிய படைப்புகளில் நான் ஒரு படைப்பன்றோ? தருபவனும் வளர்ப்பவனும் பாதுகாக்கத் தக்கவனும் எனக்கு உன்னை அல்லாமல் ஈருலகங்களிலும் வேறு யார்?

சுருதி - வேதம்; சோதி - ஒளி; அமைத்து - படைத்து; இருநிலம் - பூமியும் வானங்களும், இம்மையும் மறுமையும்; ஆர் - யார்.

ஆதமுற் றருணர ரடங்க லாச்செய்யும்
பாதகத் தினிற்கொடும் பஞ்ச பாவத்தால்
வாதையிட் டெனையுமென் மரபி னோரையும்
வேதனைப் படுத்திடே லிரங்கு மெய்யனே. (9)

9. (906) ஆதம் (அலை) முதலாகத் தோன்றிய மனிதர்கள் அனைவரும் செய்யும் பாதகங்களினாலும் கொடிய பாவங்களினாலும் தண்டனையிற்படுத்தி என்னையும் என் இனத்தையும் வேதனைப்படுத்தாதே. மெய்யனே! எங்கள் மீது இரக்கம் காட்டு.

அருள்நரர் - ஈன்ற மனிதர்; வாதை - தண்டனை; பஞ்சபாவம் - ஐந்து பெருங்குற்றங்கள், அவை கொலை, களவு, மதுவுண்ணல், பொய், குருநிந்தை; மரபினர் - இனத்தார்; இரங்கு - இரக்கம் காட்டு.

இந்தவை யகத்துயி ரெவைக்கு முள்ளுயிர்
தந்தருண் மழையைநீ தருவை யென்றுரைத்
துந்தியிற் கனிவுகொள் ளுருக்க முற்றியே
சிந்தையி னொடுதுவாச் செய்தி ருந்ததே. (10)

10. (907) இந்த உலகத்தின் எவ் வுயிரினத்திற்கும் உள்ளுயிர் தரும் மழையை நீ தந்தருள் என்று சொல்லி உள்ளம் கனிந்து உருகி மனம் ஒன்றி இறைஞ்சல் செய்துகொண்டிருந்தது.

வையகம் - உலகம்; உள்ளுயிர் - உள்ளுயிராய் அமைந்த உணவு; தருவை - தருக; உந்தி - உள்ளம்; சிந்தை - மனம்; துவா - துஆ, இறைஞ்சல்.

அயலுணர் மூவறி வாறு காலெறும்
பியல்கவை வாய்திறந் திரந்து கேட்பவை
வயிரவொண் மலையென வளர்ந்த குங்குமப்
புயநபி செவியினிற் புகுவ தாயதே. (11)

11. (908) தனக்கு வெளியே உள்ளவற்றை உணரும் மூன்று அறிவும் ஆறு கால்களும் உடைய எறும்பு தனது இயல்பான வளைந்த வாயைத் திறந்து இரந்து கேட்பவை யாவும், வைர மலையென உறுதியுடன் உருண்டு திரண்ட குங்கும மலர்மாலை அசையும் தோளுடைய நபியின் காதில் புகுந்தது.

அயல் - வெளியே; மூவறிவு - மூன்று அறிவுகள், தொட்டு அறிதல், நாவால் சுவைத்து அறிதல் மூக்கால் மோந்து அறிதல் ஆகிய மூவகை அறிவுகள்; இயல் - இயற்கை, இயல்பு; கவை - வளைவு; இரந்து - கெஞ்சி; குங்குமம் - குங்குமப் பூமாலை, குங்குமச் சாந்துமாம்; புயம் - புஜம், தோள்; செவி - காது.

செவிப்புகப் பீலிகை கேட்குஞ் செய்கையாற்
புவும்மினி மிகுமழை பொழியும் போயியா
னிவற்றினுங் கேட்பதென் னெனவங் கேகலுந்
தவிர்த்தனர் மீண்டனர் தங்கு ழாத்தொடும். (12)

12. (909) காதில் புகுந்ததும், எறும்பு கேட்பதனால் உலகில் இனிப் பெருமழை பொழியும். இதற்குமேல் நான் போய்க் கேட்பதற்கு என்ன உள்ளது என்று எண்ணிக் குறித்த இடத்திற்குப் போவதைத் தவிர்த்துக் கொண்டார். தம் குழுவினருடன் திரும்பினார்.

பீலகம், பீலிகை - எறும்பு; ஏகலும் - போவதையும்; மீண்டனர் - திரும்பினார்.

நகரிடைப் புகுதலு நளினப் பூந்தட
மகல்கய மேரிக ணிறைய வார்ப்பொடு
சிகரியி னதியெழச் செழித்து வெங்கலித்
துகளறப் பொழிந்தது சோனை மாரியே. (13)

13. (910) அவர்கள் நகரத்தில் நுழைந்ததும் பெருமழை பொழிந்தது. அதனால் பூஞ்சோலை போன்ற பெரிய கரைகளுடைய குளங்களும் ஏரிகளும் நிறைந் தன. மலைகளிலிருந்து ஆரவாரத்துடன் பாய்ந்த வெள்ளம் நதிகளில் நிறைந்து ஓடியது. நாடு செழித்தது. கொடிய வறுமையின் புழுதி இல்லாது ஒழிந்தது.

நளினம் - அகலம்; தடம் - கரை; அகல்கயம் - பெரிய குளம்; சிகரி - மலையுச்சி, மலை; வெம் - வெம்மை, கொடுமை; கலி - பஞ்சம், வறுமை; துகள் - புழுதி; சோனைமாரி - பெருமழை.

ஆர்தர வேண்டுமட் டாய்ப்பொ ழிந்ததி
லோர்தர வுயிர்களெல் லாங்களித்தன
சீர்தர வதுமுதற் றிங்க டோறினுங்
கார்தர வருமழைக் கரிப்பு மில்லையால். (14)

14. (911) மழை, வேண்டிய அளவு நிறைவாகப் பெய்தது. உழவுத் தொழில் செழித்தது. உயிர்கள் எல்லாம் மகிழ்ந்தன. அன்று மட்டும் அன்று. மாதம்தோறும் ஒழுங்காகப் பெய்தது. மேகம் தரும் மழை பற்றிய அச்சம் இல்லாமல் ஒழிந்தது.

ஆர்தர - அளவாக; சீர் - ஒழுங்கு; கரிப்பு - அச்சம்.

திண்புவி முழுவதுஞ் செல்வ மோங்கின
விண்புகு பசுவுயிர் மீட்ட நாயகர்
பண்புறு தருமமென் பதனை யன்புசேர்
நண்புகொண் டரசுறைந் தனரந் நாளினில். **(15)**

15. (912) வலிமை மிக்க உலகம் முழுவதும் செல்வப் பேறுகள் ஓங்கி வளர்ந்தன. மரணத்தின் பிடியில் இருந்து பசுவின் உயிரை மீட்ட நபி சுலைமான் (அலை) பண்பாக அறத்தையும் அன்பையும் நட்பையும் பூண்டு அரசு புரிவாராயினர். அந் நாளில்

திண் - திண்மை, வலிமை; விண் - வானவுலகம்; தருமம் - அறம்; விண்புகு பசுவுயிர் மீட்ட நாயகர் - படலம் 7, பசுவுயிர் மீட்ட படலம் பார்க்க.

ஓர்தினஞ் சிறியபெண் ணெறும்பொன் றேறியே
சேர்தரு மணியொளித் தேக மெங்கணு
மூர்தர விரைவினிற் றிரிந்து லாவின
பேர்தர விரைவினிற் பிடித்தெ றிந்தனர். **(16)**

16. (913) ஒரு நாள் சிறிய பெண் எறும்பு ஒன்று மணியின் ஒளிச்சுடர் இலங்கும் அவர் உடம்பில் ஏறி உடல் முழுவதும் ஊர்ந்து திரிந்தது. விரைந்து அதைப் பிடித்து அப்பால் எறிந்தார்.

தேகம் - உடல்; ஊர்தர - ஊர்ந்து

படியினில் விழுந்தது பகரு நீதிசெய்
நெடியவல் லோனுக்கு நீரு நானுமே
யடிமையென் பதைமனத் தறிகி லீர்கொலோ
கடியவித் தனையகங் கார மென்கொலோ. **(17)**

17. (914) தரையில் விழுந்த எறும்பு, நீதியே செய்யும் பெரியவன், வல்லவன் இறைவன். நீரும் நானும் அவனுக்கு அடிமைகளே என்பதை அறியீரோ? இத்தனை கொடிய சீற்றம் ஏன்?

படி - உலகம்; கடிய - கடுமையான, கொடிய; அகங்காரம் - ஆங்காரம், சீற்றம்.

செயலருந் தீவினை செய்கின் றீர்வரு
மியல்புணர்ந் தீரிலை யென்ற திம்மொழி
வியனிரு செவிப்புக வெருவி யம்புய
வயவலி யிழந்துமெய் மறந்து வீழ்ந்தனர். **(18)**

18. (915) செய்யக்கூடாத தீய வினையைச் செய்கின்றீர். வரவிருக்கும் பிந்திய நிலையை உணரவில்லை என்றது. இந்தச் சொல் காதில் பட்டதும் அச்சம் கொண்டார். அழகிய தோள்களின் வீர வலிமை இழந்து மெய்மறந்து வீழ்ந்தார்.

செயலரும் - செய்யக் கூடாத; வரும் இயல்பு - பின் விளைவு; வியன் - பெரிய, அழகிய; வெருவி - அஞ்சி; அம் - அழகு; புயம் - புஜம், தோள்; வயவலி - மிகவலி, வீரவலிமை.

வீழ்ந்தபின் னினைவுவந் தெழுந்து வெம்பல்கொண்
டாழ்ந்தசொற் சொலுமெறும் பினைய ழைத்துனைச்
சூழ்ந்துறச் செய்ததீங் கெவைசொல் லென்றனர்
வாழ்ந்துயர் புகழ்நபி முனம்வ குக்கமால். (19)

19. (916) விழுந்தவர் நினைவு திரும்பி எழுந்தபின் பெருஞ்சினம் கொண்டு பெரிய பேச்சுப் பேசிய எறும்பை அழைத்து உன்னைச் சூழ்ந்து வருத்திய தீங்கு எது? சொல் என்றார். பெருக வாழ்ந்து உயர்ந்த புகழ்படைத்த நபியின் முன்னே சொல்லலாயிற்று.

வெம்பல் - பெருஞ்சினம்; ஆழ்ந்த சொல் - பொருள் பொதிந்த சொல், பெரிய பேச்சு; சொலும் - சொல்லும்; முனம் - முன்னர்; வகுக்கும் - சொல்லும்.

என்னுடன் மெல்லிய திதனைப் போர்த்ததோ
லுன்னுநொய் தெவையினு மொடுங்க நொய்யதே
கன்னிலந் தனிலிவை காயம் பட்டிடச்
சென்னியிற் பிடித்தெறிந் தீர்ம றந்திரோ. (20)

20. (917) என் உடல் மெல்லியது. இதனைப் போர்த்த தோல் நினைத்தால் அது மென்மையான எதையும்விட மிக மென்மையானது. அது காயம் படும்படிக் கழுத்தைப் பிடித்துக் கல் தரையில் எறிந்தீரே அதை மறந்தீரோ?

உன்னுதல் - நினைத்தல்; நொய்தது, நொய்யது - மென்மையானது; ஒடுங்க - இடுக்கம், நெருக்கம்; கல்நிலம் - கல்தரை.

உடற்றகர்ந் திடத்தலை யுடைய வூர்ந்துபோந்
திடப்பத முறிந்திடச் சினந்த கங்கரித்
தெடுத்தெறிந் தீரினி யிதனின் மேலுமோ
ரடப்பெருந் தீங்குக ளகிலத் துள்ளதோ. (21)

21. (918) உடல் சிதறும்படியும் தலை உடையும்படி ஊர்ந்து போகும் கால்கள் முறியும்படியும் சினமும் ஆணவமும் கொண்டு எடுத்து எறிந்தீர். இன்னும் இதைவிடப் பொல்லாத பெரிய தீங்கு உலகத்தில் உள்ளதோ?

அகங்கரித்தல் - ஆணவங்கொள்ளல்; அடம் - பொல்லாங்கு; அகிலம் - உலகம்.

வலியவ ரெளியவர் தமைம தித்திடாப்
பலவடம் புரிவது பண்பு தாமெனி
லலைகடற் கரைகடந் தகில மெங்கணு
முலைவுற வழித்திடா துறைவ தென்கொலோ. (22)

22. (919) வலியவர்கள் எளியவர்களை மதியாமல் பலவாறு பொல்லாங்கு செய்வது பண்புதான் என்றால், அலைவீசும் கடல் கரைகடந்து உலகம் முழுவதும் அஞ்சி நடுங்கும்படி அழித்துவிடாதிருப்பது என்ன காரணத்தால்?

அடம் - பொல்லாங்கு; அகிலம் - உலகம்; உலைவுறல் - அஞ்சிநடுங்குதல்.

நபியுமெவ் வுயிர்க்குநன் னெறிந டத்திவாழ்
கவினுறு மரசுமா மெனக்க வன்றிடப்
புவியில்வந் துதித்தநீர் பொருந்திச் செய்வதோ
விவையென மிகக்கடிந் தியம்பு கின்றதே. (23)

23. (920) நபியாகவும் எவ் வுயிர்க்கும் நீதி செய்து வாழும் அரசராகவும் இலங்கும்படி பிறந்த நீர் மனம் ஒப்பிச் செய்யத் தக்க செயல்தானா இது என்று மிகக் கடுமையாகக் கேட்டது.

நன்னெறிநடத்தி - நீதி செய்து; கவினுறல் - அழகுறல்; கவன்றிட - சொல்லிட; புவி - உலகம்; பொருந்த - ஒப்பி; கடிந்து - கண்டித்து; இயம்புதல் - பேசுதல்.

கறுத்திவை பகர்தலுங் கலங்கிச் சஞ்சல
முறுத்திய கடற்புகுந் துலைந்து வாடியே
மறுத்தவிர் மனப்புறா மலட கற்றினோர்
பொறுத்தருள் கெனவெதிர் புகல லுற்றதே. (24)

24. (921) மனக்குறையுடன் எறும்பு இவ்வாறு கூறியதும் மனம் கலங்கினார். கவலைக் கடலில் வீழ்ந்து அலைப்புண்டு வாடினார். மாசகன்று தூய்மை ஒளிவீசும் மனமுடைய புறாவின் மலட்டுத் தன்மையை அகற்றிய நபி சுலைமான் (அலை) மனம் பொறுத்தருள்க என்று வேண்டினார். அதற்கு மறுமொழி சொல்லலாயிற்று அவ் வெறும்பு.

கறுத்து - மனக்குறைபட்டு; பகர்தல் - சொல்லல்; உறுத்திய - வருத்திய; மறு - குற்றம், மாசு; அவிர்மனம் - ஒளிவீசும் மனம்; எதிர் - மறுமொழி; புகலல் - சொல்லல்; புறாமலடகற்றினோர் - படலம் 6, புறா வசனித்த படலம் காண்க.

சகத்திலிச் சையுமிக நகைக்குந் தன்மையு
மகற்றுமின் னுங்கைகொண் டாரு மோருத
விகட்ககங் குறித்திடில் விரும்பிச் செய்யுமின்
வகுத்ததிம் மூன்றுநீர் புரிந்து வந்திடில். (25)

25. (922) உலகத்தின் மீது இச்சையையும் வெடிச்சிரிப்பு சிரிக்கும் தன்மையையும் நீக்குங்கள். உங்கள் கையை எதிர்பார்த்து யாரும் உதவி கேட்டு வந்தால் அதை விருப்பத்துடன் செய்யுங்கள். கூறிய இம் மூன்று செயல்களையும் செய்து வந்தால்;

சகம் - உலகம்; இச்சை - பேராசை, மோகம்; மிகநகைத்தல் - வெடிச்சிரிப்பு, மிகுதியாகச் சிரித்தல்; அகற்றுமின் - நீக்குங்கள்; அகம் - மனம்; குறித்திடில் - குறிப்பிட்டுக் கேட்டிடில்; வகுக்க - கூறிய; புரிந்து - செய்து.

மனம்பொறுத் தருள்வனென் றதும றந்திலா
தினம்பெறப் புரிகுவ னெனவி ளம்பினார்
சினந்தெடுத் தெறிந்துநீர் செய்த குற்றமித்
தினந்தனிற் சயித்தன னென்று செப்பிற்றே. (26)

26. (923) மனம் பொறுத்தருள்வேன் என்றது. இதை மறத்தல் இல்லாது இவ்வாறு செய்வேன் என்று கூறினார். சினந்து நீர் என்னைப் பிடித்து எறிந்த குற்றத்தை இன்றே பொறுத்தருளினேன் என்று சொன்னது.

மறந்திலாது - மறவாது; இனம் - கூட்டம், எறும்பு கூறிய மூன்று அறங்கள்; விளம்பினார் - சொன்னார்; சயிந்தனன் - சகித்தேன், பொறுத்தேன்; செப்பிற்று - சொல்லிற்று.

  மொழிதலு மளவிலா முகமன் கூறியே
  யுழுவினை யனுப்பின ரொழியொ ணாப்பவ
  வழுவகன் றதுவென மகிழ்ச்சி யோங்கியே
  யெழுதரு மிறைவனை யேத்தி வைகினார்.   (27)

27. (924) இவ்வாறு சொன்னதும் பலவாறு மகிழ்ந்து முகமன் கூறி எறும்பை அனுப்பினார். தீர முடியாத பாவக்கறை தீர்ந்தது என்று மகிழ்ச்சி ஓங்கி எழுதிக் காட்ட முடியாத இறைவனைப் போற்றி வணங்கி வாழ்ந்தார்.

முகமன் - உபசாரம்; உழுவம் - எறும்பு; ஒழியொணா - ஒழியமுடியாத, தீரமுடியாத; வழு - குற்றம், மாசு, கறை; ஏத்தி - போற்றி, புகழ்ந்து, வணங்கி; வைகினார் - வாழ்ந்தார்.

எறும்புகள் புத்திப் படலம் முற்றிற்று.
படலம் 19 -க்கு - திருவிருத்தம் - 924

19. எறும்புகள் புத்திப்படலம்
படலச்செய்தி

  வேத நெறியில் ஆட்சிபுரியும் அரசர் நபி சுலைமான் (அலை) ஒரு திசையை நாடி நால்வகைப் படைகள் சூழப் புறப்பட்டார். வழியில் ஓர் எறும்பு எதிர்கொண்டது. அவ் வெறும்பு, வானவர் உலகிலும் படர்ந்த புகழும் அளவில்லாத செல்வங்களும் படைத்த ஒப்பற்ற பெருவாழ்வு வாழ்கிறீர். இதைவிட மேலான வாழ்க்கை ஒன்று உள்ளது.

1. அந்தரங்கத்திலும் வெளிப்படையாகவும் இறைவனை அஞ்சுதல்.
2. தாழ்விலும் சிறுமையிலும் இறைவனையே நாடல்;
3. சினத்திலும் நீதம் செய்தல்;
4. துன்பம் நேர்ந்த காலத்திலும் மனமகிழ்ச்சியுடன் இருத்தல்

  ஆகிய இந் நான்கு அறங்களையும் கைக்கொள்வதைவிட மேலான வாழ்க்கை இல்லை என்றது. கேட்டு, எல்லாவற்றையும்விட மேலான நிலை இது என்றார் அரசர் நபி. இவ் வறங்களுடன் பொருந்திவாழும் காலத்தில் ஓராண்டு மழை தப்பியது. அதனால் சின்களிலும் மனிதர்களிலும் உள்ள பலரையும் அழைத்துக் கொண்டு மழைவேண்டி இறைஞ்சுவதற்காக ஓர் இடத்தை நாடிப் புறப்பட்டார். வழியில் ஒரு நொண்டி எறும்பு, இறைவா! மனிதர்கள் செய்யும் பாவங்களுக்காக என்னையும் என் இனத்தையும் தண்டித்து விடாதே. மழை இறக்கி அருள் என்று இறைஞ்சியது. இதைக்

கேட்ட அரசர் நபி, இனி நாம் கேட்க வேண்டுவதில்லை. இவ் வெறும்பின் பொருட்டு மழை பெய்யும் என்று திரும்பிவிட்டார். அவ்வாறே பெருமழை பெய்தது. உலகம் செழித்தது. ஒரு நாள் ஒரு சிறிய பெண் எறும்பு அவர் உடம்பில் ஏறி அங்கும் இங்கும் ஊர்ந்தது. அதைப் பிடித்து எறிந்தார். தரையில் விழுந்த அது நீரும் நானும் இறைவனின் அடிமைகள். இவ்வளவு அகங்காரம் ஏன்? கொடிய தீவினை புரிந்தீர். இதன் பின்விளைவை அறியீர் என்று கடிந்துகொண்டது. கேட்டுத் திடுக்கிட்டு மயங்கி விழுந்தார். நினைவு திரும்பியபின் தீங்கு என்ன நேர்ந்தது என்று கேட்டார். என் உடல் தளர்ந்தது; தலை உடைந்தது; கால் முறிந்தது. இதைவிடத் தீங்கும் உள்ளதோ என்றது. கேட்டு மனம் வருந்திய அரசர்நபி பொறுத்தருள் என வேண்டினார்.

1. உலக இச்சையை நீக்குதல்;
2. வெடிச்சிரிப்பை விலக்குதல்;
3. உதவி கேட்டு வருவோர்க்கு உதவுதல்

ஆகிய மூன்று அறங்களையும் கைக்கொண்டால் பொறுப்பேன் என்றது எறும்பு. மறவாது போற்றுவேன் என்றார். நீர் செய்த குற்றம்பொறுத்தேன் என்றது. மகிழ்ந்துவாழ்த்தி அனுப்பினார். இறைவனைப் போற்றி வாழலானார்.

20. கதுபத்துல்லாவிற் குறுபான் கொடுத்த படலம்

எழுசீர்க் கழிநெடிலடி யாசிரிய விருத்தம்

மலர்நற வொழுகும் வரைப்புய சுலையு
மானபி யொருதினந் தினிலோர்
தலமதைக் குறித்தங் கேகவென் றெழுந்து
தானைநால் வகைபுடை சூழ
நிலவிய காற்று வாகனத் தேறி
நெடுந்திரை மேகமண் டலத்தி
னலனுற வுலவித் திரிவது நிகர்ப்ப
நடத்தின ரந்தர மார்க்கம். (1)

1. (925) புரண்டசையும் மலர்மாலையில் இருந்து தேன் ஒழுகும் மலைபோன்ற தோளுடைய சுலைமான் நபி (அலை) ஒருநாள் ஓரிடத்தைக் குறித்து அங்குச் செல்ல எழுந்தார். நால்வகைப் படைகளும் சூழ உலவும் காற்று வாகனத்தில் ஏறி, அலையலையாகத் திரண்டு நிற்கும் மேக மண்டலத்தில் காற்றாட உலவுவதுபோல் வான வெளியில் படை நடத்தினார்.

நறவு - தேன்; வரை - மலை; புயம் - புஜம், தோள்; தலம் - இடம்; ஏக - செல்ல; தானை - படை; திரை - அலை, திரைச்சீலை; அந்தரமார்க்கம் - வானவழி.

மாலலர் பொழியப் புகுதுமப் பொழுது
மக்கமா நகர்கரு பாவின்
மேலுற நேரே பறந்தது பறக்கின்
வியனபி மாரிற்பின் னபியா

யேலவந் தொருவ ருதித்தரு டலமீ
தெனநபி சுலையுமா னிசைத்தார்
சாலவீ தியற்றி முடியுமுன் குறித்த
தலத்தினிற் சார்ந்தது விமானம். (2)

2. (926) கண்டாரை மயக்கும் கருமை கலந்த பொன்னிறம் பொழியப் போகும் மாலை நேரத்தில் மக்காவில் உள்ள கஃபத்துல்லாவின் மேல் நேராகப் பறந்தது வானூர்தி. பறக்கும்போது பெருமை மிக்க நபிமார்களின் தொடரில் பிந்திய - கடைசி நபியாய் வந்து ஒருவர் பிறக்கவிருக்கும் இடம் இது என்று நபி சுலைமான் (அலை) அறிவித்தார். பெருமையுடன் இதைச் சொல்லி முடிக்குமுன் குறித்த இடத்தை அடைந்தது.

மால் - மயக்கம்; அலர் - கருமை கலந்த பொன்னிறம்; புகுதும் - நுழையும்; கஃபா - மக்காவில் உள்ள இறையில்லம்; வியன் - பெருமை; ஏல - இயல; தலம் - இடம்; இசைத்தார் - அறிவித்தார்; சால - மிகு; ஈது - இது; இயற்றி - சொல்லி; விமானம் - வானூர்தி.

அத்தலத் திழிந்தங் கிருந்தன ரிதன்மே
லமரர்கள் கரத்தினா லியற்ற
வெத்தலத் தினிலும் வியனுற விளங்கி
யிலங்கொளிக் கதிர்மதி யிருபா
னித்தநித் தமுஞ்சாய்ந் தோடமே லவர்க
டவமெலா நிறைவுற வுலக
மத்திமத் துதித்த கஃபத்துல் லாதன்
வாய்திறந் தழுதது வன்றே. (3)

3. (927) அங்கே இறங்கித் தங்கினார். அப்போது, வானவர்கள் தங்கள் கைகளால் கட்டிய எல்லாப் புண்ணியத் தலங்களைவிடவும் பெருமையுற விளங்கிய, நாள்தோறும் ஒளிவீசும் சூரியனும் சந்திரனும் இரு புறமும் சாய்ந்து செல்ல, மேலோர்கள் செய்யும் தவங்கள் எல்லாம் நிறைவுபெறுமாறு உலகில் நடுவிடத்தில் அமைந்து உள்ள கஃபத்துல்லா வாய் திறந்து அழுதது.

இழிந்து - இறங்கி; இதன்மேல் - உதன்பின்; அமரர் - மலக்கு, வானவர்; கரம் - கை; இயற்ற - கட்டி எழுப்ப; வியன் - பெருமை; கதிர் - சூரியன்; மதி - சந்திரன்; சாய்ந்தோட - கஃபாவிற்கு நேராக மேலே செல்லாமல் சாய்ந்து ஒதுங்கி நடக்க.

அளவற வுருகி யலறிய தொனியோ
டழுதலு மேனழு தனையென்
றுளமறி யிறைவன் கேட்பவிண் டுரைக்கு
முன்னபி களிலொரு வொர்தந்
தளமுட னெனது சிகரத்தின் மீது
தாவியே பறந்துசெல் கின்றார்
தெளிவினென் னிடத்தி லிழிந்திவ ருன்னைத்
தொழுதிலர் திக்றுசெய் திலரே. (4)

4. (928) எல்லையற்ற மன உருக்கத்தோடு அலறல் குரலில் அழுதது. ஏன் அழுதாய் என்று உள்ளங்களில் உள்ளவற்றை எல்லாம் அறியும் இறைவன் கேட்டான். சொன்னது. உன்னுடைய நபிகளில் ஒருவர் தம்முடைய படைகளுடன் என் முடிமீது தாவிப் பறந்து செல்கின்றார். தெளிவாக என்னிடம் இறங்கி உன்னைத் தொழவில்லை. திக்ரு செய்யவும் இல்லை.

அளவற - அளவு அறும்படி; தொனி - குரல்; உளமறி இறைவன் - மனிதர்கள் வாயால் சொல்வதையும் அதற்கு மாறாக மனத்தில் மறைத்துக்கொள்வதையும் அறியும் இறைவன்; விண்டு - விவரித்து; தளம் - படை; சிகரம் - உச்சி, தலை; இழிந்து - இறங்கி; திக்று - இறைவன் பெயரைத் தொடர்ந்து உச்சரித்தல், நினைந்து உணர்ந்து மொழிதல்.

இதுவலா தெனைச்சூழ் தரவுனக் கிணையா
யியற்றிய புத்துக ளினைவைத்
ததிவித வணக்கம் புரிந்தனர் கொடியோ
ராகையா லழுதன னென்ன
மதிதவழ் கிரண மணிமுடி மாட
மக்கமா நகரினி லுதித்துக்
கதிதரு கருபா நவிலலு முதலோன்
கருணைகூர் திருமொழி கவல்வான். (5)

5. (929) இஃதன்றி அறக்கொடியவர்கள் என்னைச் சுற்றிலும் உனக்கு இணை என்று மனிதக் கைகளால் செய்யப்பட்ட தொழுவுருவங்களை வைத்துப் பல வகையாக வணக்கம் புரிகின்றனர். இதை எல்லாம் நினைத்தே அழுகின்றேன் என்றது. நிலவு தவழ்ந்து விளையாடி ஒளிவீசும் மணிமுடி மாடங்கள் நிறைந்த மக்கமா நகரில் அமைந்து ஈடேற்ற கதிதரும் கருபா சொன்னதைக் கேட்டு அருள்கூர்ந்து அருள்மொழி கூறினான் இறைவன்.

இணை - இறைவனுக்கு இணை என சிலைகளை நிறுவி இவையே அவன் எனல், ஷிர்க்; புத்து - தொழுவுருவம்; அதிவிதம் - பலவகை; மதி - நிலவு; கிரணம் - ஒளிக்கற்றை; மணிமுடி - உச்சி; கதி - ஈடேற்றம்; கருபா - மக்காவில் உள்ள இறையில்லம்; நவிலல் - சொல்லல்; கூர்ந்து - மிகுந்து; திருமொழி - அருள்மொழி; கவல்வான் - சொல்லல்.

துறவின ருயிரே பின்னைநா ளுன்னைச்
சுசூதிடு நெற்றிகள் கொண்டு
நிறைவுசெய் தருள்வே னென்றிரு வொளியாய்
நித்தில மாமயில் வடிவாய்ப்
பொறைதரு நபிக ளெவர்க்குநா யகமாய்ப்
புண்ணியப் பொருளினுட் பொருளா
யறைதரு கபீபு முகம்மது நபியை
யனுப்புவ னுனதுபா லதனில். (6)

6. (930) என்மீது கொண்ட பற்றே அன்றி மற்ற பற்றுகள் அனைத்தையும் துறந்தவர்களின் உயிரே! கருபாவே! பிற்காலத்தில் உன்பால் திரும்பி சுசூது

செய்யும் நெற்றிகளைக் கொண்டு உன்குறை போக்கி நிறைவு செய்தருள்வேன். என் திரு ஒளியாய், ஆன்மிக உலகில் வலம்புரி முத்தாய், மயிலாய், பூவுலகில் பொறைகாத்த நபிமார்கள் யாவருக்கும் நாயகமாய் புண்ணியப் பொருளின் உட்பொருளாய்ப் புகழப்படும் கபீபு முகம்மது நபியை உன்பால் அனுப்புவேன். அவர் வரும் நாளில்

துறவினர் - இறைவனைத் தவிர உள்ளவற்றைத் துறந்தவர்; பின்னைநாள் - கடைசிக் காலம், பிற்காலம்; சுசூது - தொழுகையில் ஒருநிலை, முழங்காலில் அமர்ந்து நெற்றி நிலத்தில் பதிய இருக்கும் நிலை; நித்திலம் - முத்து, வலம்புரி முத்து; பொறை - பொறுமை; நாயகம் - தலைவர்; அறைதரு - புகழ்ந்து பேசப்படும்; கபீபு - அன்பர், நேசர்; உன்பால் - உன்னிடம்.

இறைவனாகிய அல்லாகுத் தஆலா தான் அறியப்பட வேண்டும் என்று விரும்பியபோது படைப்புகளைப் படைத்தான். அஃதாவது தான் அல்லாத அனைத்தையும் படைத்தான். இவ்வாறு படைக்குமுன் தன்னுடைய ஒளியில் இருந்து வெளியாக்கி, வெளியாக்கியதை ஒரு முத்தாகச் சுடர் கான்று இலங்கச் செய்தான். பின்னர் அதை அழகு மயில் வடிவில் அமைத்தான். அதன் ஒளியைக் கொண்டே எல்லாவற்றையும் படைத்தான். அதை நூர் - ஒளி என்றும் நூர் முகம்மதிய்யா என்றும் அது படைப்புகளின் மூலவித்து என்றும் அதுவே முகம்மதின் எதார்த்தம் என்றும் கூறப்படும். இது சுன்னத் வல் ஜமாஅத்தின் கொள்கை. இதையே இப் பாட்டில் சுட்டிக்காட்டுகின்றார்.

இருகதிக் குறுவா னதையுமுன் னிடமே
யிறக்குவ னுனைப்பரி பாலித்
தருளவும் வணங்கித் துதிக்கவு மிகுந்தோர்
தமையழைத் தருள்வனன் போங்கிப்
பெருகுபார்ப் பதனைத் தேடிவந் தடையும்
பறவைபோற் பிள்ளையைத் தேடி
வருமனை யினைப்போ லெனதுகல் குகளுன்
மாட்டினில் வருகவும் புரிவேன். (7)

7. (931) ஈருலகிலும் ஈடேற்றம் நல்கும் குர்ஆனையும் உன்னிடமே இறக்குவேன். உன்னைப் பாதுகாக்கவும் வணங்கிப் போற்றவும் பேரளவிலானவர்களை ஏற்படுத்துவேன். அன்புப் பொங்கிக் குஞ்சுகளைத் தேடி வந்து அடையும் தாய்ப்பறவை போலவும் பிள்ளையைத் தேடி வரும் அன்னையைப் போலவும் என் அடியார்கள் உன்னிடம் வரச்செய்வேன்.

இருகதி - இம்மை ஈடேற்றமும் மறுமை ஈடேற்றமும் எய்துவதற்குக் காரணமான ஒரே நேர்வழி; குறுவான் - குர்ஆன்; பரிபாலித்தல் - பாதுகாத்தல்; துதித்தல் - புகழ்தல், போற்றுதல்; பார்ப்பு - குஞ்சு; அனை - அன்னை; கல்குகள் - படைப்புகள், ஈண்டு அடியார் ஆகிய மனிதர்களைக் குறித்து நின்றது; மாட்டினில் - இடத்தில்.

திடச்சில பறுலா னதையுநின் மருங்கிற்
சேர்ப்பனிப் புத்துக ளினையு

மெடுத்தெறிந் திடச்செய் திடுவனுன் றனைத்துய்
தாக்குவ னெண்ணமுற் றுருக்கந்
தொடுத்திரங் குவதே னழுதிட லகற்றென்
றோதினன் றூயவ னதுகேட்
டடற்பெருங் கஃபா துன்புறு நிறைபோ
னந்தவின் பங்கள்கொண் டதுவே. **(8)**

8. (932) உறுதியான சில கட்டாயக் கடமைகளை உன்னிடம் ஏற்படுத்துவேன். இத் தொழுவுருவங்களை எடுத்தெறிந்திடச் செய்வேன். உன்னைத் தூய்மைப்படுத்துவேன். மன உருக்கத்துடன் தொடர்ந்து துன்பப்படுவதேன்? அழுகையை விலக்கு என்று உரைத்தான் தூய இறைவன். அதைக் கேட்டு வெற்றிகளில் பெரிய வெற்றியாகிய ஈருலக ஈடேற்றத்தின் நிலைக்களனாகிய கருபா நிறைந்த துன்பத்தால் வருந்தியதைப் போல் முடிவற்ற இன்பத்தில் திளைத்தது.

திடம் - உறுதி; பறுலு - கட்டாயக் கடமை, ஹஜ்; மருங்கு - பக்கம்; புத்துகள் - தொழுவுருவங்கள்; எண்ணம் உற்று - மனம் வருந்தி; தொடுத்து - நில்லாது, தொடர்ந்து; இரங்குதல் - அழுதல், வருந்துதல்; அகற்று - நீக்கு; ஓதினன் - சொன்னான், உரைத்தான்; அடல் - வெற்றி, அஃது ஈருலக ஈடேற்றம்; நிறை - நிறைவு; அனந்தம் - அளவின்மை, முடிவின்மை.

அழுங்கியுட் கவலை நிறைதரக் கஃபா
வழுதது சுலையுமா னபிக்குஞ்
செழுந்தவப் பொருளா முதல்வ னறியச்
செய்தனன் சேனையோ டன்றே
யெழுந்தனர் மருத்து வாகன மிசையே
யேறினர் வானிடை பறந்து
வழிந்தொழு கியசெந் தேன்மலர்த் தடஞ்சூழ்
மக்கமா நகரில்வந் தனரே. **(9)**

9. (933) அச்சமும் கவலையும் நிறைந்து கருபா அழுததை சுலைமான் நபி (அலை)க்கு செழுமையான தவப் பொருளான இறைவன் அறிவித்தான். காற்று வாகனத்தில் படையுடன் ஏறிப் புறப்பட்டு, வழிந்து ஒழுகும் செந்தேன் மலர்ச்சோலைகள் சூழ்ந்த மக்கமா நகரில் வந்து இறங்கினார்.

அழுங்கி - அஞ்சி; மருத்து - காற்று; மலர்த்தடம் - மலர்ச்சோலை.

பொருந்துமெப் பதிக்கு முதற்றிருத் தலமாம்
புனிதநன் னகரில்வந் ததற்பி
னருந்தவ மியற்றுங் கருபத்துல் லாவுட்
புகுந்ததைச் சூழ்ந்தணி யணியா
யிருந்தபுத் தனைத்து மேவலோர் தமைவிட்
டெடுத்தெறிந் திடப்புரிந் திறையைப்

பரிந்ததி லிருந்து வணங்கியுட் கனிந்து
பரவினர் கருயணைங் கடலே. (10)

10. (934) உலகில் உள்ள புனிதத் தலங்கள் யாவினுக்கும் முதல் திருத்தலமாகிய புனித மக்கா நகருக்கு வந்தபின் அரிய தவமாகிய ஹஜ் செய்யும் கபத்துல்லாவின் உள்ளே புகுந்து, அதைச் சுற்றி வரிசை வரிசையாக இருந்த தொழுவுருவங்களை எல்லாம் ஏவலரை விட்டு எடுத்து எறியச் செய்தார். அப்பால் கருணைக் கடலான சுலைமான் நபி (அலை) பரிவுடன் மனம் கனிந்து இறைவனை வணங்கிப் போற்றினார்.

புத்து - தொழுவுருவம்; பரவினர் - புகழ்ந்தார், போற்றினார்.

அத்திரி யையா யிரமிட பமுமை
யாயிர மத்தொகை பசுக்கள்
சுத்தவெள் ளாடை யாயிரங் கொடியை
யாயிரந் தும்புபோன் மயிர்கண்
மொய்த்துள தகரை யாயிர மறுத்து
முன்குறு பான்கொடுத் ததன்மே
லெத்திசை யினரு மருந்தியுண் மகிழ
விட்டனர் பெருவிருந் தினிதாய். (11)

11. (935) ஐயாயிரம் ஒட்டகை, ஐயாயிரம் காளைமாடு, ஐயாயிரம் பசு, தூய வெள்ளாடு ஐயாயிரம், செம்மறியாடு ஐயாயிரம், கரும்பு போன்ற மயிர்கள் மொய்த்துக் கிடக்கும் செம்மறிக்கடா ஐயாயிரம் அறுத்து குறுபான் கொடுத்தார். அதன்மேல் எல்லா திசையினரையும் அழைத்து அவர்கள் மகிழுமாறு விருந்திட்டார்.

அத்திரி - ஒட்டகம்; இடபம் - காளைமாடு, எருது; கொறி - செம்மறியாடு; தும்பு - தும்பை, கரும்பு; தகர் - செம்மறிக்கடா; குறுபான் - உயிர்ப்பலி.

பங்கவெம் பசியின் பிணியினா லிடையப்
படுமிசிக் கீன்களை யழைத்துத்
தங்கமுந் துகிலும் விலையிலா மணியுந்
தணப்பிலா தவாபுற வளித்தே
யங்கவர் கடைக்கட் பார்வைபெற் றவரை
யடுத்தவ ரெழுதலை முறைக்கும்
வெங்கலி யகன்று வாழ்ந்தினி திருப்ப
மிகுதன பதிகளாக் கினரே. (12)

12. (936) மனிதனைச் சிறுமையில் ஆழ்த்தும் கொடுமை நிறைந்த பசிப்பிணி யினால் மெலிந்த ஏழையரை அழைத்துத் தங்கமும் ஆடையும் இரத்தின மணிகளும் அளித்தார். மரணத்திற்கு அப்பாலும் நன்மைகள் தொடர்ந்து வரும் நிலையான தருமம் எனப்படும் சதக்கத்துன் ஜாரியா ஆக அளித்தார். அன்று

அவருடைய அருட்பார்வையில் பட்டவர்களின் ஏழு தலைமுறைக்குக் கொடிய வறுமை நீங்கி வாழும்படிப் பெருஞ்செல்வர்களாக ஆக்கினார்.

பங்கம் - சிறுமை; வெம் - கொடுமை; இடையல் - மெலிதல்; மிசிக்கீன் - ஏழை; தணப்பிலா - பிரியாத, தடைப்படாது தொடரும்; தவாபு - நன்மை; தணப்பிலா தவாபு - மரணத்தாலும் தடைப்படாத நன்மை, இது சதக்கத்துன் ஜாரியா எனப்படும் நிலையான தருமம்; வெங்கலி - கொடிய வறுமை; தனபதி - செல்வர்.

மக்கமா நகரி லுறைதலை வோரை
மைந்தரை முதியரைத் தமது
பக்கலி லுறையும் சின்களை நரரைப்
பரபதி மகுடமன் னவரைத்
திக்கெலாம் வழுத்துங் குறைசியங் குலத்தோர்
தங்களைத் தெளிந்தநூ லினரைத்
தக்கவ ரெவர்க டமையுமே விளித்துச்
சாற்றுவர் சுலையுமா னபியே. (13)

13. (937) மக்கமா நகரில் வாழும் தலைவர்களையும் இளைஞர்களையும் முதியவர்களையும் தம்முடன் அருகில் இருந்த சின்களையும் மனிதர்களையும் நாடுகளின் முடிபுனைந்த மன்னர்களையும் திசை எல்லாம் வாழ்த்தும் குரைசிக் குலத்தாரையும் தெளிந்த வேத பண்டிதர்களையும் தகுதி உள்ளவர்கள் அனைவரையும் அழைத்து அவர்களிடம் கூறினார் நபி சுலைமான் (அலை).

உறை - வாழும்; மைந்தர் - இளைஞர்; பக்கல் - அருகு; நரர் - மனிதர்; பரபதி - நாடுகள்; வழுத்தும் - புகழும்; நூல் - வேதம்; நூலினர் - வேதபண்டிதர்; விளித்து - அழைத்து; சாற்றுவார் - கூறுவார்.

உற்றமே லவன்றன் னருளினாற் கருபா
வுதித்தரு ளித்தலத் தனிலே
குற்றமற் றுயருங் குறைசியங் குலத்தின்
கொழுந்ததாய் வேதகா ரணராய்
வெற்றியும் விருது மிகப்பெறு பவராய்
விண்ணவர் புகழ்மணி விளக்காய்
நற்றவ நபிக ளெவர்க்குநா யகமாய்
வருவரோர் நபிநவ மோங்க. (14)

14. (938) உள்ள ஒரே மேலான இறைவனின் அருளினால் கருபா அமைந்துள்ள இவ் விடத்தில், குற்றம் நீங்கி உயர்ந்த குரைசிக் குலத்தின் கொழுந்தாய் நபி ஒருவர் தோன்றுவார். புதுமைகள் ஓங்கி வளரும் அவர் வேதத்தின் காரணப் பொருளாவார். பெரும் வெற்றி பெறுவார். பல்வேறு சிறப்பு விருதுகள் பெறுவார். வானவர்களாலும் புகழப்படுவார். ஏற்றுவார் இன்றித் தன்னில் தானே ஒளியுடைய மணிவிளக்குப் போல் ஒளிர்வார். நற்றவம் சிறந்த நபிமார்கள் யாவருக்கும் தலைவராவார்.

நவம் - அற்புதம், முஃஜிஸாத், புதுமை.

மடற்செழுங் கமல மலர்ப்பதம் பணியா
மருவல ருயிரைவாட் கிரையாக்
கொடுப்பரிப் புவியோர் கவிகையிற் புரப்பர்
குற்றமொன் றணுகிலா தெவையுங்
கடக்குமெய்ப் பொருளைப் பழிப்பவர் தமைச்சங்
கரித்தருள் பீசபீ லியற்றித்
திடப்படு தமது வேதகற் பனையாந்
தீன்பயிர் மிகவளர்த் திடுவார். (15)

15. (939) தாமரை இதழ்போன்ற மென்மையாத பாதம் உடையவர் தம்மைப் பணிந்து பின்தொடர மறுக்கும் பகைவரை வாளுக்கு இரையாக்குவார். இவ்வுலகம் முழுவதையும் ஒரு குடையின்கீழ் ஆள்வார். குற்றங் குறைகள் அணுகுதல் இல்லாது அனைத்தையும் கடந்த மெய்ப்பொருளான இறைவனைப் பழிப்பவர்களை இறைவழிப் போர் தொடுத்து அழிப்பார். தமக்கு அருளப்படும் உறுதியான வேதம் கற்பிக்கும் தீன் ஆகிய நேர்வழிப் பயிரை வளர்ப்பார்.

மடல் - இதழ்; கமலம் - தாமரை; மலர்ப்பதம் - பூம்பாதம், மென்மையான பதம்; மருவலர் - பகைவர்; கவிகை - குடை; புரப்பர் - காப்பார், ஆளுவார்; சங்கரித்தல் - அழித்தல்; பீசபீல் - இறைவழிப் போர்; தீன் - மார்க்கம், இஸ்லாம், நேர்வழி.

அண்டலர்க் கிடியே றெனுமிவர் வருநா
ளகிலத்தி லிருந்துளத் தீமான்
கொண்டவ ரெவருஞ் சுவனமங் கையர்க்குக்
கொழுநராய்ச் சோபனம் பெறுவார்
விண்டருட் கலிமா வுரைத்திடா திவர்க்கு
விலகிய மாறுசெய் வோர்கள்
கண்டள விடுதற் கருநெடுங் காலங்
கனன்றெரி நரகிடைக் கிடப்பார். (16)

16. (940) பகைவர்க்கு இடியேறு ஆகிய அவர் வரும் நாளில் உலகில் வாழ்பவர்களில், உள்ளத்தில் இறைநம்பிக்கை கொண்டவர்கள் எல்லாம் சொர்க்கத்தின் ஹூரிப் பெண்களை அடைவர் என்னும் நன்மாராயம் பெறுவார்கள். அருள் மிகுந்த நறுமணக் கலிமாவைச் சொல்லாது அவரை விட்டு விலகி மாறு செய்யும் காஃபிர்கள் எல்லாம் அளவிட முடியாத நெடுங்காலத்திற்குக் கொழுந்துவிட்டு எரியும் நரகத்தில் கிடப்பார்கள்.

அண்டலர் - பகைவர்; அகிலம் - உலகம்; ஈமான் - இறைநம்பிக்கை; சுவனம் - சொர்க்கம்; சுவனமங்கையர் - சொர்க்கத்தின் ஹூரிப்பெண்கள்; கொழுநர் - கணவர்; சோபனம் - வாழ்த்து, நன்மாராயம்; விண்டல், விள்தல் - சொல்லல்; கலிமா - மூலமொழி, அது, லாயிலாஹ இல்லல்லா முஹம்மதுர் ரசூலுல்லாஹ் - அல்லாஹ் அன்றி இறைவன் இல்லை; முகம்மது (சல்) அல்லாகுவின் தூதர் என ஒத்துக்கொண்டு அறிக்கை செய்தல்; மாறு செய்வோர் - காபிர்; கனல் - தீக்கொழுந்து; எரி - எரியும்.

பலபல புதுமை விளைப்பரென் றுரைப்பப்
பாங்கினி லிருந்தவ ரெவரு
முலவியே புவியுந் திகழ்புக முடையீ
ருமக்குமே நாயக மானோர்
நிலமிசை வரவெத் தனைநெடுங் காலஞ்
செலுமின நிகழ்த்துவீ ரென்னத்
துலகவாண் டோரா யிரத்தின்மேல் வருவ
ரென்றனர் சுந்தரத் தோன்றல். (17)

17. (941) பல்வேறு புதுமைகளையும் அவர் நிகழ்த்துவார் என்று அறிவித்தார். இதைக் கேட்ட அருகில் இருந்தவர்கள் உலகம் முழுவதும் சூழ்ந்த புகழுடையவரே! உங்களுக்கும் நாயகமானவர் பூமியில் தோன்றுவதற்கு இன்னும் எவ்வளவு காலம் செல்லும் என்பதையும் அறிவியுங்கள் என்றார்கள். துலக்கமாக ஆயிரம் ஆண்டுகள் கடந்தபின் வருவார் என்றார் அழகரசர்.

பாங்கு - அருகு; புவி - உலகம்; நிலமிசை - பூமியில்; செலும் - செல்லும்; நிகழ்த்துவீர் - அறிவிப்பீர்; சுந்தரம் - அழகு; தோன்றல் - அரசர்.

பகர்ந்தசொற் செவியிற் புகுதலுங் குறைசிக்
குலத்தின ரொடுபலர் நாமிச்
சகந்தனில் வரவந் துதித்திடிற் பிறக்கத்
தக்கவ னமைத்தில னென்றே
யகந்தனிற் றுயருற் றிவர்வர வறியும்
பலனடைந் தனமெனக் களிப்புற்
றுகந்தன ரெமையாண் டருண்முகம் மதர்தம்
முயர்தற ஜாத்திணை யுண்டோ. (18)

18. (942) இவ்வாறு நபி சுலைமான் (அலை) சொன்ன சொல் காதிற் புகுந்ததும் குரைசிக் குலத்தினரும் மற்றவர்களும் அந்த நபிகள் நாயகம் உலகில் தோன்றினால் அப்போது நாம் இவ் வுலகில் பிறக்கும்படி இறைவன் அமைக்கவில்லையே என்று மனத்தில் துன்பம் கொண்டனர். ஆயினும் அவர் வரப்போவதை அறியும் பலனை அடைந்தோம் என்று களித்து உகந்தனர். எம்மை ஆண்டருளும் முகம்மதரின் உயரிய பதவிக்கு இணையும் உண்டோ?

பகர்ந்த - சொல்லிய; சகம் - உலகம்; வர - வருவதற்கு; வந்து உதித்திடில் - வந்து பிறந்தால்; தக்கவன் - எல்லாம் செய்யத் தக்கவன், இறைவன்; அகம் - மனம்; களிப்பு - பெருமகிழ்ச்சி; உகப்பு - பெருவிருப்பம்; தரஜாத் - பதவி.

மலர்ந்தபங் கயங்க டொறுமனத் தொகைகள்
வந்திருப் பவைமதி நிகராய்த்
துலங்கிய தடங்கள் செறிந்ததென் வகுதைச்
சுந்தர னகுமது நயினா
னிலந்தனி லியற்று தவத்தினா லுதித்த
நிதிபதி துரையப்துல் காதி
ரிலங்கிய லிதயா சனப்பொருண் மகுமூ
திருபத மிகபர கதியே. (19)

19. (943) தாமரைக் குளங்கள் நிறைந்த ஊர் தென்வகுதை ஆகிய கீழைக்கரை. அவ் வூர்க் குளங்களில் மலர்ந்திருக்கும் தாமரைகளில் அன்னப் பறவைகள் அமர்ந்திருக்கின்றன. அது பார்க்க ஏராளமான நிலவுகள் தொகுதியாக உள்ளது போல் காட்சியளிக்கின்றது. அக் கீழைக்கரையின் அழகன் அகமது நயினான். உலகில் அவன் செய்த தவங்களின் திரட்சியாய்த் தோன்றியவன் பெருஞ்செல்வன் அப்துல் காதிர் துரை. அவனுடைய உள்ளத்தை இருக்கையாகக் கொண்டு வீற்றிருக்கும் அருட்பொருள் மகுமூது ஆகிய முகம்மது நபி (சல்). அவருடைய இரண்டு பாதங்களும் இம்மை மறுமைக்கு கதி ஆகும்.

பங்கயம் - பங்கஜம், தாமரை; அனம் - அன்னப்பறவை; தொகை - தொகுதி, கூட்டம்; மதி - நிலவு; துலங்கிய - துலக்கமாகிய; தடம் - குளம்; செறிந்த - நிறைந்த; வகுதை - பகுதாது நகரம், ஈராக் நாட்டின் தலைநகர்; தென்வகுதை - தென்னாட்டின் பகுதாது, கீழைக்கரை; சுந்தரன் - அழகன்; நிலம் - பூமி; இயற்று - செய்யும்; நிதிபதி - பெருஞ்செல்வன்; இலங்கிய - ஒளி வீசிய; இதயாசனம் - உள்ளமே இருக்கை; பொருண் - உட்பொருள், பொருள்; மகுமூது - முகம்மது நபி (சல்); இருபதம் - இருதாள்; இகம் - இம்மை; பரம் - மறுமை. 20 முதல் 26வரை உள்ள ஏழு பாட்டுகளும் முற்றிலும் ஆன்மிக அனுபவ வெளிப்பாடுகள். ஆழ்ந்து அனுபவிக்கத் தக்கவையே அன்றிச் சொல்லுக்குச் சொல்லாகப் பொருள்கூறத் தக்கவை அல்ல. ஆயினும் கோடி காட்டும் போக்கிலேயே உரை எழுதப்பட்டுள்ளது.

ஆகம கலைகட் கனந்தவா பரண
வழகெனுந் திருப்பெய ரரசை
யேகசிற் பரமெய்ப் பொருளொளித் தெளிவை
யெமக்கெமைக் காட்டுதர்ப் பணத்தைச்
சேகரப் பலகற் பனைகடந் துயர்ந்த
செம்மலை நரருயிர்க் குயிராந்
தேகதத் துவநிர் மலமகு மூதைத்
தியானஞ்செய் மனங்களே மனங்கள். (20

20. (944) தத்துவம் முதலிய கலைகளுக்கு முடிவில்லாத அணிகலன் அலங்கார அழகு என்னும் திருப்பெயர் பூண்ட அரசரை, தனிப்பரம்பொருள் விளக்கத்தின் மெய்ப்பொருள் ஒளியான தெளிவை, எங்களுக்கு எங்களைக் காட்டும் கண்ணாடியை, தொகுக்கப்பட்ட பல்வேறு கற்பனைகளையும் கடந்த செம்மலை, மனிதர்களின் உயிருக்கு உயிரான மும்மலம் கடந்த உடற்கூறு கொண்ட மகுமூதை நினைந்துருகும் மனங்களே உண்மையில் உயிர்வாழும் மனங்கள்.

ஆகமம் - நூல், இயற்பொருள் கூறும் தத்துவநூல்; அனந்தம் - முடிவில்லாத; ஆபரணம் - அணிகலன்; யேபகம் - ஒற்றை, தனி, முழுமை; சிற்பரம் - பிரம்மம்; தற்பணம் - பளிங்கு, கண்ணாடி; சேகரம் - திரட்டு, தொகுப்பு; நரர் - மனிதர்; தேகத்தத்துவம் - உடற்கூறு; நிர்மலம் - குற்றம் நீக்கம், அவை ஆணவம் கன்மம் மாயை ஆகிய மும்மலம் நீங்கிய தூயநிலை; தியானம் - திக்ரு, நினைதல்.

வள்ளலை யொருநான் மறைக்கரும் பொருளை
மறைபடா திலங்குமொண் மதியைத்
தள்ளுதற் கருமும் மலத்தையுங் கடந்தோர்
தவத்தினுள் விளங்கிய கனியைக்
கள்ளவிழ் மரவ மலர்த்தொடைப் புயரைக்
கருணையங் கடலினிற் பிறந்த
தெள்ளமு தனைய முகம்மது நபியைத்
தெரிசிக்குங் கண்களே கண்கள். (21)

21. (945) வள்ளல் ஆனவரை, சபூர் தவுராத் இஞ்சீல் திருக்குர்ஆன் ஆகிய நான்கு மறைகளிலும் உள்ள அரிய பொருளை, மறைக்கப்படாது முழுமையாக இலங்கும் ஒளி நிலவை, விலக்கப்பட்டவற்றையும் மும்மலத்தையும் கடந்தவர்கள் செய்யும் தவத்தின் உள்ளே விளங்கிய கனியை, தேன் அவிழ்ந்து ஒழுகும் குங்கும மலர்மாலை தவழும் தோளுடையவரை, கருணைக் கடலில் பிறந்த தெள்ளமுதம் போன்ற முகம்மது நபி (சல்) யைக் காணும் கண்களே பேறுபெற்ற கண்கள்.

நான்மறை - சபூர், தவுராத், இஞ்சீல், திருக்குர்ஆன் ஆகிய நான்கு மறைகள்; இலங்கும் - ஒளிரும்; ஒண் - ஒளி; தள்ளுதற் கருமம் - ஹராம், விலக்கப்பட்டவை; மலம் - ஆணவம், கன்மம், மாயை ஆகிய முக்குற்றம்; கள் - தேன்; மரவம் - குங்குமம்; தொடை - மாலை; புயர் - தோள் உடையவர்; தெரிசிக்கும் - காணும்.

எப்புவி யினிலு மிருந்தர சியற்று
மேகபூ ரணவரோ தயத்தை
யற்புத வடிவை ஞானலோ சனத்தை
யளவிலா னந்தவா ருதியை
யொப்பகன் றகண்ட வெளியில்வா ழொளியை
யுள்ளிரு ளகற்றுசெஞ் சுடரை
மைப்புயற் கவிகை நபிகணா யகத்தை
வாழ்த்தல்செய் வாய்களே வாய்கள். (22)

22. (946) எல்லா உலகங்களிலும் இருந்து அரசு நடத்தும் தனி முழுமைக் கொழிப்பை, அற்புத வடிவை, ஞானவிழியை, அளவில்லாப் பேரின்பக் கடலை, ஒப்பு உவமை அற்ற அகண்ட வெளியில் வாழும் ஒளியை, மன இருள் அகற்றும் ஞான சூரியனை, கருமேகம் குடைபிடிக்கும் நபிகள் நாயகத்தை வாழ்த்தும் வாய்களே வாய்கள்.

புவி - உலகம்; அரசியற்றுதல் - ஆட்சி புரிதல்; ஏகம் - தனி; பூரணம் - முழுமை; கொழிப்பு; லோசனம் - பார்வை, கண்; ஆனந்தம் - பேரின்பம்; வாருதி - கடல்; அகன்ற - நீங்கிய; கண்டம் - அளவிற்குட்பட்டது; அகண்டம் - அளவில்லாதது, எல்லையில்லாதது; உள் - மனம்; செஞ்சுடர் - சூரியன்; மை - மைவண்ணம், கருமை; புயல் - மேகம்; கவிகை - குடை.

அரியவிண் ணவர்கள் சிரமிசை யுறையு
மலர்சர ணாம்புய நிதியை

யுருவரு வதனி னடுநிலை பொருந்து
முத்தம காட்சியுற் பவத்தைச்
சரதநித் தியசோ பனமணிச் சுவனந்
தனின்மகு மூதெனு மியானைக்
கிரிமிசை யுலவு நபிதமைத் துதிப்பக்
கேட்குமச் செவிகளே செவிகள். (23)

23. (947) கண்ணால் காணமுடியாத வானவர்களின் தலையில் உள்ள மலர்ப்பாதம் ஆகிய பதுமநிதியை, உருவம் அல்லாது அருவமும் அல்லாது இவை இரண்டிற்கும் இடைப்பட்ட மெய்யான காட்சியின் (பிறப்பை) தோற்றத்தை, சத்தியமாகிய அழியாத நன்மாராய ஒளிவீசும் சொர்க்கத்தில் மகுமூது என்னும் மலைபோன்ற யானையில் உலாவரும் நபியைப் புகழ்வதைக் கேட்கும் காதுகளே காதுகள்.

அரிய - கண்ணால் காண முடியாத; விண்ணவர் - வானவர்; சிரம் - தலை; மிசை - மேல்; உறையும் - இருக்கும்; அலர் - மலர்; சரணம் - பாதம்; அம்புயம் - பதுமம், சங்கு வடிவில் கிடைக்கும் அரிய பொன் பதுமநிதி, அஃது இந்திரனிடமும் குபேரனிடமும் உள்ளது (புராணச்செய்தி); உத்தமம் - உண்மை, மெய்; உற்பவம் - உற்பத்தியாதல் ; சரதம் - சத்தியம்; நித்தியம் - அழிவின்மை; சோபனம் - வாழ்த்து, நன்மாராயம், இங்கு சலாம், அஸ்ஸலாமு அலைக்கும் என்னும் வாழ்த்து; கிரி - மலை; உலவுதல் - உலாவருதல்; துதிப்ப - புகழ.

இணைவிழி மணியை யுலகின்மங் கையர்க
ளெவர்க்குமன் றாட்டருண் மானை
யுணர்வதற் கரிய தனிமுத லறுசி
லுறுபுலிக் களித்தவ ரீன்ற
வணியரி யேறென் றிடுமிரு புதல்வ
ரங்கையாற் றொடமகிழ் நபிதம்
மணியொளிர் திருமே னியினிற்கஸ் தூரி
வாசங்கொ ணாசியே நாசி. (24)

24. (948) இரு கண்களின் ஒளிப் பாவையை, உலகப் பெண்களுக்காக இறைவனிடம் மறுமையில் மன்றாட இருக்கும் அன்னை பாத்திமா (ரலி)வை உணர்வதற்கு அரிய தனிமுதலான இறைவனின் அருசின் புலியான ஹளரத் அலீ (ரலி) மணமுடித்துத் தந்து அவர்கள் பெற்ற சிங்க ஏறுகள் எனப்படும் இமாம்கள் ஹஸன் ஹுசைன் (ரலி) ஆகிய இருவரும் தங்கள் கையால் தொட மகிழும் நபிகளின் அழகொளி வீசும் திருமேனியின் கஸ்தூரி மணத்தை நுகரும் நாசியே நாசி. மறுமையில் பெண்களுக்காக மன்றாட இருப்பவர் அன்னை பாத்திமா (ரலி). அவரை ஈன்று அருஷின் புலி அலி (ரலி)க்கு அளித்தார்கள். அவ்விணையர் ஈன்ற செல்வங்கள் இமாம்கள் அசய் உசைன் (ரலி). அவர்கள் தொட்ட மேனியின் கஸ்தூரி நறுமணத்தை நுகர்ந்த நாசியே நாசி.

கோரி - வாதாடல்; அருள்மான் - அன்னை பாத்திமா (ரலி); தனிமுதல் - இறைவன்; அருள் - இறைவனின் ஆட்சிப் பீடம்; அகுசில் உறுபுலி - ஹஸ்ரத் அலீ (ரலி);

அணி - அழகு; அரியேறு - ஆண் சிங்கம்; அங்கை - உள்ளங்கை, கையின் உட்புறம்; மணி - அழகு; வாசங்கொள்ளல் - முகத்தல்.

கந்தமுந் தவத்தோர் கதிகளு நிறைந்து
கடல்வளை புவிதொடா துயர்ந்து
தந்தவெண் பிறைப்பாந் தளும்வரிப் புலியுந்
தாழ்ந்துபா தலங்கடந் துருவி
யந்தர மவனி கதிர்மதி யமைத்தோ
னறுசினிற் கபுசொடு நடந்து
சுந்தரங் குலவு முஸ்தபா சரணந்
தொடுமிரு கைகளே கைகள். **(25)**

25. (949) நறுமணமும் தவமேலோர்க்கு உரிய ஈடேற்ற வழிகளும் நிறையப் பெற்று, கடல் சூழ்ந்த உலகின் நிலம் தொடாமல் உயர்ந்து, வெண்பிறை போன்ற பல்லுடைய பாம்பும் வரிப்புலியும் தாழ்ந்து பணிந்து பணிய, மிஃராஜின் போது நரகத்தைக் கடந்து அப்பால் சென்று, வானம் பூமி சூரியன் சந்திரன் முதலிய அனைத்தையும் படைத்தவனின் ஆட்சிப் பீடமாகிய அருசிற்குப் பாதரட்சையுடன் நடந்து சென்றதனால் அழகு குலவும் முஸ்தபா நபி (சல்)யின் பாதங்களைத் தொடும் இரு கைகளே கைகள்.

கந்தம் - நறுமணம்; கதி - மோட்சகதி, ஈடேற்றவழி; புவி - நிலவுலகம்; தந்தம் - பல்; பாந்தள் - பாம்பு; பாதலம் - நரகம்; அந்தரம் - வானம்; அவனி - பூமி; கதிர் - சூரியன்; மதி - நிலவு; அருசு - ஆட்சிப்பீடம்; கபுசு - கால்கட்டை, பாதரட்சை; சுந்தரம் - அழகு; முஸ்தபா - தேர்ந்தெடுக்கப்பட்டவர், முகம்மது நபி (சல்); சரணம் - பாதம்

பாரினி னபிக ளெவர்களு மிவரும்
மத்தினோர் பதவிக ளருளென்
றாரண முதவு தனிப்பொரு ளிறைபா
லனுதினந் துவாவிரந் தருள
வாரணத் தரசர் நவமணி முடிகண்
மலர்ப்பத மிறைஞ்சவீண் டுதித்த
காரணக் கடவு ளகுமதைப் பிரதட்
சணம்வரு கால்களே கால்கள். **(26)**

26. (950) உலகில் தோன்றிய நபிமார்கள் எல்லாம் தங்களுக்கு முகம்மது நபி (சல்)யின் சமுதாய உறுப்பினர் பதவி தந்தருள வேண்டும் என்று வேதம் அருளும் தனிப் பரம்பொருளான இறைவனிடம் நாள்தோறும் இறைஞ்சி நிற்கவும், யானை மீதமரும் அரசர்கள் எல்லாம் தங்கள் நவமணி பதித்த முடிகளை மலர்போன்ற பாதத்தில் வைத்துப் பணிந்து போற்றவும், இவ் வுலகில் தோன்றிய புதுமைகள் நிகழ்த்தும் அரசராகிய அகுமதைச் சூழ்ந்து நடக்கும் கால்களே கால்கள்.

உம்மத்தினோர் - சமுதாய உறுப்பினர்; ஆரணம் - வேதம்; தனிப்பொருள் - துணை ஏதும் வேண்டாத தனித்த பரம்பொருள்; அனுதினம் - நாள்தோறும்;

துவா - துஆ, இறைஞ்சல்; வாரணம் - யானை; ஈண்டு - இங்கு, இவ் வுலகில்; உதித்த - தோன்றிய; காரணம் - அற்புதம், முஃஜிசாத், புதுமை; கடவுள் - பேரரசர், சக்கரவர்த்தி; பிரதட்சணம் - சுற்றிவரல், சூழ்ந்திருத்தல்.

இந்தவண் மைகள்சேர் முகம்மது நயினா
ரியல்வர வியற்றிய பின்னர்
வந்துசூழ்ந் தவரை யனுப்பல்செய் தெழுந்து
மரைமலர்ப் பதநடை புரிந்து
பந்தியிற் பகுதி சூழ்தரப் பறவைத்
திரணெடும் பந்தரிட் டேகக்
கந்தவொண் பொழில்சூழ் மக்கநன் னகரைக்
கடந்துபோந் தனர்திரு நபியே. (27)

27. (951) இத் தகைய புகழ்ச்சிக்குரிய தன்மைகள் நிறைந்த முகம்மது நபி நயினாரின் (சல்) புகழ்மிகு வருகை பற்றி எடுத்துரைத்த பின்னர் வந்து சூழ்ந்து நிறைந்தவர்களை அனுப்பிவைத்தார். அப்பால் எழுந்து நடந்து தம்முடைய பரிவாரங்கள் தொடர, பறவைக் கூட்டங்கள் வானில் பந்தலிட்டுச் செல்ல நறுமணச் சோலைகள் சூழ்ந்த மக்கா நகரைக் கடந்து சென்றார் அரசர் நபி சுலைமான் (அலை).

வண்மை - புகழ்; நயினார் - தலைவர்; இயல் - புகழ்; இயற்றி - எடுத்துரைத்து; மரை - தாமரை; பந்தி - வரிசை, கூட்டம்; ஏக - செல்ல; கந்தம் - நறுமணம்; பொழில் - பூஞ்சோலை; போந்தனர் - போனார்.

கஃபத்துல்லாவிற் குறுபான் கொடுத்த படலம் முற்றிற்று.
படலம் 20 -க்கு - திருவிருத்தம் - 951

20. கஃபத்துல்லாவில் குறுபான் கொடுத்த படலம்

படலச்செய்தி

ஒருமுறை ஒரு திசையை நாடிப் பரிவாரங்கள் சூழ வானவெளியில் பறந்து செல்கின்றார் அரசர் நபி. மாலை நேரத்தில் மக்கா நகரில் உள்ள கஃபாவிற்கு மேலாகப் பறக்கிறது பரிவாரம். அப்போது பிற்காலத்தில் பெருமை மிக்க ஒருவர் தோன்றவிருக்கும் இடம் இது என்றார். கூறி முடிக்குமுன் குறித்த இடத்தை அடைந்தது வானூர்தி. அங்கே இறங்கித் தங்கினார். அப்போது கஃபா அழுதது. ஏன் அழுகிறாய் என்று கேட்டான் இறைவன். உன்னுடைய நபிகளில் ஒருவர் என் தலைக்கு மேலே படைகளுடன் பறக்கிறார். கீழே இறங்கி என்னிடம் வரவும் இல்லை. இவ் விடத்தில் உன்னை வணங்கவும் இல்லை. மேலும் என்னைச் சுற்றிலும் ஏராளமான தொழுவுருவங்களை நாட்டி வைத்து வணங்குகின்றனர் மக்கள். அதனால் அழுகிறேன் என்றது கஃபா. துறவோர் உயிரனைய கஃபாவே! பிற்காலத்தில் சுஜூது செய்யும் நெற்றிகளைக் கொண்டு உன்னை நிரப்புவேன். என்னுடைய திருவொளியாய் நபிமார் யாவருக்கும் நாயகமாய் கபீபு முகம்மது நபியை

உன்னிடமே தோற்றுவிப்பேன். குர்ஆனையும் உன்னிடமே இறக்குவேன். உன்னைப் பரிபாலிக்கவும் போற்றிப் பணியவும் ஏராளமானவர்களை ஏற்படுத்துவேன். சில கடமைகளையும் ஏற்படுத்துவேன். அதை நிறைவேற்றி, குஞ்சுகளைத் தேடிவரும் தாய் பறவைபோல் என்னுடைய படைப்புகள் உன்னைத் தேடிவரச் செய்வேன். தொழுவுருவங்களையும் எடுத்தெறியச் செய்வேன். கவலையை நீக்கு என்று ஆறுதல்படுத்தினான் இறைவன். சுலைமான் நபி (அலை)க்குத் தெரியப்படுத்தினான். அவர் தம்முடைய பரிவாரங்களுடன் ககுபாவிற்கு வந்து அங்கிருந்த தொழுவுருவங்களை அப்புறப்படுத்தி பல்லாயிரம் ஆடுமாடு ஒட்டகைகளை அறுத்துக் குறுபான் கொடுத்தார். உள்ளூர் மக்களை எல்லாம் அழைத்து விருந்தளித்தார். தங்கமும் ஆடைகளும் தருமம் செய்தார். பின்னர் மேலவன் அருளால் இறுதிநபி இங்கே தோன்றுவார், குரைசிக் குலத்தில் தோன்றுவார் என்றுரைத்து அவர் பெருமைகளை விரிவாக எடுத்துரைத்தார். அவர் எப்போது வருவார் என்று கேட்டனர். ஆயிரம் ஆண்டுகளுக்குப்பின் வருவார் என்றார். அவர் வரும்போது நாம் இருக்க மாட்டோமே என்று வருந்தினர். ஆயினும் அவர் வருவார் என்பதை அறியும் பேறு பெற்றோம் என்று மகிழ்ந்தனர்.

இதன்பின் மக்கா நகரைக் கடந்து தான் நாடி வந்த இடத்திற்குத் திரும்பினார் அரசர் நபி சுலைமான் (அலை).

21. எறும்பரசைக் கண்ட படலம்

அறுசீர்க் கழிநெடிலடி யாசிரிய விருத்தம்

திக்கெலா மொருகோ லோச்சுஞ் செம்மல்தா வூது பாலர்
மக்கமா நகரை நீங்கி வருவழி யினின்ம திக்கு
மக்குரோ ணியிற்சொ லாவோர் கூட்டமவ் வகைய தாகத்
தக்கவோ ரிலக்கங் கூட்டத் தெறும்புக டரித்த தம்மா. (1)

1. (952) திசையனைத்திலும் ஒற்றைத் தனிச் செங்கோல் ஓச்சும் செம்மல் தாவூது (அலை) நபியின் மைந்தர் மக்கா நகரை நீங்கிவரும் வழியில் அக்குரோணிக் கணக்கில் சொல்ல முடியாத கூட்டமாயும் அத்தனை வகையாகவும் இலட்சத்திற்கு மேற்பட்ட எறும்புக் கூட்டங்கள் ஓரிடத்தில் திரண்டு கிடந்தன.

அக்குரோணி - 21,870 யானைகள், 45,610 குதிரைகள், 21,870 தேர்கள் 1,09,300 காலாள் கொண்ட படைத்தொகுதி; தரித்து - கிடந்தன.

கருங்கடல் கிடந்த தேயோ பருதியின் கதிர்க்கு ளஞ்சி
யொருக்கட ரிருளெல் லாமீண் டுறவியி னுருவங் கொண்ட
பெருங்கடல் கிடந்த தேயோ பெயர்ந்துல கெழுந்து செந்தே
னருங்கடல் கிடந்த தேயோ யாதென வறைதன் மாதோ. (2)

2. (953) கருங்கடல் கிடந்ததோ? சூரியக் கதிர் வீச்சுக்கு அஞ்சி உலகில் அடர்ந்த இருள் எல்லாம் ஒன்றாகத் திரண்டு ஓர் உருவம் கொண்ட பெரிய

கடல் கிடந்ததோ? உலகில் உள்ள தேனடைகள் எல்லாம் பெயர்ந்து வந்த செந்தேன் திரண்ட அரிய கடல் கிடந்ததோ? என்னவென்று சொல்வது?

பருதி - சூரியன்; ஒருங்கு - ஒன்றாக; அடர் - நெருங்கி; ஈண்டு - இங்கு; உற - திரள; வியன் - பெரிய; அருங்கடல் - தேன்கடல் யாண்டும் இல்லையாதலால் அருங்கடல் என்றார்; அறைதல் - சொல்லல்.

> அவ்வெறும் புகட்கெ லாங்கா லாறுள திரண்டு கைகள்
> செவ்விதி னுளதக் கூட்டத் திரளினோர் முடவெ றும்பு
> மொவ்விய நடுவி லுற்றே வுயரமோர் சுணங்க னொப்பாய்
> வவ்விய சிறையி ரண்டு பால்வளர்ந் திருந்த தன்றே. (3)

3. (954) அவ் வெறும்புகளுக் கெல்லாம் ஆறு கால்களும் இரண்டு கைகளும் உள்ளன. அக் கூட்டத்தில் உள்ள ஒரு முட எறும்பு நடுவில் இருந்தது. அது ஒரு நாயின் அளவு உயரம் இருந்தது. இருபுறமும் சிறகு வளர்ந்திருந்தது.

செவ்விதின் - செல்லமாக; கொவ்விய - பொருந்திய; வவ்விய - கொழித்த, அடர்ந்து திரண்ட; பால் - பக்கம்.

> மகுசனா வென்றுந் தாயித் தென்றுமே வகுக்கு நாமந்
> தகவுள ததுதாவூது சந்ததி தளத்தி னோடும்
> புகுவது தனைக்கண் டந்த வழிதெரி யாது போந்த
> மிகுதிர ளெறும்பை யெல்லாம் விரைவினில் விளித்துச் சாற்றும். (4)

4. (955) அவ் வெறும்பிற்கு மகுசனா என்றும் தாயித் என்றும் பெயர். அது, தாவூதின் (அலை) மைந்தர் படையணிகளுடன் வருவதைக் கண்டது. அந்த வழியில் தெரியாமல் சென்ற மிகுதியான திரண்ட எறும்பை எல்லாம் விரைந்து அழைத்துக் கூறியது.

மகுசனா, தாயித் - எறும்பின் பெயர்; வகுக்கும் - சொல்லும்; நாமம் - பெயர்; தக - தகுதி, தக்க; சந்ததி - மைந்தர்; தளம் - படை; போந்த - சென்ற; விளித்து - அழைத்து; சாற்றும் - சொல்லும்.

> மலைகள்கோ டுகள்பெற் றென்னு மதகரி யிரதங் காலா
> ளுலைவிலா வாயு வேக மோங்குவெம் பரிக்கு ழாங்க
> ளலைகொள்வா ருதியின் மேலா யளவறு தளங்கள் சூழச்
> சுலையுமா னபியிப் பாதை மீதினிற் றோன்றி னாரால். (5)

5. (956) மலைகளுக்குக் கொம்பு முளைத்து வருவது போன்ற மதம் பொழியும் யானைப்படையும் தேர்ப்படையும் காலாட்படையும் ஓய்தல் அறியாத காற்றின் விசை கொண்ட சினம் மிகுந்த குதிரைப்படையும் அலைகொண்ட கடலைவிடப் பெரியதான அளவற்ற படைத்தொகுதிகள் சூழ சுலைமான் நபி (அலை) இப் பாதையில் வருவது தெரிகின்றது.

கோடு - தந்தம், கொம்பு; மதம் - மதநீர்; கரி - யானை; இரதம் - தேர்; உலைவு - சோர்வு, ஓய்வு; வாயு - காற்று; வெம் - வெம்மை, சினம்; பரி - குதிரை; குழாம் - கூட்டம்; வாருதி - கடல்; தளம் - படை.

இங்குவந் தடைவ ரென்னி லிவர்பதா திகள்ப தத்தா
லுங்களைத் துகைத்துத் தூட்செய் திடுவர்நீ ரோடிச் சென்று
தங்குநம் முறைவி டத்திற் சார்ந்தொளித் திடுமி னென்றே
யங்குரைத் ததுவு லோப மனைத்துமே யறிவ தாகி. (6)

6. (957) இவ் விடத்தை அவர்கள் அடைந்துவிட்டார்கள் என்றால் அவருடைய காலாட்படைகள் உங்களை மிதித்துத் தூளாக்கிவிடுவார்கள். ஆதலால் நீங்கள் ஓடிச்சென்று நம்முடைய உறைவிடத்தில் ஒளிந்துகொள்ளுங்கள் என்று சொல்லிற்று. அதை எறும்புக் கூட்டங்கள் அனைத்தும் அறிந்துகொண்டன.

பதாதி - காலாள் படை; பதம் - பாதம், கால்; துகைத்து - நசுக்கி, மிதித்து; உலோபம் - எறும்பு.

விறற்பதங் கரந டுங்க விழுந்தெழுந் தோடி யோடி
யுறத்தகு குழிகட் குள்ளு மரத்தினு மோங்கன் மேலு
மறப்பல கமரின் மீது மடங்குதற் கிடம தாகி
மறைப்புள தலமி யாவு மொளித்தன மாதர் நெஞ்சாய். (7)

7. (958) இதைக் கேட்ட எறும்புகள் எல்லாம் கால் கை விரல்கள் நடுங்க விழுந்தடித்துக்கொண்டு ஓடி இருக்கத் தக்க குழிகளுக்குள்ளும் மரங்களிலும் மேட்டுப் பகுதிகளிலும் கூரிய அலகுடைய கற்றாழைகளிலும், ஒதுங்கி மறையக் கூடியதாக மறைப்பு உள்ள எல்லா இடங்களிலும் வெளிப்படத் தோன்றாத பெண்கள் நெஞ்சம் போல் ஒளிந்துகொண்டன.

கரம் - கை; உற - இருக்க; தகும் - தக்க; ஓங்கல் - மூங்கில் மலை, மேடு; அற - மிக்கூறிய; அலகு - முள்; அமர் - கற்றாழை.

உறவியங் குழுவி யாவு மிவ்வகை யொளிக்கும் போது
கறையறு மதியும் போன்ற கவின்முகக் குரிசி னாக
நறைவிரி வழியின் மூன்று நாழிகை வழிக்கு மப்பாற்
றிறனுறு புவிமா தேற்றப் பதநடை செய்து வந்தார். (8)

8. (959) எறும்புக் கூட்டங்கள் யாவும் இவ்வாறு ஒளியும் போது கறை நீங்கிய நிலவு போன்ற அழகுமுக அரசர் நபி சுலைமான் (அலை) புன்னை மலர் விரிந்து தேன் சிந்திக் கிடக்கும் பாதையில் மூன்று நாழிகை வழித்தொலைவிற்கு அப்பால் உறுதியான பூமாது அங்கீகரிக்கும்படிப் பதமான கதியில் படைகளை நடத்தி வந்தார்.

உறவி - எறும்பு; அம் - அழகு; குழு - கூட்டம்; அறுதல் - நீங்குதல்; மதியம் - நிலவு; கவின் - அழகு; குரிசில் - அரசர்; நாகம் - புன்னைமரம்; நறை - தேன்; நாழிகை வழி - ஒரு நாழிகை நேரத்தில் நடந்து கடக்கும் தொலைவு; திறன் - உறுதி; புவிமாது - பூமி; ஏற்றல் - அங்கீகரித்தல், பொருந்திக்கொள்ளல்; பதநடை - பதமானநடை, பதமான கதி.

தளமிவண் வருவதாலே தாளினிற் றுகள தாவீ
ரொளியுமி னென்று சூகை யுரைத்தது மொளித்த வாறுந்

துளிமது வொழுகு பூந்தார்த் துணைப்புய நபிதம் பாலில்
வெளியுரு வெடுத்த காற்று விரைவில்வந் திசைத்த தாங்கே. (9)

9. (960) படைகள் இங்கு வருவதால் அதன் காலிற் பட்டு நசுங்கித் தூளாகிவிடுவீர்கள், அதனால் ஒளிந்துகொள்ளுங்கள் என்று பெரிய எறும்பு சொன்னதையும் எறும்புக்கூட்டங் ஒளிந்துகொண்டதையும் தோள்களில் தேன்துளி ஒழுகும் மலர்மாலை அணிந்த நபியிடத்தில் வான வெளியின் உருவில் நிறைந்து நிற்கும் காற்று விரைந்து வந்து சொல்லிற்று.

தளம் - படை; இவண் - இங்கு; தாள் - பாதம், கால்; துகள் - தூள்; சூதை - எறும்பில் ஒருவகை; வாறு - வகை; பூந்தார் - பூமாலை; துணை - இரண்டு; புயம் - புஜம், தோள்; பால் - இடம்; வெளி - வானவெளி; இசைத்தது - சொன்னது.

பவனம்வந் துரைக்கு மெல்வை படையினை நிறுத்தல் செய்தே
யவனியி லெனக்கு நீதந் தருணிகு மத்துக் கெல்லாஞ்
சிவணவுன் பாலிற் சுக்கூர் செயவருள் புரிவா யென்றே
யெவையினு நிறைந்தோன் பக்க லியன்முனா ஜாத்துச் செய்தார்.
(10)

10. (961) காற்று வந்து சொன்ன அளவில் படைகளை உடனடியாக நிறுத்தினார். எவையினும் நிறைந்தோன் பக்கம் முகம் திருப்பிக் கைகளை உயர்த்தி, இறைவா! எங்கும் எதிலும் நிறைந்தவனே! உலகில் நீ எனக்குத் தந்தருளும் அருட்கொடைகளுக் கெல்லாம் நீ பொருந்திக் கொள்ளும் முறையில் உனக்கு நன்றி செலுத்த அருள்புரிக என்று ஒழுங்குடன் குறையிரந்தார்.

பவனம் - காற்று; எல்லை - காலம்; அவனி - உலகம்; நிகுமத்து - பேறு, அருட்கொடை; சிவணுதல் - பொருந்துதல்; பால் - இடம்; சுக்கூர் - நன்றி; பக்கல் - பக்கம், இடம்; முனாஜாத்து - குறையிரத்தல், அந்தரங்க உரையாடல்.

செய்தபின் கடிதிற் செல்லு மேவலோர் சிலரைக் கூவி
மெய்தனிற் பழுதா னொண்டி யெறும்பினை விளிக்க வென்று
மைதனின் மிகுந்த செங்கை வள்ளலார் விடுக்கச் சென்று
மொய்தரு கவின்கொள் பாத முண்டகத் தழைத்து வந்தார். (11)

11. (962) படைகளை நிறுத்தல் செய்தபின் விரைந்து செல்லும் பணியாளர் சிலரை அழைத்துக் கால் பழுதுபட்ட அந்த நொண்டி எறும்பினை அழைத்து வாருங்கள் என்று, மேகத்தை மிகைத்த அளவில் ஈதலால் சிவந்திருக்கும் கையுடைய வள்ளலார் பணித்து அனுப்பினார். அவர்கள் சென்று அவ் வெறும்பினை அழைத்துவந்து அழகு மொய்த்துக் கிடக்கும் பாத தாமரைமுன் நிறுத்தினர்.

கடிது - விரைந்து; ஏவலர் - பணியாளர்; கூவி - அழைத்து; மெய் - உடல்; விளிக்க - அழைத்து வருக; மை - மேகம்; செங்கை - ஈதலால் சிவந்த கை; விடுக்க - அனுப்ப; மொய்தரல் - கூடிக்கிடத்தல், மொய்த்துக்கிடத்தல்; கவின் - அழகு; பாதம் - காலடி; முண்டகம் - தாமரை.

நாட்டமுள் ளகங்க ளிக்க நபியரு கடைந்த சூகை
தாட்டுணை யிறைஞ்சி யுந்தந் தாதையர் தாதை யான
பாட்டனா ரிபுறா கீம்பொற் பதத்துநும் பதத்து மல்லா
லீட்டிய சுசூது செய்த திலையென விசைதத தன்பாய். (12)

12. (963) நபியின் அருகில் வந்த எறும்பு விருப்பம் மேலிட்டு அகம் களிக்க அவர் தாளடியில் பணிந்து சுசூது செய்தது. உங்கள் தந்தையாரின் தந்தையான பாட்டனார் இபுராகீமின் (அலை) பொற்பாதத்தடியிலும் உங்கள் பாதத்தடியிலும் அல்லால் வேறு மனிதர் எவருக்கும் நான் சுசூது செய்ததில்லை என்று அன்புடன் கூறியது.

நாட்டம் - விருப்பம்; சூகை - எறும்பு; தாட்டுணை - தாள் துணை, இரு பாதங்கள்; இறைஞ்சுதல் - பணிதல்; தாதை - தந்தை; பதம் - தாள், பாதம்; ஈட்டிய - தொகுத்த; சுசூது - தொழுகை நிலைகளில் ஒன்று, முழங்காலில் அமர்ந்து நெற்றியைத் தரையில் பதிக்கும் நிலை; இசைத்தது - கூறியது.

உரைத்தலுங் கருணை பொங்கி யுன்பெய ரெதுகூ றென்ன
விரித்திடு மகுச னாதா யித்திடை விளங்கு நாமந்
தரித்தது வொல்ல மீனா வித்திர ளரசாய்த் தங்கிப்
பொருத்துமாக் காரி யங்கள் புகல்வனென் றதுதாள் போற்றி. (13)

13. (964) அது கூறியதைக் கேட்டுக் கருணை பொங்கி உன் பெயர் யாது? அதைச் சொல் என்றார். மகுசனா என்றும் தாயித் என்றும் எனக்குப் பெயர் விளங்குகின்றன. எறும்புகளின் அரசன். என் கூட்டத்திற்குப் பொருத்தமான செயல்களை ஏவுவேன் என்று தாள்பணிந்து கூறியது.

விரித்திடும் - விளக்கும்; நாமம் - பெயர்; தரித்தது - புனைந்தது; அல் அமீனாய் - வொல்ல மீன் அல்லது வெரல்மீன்; அல்அமீன் - நம்பிக்கைக்கு உரியவர்; அல் அமீனாய் - நம்பிக்கைக்கு உரியவராய், தலைவராய்; இத்திரள் - இக்கூட்டம்; எறும்புக்கூட்டம்; பொருத்துமாம் - பொருத்தமான; புகல்வேன் - கட்டளையிடுவேன், ஏவுவேன்.

தந்திரச் சேனை சூழ யான்வரு தகைகண் டிங்கு
வந்திடின் மிதித்துக் கொல்வர் மறையுமென் றுனது லோபப்
பந்திகட் கெல்லாங் கூறி மனத்தினிற் பயமு றுத்திச்
சிந்தைகொள் கலக்கஞ் செய்தேன் கரந்திடச் செய்கின் றாயே. (14)

14. (965) அலங்காரப் படைகள் சூழ நான் வருவதைக் கண்டு அவர்கள் இங்கு வந்தால் மிதித்துக் கொன்றுவிடுவர். ஆதலால் மறைந்து கொள்ளுங்கள் என்று உன்னுடைய எறும்புக் கூட்டங்களுக் கெல்லாம் சொல்லி அச்சுறுத்தி மனக்கலக்கம் கொண்டு மறைந்துகொள்ளச் செய்தாயே.

தந்திரம் - அலங்காரம்; சேனை - படை; தகை - பெருமை; உலோபம் - எறும்பு; பந்தி - கூட்டம்; சிந்தை - மனம்; கரந்திடல் - மறைந்திடல்.

அடஞ்செயுங் கொடிதா யார்க்கு மவநெறி புரிகின் றோனோ
திடஞ்செயு நீதி செய்வேன் செகஞ்செயு நன்றி யென்று
மிடஞ்செயு மனதிற் கொள்வே னென்றுநீ யறிகி லாயோ
யிடஞ்செயு மெறும்பு வேந்தே யிசையென வெதிர்வி ளம்பும்.. **(15)**

15. (966) அடைகாக்கும் எறும்பு மன்னா! நான் பொல்லாங்கு செய்யும் கொடியனா? பாவ நெறியில் ஆட்சிச் செய்கின்றேனா? உறுதியான நீதியை நிலைநாட்டுகின்றேன். உலகத்தார் செய்யும் நன்றியைப் பரிவு காட்டும் மனத்தில் கொள்வேன் என்று நீ அறிய மாட்டாயா? சொல் என்று கேட்க மறுமொழி சொல்லும்.

அடம் - பொல்லாங்கு; அவநெறி - பாவநெறி; திடம் - உறுதி; செகம் - உலகம்; இடம் - ஆதரவு, பரிவு; இடம்செய்தல் - அடைகாத்தல்; இசை - சொல்; எதிர்மொழி - மறுமொழி; விளம்பும் - சொல்லும்.

சிறந்தெலாத் திரளுந் திக்கீர் செய்துறை சமையம் வந்தீர்
நிறைந்தசே னையினோ டும்மைக் கண்டிடி னிகுமத் திவ்வா
றுறைந்துளோ ரிவரியா ரென்றே யதிசயித் துளத்தி யான
மறந்துபோய் மூச்சும் வீண்போய் மதியும்போய் மயங்கு மென்றும். **(16)**

16. (967) எல்லாக் கூட்டங்களும் திரண்டு சிறப்பாக திக்கீர் செய்கின்ற சமயத்தில் வந்தீர்கள். நிறைந்த படையணிகளுடன் வரும் உங்களைக் கண்டால், இத்துணைப் பேறு பெற்ற இவர் யாரோ என்று மனம் வியந்து தியானத்தை மறந்து விடும், மூச்சும் வீணாகி அறிவு கெட்டு மயங்கும் என்றும்

எலாத் திரளும் - எல்லாக் கூட்டங்களும்; திக்கீர் - இறைவன் திருப்பெயரை இடையறாது உச்சரித்தலும் அதில் தோய்தலும்; நிகுமத் - அருட்கொடை, பேறு.

ஒன்றுமிங் கிணையி லாத வுயர்பெரு வாழ்வை மேலோன்
றுன்றுக வளித்தா னென்றற் புதங்கொளுந் தோற்ற நெஞ்சி
லின்றுகொள் வதுவே யல்ல வேழைமை யறிவி னாலே
யென்றுமுன் னிடுவ தாய்த்தம் மிதையம்பே திக்கு மென்றும். **(17)**

17. (968) எதுவும் இங்கு இணையில்லாத உயர்ந்த பெருவாழ்வை இறைவன் அளித்துள்ளான் என்று நெஞ்சில் தோன்றும் அற்புதம் இன்று மட்டும் அன்று, அறியாமையினால் என்றென்றும் தோன்றுவதாய் தம் இதயம் பேதப்படும் என்றும்

துன்றுக - நெருக்கமாக; அற்புதம் - வியப்பு; தோற்றம் - நேரிடுதல், நிகழ்தல், தோன்றுதல்; பேதிக்கும் - வேற்றுமை கொள்ளும், வேறுபடும், பேதப்படும்.

நினைத்தவை பகர்ந்த தல்லா னீரடம் புருவீ ரென்று
மனைத்தினின் மதித்த தில்லை மதிக்கவு மதித்தென் கூட்டத்
தினத்தினிற் கிசைப்ப தற்கு மெவளவு மியான்வல் லேனோ
தனித்தொரு கவிகை மீது சகதலம் புரக்கும் வேந்தே. **(18)**

18. (969) என்று நினைத்து அவ்வாறு சொன்னேனே அன்றி நீர் பொல்லாங்கு செய்வீர் என்று மனத்தில் எண்ணவே இல்லை. தனித்து ஒருகுடையின் கீழ்

உலகம் முழுவதையும் காக்கும் வேந்தே! நீர் பொல்லாங்கு செய்வீர் என்று நினைக்கவும் நினைத்து என் இனத்திற்குச் சொல்லவும் வல்ல தகுதி உள்ளவனா நான்?

அடம் - பொல்லாங்கு; மதித்தல் - நினைத்தல்; இசைப்பதற்கு - சொல்வதற்கு; கவிகை - குடை; சகதலம் - உலகம்; புரக்கும் - காக்கும்.

எனவிவை பகர்த லோடு மித்தனை தெளிவு கூர்ந்த
மனவெறும் புளதே யென்ன மகிழ்ந்துநந் தமக்கு நீநல்
லினவறி வுரைப்பா யென்று கேட்கலுற் றாரியா தேனும்
வினவுறு சுவையைக் காணில் விடுவதோ செந்தே னீயே. (19)

19. (970) என்றது. இவ்வாறு சொல்லக் கேட்ட அரசர் நபி இத்தனை தெளிவு மிகுந்த மனமுடைய எறும்பு உள்ளதே என்று மகிழ்ந்தார். நமக்கு நீ நல்ல அறிவுரைகள் சொல்ல வேண்டும் என்று கேட்டார். யாருடையதாக இருப்பினும் சுவை மிக்க தேனூறும் பூக்களைக் கண்டால் தேனீக்கள் விட்டுவிடுவதும் உண்டோ?

என - என்று சொல்ல; பகர்தல் - சொல்லல்; கூர்ந்த - மிகுந்த.

அங்கணக் கொடிய கும்பி யதனிடை விலையி லாத
வொண்கதிர் மணியைக் காணி லொழிப்பரோ வுலகி லியாருஞ்
சங்கையிற் கடந்த வீன சாதியே யெனிலு முள்ளம்
பொங்குநல் லறிவுக் கீனம் புகலுமோ வேத நான்கும். (20)

20. (971) கொடிய நாற்றமுடைய சேற்றுக் குவியலில் விலை மதிப்பற்ற ஒளிவீசும் இரத்தினம் கிடக்கக் கண்டால் உலகில் யாராவது வெறுத்து விலக்கி விடுவார்களா? தாழ்ந்த இழிகுலத்தில் பிறந்திருந்தவனா யிருந்தாலும் ஒருவனிடம் நல்ல அறிவு பொங்குமானால் அந்த அறிவைக் குறைத்துப் பேசுமோ வேதம் நான்கும்?

அங்கணம் - சேறு; கும்பி - குவியல்; ஒண்கதிர் - ஒளிக்கதிர்; மணி - இரத்தினம்; ஒழிப்பரோ - விலக்குவரோ; சங்கை - மதிப்பு; கடந்த - போக்கிய, நீங்கிய; ஈனசாதி - இழிகுலம்; ஈனம் - இழிவு; புகலுமோ - சொல்லுமோ.

நிறையிதழ் பெரிதாய்ப் பார்வைக் கழகுமா நிறமு ருக்குச்
சிறியகஸ் தூரிப் புட்ப நிகர்க்குமோ தேக மோங்கித்
திறல்பெற வளர்ந்தோ ராய்ந்த சிற்றுடம் பினர்கட் கீடோ
வுறுகடற் புவியி லியார்க்கு முடலள வறிவு முண்டோ. (21)

21. (972) பெரியதாயும் இதழ்கள் நிறைந்ததாயும் பார்வைக்கு அழகியதாயும் உள்ள மாநிறமும் கொண்ட எருக்கம்பூ சிறிய கஸ்தூரிப் பூவிற்கு நிகராகுமோ? உருண்டு திரண்டு வளர்ந்த பெரிய உடம்பு உடையவர்கள் அறிவு நிறைந்த சிறிய உடம்பினர்க்கு ஈடோ? கடல் சூழ்ந்த உலகில் யாருக்கேனும் உடல் அளவை ஒட்டி அறிவு அமைவதுண்டோ?

உருக்கு - எருக்கம்பூ; புட்பம் - பூ; திறல் - வலிமை, திரட்சி; புவி - உலகம்.

கண்டியா தெவையு முண்ணுங் கடையுமாய்க் காலி லேயு
நொண்டியா யெதிர்வந் தெய்து நுட்பசா தியினிடத்தும்
விண்டியா வதுமு ணர்ந்த வியனபி யறிவு கேட்கிற்
றண்டியார் தழுவா ராய்ந்தோர் தங்களை யீன ரேனும். (22)

22. (973) விலக்காது எதையும் உண்ணும் தாழ்ந்த இனமாய், கால் நொண்டியாய் எதிரில் வந்து நிற்கும் சிற்றுயிர் ஆகிய எறும்பினிடத்திலும், பகுத்தறிந்து எதையும் உணர்ந்த அரசர் நபி அறிவுரை கேட்டால், அதை ஆராய்ச்சி அறிவுகொண்ட யார்தான் தழுவாது தங்களை விலக்கிக்கொள்வார், அவர் தாழ்ந்தவர் ஆயினும் சரியே?

கண்டியாது - விலக்கல் இல்லாது; கடை - தாழ்வு; நுட்பசாதி - சிற்றுயிர்; விண்டு - பகுத்து; வியனபி - பெரிய நபி,; தண்டி - விலகி; ஏனும் - ஆயினும்.

செப்பெனக் கேட்ப நொண்டிச் சிறையெறும் புமது தாதைக்
கிப்புவி யமைத்தோன் தாவு தெனும்பெய ரிட்ட தேதென்
றொப்புற வறிந்து ளீரோ வென்றதை யுணர்ந்தி லேனென்
றற்புத சுலையு மானன் னபியினி தறையக் கூவும். (23)

23. (974) சொல் என்று கேட்க, சிறகுடைய நொண்டி எறும்பு இவ் வுலகைப் படைத்த இறைவன் உங்கள் தந்தைக்கு ஏன் தாவூது என்று பெயரிட்டான் என்பதை அறிந்துள்ளீர்களா என்று கேட்டது. அதை அறிந்திலேன் என்று வியப்புக்குரிய சுலைமான் நபி (அலை) கூற அது விளக்கியது.

செப்பு - சொல்; சிறை - சிறகு; தாதை - தந்தை; புவி அமைத்தோன் - உலகு படைத்தவன், இறைவன்; ஒப்பு - பொருத்தம்; அற்புதம் - வியப்பு; அறைய - சொல்ல; கூவும் - அழைத்துச் சொல்லும்.

கண்ணிமைப் பொழுது மேலோன் றனைக்கரு தியதி யான
மெண்ணுவ தொழியா வண்ண மிருந்தன ரிடையின் மாறித்
திண்ணிய வுலக மாயை சேர்ந்துபின் றெளிவ தானார்
தண்ணளி யுடையீ ரந்த விதங்கொடு தரித்த நாமம். (24)

24. (975) கண் இமைக்கும் நேரம்கூட இறைத் தியான நினைவு தவறாதவராக இருந்தார். இடையில் வலிய உலக மாயை வசப்பட்டும் பின்னர் தெளிந்து திரும்பினார். கருணை உடையவரே! அதன் பொருட்டு சூட்டிய பெயர்.

ஒழியாது - தவறாது; திண்ணிய - வலிய; மாயை - மருட்சி, மயக்கம்; தண்ணளி - அருள், கருணை; தரித்த - சூட்டிய; நாமம் - பெயர்.

கமைகட லுலகின் மேவு கல்குக ளெவைக்கு நீதி
யமைதர நடத்து மோர்கோ லரசுநீ ராவ தாலே
யுமதுபேர் சுலையு மானென் றுரைக்கவந் ததுவென் றோதி
யிமையவர் துதிக்கு மண்ணற் கின்னமு மெடுத்தி யம்பும். (25)

25. (976) பொறுமையுள்ள கடல் சூழ்ந்த உலகில் உள்ள படைப்புகள் அனைத்திற்கும் நீதி செய்யும் செங்கோல் அரசர் நீர். ஆதலால் உமக்கு

சுலைமான் என்று பெயர் வந்தது என்று கூறி - வானவரும் புகழும் அரசர் நபிக்கு இன்னும் எடுத்துரைத்தது.

கமை - பொறுமை; கல்குகள் - படைப்புகள்; ஓதி - சொல்லி; இமையவர் - வானவர்; துதிக்கும் - புகழும்; அண்ணல் - அரசர்; இயம்பும் - சொல்லும்.

அளவிலா துமக்கு வாய்ந்த நிகுமத்தி லன்பு கூர
வுளமது பொருந்தி நின்றீ ரதனிலன் பூன்றா வண்ணந்
தளர்விலா திறைமீ தன்பு தரித்திடிற் கணியா வாழ்வு
கிளரமென் மேலு மோங்கு மன்றெனிற் கீழ்மை யாமே. (26)

26. (977) இறைவன் அருளால் உமக்கு வாய்த்திருக்கும் அளவால் அருட்கொடைகளின் மீது அன்புகொண்டு மனநிறைவு கொண்டிருக்கிறீர். அவற்றின் மீது அன்பு கொள்ளாமல் இறைவன் மீது தளராத அன்பு பூண்டு நின்றால் கணித்து அளவிட முடியாத பெருவாழ்வு பொங்கி ஓங்கிக் கொண்டே இருக்கும். இல்லை என்றால் கீழான நிலையே வந்தெய்தும்.

நிகுமத்து - பேறு, அருட்கொடை; பொருந்துதல் - நிறைவு கொள்ளல்; ஊன்றாவண்ணம் - பதியாவண்ணம்; தரித்தல் - பூணல்; கணியா - கணிக்க முடியாத; கிளர - பெருக; கீழ்மை - கீழ்நிலை.

இன்னநுங் கருத்து வேறா முமையினி தீன்ற தந்தை
மன்னுமுட் கருத்து வேறா மென்பது மறைவ தாக
வன்னவை யுணர்ந்து மெய்யென் றகத்தினிற் பொருத்தல் செய்தே
முன்னுறு மெறும்பு வேந்தை விளித்திவை மொழிகு வாரால். (27)

27. (978) உங்கள் கருத்து வேறு உங்களை இனிதாக ஈன்ற தந்தையின் மனத்தில் சார்ந்த கருத்து வேறு என்பது மறைந்து போகட்டும் என்றது. அதன் உண்மையை உணர்ந்து மனத்தில் இருத்திக் கொண்டு முன்னே நிற்கும் எறும்பரசை நோக்கி கூறலானார்.

மன்னுதல் - சார்தல்; பொருத்தல் செய்து - இருத்திக்கொண்டு; விளித்து - அழைத்து; மொழிகுவார் - கூறுவார்.

மருத்தினை யெனக்கு மேலோன் வசப்படுத் தினனென் வாழ்வும்
பொருத்திலிக் காற்றொப் பாய்க்கண் காண்பறப் போமென் றுள்ளத்
திருத்தின னெனவெண் மூர லொளிகுறு நகையிட் டோதி
யருட்புரிந் துறவி யண்ண லினையினி தனுப்பி னாரால். (28)

28. (979) காற்றை எனக்கு வசப்படுத்தித் தந்தான் இறைவன். பொருத்திப் பார்த்தால் என்னுடைய பெருவாழ்வும் இக் காற்றைப் போல் காண முடியாமல் போய்விடும் என்று மனத்தில் இருத்திக்கொண்டேன் என்று வெண்பற்கள் ஒளிவீசும்படி குறுநகை சிந்திச் சொல்லி, பல்வேறு பரிசில்கள் அளித்து எறும்பரசை வழியனுப்பிவைத்தார்.

மருத்து - காற்று; காண்பற - காணமுடியாதபடி; மூரல் - பல்; அருட்புரிந்து - பரிசில் வழங்கி; உறவி - எறும்பு; அண்ணல் - அரசன்.

தலையணி ஒருபூச் செந்தேன் றன்னையோர் துளியெ டுத்தே
யலையெறிந் தோங்கிப் பொங்கு மமுதசா கரத்தின் மீது
நிலைதர நிறைத்தல் போலு நிகழ்த்துமவ் வெறும்பு சென்னி
மிலைதரச் சுசூது செய்து மேவிய துறையுஞ் சார்பில். (29)

29. (980) தலையில் அணிந்த ஒற்றைப் பூவில் உள்ள செந்தேனைத் தேனாக எடுத்து அலையெறிந்து ஓங்கிப் பொங்கும் அமுதக் கடலில் அதைப் போட்டு நிலைநிற்கச் செய்வது போல் அறிவு ஓங்கிப் பொங்கிப் பெருகி நிற்கும் கடலாகிய சுலைமான் நபி (அலை)க்கு அறிவுரை கூறிய அவ் வெறும்பு தலை பதிய சுசூது செய்து எழுந்து தன்னுடைய இருப்பிடத்திற்குச் சென்று சேர்ந்தது.

அளி - தேன்; சாகரம் - கடல்; நிலைதர - அலையாது நிற்க; நிகழ்த்தும் - அறிவுரை சொல்லும்; சென்னி - தலை; மிலைதர - அணிய, பதிய; மேவியது - சேர்ந்தது; உறையுஞ்சார்பு - உறைவிடம்.

நீயருள் வாழ்வுக் குன்னை நினைத்துசுக் கூறு செய்ய
வேயருள் புரிவா யென்று பின்புமே லவனைப் போற்றி
நாயகர் சுலையு மானன் னபியனி லத்தின் மேற்கொண்
டாயநால் யூகஞ் சூழ வரசுறை சாமிற் புக்கார். (30)

30. (981) எறும்பு சென்றபின் நீ அருளும் பெருவாழ்வுக்காக உன்னை நினைத்து உனக்கு நன்றி செய்ய உதவிசெய் என்று இறைவனைப் போற்றிப் பணிந்தார் நாயகர் சுலைமான் நபி (அலை). பின்னர் நால்வகை படைகள் சூழக் காற்றின் மீதேறி அரசநகர் சாமிற்குச் சென்றார்.

சுக்கூறு - நன்றியறிதல், நன்றி; அனிலம் - காற்று; நால்யூகம் - நால்வகைப் படை; அரசுறை ஷாம் - அரசநகர் ஷாம்; புக்கார் - சென்றார்.

எறும்பரசைக் கண்ட படல முற்றிற்று.
படலம் 21 -க்கு - திருவிருத்தம் - 981

21. எறும்பரசைக் கண்ட படலம்
படலச்செய்தி

உலகாளும் அரசர் நபி சுலைமான் (அலை) மக்காவில் இருந்து திரும்புகையில் ஓரிடத்தில் இளைப்பாறுதலுக்காகக் குதிரையில் இருந்து இறங்கிக் கால்நடையாகப் பயணம் செய்தார். வழியில் மூன்று நாழிகை வழிக்கு அப்பால் பலவகையான எறும்புக் கூட்டங்கள் கடல்போல் திரண்டு கிடந்தன. அவ் வெறும்புகளின் அரசன் மகுசனா என்றும் தாயித் என்றும் பெயர் கொண்டது. நாய் அளவு உயரமும் ஆறுகால்களும் இருகைகளும் இரு புறமும் சிறகுகளும் உடைய அதற்கு ஒருகால் முடம். படைகள் வருவதை அறிந்து சுலைமான் நபி (அலை) இவ் வழியில் படைகளுடன் வருகிறார். அவர் படைகளால் மிதிபடாமல் இருக்க ஓடி ஒளிந்து கொள்ளுங்கள் என்றது.

இதைக் காற்று வந்து நபியிடம் தெரிவித்தது. அவர் ஏவலரை அழைத்து அந்த எறும்பை இங்குக் கொண்டு வாருங்கள் என்று கட்டளையிட்டார். அழைத்து வரப்பட்ட எறும்பு அவர் காலடியில் சுஜூது செய்து உங்கள் பாட்டனார் இபுராகீமுக்கும் (அலை) உங்களுக்கும் அல்லாது வேறு எந்த மனிதனுக்கும் நான் சுஜூது செய்ததில்லை என்றது. பெயரைக் கேட்டார். சொல்லி நான் எறும்புகளின் அரசன் என்று சொல்லிற்று. என் படைகள் வந்தால் மிதித்துக் கொல்வர் என்று எச்சரித்து உன் கூட்டத்தாரை ஒளிந்துகொள்ளப் பணித்தாயே, நான் என்ன பொல்லாங்குக்காரனா? அவநெறி நின்று அநீதி செய்கிறேனா? ஏன் அப்படி சொன்னாய் என்று கேட்டார். அப்படி அன்று. நாங்கள் சிறப்புகள் எல்லாம் திரண்ட திக்ரு செய்தலில் ஈடுபட்டிருந்தோம். நீங்களோ எல்லாப் பேறுகளும் திரண்ட பெருவாழ்வு அளிக்கப்பட்டிருக்கிறீர்கள். உங்களின் அற்புதப் படைகளின் பெருமிதத்தில் புதுமை எய்தி அறியாமையினால் என்னுடைய கூட்டத்தார் திக்ரு நிலை கலையக் கூடும் என்று அஞ்சியே அவ்வாறு பணித்தேன். அன்றித் தங்களைத் தாழ்வாக மதித்ததில்லை என்று பணிந்து கூறியது. கேட்டு இத்தனை சிறிய எறும்புக்கு இத்துணைக் கூர்த்த அறிவு உள்ளதே என்று வியந்து மகிழ்ந்தார். எனக்கு அறிவுரை கூறு என்றார். உங்கள் தந்தைக்கு தாவுது என்று ஏன் இறைவன் பெயரிட்டான் என்று கேட்டது. தெரியாது என்றார். இமைப் பொழுதும் இறைநினைவு மறவாதிருந்த அவர் ஒரு சமயம் உலகக் கவர்ச்சியில் மயங்கிச் சில காலம் இருந்தார். அப்பால் திருந்தித் திரும்பினார். அதனால் அப் பெயரிட்டான். உலகப் படைப்பினங்கள் அனைத்திற்கும் அரசராய் இருப்பதனால் உங்களுக்கு சுலைமான் என்று பெயரிட்டான். அளவிலாப் பேறுகள் பெற்ற அரசே! இச் செல்வங்களின் மீது மனத்தை ஊன்றாதீர்கள். இறைவனின் மீது ஊன்றுங்கள். அதனால் கணித்தறிய முடியாத பெருவாழ்வு எய்துவீர்கள். இல்லை என்றால் கீழ்மைநிலை எய்துவீர்கள் என்று அறிவுரை பகர்ந்தது எறும்பு. கேட்டுப் பற்களின் ஒளி வீசுமாறு புன்னகை புரிந்தார். எறும்பரசை வாழ்த்தி வரிசைகள் நல்கி அனுப்பி வைத்தார். அப்பால் இறைவனுக்கு நன்றிகூறிப் பணிந்தார். காற்று வாகனமேறி அரசுறை ஷாம் நகர் சென்றடைந்தார்.

22. எறும்புகள் விருந்திட்ட படலம்
கலிநிலைத்துறை.

மதியை நேர்குடைத் திருநபி சுலையுமான் வள்ளன்
முதிய சீர்கொள்செல் வச்செருக் கொருதின முற்றுப்
பதியை யாளர சாட்சிமன் னவர்களிற் பரவு
நிதியுள் ளோர்களி னமக்கிணை யிலையென நினைத்தார். (1)

1. (982) நிலவுக்கு நிகராகக் குளிர்ந்த கொற்றக்குடை உடைய திருநபி சுலைமான் (அலை) ஒருநாள் தமது நிறைந்த செல்வத்தைக் கண்டு செருக்குக் கொண்டார். உலகை ஆளும் அரசர்களில் வியந்து புகழும் பெருஞ்செல்வம் படைத்தவர்களில் நமக்கு இணையாக எவரும் இல்லை என்று நினைத்தார்.

மதி - நிலவு; நேர் - நிகர்; முதிய - முதிர்ந்த, நிறைந்த; சீர்கொள் - சிறப்புடைய; பதி - நாடு, உலகம்; பரவும் - புகழும்.

நினைக்கு மத்தினத் தளவறு படைத்திர ணெருங்க
கனைக்கும் விண்கட லுட்கவெங் காற்றுவா கனத்தில்
வனக்கும் பட்சிகள் குடையிட வேறிவாழ் தேய
மனைத்துஞ் சுற்றிநோக் கிடவென வெழுந்தன ரன்றே. (2)

2. (983) நினைத்த அன்று, அளவற்ற படைகள் சூழ இரைச்சலில் வானக் கடலும் நாணும்படி விரையும் காற்று வாகனத்தில் ஏறி, வனப்பு மிகுந்த பறவைக் கூட்டங்கள் பந்தலிட நாடுகளைச் சுற்றிப் பார்த்துவர எண்ணிப் புறப்பட்டார்.

அளவறு - அளவில்லாத, அளவற்ற; நெருங்க - சூழ; கனைக்கும் - இரைச்சலிடும்; உட்க - வெட்கமுற, நாணும்படி; வெம் - விரைவு; வனக்கும் - வனப்பு மிகும்; பட்சி - பறவை; எழுந்தார் - புறப்பட்டார்.

வான கத்தினிற் கதிர்விரி கனகவி மான
மான பற்பல திசைகடந் தேகுமவ் வளவே
மீன கத்தைமுட் டியநெடுந் தலையது விரிந்த
கான கத்தொரு வாவியுஞ் சோலையுங் கண்டார். (3)

3. (984) வானத்தில் கதிர் விரித்த தங்க வானூர்தி பற்பல திசைகளையும் கடந்து போகும்போது வானத்தை முட்டிய தலையுடைய உயர்ந்து வளர்ந்த பெரிய காட்டில் பெரிய நீர்நிலையும் சோலையும் கண்டார்.

கனகம் - பொன், தங்கம்; விமானம் - வானூர்தி; ஏகும் - போகும்; மீனகம் - வானம்; கானகம் - காடு; வாவி - குளம், நீர்நிலை.

கதலி மாபலா வீந்தில வனிச்சையார் கமுகு
முதிய சந்தனங் குங்குமஞ் செண்பக முருக்குப்
பதிய மல்லிகை மாதளை தேங்குதால் பாலை
ததிகொள் புன்னைகோங் காசினி தேக்குமஞ் சாடி. (4)

4. (985) இதிலிருந்து 29 பாட்டுகளில் காட்டில் இருந்த மரம், செடி, கொடிகள் பற்றிப் பாடுகிறார்.

வாழை, மா, பலா, ஈச்சை, இலவம், அச்சை, அனிச்சம், நத்தைச்சூரி, பாக்குமரம், சந்தனம், குங்குமம், செண்பகம், எருக்கு, பதியமிடும் மல்லிகை, மாதுளை, தென்னை, பாதிரி, பலாமரம், பிசின் உள்ள புன்னை, கோங்கு, ஆசினிப்பலா, தேங்கு, மஞ்சாடி.

கதலி - வாழை; ஈந்து - ஈச்சமரம்; இலவு - இலவமரம்; அனிச்சம் - அனிச்சம்பூ; யார் - நத்தைச்சூரி, ஒரு செடி; கமுகு - பாக்கு; மாதுளை - மாதுளை; உருக்கு - எருக்கு; தேங்கு - தெங்கு, தென்னை; யார் - பாதிரி; பாலை - பாலாப்பழ மரம், இது பாலைநிலத்து மரம், கோடையில் காய் காய்த்துப் பழுக்கும்; ததி - பிசின்; ஆசினி - ஆசினப்பலா.

மகிழ்வி ளாமரு தருணம்வெண் சீவந்தி வன்னி
யகில்க ருங்கனி வெண்கனி நெல்லியா லத்தி
விகசி தந்தரு பாடலங் கொன்றைவெட் பாலை
புகல சோகினம் பலதரு வினமலர்ப் பொழிலே. (5)

5. (986) மகிழம், விலா, மருது, எலுமிச்சை, வெள்ளைச் சீந்தில், வன்மரம், அகில், கருநெல்லி, வெண்ணெல்லி, ஆல், அத்தி, மலர்கள் மலரும் பாதிரி, கடுக்கை, வெட்பாலை, அசோகு, முதலிய பல இன மரங்கள் நிறைந்த பூஞ்சோலை.

அருணம் - எலுமிச்சை, விகசிதம் - மலர்தல்; பாடலம் - பாதிரி; கொன்றை - கடுக்கை; பொழில் - சோலை.

வரஞ்செய் வோனபி வரவறிந் தெழிற்பொழின் மன்னன்
றிருந்து சாணைசெய் பதுமரா கங்களைத் திறையாய்ப்
பொருந்த வேயிடற் கிணைதரு மகிழலர் புன்னை
யரும்பெ லாந்தர ளங்களை யிடுவதொத் தருளும். (6)

6. (987) பேறுகள் அருள்வோன் ஆகிய இறைவனின் அரசர் நபியின் வருகையை அறிந்த அழகுசோலையின் மன்னன் திருத்தமாகச் சாணைபிடித்துப் பட்டை தீட்டிய பதுமரகத மணிகளை பொருத்தமான கப்பமாகச் செலுத்துவதற்கு இணையாக மகிழ மரம் பூவையும் புன்னை மரம் அரும்புகளையும் முத்துகளைச் சிந்துவதற்கு ஒப்பாக அளிக்கும்.

வரம் - பேறு; பொழில் - சோலை; பதுமரக - இரத்தின வகைகளில் ஒன்று; தரளம் - முத்து; அருளும் - அளிக்கும்.

வடத்த பொன்னகை பூண்டென வலர்ந்திதழ் வாய்த்தேன்
கொடுத்தி டாதகன் னியரென வரியளிக் கூட்ட
மடுத்தி டாதுறுஞ் சண்பக மணமிலா வலரான்
முடிக்கொள் கல்வியி லாரையீன் றவரொப்பா முருக்கு. (7

7. (988) வடம் போன்ற பொன்னகை அணிந்ததுபோல் மலர்ந்து வாயிதழ்த் தேன் கொடுக்காத கன்னிப் பெண்களைப்போல தேன்வண்டுக் கூட்டம் தேன் குடித்திடாது நிற்கும் சண்பகம், கல்வி இல்லாத பிள்ளைகளை ஈன்ற பெற்றோரை ஒப்ப நிற்கும் மணமில்லாத பூக்களையும் பூ மொட்டுகளையும் உடைய முருங்கை.

வடத்த - வடம்போன்ற; பூண்டு - அணிந்து; அலர்ந்து - மலர்ந்து; வரி - வண்டு; அளி - தேன்; வரியளி - தேன்வண்டு; மடுத்திடாது - குடித்திடாது; உறும் - நிற்கும்; அலர் - மலர், பூ; முடி - மொக்கு, பூமொட்டு; ஈன்றவர் - பெற்றவர்; முருக்கை - முருங்கை.

அம்பொன் மேலுல கரம்பைய ரிழிந்துகா வதனிற்
பண்பு கூர்விளை யாடல்செய் திடவெனப் பலபூ
வம்பு லாவிய வாபர ணங்களை மரத்திற்
கொம்பு தோறினுந் தூக்கிய தாஞ்சரக் கொன்றை. (8)

8. (989) அழகிய பொன்னுலகான சொர்க்கத்துப் பெண்கள் இறங்கிவந்து இப் பூங்காவில் பலவகையாக ஆடிஓடி விளையாடுவதற்கென்று பல பூக்களால் புதியபுதிய ஆபரணங்கள் செய்து கொம்புதோறும் தொங்கவிட்டதாய்ச் சரக்கொன்றை!

அம் - அழகு; மேலுலகம் - சொர்க்கம்; அரம்பையர் - பெண்கள்; இழிந்து - இறங்கிவந்து; கா - பூங்கா; பண்பு - விதம், வகை; வம்பு - புதுமை; கொம்பு - கிளை; தூக்கிய - தொங்கவிட்டதாம்.

தடங்கொ ளும்பர தேயத்துந் தாமுறை தலத்தும்
படர்ந்து லாலிய சீர்வலி யெவையுந்தம் பாலிற்
றொடர்ந்தி ருந்துஞ்செல் காலத்திற் காட்டவுட் டுணிந்தே
யடங்கி னோர்தமை யொத்தன மல்லிகை யரும்பு. (9)

9. (990) மனிதர்களில் சிலர் உள்ளனர். வாழும் நாட்டிலும் அயல் நாடுகளிலும் அவர்களின் பெருமையும் செல்வாக்கும் படர்ந்து கிடக்கும். வாழும் காலம் எல்லாம் தொடர்ந்து இவ்வாறே இருக்கும். மரணம் வந்து பிரியும் காலத்திலும் அவை அடங்காமல் துணிந்து வெளிப்பட்டு விளங்கும். அத்தகையவரைப் போன்ற மல்லிகை அரும்புகள் மணம் பரப்பி நின்றன.

தடம் - இடம்; பரதேயம் - அயல்நாடு; தாமுறை தலம் - தாம் வாழும் நாடு; சீர் - பெருமை; வலி - வலிமை, செல்வாக்கு; தம்பாலில் - தம்மிடத்தில்; செல்காலம் - போகும் காலம், மரண காலம்; அடங்கொணார் - அடங்காதவர்.

முற்று மேகடு நோக்குளோர் கண்மலர் முகமா
யுற்ற நோக்கலு நற்குண மிகுதலு முரித்தாங்
கற்று ளோர்களை நிகர்த்தன சூரிய காந்தி
மற்று மேமரு மலர்சில பொழிற்கெழில் வழங்கும். (10)

10. (991) முற்றிலும் கடும்போக்கு உடையவர்களின் கண் போன்ற மலரை முகமாகக் கொண்டு இலக்கை உற்று நோக்குதலும் நற்குணம் மிகுதலும் இயல்பாக கொண்ட கற்றறிந்த மேலோர்க்கு ஒப்பாகத் திகழ்ந்த சூரிய காந்தி. மற்றுள்ள சில மணமலர்கள் பூங்காவில் அழகு நல்கின.

நோக்கு - இயல்பு, போக்கு; உரித்து - உரிமையானது, இயல்; நிகர்த்தன - ஒத்தன, ஒப்பாயின; மரு - மணம்; பொழில் - பூங்கா; எழில் - அழகு.

கழைக்கு லத்தின்மேல் வளர்ந்துள மாவுதிர் கனிகள்
பழுத்துத் தொங்குப லாக்கனி மீதினிற் படுதல்
செழிக்கும் பொன்னுல கரம்பைய ரமுதத்தைத் திரட்டிப்
பொழிற்கண் டூங்கிய தேங்குட முடைப்பது போலும். (11)

11. (992) கரும்புகளுக்கு மேல் உயரமாக வளர்ந்துள்ள மாமரம் கனிகளை உதிர்க்கின்றது. அவை பழுத்துத் தொங்கும் பலாப்பழத்தின் மீது பட்டு உடைகின்றன. வளம் கொழிக்கும் சொர்க்க உலகப் பெண்கள் அங்குள்ள அமுதத்தைத் திரட்டி எடுத்துச் சோலையில் தொங்கும் தேன்குடத்தை உடைப்பதுபோல் உள்ளது அக் காட்சி.

கழை - மூங்கில், கரும்பு; மா - மாமரம்; பொன்னுலகு - சொர்க்கம்; அரம்பையர் - பெண்கள்; பொழில் - சோலை; தூங்கிய - தொங்கிய.

அரம்பை யொன்றதி லிடைப்பழம் பழுத்துற வதன்மேற்
பரிந்த மற்றொரு கதலிதா றிடுசிறு பலபிஞ்
சிருந்த தோற்றம்விண் ணகமடந் தையருட லெல்லாங்
கரந்து நின்றுதம் விரல்களாற் கவர்வது காட்டும். (12)

12. (993) வாழை மரம் ஒன்று. அதில் உள்ள வாழைத்தார் பழுத்துள்ளது. அருகில் உள்ள மற்றொரு வாழைமரம் தார்விட்டுள்ளது. அது பிஞ்சு. அப் பிஞ்சுக் காய்கள் பழுத்த வாழையின் மீது தொட்டு நிற்கின்றன. வானுலகப் பெண்கள் தங்கள் உடல் அழகை எல்லாம் மறைத்துக்கொண்டு விரல் அழகைக் காட்டி மயக்குவது போல் உள்ளது அத் தோற்றம்.

அரம்பை - வாழை; கதலி - வாழை; மடந்தை - பெண்; கரந்து - மறைந்து, மறைத்து.

மட்டி ருந்தபொற் கலசத்தின் மாணிக்க மணியை
யிட்டி ருந்ததொத் துளகனி மாதளை யினிற்பூ
நெட்டி ருந்தசீர் நபிநகர் மாதர்வாய் நிறத்தைத்
தொட்டி ருந்திணைப் படத்தவம் புரிதல்போற் றொங்கும். (13)

13. (994) தேன் இருந்த தங்கக் குடத்தில் மாணிக்க மணிகளை இட்டிருந் ததைப் போன்றிருந்த மாதுளம் பழத்தின் பூத் தொட்டுக்கொண்டிருந்தது. அது நபியின் நகரத்துப் பெண்களின் வாய்நிறத்தைப் பெற்று அவர்களுக்கு இணையாக விளங்கத் தவம் செய்வது போல் தொங்கியது.

மட்டு - தேன்; கலசம் - குடம்; நெட்டு - காம்பு, நெடுக; சீர் - அழகு; பரிதல் - இரங்குதல்.

கவினு லாவுசம் பீரத்தி லுதிர்தரு கனிகள்
சுவன மாதர்கை மனைகள்போற் றோன்றுந் தப்புமம்
தவிர்கி லாச்சுவை நாரத்தைக் கனிகளுந் தரைவந்
திவர்க ளாடிய பந்துகள் கிடப்பதொத் திருக்கும். (14)

14. (995) அழகிய எலுமிச்சம் பழங்கள் உதிர்வது சொர்க்கத்துப் பெண்கள் அம்மானை ஆடும்போது தவறி விழும் அம்மானைக் காய்கள் போல் உள்ளது. விலக்க முடியாத சுவை சொட்டு நாரத்தம் பழங்கள் உதிர்ந்து கிடக்கின்றன. அவை அப் பெண்கள் பூமிக்கு வந்து ஆடிய பந்துகள் போல் கிடகின்றன.

கவின் - அழகு; சம்பீரம் - எலுமிச்சை; சுவன் - சொர்க்கம்; தப்பும் - தவறும்; அம்மனை - அம்மானைக்காய்; தவிர்கிலா - விலகாத, விலக்க முடியாத.

பரிந்து செவ்விள நீர்பல சுமந்துவெண் பாளை
விரிந்து நின்றுள தேங்குகண் மணிவடம் வேய்ந்த
வருங்கு டத்திணை முலைகளைத் திறந்துகொண் டணிநூன்
மருங்குல் வஞ்சியர் கவரிவா லசைப்பது மானும். (15)

15. (996) செவ்விளநீர் சுமந்து நிற்கிறது தென்னை. இளநீர்க் குலைக்குமேல் பாளை பிளந்து பூவிரிந்து நிற்கிறது. நூல் போன்ற நுண்ணிய இடைகொண்ட பெண்கள் இரத்தின மாலை அணிந்த அழகிய குடம் போன்ற முலைகளைத் திறந்து வைத்துக் கொண்டு வெண்சாமரம் வீசிக்கொள்வது போல் உள்ளது அக் காட்சி.

பரிந்து - இரக்கம்கொண்டு; தேங்கு - தெங்கு, தென்னை; மணிவடம் - இரத்தினமாலை; வேய்ந்த - அணிந்த; அருங்குடம் - அழகு குடம்; இணை - இரண்டு, நிகர்; மருங்குல் - இடை; வஞ்சி - இளம்பெண்; கவரிவால் - கவரிமாவின் தோகை மயிர், சாமரம் என்பது கவரிமாவின் மயிரைத் திரட்டி முடித்து விசிறியாகப் பயன்படுத்துவது; அசைப்பது - விசிறுவது; மானும் - நிகர்க்கும்.

மரக தக்கதிர் மணிகள்போற் கனகவொண் மணிபோற்
கருத ணித்துவர்க் காயுதிர் விரிதலைக் கமுகு
விரக முற்றிய குணத்தினாற் கூந்தலும் விரியத்
தெரிவை யிற்சில ரணிகல னுதிர்வது சிவணும். (16)

16. (997) ஒளிவீசும் மரகத மணிபோல் காய்களும் ஒளிரும் பொன்மணிபோல் பழங்களும் நிரம்பக் குலை விரித்துக் காய் உதிர்ந்து நிற்கிறது துவர்ப்புச் சுவையுடைய பாக்கு மரம். சில பெண்கள் கூடல் காலத்தில் கணவன்பால் ஊடல் கொண்டு கூந்தலை அவிழ்த்துவிட்டுக் கொண்டு அணிகலன்களைக் கழற்றி எறிந்துவிட்டு நிற்பது உண்டு. அவ்வாறு நிற்கிறது பாக்கு மரம்.

கனகம் - பொன்; கமுகு - பாக்கு; விரகம் - ஊடற்சினம்; முற்றிய - முதிர்ந்த, மிகைத்த; தெரிவை - பெண்; சிவணும் - பொருந்தும், ஒக்கும்.

முரட்கொ ளீந்தினின் முற்றிய கனியெலா முகில்கள்
கருப்ப மாய்ப்பொழி மழையெனச் சொரிதரக் காய்க
ணரர்க்கு வாய்ப்பரி தாகிய பவளத்தை நறுக்கித்
திரட்டி யோரொழுங் காகவைத் தனவெனச் செழிக்கும். (17)

17. (998) முள் நிறைந்த ஈச்ச மரம், கருப்பம் முதிர்ந்த மேக மழை பொழிவது போல் முதிர்ந்து கனிந்த பழங்களை உதிர்க்கும். மனிதர்களுக்கு அரிய பொருளாகிய பவளத்தைத் திரட்டி நறுக்கி எடுத்து ஒழுங்காக வைத்ததுபோல் செழிப்புடன் தொங்கும்.

ஈந்து - ஈச்ச மரம்; முகில் - மேகம்; சொரிதர - சிந்த, உதிர்க்க; நரர் - மனிதர்.

பரிந்த ரைக்கணஞ் செய்ந்நன்றிக் கிடைவிடாப் பலனே
தருங்கு ணத்தவ ரெனும்பனை குலைகடாங் குவது
தெரிந்த நீலவொண் மணிகளாற் கலசங்கள் செய்து
நிரைத்தி ருப்பவாங் கணியணி வைத்தவை நிகர்க்கும். (18)

18. (999) பரிவுடன் அரைக்கண நேரம் செய்த நன்றிக்குக் கைம்மாறு இடை விடாது நன்மைகள் செய்வர் பெரியோர். அவர்களைப் போன்றது பனை. அப்

பனை குலைகள் தாங்கி ஒழுங்காக நிற்பது தெரிந்தெடுத்த ஒளிவீசும் நீல மணிகளால் குடங்கள் செய்து அணிஅணியாக வைத்ததைப் போல் இருந்தது.

பரிந்து - ஆதரவுடன்; கலசம் - குடம்; நிரை - ஒழுங்கு.

பொருத்து காமவல் லியரிரு தனங்களைப் பொருவு
மரிட்ட மேவிய கோங்கினி லரும்புக ளாசைக்
கருத்து மாறிய கிழவிகண் முலைகளைக் காட்டும்
பருத்து நீண்டுள கொம்மட்டி மாதளைப் பழங்கள். (19)

19. (1000) பொருத்தமான காமவல்லியரின் இரு முலைகளுக்கு ஒப்பாக உள்ளன அதிர்ஷ்டம் நிறைந்த கோங்கின் அரும்புகள். ஆசையும் கருத்தும் மாறிய கிழவிகளின் தொங்கும் முலைகளைப் போல் உள்ளன பருத்து நீண்டு தொங்கும் கொடிமாதளைப் பழங்கள்.

தனம் - முலை; பொருவும் - ஒப்பாகும்; அரிட்டம் - அதிர்ஷ்டம்; கொம்மட்டி மாதுளை - கொடிமாதுளை.

தேறு பட்டுள கொம்புக ளனைத்தினுஞ் செறிமுள்
ளேறு பட்டுள வில்வத்தின் கனிகடூங் கிடுத
லூறு பட்டுள விடபுரு டரின்விர லுகிராற்
கீறு பட்டுள கணிகையர் முலைகளைக் கிளர்க்கும். (20)

20. (1001) வில்வமரத்தின் விறைத்து நிற்கும் கொம்புகள் அனைத்திலும் நிறைந்து உள்ள முட்கள் கீறிக் காயம்பட்டுள்ள கனிகள் தொங்குவது குற்றப்பாடுடைய மாற்றாள் கணவனின் விரல் நகத்தால் கீறப்பட்டுள்ள கணிகையர் முலைகளை ஒக்கும்.

தேறு - விறைப்பு; செறிமுள் - நிறைந்துள்ளமுள்; ஏறுபடுதல் - தழும்பு படுதல்; தூங்கிடுதல் - தொங்குதல்; ஊறு - குற்றம்; விடபுருடன் - மாற்றாள் கணவன்; உகிர் - நகம்; கீறு - கீறல், கிழித்தல்.

தீன மின்றிய கருநெல்லிக் கனிபரு தியைக்கண்
டீன மின்றிய மணியுரு விருள்பெற லிசையு
மேனி மிர்ந்தெழு வெண்ணெல்லிக் கனியுதிர் விதமோ
வானி ருந்துதா ரகைக்குல முதிர்தல்போல் வயங்கும். (21)

21. (1002) கேடு செய்தல் இல்லாத கருநெல்லிக் கனி சூரியனை நோக்கிக் கேடு இல்லாத அழகு மணியுருவில் இருளைப் பெற்றுக்கொள்ளும். (சூரியனை நோக்கினாலும் கருமை எய்தும், அழகு கருமை எய்தும் என்பது கருத்து.) மேனி நிமிர்ந்து நிற்கும் வெண் நெல்லிக் கனி உதிரும் விதமே வானிலிருந்த நட்சத்திரங்கள் உதிர்வதுபோல் ஒளிவீசும்.

தீனம் - கேடு; பருதி - சூரியன்; தாரகை - நட்சத்திரம்; வயங்கும் - ஒளிவீசும்.

உவக்கு மங்கையர் கருங்குழற் கிணையென வுரைக்குந்
துவக்குந் தீஞ்சுவை நாவலங் கனிசொரிந் துளது

குவிக்குஞ் சோலையி னால்வகை மலர்ச்செந்தேன் குடித்துத்
தெவுட்டு வண்டினந் திரண்டுவந் திருப்பவை சிறக்கும். (22)

22. (1003) உகப்புக்கு உரிய மங்கையரின் கருங்குழலுக்கு இணையானது என்று சொல்லப்படும் துவர்ப்புச் சுவையுடைய நாவற்பழங்கள் உதிர்ந்து சிதறிக் கிடக்கின்றன. அது சோலை முழுவதும் நிறைந்து குவிந்து கிடக்கும் நால்வகை மலர்களின் செந்தேனை குடித்துக் குடித்துத் தெவிட்டிப்போன வண்டுகள் மயங்கிக் கிடப்பது போல் உள்ளது.

உவக்கும் - விரும்பும், உகக்கும்; சொரிந்து - உதிர்ந்து; தெவுட்டுதல் - தெவிட்டுதல்

மலர்ந்தி டாமலே காய்த்துள வத்திகள் வாயாற்
துலங்கக் கேட்கிலா தருள்பவர் தமக்கிணை தோன்று
மலர்ந்துங் காய்த்திலாப் பாடல மையவென் றலறி
நலிந்தெட் போலிரக் கினுங்கொடா வுலுத்தரை நாட்டும். (23)

23. (1004) பூ பூக்காமல் காய்த்துள்ள அத்தி வாய்விட்டுக் கேளாமலே கொடுக்கும் அருளாளரை நிகர்க்கும். ஐயா என்று அலறிச் செக்கில் எள் நைவதுபோல் நைந்து நலிந்து கேட்டாலும் கொடுக்காத உலுத்தரைப்போல் பூ மலர்ந்தும் காய்க்காத பாதிரி நிகர்க்கும்.

துலங்க - தெளிவாக; பாடலம் - பாதிரி; இரக்கினும் - இரந்துகேட்டாலும்; நாட்டும் - நிலைநாட்டும்.

உரிய தண்சுமை தாங்கநீள் விழுதுவிட் டுளவா
லரிய நன்மகப் பேறுடை யவர்வள மாகு
மருவித் தொங்கிய கூழையாம் விழுதினால் வயிற்றுள்
ளெரியப் பண்பறு மைந்தரைப் பெற்றவர்க் கியையும். (24)

24. (1005) குளிர்ச்சி பொருந்திய தன்னுடைய உடற் சுமையைத் தாங்கும்படி விழுதுவிட்டு அவை தன்னைச் சுற்றி நிலத்தில் ஊன்றி நிற்க நிற்கும் ஆலமரம் குடும்பத்தைத் தாங்கும் நன்மக்களைப் பெற்றவரின் வளநிலையின் அடையாளமாகும். மருவித் தொங்கும் குட்டை விழுதுகள் தொங்குவது பண்பற்ற மக்களை பெற்றவரின் வயிறு எரிவது போல் தோன்றும்.

தண் - குளிர்; சுமை - உடற்பாரம்; ஆல் - ஆலமரம்; மருவி - பொருந்தி, தழுவி; கூழை - குட்டை.

தரையின் மாணிக்க முளைத்துக்காய்த் தனவெனத் தருமுந்
திரிகைச் செங்கனி தொங்குவ நெடுங்கொடித் திரிகை
மரக தங்கள்வே ரூன்றியே படர்ந்தெழில் வாய்ப்ப
விரவு பைங்குலை சாய்த்தல்போற் பந்தரில் விளங்கும். (25)

25. (1006) தரையில் மாணிக்கம் முளைத்துக் காய்த்தது என்று சொல்லும்படி முந்திரிச் செங்கனிகள் தொங்குகின்றன. மரகதங்கள் வேரூன்றிப் படர்ந்து

அழகான குலைகளைச் சாய்த்தல்போல் திராட்சைக் குலைகள் பந்தலில் விளங்குகின்றன.

முந்திரிகை - முந்திரி; கொடித்திரிகை - கொடிமுந்திரி, திராட்சை.

இந்த வான்பொழின் மீதினில் வாவியி னியல்போ
வந்த மேலுல கமுதெனுஞ் சலநிறைந் தடைந்தோர்க்
கெந்த நாளினு மெவ்வகை யுதவியு மியற்றி
யுந்து நல்லறி ஞோர்களின் செல்வமொத் துளதே. (26)

26. (1007) இந்தச் சோலையில் உள்ள குளத்தின் இயல்போல் அந்த மேலுலகத்தின் அமுதம் என்று சொல்லத் தக்க நீர் நிரம்பி உள்ளது. தம்மை நாடி அடைந்தவர்களுக்கு எந்த நாளிலும் எவ் வகை உதவியும் நல்கி ஊக்கம் ஊட்டும் நல்லறிஞர்களின் செல்வத்திற்கு ஒப்பாகத் திகழ்கிறது.

பொழில் - சோலை; வாவி - நீர்நிலை, குளம்; இயல்பு - இயற்கை; சலம் - நீர்; இயற்றி - செய்து, நல்கி; உந்தும் - ஊக்கம் ஊட்டும்.

பங்க யங்களுங் குவளையு மாம்பலும் படர்ந்து
கொங்கு யிர்த்ததே னிதழ்மல ரலர்ந்துவெண் குடம்போற்
சங்கி னங்களும் வாளைசேல் பலசல சரமுந்
தங்கி வாழ்ந்துபே ரலையெறி யாழிய தடமே. (27)

27. (1008) தாமரையும் குவளையும் அல்லியும் படர்ந்து தேன் ஊறும் தேனிதழ் மலர்கள் மலர்ந்துள்ளன. வெள்ளைக் குடம் போல் சங்கினங்களும் வாளை சேல் முதலிய மீன் இனங்களும் தங்கி வாழ்கின்றன. பெரிய அலைகள் எழுந்து அலையும் ஆழம் நிறைந்த பெரியகுளம்.

பங்கயம் - தாமரை; ஆம்பல் - அல்லி; கொங்கு - தேன்; உயிர்த்து - ஊறி; அலர்ந்து - மலர்ந்து; சலசரம் - நீர்வாழ் உயிர், மீன்; ஆழிய - ஆழமான; தடம் - குளம்.

சுதைநி றைந்தரு மிரசிதப் புள்ளியஞ் சுரும்பு
பதும மென்மல ரமுதமுண் டிசைபயின் றிடுதன்
மதுவ ருந்தினோன் வெறியினாற் குழற்றலை மாற்றி
யிதமி குந்தகீ தந்தர வூதுதற் கேற்கும். (28)

28. (1009) சுவை நிறைந்த அரிய ஒலி எழுப்பும் புள்ளி படிந்த சுரும்புவண்டு பதும தாமரை மென்மலர் அமுதமாகிய தேனை உண்டு இசை பாடுவது, மதுவருந்தியவன் வெறியினால் புல்லாங்குழலைத் தலைமாற்றிப் பிடித்து இனிமை மிகுந்த இசை எழுப்ப ஊதுவது போன்று உள்ளது.

சுதை - சுவை; இரசிதம் - ஓசை, ஒலி; சுரும்பு - தேன்வண்டு, தும்பி; பதுமம் - தாமரை; பயின்றிடுதல் - பாடுதல்; இதம் - இனி.

தவள வொண்சிறைச் சிவந்தவா யன்னந்தா மரைப்பூ
வவள வுந்தரித் திடனறப் போர்த்திருப் பதனா
னிவள வாவியோர் பாற்கட லாய்க்கொடி நெடிய
பவளத் துண்டுட னலையெறிந் திடுவது பயக்கும். (29)

29. (1010) கற்பூரம்போல் ஒளிரும் வெள்ளைச் சிறகும் சிவந்த வாயும் உடைய அன்னப் பறவைகள் குளத்தில் உள்ள அவ்வளவு தாமரைப் பூக்களிலும் அமர்ந்து வேறு இடம் இல்லாமற் போர்த்திருப்பதனால் இவ் வள வாவி ஒரு பாற்கடலாய் நெடிய பவளத்துண்டுடன் பவளக்கொடி அலை எறிவது போல் உள்ளது.

தவளம் - கற்பூரம்; ஒண் - ஒளி; சிறை - சிறகு; அவளவும் - அவ் வளவும்; இவளவாவி - இவ் வள வாவி; பயத்தல் - உண்டாதல்.

துள்ளி வாளைகள் வீழ்ந்திடிற் குமிழிக டோன்ற
வெள்ள னப்பெடை யுருவதிற் காட்டவுள் வியப்பா
யுள்ள யாணன நோக்கலு மப்பெடை யுவந்தோர்
புள்ளை நோக்குவை யோவெனப் புலவியே புரியும். (30)

30. (1011) வாளைகள் நீரில் துள்ளி விழுகின்றன. அதனால் குமிழிகள் தோன்றுகின்றன. வெள்ளை அன்னப் பெட்டையின் உருவம் அதில் தெரிகின்றது. உள்ளம் வியந்து அதை உற்றுப் பார்க்கிறது ஆண் அன்னம். பார்த்ததைப் பார்த்த பெட்டை ஆசையுடன் ஒரு பெட்டையைப் பார்ப்பாயோ என்று ஊடல் செய்யும்.

வெள்ளனம் - வெள்ளை அன்னம்; பெடை - பெட்டை; உள்ளி - நினைத்து; ஆணனம் - ஆண் அன்னம்; உவந்து - விரும்பி; புள் - பறவை, பெட்டை அன்னம்; புலவி - செல்லக்கோபம், ஊடல்.

நறிய தாமரை வளைக்குல மணிகளை நம்பாற்
குறுகி வந்தன சிலமதி யெனவிதழ் குவியு
மறுவி லாததிம் மணியெனத் தேறியு மலருந்
தறுகி யாம்பனம் பிக்கெடு வாதிபோற் றளரும். (31)

31. (1012) வெண்சங்குகளைக் கண்ட மணம் மிகுந்த தாமரை மலர் நிலவு நம்மிடம் நெருங்கி வந்து விட்டது என்று இதழ் குவிந்தது. முதலில் நிலவு என்று மயங்கிப் பின்னர் இது கறையில்லாத வெண்சங்குதான் என்று உறுதிப் படுத்திக்கொண்ட பின்னும் தவறுதலாக மலரும் அல்லி. நம்பிக்கெடும் வாதிபோல் தளரும்.

நறிய - மணமுள்ள; வளை - சங்கு, சங்குமணி என்பது சங்காகிய மணி என விரியும்; குறுகி - நெருக்கி; மதி - நிலவு; மறு - குற்றம், கறை; தேறி - தெளிந்து, உறுதிப்படுத்திக் கொண்டு; தறுகி - தவறுதலாக; வாதி - தன்மதம் நிறுவ வழக்காடுவோன்.

காக்கு மோகமாய் முகத்தொடு முகமுறக் கயல்கள்
பார்க்கு மேல்வையிற் பாவையர் விழியெனப் பயங்கொண்
டேக்க மாயகன் றிடுமிதை விழுங்குமீ னினமு
மாக்க மிவ்விதச் சோலையி லிழிந்தன ரண்ணல். (32)

32. (1013) கதித்தெழும் காமத்தை உரன் என்னும் தோட்டியால் காத்துக்கொண்டு முகத்தோடு முகம் நெருங்கி பார்த்துக்கொள்கின்றன காதல்

கொண்ட மீன்கள். அப்போது அதை விழுங்க வந்த பெரிய மீன் இவை இரண்டும் பெண்ணின் கண்கள் என மயங்கி அச்சம்கொண்டு ஏக்கத்தோடு விலகி ஓடும். இவ்வாறாக உள்ள குளத்தையுடைய சோலையில் இறங்கினார் அரசர் நபி சுலைமான் (அலை).

கயல் - மீன்; ஏல்வை - காலம், பொழுது; ஆக்கம் - ஆகுதல்; அண்ணல் - அரசர்.

துய்ய மாருத வூர்திவிட் டிறங்கிய தோன்றல்
செய்ய பைந்தளி ரிலையினுஞ் செழுமலர் செறிந்து
வெய்ய வன்கதி ரணுவளா வாகிலும் வீழா
துய்ய வோங்கிய வொருதரு நீழலி னுறைந்தார். (33)

33. (1014) தூய காற்றுஊர்தியை விட்டிறங்கிய அரசர், அழகிய பூந்தளிர்களையும் இலைகளையும்விட மிகுதியான மலர்கள் நிறைந்து சூரியக்கதிர் அணுவளவும் வீழாது ஓங்கி வளர்ந்த ஒரு மரத்தின் நிழலில் தங்கினார்.

மாருதம் - காற்று; தோன்றல் - அரசர்; செய்ய - அழகிய; செறிந்து - நிறைந்து; வெய்யவன் - சூரியன்; உய்ய - உண்டாகியிருந்த, வளர்ந்திருந்த; நீழல் - நிழல்; உறைந்தார் - தங்கினார்.

வீசு செங்கர வனமமுங் கியதிரு மேனி
வாசம் பைந்தரு மலர்கொள விருந்திடின் மகிழ்வுற்
றாசு கொண்டகா ருடம்பெறும் புகள்சில வடுத்தே
நேசந் தந்திறை கருணையா மிறைசலா நிகழ்த்தி. (34)

34. (1015) பரபரப்பாக அப்படி இப்படி வீசும் சிவந்த கைகளும், காட்டில் அலையும் அழகிய மேனியும், வாசம் கமழும் விருந்து இட்டால் மகிழ்ந்து அற்பமானதையும் கொள்ளும் மேகவண்ண உடம்புடைய கறுப்பு எறும்புகள் சில அவரை அடுத்தன. அன்பைப் புலப்படுத்தி இறைவன் அருளை வேண்டும் சலாம் உரைத்தன.

செங்கரம் - சிவந்தகை; வனம் - காடு; மமுங்குதல் - அலைதல்; பை - பசுமை; தரு - மரம்; ஆசு - மிகச் சிறிய அளவு, அற்பம்; கார்உடம்பு - மேகம்போல் கருத்த உடம்பு; நேசம் - அன்பு; சலாம் - முகமன், வாழ்த்து; நிகழ்த்தி - சொல்லி.

திருந்து மெய்த்தவ வள்ளலே நீரியாஞ் சேர்ந்து
பொருந்து வாழ்தலத் தெய்திய தாலொரு போது
விருந்து தந்தனுப் புகத்துணிந் தனமுள விருப்புற்
றருந்தி யேகவேண் டுதுமென வடிபணிந் தனவே. (35)

35. (1016) திருத்தமான மெய்த் தவ வள்ளலே! தாங்கள் நாங்கள் கூடி வாழும் இடத்திற்கு வந்துள்ளீர்கள். ஆதலால் தங்களுக்கு ஒருவேளை விருந்து தந்து அனுப்ப முடிவு செய்திருக்கின்றோம். தாங்கள் உள்ளம் விரும்பி அருந்திச் செல்ல வேண்டுகிறோம் என்று அடிபணிந்து கூறின.

வாழ்தலம் - வாழும் இடம்; எய்தியதால் - அடைந்ததனால்; துணிந்தனம் - முடிவு செய்தோம்; ஏகல் - செல்லல், போதல்.

வாய்ந்த சொல்லிவை கேட்டலு மெமக்குமாத் திரமோ
சூழ்ந்தி ருந்துள தளங்கட்குங் கூடவோ சொலுமென்
றேந்தல் கூறவுந் தமக்கும்வந் துளதள மெவைக்கும்
வேய்ந்த ளிப்பமென் றனகொடு வருகென விண்டார். (36)

36. (1017) இதைக் கேட்டதும் எமக்கு மட்டுமோ சூழ்ந்திருக்கும் படைகளுக்கும் கூடவோ? சொல் என்று அரசர் நபி கேட்க தங்களுக்கும் வந்துள்ள படைகளுக்கும் வேய்ந்து அளிப்போம் என்றன. கொண்டு வருக என்று சொன்னார்.

தளம் - படை; சொலும் - சொல்லும்; ஏந்தல் - அரசர்; வேய்ந்து - பரப்பி; கொடு - கொண்டு; விண்டார் - சொன்னார்.

நறைம லர்த்தொடைப் புயநபி நவிலலு நடந்தே
யறுசு வைக்கறி சருக்கரை பருப்புநெய் யரிசி
கறைய கற்றிய வுப்புட னுபகர ணங்கள்
சறுவ வர்க்கமும் வாயினா லெடுத்துவந் தனவே. (37)

37. (1018) தோளில் தேனூறும் மலர்மாலை அணிந்த நபி சொல்லவும் நடந்து சென்று அறுசுவைக் கறி வகைகளுடன் சர்க்கரை பருப்பு நெய் அரிசி தீட்டப்பட்ட உப்புடன் மற்ற துணைப்பொருள்கள் அனைத்தையும் வாயினால் எடுத்து வந்தன.

நறை - தேன்; தொடை - மாலை; புயம் - தோள்; நவிலல் - சொல்லல்; உபகரணங்கள் - தேவையான உதவிப்பொருள்கள்; சறுவ வர்க்கம் - எல்லா இனமும், எல்லாவகையான பொருள்களும்; சறுவம் - சருவம், சர்வம், எல்லாம், எதுகை நோக்கி வலித்தது, கம்பன் நாராயணனை நராயணன் என்று எதுகை நோக்கிக் குறுக்கினாற்போன்று.

கொண்டு வந்தது படைநடு வினிலுமக் கூட்டத்
தெண்டி சைப்புறத் தினுமவ ரவர்க்கரு கிருப்பக்
கண்ட ரைக்கணத் தினிற்குவித் தனமுகில் கடந்தே
யண்ட முட்டிய மலைக்குல முளைத்ததொப் பாக. (38)

38. (1019) கொண்டுவந்தவற்றைப் படைநடுவிலும் கூட்டத்தில் எட்டுத் திசைகளிலும் ஒவ்வொருவரின் அருகிலும் அரைக்கணத்தில் யாவரும் கண்டு வியக்குமாறு குவித்தன. மேகப் படலத்தைக் கடந்து வானத்தை முட்டும் மலைகள் புதுவதாக முளைத்ததற்கு ஒப்பாக இருந்தன அவை.

முகில் - மேகம்; அண்டம் - வானம்.

விள்ளு மிவ்வகை யியற்றிய பின்பத மேவி
வள்ள லேயெமக் கடுதொழில் புரிந்திட வாரா
துள்ள கத்துமக் கிசையநும் பாலிலுள் ளோரா
லெள்ள லற்றபோ சனஞ்சமைத் துண்ணுமென் றனவே. (39)

39. (1020) மேற்சொன்னபடி செய்து முடித்தபின் அவர் காலடியில் வந்து வள்ளலே! எமக்குச் சமைக்கும் தொழில் செய்திட வராது. ஆதலால் தங்களிடம் உள்ள சமையல் வல்லவரைக் கொண்டு தங்களுக்கு விருப்பமான பழிப்பற்ற உணவு சமைத்து உண்ணுங்கள் என்றன.

விள்ளும் - சொல்லும்; இயற்றி - செய்து; பதம்மேவி - தாளடைந்து; அடுதொழில் - சமைக்கும் தொழில்; புரிந்திட - செய்திட; வாராது - வராது; இசைய - இசைவான, விருப்பமான; பால் - இடம்; எள்ளல் - பழித்தல்; போசனம் - உணவு.

அறையு மவ்விதம் பொருந்தியே யடுசிலாக் குவர்க்கு
முறையி னுத்தரங் கொடுத்தனர் புரிந்தனர் முன்னீ
ருறைவ தொத்துள தானையுந் தாமுமே யுதர
நிறைய வுண்டனர் மிஞ்சின துண்ணுமந் நிறைக்கும். (40)

40. (1021) சொன்ன அவ்விதமே பொருந்தி உணவு சமைப்பவர்க்கு முறைப்படி கட்டளையிட்டார். அவர்கள் சமைத்தனர். கடலெனத் திரண்டது போன்ற தம்முடைய படைகளும் தாமும் வயிறு நிறைய உண்டனர். உண்ட அதே அளவு உணவு மிஞ்சிக் கிடந்தது.

அறையும் - சொல்லும்; அடுசில் ஆக்குவர் - உணவு சமைப்போர்; உத்தரம் - அனுமதி, கட்டளை; முன்னீர் - கடல்; உறைவது - இருப்பது; தானை - படை; உதரம் - வயிறு; நிறை - அளவு.

இனிதி னுண்டபி னுலகநா யகநபி யிதையந்
தனில டங்கொணா வதிசய வாருதி தனின்முங்
கினர்வி ருந்திடு மெறும்புக டமையரு கினிலே
நனிவி ரைந்தழைத் தன்பொடு திருமொழி நவில்வார். (41)

41. (1022) இனிய விருந்தை இன்பமாக உண்டபின் உலக நாயக நபியின் உள்ளம் அடங்காத வியப்புக் கடலில் முங்கியது. விருந்திட்ட எறும்புகளை அருகில் அழைத்து அன்புடன் பேசலானார்.

அடங்கொணா - அடங்கமுடியாத, அடங்காத; அதிசயம் - வியப்பு; வாருதி - வாரிதி, கடல்; முங்கினர் - மூழ்கினார்; நனி - மிக; நவில்வார் - சொல்வார்.

மிகச்சி றுத்துள படைப்புநீர் குறையிலா விருந்தா
யிகற்பொ ருந்துமெந் தளத்துக்கு மெமக்குமிட் டீரெத்
திசைக்க ணிப்பொரு ளனைத்துமே வகையுறத் தேடித்
தொகுத்து வைத்திருந் தீர்சொலு மெனவெதிர் சொல்லும். (42)

42. (1023) மிகச் சிறிய படைப்பு நீர். பகையுடன் பொருதும் என் படைகளுக்கும் எமக்கும் குறையிலா விருந்தளித்தீர். திசைக்கு அலங்காரமான பொருள் அனைத்தையும் வகைவகையாய்த் தேடித் தொகுத்து வைத்திருந்தீர். எவ்வாறு திரட்டினீர்? சொல்லும் என்று கேட்க, அவை மறுமொழி சொல்லும்.

இகல் - பகை; பொருந்தல் - போரிடுதல், பொருதுதல்; தளம் - படை; திகை - திசை; அணிப்பொருள் - அலங்காரப் பொருள்; எதிர் - மறுமொழி.

இதற்கு மூன்றுநா டனக்குமுன் னிவ்விடத் தினிலோர்
பதிக்கொள் வர்த்தகன் றிரளுட னிறங்கியோர் பகற்கு
விதித்த போசனஞ் சமைத்தனன் சமைத்ததிடில் விரைவாய்ச்
சிதைப்பி லியாந்திரு டியதிவை யென்றுசெப் பினவே. (43)

43. (1024) இதற்கு மூன்று நாள் முன்னே இவ் விடத்தில் ஒரு பட்டினத்து வாணிகன் பொதித் திரளுடன் இங்கு வந்து தங்கினான். பகல் உணவு சமைத்து உண்டான். சமைக்கும் போது பொதிகளின் சிதைவுகளில் இருந்து நாங்கள் விரைவாகத் திருடியவையே இவை என்று கூறின.

பதி - பட்டினம்; திரள் - வாணிகப் பொதிகளும் ஏவலரும் ஆகிய கூட்டம்; விதித்த - கடமையாக்கப்பட்ட; போசனம் - உணவு; சிதைப்பு - பொதிச் சிதைவு, பொத்தல்; செப்பின - கூறின.

கூறு போதினி லெண்ணுவர் நமதுசெங் கோற்கீழ்
வீறு சேரொரு வணிகனா மவனொரு வேளைக்
கேறு பாதையிற் சமைத்திடி லெறும்பிழுத் ததுநந்
தேறு சேனைக்கு நமக்குமே கண்டுமிஞ் சியதால். (44)

44. (1025) எறும்புகள் சொல்லும்போது அரசர் நபி நினைக்கலானார். நம்முடைய செங்கோல் ஆட்சியின் கீழ் உள்ள ஒரு வீறுடைய வாணிகனாம். அவன் செல்லும் வழியில் ஒரு வேளைக்கு உணவு சமைக்கும்போது அவ் விடத்தில் எறும்பு இழுத்தது நம்முடைய படைகளுக்கும் நமக்கும் சமைத்து உண்டு மிஞ்சியது என்றால்

கூறுபோது - சொல்லும்போது; வீறு - வெற்றி; ஏறுபாதை - செல்லும்வழி; தேறு - மிகுதி; சேனை - படை.

அவனு டன்செலுங் கூட்டத்தின் றொகையுமெவ் வளவோ
வெவள வோசமைத் துளகறி யரிசிமற் றிவன்பா
னவநி திக்கணக் கெதுகொலோ நாநமக் கீடா
யுவமை யில்லென நினைத்தல்போற் பெரும்பிழை யுண்டோ. (45)

45. (1026) அவனுடன் செல்லும் மக்கள் கூட்டத்தின் தொகை எவ்வளவோ? அவன் சமைத்த கறிவகையும் அரிசியும் எவ்வளவோ? அவனிடம் உள்ள செல்வத்தின் கணக்கு என்னவோ? நாம் நமக்கு ஈடாக உவமை இல்லை என நினைத்தல்போல் பெரும்பிழை உண்டோ?

நவநிதி - ஒன்பது வகையான செல்வங்கள். அவை கச்சபநிதி, கற்பநிதி, சங்கநிதி, நந்தநிதி, நீலநிதி, பதுமநிதி, மகாநிதி, மகாபதுமநிதி, முகுந்தநிதி என்பன. இவை குபேரனிடம் மட்டுமே உள்ளன என்பது புராண மரபு.

வணிகன் வாழ்வினி னமதுவாழ் வணுநிகர் மதிக்கத்
துணிவ தோவெனத் தெளிவுகூர்ந் தெண்ணிய துணிவுக்
கணிகொ ளாதியென் செய்வனோ நம்மையென் றஞ்சி
யுணர்வ தாய்ச்சுசூ தினில்விழுந் திரந்திரந் துருகி. (46)

46. (1027) வணிகனின் பெருவாழ்வோடு ஒப்பிட்டால் நம்முடைய பெருவாழ்வு அணுவுக்கு நிகர் என்று மதிக்கத் தக்கதே என்று தெளிந்த மனத்துடன் நினைத்து, முன்னர் நிதியுள்ளோர்களில் நமக்கு இணையாக யாரும் இல்லை என்று எண்ணிய துணிச்சலுக்காக கணக்கெடுப்பதில் விழிப்புடையவனாகிய இறைவன் நம்மை என்ன செய்வானோ என்று அஞ்சி, அந்த அச்சப்பாட்டு உணர்வுடன் சுசூதியில் விழுந்து கெஞ்சிக்கெஞ்சி உருகி

துணிவு - முடிவு; கூர்ந்து - அடைந்து; கணிகொள் ஆதி - கணக்கெடுப்பதிலும் கணக்குக் கேட்பதிலும் தீவிரம் உடைய இறைவன்; இரந்து - கெஞ்சி.

பனத்த கும்பெரும் படைப்புகள் செயும்பெரும் பாவ
மனைத்தை யும்பொறுத் தாண்டருள் வோயென தகத்தி
னினைத்த குற்றமும் பொறுத்தருள் வாயென நிகழ்த்தித்
துனிப்பெ ருங்கட லிடைப்புகுந் திருகண்ணீர் சொரிந்தார். (47)

47. (1028) சொல்லத் தக்க பெரும் படைப்புகள் செய்யும் பாவங்கள் யாவையும் பொறுத்து ஆண்டு அருள்செய்பவனே! என் மனத்தில் நான் நினைத்த குற்றத்தையும் பொறுத்து அருள்வாயாக என்று சொல்லித் துன்பப் பெருங்கடலில் மூழ்கி இருகண்களிலும் கண்ணீர் சிந்தினார்.

பனத்தகும் - சொல்லத் தக்க; நிகழ்த்தி - சொல்லி; துனி - துன்பம்.

வனையு மேலவ ரணுவினுஞ் சிறுபிழை மனத்தில்
னினையு மத்தின மேதுயர் புரிகுவ னெடியோ
னனைய தேதினி லழிவிலாப் பதவிவாழ் வவர்க்கு
வினைய மாற்றியீந் திடவருள் வைத்துள விதமே. (48)

48. (1029) நற்குணங்களால் அலங்கரிக்கப்பட்ட மேலோர் அணுவைவிடச் சிறிய பிழையை மனத்தில் நினைத்தால் அன்றே அதற்குரிய துயரத்தை அவர்களுக்குக் கொடுத்துவிடுவான் இறைவன். ஏன் அவ்வாறென்றால் இத் துயரத்திற்கு மாற்றாக அழிவிலாப் பதவியுடைய பெருவாழ்வை மறுமையில் அவர்களுக்கு அளித்திட அருள் வைத்துள்ள விதம் இதுதான்.

வனையும் - அலங்கரிக்கப்படும்; நெடியோன் - இறைவன்; அனையது - அத் தன்மையது; வினையம் - துயரம்; ஈந்திட - அளித்திட.

மழையை மண்ணைவான் மீன்களை மதிக்கினு மதியாப்
பிழைகள் செய்யினும் பாதகர்க் குலகினிற் பெருவாழ்
விழிவி லாதருள் வான்கொடுந் தீவினை யெய்தி
யழிவி லாநர கத்தினி லவர்கிடந் தலற. (49)

49. (1030) மழைத்துளிகளையும் மண்ணையும் நட்சத்திரங்களையும் ஒரு சேர எண்ணி முடித்தாலும் எண்ண முடியாத பாவங்கள் செய்தாலும் பாதகர்களுக்கு உலகில் பெருவாழ்வு அளவில்லாமல் கொடுப்பான். ஏனென்றால் கொடிய தீவினை அடைந்து அழிவில்லாத நரகத்தில் கிடந்து அவர்கள் துடிதுடித்து அலறத்தான்.

வான்மீன் - நட்சத்திரம்; மதித்தல் - அளவிடல், எண்ணிக் கணக்கிடல்.

இறைவன் செய்கையீ தாகையா லவன்வலி யினையே
மறைவி லாவகை யுணரவும் வரவர வளர்ந்து
நிறைவி லாச்செருக் ககத்தின்முற் றாமலு நெறிசெய்
துறைய தேயெறும் பால்விருந் திடச்செயுஞ் சூட்சி. (50)

50. (1031) இறைவன் நடைமுறை இது. ஆதலால், அவனுடைய வலிமை மறைவிலாது உணரவும் வரவர அவ் வுணர்வு வளர்ந்து குறையான செருக்கு மனத்தில் முதிராமலும் வழிசெய்யும் காரியமே எறும்பால் விருந்திடச் செய்த தந்திரம்.

வலி - வலிமை; நிறைவிலா - குறையான; நெறிசெய் - வழிசெய்யும்; துறை - காரியம்; சூழ்ச்சி - தந்திரம்.

நன்றி தேர்தரு கல்வியி லிருநிதி நயத்த
வென்றி வாழ்வினி லொருவருக் கொருவர்கள் வியப்பா
மன்றி யாரினுங் கதித்தவ ரொருவருண் டாமோ
வொன்ற தாகிய முதல்வனன் றோவுயர்ந் துளனே. (51)

51. (1032) நன்றியறிய உதவும் கல்வியிலும் செல்வத்திலும் மிகைத்த வெற்றி வாழ்க்கையில் ஒருவருக்கு மற்றொருவர் வியக்கத்தக்க நிலையில் உள்ளவர்களே. அன்றி யாரைவிடவும் மிகைத்தவர் என்று யாரேனும் ஒருவர் உண்டோ? ஒருவனாகிய முதல்வன் அன்றோ யாவரினும் உயர்ந்துள்ளவன்?

தேர்தரு - அறிய உதவும்; இருநிதி - செல்வம்; நயத்தல் - அதிகப்படல், மிகைத்தல்; வென்றி - வெற்றி; கதித்தவர் - மிகுதிப்பட்டவர், மிகைத்தவர்; முதல்வன் - இறைவன்.

உருக்கொ ளெவ்வுயி ரினுக்குமோ ரரசுதம் முளத்திற்
செருக்கு வைத்திடு வதுதகா தென்றிடிற் செகத்தி
லிருக்கு மானிட ரரசினை நிதியினை யெண்ணி
மருட்சி றந்திறு மாப்பது போலுண்டோ மடமே. (52)

52. (1033) உருப்பெற்ற எவ்வகை உயிரினத்திற்கும் ஓரரசர் ஆகிய அரசர் நபி சுலைமான் (அலை) தம்முடைய உள்ளத்தில் செருக்குக் கொள்ளல் தகாது என்றால் உலகத்தில் இருக்கும் மனிதர்கள் ஆட்சியையும் செல்வத்தையும் எண்ணி மருட்சி கொண்டு இறுமாப்புக் கொள்வதுபோல் மூடத்தனம் உண்டோ?

செகம் - உலகம்; நிதி - செல்வம்; மருள் - மயக்கம், மருட்சி; மடம் - அறிவின்மை, மூடத்தனம்.

உடம்பு தங்கள்சொந் தத்துள தலவெனி னுலகை
யடங்க வாண்டரு ளரசிரு நிதியரண் மனைக
டிடஞ்செய் பெண்டுபிள் ளைகளிவை சொந்தமோ தெளிந்தோ
ரிடங்கொள் சிந்தையி லெவையினாற் செருக்குவைத் திருப்பார். (53)

53. (1034) உடம்பு தங்கள் சொந்தத்தில் உள்ளது அன்று என்றால் உலகம் முழுவதையும் ஆளும் அரசும் பெருஞ் செல்வமும் அரண்மனைகளும் வாழ்க்கை ஆதாரம் என்று கருதப்படும் பெண்டு பிள்ளைகளும் சொந்தமோ? தெளிந்தவர்கள் தங்கள் மனத்தில் எதை ஆதாரமாகக் கொண்டு செருக்குக் கொள்வார்கள்?

அடங்க - முழுவதும்; இருநிதி - பெருஞ்செல்வம்; திடம் - உறுதிப்பாடு, ஆதாரம்; சிந்தை - மனம்.

ஊனெ னவரு முடல்விருப் பெவற்றையு மொதுக்கி
யானெ னதெனுஞ் செருக்கறுத் தவர்தவ மெய்தி
வானெ னவுய ருலகமுந் துதிசெய வாழ்வார்
தானெ னும்மிறு மாப்புளோ ரியாவரே தாழ்வார். (54)

54. (1035) இறைச்சியால் அமைந்த உடலின் புலன் விருப்பங்கள் யாவற்றையும் ஒதுக்கி, உயிரை நான் என்றும் உடலை என்னுடையது என்றும் கருதும் ஆணவத்தை அறுத்து ஒதுக்கியவர் தவ வாழ்வு மேற்கொண்டு உலகமெல்லாம் புகழ வானளவு உயர்ந்த வாழ்வு வாழ்வார். நான் என்னும்இறுமாப்புக் கொண்டிருப்பவர் யாரோ அவர் தாழ்வார்.

ஊன் - உடல், சதை தோல் எலும்புகளின் பொதுப்பெயர்; உடல் விருப்பம் - இச்சை, புலன் விருப்பம்; யான் - நான், உயிரை நான் என்னும் ஆணவம்; எனது - எனது, என்னுடையது என்று கருதும் ஆணவம்; எனத்து - எனது, வலித்தல் விகாரம் செருக்கு - ஆணவம்; துதி - புகழ்.

ஆயி ரந்திரு மனைதொறு மாயிர முருவாய்ப்
போயி ருந்தனு பவித்தருண் மகத்துவப் பொருளா
நாய கஞ்செருக் குற்றதற் கிவ்வகை நடத்தி
யோயச் செய்பவ னியாவரை விடுவனிவ் வுலகில். (55)

55. (1036) ஒரேசமயத்தில் தம்முடைய ஆயிரம் மனைவியரிடமும் ஆயிரம் உருவத்திற் சென்று அனுபவிக்கும் அருள்பெற்ற மகத்துவப் பொருளான நாயகர் சுலைமான் நபி (அலை) செருக்குக் கொண்டதற்காக இவ்வாறு நடத்தி அவரை ஓயச் செய்த இறைவன் வேறு யாரை விடுவான் இவ்வுலகில்?

மனை - மனைவியர்; மகத்துவப்பொருள் - மேன்மை இலக்காகத் திகழ்பவர்; யாவரை - எவரை, யாரை.

இதய மீதினிற் கனிவுறச் சுசூதுசெய் தெழுந்து
விதர ணத்திரு நபியெறும் புகடமை விளித்தெம்
பதியி னேகுவ மெனவுரைத் தெழுபர வையைப்போற்
சதுத ளத்தொடு தாமுறை நகரில்வந் தனரே. (56)

56. (1037) மதிநுட்பம் நிறைந்த அரசர்நபி இதயம் கனிய சுசூது செய்து எழுந்தார். எறும்புகளை அழைத்து நாம் நமது நகருக்குத் திரும்புகின்றோம் என்று கூறி விடைபெற்று ஏழு கடல்கள் திரண்டு நிரம்பி நிற்பது போல்

நிற்கும் நால்வகைப் படைகளுடன் புறப்பட்டுத் தம்முடைய தலைநகருக்கு வந்து சேர்ந்தார்.

விதரணம் - மதிநுட்பம், விவேகம்; **விளித்து** - அழைத்து; **பதி** - தலைநகர்; **ஏகுவம்** - செல்கின்றோம்; **பரவை** - கடல்; **சதுதளம்** - நாற்படை; **உறைநகர்** - வாழும்நகரம்.

எறும்புகள் விருந்திடு படல முற்றிற்று.
படலம் 22 -க்கு - திருவிருத்தம் - 1037.

22. எறும்புகள் விருந்திடு படலம்
படலச்செய்தி

உலகாளும் அரசர் நபி சுலைமான் (அலை) உள்ளத்தில் ஒருமுறை செருக்கு உண்டாயிற்று. உலகாளும் அரசர்களிலும் செல்வம் படைத்தவர்களிலும் நமக்கு இணையானவர் இல்லை என்று நினைத்தார். நினைத்த அன்றே அளவில்லாப் படையணிகளுடன் காற்று வாகனத்தில் ஏறி நாடுகளைச் சுற்றிப் பார்க்கப் புறப்பட்டார். பல்வேறு நாடுகளையும் பார்த்து வரும்போது வானளவு உயர்ந்த பெரிய காட்டின் நடுவே குளமும் சோலையும் கண்டார். அங்கே இறங்கி ஒரு பெரிய மரத்தின் நிழலில் தங்கினார். அக் காட்டில் வாழும் கறுப்பு எறும்புகள் சில அவரை வந்து கண்டன. அன்புடன் சலாம் சொல்லி திருந்திய மெய்த்தவ வள்ளலே! எங்கள் இடத்திற்கு வந்திருக்கிறீர்கள். தங்களுக்கு விருந்தளிக்க விரும்புகிறோம். உண்டு செல்ல வேண்டும் என்று பணிவுடன் வேண்டின. கேட்டு வியந்த அரசர் நபி விருந்து எமக்கு மட்டுமா? எம் படைகளுக்குமா? என வினவினார். தங்களுக்கும் வந்துள்ள படைகள் யாவற்றுக்கும் என்றன. கொண்டு வாருங்கள் என்றார்.

சற்று நேரத்தில் விருந்து சமைப்பதற்காண அரிசி பருப்பு நெய் முதலிய எல்லாப் பொருள்களையும் தங்கள் வாயால் எடுத்து வந்து மலைபோல் குவித்தன. நபியிடம் வந்து எங்களுக்குச் சமைக்க வராது. தங்களிடம் உள்ள சமையல் வல்லாரைக் கொண்டு சமைத்து உண்ணுங்கள் என்றன. அவ்வாறே சமையல் நடந்தது. அனைவரும் வயிறார உண்டனர். உண்ட அளவு உணவுப் பொருள்கள் மிச்சப்பட்டுக் கிடந்தன. இதைக் கண்டு வியந்த அரசர் நபி எறும்புகளை அழைத்து நீங்களோ சிற்றுயிர்கள். எமக்கும் எம் படைகளுக்கும் நிறைவாக விருந்திட்டீர்கள். எங்கிருந்து இவ்வளவு பொருள்களைத் திரட்டினீர்கள் என்று கேட்டார். மூன்று நாள் முன்னதாக ஒரு வாணிகன் இங்கு வந்து தங்கினான். தன்னுடைய கூட்டத்திற்குப் பகல் உணவு சமைத்தான். அப்போது அவனிடமிருந்து திருடியவை இவை என்றன.

நம்முடைய ஆட்சியின்கீழ் உள்ள ஒரு வாணிகன் வழியில் தங்கிப் பகல் உணவு சமைத்தபோது எறும்பு இழுத்ததே நமக்கும் நம் படைகளுக்கும் உண்டு மிஞ்சியதென்றால் அவன் கூட்டத்தின் தொகை எவ்வளவோ? அவனிடம் உள்ள செல்வத்தின் கணக்கு எதுவோ? நமக்கு நிகர் இல்லை என்று நினைத்தோமே? அந்த வாணிகனுடன் ஒப்பிடுகையில் நாம் அணு

என்று கூட மதிக்க முடியாதே நம் பெருமை நினைவிற்காக இறைவன் என்ன செய்வானோ? என்று எண்ணி அஞ்சி உருகி சுஜூதில் விழுந்து பிழைபொறுத்தல் வேண்டி அழுது மன்றாடினார். பின்னர் எறும்புகளிடம் விடைபெற்றுத் தலைநகர் சென்றடைந்தார்.

23. ஆனையிறாஞ்சி தர்க்கப்படலம்
எழுசீர்க் கழிநெடிலடி யாசிரிய விருத்தம்

தானவ னருள்சேர் சுலையுமா னபியித்
தரணியோர் கோலினிற் புரக்கின்
மானிடர்க் கொருநாள் சின்களுக் கொருநாண்
மருள்சயித் தான்களுக் கொருநாண்
மீனவைக் கொருநாள் பறவைகட் கொருநாள்
விலங்கினத் தொகுதிகட் கொருநா
ளானசெந் துகட்கோர் நாள்கிழ மையினிற்
பிரித்துஞா யங்கள்கேட் டருள்வார். (1)

1. (1038) இறைவன் அருள்பெற்ற நபி சுலைமான் (அலை) இவ் வுலகைத் தம்முடைய ஒற்றைத் தனிச் செங்கோலால் ஆளும் காலத்தில் மனிதர்களுக்கு ஒருநாள் சின்களுக்கு ஒருநாள் மருட்சியூட்டும் சயித்தான்களுக்கு ஒருநாள் மீன்களுக்கு ஒருநாள் பறவைகளுக்கு ஒருநாள் விலங்கினக் கூட்டங்களுக்கு ஒருநாள் ஊரிகளுக்கு ஒருநாள் என்று முறை வைத்து வழக்குகளைக் ஆராய்ந்து நீதி வழங்குவார்.

தானவன் - இறைவன்; தரணி - உலகம்; கோல் - செங்கோல்; மருள் - மருட்சி ; தொகுதி - கூட்டம்; செந்து - ஊர்வன, ஊரி; கிழமை - வாரம்; ஞாயம் - நீதி.

வழக்குக ளொழிந்த நாளினி லெவர்க்கு
மறைநெறி யறிவுகள் வகுப்பார்
தழைக்கவிம் முறைசெய் தோங்கிவாழ்ந் திடுநாட்
டன்னிலோர் தினங்கழு கியம்பு
மெழிற்றிரு நபிநீர் பதநடை புரிய
விதயத்துள் விரும்புவீ ரெனினு
மொழிப்பரி தலவோ வாகனத் துலவு
வீரெனுங் கலாவினை யும்மால். (2)

2. (1039) வழக்குகள் இல்லாத நாள்களில் எல்லாருக்கும் வேதஞான விளக்கம் செய்வார். உயிர்க்குலம் தழைக்க இவ்வாறு நீதி பரிபாலனம் செய்து உயர்ந்து வாழும் காலத்தில் ஒருநாள் கழுகு கூறியது: அருள் நிறைந்த அழகு நபியே! நீங்கள் கால் நடையாகச் செல்ல விரும்புவீர்கள். ஆயினும் வாகனத்தில் போவீர்கள் என்னும் விதிப்பில் உள்ளதை உங்களால் தவிர்க்க முடியாது அல்லவா?

முறை - நீதி பரிபாலனம்; இயம்பும் - சொல்லும்; பதநடை - கால்நடை; ஒழிப்பரிது - தவிர்க்க முடியாது; கலா - விதிப்பு. கலா, களா என்பதை இறைவனின் விதிப்பு என்றும் விதி என்றும் மொழிபெயர்த்தாலும் அஃது, இறைவன் தன்னுடைய நாட்டப்படி விதித்தது என்றே பொருள்படும். இன்னானுக்கு இன்னபடி என்று அவன் வகுத்த திட்டம். இஃது இஸ்லாமிய அடிப்படைகளில் ஒன்று. அன்றிப் பிறவிக்குக் காரணமாய் அமையும் முற்பிறவியின் வினைகளின் அடிப்படையில் படைப்புக் கடவுளால் விதிக்கப்படும் வினைப்பயன் என்னும் கோட்பாட்டிற்கும் இதற்கும் தொடர்பில்லை.

அன்றியு மெவரா யினுமிறை விதித்த
வருங்கலா வகற்றுத லரிதே
யென்றதவ் வார்த்தை சரதமென் றிசைத்தா
ரேகநா யகநபி யிதுகேட்
டொன்றுகிற் பதத்தாற் சிலகொடு மடங்க
லொலிகுறைந் தயர்வுறத் தூக்கும்
பொன்றரு வலிமை யானையி றாஞ்சிப்
புள்ளெனுஞ் சரபமுன் புகலும். (3)

3. (1040) அன்றியும் எவராயிருந்தாலும் இறைவன் விதித்த அரிய விதிப்பினை விலக்க முடியாது என்றது. அவ் வார்த்தை சத்தியம் என்று கூறினார் இறைவன் நபி. இதைக் கேட்டுக் கொடிய சிங்கங்கள் கர்ச்சினை ஒடுங்கித் தளரும்படி பொருந்திய கால் நகங்களால் தூக்கிச் செல்லும் வெல்ல முடியாத வலிமை கொண்ட ஆனையிறாஞ்சிப் பறவை என்னும் எட்டுக்கால்கள் கொண்ட பறவையான சரபம் சொல்லும்.

அருங்கலா - அரிய விதிப்பு; அகற்றுதல் - விலக்குதல்; சரதம் - சத்தியம்; இசைத்தார் - சொன்னார்; ஏக - ஒன்று; நாயக நபி - ஒருவனான இறைவனின் நபி; உகிர் - பொருந்திய கால்நகம்; மடங்கல் - சிங்கம்;ஒலி - ஆரவாரம், கர்ச்சனை;அயர்வு - தளர்ச்சி; பொன்றரும் - அழிக்க முடியாத, வெல்லமுடியாத; புள் - பறவை; சரபம் - எண்கால் பறவை, ஆனையிறாஞ்சி; புகலும் - சொல்லும்.

துதிதரு சுவனப் பதிபுகு வழியைத்
துலக்கவந் தருணபி யேநீர்
நிதநித மறிவு பகர்ந்ததெவ் வைவயு
நிச்சயிந் திருந்தன னின்று
விதியினைத் தவிர்வ தரிதெனக் கழுகு
விண்டது முமக்கிசைந் ததுமென்
னிதயமெள் ளளவும் பொருந்தில மதியா
லிவைவிலக் குதலரி தேயோ. (4)

4. (1041) புகழைத் தரும் சொர்க்க வீட்டிற்குள் நுழையும் வழியை விளக்க வந்த அருள் நபியே! நாள்தோறும் கூறிய எல்லாவகை அறிவுகளையும் உறுதிகொண்டே இன்று விதிப்பினை விலக்க முடியாது என்று கழுகு சொன்னதும் நீங்கள் ஒப்பியதும் என் மனத்திற்கு எள்ளளவும் பொருத்தமாகத் தோன்றவில்லை. அறிவால் அதை விலக்குவது முடியாத செயலா?

துதி - புகழ்; சுவனம் - சொர்க்கம்; பதி - வீடு; துலக்க - விளக்க; பகர்ந்தது - கூறியது; எவ்வெவை - யாவற்றையும்; அரிது - முடியாது; விண்டது - சொன்னது; இசைந்தது - உடன்பட்டது, ஒப்பியது; பொருந்தில - பொருத்தமாகவில்லை; மதி - அறிவு.

சாற்றுமவ் விதியை மதியினா லகற்றிச்
சகலசத் துவமுந்தம் வசமா
யேற்றுத லகற்றல் கூட்டுதல் குறைத்த
லிவையெலா மிதயமென் பதனிற்
றோற்றுதற் கிணங்கச் செய்தொழு கிடலா
மென்றது சுலையுமா னபிகேட்
டாற்றுமிவ் விதநீ யுரைத்திட லெவர்கட்
காயினு மகற்றரி தென்றார். (5)

5. (1042) சொல்லப்படும் அவ் விதியை அறிவால் விலக்கி, எல்லாத் தத்துவங்களும் வசப்படச் செய்து, ஏற்றுதல் நீக்குதல் கூட்டுதல் குறைத்தல் ஆகிய இவற்றை எல்லாம் மனவிருப்பம் போல் செய்து வாழலாம் என்றது. சுலைமான் நபி (அலை) கேட்டு நீ சொன்னபடி செய்வதும் விதியை விலக்குவதும் எவராலும் முடியாது என்றார்.

சாற்றும் - சொல்லும்; சகலம் - எல்லாம்; சத்துவம் - தத்துவம், வலிமை; தோற்றுதல் - தோன்றுதல், இச்சை, விருப்பம்; ஆற்றும் - செய்யும்.

அரிதென வுரைத்தீ ரகற்றுவ னியானென்
றறைந்தது புள்ளவை யுணர்ந்திவ்
விருநிலத் தினிலோ ரதிசய முரைப்ப
னிதுவகற் றுவைகொலோ வென்ன
விரைவினிற் றவிர்ப்ப னென்றது கூண்ட
மிகுதிரட் பறவைகட் கெல்லாந்
தெரிதர விருகைக் கறுபது விரற்பட்
சியின்முக நோக்கிவிள் ளுவரால். (6)

6. (1043) முடியாது என்றீர்கள். நான் விதியை விலக்குவேன் என்று கூறியது சரபப் பறவை. அதைக் கேட்டு இவ் வுலகில் நடைபெற இருக்கும் ஒரு விந்தையை நான் சொல்வேன். அது நடைபெறாமல் தடுக்க உன்னால் ஆகுமா என்று கேட்டார். விரைவாக அதைத் தடுப்பேன் என்றது. மிகுந்த திரளாகக் கூடியுள்ள பறவைக் கூட்டங்கள் எல்லாம் தெரிந்துகொள்ளும்படியாக இரண்டு கைகளிலும் அறுபது விரல்கள் கொண்ட ஆனையிறாஞ்சிப் பறவை முகத்தை நோக்கிச் சொல்வார்.

அறைந்தது - கூறியது; புள் - பறவை; இருநிலம் - உலகம்; அதிசயம் - விந்தை, இனி நடைபெற உள்ள செய்தி; கூண்ட - திரண்டு நின்ற; திரள் - கூட்டம்; தெரிதர - தெரியும்படியாக; பட்சி - பறவை; விள்ளுவர் - சொல்வார்.

இத்தினத் திரவிற் கதிரவன் புகுதே
யத்திரா சன்றனக் கோராண்

புத்திரன் பிறந்தா னுதயமா கிரியின்
புரவலற் கொருமக ளுதித்தா
ளத்திரு வினுக்குப் பதினெழு வயது
மாறுமா தமுமெழு நாளுஞ்
சத்திபெற் றதற்பின் னிருவருங் கூடிச்
சனாசெய்வா ரெனவிதி யுளதால். (7)

7. (1044) இன்று இரவில் சூரியன் மறையும் நாட்டின் அரசனுக்கு ஒர் ஆண் மகன் பிறந்தான். சூரியன் தோன்றும் நாட்டு மன்னனுக்கு ஒரு மகள் பிறந்தாள். அவளுக்குப் பதினேழு ஆண்டும் ஆறு மாதமும் ஏழு நாளும் நிறைந்து ஆற்றல் பெற்றபின் இருவரும் கூடி விபச்சாரம் செய்வர் என்று விதி உள்ளது:

கதிரவன் புகுதேயம் - சூரியன் மறையும் நாடு; ராசன் - அரசன்; புத்திரன் - மகன்; உதய மாகிரி - சூரியன் உதிக்கும் நாடு; புரவலன் - அரசன்; உதித்தாள் - பிறந்தாள்; திரு - பெண்; சத்தி - வலிமை; சனா - கள்ளப்புணர்ச்சி, விபச்சாரம்.

ஏன்றிடின் மாற்றென் றிசைப்பவவ் வரச
ரிருவர்பே ரீன்றதா யரின்பேர்
தோன்று சந்ததிகள் பெயர்களும் விளக்கச்
சொல்லுவீ ரெனநபி சொன்னா
ரூன்றவங் கடைந்து தவிர்ப்பன்யா னகல
வுத்தர முதவுமென் றோத
வான்றொரு பிணைதந் தேகென வுரைத்தா
ராந்தையை கொடுத்தெழுந் ததுவே. (8)

8. (1045) முடியுமானால் மாற்று என்று கூறினார். அந்த இரு அரசர்களின் பெயர்களையும் பெற்ற தாய்மார்களின் பெயர்களையும் பிறந்துள்ள பிள்ளைகளின் பெயர்களையும் விளக்கமாகச் சொல்லுங்கள் என்று கேட்க நபி சொன்னார். உறுதியாக அங்குச் சென்று அது நடவாது தடுப்பேன். போக அனுமதி அளியுங்கள் என்றது. தகுதியுள்ள பிணை தந்துவிட்டுப் போ என்றார். ஆந்தையைப் பிணையாக வைத்துவிட்டுப் புறப்பட்டது.

ஏன்றிடின் - இயலுமானால், முடியுமானால்; இசைப்ப - சொல்ல; தாயர் - தாய்மார்; சந்ததி - மக்கள், பிள்ளை; ஊன்ற - பதிய, உறுதி; அடைந்து - சென்று; உத்தரம் - மறுமொழி, அனுமதி; ஓத - கேட்க; ஆன்று - மாட்சிமைப்பட்ட, தகுதியான; ஏகு - போ.

வதனமுங் கரமு முலைகளு நரர்போல்
வலிப்பத மதகரிப் பதம்போற்
கதிமிகத் தருநெஞ் சடர்வரிப் புலிபோற்
கவினுறு கரியிறாஞ் சிப்புட்
சதசிறை யடிக்கி லெழுந்தகாற் றனந்த
சண்டமா ருதநிகர்த் துலக

மதிரவிம் முழக்கங் கேட்பவர் மயங்கி
வீழவந் தரத்துயர்ந் ததுவே. **(9)**

9. (1046) முகமும் கைகளும் முலைகளும் மனிதர் போலவும் வலிமைமிக்க கால் யானையின் கால் போலவும் பலம்தரும் நெஞ்சு பாயும் வரிப்புலி போலவும் உள்ள அழகிய ஆனையிறாஞ்சிப் பறவை இடிபோன்ற சிறகடிக்க, எழுந்த காற்று வலிய புயல் நிகராகப் புரட்ட, உலகம் அதிர, இம் முழக்கம் கேட்பவர் மயங்கி விழ வானத்தில் உயர்ந்தது.

வதனம் - முகம்; கரம் - கை; நரர் - மனிதர்; வலி - வலிமை; பதம் - கால்; மதகரி - மதயானை; கதி - வலிமை, பலம்; அடர்தல் - பாய்தல், பொருதுதல்; கவின் - அழகு; கரி - யானை; புள் - பறவை; சதம் - நூறு; சிறை - சிறகு; அனந்த - அளவு; சண்டமாருதம் - புயல்; வீழ - விழ; அந்தரம் - வானம்.

அந்தரத் துயர்ந்து பறந்திடிற் சிறைக்காற்
றாறிவந் தடிபடு வனமுஞ்
சிந்துரத் தொகையு மடங்கலும் புலியுங்
கரடியுந் திசையெலாஞ் சிதறி
நந்தலுற் றிடப்பே ரொலிக்கட லெழுந்து
நடுச்சிறு தீவுகண் மூழ்கப்
பைந்துளிப் புயல்க ளனைத்துமே கதறிப்
பலதுணுக் காகவே கியதே. **(10)**

10. (1047) வானத்தில் உயர்ந்து பறக்கும்போது சிறகடிக்கும் காற்று அலைந்து வந்ததனால் அடிபட்டது காடு. யானைக் கூட்டமும் சிங்கமும் புலியும் கரடியும் திசை எல்லாம் சிதறி ஓடிக் கெட்டன. பேரொலிக் கடல் அலைந்து எழுந்ததில் நடுவில் இருந்த சிறியதீவுகள் மூழ்கின. மழைத்துளி சிந்தும் மேகக் கூட்டங்கள் எல்லாம் கதறி இடித்து மோதிப் பல துணுக்குகளாகச் சிதறி ஓடின.

அந்தரம் - வானம்; சிறை - சிறகு; கால் - காற்று; ஆறுதல் - அலைதல்; வனம் - காடு; சிந்துரம் - யானை; தொகை - தொகுதி, கூட்டம்; நந்தல் - கெடுதல்; பைந்துளி - மழைத்துளி; புயல் - மேகம்.

விண்ணகச் சுவனப் பதியினி லிருக்கு
மேருவி னளவொரு தரளங்
கண்ணகக் கவின்கொண் மனுமுகம் படைத்துக்
கதிர்விரிந் தெழுசிறை தழைத்து
மண்ணகத் திழிந்து பறப்பதோ வினிமேல்
வருபெருங் காற்றொடு பொருத
வுண்ணயப் பிருத்தித் தேடிச்செல் பறவை
யோவென மதிப்பச்சென் றதுவே. **(11)**

11. (1048) வானத்தில் உள்ள சொர்க்கத்தில் இருக்கும் இமயமலை அளவி லான முத்து ஒன்று அகவிழிகொண்ட மனிதர்கள் முகம் பெற்று ஒளிக்கதிர்

வீசும் ஏழு சிறகுகள் விரித்துப் பூமிக்கு வந்து பறக்கிறதோ? என்று நினைக்குமாறு சென்றது.

மேரு - இமயமலை; தரளம் - முத்து; கண்ணகம் - அகவிழி; கவின் - அழகு; மனு - மனிதர்; படைத்து - பெற்று; எழுசிறை - ஏழுசிறகு; இழிந்து - இறங்கி; பொருத - போரிட; உள்நயப்பு - விருப்பம், வேட்கை; இருத்தி - கொண்டு.

மின்பெறு தரள முளரிநா யகனாம்
வெய்யவன் விடுசுடர் மழுக்கி
யொன்பது விதத்தி னெடுஞ்சிறைக் கிரண
முலகமும் வானமு மொளிர
வம்பயோ ததியுட் பெருஞ்சுழி சுழற்றி
யதிற்படு திமிங்கில மனைத்தும்
பம்பரஞ் சுழல்வ தெனச்சுழன் றிறப்பப்
பருப்பத நடுங்கப்புக் கியதே. (12)

12. (1049) ஒளிவீசும் முத்து விளையும் தாமரையின் கணவனாகிய சூரியன் வீசும் சுடரை மழுக்கி பூமியும் வானமும் ஒளிரும்படி நீண்ட சிறகுகளின் ஒன்பது வகை ஒளிக்கதிர்களை வீசி அழகிய பாற்கடலில் பெரிய பெரிய சுழிகள் எழச் சுழற்றி அக் கடலில் வாழும் திமிங்கிலங்கள் எல்லாம் பம்பரம் சுழல்வதுபோல் சுழன்று செத்தொழிய மலைகள் நடுங்க பறந்து சென்றது.

மின் - ஒளி; தரளம் - முத்து; முளரி - தாமரை; வெய்யவன் - சூரியன்; கிரணம் - ஒளிக்கதிர்; அம் - அழகு; பயோததி - பாற்கடல்; இறப்ப - சாக; பருப்பதம் - மலை.

மின்னவிர் முகின்மண் டலத்தள வுயர்ந்து
விரைவொடு பறந்தெழு வானின்
மன்னவ னகரை யடுத்துவிண் மதியின்
மறுவறத் தடவுதல் போல
வுன்னத நெடுங்கே தனத்தொகை விளங்க
வொளிதரு நவமணி புனைந்த
பொன்னணிச் சிகர மாடமா ளிகைக
ளனைத்தையும் பொருந்தநோக் கியதே. (13)

13. (1050) மின்னல் வெட்டி ஒளிரும் மேக மண்டலத் தளவு உயர்ந்த விரைந்து பறந்து சூரியன் உதயம் செய்யும் நாட்டு அரசனின் அரச நகரை அடைந்து, வான நிலவின் மறுவை நீக்க அதைக் கையால் தடவுவதுபோல் பறந்து, உயர்ந்த பெரிய வீடுகளின் தொகுதி விளக்கமுறும்படி ஒளிவீசும் ஒன்பது இரத்தினங்கள் வைத்திழைத்த பொன்னழகு முகடுடைய மாட மாளிகைகள் அனைத்தையும் உற்று நோக்கியது.

மின் - மின்னல்; அவித்தல் - ஒளித்தல்; முகில் - மேகம்; எழுவான் - உதயசூரியன் உதிக்கும் இடம்; கேதனம் - இடம், வீடு; தொகை - தொகுதி; புனைந்த - இழைத்த; சிகரம் - உச்சி, முகடு; பொருந்த - உற்று.

நோக்குமப் பொழுது சிறைதரு காற்றி
னொய்யபச் சிலைகளு மசையா
மார்க்கமுற் றொடுக்கி நகரெலாம் வெயிலை
மறைத்துமன் னவனரண் மனையைச்
சீக்கிரத் தணுகிப் பிறந்தகா தலியைத்
தேடிய திதனெழில் கண்டோ
ரார்க்குமெய்ம் மறக்கு மதிசயஞ் சிறந்தே
யம்பொனூ ரினர்விழி படைத்தார். (14)

14. (1051) நோக்கும் அப்போது சிறகடிப்பில் எழும் காற்றினால் மென்மையான பச்சிலைகளும் அசையாதபடி தன்னுடைய விரைவையும் வீறையும் ஒடுக்கி, நகர் முழுவதும் வெயிலை மறைத்து, மன்னவன் அரண்மனையை விரைந்து அணுகிப் பிறந்த காதலியாகப் போகும் பெண்குழந்தையைத் தேடியது. இதன் அழகைக் கண்டவர் யாவருக்கும் மெய்மறக்கும் விந்தை உணர்வு தோன்ற சொர்க்கத்துப் பெண்களைப் போல் இமைக்காத கண்ணுடையவர் ஆனார்கள்.

நொய்ய - மென்மையான; மார்க்கம் - வழி; எழில் - அழகு; ஆர்க்கும் - யாருக்கும், யாவருக்கும்; அம்பொனூரினர் விழி - இமைக்காத கண், சொர்க்கத்துப் பெண்கள் கண்களை இமைப்பதில்லை என்பர்.

தாட்டயங் கியபுள் ளாயிற்சந் ததியைத்
தாதியர் மன்னவன் மணிமேல்
வீட்டெழிற் றளத்தில் வைத்துறை வதனை
விளங்குறக் கண்டதங் கவரு
நீட்டிற கழகு கண்டுளப் பிரமை
யடைந்தனர் நேரிது சமையத்
தீட்டிய சிரல்போற் குறிப்புற வீழ்ந்தே
யிருகரத் தெடுத்தகன் றதுவே. (15)

15. (1052) கால் தயங்கி நடந்தது பறவை. ஆயினும் பிள்ளையை, மன்னன் மாளிகையில் மேல்மாடியில் வைத்துத் தாதியர் புடைசூழ இருப்பதைக் கண்டது. அத் தாதியரும் பறவை விரித்த சிறகின் அழகைக் கண்டு மயங்கி நின்றனர். சரியாக அச் சமயத்தில் இரையைக் குறிபார்த்துச் சிறகடித்து நின்று சரேலென்று வீழ்ந்து பற்றிப் பறக்கும் மீன்கொத்திப் பறவை போல் குப்புற வீழ்ந்து இரு கைகளிலும் குழந்தையைத் தூக்கிச் சென்றது.

தாட்டயங்கிய - தாள்தயங்கிய; புள் - பறவை; சந்ததி - குழந்தை; விளங்குற - விளக்கமாக; நீட்டிறகழகு - நீட்டும் இறகழகு; பிரமை - மயக்கம்; நேர் - சரி; ஈட்டிய - தொகுத்த; சிரல் - சிச்சிலி, மீன்கொத்தி.

மடங்கலைக் கிழிக்குங் கூருகிர் பதியா
வண்ணமாய் வனப்பிருந் தொழுகு
தடங்கிரி யனைய முலைகளி லணைத்துத்
தாங்கிடில் விரல்களு மழுந்தா

தடர்ந்ததி வேகத் தொடுபறந் திடிற்காற்
றதுமிகா தசைவுறா தேந்திக்
கடந்துசின் னரர்கள் புகவொணா நாலாங்
கடனடு மலையிலெய் தியதே. (16)

16. (1053) சிங்கத்தைக் கிழிக்கும் கூரிய நகம் உடலில் பதியா வண்ணமாய் விரல்கள் அழுந்தா வண்ணம் மலைபோல் திரண்ட அழகிய முலைகளில் நெருக்கமாய் அணைத்துத் தாங்கி, விரைந்து பறக்கும் போது காற்று மிகுதியாகாமலும் அசையாமலும் ஏந்தி ஊர் எல்லையைக் கடந்து சின்களும் மனிதர்களும் போய் நுழைய முடியாத நாலாம் கடலின் நடுவில் உள்ள மலையிற் போய்ச் சேர்ந்தது.

மடங்கல் - சிங்கம்; உகிர் - நகம்; வனப்பு - அழகு; தடங்கல் - பெருமலை; அடர்ந்து - நெருங்கி; அதி - மிக; நரர் - மனிதர்; எய்தியது - சேர்ந்தது.

வானள வுயர்ந்த தம்மலை யதிலோர்
மரமுள தம்மரத் தினிலே
தானியல் பாய்வைத் துளகுடம் பையினிற்
சார்ந்துபுத் திரியைவைத் தகன்று
கானடைந் தனத்தின் சிறைகொணர்ந் தொருபாற்
கவினுற விரித்ததிற் கிடத்தி
மேனிமிர் தமது முலையமு தூட்டி
விருப்பொடு வளர்த்தது சிலநாள். (17)

17. (1054) வானளவு உயர்ந்தது அம் மலை. அதில் ஒரு மரம் உள்ளது. அம் மரத்தில் அதன் கூடு உள்ளது. அக் கூட்டில் மகளை வைத்து, காட்டிற்குச் சென்று அன்னப் பறவையின் சிறகைக் கொண்டு வந்தது. அதை ஒரு பக்கமாக விரித்துக் குழந்தையைக் கிடத்தியது. புடைத்து நிமிர்ந்து நிற்கும் தன் முலைப்பால் ஊட்டி ஆசையுடன் வளர்த்தது. சில காலம் இப்படிக் கழிந்தது.

குடம்பை - கூடு; உருவத்தால் பெரியதே ஆயினும் பறவை இனமாதலால் அது வாழும் இடத்தைக் கூடு என்றார்; புத்திரி - மகள்; கான் - காடு; அனத்தின் - அன்னத்தின்; சிறை - சிறகு; கவின் - அழகு; முலையமுது - பால்.

முலைகுடி மறந்து குடம்பையி னடந்து
திரிந்திடின் முற்றியே கனிந்து
நலசுவை யமுத மொழுகுதீங் கனிக
ணல்கித்தூய் நீர்கொணர்ந் தருளி
மலர்களைக் கொடுத்துக் கேளிகள் காட்டி
மகிழ்ச்சிசெய் துடலினிற் குளிர்சூ
டுலவியோர் பிணிவந் தணுகுறா வண்ண
முயிர்தரு மருந்துமே யுதவி. (18)

18. (1055) வளர்ந்து பால்குடி மறந்து கூட்டில் நடைபழகித் திரியும் பருவத்தில் முற்றிக் கனிந்து இனிய சுவை மிகுந்து அமுதொழுகும் தீங்கனிகள் உண்ணக்

கொடுத்தும் தூய நீர் கொண்டுவந்து பருகக் கொடுத்தும் மலர்கள் பறித்துக் கொடுத்தும் மகளிர் ஆடும் விளையாட்டுகள் ஆடிக் காட்டியும் மகிழச் செய்தும் உடலில் சூடும் குளிர்ச்சியும் மிகுந்து நோய் வந்து சேராதபடி தடுப்பு மருந்துகள் கொடுத்தும்

குடம்பை - கூடு; நல - நல்ல, நலம்; கேளி - மகளிர் விளையாட்டு.

இணைவிழி மணிபோ லுரிமைவைத் திரவி
லிறகினா லணைத்துநித் திரைசெய்
தணிதரு பருவத் தினிற்பல நிறத்து
மலரினு மென்கலை யளித்து
மணிநகை யணிந்து மானிடர் பயிலும்
வார்த்தையு மார்க்கமும் பயிற்றி
யுணர்பகற் சுலையு மானபி யிடத்தி
லுறைந்துவந் தவரியல் புணர்த்தி. (19)

19. (1056) இரு கண்களின் மணிகள்போல் அன்பு பாராட்டி, இரவில் சிறகினால் அணைத்தபடி உறங்கியும், அழகு திரண்ட பருவத்தில் மலர்களைவிட மென்மையான பலவண்ண ஆடைகளை அணிவித்தும், அலங்கார நகைகள் பூட்டியும் மனிதர்கள் பேசும் மொழி பயிற்றுவித்தும் மார்க்கம் கற்பித்தும் பகற் பொழுதில் சுலைமான் நபி (அலை)யின் பணிகளைச் செய்துவிட்டு இரவில் திரும்பி வந்து அவரைப் பற்றி மகளுக்கு அறிவித்தும்

உரிமை - விருப்பம், அன்பு; அணி - அழகு; கலை - ஆடை; மானிடர் பயிலும் வார்த்தை - மனிதர் பேசும் மொழி; மார்க்கம் - தீன்; பயிற்றி - பயிற்றுவித்து; இயல்பு - இயற்கை; உணர்த்தி - அறிவித்து.

மற்றொரு வருக்குந் தெரிந்திலா விதமாய்
வகுத்துள தர்க்கத்திற் கருத்தாய்
முற்றுநன் னெறிப்பே ரறிவுற வளர்க்க
முலையிரு சிமிழ்களாய்ப் பந்தாய்ச்
சிற்றிடை யொசியத் தன்னைத்தா னறிந்து
திரண்டுபெண் ணலங்கனிந் தொழுகிப்
பற்றிய பசும்பொற் கதிர்விரி யழகு
தேமலும் படர்ந்திருந் தனளே. (20)

20. (1057) மற்றவர் எவருக்கும் தெரியாதபடியும் தர்க்கத்தில் தான் உரைத்த சூள் நிறைவேறும்படிக் கருத்துடன் முற்றிலும் நன்னெறியுடன் அறிவு சிறந்திலங்கும்படியும் வளர்க்க அவளும் வளர்ந்தாள். வளர்ந்த அவள் முலைகள் செப்புச் சிமிழ்போலவும் மகளிர் ஆடும் கைப்பந்துப் போலவும் திரண்டு இடை ஒடிய தன்னைத் தான் அறிந்து, திரண்ட பெண்ணலங்கள் எல்லாம் கனிந்து ஒழுக, பசும்பொன் ஒளிக்கதிர் விரிக்கும் அழகு தேமலும் படர்ந்து திகழ்ந்தாள்.

வகுத்துள்ள தர்க்கம் - நிகழ்ந்த தர்க்கமும் தர்க்கத்தில் தான் உரைத்த சூளும்; சிமிழ் - செப்புக்குடம்; ஒசிய -ஒடிய, முலைச்சுமை தாக்காது ஒடிவது போல் மகளிர் இடை அசையும் என்பது இலக்கிய வழக்கு; பற்றிய - பிடித்த, உண்டான.

குணக்குத்திக் கரச னகரினிற் புகுந்து
குழந்தையை யெடுத்ததுங் கொடுபோ
யிணக்கித்தன் கரத்தா லியற்றிய குடம்பை
தன்னில்வைத் திந்தநாள் வரைக்கும்
கணித்தற்கொன் றரிய காவலாய் வளர்க்குஞ்
செய்கையுங் காற்றுவந் துரைப்ப
வணக்கத்துக் குரியோ னபியறிந் தறியார்
போலிருந் தனர்மன மதித்தே. (21)

21. (1058) ஆனையிறாஞ்சிப் பறவை மேற்குத் திசை அரசனின் நகரில் புகுந்து குழந்தையை எடுத்ததும் கொண்டுபோய் இணக்கமுடன் தன் கையால் செய்த கூட்டில் வைத்து இன்றுவரை மதிப்பிட முடியாத காவலால் தானே அமர்ந்து வளர்க்கும் நடப்பையும் காற்று வந்து சொல்லிற்று. வணக்கத்திற்கு உரிய இறைவனின் நபி எல்லாவற்றையும் கேட்டுக்கொண்டு ஏதும் அறியாதவர் போல் இருந்தார்.

குணக்குத் திக்கு - மேற்குத் திசை; கொடுபோய் - கொண்டு போய்; இணக்கி - தனக்கு இணக்கமாக ஆக்கிக் கொண்டு; இணக்கம் - உடன்பாடு; இயற்றிய - செய்த; குடம்பை - கூடு; கணித்தல் - மதிப்பிடல்; செய்கை - செயல், நடப்பு; வணக்கத்திற்கு உரியோன் - இறைவன்

ஆனையிறாஞ்சி தர்க்கப் படல முற்றிற்று.
படலம் 23 -க்கு - திருவிருத்தம் - 1058.

23. ஆனையிறாஞ்சி தர்க்கப்படலம்
படலச்செய்தி

அரசர் நபி சுலைமான் (அலை) அரசு புரியும் காலத்தில் வாரத்தின் ஏழு நாள்களையும் மனிதர்களுக்கும் ஒரு நாள் சின்களுக்கு ஒரு நாள் பேய்களுக்கு ஒரு நாள் மீன்களுக்கு ஒரு நாள் பறவைகளுக்கு ஒரு நாள் விலங்குகளுக்கு ஒரு நாள் ஊரிகளுக்கு ஒரு நாள் என்று முறைவைத்து குறைகேட்டு நீதி செய்து வந்தார். வழக்குகள் இல்லாத நாளில் மறைநெறி அறிவு போதிப்பார். இவ்வாறு செய்து வருகையில் ஒரு நாள் கழுகு முன்வந்து இறைவன் விதித்த களாப்பி ஆகிய விதிப்பை யாராலும் தவிர்க்க முடிவதில்லையே என்றது. ஆம்! உண்மைதான் என்றார் அரசர் நபி. அங்கிருந்த ஆனையிறாஞ்சிப் பறவை இதில் எனக்கு உடன்பாடில்லை. விதியை மதியால் வெல்லலாம் என்றது. நீ சொல்வது சரியன்று. விதிப்பை மாற்றுதல் எவராலும் ஆகாது என்றார். என்னால் முடியும் என்றது ஆனையிறாஞ்சி. அப்படியானால் இதைக் கேள். சூரியன் மறையும் நாட்டு மன்னனுக்கு இன்று ஓர் ஆண் குழந்தை பிறந்துள்ளது. சூரியன் உதிக்கும் நாட்டு மன்னனுக்கு ஒரு பெண் குழந்தை பிறந்தது. இப் பெண்ணுக்குப் பதினேழு ஆண்டும் ஆறு மாதமும் ஏழு நாளும் ஆனபின் இருவரும் கூடி சினாச் செய்வர் என்று விதி உள்ளது. உன்னால் முடியுமானால் மாற்றிக்காட்டு என்றார். விவரம் கேட்டது

ஆனையிறாஞ்சி. நாடு தாய் தந்தையர் பற்றிய விவரங்களைக் கூறினார். இன்றே போய் சொன்னபடி செய்வேன் என்றது. பிணை தந்து செல் என்றார். ஆந்தையைப் பிணைவைத்துச் சென்றது.

வானத்தில் பறந்து சென்று குறிப்பிட்ட நாட்டின் தலைநகரை அடைந்து மன்னன் மாளிகையில் குழந்தையைத் தேடியது. மேல்மாடியில் தாதியர் பாதுகாப்பில் இருக்கக் கண்டு அவர்களைத் தன்னுடைய அழகால் மயக்கிக் குழந்தையைக் கவர்ந்து சென்றது. சின்களும் மனிதர்களும் போக முடியாத நாலாம் கடலில் நடுவில் உள்ள மலையில் வானளவு உயர்ந்த மரத்தில் தான் அமைத்துள்ள கூட்டில் அன்னப் பறவையின் இறகு விரிப்பில் கிடத்தியது. குழந்தைக்குத் தன்னுடைய முலைப்பாலை ஊட்டி வளர்த்தது. பால்குடி மறந்தபின் நடைபயிற்றி கனிகளை உணவாக ஊட்டி வளர்த்தது. குறையின்றி வளர்ந்த குழந்தைக்கு மனிதமொழியும் மார்க்கமும் கற்பித்து ஒழுக்கமும் அறிவும் நிரம்ப வளர்த்தது. இரவில் கூட்டில் குழந்தையுடனும் பகலில் அரசர் நபி பணியிலுமாகக் காலம் கழிந்தது. யாரும் அறியாது வளர்ந்த குழந்தை பெரியவளாகி பருவம் எய்தினாள்.

இவை அனைத்தையும் காற்று வந்து அரசர் நபியிடம் கூறியது. அனைத்தையும் இறைவன்வழி அறிந்திருந்தும் அறியாதவர் போலிருந்தார் அரசர் நபி சுலைமான் (அலை).

24. இராஜகுமாரன் கடல்வேட்டைக்கெழுந்த படலம்
அறுசீர்க் கழிநெடிலடி யாசிரிய விருத்தம்

உதையமா கிரியின் வேந்த னுதவுகா தலியை மாந்தர்
வதனநீள் கரிய கூந்தன் மலைமுலைப் பறவை கூட்டிற்
பதனமாய் வளர்த்துப் பெண்மைப் பருவம்வந் துளநா ளன்னாட்
கிதயபூ ரணமாங் காந்த னெய்திய வரவி சைப்பாம். (1)

1. (1059) சூரியன் உதிக்கும் நாட்டு மன்னன் பெற்ற பெண்ணை மனித முகமும் நீண்ட கரிய கூந்தலும் மலைபோன்ற முலைகளும் உடைய ஆனையிறாஞ்சிப் பறவை தன்னுடைய கூட்டில் வைத்துப் பத்திரமாக வளர்த்தது. அவள் பருவம் எய்திய அன்று அவளுடைய மனம் நிறைந்த காதலன் வந்து சேர்ந்ததைச் சொல்வோம்.

உதயமாகிரி - சூரியன் உதிக்கும் நாடு; உதவு - பெற்ற; மாந்தர் - மனிதர்; வதனம் - முகம்; பதனம் - பத்திரம்; இதயபூரணம் - மனம் நிறையும்; காந்தன் - கணவன், காதலன்; எய்திய - வந்து சேர்ந்த; வரவு - வந்தவகை; இசைப்பாம் - சொல்வோம்.

வெய்யவன் புகுதே யத்தில் விளங்கிய வேந்தர் வேந்தன்
றுய்யநற் றவத்தால் வந்த வொருசிறு சுதனை யல்லாற்
செய்யபுத் திரர்வே வின்றித் திருந்தலர்க் கிடியே றொப்பாய்
வையகம் புரந்தெண் ணெண்ணாத் தளத்தொடு வாழுங் காலம். (2)

2. (1060) சூரியன் மறையும் நாட்டின் மன்னர் மன்னனாக விளங்குபவன், தூய தவத்தின் பேறாகப் பெற்ற ஒரு மகன் அல்லால் வேறு மைந்தர் இன்றிப் பகைவர்களுக்கு இடியே ஒப்ப அமர்ந்து எண்ண முடியாத பெரும்படை வலிமையுடன் உலகாளும் காலம்.

வெய்யவன் - சூரியன்; புகும் - மறையும்; தேயம் - நாடு; சுதன் - மகன்; செய்ய - நல்ல; புத்திரர் - மைந்தர்; திருந்தலர் - பகைவர்; புரந்து - காத்து; தளம் - படை.

இறையருட் கலிமா வோதி யிதையத்துட் குபிரை மாற்றி
மறைவழி நடந்து தீனை மருவியெந் தமக்குச் செம்பொற்
றிறைகொடுத் தருடி யென்று திருநபி சுலையு மானன்
முறைபகர் தூதொன் றேவ மொழிந்தன னவன்பாற் சென்றே. (3)

3. (1061) அம் மன்னனிடம் தூது அனுப்பினார் நபி சுலைமான் (அலை). இறைவன் அருளைப் பெற்றுத் தரும் கலிமாவை ஓதி மனத்தில் இறைமறுப்பாம் குபிரை மாற்றி மறைவழி நடந்து இஸ்லாத்தைத் தழுவி நமக்குப் பொன்திறை செலுத்து என்று அம் மன்னனிடம் கூறு என்று சொல்லித் தூது அனுப்பினார். அத் தூதனும் அவ்வாறே அவன்பால் சென்று தூதுச் செய்தியை எடுத்துரைத்தான். கலிமா - இஸ்லாத்தின் மூலமொழி, அஃது அல்லாகுவைத் தவிர வேறு இறைவன் இல்லை எனப்பொருள்படும் லா இலாக இல்லல்லாகு என்னும் வாக்கியம். எல்லா நபிமார்களுக்கும் இதுவே கலிமாவாக இருந்தது. ரசூல், நபி பெயர் மட்டும் மாறும். இப்போதைய கலிமாவின் முழு வடிவம் லா இலாக இல்லல்லாகு முகம்மதுர் ரசூலுல்லாகி என்பது. நபி சுலைமான் (அலை) உடைய கலிமா லா இலாக இல்லல்லாகு சுலைமான் கலீபுல்லாகி என்பதாக இருந்தது. இந்தக் கலிமாவைச் சொல்லும்படியே தூது விடுக்கிறார்.

குபிர் - நிராகரிப்பு, மறுப்பு, அல்லாகுவையும் தூதரையும் மறுத்தல்; தீன் - இறைவனின் ஒரே நேர்வழி, இஸ்லாம்; மருவி - தழுவி; திறை - கப்பம்; கொடுத்து அருள்தி - கொடு; நன்முறை - நல்ல முறையில்; பகர் - சொல்லும்; ஏவ - கட்டளை இட; மொழிந்தனன் - சொன்னான்.

பாரவித் தகன்சொற் கேட்டுப் பருவரைப் புயத்தின் மென்பூந்
தாரது குலுங்க நக்கித் தழல்விழி சொரிய நோக்கி
யாரவ னெனக்கு மேலோ னவன்றிறை யருளா திந்தத்
தூரமும் வருவ தாயோர் துணிவுகொள் செருக்குள் ளோனே. (4)

4. (1062) கடமை உணர்ச்சியுள்ள தூதன் சொன்ன சொல்லைக் கேட்டு மலைபோன்ற தோளில் அணிந்த மென்மையான பூமாலை குலுங்கும்படி நகைத்து கண்களில் அனல் கக்க நோக்கி யாரவன் எனக்கு மேலோன்? அவனுக்குக் கப்பம் கொடுக்கவில்லை என்றால் இவ்வளவு தொலைவு வருவதற்குத் துணிச்சல் கொண்ட செருக்கு உள்ளவனோ?

பாரம் - கடமை; வித்தகன் - தூதன்; பருவரை - பெருமலை; தார் - மாலை; நக்கி - நகைத்து; தழல் - அனல்; சொரிய - கக்க; திறை - கப்பம்; அருளாது - கொடுக்காது; செருக்கு - திமிர்.

மாதன திறையு மீந்து மந்திரக் கலிமாச் சொல்லென்
றோதென வுனைவி டுத்தோ னுயிர்த்திறை யானே கொள்வேன்
றூதனை வதைத்த னீதி யன்றெனத் தொன்னூல் சொல்வ
தாதலி லுனைவி டுத்தே னகன்றறை யெனவிண் டானே. (5)

5. (1063) பெருஞ்செல்வத்தைக் கப்பமாகச் செலுத்துவதோடு மந்திரமாகிய கலிமாவும் சொல் என்று உன்னை அனுப்பியவன் உயிரைக் கப்பமாக நானே கொள்வேன். தூதனைக் கொல்லல் நீதி அன்று என்று பழைய மரபு சொல்வதால் உன்னை உயிரோடு அனுப்புகிறேன். போய்ச் சொல் என்று சொன்னான்.

மாதனம் - மா தனம், பெருஞ்செல்வம்; திறை - கப்பம்; ஓது - சொல்; விடுத்தோன் - அனுப்பியவன்; உயிர்த்திறை - உயிரைக் கப்பமாக; வதைத்தல் - கொல்லல்; தொன்னூல் - பழைமையான அறநூல், மரபுநூல்; விடுத்தேன் - விட்டேன்; அகன்று - போய்; அறை - சொல்; விண்டான் - சொன்னான்.

சுடரவ னடையுந் தேயத் தோன்றலை யகன்று தூதன்
கடன்மலை நதிநா டாதி கடந்துநன் னபிபால் வந்தே
யடிபணிந் திசைப்ப வுள்ளத் தளவறு முனிவு பொங்கித்
திடவமர் பொரவ வாக்கொள் சேனைக்கா வலரைக் கூவி. (6)

6. (1064) சூரியன் அடையும் நாட்டு மன்னனிடம் இருந்து நீங்கி வந்த தூதன் கடல் மலை ஆறு நாடுகள் ஆகியவற்றைக் கடந்து அரசர் நபியிடம் நடந்தவற்றைப் பணிவுடன் கூறினான். கேட்டு அளவற்ற சினம் உள்ளத்தில் பொங்கி உறுதியுடன் போர் செய்ய அவாக் கொண்டு நிற்கும் படைத்தலைவர்களை அழைத்தார்.

சுடரவன் - சூரியன்; அடையும் தேயம் - மறையும் நாடு; தோன்றல் - மன்னன்; இசைப்ப - சொல்ல; முனிவு - சினம்; திடம் - வலிமை, உறுதி; அமர் - போர்; பொர - பொருத, போரிட; அவாக்கொள் - பேராசை கொள்ளும்; சேனை - படை; காவலர் - தலைவர்; கூவி - அழைத்து.

சின்னர ரெவரும் வெம்போர்த் திறம்படைக் கலன்கள் பூண்டு
மின்னவிர் புயலி லேறி மேவுமி னம்மோ டென்றே
முன்னுரை பயின்று வான முகிற்குமே மொழிய லுற்றார்
மன்னிய மதுகை வீரர் மகிழ்ச்சிகொண் டொருமித் தாரே. (7)

7. (1065) சின்கள் மனிதர்கள் அனைவரும் கடுமையான போருக்குரிய வலிமை கொண்ட ஆயுதங்கள் தரித்து மின்னல் வெட்டும் மேகத்தில் ஏறி எம்முடன் சேர்ந்து வாருங்கள் என்று முன்னுரைத்து மேகத்திற்கும் அறிவித்தார். வெற்றி வீரர்கள் மகிழ்ச்சிகொண்டு ஒன்றாகத் திரண்டனர்.

திறல் - வலிமை; படைக்கலன் - ஆயுதங்கள்; பூண்டு - அணிந்து, தரித்து; மின் - மின்னல்; அவிர்தல் - ஒளிர்தல்; புயல் - மேகம்; மேவுதல் - சேர்தல்; முன்னுரை - முன்னறிவிப்பு; பயின்று - சொல்லி; முகில் - மேகம்; மொழிதல் - சொல்லல்; மன்னிய - நிலைபெற்ற; மதுகை - வெற்றி.

தோமரம் பிண்டி பாலஞ் சுரிகையத் திரங்கோ தண்ட
நாமவேல் சூல நேமி நரந்தகம் பரிசை வள்ளி
காமரு சிரகஞ் சீரா கவண்முதற் படைக ளேந்தி
மாமணிப் புயங்கள் விம்ம மங்குலி லவாவிச் சூழ்ந்தார். (8)

8. (1066) இரும்பு உலக்கை, சுருள்கத்தி, மழு, கத்தி, அம்பு, வில், வேல், சூலம், சக்கரம், வாள், கேடயம், பிரப்பங்கேடயம், தலைக்கவசம், வாள், கவண் முதலிய படைக்கலன்கள் ஏந்தி அழகிய பெரிய தோள்கள் பூரித்து விம்ம போர்வேட்கையுடன் மேகத்தில் சூழ்ந்து திரண்டார்.

தோமரம் - இரும்பு உலக்கை; பிண்டி - சுருள்கத்தி; பாலம் - மழு; சுரிகை - கத்தி; அத்திரம் - அம்பு; கோதண்டம் - வில்; நேமி - சக்கரம்; நரந்தகம் - வாள்; பரிசை - கேடயம்; வள்ளி - பிரப்பங் கேடயம்; காமரும் - விருப்பங்கொள்ளச் செய்யும்; சிரகம் - தலைக்கவசம்; சீரா - உடற்கவசம்; படை - போர்க்கருவிகள்; மா - பெரிய; மணி - அழகு; மங்குல் - மேகம்; அவாவி - போர் வேட்கையுடன்.

சீரிய படைகள் சூழத் திருநபி காற்றின் மேவித்
தூரிய மிரலைக் கோடு சின்னமுந் தொனித்துப் பொங்க
நேரிய கவரி வீச நெடுங்கொடி குடைநி ழற்ற
வாரிய குபிர்க்கொள் வேந்தன் மகரிபு தேயம் புக்கார். (9)

9. (1067) சிறப்பான படைகள் சூழக் காற்று வாகனத்தில் ஏறி, முரசம் கொம்பு சங்கு முதலிய முழங்க ஏவலர் கவரி வீச கொடியும் குடையும் நிழல் பரப்பக் கடல்போன்ற குபிர் இருள் மண்டிய மேற்றிசை மன்னனின் நாட்டிற்கு வந்தார் அரசர் நபி சுலைமான் (அலை).

தூரியம் - முரசு; இரலை கோடு - மான்கொம்பு; சின்னம் - சங்கு; தொனித்து - ஒலித்து, முழங்கி; வாரியம் - கடல்; குபிர் - இறைமறுப்பு; மகரிபு - மேற்கு.

தேயமும் விழியு னோக்கித் திருநக ரடைந்து மேகம்
போயடை கிடக்குங் கொம்மைக் கொத்தளப் புரிசை சூழ
நாயகர் சுலையு மானன் னபியொடு தளமி யாவும்
வாயலைச் சலதி போல வளைந்தினி திறங்கி னாரால். (10)

10. (1068) நாட்டைக் கண்ணால் நோக்கித் தலைநகரை அடைந்து மேகம் போய் அடைகிடக்கும் உயர்ந்து வளைந்த மதிற்புறக் கோட்டையை அலைவாய்க் கடல் வளைந்து சூழ்ந்ததுபோல் பெரும்படை சூழ இறங்கினார் நாயகர் சுலைமான் நபி (அலை).

கொம்மை - வளைவு; கொத்தளம் - மதிற்சுவர்; புரிசை - கோட்டை; தளம் - படை; வாயலை - அலைவாய்; சலதி - கடல்.

இறங்கிய தறிந்து வேந்த னெவரென வினவ முன்னோர்
திறங்கிளர் தூத னோதுஞ் செம்மலென் றிசைப்பக் கொவ்வை
நிறங்கிளர் கடைக்கண் மீது நெருப்பெழ நெடிய கோப
மறங்கிளர் மனத்தி னோடு மமைச்சன்பால் வகுக்க லுற்றான். (11

11. (1069) கோட்டையைச் சூழ்ந்து படைகள் இறங்கியதை அறிந்த அந் நாட்டு அரசன் யார் என்று கேட்க அன்று தூது வந்தவனை அனுப்பிய அரசர் என்றனர். கேட்டுக் கோவைப் பழம் போல் சிவந்த கண்களில் நெருப்பு எழ பெருஞ்சின வீரம் கிளர்ந்தெழுந்த மனத்தோடு அமைச்சனிடம் கூறினான்.

திறங்கிளர் - உறுதிநிறைந்த; செம்மல் - அரசர்; கொவ்வை - கோவை; மறம் - வீரம்; வகுக்கல் - விவரித்தல்.

செருக்கொடு நமது பாலிற் சேர்ந்தமன் னனயுஞ் சூழ்ந்தங்
கிருக்குநால் யூகத் தோர்க ளெவரையு மெதிர்ந்து போரின்
முருக்கிநீ மாய்த்தல் வேண்டு முன்னுமவ் விளையாட் டெல்லா
நெருக்கியான் காண வேண்டு நேத்திரங் குளிர வென்றான். (12)

12. (1070) திமிர்கொண்டு நம் நாட்டைச் சூழ்ந்த மன்னனையும் சூழ்ந்திருக்கும் நால்வகைப் படைவீரர் அனைவரையும் நீ சென்று போர் செய்து கொன்றொழிக்க வேண்டும். அந்த விளையாட்டை எல்லாம் நான் நெருக்கமாக இருந்து கண்குளிரப் பார்க்க வேண்டும் என்றான்.

செருக்கு - திமிர்; பால் - இடம்; யூகம் - படை; எதிர்ந்து - பொருதிமோதி; முருக்கி - வகைத்து; நேத்திரம் - கண்.

கவலலு மெழுந்து நான்கு கதியுடைத் தளமு நம்பா
லவிரொளி படைக ளேந்தி வருகென வறைய வந்தா
ரிவளவு கோடி வெள்ள மெனவெடுந் தியம்ப வேயோர்
நவமுறு வரம்பி லாத நலிவறு தானை யீட்டம். (13)

13. (1071) சொன்னதும் எழுந்து நால்வகைப் படைகளும் சுடரிடும் ஆயுதங்கள் ஏந்தி வருக என்று கட்டளையிட்டான் அமைச்சன். அவர்கள் வந்தனர். இத்தனை கோடிப் பேர் கொண்ட படைவெள்ளம் என்று அளவு சொல்ல முடியாத அளவிலா வலிமைகொண்ட படைத்திரட்டு.

கவலல் - சொல்லல்; கதி - நடை, விரைவு; தளம் - படை; அவிர் ஒளி - சுடர்விடும்; படை - ஆயுதம்; அறைய - அறிவிக்க; வெள்ளம் - மிகுதி; நவம் - புதுமை, வியப்பு; வரம்பு - அளவு; நலிவு - தளர்ச்சி; தானை - படை; ஈட்டம் - திரள்.

தந்திர மெவையுஞ் சூழச் சரகதிப் பரியி லேறி
மந்திரி நகுவிற் போத மன்னவ னவன்பின் னேயோர்
சிந்துரப் பொருப்பி லேறித் திருவிளை யாடல் காண
வந்திடத் தமது கோட்டை வாயலை நீங்கி னாரே. (14)

14. (1072) போர் வியூகம் வகுத்துக் காற்று வேகக் குதிரையில் ஏறி படையின் மையப் பகுதிக்கு வந்தான் அமைச்சன். அவன் பின்னே மலைபோன்ற யானையில் ஏறிப் போர் விளையாட்டைக் காண வந்தான் மன்னன். இவ்வாறாகக் கோட்டை வாசலை கடந்து வெளியே வந்தனர்.

தந்திரம் - சூழ்ச்சி, போர்வியூகம்; சரம் - காற்று; கதி - நடை, வேகம்; பரி - குதிரை; போத - வர; சிந்துரம் - யானை; பொரு - மலை.

வெளியில்வந் தாதி தூதின் விறற்பெருந் தானை நோக்கி
யெளிதென மனத்தி லெண்ணி யெதிர்ந்தனன் வள்ள லேவ
வொளிர்தருங் கரவாட் சின்க ளொருவர்க்கும் போதா தோடோ
வளியறப் பொருவ தென்றே யகஞ்சலித் தெழுந்த தம்மா. (15)

15. (1073) வெளியில் வந்த அமைச்சன் இறைத்தூதரின் வீரப் பெரும்படையை நோக்கி சிறிய படை. இவர்களை வெல்வது எளிது என்று மனத்தில் எண்ணி எதிர்த்தான். நபி கட்டளையிட, சுடரிடும் வாளேந்திய சின்கள், ஓர் ஆளுக்கு ஈடுகொடுக்க முடியாத போர், ஆதலால் ஆயுதம் எதற்கு? வெறுங்கைகள் கொண்டே போரிடுவோம் என்று மனஞ்சலித்து எழுந்தன.

ஆதி தூது - இறைத்தூதர்; விறல் - வெற்றி, வீரம்; தானை - படை; எளிது - சிறியது, வெல்வது எளிது; எதிர்தல் - போரிடல்; ஏவ - கட்டளையிட; கரம் - கை; தோடோவு - தோள்தோய்வு; தோய்வு - பொருதுதல், கைகலத்தல்; அளி - அம்பு, ஆயுதம்; அற - இல்லாமல் வெறுங்கையுடன்; பொருவது - போரிடுவது.

கரியொடு பரிபொற் றேர்கள் கால்பெலங் கொடுக டாவி
யெரியெழப் பொருவ தானான் மந்திரி யெழுந்த சின்னு
நரர்களுந் தாக்க லுற்றார் நாழிகை யொன்றில் வந்து
திரள்குபிர்ச் சேனை யெல்லாஞ் செருக்களத் தினிற்சி தைத்தார். (16)

16. (1074) யானைப்படை குதிரைப்படை தேர்ப்படை காலாட்படை ஆகிய நாற்படை வலிமைகொண்டு நெருப்புப்பொறி பறக்கப் போர்செய்யத் தொடங் கினான் அமைச்சன். எதிர்கொண்டு எழுந்த சின்படையும் மனிதப்படையும் எதிர்த்தாக்குதல் கொடுத்தன. போர்க்களத்திற்கு வந்து திரண்டிருந்த இறைமறுப்பாளர் படையணிகளை ஒரு நாழிகை நேரத்தில் சிதைத்தன.

கரி - யானை; பரி - குதிரை; கால் - காலாள்; பெலம் - வலிமை; எரி - நெருப்பு; பொருவல் - போரிடல்; நரர் - மனிதர்; குபிர்சேனை - இறைமறுப்புப்படை; செருக்களம் - போர்க்களம்.

ஏகமா மமைச்ச னின்றா னேந்தல்கண் டெண்ணொண் ணாத
வாகினி யுடன்வந் தேபோர் மலைந்தனன் மலைத லோடு
வேகவெங் களிற்றின் கூட்ட மீதினிற் சீற்ற மீக்கொள்
ளாகவெள் ளரியே றொப்பா யடர்ந்தனர் திடங்கொள் வீரர். (17)

17. (1075) படைவீரர் யாவரும் சிதைந்து அழிய அமைச்சன் மட்டும் தனித்துப் போர்க்களத்தில் நின்றான். இதைக்கண்ட மன்னன் எண்ண முடியாத பெரும் படையுடன் வந்து போரில் எதிர்த்தான். எதிர்த்தவுடன் விரைந்து தாக்கும் சீற்றம் கொண்ட யானைக் கூட்டத்தின் மீது சீற்றம் மிகுந்த சிங்கங்களுக்கு நிகராகப் பாய்ந்தனர், உறுதி குலையாத அரசர் நபியின் வீரர்கள்.

ஏகமாய் - ஒன்றியாய், தனியாய்; ஏந்தல் - அரசன்; ஒண்ணாத - முடியாத; வாகினி - படை; மலைந்தனன் - எதிர்த்தான்; வெம் - வெம்மை, சீற்றம்; களிறு - யானை; மீக்கொள் - மிகக்கொண்ட; ஆகம் - மார்பு; அரியேறு - சிங்கம்; அடர்ந்தனர் - பாய்ந்தனர்; திடம் - உறுதி.

மன்னனு மமைச்சன் றானு மற்றுள்ள படைஞ ரியாரு
முன்னவன் றூதர் வீரர் முருக்குபோர்க் களத்தின் மாய்ந்து
பின்னொரு வருமி லாது பெருங்கட லெழுந்த தோற்ற
மென்னவெங் கணுஞ்செஞ் சோரிப் பிரளய மெழுந்த தன்றே. (18)

18. (1076) மன்னனும் அமைச்சனும் மற்ற வீரர்கள் யாவரும் இறைத்தூதருடன் நடத்திய போரில் இறந்தனர். ஒருவர் மிஞ்சாது மடிந்தனர். பெருங்கடல் எழுந்தது போல் அரத்த வெள்ளம் எழுந்து நின்றது.

படைஞர் - படைவீரர்; முன்னவன் - இறைவன்; முருக்குதல் - கொல்லல், அழித்தல்; மாய்ந்து - இறந்து; செம்சோரி - செவ்வரத்தம்; பிரளயம் - வெள்ளம்.

வேற்கையுஞ் சிரமு மற்ற வீரர்கள் சிலரைத் தேரை
யாக்கைதுண் டிரண்ட தான வத்தியைப் பரியை யீர்த்து
மேற்கிருந் தெழுந்து கீழ்ப்பால் விரிகடற் புகுவ தாகிக்
காக்கையுங் கழுகும் பேயுங் கங்கமு நரியுங் கூண்ட. (19)

19. (1077) வேல் ஏந்திய கையும் தலையும் இழந்த காலாள் வீரர்களையும் தேர்ப்படை வீரர்களையும் உடல் துண்டாடப்பட்ட யானைகளையும் குதிரை களையும், மேற்கிலிருந்து எழுந்து கிழக்குக் கடலில் புகுவதுபோல் இழுத்துக் கொண்டு காக்கையும் கழுகும் பேயும் பருந்தும் நரியும் திரண்டு வந்தன.

வேல் - வேலாயுதம்; சிரம் - தலை; தேரை - தேர்ப்படையினரை; யாக்கை - உடல்; அத்தி - யானை; பரி - குதிரை; ஈர்த்த - இழுத்த; கங்கம் - பருந்து; கூண்ட - கூடின, திரண்டன. போரில் இறந்த மன்னன் மேற்குத் திசை நாட்டினன் ஆதலால் சூரியன் கிழக்கில் தோன்றி மேற்கடலில் புகுவதற்கு மாற்றாக அங்கிருந்து இழுத்துக்கொண்டு கிழக்கிற் போயின என்னும் குறிப்புத் தோன்ற மேற்கிருந்தெழுந்து கீழ்ப்பால் விரிகடற் புகுவதாக என்று பாடினார்.

அருந்துபேய் நிறைந்த தோவென் றகடுகொட் டியமு ழக்கப்
பெருந்தொனி முழவொ லிப்பப் பேய்நரி குரற்கொம் பூதப்
பொருந்திறல் வேந்தன் சென்னி கரத்தினிற் பொருத்தி யாடி
யிருந்தது கணங்கட் கெல்லா மியல்புறு தலைமைக் கூளி. (20)

20. (1078) பிணந்தின்னும் பேய்கள் நிறைந்தன! ஓஒ! என்று வயிற்றில் தட்டியதால் எழுந்த பேரொலி பறைமுழக்கம் போல் முழங்க, மற்ற பேய்களும் நரிகளும் குரலால் கொம்பு ஊதுவதுபோல் ஊளையிட, போரிட்டு இறந்த வீர வேந்தனின் தலையைக் கையில் ஏந்தியபடி கூத்தாடியது பேய்க் கூட்டங்களுக்கெல்லாம் தலைமையான பேய்.

அருந்துதல் - தின்னல்; அகடு - வயிறு; பெருந்தொனி - பேரொலி; முழவு - பறை; பொருந்துதல் - போரிடல்; திறல் - வீரம்; சென்னி - தலை; ஆடி - கூத்தாடி; கணம் - பிசாசுக் கூட்டம்; இயல்பு - இயற்கை; கூளி - பேய்.

உணப்படு விலங்கும் பேயும் பறவையு முதர மாரக்
குணப்படு விருந்தின் றேயுண் டனமெனக் குழுமி யார்ப்ப

மணப்படு புயத்தார் மன்னன் மந்திரி யுடனே மாய்ந்த
கணப்படு களவ குப்பா ரிவையெனக் கழற வல்லார். (21)

21. (1079) பிணந்தின்னும் விலங்கும் பேயும் பறவைகளும் வயிறார சிறந்த விருந்து இன்றுதான் உண்டோம் என்று கூடி ஆர்ப்பரித்தன என்றால் தோளில் நறுமண மலர்மாலை அணிந்த மன்னன் அமைச்சனுடன் இறந்த போரில் வெட்டுண்டு இறந்த வீரர் கூட்டத்தின் கணக்கை இவ்வளவு என்று சொல்ல வல்லவர் யார்?

உணப்படும் - உண்ணப்படும் பிணம்; விலங்கு - நரி; பறவை - காக்கை, கழுகு, பருந்து; உதரம் - வயிறு; ஆர - நிரம்ப; குணப்படு விருந்து - சிறந்த விருந்து; மணம் - நறுமணம்; புயம் - தோள்; மாய்ந்த - இறந்த; கணம் - கூட்டம், கணக்கு; வகுப்பு - பிரிவு; கழற - சொல்ல.

களத்திவை முடித்த வேந்தல் கதிப்பெருந் தானை சூழ
வளப்புரி சையினுட் புக்கி மன்னவ னரண்ம னைக்கு
மளப்பரு நிதிய சாலை யனைத்துக்குங் காவல் வைத்தே
தளத்தில்விஞ் சியதுஞ் செல்வ மியாவுந்தம் வசஞ்செய் தாரால். (22)

22. (1080) போர்க்களத்தில் வெற்றிபெற்ற அரசர் நபி தம்முடைய மிகப்பெரிய படையுடன் செழிப்பான கோட்டையினுள் புகுந்து மன்னன் அரண்மனைக்கும் அளவில்லாச் செல்வம் குவிந்து கிடக்கும் கருவூலங்களுக்கும் பிற இடங்களுக்கும் காவல் வைத்து போரில் மிஞ்சியவற்றையும் பிற செல்வங்களையும் கைப்பற்றினார்.

ஏந்தல் - அரசர்; கதி - விரைவு, மிகுதி; புரிசை - கோட்டை; புக்கி - புகுந்து; நிதியசாலை - கருவூலம்; தளம் - போர்க்களம்; விஞ்சியது - எதிரிப் படையிடம் கைப்பற்றியது, கனிமப் பொருள்.

மன்னவன் றேவி யாரு மைந்தனு மற்றுள் ளோரு
நன்னிலை யமைச்சர்க் குற்றா ரனைவரு நகரி லியாரு
மன்னிய விழிநீர் சோர மனம்பதைத் துருகி வாடி
முன்னிய துயரின் மூழ்கி முதிர்கட லொலிப்ப தொத்தார். (23)

23. (1081) மாண்ட மன்னனின் மனைவியும் மகனும் மற்றுள்ள உறவினரும் அமைச்சனின் உறவினரும் நகரில் உள்ளவர்களும் கண்களில் நீர்வழிய மனம்பதைத்து உருகி வாடி நேர்ந்த துயரத்தில் மூழ்கி கடல் முழக்கம் ஒப்ப அழுது அரற்றினர்.

உற்றார் - உறவினர்; மன்னிய - நிலைபெற்ற; சோர - சிந்திய, வழிய; முன்னிய - நேர்ந்த; முதிர்கடல் - பெரிய கடல்.

வந்திவை யியற்றி வைகும் வள்ளல்பான் மன்ன னீன்ற
சந்ததிச் சிறுவன் றன்னை யவன்கிளை தனினுள் ளோர்கள்
கந்தமென் பதத்திற் றாழ்த்திக் களத்தினி லிறந்த வேந்தை
மந்திரி தனைய டக்கி வரவருள் புரிமி னென்றார். (24)

24. (1082) இவை அனைத்தும் செய்து இருக்கும் அரசர் நபியிடம் மன்னன் மகனான சிறுவனை அழைத்துவந்தனர் உறவினர்கள். மணம் கமழும் பூம்பாதத்தில் தாழ்ந்து வணக்கம் செய்ய வைத்துப் போரில் இறந்த மன்னனையும் அமைச்சனையும் அடக்கம் செய்துவர அனுமதி வேண்டும் என்றனர்.

இயற்றி - முடித்து; வைகும் - இருக்கும்; கிளை - உறவினர்; கந்தம் - மணம்.

உத்தரம் புரியச் சென்றே யுதவுசந் ததியான் மன்னற்
கெத்திறச் சடங்குஞ் செய்வித் தியல்புற வடக்கஞ் செய்தார்
சித்திர யூக வான்மந் திரிக்குமங் குரியோ ரெய்திப்
பத்திகொள் முன்னூ லோதும் படிமுடித் தடக்கி னாரே. (25)

25. (1083) போரில் இறந்த மன்னனுக்கு இறுதிக்கடன் நிறைவேற்ற சென்ற மைந்தன் எல்லாச் வகையான சடங்குகளும் செய்வித்து அடக்கம் செய்தான். வியக்கத்தக்க அறிவாற்றல் பெற்ற அமைச்சனுக்கும் உரியவர்கள் வந்து பக்தியுடன் போற்றும் முந்தைய நூல்களில் சொன்னபடி கடன்முடித்து அடக்கினர்.

உத்தரம் - உத்தாரம் கடன் - இறுதிக்கடன்; சந்ததி - மகன்; இயல்புற - ஒழுக்கம், வழக்கம்; சித்திரம் - அதிசயம், வியப்பு; யூகம் - அறிவுநுட்பம்; பத்தி - பக்தி.

தளபதி முதலாய் மற்ற யாவர்க்குந் தகுதி யாமன்
புளகிளை ஞோர்கள் போந்தே யுற்றுரி மைகள்செய் கின்றார்
களவிளை விவையி னிற்கக் கடிநக ரோரு மன்னன்
வளநிறை மரபுள் ளோரும் வந்தனர் தீனி லன்றே. (26)

26. (1084) படைத்தலைவர் முதலாய் மற்ற அனைவருக்கும் அவரவர்க்கும் அன்புள்ள உறவினர் வந்து உரியபடி இறுதிக் கடன் செய்தனர். போர்க்களத்தின் பின்விளைவுகள் இவ்வாறிருக்க காவல் மிக்க தலைநகரில் உள்ளவர்களும் மன்னன் மரபினரும் இஸ்லாத்தில் இணைந்தனர்.

கிளைஞோர் - கிளைஞர், உறவினர்; போந்து - வந்து; உரிமை - கடமை, இறுதிக்கடன்; களம் - போர்க்களம்; விளைவு - பின்விளைவு; கடி - காவல்; மரபினர் - சுற்றத்தார்; தீன் - மார்க்கம், இஸ்லாம்.

வேதநா யகர்தா வூது விழிமணி நிகர்த்த வாதி
தூதர்நன் னெறிகட் கெல்லாந் தோன்றுமுள் ளுயிரொப் பாய்த்தம்
பாததா மரையை நீங்கா வொருவரைப் பரிவா யந்த
வேதமின் னகர்க்குச் செங்கோ லரசென விருத்தி னாரே. (27)

27. (1085) வேதம் பெற்ற நபி தாவூது (அலை) கண்ணின் மணி நிகர் இறைத்தூதர் அரசர் நபி, நன்னெறிகளுக் கெல்லாம் உயிர்போல் விளங்கும் தம் மீது அன்பு கொண்டு நீங்காது உடனிருக்கும் ஒருவரைப் பரிவுடன் அழைத்து அந்தக் குற்றமற்ற நகரத்திற்குச் செங்கோல் அரசராக அமர்த்தினார்.

வேத நாயகம் - வேதம் பெற்ற நபி, வேதம் அருளப்பெற்ற நபிமார் நால்வர்: மூசா (அலை) தாவூது (அலை) ஈசா (அலை) முகம்மது (சல்); இதைக் குறித்தே வேத நாயகர் என்று தாவூது நபியைக் குறித்தார்; ஆதி - இறைவன்; ஒரு நபி தம்

காலத்தில் நன்னெறிகளின் உயிரோட்டமாக திகழ்கின்றார். அவரை நெருங்கி இருப்பதே மீட்சிக்கு வழி. அவ்வாறு இருக்கும் ஒருவரை பாத தாமரை நீங்கா ஒருவர் என்றார். ஏதமின்னகர் - ஏதம் இல் நகர், குற்றம் இல்லாத நகரம்; இருத்தினார் - அமர்த்தினார்.

கோடுபல் லியங்கள் சின்னங் கொம்பொலி கறங்கிப் பொங்க
நீடுசா மரையி ரட்ட நெறித்தொளிர் நவம ணிப்பொற்
பீடமீ திருந்து சேனை காவலர் பெரிது போற்றப்
பாடகர் பயில மேலோர் பல்லரு மாசி கூற. (28)

28. (1086) சங்கும் பல்வேறு வாத்தியங்களும் மத்தளமும் கொம்பும் மங்கல ஒலி எழுப்ப, பணியாளர் கவரி வீச, சிலிர்த்துச் சுடர் இலங்கும் ஒன்பது வகை இரத்தினங்கள் பதித்த பொன்னாற் செய்த தவிசில் அமர்ந்து, படைத்தலைவர்கள் பெரிதாக வாழ்த்திப் போற்ற, பாடகர் புகழ்ந்து பாட, மேலோர்கள் பலவாறு வாழ்த்துரைக்க

கோடு - சங்கு; பல்லியம் - பலவகை மங்கல வாத்தியங்கள்; சின்னம் - மத்தளம்; கறங்கி - ஒலித்து, முழக்கி; சாமரை - கவரி; இரட்ட - வீச; நெறித்தல் - சிலிர்த்தல்; பீடம் - அரிசிருக்கை, தவிசு; சேனை - படை; காவலர் - தலைவர்; பயில - பாட; ஆசி - வாழ்த்து.

அரசினி திருந்தார் செங்கோ லாண்மைநன் னீதி மாறா
வரன்முறை நோக்கி யாதி தூதுள மகிழ்ச்சி கூர்ந்து
திருநக ரதனின் வைகிச் சிலபக லகன்ற பின்னர்
பரிவினவ் வரசைக் கூவிப் பண்பொடு பகரு வாரால். (29)

29. (1087) அரச கட்டிலில் அமர்ந்தார். தாம் தெரிந்தெடுத்து அமர்த்திய புதிய மன்னனிடம் செங்கோல் ஆண்மையும் நீதியும் மாறாத ஒழுங்கும் விளங்குவதைக் கண்டு இறைத்தூதர் மகிழ்ந்தார். அரச நகரில் தங்கிச் சிலநாள்கள் கழிந்தபின் புதிய அரசரை அன்புடன் அழைத்து பண்பான வார்த்தை கூறினார்.

வரன்முறை - ஒழுங்கு; ஆதிதூது - இறைத்தூதர்; கூர்ந்து - அடைந்து; வைகி - தங்கி; பரிவு - அன்பு; கூவி - அழைத்து; பகருவார் - சொல்வார்.

கோவருள் சிறிய தோன்றற் குழந்தைக்குந் தாய ரான
பாவைய ரெவரக்குஞ் சூழ்ந்த பரிசன ரெவர்க்கு நாட்டா
ரியாவர்க ளினுக்கும் வேண்டும் பொருளெலா மீந்தெந் நாளுந்
தாவறப் புரந்து சிந்தை சஞ்சல மகலச் செய்மின். (30)

30. (1088) அரசன் பெற்ற இளவரசனுக்கும் அவனுக்குத் தாயான பெண்ணுக்கும் பிற அரச பெண்டிர்க்கும் உடன் இருக்கும் உறவின்முறையாருக்கும் நாட்டு மக்கள் அனைவருக்கும் அவர் வேண்டும் பொருள் வழங்கி குறையில்லாமல் பாதுகாத்து மன்னனும் அமைச்சனும் இறந்த மனத்துன்பம் நீங்கச் செய்.

கோ - அரசன்; சிறிய தோன்றல் - இளவரசன்; பரிசனர் - உறவின்முறையார்; தா - தாழ்வு, கேடு; சிந்தை - மனம்; சஞ்சலம் - துயரம், துன்பம்; அகலுதல் - நீங்குதல்.

சினத்தினு நெறியே செய்மின் தீன்வழி நிலைமை செய்மின்
மனத்தினின் வாழ்வி னாலே மகிழ்வுறா தொழுகல் செய்மின்
கனத்தினு முதவி செய்மி னென்றனர் கதிர்வேற் செங்கை
யினத்தனி யேறன் னார்நன் றெனநபி பதந்து தித்தார். (31)

31. (1089) கோபத்திலும் நீதியே செய். தீனை நிலைநாட்டு. மனஇச்சை வசப்பட்டு அதனால் உண்டாகும் மகிழ்ச்சிக்கு இடந்தராமல் ஒழுக. பெருமையிலும் உதவி செய் என்றார். சுடர்வீசும் வேல் ஏந்திய சிவந்த கையுடைய அரசர்களில் தனித்த சிங்கம் போன்ற புதிய அரசர் நல்லது என்று நபியைப் பணிந்து புகழ்ந்தார்.

நெறி - நீதி; தீன் - மார்க்கம், இஸ்லாம்; நிலைமை செய்தல் - நிலைநாட்டல்; மனத்தினின் வாழ்வு - இச்சை வசப்பட்ட வாழ்வு; கனம் - செல்வமுடைமை, பெருமை; ஏறு - சிங்கம்; துதித்தார் - புகழ்ந்தார்.

மீட்டும்வெம் பரியில் வாளின் மணிகளின் வியந்த தேது
மீட்டநம் பால னுப்பு கென்றனர் சிரமேற் கொண்டு
கூட்டுமுப் பொருளு நோக்கிக் கோடிக்கொன் றாகத் தேர்ந்து
தாட்டுணை மலரிற் சேர்த்தார் தனிக்குடை நிழற்றுங் கோமான். (32)

32. (1090) வாள்களிலும் குதிரைகளிலும் இரத்தினங்களிலும் வியக்கத் தக்க அருமைப்பாடு உடையது ஏதும் இருந்தால் அவற்றை நம்மிடம் அனுப்பு என்று மீண்டும் கூறினார் அரசர் நபி. கட்டளையைத் தலைமேல் தாங்கிச் சென்று அம் மூன்று பொருள்களையும் ஆராய்ந்து கோடிக்கு ஒன்றாகத் தேர்ந்தெடுத்து பாதமலரில் சேர்த்தார், தனிக்குடை நிழலில் உலகாளும் மன்னர்.

மீட்டும் - மறுபடியும், மீண்டும்; பரி - குதிரை; மணி - இரத்தினம்; வியந்தது - வியப்புக்குரியது, அரியது; ஈட்டம் - திரட்டு; சிரம் - தலை; தாட்டுணை - தாள்துணை, கால்இணை; நிழற்றல் - நிழல் கொடுத்தல்; கோமான் - அரசன்.

தருபொருண் முழுதுங் கொண்டு தலைவனை யவணி ருத்தி
வருபெரும் பகுதி சூழ மணிவிமா னத்தின் மேவி
யருவரை யனைய திண்டோ ளண்ணலா ரரசி ருக்குந்
திருநகர் சாமில் வந்தார் சிறுவன்செய் திறமு ரைப்பாம். (33)

33. (1091) அவன் தந்த அரும்பொருள் அனைத்தையும் பெற்றுக்கொண்ட மலைபோல் திரண்ட தோளுடைய அண்ணலார் புதிய மன்னனை அங்கே இருத்திவிட்டு நால்வகை பெரும்படையும் சூழ்ந்து வர வானூர்தியில் ஏறி அரசாளும் தலைநகரான சாமில் வந்து சேர்ந்தார். இனி இளவரசன் செயலைச் சொல்வோம்.

அவண் - அங்கு; பகுதி - படைவகுப்பு; மணி - அழகு; விமானம் - வானூர்தி; அருவரை - பெரியமலை; சிறுவன் - இளவரன்; செய்திறம் - செயல்.

வளர்ந்துதன் விரகு தேர்ந்து வல்லவ னபிபா லெய்தி
விளங்குற வணங்கித் தீனின் மேவியே வருடந் தோறு
மிளந்தளிர்ப் பதத்திற் கப்ப மிடுதலீ தென்று தீர்த்தே
யளந்திடா வளங்கொ டாதை தேசம தனைத்துங் கொண்டான். (34)

34. (1092) வளர்ந்து தன் பருவம் அறிந்தபின் ஷாம் நகரம் சென்று இறைத்தூதரைக் கண்டு வணங்கிப் பணிந்து இஸ்லாத்தில் சேர்ந்தான். ஆண்டுதோறும் இவ்வளவு கப்பம் அவருடைய இளந்தளிர் போன்ற மென்மையான பாதத்தில் இடுவதாக உறுதியளித்துவிட்டு அளவிட்டு அறிய முடியாத வளங்கொண்ட தந்தையின் நாட்டைத் தானே ஆளும் உரிமை பெற்றான்.

விரகுதேர்ந்து - விரகறிதல், பருவமெய்தல்; வல்லவன் - இறைவன்; எய்தி - அடைந்து; மேவி - சேர்ந்து; ஈதென்றி - இவ்வளவு என்று; தீர்த்து - பேசித் தீர்த்து, உறுதிசெய்து; தாதை - தந்தை.

இவனர சுறைய நீர்நம் மிடத்தில்வந் தடைய வென்றே
யவணுறை யரசுக் கண்ண லருளிய பத்தி ரங்கொண்
டுவமையி னகரிற் சேர்ந்தங் குதவின னவரிங் கானார்
நவமுறத் தாதை சிங்கா சனத்தினி னண்ணி னானே. (35)

35. (1093) இவன் அரசனாய் அமர நீர் நம்மிடம் வந்து சேர்க என்று அங்குத் தாம் அமர்த்திய அரசனுக்குக் கடிதம் எழுதி இளவரசனிடமே கொடுத்து அனுப்பினார் அரசர் நபி. அதை எடுத்துக்கொண்டு பிற நகரங்களை உவமை சொல்வதற் கில்லா வளநகரை அடைந்து அவரிடம் கொடுத்தான். அவர் உடனடியாக ஷாம் நகருக்குச் சென்றார். தந்தையின் அரியணையில் புதுமையுற அமர்ந்தான் இளவரசன்.

அரசுறைய - அரசனாய் இருக்க; அவண் - அங்கு; உறை - இருக்க; அருளிய - கொடுத்த; பத்திரம் - கடிதம்; உதவினன் - கொடுத்தான்; நவம் - புதுமை; தாதை - தந்தை; சிங்காசனம் - அரியணை; நண்ணினான் - சேர்ந்தான், அமர்ந்தான்.

மந்திரி யவருஞ் சேனா பதிகளும் பலருஞ் சூழத்
தந்தையின் விருதி னோரெண் மடங்கதி தழைப்பச் செம்பொற்
சுந்தர முடியி ராஜர் துணைப்பதந் துதித்துத் தாழச்
சிந்தையின் மகிழ்ச்சி கூரச் செழுங்குடை நிழற்றி னானே. (36)

36. (1094) அமைச்சர்களும் படைத்தலைவர்களும் பிற ஆயத்தாரும் குழுவினரும் சூழத் தந்தையைவிட எட்டு மடங்கு மிகுதி வெற்றிகள் விளைந்து தழைக்க, அழகிய பொன்முடி புனைந்த அரசர்கள் தாள் பணிந்து போற்ற மனத்தில் மகிழ்ச்சி கொண்டு செழுமையான குடைநிழல் செய்தான்.

விருது - வெற்றி; அதி - மிகுதி; முடியிராஜர் - முடியரசர்; துதித்து - புகழ்ந்து, போற்றி; தாழ - பணிய.

வாழ்ந்திவ்வா றுறையும் போதில் வயதொரு பதினா றானான்
போழ்ந்தெறி கேழ னவ்வி புலிபுல்வாய் கரடி பற்ற

நேர்ந்தகை வீர ரோடு நிதங்கரை வேட்டை போவா
னாழ்ந்தபுந் திகளு ரைக்கு மமைச்சர்சொல் லணுவுங் கேளான்.(37)

37. (1095) இவ்வாறு ஆட்சி புரிந்து வரும்போது பதினாறு வயது அடைந்தான். நிலத்தைப் பிளந்து கிழங்கு தோண்டும் பன்றி தோணிமான் புலி கலைமான் கரடி வேட்டைக்கு வீரர்களோடு ஆர்ப்பரித்து அடிக்கடி போவான். ஆழ்ந்த அறிவுரைகள் கூறும் அமைச்சன் சொல்லை அணுவளவும் கேட்க மாட்டான்.

போழ்தல் - பிளத்தல்; எறிதல் - குத்துதல்; கேழல் - பன்றி; நவ்வி - தோணிமான்; புல்வாய் - கலைமான்; பற்ற - பிடிக்க; நிதம் - நாள்தோறும்; கரைதல் - ஆரவாரித்தல்; புந்தி - அறிவு.

மிடலுறு சயனப் போதும் வேட்டைபோய் வேங்கை யோடே
யடர்தரக் கனவு காண்பா னவ்வண்ணந் திரியு நாளிற்
கடலினில் வேட்டை யாடிக் காணொணாப் புதுமை யாவுந்
திடனுறக் காண வேண்டுமெனமனஞ் சிந்தித் தானே. (38)

38. (1096) ஆழ்ந்த தூக்கத்திலும் வேட்டைக்குப் போய்ப் புலியுடன் மோதுவதாகக் கனவு காண்பான். இவ்வாறு வேட்டையாடும் விருப்பம் கொண்டு திரியும் காலத்தில் இதுவரை கரையில் வேட்டையாடினோம், இனிக் கடலில் வேட்டையாட வேண்டும், இதுவரை காணாத - காண முடியாத புதுமைகள் எல்லாம் காண வேண்டும் என்று மனத்தில் சிந்தனை செய்தான்.

மிடல் - வலிமை; சயனம் - தூக்கம்; அடர்தர - மோத; திடன் - உறுதி.

கருதிய பொழுது வேண்டு வனவெலாங் கடிதி னீந்து
திரையலை யெறியு மெவ்வா ருதியினுஞ் சென்று மீள
வுருமிகப் பெரிதா யொவ்வொன் றொருமரக் கோட்டை யொப்பாய்
மரவினை யாளர் தம்மால் வங்கநாற் பதுவைத் தானே. (39)

39. (1097) சிந்தித்த போது தச்சரை அழைத்து அவர்களுக்கு வேண்டிய எல்லாம் கொடுத்து அலைகள் பொங்கி எழும் எந்தக் கடலிலும் சென்று திரும்பும்படி உருவத்தில் மிகப் பெரிதாக ஒவ்வொன்றும் ஒரு மரக்கோட்டைக்கு ஒப்பாக நாற்பது கப்பல்கள் செய்வித்தான்.

கடிது - விரைந்து; எறியும் - சாடும்; வாருதி - வாரிதி, கடல்; வங்கம் - கப்பல்.

வைத்தபின் னதியிற் றள்ளி வாரியிற் சேர்த்து நூலின்
சித்திரந் தெளிந்த மீகா மருநெடுஞ் சிகர மேருத்
தத்திவந் தெதிர்த்த போதுந் தடக்கையாற் பொடிக ளாக்குஞ்
சுத்தவீ ரியக லாசு களுமதிற் றொகுத்தல் செய்தான். (40)

40. (1098) கப்பல் கட்டிமுடித்தபின் அதை ஆற்றில் இறக்கிக் கடலிற் கொண்டு சேர்த்தான். கப்பலோட்டும் தொழில் தேர்ந்த மீகாமன்களையும் உயர்ந்த மலைகள் மிதந்து வந்து எதிர்த்தாலும் வலிமை மிக்க கைகளாலேயே தகர்த்துத் தூளாக்கும் கடற்படை வீரர்களையும் அவற்றில் தொகுத்து வைத்தான்.

நூல் - துறையறிவு நூல், தொழில்; மீகாமன் - கப்பலோட்டி; சிகரம் - முகடு; மேரு - மலை; தடம் - வலிமை; கலாசு - மர்க்கல வீரர்; தொகுத்தல் - திரட்டல்.

பகடுபாய் வடம்பத் தாய நங்குரம் பாய்ம ரங்க
ணிகரில்பீ ரங்கி குண்டு வெடிகரு நிறம ருந்து
வகைதரு தூண்டின் மண்டா வலையிரா சாளி போர்க்குத்
தகுபடை யெவையு மொன்றுக் கனந்தமத் தரணி சேர்த்தான். (41)

41. (1099) தெப்பம், பாய், வடம், பத்தாயம், நங்கூரம், பாய்மரங்கள், நிகரில்லாத பீரங்கி, குண்டு, வெடிக்கும் கருநிற மருந்து, மீன் பிடிக்கும் வகைவகையான தூண்டில், இரட்டைக் கரு ஈட்டி, வலை, இராசாளிப் பறவை, போர்க்கருவிகள் முதலியவற்றை மிகுதியாகக் கப்பல்களில் சேர்த்தான்.

பகடு - தெப்பம்; நங்குரம் - நங்கூரம்; மண்டா - இரட்டைக் கரு ஈட்டி; தரணி - நீர்ப்பெருக்கு, கப்பல்.

அடற்கட்டி யருளு மன்னன் விருதவைக் காயி னோர்க
ளுடற்கட்டிப் புலிய ழைப்போ ருத்தம சாத்தி ரத்தோர்
கடற்கட்டி குளிகள் சீனக் குழல்கள்கண் ணாடி பாச
மிடற்கட்டிப் பூட்டும் பேழை வேண்டுமட் டாங்கு வைத்தான். (42)

42. (1100) போர் செய்வதற்கு மகிழ்ச்சி கொள்ளும் மன்னனின் அவைக்கு அடையாளமாய் விளங்குவோர்களும் புலியை மல்லாட அழைக்கும் வீரர்களும் சாத்திர கணியர்களும் கடல் பயணத்தில் தடை ஏற்படுத்தும் நோய்களுக்கான மருந்துகளும் குழல் முதலிய வாத்தியக் கருவிகளும் கண்ணாடி வகையும் கயிறு பொருள்களை வைத்து வலிமையுடன் பூட்டும் பெட்டிகள் வேண்டிய அளவு அங்கே வைத்தான்.

அடல் - போர்; கட்டி - அகமகிழ்ச்சி; விருது - வெற்றி, அடையாளம்; சாத்திரத்தோர் - சோதிடர், நிமித்திகன்; அட்டி - தடை; குளி - மருந்து; சீனக்குழல் - புல்லாங்குழல்; பாசம் - கயிறு; மிடல் - வலிமை; பேழை - பெட்டி.

புணர்ந்தமுக் காலந் தேரும் விருத்தர்போ சனக லங்கள்
குணந்தரு பசுவா டாண்டிற் குறைவற வுணும்பொ ருட்கள்
பணஞ்சலங் கட்டின் மெத்தை தலயணை படம்பூ ணாரம்
வணங்கொள்கம் பளநாற் காலி தீபங்கள் வகையி லுய்த்தான். (43)

43. (1101) முக்காலம் உணர்ந்த மேலோர், உணவுப் பாத்திரங்கள், மேன்மையான பசுக்கள், ஆடுகள், ஓராண்டிற்குக் குறைவில்லாமல் உண்ணும் பொருள்கள், பணம், நீர், கட்டில்கள், மெத்தைகள், தலையணைகள், திரைச்சீலைகள், அணியும் ஆபரணங்கள், அழகிய கம்பளங்கள், நாற்காலிகள், விளக்குகள் வகைவகையாகச் சேர்த்து வைத்தான்.

தேரும் - உணரும்; விருத்தர் - மேலோர்; போசனகலம் - உண்கலம், உணவுப் பாத்திரம்; உணும்பொருள் - உணவுப்பொருள்; சலம் - நீர்; படம் - திரைச்சீலை; பூணாரம் - ஆபரணம்; வணம் - வனப்பு, அழகு; உய்த்தல் - சேர்த்தல், வைத்தல்.

கரிபரி சிவிகை தேர்கள் கவின்கொள விரண்டாய் நான்காய்
மருவுமா ழிக்கோ லாரி வண்டில்கண் மாட்டு வண்டில்
பரிவினி லிதற்கு ரித்தோர் பலசமர் பொருது வீர
ருரியபஞ் சாளர் மெய்காட் டோவிய நிறைப்ப தானான். (44)

44. (1102) அழகிய யானை குதிரை பல்லக்கு தேர் முதலியனவும் இரண்டு நான்கு சக்கரம் பொருத்திய அலங்கார வண்டிகளும் மாட்டு வண்டிகளும் இவற்றை ஓட்டுவோரும் பல போர்களில் கலந்துகொண்ட வீரர்களும் பஞ்சகம்மாளர் ஆகிய கன்னார், கொல்லர், சிற்பர், தச்சர், தட்டார் முதலியோரும் மெய்க்காப்பாளர் கொண்டு நிறைத்தான்.

கரி - யானை; பரி - குதிரை; சிவிகை - பல்லக்கு; கவின் - அழகு; ஆழி - சக்கரம்; கோலாரிவண்டில் - ஊர்வலத்தில் வரும் அலங்கார வண்டி; வண்டில் - வண்டி; சமர் - போர்; பொருதுதல் - போர்செய்தல்; பஞ்சாளர் - ஐவகைக் கம்மாளர், அவர்கள் கன்னார், கொல்லர், சிற்பர், தச்சர், தட்டார்.

பதினெண்மே ளங்கள் கொம்பு குழற்றொகை பணிலம் வீணை
முதிர்சர மண்ட லஞ்சூன் மோரிசங் கின்ன ரங்கள்
கதிநரம் பிடுகு டுங்க ணரம்பிடாக் கடங்கள் கையா
லதிர்சதங் கைசா ரங்க மொலிப்பவ ரனைத்து மிட்டான். (45)

45. (1103) பதினெட்டு வகை மேளங்கள் கொம்பு, குழல்வகை, சங்கு, வீணை, சுரமண்டலம், மோர்சங், சிறு வீணைகள், கதிநரம்பிடும் உடுக்கை, நரம்பிடப்படாத கையால் அதிர ஒலிக்கும் சதங்கை, சாரங்கம் முதலிய வாத்தியக் கருவிகளை இசைப்பவர்களைக் கூட்டி அமைத்தான்.

பணிலம் - சங்கு; சின்னரம் - வீணைவகை.

புரவலர் மகுடம் போன்ற புலவர்கள் சொல்வி சித்ரர்
பரவசஞ் செய்யுங் கீதர் பரதநாட் டியமின் னார்கள்
விரவுதே சிகஞ்செய் மாதர் நட்டுவர் வேய்து ருத்தி
தெரிசதி மத்த ளங்கை மணியொடு சேர்க்க லுற்றான். (46)

46. (1104) புரவலர்களுக்கு மணிமுடி போன்ற புலவர்கள், சொல்லி வேடிக்கை காட்டுவோர், இன்பப் போதையூட்டும் பாடகர், பரத நாட்டியப் பெண்கள், கூத்தாடும் மாதர்கள், நட்டுவனார்கள் சுருதிக் குழலுடனும் சதிமத்தளத்துடனும் கைம்மணியுடன் வர அனைவரையும் சேர்த்தான்.

சொல்சித்ரர் - வேடிக்கையாகப் பேசுபவர்; கீதர் - பாடகர்; மின்னார் - இளம்பெண்; தேசிகம் - நாட்டுப்புறக்கூத்து; வேய்துருத்தி - சுருதிக்குழல், ஒத்து; சதிமத்தளம் - ஜதி போடும் மத்தளம்; கைம்மணி - சிங்கி.

வெறிகமழ் பொடிகள் சந்தத் தயிலஞ்செய் மிக்க வாணர்
சிறுவர்போன் முதிய ரைப்போற் றெரிவையர் போற்சிங் கம்போ
லுறுபுலி கரடி மான்போ லுளபல வேடங் கொள்வோர்
மறைவறு விகடஞ் செய்வோர் வலையினோ ரையுஞ்செ றித்தான். (47)

47. (1105) நறுமணப் பொடிகள், சந்தனம் முதலிய வாசனைத் தயிலங்கள் தயாரிப்பவர்களையும் சிறுவர்போல் முதியவர்போல் பெண்கள்போல் சிங்கம் போல் புலிகள்போல் மான்போல் வேடம் புனைபவர்களையும் சிரிக்கச் செய்பவர்களையும் மீன் பிடிக்கும் வலையர்களையும் சேர்த்தான்.

வெறி - மணம்; சந்தம் - சந்தனம்; தயிலம் - வாசனை எண்ணெய்; தெரிவை - இளம்பெண்; விகடம் - சிரிப்பு; வலையினோர் - வலைஞர், வலைகொண்டு மீன் பிடிக்கும் நெய்தல் நில மக்கள்; செறித்தான் - மிகுதியாகச் சேர்த்தான்.

பூவிரி பன்னீர் முல்லை மல்லிகை பொழுதின் காந்தி
நாவிதர் வண்ணா ராயுள் வயித்தியர் நடுவிற் கண்டோர்
தீவினி லிறங்கி வேட்டை செயில்விலங் கிருக்கை தேரும்
பாவக வலையர் வேடர் பலரையு நிலவ வேய்ந்தான். (48)

48. (1106) பன்னீர்ப் பூ முல்லை மல்லிகை சூரியகாந்தி முதலிய பூக்களையும் நாவிதர் வண்ணார் ஆயுள்வேத வயித்தியர்களையும் இடையிடையே காணப்படும் தீவுகளில் இறங்கி வேட்டையாட நேர்ந்தால் அதற்கு உதவியாக விலங்குகளின் இருப்பிடம் அறிந்து வர விரித்துப்பிடிக்கும் வலையர்களையும் வேடர்களையும் பயணக் கூட்டத்தில் சேர்த்தான்.

பொழுது - சூரியன்; பாவுதல் - பற்றுதல், பிடித்தல்; நிலவ - இருக்கும்படி; வேய்ந்தான் - சேர்த்தான்.

இனமிவை யொடுமேல் வேண்டும் பொருளெவை யெவையு மேற்றித்
தனதுதே யத்துக் கெல்லாந் தலைமையோ ரரசை நாட்டி
மனமுண ரேவ லோர்கட் டியர்கண்மந் திரிகள் சூழப்
பனைவளத் தேறிக் கப்பற் புகுந்தனன் கலாசொ லிப்ப. (49)

49. (1107) மேற்கூறிய இனங்களுடன் மேற்கொண்டு தேவையான எவ் வகைப் பொருளையும் ஏற்றியபின், தன்னுடைய நாட்டிற்கு ஓர் இடைக்கால அரசனை அமர்த்தினான். தன்குறிப்பு உணரும் ஏவலர் கட்டியக்காரர் அமைச்சர் சூழ மரக்கல மணிகளும் சங்குகளும் முழங்க கப்பலில் புகுந்தான்.

நாட்டி - ஏற்படுத்தி, அமர்த்தி; மனமுணர் ஏவலர் - குறிப்புணரும் ஏவற்பணியாளர்; புனை - செய்யப்பட்ட, புனையப்பட்ட; வளம் - வள்ளம், சிறுதோணி; கலாசு - மரக்கலம்.

தோற்றுமப் பொழுது வானைத் தொடுநெடுங் கொடிக ளேற்றி
மேற்றனி விருதி டாலும் வியப்புற வணிந்து மேக
மாற்றல மெனவே யோட வகில்வா ரியுந டுங்கத்
தேற்றமீ காமன் சொல்லாற் பீரங்கித் தொனிசெய் தாரே. (50)

50. (1108) தோன்றிய அப்போது வானைத் தொடும்படி பெரிய கொடிகளை ஏற்றினார்கள். மீகாமன் கட்டளைப்படி வெற்றிதரும் பீரங்கிக்கு மேற்பகுதியில் டாலும் குண்டும்பொருத்தி இடியிடிக்கும் மேகம் நான் தாங்கமாட்டேன் என்று விலகி ஓடும்படியும் எல்லாக் கடல்களும் நடுங்கும்படியும் பீரங்கி முழக்கம் செய்தனர்.

தோற்றும் - தோன்றும்; விருது - வெற்றி; இடால் - டால். பீரக்கிக்கான அலங்கார வளையம்; அணிந்து - அணிவித்து; ஆற்றலேன் - ஆற்றுகிலேன், தாங்கமாட்டேன்; அகில - எல்லா; வாரி - கடல்;தொனி - ஒலி, முழக்கம்.

செய்தபின் னரசன் மேவுஞ் செழுவங்க நடுவில் வைக
வுய்யமற் றவைக ளொன்றோ டொன்றுமோ தாமற் சற்றுந்
தொய்வுறப் பிரிந்தி டாமற் சூழ்ந்துசென் றிடுவ தாகத்
தையல்கொண் டுறவி ருப்புச் சங்கிலி தொடுக்க லுற்றார். (51)

51. (1109) பீரங்கி முழக்கம் செய்தபின் அரசன் ஏறிஉள்ள கப்பல் நடுவில் செல்ல மற்ற கப்பல்கள் ஒன்றோடு ஒன்று மோதாமலும் சற்றும் இடைவெளி நீண்டு பிரிந்திடாமலும் சூழ்ந்து செல்லுமாறு ஒழுங்குபடுத்தி வளையங்கள் கோத்த இரும்புச் சங்கிலியால் இணைத்து வட்ட வடிவில் அமைத்தனர்.

மேவும் - இருக்கும்; வங்கம் - கப்பல்; வைக - போக, செல்ல; தையல் - இணைப்பு.

இவையுமேற் கீழ்ப்பாற் கேக நடத்தென வேந்த லோதி
நவமுறு மாலீ னேவ நங்குரந் தூக்கிப் பாய்க
ளெவையையும் விரித்துப் பீரங் கிகளும்பல் லியமு மார்ப்ப
வுவமையின் மகிழ்வு கூரக் காற்றுமொத் தோடி னாரே. (52)

52. (1110) கீழ்த்திசை நோக்கிச் செல்லும்படிக் கப்பலை ஓட்டு என்று கட்டளையிட்டான் அரசன். அவ்வாறே மாலுமி ஏவினான். நங்கூரத்தைத் தூக்கி பாய்மரத்தை விரித்து பீரங்கிகளும் பிற இசைக்கருவிகளும் முழங்கக் கப்பல்களைச் செலுத்தினர். காற்றும் இசைவாக வீசியது. அதனால் எல்லையற்ற மகிழ்ச்சி அடைந்தனர்.

கீழ்ப்பால் - கிழக்குத் திசை; ஏக - செல்ல; ஏந்தல் - அரசன்; ஓதி - சொல்லி; நவம் - புதுமை; மாலீன் - மாலுமி; ஏவ - கட்டளையிட; பல்லியம் - இசைக்கருவிகள்; கூர - எய்த, அடை.

வாரியிற் றாழ்கி லாத வானகர் தங்க லேயோ
நேரவெண் புயல்கள் கூடி நிரைநிரை யொழுங்கா யோங்கிச்
சீரிய விளையாட் டுற்ற செய்கையோ திருந்த லார்தம்
வீரிய மகற்றும் வேற்கை வேந்தன்சோங் கோடுந் தோற்றம். (53)

53. (1111) கடலில் தாழ்ந்து முழுகாத வானுலக நகர இருப்பிடமே நேர்முகமாக வெள்ளை மேகங்கள் கூடி வரிசைப்படி ஒழுங்காக உயர்ந்து நடத்தும் சிறப்பான விளையாட்டோ? பகைவர்தம் வீரியத்தை அகற்றும் வேல் ஏந்திய அரசனின் மரக்கலங்கள் ஓடும் காட்சியை எவ்வாறு வண்ணிப்பது?

வாரி - கடல்; வானகர் - வானுலக நகர்; தங்கல் - தங்குமிடம்; புயல் - மேகம்; நிரைநிரை - வரிசைவரிசையாக; சீரிய - சிறந்த; திருந்தலார் - பகைவர்; சோங்கு - மரக்கலம்; தோற்றம் - காட்சி.

சித்திரக் கவிஞர் பாடச் சிறந்தசங் கீதக் கேள்விப்
புத்தமு தருந்த லோர்நாள் பொருவறு விகட மோர்நாண்

மத்தளஞ் சதையோ டார்ப்ப மடவியர் நடன மோர்நாள்
வித்தையர் சால மோர்நாள் வேற்றுரு வேட மோர்நாள். **(54)**

54. (1112) சிறந்த கவிஞர்கள் பாட சிறந்த இசைஞானப் புத்தமுதம் பருகுவது ஒருநாள்; குற்றமற்ற நகைச்சுவை ஒருநாள்; மத்தளம் சதையோடு சேர்ந்து ஒலிக்க இளம்பெண்களின் நடனம் ஒருநாள்; வித்தை காட்டுவோரின் மாயாசாலங்கள் ஒருநாள்; மாறுவேடப் புனைவுகள் ஒருநாள்;

பொருவு - குற்றம்; விகடம் - நகைச்சுவை; சதை - ஜதை, சோடு; மடவியர் - இளம்பெண்கள்; சாலம் - மாயாவித்தை.

விதங்கொள்கின் னரஞ்ச ரங்கள் விணைவா சித்த லோர்நாள்
சதங்கைமோ ரிசங்கொ லிப்பத் தடக்குட முழக்க லோர்நாண்
மிதந்திடு வலையி னாலு மிகுநெடுந் தூண்டி லாலுஞ்
சதங்களிற் கிடந்த சாதிச் சலசரம் பிடிப்ப தோர்நாள். **(55)**

55. (1113) பலவகை தந்தி வாத்தியங்களும் காற்று வாத்தியங்களும் வீணையும் வாசித்தல் ஒருநாள்; சதங்கையும் மோர்சங் ஒலிக்கக் குட வாத்திய முழக்கம் ஒருநாள்; கடலில் வீசி மிதக்க விடப்பட்ட வலையினாலும் தூண்டிலாலும் கடல் நீரில் வாழும் உயர்வகை மீன்களைப் பிடிப்பது ஒருநாள்

கின்னரம் - தந்திவாத்தியம்; சரம் - காற்று வாத்தியம், புல்லாங்குழல் நாதசுரம் போல்வன; குடம் - கடம்; சதம் - சதனம், நீர், கடல்நீர்; சலசரம் - மீன்.

தீவுகட் கடுக்கப் போந்து தெளியொளித் தரளச் சிப்பி
மாவியப் பவளங் கோடு வலம்புரி குளிப்ப தோர்நாள்
தாவிய கரையிற் சார்ந்து சகுந்தத்தின் வேட்டை யர்நாண்
மேவியிவ் விதமாங் கேளி விலாசங்கள் புரியும் போதில். **(56)**

56. (1114) தீவுகளுக்கு அடுகிற் சென்று தெளிந்த ஒளிவீசும் முத்துச் சிப்பிகளும் வளைந்த வலம்புரிச் சங்குகளும் எடுக்க முத்துக் குளிப்பது ஒருநாள்; கரையில் இறங்கி பறவை வேட்டையாடுவது ஒருநாள்; இவ்வாறாக விதவிதமான கேளிக்கை விளையாட்டுகள் புரிந்து மகிழும் நாளில்

அடுக்க - பக்கம், அருகு; போந்து - சென்று, அணைந்து; தரளம் - முத்து; மாவுதல் - வலிமைகொள்ளல்; கோடு - சங்கு, வளைவு; சகுந்தம் - பறவை; கேளி - கேளிக்கை; விலாசம் - விளையாட்டு.

புயனிகர் கரிய கூந்தற் புளகிதக் களபக் கொங்கை
யியலிழை மருங்குற் கொவ்வை யிலகிதழ்க் கணிகை யார்தம்
மயல்வலை புகுந்து நீங்கும் வலியர்போல் வலையை நீங்கி
யயலினில் வெடிபாய்ந் தோடு மகப்பட்டுஞ் சிலபு லால்கள். **(57)**

57. (1115) மேகம் போன்ற கரிய கூந்தலும் மகிழ்ச்சியூட்டும் சாந்து பூசிய அழகு முலைகளும் நூல்போன்ற நுண்ணிய இடையும் கொவ்வைக் கனிபோல் ஒளிவீசும் சிவந்த இதழும் கொண்ட கணிகையரின் மையல் வலையில்

விழுந்தாலும் அதிலிருந்து நீங்கிவிடும் மனஉறுதி கொண்ட வலியவர் போன்ற சில மீன்கள் வலையில் சிக்கினாலும் விரைந்து வெடுக்கென்று வெளிப்பட்டு பாய்ந்து ஓடும்.

புயல் - மேகம்; புளகிதம் - மகிழ்ச்சி; களபம் - கலவைச்சாந்து; கொங்கை - முலை; இயலிழை - நூலிழை; மருங்குல் - இடை; இலகிதழ் - ஒளிவீசும் இதழ்; கணிகை - விலைமகள்; மயல் - மையல்; அயல் - அப்பால்; புலால் - மீன்.

தட்டின்மீ திருந்த டற்கை தாங்குமண் டாவாற் குற்ற
மட்டற வுணர்ந்த லேலோர் வாக்கினாற் சபிக்குஞ் சாபம்
பட்டுரு வுவதொப் பாகப் பாய்ந்துட றுடித்து மாயும்
வட்டவா ருதியின் வேங்கை யெனுஞ்சில வலிச்சு றாக்கள். (58)

58. (1116) கடல் வேங்கை எனப் பெயர் பெற்றவை வலிமைமிக்க சுறா மீன்கள். அவற்றைப் பிடித்து அண்டாவில் போட்டுப் போர் செய்யும் கைகளால் தாங்கித் தூக்கிக் கப்பலின் தளத்தில் வைத்து நெரித்தனர். அதனால் உடல் துடித்துச் செத்தன. மெய்யுணர்ந்த மேலோர் வாக்கினால் சபிக்கும் சாபம் பட்டு உயிர் உருவப்படுவதற்கு, நிகராக இருந்தது.

அடல்கை - போர்செய்யும் கை; குற்ற - நெரிக்க; மட்டு - அளவு; அற - அறும்படி; வாருதி - கடல்.

வம்பதா மிரையென் றெண்ண மற்றொன்றைத் தூண்டின் மாட்டி
யம்பயோ ததியில் வீச வதைநயந் தெடுத்த ருந்தித்
தம்பெலா பெலத்தைக் காட்டாச் சத்துரு வுபகா ரத்தை
நம்பினோ ரெனவே பட்டு நலிவுறுஞ் சிலமச் சங்கள். (59)

59. (1117) தூண்டிலில் இரையைக் கோத்துக் கடலில் போட்டனர். அது புதுமையாக உள்ளது என்று எண்ணிய மீன்கள் கவ்வவில்லை. மற்றொன்றைப் புதுவதாக மாட்டி வீசினர். அதை விரும்பி உண்ணக் கவ்வின. தன்னுடைய வலிமையைக் காட்டாது மறைத்து எதிரி செய்யும் உதவியை நம்பினவர்களைப் போல் தூண்டிலில் மாட்டித் துன்புற்றன அம் மீன்கள்.

வம்பதாம் - புதுவதாம்; அம் - அழகு; பயோததி - பாற்கடல், கடல்; நயந்து - விரும்பு; பெலாபெலம் - வலிமை; சத்துரு - எதிரி; நலிவுறும் - துன்புறும்; மச்சம் - மீன்.

பகருமிவ் விதவேட் டங்கள் பரவசப் பாட லாட
னகைபெறுஞ் செருக்க தாக நண்ணுநா வாயெல் லாமோர்
முகமுறப் பிரியா வண்ண முப்பது நாண்மட் டோடி
யகலருங் கருநீர்க் கங்கைக் கடலினி லாய தன்றே. (60)

60. (1118) மேற்சொல்லப்பட்டபடி வேட்டையாடல்கள் மெய்மறக்கும் பாடல் ஆடல் நகைச்சுவைகளுடன் பெருமிதம் கொண்டு செல்லும் மரக்கலங்கள் எல்லாம் ஒருமுகமாகப் பிரிதல் இல்லாமல் முப்பது நாள்கள் ஓடி அகல அரிய கருநீர்க் கப்பலில் சென்று சேர்ந்தன.

வேட்டம் - வேட்டை; பரவசம் - மிகுமகிழ்ச்சியில் மெய்மறத்தல்; செருக்கு - பெருமிதம்; நண்ணும் - செல்லும்; நாவாய் - கப்பல், மரக்கலம்; அகல் - அகற்சி; கங்கை - நீர்.

மன்னனங் குலவு போது மதிகதிர் தரணி வானம்
பொன்னுல கமைக்கின் றானோர் புயற்பெருங் காற்றை யேவ
வன்னது புகுந்து வங்கத் தடித்தொன்றோ டொன்று மோதிச்
சின்னபின் னங்க ளாகத் தெறித்தது தொடர்க ளெல்லாம். (61)

61. (1119) மன்னன் கப்பல் தளத்தில் உலாவினான். அப்போது நிலவு சூரியன் பூமி வானம் சொர்க்கம் படைத்தவன் ஒரு பெரும் புயற்காற்றை ஏவினான். அது புகுந்து கப்பல்களைத் தாக்கி ஒன்றோடு ஒன்று மோதிக் கப்பல்களின் அணிவகுப்பைச் சின்னபின்னமாகச் சிதைத்தது.

மதி - நிலவு; கதிர் - சூரியன்; தரணி - உலகம், பூமி; பொன்னுலகம் - சொர்க்கம்; வங்கம் - கப்பல்; தெறித்தது - சிதைத்தது.

துன்றுசங் கிலிக ணீங்கத் தொகுத்தசே கரமு நீங்கி
யொன்றுபோ மிடமொன் றோரா துருவெல்லாஞ் சிதறிப் போந்த
தன்றுவேந் துறையுங் கப்ப லைம்பது வருடத் தூரஞ்
சென்றது சரிந்து பின்னர் காற்றிளந் தென்றல் போன்ற. (62)

62. (1120) நெருங்கிய சங்கிலிகள் அறுந்துவிழ கட்டுக்கோப்பு குலைந்து ஒன்று போகும் இடம் மற்றொன்று அறிய முடியாமல் சிதறியோடின. அன்று அரசன் இருக்கும் கப்பல் ஐம்பதாண்டுத் தொலைவிற் சென்றது. அதன் பின்னர் புயல் தணிந்து இளந்தென்றல் ஆயிற்று.

துன்றுதல் - நெருங்குதல்; சேகரம் - வட்ட வடிவ அணிவகுப்பு; ஓராது - உணராது, அறியாது; சரிந்து - சாய்ந்து, தணிந்து.

கடந்தவண் பார்க்க நாலாங் கடலதா யிருந்த தாங்கே
யிடந்தரு சோங்கு தன்னைச் சரியவிட் டேகுங் காலை
படர்ந்துவிண் ணினிற்கு லாவு பலமுகிற் குலங்க ளியாவு
மடைந்துள சிகர பார வொருமலை யருக தானார். (63)

63. (1121) அங்கே பார்க்க அது நாலாம் கடலாக இருந்தது. அங்கே தென்பட்ட இடத்தில் கப்பலைத் தணிவாக நடத்திச் செல்லும் போது வானத்தில் படர்ந்து உலவும் மேகக் கூட்டங்கள் எல்லாம் அடைந்து கிடக்கும் பாரமுகடு கொண்ட ஒரு மலையின் அருகில் சென்றனர்.

அவண் - அங்கு; சோங்கு - மரக்கலம்; சரியவிடல் - தணிவாக்கல்; ஏகும் - போகும்; காலை - போது; சிகரம் -உச்சி, முகடு.

வெற்பருகு காக வெய்யோன் மேற்கடல் குளிப்ப தானான்
முற்பட விடுது நோக்கி மொழியநங் குரமு மிட்டார்
சொற்பயில் கலைவல் லோர்கள் கல்வியின் றுறைதே றாத
வற்பருள் ளகம்போற் கங்கு லிரவெல்லா மவணி ருந்தார். (64)

64. (1122) மலையின் அருகில் மேற்குக் கடலில் சூரியன் குளித்து மறையத் தொடங்கினான். சூரியனின் ஒளிக் கதிர்களான விழுதுகளை முன்னோக்கிக் கூறவே நங்கூரம் இட்டார்கள். சொல் பயின்ற கலைவல்லவரிடம் அமர்ந்து கல்வித் துறைகளைக் கற்றுத் தேறாத அற்பர் உள்ளம் போன்ற இருள் செறிந்த இரவு முழுவதும் அங்கேயே இருந்தார்கள்.

வெற்பு - மலை; வெய்யோன் - சூரியன்; முற்பட - முன்னதாக; விடுது - விழுது; கங்குல் - இருள்; அவண் - அங்கு.

இராஜகுமாரன் கடல்வேட்டைக் கெழுந்த படலம் முற்றிற்று.
படலம் 24 -க்கு - திருவிருத்தம் - 1122

24. இராசகுமாரன் கடல் வேட்டைக்கு எழுந்த படலம்
படலச்செய்தி

சூரியன் தோன்றும் மசரிகு நாட்டின் இளவரசியை ஆனையிறாஞ்சி கவர்ந்து வந்து தன்னுடைய கூட்டில் வைத்து வளர்க்கத் தொடங்கி அவள் வளர்ந்து பருவம் எய்திய காலத்தில் மகரிபு நாட்டில் இது நடந்தது. மகரிபு நாட்டு மன்னனுக்கு ஒரே மகன் இருந்தான். அவனைக் கண்ணும் கருத்துமாக வளர்த்தான் மன்னன். அவன் குபிரில் இருந்தான். குபிரைக் கைவிட்டு தீனில் இணைய வேண்டும் என்றும் தமக்கு அடங்கிய மன்னனாகத் திறை செலுத்த வேண்டும் என்றும் தூது அனுப்பினார், அரசர் நபி. தூதை மறுத்த மன்னன் உன்னைத் தூதாக அனுப்பிய மன்னன் உயிரைத் திறையாக நான் கொள்வேன் என்று மறுமொழி கூறினான். எனவே நால்வகைப் படையுடன் புறப்பட்டுப் போய் முற்றுகை இட்டார் அரசர் நபி. கோட்டை வாயிலைத் திறந்து பெரும்படையுடன் வந்து போரிட்டான் மன்னன். மன்னன் படை சிதைந்தது. மன்னன், அமைச்சன், படைத் தலைவர்கள் யாவரும் மாண்டனர். கோட்டையைக் கைப்பற்றினார் அரசர் நபி. மன்னன் மரபினனரும் பிறரும் தீனில் ஆயினர். தம்முடைய அரச பேராளரை ஆட்சியில் அமர்த்திவிட்டு நாடு திரும்பினார். வளர்ந்து பருவம் எய்திய இளவரசன் அரசர் நபியைக் கண்டு ஆட்சியைத் தன்னிடம் ஒப்படைக்க வேண்டும் என்றும் மரபுபடி திறை செலுத்துவதாகவும் கூறி வேண்டினான். அவன் வேண்டுகோளை ஏற்று அவனிடம் ஆட்சியை ஒப்படைத்தார். ஆட்சியைப் பெற்ற இளவரசன் வேட்டையாடுவதில் விருப்பம் மிகக் கொண்டு திரிந்தான். அமைச்சர் முதலியோரின் அறிவுரையையும் புறக்கணித்தான். தரையில் வேட்டையாடிய இளவரசன் கடலில் வேட்டையாட விரும்பினான். நாற்பது கப்பல்கள் தயாரித்து நீண்ட காலத்திற்குத் தேவையான குடிநீரும் உணவுப் பொருள்களும் திரட்டி வீரர், ஏவலர், நடிகர், புலவர், நாட்டிய மாதர் என தேவையான துணைவருடன் பீரங்கி முழக்கத்துடன் புறப்பட்டான். கடலில் பலநாள் வேட்டையாடிப் போய்க் கொண்டிருக்கையில் திடீரென்று ஒருநாள் புயல் காற்றுச் சுழன்றடித்தது. கப்பல்கள் ஒன்றோடொன்று மோதி நொறுங்கின. நற்பேறாக இளவரசன் இருந்த கப்பல் மோதி உடையாமல் தப்பிப் பிழைத்தது. ஆயினும் புயலின்

தாக்குதலில் ஐம்பது ஆண்டு பயணத் தொலைவிற் சென்றது. பார்த்தபோது அது நாலாம் கடலாய் இருந்தது. ஒரு பெரிய மலை தீவாக எழுந்து நின்றது. அதன் அருகில் கப்பலைக் கொண்டு நிறுத்தினார். அப்போது சூரியன் மறைந்தது. கல்வித் தேர்ச்சி இல்லா வம்பரின் உள்ளம் போன்ற இருள் உலகைச் சூழ்ந்தது.

25- இருவர் மோகப் படலம்
படலச் செய்தி

புயலால் சிதறடிக்கப்பட்டு தனிமைப்படுத்தப்பட்ட மகரிபு நாட்டு இளவரசனின் கப்பல் நாலாம் கடலின் நடுவே உள்ள மலையை அண்டி நின்றது. அம் மலை வானைத் தொடுவதாக இருந்தது. அம் மலையில் ஒரு மரம் ஆயிரம் கிளைகளுடன் வானளாவி நின்றது. அதில் உள்ள சரபப் பறவையின் கூடு இவர்களுக்குத் தெரிந்தது. அதைப் பார்த்து யாவரும் அஞ்சினர். இவர்கள் பேச்சு மேலிருக்கும் கூட்டில் வாழும் பெண்ணின் காதில் விழச் செய்தான் இறைவன். அவள் எட்டிப் பார்த்தாள். அவள் அழகு முகம் நீரில் தெரிந்தது. இளவரசன் அண்ணார்ந்து பார்த்தான். அவள் அழகில் மயங்கி மூர்ச்சையாகினான். தெளிந்து எழுந்து வாடினான். கத்தினாலும் கேளாத உயரம். எப்படிப் பேசுவேன்? எப்படிப் பழகுவேன் என்று வாடினான். இறைவன் கட்டளைப்படி ஒருவர் பேசுவது மற்றவர்க்குக் கேட்கும்படிச் செய்தது காற்று. இருவரும் அறிமுகம் செய்துகொண்டு தத்தம் வரலாற்றையும் கூறிக்கொண்டனர். இருவர் நெஞ்சிலும் காதல் கனல் கொள்கிறது. அவள் பறவைக் கூட்டிலும் தான் கப்பலில் இருந்தால் சேர்வது எப்படி? காமம் தீர்வது எப்படி? என்று அவன் கலங்கினான். அவளும் அப்படியே. அவன் ஒரு தந்திரம் செய்தான். பறவை வந்ததும் நீ அழு. காரணம் கேட்டால் நீ போனபின் தனித்து இருப்பதற்கு அச்சமாக உள்ளது என்று சொல். பறவையின் மறுமொழி யாது என்று தெரிந்துகொண்டு மேற்கொண்டு சிந்திப்போம் என்று அவளுக்குச் சொல்லிக் கொடுத்தான்.

சரி என்றாள். மாலையில் பறவை வந்ததும் அழுது சலித்து அவன் சொல்லிக் கொடுத்தபடியே சொன்னாள். கேட்ட பறவை கவலைப் படாதே! விடிந்ததும் சென்று அரசர் நபி சுலைமானிடம் உன் நிலையைச் சொல்கிறேன். அவர் என்ன சொல்கிறாரோ அப்படிச் செய்யலாம் என்றது. இரவு கவிந்தது. சிறகில் அவளை அணைத்தபடிப் பறவை உறங்கலாயிற்று. அவள் தூக்கம் இல்லாமல் அவன் நினைவுடன் 'நெஞ்சொடு புலம்பிக்' கிடந்தாள். கப்பலில் அவனும் அவ்வாறே.

இப் படலத்தில் அகத்துறை உணர்வு மிகைத்துக் கிடக்கிறது. 'தகையணங்குறுத்தல், நெஞ்சொடு கிளத்தல், உறுப்புநலன் புனைந்துரைத்தல், காமம் மிக்க கழிபடர் கிளவி முதலிய துறையிலமைந்த பாட்டுகள் இன்பக் கிளர்ச்சி ஊட்டுவனவாய் உள்ளன.

25. இருவர் மோகப்படலம்
கலிவிருத்தம்

விடிந்தது விடிந்தபின் னெழுந்து வெந்திறன்
மடங்கலே றனையமன் னவனுஞ் சூழ்ந்துளோ
ரடங்கலுங் கடனடு வாயி ருந்துள
நெடும்பெருங் கிரியினை நின்று நோக்கினார். (1)

1. (1123) பொழுது விடிந்தது. சீற்றம் மிகுந்த சிங்கம் போன்ற மன்னனும் கப்பலில் அவனுடன் இருந்த மற்றவர்களும் எழுந்தனர். எழுந்து கடல் நடுவில் உயர்ந்து நிற்கும் மலையை நின்று நிமிர்ந்து பார்த்தனர்.

வெம் - வெம்மை, சீற்றம்; திறல் - வலிமை; மடங்கலேறு - ஆண்சிங்கம்; கிரி - மலை.

குங்கும நிறம்பழுத் தொழுகிக் கொவ்வைவாய்
மங்கையர் மனத்தினும் விரிந்து வானள
வங்கமு மிவளவென் றளந்து யர்ந்துவெண்
டிங்கடோய் தரநெடுஞ் சிகரங் கொண்டதே. (2)

2. (1124) குங்கும நிறம் பழுத்து வழியும் கோவைப் பழம் போல் சிவந்த வாய் உடைய பெண்களின் மனத்தை விடப் பரந்து விரிந்ததாய், வானளவு உயர்ந்ததாய், இவ்வளவு உயரம் என்று அளந்து அறியப்படாததாய் வானத்து நிலவைத் தொட்டு நிற்கும் உயர்ந்த முகட்டுடன் நின்றது.

கொவ்வை - கோவை; அங்கம் - உடல்; திங்கள் - நிலவு; தோய்தர - தொட; சிகரம் - உச்சி, முகடு.

அப்பெரு மலையிலோர் தருவத் தாருவிற்
கொப்புக ளாயிரங் கொப்பொவ் வொன்றுமோ
ரொப்பெரு மரமென விரிந்து யர்ந்தெழுந்
துட்புகு வயிரமுற் றோங்கி நின்றதே. (3)

3. (1125) அந்தப் பெருமலையில் பெரிய மரம் ஒன்று நின்றது. அதற்கு ஆயிரம் கிளைகள் இருந்தன. ஒவ்வொரு கிளையும் ஒரு பெரிய மரம் என்று சொல்லும்படி விரிந்து உயர்ந்து எழுந்து முதிர்ந்து வயிரம் பாய்ந்து நின்றது.

தரு - மரம்; தாரு - மரம், நீட்டல் விகாரம்; கொப்பு - கிளை.

உயர்தரு விதனிடை யுலக மன்னவர்
வயமிகு சதுதள முறம ரத்தினாற்
செயுமொரு புரிசைபோற் சிறையின் மாருதம்
பயிறரு சரபப்பஞ் சரமு முள்ளதே. (4)

4. (1126) அம் மரத்தில், உலகாளும் அரசர்களின் வலிமை மிக்க நால்வகைப் படையும் தங்கத் தக்க பரப்புக் கொண்ட பெரிய கூடு ஒன்று இருந்தது.

அது மரத்தினால் செய்யப்பட்ட கோட்டைபோல் இருந்தது. சிறகடிப்பால் புயலை எழுப்பும் ஆனையிறாஞ்சிப் பறவையின் கூடு.

தரு - மரம்; வயம் - வலிமை; சதுதளம் - சதுர்தளம், நாற்படை; உற - தங்கபுரிசை - கோட்டை; சிறை - சிறகு; மாருதம்- புயல்; பயிறரும் - பயில்தரும், பயிலும், அசைக்கும்; சரபம் - ஆனையிறாஞ்சிப் பறவை; பஞ்சரம் - கூடு.

விண்ணிடைத் தருவொடு மேவ நீண்மரங்
கண்ணிடை யிதற்கிணை கண்ட தில்லையான்
மண்ணிடைக் கரியிறாஞ் சியையு மானவே
யெண்ணிடற் கொருபற வைகளு மில்லையே. (5)

5. (1127) வானத்திற்குக் கீழே வானத்தைத் தொடும் அளவு உயர்ந்து நிற்கும் அந்தப் பெரிய மரத்திற்கு நிகரான இன்னொரு மரத்தைக் கண்ணால் கண்டதில்லை. நினைத்துப் பார்த்தால் ஆனையிறாஞ்சிப் பறவையை நிகர்த்த இன்னொரு பறவையும் உலகில் இல்லை.

தரு - மரம்; மேவ - சமமாக; கரி - யானை; மான - ஒப்ப.

வனநவ மணிபுனை மகுட வேந்தன்சேய்
தனிநிலை யானவித் தருவை நோக்கலு
மனையதிற் புதுமைக ளறியக் கப்பலை
யினமடுத் திடப்பிடித் திடுமி னென்றனன். (6)

6. (1128) நவமணிகள் இழைத்த முடிமன்னனின் மகன் தனித்து நிற்கும் மரத்தைப் பார்த்ததும் இம் மரத்தில் உள்ள கூட்டின் புதுமையை அறிய வேண்டும், ஆதலால் கப்பலை அருகில் செலுத்தி நிறுத்துங்கள் என்றான்.

புனை - புனைந்த; மகுடம் - முடி; மனை - கூடு; அடுத்திட - அருகிற் செல்ல.

மலையினை யடுத்தனர் மன்னன் சேயொடு
குலவிய வெவர்களுங் குறிப்பி னோக்கின
ரிலைமலர் காய்கனி யெவையு மின்றியே
யலைவற வெறுமர மாயி ருந்ததே. (7)

7. (1129) மலையை நெருங்கி உற்றுப் பார்த்தனர், அரசன் மைந்தனும் மற்றவர்களும். இலை மலர் காய் கனி ஏதும் இன்றி வெறும் மரமாக அசையாமல் நிற்கக் கண்டனர்.

அடுத்தனர் - நெருங்கினர்; அலைவற - அசைவில்லாமல்.

வரையினை யிடனற மறைத்து நின்றன
தருவிதை மறைத்தன சண்ட மாருதத்
திரனுறு சரபபட் சியின்கு டம்பையீங்
கிரையின்மிஞ் சியகரி கிடந்த தெண்ணற. (8)

8. (1130) மலையை மறைத்து நின்றது மரம். புயலின் வலிமை கொண்ட ஆனையிறாஞ்சிப் பறவையின் பெரிய கூடு அம் மரத்தை மறைத்துக் கிடந்தது.

அது தின்று மிஞ்சிய யானையின் உடற்பகுதி எங்கும் இறைந்து கிடந்தது.

வரை - மலை; சண்டமாருதம் - புயல்; திரன் - வலிமை; சரபபட்சி - ஆனையிறாஞ்சிப் பறவை; குடம்பை - உடல், கூடு; கரி - யானை.

கடத்தவற் புதமிவை கண்டிங் கிவ்விதக்
குடம்பைதெற் றியபெருங் குருவி கண்டிடி
லிடைந்துநம் முயிர்கொலு மேயென் றஞ்சியுள்
ளிடைந்தழு தொலித்தன ரீரற் றீயவே. (9)

9. (1131) அவற்றைக் கண்டு புதுமை எய்தி இத் தகைய கூட்டினைச் செய்த பெரும் பறவை கண்டால் நம்மைக் கொல்லுமே என்று அஞ்சி உள்ளம் கலங்கி அழுதனர். அவரின் ஈரல் குலைகள் அச்சத்தால் தீய்ந்தன.

கடத்த - கடப்பான, இயற்கையிகந்த; அற்புதம் - புதுமை; குடம்பை - கூடு; தெற்றிய - பின்னிய, செய்த; இடைந்து - வசங்கெட்டு, கலங்கி; ஈரல் - ஈரற்குலை

யாவரு மழுதிட ஏந்த லீன்றசேய்
தாவருந் துயருளத் தடத்த டக்கியே
கூவுசோங் கோரத்திற் குனிந்து வாரியை
மேவுற நோக்கிப்பல் விளக்கு கின்றனன். (10)

10. (1132) யாவரும் அஞ்சி அழுதனர். அரசன் மகன் தணிக்க முடியாத வேதனையை உள்ளத்தில் அடக்கிக்கொண்டு கப்பலின் ஓரத்தில் நின்று கடலைப் பார்த்தபடிப் பல் விளக்கினான்.

ஏந்தல் - அரசன்; ஈன்ற - பெற்ற; சேய் - மகன்; தாவு அரும், தாவரும் - வலிமைமிக்க, கடுமையான; தாவருந்துயர் - அழியாத வேதனை; சோங்கு - மரக்கலம், கப்பல்; வாரி - கடல்; மேவுற - அடைய.

கலங்கியிங் கழுதொனி கரியி றாஞ்சியின்
பெலங்கொளுங் கூட்டுறை பெண்ணின் காதினிற்
புலங்கொலக் காற்றினாற் புகுதச் செய்தனன்
றுலங்குரு வருவிலாச் சோதி நாயகன். (11)

11. (1133) இவ்வாறு இவர்கள் கலங்கி அழும் ஓசை காற்றில் மிதந்து மிக வலிமைமிக்க ஆனையிறாஞ்சியின் கூட்டின் உள்ளே உள்ள பெண்ணின் செவியில் படும்படிச் செய்தான், துலங்கும் உருவமும் அருவமும் இல்லாத பேரொளி நாயகனாகிய இறைவன்.

தொனி - ஓசை; கரியிறாஞ்சி - ஆனையிறாஞ்சி; பெலம் - வலிமை; புலம் - கருவி, இடம்; உரு - உருவம்; அரு - அருவம்; சோதி - ஒளி; நாயகன் - இறைவன்.

ஆனதி லிவளெழுந் தாரு மெய்தொனா
மேனிமிர் மலையிதன் கீழ்மெ லிந்தழு
மானிடர் சத்தமே தெனம தித்துவா
னீனமி லரம்பைபோ லெட்டிப் பார்த்தனள். (12)

12. (1134) காதில் விழுந்ததும் அவள் புதுமை எய்தினாள். யாரும் வரமுடியாத இவ் வுயர்ந்த மலையின் கீழிருந்து மனிதர்குரல் மெலிந்து கேட்கிறதே என்று எழுந்து குறையற்ற வானுலகத்தின் ஹூரிப்பெண்போல் எட்டிப் பார்த்தாள்.

ஆரும் - யாரும்; எய்தொணா - அடையமுடியாத; மேனிமிர் - மேலுயர்ந்த; மதித்து - நினைத்து; ஈனம் - குற்றம், குறை; அரம்பை - பெண், ஹூரிப்பெண்.

அழகொழு கியவணங் கரசி நோக்கலு
நிழலதி ரலைகட னீரிற் றோன்றவே
மழகளி றனையமன் னவன்றன் சந்ததி
விழியினி லுருவெல்லாம் விளங்கக் கண்டனன். (13)

13. (1135) மேனியில் அழகு ஒழுகிய ஹூரிப் பெண்களின் அரசி போன்ற அவள் எட்டிப் பார்க்கவே அவளுடைய நிழல் அலைகள் அதிர்ந்து எழும் கடல் நீரில் தோன்றியது. இளங்களிறு போன்ற மன்னனின் மகன் அவள் மேனி அழகு முழுவதையும் தெளிவாகக் கண்டான்.

அணங்கு - வானுலகப்பெண், ஹூரி; மழகளிறு - இளங்களிறு; சந்ததி - மகன்.

காண்டலு மறிவெனுங் கதிர கன்றன
வீண்டிவள் குழலெனு மிருளி ராவகம்
பூண்டன மோகமா மரசு போர்புரிந்
தாண்டகை வலியினை யடக்கி யாண்டதே. (14)

14. (1136) கண்டதும் அறிவு ஆகிய சூரியன் மறைந்தது. அவளுடைய கரிய குழலாகிய இருண்ட இரவு அவன் மனத்தில் கவிந்தது. மோகமாகிய அரசு போர் நடத்தி அவனுடைய வலிமையை அடக்கி ஆண்டது.

காண்டலும் - கண்டதும்; கதிர் - சூரியன்; ஈண்டு - இங்கு; குழல் - கூந்தல்; இருள் இராவு - இருண்ட இரவு; அகம் - மனம்; ஆண்டகை - ஆண்மை நிறைந்தவன்; வலி - வலிமை.

மயங்கின னுணர்வற மாறி மூர்ச்சைபோய்த்
தியங்கினன் சிறிதுளந் தெளிந்தெ ழுந்தன
னியங்கொள்விண் மகளென நீரி லோருரு
வயங்குவ தேதென மதிப்ப தாயினன். (15)

15. (1137) மயங்கினான். உணர்வு நீங்கி மூர்ச்சையாகினான். பின்னர் அது நீங்கிச் சோர்ந்தான். சற்றே மனம் தெளிந்து எழுந்தான். இனிய இசைக்கருவி இசைத்துவரும் வானுலகப் பெண் என்னும்படி நீரில் ஓர் உருவம் ஒளி வீசிகின்றதே! எங்கிருந்து வருகிறது எனச் சிந்திக்கலானான்.

தியங்கினான் - தயங்கினான்; இயம் - இசைக்கருவி ஒலி; வயக்குதல் - ஒளிசெய்தல்; மதித்தல் - சிந்தித்தல்.

மதித்தனன் சிரத்தையண் ணார்ந்து வானடுப்
பதித்துள முடிப்பருப் பதத்தை நோக்கினன்

கதிப்பெரும் பறவையின் குடம்பைக் கண்மதி
யுதித்தெனு முகத்தினா ளுறையக் கண்டனன். (16)

16. (1138) சிந்தித்தான். வானத்தின் நடுவே உச்சியைப் பதித்துள்ள மலையை அண்ணார்ந்து நோக்கினான். மிகப் பெரிய ஆனையிறாஞ்சிப் பறவையின் கூட்டின் உள்ளே முழுநிலா உதித்தது போன்ற அழகு முகத்தாள் இருக்கக் கண்டான்.

பருப்பதம் - மலை; கதி - மிக்க; குடம்பை - கூடு; உறைதல் - இருத்தல்.

நீழல்கண் ணுணர்வற மயங்கி நெஞ்சுபோய்
வீழுகின் றவனுருக் காணில் வெந்துயர்
சூழுகின் றதும்பதைப் பதுந்து டிப்பதும்
பாழுடம் புயிர்படும் பாடு மார்சொல்வார். (17)

17. (1139) நிழலைக் கண்டு உணர்வு மாறி மயங்கியவன், நெஞ்சம் ஓடி வீழ்ந்தவன், அவள் உருவத்தைக் கண்டதும் கொடிய காமத்துன்பம் அவனைச் சூழ்ந்ததும் பதைபதைப்பதும் துடிப்பதும் பாழும் உடம்பில் உயிர் படும் பாடும் யாரால் விளக்கிச் சொல்ல முடியும்?

நீழல் - நிழல்; வெந்துயர்- கொடிய துன்பம், காமத்துன்பம்.

உண்டிலை யுயிரென வுரைக்கொ ணாமயல்
கொண்டுகண் முகிழ்த்திடிற் கோதை போல்வரக்
கண்டுவந் தனளெனுங் கருத்தி னாலுயிர்
பண்டென நிரம்பவுள் ளுணர்வு பற்றினான். (18)

18. (1140) உயிர் உண்டோ இல்லையோ என்று சொல்ல முடியாத மையல் கொண்டு மயங்கி கிடந்தவன் கண்ணைத் திறந்து பார்த்தால் அவள் உருவம் நேரில் வருவது போலக் கண்டு இதோ வந்தாள் என்று கருதி உயிரில் பண்டுபோல் உணர்வு நிரம்பப் பெற்றான்.

கண்முகிழ்த்தல் - கண் இமைத்தல்; கோதை - பெண்; பண்டு - முன்னர்.

பற்றின னுயிர்மயற் கடலிற் பாய்ந்துமூழ்
குற்றனன் கடல்பல தொழிந்திங் கேவரப்
பெற்றபெண் ணிவளிவள் பேச வாய்க்கவு
நற்றவம் படைத்தில மெனவு நாடுவான். (19)

19. (1141) உணர்வு பெற்றான். உயிர் காமக் கடலில் பாய்ந்து மூழ்கினான். பல கடல்களையும் கடந்து இங்கே வந்திருக்கும் இப் பெண் யார்? அவளோடு பேசும் நற்பேறு கிட்டவில்லையே என்று மனத்தில் நினைத்தான்.

நாடுவான் - நினைப்பான்.

இந்தமின் னுறைமலை யுயர மேழ்வகைச்
சுந்தர முகிற்பதி கடந்து தோன்றலாற்

பந்தவொண் சிறையுடைப் பறவை போயினு
மந்தமட்டே கொணா தயர்ந்து வீழுமால். (20)

20. (1142) மின்னல் ஒளி போன்ற அவள் வாழும் இந்த மலையானது ஏழு மேகங்களுக்கு அப்பால் உயர்ந்து நிற்கின்றது. அழகிய சிறகு உடைய பறவை ஒன்று பறந்து சென்றாலும் உயரத்தை அடைய முடியாது சோர்ந்து வீழ்ந்திவிடுமே!

உறைமலை - வாழும் மலை; பதி - இடம்; பந்தம் - உறவு; புடை - புடைத்தல், (சிறகு) அடித்தல்; ஏகல் - அடைதல்; ஓணாது - ஒண்ணாது, முடியாது.

பல்லிய முழக்கினும் பலசின் கூவினுஞ்
சொல்லியற் பீரங்கித் தொனிமு ழக்கினும்
வல்லிய லொலியவை யேனும் வான்மலை
மெல்லியல் செவியினில் வீழொ ணாததே. (21)

21. (1143) பறை முதலிய வாத்தியக் கருவிகளை முழக்கினாலும் சின்கள் கூவினாலும் பீரங்கிவெடி முழக்கினாலும் வேறு வகையான கடிய ஒலிகள் எழுப்பினாலும் அந்த மெல்லியலாள் காதில் விழாதே!

பல்லியம் - இசைக்கருவீ; வல்லியல் ஒலி - கடிய ஒலி.

தத்தைநீ ரெவரெனக் கேட்பச் சாற்றெதி
ருத்தர மதுசொல வுணர்ந்து சாவியே
யித்திரு மயிலுட னிணங்கி மேவுமோர்
சித்திர மெவையெனத் திகைத்து வாடினான். (22)

22. (1144) கிளிபோன்ற அவள்நீவிர் யார் எனக் கேட்க அவள் புரிந்துகொள்ளும் மறுமொழி கூறினான். இந்த மயில் போல்வாளுடன் இணைந்து வாழும் வழி யாது எனத் திகைத்து வாடினான்.

தத்தை - கிளீ; சாற்றெதிர் உத்தரம் - மறுமொழீ; உசாவி - கேட்டு; மேவும் - பொருந்தும்; சித்திரம் - திறன், வழி.

அவைபெறி லிரிவரு மணைய வென்றுமுன்
கவைபெறு மிறையவன் காற்றைக் கூவியே
யிவனுரை யவள்செவிக் கேற்றி யேயவண்
மவுலுரை யிவன்செவி வரச்செய் யென்றனன். (23)

23. (1145) அவ் விருவரும் இணையும்படி, இவன் பேச்சு அவள் காதில் சென்றடையச் செய்க என்று காற்றுக்கு இறைவன் கட்டளை இட்டான்.

அவை - அவ்வகை; அணைய - இணைய; அவண் - அங்கு; மவுலுரை - பேசும்மொழி.

காற்றவை துணிந்திடக் காணுங் கண்களிற்
றோற்றொணாச் சிகரத்தின் றோகை யாருருத்

தேற்றியற் புனலிடை தெரிவ தாகையாற்
சாற்றுரை கேட்கவுந் தகுமென் றெண்ணினான். (24)

24. (1146) காற்று அவ்வாறே செய்து முடித்தது. கண்ணுக்கு எட்டாத உச்சியில் வாழும் மயில் போன்றவளின் உருவம் நீரில் தெரிகிறது. ஆதலால் நாம் பேசும் ஒலி கேட்கவும் கூடும் என்று எண்ணினான்.

துணிந்திட - முடித்திட; தோற்றொணா - தோன்றாத; சிகரம் - உச்சி; தோகை - மயில்; தேற்றியற் புனல் - தெளிந்த நீர்; சாற்றுரை - பேசுமொழி; தகும் -கூடும்.

எண்ணின னவன்முக மெதிர்ந்து நோக்கலு
நண்ணிவந் தருகுறு நாரி போலிரு
கண்ணினிற் கண்டனன் காம வல்லியோ
டுண்ணயப் பொடுசில வுரைவி னாவுவான். (25)

25. (1147) எண்ணிய அவன் முகம்தூக்கிப் பார்க்க அப் பெண் அருகில் வந்து நிற்பதுபோல் கண்ணில் கண்டான். காமக் கிளர்ச்சியூட்டும் அவளுடைய அழகில் மனம் குழைந்து பேசலானான்.

நண்ணி - விரும்பி; நாரி - பெண்; உண்ணயப் - மனவிருப்பம்.

எழுசீர்க் கழிநெடிலடி யாசிரிய விருத்தம்

பொன்னுல கினைவிட் டிறங்கியிவ் வுலகப்
புதுமையும் பார்க்கவந் தீரோ
பின்னிய திரைவா ருதிப்புவி யினில்வாழ்
பெண்களு மயங்கெழில் படைத்த
மென்னடை யனமே யுமதுபொன் னடித்தூள்
விழவென வளவறுங் கால
முன்னியிம் மலைசெய் யருந்தவ நிறைவே
றுதற்கிவ ணுதித்துறைந் தீரோ. (26)

26. (1148) சொர்க்க உலகை விட்டு இறங்கி இவ் வுலகப் புதுமைகளைக் காண வந்தீரோ? அலை அடரும் கடல் சூழ்ந்துள்ள இவ் வுலகில் வாழும் பெண்களும் மயங்கும் மெல்லிய நடையுடைய அன்னமே! கணக்கற்ற நெடுங்காலமாக உன்னுடைய பாததூளி படவேண்டும் என்று இம் மலை செய்த தவத்தை நிறைவேறுவதற் கென்று இங்கு வந்துவாழ்கிறீரோ?

பொன்னுலகம் - சொர்க்கம்; திரை - அலை; வாருதி - கடல்; புவி - உலகம்; அனமே - அன்னமே; முன்னி - முனைந்து; இவண் - இங்கு.

மனமெனுங் கடலி லோடுமோர் காம
வங்கமே யிளைஞர்கண் மணியே
புனையிழை மடவார் மகுடமே யெனது
புண்ணியந் திரண்டபூ ரணமே

தினமொரு படத்தி லொட்டிநில் லாமற்
திருமொழி பேசுமோ வியமே
வினவுமெப் பொழுதுங் கருகிவா டாது
மிகுமணந் தருமருக் கொழுந்தே. **(27)**

27. (1149) மனம் என்னும் கடலில் ஓடும் காமக் கப்பலே! இளைஞர் கண்ணின் மணியே! ஆபரணம் அணிந்த பெண்களின் மணிமுடியே! புண்ணியம் யாவும் திரண்ட நிறைவே! ஒரு திரையில் பொருந்தி இராமல் அழகு மொழி பேசும் ஓவியமே! எப்போதும் கருகி வாடாத மருக்கொழுந்தே!

வங்கம் - கப்பல்; புனைதல் - அணிதல்; இசை - ஆபரணம்; மடவார் - பெண்டிர்; மகுடம் - மணிமுடி.

காற்றினில் வெயிலி லடிபடா வலைந்து
கண்முத்த மரும்பிலாக் கரும்பே
மாற்றரு மடவி வரையிடைத் தூங்கா
மஞ்சத்திற் றூங்குசெந் தேனே
யாற்றொணாத் தழற்செந் தீயடுப் பேற்றி
யட்டிடா நவரசப் பாகே
வேற்றொரு வரின்கை புகுந்துநூ லதனால்
வீக்குறா மெல்லிதழ் மலரே. **(28)**

28. (1150) காற்றிலும் வெயிலிலும் அலைந்து வேர்வை அரும்பிய கரும்பே! நிகரில்லா காட்டில் மலையின் உச்சியில் தூங்கும் செந்தேனே! நெருப்பில் ஏற்றிக் காய்ச்சப் படாத சுவைப் பாகே! மற்றவர் கையால் பற்றி நூல் கோக்கப்படாத மென்மலரே!

மாற்றரும் அடவி - நிகரில்லாக் காடு; வரை - மழை; தழல் - நெருப்பு; அடுதல் - காய்ச்சுதல்; வீக்குறல் - கட்டடல்.

வாய்ந்தமுள் ளடவி தொறுமலை யாது
மலரணை குலவுவான் மயிலே
யேந்தவோ ரிசையே பயின்றிடா தனந்த
விசைபயின் றிடுமிளங் குயிலே
யாய்ந்தசொற் குளறா திளைஞர்க ளிதைய
மாங்குடம் பையிலுறை கிளியே
வேய்ந்தநால் வகைப்புட் பமுமிகச் சுமந்து
விளங்கெழில் வயங்குபூங் கொடியே. **(29)**

29. (1151) முள்நிறைந்த காட்டில் மலைப்பில்லாது உலவும் மயில் ஏந்திகொள்ளத் தக்க மலரணையில் வாழும் மயிலே! பயிலாமலே பாடும் இளங்குயிலே! சொற்குழறுதல் இல்லாது இளைஞர்களின் மனக்கூட்டில் வாழும் கிளியே! நான்குவகை பூக்களும் சுமந்து விளங்கும் பூங்கொடியே!

அடவி - காடு; அனந்தம் - அளவில்லா; குடம்பை - கூடு; புட்பம் - பூ.

கம்மிய ருருக்கு நெருப்புலை புகுதாக்
கனகமே தமரிடா திலங்கித்
தம்மதி யதனில் விலைமதித் தெவருஞ்
சாற்றொணாத் தரளமே புடைத்து
விம்மிய களப முலைமலை சுமந்து
விரைகமழ் மறைபடா மின்னே
செம்மரை மலர்வேற் கொவ்வைமால் சுமந்த
செழுங்கதிர்ச் சீவரத் தினமே. **(30)**

30. (1152) பொற்கொல்லர் நெருப்பில் இட்டு உருக்காத தங்கமே! துளையிடப் படாது இலங்கு நிலவுபோல் ஒளிவீசி எவராலும் விலைமதிக்க முடியாது திகழும் முத்தே! புடைத்து விம்மிய நறுஞ்சாந்து பூசிய முலையாம் மலையைச் சுமந்து நறுமணம் கமழ நிற்கும் மின்னலே! தாமரை மலர்போல் சிவந்த வேல் போன்ற கண்களில் மை தீட்டிய செழுமையான ஒளிவீசும் உயிர் இரத்தினமே!

கம்மியர் - பொற்கொல்லர்; கனகம் - தங்கம்; தமர் - துளை; தரளம் - முத்து; களம் - நறுஞ்சாந்து; விரை - மணம்; செம்மரை - சிவந்த தாமரை; மால் - கருப்பு.

எவ்வுல கழகை யகற்றிநீ ரிவண்வந்
திருக்கின்றீ ரியாரெனக் கேட்ப
வவ்விய சரபப் புதல்வியான் சரப
மன்னுயி ரெவைக்குமோ ரரசு
செவ்விதிற் புரியுஞ் சுலையுமா னபிபாற்
சென்றது பகலவ ணிருந்தே
யொய்விய விரவிங் கடையுநித் தமுமிவ்
வகையொழு குவதென வுரைத்தாள். **(31)**

31. (1153) எந்த உலகத்தின் கோலத்தை நீக்கி இங்குவந்து இருக்கின்றீர்? நீவிர் யார்? என்று அவன் கேட்க 'சரபப் பறவையின் மகள் நான். உலக உயிரினங்களை ஆளும் சுலைமான் நபியிடம் சென்றுள்ளது சரபம். பகலெல்லாம் அங்கு இருந்துவிட்டு இரவில் இங்கு வரும். நாள்தோறும் இவ்வாறே நிகழ்கிறது' என்றாள்.

மன்னுயிர் - உலக உயிர்; அவண் - அங்கு; ஒவ்விய - பொருந்திய.

சொல்லிய வுரையிற் சுலையுமா னெனுஞ்சொற்
றோன்றலாற் றுணுக்கியுள் வெருவி
யல்லியங் குழலை நோக்கியென் றாதை
யாருயிர்த் தொலைத்தது மவரே
புல்லியா னவர்கீழ்த் திறைகொடுத் துறைவே
னறிவன்புள் ளினமவர் தூது
செல்லுமென் றிசைத்துத் தரளம்போல் விழிநீர்
சிந்திநின் றழுதனன் செம்மல். **(32)**

32. (1154) அவள் பேச்சில் சுலைமான் என்னும் பெயரைக் கேட்டதும் அவன் அச்சம் கொண்டான். இரவுபோல் இருண்ட கூந்தலுடைய அவளை நோக்கி 'என் தந்தையின் அரிய உயிரைப் போக்கியதும் அவரே, அவருக்கு நான் கப்பம் கட்டி வாழ்கிறேன். பறவை இனம் அவருக்குத் தூதாகச் செல்லும் என்பதை நான் அறிவேன்' என்று சொல்லி முத்துதிர்வது போல் கண்ணீர் சிந்தி அழுது நின்றான்.

துணுக்கு - அஞ்சி, நடுங்கி; வெருவி - மருண்டு; அல்லியங்குழல் - இருண்ட கூந்தல்; தாதை - தந்தை; புல்லி - பொருந்தி; திறை - கப்பம்; உறைவேன் - வருவேன்; புள்ளினம் - பறவையினம்; இசைத்து - சொல்லி; தரளம் - முத்து; செம்மல் - இளவரசன்.

ஏனமு தனையென் றிளங்குயில் கேட்ப
விம்மலை மீதிலோர் துணையற்
றீனமுற் றிருந்தா யுனைநிகர் மடவா
ரெழிற்கண வரின்சுக மெய்தி
யூனமற் றருஞ்செல் வமும்படைத் துளரே
யொருபெருங் காற்றுவந் துனையிம்
மீனடுக் கடலல் வீழ்த்திலா ரெடுப்பா
ரெனவிரங் கினனென்றும் விரிப்பாள். (33)

33. (1155) ஏன் அழுதாய் என்று இளங்குயில் போன்ற அவள் கேட்டாள். 'நீ இம் மலை மீது ஒருவர் துணையும் இல்லாமல் தனியாய் இருக்கிறாய். உன்னை ஒத்த பெண்கள் எல்லாம் அழகிய கணவன்மாரை மணந்து அரிய செல்வமும் பெற்று இன்பமுடன் வாழ்கின்றனர். நீயோ சிறுமை கொண்டு தனியே இருக்கிறாய். ஒரு பெரிய காற்று வந்து உன்னைக் கடலில் எடுத்து எறிந்தால் காப்பாற்றுவற்கு யார் உள்ளார்' என்று கேட்டு மேலும் விரிக்கலானான்.

ஈனம் - சிறுமை; ஊனம் - குறை; இரங்கினன் - இரக்கம் கொண்டேன்.

நன்னய மொழியாய் சுலையுமா னபிக்கு
நபிப்பட்டங் கொடுத்தரு ளிறையோ
னென்னையுன் னிடத்திற் சேர்த்தியுன் றனக்கி
யான்றுணை யாயினி திருப்ப
முன்னிய கருணை புரிவனென் றுரைத்து
மோகத்தைத் தூண்டின னெனத்தன்
மின்னிய மணிப்பொற் புயமுந்தன் முலையு
நோக்கிமெய் பூரித்து விண்டான். (34)

34. (1156) நயம் மிக்க மொழியுடைய பெண்ணே! சுலைமான் நபிக்கு நபிப்பட்டம் கொடுத்து அருளிய இறைவன் என்னை உன்னிடத்தில் கொண்டுவந்து சேர்த்திருக்கிறான். நான் உனக்குத் துணையாக இருக்கும்படிக் கருணை புரிவான்' என்று கூறி ஆசையைத் தூண்டினான். ஆசை வசப்பட்ட அவள் தன்னுடைய தோளையும் முலையையும் நோக்கி உடல் பூரித்துச் சொன்னாள்.

முன்னிய - முடுகிய; மெய் - உடல்: விண்டாள் - சொன்னாள்.

விளையிக லரச ருயிருணும் புலவு
வேற்கரத் தோயியா னுறையு
மளவறு சிகர நெடியவோங் கலினீ
யடைவதெவ் விதமடைந் திடினும்
வளர்சினக் கொடும்புட் காண்கிலுன் னாவி
மாய்க்குமன் றோவென மன்னன்
களபவொண் முலையா யதற்கொரு யூகங்
கவலுவன் கேளெனப் புகல்வான். (35)

35. (1157) 'பகை அரசர் உயிரை உண்ணும் புலால் நாறும் வேலை கையில் ஏந்திய அரசே! நான் வாழும் அளவில்லாது உயர்ந்த மலையின் உச்சியை நீ எவ்வாறு அடைவாய்? ஒருகால் அடைந்தாலும் சினம் வளரும் கொடிய பறவை உன்னைக் கண்டால் கொன்று விடுமே' என்றாள். அதற்கு அவன் ' நறுஞ்சாந்து மணம் கமழும் முலை உடையாளே! அதற்கொரு சூழ்ச்சி உரைப்பேன். கேள் என்று சொல்லலானான்.

விளை - விளைவிப்போர்; இகல் - பகை; புலவு - புலால்; அளவறு - அளவற்ற; சிகரம் - உச்சி; ஓங்கல் - உயரம்; சினம் - கோபம்; புள் - பறவை; யூகம் - சூழ்ச்சி; கவலுவன் - சொல்வேன்.

உனைவளர்த் தருள்புள் ளடைந்திடில் விழிநீ
ருகுத்துரை யேனெனிற் றுணையொன்
றெனதிட மில்தாற் சலித்தழு தனனென்
றியம்பதற் கெதிரிசைப் பதையென்
முனமுரை யதன்மே லுணர்ந்துதந் திரமியான்
மொழிவனவ் வகைபுரி யென்றான்
மனமது பொருந்தி வியந்தனள் கதிரோன்
மறைதரு சமையமா யினதே. (36)

36. (1158) உன்னை வளர்த்துப் பாதுகாக்கும் பறவை கூட்டுக்கு வந்ததும் கண்ணீர் சிந்தி அழு. ஏனென்று கேட்டால் எவருடைய துணையும் இல்லாததனால் சலித்து அழுகிறேன் என்று சொல். அதைக் கேட்டுப் பறவை சொல்லும் மறுமொழியை என்னிடம் சொல். அதற்கேற்றபடி தந்திரம் சொல்வேன். அதன்படிச் செய் என்றான். அதைக் கேட்டு வியந்தாள். அப்போது சூரியன் மறையும் நேரமாயிற்று.

நிசிவெயில் குரையிற் சிறைதரு காற்றா
னீன்மலை முடியலை தொடமேற்
றிசையினி லிருந்து புகுந்தது சரபஞ்
செம்மல்சேய் தட்டினி லொளித்தா
னசைதருக் குடம்பை யினிலமு துரைத்தா
ளாயிழை யவளுயி ரிவன்பா

லிசைதர வுறைய விவனுயி ரிவள்பா
லெய்திமோ கக்கட லழுந்த. **(37)**

37. (1159) நண்பகல் வெயில் குறைந்தது. சிறகடிக்கும் காற்றால் மலைமுடி எல்லாம் காற்றலை தொடும்படி மேற்றிசையிலிருந்து வந்து சேர்ந்தது சரபப் பறவை. இளவரசன் கீழ்த்தட்டில் மறைந்தான். கூட்டினில் அவள் அழலானாள். அவள் உயிர் இவன்பால் அடைய இவன் உயிர் அவள்பால் அடைய மோகக் கடலில் அழுந்தினர்.

நிசிவெயில் - பகல்வெயில்; செம்மல்சேய் - அரசன் மகன்; நசை - விருப்பம்; குடம் - கூடு ஆயிழை - ஆபரணம் அணிந்தபெண்; இசைதர - இசைந்து.

புள்ளடுத் திவளை நோக்கலுங் கனகப்
பொருப்பெனு முலைகளில் விழிநீர்
கொள்ளவெண் மதிபோல் வதனமுங் கருக
விரங்குதல் குறித்துள முருகி
யுள்ளகப் பொருளே யுயிரினுக் குயிரே
யொருபொழு தினுஞ்சலித் தழுங்கா
நள்ளிருட் குழலா யமுததென் னெனமன்
னவன்மக னுரைவழி நவின்றாள். **(38)**

38. (1160) பறவை வந்து அவளைப் பார்த்தது. பார்த்ததும் தங்கமலை போன்ற முலைகளில் கண்ணீர் வழிய, வெண்ணிலா போன்ற முகம் கருக அவள் அழுதாள். அதைக் கண்டு உருகிய பறவை' மனத்தில் வாழும் பொருளே! என் உயிருக்கு உயிரே! ஒருபோதும் சலித்து அழாத நள்ளிரவுப்போல் இருண்ட கூந்தலுடையாய்! ஏன் அழுதாய்' என்று கேட்டது. மன்னன் மகன் சொல்லித் தந்ததை அப்படியே சொன்னாள்.

புள் - பறவை; அடுத்து - நெருங்கி; கனகம் - தங்கம்; பொருப்பு - மலை; அழுங்குதல் - அழுதல்; நவின்றாள் - சொன்னாள்.

நவில்லு முளத்திற் சரதமென் றிருத்தி
நாரியர் தொழுமரு மருந்தே
கவினொழு கியவென் னிருவிழி மணியே
கதிரவ னுதித்தபின் போந்து
புவிபுகழ் சுலையு மானபிக் கிசைத்து
மறுமொழி புகலுவன் கவலை
தவிரென நெடிய கரங்களாற் றழுவித்
தடமுலை மிசையணைத் ததுவே. **(39)**

39. (1161) சொன்னதும் அதை உண்மை என நம்பி மதித்துப் 'பெண்கள் தொழும் அரிய மருந்தே! அழகு ஒழுகும் எனது இரண்டு கண்களின் மணியே! சூரியன் எழுந்ததும் எழுந்து போய் சுலைமான் நபியிடம் உன் நிலையைச் சொல்லி அவர் கூறும் மறுமொழியை உன்னிடம் வந்து சொல்வேன். கவலை நீங்கி இரு' என்று சொல்லி தன்னுடைய நீண்ட கைகளால் மார்புறத் அணைத்துக் கொண்டது.

சரதம் - நிச்சயம், உண்மை; நாரியர் - பெண்கள்; கவின் - அழகு; போந்து - போய்; கதிரவன் - சூரியன்; இசைத்து - சொல்லி; புகலுவன் - சொல்வேன்; மிசை - மீது.

நன்றெனப் பறவை யனைக்குரைத் திருப்ப
நள்ளிருட் பரந்தது மோகந்
துன்றியெள் ளளவும் வெளிப்படா தடக்கித்
துயர்ப்பெருங் கடலிடை மூழ்கி
மன்றலுங் குழலுஞ் சோர்ந்திடக் கரத்தில்
வளைகளுங் கழன்றிட மறுகித்
தன்றுணை மனமுந் தானுமாய்த் தனித்துத்
தளர்ந்தன ளொசிந்தசிற் றிடையாள். (40)

40. (1162) அதைக் கேட்ட அவள் 'நல்லது' என்று பறவைத் தாயிடம் சொன்னாள். நள்ளிரவு பரந்தது. ஒடிந்து விழும் சிறிய இடையுடைய அவள் நெருங்கிய மோகம் எள்ளளவும் வெளிப்படாது அடக்கி, துன்பப் பெருங் கடலில் மூழ்கி கூந்தலும் மாலையும் சோர்ந்திட, வளைகளும் கழன்று விழ, குழப்பம் அடைந்து, தன் துணையான மனமும் தானுமாய்த் தளர்ந்து கிடந்தாள்.

அனை - அன்னை, தாய்; துன்றி - நெருங்கி; மன்றல் - பெண்கள் கூந்தலில் சூடும் மாலை; குழல் - கூந்தல்; வளை - வளையல்; மறுகுதல் - குழம்புதல்; ஒசிந்த - ஒடிந்த.

அறுசீர்க் கழிநெடிலடி யாசிரிய விருத்தம்

பருங்கிரி யுலையாய்க் காற்றே துருத்தியாய்ப் பதர்நி லாவாய்
நெருங்கிய மனநெ ருப்பாய் நிறைபனிப் புகையாய்க் கங்கு
லருங்குடை கரியா யிந்த வாயிழை யேபொன் னாக
வொருங்குறாக் காமக் கொல்ல னுருக்கலா லுருகி னாளே. (41)

41. (1163) காமமாகிய பொற்கொல்லன் இப் பெண்ணையே தங்கமாகக் கொண்டு உருக்கி வார்த்தான் போல, பெரிய மலையே உலையாக காற்றே துருத்தியாகக் கொண்டு ஊதி, நிலாஒளியை உமியாய்த் தூவி நெருங்கிய மனமே நெருப்பாக மூட்டி, நிறைந்த பனியே புகையாக, இருட்டே கரியாக, இந்த அழகிய ஆபரணம் அணிந்த பெண்ணே பசும்பொன்னாக தணிவில்லாத காமக் கொல்லன் உருக்கி வார்த்தான். அவள் உருகினாள்.

பருங்கிரி - பெரியமலை; கங்குல் - இருள்; ஒருங்குறா - அழிவில்லாத.

கமழ்தரு மதுரச் செந்தேங் கனிகளுங் கசப்ப தாகிச்
சமரயில் விழிகட் கொப்பாஞ் சஞ்சரீ கங்கள் பாடி
யமர்மலர்த் தொடைமோ கப்போ ரரசிடு பாச மொப்பா
யுமிழ்கதிர் மணியி னாற்செய் யுருவெனுந் திருவ யர்ந்தாள். (42)

42. (1164) மதுரச் சுவைதரும் தேன்போன்ற கனிகளும் கசந்து, போர் செய்யும் வேல் போன்ற விழிகளுக்கு ஒப்பான வண்டுகள் பாடி அமர்ந்து

தேன் உண்ணும் மலர மாலை மோகப் போர் செய்யும் பாசக் கயிறுக்கு ஒப்பாக ஒளி உமிழும் மணியினால் செய்யப்பட்ட உருவமாகிய செல்வம் கண்ணயர்ந்தாள்.

கமழ்தரு - கமழும்; சமர் - போர்; அயில் - வேல்; சஞ்சரீகம் - வண்டு; அமர் - உட்கார்தல்; தொடை - மலர்மாலை; பாசம் - பாசக்கயிறு, எமன் கையில் உள்ளது; திரு - செல்வம், திருமகளாகிய இலக்குமியும் ஆம, பாசக் கயிறும் திருவும் புராண மரபு சொற்கள்.

ஆவிசோர்ந் துடலுஞ் சோர்ந்திட் டணிதுகில் கலனுஞ் சோர்ந்து
காவிசேர்ந் திலங்கு மொண்பற் காரிகைக் கிடக்கின் றாலு
மேவியாங் கணைவ தேபோல் வேந்தனை விழியிற் காட்டிக்
கூவிநேர்ந் தெழுப்பித் துன்பங் கொடுத்தனள் கனவாம் பாங்கி. (43

43. (1165) உயிர் சோர்ந்து உடல் சோர்ந்து ஆடையும் அணிகலன்களும் சோர்ந்து பற்காவி சோர்ந்து இலங்கும் ஒளிவீசும் பல்லுடைய காரிகை சோர்ந்து கிடந்தாலும், காதல் வேந்தன் நெருங்கி வந்து அணைப்பதுபோல் கண்களில் காட்டிக் கூவி எழுப்பித் துன்பம் செய்தாள் கனவு என்னும் தோழி.

துகில் - ஆடை; கலன் - ஆபரணம்; காவி - பற்காவி; மேவி - சேர்ந்து; ஆங்கு - அங்கு; அணைதல் - கூடுதல்; பாங்கி - தோழி.

தினகர னிகர்கி ரீடச் செம்மல்பான் மனத்தைப் போக்கிக்
கனதன மிரண்டும் விம்மிக் கச்சறுத் திருமாந் தோங்கிப்
பனிமலர்க் கொம்பின் மீது பசலைகள் படர்ந்த தோற்றம்
வனமிகு கனகத் தேயொண் மரகதம் வயங்கல் போன்ற. (44)

44. (1166) சூரியனை நிகர்த்த மணிமுடி தரித்த இளவரசனிடம் மனத்தைச் செலுத்தி அதனால் மிகைத்த காமக் கிளர்ச்சியால் கனத்த முலைகள் இரண்டும் விம்மிப் புடைக்க, அதனால் மார்க்கச்சை அறுந்து இறுமாந்து உயர்ந்து நின்றன. பனி படர்ந்த மலர்க்கொம்பு போன்ற அம் முலைகளில் பசலைப் படர்ந்து கிடந்தது. அது கிடப்பது அழகிய பொற்குடத்தில் ஒளிவீசும் மரகதக்கல் இழைத்ததுபோன்று இருந்தது.

தினகரன் - சூரியன்; செம்மல் - இளவரசன்; தனம் - முலை; கச்சு - மார்க்கச்சை; கனகம் - பொன்; வயங்கல் - ஒளிசெய்தல்.

கடக்கவோர் காதத் தப்பா லுறையினுங் காதல் கொள்வோர்க்
கடற்கட லொலிவங் கத்தை யனலிடை யுருக்கிக் காதில்
விடற்கிணை பொருவ மூன்று விரிகடல் சேர்ந்த நாலா
நடுக்கட லுலவு நாரிக் கவ்வொலி யாதொப் பாமே. (45)

45. (1167) ஒரு காத தொலைவிற்கு அப்பால் வாழ்ந்தாலும் காதல் கொண்டார்க்கு மோதி இரைச்சலிடும் கடல் ஓசை ஈயத்தை நெருப்பில் உருக்கிக் காதில் ஊற்றுவதற்கு ஒப்பாகும் என்றாள். விரிந்த மூன்று

கடல்களோடு நாலாவதான காமக் கடலின் நடுவே உலவும் அப் பெண் கேட்டு வருந்தும் கடல் ஓசைக்கு உவமையாகக் கூடியது யாது?

காதம் - பத்துக்கல் தொலைவு; உறையினும் - வாழ்ந்தாலும்; அடல் - மோதல்; வங்கம் - ஈயம்; இணை - நிகர்; பொருவுதல் - ஒப்பாதல்; நாரி - பெண்.

பொறைநிகர் மரவ மாலைப் புயத்தினின் மருவ நாடு
மிறைமக ளுடல்லிற் றாவி யெழுங்கொடுங் காமச் செந்தீப்
பறவையி னிறகு நீறப் பற்றலுங் குழைபோய் மீளு
மறநெடு வேற்கண் ணீரே யவித்தன மழையை நேராய். (46)

46. (1168) மலைபோன்ற குங்கும மாலை தோளில் தழுவிக் கிடப்பது போல் இளவரசனின் தோளை தழுவிக் கிடக்க அவாவும் காமக் கொடுந்தீ அரசன் மகள் உடலில் தாவ எழுந்து உயரே பறக்கும் பறவைகளின் இறகுகள் வெந்து சாம்பாலாகும்படி எரித்துக் காட்டில் போய் அடங்கிற்று. அறத்தொடு நிற்கும் பெரிய வேல்போன்ற கண்களில் இருந்து பொழியும் கண்ணீர் மழைநீராய் மாறி அத் தீயை அவித்தது.

பொறை - மலை; மரவம் - குங்குமம்; மருவ - தழுவ; இறைமகள் - இளவரசி; நீற - சாம்பலாக; குழை - காடு; அறநெடுவேல்கண் - அறத்தொடு நிற்கும் பெரிய வேல் போன்ற கண்; நேர் - நிகர்

இணைசொலற் கரிய பொன்மா னிளமுலை தாங்கு முத்த
மணிவட முழுது நீறி மலர்விழி வழிநீர் சார்ந்து
கணிதரக் குழைத்துப் பூசு நீறெனக் காய்த லாலே
பிணிமுக முபைய வெள்ளிப் பொருப்புகள் பெற்ற தாமால். (47)

47. (1169) இணை சொல்வதற்கு அரிய பொன்மான் போன்றவளின் இளைய முலையில் கட்டிய முத்து மாலை அக் காமக் கொடுந்தீயில் வெந்து சாம்பல் ஆயிற்று. மலர் போன்ற விழிகளிலிருந்து வழிந்த கண்ணீர் அச் சாம்பலில் விழுந்து குழைந்து காய்ந்தது. முலைகளில் முத்துச் சாம்பல் குழைத்துப் பூசியதுபோல் காய்ந்து கிடந்தது. அதனால் அவள் இளமுலைகள் இரண்டும் வெள்ளி மலை போல் தோன்றின.

இணை - நிகர்; முத்தம் - முத்து; மணிவடம் - அழகுமாலை; நீறி - சாம்பலாகி; கணி -கணித்திடல்; நீறு - சாம்பல்; பிணி - காமநோய்; உபயம் - இரண்டு; பொருப்பு - மலை.

எளிதக லிரவெப் போது மிவ்வகை நீண்ட துண்டோ
குளிரிளந் தென்றல் சோமன் வடவைபோற் கொதித்த துண்டோ
தெளிவினிற் புதுமை நோக்கிற் செங்கதி ரிறந்தின் றேதொட்
டளவறு காலங் கங்கு லரசுறை நாளென் றெண்ணும். (48)

48. (1170) எளிதாக இல்லாத இரவு எப்போதாவது இவ்வாறு முடிவின்றி நீண்டது உண்டோ? குளிர்ந்து வீசும் இளந்தென்றல் இவ்வாறு எமனின் ஊழித் தீபோல் கொதித்தது உண்டோ? இந்தப் புதுமையை ஆராய்ந்து

தெளிந்து பார்த்தால் சூரியன் இறந்து இன்று தொடங்கி எல்லை இல்லாத காலம் வரை இரவு அரசு புரியும் காலம் போலும் என்று எண்ணுவாள்.

எளிது - எளிது; அகல் - நீங்கிய; சோமன் - எமன்; வடவை - வடவாக்கினி, ஊழித்தீ; கங்குல் - இருள், இரவு; நாள் - காலம்; எண்ணும் - எண்ணுவாள். எமன், ஊழித்தீ கொடுமை குறித்த புராண மரபு சொற்கள்.

விரிகதிர் மதியந் தென்றல் வீசிய வெம்மை தன்னைத்
திரைகடல் பொறுக்க லாற்றாச் செய்கையோ வின்னாண் மட்டுந்
தருமொலி யினிலுங் கோடி மடங்கொலி தாக்கிக் காதின்
மருவலர் புகழைக் கூறு மாறொத்த தெனம திக்கும். (49)

49. (1171) கதிர்விரித்துப் பரப்பிய நிலவும், தென்றலும் வீசிய வெம்மை பொறுக்க மாட்டாத கடலின் செய்கையே, இந் நாள்வரை தாக்கும் ஒலியை விடக் கோடிமடங்கு மிகுதியான ஒலியால் தாக்கிக் காதை துன்புறுத்துகின றதே, எதிரியின் புகழை உரக்கப் பேசுவது போல் என்று வியந்தாள்.

மதியம் - நிலா; மருவலர் - பகைவர்; பகைவரின் புகழைக் கேட்டல் அரசர்க்குப் பொறுக்க மாட்டாச் செயல் ஆதலின் அதுபோன்ற பேரொலி எழுப்பும் கடலின் செயல் என; மதிக்கும் - வியக்கும்.

துடியிடை விழிமுன் காளை யுருவெளி தோன்றத் தூங்குங்
கொடியபுள் விழிக்கி லாவி கொல்லுமென் றெண்ணிக் கூட்டிற்
கடிதொரு புறத்தொ ளிப்பா யெனக்கரங் காட்டி நேர்வாள்
வடிவுரு மறைய வுந்தான் கரந்தென மகிழ்ச்சி கூர்வாள். (50)

50. (1172) உடுக்குப் போன்ற சிற்றிடையாள் கண்முன்னே காதலன் உருவம் தெரிந்தது. தூங்கும் கொடிய பறவை கண்டால் கொல்லுமே என்று எண்ணி 'விரைந்து போய்க் கூட்டின் ஒரு பகுதியில் ஒளிந்து கொள்' என்று கையால் செய்கை காட்டினாள். அவன் உருவம் மறையவே' ஒளிந்து கொண்டான்' என்று மகிழ்ச்சி அடைந்தாள்.

துடி - உடுக்கு; உருவெளித்தோற்றம் - வெற்று வெளியில் தோன்றும் கற்பனைத் தோற்றம்; புள் - பறவை; விழிக்கில் - விழித்தால்; ஆவி - உயிர்; கடிது - விரைந்து; நேர்வாள் - வேண்டுவாள்; கரந்தது - ஒளிந்தது; கூர்தல் - மிகுதல்.

சரபத்தின் புதல்வி யிவ்வா றெய்தின டரணி யெங்கும்
பரவுற்ற சீர்த்தி வேந்த மனவங்கம் படருங் காமத்
திரைபெற்றிங் கிதைய கன்றோர் திசைபுக மின்னாள் கொங்கை
வரைமுற்றுந் தடுப்ப தாலே மறுகினன் வழிவே றின்றி. (51)

51. (1173) சரபப் பறவையின் மகள் இவ்வாறாயினாள். உலகமெலாம் பரவிய புகழுடைய அரசிளங் குமரனின் மனமாகிய கப்பல் படர்ந்தெழும் காம அலைகளினால் அடித்துச் செல்லப்பட்டுத் திசை மாறி வேறொரு திசையில் புகுந்தது. ஆயினும் மின்னல் போன்றவளின் கொங்கைகள் மறித்துத் தடுப்பதனால் வேறு வழி இல்லாமல் குழம்பி நின்றான்.

பயத்தினாற் சிலரை வெல்லப் படுமியா வரையும் வெல்ல
நயத்தினாற் கூடு மென்று நவில்வது சரத மன்றோ
வயத்தினாற் சுலையு மானன் னபியன்றி மன்னர் வெம்போர்
வியத்தினா லிளையான் பேதை விழியினா லிளைக்கின் றானே. (52)

52. (1174) 'பயத்தினால் சிலர் வெல்லப்படுவர்; யாவரையும் நயத்தினால் வெல்லக்கூடும்' என்று உலகோர் சொல்வர். அது மெய் அன்றோ! வலிமை மிக்க சுலைமான் நபி அன்றிக் கொடிய போர் செய்யும் வேறு மன்னர்களின் கொடும்போரப் பெருமைகளை அஞ்சிச் சோர்வடையாத இளவரசன் பேதைமையுடைய பெண்ணின் கண்களால் தாக்கப்பட்டு இளைக்கின்றானே!

நயம் - நயமான பேச்சு; நவில்வது - சொல்வது; சரதம் - மெய்; வயம் - வலிமை; வெம்போர் - அஞ்சத்தக்க கொடிய போர்; வியம் - பெருமை; இளையான் - இளைக்க மாட்டான்; பேதை - பேதைமையுடைய பெண். பெண்டிற்கு அணியாகிய நாற்குணங்களில் ஒன்று பேதைமை - மடம்: அச்சம், நாணம், பயிர்ப்பு ஆகிய பிற மூன்றும்.

புனையிழை காம வெம்மை பொறுக்கொணா திருப்பி டம்பேர்ந்
தனையசோங் குலவ லோயா னதிற்சிறி தேனும் போமோ
பனிமலை யொளிக்கின் றாலும் பாற்கடற் குளிக்கின் றாலுந்
துனிதரத் தொடர்ந்து சென்று சுடுமன்றோ விரகத் தீயே. (53)

53. (1175) அணிகலன்கள் அணிந்தவளின் மீது கொண்ட காமத்தின் சூடு பொறுக்க முடியாமல் இருப்பிடத்திற்குத் திரும்பிச் சென்றான். மரக்கலத்தில் அங்கும் இங்கும் ஓயாது உலவலானான். காமத்தீ உலாவுவதால் போகுமோ? பனிமலையில் ஒளிந்து கொண்டாலும் பாற்கடலில் குளித்தாலும் காமத்தீ அச்சம் தரும்படித் தொடர்ந்து சென்று சுடும் அன்றோ!

புனைதல் - பூட்டுதல், அணிதல்; இழை - அணிமணி; பேர்ந்து - திரும்பி; சோங்கு - மரக்கலம், கப்பல்; துனி - அச்சம்; விரகம் - காமம்.

சிலைகொள்வான் புருவ மாது திருவுரு முனமே தோன்ற
விலைகொள்வேற் கரத்தான் புல்க வெய்தலு மறைய வந்த
மலையிலோ சோங்கோர் பாலோ மனத்திலோ வாரி மின்னார்
நிலையிலோ புகுந்தொ ளித்தா ணேரிழை யெனநி னைத்தான்.(54)

54. (1176) வில்போல் வளைந்த பெருமை மிக்க புருவம் அமைந்த அம்மாதின் அழகு உருவம் முன்னே தோன்ற கையில் வேல் ஏந்திய இளவரசன் கட்டித்தழுவ ஓடினான். உருவம் மறையவே 'அந்த மலையிலோ? மரக்கலத்திலோ? என் மனத்திலோ? கடல் போன்ற பெண்கள் கூட்டத்திலோ? அழகிய ஆபரணம் அணிந்த அவள் எங்கே போய் ஒளிந்தாள்' என்று நினைத்தான்.

சிலை - வில்; வான் - பெருமை; புல்க - தழுவ, அணைக்க; எய்தல் - போதல், செல்லல்; சோங்கு - மரக்கலம், கப்பல்; வாரி - கடல்; மின்னார் - மின்னல் போன்றார், பெண்கள்; நேரிழை - அழகிய ஆபரணம் அணிந்தவள்.

மதர்விழிக் கொடுநஞ் சேறி மயங்குவோர் மாயா வண்ண
மிதழெனு முயிர்ச்சஞ் சீவி மருந்தலா தெவையே காக்கு
மதுதரத் தனித்து வாரா ளவளுடன் றுணையாய்ச் சேரும்
விதியெனும் பாங்கி சித்த மெவைகொலோ வெனமெ லிந்தான். (55)

55. (1177) செழித்த கண்ணாகிய கொடிய நஞ்சு ஏறி மயங்கிய இளைஞர் செத்தொழியா வண்ணம் இதழ் என்னும் உயிர்ச் சஞ்சீவி மருந்து அல்லாது வேறு எவை காப்பாற்ற வல்லவை? அவ் இதழாகிய உயிர்ச் சஞ்சீவியைத் தருவதற்கு அவள் தனித்து வரவில்லையே! அவளுடன் கூடி வாழ்வதற்கு விதி என்னும் தோழியின் கருத்து யாதோ என்று எண்ணி ஏங்கி மெலிந்தான்.

மதர் - செழிப்பு; பாங்கி - தோழி.

தொகையிலோ ரளவி டாத சுடர்மதி முகத்தாள் கொங்கை
முகையிலோ விடையி லோமென் முல்லையி லரும்பு போன்ற
நகையிலோ வறிவைக் கொண்டு நடந்தன ளினிமே லெந்த
வகையிலோ வவளை மேவி வாங்குவ தெனம தித்தான். (56)

56. (1178) தொகை அளவு குறிக்க முடியாத சுடர் வீசும் நிலவு போன்ற முகத்து மங்கை, முலை அரும்பிலோ இடையிலோ மென்மையான முல்லை அரும்பு போன்ற புன்னகையிலோ எதிலோ என் அறிவைக் கவர்ந்து சென்றாள். இனி எந்த வகையில் அவளை நெருங்கி அதனை வாங்குவது என சிந்தித்தான்.

மேவி - அணுகி, நெருங்கி.

வையக மதிக்கொ ணாத மாணிக்க மணியைக் கண்ணால்
வெய்யநஞ் சுறையு நாகம் வைத்துறு விதம தேபோற்
செய்யதெள் ளமுதைக் காத்த சிறைப்பட்சி யகன்றம் மாது
துய்யவொண் முகத்தைக் காணச் சுடர்வரா தோவென் றாய்ந்தான். (57)

57. (1179) உலகத்தாரால் விலைமதிக்க முடியாத நாகமாணிக்க மணியைக் கொடிய நஞ்சுடைய நாகப்பாம்பு வைத்திருப்பது போல் சிவந்த தெள்ளமுதைக் காக்கும் சிறகுடைய பறவை அகன்று அவளின் தூய ஒளிவீசும் முகத்தைக் காண்பதற்குச் சூரியன் எழுந்து வராதோ என்று ஆராய்ந்தான்.

வெய்ய - கொடிய; செய்ய - சிவந்த; பட்சி - பறவை; ஒண் - ஒளி; சுடர் - சூரியன். சூரியன் எழுந்ததும் சரபப் பறவை சுலைமான் நபியிடம் சென்று விடும். ஆதலின் அது வராதோ எனத் தவித்தான்.

அள்ளிலை வேற்கண் ணல்லாட் கறைந்தசொன் முறையே நெஞ்சிற்
கள்ளமுற் றழத்தெ ரிந்து கண்ணினீர் சொரிந்து நின்று
புள்ளினுக் குரைக்கின் றாளோ பொய்த்தழத் தெரியா தாற்சொற்
றள்ளிவிட் டிருக்கின் றாளோ வழலன்றிச் சாற்றி னாளோ. (58)

58. (1180) கூரிய இலைபோன்ற வேலைக் கண்ணாக உடைய நல்லவளான அவளிடம் கூறியதை, மனத்தில் கள்ளம்கொண்டு அழத் தெரிந்து கண்ணீர்

சிந்தி நின்று பறவையிடம் சொன்னாளோ? பொய்யாக அழத் தெரியாததனால் நான் சொல்லித் தந்ததை ஒதுக்கித் தள்ளிவிட்டு இருக்கின்றாளோ? அழாமல் உண்மையைக் கூறிவிட்டாளோ?

அள் - கூர்மை; அறைந்த - சொல்லித்தந்த; சொரிந்து - சிந்தி; புள் - பறவை; பொய்த்து - பொய்யாக; அழல் - அழுதல்.

எவ்விதத் தினிலென் றாலு மிவளுரைத் ததற்கி யானை
வவ்வுமப் பறவை யாது மவுன்றதோ விதுமட் டில்லா
தொவ்வுமிவ் வுரைசொல் வாறே தெனவுளக் கவட முன்னிச்
செவ்விய மயிலை யென்கொல் செய்ததோ வெனத்தி கைத்தான்.
(59)

59. (1181) எவ்வாறு ஆனாலும் இவள் சொன்னதைக் கேட்ட யானையைக் கவர்ந்து தூக்கிச் செல்லும் அப் பறவை என்ன சொன்னதோ? இது மட்டும் அல்லாது பொருந்தும்படி சொல்லிய வார்த்தையின் நிலைமை என்னவோ? எனச் சிந்தித்து இதில் கள்ளம் உள்ளது என்று நினைத்து செம்மையான மயில் போன்றாளை என்ன செய்ததோ எனப் பலவாறு நினைத்துத் திகைத்தான்.

யானை வவ்வும் பறவை - யானையை வாரி செல்லும் பறவை, ஆனையிறாஞ்சி; மவுன்றதோ - சொன்னதோ; ஒவ்வும் - பொருந்தும்; கவடம் - கள்ளம்; உன்னி - நினைத்து; செவ்விய- செம்மையான.

களபவான் முலையை நெஞ்சிற் கருதிய துயர வெள்ள
மளவறப் பெருகி யிவ்வா றிளவலு மயருங் காலை
தளரியற் பதத்தாள் கூந்தற் கிணைசில சாற்றுங் கங்குல்
வளைகட லுல்கை நீங்க வெய்யவன் வருகின் றானே. (60)

60. (1182) இவ்வாறு நறுஞ்சாந்து மணக்கும் பெருமை மிக்க முலை உடையவளை மனத்தில் நினைத்தலாகிய துன்ப வெள்ளம் அளவில்லாமல் பெருகி இளவரசன் சோர்வடையும் போது தளர்ந்து நடக்கும் மென்மையான பாதம் உடையவளின் கூந்தலுக்கு ஓரளவு இணை சொல்லத் தக்க இருள் கடலால் வளைத்துச் சூழப்பட்ட உலகை விட்டு நீங்கும்படிச் சூரியன் எழுந்து வரலானான்.

களபம் - நறுஞ்சாந்து; வான் - பெருமை; அளவற - அளவில்லாமல்; அயரும் - சோரும்; காலை - நேரம்; தளரியல் - தளர்ந்த; பதம் - பாதம்; சாற்றும் - சொல்லும்; கங்குல் - இருள்; வெய்யவன் - சூரியன்.

இருவர்மோகப் படலம் முற்றிற்று.
படலம் 25 -க்கு - திருவிருத்தம் - 1182

26. விதிகூட்டிய படலம்
படலச்செய்தி

இரவில் அவளைச் சிறகில் அணைத்துத் தூங்கிய சரபம் விடிந்ததும் ஆறுதல் கூறிவிட்டு நபியிடம் சென்றது. அவளைக் காண முடியாத ஏக்கத்தால் இரவெல்லாம் வருந்திய இளவரசன் விடிந்ததும் கப்பலின் மேற்றளத்திலிருந்து வந்து அவளை அழைத்தான். அவள் எட்டிப் பார்த்தாள். 'பறவையிடம் நான் சொன்னதைச் சொன்னாயோ' என்று கேட்டான். 'சொன்னேன். நபியிடம் கேட்டு மறுமொழி கூறுவேன் என்றது பறவை' என்றாள். மாலையாயிற்று. பறவை வந்தது. 'உன் மகளுக்கு அச்சமாக இருந்தால் எட்டு நாள் உடன் தங்கியிருந்து மறுநாள் வா என்றார்' என்று சொல்லிவிட்டு எட்டுநாள் கூட்டிலேயே தங்கிவிட்டது. கிணறு வெட்டப் பூதம் புறப்பட்டதே என்று இருவரும் வருந்தினர். ஒன்பதாம் நாள் பறவை நபியிடம் சென்றது. வருந்திய இருவரும் பேசி ஆறுதல் கூறிக்கொண்டனர். இறைவிதிப்பின் வலிமையைப் பற்றி விளக்கிய இளவல் 'அது நம்மைக் கூட்டுவிக்கும்' என்றான். மேலும் 'இன்னொரு தந்திரம் கேள்' என்று கூறினான்: 'என்னுடைய குதிரையின் வயிற்றைக் கீறிக் குடலை வெளியேற்றிவிட்டு நான் உள்ளே புகுந்து கொள்கிறேன். பறவை வந்ததும் எட்டுநாள் உடன் இருந்தாய் அச்சமற்று இருந்தேன். இப்போது பயம்வந்து விட்டது. அதோ அந்தச் செத்தக் குதிரையை என் முன்னே கொண்டுவந்து வைத்தால் அதைப் பார்த்துக்கொண்டே இருப்பேன்' என்று சொல். மற்றவற்றைப் பிறகு சொல்வேன் என்று சொல்லிக் குதிரை வயிற்றைக் கீறி உள்ளே புகுந்துகொண்டான். பறவை வந்தது. அவன் சொன்னபடியே சொன்னாள். பின்னே வர இருப்பதை அறியாத பறவை அவ்வாறே செய்தது. காலை விடிந்ததும் நபியிடம் சென்றது. பறவை சென்றதும் வெளியில் வந்தான். நீராடினான். உடை மாற்றிக் கொண்டான். காதலர் இருவரும் தழுவி இன்பம் துய்த்தனர். இவ்வாறு இன்பம் துய்க்கும் நாளில் அவளுக்குப் பதினேழு வயதும் ஆறு மாதமும் ஏழு நாள்களும் நிறைந்தன.

எதை விலக்குவேன் என்று சூளுரைத்ததோ அது நடக்க அப் பறவையே உதவியாயிற்று. இதுவே இறைவிதிப்பின் விளையாட்டு. இறைவிதிப்பின்படியே இவ்வாறு நடந்தது. இந் நடப்புகள் அனைத்தையும் காற்று நபி சுலைமான் அவர்களிடம் சொல்லிற்று. 'விதி கூட்டிய படலம்' என்னும் பெயருக்கு ஏற்பப் படலம் முழுவதும் இறைவிதிப்புப் பற்றிய செய்தி பரவலாக உள்ளது. 35 விருத்தப் பாட்டுகளால் ஆன இச் சிறிய படலத்தில் 14 பாட்டுகள் இறைவிதிப்புப் பற்றிப் பேசுகின்றன. இறைவிதிப்பின் வலிமை, அதன் விலக்கொணாத் தன்மை, அதன் இயற்கை, அதன் செயற்பாடு என்றவாறு பலபடப் பேசப்பட்டுள்ளது. இறைவிதிப்பின் மீது நம்பிக்கை கொள்வது ஈமானின் (இறைநம்பிக்கையின்) ஏழு கூறுகளில் ஒன்று ஆகும். ஈமானின் ஏழு கூறுகள் ஆவன:1. அல்லாஹ்வின் மீது நம்பிக்கை வைத்தல்

2. மலக்குகள் எனப்படும் வானவர் மீது நம்பிக்கை
3. கித்தாப் எனப்படும் இறைமறைகளின் மீது நம்பிக்கை

4. நபிமார்கள் மீது நம்பிக்கை
5. இறுதித் தீர்ப்பு நாளின் மீது நம்பிக்கை
6. நன்மை தீமை அல்லாஹ்வின் 'களா - கதுர்' ஆகிய கற்பனையும் விதிப்பும்கொண்டு உண்டாகின்றன என்ற நம்பிக்கை.
7. மரணத்திற்குப்பின் இறுதி நாளில் படைக்கப்பட்ட அனைத்தும் உயிர்கொடுத்து எழுப்பப்படுதலின் மீது நம்பிக்கை.

இந்த ஏழு அடிப்படைகளின் மீதும் நம்பிக்கை கொள்ளுதலே ஈமான் எனப்படும். இவற்றில் ஏதேனும் ஒன்றை மறுத்தாலும் மறுத்தவன் இஸ்லாமிய வட்டத்தில் இருந்து வெளியேறியவன் ஆவான். இவற்றில் ஆறாவதாக உள்ள இறைவனின் கற்பனையும் விதிப்புமே (களா - கதுர்) ஆகிய இரண்டுமே இங்கு 'விதி' எனப்படுகின்றன. இந்த விதிப்பு வேறு; உறுத்து வந்து ஊட்டும் ஊழ்வினை வேறு. இந்த விதிப்பு முற்றிலும் இறைவனின் அதிகாரத்திற்கு உட்பட்டது. மனித முயற்சிக்கோ செயலுக்கோ இடமில்லை. 'அவன் கற்பனை செய்து விதித்தது நடக்கும்; அதை எவராலும் விலக்க முடியாது' என்னும் கருத்து இப் படலத்தில் விளக்கப்பட்டுள்ளது.

26. விதிகூட்டிய படலம்
அறுசீர்க் கழிநெடிலடி யாசிரிய விருத்தம்

இரவெலா முயிர்ப்பெண் மானை யிறகினி லணைத்துத் தூங்கிப்
பருதிதோன் றியபின் வானப் பாவையர் வதனப் பட்சி
முருகுலா வியபொன் மேனி முத்தமிட் டின்சொற் கூறிச்
சுருதிநா யகர்தா வூது தோன்றல்பா லடைந்த தன்றே. (1)

1. (1183) இரவெல்லாம் உயிருக்கு நிகராகிய பெண் மானை இறகினில் அணைத்துக் தூங்கிய ஹூரிப்பெண்கள் போன்ற முகமுடைய சரபப் பறவை சூரியன் தோன்றிய பின் அழகு ஒழுகும் அவள் மேனியில் முத்தமிட்டு வேதம் பெற்ற தாவூது நபியின் மைந்தரிடம் சென்று சேர்ந்தது.

பருதி - சூரியன்; வானப்பாவையர் - சொர்க்கத்து ஹூரிப் பெண்டிர்; வதனம் - முகம்; முருகு - அழகு, இளமை; சுருதி - வேதம், அது ஜபூர்; நாயகர் - தலைவர், நபி ; தோன்றல் - மைந்தர்; அடைந்தது - சேர்ந்தது.

புகலுமக் கங்குன் மீதூண் டுயிலறப் புலம்பிச் சோர்ந்து
பகலவன் வருவ தென்றோ பறவையு மகல்வ தென்றோ
இகலயில் விழிமின் னாளைக் காண்பதென் றோவென் றெண்ணு
மகரிபி ராஜன் காளை வங்கத்தட் டதன்மேல் வந்தான். (2

2. (1184) இரவு என்று சொல்லும் அவ் விருளில் உணவும் தூக்கமும் இன்றிப் புலம்பி வாடி, சூரியன் எப்போது வருமோ? பறவை எப்போது போகுமோ? பகை முடிக்கும் வேல் போன்ற கண்ணுடைய மின்னல் போன்றவளை எப்போது காண்பேனோ? என்று எண்ணிக் கிடந்த மகரிபு நாட்டு மன்னனின் மைந்தன் கப்பலின் மேற் றளத்திற்கு வந்தான்.

புகலும் - சொல்லும்; கங்குல் - இரவு, இருள்; ஊண் - உணவு; துயில் - தூக்கம்; அற - நீங்க; பகலவன் - சூரியன்; அகல்வது - நீங்குவது; இகல் - பகை; அயில் - வேல்; மகரிபு - ஒரு நாடு, இன்றைய மொரோக்கோவை உள்ளடக்கிய பகுதி; காளை - இளைஞன்; வங்கம் - கப்பல்.

வேவிய தவஞ்செய் வோர்க்கு மென்பதத் தழகு காட்டு
மாவியே கண்ணே பெண்ணே யரியதெள் ளமுதே பூந்தே
னாவியே யொழுகும் கூந்த னாரியே மலையில் வாழ்சஞ்
சீவியே யெனவி ளித்தான் றிருமயி லெட்டிப் பார்த்தாள். (3)

3. (1185) சார்ந்து தவம் செய்வார்க்கு மென்மையான பாத அழகு காட்டும் உயிரே! கண்ணே! பெண்ணே! கிடைப்பதற்கு அரிய தெள்ளமுதே! கத்தூரி மானே! தேன் ஒழுகும் கூந்தல் உடைய பெண்ணே! மலையில் வாழும் சஞ்சீவியே! எனக் கூவி அழைத்தான். அழகு மயில் போன்ற அவள் மேலிருந்து எட்டிப் பார்த்தாள்.

மேவி - சார்ந்து; மென்பதம் - மென்மையான பாதம்; ஆவி - உயிர்; நாவி - கத்தூரி மான்; நாரி - பெண்; சஞ்சீவி - உயிர் காக்கும் மருந்தாகும் மூலிகை; விளித்தான் - அழைத்தான்; திரு - அழகு.

வரைத்தட முலையாய் சிம்புள் வந்தபி னியான்சொல் வண்ண
முரைத்தனை யோவென் றோத வுரைத்தன னபிபாற் சென்று
நிரைத்திவை புகன்று நாளை நிகழ்த்துவ னென்ற தென்றாள்
விரைச்செழும் புயத்தா னன்றவ் விதமறி குவமென் றானே. (4)

4. (1186) பருத்துத் திரண்ட மலைமுகடு போன்ற முலையுடைய பெண்ணே! சிம்புள் பறவை வந்தபின் நான் சொல்லிக் கொடுத்தபடிச் சொன்னாயோ சொல் என்று கேட்டான் இளவல். சொன்னேன். நீ சொன்னதை நபியிடம் சொல்லி நாளை வந்து மறுமொழி சொல்வேன் என்று சொல்லிப் போயிற்று என்றாள். மலர்மாலை புனைந்த மணங்கமழும் செழுமையான தோளன் நன்று, அவ்வாறே அறிவோம் என்றான்.

வரை - மலை; சிம்புள் - சரபம், ஆனையிறாஞ்சிப் பறவை; நிரைத்து - தொகுத்து; புகன்று - சொல்லி; நிகழ்த்துவன் - சொல்வேன்; விரை - வாசனை.

கண்டறி குவமென் றோது காளைகப் பலிலு மின்னாள்
விண்டட வியபொ ருப்பு மிசையுமாய்ப் பகலெல் லாமாற்
கொண்டநெஞ் சிருந்த வார்த்தை கூறிவை கினர்மா லைப்போ
தண்டமெங் கணுமொ லிக்க வடைந்தது நெடுங்கைப் புள்ளே. (5)

5. (1187) கண்டறிவோம் என்று சொன்ன இளைஞன் கப்பலிலும் மின்னல் போன்ற அவள் விண்ணை அளாவித் தொடும் மலையின் மேலுமாய்ப் பகலெல்லாம் காம மயக்கம் கொண்ட நெஞ்சில் உள்ளவற்றை வார்த்தைகளால் பேசி இருந்தனர். மாலையானதும் வானவெளி எல்லாம் ஓசை எழும்படிப் பறந்து வந்து சேர்ந்தது நீண்ட கையுடைய சரபப் பறவை.

பொருப்பு - மலை; மிசை - மேல்; மால் - மயக்கம்; வைகினர் - இருந்தனர; அண்டம் - வானம்; புள் - பறவை.

வருதலும் வங்கத் துள்ளோ ரனைவரு மன்னன் சேயு
முருவதன் மறையி னுள்ளே யொளித்தனர் மயில்கூ டுற்றாள்
சரபம்வெற் படைந்த பின்னர் தரணியோர் குடையிற் றாங்குந்
திருநபி பால்விண் டாயோ வென்றிவள் கேட்கச் செப்பும். (6)

6. (1188) பறவை வந்ததும் கப்பலில் உள்ளோர் அனைவரும் மன்னன் மகனும் மறைவான இடத்தில் உடலை மறைத்தனர். மயில் போன்ற அவள் கூட்டிற்குச் சென்றாள். சரபப் பறவை கூட்டை அடைந்ததும் உலகம் முழுவதையும் ஒரு குடையின்கீழ்க் காக்கும் திருநபியிடம் சொன்னாயோ என்று இவள் கேட்க அது சொல்லும்.

வங்கம் - கப்பல்; சேய் - மகன்; மறை - ஒளிப்பிடம்; வெற்பு - மலை; தரணி - உலகம்; தாங்கும் - காக்கும்; விண்டாயோ - சொன்னாயோ; செப்பும் - சொல்லும்.

கேட்டனன் றனித்தி ருப்பப் பயந்திடிற் கிளிபா லெட்டு
நாட்டரித் தோர்நா ளெம்பாற் சேரென நவின்றார் நீண்ட
வாட்டட விழியா யந்த வண்ணம்வை குவனென் றன்பாய்க்
கூட்டுறைந் ததுமின் னாளுங் கோமகன் றானும் வாட. (7)

7. (1189) கேட்டேன். தனித்திருக்க அஞ்சினால் கிளி போன்றவளுடன் எட்டு நாள் தங்கி இருந்துவிட்டுப் பின்னர் என்னிடம் வந்து சேர் என்று கூறினார். நீண்ட வாள் போன்ற கண்ணுடைய பெண்ணே! அவ்வாறே நான் தங்குவேன் என்று கூறி இளவரசனும் மின்னல் போன்றவளும் வாடும்படிக் கூட்டில் தங்கியது.

நாட்டரித்து - நாள் தரித்து; நவின்றார் - சொன்னார்; வாள்+தட+விழி - வாட்டடவிழி; வைகுவன் - தங்குவேன்; கோமகன் - இளவரசன்.

பூவலை யமும்வ னப்பும் பொருந்துபொற் புயத்தைக் காணா
மாவலை தினமோ ரெட்டும் வந்தது புனலை யெண்ணிக்
கூவலை யகழப் பூதம் புறப்படுங் குணக்கா யிந்தக்
காவலை வலியப் பெற்றோ மெனமயில் கருதிச் சோர்ந்தாள். (8)

8. (1190) பூமாலையும் அழகும் பொருந்தும் பொன் திரண்ட தோளைக் காணமுடியாது தடுக்கும் பெரிய வலையாக எட்டு நாள்களும் வந்தன. நீருக்கு என்று கிணறு தோண்டப் பூதம் புறப்படுதல் போல் எதிர்மறையான இக் காவலை வலியப் பெற்றோம் என்று கருதி மயில் போன்றவள் வாடினாள்.

பூவலையம் - பூமாலை; வனப்பு - அழகு; புயம் - தோள்; மாவலை - பெரிய வலை, வேலி; புனல் - நீர்; கூவல் - கிணறு; அகழ்தல் - தோண்டுதல், வெட்டுதல்; குணக்கு - எதிர்மறை.

நண்ணிநித் தமும்போம் பட்சி நாளெட்டு முறைந்த தாலே
புண்ணிய நபிபா லோதித் தெரிந்துமொத் தமதாய்ப் பூவை
யுண்ணியக் கவடுற் றாளென் றுரைத்ததாற் காத்த தோவென்
றெண்ணிநெட் டுயிர்த்து வெம்பி யிளவலு மிதைய நொந்தான். (9)

9. (1191) நாள்தோறும் போகும் பறவை எட்டு நாள்கள் தங்கியதால் புண்ணிய நபியிடம் சொல்லி அவர் இருவர் கொண்ட காதலையும் அறிந்து 'உன் மகள் மொத்தமாயக் கள்ளம் உரைத்தாள்' என்று அவர் கூறியதனால் பறவை காவல் காக்கின்றதோ என்று நினைத்துப் பெருமூச்சு எறிந்து வெம்பி மனம் நொந்தான் இளவல்.

நண்ணல் - சேரல்; நித்தம் - நாள்தோறும்; உறைதல் - தரிபடல், தங்குதல்; ஓதி - சொல்லி; உண்ணி - உள்நினைந்து; கவடு - கள்ளம்; பூவை - பூப்போன்ற பெண்; நெட்டுயிர்த்தல் - நெடுமூச்செறிதல்.

எட்டுநா ளுறைந்த பட்சி யேகிய தடர்கி ராணந்
தொட்டுமா றியவெய் யோனுஞ் சோமனு மெனவேல் வேந்தும்
வட்டவான் முகத்தி னாளு மகிழ்ச்சிகூர்ந் தனணீள் வங்கத்
தட்டின்மே லிவன்வந் தந்தத் தையலை விளிக்கச் சார்ந்தாள். (10)

10. (1192) எட்டுநாள் கூட்டில் உடன் இருந்த பறவை ஒன்பதாம் நாள் காலையில் நபியிடம் சென்றது. அடர்ந்த கிரகணம் பிடித்து அது நீங்கிய சூரியனும் சந்திரனும் போல் வேல் வேந்தனும் வட்ட நிலா முகத்தினாளும் மகிழ்ந்தனர். நீண்ட கப்பலின் மேற்றட்டில் ஏறி வந்து அவளை அவன் அழைத்தான். அவள் வந்தாள்.

உறைந்த - இருந்த; பட்சி - பறவை; ஏகியது - சென்றது; அடர் - அடர்த்தி; கிராணம் - கிரகணம்; தொட்டு - பிடித்து; மாறிய - நீங்கிய; வெய்யோன் - சூரியன்; சோமன் - சந்திரன்; வேந்து - அரசன்; வட்ட வான்முகம் - நிலாமுகம்; வங்கம் - கப்பல்; தையல் - பெண்; விளிக்க - அழைக்க; சார்ந்தாள் - சேர்ந்தாள்.

ஓங்கிய சிகர மேவு மொண்டொடி யனமும் வீரந்
தாங்கிய புயனுஞ் சேல்கள் பார்வைபோற் சார நோக்கி
யாங்கவ ளகமி வன்பா லிவனக மவள்பா லெய்தித்
தேங்கியுட் பிரமை மீறித் திகைத்துவாய் திறந்தி லாரே. (11)

11. (1193) உயர்ந்த உச்சியில் இருக்கும் ஒளிவீசும் வளையல் அணிந்த அன்னப் பறவை போன்றவளும் வீரம் தாங்கிய தோள்களை உடையவனும் சேல்கெண்டை மீன்கள் ஒன்றை ஒன்று நோக்குவது போல் மனம் ஒன்றி நோக்கி அவள் மனம் இவனிடமும் இவன் மனம் அவளிடமும் சென்று பொருந்தி ஆழ்மனத்தில் தேங்கிக் காம மயக்கம் மீறித் திகைத்து வாய் திறவாதிருந்தனர்.

மேவும் - வாழும்; ஒண் - ஒளி; தொடி - வளையல்; அனம் - அன்னப்பறவை; புயன் - தோள்; சேல் - சேல்கெண்டைமீன்; சார - சார்ந்து இருக்கும்படி; அகம் - மனம்; எய்தி - அடைந்து; பிரமை - பிரேமை, காமம், மயக்கம்.

திகைத்துளந் தெளிந்து காளை தினந்தின மிரவு வைகிப்
பகற்கொழு தகலுன் னன்னை பலபல சதுயு கங்க
ணிகர்க்கவின் னாண்மட் டுன்பா லிருக்குமோர் நெறியே தென்ற
னகத்திரு விழிம ணிக்குள் ளாயுறை வாய்சொல் லென்றான். (12)

12. (1194) திகைப்பு மாறித் தெளிவு பெற்ற காளை 'என் அகத்தின் இரு விழிகளின் மணிக்குள் உள்ளவளே! நாள்தோறும் இரவில் தங்கிப் பகலில் போகும் உன் தாயாகிய சரபப் பறவை பலப்பல சதுர் யுகங்களுக்கு நிகராக இந் நாள்வரை உன்னோடு இருந்த காரணம் யாது? சொல்' என்றான்.

காளை - இளையவன்; வைகி - தங்கி; அகலும் - நீங்கும்; சதுயுகம் - திரேதயுகம், துவாபர யுகம், கலியுகம், இந் நான்கு யுகங்களும் கூடியது சதுர் யுகம். (இவ்வாறு பல சதுர் யுகங்கள் என்பது பாடற் பொருள். அஃதாவது நெடுங்காலம் என்பது குறிப்பு. சதுர்யுகம் - புராண மரபு சொல்) நெறி - காரணம்.

விள்ளுநம் முனமு பாய வார்த்தையை வேத நீதி
வள்ளனன் னபிபாற் சென்று மவுன்றதா மெட்டு நாண்மட்
டெள்ளலற் றுறைந்தோர் நாளெம் பால்வரு கெனவிண் டாராம்
புள்ளவ ருரையின் வண்ண மிருந்தின்று போய தென்றாள். (13)

13. (1195) நாம் சொன்ன தந்திர வார்த்தையை வேத நீதி மாறாத வள்ளலாகிய நல்ல நபியிடம் சொன்னதாம். எட்டு நாள்வரை பழிப்பில்லாது உடன் இருந்து அப்பால் வருக என்றாராம். பறவை அவர் சொன்னபடி இருந்துவிட்டு இன்று போனது என்றாள்.

விள்ளும் - சொல்லும்; உபாயம் - தந்திரம்; மவுன்றதாம் - சொன்னதாம்; எள்ளல் - பழித்தல்; உறைந்து - இருந்து; விண்டாராம் - சொன்னராம்; புள் - பறவை; போயது - போனது.

தாமங்கொள் கரிய கூந்தற் றடமுலை மடவார் தாமுங்
காமங்கொ ளழகு வாய்ந்த கன்னியர்க் கரசே கேளா
யாமொன்று கருதி யுள்ளத் தளவறு மோகத் தோடு
நாமொன்று செயக்கை கூடா நாளொன்று செய்த தன்றோ. (14)

14. (1196) மலர்வைத்துக் கட்டி முடித்த கூந்தலும் மலைபோன்ற முலையும் உடைய பெண்களும் கண்டு காமக் கிளர்ச்சி கொள்ளும் அழகு வாய்ந்த பெண்களின் அரசியே! கேள்! நாம் ஒன்றை நினைத்து, உள்ளத்தின் அளவற்ற காதலோடு நாம் ஒன்று செய்ய கெட்டதான நாள் ஒன்று செய்தது அன்றோ!

தாமம் - மலர்; தடம் - மலை; மடவார் - பெண்கள்; அளவறு - அளவில்லாத; கூடாநாள் - கூடாதநாள், கெட்ட நாள்.

இத்தனை தொலையா நாலாங் கடலினி லிருக்கு முன்றன்
சித்திர வடிவைக் காண வெனையிங்குச் சேர்த்த மேகங்
கத்திய தொனியுங் கேளாத் தூரத்திற் கவலும் வாய்ச்சொற்
சத்தமுங் கேட்கச் செய்தோன் றமுவவுங் கூட்டு வானே. (15)

15. (1197) இத்தனை தொலைவில் நாலாங்கடலில் இருக்கும் உன்னுடைய ஓவிய அழகைக் காண்பதற்கு என்றே என்னை இங்கே கொண்டுவந்த சேர்த்தவன் மேகத்தின் இடிமுழக்கமும் கேட்க முடியாத தொலைவில் பேசும் உன்னுடைய வாய்மொழி ஓசையைக் கேட்கச் செய்தவன் ஆகிய இறைவன் நான் உன்னைத் தழுவிச் சேருமாறும் கூட்டுவிப்பான்.

தொனி - ஓசை; கவலும் - பேசும்.

கூட்டுவ தெனினு மின்னாட் கூட்டுவ தெனமுன் புள்ளி
போட்டதற் கிமைப்போ தேனு முந்துறப் பொருந்தொ ணாது
மீட்டியல் பருவ மன்றி விருக்கமும் பழந்த ராதா
லீட்டிய விதியின் வண்ண மதியும்வந் தியையு மாதோ. (16)

16. (1198) கூட்டுவது என்றாலும் இன்ன நாளில் கூட்டுவது என முன்னரே புள்ளிபோட்டதற்கு இமைப்பொழுது நேரம்கூட முந்திக் கூட முடியாது. மீண்டும் மீண்டும் உரிய காலத்தில் வரும் பருவத்தில் அல்லாமல் மரமும் பழம் தராது. பெற்ற விதிகளின்படியே அறிவும் அமையும்.

புள்ளி - கணக்கு; பொருந்துதல் - கூடுதல்; ஒணாது - முடியாது; மீட்டியல்- மீண்டும் மீண்டும் வரும் முறைமை; விருக்கம் - விருட்சம், மரம்; ஈட்டிய - இறைவன் தர நாம் பெற்ற; மதி - அறிவு; ஆல், மாதோ - அசை.

வறுமையோர் செல்வ மெய்த மதித்தவை வீண்போ மாறு
நிறைவதாய்ப் பெறுமவ் வாறும் பெற்றவை நிலையா வாறு
மறிவுள்ளோ ராகு மாறு மூடரா யலையு மாறும்
வெறியுலா வியபூங் கோதாய் விதிப்படி நடப்ப தாமே. (17)

17. (1199) கள் ஊறும் மலர்க்கண்ணி சூடியவளே! வறுமையில் வாடியவர்கள் செல்வம் எய்தலும் அரியவை என மதித்துப் போற்றியவை அனைத்தும் வீணாகிப் போவதும் அவ்வாறு பெற்றவை நிலைத்து இராமல் அழிவதும் அறிவுடையவர் ஆவதும் மூடராய் அலைவதும் எல்லாம் விதிப்படி நடப்பதாகும்.

எய்த - பெற; மதித்தவை - அரியன என மதித்துப் போற்றியவை; வெறி - கள்; பூங்கோதை - பூமாலை, மலர்க்கண்ணி; ஆறு - வழி.

கருதியித் திறனா ராயிற் கற்பனைப் படியே யார்க்கும்
வருவது தானே தோன்று வருகிலா தொன்றும் வாரா
துருகியிக் கருமந் தன்னி லுழல்வதே னெனிலிவ் வாறு
விரகமுற் றமுங்க வென்றும் விதியிவை விட்டுப் போமோ. (18)

18. (1200) வருவதும் போவதும் ஆகிய நிகழ்ச்சிகளின் காரணத்தை ஆராய்ந்தால் இறைவனின் கற்பனையின்படியே எவருக்கும் வர வேண்டியது தானே வெளிப்பட்டு வரும். வருவதற்கு இல்லாத ஏதொன்றும் வராது. இந் நிலையில் காமம் வசப்பட்டு அது கைகூடுமோ கூடாதோ என்று உருகி வருந்துவது ஏன் என்றால் இவ்வாறு காமக் கிளர்ச்சி கொண்டு வருந்துவதும் விதிதான். இவ் விதி விட்டுப் போகுமா என்ன?

திறன் - காரணம்; இக் கருமம் - இச் செயல், காமம் வயப்பட்டு வருந்துவதாகிய இச் செயல்; உழல்வது - சுழல்வது, அலைக்கழிக்கப்படுவது; விரகம் - காமம்; அழுங்கல் - வருந்துதல்.

வையகத் தியற்கை யொன்றை மனத்தினின் விருப்பம் வைக்கின்
மெய்வருந் திடுதல் வேண்டு மெனவிரு வினையுந் தீர்ந்த
துய்யவ ருரைப்ப தாலே துணிந்தநங் கருமம் வாய்க்கச்
செய்யபூங் கொடியே யானோர் தந்திரஞ் செப்பக் கேளாய். (19)

19. (1201) உலகத்தில் ஒரு பொருளின் மீது விருப்பம் கொண்டால் அதை அடையும் பொருட்டு உடல் வருந்த உழைத்திடல் வேண்டும். இதுதான் உலக இயற்கை என்று இருவினைப் பிடிப்பும் தீர்ந்த தூயவர் சொல்வர். ஆதலால் சிவந்த பூங்கொடி போன்று மென்மையானவளே! துணிந்த நம்முடைய காரியம் நிறைவேற நான் ஒரு தந்திரம் சொல்கிறேன், கேள்.

வையகம் - உலகம்; வைக்கின் - கொண்டால்; மெய் - உடல்; இருவினை - நல்வினை தீவினை, நல்வினை தீவினைப் பிடிப்ப நீங்கலே ஆன்மிகத் தூய்மை ஆதலால் 'இருவினையும் தீர்ந்த துய்யவர்' என்றார்; கருமம் - காரியம், காமம் கைகூடலாகியக் காரியம்; செய்ய - சிவந்த; சொப்ப - சொல்ல.

நிதிமிகப் பெறுமென் வங்கப் பரிகளி னெடிய தாமோர்
குதிரையின் வயிற்றைக் கீறிக் குடரைநீத் ததனுட் புக்கிப்
பதிவுறத் தெரியா வண்ணம் படுத்துறை குவனென் மோக
வதிநெருப் பந்தக் கோரத் துண்ணெருப் பவிப்ப தாக. (20)

20. (1202) என் கப்பலில் உள்ள குதிரைகளில் விலைமதிப்பு மிக்க பெரியதான குதிரை ஒன்றின் வயிற்றைக் கீறிக் குடலை நீக்கிவிட்டு அதன் உள்ளே புகுந்து யாருக்கும் தெரியாத வண்ணம் நான் படுத்துக்கொள்வேன். என்பால் கிளர்ந்து எரியும் காம நெருப்பு குதிரையின் உடலில் உள்ள நெருப்பை அவித்துவிடும்.

நிதி - பொருட்செல்வம்; வங்கம் - கப்பல்; பரி - குதிரை; நெடியது - பெரியது, நீண்டு உயர்ந்ததும் ஆம்; குடர் - குடல்; நீத்து - நீக்கி; புக்கி - புகுந்து; அதி - மிகுதி; கோரம் - குதிரை.

எழுசீர்க் கழிநெடிலடி யாசிரிய விருத்தம்

தாயெனுங் கரியி றாஞ்சிவ திடுகிற்
சாற்றுநித் தமுங்கரை புகுந்து
நீயவ ணடக்கு மதிசய மெனக்கு
நிகழ்த்தினை யதின்மிக மகிழ்ச்சி
யாயின னுனக்கும் போய்வரு வதனி
லகச்சுக முடற்சுக மடைந்தாய்
தேயமெங் கணும்வாழ்த் தியதிரு நபியை
யிடைவிடாத் தெரிசனஞ் செய்தாய். (21)

21. (1203) தாயாகிய ஆனையிறாஞ்சிப் பறவை வந்ததும் அதனிடம் இப்படிச் சொல்: நாள்தோறும் என் அருகில் வந்து அங்கு நடக்கும் புதுமைகளை எல்லாம் நீ எனக்குச் சொன்னாய். அதனால் நான் மகிழ்ச்சி அடைந்தேன். போய் வருவதனால் நீயும் அகச் சுகமும் உடற்சுகமும் அடைந்தாய். உலகம் முழுவதும் வாழ்த்தும் திருநபியை நீ இடைவிடாமல் கண்டு மகிழ்ந்தாய்.

கரி - யானை; சாற்று - சொல்; நித்தமும் - நாள்தோறும்; கரை - அருகு; அவண் - அங்கு, நபியின் முன்; அதிசயம் - புதுமை; நிகழ்த்தினை - சொன்னாய்; தரிசனம் - காட்சி.

அம்முறை யினைவிட் டெட்டுநாட் குடம்பை
யடைந்திருந் தோர்பக லடுத்துக்
செம்மனன் னபியைத் தெரிசனம் புரிந்தாய்
தினந்தின நடக்குமற் புதத்தின்
வண்மைகள ளறிதற் கிடமிலை யெவர்க்கும்
வழக்கத்தைத் தவிர்வதே நோயா
நின்மனப் படிமுன் போற்புகுந் தடைந்து
நிகழ்த்துவை கதைத்திற னெனக்கே. (22)

22. (1204) அவ் வழக்கத்தினை நீங்கி எட்டு நாள்வரை கூட்டில் அடைந்திருந்துவிட்டு ஒருநாள் பகலில் போய் செயல்திறன் முடிக்கும் நபியைக் கண்டாய். அதனால் நாள்தோறும் நடக்கும் புதுமைகளை அறிவதற்கு இடமில்லாமல் ஆகிவிட்டது. வழக்கத்தைக் கைவிடுவதே எவருக்கும் நோய் ஆகும். ஆதலால் உன் விருப்பப்படி முன்னர்போல் போய் வந்து அவ் விடத்திய கதைகளை எனக்குச் சொல்.

குடம்பை - கூடு; அடுத்து - அருகில் போய்; செம்மல் - செயல்திறன் முடிக்கும் வலிமையுடையார்; தெரிசனம் - காட்சி; வண்ணம் - விதம்; நிகழ்த்துவை - சொல்.

இணக்கமுற் றெனக்குட் பயமுற விருப்ப
வெனிலிதோ கிடந்துள குதிரைப்
பிணத்தையென் முன்நீ யெடுத்துவைத் திடிற்பார்த்
துறைகுவேன் பேதுறே னென்ன
மணச்செழு முகிற்பூங் குழற்றிரு மயிலே
மவுலது புரிந்திடி னலனே
குணக்குறாப் பொருந்தா தெனிலதற் கினிமேற்
கூறுவன் றந்திர மென்றான். (23)

23. (1205) இணக்கமாக எனக்கு உள்ளச்சம் நீங்கி இருப்தற்காக இதோ கிடக்கும் குதிரையின் பிணத்தை என் முன்னே எடுத்துவை. நான் அதைப் பார்த்துக் கொண்டிருப்பேன். கலங்க மாட்டேன் என்று மணம் கமழும் பூச்சூடிய செழுமையான மேகம் போன்ற கூந்தலுடைய மயில் போன்றவளே! நீ சொல். அவ்வாறே செய்தால் நன்று. மாறுபாடாக மறுத்துவிட்டால் அதற்கு ஏற்றபடி வேறு தந்திரம் சொல்வேன் என்றான்.

பேதுறல் - கலங்குதல்; மவுல் - சொல்லல்; குணக்குறல் - மாறுபடல்.

பகர்ந்திடத் துணிவுற் றிருந்தனள் காளை
பரிவயிற் றினைக்கிழித் ததனுட்
புகுந்தனன் கதிரோ னடைந்திடற் கொருநா
ழிகையுள போதினில் வானந்
திகழ்ந்தொளி பரப்ப வந்துதன் குடம்பை
சேர்ந்ததப் பறவைதன் மனத்தின்
மகிழ்ந்துறை வதுகண் டேந்தல்சொற் படியே
வகுத்தனள் வஞ்சக வசனம். **(24)**

24. (1206) அவன் கூறியதைக் கேட்டு உறுதிகொண்டு இருந்தாள். இளவரசன் சொன்னபடி குதிரை வயிற்றினைக் கிழித்து அதனுள் புகுந்தான். சூரியன் மறைய ஒரு நாழிகை நேரம் இருக்கும்போது வான மண்டிலம் முழுவதும் தன்னுடைய சுடர் ஒளியைப் பரப்பியபடி கூட்டை அடைந்தது பறவை. அது மன மகிழ்ச்சியுடன் இருப்பதைக் கண்டு ஏந்தலாகிய காதலன் சொல்லிக் கொடுத்த வஞ்ச வார்த்தையைக் கூறினாள்.

பகர்ந்திட - சொல்லிட; காளை - இளைஞன்; பரி - குதிரை; குடம்பை - கூடு; உறைவது - இருப்பது; ஏந்தல் - அரசன்; வகுத்தனள் - கூறினாள்; வசனம் - பேச்சு.

கவல்வது முழுது நிசமெனக் குறித்துக்
கப்பலி னிறந்தகோ டகத்தா
லிவளைநாங் காக்கத் துணிந்துள கருத்துக்
கிழுக்கிலை யெனப்பிரித் தாய்ந்து
தவிசுமன் னவன்சேய் புகுந்துள பரியைத்
தடக்கையா லெடுத்துத்தன் கூட்டிற்
சுவனமங் கையின்பாற் கொணர்ந்துவைத் ததுமேற்
றோன்றுவ தறிகிலா வருடை. **(25)**

25. (1207) அவள் சொல்வதும் முழுவதும் உண்மை என்று முடிவு செய்து கப்பலில் இறந்த குதிரையால் நாம் இவளைப் பாதுகாக்கும் நோக்கத்திற்குக் குந்தகம் ஏற்படாது என்று ஆராய்ந்து முடிவு செய்து அரியணை அமரும் மன்னனின் மகன் புகுந்துள்ள குதிரையைத் தன்னுடைய நீண்ட கையினால் எடுத்துக் கூட்டில் உள்ள சொர்க்கப் பெண்ணிடம் கொண்டு வந்து வைத்தது, பின்னே வரவிருப்பவற்றை அறியாத ஆனையிறாஞ்சிப் பறவை.

கவல்வது - சொல்வது; நிசம் - உண்மை; குறித்தல் - நிச்சயித்தல், நம்புதல்; கோடகம் - குதிரை; தவிசு - அரசர் இருக்கை, அரியணை; சேய் - மகன்; சுவனம் - சொர்க்கம்; கொணர்தல் - கொண்டு வருதல்; மேல் தோன்றுவது - பின்னே வரவிருப்பது; வருடை - சரபம்.

அருகினிற் கொணர்ந்து வைத்தலு மரிவைக்
ககன்றவா வியைத்தன துடலுட்
பொருவவிட் டதுபோ லளவறு மகிழ்ச்சி
பொங்கினள் காளையும் மகிழ்ச்சிக்

கிருமடங் கடைந்து மணிப்புயம் பூரித்
திவுளிவிம் மிதங்கொள விருந்தா
னுருவறிந் திடிற்கொல் லுவதுணர்ந் திலரோ
வுயிர்க்கச்ச மோகத்துக் குண்டோ. **(26)**

26. (1208) அக் குதிரையை அருகில் கொண்டு வந்து வைத்துதும் அப் பெண் போன உயிர் திரும்பி வந்ததுபோல் அளவிலா மகிழ்ச்சி பொங்கினாள். இளவலும் இரு மடங்காக மகிழ்ச்சி பொங்கி அழகிய தோள்கள் பூரித்துக் குதிரையின் உடல் புடைத்து விம்ம இருந்தான். அவன் உள்ளே இருப்பதை அறிந்தால் சரபம் அவனைக் கொன்று விடுமே! இதை அறிய மாட்டார்களோ? காமத்திற்கு உயிருக்கு அஞ்சும் தன்மை உண்டோ?

அரிவை - பெண், 25 வயதுடையவள், தேவமாது; ஆவி - உயிர்; பொருவ - ஒப்ப; காளை - இளைஞன; மணி - அழகு; இவுளி - குதிரை.

நெடுங்கயல் விழிச்சி தனைமணிச் சிறையி
னேயணைத் திரவெலாந் துயின்று
விடிந்தபின் னெழுந்து சரபம்போ யதுபின்
வெளியில்வா வெனமயில் விளித்தாள்
படர்ந்தபொற் புயத்தான் வந்தன னுதக
முதவினள் பரிவுடன் மூழ்கி
யுடம்புநீர் புலர்த்தித் துகில்புனைந் தணங்கை
யொண்மலர்க் கரந்தழு வினனே. **(27)**

27. (1209) நெடிய கெண்டை மீன்போன்ற கண் உடையவளை அழகிய சிறகில் அணைத்தபடி இரவு முழுதும் தூங்கி விடிந்ததும் எழுந்து போனது சரபம். போனபின் வெளியில் வா என அழைத்தாள் மயில் போன்ற அழகு மங்கை. படர்ந்து விரிந்த பொன்போன்ற தோளுடையவன் வந்தான். நீர் அளித்தாள். குளித்து முழுகி எழுந்து உடம்பில் உள்ள நீரை உலரவிட்டான். ஆடை அணிந்து தேவமாது போன்றவளின் பொன் மலர் போன்ற கைகளைப் பிடித்துக் கட்டித் தழுவினான்.

நெடும் - நெடிய; கயல் - கெண்டை மீன்; மணிச்சிறை - அழகிய இறகு; துயின்று - தூங்கி; போயது - போனது; விளித்தாள் - கூப்பிட்டாள்; படர் - படர்தல்; பொற்புயம் - பொன்போல் மின்னும் தோள்; உதகம் - நீர்; புலர்த்தி - உலர்த்தி; துகில் - ஆடை; அணங்கு - தேவமாது; ஒண் - ஒளி; கரம் - கை.

தழுவிமென் மலர்மெத் தையிலினி திருந்து
தையன்மைக் கூந்தலை மோந்தே
யழகிய களப முலைநுனி நெருடி
யடிக்கடி முத்தமிட் டதர
விழைவமு தருந்தி யானந்த லீலை
விதமெலாந் தனித்தனி யியற்றி

யிழையிடை யனமு மிளவலு மதன
வின்பவா ருதிமிதந் தனரே. (28)

28. (1210) தழுவி மென்மையான மலர்ப்படுக்கையில் இருந்து அவ் வழகியின் மைபோன்ற கரிய கூந்தலை மோந்து நறுஞ்சாந்து பூசிய அழகிய முலைமுனைகளை நெருடி அடிக்கடி முத்தமிட்டு விருப்பத்திற்கு உரிய இதழ் அமுதம் அருந்த இன்ப விளையாட்டின் வகை அனைத்தையும் தனித்தனியே பழகி நூலிழை போன்ற இடையமைந்த அன்னமும் இளவரசனும் காம இன்பக் கடலில் மிதந்தனர்.

தையல் - தையல், பெண்; களபம் - நறுஞ்சாந்து; அதரம் - உதடு; ஆனந்த லீலை - இன்ப விளையாட்டு; இயற்றி - செய்து, பழகி; இழை - நூலிழை; அனம் - அன்னப் பறவை; அளவல் - இளவரசன்; மதன இன்பம் - காம இன்பம்; வாருதி - கடல்.

விதியினை விலக்கக் காத்துறை பறவை
கரத்தினால் விளங்கிழை பாலி
லதிவித கலவித் தொழிற்குரு பீடத்
தண்ணல்சே யினைக்கொணர்ந் தருள
முதியவல் லவன்செய் தனனிரு வோரு
முயங்குமத் தினத்தினி லவட்குப்
பதினேழு வயதுந் திங்களா றுடனேழ்
தினமும்பண் புறநிறைந் ததுவே. (29)

29. (1211) இறைவன் விதித்த விதிப்பினை நீக்குவேன் என்று சூள் உரைத்துக் காவல் காத்து வரும் பறவையின் கையினாலேயே புணர்ச்சித் தொழிலின் எல்லாவகைக் கலைகளையும் பயிற்றுவிக்கும் குருபீடம் ஆகிய அரசனை அப் பெண்ணிடம் கொண்டு சேர்க்குமாறு அருள் செய்தான் முதியவனாகிய வல்ல இறைவன். அவ் விருவரும் புணர்ச்சி செய்யும் அந் நாளில் அவளுக்குப் பதினேழு வயதும் ஆறு மாதமும் ஏழு நாள்களும் நிறைந்தன.

விலக்க - நீக்க; காத்துறை - காத்திருக்கும்; விளங்கிழை - ஆபரணம் அணிந்தவள்; அதிவிதம் - பலவகை; அண்ணல் - அரசன்; சேய் - மகன்; கொணர்ந்து அருள - கொண்டு வந்து சேர்க்க; முதியவன் - வல்லவன் - இறைவன்; முயங்கும் - புணரும்; திங்கள் - மாதம்.

கதிரவ னுதிக்குங் கிரியினி லொருபெண்
கதிர்புகு கிரியிலோர் காளை
யெதிர்தரப் புணர்வ ரென்பதைப் பறவை
விலக்குவ னென்றவ்வேந் திழையை
மதிதரு நாலாங் கடனடு வொளித்து
வைக்குமவ் விடத்தினிற் புணரில்
விதியினைத் தடுப் தரிதென வுரைத்தல்

வேதத்தின் கருப்பொரு ளன்றோ. (30)

30. (1212) சூரியன் எழும் மலைப்பகுதியின் பெண்ணும் சூரியன் மறையும் மலைப்பகுதியின் இளைஞனும் கொடுப்பாரும் தடுப்பாரும் இன்றித் தம்முள் எதிர்ப்பட்டுப் புணர்வர் என்னும் இறைவன் விதிப்பை விலக்குவேன் என்று உரைத்து அப் பெண்ணை நாலாம் கடலின் நடுவே ஒளித்தது சரபப் பறவை. அப் பெண்ணை அவ் விளைஞன் ஒளித்து வைத்த அந்த நாலாம் கடலின் நடுத்தீவில் புணர்கிறான் என்றால் விதியினைத் தடுப்பது அரிது அன்றோ? உலகம் சொல்லும் இம் மொழி வேதத்தின் கருப்பொருள் அன்றோ?

கதிரவன் - சூரியன்; கிரி - மலை; ஏந்திழை - நகையணிந்த பெண்; அரிது - முடியாது.

மெல்லிய வணுவு மருத்துவும் புகுந்து
வெளிவர வொருவழி யிலதாங்
கல்லினுள் ளிருக்குந் தேரையு நிதமுட்
களித்தமு துணவருள் கடவுள்
புல்லிய கடலின் வழிபெரி திருக்கப்
புள்ளறி யாதுகா தலனை
வல்லியி னுடன்சேர்த் தகமகிழ் வுடனே
மருவிவாழ்ந் திடச்செய லரிதோ. (31)

31. (1213) நுண்ணுயிரும் காற்றும் உள்ளே புகவும் வெளியே வரவும் ஒரு வழியும் இல்லாத கல்லினுள் இருக்கும் தேரைக்கும் நாள்தோறும் உண்டு களித்திட உணவு அளித்துவரும் இறைவன் உலகை வளைந்து பொருந்திக் கிடக்கும் கடலில் வழி பெரியதாக இருக்கின்ற நிலையில, பறவை அறியாது காதலனை அவன் காதலிக்கும் பெண்ணுடன் சேரச் செய்து மனமகிழ்ச்சியுடன் கூடி வாழ்ந்திடச் செய்ய முடியாதோ?

அணு - நுண்ணுயிர்; மருத்து - காற்று; புல்லிய - புன்மையுடைய; (இது மென்மை, நொதுமல் குறித்தது. கல் வன்மையுடையது ஆதலின் கடலைப் புல்லிய கடல் என்றார். எதிர்மறை நயம்) வல்லி - வல்லிக்கொடி போன்ற நுண்ணிய இடையுடைய பெண்; மருவி - கூடி.

வட்டவொண் டிரைவீ சியநெடுஞ் சலதி
வளைந்தவை யகநர ரெவருந்
திட்டமிவ் வளவென் றளவிடா வீரச்
சின்களும் பலபடைப் புகளுந்
தட்டவென் றியற்று கருமங்க ளெவையுந்
தாங்களே தங்களை யகலா
தொட்டவென் றியற்று செயல்களாய் முடியி
லூழ்விதி யொழிப்பதெவ் விதமே. (32)

32. (1214) வெள்ளைத் திரை வட்டமாகச் சுழன்று வீசும் கடலால் வளைந்து கொள்ளப்பட்ட உலகில் எவ் வகை மனிதரும், இவ்வளவு என்று அளவிட

முடியாத வீரம் மிகுந்த சின்களும், பலவாகிய படைப்புகளும், விதிப்பினை விலக்குவதற்கென்று செய்யும் எவ்வகைச் செயல்களும் தாங்களாகவே தங்களை அகலாது விதிக்கேற்ப வந்து சேருமாறு செய்யும் செயல்களாய் முடிகின்றன என்றால் விதிப்பினை எவ்வாறு விலக்க முடியும்?

வெண்டிரை - வெள்ளை அலை; சலதி - கடல்; நரர் - மனிதர்; தட்ட - விலக்க; ஒட்ட - சேர; இயற்றும் - செய்யும்; விதி, ஊழ் - இறைவன் விதிப்பு.

கந்தமென் மலர்மெத் தையினிலோ ரரும்பு
கலந்திடி லழுந்திக்கண் பொருந்தார்
செந்தழ னிகர்த்த வெயிற்பர லிடைநித்
திரைபுரி வதுசுக மாக்கு
மிந்தனஞ் சுமந்து மயிருதிர்ந் தழுத்த
மெய்திகாய்ப் பேறிய தலையில்
விந்தையங் கிரண மணிமுடி புனையும்
விதியினும் வலிதுவே றுளதோ. (33)

33. (1215) காம்பு நீக்கிய நறுமண மலர்கள் பரப்பிய மெத்தையில் ஓர் அரும்பு கலந்து கிடந்தால் கூட அதன் உறுத்தலால் கண்ணுறங்க மாட்டதவர்க்கும் நெருப்புப் போன்ற வெயிலில் பரல் கற்கள் இடையே தூங்குவதை சுகமாக ஆக்கிவிட வல்லது விதி. விறகு சுமந்ததனால் அழுந்தி, தலைமயிர் உதிர்ந்து காய்ப்பேறிய ஏழையின் தலையில் வியக்கத்தக்க ஒளிவீசும் மணிமுடி தரித்த அரசராக்கிவிட வல்லது விதி. இவ்வாறு செய்யும் விதியைவிட வலியது உள்ளதோ?

கந்தம் - மணம்; கண்பொருந்தார் - கண்ணுறங்காதவர்; செந்தழல் - சிவந்த நெருப்பு; பரல் - பரவிக் கிடக்கும் கல்; இந்தனம் - விறகு; கிரணம் - ஒளி.

மல்லிகை மலரின் மணமெவர் கொடுத்தார்
மணமற முருக்கையார் கெடுத்தார்
கல்லெலா மணியா யொளிர்வதார் தடுத்தார்
காக்கைக்கண் மணியொன்றா ரெடுத்தார்
நல்லியற் பெருஞ்சீர் பெறவென வெவரு
நாடுவ ரவரவர் தமக்கு
வல்லவன் விதித்த விதிப்படி யலது
மதியினால் வாழ்வதொன் றிலையே. (34)

34. (1216) மல்லிகை மலருக்கு மணங்கொடுத்தவர் யார்? முருங்கைப் பூவுக்கு மணமில்லாமல் தடுத்தவர் யார்? உலகிலுள்ள கற்கள் எல்லாம் மாணிக்கக் கல்லாய் ஒளிவீசாமல் தடுத்தவர் யார்? காக்கைக்கு ஒரு கண்ணை எடுத்தவர் யார்? நலமும் சீரும் பெறவேண்டும் என்றே அவரவரும் நாடி உழைப்பர். ஆயினும் யாவும் வல்ல இறைவன் விதிர்த்தபடி அல்லாது வேறொன் றும் கிட்டாது. ஆதலின் விதியின்படியன்றி மதியினால் வாழ்வதென்பது இல்லை.

முருக்கை - முருங்கைப்பூ; **ஒளிர்வது - ஒளிவீசுவது.**

ஆதிதன் விதியா லிருவருங் கலந்த
வற்புத மப்பொழு தினிலே
யூதைசென் றியம்ப வறிந்தன ரிறிந்து
முளவறி யாரென வுறைந்தார்
பாதபங் கயஞ்சேர் பசுவுயிர் மீட்டுப்
பகர்புறா மலட்டையுந் தீர்த்து
மாதகைக் கிழவி மாவழக் கறுத்த
மந்திரக் கருப்பொருள் வள்ளல். **(35)**

35. (1217) இறைவன் விதியினால் இருவரும் கூடிக் கலந்தனர். பாத தாமரையை அடைந்த பசுவின் உயிரை மீட்டவரும் புறாவின் மலடு நீங்குமாறு அருள் செய்தவரும், மாவை இழந்த கிழவியின் வழக்கைத் தீர்த்தவரும், மந்திரக் கருப்பொருள் ஆனவரும் ஆகிய சுலைமான் நபியிடம் அவ் வற்புதத்தை அப் பொழுதே போய்த் தெரிவித்தது காற்று. அதை அறிந்தும் அறியாதவர் போல் இருந்தார்.

ஊதை - காற்று; இயம்ப - சொல்ல; உறவு - உண்மை; உறைந்தார் - இருந்தார்; பங்கயம் - தாமரை; மாதகை - மாட்சிமையும் பெருமையும்; மா - மாவு.

விதிகூட்டிய படலம் முற்றிற்று.
படலம் 26 -க்கு - திருவிருத்தம் - 1217

27. தருமலாபப் படலம்

படலச்செய்தி

நாலாம் கடல்நடுவே உள்ள தீவில் காதலனும் காதலியும் கூடிப் புணரும் அதேநாளில் சின்கள் விலங்குகள் பறவைகள் நடுவே வீற்றிருந்த அரசர் நபி சுலைமான் பருந்துகளை அழைத்து வழக்குகள் இருந்தால் கொண்டு வாருங்கள் என்றார்.

முதலில் ஒரு பெட்டைப்பருந்து வந்து வழக்குரைத்தது. என் துணையாகிய ஆண்பருந்து என்மீது பழிசொல்கிறது. நான் முட்டையிட்டுப் பொறிக்கும் குஞ்சுகளைச் சோரம்போய்ப் பெற்றதாகக் கூறுகிறது. இதனால் நான் வேதனைப்பட்டுத் துடிக்கிறேன். எனது இந்த வழக்கைத் தீர்க்க வேண்டும் என்றது. ஆண் பருந்தை அழைத்து உசாவினார். என் துணையாகிய இப் பெட்டை மற்ற ஆண்பருந்துகள் வந்தால் அணுக்கமாக நெருங்கிப் பழகுகிறது. கூச்சநாச்சம் இல்லாமல் சரசசல்லாப வார்த்தையாடுகிறது. நான் எவ்வளவோ அறிவுரை கூறியும் கேட்பதில்லை. அதனால்தான் அவ்வாறு கூறினேன் என்று ஆண்பருந்து கூறியது. கேட்ட அரசர் நபி இனி அவ்வாறு நடக்காதே கணவன் சொல்படி நட என்று அறிவுரை கூறி அமைதிப்படுத்தி அனுப்பினார்.

அடுத்தொரு பெண் பருந்து வந்தது. ஆணவம் இல்லாமல் ஆளும் தங்களின் குடிமகள் நான். எனக்கு நிகழும் கொடுமையைத் தடுத்து நிறுத்த

வேண்டும் என்ற முன்னுரையுடன் தொடங்கியது. ஒரு மனிதனின் வீட்டிற்கு அருகில் உள்ள மரத்தில் கூடு கட்டி முட்டை இட்டு அடைகாத்தேன். இரைதேட வெளியில் சென்று திரும்பி வந்து பார்த்தால் முட்டையைக் காணவில்லை. இவ்வாறே பல தடவை நடந்தது. அந்த வீட்டுக்காரன்தான் முட்டையை எடுக்கிறான். அவனை அவ்வாறு செய்யாது தடுத்து எனக்கு நீதி வழங்க வேண்டும் என்றது. அவனை அழைத்து விசாரித்தார். நான் ஒரு வயித்தியன். மருந்து செய்ய பருந்து முட்டை வேண்டும். அதனால் எடுக்கிறேன் என்றான். நடந்ததுவரை சரி. இனி எடுக்காதே என்றான். பருந்து முட்டை இல்லாமல் மருந்து செய்ய முடியாது. ஆதலால் முட்டையை எடுத்தே தீருவேன் என்றான். எடுத்தால் கொல்லப்படுவாய் என்றார். உயிரே போவதானாலும் எடுப்பேன் என்று சொல்லிப்போனான். இரண்டு சின்களைக் காவலாக ஏற்படுத்தி அவன் எடுத்தால் கொன்று விடுங்கள் எனக் கட்டளை இட்டார். அச்சம் நீங்கிப் போய் முட்டை இடு என்று பருந்தை அனுப்பினார். பருந்து போய் முட்டை இட்டது. அறிந்த வயித்தியன் நாளை எடுப்பேன் என்று வீட்டிற்குப் போனான். அன்று இரவு உணவு உண்ணப் போனான் வயித்தியன். அப்போது ஓர் இரவலன் வந்து பசி கொல்கிறது. உணவு கொடுத்துக் காப்பாற்றுங்கள் என்று கூவினான். தான் உண்ண வைத்திருந்த உரொட்டியில் ஒரு துண்டு பிய்த்து அதையும் ஒரு குவளை நீரையும் பரிவுடன் உண்ணக் கொடுத்தான் வயித்தியன். உண்டு பசிதீர்ந்த இரவலர் அவனுக்காக துஆச் செய்துவிட்டுச் சென்றான். மறுநாள் பருந்து இல்லாத போது முட்டையை எடுக்க மரத்தில் ஏறினான். காவல் சின்கள் அவனைக் கொல்ல நெருங்கின. அப்போது ஒரு சிறிய உரொட்டித் துண்டு வந்து சின்களை நெட்டித் தள்ளியது. தங்கள் வலிமையை எல்லாம் திரட்டி எவ்வளவோ முயன்றும் சின்களால் அவனை நெருங்கமுடியவில்லை. சின்கள் தளர்ந்து விழுந்தன. இவை ஏதும் அறியாத வயித்தியன் முட்டையை எடுத்துப் போனான். பருந்துவந்து பார்த்துப் பதறியது. அரசர் நபியிடம் அழுது முறையிட்டது. சினத்துடன் சின்களை அழைத்து விசாரித்தார். அவை நடப்பைக் கூறின. வயித்தியனை அழைத்து இரவில் ஏதும் நன்மை செய்தாயோ எனக் கேட்டார். பசித்து வந்தவனுக்கு உரொட்டியும் நீரும் கொடுத்ததைக் கூறினான். அந்தத் தருமத்தால் நீ கொல்லப்படாது பிழைத்தாய் என்று சொல்லி அவனை வாழ்த்தி அனுப்பினார். நீ வேறொரு மரத்திற் போய்க் கூடுகட்டி முட்டை இடு என்று பருந்துக்குக் கூறி அனுப்பினார்.

பொதுவாகத் தருமம் செய்ய வேண்டும் என்றும் குறிப்பாக பசித்தோர்க்கு உணவு அளிக்க வேண்டும் என்றும் வலியுறுத்தும் படலம் இது. இப் படலத் தொடக்கத்தில் திருமணம் ஆன பெண்கள் மற்ற ஆண்களிடம் எவ்வாறு நடந்து கொள்ள வேண்டும், பேசும்போது எவ்வாறு பேச வேண்டும், கணவனோடு எவ்வாறு இணக்கமாக இருக்க வேண்டும் என்பதைப் பருந்தின்மேல் வைத்துக் கூறுகிறார். இன்றைய படித்த நாகரிகப் பெண்கள் அறிய வேண்டிய பல நல்ல அறிவுரைகள் இப் பகுதியில் உள்ளன.

படலக் கருத்தை விளக்கும் பகுதி மற்றொரு பருந்தின் கதைமேல் வைத்துக் கூறப்படுகிறது. இப் பகுதியில் வயித்தியனை

'அங்க வத்திரம் தாங்கிய
பையும்கை அதனில்
தங்க ரத்தினக் கடகமும்
கழுத்தினில் சரமும்
பொங்குள ழில்தர விரலினில்
ஆழியும் பூண்டோன்' (17)

எனப் படம் வரைந்து காட்டுகிறார் புலவர். அவன் 'அரண்மனை மருத்துவன்' (ராஜவயித்தியர்) போலும்! அரண்மனை மருத்துவர்கள் இத் தகைய கோலத்துடன்தான் காணப்படுவர் முதியோர் சொல்லக் கேட்ட நினைவு வருகிறது.

'தருமம் செய்வதைக் கொண்டு நரக நெருப்பைத் தடுத்துக் கொள்ளுங்கள், அஃது ஒரு பேரீச்சங் கொட்டையாக இருந்தாலும் சரியே' என்ற நபிகள் நாயகம் (சல்) அவர்களின் கட்டளையை அடிப்படையாகக் கொண்டு புலவர் இப் படலத்தைப் பாடினார் போலும். 48 பாட்டுகள் கொண்ட இச் சிறிய படலத்தில் தருமத்தின் மேன்மையை வலியுறுத்தும் 11 பாட்டுகள் உள்ளன. பல அரிய உண்மைகள் எடுத்துரைக்கப்பட்டுள்ளன.

27. தருமலாபப் படலம்
கலிநிலைத்துறை

திருந்தி ழைக்கெழிற் காதலன் சேருமத் தினத்திற்
பொருந்து சின்னார் விலங்கினம் பறவைபேய் புடைசூழ்ந்
தரும்ப யத்தொடு நின்றிட நடுவிருந் தண்ணல்
பருந்து காள்வழக் குளதெனிற் சொலுமெனப் பகர்ந்தார் (1)

1. (1218) திருத்தமான அணிமணிகள் புனைந்த அப் பெண் அழகிய காதலனுடன் கூடி முயங்கும் அன்றைய நாளில் சின்கள் மனிதர்கள் விலங்கினங்கள் பறவைகள் அஞ்சிப் புடைசூழந்து நிற்க நடுவில் வீற்றிருந்த அரசர் சுலைமான் 'பருந்துகளே! வழக்கு ஏதும் உண்டு என்றால் சொல்லுங்கள்' என்றார்.

திருந்திழை - திருத்தமான அணிமணிகள பூண்ட பெண்; எழில் - அழகு; நரர் - மனிதர்;அண்ணல் - அரசர், நபி; பகர்ந்தார் - சொன்னார்.

பகரும் வேலையோ ராண்பருந் தோடுபெண் பருந்து
நிகரில் வல்லவன் றூதுமுன் வந்துநின் றியற்று
மகில நாயக மேயியா னுதவுகுஞ் சனைத்துந்
திகழ்க றாமிலே பொரித்தன னென்றதென் சேவல். (2)

2. (1219) அப்போது ஒரு பெண் பருந்து ஆண் பருந்தோடு எழுந்து வந்து நிகர் இல்லாத வல்லமை மிக்க இறைவனின் தூதர் முன்னே சொல்லும்: 'உலகத் தலைவரே! நான் பெற்றெடுக்கும் குஞ்சுகள் அனைத்தும் சோரத்தில் பெற்றவை என்று என் சேவல் கூறுகின்றது.

பகரும் - சொல்லும்; வேலை - பொழுது; தூது - தூதர் நபி; இயற்றும் - சொல்லும்; உதவும் - பெறும்; கறாம் - ஹறாம், விலக்கப்பட்ட வழி, சோரம்.

நிதமு மேவசை புகல்வதை யொழிந்தில நிலத்திற்
பதிதொ றும்புகுந் திரத்தலின் மூடர்பிற் படலி
னெதிரி நின்றடி படுதலி னுயிர்வதை யினின்மே
லதிக மாங்கொடி திவ்வகை யிழிவுரை யன்றோ **(3)**

3. (1220) நாள்தோறும் இவ்வாறு பழிப்பதை நிறுத்துவதில்லை. உலகில் ஊர்தோறும் போய்ப் பிச்சை எடுப்பதை விடவும் மூடரைப் பின்பற்றுமவதை விடவும் எதிரே நின்று அடிபடுவதை விடவும் சித்திரவதைப் படுவதை விடவும் மிகமிகக் கொடியது இவ் வகை இழிவு உரை அன்றோ?

வசை - பழிப்பு; பதி - ஊர்; இரத்தல் - பிச்சை எடுத்தல்; பிற்படல் - பின்பற்றுதல், பின்தொடர்தல்; உயிர்வதை - சித்திரவதை, கொல்லாமற் கொல்லல்.

படரு மீனமொன் றுறையினு மறைத்தெழிற் படுத்தி
யிடற கற்றுமச் சேவலே வசையுரைப் பதனா
லுடன்மெ லிந்தன னீரலுங் கருகவுள் ளுருகித்
திடன கன்றனன் பொறுக்கொணா துரைத்தனன் றிருமுன் **(4)**

4. (1221) பிறரால் ஏதேனும் ஈனம் வந்து சேர்ந்தாலும் அதை மறைத்து ஒழுங்குபடுத்தித் துன்பம் தீர்க்கும் கடப்பாடு உடைய துணையாக வந்த சேவலே இவ்வாறு பழி உரைப்பதனால் உடல் மெலிந்தேன். ஈரல் கருகினேன். உள்ளம் உருகி மனவலிமை இழந்தேன். அதைப் பொறுக்க மாட்டாமல் தங்கள் திருமுன் உரைத்தேன்.

உறையினும் - வந்து சேர்ந்தாலும்; எழில் - அழகு, ஒழுங்கு; இடறு - இடர், ஆபத்து; திடன் - மனவலிமை; திருமுன் - சமுகம்.

வாக்கி னாலவ ரவருளத் துறைநிசம் வருமுன்
னோக்கி னாலுணர் காரணக் கடவுணும் முளஞ்சீர்
தூக்கி னாலறி யாதவை யாதுவீண் செலுந்தூ
றாக்கி னாலினி யென்செய்வேன் பாவமொன் றறியேன். **(5)**

5. (1222) அவரவரும் தம் உள்ளத்தில் இருக்கும் உண்மைகளை வாக்கினால் வெளிப்படுத்தும் முன்னரே அவற்றைப் பார்வையாலேயே உணர்ந்து கொள்ளும் காரணம் ஆகிய அற்புதம் விளங்கும் தலைவர் நீங்கள். உங்கள் உள்ளத்தில் சீர்தூக்கிப் பார்த்தால் நீங்கள் அறியாதவை யாவை? வீணான பழியை என்மீது சுமத்தினால் நான் என்ன செய்வேன்? நான் ஒரு பாவமும் அறியேன்.

வாக்கு - வாய்மொழி; நிசம் - உண்மை; காரணம் - அற்புதம்; கடவுள் - மனம் கடந்த ஆன்மிகத் தலைவர், நபி; தூறு - பழிப்பு, அவதூறு.

பாத தாமரை கதியென வடைந்துசொல் பாவி
மீது சேவல்சொல் காரண மெவையென விளங்கிப்
பேத மாகிய பிழையுள திலதெனப் பிரித்துப்
போத நும்முளப் படிசெய வெனப்பகன் றதுவே. **(6)**

6. (1223) தங்கள் பாத தாமரையே எனக்குக் கதி என அடைந்து சொல்லும் இப் பாவியின் மீது சேவல் பழி சொல்லும் காரணம் யாது என்பதை விளங்கி, மாறுபாடாகிய பிழை என்மீது உள்ளதா இல்லையா எனப் பிரித்து அறிந்து எப்போதும் போல் தங்கள் திருவுளப்படி செய்ய வேண்டும் என்று கூறியது.

பேதம் - மாறுபாடு; புகன்றது - கூறியது.

நோயு ரைக்கக முருகிய பெடையது நுவன்ற
வாயு ரைத்திறல் செவிக்கொண்டாண் பருந்தையிவ் வசைச்சொன்
னீயுதரத் துண் டோவென்றார் புகன்றது நிசமென்
றேயு ரைத்ததெவ் வகைகண்டோ தினையென வியம்பும் (7)

7. (1224) தன் வாழ்க்கையில் நோயாக வந்த தீங்கை நினைத்து உள்ளம் உருகிய பெட்டைப் பருந்து சொன்ன வாய்மொழி அனைத்தையும் செவியேற்று, இப் பழிச்சொல்லை நீ சொன்னது உண்டோ என்று ஆண் பருந்தைக் கேட்டார் அரசர் நபி. சொன்னது உண்மை என்றது ஆண் பருந்து. நீ எவ்வாறு கண்டு சொன்னாய் என்று கேட்க, அது சொல்லலாயிற்று.

நோய் - தீங்காக வந்தபடி; துவன்ற - சொன்ன; திறல் - துணிவான சொல்; புகன்றது - சொன்னது; ஓதினை - சொன்னாய்; இயம்பும் - சொல்லும்.

எப்பருந்துகள் வருகினும் விலகு தின்றி
யப்ப ருந்துக ளொடுகலந் திருந்துவா யாலே
செப்ப ரும்பல சரசவார்த் தைகள்சொலிச் செருக்கா
முட்பொ ருந்தறி வுரைத்தியா னொழிக்கினு மொழியா (8)

8. (1225) தொடர்பற்ற எப் பருந்து வந்தாலும் விலகாமல் அப் பருந்துடன் ஒட்டி உறவாடி இருந்து வாயால் சொல்ல முடியாத சரச வார்த்தைகள் பேசித் தருக்கித் திரிகிறது. உள்ளம் பொருந்துமாறு அறிவுரை கூறி விலக்கினால் ஒழுங்கபடுவதில்லை.

செப்பரும் - சொல்ல முடியாத; செருக்கு - தருக்கு; ஒழிக்கினும் - விலக்கினாலும்; ஒழுங்கா - ஒழுங்குபடாது.

விரித்த விவ்வகை செய்கையாற் பெடைகரு மேவிப்
பொறித்த குஞ்செனக் கோவெவர்க் கோவெனப் புந்தி
தரித்த வையமுண் டாகிய காரணத் தாலே
யுரித்த கற்றியா னுரைத்ததென் றுரைத்தா னுவணம். (9)

9. (1226) விளக்கிச் சொன்ன இவ் வகைச் செயல்களால், பெட்டை கருவுற்றுப் பொறித்த குஞ்சுகள் எனக்கோ வேறு யாருக்கோ என்னும் ஐயம் அறிவில் நிலைபெற்ற காரணத்தால் உரிய முறையில் விலக்கி வைத்து அவ்வாறு உரைத்தேன் என்று சொல்லிற்று ஆண் பருந்து.

விரித்த - விளக்கிச் சொன்ன; செய்கை - செயல்; பெடை - பெட்டை; கருமேவி - கருக்கொண்டு; புந்தி - அறிவு; தரித்த - நிலைபெற்ற; ஐயம் - சந்தேகம்; உரித்து - உரிய; அகற்றி - விலக்கி; உவணம் - பருந்து.

வியப்ப தாயிவை யுரைத்தலும் பேடையை விளித்தே
யயற்ப ருந்துகள் வரிற்கலந் துடன்விளை யாடா
தியற்பொ ருந்தொழுங் காநெருங் காதுறை யிதைய
நயத்து ளன்பதாய்ச் சேவல்சொற் படிநட நாளும் (10)

10. (1227) வியப்புக்குரிய முறையில் ஆண்பருந்து இவ்வாறு கூறியது பெட்டைப் பருந்தை அழைத்து, வெளிப்பருந்துகள் வந்தால், கலந்து உடன் சேர்ந்து விளையாடாமல், பொருத்தமான இயல்பான ஒழுங்குடன், அவற்றை நெருங்காமல் இரு. நெஞ்சில் அன்புகொண்டு சேவல் சொல்வதைக் கேட்டு அதன்படி எப்போதும் நடந்துகொள்.

அயல் - வெளி; வரில் - வந்தால்; இயல்பொருந்து ஒழுங்கு - பொருத்தமான இயல்பான ஒழுங்கு, குடும்பப் பெண்ணுக்குப் பொருந்தத் தக்க ஒழுங்கு; இதய நயம் - நெஞ்சில் கொண்ட அன்பு, மனப்பண்பு; நாளும் - எப்போதும்.

திரண்ட மோகமாய்ச் சேவலுன் றனையணைத் திடுகின்
மருண்டி டாதயற் பறவைக ளினைக்கரி வையென்
றிரண்டி னுள்ளமும் பொருந்தியவ் வசைசொலா தியற்றி
யருந்த வப்பொரு ணபியனுப் பலுமகன் றனவே (11)

11. (1228) மோகம் திரண்டு ஆண் பறவை உன்னை நெருங்கினால் மருண்டிடாதே. அயற் பறவைகளை நஞ்சு என்று நினை என்று கூறி இரண்டு பறவைகளின் உள்ளமும் ஒன்று படுமாறு செய்து, முன் சொன்ன பழிச்சொல்லை இனிச் சொல்லாமற் செய்து, அனுப்பினார் அருந்தவப் பொருளான இறைவனின் நபி. அவை சென்றன.

கரி - நஞ்சு, விடம்; வை - மனத்தில் வை.

அகன்ற பின்னொரு பெண்பருந் தண்ணல்பா லடுத்துத்
திகழ்ந்த பொற்பதச் செழுமரை மலர்துதி செய்தே
யிகந்த னிற்கரு ணாலய மாயுதித் திருந்தீர்
புகுந்த வென்னுரை கேட்கவேண் டுதுமெனப் புகலும் (12)

12. (1229) அவை சென்ற பின் ஒரு பெண் பருந்து மன்னர் நபியிடம் வந்தது. செழிப்பான பொன்னாலான தாமரை போன்ற அவருடைய பாதம் பணிந்து புகழ்ந்து இவ் வுலகில் கருணை கூடிக் கிடக்கும் நிலையமாய்ப் பிறந்திருப்பவரே! இங்கு வந்திருக்கும் என்னுடய பேச்சைக் கேட்க வேண்டும் என்று சொல்லி விட்டுத் தொடர்ந்து கூறியது.

அகனற்பின் - போனபின்; அண்ணல் - அரசர், நபி; அடுத்து - நெருங்கி; மரை - தாமரை; துதி - புகழ்ச்சி; இகம் - உலகம்; கருணாலயம் - கருணைக்கு இருப்பிடம்; உதித்து - பிறந்து; புகலும் - சொல்லும்.

தருக்கி லாதுநீ ரசூறை யிப்பதி தனிலே
யிருக்கு மோர்குடி யாகியோன் மனையிடத் தினிலோர்
விருக்க நிற்பதவ் விருக்கத்திற் பஞ்சர மியற்றிக்
கருக்கொண் முட்டையிட் டுளவிருப் பொடுமடை காத்தேன். (13)

13. (1230) வீண் செருக்கு இல்லாமல் தாங்கள் அரசராக இருந்து ஆளும் இவ் வூரினில் இருக்கும் குடிமக்களில் ஒருத்தி நான். என் வீடு ஒரு மரத்தில் உள்ளது. அம் மரத்தில் கூடு கட்டி கருக்கொண்டு முட்டையிட்டு மன மகிழ்ச்சியோடு அடைகாத்தேன்.

தருக்கு - செருக்கு, ஆணவம்; உறை - இருக்கும்; பதி - ஊர்; மனை - வீடு; விருக்கம் - விருட்சம், மரம்; பஞ்சரம் - கூடு.

காத்தி ருந்துகுஞ் சுகடிர ளாமுனங் கண்ணாற்
பார்த்தி ருந்தெடுத் தகன்றன னிடவிடப் பலகா
லேத்தி ருந்ததம் மரமதி லுள்ளதிவ் விடுக்கண்
பூத்தி ருந்தவா வியினிடை முதலையைப் போலும். (14)

14. 1231 அடைக்காக்கும் காலத்தில் கருவில் குஞ்சுகள் திரளும்முன் கண்ணாற் பார்த்திருந்து எடுத்துச் சென்றான். பல காலம் முட்டை இட இட இவ்வாறு எடுத்துச் செல்கின்றான். மலர்கள் பூத்திருக்கும் குளத்தில் முதலை இருப்பது போல், புகழ்ச்சிக்கு உரிய அம் மரத்தில் உள்ளது இத் துன்பம் தரும் இடையூறு.

குஞ்சுதிரளல் - முட்டையின் கரு குஞ்சாக உருவாதல்; ஏத்து - புகழ்ச்சி; இடுக்கண் - இடையூறு, துன்பம்; வாவி - குளம்.

அகத்தி லாசைகூர்ந் தீன்றதிவ் வகையழி வதினு
மிகழ்ச்சி கூறுதற் கிடமதாய் மலடென விருத்தல்
மகிழ்ச்சி யாமன்றோ முட்டைபோந் துயரினால் வாடித்
திகழ்ச்சி யாமுயி ருடனிறந் தலைவதென் றேகம். (15)

15. (1232) ஆசையோடு இட்டது இவ்வாறு அழிவதைவிட பழிப்புக்கு இடமாக மலடாக இருத்தல் மகிழ்ச்சியாகும் அன்றோ? முட்டை பறிபோகும் துயரத்தால் வாடி உயிருடன் இறந்து அலைவதன் விளக்கமாக ஆயிற்று என் உடல்.

அகம் - நெஞ்சம்; இகழ்ச்சி - பழிப்பு; திகழ்ச்சி - விளக்கம்; தேகம் - உடல்.

எனவு ரைத்துநா மமுஞ்சொலக் கருணைகூர்ந் தேந்தல்
வினவி யித்தெரு வின்னவன் றனைவிரை வினிலெம்
முனம ழைத்துவந் திடவென வியவர்பான் மொழிய
நனிவி சைக்கொள விளித்துவந் தனர்திரு நபிபால். (16)

16. (1233) என்று உரைத்து அவன் பெயரையும் சொல்லிற்று. அப் பருந்தின் மீது இரக்கம் கொண்ட அரசர் நபி இத் தெருவில் உள்ள இன்னவனை விரைந்து சென்று என்னிடம் அழைத்து வருவீர் என்று ஏவலரிடம் சொல்ல விரைந்து சென்று அவனை நபியிடம் அழைத்து வந்தனர்.

நாமம் - பெயர்; ஏந்தல் - அரசர்; வியவர் - ஏவலர், பணியாளர்; மொழிய - சொல்ல; நனி - மிக்க; விசை - விரைவு; விளித்து - அழைத்து.

அங்க வத்திரந் தாங்கிய பையுங்கை யதனிற்
றங்க ரத்தினக் கடகமுங் கழுத்தினிற் சரமும்

பொங்கெ ழிற்றர விரலினி லாழியும் பூண்டோன்
பங்கை யப்பதத் தடைந்துநின் றனன்சலாம் பகர்ந்தே. (17)

17. (1234) மேலாடையும் பையும் கையில் இரத்தினம் இழைத்த கடகமும் கழுத்தில் தங்கச் சங்கிலியும் அழகு விளங்கும்படி விரலில் மோதிரமும் அணிந்தவன் சலாம் உரைத்து தாமரை மலர்போன்ற பாதத்தை உடைய சுலைமான் நபி முன் வந்து நின்றான்.

அங்க வத்திரம் - மேலே அணியும் சரிகை வேட்டி; கடகம் - கங்கணம்; சரம் - கழுத்தில் அணியும் கண்ட சரம்; ஆழி - மோதிரம்; பூண்டோன் - அணிந்தோன்; பங்கயம் - தாமரை; பதம் - பாதம்; பகர்ந்து - சொல்லி.

கட்டெ ழிற்கொளு மிளவலை நோக்கியிக் கமிட்ட
முட்டை தன்னைநீ யேனெடுத் துடைத்தனை யென்றார்
சிட்ட ரைப்புரந் தருணபி யேவயித் தியனான்
முட்டை யீதெடுத் தவிழ்தஞ்செய் தனனென மொழிந்தான். (18)

18. (1235) கட்டெழில் கொண்ட இளைஞனை நோக்கி இப் பருந்து இட்ட முட்டையை நீ ஏன் எடுத்து உடைத்தாய்' என்று கேட்டார். சீடரைப் பாதுகாத்து அருளும் நபியே! நான் வயித்தியன். இதன் முட்டையை எடுத்து மருந்து செய்தேன் என்று சொன்னான்.
இளவல் - இளைஞன்; இக்கம், கமிட்டம் - (பொருள் புரியவிலை. இடம் நோக்கி 'இப் பருந்து' என உரைவகுக்கப்பட்டது)

சிட்டர் - சீடர், தெய்வத் தொண்டர்; புரத்தல் - பாதுகாத்தல்; அவிழ்தம் - மருந்து; மொழிந்தான் - சொன்னான்.

உற்ற நோய்விழி யாலுணர் வயித்திய னுரைப்ப
விற்றை நாள்வரை யெடுத்தது போகமற் றினிமேற்
பற்றி யீதிடு கருவெடா தேயெனப் பகர்ந்தார்
முற்றி வாழ்மன வலியின னதற்கெதிர் மொழிவான். (19)

19. (1236) உண்டாகி இருக்கும் நோயைக் கண்ணால் கண்ட அளவில் உணர்ந்துகொள்ளும் வயித்தியன் சொன்னதும் இதுவரை எடுத்தது போதும். இனிமேல் இது இடும் முட்டையை எடுக்காதே என்று கூறினார். மனவலிமை முற்றி முதிர்ந்த அவன் அதை மறுத்து மறுமொழி கூறுகிறான்.

உற்றநோய் - உண்டாகிய நோய்; உரைப்பட - சொல்ல; இற்றை நாள்வரை - இந்நாள்வரை; கரு - முட்டை; பகர்ந்தார் - சொன்னார்; எதிர்மொழி - மறுப்புமொழி, மறுமொழி.

பருந்தின் முட்டையின் கருக்கொண்டு செய்வதே பண்பென்
மருந்து மற்றொன்றாற் செய்திடிற் பிணிகளை மாற்றா
கருங்கை வாரணக் கானெலாந் துருவினுங் காணல்
அருந்த லாமிவை யகப்படு வதுமிக வரிதே. (20)

20. (1237) பருந்தின் முட்டைக் கருவைக் கொண்டு செய்வதே என் மருந்தின் குணம். வேறு பொருளால் செய்தால் நோய் நீங்காது. கருத்த கையுடைய கருங்குரங்கு வாழும் பெரிய காட்டில் தேடினாலும் இது அகற்றப்படுவது அரிது - அகப்படாது.

வருங்கை வாரணம் - கருங்குரங்கு; கான் - காடு; துருவுதல் - தேடுதல்; அருந்தலாம் - (பொருள் புரியவில்லை) அரிது - கடினம், இயலாது.

நாலிற் பட்டகந் தேடிய பூடது நடக்குங்
காலிற் றட்டலொத் தென்மரக் கூட்டினிற் காணி
லேலக் கைகொளா தகற்றியென் றொழின்முறை யிழந்து
மேலிட் டெத்திற லியான்செயுஞ் சீவன விதமே. (21)

21. (1238) நால்வகைப் பாடுபட்டு நாளெல்லாம் தேடிய மூலிகை நடந்து செல்லுகையில் காலில் தட்டியது போல் என்னுடைய மரக்கூட்டினில் கண்டால், அதை ஏற்றுக் கைக்கொள்ளாது விட்டுவிட்டால், நான் தொழில் இழப்பேன். பின்னர் எவ்வாறு என் உயிர்வாழ்க்கை நடக்கும்?

நால் - நால்வகை; அகம் - மனம்; பூடு - பூண்டு, மூலிகை; ஏல - ஏற்க.

இந்த வாசகங் கேட்கில னென்றன னெடுக்கி
லுந்த னாருயிர் கொல்வனென் றனருயி ரொழிந்து
நந்த லாயினு நந்துவ தலதென்பா நண்ணு
மந்த வான்கரு விடுவதி லெனவுரைத் தகன்றான் (22)

22. (1239) ஆதலால் இதன் கருவை இனிமேல் எடாதே என்ற சொல்லை நான் கேட்க மாட்டேன் என்றான். இனி எடுத்தால் உன் உயிரைக் கொல்வேன் என்றார். என் உயிரே போவதாயினும் அப் பருந்தின் கருவை எடுப்பதை விடமாட்டேன் என்று சொல்லி விட்டுப் போய்விட்டான்.

வாசகம் - சொல்; கேட்கிலன் - கேட்க மாட்டேன்; நந்தல் - கெடுதல்; நண்ணும் - கிட்டும்; அகன்றான் - போனான்.

அவன கன்றபின் னிரண்டுசின் களைநபி யழைத்தே
யிவன்ம மத்தினிற் காத்துநின் றிடுங்கரு வெடுக்க
கவன முற்றடைந் திடுபொழு துடம்பினைக் கரத்தாற்
சிவண வோரிரு பிளவதாய் கிழித்துயிர் செகுமின். (23)

23. (1240) அவன் போனபின் இரண்டு சின்களை அழைத்து, பருந்து இடும் முட்டையை எடுக்க மரத்தருகில் காத்து நின்று, இட்ட முட்டையை எடுக்கக் கருத்துக் கொண்டு போகும்போது, நெருங்கி இவன் உடம்பைக் கையால் இரண்டு கூறாகப் பிளந்து உயிரைக் கொல்லுங்கள்.

சிவணல் - திட்டல், நெருங்கல்; செகுத்தல் - அழித்தல், கொல்லுதல்.

என்று ரைத்தனுப் பினரவன் மரத்தினி லேகி
நின்ற தப்பருந் தினுக்குஞ்சின் காவலை நிகழ்த்திச்

சென்று முட்டைக ளுதவென வேவல்செய் தனர்போ
யன்ற திற்பருங் கூடுவைத் திட்டுறைந் ததுவே. (24)

24. (1241) என்று சொல்லி அனுப்பினார் நபி. அச் சின்கள் அவனுடைய மரத்தருகே சென்று நின்றன. அப் பருந்திடம் சின்கள் காவல் நிற்பதை எடுத்துரைத்து நீ போய் முட்டை இடு என்று கட்டளை இட்டார். அதன்படிப் போய் அம் மரத்தில் பெரிய கூடு கட்டி முட்டை இட்டு இருந்து அடைகாத்தது பருந்து.

அவன் மரம் - அவனுடைய மரம்; ஏகி - போய்; நிகழ்த்தி - விளக்கி; ஏவல் - கட்டளை; பருங்கூடு - பெரிய கூடு; இட்டு - முட்டையிட்டு; உறைந்தது - இருந்து அடைகாத்தது.

உற்ற சேனமிட் டதையறிந் துளமகிழ் வுடனே
மற்ற நாளெடுப் போமென நினைத்துவை கினனா
லற்றை நாளிர வினிற்பசித் திளைத்துட லயர்ந்தே
யிற்றை நாளுயிர் கார்மின்னென் றனன்வந்தோ ரிரப்போன். (25)

25. (1242) வந்த பருந்து முட்டை இட்டதை அறிந்த வயித்தியன் மனம் மகிழ்ந்து நாளை வந்து எடுப்போம் என்று நினைத்து இரவில் வீட்டில் இருந்தான். அன்று இரவில் பசியால் இளைத்து உடல் தளர்ந்து ஓர் இரவலன் வந்து கூறினான்.

உற்ற - வந்த; சேனம் - பருந்து; இட்டது - முட்டை இட்டது; வைகினன் - இரவில் தங்கினான்; ஆல் - அசை; அற்றை - அன்று; அயர்ந்து - தளர்ந்து; காமின் - காப்பாற்றுங்கள்; இரப்போன் - பிச்சைக்காரன்.

இரவ லன்புகன் றவைசெவி புகவுள மிரங்கித்
துரித மாகத்தா னருந்துறட் டியினிலோர் துண்டுங்
கரநி றைந்தநல் லுதகமு மளித்தனன் கைகொண்
டொருவொ ணாப்பசி தணியவுண் டனன்மகிழ் வுற்றான். (26)

26. (1243) இரவலன் கூறியவை கேட்டு மன இரக்கம் கொண்டு, விரைந்து ஓடித் தான் அருந்த வைத்திருந்த உரொட்டியில் ஒரு துண்டும் கை நிறைய நல்ல குடிநீரும் கொண்டு வந்து கொடுத்தான். அதை வாங்கி தாங்க முடியாத பசி தணியும்படி உண்டான். மகிழ்ச்சி கொண்டான்.

புகன்றவை - சொன்னவை; செவி - காது; துரிதம் - விரைவு; உறட்டி - உரொட்டி, ரொட்டி; கரம் - கை; உதகம் - நீர்; ஒருவுதல் - தீர்தல்; நல் உதகம் என்றதனால் நல்லநீர் - குடிநீர் எனப்பட்டது.

சிந்தை யன்புகூர்ந் தொருவனே யென்பசி தீர்க்கு
மிந்த நன்கொடை யோன்றனக் குனதரு ளீந்து
வந்த வாபத்து மகற்றிநீ ளித்துயிர் வழங்கென்
றுந்தி யேதுவாச் செய்தகன் றனன்றவத் துயர்ந்தோன். (27)

27. (1244) இரவலனாய் வந்த தவத்தால் உயர் பெரியவன் உண்டு மகிழ்ந்து மனம் மிக மகிழ்ந்து 'ஒருவனாகிய இறைவனே! என் பசி தீர்த்த இந்தக் கொடையாளனுக்கு உன்னுடைய அருளை நல்கு! வரும் இடர்களை நீக்கு. நீண்ட ஆயுள் வழங்கு' என்று உயர்ந்த துஆச் செய்துவிட்டுப் போனான்.

சிந்தை - மனம்; கூர்தல் - மிகுதல்; நீளித்து - நீளம், நீளித்து, நீளமாக ஆக்கிவைத்து; ஈந்து - கொடுத்து; வழங்கு - கொடு; உந்துதல் - உயர்தல்; துஆ - வேண்டுதல்; அகன்றனன் - போனான்.

கடுக்கொண் ணோய்தவிர் வயித்தியன் விடிந்தபின் கருவை
யெடுக்க வேறினன் மரத்தினிற் சின்களோ ரிரண்டும்
விடுக்கொ ணாதுகொல் வோமெனச் சென்றன வேகந்
தடுக்க வோடியோர் சிறியதுண் டுறட்டிதள் ளியதே. (28)

28. (1245) கொடிய கடுப்புடைய நோய்களைத் தீர்க்கும் வயித்தியன் பொழுது விடிந்தபின் முட்டையை எடுக்க மரத்தில் ஏறினான். காவலுக்கு என்று நபி சுலைமான் அனுப்பிய இரண்டு சின்களும் 'முட்டையை எடுக்க விடாமற் கொல்வோம்' என்று விரைந்து சென்றன. அப்போது விரைந்து வந்த சிறிய உரொட்டித் துண்டு சின்களை நெட்டித் தள்ளியது.

கடு - கடுத்தல், கொடுமை; தவிர்த்தல் - நீக்குதல்; கரு - முட்டை; விடு - விடுபடல், விடுதல்; ஒணாது - ஒண்ணாது, முடியாது; உறட்டி - உரொட்டி, ரொட்டி.

தள்ளத் தள்ளத்தம் வலியெலாங் கூட்டியே தருவிற்
கொள்ளக் கொள்ளப்பண் டிதன்றனைத் தொடக்கொடுக் காமற்
றுள்ளத் துள்ளவந் தடித்தகற் றியதகந் தோய்ந்து
தெள்ளத் தெள்ளவற் புதமிகுத் தயர்ந்தன சின்கள். (29)

29. (1246) உரொட்டி வந்து தள்ளத் தள்ளத் தம் வலிமையை எல்லாம் கூட்டி முயன்றன சின்கள். முட்டையை எடுக்க மரத்தில் ஏறும் வயித்தியனைப் பிடிக்க விடாமல் துடிக்கத் துடிக்க அடித்து விரட்டியது உரொட்டித்துண்டு. அதனால் மனம் சோர்ந்து 'இது தெளிவான அற்புதம்' என்று சின்கள் தளர்ந்தன .

வலி - வலிமை; தரு - மரம்; பண்டிதன் - வயித்தியன்; தொடக் கொடாமல் - தொட விடாமல்; அகம் - மனம்; அத்து - சாரியை; ஓய்ந்து - சோர்ந்து; அயர்ந்தன - தளர்ந்தன; தள்ளத்தள்ள, கொள்ளக்கொள்ள, துள்ளத்துள்ள, தெள்ளத்தெள்ள என அற்புதங் கண்ட வியப்பு மொழியாக இரட்டித்து வந்தன.

சின்கள் வந்தது முறட்டித்துண் டகற்றிய செயலுந்
தன்க ணிற்றெறிந் திலனுவ ணமுமிலைத் தருவி
னன்க ளிப்பொடுஞ் சினையெடுத் திறங்கின னாளு
மின்கு ணத்தருள் கொடையதன் வலிக்கிணை யெவையே. (30)

30. (1247) சின்கள் வந்ததும் உரொட்டித் துண்டு வந்து அவற்றை அகற்றிய செயலும் வயித்தியனுடைய கண்களுக்குத் தெரியவில்லை. மரத்தில் பருந்தும்

இல்லை. நல்ல மகிழ்ச்சியுடன் முட்டையை எடுத்துக்கொண்டு இறங்கினான். இனிய குணத்துடன் வழங்கும் கொடையாகிய அறத்தின் பாதுகாக்கும் வலிமைக்கு இணையாகக் கூடிய எவை உள்ளன?

கணில் - கண்ணில்; உவணம் - பருந்து; தரு - மரம்; களிப்பு - மகிழ்ச்சி; சினை - முட்டை; ஆளும் - காக்கும்; வலி - வலிமை; அறன் - அறம், தருமம்.

ஒல்கு மோர்கைநீ ருறட்டியோர் துண்டிவை யுதவு
மெல்கை நன்மைநன் னபிவதை செயவென வேவிப்
புக வந்தசின் களையணு காவகை புரியி
னல்கு கின்றதாந் தருமத்தைப் போலுண்டோ லாபம். **(31)**

31. (1248) குறைந்த அளவினதாகிய ஒரு கையளவு நீரும் ஓர் உரொட்டித் துண்டும் தருமமாகத் தந்ததற்கான நன்மையின் எல்லை, கொல்வதற்கென்று நபியால் கட்டளை இடப்பட்டு அனுப்பப்பட்ட சின்களை, நெருங்க முடியாதபடிச் செய்தது என்றால், கொடுத்தல் ஆகிய தருமத்தைப் போல் உயிர்க்குலத்திற்கு ஆதாயம் தருவதுண்டோ?

ஒல்தல் - குறைதல்; எல்கை - எல்லை; வதை - கொலை; புல்கல் - சார்தல், பிடித்தல்; அணுகாவகை - நெருங்க முடியாதபடி; நல்கும் - கொடுக்கும்.

இயபெ ரும்பல மந்திர மெவையையோ திடினும்
வியத்த னோன்புநித் தமுமுறை யினுமிதன் மேலெச்
செயற்பொ ருந்துபுண் ணியங்கள்செய் யினும்பசி தீர
நயத்தொ டீவதோர் தருமத்தைப் போலுண்டோ லாபம் **(32)**

32. (1249) எதையும் செய்யக் கூடிய பெரிய பெரிய மந்திரங்களை ஓதினாலும் வியக்கத்தக்க நிலையில் ஒவ்வொரு நாளும் நோன்பு நோற்றாலும் மேலும் புண்ணியம் நிறைந்த எத்தகைய செயல் செய்தாலும் பசிதீரப் பரிவோடு உணவு தரும் தருமத்தைப் போல் உயிர்க்குலத்திற்கு ஆதாயம் ஆகக் கூடியது வேறு உண்டோ?

இயல் - இயற்கை; வியத்த நோன்பு - வியக்கத்தக்க முறையில் நாள்தோறும் நோற்கும் நோன்பு; நித்தம் - ஒவ்வொரு நாளும்; உறைதல் - நோற்றல்; நயம் - உபசாரம், பரிவு.

ஆன தத்துயி ரிடரையு மகற்றிவாழ் வருளும்
வான கப்பெரும் பதவியுந் தருமெலா மாறித்
தானி றக்கினு முடன்வரு சருவசா தகமா
நானி லத்தினிற் றருமத்தைப் போலுண்டோ லாபம். **(33)**

33. (1250) உயிருக்கு இடராய் வரும் கண்டமாகிய இடர்களைப் போக்கி வாழ்வு தரும்; வானகத்தின் உயர்ந்த பதவியும் தரும்; எல்லாம் முடிந்து தான் இறந்து விட்டாலும் எல்லா வகையிலும் உதவியாக உடன் வரும். இவ்வாறெல்லாம் செய்ய வல்ல தருமத்தைப் போல் உயிர்க்குலத்திற்கு ஆதாயம் ஆகக் கூடிய வேறு ஏதும் உலகில் உண்டோ?

ஆன - ஆகிய; தத்து - இடர், கண்டம்; மாறி - முடிந்து; நானிலம் - உலகம்.

கூட்டு மக்களு மனைவியுஞ் சுற்றமுங் குறித்த
தேட்டு மற்றெவை களுமுட லமுமுடன் சேரா
தீட்டு நற்றுணை வருபொரு ளெவையென வெண்ணி
நாட்டுந் தன்மஞ்செய் யாதது போலுண்டோ நட்டம் (34)

34. (1251) கூடிய மக்களும் மனைவியும் உறவின் முறையாரும் தேடிய செல்வமும் மற்றுள்ள எவையும் நம்முடைய உடலும்கூட நம்முடன் சேர்ந்து வரமாட்டாது. நாம் அடையக் கூடியவற்றில் நமக்குத் துணையாக வரக்கூடிய பொருள் எவை என்று ஆராய்ந்து அறிந்து செய்யும் தருமத்தைச் செய்யாதிருப்பதைப் போல் உயிர்க்குலத்திற்கு இழப்பு வேறு உண்டோ?

தேட்டு - தேட்டம், தேடிய பொருள்; ஈட்டும் - தேடி அடையும்; நாட்டும் - நிலைப்பெறச் செய்யும்; தன்மம் - தருமம்; நட்டம் - இழப்பு.

பலஞ்செய் சம்பத்தெவ் விதத்திற னுறப்படைக் கினுமின்
னிலஞ்செய் வாழ்வொரு நொடியினி லறுமென நினைத்துப்
பெலஞ்செய் வாழ்க்கையம் மறுமையென் றாய்ந்தவை பெறவே
நலஞ்செய் தன்மஞ்செய் யாதது போலுண்டோ நட்டம் (35)

35. (1252) வலிமை சேர்க்கும் செல்வங்கள் எவ்வகையான திறன் உடையவாகப் பெற்றிருந்தாலும் இந் நில உலக வாழ்வு ஒரு நொடியில் அறுந்து போகும் என்பதை நினைத்து, நிலையான வாழ்க்கை என்பது அம் மறுமை வாழ்க்கைதான் என்பதை ஆராய்ந்து அறிந்து அதைப் பெறுவதற்காக நன்மையான தருமத்தைச் செய்யாததுபோல் உயிர்க் குலத்திற்கு இழப்பு வேறு உண்டோ?

பலம் - வலிமை; சம்பத்து - செல்வப் பேறுகள்; படைக்கினும் - பெற்றிருந்தாலும்; பெலம் - உறுதி, நிலைபேறு.

எவள வாயினுந் தங்களா லேன்றமட் டீயா
தவம தாயொரு நாளுமே போகொணா ராய்ந்தோ
ருவகை யாகக்கைப் பொருளினால் வாக்கினா லுடம்பா
னவிலுந் தன்மஞ்செய் யாதது போலுண்டோ நட்டம். (36)

36. (1253) ஆராய்ந்து உணர்ந்தவர் எவ்வளவு ஆனாலும் தங்களால் இயன்ற மட்டும் தருமம் கொடுக்காமல் ஒரு நாள்கூட வீணாகப் போகுமாறு விடமாட்டார். உணர்ந்தவர்கள் மகிழ்ச்சியுடன் கைப்பொருளினாலும் வாய்மொழியாலும் உடம்பாலும் உயர்த்திப் பேசப்படும் தருமத்தைச் செய்யாததுபோல் இழப்பு வேறு உண்டோ?

ஏன்ற - இயன்ற; ஈயாது - கொடுக்காது; அவம் - கேடு, வீண்; போகொணார் - போக ஒண்ணார்; உவகை - மகிழ்ச்சி

மைதி ருந்துகை வயித்தியன் முட்டையின் மருந்து
செய்தி ருந்தன களைத்திளைத் திருந்தன சின்க

ளெய்தி நோக்கிய துவணங்கா ணாததா லேங்கி
மெய்தி ருந்துநன் னபிபதத் தடைந்தெதிர் விள்ளும். (37)

37. (1254) வயித்தியனுடைய வலிய திருத்தமான கைகள் முட்டையிலிருந்து மருந்து செய்துகொண்டிருந்தன. சின்கள் களைத்தும் இளைத்தும் இருந்தன. கூட்டிற்கு வந்த பருந்து முட்டைகள் காணப்படாததனால் ஏக்கம் கொண்டு திருத்தமுற உண்மையைக் கொண்டு ஆளுகின்ற நபியிடம் வந்து சொல்லலாயிற்று.

மை - கறுப்பு, வலிமை; எய்தி - அடைந்து, வந்து; உவணம் - பருந்து; மெய் - உண்மை; விள்ளும் - சொல்லும்.

சின்னைக் காவல்வைத் தோமவன் முட்டையைத் தீண்ட
வுன்னிச் சேர்ந்திடி லுயிரிழப் பான்பய மொழிந்து
முன்னைப் போலநீ போய்க்கரு வருளென மொழிந்தீ
ரென்னக் கூடுவைத் தகமகிழ் வாயினி தீன்றேன். (38)

38. (1255) சின்னைக் காவலாக அமைத்தோம், முட்டையை எடுக்க நெருங்கினால் அவ் வயித்தியன், உயிர் இழப்பான். ஆதலால் அச்சம் நீங்கி முன்போல நீ முட்டை இடு என்று கூறினீர்கள். நானும் கூடு கட்டி மன மகிழ்ச்சியுடன் முட்டை இட்டேன்.

இட்டு வைத்திரைக் ககன்றன னியானடைந் திடுமு
னுட்டி றத்துடன் மரத்தினி லேறியங் குள்ள
முட்டை யைக்கவர்ந் தேகினன் வந்தியான் முறையாய்க்
கட்டி வைத்தபஞ் சரத்தினி னோக்கினன் காணேன். (39)

39. (1256) முட்டையை இட்டு வைத்து இரைதேடப் போனேன். நான் திரும்பி வருவதற்குள் மனத்துணிவுடன் மரத்தில் ஏறி அங்குள்ள முட்டையை எடுத்துச் சென்றுவிட்டான். திரும்பி வந்து ஒழுங்குடன் நான் கட்டி வைத்திருந்த கூட்டினைப் பார்த்தேன். முட்டையைக் காணவில்லை.

அகன்றனன் - போனேன்; அடைந்திடுமுன் - திரும்பி வருவதற்குள்; உட்டிறம் - உள் + திறம் = உட்டிறம், மனத்துணிச்சல்; கவர்ந்து - திருடி; ஏகினன் - போனான்; பஞ்சரம் - கூடு.

சின்னுங் கிண்கிலன் காவலுங் காண்கிலன் சேத
மின்னுங் காண்கில னவன்மன மகிழ்ச்சிபோ லிதற்கு
முன்னுங் காண்கிலன் பயப்படா தேயென மொழிந்த
பின்னுங் காண்கில னென்மனத் துயரறு பெற்றி. (40)

40. (1257) சின்னையும் காணவில்லை. காவலையும் காணவில்லை. அவன் அழிவையும் காணவில்லை. அவன் அடைந்திருக்கும் மகிழ்ச்சிபோல் இதற்கு முன்னும் கண்டதில்லை. அஞ்சாதே என்று நீங்கள் சொன்ன பின்னரும் என் மனத்துன்பம் நீங்கும் வழி காணவில்லை.

சேதம் - அழிவு, வயித்தியனுக்கு ஏற்பட்டிருக்க வேண்டிய அழிவு; பெற்றி - வழி.

மதியைப் போலொரு குடையிலெவ் வுயிரும்வா ழுமது
துதியைப் போலவுஞ் சின்கள்கா வலுந்தொலைத் தோனுட்
கதியைப் போலவுந் திருப்பதத் தடைந்துமே கலங்கென்
விதியைப் போலவு முவமைகண் டிலன்றனி வேந்தே. (41)

41. (1258) நபியும் அரசரும் ஆகிய அரசே! வட்ட நிலாப் போல் குளிர்ச்சியைப் பொழியும் கொற்றக் குடையில் எல்லா வகையான உயிர்களும் வாழும் உங்கள் புகழைப் போலவும் சின்களின் காவலையும் கடந்த அவனுடைய உறுதியான நிலையைப் போலவும் தங்கள் அழகிய பாதத்தை அடைந்தும்கூட கலங்கி நிற்கும் என்னுடைய விதியைப் போலவும் உவமை சொல்ல எதையும் நான் காணவில்லையே!

மதி - நிலவு; குடை - கொற்றக்குடை; துதி - புகழ்; கதி - உறுதிநிலை.

விளைந்த வாறிவை யெனப்பெடைப் பருந்துரை விரிக்க
வளந்து கூறொணாச் சினத்தொடு சின்களை யழைத்து
வளர்ந்த தாருவில் முட்டையை யவன்கொள வதையை
துளந்த ணிந்துவிட் டவையெவை யெனப்பணிந் தோதும். (42)

42. (1259) நடந்தவை இவை என்று பெட்டைப் பருந்து சொல்ல, அளவிட்டுச் சொல்ல முடியாத சினத்துடன் சின்களை அழைத்து, நெடிதாக வளர்ந்த மரத்தில் இருந்து அவன் முட்டையை எடுத்துக்கொள்ளக் கண்ட பின்னரும் அவனைக் கொல்லாது மனம் துணிந்து விட்டுவிட்ட காரணம் யாது என்று கேட்க அவை சொல்லலாயின.

விளைந்தவாறு - நடந்தபடி; பெடை - பெட்டை; உரைவிரிக்க - விவரித்துச் சொல்ல; தாரு - மரம்; வதையாது - கொல்லாது; ஓதும் - சொல்லும்.

கூறு சொற்படி காத்தனம் பஞ்சரங் குயிற்றிப்
பாறு முட்டையிட் டதுகவர்ந் தேகப்பண் டிதன்வந்
தேற லுற்றனன் வதைசெயச் சென்றன மெம்மை
யூறு பெற்றிடத் தள்ளிய தோர்கண்ட வுறட்டி. (43)

43. (1260) தாங்கள் கூறிய சொற்படிக் காவல் காத்தோம். கூடு அமைத்துப் பருந்து முட்டை இட்டது. அதை எடுக்க வயித்தியன் வந்து மரத்தில் ஏறினான். அவனைக் கொல்லச் சென்ற எங்களை துன்பம் கொள்ளும்படித் தள்ளிவிட்டது ஓர் உரொட்டித் துண்டு.

பஞ்சரம் - கூடு; குயிற்றி - செய்து; பாறு - பருந்து; கவர்ந்து ஏக - எடுத்துப் போக; ஊறு - துன்பம்; கண்டம் - துண்டு; உறட்டி - உரொட்டி, ரொட்டி.

எக்கள் வீரங்கொண் டியன்றமட் டவனையெட் டிடினு
மங்க மீதினிற் றொடவொணா தகற்றிய தயர்ந்து
பங்க மேவியே கிடந்தன முட்டைகைப் பற்றிச்
சிங்க வேறெனெ விழிந்துபோ யினன்விதித் திறலோன் (44)

44. (1261) எங்கள் வீரியத்தை எல்லாம் திரட்டி அவனை எட்டிப் பிடிக்க முயன்ற போதும் அவன் உடம்பைத் தொடமுடியாதபடித் தள்ளியது அந்த

உரொட்டித் துண்டு. தளர்ந்து தோற்றுப்போய்க் கிடந்தோம். நல்ல விதி வாய்த்த அவன் முட்டையைக் கைப்பற்றிக் கொண்டு ஆண் சிங்கம் போல் மரத்தில் இருந்து இறங்கிப் போனான்.

பங்கம் - தோல்வி; சிங்க ஏறு - ஆண் சிங்கம்; இழிந்து - இறங்கி.

நடந்த திவ்வித மிங்குவந் துடனவி லவுமே
துடங்கு துண்டடித் திடுமடி யினிலுடல் சோர்ந்து
கிடந்த னங்கதை யிதுவெனக் கிளத்தக்கிங் கிரரா
லிடங்கொள் வீரபண் டிதன்றனை யழையுமி னென்றார். (45)

45. (1262) நடந்தது இவ்வாறுதான். இங்கு வந்தவுடன் தங்களிடம் சொல்ல முடியாமல் உரொட்டித் துண்டு அடித்த அடியினால் சோர்ந்து கிடந்தோம். எங்கள் கதை இதுதான் என்று கூறின. கேட்டு ஏவலரை அழைத்து இவ்வளவுக்கும் காரணமான வயித்தியனை அழைத்து வாருங்கள் என்றார்.

நவில - சொல்ல; துடங்கு - தொடங்கு; கிளத்த - சொல்ல; கிங்கரர் - ஏவலர்

ஏவ லோர்புகுந் தழைத்தது மடையவின் றிரவி
லியாவ தேனுமோர் நன்மைசெய் தனைகொலோ வென்ன
வாவி சோர்பசி யொருவன்வந் திரந்தன னவன்பா
லோவி யோர்துணி யுறட்டிநீர் கொடுத்தனென் றுரைத்தான். (46)

46. (1263) ஏவலர் போய் அழைத்ததும் அவன் வந்தான். அவனிடம் இன்று இரவில் ஏதேனும் நன்மை செய்தாயோ என்று கேட்டார். உயிர் வாடிய பசியாளி ஒருவன் வந்து இரந்து கேட்டான். அவனுக்கு இசைந்து உரொட்டித் துண்டும் நீரும் கொடுத்தேன் என்று சொன்னான்.

அடைய - வந்து சேர; யாவதேனும் - ஏதேனும்; ஆவி - உயிர்; சோர் - சோர்வு, வாட்டம்; (ஒவ்வி - ஓவி) ஓவி - இசைந்து; துணி - துண்டு.

அந்த வாசகஞ் செவுப்புக மனத்ததி சயித்தே
யிந்த வாறுசெய் தருமத்தாற் சின்கள்கை யெய்தி
நந்தி லாதுயிர் பிழைத்தனை யெனமன நயந்து
புந்தி கூர்முக மன்சொலி யனுப்பினர் போனான். (47)

47. (1264) அந்தச் சொல் காதில் புகுந்ததும் மனத்தில் அதிசயம் கொண்டார். இவ்வாறு நீ செய்த தருமத்தினால் சின்களின் கையில் அகப்பட்டுச் சாகாமல் உயிர் பிழைத்தாய் என்றதுடன் அறிவார்ந்த சலாம்சொல்லி அனுப்பி வைத்தார். அவன் போனான்.

கைஎய்தி - கைப்பட்டு; நந்திலாது - கெடாது, கேடு வராது; நயந்து - விரும்பி; புந்தி - அறிவு; முகமன் - சலாம், அஸ்ஸலாமு அலைக்கும் என்பது.

தரத்த சேனத்தை நோக்கிநீ யிவ்வகைத் தரும
வுரத்தி னோன்மனைத் தருவைவிட் டின்னமோ ருயர்ந்த
மரத்திற் கூடுவைத் தண்டமிட் டோங்கிவாழ் கென்றா
ரருட்கு ணாநிதி பதந்துதித் தேகிய தன்றே. (48)

48. (1265) அப் பருந்தை நோக்கி இவ்வாறு தருமத்தின் வலிமையினை உடையன் வீட்டின் மரத்தை விட்டு வேறோர் உயர்ந்த மரத்தில் கூடு கட்டி வாழ்வாயாக என்றார் அருள் குணநிதியாகிய நபியின் பாதத்தைப் புகழ்ந்து சென்றது பருந்து.

தரத்த - தரம் உடைய; சேனம் - பருந்து; உரம் - வலிமை; மனை - வீடு; தரு - மரம்; அண்டம் - முட்டை; ஏகியது - சென்றது.

தருமலாபப் படல முற்றிற்று.
படலம் 27க்கு திருவிருத்தம் 1265

28. ஆனையிறாஞ்சிப் பட்சி நாணிய படலம்

படலச்செய்தி

பருந்து போன பின் ஆனையிறாஞ்சிப் பறவை நபியின் முன்னே வந்தது. உன் வழக்கு ஏதும் உண்டோ என்று கேட்டார். ஆம் உள்ளது. இறைவிதிப்பை விலக்க முடியாது என்று தாங்கள் கூறியதை நான் மறுத்தேன். அதனால் நமக்குள் பேச்சு முற்றி விலக்கிக் காட்டுகிறேன் என்று நான் சூள் உரைத்தேன். ஆந்தையை எனக்குப் பிணையாக வைத்துவிட்டு மஷ்ரிக்கு நாட்டுப் பெண் குழந்தையை எடுத்து வந்து, மனிதர் நெருங்க முடியாத நாலாம் கடல் நடுவில் உள்ள தீவில், என் கூட்டில் வைத்து வளர்க்கிறேன். தாங்கள் குறித்த தவணை நாள் இன்றுதான். ஆதலால் என் வழக்கை முடித்து ஆந்தையை விடுவிக்க வேண்டும் என்றது. சரி. அப் பெண்ணைக் கொண்டு வா என்றார். சரபம் புறப்பட்டது. உடன் ஒரு பறவையையும் துணையாக அனுப்பினார்.

சரபம் வரும் சமயத்தில் காதலர் இருவரும் காமக் கடலில் மூழ்கிக் கிடந்தனர். அரவம் கேட்டதும் காதலன் குதிரையினுள் ஒளிந்தான். தனக்கும் நபிக்கும் இடையில் உள்ள வழக்கை அப் பெண்ணிடம் கூறி, அது முடிவு பெறும் நாள் இன்றுதான் ஆதலால் புறப்படு என்றது. அவள் தந்திரமாகப் பேசி, தான் குதிரைவயிற்றில் புகுந்து கொள்வதாகவும் குதிரையையும் தூக்கிக் கொண்டு போகும்படியும் கூறினாள். சரபம் உடன்பட்டது. குதிரையின் வயிற்றில் காதலி காதலன் மடியில் அமர்ந்துகொண்டாள். காதலர் விளையாட்டு அங்கும் தொடர்ந்தது. பறவை தூக்கிச்சென்றது. கதை முழுவதையும் நபியிடம் அறிவித்தது காற்று. அறிந்தும் அறியாதவர் போல் இருக்கிறார் நபி.

குதிரையை நபிமுன் வைத்து வெற்றிச் செருக்குடன் மகளை வெளியே வா என்று அழைத்தது சரபம். அவள் வந்தாள். நீயும் வா என்று அழைத்தார் நபி. அவனும் வந்தான். இதைக் கண்ட சரபம் திடுக்கிட்டு நாணத்தால் வீறிழந்து கூனிக் குறுகி நின்றது. அதைக் கடிந்து உரைத்தார் நபி. மற்றவரைப் பார்க்க நாணி அங்கிருந்து பறந்து போய்க் கூட்டில் அடைந்து கிடந்தது.

காதலர்க்கு முறைப்படித் திருமணம் முடித்து வைத்தார் நபி. அவர்கள் விடை பெற்றுத் தம் நாட்டிற்குத் திரும்பினர்.

இப் படலத்தில் பெண்களின் கவடு பற்றி விரிவாகப் பாடுகிறார் புலவர். கதைப் போக்கிற்கு அது பொருத்தமாக இல்லை. தங்கள் காதலை மறைக்கப் பெண்கள் சில மறைதிற வேலைகள் செய்வது இயற்கையே. அஃது அச்சத்தாலும் நாணத்தாலும் செய்யப்படுவதே அன்றிச் சூதாகச் செய்யப்படுவது அன்று. அதனைக் கணிகையர் ஒழுக்கம் போலப் பாடுவது நியாயம் ஆகுமோ?

28. ஆனையிறாஞ்சிப்பட்சி நாணிய படலம்
அறுசீர்க் கழிநெடிலடி யாசிரிய விருத்தம்

பருந்தகன் றதன்பின் வேழப் பதம்பெரும் பறவை வீறா
யருந்திரு நபிமுன் வந்து நின்றதங் கதனை நோக்கிப்
பொருந்துநின் வழக்கே தேனு முண்டெனிற் புகறி யென்றார்
திருந்தலர்க் கிடியே றன்ன செம்மலை நோக்கிச் செப்பும். (1)

1. (1266) பருந்து சென்ற பின்னர், யானையின் கால் போன்ற பெரிய பாதம் உடைய சரபப் பறவை வீறாப்புடன் நபியின் முன்னே வந்து நின்றது. அதனை நோக்கி உன்னுடைய வழக்கு ஏதேனும் உண்டா? உண்டென்றால் சொல் என்றார் நபி. பகைவர்க்கு இடிபோன்ற நபியை நோக்கிச் சரபம் சொல்லலாயிற்று.

அகன்றபின் - போனபின்; வேழம் - யானை; பதம் - பாதம், கால்; வீறு - பெருமை; புகல்தி - சொல்க; திருந்தலர் - பகைவர்; செப்பும் - சொல்லும்.

நீரிறை விதியை மாற்ற லரிதென நிகழ்த்த வேயா
னேரிய மதியுள் ளோர்கட் கரிதல வெனவி யம்பச்
சூரியன் புகுதே யத்திற் சுதனையுந் தோன்று தேயக்
காரிகை யினையுங் கூட்டுங் கலாவைமாற் றுவையோ வென்ன. (2)

2. (1267) இறைவிதிப்பை மாற்ற முடியாது என்று நீங்கள் சொன்னீர்கள். கூரிய அறிவு உடையவர்களுக்கு அது முடியாதது அல்ல என்று நான் சொன்னேன். சூரியன் 'மறையும் மகரிபு நாட்டு ஆணும் உதிக்கும் நாட்டுப் பெண்ணும் கொடுப்பாரும் தடுப்பாரும் இன்றிக் கூடுவர் என்பது இறைவிதிப்பு. அதை உன்னால் மாற்ற முடியுமா என்று கேட்டீர்கள்.

அரிது - முடியாது; நிகழ்த்தவே - சொல்லவே; யான் - நான்; கூரான; மதி - அறிவு; அரிதல - முடியாதது அல்ல; புகுதல் - மறைதல்; சுதன் - இளவரசன்; காரிகை - பெண்; கலா - களா, இறை விதிப்பு; என்ன - என்று சொல்ல.

மாற்றுவே னெனயான் கூறி வார்த்தைவீ ணான காலை
யீற்றினி லொளியா தாந்தை யினைப்பினைக் கொடுத்தே னன்றோ
தேற்றிய விதியின் னாளிற் சேர்க்கமே வுவரென் றேநீர்
சாற்றிய தவணை மேலுஞ் சென்றது தடுகின் றேனே. (3)

3. (1268) மாற்றுவேன் என்று நான் சொல்ல, தாங்கள் ஒப்பவில்லை. அதனால் சூளுரைத்தேன். நான் ஓடிஒளிந்து விடாது இருக்க ஆந்தையைப் பிணையாக நிறுத்தினேன் அன்றோ? இன்ன நாளில் அவர்கள் இருவரும் கூடுவர் என்று நீங்கள்சொன்ன தவணைக் காலம் முடிந்தது. அதுவே வழக்கு.

வார்த்தை வீணாதல் - சொல்லியதற்கு உடன்படாமை; காலை - போது; ஈற்றினில் - முடிவில்; ஒளியாது - மாறாது, சொல் புரளாது; தேற்றிய - கருமம் முடிக்கும் துணிவு உடைய; மேவுவர் - கூடுவர்; சாற்றிய - சொன்ன; மேலும் சென்றது - கடந்து விட்டது. 'தடுக்கின்றேன்' தெளிவற்ற சொல். 'தடுகின்றேன்' என்பது பாடமானால் 'இசைகின்றேன், சம்மதிக்கிறேன்' என்பது பொருள் ஆகும்.

ஓதுமவ் வழக்கு மக்கு மெனக்குமுன் ளதனா லந்தச்
சோதனை நோக்கி யென்றன் பிணையினைத் தொலைக்க வேண்டும்
பூதலத் தினில்திக்குப் பயப்படு புந்தி யாள
ரேதமு மகற்றற வேண்டு மென்றதெக் களிப்பு மீற. (4)

4. (1269) அவ் வழக்கு உங்களுக்கும் எனக்கும் இடையிலானது. அதனை ஆராய்ந்து பிணை நின்ற ஆந்தையை விடுவிக்க வேண்டும். உலகில் விதிக்கு அஞ்சும் மனமும் அறிவும் படைத்தவர்களின் துன்பத்தையும் நீக்க வேண்டும் என்று பெருமகிழ்ச்சியுடன் கூறியது.

ஓதும் - சொல்லும்; சோதனை - தேர்வு; நோக்கி - ஆராய்ந்து; தொலைத்தல் - நீக்கல்; பூதலம் - உலகம்; புந்தி - அறிவு; ஏதம் - குற்றம், துன்பம்; எக்களிப்பு - மிகுமகிழ்ச்சி.

வீறுரை பகரக் கேட்டெவ் விதத்தினீ தடுத்தா யென்னக்
கூறுமவ் வெழுவான் பெண்ணைக் குழந்தையிற் கொடுபோய் மாந்தர்
காறொடற் கரிய நாலாங் கடனடு வெனது கூட்டி
லூறுவந் தணுகா வண்ண மொளித்துமாற் றினெனன் றோத. (5)

5. (1270) வீறாப்பு மொழி பேசக் கேட்ட அரசர் நபி எவ்வாறு தடுத்தாய் என்று கேட்டார். சூரியன் எழும் மஷ்ரிக்கு நாட்டுப் பெண்ணை அவள் குழந்தையாய் இருக்கும் போதே தூக்கிப்போய் மனிதர் கால் தொடமுடியாத நாலாம் கடல் நடுவே உள்ள என்னுடைய கூட்டில் ஒளித்து வைத்தேன். துன்பம் ஏதும் வந்து நெருங்காதபடிக் காப்பாற்றினேன். இவ்வாறு விதியைத் தடுத்தேன் என்றது.

வீறுரை - வீறாப்புமொழி; பகர - சொல்ல; என்ன - என்று கேட்க; எழுவான் - சூரியன் எழும் நாடு; கொடுபோய் - கொண்டு போய்; காறொடற் கரிய - கால் தொட முடியாத; ஊறு - துன்பம்; ஓத - சொல்ல.

விதியினை யெவரு மாற்றற் கரிதுநீ விலக்கு கின்ற
ததிசய மதனை யாமு மியாவரு மறிய வின்றே
கதிரெழு கிரியின் மாதைக் கடிதிற்போ யெடுத்து வாவென்
றிதனொடோர் தலைமைப் பட்சி யினையுஞ்சேர்ந் தேவி னாரால் (6)

6. (1271) இறைவிதிப்பை எவரும் மாற்ற முடியாது. நீ மாற்றியதாகச் சொல்வது விந்தை. அதை நாமும் மற்றவரும் அறிய வேண்டும். ஆதலால் இன்றே இப்பொழுதே போய் சூரியன் உதிக்கும் மலையை உடைய நாட்டுப் பெண்ணை விரைந்து கொண்டுவா என்று சொல்லிச் சரபத்துடன் ஒரு தலைமைப் பறவையையும் சேர்த்து அனுப்பினார்.

கதிர் - சூரியன்; கிரி - மலை; கடிதில் - விரைவில்; பட்சி - பறவை; ஏவினார் - கட்டளை இட்டு அனுப்பினார்.

வள்ளல்கூட் டியபுட் கூட வரநடந் திருக்கு மூழ
லுள்ளுள வறியாப் பட்சி யுளத்திலெக் களிப்பா னந்தந்
தள்ளமுன் கதியி லோரெண் மடங்குறத் தாவிச் சென்று
கள்ளவேல் விழியாள் வைகுங் கடன்மலை யடுத்த தன்றே **(7)**

7. (1272) நடந்திருக்கும் ஊழலை அறியாத சரபம் நபி அனுப்பிய பறவை உடன்வர உள்ளத்தில் எக்களிப்பும் மகிழ்ச்சியும் உந்திதள்ள, வழக்கமான வேகம் எட்டு மடங்கு மிகுதிப்படத் தாவிப் பறந்து சென்று, கவடு நிறைந்த வேல் போன்ற கண்ணுடையாள் இருக்கும் நடுக்கடலில் உள்ள மலையை நெருங்கியது.

உளவு - நடப்பு; எக்களிப்பு - மிகு மகிழ்ச்சி; ஆனந்தம் - மகிழ்ச்சி, இன்பம்; கதி - நடை, விரைவு; கள்ளம் - கவடு; வைகும் - தங்கி இருக்கும்; அடுத்தது - நெருங்கியது.

நண்ணுமவ் வளவி லந்த நாரியு மரசன் சேயு
விண்ணவ ரமுதின் மேலா மெல்லித ழருந்தி மேவி
யெண்ணுளங் கடந்த மோக வின்பவா ருதியின் மூழ்கித்
தெண்ணயப் படைந்தார் சிம்புட் சிறையொலி செவியிற் கொண்டார். **(8)**

8. (1273) பறவைகள் வந்து சேர்ந்த அந் நேரம் அப் பெண்ணும் அரசன் மகனும், வானவர்கள் அமுதத்தைவிட மேலானதான மெல்லிய இதழ் அருந்திக் கலந்து, உள்ள உணர்வு மோக இன்பக் கடலில் மூழ்கித் தெளிவான இன்ப நிலை அடைந்தார்கள். அப்போது சரபப் பறவையின் சிறகு ஓசையைக் காதில் கேட்டார்கள்.

நண்ணுதல் - சேர்தல்; நாரி - பெண்; சேய் - மகன்; விண்ணவர் - வானவர்; மேவி - கலந்து; எண் - எண்ணுதல், சிந்தித்தல்; உளம் - உள்ளம்; வாருதி - கடல்; தெண் - தெளிவு; நயம் - இன்பநிலை; சிம்புள் - சரபம்; சிறை - சிறகு; விண்ணவர் அமுதம் - வானவர் பருகும் அமுதம். புராண மரபுசெய்தி.

வரும்பெருங் குமுறல் கேட்ட மன்னன்சேய் குதிரை யுட்புக்
கிருந்தனன் மயிலுங் கூந்தல் விரிதர விவன்செய் கேளி
பொருந்திய மயக்க மாறா துறைந்தனள் புள்ளங் கெய்தி
விரிந்தகண் குறித்து நோக்கி மிகவகக் கருணை கூர்ந்து. **(9)**

9. (1274) சரபப் பறவை சிறகடித்தலால் எழுந்த இடி ஓசை போன்ற ஓசையைக கேட்ட இளவரசன் குதிரையின் வயிற்றினுள் புகுந்துகொண்டான். மயில் போன்ற அவள், தலைமுடி விரிந்து கிடக்க, அவன் செய்த கேளிக்கை விளையாட்டினால் உண்டான மயக்கம் மாறாதவளாய்க் கூட்டில் இருந்தாள். பறவை அங்கு வந்து, அவளுடைய விரிந்து திறந்து கிடக்கும் கண்களை உற்றுப் பார்த்து, மனத்தில் அன்பும் இரக்கமும் கொண்டு

குமுறல் - பேரொலி; புக்கு - புகுந்து; விரிதர - விரிந்து கிடக்க; கேளி - மகளிர் விளையாட்டு, கேளிக்கை; புள் - பறவை; அகம் - மனம். இது, பொருள் முற்றுப் பெறாத 'குளக'ச் செய்யுள்.

கலைவிரி மதியம் போன்ற கவின்முக மயிலே யிந்தத்
தலைவிரி கோல மேது மயங்குமோர் தன்மை யேதிந்
நிலைவிரித் துரைப்பா யென்ன நிகழ்த்தலும் விடத்தைத் தாக்குங்
கொலைவிரி கருங்கட் செவ்வாய்க் கொடியிடை மறைத்துக் கூறும். (10)

10. (1275) ஒளிக்கதிர் வீசும் நிலவு போன்ற அழகிய முகம் கொண்ட மயிலின் சாயலாளே! இந்தத் தலைவிரி கோலம் ஏதுக்கு? மயக்கம் ஏதுக்கு? இந் நிலைமைக்கான காரணத்தை விளக்கிச் சொல் என்று கேட்க, நஞ்சினைத் தாக்கிக்கொல்லும் பெரிய கருங்கண்ணும் சிவந்த வாயும் கொடி போன்ற இடையும் கொண்ட அப் பெண் உண்மையை மறைத்துக் கூறினாள்.

கலை - ஒளிக்கதிர்; மதியம் - நிலவு; கவின் - அழகு; நிகழ்த்தலும் - சொல்லவும்; விடம் - விஷம், நஞ்சு.

ஒருபொழு தேனு நீயிவ் விரைவினிங் கொகுத்துத் தப்பி
வருவது மிலையோர் பட்சி யொடுவரு வதுவு மின்றே
விரிசிறைப் பறவை யோடின் னேரமே வியதெத் தீதோ
தெரிகிலை யெனவுள் ளஞ்சிக் கலங்கிய செயலீ தென்றாள். (11)

11. (1276) ஒரு நாளில் கூட நீ இவ்வாறு நேரம் தவறி வருவது இல்லை. ஒரு பறவையை உடன் அழைத்து வருவதும் இல்லை. இன்று வந்திருக்கிறாய். இவ்வாறு நேரம் முந்தியும் விரிந்த சிறகு உடைய பறவையோடும் வந்தததற்குக் காரணம் யாதோ? ஏதும் தீங்கு வந்து அதனால் வந்தாயோ? தெரிய வில்லையே! என்று மனம் அஞ்சிக் கலங்கினேன். அதன் விளைவுதான் இது என்றாள்.

ஒகுத்து - வக்து, நேரம்; ஏவியது - அனுப்பியது.

இவளிவை யுரைக்க மெய்யென் றெண்ணியே இதையத் தச்சந்
தவிருன்னா லெனக்கு மாதி நபிக்குமோர் தர்க்க வார்த்தை
அவைதனி னடந்த துன்னை யவரிடங் கொடுபோ யின்று
நவமுறு வெற்றி காண நண்ணின னயனப் பாவாய். (12)

12. (1277) இவள் இவ்வாறு சொல்லக் கேட்ட சரபம் அதை உண்மை

என்று நம்பியது. அழகுவிழி மாதே! மனத்தின் அச்சத்தை நீக்கு. இன்று அரச மன்றத்தில், இறைவனின் நபிக்கும் எனக்கும் இடையே உன்னை ஒட்டி ஒரு விவாதம் நடந்தது. உன்னை அவரிடம் அழைத்துச் சென்று புதிய வெற்றி காண வேண்டும். அதற்காகவே வந்தேன்.

தவிர் - நீக்கு; ஆதி - இறைவன்; தர்க்க வார்த்தை - விவாதம்; அவை - அரச மன்றம்; கொடுபோய் - கொண்டுபோய்; நவம் - புதுமை; உறு - ஆகிய; நண்ணினன் - வந்தேன்; நயனம் - கண். மூலப்படியில் மூன்றாம் அடியின் முதற்சீர் 'குவதலீ' என்று உள்ளது. அதன் பொருள் விளங்கவில்லை. ஆதலால் இடம் நோக்கி 'அவைதனில்' என மாற்றப்பட்டது.

ஒல்லையி லுனைக்கொண் டாங்கு வருகென வுரைத்தே யிந்த
வெல்லையில் கதிகொள் பட்சி யினையுமென் னுடனே கூட்டி
வல்லவன் றிருத்தூ தேவ மருவிவந் தனமியா மென்னப்
புல்லிய கணவ னோடு புகுதுந்தந் திரமுட் கொண்டாள். (13)

13. (1278) விரைந்து உன்னை அங்கே கொண்டு வருமாறு கட்டளை இட்டு, அளவற்ற விரைவுடன் பறக்கும் பறவையையும் என்னுடன் அனுப்பினார், எல்லாம் வல்ல இறைவனின் திருத்தூதர். அதை மனங்கொண்டே நாங்கள் வந்தோம் என்று சரபம் சொல்ல, போகும் போது தன்னை புணர்ந்த கணவனையும் தந்திரமாக உடன்கொண்டு போக வேண்டும் என்று முடிவு செய்துகொண்டாள் அப் பெண்.

ஒல்லை - விரைவு; கதி - நடை, பறக்கும் வேகம்; மருவி - பொருந்தி; புல்லிய - புணர்ந்த; புகுதும் - போகும்.

என்னையெவ் விதத்தி னாற்கொண் டேகுவை யெனக்கேட் கின்றாள்
வென்னிடைச் சுமந்து செல்வே னென்றதவ் விதங்கொண் டேகின்
மன்னிய கரங்கால் சற்றே தவறில்வா ருதியில் வீழ்ந்தே
யின்னுயி ரிறப்ப னென்னை யிழக்கவோ துணிந்தா யென்றாள். (14

14. (1279) என்னை எந்த வகையில் எடுத்துச் செல்வாய் என்று கேட்டாள். என்னுடைய இடுப்பில் குழந்தை போல் தூக்கிச் செல்வேன் என்றது. அவ்வாறு தூக்கிச் சென்றால், சேர்த்து அணைத்துப் பிடித்த கையும் காலும் சற்றே தவறினாலும் கடலில் வீழ்ந்து என் இனிமையான உயிரை இழப்பேனே. என்னை இழக்கவா துணிந்தாய் என்று கேட்டாள்.

ஏகுவை - போவாய்; மண்ணிய - சேர்ந்த; கரம் - கை; வாருதி - கடல்.

ஆயிலென் கரத்தாற் காலா லணைத்தெடுத் தகல்வ னென்னப்
பாயுநின் நகந்தே கத்தின் மீதுபட் டுருவிப் புண்ணாய்
நோயுற விறப்ப னன்றோ வெனநுவன் றனள்பின் னெவ்வா
றோயுனைக் கொடுபோம் வண்ண நீயுணர்ந் தியம்பு கென்ன (15)

15. (1280) அப்படி என்றால் என்னுடைய கையாலும் காலாலும் பிடித்து

அணைத்து எடுத்துச் செல்வேன் என்று சொல்ல, நீ பாய்ந்து செல்லும்போது உன்னுடைய நகம் என் உடலில் பாய்ந்து உடலை ஊடுருவி அது புண்ணாகி நோய்வாய்ப்பட்டு இறக்க நேரும் அன்றோ? என்று சொன்னாள். அப்படியானால் துன்பம் நேராமல் உன்னைக் கொண்டு போவது எப்படி என்று நீயே சொல் என்றது.

ஆயில் - அப்படியானால்; அகல்வன் - போவேன்; நுவன்றனள் - சொன்னாள்; இயம்பு - சொல்; என்ன - என்று சொல்ல.

எதிருறத் துணைய தாய்நீ யிங்குகொண் டுவந்து வைத்த
குதிரையின் வயிற்றி னுள்ளே புகுந்துறை குவன்கொண் டேகன்
றதிவிந யமுங்கட் பார்வை மருட்டுமோ ரளவி லாத
கதிர்மதி முகத்தாள் சொன்னாள் களித்துளம் பொருந்திற் றன்றே. (16)

16. (1281) எனக்கு முன்னே, துணையாக இங்குக் கொண்டு வந்து வைத்த இந்தச் செத்தக் குதிரையின் வயிற்றின் உள்ளே புகுந்து இருந்துகொள்வேன், நீ எடுத்துப் போ என்று விநயமும், கண்பார்வை மருட்டலும் ஓர் அளவு சொல்ல முடியாத ஒளி வீசும் நிலாமுக மாது சொன்னாள். மனம் மகிழ்ந்து அதை ஏற்றுக்கொண்டது.

எதிர்உற - எதிரில் இருக்கும்படி; உறைகுவன் - இருப்பேன்; ஏகு - போ; அதி - மிக்க; வினையம் - வஞ்சகம், நாகரிக மறைப்பு; மருட்டு - மருட்டும் தன்மை; கதிர் - ஒளி; மதி - நிலா; உள்ளம் பொருந்துதல் - சரி என ஏற்றல்.

பொருந்தியுட் புகுவை யென்னப் புகுந்தவன் மடியி லேறி
யிருந்தனள் முகந்து முத்தி யிருவரு மணைத்தாங் குற்றார்
பருங்கரங் களினா றுக்கிப் பறந்துவந் ததுமைக் கூந்தன்
மருந்துறழ் மூர லார்தம் வஞ்சனை மொழிய லாமோ. (17)

17. (1282) மனம் பொருந்தி உள்ளே புகு என்று பறவை சொல்ல, மகிழ்ச்சியுடன் உள்ளே புகுந்து அங்கே இருந்த காதலனின் மடியில் ஏறி அமர்ந்தாள். இருவரும் மோந்து முத்தமிட்டு கட்டி அணைத்துக் களிப்புடன் இருந்தனர். தன்னுடைய பெரிய கைகளினால் குதிரையைத் தூக்கிப் பறந்து வந்தது சரபம். மை போன்ற கரிய கூந்தலும் வெண்பல் சிரிப்பும் கொண்ட மாதர் செய்யும் மாயத்தை வெல்லமுடியுமோ?

புகுவை - புகுந்துகொள்; முகந்து - கலந்து; முத்தி - முத்தமிட்டு; அணைந்து - கூடி; உற்றார் - இருந்தார்; பருங்கால் - பெரிய கால்; மை - கறுப்பு; முருந்து - வெண்மை; உறழ்தல் - பொருதுதல்; மூரல் - பல்; வஞ்சனை - மாயம்.

மாற்றுவேன் விதியை யென்றே மணிநகை மடந்தை மீதாண்
காற்று மேயணுகா வண்ணங் காத்தபட் சியைக்கொண் டேதன்
னேற்றநா யகனைக் கூடச் சுமக்குமா றியற்றின் மின்னார்
தோற்றருங் கபட மின்ன விதமெனத் தோய்வ தாமோ. (18)

18. (1283) மாற்றுவேன் விதியை என்று கூறி, அந்த அழகு சிரிப்புக்காரியின்

மீது ஆண் காற்றுக் கூட நெருங்க முடியாதபடி காவல் காத்த சரபப் பறவையைக் கொண்டே, தான் ஏற்றுக்கொண்ட காதலனையும் சேர்த்துச் சுமக்கும்படிச் செய்தாள் என்றால், மின்னலைப் போன்ற பெண்களின் வெளியில் தோன்றாத கவடு இன்ன விதம் இருக்கும் என்று அறிய முடியுமோ?

மணி - அழகு; நகை - புன்னகை; மடந்தை - பெண்; இயற்றின் - செய்தால்; மின்னார் - மின்னல் போன்ற பெண்கள்; தோற்றரும் - வெளிப்படத் தோன்றுதல் இல்லாத; தோய்தல் - கலத்தல், இங்கு அறிதல கருத்து; ஆமோ - ஆகும் செயலோ?

இறந்தவர் தொகையு மின்ன மிவ்வுல கிடத்தில் வந்து
பிறந்துவாழ் வார்க ணக்கும் பெருகிய தவத்தா லியாதுந்
துறந்தவர் வியப்பு மெண்ணிக் காண்கினுந் துணிந்தீ தென்ன
மறந்தரு வேற்க ணல்லாற் மனத்தினைக் காண லாமோ. (19)

19. (1284) இதுவரை உலகில் பிறந்து இறந்து போனவர்களின் தொகை இவ்வளவு என்றும் இப்போது இவ் வுலகில் வாழ்ந்து கொண்டிருப்பவர்களின் தொகைக் கணக்கு இவ்வளவு என்றும் தவத்தில் மூழ்கித் திளைத்து யாவற்றையும் மறந்து துறந்தவர்களின் மெய்யான கணக்கு இவ்வளவு என்றும் எண்ணிக் கணக்கிட்டு அறிந்தாலும் அறியலாம். ஆடவரைப் பார்த்த அளவிலேயே வீழ்த்திவிடும் வல்லமை மிக்க கண்களை உடைய பெண்களின் மனத்தில் உள்ளது இன்னதுதான் என்று கண்டு அறிய முடியுமோ?

மறம் - வீரம், வல்லமை.

விண்ணெலாந் திகழுங் கற்பு விட்டவர் மனத்தி லெண்ணு
மெண்ணலாங் கபடம் பேசு மியல்பெலாங் கபடங் கூர்வேற்
கண்ணெலாங் கபட மேலு முடம்பெலாங் கபடந் தொட்ட
மண்ணெலாங் கபட மென்று வகுக்கினும் பொருந்து மன்றோ (20)

20. (1285) விண்ணளவு உயர்ந்ததான கற்பு நெறியினைக் கைவிட்ட பெண்கள் தங்கள் மனத்தில் எண்ணும் எண்ணமெல்லாம் கபடம்! பேசும் இயற்கை எல்லாம் கபடம்! கூர்த்த வேல் போன்ற கண்ணெல்லாம் கபடம்! மேலும் அவர்கள் உடம்பெல்லாம் கபடம்! அவர்கள் மெய் தொட்ட மண்ணெல்லாம் கபடம்! என்று வகுத்து உரைத்தாலும் பொருந்தும் அன்றோ?

ஆவல்செய் கதிரைக் காணா தலர்தராக் கமலம் போல
மேவல்செய் கணவ னல்லால் விழிமல ராமின் னார்க்கும்
பாவல்செய் கடைச்சம் பீரப் பழமொத்த முலையி னார்க்குங்
காவல்செய் வதனா லியாதும் பலனுண்டோ கருதுங் காலே. (21)

21. (1286) ஆராய்ந்து பார்த்தால் ஆவலைத் தூண்டும் சூரியனைக் காணாத நிலையில் இதழ் விரிக்காத தாமரை மலர் போல் தழுவும் கணவன் அல்லாதாரைக் கண் விழித்துப் பாராத மின்னல் போன்ற பெண்களுக்கும் கடையில் பரப்பி வைத்த எலுமிச்சம் பழம் போன்ற சிறிய முலை உடைய சிறுமிகளுக்கும் காவல் செய்வதால் ஏதும் பயன் உண்டோ?

ஆவல் - விருப்பம்; அலர்தரல் - மலர்தல்; கமலம் - தாமரை; மேவல் - தழுவல்; பாவல - பரப்பிவைத்தல்; சம்பீரம் - எலுமிச்சை. இவ்விரு தரத்தார்க்கும் காவல் வேண்டா. முதல் வகையார் தாமே கற்புக் காவல் உடையார் ஆதலின், பிந்திய வகையார் பருவம் எய்தாத சிறுமியர். அவர்கட்குக் காம உணர்வு இல்லை ஆதலின் அவர்க்கும் வேண்டா.

இருவரு மூச லாடி யிருத்தல்போ லகம கிழ்ந்து
பரிவயிற் றுறையத் தூக்கிப் பறந்தெழு சரபங் கூட்டுங்
குருவியி னுடனே சேர்ந்து கொற்றவன் கருணைத் தூது
திருமுனங் கொணர்ந்து வைத்துச் செருக்கொடு நின்ற தன்றே. (22)

22. (1287) மலர்ச் சோலையில் ஊஞ்சல் ஆடிக் களித்து இருப்பது போல் காதலர் இருவரும் குதிரை வயிற்றில் மன மகிழ்ச்சியுடன் இருந்தனர். துணைப் பறவை உடன்வர குதிரையைத் தூக்கிக்கொண்டு பறந்த வந்த சரபம் ஆளும் இறைவனின் கருணைத் தூதராகிய அரசர் நபி சுலைமான் அவர்கள் திருமுன் கொண்டு வந்து வைத்துவிட்டுச் செருக்குடன் நின்றது.

ஊசல் - ஊஞ்சல்; பரி - குதிரை; கொற்றவன் - அரன், மாலிக் ஆகிய இறைவன்; செருக்கு - பெருமை, ஆணவம்.

இங்குகொண் டுவந்து வைக்க விதற்குமுன் காற்று வந்து
பங்கையப் பதத்தா வூது பாலர்பால் விரித்துக் கூறத்
தங்கருத் தறிந்து மியாது மறிகிலார் தம்மை போல
வெங்கயப் பாதப் புள்ளை வினவியே கேட்க லுற்றார். (23)

23. (1288) இவ்வாறு இங்கே கொண்டுவந்து வைக்கும்முன் காற்று வந்து தாமரைப்பாத தாவூதின் மைந்தரிடம் யாவற்றையும் விளக்கமாகச் சொல்லி விட்டது. நடப்புகளை அறிந்து கொண்டு ஏதும் அறியாதவர் போல் கொடிய யானைக்கால் போன்ற பாதம் கொண்ட பறவையிடம் கேள்வி கேட்கலானார்.

பங்கயம் - தாமரை; பதம் - பாதம்; பாலர் - மகன்; பால் - இடம்; அறிகிலார் - அறியாதவர்; வெம் - கொடுமை; கயம் - யானை; புள் - பறவை, சரபம்.

ஏவிய வுனது செல்வி யெங்கெனக் குதிரைக் குள்ளே
மேவின ளெனவன் னாளை வெளியினி லழையென் றோத
வாவியே யரும ருந்தே யண்ணல்பால் வருக வென்று
கூவியே யழைத்த தந்தக் கோதையும் வெளிப்பட் டாளே (24)

24. (1289) உன் மகள் எங்கே என்றார். குதிரைக்குள்ளே உள்ளாள் என்றது. வெளியில் வரச் சொல்லிக் கூப்பிடு என்றார். என் உயிரே! அரும் மருந்து ஆகிய அமிழ்தமே! அரசர் நபிமுன் வருக என்று கூவி அழைத்தது. பூமாலை போன்ற அவள் வெளிப்பட்டு வந்தாள்.

மேவினர் - சேர்ந்திருக்கிறாள்; ஓத - சொல்ல; அருமுருந்து - அமிழ்தம்; அண்ணல் - அரசர்; கோதை - பூமாலை போன்றவள்.

கருங்குதி ரையினுள் வைகுங் காரிகை வெளியில் வந்து
சுரந்தருள் பொழியு மாதி தூதுமுன் னெவருங் காண
நெருங்கிய விருளை விட்டோர் நிறைமதி யனந்தங் கோடி
விரிந்தொளிர் கதிர்கள் வீசி யுதித்தல்போல் விளங்கி நின்றாள். (25)

25. (1290) பல்லாயிரம் கோடிக் கதிர்கள் விரித்து ஒளிவீசும் முழுநிலவு, நெருங்கிச் சூழ்ந்து மறைத்த இருளை விட்டு வெளிப்பட்டு வந்தது போல் கருங்குதிரையின் உள்ளிருந்த அப் பெண் வெளிப்பட்டு, எல்லாரும் காணும்படி, அருள் சுரந்து பொழியும் இறைவனின் தூதர் முன்னே வந்து நின்றாள்.

வைகும் - தங்கி இருக்கும்; காரிகை - பெண்; ஆதி - இறைவன்; அனந்தம் - அளவில்லாத; விளங்கி - விளக்கமாக.

விண்ணவ ரமுத சார மெவைகளு மேவி யேயோர்
பெண்ணுரு வமைந்த தொப்பாய்ப் பிறங்கெழி லணங்கை நோக்கித்
தண்ணிய கரியி றாஞ்சி தான்சுமந் தடைந்த தெண்ணி
யண்ணலெத் தினமுஞ் செய்யா வருநகை யன்று செய்தார். (26)

26. (1291) வானவர்களின் அமுதத்தின் சாரத்தை எல்லாம் குழைத்து அமைந்த பெண் உருவம் போல் திகழும் அப் பெண்ணை நோக்கி, அவளைத் தானே சுமந்து வந்த யானை இறாஞ்சியை நினைத்து என்றும் சிரிக்காத சிரிப்பாக அன்று சிரித்தார் அரசர் நபி.

மேவி - சேர்ந்து; பிறங்குதல் - ஒளிவீசுதல்; எழில் - அழகு; அணங்கு - பெண்; தண் - குளிர்; கரி - யானை.

பக்கியை நோக்கிக் கீழ்மைப் படுமொரு கறாமி நீயோ
மிக்கவன் விதியை மாற்று வாயென வெகுண்டு சொன்னா
ரக்கணத் திவைகண் டின்னஞ் சினப்பதே னவர வர்க்குத்
தக்கதிற் குறைய கூட்டத் தகுமென்ற தளகப் புள்ளே. (27)

27. (1292) பறவையை நோக்கி நீயோ கேவலமான சோரன். நீயா மிக்க உயர்ந்தவனாகிய இறைவன் விதிப்பை மாற்றுவாய் என்று சினந்து சொன்னார். இதைக் கண்ட அக் கணமே இவ்வாறு சினம் கொண்டு காய்வது ஏன்? அவரவர்க்கும் உரிய தகுதியில் கூட்டுதல் குறைத்தல் தகும் என்றது அச் சரபப் பறவை.

பக்கி - பறவை; கராமி - ஹராமி, சோரன்; மிக்கவன் - மிகைத்தவன், இறைவன்; வெகுண்டு - சினந்து; இன்னம் - இவ்வாறு; அளகம் - உடல்மயிர்; அளகப்புள் - மேனிமுழுவது மயிர் நிறைந்த பறவை, சரபம்.

விதிக்கின மீமான் கொள்ளா விதமதா வென்முன் னேநீ
யெதிர்த்துவாய் பகர்கின் றாயோ வெனச்சினந் திவுளிக் குள்ளே
மதித்துறை கின்றோய் வாவென் றுரைப்பமங் குலினி ருந்தே
யுதித்தெழு பருதி யொப்பா யோங்கலம் புயத்தான் வந்தான் (28)

28. (1293) இறைவிதிப்பின் மீது நம்பிக்கை கொள்ளாத விதமாக நீ என்முன்னே எதிர்த்துப் பேசுகின்றாயோ எனச் சினந்து உரைத்தார். பின்னர், குதிரையின் உள்ளே இருப்பவனே! வெளியே வா என்றார். இருளில் இருந்து தோன்றி எழும் சூரியனுக்கு நிகராக அழகிய மலை போன்ற தோளுடைய இளவரசன் வெளியில் வந்தான்.

ஈமான் - நம்பிக்கை; பகர்தல் - பேசுதல்; இவுளி - குதிரை; மங்குல் - இருள்; பருதி - சூரியன்; ஓங்கல் - மலை; ஓங்கலம் - உயர்ந்த அழகிய; புயம் - தோள்.

வந்துபுட் குலமும் சின்னு நரரும்மற் றெவருங் காணச்
சுந்தர நபிபொற் பாத துணைமலர் தொழுது நிற்பப்
புந்தியெக் களிப்பும் வாயும் வீரமும் போயுள் ளாவி
நந்திய வுடம்பொப் பாய்நின் றதுமுக நரர்போற் பட்சி. (29)

29. (1294) வந்து, பறவைக் குலமும் சின்னும் மனிதரும் மற்ற அனைத்தும் காணும்படி அழகு நபியின் பாதம் பணிந்து நின்றான். இதைக் கண்ட மனிதர் போல் முகம் கொண்ட சரபப் பறவை, அறிவின் எக்களிப்பும் வாய்ப்பேச்சும் வீரமும் நீங்கி உயிர் நீங்கிய வெற்றுடம்பு போல் நின்றது.

புள் - பறவை; நரர் - மனிதர்; புந்தி - அறிவு; ஆவி - உயிர்; நந்திய - கெட்ட, நீங்கிய; பட்சி - பறவை.

இப்பரி சியன்ற போதி லிதையசஞ் சலமாஞ் செந்தீ
யொப்பற வுடலிற் றாக்கி யுள்ளகத் தினுஞ்சுட் டோட்ட
மைப்புய லளவுந் தாவிப் பறந்துவா ருதிகண் மூன்றுக்
கப்புற மிருக்கு நாலாங் கடன்மலை யடைந்த தொல்கி (30)

30. (1295) இவ்வாறு தோல்வியும் மானக்கேடும் பரிசாகக் கிட்டிய உடன் மனம் தளர்ந்து, மனக்கவலை என்னும் கனன்று சிவந்த நெருப்பு உடல் முழுவதும் தாக்கி உள்ளத்தையும் சுட்டு விரட்ட, வேனில் மேகத்தளவு தாவிப் பறந்து, மூன்று கடல்களுக்கு அப் புறம் இருக்கும் நாலாம் கடல் மலையை அடைந்தது.

ஒப்பற - ஒப்பில்லாது; மைப்புயல் - கருமேகம்; வாருதி - கடல்; ஒல்கி - தளர்ந்து.

அண்டசத் திரளை நோக்க வளவற விளையு நாணங்
கொண்டவை யவைக ளெல்லாங் கூட்டடை யிரவு கால
முண்டரு ளிரையெ டுக்க வெளியில்வந் துலவி வெய்யோன்
கண்டவெம் பகலில் வாரா துழன்றது கருத்துள் வாடி (31)

31. (1296) பறவைக் கூட்டங்களைக் காண நாணம் கொண்டது. ஆதலால் அவை எல்லாம் கூட்டில் அடையும் இரவு காலத்தில் இரைதேட வெளியில் வந்து உலவி சூரியன் வரும் பகற் பொழுதில் வெளியில் வாராது கூட்டில் கிடந்து மனவாட்டத்தில் உழன்றது.

அண்டசம் - பறவை; திரள் - கூட்டம்; அளவு அற - அளவு இல்லாமல்; வெய்யோன் - சூரியன்; வெம் - கொடிய.

மேலவ ருரைக ளாலே வெளிப்படு பொருள்க ளியாவு
மேலிரு விழிக ளாற்கண் டிருப்பதொத் துறுதி கொள்ளார்
சாலவு மிழிவாங் கீழ்மை தனையடைந் தலைவ ரென்னுஞ்
சீலமிப் பறவை காட்டிக் கொடுத்தது செகத்துக் கெல்லாம். (32)

32. (1297) மேலோர் சொல்லும் சொற்களில் வெளிப்படும் உண்மைகளை எல்லாம் தம் கண்களால் கண்டு அறிந்த உண்மைகளைப்போல் உறுதிகொண்டு ஒத்துக்கொள்ள வேண்டும். இவ்வாறு ஒத்துக் கொள்ளாதவர்கள் எல்லாம் மிக்க இழிவும் கேவலமும் அடைந்து உழல்வர் என்னும் நன்னெறியை இப் பறவை உலக மக்களுக்கு எல்லாம் கற்றுக் கொடுத்தது.

சீலம் - குணம், நன்னெறி; செகம் - உலகம்.

இறைவிதி வழியிற் சேர்ந்தோ ரிருவர்க்கும் வேத நீதி
முறைநெறி வழுவி லாது முயல்சடங் கெவையுஞ் செய்து
நிறைசெய்தொப் பனைகள் செய்து நிலைசெய்நிக் காகு செய்து
துறைசெயுந் தோன்றல் செங்கோற் றொன்னகர்க் கனுப்பல் செய்தார். (33)

33. (1298) இறைவிதிப்பின்படி சேர்ந்த இருவருக்கும் வேத நெறிமுறையின்படி ஆன சடங்குகளைக் குற்றம் இல்லாது செய்து, நிறைவான ஒப்பனைகள் செய்து, நிலையான திருமணமும் செய்து வைத்து, அவ் விளவரசனின் ஆட்சித் தலைநகரத்துக்கு அனுப்பி வைத்தார் நீதி வழுவாத அரசர் நபி.

நிக்காகு - திருமணம்; தோன்றல் - அரசர்நபி; தொன்னகர் - தலைநகரம்.

பாவையி னுடனே செம்ம லெழினபி பதங்கள் போற்றிக்
கோவியற் பதியு நீத்துக் குன்றுகா னதியு நீங்கி
மாவள நகரிற் சேர்ந்து மகரிபு தேய மெல்லா
மேவியோர் குடையில் வாழ மிகமகிழ்ந் தரசு செய்தான். (34)

34. (1299) மனைவியுடன் அரசர் நபி பாதம் போற்றி, தலைநகரைக் கடந்து, மலையும் காடும் ஆறும் கடந்து, பெரிய வளம் நிறைந்த மகரிபு நாட்டை அடைந்து மகிழ்ச்சியுடன் அரசு செய்தான். மகரிபு நாடு முழுவதும் ஒரு குடையிற் பொருந்தி வாழ்க!

கோவியற்பதி - தலைநகரம்; குன்று - மலை; கான் - காடு; நீத்து - கடந்து; மாவளம் - பெருவளம்; மேவி - பொருந்தி.

ஆனையிறாஞ்சிப்பட்சி நாணியப் படல முற்றிற்று.
படலம் 28-க்கு திருவிருத்தம் -1299

29. பல்கிசு வரலாற்றுப் படலம்

படலச்செய்தி

இறைவன் அருளால் எல்லா உயுரினங்களுக்கும் அரசராகச் செங்கோல் முறை நடத்தும் சுலைமான் நபி (அலை) அவர்களை மணந்த பல்கீசு நாச்சியார் வரலாறு கூறும் பகுதி இது.

வளம் நிறைந்த எமன் நாட்டின் சபபு என்னும் ஊரை ஆளும் மன்னன் சுராயிக்கு. பாவச் செயல்களில் மூழ்கியவன். கொடுங்கோலன். அவனைச் சூழ்ந்து இருப்பவர்களும் அவனைப் போன்றவர்களே. அவன் கொடிய கட்டளை ஒன்று பிறப்பித்தான். தன்னுடைய ஆட்சிக்கு உட்பட்ட பகுதியில் வாழும் இளம் பெண்கள் யாவரும் தன்னுடன் படுத்து வீடுகூடிய பின்னரே மற்றோர் ஆடவனுக்குத் திருமணம் செய்விக்கப்பட வேண்டும்; இதை மீறுவோர் குடும்பத்துடன் கொல்லப்படுவர் என்று கட்டளை பிறப்பித்தான். இக் கட்டளைப்படி நாளுக்கு ஒரு பெண் என்று அனுபவித்து வந்தான்.

சுராயிக்கு ஓர் அமைச்சன் இருந்தான். அவன் பெயர் யூசருகு. வாய்மை தவறாதவன். கலைகள் யாவும் கற்றவன், முக்கால உணர்வு உள்ளவன். உலகம் யாவும் மயங்கும் அழகு வாய்ந்தவன். அரசனை அடுத்துப் பெருமைபட வாழ்பவன்.

ஒருபோது சின்கள் வந்து மக்களுக்குத் தீங்கிழைத்தன. மக்கள் அமைச்சன் யூசருகியிடம் முறையிட்டனர். அவன், பொறுங்கள். நான் சின்களின் அரசனை மயக்கி அவன் மகளை மணந்து உங்கள் இடரை விலக்குவேன் என்றான். மக்கள் அமைதியாயினர்.

சின் இனத் தலைவன் அம்ரிபுனு கைத்தம் பேரழகன். அவனுடைய மகள் உமையிரத்து பேரழகும் நற்குணங்களும் நிறைந்த பெண். தன் மகளுக்கு என்றே அழகு மாளிகை ஒன்றை எழுப்பி அதில் சேடியரும் ஏவலாளரும் சூழ வைத்திருந்தான். மாளிகையைச் சுற்றி அழகிய பூங்கா அமைத்திருந்தான்.

சபபின் அமைச்சன் யூசருகு வேட்டைக்குப் புறப்பட்டான். வீரர் பலரும் அவனுடன் சென்றனர். வேட்டையினிடையே யூசருகின் குதிரை கட்டு மீறி ஓடலாயிற்று. அவன் எவ்வளவு முயன்றும் அடங்கவில்லை. மாலை ஆயிற்று. சூரியனும் மறைந்தது. காட்டில் திசைதவறி ஓடிய குதிரை சின் அரசன் மகள் உமையிரத்து இருக்கும் மாளிகையைச் சூழ்ந்த பூங்காவில் போய் நின்றது. இரவை இங்கேயே தங்கி காலையில் புறப்படலாம் என்று பசியுடன் ஓரிடத்தில் படுத்தான்.

நள்ளிரவு ஆயிற்று. சில சின்கள் மகிழ்ச்சியுடன் பேசிக் கொள்வதைக் கேட்டு எழுந்து அருகில் சென்றான் யூசருகு. இங்கு மனிதன் எப்படி வந்தான் என்று கேட்டுச் சின்கள் அவனைச் சூழ்ந்துகொண்டன. அவன் அழகில்

புதுமை எய்தி அன்புடன் அளவளாவின. அவன் பசியுடன் இருப்பதைக கேட்டு அறிந்து பாலும் பழங்களும் அளித்துப் பசியாற்றின. பின்னர் ஆடலும் பாடலும் நிகழ்த்தின. இந்த அரவம் கேட்ட உமையிரத்து மாளிகை மாடத்திலிருந்து எட்டிப் பார்த்தாள். யூசருகின் பேரழகில் மயங்கிச் சாய்ந்தாள். இவனும் அவளைப் பார்த்தான். மயங்கினான். உடன் இருக்கும் சின்களை உசாவி அவள் சின் இளவரசி என்பதை அறிந்து கொண்டான். பொழுது விடிந்ததும் சின் அரசனைக் கண்டு அவன் மகளைப் பெண் கேட்டான். இவன் அழகையும் வரலாற்றையும் கருதி உடன்பட்டான். ஒரு நல்ல நாளில் திருமணம் நடந்தது. சின்னரசன் யூருகைத் தன்னுடைய அமைச்சனாக அமர்த்திக் கொண்டான்.

புதுமணமக்கள் இன்பமாய் நாள் கழித்தனர். அவர்களுக்கு ஒரு பெண் குழந்தை பிறந்தது. பல்கீசு எனப் பெயரிட்டனர். குழந்தையின் வடிவழகைக் கண்டு வியந்து சூரத்துல் எமினா என்று அழைத்தனர். இதன் பொருள் எமன் நாட்டு மலர் (எமன் நாட்டு அழகி) என்பதாம். பல்கீசு வளரும் நாளில் இறைவன் விதிப்படி தாய் உமையிரத்து இறந்தாள். சின் உலகமே பதைத்துத் துடித்தது. அவளுக்கான இறுதிக் கடன் முடித்து, தாயும் தந்தையுமாகி மகளைக் கண்ணில் வைத்து வளர்த்தான் யூசருகு. செழிப்புடன் வளர்ந்த பல்கீசுக்கு

"களிப்புறக் கவியின் மீது
கற்பனை சார்ந்த தேபோல்
தளிர்க்குஎழில் நிறம்வந்து எய்தும்
பருவம் சார்ந்தது!"

பருவம் எய்திய பல்கீசு, சின்கள் வாழும் காட்டில் வாழ எனக்குப் பிடிக்கவில்லை. மனிதர் வாழும் நாட்டில் ஒரு மாளிகை எழுப்பி அங்கே என்னைக் குடியமர்த்து என்று தன் தந்தையிடம் கூறினாள். நாட்டை ஆளும் மன்னன் சுராயிக்கின் கொடுமையை எடுத்துக்கூறி மறுத்தான் யூசருகு. ஆனால் பல்கீசு

ஈனம்ஒன்று அணுகாது என்றும்
இறையவன் காப்பான்! என்னை
மானிடர் பதியில் வை!

என்று பிடிவாதம் செய்தாள். மகளை மாற்ற முடியாத யூசருகு அவள் விரும்பியபடி நகரில் ஒரு மாளிகை எழுப்பி மகளை அதில் வைத்தான். கன்னியரும் முதியருமாகிய பெண் சின்களையும் காவற் சின்களையும் ஏற்படுத்தினான்.

இப் பகுதியில், இசைக்கலை பற்றியும் ஆடற்கலை பற்றியும் நுட்பமாக விளக்குகின்றார் புவலர். அக் கலைகளில் வல்லவர் போலும். சின் அரசனான அம்ரிபுனு கைத்தம், தன் மகளை மணமுடித்துக் கொடுத்து, பொற்றொடி கரத்தைப் பற்றி விதியவன் கரத்தில் ஈந்தான் என்று பாடுகிறார் புலவர். புவலர் வாழ்ந்த காலத்தில், மணமுடித்து, மணமகளை மணமகன் கையில் பிடித்துத் தந்தை ஒப்படைக்கும் வழக்கம் இருந்தது போலும்! சிலம்பு மேகலை முதலிய பழங்காப்பியங்களில் இச் செய்தி இல்லை.

29. பல்கீசு வரலாற்றுப் படலம்
அறுசீர்க் கழிநெடிலடி யாசிரிய விருத்தம்

துதியெவை யெவையு மோங்குந் துய்யவன் கருணை யாலே
பதிமிசைச் சகல சீவ கோடியும் பணிய வோர்கோற்
கதிதரு சுலையு மானன் னபிகமழ் மாலை சூட்டு
மதிமுக மயில்பல் கீசு வரவது வகுத்துச் சொல்வாம். (1)

1. (1300) புகழ்ச்சி என்று எவை எல்லாம் உள்ளனவோ அவை அனைத்திற்கும் மேலான புகழ் உடைய தூய இறைவனின் அருளினால், உலகில் வாழும் எல்லா உயிரினங்களும் பணிந்து போற்றுமாறு நல்லரசு புரிபவர் நபி சுலைமான (அலை). அவருக்கு மணமாலை சூட்டிய நிலாமுக பல்கீசின் வரலாற்றை வகுத்துச் சொல்வோம்.

துதி - புகழ்; பதி - உலகம்; மிசை - மீது; சகல சீவகோடியும் - எல்லா உயிர் இனங்களும்; ஓர் - ஒற்றை; கோல் - செங்கோல்; கதி - அடைக்கலம்; மாலை - திருமணமாலை; மதிமுகம் - நிலாமுகம்; வரவு - வரலாறு.

பசுக்களொட் டகங்க ளாடு தம்மிலே பலுகி யெந்தத்
திசைக்கணும் பால்பீ ரிட்டுத் திரிதரும் பலவ ருக்க
நசைக்கனிப் பொழில்கள் காவல் செயலறு நாடெ மன்சூழ்ந்
திசைப்பெறு சபபென் றேசொல் லிடுமொரு நகர மன்னோ. (2)

2. (1301) எமன் நாட்டால் சூழப்பெற்ற, புகழ் விளங்கும் நகரம். அதைச் 'சபபு' என்று சொல்வார்கள். அந் நகரத்தில், பசுக்களும் ஒட்டகங்களும் ஆடுகளும் வளர்ப்பார் இன்றித் தாமாகவே பல்கிப் பெருகித் திசை எங்கும் பால் பீறிட்டு அடிக்கும்படித் திரியும். விரும்பி உண்ணும் பல வகையான பழம் விளையும் தோப்புகள் காவல் எதுவும் இல்லாமலே விளைந்து கிடக்கும்.

நசை - விருப்பம்; பொழில் - தோப்பு, மரத்தொகுதி; செயலறு - செய்தல் இல்லாத; இசை - புகழ்.

பலபல நதிக ளந்தப் பட்டின நடுவி லோடக்
குலவெழின் மிகுவி சாலங் கொண்டது தரளச் சோதி
யலர்விரி நளின வாவி தண்டலை யனந்தஞ் சூழத்
துலகதன் வளம்பூ லோக சொற்கமென் றிசைப்ப தம்மா. (3)

3. (1302) அப் பட்டினத்தில் பலபல ஆறுகள் ஓடுகின்றன. அதனால் அழகு பரந்து குலவும், முத்தொளி பரப்பும் மலர்ந்த தாமரைகளும் சோலைகளும் அளவில்லாமல் சூழ்ந்திருக்கும். இவ்வாறு துலங்கும் அந் நகரத்தின் வளத்தை ஆராய்ந்து உலகச் சொர்க்கம் என்று புகழ்வார்கள்.

குலவெழின் - குலவும் எழில்; தரளம் - முத்து; அலர் - மலர்தல்; நளினம் - தாமரை; வாவி - குளம்; தண்டலை - சோலை; அனந்தம் - அளவற்ற; துலகு அதன் வளம் - துலங்கும் அதன் வளம்; பூலோகம் - நிலவுலகம்; சொற்கம் - சொர்க்கம்; இசை - புகழ்.

அன்னக ரதனின் மாலீக் கருளிய காரீ தென்போன்
மன்னர சிருந்தான் மேலொண் மணிமுடிச் சத்தா தீன்ற
வின்னுயிரக் குமரன் செங்கோ லியற்றின னிதன்பின் னிவ்வேந்
துன்னகப் பொருளா மைந்த னுறக்கத்து வுறைய லுற்றான். (4)

4. (1303) அந் நகரத்தில், மாலீக்கு என்பவன் பெற்ற மகனான காரீது என்போன் அரசு புரிந்தான். பின்னர் ஒளிவீசும் மணிமடி புனைந்த சத்தாது பெற்ற உயிரான மகன் செங்கோல் நடத்தினான். அதன்பின் இவ் வேந்தனின் அகப்பொருளாக மதிக்கத்தக்க மகன் உறக்கத்து என்போன் அரசனாக இருந்தான்.

மாலீக்கு, காரீது, சத்தாது, உறக்கத்து - மன்னர் பெயர்கள்; அருளிய - பெற்ற; மன்னரசு - பொருந்திய அரசு; ஒண் - ஒளி; ஈன்ற - பெற்ற; இயற்றினன் - நடத்தினான்; உன்னகப் பொருள் - உன்னும் அகப் பொருள், நினைக்கும் அகப்பொருள்; உறையலுற்றான் - இருந்தான்.

அடலரி யிவன்பின் புன்மை யனைத்தும்வான் றடவு செந்தீ
வடவையும் விடங்க ளியாவு மனுவுரு வெடுத்த தொப்பாய்ச்
சுடர்மணி வயிரத் தோளான் குமையிறு சுதனாய்த் தோன்றுங்
கொடியவன் சுறாயிக் கென்போன் குடையொன்றிற் புடவி கொண்டான் (5)

5. (1304) வீரச் சிங்கம் போன்ற இவனுக்குப் பின், சிறுமை அனைத்தின் திரட்சியும் வானத்தைத் தொட்டுத் தடவும் ஊழித் தீயும் நச்சுகள் யாவும் ஒன்றாகத் திரண்டு மனித உருவம் கொண்டு வந்ததற்கு ஒப்பாகக் கொடியவன் சுறாயிக்கு என்போன் நிலவுலகம் முழுவதையும் ஒரு குடையின் கீழ் கொண்டு ஆண்டான். வயிரத்தோள் உடையவனான குமையிறுவின் மகனாகப் பிறந்தான்.

அடல்அரி - வீரச்சிங்கம்; புன்மை - சிறுமை; வடவை - வடவாக்கனி, ஊழித்தீ; விடம் - விஷம், நஞ்சு; மனு - மனிதர்; சுதன் - மகன்; புடவி - நிலவுலகம்.

பொய்வகை களவு நிந்தை கொலைமதுப் பொசித்த லென்னு
மைவகைப் பவங்கி ரீட மாயதற் கடுத்த புன்மைச்
செய்வகை யெவையுந் தேகக் கலங்களாய்ச் சிறக்கப் பூண்டு
மொய்வகை யிபுலீ சுக்கு முதன்மக வாயி னானே. (6)

6. (1305) பொய்யின் வகைகளும் திருட்டும் பழிப்பும் கொலையும் மது அருந்துதலும் ஆகிய ஐந்து வகையான பாவங்களும் முடியாகத் தரித்து, அதற்கு அடுத்ததாகச் சிறுமைச் செயல்கள் எவை எவை உள்ளனவோ அவை அனைத்தும் உடலிற் பூணும் நகைகளாகச் சிறக்கப் பூண்டு, வகைவகையாக வந்து மொய்க்க இபுலீசுக்கு முதல் மகனாக இருந்தான்.

நிந்தை - பழிப்பு; பொசித்தல் - உண்ணல்; கிரீடம் - முடி; புன்மை - சிறுமை; செய்வகை - செயல்கள்; தேகம் - உடல்; கலம் - அணிகலன்; மொய்வகை - வகைவகையாக வந்து மொய்க்கும்; இபுலீசு - தீயன், மனிதகுலப் பகைவன்.

தவங்குணம் பொறுமை யுள்ளத் தயவுபுண் ணியநி சச்சொல்
லுவந்தருள் கொடைக ளென்னும் பயிர்களை யுறுதி கேடா

மவம்படு வாளி னால்வே றவறுத் தனந்தற் போது
நவம்படு கொடுமை மாறா னயவுரை பகரா நாவான். (7)

7. (1306) தவம், நற்குணம், பொறுமை, உள்ளத்தில் தயவு, புண்ணியம், உண்மைப் பேச்சு, மகிழ்ந்து கொடுக்கும் ஈகை என்னும் பயிர்களை மெய்ப்பொருள் உறுதிக்குக் கேடாகிய அவம் ஆகிய வாளினால் வேர் அற்றுப் போகும்படி அறுத்து, தூக்கத்திலும் கொடுமை மாறாதவன். நன்மையான பேச்சுப் பேசாத நாவு உடையவன்.

தயவு - இரக்கம்; நிசச்சொல் - உண்மைப்பேச்சு, வாய்மை; உவந்து - மகிழ்ந்து; அருள் - கொடுக்கும்; தனந்தல் - தூங்குதல்; நவம் - புதுமை; நயவுரை - அன்பான, நன்மையான பேச்சு; பகர்தல் - பேசுதல்.

சுந்தரங் குலவ வாதிச் சூதக மாய்த்தி ரண்ட
சந்திர வதன மின்னார் குளித்தபின் றான்போ கித்துப்
பிந்தமற் றொருவர்க் கீயக் கட்டளை பெரிதி னீந்தே
யுந்திய கிழமை யொன்றுக் கொருபெண்ணை யனுப விப்பான் (8)

8. (1307) முதல் தீட்டு ஏற்பட்ட பூப்படைந்த அழகு நிறைந்த நிலாமுக மின்னல் போன்ற பெண்கள் குளித்துத் தூய்மை அடைந்தபின் தான் புணர்வான். அதன் பின்னரே மற்றொருவருக்குக் கொடுக்கும்படி கட்டளை இடுவான். இவ்வாறு வாரத்திற்கு ஒரு பெண்ணை அனுபவிப்பான்.

சுந்தரம் - அழகு; ஆதி - தொடக்கம்; சூதகம் - தீட்டு; வதனம் - முகம்; போகித்தல் - காமம் அனுபவித்தல்; ஈய - கொடுக்க; கிழமை - வாரம். 'மனிதரைக் கீழ்ப்படுத்துவதற்கென்று ஆதியில் சூதாகத் திரண்ட அழகு குலவ விளங்கும் நிலாமுகப் பெண்' என உரை வகுத்தாலும் அமையும்.

தன்குடைக் கீழ்வாழ் தேயந் தனிலெவ ரெவர்க ளீன்ற
வின்குலக் கொடியென் றாலு மிவரணை யாத தற்கு
முன்கொடுத் திடிற்கொள் வோனை மொய்குழ லினையீன் றாரை
நன்கிளை யினரை யெல்லாம் வாட்கிரை நல்கு வானே. (9)

9. (1308) தன்னுடைய ஆட்சியின் கீழ் உள்ள நாடுகளில் எவர் பெற்ற குலக்கொடி போன்ற பெண்ணானாலும் இவன் கூடிப் புணர்ந்த பின்னர்தான் மற்றவர்க்குக் கொடுக்க வேண்டும். இவ்வாறு கூடும் முன்னே யாராவது யாருக்காவது கொடுத்துவிட்டால், கொண்டவனையம் மொய்குழல் மாதையும் அவளைப் பெற்றவரையும் கிளையாம் உறவினரையும் சேர்த்து வாளால் வெட்டிக் கொலை செய்வான்.

அணைதல் - புணர்தல்; ஈன்றார் - பெற்றோர்கள்; கிளளையினர் - அணுக்க உறவோர்.

இத்தகைக் கொடுங்கோல் செய்யு மேந்தலுக் கமைச்ச னானோன்
சத்திய வசன மாறான் சகலநூற் கலையுந் தேர்ந்தோன்
புத்தியிற் கால மூன்றும் பொருவறப் பிரித்துச் சொல்வோன்
பத்திகொள் ளுலக மியாவு மயங்கெழில் படைத்துள் ளோனே. (10)

10. (1309) இத் தகைய கொடுங்கோல் மன்னனுக்கு அமைச்சனாய் அமைந்தவன், வாய்மையாளன, உண்மைக்கு மாறுபடாதவன, பலநூற் கலை அறிவும் பெற்றவன, முக் காலங்ளையும் குற்றம் இல்லாமல் அறிவால் அறிந்து பிரித்து அறிவிக்கக் குணமும் மயங்கத்தக்க அழகும் உள்ளவன்.

ஏந்தல் - அரசன்; வசனம் - மொழி, சொல்; தேர்ந்தோன் - தேர்ச்சி உள்ளவன்; புத்தி - அறிவு; பொருவு அற - குற்றம் இல்லாமல்; எழில் - அழகு.

நிலைதரு மிவன்சிள் ளோசை நெடியகான் வேட்டை யாடில்
வலையினில் ஜின்கள் புள்ளி மானுரு வெடுத்துச் சிக்குங்
கொலைநினைத் திடிலியான் சின்க ளுன்னெழிற் குறித்து நோக்க
வலைவறச் சிக்கி னோமா னலவெனச் சொலிப்ப றக்கும். (11)

11. (1310) சிள் வண்டுகள் ஓசை எழுப்பிக்கொண்டிருக்கும் நீண்ட காட்டிற்கு இவன் வேட்டையாடச் சென்றால் சின்கள் புள்ளிமான்கள் உருவம் எடுத்து வந்து இவன் விரித்த வலையிற் சிக்கும். கொல்ல முயன்றால் நாங்கள் சின்கள். உன் அழகை நேரில் காண இவ்வாறு மான் வடிவம் கொண்டு வலையிற் சிக்கினோம். நாங்கள் மான் அல்ல என்று சொல்லிப் பறக்கும்.

நிலை - உறுதிப்பாடு; சிள் - சிள் வண்டு; நெடிய கான் - பெருங்காடு; அலைவுஅற - வருத்தம் நீங்க.

மணிசெயுங் கிரணம் வாய்ந்து மட்டில்லா திலங்கச் சொற்க
வணிசெய்மா ளிகைக் ளோரா யிரமமைத் ததற்காங் கங்குற்
றுணிசெய்கூந் தலின்மின் னார்கள் பலர்களைத் தொகுத்தன் னோர்க்குப்
பணிசெய்வோர் சேர்த்துச் சூழப் பரித்தள நெருங்க வைத்து. (12)

12. (1311) அழகு ஒளி வாய்ந்து அளவில்லாது இலங்கும் வனப்பு மிக்க சொர்க்க மாளிகைக்கு நிகரான ஆயிரம் மாளிகைகள் அமைத்து, அவற்றில் மேகத்தை வெட்டி எடுத்தது போன்ற கூந்தல் உடைய, மின்னலில் சமைத்தது போன்ற பெண்கள் பலரைத் தொகையாக வைத்து, அவர்களுக்குப் பணி செய்வோராகப் பலரையும் சேர்த்து, அவர்களைச் சூழ்ந்து உப்பரிகைகள் நெருக்கமாக அமைத்து

மணி - அழகு; கிரணம் - ஒளி; சொற்கம் - சொர்க்கம்; அணி - அழகு, ஒப்பனை; கங்குல் - மேகம், இருள்; மின்னார் - பெண்கள்; பரித்தளம் - உப்பரிகை. இச் செய்யுள் பொருள் முற்றுப் பெறவில்லை. ஆதலால் குளகம்.

சூழ்ந்துள தளம லாது தொகைநிதி விலையீ தென்றே
யாய்ந்துசொ லரிய பஞ்ச கதியச்சு வங்க ளோர்பா
லேய்ந்தமந் திரத்திற் சேர்த்தி யேந்திழை யினரோ டுற்று
வாழ்ந்தன னழகி லன்னா ளவனிணை வையத் தின்றே. (13)

13. (1312) சூழ்ந்து நின்று இலங்கும் உப்பரிகைகள் அல்லாது தொகை நிதி விலை இவ்வளவு என்று ஆராய்ந்து சொல்ல முடியாத ஐந்து வகை நடை உடைய குதிரைகள் ஒரு பக்கமாக அம் மாளிகையில் சேர்த்து,

பெண்களோடு இருந்து வாழ்ந்தான். அந் நாளில் அழகில் அவனுக்கு இணையாக எவரும் உலகில் இல்லை.

களம் - உப்பரிகை; பஞ்சகதி - ஐவகை நடை, அவையாவன - மயூரகதி, மல்லகதி, வானரகதி, இடபகதி, வியாக்கிரகதி ஆகியன. அச்சவம் - குதிரை; மந்திரம் - அரச மாளிகை; ஏந்திழை - பெண்கள்; உற்று - சேர்ந்து; இணை - நிகர்.

பஞ்சபா தகவி னோதப் பார்த்திபன் றனக்குப் புந்தி
யென்சொல்போ தினுமி ணங்கா திருப்பதாற் கால நோக்கி
நெஞ்சமீ திருத்தித் தானை தலைவரியா ரையுநி லாச்செய்
கஞ்சவான் முகத்தார் மோகன் கைவசப் படுத்தி னானே. (14)

14. (1313) பஞ்ச பாதகங்களில் பொழுதைக் கழிக்கும் அரசனுக்கு எவ்வாறு அறிவு சொன்னாலும் இணங்காது இருப்பதனால் காலத்தை எதிர்பார்த்துக் காத்திருந்தான். நிலாவில் செய்தது போன்ற வானத்தாமரை முகத்தினனாகிய அவ் வழகன் படைத்தலைவர் யாவரையும் கைவசப் படுத்திக் கொண்டான்.

வினோதம் - விளையாட்டிற் பொழுது கழித்தல்; பார்த்திபன் - அரசன்; புந்தி - அறிவு; தானை - படை; கஞ்சம் - தாமரை; தார் - மாலை; மோகன் - விரும்புபவன்.

தனையடுத் தவர்கள் பெண்க டம்மைவேந் தழிவு செய்யா
வினையதந் திரங்க ளியாவு மியற்றுவன் மேலோ ரன்பு
புனைதரு மாசி கூறப் புண்ணிய நிலமை பூண்டோ
னினையதென் றளவா வீர யீசறு கெனுநா மத்தோன். (15)

15 (1314) தன்னை அண்டியவர்களின் பெண்களை அரசன் அழிம்பு செய்யாமல் தந்திரமாகக் காப்பாற்றுவான். மேலோர் அன்புடன் ஆசிகள் கூற நன்மையான நிலைமை பெற்றான். அளவற்ற வீரம் நிறைந்தவன். அவன் பெயர் யூசறுகு.

இயற்றுவன் - செய்வான்.

இத்திற லமைச்ச னிவ்வா றிருந்திடு மெமன்றே யத்திற்
குத்திரப் பலசின் வந்து கொடுமைசெய் வதனா லந்தச்
சித்திர நாட்டுள் ளோர்கள் செறிந்திவ னருகில் வந்து
மொய்த்துள திடுக்க ணிந்த வகையென மொழிய லுற்றார். (16

16. (1315) இத் தன்மை உடையவனான அமைச்சன் இவ்வாறு இருக்கும் எமன் நாட்டில் குரூரமான சின்கள் வந்து கொடுமைகள் செய்தன. அதனால் அந் நாட்டு மக்கள் திரண்டு இவனிடம் வந்து, தங்களைச் சூழ்ந்துள்ள துன்பம் இவ் வகையானது என்று சொன்னார்கள்.

குத்திரம் - குரூரம், கொடூரம்; செறிந்து - திரண்டு; இடுக்கண் - துன்பம்; மொழிதல் - சொல்லுதல்.

மொழிதலும் பொறுமின் சின்னாண் முடிந்தபின் சின்கள் வேந்தை
வழிவசப் படுத்தி யன்னோன் மகளையான் மணஞ்செய் தும்மை

யழிவுசெய் கொடுமை யெல்லா மகற்றுவ னஞ்சே லென்னத்
தழுவெழில் வயிரத் தோளான் சத்திய வசனஞ் சொன்னான். (17)

17. (1316) அவர்கள் சொல்லி முடித்ததும், பொறுத்திருங்கள்! இன்னும் சில நாள்களில் சின்களின் அரசனை வசப்படுத்தி அவன் மகளைத் திருமணம் செய்து கொள்வேன். பின்னர் உங்களை அழிம்பில் வாட்டும் கொடுமைகளை எல்லாம் அகற்றுவேன். அஞ்சுதல் வேண்டாம் என்று , அழகு தழுவும் வயிரத் தோளனான அமைச்சன் உறுதி கூறினான்.

மொழிதலும் - சொன்னதும்; வேந்து - அரசன்; மணம் - திருமணம்; அழிவு - அழித்தல், அழிம்பு; எழில் - அழகு; சத்திய வசனம் - உறுதிமொழி.

மாறிய வுரைம றந்தும் வகுத்திடா வமைச்சன் வாய்மை
கூறிய வசனங் கேட்டு குடித்தலை மையினோர் நெஞ்ச
மீறிய மகிழ்ச்சி கூர்ந்து மீண்டுதம் பதியிற் புக்கார்
தேறியிங் கிதன்மே லுற்ற செய்கைகள் விரித்துச் சொல்வாம். (18)

18. (1317) மறந்தும் உண்மைக்கு மாற்றமான சொல்லைச் சொல்லாத அமைச்சனின் உறுதி மொழியைக் கேட்டுக் குடிமக்கள் தலைவர்கள் எல்லாம் எல்லையில்லா மகிழ்ச்சியுடன் தத்தம் வீடுகளுக்குத் திரும்பினர். இதற்குப்பின் நடந்தவற்றைச் சொல்கிறோம்.

மாறிய உரை - மாறுபட்ட பேச்சு; பதி - வீடு; புக்கார் - புகுந்தார், போனார்; செய்கைகள் - நடப்புகள்.

நவமுறு சின்கள் வேந்த னாமமம் றிபுனு கைத்த
மிவனிக ரழகு சின்க ளெவரினு மிலையி வன்சீர்த்
தவமுழு வதும்பெண் ணான தன்மையா யீன்ற செல்வி
யுவமையி வழகு வாய்ந்த வுமையிறத் தெனுமின் னாளே. (19)

19. (1318) வியப்பிற்கு உரிய சின்களின் அரசன் பெயர் அம்ரு இபுனு கைத்தம். இவனுக்கு நிகரான அழகர் எவரும் சின்களில் இல்லை. இவன் செய்த அரிய தவங்கள் எல்லாம் திரண்டு பெண்ணாக வந்தது போன்றவள் இவன் பெற்ற மகள் உமையிரத்து. உவமை இல்லாத அழகு பெற்றவள்.

நவம் - புதுமை, வியப்பிற்குக் காரணம் ஆனது. நாமமம் - பெயர்; சீர் - சீர்மை.

கத்திய கடல்சூழ் வைப்பிற் கவலுமத் தைய லாடன்
சித்திர வுருவங் காணும் சின்களு நரர்க டாமு
நித்திரை யசன மற்று நிலைகுழைந் தயர்ந்து காமப்
பித்தொடு மிறந்த தல்லாற் பிழைத்தவ ரெவரு மின்றே. (20)

20. (1319) அலை இரையும் கடலால் சூழப்பட்ட இவ் வுலகில் அப்பை எண்ணின் ஓவிய உருவ அழகைக் கண்ட சின்களும் மனிதர்களும் தூக்கமும் உணவும் இல்லாமல் நிலைகுலைந்து தளர்ந்து காமப் பித்துப் பிடித்து இறந்து போனார்களே அல்லாமல் தப்பிப் பிழைத்தவர் எவரும் இல்லை.

வைப்பு - இடம், உலகம்; கவலும் - சொல்லப்படும்; தையல் - பெண்; சித்திரம் - ஓவியம்; நரர் - மனிதர்; அசனம் - சோறு, உணவு.

அழகுகண் டனந்தம் பெண்க ளாருயி ரிறந்த தேண்ணிச்
செழுமுகிற் கூந்த லாட்குத் தாதையாம் சின்கள் வேந்தன்
விழியினி லெவருங் காணா விதமணி மனையுள் வைத்தே
யிழையிடை யிருளை யார்கள் பலரையு மிருத்தி னானே. (21)

21. (1320) அவள் அழகைக் கண்ட பெண்களும் ஏராளமாக இறந்து போயினர். செழித்து அடர்ந்த கூந்தல் உடைய அப் பெண்ணின் தந்தையாகிய அம்ருஇபுனு கைத்தம் இது பற்றிச் சிந்தித்தான். தன் மகளைக் கண்களால் எவரும் காணமுடியாதபடி வீட்டில் இருத்துவதே நலம் என்று முடிவு செய்து அவ்வாறே செய்தான். அவளுக்குத் துணையாக நூலிழை போன்ற நுண்ணிய இடையும் வெண்ணெய் திரண்டது போன்ற மேனியும் வனப்பும் கொண்ட பெண்கள் பலரையும் வைத்தான்.

அனந்தம் - மிகுதி; செழுமுகிற் கூந்தல் - செழித்த கருமேகம் திரண்டாற் போன்ற கூந்தல்; தாதை - தந்தை; மணிமனை - அழகிய இல்லம்; இழை - நூலிழை; இருளை - வெண்ணெய்.

மலர்நற வொழுகு நந்தா வனநடு வுறைவ தந்தக்
குலவெழின் மணிமென் மாட மனையதிற் கோதை மேவி
நலனுற விருக்கு மன்னா ணாமம்யூ சறுகென் றோது
முலனுறு புயத்தான் வேட்டைக் கொழுகினன் பலர்கள் சூழ. (22)

22. (1321) மலர்கள் தேன் ஒழுகும் சோலையின் நடுவே அமைந்த அழகு நிறைந்து ஒளிவீசும் மாடங்கள் கொண்டது அந்த இல்லம். அதில் அவள் இருக்கும் நாளில், மலை திரண்டது போன்ற தோளுடைய யூசறுகு என்னும் அமைச்சன் வீரர் பலரும் சூழ வேட்டையாடச் சென்றான்.

நறவு - தேன்; நந்தாவனம் - நந்தவனம், சோலை; எழில் - அழகு; மணி - ஒளி; மாடமனை - பல அடுக்கு மாளிகை; உலன் - கற்றிரள், மலை; புயம் - தோள்; ஒழுகினன் - சென்றான்.

வலைகவ ணெறிவே லிட்டி வளைதடி தோம ரங்கள்
சிலைகணை முதலா யாவுந் தாங்கிய திறற்கை வீரர்
புலிகளை நிகர்ப்பத் தானோர் மடங்கல்போற் பொருந ரஞ்சுங்
கொலைவயப் பரியி லேறிக் கோட்டுடைக் கானம் புக்கான். (23)

23. (1322) விரிக்கும் வலை, கல் எறியும் கவண், எறியும் வேல், ஈட்டி, சங்கு, சக்கரம், தடி, இரும்பு உலக்கை, வில், அம்பு முதலிய ஆயுதங்களைக் கையில் ஏந்திய புலி போன்றவர்கள் அவ் வீரர்கள். தான் ஒரு சிங்கம் போல், பகைவர்களும் அஞ்சி ஒளியும் தன்மை கொண்ட கொலைவெறி கொண்ட குதிரையில் ஏறி, மலை சூழ்ந்த காட்டில் யூசருகு

வளை - சங்கு, சக்கரம்; தோமரம் - இரும்பு உலக்கை; சிலை - வில்; கணை - அம்பு; திறல் - வலிமை; மடங்கல் - சிங்கம்; பொருநர் - பகைவர்; பரி - குதிரை; கானம் - காடு; கோடு - மலை; புக்கான் - போனான், புகுந்தான்.

அடவிக ளெவையுஞ் சுற்றி யடர்புலி கரடி புல்வாய்
கடகரி கொலும முங்கு மான்முயல் கலபத் தோகை
திடனுற வேட்ட மாடித் திரும்பினன் திரும்பும் போதி
லுடன்வரு பவரை நீத்துப் பரிவிரைந் தோட லுற்ற. (24)

24. (1323) காடு முழுதும் சுற்றி, எதிர்க்கும் புலி, கரடி, கலைமான், கொம்பு உடைய யானை, கொல்லும் அழுங்கு, மான், முயல், தோகை உடைய மயில் முதலியவற்றை உறுதியுடன் வேட்டையாடித் திரும்பினான். திரும்பும் போது உடன் வந்த பரிவார வீரர்களை விட்டு விலகி அவன் குதிரை ஓடலாயிற்று:

அடவி - காடு; அடர்புலி - எதிர்க்கும் புலி; புல்வாய் - கலைமான்; கடகரி - ஆண்யானை; கொலும் - கொல்லும்; கலபத்தோகை - மயில்; திடன் - உறுதி; நீத்து - நீங்கி; பரி - குதிரை.

பற்றிவந் தவரூர் புக்கா ரிவன்மனப் படிசெல் லாது
வெற்றிகொள் பரிகொண் டேக விரைமலர்ச் சோலை யொன்றாங்
குற்றதவ் வழியிற் கண்டா னப்பொழு தொளிரும் வெய்யோன்
கற்றைவார் கரஞ்சு ருக்கிக் கடலிடைக் குளிக்கின் றானே. (25)

25. (1324) இவனைப் பின்பற்றி வந்தவர்கள் ஊர் சென்றடைந்தார்கள். இவன் மனம்போல் செல்லாத வீரக் குதிரை தன்போக்கில் இவனைச் சுமந்துகொண்டு ஓடியது. வழியில் நறுமலர்ச் சோலை ஒன்று இருக்கக் கண்டான். அப்போது ஒளிரும் சூரியன் தன்னுடைய ஒளிக்கற்றைக் கைகளைச் சுருக்கிக் கடலில் குளித்தான்.

பற்றிவந்தவர் - பின்பற்றி வந்தவர்; புக்கார் - போனார்; பரி - குதிரை; விரை - நறுமணம், வெய்யோன் - சூரியன்; கற்றை - தொகுதி; வார் - ஒளி.

அந்நெடும் பொழிலோ சின்கட் கரசுயிர்ப் புதல்வி வைகும்
பொன்னரண் மனையைச் சூழ்ந்த பொழில்திற் புகுந்தான் கங்குன்
மன்னுமிவ் விரவை யிங்கு வைகித் தகல்வோ மென்னத்
தன்னகத் திருத்தி யுற்றா னள்ளிருட் சார்ந்த தம்மா. (26)

26. (1325) அப் பெரிய சோலையோ, சின்களின் அரசனின் உயிர்க்கு உயிரான மகள் தங்கியிருக்கும் பொன்வேய்ந்த அரண்மனையைச் சூழ்ந்த சோலை ஆகும்! அதில் புகுந்தான். இருள் சேர்ந்த இவ் விரவை இங்குத் தங்கி விடிந்ததும் போவோம் என்று தன் மனத்தில் நினைத்து அங்கே தங்கினான். நள்ளிரவு வந்தது.

நெடும்பொழில் - பெரிய சோலை; வைகும் - தங்கியிருக்கும்; கங்குல் - இருள்; மன்னும் - சாரும்; வைகி - தங்கி; நீத்து - நீங்கி, விடியலில்; அகத்து இருத்தி - அகத்திருத்தி என இரண்டு வகையாக பிரியும். முதலாவதைப் பாடமாகக் கொண்டால் 'மனத்தில் நினைத்து' என்றும் இரண்டாவதைப் பாடமாகக் கொண்டால் ' மனத்திருப்தி' என்றும் பொருள்படும்.

சாமமுற் றளவி லந்தத் தண்டலை யதனிற் சின்கண்
மாமகிழ் வுடனே பேசும் வார்த்தைகள் செவியிற் கேட்டு

நாமவேற் கரனென முந்து வைகின னரரிங் கேதென்
றேமமா கியவக் கூட்ட மிவனுழை யடைந்த தன்றே. (27)

27. (1326) நள்ளிரவு வந்ததும், அச் சோலையில், பெருமகிழ்ச்சியுடன் சின்கள் பேசும் வார்த்தைகளைக் காதில் கேட்டு, வெற்றிவேல் கையன் எழுந்து உட்கார்ந்தான். 'மனிதர் இங்கே ஏது என்று கேட்டபடிக் களித்துப் பேசிக்கொண்டிருந்த அச் சின் கூட்டம் இவனை அடைந்தது.

சாமம் - நள்ளிரவு; தண்டலை - சோலை; நாமம் - கோபம், சீற்றம்; வைகினன் - உட்கார்ந்தான்; நரர் - மனிதர்; ஏமம் - களிப்பு; உழை - அருகில்.

அடைதலு மிவன்பொன் மேனி யழகொளி யிருளை மாற்றிப்
படர்கதிர் நிலவு காலும் பான்மைகண் டதிச யித்து
மடலவிழ் கமலப் பாதம் வணங்கியா ரெனவி னாவத்
தடவரைப் புயத்தான் பேரு மூரும்வந்த தவையுஞ் சொன்னான். (28)

28. (1327) அடைந்ததும், இவனுடைய பொன்னிற மேனியின் அழகு ஒளி இருளை மாற்றி ஒளிக்கதிர் படரும் நிலவு பொழியும் தன்மையைக் கண்டு வியந்து மடலவிழ்ந்த தாமரை போன்ற அவன் பாதம் பணிந்து நீவிர் யார் என்று வினவின. மலைமுகடு போன்ற தோள் உடைய அவன் தன் பேரும் ஊரும் இங்கு வந்த வகையும் சொன்னான்.

காலும் - பொழியும்; மடல் - இதழ்; கமலம் - தாமரை; தடவரை - மலைமுகடு.

தரம்பெற்றோ னுரைப்பக் கேட்டுச் சந்திரன் பருதி நாணத்
திரம்பெற்ற கவின்கொண் மேனி தெரிசிக்கப் பெற்றோந் தீண்டக்
கரம்பெற்றோ மதுர வாய்மை காதுறப் பெற்றோம் நல்ல
வரம்பெற்றோ மெனவா னந்த மகிழ்ச்சிவா ருதிபெற் றாரே. (29)

29. (1328) உயர் தகுதி பெற்ற அவன் சொல்லக் கேட்டு, சந்திரனும் சூரியனும் வெட்கம் கொள்ளும்படியான உரம் பெற்ற அழகிய உமது மேனியைக் காணும் பேறு பேற்றோம். கைகளால் தீண்டப் பெற்றோம். இனிமை நிறைந்த வாய்மொழி காதால் கேட்கப் பெற்றோம்! நல்ல வரம் மெற்றோம் என்று மகிழ்ச்சிப் பெருங்கடல் அடையப் பெற்றார்.

தரம் - உயர்தகுதி; பருதி - சூரியன்; திரம் - உரம்; கவின் - அழகு; தெரிசனை - காட்சி; கரம் - கை; மதுரம் - இன்சுவை; வாய்மை - வாய்மொழி; வரம் - தேவ ஈகை; வாருதி - கடல்.

பணிவதற் ககத்தி லன்பு பரவிய சின்கள் சோதி
மணியணித் தீபம் வெய்யோன் வயங்கல்போ லிலங்க வைத்துக்
கணிதவொண் சுவையின் மிக்க கனிகள்பால் கொணர்ந்து நல்கித்
தணிவுற முகமன் கூறித் தரித்தன வருகு சூழ்ந்தே. (30)

30. (1329) இவனைப் பணிவதற்கு மனத்தில் அன்பு உணர்ச்சி பரவிய சின்கள், சூரியன் போல் ஒளி இலங்கும் அழகிய தீபம் ஏற்றி வைத்தன.

அளவிடமுடியாத சுவைமிகுந்த பழங்களும் பாலும் கொண்டு வைத்து தாழ்ந்து முகமன் கூறி, அருகில் சூழ்ந்து அமர்ந்தன.

வெய்யோன் - சூரியன்; வியங்கல் - ஒளிசெய்தல்; கணிதம் - அளவிடல்; ஒண் - ஒண்ணாத, முடியாத; நல்கி - கொடுத்து; தணிவு - தாழ்ச்சி; தரித்தன - அமர்ந்தன.

உண்டுவாய் கரங்கள் பூசி மந்திரி யுறைய மேலுந்
தொண்டுள தெனிலெ மக்குச் சொல்கென்றார் விருந்து தந்தீ
ருண்டன மினிநும் மாடல் பாடலி லுளவி ருப்பங்
கொண்டன மவைசெய் வீரென் றுரைத்தனன் குவவுத் தோளான். (31)

31. (1330) உண்டு முடித்தபின் கையையும் வாயையும் கழுவிவிட்டு அமர்ந்தான் அமைச்சன். மேலும் ஏதேனும் பணி உள்ளதென்றால் சொல்லுங்கள் என்றன சின்கள், மலைபோன்ற தோளுடைய அமைச்சன், விருந்து தந்தீர். உண்டோம். இனி உங்கள் ஆடல் பாடலில் மனவிருப்பம் கொண்டோம். அவற்றைச் செய்க என்றான்.

பூசி - கழுவி; உறைய - இருக்க; தொண்டு - பணிவிடை; குவவு - திரட்சி.

வகுத்தலு மத்த ளங்கை மணிகுழற் றுருத்தி வீணை
தொகுத்துள கருவி யாவுங் கொணர்ந்துதோ கையரின் மேலாய்
மிகுத்துள வடிவு தோன்ற மெய்யுரு வெடுத்தி ராகம்
பகுத்துள முறைதப் பாமற் பாடின சிலசின் கீதம். (32)

32. (1331) சில சின்கள், கையில் மத்தளம் கொண்டு அழகிய புல்லாங்குழல், துருத்தி, வீணை முதலிய இசைக்கருவிகள் கொண்டுவந்தன. அழகிய பெண்களைவிட மேலான வடிவுருவம்கொண்டு, இசை மரபுபடி அராகம் பாடின.

வகுத்தல் - வகைப்படுத்தல்; மணி - அழகு; தோகையர் - பெண்கள

நகைமிகத் தெரிவ தின்றி நயனங்கண் மூட லின்றித்
தகுசொல்வாய்க் கோண லின்றித் தலையுட லசைவ தின்றி
விகசித முகங்கூப் பின்றி மிடறுவீங் குவது மின்றிப்
பகரியா ழொலிக்க டங்க விருந்துபா டியதன் பின்னர். (33)

33. (1332) பல் மிகுதியாக வெளியில் தெரியாமல், கண்களை மூடாமல், வாய் கோணாமல், தலையும் உடலும் ஆடி அசையாமல், புன்சிரிப்புத் தவழும் முகம் கூம்பாமல், கழுத்து வீங்கிப் புடைக்காமல், யாழின் ஒலிக்கு அடக்கமாக இருந்து பாடிய பின்னர்.

நகை - பல்; நயனம் - கண்; விகசிதம் - புன்சிரிப்பு; மிடறு - கழுத்து.

சிரல்சிறை யசைவ தன்றித் தேகம தசையா தொப்பா
யரியகை யசைய மேனி யசைவின்றிப் பதலை யார்ப்பக்
கரமணி பதலை யார்க்கு முறைப்படி கறங்க வேணு
விரவிய துருத்திச் சத்த விகற்பமி லாதி சைப்ப. (34)

34. (1333) சிச்சிலிக் குருவியின் சிறகு அசையும்; ஆனால் உடல் அசையாது. அதுபோல் அரிய திறன்பெற்ற கை அசைவதன்றி உடல் அசையாமல், ஒருகண்

பறை ஆகிய கஞ்சீரா முழங்க அதன் முழக்கத்திற்கு உரிய முறைப்படி கை தாளமிட குழலும் துருத்தியும் பிசகுதல் இல்லாமல் ஒத்து இசைக்க

சிரல் - சிச்சிலிக்குருவி, மீன்கொத்திக்குருவி; சிறை - சிறகு; தேகம் - உடல்; பதலை - ஒருகண் பறை, கஞ்சீரா; கறங்க - ஒலிக்க; விகற்பம் - தவறு

> கருணைசிங் காரம் வீர நகைபயங் கருத்து நாணல்
> பொருவுகெம் பீரஞ் சாந்தம் புதுமையென் றோது கின்ற
> விரதமொன் பதுமே தோன்ற வபிநய வின்பங் காட்டித்
> திரனுறப் பாடி யாடல் செய்தன சிறிது சின்கள்.   (35)

35. (1334) கருணை, சிங்காரம், வீரம், நகை, இகழ்ச்சி, பயம், கெம்பீரம், சாந்தம், அற்புதம் என்று சொல்லப்படும் ஒன்பது சுவைகளும் தோன்ற அபிநய இன்பம் காட்டித் திறமையுடன் ஆடல் பாடல் செய்தன சில சின்கள்.

கருத்துநாணல் - இகழ்ச்சி; பொருவுதல் - ஒப்பாதல்; புதுமை - அற்புதம்; இரதம் - ரசம், சுவை; அபிநயம் - மெய்காட்டல், மெய்ப்பாடு; சிறிது - சில.

> மந்திரி யழகு நோக்கு மானந்த வரிசை பெற்றே
> பிந்துறு கதிகண் மென்மேற் பெருக்கொடு பாடி யாடச்
> சந்திர வதனச் சின்க டமதுநாட் டியத்தை நோக்கிச்
> சிந்தையுண் மகிழ்ச்சி பூத்தான் காலமூன் றுணருஞ் செம்மல்.   (36)

36. (1335) அமைச்சனின் அழகைப் பார்க்கும் இன்பத்தைப் பரிசாகப் பெற்றுக்கொண்டு பிந்திய நடைகள் மூன்று கதியிலும் பெருக்கெடுத்துப் பொங்கப் பாடி ஆடின சின்கள். மூன்று காலங்களையும் உணரும் செம்மலான அமைச்சன், நிலாமுகச் சின்களின் ஆடலைக் கண்டு உள்ளம் மகிழ்ந்தான்.

வரிசை - பரிசு; பிந்துறுகதி - பிந்திய நடை, துரிதகதி; கதி மூன்றாவன: சவுக்கம், மத்திமம், துரிதம்.

> பின்கொள வயர்ந்தி டாச்சக் கணியும்பே ரணியுந் தோன்ற
> முன்கொள நடன கீதம் புரிதரு முழக்க நாத
> மின்களைப் பிடித்துப் பெண்போல் வியனுரு வமைத்த தொப்பாம்
> சின்களுக் கரச னீன்ற செல்விகா தணுகிற் றன்னே.   (37)

37. (1336) சாயாத மார்க்கட்டும் பிற அணிகளும் விளங்கித் தோன்றும்படி ஆட்டமும் பாட்டும் நடத்திய இசைமுழக்கம் எங்கும் பரந்தது. அது, மின்னல் ஒளியைப் பிடித்துப் பெண் உருவம் அமைத்துப் பிறர் கண்டு வியப்பதற்கு என்றே வைக்கப்பட்டதற்கு ஒப்பாகத் தோன்றியவளான சின்னரசன் மகள் காதில் போய்ச் சேர்ந்தது.

அயர்தல் - தளர்தல்; பேரணி - பதக்கம் முதலிய அணிகள்; வியன் - வியப்பு.

மூலப்படியில், ... அயர்ந்திடாச்சக் கணியும் என்று உள்ளது. சக்கு கண் எனப் பொருள்படும். அது பொருத்தமாக இல்லை. ஆதலால்...அயர்ந்திடாக் கச் சணி என்ற பாடம் கொண்டு உரை வகுக்கப்பட்டது.

உமையிறத் தெனுமின் னாள்கா தணுகலு மொருபோ தேனு
நமதிரு செவிகே ளாத நாதமே தெனத்தா னென்று
மமைவுறு மணிமா டத்துற் றெட்டிநோக் கினளச் சின்க
டமையெழிற் குருக்கொண் டாட்டுஞ் சபாநடு மணியைக் கண்டாள். (38)

38. (1337) உமைறத்து என்னும் பெண்ணின் காதில் இசைமுழக்கம் சென்றடைந்ததும் நாம் ஒரு போதும் கேட்டு அறியாத இந்த இசை ஏது என்று கேட்டாள். தான் இருக்கும் அழகிய மாடத்தில் இருந்து எட்டிப் பார்த்தாள். எழிலே உருவாகக் கொண்டு சின்களை ஆட்டும் சபாமணி போன்ற அமைச்சனைச் சின்களின் நடுவில் கண்டாள்.

சபாநடு மணி - அமைச்சன்; நான்காம் அடியில் 'தமைஎழிற் குருக்கொண்டாட்டும்' என்ற பாடம் மூலப்படியில் உள்ளது. பொருள்தெளிவு கருதி 'தமைஎழில் உருக்கொண் டாட்டும்' எனப் பாடம் கொள்ளப்பட்டது.

கண்டகண் வழியே யன்னோன் கவினடந் தகத்துட் புக்கி
யொண்டொடி மனத்தை யுண்டவ் வுறையிடத் தினிற்றா னுற்றே
பண்டது செயுந்தொ ழிற்க ளகற்றியுட் பாசங் கொள்ள
வண்டுறை குழலாட் காசை விளைத்திட மயங்கி வீழ்ந்தாள். (39)

39. (1338) கண்ட கண் வழியாக அவன் அழகு நடந்து மனத்தில் புகுந்து அவள் மனத்தை உண்டு அங்கே தங்கிற்று. முன்னர் அம் மனம் செய்த தொழில்கள் அனைத்தையும் அகற்றிவிட்டு அவன் மீது பாசம் கொள்ளச் செய்தது. வண்டுகள் தங்கி இருக்கும் கூந்தல் உடைய உமையிறத்துக்கு ஆசை விளைந்தது. அவள் மயங்கிச் சாய்ந்தாள்.

கவின் - அழகு; புக்கி - புகுந்து; ஒண் தொடி - ஒளிவீசும் வளையல்; பண்டு - முன்னர்; வீழ்ந்தாள் - சாய்ந்தாள்.

இவ்வயில் விழிச்சி நோக்க முகத்தழ கிவனுங் கண்டு
கௌவையின் மயங்கி வீழ்ந்தான் காதின்பக் கீத மெங்கோ
வொவ்வொன்றுக் கொருகா லந்தேர்ந் துணர்த்திடின் மயங்குங் கீத
மௌவலங் குழலார் தேகத் தழகொன்று மயக்கு மன்றோ. (40)

40. (1339) இந்த வேல் விழியாள் நோக்க, இவள் முக அழகை அவனும் கண்டான். கண்டு மனக்கலக்கம் கொண்டு மயங்கிச் சாய்ந்தான். காதில் கேட்ட இன்ப இசை எங்கோ மறைந்தது. ஒவ்வொன்றுக்கும் ஒரு காலம் உண்டு. அதை உணர்ந்து தெளிந்தால், இசையும் மயக்கும். கருங்கூந்தலார் மேனி அழகும் மயக்கும் அன்றோ?

இவ் அயில் விழிச்சி - வேல் போன்ற விழிகொண்ட இவள்; கௌவை - கலக்கம்; மௌவலங்குழல் - இருண்ட கூந்தல்.

பரவையி னமிழ்ந்து ளோர்கண் மிதந்துபின் பலகை யொன்று
கரமகப் படப்பெற் றென்ன காமத்தின் கலக்கத் தாலே
யிருவருங் கிடையா கின்ற மயக்கம்போ யெழுந்தி ருக்க
வருமுணர் வொன்று தோன்ற வுயிர்ப்புவந் தெழுந்தார் மாதோ. (41)

41. (1340) கடலில் அமிழ்ந்து மிதப்பவர்கள் கையில் மரப்பலகை அகப்பட்டதுபோல், காமக் கலக்கத்தால் மயங்கிக்கிடந்த அவ் விருவரும், மயக்கம் நீங்கி எழவேண்டும் என்ற உணர்வு வந்தபோது எழுந்தார்கள்.

பரவை - கடல்; கிடையாகின்ற - கிடத்தலாகிய; உயிர்ப்பு - விழிப்பு; மாதோ - அசை.

எழுந்தபின் னிவர்க்கே மாலை புனைவதென் றெண்ணி மாதர்
தொழுந்திரு வுறைந்தாள் பெண்ணைத் துணைவியாய்ப் பெற்றே யல்லாற்
செழும்பொழி னகரா நம்மூர் செல்வதன் றெனம னத்தி
லழுந்தவோர் துணிவு கொண்டா னமைச்சரா பரண மன்னான். (42)

42. (1341) பெண்கள் தொழும் திருமகள் போன்ற அவள் எழுந்தபின் இவனுக்கே திருமண மாலை சூட்டவேண்டும் என்று எண்ணினாள். அமைச்சர்களுக்கு அணிகலன் போன்ற அவன், இப் பெண்ணை மனைவியாகப் பெற்றே அல்லாமல் பொழில் சூழ்ந்த நகரமாகிய நம்முடைய ஊருக்குச் செல்வதில்லை என்று மனத்தில் அழுத்தமான துணிவு கொண்டான்.

இவற்கே - இவனுக்கே; புனைவது - சூடுவது; திரு - திருமகள்; உறைந்தாள் - இருந்தாள்; போழில் - சோலை; ஆபரணம் - அணிகலன்.

திடத்ததந் திரநான் குள்ளோன் சேயிழை யிவளியா ரென்ன
வடுத்துறை பவரைக் கேட்டங் கறிந்தன னிகுளை யாரான்
மடக்கொடி தானு மிந்த மந்திரி நகர நாம
நடத்தொழிற் காண விங்கு நண்ணிய தனைத்துந் தேர்ந்தாள். (43)

43. (1342) சாமபேத தான தண்டம் ஆகிய உறுதியான நால்வகைத் தந்திரமும் அறிந்துள்ள அவன் இவள் யார் என்று அருகில் உள்ள சின்னிடம் கேட்டு அறிந்தான். இதேபோல் அவளும் தன்னுடைய தோழியர் மூலம் அமைச்சனின் ஊர், பெயர், ஆடல் காண இங்கு வந்த வகை முதலியவற்றைக் கேட்டு அறிந்தாள்.

திடம் - உறுதி; சேயிழை - ஆபரணம் போன்றவள்; இகுளையார் - தோழியர்; மடக்கொடி - மென்மையான பூங்கொடி போன்றவள்; நடத் தொழில் - ஆடல்வகை; நண்ணியது - வந்தது; தேர்ந்தாள் - அறிந்தாள்.

ஏரிய குழையிற் றாவி யியற்கய லினமொவ் வாத
கூரிய வடிவேற் கண்ணார் தொழுமலர்க் கொடியன் னாளுஞ்
சீரிய நெறிசெய் வோர்க டிலகனு மிவ்வா றெய்தச்
சூரிய னெழுந்தான் காளை துணிவதின் படியங் குற்றான். (44)

44. (1343) அழகிய காதின் அருகே தாவிய மீன் இனம் ஒப்பாக மாட்டாத கூரிய வடிவேல் கண் உடைய பெண்கள் தொழுது பணியும் பூங்கொடி போன்ற அவளும் சிறந்த நெறி வழி ஒழுகுவோரின் நாயகன் போன்ற அவனும் இவ்வாறு இருக்கின்ற நிலையில் சூரியன் எழுந்தான். அமைச்சனான அவ் விளங்காளையின் மனவுறுதிபோல் சூரியன் அங்குச் சுடர்ந்து வந்தான்.

ஏர் - அழகு; கயல் - மீன்; சீரிய - சிறந்த; நெறி - ஒழுக்கம்; செய்வோர் - ஒழுகுவோர்; திலகன் - திலகம் போன்றவன், நாயகன்; எய்த - இசைந்திருக்க; துணி - மனவுறுதி.

அன்றுதொட் டிவளை யீன்ற வத்தன்பா லரசர் வந்து
மன்றலுற் றிடுதார் சூட்டக் கேட்பவிவ் வகைதான் கேட்டு
வென்றிபெற் றிடுதோள் வீரன் யூசறு கெனுமிக் கோனே
யின்றியான் பொருந்தே னென்ன வியம்பச்சொற் பனத்துங் காண்பாள் (45)

45. (1344) அன்று தொடங்கி, இவள் தந்தையிடம் வந்து திருமணத்திற்குப் பெண் கேட்டு அரசர் பலரும் வருவதும் இவ்வாறு வருபவர்களிடம் வெற்றித் தோள் வீரன் யூசறுகு என்னும் மேலோனை அன்றி வேறு எவருக்கும் நான் உடன்பட மாட்டேன் என்று சொல்வதுமாகக் கனவிலும் காணலானாள்.

அத்தன் - தந்தை; மன்றல் - திருமணம்; தார் - மாலை, மணமாலை; வென்றி - வெற்றி; மிக்கோன் - மேலோன்; பொருந்தேன் - உடன்பட மாட்டேன்; சொற்பனம் - கனவு.

நுண்ணிய நூலி னோனு நுவலறு நெடுநாட் செய்த
புண்ணியம் பலிப்ப தென்றோ வவளிடம் புகுந்த வீர
நண்ணியிங் கடைவ தென்றோ நறும்பன்னீர் குளிர்வ தென்றோ
வெண்ணிய படியே வாய்க்கும் விதியென்றோ வெனவி டைந்தான். (46)

46. (1345) நுட்பமான அறநூல் பலவும் கற்ற அவனும், நெடுநாளாகச் செய்த புண்ணியம் என்று பலிக்கும், அவளிடம் போய் விட்ட என்னுடைய வீரம் என்று என்னிடம் திரும்பி வரும்? கொதிக்கும் பன்னீர் என்று குளிரும்? எண்ணிய படியே வசப்படும் நல்விதி என்று வரும்? என்று மனம் கலங்கினான்.

நுவலுதல் - சொல்லுதல்; நண்ணி - விரும்பி; நறுமை - மணம்; இடைந்தான் - கலங்கினான், வசமிழந்தான்.

இடைந்திவ்வா றுருகுங் காலை யேந்தலைச் சூழ்ந்த சின்க
ளடங்கலும் பெண்ணைச் சூழ்சி னனைத்துமப் பெண்ணு மீன்ற
மடங்கலே றனையான் றானு மகிழ்ச்சியா னந்த மோங்கத்
திடங்கொளா யுதங்க ளீந்து தேகத்து ளுயிரொப் பானான். (47)

47. (1346) வசமிழந்து இவ்வாறு உருகும் போது அமைச்சனைச் சூழ்ந்திருந்த எல்லாச் சின்களும், பெண்ணைச் சூழ்ந்த எல்லாச் சின்களும், அப் பெண்ணும், அவளைப் பெற்ற சிங்கம் போன்றவனும் மகிழ்ச்சிகள் பொங்கிக் களித்தார்கள். அமைச்சன் அனைவர்க்கு வலிமை மிக்க தன்னுடைய ஆயுதங்களை ஈந்தான். அனைவர்க்கும் உடலுக்கு உயிர் போன்றவன் ஆனான்.

இடைதல் - தன்வசம் இழத்தல்; ஏந்தல் - அமைச்சன்; மடங்கலேறு - பெண்ணை ஈன்றவள்; திடம் - உறுதி, வலிமை; தேகம் - உடல்.

பலவுடம் புகட்குந் தானோ ருயிரெனப் படியாள் வேந்த
னுலவுயிர் தனக்கு வாழு முயிரென நண்பாங் கால

நலமண முடித்துன் செல்வி யுமையிறத் தினைநல் கென்றே
கலனணிப் புயத்தான் கேட்கக் களித்துளம் பொருந்தி னானே. (48)

48. (1347) பல உடம்புகளுக்கும் தான் ஒருவனே உயிர் என்னும்படியும், உலகாளும் அரசனுக்கு உலவும் உயிருக்கு வாழும் உயிர் என்னும்படியும் நட்புப் பூண்டபோது, உன் மகள் உமையிறத்தை எனக்கு மணம்முடித்துக் கொடு என்று படைக்கலன்கள் அணிந்த தோளுடைய அமைச்சன் கேட்டான். மனம் மகிழ்ந்து உடன்பட்டான்.

படி - உலகம்; நல்கு - கொடு; கலன் - படைக்கலன், ஆயுதம்; பொருந்தினான் - உடன்பட்டான்.

செயிரறு மரசன் றேவிக் கிசைத்தவள் சிறந்த காமப்
பயிரெனும் புதல்விக் கோதப் பகருரை செவியி னுட்புக்
குயிர்தரு மொருசஞ் சீவி மருந்தென வுடல்பூ ரித்தாள்
கயிரவ மலர்வா யிற்றேன் கசத்தல்சற் றினிப்ப தானாள். (49)

49. (1348) குற்றமற்ற அரசன் தன் அரசமாதேவிக்குச் சொன்னான். அவள், சிறந்த காமப்பயிராகச் செழித்து வளர்ந்துநின்ற மகளுக்குச் சொன்னாள். அச் சொல் காதினுள் புகுந்து உயிர்தரும் சஞ்சீவி மருந்து என்று உடல் பூரித்தாள். தேன்கசந்து கிடந்த செவ்வாம்பல் மலர்வாயில் சற்றே இனிப்புக் கண்டாள்.

செயிர் - குற்றம்; தேவி - அரசி; இசைத்து - சொல்லி; ஓத - சொல்ல; பகர்உரை - சொன்ன சொல்; புக்கு - புகுந்து; கயிரவம் - செவ்வாம்பல்.

அமைச்சனு மளவி லாத வகமகிழ் வடைந்தான் பின்னர்
கமைக்கடல் வளைபா ரண்ணல் கணிதரான் முகுர்த்த மிட்டுச்
சுமைப்படு முறவோர் சூழ்வோ ரரசர்தொன் மறையோ ரான்றோ
ரிமைத்திடா வகைசெய் கீத நிருத்தர்க ளெவர்க்குங் கூறி. (50)

50. (1349) அமைச்சனும் அளவிலாத மகிழ்ச்சி அடைந்தான். பின்னர் பொறுமைக் கடலால் வளைத்துக் கொள்ளப்பட்ட உலகின் அரசன், காலக் கணிதரை அழைத்து மணநாள் குறித்தான். உறவின் முறையார், சூழ இருப்பவர்களால் அண்டை அயலார், அரசர், வேதம் உணர்ந்தோர், ஆன்றோர், கண்கள் இமைக்க முடியாதபடிச் செய்யும் இசைவாணர், ஆடல் வல்லார் முதலிய எல்லாருக்கும் அழைப்பு வைத்து.

கமை - பொறுமை; வளை - வளைத்தல்; பார் - உலகம்; அண்ணல் - அரசர்; கணிதர் - காலம் கணிப்போர்; முகுர்த்தம் - முகூர்த்தம், நல்ல நேரம்; உறவோர் - உறவினர்; சூழ்வோர் - கிளையார், அண்டை அயலார்; மறையோர் - வேதபண்டிதர்; ஆன்றோர் - அறிவிற் சிறந்த பெரியோர்; கீத நிருத்தர் - பாடுவோர் ஆடுவோர். 'சுமைப்படும் உறவோர்' என்பதில் உள்ள 'சுமைப்படும்' என்பதன் பொருள் தெளிவுபடவில்லை.

முந்துவாச் சியமு யற்சி யோரெவ ரெவர்க்கு மோதிப்
பந்தரிட் டணிகொண் மாட மாளிகை பலதும் பூவா

லந்தமின் மணிக ளாலு மலங்கரித் திலங்கச் செய்தா
னந்தலில் சுவன லோக மனைவள நாணங் கொள்ள. (51)

51. (1350) மேளக்காரர்களுக்கும் பிற வாச்சியக்காரர்களுக்கும் சொன்னான். மணப்பந்தல் இட்டான். அழகிய மாட மாளிகைகளைப் பூவாலும் ஒளிவீசும் மணிகளாலும் அலங்கரித்து, கெடுதல் இல்லாத சொர்க்க உலகத்தின் மாளிகை அழகு வெட்கம் கொள்ளும்படி இலங்கச் செய்தான்.

முந்து - ஊர்வலத்திலும் மணமேடையிலும் முந்தி இடம் பெறும்; வாச்சியம் - இசைக்கருவி, அவை தண்ணுவம் குழல் முழுவம் முதலியன; அந்தம் - முடிவு; நந்தல் - கெடுதல்.

அணிகிளர் தரவிவ் வாறு புரிந்தபின் னரசு வாவின்
மணிகிள ரவுதா வைத்தே யமைச்சனை மணிச்சீர் செய்து
பணிபுரி பவர்கள் பந்தம் படற்சுடர் வாச்சி யங்கள்
கணிபல தளங்கள் சூழ வாழ்த்தொடு கவின வேற்றி. (52)

52. (1351) அழகுடன் இவ்வாறு செய்தபின், பட்டத்து யானை மீது அம்பாரி வைத்தான். அமைச்சனுக்கு மண அலங்காரம் செய்வித்து, பணியாளர்கள் பகல்போல் ஒளிவீசும் தீப்பந்தங்கள் முழவு முதலிய இசைக்கருவிகள் பலவகையான மக்கள் கூட்டம் சூழ்ந்து வாழ்த்துரைக்க அழகுடன் அம்பாரியில் ஏற்றினான்.

அணி - அழகு; கிளர்தர - இலங்க; அரசு உவா - அரசனின் பட்டத்து யானை; மணி - வைரம் முதலிய மணிகள்; அவுதா - அம்பாரி; மணிச்சீர் - திருமண ஒப்பனை; வாச்சியம் - பறை முதலிய இசைக்கருவிகள்; தளம் - கூட்டம்; கவின - அழகுடன் இலங்க.

சீர்வலம் புரிக றங்கச் சின்னங்கள் பூரி யார்ப்ப
வாரலம் பியபூண் கொங்கை மடந்தையர் நடன மாட
வூர்வலம் புரிதல் செய்தா னோக்கித்தம் முணர்வு மாறி
யேரலம் பியமின் னாரிற் சிலர்கல னிகழ்ந்து நிற்க. (53)

53. (1352) வலம்புரிச் சங்கு ஒலிக்க, சங்கு பூரிபோன்ற குழல் கருவிகள் இசை எழுப்ப, தளும்பும் முலைகளை மார்க்கச்சையுள் வைத்துக் கட்டிய மாதர்கள் நடனம் ஆட, ஊர்வலம் நடத்தினான். இதைப் பார்த்த அழகு தளும்பிய இளம்பெண்களில் சிலர் காமக் கிளர்ச்சி கொண்டு தம் உணர்வு மாறி அணிந்திருந்த ஆபரணங்கள் கழன்று விழுந்ததையும் அறியாது நின்றனர்.

வலம்புரி - வலம்புரிச்சங்கு; கறங்க - ஒலிக்க; சின்னம் - சங்கு; பூரி - ஊதுகருவி; வார் - மார்க்கச்சு; அலம்புதல் - தளும்புதல்; ஏர் - அழகு; கலன் - அணிகலன்.

உலங்கொளும் புயத்தா னிவ்வா றுலவல்செய் தனன்மேல் வென்றி
மலிந்தருள் கரடக் கைமா மணமனை வாய நண்ண
வலங்கல்வே லினனி ழிந்தா னாசிகள் குரவை யார்த்தங்
கிலங்குகா வணைத்தி னாப்ப ணாசனத் திருத்தி னாரே. (54)

54. (1353) மாதரார் மகிழ்ந்து உள்ளத்தில் கொள்ளும் திரண்ட தோளுடையவன் இவ்வாறு ஊர்வலம் செய்தான். வெற்றி நிலைத்த மதம்பொழியும் யானை திருமண மனையின் வாசலை வந்தடைந்தது. ஒளிவீசும் வேலை ஏந்தியவன் அம்பாரியில் இருந்து இறங்கினான். பெரியவர்கள் வாழ்த்துக் கூறினர். பெண்கள் குரவை ஒலி எழுப்பினர். மணமகனை அழைத்து வந்து பந்தலின் நடுவில் இருந்த இருக்கையில் அமர்த்தினர்.

உலவல் - ஊர்வலம்; வென்றி - வெற்றி; மலிதல் - நிறைதல்; கரடம் - யானையின் மதம்; கைமா - யானை; வாயல் - வாசல்; நண்ண - சேர; அலங்கல் - வேல்; இழிந்தான் - இறங்கினான்; ஆசி - வாழ்த்து; குரவை - மகளிர் எழுப்பும் வாயொலி; காவனம் - பந்தல்; நாப்பண் - நடுவில்; ஆசனம் - இருக்கை

கற்பினுக் கரசை விண்ணூர்க் கவினெலாந் திரண்டோர் பாலி
லுற்பவித் ததுவாய்த் தோன்று முமையிறத் தினைமின் னார்க
ளொப்பனை புரிந்து புட்பந் தவநிறை வுறந டத்தி
யற்புத மயிலைத் தாரு வருகில்வைத் ததுபோல் வைத்தார். (55)

55. (1354) கற்பினுக்கு அரசாகவும் விண்ணுலக அழகு எல்லாம் ஓரிடத்தில் திரண்டதுபோல் பிறந்து வந்தவளும் ஆன உமையிரத்தைப் பெண்கள் கூடி ஒப்பனை செய்து மலர் மாலைகள் நிறைய அணிவித்து மலர் தூவிய பாதையில் நடத்தி வந்து அற்புதமான மயிலை தேவதாரு மரத்தருகில் வைத்தது போல் மணமகன் அருகில் அமர்த்தினர்.

கவின் - அழகு; பால் - பக்கம், இடம்; உற்பவித்து - பிறந்து; புட்பம் - மலர்; தவ - மிக்க; தாரு - தேவதாரு.

கதிர்மதி யிரண்டு மொன்றாய்க் கலந்திருப் பதுவே யென்பா
ரெதிர்தர நோக்கும் பார்வை யொளிமழுங் கிடுவ தென்பார்
முதிர்தவப் பயனிக் காட்சி முழுதுநாம் பெற்ற தென்பார்
பதியிலுள் ளவர்கண் மானை யிளவலைப் பார்க்குந் தோறும். (56)

56. (1355) மான் போன்ற உமையிரத்தையும் மணமகனாகிய அமைச்சனையும் மணமேடையில் ஒன்றாகப் பார்த்த ஊர்மக்கள் சூரியனும் நிலாவும் ஒன்றாகச் சேர்ந்திருக்கும் காட்சி என்பார்கள்; நேருக்கு நேராகப் பார்த்தால் நம்முடைய கண் ஒளி மழுங்குவிடும் என்பார்கள். இம் மணக்காட்சியை நாம் காணப் பெற்றது நாம் செய்த பெரிய தவத்தின் பயன் என்பார்கள்.

கதிர் - சூரியன்; மதி - நிலவு; எதிர்தர - எதிரில், எதிராக; முதிர் - முதிர்ச்சி, பெருமை; பதி - ஊர்.

ஈதலா தனந்தா னந்த வின்பவா சகங்கள் கூற
வேதவல் லவர்காண் முன்னூற் படிவியன் சடங்கு செய்தே
யேதமி லரம்பை போன்ற வுமையிறத் தெனுமின் னாட்குந்
தாதலர்ப் புயத்தி னான்யூ சறுகுக்கு மாலை யிட்டார். (57)

57. (1356) இவையன்றி அளவில்லாத இன்ப மொழிகள் கூறினர். வேத பண்டிதர்கள முந்தைய வேத நூல் முறைப்படி பெருமை மிக்க சடங்குகள்

யாவும் செய்து, குற்றமற்ற வானுலகப் பெண் போன்ற உமையிரத்துக்கும் தோளில் மலர் மாலை அணிந்திருக்கும் யூசறுக்கும் மணமாலை சூட்டினர்.

அனந்தானந்தம் - அளவில்லாமை; வாசகம் - மொழி; முன்னூல் - முந்தைய வேதநூல்; வியன் - பெருமை; ஏதம் - குற்றம்; அரம்பை - வானுலகப் பெண்; மின்னாள் - மின்னல் போன்றவள், பெண்பொது; தாது - தேன்; அலர் - பூ; மாலை - மணமாலை; இரண்டாம் அடி 'வேதவல்லவர்காண் முன்னூல்' ஆதலால் 'வேதவல்லவர்கள் முன்னூல்' எனப் பாடம் கொள்ளப்பட்டது.

வதுவைசெய் ததன்மே லீன்ற மன்னனம் றிபுனு கைத்தம்
புதுமதி வதன மின்னாள் பொற்றொடிக் கரத்தைப் பற்றி
விதியவன் கரத்தி லீய மணவறை மீது சேர்ந்து
மதியுணர் வரிய வின்ப வாருதி குளிக்க லுற்றார். (58)

58. (1357) திருமணச் சடங்குகள் நிறைவுபெற்றபின், மன்னன் அம்று இபுனு கைத்தம், புதிய நிலவு போன்று முகம் இலங்கும் பெண்ணின் பொன்வளையல் அணிந்த கையைப் பிடித்து, இறை விதிப்பின் பயனாய் வந்த மணமகன் கையில் ஒப்படைத்தான். அவர்கள் மணவறையினுள் புகுந்து அறிவால் அறிந்துணரமுடியாத இன்பக் கடலில் குளிக்கத் தொடங்கினர்.

வதுவை - திருமணம்; ஈன்ற - பெற்ற; மதிவதனம் - நிலாமுகம்; பொற்றொடி - பொன்வளையல்; விதியவன் - விதிப்பயனாய் வந்தவன்; ஈய - கொடுக்க; மதி - அறிவு; வாருதி - கடல்.

இன்பவா ருதியின் மூழ்கி யிருக்கமா துலனுக் கோதி
முன்புசொல் லெமன்றே யத்தார் துன்பத்தை முழுது மாற்றி
யன்புற நடந்தவ் வேந்துக் கமைச்சனுந் தானே யாகி
மன்பெரு முலகு வாழ்த்த மனைவியோ டிருந்து வாழ்ந்தான். (59)

59. (1358) இன்பக் கடலில் மூழ்கி இருக்கும் காலத்தில், முன்பு வாக்களித்தது போல் மாமனாரிடம் சொல்லி எமன் நாட்டு மக்களின் துன்பம் முழுவதையும் நீக்கினான். அவ் வரசனான மாமனாரிடம் அன்புடன் நடந்து கொண்டான். ஆதலால் அமைச்சனும் ஆனான். இவ்வாறு நிலைபெற்ற உலகம் முழுவதும் வாழ்த்த மனைவியோடு இருந்து வாழ்ந்தான்.

வாருதி - கடல்; மாதுலன் - மாமனார்; மன் - நிலைபேறு; பெரும் - பெரிய.

புடைத்தெழு முலையார் மோகன் புகழப்துல் காதி றன்பு
படைத்துள்ளோர் நிதிக ளூரும் பளங்கள்பெற் றுயர்ந்த வாட்டந்
துடைத்துவாழ் மகிழ்வொப் பாகி யிருவருந் துணிந்த வண்ணங்
கிடைத்தெழிற் கெழிலே வாய்த்த தெனுந்துதி கிடைத்து வாழ்ந்தார் (60)

60. (1359) புடைத்து எழும் பெரிய முலையுடைய பெண்களால் மோகம் கொண்டு நேசிக்கப்படும் புகழ் படைத்தவன் அப்துல் காதிறு. அவனுடைய அன்பைப் பெற்றவர்கள் அவனால் அன்பளிப்பாக நல்கப் பட்ட நிதிகளும் ஊரும் பெற்று வாட்டம் தீர்ந்து மகிழ்ச்சியில் திளைத்து இருப்பது போல், புதுமணமக்கள் இருவரும் விரும்பிய வண்ணம் வாழ்க்கை கிடைக்கப் பெற்று, அழகுக்கு அழகே கிடைத்தது என்னும் புகழ் கிடைக்கப்பெற்று வாழ்ந்தனர்.

மோகன் - விரும்பப்படுபவன்; உம்பளம் - அன்பளிப்பு, வெகுமதி; துணிந்தவண்ணம் - விரும்பியபடி; எழில் - அழகு; துதி - புகழ்; கிடைத்து - கிடைக்கப் பெற்று.

உடலிரண் டுயிரொன் றாய்வாழ்ந் துறைந்தன ருறையு நாளிற்
றொடர்பல வுலக மீதுந் தோகையர் துதிப்ப தாகக்
கடகளி றனையான் மேனிக் கவினும்பே ரொளியு மொன்றாய்ப்
படர்கொடி நிகர்த்த தோர்பெண் பசுங்கிளி பிறந்த தன்றே. (61)

61. (1360) உடல் இரண்டு உயிர் ஒன்றாய் வாழ்ந்தனர். இவ்வாறு வாழும் நாளில், பல உலகத்துப் பெண்களும் புகழும்படியாகவும், ஆண்யானை போன்ற வனின் மேனி அழகும் மான் போன்றவளின் அழகும் ஒன்றாய்த்த இரண்டு படரும் பூங்கொடி போன்ற ஒரு பெண் குழந்தை பசுங்கிளிபோல் பிறந்தது.

தோகையர் - பெண்கள்; துதிப்பதாக - புகழ்வதாக; கடகளிறு - ஆண்யானை, யூசறுகு; அனையான் - போன்றவன்; மான் - உமையிரத்து; கவின் - அழகு.

சந்ததி நாமம் பல்கீ செனத்தந்தை தாயா ரிட்டார்
சுந்தர நோக்கி மேலோர் சூறத்துல் எமினா வென்றே
புந்தியாய்ந் தொடுபே ரிட்டா ரதன்பொரு ளெமன்றே யத்துக்
கிந்தவான் மயிலோர் திவ்விய மலரென விசைப்ப தாமே. (62)

62. (1361) பிள்ளைக்கு பல்கீசு என்று தந்தையும் தாயும் பெயரிட்டனர். குழந்தையின் அழகைப் பார்த்த பெரியவர்கள் 'சூரத்து எமினா' என்று புனைபெயர் இட்டனர். அதன் பொருள் இந்த பொன்மயில் எமன் நாட்டுக்குப் புனிதமலர் என்பதாகும்.

சந்ததி - குழந்தை; சுந்தரம் - அழகு; புந்தி - அறிவு; தொடுபேர் - புனைபெயர்; திவ்வியம் - புனிதம். 'சூரத்துல் எமினா' என்பதன் நேரடிப் பொருள் 'எமன் நாட்டு அழகி' என்பதாகும்.

வடிவெல்லா மொருபெண் ணாகி வளர்ந்தது வளருங் கால
முடிவெல்லா முதவு மேலோன் விதியின்மொய் குழலை யீன்றாள்
படிவெல்லா மதித்தன் காந்தன் றந்தைதாய் பதைக்க மேலுந்
துடிவெல்லா விடையி னாரு மைந்தருஞ் சோர மாய்ந்தாள். (63)

63. (1362) அழகெல்லாம் ஒரு பெண் ஆகி வளர்ந்தது. வளரும் காலத்தில், எல்லா முடிவுகளையும் செய்யும் மேலவன் ஆன இறைவனின் விதிப்பின் காரணமாக, திரண்டு மொய்க்கும் கூந்தல் உடைய பல்கீசைப் பெற்றவள், உலகம் வெல்லாத நிலவு போன்ற உமையரத்து தன்னுடைய கணவனும் தந்தையும் தாயும் பதைபதைக்க, மேலும் உடுக்குப் போன்ற வெல்ல முடியாத நுண்ணிய இடையுடைய பெண்களும் ஆடவரும் துடித்துச் சோர்ந்து விழ இறப்பெய்தினாள்.

வடிவு - அழகு; மொய்குழல் - மொய்க்கும் கூந்தல் உடையவள், பல்கீசு; படி - உலகம்; மதி - நிலவு, உமையிரத்து; காந்தன் - கணவன்; துடி - உடுக்கு; துடிவெல்லா இடையினார் - நுண்ணிடையார், பெண்கள்; மைந்தர் - ஆடவர்.

இறந்தகா தலிக்குச் செய்யுஞ் சடங்குக ளெவையுஞ் செய்து
திறந்தரு மமைச்ச னுற்றான் செல்விபல் கீசென் றோது
மறந்தரு வேற்கண் மானை மனமுந்தன் னுயிரு மொப்பாய்ச்
சிறந்ததா யன்பு கூட்டி வளர்த்தனன் சிலநாண் மாதோ. (64)

64. (1363) இறந்த மனைவிக்குச் செய்யவேண்டிய இறுதிச் சடங்குகளை எல்லாம் செய்து முடித்தான் அமைச்சன். செல்வி பல்கீசு ஆகிய வீரவேல் போன்ற கண்ணுடைய மான்குட்டி போன்றவளைத் தன மனமும் உயிருமாகக் கருதிச் சிறந்த தாயன்புடன் வளர்த்தான். சிறிது காலம் சென்றது.

உற்றான் - வந்தான்; மறம் - வீரம்; மான் - மான்குட்டி, செல்வி பல்கீசு.

தெளித்தருண் மதிப்பி தாபாற் செழுப்பொடு வளரு நாளிற்
களிப்புறக் கவியின் மீது கற்பனை சார்ந்த தேபோற்
றளிர்க்கொழி னிறம்வந் தெய்தும் பருவஞ்சார்ந் ததுபோற் புள்ளி
யளிக்கறைக் குழலா டன்னை யறிந்துபெண் பருவஞ் சார்ந்தாள். (65)

65. (1364) கொழிக்கும் அருளின் மதிப்பு இது என்னும்படி, பெண்பாற் செழிப்போடு வளரும் நாளில், கற்பார் களிக்கும்படி கவிதையில் கற்பனை சார்ந்தது போல், தளிர்க்கொடிக்கு அழகு நிறம் வந்து சேரும் பருவம் சார்ந்தது. வண்டுகள் தேனுக்கு என்று இரையும் மலர் சூடிய கூந்தல் உடைய பல்கீசுக்குத் தன்னை அறிந்து உணரும் பருவம் வந்து பூப்பு எய்தினாள்.

தெளித்தல் - கொழித்தல்; பால் - பெண்பால்; புள்ளி - புள்ளியுடைய தேன்வண்டு; அளி - தேன்; அறைதல் - இரைதல்.

நனைமலர் பெறுவ தொப்பா நாரியர் திலக மன்னா
ளனைபிதா விரண்டு மொன்றா னவன்முக நோக்கிச் சின்கள்
புனைபதி யதனில் வைகப் பொருந்தில னரர்தே யத்தோர்
மனையெனக் கியற்றி யாங்கு மகிழ்ந்துறைந் திடச்செய் யென்றாள் (66)

66. (1365) குளிர்ச்சி பொருந்திய மலரில் பிறந்தவளைப் போன்ற பெண்கள் திலகமாகிய அவள், தாயும் தந்தையும் ஒன்றாவனின் முகத்தை நோக்கி, சின்களால் உருவாக்கப்பட்ட இவ் வூரில் வாழ எனக்குப் பிடிக்கவில்லை. மனிதர்கள் வாழும் நாட்டில் வீடுகட்டி அங்கே என்னை வாழச் செய் என்றாள்.

நனைமலர் - குளிர்மலர், ஈரமலர்; அனை - அன்னை, தாய்; பிதா - தந்தை; பூனைபதி - புனைந்த, எழுப்பிய ஊர், வீடுமாம்; வைக - வாழ; பொருந்திலேன் - நான் விரும்பவில்லை; நரர் - மனிதர்; மனை - வீடு; இயற்றி - எழுப்பி, கட்டி.

உரைத்தலு மகட்குச் சொல்வ னுபையகண் மணியே கேண்மோ
நரர்க்கெழிற் சுவன மொப்பாஞ் சபபெனு நகர நம்மூர்
வரைத்ததற் கரசு செய்வோன் சுறாயிகென் றிடுபேர் வம்பன்
றரைத்தலக் கொடுமைக் கொல்லாந் தந்தைதா யவனே யாகும். (67)

67. (1366) இவ்வாறு சொன்னதும் மகளுக்குச் சொல்வான. என் இரு கண்ணின் மணியே! கேள்! மனிதர்களுக்குச் சொர்க்கம் போன்றது சபபு என்னும்

நகரம். அதுதான் நமது ஊர். அதன் அரசன் சுராயிகு என்பவன். பெரிய வம்பன். பூமியில் நிகழும் கொடுமைகளுக்கு எல்லாம் அவன்தான் தகப்பன்.

உரைத்தலும் - சொன்னதும்; உபயம் - இரண்டு; நரர் - மனிதர்; எழில் - அழகு; வரைத்து - கைப்பற்றி; தரைத்தலம் - உலகம், பூமி.

ஆர்குடி யினிலு மின்னார் திரளிலா தியிலி வன்சேர்ந்
தோர்குடிப் படுகல் யாண முடிப்பதா மொழிந்து செய்யிற்
கூர்குடி யுறைவாட் காவி கொடுப்பனிவ் வகைமி குந்த
கார்குடி யிருக்குங் கூந்த லார்கள்கற் பழிக்கின் றானே. (68)

68. (1367) எக் குடியிலாயினும் அங்கிருக்கும் பெண்களை, முதலில் இவனோடு சேர்ந்த பின்னரே மற்றோர் ஆணுக்குத் திருமணம் செய்விக்கலாம். இதற்கு மாறாக எவராவது நடந்தால், அவர்கள் குடும்பத்தையே வாளால் வெட்டிக் கொலை செய்வான். இவ்வாறு மேகம் குடியிருக்கும் கரிய கூந்தல் உடைய பெண்களைக் கற்பழிக்கின்றான்.

ஆர் - யார்; மின்னார் - பெண்கள்; திரள் - கூட்டம்; ஆதி - முதல்; ஒழிந்து - அல்லாது, மாற்றமாக; கார் - மேகம்; கூந்தலார் - கூந்தல் உடையவர், பெண்கள்.

பாவியிங் கிவனுக் கேற்போர் சிலரவர் பயிற்ற லெல்லாந்
தீவினை யிவனுக் கேமந் திரியியான் பகைக ளென்று
மேவிய நகைக ளாலே மென்றிடச் சுவைதான் கொள்ளு
நாவினை நிகரா யன்னோர் நடுவுற்று நலங்கொண் டுய்வேன். (69)

69. (1368) அப் பாவிக்குத் தோழராகச் சிலர் உள்ளனர். அவர்கள் கற்பிப்பது எல்லாம் தீவினைதான். இவனுக்கே நான் அமைச்சனாய் இருக்கின்றேன். இப் பகைவர் நடுவே, மெல்லுவது பற்கள் என்றாலும் சுவை கொள்வது நடுவில் உள்ள நாவு அன்றோ? அதுபோல் அவர்கள் நடுவிலே நன்மையை மட்டும் சார்ந்து நான் வாழ்கின்றேன்.

ஏற்போர் - அண்டி வாழ்வோர்; பயிற்றல் - கற்பித்தல்; நகை - பல்.

நானுனை நரர்கள் வாழு நகரில்வைத் திடுக வென்னி
ஆனவப் பதிநம் மில்லத் திருத்துவ னரச றிந்தா
லீனவத் தொழிலே செய்தற் கெண்ணுவன் விலக்கொ ணாது
மானம தழிவ தாயி னுயிர்க்குண்டோ காவன் மாதே. (70)

70. (1369) நான் உன்னை மனிதர் வாழும் நகரத்தில் வைப்பதென்றால், கொடிய அரசனாகிய சுராயிகு வாழும் நகரில் உள்ள நம் வீட்டில்தான் இருத்துவேன். அரசன் அறிந்தால் தன்னுடைய அந்த ஈனத் தொழிலைச் செய்யவே எண்ணுவான். அவனைத் தடுக்கவும் முடியாது. மகளே! மானம் அழியும் நிலை வருமானால் உயிருக்குப் பாதுகாப்பு உண்டோ?

விலக்கொணாது - தடுக்க முடியாது; காவன் - காவல், பாதுகாப்பு.

எனவிவை யுரைக்க வப்பா வியினக ரினைவிட் டப்பான்
மனையதொன் றியற்றி யென்னை யங்கிருத் தெனவ குத்தா

ளுனையவ னரசு செல்லுந் திசையிலெங் குறவைத் தாலு
மனையவ னறிவன் மாறா வீனம்வந் தடையு மென்றான். (71)

71. (1370) தந்தை இவ்வாறு சொல்ல, அப் பாவியின் நகரத்தை விட்டுத் தொலைவில் ஒரு வீடு கட்டி என்னை அங்கே வை என்றாள். அவன் அதிகாரம் செல்லுபடியாகக் கூடிய திசையில் எவ் விடத்தில் உன்னை வைத்தாலும் அக் கொடியவன் அறிந்துகொள்வான். அழிக்க முடியாத ஈனம் வந்து சேரும் என்றான்.

அப்பால் - தொலைவில்; வகுத்தாள் - சொன்னாள்; உற - இருக்க, தங்க; அனையவன் - அத் தகையவன், பாவி.

ஈனமொன் றணுகா தென்று மிறையவன் காப்ப னென்னை
மானிடர் பதியில் வையென் றத்தன்முன் மறுத்துஞ் சொன்னா
ளியானுனக் கிசைக்கும் வார்த்தை யெண்ணிலை யினியுன் னுள்ளத்
தானதோர் குறிப்பின் வண்ணம் புரிவன்பின் னறிவை யென்றான். (72)

72. (1371) தந்தை சொல்லை மறுத்து, எத்தகைய ஈனமும் அண்டாமல் இறைவன் என்னை எப்போதும் காப்பாற்றுவான். ஆதலால் மனிதர் வாழும் நகரில் என்னைக் குடியமர்த்து என்றாள். நான் சொன்னவற்றை நீ கருதவில்லை. இனி உன் மனம் விரும்பியபடி அமைப்பேன். பின்னர் உண்மையை அறிவாய் என்றான் தந்தை.

மகட்கிவை யுரைத்துச் சின்க டொகுதியை வரவ ழைத்துத்
தொகுத்துள கொடுமைக் கொல்லா மரசெனுஞ் சுறாயி கென்போ
னகர்க்கப்பா லிருக்கு மின்ன தலத்தினி னடுவ தாக
விகற்கயற் கருங்கண் ணாட்கோர் மாளிகை யியற்று மென்றான். (73)

குறிப்பு - விருப்பம்.

73. (1372) மகளுக்கு இவ்வாறு சொல்லிவிட்டுச் சின் கூட்டத்தை வரவழைத்தான். கொடுமைகளுக்கு எல்லாம் அரசனான சுராயிகு மன்னனின் நகரத்திற்கு அப்பால் இருக்கும் இன்ன இடத்தின் மையத்திற் கரிய மீன்களுக்குப் பகையாகக் கண்கள் உடைய என் பெண்ணுக்காக ஒரு வீடு கட்டுங்கள் என்றான்.

இகல் - பகை; தம் அழகால் செருக்குற்று இருக்கும் கெண்டை மீன்களுக்குப் பகையான கண்.

மாளிகை யமைத்துச் செம்பொன் மணிபல குயிற்றி விண்ணோ
ராளியின் மனையொப் பாக வலங்கரித் தமைச்சன் பாலின்
மீளவந் துரைத்தார் சென்று நோக்கியுள் வியப்ப தாகி
வாளிணை நெடுங்கட் செல்வ மயிலையங் கழைத்து வைத்தான். (74)

74. (1373) சின்கள் மாளிகை எழுப்பின. மாளிகையில் செம்பொன் இழைத்து, மாணிக்க மணிகள் பதித்து, வானவர் செய்த சொர்க்க மாளிகைக்கு நிகராக அலங்கரித்து அமைச்சனிடம் திரும்பி வந்து தெரிவித்தன. அதைப் பார்த்த

அமைச்சன் வியந்தான். இணை சேர்ந்த இரண்டு வாள்களுக்கு நிகரான பெரிய கண்களை உடைய அழகு மயில் போன்ற மகளை அழைத்து அம் மாளிகையில் இருத்தினான்.

குயிற்றி - இழைத்து, பதித்து; ஆளி - சிங்கம்.

சின்குலத் தினரா யன்புசிறந்தநெஞ் சினராய் நான்கு
நன்குடை யவராய்க் கன்னி யரில்விருத் தையரி னாளும்
பொன்குணக் கிளிபால் வைகப் பொற்பொடு சிலரை வைத்தே
யின்கனி யிதழார் மோக னெவையுமீந் தோம்ப லுற்றான்.   (75)

75. (1374) சின் குலத்தினரில், அன்புசிறந்த நெஞ்சமும் அச்சம் மடம் நாணம் பயிர்ப்பு ஆகிய நான்கு குணங்களும் அமையப் பெற்றவராய் கன்னியரும் முதியவரும் ஆகிய சிலரை, பொற்குணக் கிளியாகிய மகளுடன் எப்போதும் சேர்ந்து இருக்கும்படி வைத்து, தேவையான அனைத்தும் வழங்கினான், இன்சுவைக் கனிபோன்ற இதழ் உடைய பெண்களால் விரும்பப்படும் அமைச்சன்.

நான்கு - நாற்குணம், அச்சம் மடம் நாணம், பயிர்ப்பு; விருத்தையர் - முதிய பெண்டிர்; நாளும் - எப்போதும்; வைக - உடனிருக்க; ஓம்பல் - பேணுதல்.

பல்கீசு வரலாற்றுப் படல முற்றிற்று
படலம் 29-க்கு திருவிருத்தம் - 1374

30. பல்கீசு அரசுரிமைப் படலம்

படலச் செய்தி

பல்கீசு இவ்வாறு மகிழ்ந்திருக்கும் நாளில் இச் செய்தி ஒற்றர் மூலமாக சுராயிகு மன்னனுக்கு எட்டியது. அழகிய மயில் போன்ற கன்னி என்றதும் மோக வயப்பட்டான். ஒரு நாள் வீரர் சிலருடன் பல்கீசு வாழும் மாளிகை முன்னே வந்தான். இருப்பவர் யார் என்று அறிந்துவர வீரரை ஏவினான். அமைச்சன் யூசருகின் கண்மணி போன்ற மகள் என்பதை அறிந்துவந்து கூறினர். அமைச்சனை அழைத்து நமக்கு அறிவிக்காமலே உன் மகளை இப்படி ஒளித்து வைத்தது தகுமோ எனக் கடிந்துகொண்டான். பின்னர் அவளை எனக்கு மணமுடித்துக் கொடு என்றான். தடுமாறிய அமைச்சன் மகளைக் கேட்டுச் சொல்வேன் என்றான்.

மகளிடம் சென்று நான் சொன்னதைக் கேட்கவில்லை. மன்னன் வந்து உன்னைப் பெண்கேட்டு வாசலில் நிற்கிறான் என்றான். பல்கீசு நான் அவனை மணக்க உடன்படுகிறேன் என்று சொல்லுங்கள் என்றாள். அமைச்சன் திகைத் தான். அஞ்சவேண்டாம். மணப்பதுபோல் நடித்து அவனைக் கொல்வேன் என்றாள். திரும்பி வந்து மகள் ஒத்துக் கொண்டாள் என்றான் அமைச்சன். மன்னன் பூரித்தான். அதனால் அவன் அணிந்திருந்த மேலாடை கிழிந்தது.

திருமண ஏற்பாடுகள் நடந்தன. அரச ஆடம்பரத்துடன் திருமணம் நடந்தது. மணமகள் இல்லத்திற்கு 'மனைபுக'ப் புறப்பட்டான். பல்கீசிடம் மன்னன் வரவுரைத்தனர் பாங்கியர். அவள் தந்தையை அழைத்து நான் சின்குலம். எங்கள் வழக்கப்படியே அவன் என்னிடம் வரவேண்டும். படை வீரர்களை எல்லாம் அரண்மனையிலேயே விட்டுவிட்டு மணமகன் மட்டும் தனியாகவே என் மாளிகைக்கு வரவேண்டும். இதை அரசனிடம் சொல்லுங்கள் என்றாள். அவனும் அவ்வாறே சொன்னான். ஆதலால் அரசன் தனியே புறப்பட்டான்.

அது ஏழுகட்டு மாளிகை. ஏழு வாசல்களில் ஆலாத்தி சுற்றி ஆடம்பரமாக வரவேற்கப்பட்டான். ஏழாவது கட்டில் உள்ள அறையில் அமைக்கப்பட்டிருந்த மணவறைக் கட்டிலில் 'உன் காலத்தின் முடிவு இக் கட்டிலில்' தான் என்று காட்டுவதுபோல் காட்டி அமர்த்தினாள் பாங்கி.

பாங்கியர் சூழ்ந்து பல்கீசுக்கு அலங்காரம் செய்தனர். அதில் ஒருத்தியிடம் நான் சென்ற அரைக்கண நேரத்தில் எங்கள் இருவருக்கும் உணவு அனுப்பு. அதன்பின் பானம் அனுப்பு. ஒரு கிண்ணத்தில் வாடை பட்டாலே மயங்கிவிழும் மருந்து கலந்த பானத்தை ஊற்று. அதை மன்னனிடம் வை. நல்ல பானத்தை என்னிடம் வை என்று காதோடு கமுக்கமாய்ச் சொன்னாள். மன்னனிடம் சென்றாள் பல்கீசு. உணவு வந்தது. இருவரும் உண்டனர். பானம் வந்தது. பல்கீசு பருகினாள். பின்னர் மன்னன் பருகினான். மயங்கி விழுந்தான். பானம் அனுப்பிய பாங்கியை அழைத்து இவன் தலையை அறுத்து எடு என்று கட்டளையிட்டாள். அவள் அவ்வாறே செய்தாள்.

தந்தையை அழைத்தாள். தலைவேறு உடல்வேறு ஆன மன்னனைக் காட்டினாள். அவன் அணிந்திருந்த முத்திரை மோதிரத்தைக் கழற்றி வைத்துக்கொண்டாள்.

இரண்டு கடிதங்கள் எழுதி முத்திரை வைத்துக்கொண்டாள். மற்றொன்றைத் தந்தையிடம் கொடுத்துப் படைத்தலைவர் நூறு பேர்களின் பெருந்தலைவனிடம் சேர்ப்பிக்கச் சொன்னாள். அவ்வாறே ஓர் ஆள் மூலம் அனுப்பினான். அதைப் பெற்றுக்கொண்ட நூற்றுவர் தலைவன் அரச முத்திரையைப் பார்த்து அரசன் எழுதியதுதான் என்று உறுதி செய்து கொண்டான். அதில் நமது படைத்தலைவர் அனைவர்க்கும் திருமண விருந்து அளிக்க விருப்பம். கருவூலத் தலைவனிடம் நிதிபெற்றுப் பொருள் வாங்கிச் சமைத்து உண்டபின் அனைவரும் இங்கு வரவேண்டும் என்று எழுதியிருந்தது. படித்து மகிழ்ந்து அவ்வாறே சமைத்து உண்டு மன்னன் தங்கியிருக்கும் ஏழுகட்டு மாளிகை முற்றத்தில் வந்து கூடினர். அவர்கள்முன் தோன்றிய பல்கீசு நீங்கள் வருவீர்கள் என்றும் உங்களிடம் கொடுக்க வேண்டும் என்றும் கூறி இக் கடிதத்தை என்னிடம் அளித்தார். மன்னர் உறங்குகிறார் என்று சொல்லித் தான் ஒளித்து வைத்திருந்த கடிதத்தை அவர்களிடம் கொடுத்தாள. அதில், நமது படைத்தலைவர் நூறு பேரும் அங்கே திருமண விருந்து உண்டபின் உங்கள் மனைவியரை நமது படுக்கை வீட்டிற்கு அனுப்ப வேண்டும் என்று எழுதி இருந்தது. படித்துக் கொதித்தனர், குமுறினர். அடங்காச்

சினம் கொண்டு அவன் அழியும் நாள் வந்தது என்றனர். அவன் கொடியவன் என்றால் ஏன் இதுவரை அவனை நீங்கள் கொல்லவில்லை என்று கேட்டாள் பல்கீசு. மதங்கொண்ட கடாயானை போன்ற அவனுக்கு இணையாகவோ ஒப்பாகவோ யாரும் இல்லை என்றனர். அவனை நான் கொன்றுவிட்டால் அவன் அரசை எனக்குத் தருவீர்களா என்று கேட்டாள். தருவோம் தருவோம் என்று சொன்னதோடு ஒப்பந்தம் எழுதிக் கையெழுத்து இட்டுத் தந்தனர். அதைப் பெற்றுக் கொண்ட பல்கீசு உள்ளே போய் சற்று நேரம் இருந்து விட்டு மன்னன் தலையை அவர்களிடம் கொண்டுவந்து கொடுத்தாள். அதைக் கண்டு மகிழ்ச்சி ஆரவாரம் செய்தனர். ஒருகணத்துக்கு முன்னே மணத்தலை; இப்போது பிணத்தலை என எள்ளி நகையாடினர். அதைக் காட்டில் எறிந்துவரப் பணித்தனர். பின்னர், உறுதிமொழிப்படி பல்கீசை அரசியாய் அரியணையில் அமர்த்தி முடி சூட்டி மகிழ்ந்தனர்.

இதே கதை கஸஸுல் அன்பியாவில் (தமிழ்ப் பதிப்பில்) சிற்சில மாற்றங்களுடன் இடம்பெற்றுள்ளது. பல்கீசு தவிர மன்னன் அமைச்சன் முதலிய மற்றவர்களின் பெயர்களும் மாறுபட்டு உள்ளன.

இப் படலத்தில், காமம், பிறன்மனை நயத்தல் பற்றி அரிய நீதிகள் இடம்பெற்றுள்ளன.

30. பல்கீசு அரசுரிமைப் படலம்

அறுசீர்க் கழிநெடிலடி யாசிரிய விருத்தம்

இனியமென் மொழியார் சூழ வமைச்சனீன் றெடுத்த வீழிக்
கனியிதழ்க் குயில்பல் கீசு களித்திவ்வா றுறையுங் கால
நனிவள வெமன்றே யத்துக் கொருகொடுங் கோன டாத்துங்
குனிசிலைக் கரச்சு றாயீ குளவர்கள் கூறக் கேட்டான் **(1)**

1. (1375) அமைச்சன் பெற்றெடுத்த மகளாகிய கனிபோன்ற உதடும் குயில் போன்ற மொழியும் உடைய பல்கீசு, இனிய மென்மையான மொழிபேசும் தோழியரும் ஏவலரும் சூழ களிப்புடன் வாழும் நாளில், மெல்லச் செய்தி பரவலாயிற்று. வளம் மிகுந்த எமன் நாட்டில் கொடுங்கோல் அரசு நடத்தும் வளைந்த வில்லைக் கையில் ஏந்திய சுராயிக்கு, உளவாளிகள் இச் செய்தியைச் சொல்லக் கேட்டான்.

வீழி - விழுது; உறையும் - வாழும்; நனி - மிக்க; குனி - வளைந்த; சிலை - வில்; உளவர் - உளவாளிகள், ஒற்றர்.

மயிலெழில் வார்த்தை காதின் வழிபுகுந் தகத்துட் சோர்ந்து
கயவுகொண் டெழுந்த மோகந் தீபமாய்க் கமல மாகிச்
செயிரற வளர்ந்து காடாக் கினியுமாம் வடவைத் தீயா
யுயிரையு மடர்ந்து நஞ்சா யுடலையும் வாட்டிற் றன்றே **(2)**

2. (1376) பல்கீசு என்னும் மயிலின் அழகு பற்றிய சொல் அவன் காதுவழி புகுந்து, உள்ளத்தில் உறைந்தது. மோகத் தீ உயர்ந்து எழுந்தது. இரண்டு விறகுக் கட்டைகளால் எரிக்கப்படும் மட்டான தீயாகத் தொடங்கி வளர்ந்து, காட்டுத் தீயாகவும் ஊழித் தீயாகவும் மாறி, அவன் உயிரைத் தாக்கி வருத்தியது. உடலையும் வாட்டியது.

சோர்ந்து - விழுந்து; கயவு - உயரம்; கமலம் - கமலாக்கினி, அஃது இரண்டு விறகுக் கட்டைகளால் எரிக்கப்படும் மட்டான தீ; செயிர் அற - குறைவின்றி; காடாக்கினி - காட்டுத்தீ; வடவாக்கினி - ஊழித்தீ; அடர்ந்து - பொருதி, தாக்கி; நஞ்சு - விஷம்.

கதிசெய்தன் னமைச்சன் சின்னுக் கரசுகா தலியைப் புல்கி
மதிசெயும் வதன பல்கீ சென்றொரு மகளு தித்திப்
பதியில்வந் திருப்ப மோகித் தரசுயுர் பறிபோ மென்றாம்
விதிசெயும் செயலை யாரால் விலகுவ துலகின் மீதே. **(3)**

3. (1377) தன்னிடம் அமைச்சுப் பதவி பெற்றவன் சின் அரசனின் மகளைக் கூடி, அதன் மூலம் நிலவு கொண்டு செய்த முகத்துடன் பல்கீசு என்று ஒரு மகள் பிறந்து, அவள் தன் நாட்டில் வந்து குடியேற, அவள் மீது மோகம் கொண்டு, அதனால் தன்னுடைய அரசும் உயிரும் பறிபோகும் என்று விதி செய்யும் செயலை உலகில் யாரால் விலக்க முடியும்?

கதி - பதவி; காதலி - விருப்பத்திற்கு உரிய மகள்; புல்கி - கூடி; மதி - நிலவு; வதனம் - முகம்; பதி - நாடு; விலகுவது - விலகிச் செல்லல்.

பொற்புறு தனத்தைக் கல்விப் பொருளைப்பொன் றாத சீரை
யற்புத குலத்தை வேரோ டறவறுத் துயிரை மாய்த்து
நற்பர கதியை மாற்றி நரகினிற் குடியி ருத்தல்
கற்புடை யவரை மேவக் கவனங்கொள் கருத்தா மன்றோ. **(4)**

4. (1378) வாழ்க்கைக்கு அலங்காரம் ஆகிய செல்வத்தையும் கல்வி ஆகிய அரும்பொருளையும் அழிவில்லாத சிறப்பையும் குலப் பெருமையும் வேரோடு நீங்கும்படி அறுத்து, உயிரைப் போக்கி, மறுமைப் பதவியை மாற்றி நரகத்தில் குடி இருத்தலைச் செய்வது கற்புடைய மாதரைக் கூடக் கருத்தும் கருத்திது அன்றோ? கற்புடைய மாதர்மேல் கொள்ளும் முறையற்ற காமத்தால் விளையும் தீய பலன் இது என்றது.

பொற்பு - அலங்காரம், அழகு; தனம் - பொருட்செல்வம்; பொன்றாத - அழியாத; சீர் - சிறப்பாம் தன்மை; அற்புதக்குலம் - குலச்சிறப்பு, குலம் முழுவதையும் என்றும் ஆகும். அற - நீங்கும்படி; மாய்த்து - போக்கி; நற்பரகதி - மறுமையில் எய்து நற்பதவி; மேவ - சேர, கூடி; கவனம் - கருதுகை.

வருதியை யெவையுஞ் சோதி வயங்குகற் பணிக லப்பெண்
ணொருதியை விரத மாற்ற வுன்னுவோ ரெவரே யுய்வார்
பருதியை மசக மொய்க்க நினைத்தல்போற் படுவ தல்லால்
விருதியை வலியே தாலும் வென்றிட லுலகி லுண்டோ **(5)**

5. (1379) சூரியனின் எரிக்கும் தன்மையையும் பிற எதையும் சுடர்கொண்டு இலங்கச் செய்யும் கற்பை அணியாகப் பூண்ட பெண் ஒருத்தியையும் தம் இயற்கையை மாற்ற நினைக்கும் எவர் தப்பிப் பிழைப்பார்? சூரியனை மொய்க்க நினைக்கும் மயிர்போல் எரிந்து போவதன்றி, அரிய தவத்தை வெல்லும் வலிமை ஏதும் உலகில் உண்டோ?

வருதி - பருதி, சூரியன்; வயக்கும் - வசப்படுத்தும், இலங்கச்செய்யும்; ஒருதி - ஒருத்தி; விரதம் - தவம், நோன்மை; உன்னுவோர் - நினைப்போர்; உய்வார் - பிழைப்பார்; மசகம் - மயிர்; படுதல் - அழிதல்; வருதி - அரிய தவமும் அதனால் பெற்ற வலிமையும்; வலி - வலிமை.

மதங்கொளுங் களிறொப் பானோன் மலரெனச் சுடரை யெண்ணி
யிதங்கொளுஞ் சுகம்பெற் றுய்வோ மிதிலென வீழச் செல்லும்
பதங்களை நிகர்ப்ப தாகப் பாவைபல் கீசை நெஞ்சி
னிதங்கரு தினனீ தல்லால் வேறொரு நினவு மின்றே. (6)

6. (1380) மதங்கொண்ட யானை போன்றவன், என்று எரியும் நெருப்பைக் குளிர்ந்தமலர் என்று எண்ணி, இதில்போய் இன்பம் துய்ப்போம் என நினைத்து விழப் போவதுபோல், பல்கீசை நெஞ்சில் நினைத்து இன்பம் துய்க்கக் கருதினான். அதையன்றி வேறெத்தகைய நினைவும் இல்லாதவன் ஆனான்.

மதம் - வெறி; களிறு - ஆண்யானை; சுடர் - எரியும் நெருப்பு; இதம் - இன்பம்.

மோகமிவ் வகைகொண் டாதி முனிவுறு கொடியோ னோர்நாள்
வேகவெம் பரியிலேறி வீரரிற் சிலர்கள் சூழப்
பாகினை யனைய செஞ்சொற் பனிமதி முகப்பெண் வைகு
மாகவொண் முகின்மட் டோங்கு மாளிகை யருகில் வந்தான். (7)

7. (1381) இறைவனால் சாபமிடப்பட்ட கொடியவன், இவ்வாறு மோகங்கொண்டு, ஒரு நாள் விரைந்து செல்லக் கூடிய குதிரையில் ஏறி, வீரர் சிலர் புடைசூழ, வெல்லப் பாகு போன்ற இனிய மொழியும் பனிபோல் குளிரும் நிலாமுகமும் கொண்ட பல்கீசு வாழும், வான மேகம் அளாவ உயர்ந்த மாளிகை அருகில் வந்தான்.

ஆதி - இறைவன்; முனிவு - சாபம்; உறு - உற்ற,; வெம் - வெம்மை; பரி - குதிரை; பனி - குளிர்; மாகம் - வானம்; ஒண்முகில் - மின்னல தெறிக்கும் மேகம்.

மணியொளிர் சிகர பார மாளிகை வளத்தைக் கண்டு
தணிவற மகிழ்ச்சி கூர்ந்திம் மனையிடை தரிப்போ ரியாரென்
றுணர்வுற வறிந்து வம்மி னெனத்தம துழையுள் ளோர்க்குப்
பணிவிடை கொடுத்தா னாய்ந்து பகர்வதற் கோடி னாரே. (8)

8. (1382) உச்சியில் மணிகள் இழைத்து ஒளிதரும் தேர் போன்ற அழகிய மாளிகையின் சிறப்பைக் கண்டு வியந்தான். தணியாத மகிழ்ச்சி கொண்டான். இந்த மாளிகையில் இருப்போர் யாவர் என அறிந்து வாருங்கள் என்று தன் அருகில் உள்ளவர்களுக்குக் கட்டளையிட்டான். அறிந்து வர அவர்களும் ஓடினார்கள்.

சிகரம் - உச்சி; பாரம் - தேர்; தணிவற - அடங்காத; கூர்ந்து - மிகுந்து; தரிப்போர் - இருப்போர்; வம்மின் - வாருங்கள்; உழை - அருகு; பணிவிடை - கட்டளை; பகர்வதற்கு - சொல்வதற்கு.

ஓடினர் மனையின் வாயற் குட்புக நடக்கில் வாயன்
மாடுள வலிய சின்கள் மலர்விழி சிவந்து தள்ளி
மூடினர் கதவ மிவ்வீட் டுளரெவர் மொழியு மென்ன
வாடுநுண் ணிடையி னார்யூ சறுகுகண் மணிப்பெண் ணென்றார். (9)

9. (1283) ஓடியவர் ஓடி உள்ளே நுழைய முயன்றபோது, வாசலில் காத்து நின்ற வலிமைமிக்க சின்கள் சினம் கொண்டன. கண்கள் சிவந்து அவர்களைப் பிடித்து வெளியில் தள்ளிக் கதவைமூடின. இவ் வீட்டில் உள்ளவர் யார் என்று கேட்டனர். மார்பு சுமை தாங்காது வாடும் நுண்ணிய இடையுடையார், யூசருகுவின் கண்ணின் மணி போன்ற பெண் என்றன சின்கள்.

வாயன்மாடு - வாசலில்.

இந்தவா சகத்தைக் கேட்டவ் வேந்தல்பா லடுத்திங் குன்றன்
மந்திரி மகள்வை கின்றா ரென்றனர் வகுத்த போதி
லந்தநல் லமைச்சன் றன்னை யழையுமென் றனின் றோர்கள்
விந்தையம் புயத்தான் முன்சென் றிசைத்தனர் விரைவில் வந்தான்.(10)

10. (1384) இச் சொல்லைக் கேட்டு, அரசனிடம் போய் உன்னுடைய அமைச்சரின் மகள் வாழ்கின்றாள் என்றனர். என்றதும் அவ் வமைச்சனை அழையுங்கள் என்றான். நின்றவர்கள் விந்தைத் தோளுடைய அமைச்சன்முன் சென்று கூறினர். அவன் விரைந்து வந்தான்.

ஏந்தல் - மன்னன்; அடுத்து - அருகில் போய்; வைகின்றார் - வாழ்கின்றார்; வகுத்த போது - சொன்ன போது; இசைத்தனர் - கூறினர்.

அவன்முன்வந் தொழுங்கி னிற்க வறைவன்வா னளவு மோங்கு
நவமணி மாட மிங்கொன் றமைத்ததி னடுவா யுன்ற
னுவமையில் புதல்வி தன்னை யிருத்தினை யுணர நம்மோ
டிவையுரைத் திலையிச் செய்கை தகுவதோ வெனவிள் வானே. (11)

11. (1385) யூசருகு வந்து பணிந்து நிற்க அவனிடம் கூறலானான். வானளவு உயர்ந்த மாளிகையைப் புதுவதாக எழுப்பி, அதில் உவமை இல்லாத உன்னுடைய அழகு மகளைக் குடியிருத்தி இருக்கிறாய். இதை எல்லாம் நமக்கு அறிவிக்கவில்லை. இச் செயல் உன் பதவிக்குத் தகுதியானது தானா? என்று சொல்ல, அவன் மறுமொழி கூறலானான்!

அறைவன் - சொல்வான்; நவம் - புதுமை; இருத்தினை - குடிவைத்தாய்; விள்வான் - சொல்வான்.

அமைத்தமா ளிகையீ துன்பொன் னறைத்திர வியங்கள் கொண்டு
சமைத்ததன் றெனது தந்தை பொருளினாற் சமைத்தே னீது
கமைக்கடற் றளத்தான் சின்கள் காவலன் மகளின் செல்வி
சுமைப்புவி துதிக்குங் கற்புச் சூழ்பல்கீ சுறைவ தென்றான். (12)

12. (1386) அமைந்திருக்கும் இம் மாளிகை உன்னுடைய கருவூலத்தில் உள்ள பொன்பொருளைக் கொண்டு அமைத்ததன்று. என் தந்தையின் பொருளைக் கொண்டு அமைத்தேன். இதில் இருப்பது பொறுமைக் கடலானவனும் கடல்போல் படை உடையவனும் ஆகிய சின் அரசனின் மகள் ஈன்ற செல்வி, பாரம் மிகுந்த உலகம் புகழும் கற்புடைய பல்கீசு என்றான்.

பொன்னறை - கருவூலம்; திரவியம் - செல்வம்; கமை - பொறுமை; தளம் - படை; காவலன் - அரசன்; சுமை - பாரம்; புவி - உலகம்; துதி - புகழ்.

மன்னவ னிதனைக் கேட்டு மவுலுவ னுணரே னென்றோ
சின்னர சுதவு செல்வத் திருவருள் புதல்வி யிந்தக்
கன்னியென் றயல்போல் விண்டாய் கன்னிதா யினைம ணந்தே
யுன்னுநற் றவத்தா லீன்ற மகளன்றோ வுனக்கிம் மாதே. (13)

13. (1387) மன்னன் இதைக் கேட்டுச் சொல்லலானான்: நான் அறிய மாட்டேன் என்றோ சின்னரசன் மகள் ஈன்ற செல்வி இந்தக் கன்னி என்று அயலான்போல் பேசுகிறாய்? இக் கன்னியின் தாயினை மணம்கொண்டு அரிய தவத்தால் பெற்ற மகள் அன்றோ உனக்கு.

மவுலுவன் - சொல்வான்; விண்டாய் - சொன்னாய்; உன்னுதல் - கிளர்தல்.

ஒளிப்பதே னமைச்ச ரீன்ற வொண்டொடி யினரை வேந்தர்
களிப்பதும் வேந்தர் பெண்ணை யமைச்சர்கட் களிக்கும் வாறும்
வளப்பெரும் புவியி லென்றும் வழக்கமன் றோநீ பெற்ற
மொழிக்கரும் பினைக்கல் யாண முடித்தெனக் குதவு கென்றான். (14)

14. (1388) உண்மையை ஒளிப்பதேன்? அமைச்சர் பெற்ற பெண்ணை அரசர் எய்திக் களிப்பதும் அரசர் பெற்ற பெண்ணை அமைச்சர்களுக்கு அளிப்பதும் வளம் நிறைந்த பெரிய உலகில் வழக்கமாக உள்ள நடைமுறை அன்றோ? நீ பெற்ற கரும்பு மொழிப் பெண்ணை எனக்குத் திருமணம் செய்து வை என்றான்.

ஒண்டொடி - ஒளிரும் வளையல் அணிந்த பெண்; வாறு - வாய்ப்பு, நடைமுறை.

கங்கத்தை யழைக்கும் வேலான் கவன்றசொற் காதி னுள்ளே
வங்கத்தை யுருக்கிச் சாய்க்கும் வருத்தமொத் தயர்ந்து வாடிப்
பங்கத்தை யடையுங் கால மெனப்பதைத் துளத்த டக்கித்
துங்கத்தை யுடையோய் கேட்டுச் சொல்வன்கா தலிபா லென்றான். (15)

15. (1389) மரணத்தை அழைக்கும் வீரவேல் ஏந்தியவன் சொன்ன சொல் காதில் ஈயத்தை உருக்கி ஊற்றியது போல் இருந்தது. வருந்திச் சோர்ந்து வாடி ஈனம் அடையும் காலம் போலும் என்று பதைத்தான். ஆயினும் அனைத்தையும் அடக்கிக் கொண்டு, பெருமை உடையவனே! அன்பு மகளிடம் கேட்டுச் சொல்வேன் என்றான்.

கங்கம் - மரணம்; கவன்ற - சொன்ன; வங்கம் - ஈயம்; பங்கம் - ஈனம்; துங்கம் - பெருமை; காதலி - அன்பிற்குரிய மகள்.

நன்றென வரசன் கூற வமைச்சன்கா தலிபா னண்ணி
யன்றியா னுரைத்த வண்ண மடைந்துனைத் தருகென் றான்முன்
னுன்றனக் கிசைத்த புந்தி யணுவுமுன் னாது நீத்தாய்
சென்றிதற் கென்சொல் வேன்கட் செவியின்வாய்த் தேரை யானோம். (16)

16. (1390) நல்லது என்றான் அரசன். அமைச்சன் மகளிடம் சென்று, அன்று நான் சொன்னது போல் அரசன் இங்கே வந்து உன்னைத் தா என்று கேட்கின்றான். முன்னர் நான் உனக்குச் சொன்ன அறிவுரையை அணுவளவும் நினையாது கைவிட்டாய். இப்போது அவனிடம் போய் என்ன மறுமொழி சொல்வேன்? பாம்பின் வாய்ப்பட்ட தேரை ஆகிவிட்டோம்.

நண்ணி - அடைந்து, போய்; இசைத்த - சொன்ன; புந்தி - அறிவுரை; நீத்தாய் - துறந்தாய்; கட்செவி - பாம்பு.

சொன்னவை புரிவ னென்றே துயர்க்கடற் கரைகா ணாது
தன்னகக் கலந்த யங்குந் தந்தைமீ காம னென்னு
மின்னிடத் துரைப்ப மாலை புனைவனென் றுரைமெய் போற்செய்
தின்னுயிர் செகுப்ப னென்றே யிக்கரை காட்டி னாரே. (17)

17. (1391) சொன்னபடியே செய்வான் அரசன் என்று எண்ணிக்கலங்கி, துன்பக்கடலின் கரைகாணாது தவிக்கும் தன்னுடைய மனக்கப்பலின் மீகாமன் ஆகிய தந்தை, மகளிடம் சொல்ல, மணமாலை சூட்டுவேன் என்று சொல். மெய்யாக மணமாலை சூட்டுவது போல் செய்து அவனுடைய உயிரைக் கொல்வேன் என்று சொல்லித் தந்தையின் தவிப்பு அடங்கும் கரை காட்டினாள் பல்கீசு.

கலம் - கப்பல்; மீகாமன் - மாலுமி, கப்பல் தலைவன்; மின் - மின்னல் ஒளி; புனைவன் - சூட்டுவேன்; உரை - சொல்; செகுப்பன் - அழிப்பேன்.

சற்றதின் மனத்தைத் தேற்றித் தருமமென் பதிலே தேனு
மற்றவ னுழையில் வந்தே யணங்குசம் மதித்தா ளென்றான்
பெற்றன மரம்பை யின்பப் பேறென வயிர மாலைக்
கற்றடப் புயம்பூ ரித்துக் கஞ்சுகிக் கிழிந்த தன்றே. (18)

18. (1392) அம் மறுமொழியால் மனத்தைத் தேற்றிக்கொண்டு அறம் என்பதில் எதுவுமே இல்லாத அரசனிடம் வந்து பெண் சம்மதித்தாள் என்றான். கேட்டு சொர்க்கக் கன்னியினைப் பெற்றேன் என்று வயிரமாலை சூடிய மலைபோன்ற தோள் விம்மப் பூரித்தான். அதனால் அவன் அணிந்திருந்த மேலாடை கிழிந்தது.

உழை - அருகு; அணங்கு - பெண்; அரம்பை - சொர்க்கக் கன்னி; கற்றடம் - மலை; புயம் - தோள்; கஞ்சுகி - மேலாடை, சட்டை.

மகிழ்ந்துள கொடுங்கோ லாளன் மணச்சிறப் பெவையுஞ் செய்து
மிகுந்திரு கிளைஞர் நண்பர் வேதிய ரரசர் மேலுந்
தகும்பரி சனர்கள் சூழச் சங்கமே ளங்க ளார்ப்பத்
திகந்தெழில் குல்வு தன்மா ளிகையினில் வதுவை செய்தான். (19)

19. (1393) கொடுங்கோலன் மகிழ்ந்தான். மணக்கோலம் பூண்டான். மிகுந்த உறவினர், நண்பர், வேதியர், அரசர், பணியாளர் முதலியோர் சூழ, சங்கும் மேள தாளங்களும் முழங்க, அழகு மிகுந்த தன்னுடைய மாளிகையில் திருமணம் செய்தான்.

பரிசனர் - பணியாளர்; திகம் - மிகுதி; வதுவை - திருமணம்.

> செய்தபின் னிவுளி யேறிச் சேனைநால் வகையுஞ் சூழப்
> பொய்தரு மிடையா ராடப் புகழ்ந்துகட் டியங்கள் கூற
> மெய்திகழ் விருது சார மேளங்கள் கடல்போ லார்ப்ப
> மைதவழ் குழலாள் வைகு மனைபுகப் புறப்பட் டானே. (20)

20. (1394) திருமணம் செய்தான். குதிரை ஏறி, நால்வகைப் படைகளும் சூழ்ந்து வர, பொய்யாகிய இடையுடைய பெண்கள் நாட்டியம் ஆட, கட்டியம் கூற, விருதுகள் விளம்ப, கடல்போல மேளங்கள் முழங்க, மேகம் திரண்ட குழலாள் இருக்கும் மாளிகைக்குச் செல்லப் புறப்பட்டான்.

இவுளி - குதிரை; விருது - வெற்றிச் சிறப்பு; மை - மேகம்; வைகும் - இருக்கும்; மனை - மாளிகை.

> வரவுபாங் கியர்கள் வந்து வகுத்தனர் பிதாவைக் கூவித்
> திருவுரைத் தனரென் செல்வி சின்குல மாத லாலே
> வெருவுமித் தளத்தை யெல்லா மிவணிடை விடுத்தங் கேநீ
> யொருவனே வருக வென்றவ் வரசனுக் குரைமி னென்றே. (21)

21. (1395) பாங்கியர்கள் வந்து மன்னன் வருகையை அறிவித்தனர். தன் தந்தையை அழைத்து, என் செல்வி சின்குலம். ஆதலால், அச்சம் ஊட்டும் இப் படைகளை எல்லாம் இங்கேயே விட்டு, நீ மட்டும் தனியாக என் மாளிகைக்கு வா என்று அரசனுக்குச் சொல்லுங்கள் என்று செல்வி பல்கீசு கூறினாள்.

வரவு - மன்னன் வருகை; வகுத்தனர் - அறிவித்தனர்; திரு - செல்வி; வெருவும் - அச்சம் தரும்; தளம் - படைகள்; இவணிடை - இங்கேயே.

> இளங்குயி லுரைத்த வண்ண மேந்தல்பா லேகிச் சொன்னா
> னுளந்தனிற் சரத மென்றாய்ந் துரைக்குமவ் விடத்தே சூழ்ந்த
> தளங்களை நிறுத்தி யேவ லோர்களு மறத்த னித்தேழ்
> வளங்கொள்கட் டகவேழ் வாயன் மனையின்முன் வாயல் வந்தான். (22)

22. (1396) இளங்குயில் போன்ற பல்கீசு சொன்னபடியே அரசனிடம் சொன்னான் தந்தை யூசருகு. அஃது உண்மை என்று நம்பிய அரசன் படைகளை அங்கேயே இருக்கச் செய்தான். ஏவலர்களையும் கைவிட்டான். அங்கிருந்து புறப்பட்டு வளம் நிறைந்த ஏழு கட்டு மாளிகையின் ஏழு வாசல்களில் தலைவாசலை அடைந்தான்.

ஏந்தல் - அரசன்; பால் - இடம்; ஏகி - சென்று; சரதம் - உண்மை; தளம் - படை; அற - நீங்க; ஏழ்கட்டு அகம் - ஏழுகட்டு வீடு; வாயன் - வாசல்; மனை - மாளிகை; முன்வாயில் - தலைவாசல், முதல் வாசல்.

வந்துமென் மாட மாளி கையின்முதல் வாயற் சார்ந்தா
னிந்தெனு முகத்தின் மானுத் தரப்படி யிகுளை யார்கள்
கந்தமென் மலர்பொன் வெள்ளி மலர்களுங் கவினத் தூவி
யந்தமின் மணிக ளாலே யாலத்தி சுழற்றி னாரே. (23)

23. (1397) வந்து தலைவாசலை அடைந்தான். நிலாமுக மான் போன்ற பல்கீசின் கட்டளைப்படி தோழிப் பெண்கள் நறுமண மலர்களும் பொன்வெள்ளி மலர்களும் அழகாகத் தூவி, அழகு மணிகளால் ஆலாத்தி சுற்றினர்.

இந்து - நிலவு; உத்தரம் - கட்டளை; இகுளையார் - தோழியர்; கந்தம் - நறுமணம்; கவின் - அழகு; அந்தம் - அழகு; ஆலாத்தி - ஆரத்தி.

இம்முதல் வாயற் றொட்டோ ராறுவா யலினு மிவ்வா
றம்மட மகளிர் செய்ய வப்புற மேழாம் வாயற்
செம்மல்சென் றனனங் கோர்விண் மகளெனச் செவ்வி வாய்ந்த
கொம்மைவெம் முலையாள் வந்தே குலமணி சுழற்றி னாளே (24)

24. (1398) இம் முதல் வாசல் தொடங்கி ஆறு வாசல்களிலும் தோழிப் பெண்கள் இவ்வாறே செய்தனர். அப்பால் ஏழாம் வாசலுக்குச் சென்றான் அரசன். அங்கே வானவப் பெண் போன்ற அழகு நிறைந்த பருத்துத் திரண்ட முலை உடையாள் ஒருத்தி வந்து ஆலாத்திச் சுற்றினாள்.

செம்மல் - அரசன்; செவ்வி - அழகு; கொம்மை - பருமை; குலமணி - ஆலாத்தி.

ஆலத்தி னுருக்கொண் டோனுக் காலத்தி சுழற்றி யுன்றன்
காலத்தின் முடிவிக் கட்டி லிடத்தெனக் காட்டல் போலச்
சீலத்தி னுயர்பல் கீசுக் கலங்கரித் திருந்த செம்பொற்
கோலத்தின் மஞ்ச மீது கரம்பற்றிக் கொடுபோய் வைத்தாள். (25)

25. (1399) நஞ்சின் உருவாக வந்தவனுக்கு ஆலாத்திச் சுற்றி, உன்னுடைய காலம் முடிவது இக் கட்டிலில்தான் என்று காட்டுவது போல், பண்பிற் சிறந்த பல்கீசுக்கு என்றே அலங்கரிக்கப்பட்டிருந்த செம்பொன் கோலக் கட்டிலில்,அ வன் கையைப் பிடித்து அழைத்து வந்து அமர வைத்தாள்.

ஆலம் - நஞ்சு; சீலம் - ஒழுக்கம்; வைத்தாள் - அமரவைத்தாள்.

கட்டிலி னிருத்திப் பாங்கி கனியித ழனத்துக் கோதப்
பட்டுடுத் தணிகள் பூண்டு பரிமளந் திமிர்ந்து சோதி
விட்டொளிர் மணிக்கி ரீடந் தரித்துமென் மலர்கள் சூடிக்
கிட்டநின் றவரி லோர்பெண் கிளியின்பாற் செவியிற் சொல்வாள். (26)

26. (1400) அரசனைக் கட்டிலில் அமரவைத்த தோழி கனியிதழ் அன்னத்திடம் போய்க் கூறினாள். பட்டுத் துணிகள் உடுத்து, அணி மணிகள் பூண்டு, நறுமணம் பூசி, சுடர்விட்டு ஒளிரும் மணிமுடி தரித்து, மென்மையான மலர்களைச் சூடிக் கொண்ட பல்கீசு, அருகில் நின்ற பெண்களில் ஒரு பெண்கிளியின் காதில் சொன்னாள்.

அனம் - அன்னம்; பரிமளம் - நறுமணம்; திமிர்ந்து - பூசி; கிட்ட - அருகில்;

அரசுபாற் சென்று வைகி யரைக்கணத் தசன நாங்க
ளிருவரு மருந்த வங்கே யனுப்பல்செய் யிதன்மேல் வாடை
விரவினு மயங்கி வீழும் பானமவ் வேந்தன் முன்பு
வருகநற் பான மென்முன் வருகநீ யனுப்பு கென்றாள். (27)

27. (1401) அரசனிடம் நான் போகிறேன். போன அரைக்கண நேரத்தில் நாங்கள் இருவரும் உண்ண உணவு அனுப்பு. உடன் பருக பானமும் அனுப்பு. வாடை பட்டாலே மயங்கி வீழும் மருந்து கலந்த பானத்தை அரசன் முன்னே வை. நல்ல பானத்தை என் முன்னே வை என்றாள்.

வைகி - தங்கி; அசனம் - உணவு; விரவினும் - அணுகினாலும்.

சேடிநன் கெனத்தாள் போற்றத் திருமயில் செம்மல் பாற்போ
யீடிய லொழிபூ மஞ்சத் திருந்தனன் வெம்மை தீர்ந்த
கோடிசூ ரியப்ர காசங் குலவுபொன் மேனி நோக்கி
நாடிய விழிம முங்கி யிருந்தன னரக மாள்வான். (28)

28. (1402) தோழி நல்லது என்று பணிந்து கூறினாள். அழகிய மயில் போன்ற பல்கீசு அரசனிடம் போய் ஈடும் இணையும் இல்லாத அழகிய பூம்படுக்கையில் அமர்ந்தாள். வெப்பம் நீங்கப் பெற்ற கோடி சூரிய ஒளி கொழிக்கும் அவளுடைய பொன் மேனி அழகை நோக்கி, பார்த்த விழி வழுக்கி விழ அமர்ந்திருந்தான் நரகத்தை ஆளப்போகின்ற மன்னன்.

திருமயில் - அழகு மயில், பல்கீசு; செம்மல் - மன்னன்; ஈடு இயல் ஒழி - ஈடு இணை இல்லாத; பூமஞ்சம் - மலரப்படுக்கை; வெம்மை - வெப்பம், சூடு.

சிந்தையின் மயங்கு வோன்கை தீண்டொணாக் கபட வார்த்தை
செந்திரு வுரைத்து வைகச் சேடிமுன் கவன்ற வண்ணஞ்
சுந்தர மணிசேர் சோதிச் சொன்னபாத் திரங்கண் மீதிட்
டந்தவா ணகையார் பாலீந் தனங்கறி யனுப்பி னாளே. (29)

29. (1403) மோகத்தால் மயங்கிக்கிடந்த அவனுடைய கை தொடமுடியாதபடி கபடவார்த்தைகள் பேசிக்கொண்டிருந்தாள் சிறந்த செல்வம் போன்ற பல்கீசு. தோழி முன்னர் சொன்னபடி, அழகிய மணிபதித்த தங்கப் பாத்திரத்தில் உணவும் கறியும் இட்டு அழகிய ஒளிவீசும் நகையுடைய பெண்ணொருத்தி கையில் கொடுத்து அனுப்பினாள்.

செந்திரு - சிறந்த செல்வம்; வைக - இருக்க; கவன்ற வண்ணம் - சொன்னபடி; சுந்தரம் - அழகு; சொன்னம் - தங்கம்; அந்தம் - அழகு; அனம் - அன்னம்.

துகில்விரித் திருவர் முன்புந் தோகையர் கொணர்ந்து வைக்க
வகின்மணக் குழலி னாள்பே ரழகமு தருந்தித் தேக்கிட்
டிகல்பசி யமர்ந்தோ னுண்மி னெனுமுரைச் சுவைகொண் டுண்ண
நகைமதி வதன மாது மவனுட னண்ணி யுண்டாள். (30)

30. (1404) விரிப்பு விரித்து இருவர் முன்பும் வைத்தனர் மயில் போன்ற தோழியர். அகில் மணக்கும் கூந்தலாளின் பேரழகாகிய அமுதத்தை அருந்தி நிறைவு பெற்று பகையாகிய வயிற்றுப்பசி நீங்கி அமர்ந்திருந்தவனிடம்

உண்ணுக என்னும் சொல்லின் சுவையில் மயங்கி உண்ணலானான். புன்னகை சிந்தும் நிலாமுக மாதும் உடன் அமர்ந்து உண்டாள்.

துகில் - உணவு விரிப்பு, துணி; தோகை - மயில்; தேக்கிட்டு - நிறைவுபெற்று; இகல் - பகை; உண்மின் - உண்ணுங்கள்; நகை - புன்னகை; மதி - நிலவு; வதனம் - முகம்; நண்ணி - சேர்ந்து.

பிறியமுற் றசனஞ் செய்யிற் பேசிரு குடிப்புஞ் செய்து
நெறிமணிக் கிரணக் கிண்ண மிரண்டதி னிறைய வார்த்து
வெறியுள தரசன் பாலும் வெறியிலா ததனை நீண்ட
நறுமலர்க் குழலி பாலு நல்குமென் றீந்திட் டாளே. (31)

31. (1405) விருப்பத்துடன் உணவு உண்ணும்போது, முன்னர் பேசியபடி பானம் தயாரித்து, மணிகள் பதித்த இரண்டு கிண்ணங்களில் ஊற்றி, வெறியூட்டக் கூடிய பானத்தை அரசனிடம் கொடு, அஃது அல்லாததை நறுமணமலர் சூடிய கூந்தலாளிடம் கொடு என்று சொல்லிக் கொடுத்து அனுப்பினாள்.

பிறியம் - பிரியம், விருப்பம்; அசனம் - உணவு; நெறி - ஒழுங்கு, அழகு; கிரணம் - கதிர்; நல்கு - கொடு.

இருவர்பா லினுமிவ் வண்ண மீந்தனள் முதல்பல் கீசு
பருகினள் பின்பு வேந்தன் பருகினன் பருக லோடு
மொருநினை வறம றந்தோ துரைமறந் துடன்ம றந்து
மருவிமூச் சயர்ந்து வீழ்ந்து கிடந்தனன் மஞ்ச மீதே. (32)

32. (1406) இருவரிடமும் இவ்வாறே கொடுத்தாள் தோழி. முதலில் பல்கீசு பருகினாள். பின்னர் மன்னன் பருகினான். பருகியதும், ஒரு நினைவும் இல்லாது மறந்தான்; ஒரு பேச்சும் பேச முடியாது மறந்தான்; உடலை மறந்தான். மூச்சு அயர்ந்து வீழ்ந்து படுக்கையின் மீது தழுவிக் கிடந்தான்.

அற - இல்லாமல் நீங்க; உரை - பேச்சு; உடன் - உடல்; மருவி - தழுவி.

அந்தவே ளையினிற் பான மனுப்பின வீர மாதை
முந்துற வழைத்து வேந்தின் முடியறுத் திடுக வென்றாள்
கந்தவார் குழலி யோர்கைக் கருவியை யெடுத்துத் தீட்டிப்
புந்தியிற் கறுவி யேவண் டுறுக்கிக்கட் டிலின்பாற் போனாள். (33)

33. (1407) அந்த நேரத்தில் பானம் அனுப்பிய வீரப்பெண்ணைத் தன் முன்னே அழைத்தாள். வந்தவளிடம் இவன் தலையை அறுத்திடுக என்றாள். நறுமணம் கமழும் நீண்ட கூந்தல் சுமந்த அவள் கொலைக் கருவியைக் கையில் எடுத்துத் தீட்டிக் கூராக்கினாள். சினங்கொண்டு கறுவி, கை வளையல்களை இறுக்கிக்கொண்டு மன்னன் கிடக்கும் கட்டில் அருகே போனாள்.

முந்துற - முன்னிலை; முடி - தலை; கந்தம் - நறுமணம்; வார் - நீண்ட; குழலி - கூந்தல் உடையவள்; புந்தி - மனம்; கறுவி - கறுவுதல், சினக்குறிப்பு; வண்டு - வளையல்; உறுக்கி - நெருக்கி.

கட்டிலி னுரஞ்சி நின்று கழுத்திடக் கரத்தாற் பற்றி
மட்டவி ழலங்க னீக்கி வலக்கையாற் கரவி சேர்த்தி
யெட்டிய கழுத்து னீட்டி யறவறுத் தெரிகொள் பார்வைத்
திட்டிசேர் சென்னி வேறு தேகம்வே றாக்கி னாளே. (34)

34. (1408) கட்டிலில் உடலைத் தேய்ப்பது போல் நின்றாள். அவன் கழுத்தை இடக்கையால் பற்றினாள். அவன் கழுத்தில் கிடந்த தேன் வழியும் மலர்மாலையை நீக்கினாள். கருவியை வலக்கையில் இறுக்கிப் பிடித்தாள். கழுத்தில் வைத்து முற்றாக அறுத்தெடுத்து, நெருப்புப் பார்வை பார்க்கும் கண் அமைந்துள்ள தலை வேறு உடல் வேறாக ஆக்கினாள்.
உரஞ்சுதல் - தேய்த்தல், உரசுதல்; மட்டு - தேன்; அலங்கல் - மலர்மாலை; அற - நீங்கும்படி; எரி - நெருப்பு; திட்டி - கண்;

காம வெறியுடன் பார்க்கும் கண் ஆதலால் 'எரிகொள் பார்வை திட்டி' என்றார்.

சோரியாங் கொழுகி யோடத் துடிப்பற வுடல்கி டக்க
வோரிரு விழிய ரைக்கண் ணுற்றிதழ்க் கிப்பால் வந்தே
யாரவோர் புறத்தொ துங்கிக் கோணிப்பல் லதில முந்தி
யீரமற் றிடுநாத் தோன்றத் தலைகிடந் திட்ட தன்றே. (35)

35. (1409) இரத்தம் ஒழுகி ஓட, துடிப்பு இன்றி உடல் கிடக்க, இரண்டு கண்களும் பாதி திறந்தபடி உதட்டுக்குக் கீழே தொங்க, ஈரப்பசையற்ற நாவு வளைந்த கோரைப்பல்லில் அழுந்தித் தொங்க தலை கிடந்தது.

சோரி - இரத்தம்; இப்பால் - கீழே; ஆர - தங்க; கோணிப்பல் - வளைந்தப்பல்.

மஞ்சம்விட் டிறங்கி நின்ற மயில்பல்கீ சதனை நோக்கி
சஞ்சல மகற்றித் தாதை தனையழைத் தோதிக் காட்ட
வஞ்சலென் றுரைத்த வண்ணங் கற்புக்கோ ரழிவு மின்றி
வஞ்சிசெய் துணிவை யெண்ணி மலைகள்போற் புயம்பூ ரித்தான். (36)

36. (1410) மஞ்சத்தை விட்டு இறங்கிய மயில் போன்ற பல்கீசு அத் தலையைப் பார்த்தாள். மனக்கவலை நீங்கினாள். தந்தையை அழைத்துக் காட்டி நடந்தவற்றை விளக்கினாள். அஞ்ச வேண்டாம். கற்புக்கு அழிவு நேராமல் அவனைக் கொல்வேன் என்று சொன்னபடிச்செய்து முடித்த மகளின் துணிவை எண்ணி மலைபோன்ற தோள்கள் விம்மிப் புடைக்க பூரிப்பு எய்தினான்.

புயம் - தோள்.

வரத்தினி லளித்தோ னிந்த மகிழ்வுபெற் றிடில்பல் கீசு
முரற்பெரும் பாவி கையின் முத்திரை யாழி யன்னோன்
விரற்றனி லகற்றி நம்பாற் கொடுவரு கென்ன விண்டாள்
சிரத்தையீர்ந் தவள கற்றிக் கொடுத்தனள் செங்கைக் கொண்டாள். (37)

37. (1411) வரத்தால் பெற்றளித்த தந்தை இவ்வாறு மகிழ்ந்த வேளையில், பல்கீசு, தலைவெட்டிய பெண்ணை அழைத்து, ஆரவாரம் செய்யும் இப் பெரும்பாவியின் கையில் உள்ள முத்திரை மோதிரத்தை விரலில் இருந்து

அகற்றி என்னிடம் கொண்டுவா என்றாள். அவள் அவ்வாறே கழற்றிக் கொடுத்தாள். அதைத் தன்னுடைய சிவந்த கையால் வாங்கினாள்.

அளித்தோன் - பெற்றவன், தந்தை; உரல் - ஓசை, ஆரவாரம்; ஆழி - மோதிரம்; கொடு - கொண்டு; விண்டாள் - சொன்னாள்; ஈர்ந்தவள் - அறுத்தவள்.

வழிசெயு மமைச்சன் கற்பு மயிலினா லிவ்வா றெய்துஞ்
சுழியின னுடலு மோடி யுறைந்தசோ ரியுமோர் தாண்டாக்
குழிசெய்து புகுத்தி மூடு மெனநின்ற கோதை யார்கள்
பழிசெயுங் கொடியோன் சோரி யுடலையப் படியே செய்தார். (38)

38. (1412) கற்புடைய மயில் போன்ற பெண்ணால் இந் நிலை அடைந்த இந்த மூர்க்கன் உடலையும் ஓடி உறைந்து கிடக்கும் இரத்தத்தையும் பெரிய குழி வெட்டி, அதில் போட்டு மூடுங்கள் என்று நல்வழி காட்டும் அமைச்சன் கூறினான். நின்ற பெண்கள், பழிசெய்யும் கொடியவன் உடலையும் இரத்தத்தையும் குழிவெட்டி அதில் போட்டு மூடினார்கள்.

சுழியினன் - மூர்க்கன்; சோரி - இரத்தம்; தாண்டாக்குழி - மனிதர்களால் தாண்ட முடியாத பெரிய குழி; கோதையர் - மலர்மாலை அணிந்த பெண்கள்.

சிரமுமோ திரமு மோர்பா லிருத்திச்சே யிழைபல் கீசு
தரமுறு மரசு தானைத் தலைவர் நூற்றுவரை யும்தன்
கரவசப் படுத்திச் செங்கோல் கவருமோர் சூழச்சி யெண்ணி
யரசெழு துவது போலாய்ப் பத்திர மெழுத வானாள். (39)

39. (1413) படைத்தலைவர் நூறு பேர்களையும் தன் கைவசப்படுத்தி அரசாட்சியைக் கவரத் திட்டமிட்ட சேயிழை பல்கீசு, மன்னனின் தலையையும் முத்திரை மோதிரத்தையும் ஓரிடத்தில் வைத்தாள். அவர்களுக் கெல்லாம் அரசன் எழுதுவது போல் ஒரு கடிதம் எழுதினான்.

சிரம் - தலை; தரமுறு - தகுதியுள்ள; கரம் - கை; பத்திரம் - கடிதம்.

நமதுசே னையினோர்க் கெல்லா நன்மண விருந்தின் றங்கே
சமைதரப் பொசித்துத் தானைத் தலைவரோர் நூறு பேரு
மமதுபெண் டீரை நந்தம் படுக்கைவீட் டுதவு மென்றே
யமைதர வெழுதி முத்தி ரையும்பதித் ததுகைக் கொண்டாள். (40)

40. (1414) நமது படைத்தலைவர்க் கெல்லாம் அரண்மனையில் திருமண விருந்து தயாரிக்கப்பட்டுள்ளது. அதை உண்டு, உமது பெண்டிரை எல்லாம் நாம் தங்கி இருக்கும் படுக்கை வீட்டிற்கு அனுப்பி உதவ வேண்டும் என்று எழுதி, முத்திரை பதித்து, கையில் கொண்டாள்.

பொசித்து - உண்டு; அமைதர - பொருந்த; உமக்கு விருந்து அங்கே அரண்மனையில். பெண்டிரை அனுப்ப வேண்டுவது இங்கே, படுக்கை வீட்டிற்கு.

பத்திர மறைவ தாய்த்தன் பாலில்வைத் தரச னேயிவ்
வுத்திர மெழுதல் போலெம் முறையுள நிதியி னாலே
மித்திர தளமுந் தானைத் தலைவரும் விருந்து செய்துண்
டித்தின நமது பாலில் வருகவென் றெழுதி னாளே. (41)

41. (1415) எழுதிய கடிதத்தைத் தன்னிடம் மறைத்து வைத்துக் கொண்டாள். அரசனே கட்டளை இடுவது போல், 'நமது வழக்கப்படி நமது கருவூலத்தில் நிதி பெற்று நீவிரும் உமது உறவின் கூட்டமும் விருந்து செய்து உண்டு இன்ன நாளில் நம்மிடம் வந்து சேர்க என்றொரு கடிதம் எழுதினாள்.

பத்திரம் - கடிதம்; உத்திரம் - கட்டளை; மித்திரதளம் - உறவினர் கூட்டம்;

எழுதிமுத் திரையிட் டீன்ற தந்தைபா லீந்தீ திந்தப்
பழுதுறு மரச ளித்த பத்திரம் போலோ ரொற்றன்
வழியினி லனுப்பு கென்னக் கொடுத்தனள் வாங்கி யேயோ
ரழகிய புயத்தான் கையி ளித்தவ ணனுப்பி னானே. (42)

42. (1416) எழுதி முத்திரையிட்டு, 'இந்தக் கேடுகேட்ட அரசன் அளித்ததுபோல் ஓர் ஒற்றன் கையில் கொடுத்து அனுப்புங்கள்' என்று சொல்லித் தன் தந்தையிடம் கொடுத்தாள். அவன் அதை ஓர் அழகு தோளன் கையில் கொடுத்து அங்கே அனுப்பினான்.

ஈது - இது; பழுதுறும் அரசன் - கேடுகெட்ட மன்னன்; அவண் - அங்கு.

இவளவென் றளவா வீர னிடத்திருந் தேகி யொற்ற
னவளவு பெயர்க்கு மேலா மவனிடத் தளிப்ப வந்தக்
கவளவெங் கயனெ ழுந்து கரமிரண் டேந்தி வாங்கித்
திவளமுத் திரைவிட் டாய்ந்து களித்தனன் சிந்தை மீதே. (43)

43. (1417) இவ்வளவு என்று அளவிட முடியாத பெரிய வீரனான அமைச்சனிடம் இருந்து சென்ற ஒற்றன் படைத்தலைவர் அவ்வளவு பேருக்கும் மேலான தலைவனானவனிடம் அளித்தான். வாயளவு உணவு கொள்ளும் சினம் கொண்ட யானை போன்ற அவன் எழுந்து கையில் வாங்கினான். அரச முத்திரையை ஆராய்ந்து அறிந்து மனம் மகிழ்ந்தான்.

இவளவு - இவ்வளவு; அளவா - அளவிட முடியாத; ஏகி - சென்று; அவளவு - அவ்வளவு; கவளம் - உணவு உருண்டை; வெம் - வெம்மை, சினம்; கயன் - யானை போன்றவன்; கயம் - கஜம்; திவளம் - தவளம், வெண்மை.

முறைப்படத் தலைவர்க் கெல்லா மொழிந்தனன் காவ லோன்பொன்
னறைத்தலை வனுக்குங் கூறி யருந்தவேண் டியதும் வாங்கித்
துறைப்படு பவரா லன்ன மறுசுவைக் கறிசெய் தேட்டி
லுறைப்படு பவர்க ளியார்க்கு முதவித்தா னுடனுண் டானே. (44)

44. (1418) உடனடியாக முறைப்படி எல்லாத் தலைவர்களுக்கும் அறிவித்தான். கருவூலத் தலைவனிடமும் கூறி, அவனிடம் இருந்து பணம் பெற்று, விருந்து சமைப்பதற்கான பொருள்களை வாங்கி, தேர்ந்த சமையல்காரர்களைக் கொண்டு அறுசுவை உணவு தயாரித்து, கடிதத்தில் கண்ட தலைவர் யாவரையும் உண்ணச் செய்து தானும் உடன் உண்டான்.

மொழிந்தனன் - அறிவித்தான்; பொன்னறை - கருவூலம்; துறைப்படுபவர் - கைதேர்ந்தவர், தொழில்வல்லுநர்; ஏட்டில் - அரசன் எழுதுவதுபோல் பல்கீசு எழுதிய கடிதத்தில்; உறைப்படுபவர் - சொல்லப்படுபவர், குறிப்பிடப்படுபவர்.

உண்டபி னெவருந் தம்மி லொருப்படத் திரண்டு வந்து
கண்டெனு மொழிமான் செய்த கபடத்தா லுடல்போய்ச் சென்னி
துண்டுபட் டிருக்கு மந்த மாளிகை முகப்பிற் றோன்றி
யண்டமட் டளவு சீர்த்தி யமைச்சனை வணக்கம் செய்தார். (45)

45. (1419) உண்டபின் அனைவரும் ஒன்றாகத் திரண்டு வந்தனர். கல்கண்டு மொழி மான் என்னும்படி இனிய மொழி பேசும் பல்கீசின் கபடத்தால் உடலை இழந்து துண்டுபட்ட தலை இருக்கும் மாளிகையின் முன்னே வந்து திரண்டனர். வானளவு புகழ் உயர்ந்த அமைச்சன் மாளிகை முகப்பிற்கு வந்தான். அவனை வணங்கினர்.

கண்டு - கற்கண்டு ; சென்னி - தலை; அண்டம் - வானம்; சீர்த்தி - புகழ்.

வணங்கிய தலைவர் தம்மை வருகென முகமன் கூறி
யிணங்கவங் கிருத்தி யாரு மனமகிழ்ந் திருத்தல் கேட்டே
யணங்குமுன் னெழுதி வைத்த கபடபத் திரத்தை யந்தக்
கணந்தனிற் றாம்வந் தீந்து கவலுவர் கனிவாய் விண்டே. (46)

46. (1420) வணங்கிய தலைவர்களை முகமன் கூறி வருக என வரவேற்று இருக்கைகளில் அமர்த்தினான். அவர்கள் மகிழ்ச்சியுடன் இருப்பதைக் கேட்டு அறிந்தான். அக்கணத்தில், பல்கீசு வந்தாள். முன்னர் எழுதி மறைத்து வைத்திருந்த கபடக் கடிதத்தை அவர்களின் தலைவனிடம் கொடுத்துக் கனிவுடன் சொல்லலானாள்.

அணங்கு - பெண், பல்கீசு; பத்திரம் - கடிதம்; கவலுவார் - சொல்வார்;

தலைவர் நூற் றுவரு மின்றிம் மனையிடை சார்வ ரியாரு
நிலையுற வடைந்த பின்னர் நீயிது புரியென் றோதி
யிலையயிற் கரத்தா லென்றன் கரத்திலீந் தேந்தல் வாச
மலரணை துயிலு கின்றார் வாசித்தாய்ந் தறியு மென்றார். (47)

47. (1421) தலைவர் நூறு பேரும் இம் மாளிகைக்கு வருவர். வந்தபின் நீ இதை அவர்களிடம் கொடு என்று சொல்லி, ஆலிலை போன்ற வேல் ஏந்திய கையால் என் கையில் கொடுத்தார் மன்னர். அவர் மணம் கமழும் மலர் மஞ்சத்தில் தூங்குகின்றார். படித்து ஆராய்ந்து அறிந்துகொள்ளுங்கள் என்றாள்.

மனையிடை - மாளிகைக்கு; சார்வார் - வருவர்; புரி - செய்; இலை - அரசிலை; அயில் - வேல்; ஏந்தல் - அரசர்; மலரணை - மலர்ப்படுக்கை; துயில் - தூக்கம்.

ஓதிமுச் சவளத் தப்பா லுலவியித் தலைவர் வார்த்தை
காதினில் வீழ்வ தாகக் கருத்தையிங் கிருத்தி நின்றா
ளேதமில் லமைச்சன் றானு மெவைகொல்பார்த் தறிவோ மென்றான்
பாதிநூ லிடைமா னீந்த பத்திரம் விரித்துப் பார்த்தார். (48)

48. (1422) இவ்வாறு சொல்லிவிட்டு மூன்று ஈட்டித் தொலைவில், இவர்கள் பேசுவது காதில் விழும்படிக் கருத்தை இங்கே நாட்டி உலவியபடி நின்றாள்.

குற்றமற்ற அமைச்சனும் கடிதத்தில் என்ன உள்ளது பார்த்து அறிவோம் என்றான். நூலிழை மாது கொடுத்த கடிதத்தை விரித்துப் பார்த்தார்.

ஓதி - சொல்லி; கவளம் - ஈட்டி; ஏதம் - குற்றம்.

பார்த்தலும் விருந்துண் டுந்தம் பாரியர் தமையிப் போதே
யேத்தநம் படுக்கை வீட்டுக் கழைத்துவா ருமினென் றுள்ள
சூத்திரக் கபட மான வாசகந் தோன்ற மென்மே
லார்த்தெழு வெகுளி மீறி யகத்தடங் காது சொல்வார். (49)

49. (1423) பார்த்தார்கள். படித்தார்கள். 'விருந்து உண்டு உம் மனைவியரை நம் படுக்கை வீட்டிற்கு அழைத்து வாரும்' என்றுள்ள பல்கீசின் கபட வார்த்தையைப் படித்ததும் சினம் கொண்டனர். அது மேலும் மேலும் பொங்கி அடங்காது மீறிக் கொதித்தனர். அத் தலைவர்கள் கூறினர்.

பாரியர் - மனைவியர்; ஏத்த - புகழ; சூத்திரக் கபட வாசகம் - கபட நூற்பா, மாறுபடப் பொருள் கொள்ளுமாறும் அமைதலின் கபடச் சூத்திரம் என்றார்; ஆர்ந்து - பொங்கி ஆரவாரித்து; வெகுளி - சினம்.

உழைத்தன நரகிற் போகு முழைப்பெலாம் பெரியோர் நெஞ்சைக்
குழைத்தனன் மிகுந்த பெண்கள் கற்புகள் குடிபோக் கெண்ணந்
தழைத்தன னிதுவல் லாது நமதுபெண் டிரைத் தானே
யழைத்தனன் பபடுக்கை வீட்டுக் கதிசய மிதுபோ லுண்டோ (50)

50. (1424) நரகிற்கு போகத் தக்க செயல்களில் எல்லாம் ஈடுபட்டு முயன்று உழைத்தான். பெரியவர்களின் உள்ளங்கள் வருந்துமாறு தீங்கு புரிந்தான். ஏராளமான பெண்களின் கற்பு அழியுமாறு எண்ணங்கொண்டு வளர்ந்தான். இவையே அல்லாது நமது மனைவியரை எல்லாம் படுக்கை வீட்டிற்கு அழைத்தான். இதைப் போல் விந்தை உண்டோ?

குழைத்தனன் - சுருங்குமாறு செய்தான்; வருத்தத்தால் உள்ளம் சுருங்குதலைக் குழைதல் என்றார், மோப்பக் குழையும் அனிச்சம் என்றார் குறளுடையார்; குடிபோக்கல் அழித்தல்; தழைத்தல் - செழித்து வளர்தல்; படுக்கை வீடு என்றது, நான் புது மனைவியுடன் படுத்திருக்கும் வீடு என்றும் என் படுக்கைக்கு ஆகும்படி என்றும் இருபொருள் கொள்ளத்தக்க வாசகம் ஆதலின் 'கபடவாசகம்' என்றும், நூறுபேர்களும் மன்னனுக்கு எதிராகத் திரும்புமாறு செய்த வாசகம் ஆதலின் 'சூத்திரம் - நூற்பா என்றும் கூறினார்.

நேயத்தைக் கெடுத்த பாவி யரசென்று நிலைத்த வன்றே
ஞாயத்தைக் கெடுத்தான் முன்னோர் நாமத்தைக் கெடுத்தா னிந்தத்
தேயத்தைக் கெடுத்தான் சேர்ந்தோர் சிறப்பையுங் கெடுத்தான் பொய்யாங்
காயத்தை நிலையென் றேயிக் கருமங்கள் செயத்தொ டுத்தான். (51)

51. (1425) அன்பைக் கெடுத்த பாவி. அரசனாக நிலைத்த அன்றே நீதியைக் கெடுத்தான். முன்னோர் பெயரைக் கெடுத்தான். இந்த நாட்டைக் கெடுத் தான். தன்னைச் சேர்ந்தவர் சிறப்பையும் கெடுத்தான். இந்தப் பொய்யான உடலை நிலையானது என்ற நம்பியே இச் செயல்களைத் தொடங்கினான்.

நேயம் - அன்பு; ஞாயம் - நீதி; நாமம் - பெயர்; தேயம் - நாடு; காயம் - உடம்பு; கருமம் - செயல்; தொடுத்தான் - தொடங்கினான்.

நடுபுத்தி மேலோர் சொல்லை மறப்பதே நரக மீதி
லிடுபுத்தி யென்றிவ் வாறா யிமைக்கினுந் தன்கு ணத்தை
விடுபுத்தி யணுவு மாறான் விரிகடல் சூழ்ந்த பாரிற்
கெடுபுத்தி யிவன்போ லுள்ளோர் கண்டிலோங் கேட்டி லோமே.(52)

52. (1426) நடுநிலை தவறாத மேலோர் சொல்லை மறப்பது நரகத்தில் சேர்க்கும். என்றாலும், இவ்வாறு ஆராய்ந்து தன்னுடைய தீய குணத்தை இமைப்போதும் மாற்றிக் கொள்ளாதவன். விரிந்த கடல் சூழ்ந்த உலகில் இவனைப் போல் கெடுபுத்தி உடையவரைக் கண்டதும் இல்லை; இருப்பதாகக் கேட்டதும் இல்லை.

நடுபுத்தி - நடுநிலை அறிவு, நட்பு அறிவு எனினும் ஆம்; நரக மீதில் விடுபுத்தி - நரகில் சேர்க்கும் குணம்; விடுபுத்தி - விட்டுவிலகும் நல்லறிவு; பார் - உலகம்.

ஆனமூ வுலகஞ் சீயென் றடர்வசை புகலு மெந்த
வீனமு மிதற்கொப் பாமோ வென்றென்று மறுதே யத்திற்
றானமுந் தவமுஞ் சீருந் தழைப்பவர் நகைப்ப தாக
மானமு மிழந்து போயோ வாழ்ந்திருப் பதுநா மெல்லாம். (53)

53. (1427) மூன்று உலகங்களிலும் உள்ளவர்கள் சீ என்று பழிக்கும் எந்த ஈனச் செயலும் இதற்கு ஒப்பாகுமோ? அயல் நாடுகளில் தானமும் தருமமும் தழைக்க வாழ்பவர்கள் என்றென்றும் பழித்துச் சிரிக்கும்படி நாமெல்லாம் மானம் இழந்து வாழ்வதா?

மூவுலகம் - மூன்று உலகங்கள், அவை அந்தரம் பூமி சொர்க்கம்; அடர்வசை - வெறுக்கும் பழி.

ஆர்க்கிது பொருந்து மென்பா ரழியுநாள் வந்த தென்பார்
பார்க்கர சிவனோ வென்பார் பயித்தியங் கொண்டா னென்பா
ரேற்றநன் னெறியீ தென்பா ரித்தனை துணிவோ வென்பார்
மூக்கினில் விரலை வைப்பர் முறுவலித் திதழ்க றிப்பார். (54)

54. (1428) யாருக்கு இது பொருந்தும் என்பார்கள். இவன் அழியும் நாள் வந்தது என்பார்கள். இவனா உலகுக்கு அரசன் என்பார்கள். பயித்தியம் கொண்டான் என்பார்கள். இவனுக்கு ஏற்ற நெறி இது என்பார்கள். இத்தனை துணிவோ என்பார்கள். மூக்கில் விரலை வைத்து வியப்பார்கள். உதட்டை சினத்துடன் கடிப்பார்கள்.

ஆர்க்கு - யாருக்கு; பார் - உலகம்; கறிப்பார் - கடிப்பார்.

முருந்திட்ட நகையா ரிந்த மொழிக்கக மகிழ்வர் கீர்த்தி
வருந்திட்ட மிதுநம் பெண்டு வழங்குதற் காக வன்றோ
விருந்திட்டான் காணு மென்பார் விருந்தல்ல வார்க்கு மேயோர்
மருந்திட்டான் காணு மென்பார் வரவரத் தடித்த தென்பார். (55)

55. (1429) மயிலிறகின் அடிப்பகுதி போன்ற வெண்பல் தெரிய புன்னகை செய்யும் பல்கீசு, தலைவர்களின் இந்தப் பேச்சைக் கேட்டு மகிழ்ந்தாள். புகழ்வரும் திட்டம் இது. நாம் நம்முடைய மனைவியரை வழங்குவதற்காக அன்றோ நமக்கெல்லாம் விருந்து கொடுத்தான். இத விருந்து அன்று. இது நச்சு மருந்துதான் என்பார். அவன் போக்கு வரவரத் தடித்தவிட்டது என்பார்.

முருந்து - மயிலிறகின் அடிப்புற வெண்மை; 'விருந்தல்ல வார்க்கு மேயோர்' என்பது 'விருந்தல்ல வெவர்க்கு மேயோர்' என்றிருப்பது தெளிவும் பொருள்முடிபுப் பொருத்தமும் உடையதாகும். இவ்வாறு பாடம் கொண்டால் 'எவர்க்கும் - எல்லாருக்குமே ஓர் மருந்திட்டான்' என்று பொருள்தரும். முதல் அடியில் உள்ள 'கீர்த்தி வருந்திட்டம்' என்பது எவர்கூற்று என்பதில் குழப்பம் உள்ளது. பல்கீசு கூற்று என்று கருதக் காரணம் உள்ளது. ஆனால் பொருள் முற்றுப் பெறாது நூற்றுவர் கூற்றோடு கலந்து விடுகிறது. ' கீர்த்தி வருந்திட்டம்' என்பதை நூற்றுவரின் இகழ்ச்சிக் குறிப்பாகக் கொண்டால் ஒருவாறு பொருள் அமைதி கிட்டலாம்.

துடைகளில் லடிப்பார் மீசை மயிர்துடி துடிப்பார் மாடப்
புடைவசை படிப்பார் தங்கள் புறங்கையைக் கடிப்பார் காலக்
கொடிதென முடிப்பா ரீதிக் கோலென நொடிப்பார் பொங்கிக்
கடலென நடிப்பார் செங்கட் கடைகளி லனல்வெ டிப்பார். (56)

56. (1430) சினத்தால் தொடைகளில் தட்டி அடிப்பார். மீசை துடிதுடிப்பார். அந்த மண்டபத்தில் வசை கூறுவார். தங்கள் புறங்கையைக் கடிப்பார். காலக் கொடுமை இது என முடிப்பார். இது இக் கோல் என நொடிப்பார். பொங்கிக் கடல் என நடிப்பார். கண்களில் அனல் வெடிப்பார்.

மாடம் - மண்டபம்; புடை - இடம்; ஈது இக் கோல் - இது இந்தக் கோல், செங்கோல்; கடை - ஓரம்; அனல் - தீ.

கல்லென முழங்கி யுள்ளங் கனன்றிவ்வா றேய்தும் போது
மடமயி லறியா தேபோல் வந்தரு காக நின்று
தடமுடி யரசும் பெண்டீர் தங்களைப் படுக்கை வீட்டுக்
கிடனுற வழைத்த தாகச் சினக்கின்றீர் வகையா தென்றாள். (57)

57. (1431) சீற்றங்கொண்டு கடல்போல் முழங்கி உள்ளம் நெருப்பாக எரியும் நிலையை அவர்கள் அடைந்தபோது, இளமயில் போன்ற பல்கீசு, எதுவும் அறியாததுபோல் அவர்கள் அருகில் வந்து நின்று, முடிசூடிய மன்னன் உங்கள் பெண்களைப் படுக்கை வீட்டிற்கு அழைத்ததாக சினம் கொள்கிறீர்கள். அதன் விவரம் யாது என்று கேட்டாள்.

கனன்று - தீக்கனல் வீச; தடமுடி - மணிமுடி, வகையாது - விவரம் என்ன.

சினந்தவிப் பாவிப்பட்டம் பெறுதின முதலித் தேயத்
தனந்தமின் னார்கள் கற்பை யழித்தன னதுபோல் மாலை
புனைந்தவெந் துணைவி யார்க ளம்மையும் புரிய வென்றெம்
முனந்தரு முமது கைப்பத் திரத்துள தெனமொ ழிந்தார். (58)

58. (1432) சினங்கொண்ட இப் பாவி பட்டம் பெற்ற நாளில் இருந்தே இந் நாட்டில் எண்ணற்ற பெண்களின் கற்பை அழித்தான். அது போக, மாலை சூடி மணந்து கொண்ட எங்கள் மனைவிமார்களையும் அதுபோல செய்வதற்கு என்று, அனுப்புமாறு எம்மிடம் தங்கள் கையில் தந்த கடிதத்தில் எழுதப்பட்டுள்ளது என்றார்.

அனந்த - எண்ணற்ற; மின்னார் - பெண்கள்; பத்திரம் - கடிதம்.

மடமயின் முனமீ தோத வையகத் தினிலிப் பாவிக்
கொடியனை வதைக்க வும்மாற் கூடுகின் றிலையோ வென்றாள்
கடகளி றிணையொப் பாரென் றிலையென்றார் கருத்தா ராய்ந்து
துடியிடை யீங்கு வைகுஞ் சொல்வனென் றகத்துட் போனாள். (59)

59. (1433) இளமயில் போன்ற பல்கீசிடம் இவ்வாறு சொல்ல உலகில் இக் கொடியவனைக் கொல்ல உங்களால் முடியவில்லையோ என்று கேட்டாள். கடா யானை போன்ற அரசனுக்கு இணை நிகர் என்று யாரும் இல்லை என்றார். அவர்கள் கருத்தை ஆராய்ந்த உடுக்குப் போன்ற இடையுடைய பல்கீசு, நீங்கள் இங்கேயே இருங்கள். நான் வந்து வழி சொல்கிவேன் என்று மாளிகையின் உள்ளே சென்றாள்.

ஓத - சொல்ல; வையகம் - உலகம்; வதைக்க - கொல்ல; கூடுகின்றிலையோ - முடியவில்லையோ; கடகளிறு - கடா யானை; இணை ஒப்பு - இணை நிகர்; துடி - உருக்கு; ஈங்கு - இங்கு; வைகும் - இருங்கள்; அகம் - வீடு, மாளிகை.

புரவலன் சிரஞ்சேர் பள்ளி யறையினுட் புகுந்து மீண்டு
பரவுமக் குழுவில் வந்து பாதகன் றுயிற்கின் றானான்
விரவவ னுயிரைக் கொன்று விடிலெனை யவனி ருந்த
வரசில்வைத் திடுவீ ரோவென் றாட்செவிக் கமுத மாக. (60)

60. (1434) அரசனின் அறுக்கப்பட்ட தலை இருக்கும் படுக்கை அறையினுள் புகுந்து மீண்டும் படைத்தலைவர்கள் கூடி நிற்கும் மண்டபத்திற்கு வந்தாள். பாதகன் தூங்குகின்றான். அவன் உடலில் கலந்திருக்கும் உயிரை நான் கொன்று விட்டால், என்னை அவன் இருந்த அரசில் அமர்த்துவீர்களா என்று கேட்டாள். அச் சொல் அவர்கள் செவிக்கு அமுதமாக இருந்தது.

புரவலன் - அரசன்; சிரம் - தலை; பள்ளியறை - படுக்கை அறை; பரவும் - பரந்து நிற்கும், நூறுபேர் ஆதலால் பரவும் குழு என்றார்; விரவுதல் - கலத்தல்;

வடவையென் றனந்தம் பேரை மாய்க்கவந் துதித்த போது
விடவதை யவித்துக் காக்கு மிகுமழை முகில்போன் மாதைத்
திடனுறத் துதித்து நீரே செகுக்கிலா சனத்தி லேற்றிச்
சுடர்முடி யரசுந் தாயு நீரெனத் தொழுவோ மென்றார். (61)

61. (1435) பெருவாரியான மக்களைக் கொல்வதற்காக என்று வடவாக்கினி ஆகிய ஊழித் தீ தோன்றிய போது, தாகவிடாய்த் துன்பத்தைப் போக்கப் பெருமழை பொழியும் மேகத்தைப் புகழ்வது போல் பல்கீசைப் புகழ்ந்து போற்றினர். நீங்கள் அவனைக் கொன்றால், உங்களை அரியணையில்

அமர்த்தி, சுடர்முடி சூட்டி, அரசியும் தாயும் நீங்கள்தான் என்று பணிவோம் என்று உறுதியுடன் கூறினர்.

வடவை - வடவாக்கினி, ஊழித்தீ; அனந்தம் - எண்ணிக்கை இல்லாத; மாய்க்க - கொல்ல; உதித்த - தோன்றிய; விடவதை - தாகவிடாய்த் துன்பம்; அவித்து - நீக்கி; மிகுமழை - பெருமழை; முகில் - மேகம்; திடனுற -உறுதியுடன்; துதித்து - புகழ்ந்து; செகுக்கில் - அழித்தால்; ஆசனம் - அரியணை; ஆசனத்தில் ஏற்றல் - அரியணையில் அமர்த்துதல்.

செப்பிய விதமே தீட்டிச் சேர்ந்துறை தலைவ ரெல்லா
மொப்பமிட் டெனது கையி னுதவுமென் றுரைத்தார் சீட்டங்
கப்பொழு தெழுதி யுற்றோ ரனைவர்கை யெழுத்து மிட்டே
கற்பினுக் கரசி கையி லளித்தனர் களித்தாள் வாங்கி. (62)

62. (1436) சொன்னபடியே எழுதிக் கையெழுத்து இட்டுக் கொடுங்கள் என்றாள். அப்பொழுதே தாளில் எழுதி, அங்கு வந்திருந்த தலைவர் அனைவரும் கையெழுத்தும் இட்டுக் கற்பினுக்கு அரசியான பல்கீசு கையில் கொடுத்தனர். அதை வாங்கி மனம் மகிழ்ந்தாள்.

செப்பியவிதம் - சொன்னபடி; தீட்டி - எழுதி; ஒப்பமிட்டு - கையெழுத்து இட்டு; உதவும் - கொடுங்கள்; சீட்டு - ஒப்பந்தச்சீட்டு; உற்றோர் - வந்திருந்தவர்;

இதுவரை கற்பினுக்கு மட்டும் அரசியாக இருந்தவள், இனி சபபு நாட்டின் அரசியாகிறாள் என்னும் குறிப்புத் தோன்ற 'கற்பினுக்கு அரசி கையில் அளித்தனர்' என்றார்.

களித்துவாங் கியபின் னந்தக் கருமசண் டாளன் சென்னி
யொளித்திடு மிடத்திற் போயங் கொருகண மிருந்து கைக்கொண்
டுளச்சின மிகுந்தோர் பால்வந் துதவின ளுற்று நோக்கித்
தளத்ததி பதிக ளுள்ளக் கரைபுர ளுவகை சார்ந்தார். (63)

63. (1437) ஒப்பந்தச் சீட்டை மகிழ்ச்சியுடன் பெற்றுக்கொண்ட பல்கீசு, அந்தத் கரும சண்டாளன் தலையை ஒளித்து வைத்திருக்கும் அறையினுள் நுழைந்து சற்று நேரம் நின்றாள். பின்னர் அத் தலையைக் கையால் எடுத்து வந்து, சினத்தால் உள்ளம் கொதிப்பேறி நிற்கும் அவர்களிடம் கொடுத்தாள். அதை உற்றுப் பார்த்து உறுதி செய்து கொண்ட படைத்தலைவர்கள் கரைபுரளும் மகிழ்ச்சி வெள்ளத்தில் மூழ்கினார்கள்.

கருமசண்டாளன் - பிறவிப் புலையன், கீழ்மகன்; சென்னி - தலை.

கணிப்பிலா வுவகை யாளர் கைவரு தலையை வாங்கி
மணத்தலை யொருக ணப்போ தினுக்குமுன் மாய்ந்திப் போது
பிணத்தலை யிதுமுற் றத்தே யிடுமெனப் பேசி யிட்டே
குணத்தொடு மானங் காத்த குயிலினைத் துதித்துச் சொல்வார். (64)

64. (1438) அளவிலா மகிழ்ச்சியால் பூரித்த அவர்கள், தங்கள் கையில் தரப்பட்ட தலையை வாங்கினர். ஒரு பொழுதுக்கு முன்னே மணத்தலை,

இப்போது பிணத்தலை! வெளியில் எறியுங்கள் என்றனர். அவ்வாறே எறிந்து விட்டு, தங்கள் மானங் காத்த குணக்குன்றான குயில் போன்ற பல்கீசைப் புகழ்ந்து பேசலானார்.

கணிப்பிலா - அளவில்லாத; கைவரு தலை - கைக்கு வந்த தலை; மாய்ந்து - இறந்து; முற்றம் - வெளி; இடும் - எறியும்; இட்டு - எறிந்து; துதித்து - புகழ்ந்து.

அளப்பருந் தவமே தாயே யணிமணி முடிபல் கீசே
விளக்குகற் பரசே தூண்டா விளக்கமே மேலோர் தங்க
ளுளத்துறை பொருளே யெங்கண் மானமாம் பயிருய்ந் தோங்க
வளர்த்தபுண் ணியமே நீரே மானசஞ் சீவி யென்றார். (65)

65. (1439) அளந்து அறிய முடியாத தவமே! தாயே! அழகிய மணிமுடி சூடப் போகும் பல்கீசே! விளங்கும் கற்பரசியே! தூண்டா மணிவிளக்கே! மேலோர் தம் உள்ளத்தில் இருத்திப்புகழும் பொருளே! எங்கள் மானமான பயிர் வளர்ந்து செழிக்க வைத்த புண்ணியமே! நீங்கள் மானங் காத்த சஞ்சீவி என்றார்.

அளப்பரும் - அளத்தற்கு அரிய, விளக்கு - விளங்கும்; விளக்கு - வலித்தல் விகாரம்; உய்ந்து - பிழைத்து; சஞ்சீவி - உயிர்காக்கும் மருந்து; கற்பகம் - வேண்டியன எல்லாம் தரும் தேவர் உலக மரம். இது புராண மரபு செய்தி.

விரைசெறி குழலீர் நாங்கள் வியன்பெற விலைகொண் டீர்நீ
ருரைசெறி புகழ்பெற் றீர்நீ ருலகமெவ் வெவைக்குந் தாய்நீர்
தரைமக ளணிகி ரீடந் தானுமெம் முயிரு மேநீ
ரரசுநீ ரமைச்சு நீரா யெங்களை யாள்வீ ரென்றார். (66)

66. (1440) மணம் நிறைந்த கூந்தல் உடையவரே! நாங்கள் பெருமை கொள்ளச் செய்து எங்களை விலையாகப் பெற்றீர்! பேசத்தக்க நிறைந்த புகழைப் பெற்றீர்! எந்த உலகத்திற்கும் நீங்களே தாய்! பூமிப் பெண் அணியும் மணிமுடியும் எங்கள் உயிரும் நீரே! அரசும் நீர்! அமைச்சும் நீர்! இனி எங்களை ஆள்வீர் என்றார்.

விரை - மணம்; செறி - நிறைந்த; வியன் - பெருமை; அரசும் நீர் அமைச்சும் நீராய் இருந்து எம்மை ஆள்க என்றார்.

நீதிநீர் நெறியு நீர்வா ணிதியுநீர் கெதியு நீரெம்
மாதிநீ ரருளு நீருள் ளறிவின்மை யிருள கற்றுஞ்
சோதிநீர் மின்னார் கற்புத் துலக்கநீர் மணக்கும் புட்ப
சாதிநீர் நலத்தை யெல்லாந் தாங்குபூங் கொடியு நீரே. (67)

67. (1441) நீதியும் நீங்களே! அறநெறியும் நீங்களே! வான மழையும் நீங்களே! எங்களுக்குக் கெதியும் நீங்களே! எம் இறையும் நீங்களே! அவன் அருளும் நீங்களே! எங்களின் அறிவின்மையாகிய இருளை அகற்றும் சோதி நீங்களே! பெண்டிர் கற்பின் விளக்கம் நீங்களே! மணக்கும் மலர்க்குலம் நீங்களே! எங்கள் மேலான நலன்களை எல்லாம் தாங்கி நிற்கும் பூங்கொடியும் நீங்களே!

வானிதி - வானமுதம், மழை; ஆதி - இறை; மின்னார் - பெண்டிர்; துலக்கம் - விளக்கம்; புட்பம் - புஷ்பம், மலர்; 65, 66, 67 ஆகிய மூன்று பாட்டுகளிலும்

சிருக்கு ஆகிய இணைவைப்பு உள்ளது, நபி சுலைமான் (அலை) வாழ்வைப் பாடும் நூலில் இவ்வாறான பாட்டுகள் இடம்பெறலாமோ? கூடாதுதான். ஆயினும் இங்குப் பாடப்படுவது அய்யாமுல் ஜாகிலியா (அறியாமை)க் காலத்து நடப்பு ஆதலால் இங்கு இது குற்றமாகாது.

எனமயில் பதத்தைப் போற்றி யிறைஞ்சிவாழ்த் தினர்க ளிப்பாற்
கனவுகாண் பதுவுந் தன்ம மிகழ்ந்திடக் காண்பான் சென்னி
நனியெறும் புகளு மீயு மொய்த்திட நடுவாய் முற்றந்
தனிலிருப் பதனை நோக்கித் தனித்தனி யுறுப்பைச் சொல்வார். (68)

68. (1442) எனக் களிப்பு மிகக் கொண்டு மயில்போன்ற பல்கீசின் பாதத்தைப் போற்றி இறைஞ்சி வாழ்த்தினர். கனவு காணும் போதும் அறநெறிகளைப் பழிப்பதாகவே காணும் இயல்பு உடையவனின் தலை, எறும்புகளும் ஈயும் நிறைந்து மொய்த்திட, முற்றத்து வெளியின் நடுவில் கிடந்தது. அதனை நோக்கி உறுப்புகள் செய்த அழிம்புகளைத் தனித்தனியே சொல்லலானார்.

தன்மம் - தருமம். அறநெறி; சென்னி - தலை; நனி - மிகுதி.

எங்கள்பெண் டீர்கள் கொவ்வை யிதழ்களைச் சுவைத்தே யந்தச்
சங்கையின் மதுரங் கொள்ளச் சரசவார்த் தைகளும் விள்ளக்
கொங்கையை நெருடி நின்பாற் கரக்கொடுத் திடக்கூட் டானாய்
செங்கையெங் கேநீ யெங்கே பிரிந்தவை செப்பாய் நாவே. (69)

69. (1443) நாவே! நிலவு போன்ற முகமுடைய பெண்களின் கொவ்வைக் கனி போன்ற இதழ்களைச் சுவைத்து, அங்கே ஊறும் மதிப்புமிக்க மதுரம் உண்டு, சரச வார்த்தைகள் பேசி, கை கொங்கையை நெருடிக் கொடுத்திட நீ அந்தக் கையுடன் கூட்டு ஆனாய். அந்தக் கை எங்கே? நீ எங்கே? பிரிந்த வகையைச் சொல்.

திங்கள் - நிலவு; சங்கை - மதிப்பு; மதுரம் - இனிப்பு; விள்ள - பேச; செங்கை - சிவந்த கை; பிரிந்தவை - பிரிந்த வகை; செப்பாய் - சொல்.

திடத்தனில் வதுவை செய்த வெமதுதே வியர்கள் செம்பொற்
குடத்தட முலையுங் கண்ணுங் கொவ்வைவா யிதழுங் கையும்
படுக்கைவீட் டினிலின் றேபார்ப் பதற்கிருந் திடுகண் ணேயுன்
னிடத்தினின் மொய்த்துச் சூழ்ந்த வீயெறும் புகளைப் பாராய். (70)

70. (1444) உறுதியான சாட்சியங்களுடன் நாங்கள் திருமணம் செய்து கொண்ட எங்கள் மனைவிமார்களின் செம்பொற் குடம் போன்ற பருத்த முலைகளையும் கண்களையும் கோவைப்பழ உதடுகளையும் கையையும், இன்று, படுக்கைவீட்டில் வைத்துப் பார்ப்பதற்குக் காத்திருந்த கண்ணே! இப்போது உன்னைச் சூழ்ந்து மொய்த்துக்கிடக்கும் ஈக்களையும் எறும்புகளையும் பார்!

திடம் - உறுதி; வதுவை - திருமணம்; தேவியர் - மனைவியர்; தடம் - மலை.

அளியடை குழலார் தம்மை யழைத்தியா முதவு போது
கிளிகள்போ லியம்பு வார்த்தை கேட்பதற் கிருந்த காதே

துளைமரச் செவியென் றுன்னைத் தொல்லுல குளநாண் மட்டும்
வளர்தரப் புகழுங் கீர்த்தி வார்த்தையின் பத்தைக் கேளாய். (71)

71. (1445) சூடிய மலர்களில் தேன்வண்டுகள் மொய்த்துக் கிடக்கும் கூந்தலுடைய இளம்பெண்களை நாங்கள் அழைத்துவந்து அளித்தபோது, அவர்கள் கிளிகள் போல் பேசும் மழலைச் சொற்களைக் கேட்பதற்கு இருந்த காதே! இன்று, மரத்தில் இட்ட தொளை போன்ற காது என்று, உலகம் உள்ள வரை வளரும் புகழ்மொழியின் இன்பத்தைக் கேள்.

அளி - வண்டுகள்; அடை - அடைந்து கிடத்தல், மொய்த்தல்; இயம்பும் - பேசும்; 'வளர்தரப் புகழும் கீர்த்தி வார்த்தை இன்பம்' என்பது வஞ்சப் புகழ்ச்சி.

தேயுமெல் லிடையார் வாசந் தினங்கொள விருந்த மூக்கே
தீயவன் சிரத்தைப் பேய்கள் செறிவனத் தெறிவோம் பேய்க
ளாயிரு கரத்தி லேந்தி யாடுமப் பொழுதி லந்தப்
பேயினாற் றமுமிச் சென்னிப் பிணத்தினாற் றமுங்கொள் வாயே. (72)

72. (1446) தேய்ந்து சிறுத்த மெல்லிடையார் மேனியில் இருந்து எழும் நறுமணத்தை நாள்தோறும் நுகர்ந்த மூக்கே! கொடியவன் தலையைப் பேய்கள் நிறைந்த இடுகாட்டில் எறியப் போகிறோம். அதைப் பேய்கள் தங்கள் கைகளில் ஏந்திக் கூத்தாடும். அந்த நேரத்தில், பேயின் நாற்றத்தையும் இத் தலைப் பிணத்தின் நாற்றத்தையும் நுகர்.

செறிவனம் - நிறைந்த காடு.

தரத்துட னெமது பெண்டீர் தமையனு பவித்து ளின்ப
மிருத்திநன் கெனவ சைக்க விருந்துள தலையே யுன்னைப்
பருத்துள கழுகு காகம் பருந்துகள் சூழ்ந்து கொத்தி
யுரத்துட னிழுக்கும் போதி லுருண்ருண் டசைகு வாயே. (73)

73. (1447) உயர்ந்த தரத்துடன் எங்கள் பெண்களைப் புணர்ந்து அனுபவித்து, உள்ளத்தில் நிறைந்த இன்ப மயக்கத்தில் நன்று என்று அசைக்க இருந்த தலையே! உன்னை பருத்த கழுகுகளும் காகங்களும் பருந்துகளும் சூழ்ந்து கொத்த வலிமையுடன் இழுக்கும்போது உருண்டு உருண்டு அசைவாய்.

தரம் - அனுபவிக்க இருக்கும் மாதர் படைத்தலைவரின் மனைவியர் ஆதலின் தரத்துடன என்றார்; உரம் - வலிமை.

எனுமிவை பலவுங் கூறி யிதையெடுத் தூர்க்கப் பாலாம்
வனமதி லெறிமி னென்றே வினர்சிலர் தமைவந் தன்னோர்
சினவயி னுனையிற் குற்றிச் செங்கையிற் பிடித்துச் சென்று
வினவியங் கெறிந்து மூழ்கி மீண்டடைந் தியம்பி னாரே. (74)

74. (1448) இவ்வாறு பலவும் கூறிப் பழித்த அவர்கள், ஏவலர் சிலரை அழைத்து, இத் தலையை எடுத்துப்போய் ஊருக்கு அப்பால் உள்ள காட்டில் எறியுங்கள் என்று கட்டளை இட்டனர். அதன்படி அவர்கள் வந்து சீற்றம் நிறைந்த வேல் முனையில் குத்தி எடுத்து, கையில் தூக்கிப் பிடித்தச் சென்று காட்டில் எறிந்து, நீரில் குளித்து முழுகிவிட்டு வந்து விவரம் தெரிவித்தனர்.

வனம் - காடு, இடுகாடு; ஏவினர் - கட்டளை இட்டனர்; சினம் - சீற்றம்; நுனை - முனை; குற்றி - குத்தி; மூழ்கி - குளித்து; மீண்டு - திரும்பி.

இயம்பவாங் கதனைக் கேட்டுள் ளிதையத்தின் மகிழ்ச்சி கூர்ந்து
வியன்பெற வமைச்ச னீன்ற விகசித மலர்ப்பூங் கொம்பை
நயத்திரு சரணம் போற்றி நானிலந் தழைக்க யாங்கள்
பயன்பல பெருகி வாழப் பட்டம்பெற் றிடுமி னென்றார். (75)

75. (1449) திரும்பி வந்தவர்கள் கூறியதைக் கேட்டு உள்ளம் மகிழ்ந்தனர். பெருமை கொள்ளும்படி அமைச்சன் பெற்ற மலர்ந்த பூங்கொம்பு போன்ற பல்கீசை அன்புடன் அணுகிப் போற்றிப் பணிந்து, உலகம் செழித்துத் தழைக்கவும் நாங்கள் நற்பயன் பெற்று வாழவும் தாங்கள் அரசுப்பட்டம் பெற்றிடுங்கள் என்றனர்.

இயம் - சொல்ல; கூர்ந்து - மிகுந்து; வியன் - பெருமை; விகசிதம் - மலர்தல்

அத்தனும் விரைவ தாகப் பெறுமினென் றமுதுக் கோதி
யுத்தர மிகுளை யார்கட் குதவத்தெள் ளமுது மின்னுஞ்
சுத்தவொண் மதியு மொன்றாய்த் துலங்கல்போ லிலங்கு மாதைத்
தத்தைமென் மொழியை வாசந் தரும்புன லாட்டி னாரே. (76)

76. (1450) தந்தை யூசருகும் விரைந்து அரசுப்பட்டம் பெறுக என்று வானமுதம் போன்ற மகளிடம் கூறி, தோழிமாரும் ஏவலரும் ஆன மாதர்க்கு ஆவன செய்யும்படிக் கட்டளையிட்டான். அதன்படி தெள்ளமுதத்தின் ஒளிவீச்சும் தூய ஒளிவீசும் நிலாவும் ஒன்றாகச் சேர்ந்து விளங்குவதுபோல் இலங்கும் பல்கீசாகிய கிளிமொழியாளை நறும்புனல் ஆட்டினார்கள்.

அத்தன் - தந்தை; உத்தரம் - கட்டளை; இகுளையார் - தோழியர்; உதவ - இட; துலங்கல் - விளங்கல்; இலங்கல் - ஒளிசெய்த; தத்தை - கிளி.

தேகநீர் புலர்த்தி யாடை புனைந்துவா சமுந்தி மிர்ந்து
மேகநீள் குழலை வார்ந்து முடித்துமின் னணிகள் பூண்டு
மாகமீ துலவு வாச மலர்ச்செண்டு கையிற்கொ டுத்துத்
தோகையா ரலங்க ரித்துச் சுடர்மணி மனையில் வைத்தார். (77)

77. (1451) உடலில் நீரை உலர்த்தி, ஆடைகள் உடுத்து, நறுமணம் பூசி, மேகம் போன்ற நீண்ட கூந்தலை வாரி முடித்து, மின்னும் வயிரங்கள் புனைவித்து, வானளவு மணம் கமழும் மலர்ச்செண்டு கையில் கொடுத்து, மயில் போன்ற மாதர்கள் கூடி பல்கீசை அலங்கரித்து, சுடர் இலங்கும் மணி பதித்த வீட்டில் அமரவைத்தனர்.

தேகம் - உடம்பு; புலர்த்தி - உலரச்செய்து; திமிர்ந்து - பூசி; மின்னணி - ஒளிரும் நகை; மாகம் - வானம்; மனை - வீடு.

மடவியர் வனைதல் செய்து வந்துதா தையின்பாற் சொன்னார்
திடனுறு தாதை யந்தச் சேனைகா வலர்பா லீதே
முடிபுனை முகுர்த்த மென்றான் மொய்ம்பினோர் சிலரை யேவித்
தடமுடி யரசன் சிங்கா சனந்தனை வரவ ழைத்தார். (78)

78. (1452) இளம்பெண்கள் அலங்காரம் முடித்தபின் தந்தை யூசருகிடம் கூறினர். உறுதிமிக்க தந்தை அதைப் படைத்தலைவர்களுக்கு அறிவித்து, முடி சூட்டுவதற்கு உரிய நல்ல நேரம் இதுதான் என்றான். அவர்கள் உடல் வலிமை மிக்க சிலரை ஏவி முடி புனைந்த அரசன் அமரும் அரியணையை வரவழைத்தார்கள்.

மடவியர் - இளம்பெண்டிர்; வனைதல் - அலங்கரித்தல்; திடன் - உறுதி; தாதை - தந்தை; சேனைகாவலர் - படைத்தலைவர்; முகுர்த்தம் - இரண்டரை நாழிகை கொண்ட நல்ல நேரம்; மொய்ம்பு - வலிமை; மொய்ம்பினோர் - வலிமை கொண்டவர்; சிங்காசனம் - அரசிருக்கை, அரியணை.

ஆசனந் தனையாங் கந்த வரண்மனை நடிவிற் சேர்த்துத்
தேசுறு மனையுள் ளேயா வருஞ்சென்று செறிந்து வைகி
மாசறு குயில்பல் கீசை யழைத்தவ்வா சனத்தில் வைத்தார்
நேசமுற் றியதன் றாதை நிறைமணி மகுட மிட்டான். (79)

79. (1453) இருக்கையை அந்த அரண்மனையின் நடுக்கூடத்தில் வைத்தார்கள். அந்த அழகிய மனையின் உள்ளே யாவரும் கூடி நெருங்கி நின்றார்கள். குற்றமற்ற குயிலான பல்கீசை அழைத்து அவ் வாசனத்தில் அமரவைத்தார்கள். அன்பு நிறைந்த தந்தை, தன் கையால் மகள் தலையில் மணிமுடி சூட்டினான்.

தேசு - அழகு; செறிந்து - நெருங்கி; வைகி - இருந்து; மாசு - குற்றம்; அறு - இல்லாத; நேசம் - அன்பு.

நல்லியற் பெரியோ ரியாரு மாசிக ணவின்று வாழ்த்த
மெல்லிய ரருகு சூழ்ந்து மின்கள்போற் பணிகள் செய்யப்
பல்லியம் பதினெட் டேழு பரவைபோ லொலிப்ப தாக
மல்லலம் பூரி சின்னம் வலம்புரி சிலம்பி யார்ப்ப. (80)

80. (1454) நற்குணப் பெரியோர்கள் இறைஞ்சி வாழ்த்தினார்கள். மெல்லியலாரான இளம்பெண்கள் மின்மினிப் பூச்சிகள் போல் அருகில் நின்று பணிவிடை புரிய பதினெட்டு வகை வாத்தியங்களும் ஏழு கடல்களும் முழங்குவதுபோல் ஒலிக்கட்டும். மல்லலம், பூரி, சங்கு, வலம்புரி முதலிய கருவிகள் ஓங்கி ஒலிக்கட்டும்.

நல்லியல் - நற்குணம்; மின் - மின்மினிப் பூச்சி; பல்லியம் - இசைவாத்தியம்; பரவை - கடல்; சின்னம் - சங்கு; சிலம்பல் - ஒலித்தல்.

திங்கண்மேற் பருதி போலச் செழுமணி முடிப்ர காச
மெங்கணு மிலங்க வோர்வெண் குடையிட மரையி ரட்ட
வங்கசாந் தாற்றி யம்பொன் விசிறிக ளசைத்து நிற்கச்
செங்கரும் பனைய சொல்லா ரிரத்னதீ பங்க ளேந்த (81)

81. (1455) நிலாவின் மீது சூரியன் அமர்ந்ததுபோல் அழகு கொழிக்கும் மணிமுடியின் ஒளி எங்கும் நிறைந்திருக்க, வெண்கொற்றக் குடை நிழல் பரப்ப, கவரி வீச, வெள்ளியால் கால்வட்டமாக செய்து மயிற்பீலி குஞ்சம்

வைத்த அழகிய பொன்விசிறிகள் அசைத்துநிற்க, செங்கரும்புபோல் இனிக்கும் மொழியுடைய கன்னிப் பெண்கள் இரத்தின தீபங்கள் ஏந்தி நிற்க

திங்கள் - நிலா; பருதி - சூரியன்; மரை - கவரிமான், அதன் முடியால் செய்யப் பட்ட கவரி; இரட்ட - வீச; வங்கம் - வெள்ளி; சாந்தாற்றி - கால்வட்டமாக பீலிக் குஞ்சம் வைத்த விசிறி; அம் - அழகு; அம்பொன் - அழகுபொன்.

உலகமெவ் வெவைக்குந் தாயா யுமிழ்கதிர் மணியாய் மாசற்
றிலகுமொண் மதியாய்க் கற்பு வடிவதா யெமன்றே யத்துக்
கலர்நிகர் குணங்கள் வாய்ந்த வரசியாய் பல்கீ சென்னுங்
குலமயி லுதித்த தென்றே கட்டிங் கூறி நிற்க. (82)

82. (1456) எல்லா உலகுக்கும் தாயாகவும், ஒளியுமிழும் வயிர மணியாகவும் கறை நீங்கி இலங்கும் ஒளிநிலவாகவும் கற்பின் வடிவாகவும் எமன் நாட்டிற்கு நீர் போல் தெளிந்த தூய குணங்கள் வாய்க்கப்பெற்ற அரசியாகவும் பல்கீசு என்னும் நற்குல மயில் தோன்றிவிட்டது என்று கட்டியம் கூறி நிற்க

மாசற்று - கறைநீங்கி; ஒண்மதி - ஒளிநிலா; அலர் - நீர்; கட்டியம் - எழுச்சி

சேனைநால் வகையுஞ் சூழச் சிறந்துள தலைவ ரியாரும்
பானுபங் கயஞா யம்போற் பதந்துதித் தன்பு கூர
வானவ ரெமன்றே யத்தோர் சின்கள்கண் மணிபோற் பெற்ற
நானவொண் புயத்து வீர னயனங்கள் களிப்ப தாக. (83)

83. (1457) நால்வகைப் படையும் சூழ்ந்து நிற்க, திறம்சிறந்த தலைவர்கள் எல்லாம் சூரியனைக் கண்ட தாமரை போல் முகம் மலர்ந்து பாதம் பணிந்து அன்பு மிகுதியைப் புலப்படுத்தி நிற்க, வானவர் எமன் நாட்டார் சின்கள் ஆகியோரின் கண்மணி போன்ற கத்தூரி கமழும் பருத்துச் சுடரிலங்கும் தோளுடைய வீரர்களின் கண்கள் களிப்பதாக!

சேனை - படை; நால்வகை - குதிரை, யானை, தேர், காலாள் படைகள்; பானு பங்கய ஞாயம் - சூரியனைக் கண்டு தாமரை மலரும் நியதி; நானம் - கத்தூரி, வானவர் எமன் நாட்டார் சின்கள் ஆகிய மூவினத்திலும் கண்மணி போன்ற வீரர்கள். நயனம் - கண்.

ஆனவெத் துணைக்கு மேலாந் தருமமு மறிவு மன்பு
நானிலந் திகழ்செங் கோலும் புகழுநா ரியர்கள் கற்பு
மானமு மெழில்சேர் கல்வி மார்க்கமும் முரசு மூன்றுந்
தானமுந் தவமு மாறாச் செல்வமுந் தழைத்து வாழ்க. (84)

84. (1458) எல்லாத் துணைகளுக்கும் மேலான தருமம் அறிவும் அன்பும் உலகில் திகழும் செங்கோலும் புகழும் மாதரார் கற்பும் மானமும் பயன்மிக்க கல்விநெறியும் முரசு மூன்றும் முழங்கவும் தானமும் தவமும் மாறாத செல்வமும் தழைத்து வாழ்க.

பாட்டு 80 இல் 'ஆசிகள் நவின்று வாழ்த்த' என்பதில் தொடங்கி 80, 81, 82, 83, 84 ஆகிய ஐந்து பாட்டுகளும் ' நல்லியற் பெரியோர்' செய்த வாழ்த்து மொழிகள்.

நாரியர் - பெண்கள்; நானலம் - உலகம்; முரசு மூன்று - வெற்றி முரசு, கொடை முரசு, மணமுரசு; தருமம் என்பது இரந்து கேட்போர்க்கு அளிப்பது. தானம் என்பது கொடையாளர் தாமே உவந்த அளிப்பது. தருமம் வறியோர்க்கு உரியது. தானம் சில தொழில் உடையர்க்கு உரியது.

பரபதி யரசர் கஞ்சப் பதந்துதித் திறைஞ்சிச் செம்பொன்
குருமணி குவித்து நிற்கக் கொடுவிட முழுது நீக்கி
யுரியதெள் ளமுத மொன்றாங் குதித்ததாய்ச் சபபின் மீதே
மருமலர்க் குழல்பல் கீசு மகிழ்ந்தர சிருந்தா ளன்றே. (85)

85. (1459) உலக அரசர்கள் ஒளிவீசும் மணிகளைக் குவியலாகக் குவித்துத் தாமரை மலர்போன்ற பாதங்களைப் பணிந்து வாழ்த்தி நிற்க, கொடிய நஞ்சு முழுமையும் நீக்கி உரிய தெள்ளமுதம் ஒன்று அங்கே தோன்றியதுபோல், சபபு நாட்டில் நறுமண மலர்சூடிய கூந்தலுடைய பல்கீசு அரசிருந்தாள். 'கொடுவிடம் முழுதும் நீக்கி உரிய தெள்ளமுதம் ஒன்று ஆங்கு உதித்ததாய்' பாடி உள்ளது புராண மரபு செய்தியை அடிப்படையாகக் கொண்டது. அமுதம் வேண்டித் தேவர்கள் பாற்கடலைக் கடைந்தபோது முதலில் ஆலகால விஷமும் பின்னர் அமுதம் வெளிப்பட்டது என்றும் புராணம் கூறும்.

பரபதி - அயல் நாடு; கஞ்சம் - தாமரை; குரு - ஒளி; மரு - மணம்.

மிகவளம் பெருகி யோங்கி விளங்குதென் வகுதை வாழு
மகுமது நயினா னீன்ற துரையப்துல் காதிர் கைபோல்
விகசித மலர்ப்பூந் தாரு வுறையும்விண் மகளிர் பூணு
நகுமணி யணிய தொப்பாய் நலத்துயிர்க் குயிரா யுற்றாள் (86)

86. (1460) மிக்க வளம் பெருகி ஓங்கிவளரும் கீழைக்கரையில் வாழும் மகமது நயினான் ஈன்ற மகன் அப்துல் காதிரின் கை போல் மலர்ந்த பூங் கொம்புகளில் உறையும் வானுலகப் பெண்கள் பூணுகின்ற வயிரம் பதித்த நகைக்கு ஒப்பாக மக்கள் உயிருக்கு உயிராய் அமைந்தாள்.

அப்துல் காதிரின் கைபோன்ற பூங்கொம்பு என்றும், அவன் கை பொன் பொருளை வழங்குவது போல் பூ உதிர்க்கும் கிளை என்றும் பொருள் படுமாறு அமைத்துப் பாடுகின்றார். தங்க நகையில் வயிரமணி பதித்தது போல், பூங்கொப்பில் வானவப் பெண்கள் உறைவது போல் பல்கீசு சபபில் அரசமர்ந்தாள் எனப் பெறவைத்தார். வகுதை - கீழைக்கரை; விகசிதம் - மலர்தல்; தாரு - மரக்கொம்பு, மரம்; நகுதல் - ஒளிவிடுதல்; உற்றாள் - ஆயினாள்.

இருக்கு நாண்மணிகள் செம்பொன் னணிகண்மற் றிதுபோற் செல்வச்
செருக்கருள் பொருள்கள் கோடா கோடிதே டிச்செ றித்துத்
தரித்துமுன் னிருந்த தொன்றுக் கனந்தநாற் றானை வீரர்
விருப்பவா யுதங்கள் சேர்த்து மிகமகிழ்ந் தினிது வாழ்ந்தார். (87)

87. (1461) சபபு மக்கள் வாழும் நாளெல்லாம், வயிரமணிகள் செம்பொன் அணிகள் போலுள்ள செல்வச் செருக்கை உண்டாக்கும் பொருள்கள் கோடி கோடியாகத் தேடிச்சேர்த்துத் திரட்டி அணிந்து மகிழ்ந்தார்கள். நாற்படை

களையும் முன்னர் இருந்ததை விடப் பல மடங்கு பெரியதாகப் பெருக்கி, படை வீரர்கள் விரும்பும் எல்லா வகையான ஆயுதங்களையும் சேர்த்து, மனமகிழ்ச்சியுடன் இனிதே வாழ்ந்தார்கள்.

இருக்கும்நாள் - வாழும்நாள்; செருக்கு - பெருமிதம்; செறித்து - தொகுத்து வைத்து; தரித்து - அணிந்து; ஆயுதம் - போர்க்கருவி. 'மணிகள் செம்பொன் அணிகள்' என்றதனால் செல்வ வளமும படைப்பெருக்கமும் ஆயுதப்பெருக்கமும் கூறியதனால் மக்கள் பாதுகாப்பு நிலையும் கூறினார். ஆதலால் ' மிக மகிழ்ந்து இனிது வாழ்ந்தார்' என்க.

பல்கீசு அரசுரிமைப் படல முற்றிற்று.
படலம் - 30க்கு திருவிருத்தம் 1461

31. பல்கிசுக்குப் பத்திரமனுப்பின படலம்
படலச்செய்தி

கொடியவன் சுராயிகுவின் தலையை அறுத்து அவன் அரசைக் கைப்பற்றிய பல்கீசு அரசுநீதி தவறாது ஆட்சி நடத்தினாள். சிலநாள்களில் தந்தை யூசருகு காலமானான். தொடர்ந்து தாயைப் பெற்றவனாகிய பாட்டன் உடல்நலம் குன்றினான். தனக்கு மரணம் நெருங்கிவிட்டதை உணர்ந்த அவன் தனக்குப் பின் பேர்த்தி பல்கீசுக்குத் தன்னுடைய அரசுரிமையை அளித்தான். சில நாள்களில் அவன் இறந்தான். இதனால் மனிதர்களுக்கும் சின்களுக்கும் அரசி ஆனாள் பல்கீசு.

எமன் நாட்டில், மனிதர்களுக்கும் சின்களுக்கும் அரசியாக பல்கீசு பேரரசு புரியும் காலத்தில் ஒருநாள் சுலைமான் நபி, ஓரிடத்தை நாடிப் பயணம் புறப்பட்டார். வழக்கம்போல் நாற்படை சூழ தங்க விமானத்தைக் காற்று சுமந்து செல்ல வானவெளியில் பயணம் செய்தார். விமானத்திற்கு மேலே பறவைகள் சிறகு விரித்து நிழல் பரப்பி வந்தன.

விமானம் சன்ஆ என்னும் இடத்திற்கு உயரே பறக்கும்போது தொழுகை நேரம் நெருங்கியது. எனவே இறங்கினர். அது பாலை நிலம் ஆதலால் அங்கு நீர் இல்லை. நீர்தேடி வரும்படி குதுகுதுப் பறவையை அனுப்பினார். காடு மலை என்று பல இடங்களில் தேடியும் நீர் காணப்படாததால் நெடுந்தொலைவு சென்றது. அங்கே ஒரு பூஞ்சோலை இருப்பதைக் கண்டது. அச் சோலையில் ஒரு குதுகுது இருப்பதைக் கண்டது. அதன் பெயர் அன்பீன். அது நீ யார் எனக் கேட்டது.

சுலைமான் நபி அனுப்பிய குதுகுதின் பெயர் எகுபீர். எகுபீர் தன்னைப் பற்றியும் தான் வந்த நோக்கத்தையும் சொல்லி நீ யார் என்று கேட்டது. எமன் நாட்டின் சபபு நகரில் இருந்து மனிதர்களையும் சின்களையும் ஒருசேர ஆளும் பேரரசி பல்கீசின் குதுகுது என்றது. அவள் அழகையும் செங்கோல் நேர்த்தியையும் காண வா என்று அழைத்தது. தொழுகைக்கு ஒலுச் செய்ய நீர் தேடி வந்தேன். நேரம் தவறினால் பிழைக்கிடமாகும் என்றது எகுபீரு.

பல்கீசின் பேரழகைப் பார்த்துச் சொன்னால் அவள் மகிழ்வார் என்றது அன்பீன். எகுபீரு உடன்பட்டுச் சென்றது. சென்று கண்டது. நாட்டு வளத்திலும் நகர் அழகிலும் மகிழ்ந்த எகுபீரு, பல்கீசின் பேரழகையும் அவள் அமரும் அரியணையின் இணையற்ற நேர்த்தியையும் கண்டு வியந்தது. நபியிடம் இவற்றைச் சொல்லவேண்டும் என்ற முடிவுடன் விடைபெற்றுப் பறந்தது.

இதற்கிடையே தொழுகை நேரம் பிந்துவதையும் குதுகுது இன்னும் திரும்பாததையும் கண்ட சுலைமான் நபி (அலை) சினம் கொண்டார். கழுகையும் பருந்தையும் அழைத்து இன்னும் திரும்பி வராத குதுகுது எவ் விடத்தில் இருந்தாலும் பிடித்து வாருங்கள். கடுமையாகத் தண்டிக்க வேண்டும் என்றார். அவை பறந்தன. எமன் வெளியில் செல்லும்போது கழுகு பிந்தியது. பருந்து முந்தியது. குதுகுது வருவதை முதலில் கண்ட பருந்து அருகில் போய்த் தாவிப்பிடித்தது. நீ தொலைந்தாய் என்று அழுத்திப் பிடித்தது. வேதனை பொறுக்காத குதுகுது உனக்கு இந்த வலிமை தந்தவன்மேல் ஆணை. என்னை மெதுவாகப் பிடி என்றது. பருந்து அவ்வாறே பிடியின் கடுமையைத் தளர்த்தியது. இதற்குள் கழுகும் வந்து சேர்ந்துகொண்டது. மூன்று பறவைகளும் நபியிடம் வந்தன. சினத்துடன் குதுகுதைப் பிடித்தார். காலை ஒரு கையிலும் தலையை ஒரு கையிலும் பிடித்தார். அப்படியே இழுத்துப் பிய்த்து எறியக் கருதினார். இதைக் கண்ட குதுகுது 'நாளை இறைவன் முன்னிலையில் நீர் இவ்வாறு நிற்கப் போவதை நினைத்துப் பாரும்' என்றது. உடனடியாக அதை விட்டுவிட்டார். பின்னர் தொழுகைக்கு ஒலுச் செய்ய நீர் தேடி விரைந்து வா என்றேன், இவ்வளவு நேரம் எங்கே போயிருந்தாய்' என்று கேட்டார். விவரமாக அனைத்தையும் கூறியது. ஒரு சின்னை ஏவி இதன்பின்னே போய் நீர் முகந்து நொடியில் வா என்றார். அஃது அவ்வாறே செய்தது. ஒலுச் செய்து தொழுதார். பின்னர் ஒரு கடிதம் எழுதி முத்திரை இட்டு குதுகுது கையில் கொடுத்தார். 'இதை அவள் அறியாமல் அவள் கையில் கிடைக்கச் செய்து மறைந்திருந்து நடப்புகளை அறிந்துவா என்று அனுப்பினார்.

கடிதத்துடன் சென்ற குதுகுது பல்கீசின் அரண்மனைக்குள் சென்றது. இரவு நேரமாதலால் பல்கீசு தூங்கினாள். கடிதத்தைக் கையின் மணிக்கட்டுக் காறை எலும்பின் மீது வைத்துவிட்டுச் சாளரத்தில் வந்து ஒளிந்து கொண்டது.

கண்விழித்த பல்கீசு கடிதத்தைக் கண்டு திகைத்து யார் கொண்டு வந்தது என்று தேடினாள். பூட்டிய கதவு பூட்டியபடியே இருந்தது. எவரையும் காணவில்லை. கடிதத்தைப் படித்துப் 'பயனுறும் கடிதம்' என்றும் இதை அனுப்பிய குரிசில் பார் முடியரசர்கள் எவர்க்கும் வியன்' என மதித்துக் கூறினாள். அப்பால் பணியாளரை அழைத்துப் 'படைத்தலைவர் பன்னீராயிரவரையும் அழைத்து வாருங்கள்' எனக் கட்டளையிட்டு அரச மன்றத்தில் வந்து அமர்ந்தாள். அனைவரும் வந்தனர். கடிதத்தைப் படித்துக் காட்டிக் கருத்துக் கேட்டாள். அவர்கள் அனைவரும் கலந்து பேசி, தங்கள் முடிவு எதுவோ அதுவே எங்கள் முடிவு என்றனர்.

'அரசர்கள் ஒரு நாட்டில் நுழைந்தால் அதைப் பாழ்படுத்திவிடுவர். நபி மார்கள் நுழைந்தால் அதைச் செழிப்பாக்குவர். அவர் நபியாக இருந்தால் அவரைப் பின்பற்றுவோம். அரசராக இருந்தால் போரிட்டு அவர் நாட்டைக்

கைப்பற்றுவோம். அவர் யார் என்பதைச் சோதித்தறிய வேண்டும். காணிக்கைப் பொருள்கள் அனுப்பி இயலாத செயல்கள் சிலவற்றைச் செய்யச் சொல்லிக் கேட்போம். சில கேள்விகளும் கேட்போம், அரசராய் இருந்தால் காணிக்கைப் பொருள்களை எடுத்துக்கொள்வார். மற்றஇரண்டும் அவரால் முடியாது. நபியாய் இருந்தால் பொருள்களைத் தொடமாட்டார். மற்றவை அவரால் இயலும்' என்றாள். தலைவர் பன்னீராயிரவரும்' இதுவே சூழ்ச்சியும் துணிவும்' என்றனர்.

இப் படலத்தில் உள்ள பெரும்பாலான செய்திகள் திருக்குர்ஆனில் உள்ளன. ஆனால் இவ்வளவு விரிவாக இல்லை. 'நபிமார்கள் வரலாறு கூறும்' கஸஸுல் அன்பியா' (தமிழ்ப்பதிப்பு)வில் விரிவாக உள்ளது. முழுக்க முழுக்க அதைத் தழுவியே இப் படலம் பாடப்பட்டுள்ளது. (பக்கம் 463-469)

இப் படலத்தில் இரண்டு குதுகுதுப் பறவைகள் வருகின்றன. ஒன்று சுலைமான் நபி (அலை) உடையது. இன்னொன்று பல்கீசுடையது. இரண்டுக்கும் பெயர் குறிக்கப்பட்டுள்ளது. நபியின் குதுகுதுக்கு எகுபீர் என்று பெயர். பல்கீசின் குதுகுதுக்கு அன்பீன் என்று பெயர். எகுபூர் என்பதை 'எகுபீரு' என்று குறிப்பிடுகிறார் புலவர். அன்பீனை எப்படிக் குறித்தார் என்று அறிய முடியவில்லை. இசுபின் என்றும் அசுபின் என்றும் இன்பின் என்றும் என்பின் என்றும் அன்பின் என்றும் வெவ்வேறு பதிப்புகளில் வெவ்வேறு வகையாக இடம் பெற்றுள்ளது. கஸஸுல் அன்பியாவை அடிப்படையாகக் கொண்டு 'அன்பீன்' என்று பயன்படுத்துவது பொருத்தமாகத் தோன்றுகிறது.

இப் படலத்தில் பல்கீசு நாச்சியாரின் ஆட்சி வலிமை பேசப்படுகிறது. மனிதர்களுக்கும் சின்களுக்கும் அரசி என்றும் அவரது படைத்தலைவர்கள் பன்னீராயிரம் பேர் என்றும் குறிப்பிடுகிறார். நபி சுலைமான் (அலை) அவர்களைத் திருமணம் செய்துகொள்ள இருக்கிறார். மனிதர் சின் விலங்கு பறவை அனைத்திற்கும் அரசரும் நபியும் ஆகிய அவர்களுக்குப் பொருத்தமான இணை என்று சொல்லும் வகையில் பல்கீசு நாச்சியாரை உருவகப்படுத்துகிறார் புலவர்.

பல்கீசு நாச்சியாரை 'அவர்' எனக் குறிப்பதா 'அவள்' எனச் சுட்டவதா என்ற தடுமாற்றம் பதிப்பாசிரியர்களிடையே இருந்துள்ளது. புலவரின் பல பாட்டுகளை நோக்க 'அவள்' என்று பாடியுள்ளதாகத் தோன்றுகிறது. நபியின் மனைவி என்பதாலும் 'உம்மஹாத்துல் மூமினீன் - மூமின்களின் தாய்' என்பதாலும் ஏற்பட்ட தடுமாற்றம் போலும்!

இப் படலத்தில் பாலை நிலம் ஏழு பாட்டுகளில் பாடப்பட்டுள்ளது. அடிப்படைக் கொள்கைக்கு முரண்பாடில்லாமல் தமிழ் இலக்கிய மரபை அடிதழுவி மிகச் சிறப்பாகப் பாடப்பட்டுள்ளது. படிக்கும்போதே பாலை நிலத்தின் அனல் உடலைத் தீண்டுவதுபோன்ற உணர்வு தோன்றுகிறது.

சொல்நலம் தெரியும் புலவர்கள் கவிக்கற்பனைகள்போல் தொகையினில் அடங்கள் என் நல வளமும் பெருகிய எமன்... (5)

பயன்உறும் முடங்கல் அனுப்பிய குரிசில் பார்முடி அரசர்கள் எவர்க்கும் வியன்..." போன்ற தொடர்கள் புலவர் உள்ளத்து உணர்வின் ஆழ்ந்த வெளிப்பாடுகளாகத் திகழ்கின்றன.

31. பல்கீசுக்குப் பத்திரம் அனுப்பின படலம்

எழுசீர்க் கழிநெடிலடி யாசிரிய விருத்தம்

காலமூன் றுணர்ந்த வமைச்சன்யூ சறுகு
கண்ணினுண் மணியென வுதித்த
வாலகோ மளவற் புதசவு மியபல்
கீசுதந் திரத்தினாற் கொடிய
சீலமே குடிகொண் டுளசுறா யிகுதன்
சென்னியைக் களைந்தவ னிருந்த
கோலவா சனத்தின் முடிபுனைந் திருந்து
கோன்முறை செலுத்திடு நாளில். (1)

1. (1462) மூன்று காலங்களையும் உணர்ந்தவன் ஆகிய அமைச்சன் யூசருகின் கண்ணின் மணியாகப் பிறந்த இளமையும் அற்புத அழகும் நிறைந்த பல்கீசு, கொடிய குணமே குடிகொண்டிருந்த சுராயிகுவின் தலையைத் தந்திரத்தினால் அறுத்து, அவன் அமர்ந்திருந்த அரியணையில் ஏறி முடி சூட்டிக்கொண்டு நீதியான நல்லாட்சி நடத்தும் நாளில்

உதித்த - பிறந்த; வாலம் - பால, இளைய; கோமளம் - இளமை; சவுமயம் - அழகு; சீலம் - ஒழுக்கம், குணம்; சென்னி - தலை; களைந்து - அறுத்து; கோலம் - அழகு; கோன்முறை - செங்கோல் முறை; முறை - நீதி.

தவம்புரிந் துளத்துட் பொருளென வளித்த
தந்தையூ சறுகுவிண் புகுந்தான்
சிவந்தவொண் பவள விதழ்மயி லுருகித்
தேகமுங் கருகிவாய் புலம்பி
யுவந்தரு ளனையு மிதுவரைக் குளதா
யுறைந்தவன் றனையெடுத் தடக்கி
நவந்தரப் புரியுஞ் சடங்குக ளெவையும்
புரிந்தக நலிவுதீர்ந் தனளே. (2)

2. (1463) அரிய தவம் செய்து உள்ளத்தின் உள்ளே வைத்துப் போற்றும் பொருளாக பல்கீசை அளித்த தந்தை யூசருகு இறந்து விண்ணுலகம் புகுந்தான். சிவந்து ஒளிவீசும் பவள இதழ் மயிலான அவள் உள்ளம் உருகினாள். உடல் கருகினாள். வாய் புலம்பினாள். உவந்து பெற்ற தாயாகவும் இதுவரை இருந்தவன் உடலை எடுத்து அடக்கி, செய்ய வேண்டிய சடங்குகள் யாவையும் செய்து மனத்தளர்ச்சி நீங்கினாள்.

விண்புகுந்தான் - இறந்தான்; உவந்து - மகிழ்ந்து; அருள் - பெற்ற; அனையும் - தாயும்; உறைந்தவன் - இருந்தவன்; நவம் - புதுமை; நலிவு - துன்பம், தளர்ச்சி.

இங்கிவை பெறுநாட் டம்மையீன் றெடுத்த
வனைகுமை யிறத்தினை யீன்ற
சின்களுக் கரச னிறக்குநா ளறிந்து
தனதுசிங் காசன வரசை

மங்கையர் திலத மெனுமவர்க் களித்து
மாய்ந்தனன் மாய்ந்தமு தாதைக்
கங்கமு மனமு முருகியங் கடக்கிச்
சடங்குக ளனைத்துஞ்செய் தனளே. (3)

3. (1464) இவை நடைபெற்ற நாள்களில் தன்னைப் பெற்றெடுத்த அன்னை குமையிரத்தைப் பெற்றவனான சின்னரசன், தனக்கு மரணம் நெருங்கிவிட்டதை அறிந்தான். தனது அரியணையையும் அரசுரிமையையும் மங்கையர் திலகமாகத் திகழும் தன்னுடைய பேர்த்தி பல்கீசுக்கு அளித்துவிட்டு இறந்தான். உடலும் உள்ளமும் உருகி இறந்த பாட்டனுக்கு அடக்கச் சடங்குகள் செய்தாள்.

அனை - அன்னை, தாய்; மூதாதை - முன்னோன், பாட்டன்; அங்கம் - உடல்.

செய்தபின் சிலநா ளாங்கிருந் தவன்செங்
கோன்முறை நூன்முறை செலுத்தி
மொய்தரும் பலசின் கணங்களும் பணியா
முரட்பெரும் சின்களும் பணிய
வுய்தரு சிலதந் திரம்புரிந் தெவையும்
தமதுகை வசமுறப் படுத்தி
மைதரு குழலாள் சபபில்வந் துபைய
கோலுமொன் றாக்கிவாழ்ந் தனளே. (4)

4. (1465) செய்தபின் சிலநாள் அங்கே தங்கிப் பாட்டனின் செங்கோல் நீதியும் மரபும் நிலைபெற நடத்தினாள். திரண்ட சின் கூட்டங்கள் யாவும் பணிந்தன. பணியாது முரண்பட்டு விலகிய முரட்டுச் சின்களைத் தந்திரத்தால் பணிய வைத்துத் தன் கைவசப்படுத்திக் கொண்டாள். அப்பால் சபபுக்குத் திரும்பி இரண்டு அரசுகளையும் ஓரரசாக்கி ஆட்சி புரிந்தாள், மைபோல் கருத்துத் திரண்ட கூந்தல் உடைய பல்கீசு.

செங்கோன்முறை - நீதியான ஆட்சிமுறை; நூன்முறை - அறநூல்களால் கூறப்பட்ட ஒழுக்கங்களும் காலம்காலமாக அவை பின்பற்றப்படும் மரபும்; மொய்தரும் - மொய்த்திருக்கும்; கணம் - கூட்டம்; உய்தரும் - மீட்சிதரும்; கைவசமுறப் படுத்தல் - கைவசப்படுத்தல்; மை - கறுப்புமை, மேகம்; உபயம் - இரண்டு.

சொன்னலந் தெரியும் புலவர்கள் கவிக்கற்
பனைகள்போற் றொகையினி லடங்கா
தென்னல வளமும் பெருகிய வெமன்சூழ்ந்
திடுசப பெனுநக ரினிலே
யன்னமென் னடைபல் கீசுகோல் புரியுங்
காலத்தி லகத்திலோர் தலத்தை
யுன்னியத் தலத்துக் கேகவென் றெழுந்தா
ருயர்புகழ் சுலையுமா னபியே. (5

5. (1466) சொற்களின் பொருள் நலம் தெரிந்த புலவர்கள் செய்த பாட்டுக் கற்பனைகளில் எல்லா நலங்களும் பொருள் வளமும் தொகையில் அடங்காது பெருகுதல் போல் நலங்களும் வளமும் பெருகிக் கிடக்கும் எமன் நாடு. அந்

நாட்டின் சபபு நகரில், அன்னப் பறவைபோல் மென்னடை பயிலும் பல்கீசு நீதியான அரசு புரியும் நாளில், மனத்தில் ஓர் இடத்தை எண்ணி அங்குச் செல்லப் புறப்பட்டர் புகழ் உயர்ந்த சுலைமான் நபி.

சொன்னலம் - சொல்நலம்; தொகை - எண்ணிக்கை, மதிப்பு; கோல் - செங்கோல், நீதியரசு; அகம் - மனம்; தலம் - இடம்; உன்னி - எண்ணி, கருதி; ஏக - போக; எழுந்தார் - புறப்பட்டார்.

விரிந்தொளி பரப்பு நவமணிக் கனக
விமானத்தி லேறினர் சூழ
வரும்பல தளதந் திரிகளு மொருநால்
வகைத்தளங் களும்பணி விடைகள்
புரிந்து நின் றிடுசின் களுமணி மகுடம்
புனைந்தமன் னவர்களிற் சிலருந்
தெரிந்தகல் வியரு மருந்தவத் தினருந்
திரண்டுட னேறினர் செறிந்தே. (6)

6. (1467) விரிந்து ஒளிபரப்பும் நவமணிகள் பதித்த தங்க விமானத்தில் ஏறினார். படைத் தலைவர்களும் அமைச்சர்களும் நால்வகைப் படையினரும் பணிவிடை புரியும் சின்களும் முடிசூடிய மன்னர்களில் சிலரும் கல்வி கற்றவர்களும் மருத்துவர்களும் சூழ்ந்து திரண்டு உடன் ஏறிச் செறிந்தனர்.

கனகம் - பொன்; விமானம் - வானூர்தி; தளம் - படை; தந்திரி - அமைச்சர்; செறிந்து - நெருங்கி

மேற்றிகழ் முகின்மண் டலத்தினை யடுத்து
விரைவொடு புகுதுமப் பொழுது
தோற்றியொண் கனக நவமணிக் கிரணந்
துலங்கப்பட் சிகள்சிறை விரித்து
நாற்றளத் தொகைக்கு நபிக்குமெவ் வகைக்கு
நன்னிழல் புரிந்துடன் வரவே
காற்றெடுத் துயர்ந்து பறந்தது நிதமங்
கலநகர்ச் சாமினி லிருந்தே. (7).

7. (1468) மேலே இருக்கும் மேக மண்டலத்தை நெருங்கி விரைந்து நுழையும்போது, ஒளிவீசும் தங்கம், நவமணிச் சுடர்க்கதிர் போல் துலங்கும் பறவைகள் தோன்றிச் சிறகு விரித்து, நால்வகைப் படைக்கும் நபிக்கும் மற்றவர்க்கும் வெயிலின் வெப்பம் தாக்காது இருக்க குளிர்ந்த நிழல் பரப்பிவர, நாள்தோறும் மங்கல முரசு முழங்கும் ஷாம் நகரில் இருந்து விமானத்தைச் சுமந்து உயர்ந்து பறந்தது.

தோற்றி - தோன்றி; கனகம் - பொன்; கிரணம் - ஒளிக்கதிர்; பட்சி - பறவை; சிறை - சிறகு; நாற்றளம் - நால் வகைப் படை; தொகை - தொகுதி; மங்கலம் - திருமணம் போன்ற மகிழ்ச்சி தரும் நிகழ்ச்சிகள், வாழ்த்து; நிதம் - நாள்தோறும்.

சூழ்ந்தணி யணியாய்ச் சிறைகளை விரித்துத்
தொகைப்பற வைகள்வெயின் மறைத்துப்

போந்திடு பொழுது பலமணி நிறங்கள்
புரிவதாற் கதிர்மணி வயிற்றிற்
சேர்ந்துள முகில்க ளெவைகளு நாணிச்
சிதறியோ டியதவ ணிருந்த
மாந்தர்சின் கணமுன் பார்த்தபுள் ளலது
மறுத்தொரு புள்ளைப்பார்த் திலரே. (8)

8. (1469) கூட்டப் பறவைகள் சூழ்ந்து அணி அணியாய்ச் சிறகுகள் விரித்து வெயிலை மறைத்துப் போகும் போது, பல வண்ண நிறங்கள் பரப்பின. மின்னல் ஒளி வயிற்றில் சேர்ந்துள்ள மேகங்கள் அதைக் கண்டு வெட்கம்கொண்டு சிதறி ஓடின. ஆதலால், அங்கிருந்த மனிதர்களும் சின் கூட்டங்களும் முன்னர் பார்த்த பறவைகள் அல்லாது வேறொரு பறவையைப் பார்க்கவில்லை.
பறவைகளைப் போலவே மேகக் கூட்டங்களும் பல வண்ணக் கோலம் காட்டி மயக்கின. வண்ணமும் வடிவும் நோக்கி வண்ணப் பறவைத் தொகையோ என்னுமாறு தோன்றின. சிறகு விரித்த மெய்யான பறவைகளின் சுடர் வண்ண அழகைக் கண்டு நாணிய மேகக் கூட்டங்கள் சிதறி ஓடிவிட்டன. ஆதலால் நிழல் பரப்பி வரும் பறவைக் கூட்டம் அல்லாது வேறு ஒன்றும் இல்லை.

அணி - வரிசை; தொகை - கூட்டம்; வெயின் - வெயில்; போந்திடும் போது - போகும்போது; அவண் - அங்கு; புள் - பறவை; அலது - அல்லாது.

பெருகிய யெகளியந் தரதல முழுதும்
பிறங்கச்சென் றிடுமள வினிலே
யொருவெறுந் தரைசன் னாவதென் றிடுபே
ருடையது தோன்றிய தப்போ
தருமுறைப் பொருளா மொருவனை வணங்கு
நேரமு மடுத்ததா தலினாற்
றருமவுள் ளுயிராந் திருநபி விமானந்
தனையவ ணிருத்தென விசைத்தார். (9)

9. (1470) பெருகிய ஒளி வான மண்டலம் அளாவிச் சுடரச் சென்ற போது ஒரு வெறுந்தரை தென்பட்டது. அதன் பெயர் சன்ஆ. அப்போது வேதத்தின் உட்பொருளாய் இலங்கும் ஒருவனாகிய இறைவனை வணங்கும் நேரம் நெருங்கிற்று. ஆதலால், தருமத்தின் உள்ளுயிராய் இலங்கும் நபி விமானத்தை அங்கே இறக்கி நிறுத்து என்று கூறினார்.

அந்தரதலம் - வானவெளி; பிறங்குதல் - ஒளிர்தல்; வெறுந்தரை - விளைச்சல் நிலமோ மனிதர் குடியிருக்கும் வீடுகளோ இல்லாத வெற்றிடம்; ஒருவன் - இறைவன்; அடுத்தது - நெருங்கிவந்தது; அவண் - அங்கு; இசைந்தார் - கூறினார்.

விரைசெசெழுங் கமல மலரெனுந் திருவாய்
மலர்ந்துவிள் ளலும்விரை வாயத்
தரைதலத் தினிற்காற் றிறக்கிவைத் ததுவத்
தலத்தினைப் போற்கொடும் பாலை
யுரைத்திட வெனிலுஞ் செவியினிற் கேட்ட
திலையிவ ணுற்றவர் காற்றங்

கிருத்திடு பொழுதி லெவையுநீ றாத
தெழிற்றிரு நபிபறக் கத்தே. **(10)**

10. (1471) நபி தமது நறுமணம் கமழும் தாமரைச் செழுமலர்த் திருவாய் மலர்ந்து சொன்னதும் காற்று விரைந்து அவ் விடத்தில் இறக்கி வைத்தது. அவ் விடத்தைப் போன்ற கொடிய பாலைநிலம் வேறு ஏதும் இருப்பதாக யாரும் சொல்லி அங்கிருந்தவர்கள் கேட்டதே இல்லை. காற்று அங்கே விமானத்தை இறக்கி நிறுத்தியதும், அங்கு வீசிய அனலில் எதுவும் எரிந்து சாம்பல் ஆகவில்லை. இது அழகு திருநபியின் பரக்கத் ஆகும்.

விரை -நறுமணம்; கமலம் - தாமரை; விள்ளல் - சொல்லல்; இவண் - இங்கு; உற்றவர் - உள்ளவர்; நீறாதது - சாம்பலாகாது இருப்பது; நீறு - சாம்பல்.

எழுசீர் ஆசிரியப் பா

வேறு சந்தம்

உடலியாதும் வெந்து விடுநேர்பொ ருந்தி
லெனுமோர் பயங்கொ ளுவதாற்
சுடரோ னொதுங்கி நிதமோடு கின்ற
சுடுபாலை யென்ற தலமே
வடவா னலங்க ருகியே யொடுங்கி
மறைவா யகன்று விடவே
யிடையூ றிடுங்க னலுமே விளங்கி
லிதுகோடி பங்க திகமே. **(11)**

11. (1472) அந்த இடத்திற்கு நேராக வந்தால் உடல் முழுவதும் வெந்துவிடும் என்னும் அச்சம் கொள்வதால் நாள்தோறும் சூரியன் ஒதுங்கி ஓடுகின்றது. அத்தகைய சுடும் பாலைநிலம் அது. தன் வட்ட மேனிநலம் கருதி ஒடுங்கி மறைவாகப் போய்விடுகிறது மேகம். அதனால் துன்பம் செய்யும் கனல் பொங்கி எழுந்து சுடும் கொடுமையைக் கோடி பங்கு அதிகமாக ஆக்கிவிட்டது.

சுடரோன் - சூரியன்; வடம் - வட்டம்; வான் - மேகம், வானமும் ஆம்.

எழுமேக மண்ட லமெலாமி தன்கண்
ணெழுகானன் மண்டு கொடிதா
லழுமாரி சிந்து மதுநீள்வி சும்பி
னிடைவேகு மன்றி நிலமென்
மழையோர் தினந்த னிலுமே பொழிந்த
திலைமாறு கொண்ட மனமா
மிழிவான வஞ்சர் சினமா யழன்றெ
ரிவதா யிருந்த சுரமே. **(12)**

12. (1473) திரண்டு எழும் மேக மண்டலங்கள் எல்லாம் இத் தலத்தில் மண்டி எழும் கானலின் கொடுமையால் எழுவகை மேகமும் பொழியும் மழைநீர் எல்லாம் வானத்திலேயே வெந்து காய்ந்து ஆவியாகி விடும். இவ்வாறு

ஆவதல்லால் ஒரு நாளும் மழைநீர் நிலத்தில் வீழ்ந்ததில்லை. நிலை மாறுபாடு கொண்ட இழிந்த மனமுடைய வஞ்சகரின் சினம்போல் கனன்று எரிகின்ற பாலை நிலம் அது.

கானல் - கனல், வெப்பம்; கொடிதால் - கொடியது; எழுமாரி - ஏழுவகை மாரி; விசும்பு - வானம்; அழன்று - அனல் கொண்டு; சுரம் - பாலைநிலம்.

பகலோ னகன்று நடுயாமம் வந்து
பனிமாரி யென்று விழுபோ
தகலாத னந்த குளிர்மேவு சந்த்ர
னதைநேர்கொள் கின்ற வளவே
தகுசூடு கொண்டொ ளிருமேனி வெந்த
தனிலே தழும்பு ளதையே
புகல்வார்க ளங்க மெனநீர் வளைந்த
புவியோர் நிசங்க மிதுவே. (13)

13. (1474) கடல் நீரால் வளைத்துக்கொள்ளப்பட்ட உலகில் உள்ளவர்கள் நிலாவில் களங்கம் இருப்பதாகச் சொல்கின்றார்கள் அன்றோ? அஃது எப்படி உண்டானது? சூரியன் மறைந்தது. இரவு வந்தது. நடுச்சாம நேரம். பனிமழை போல அப்போதும் அனல்வீசியது. குளிர் அகலாத நிலவுவந்து அதை எதிர் கொண்டது. அப்போது பாலையின் வெப்பம்தாக்கி நிலாவின் மேனி வெந்தது. அதில் ஏற்பட்ட தழும்பையே களங்கம் என்கிறார்கள். இஃது உண்மை!

பகலோன் - சூரியன்; பனிமாரி என்று விழுபோது - பனிமழைபோல அனல் விழும்போது; அனந்தகுளிர் - அளவற்ற குளிர்; நேர்கொள்கின்ற - எதிர் கொள்கின்ற; வெந்ததனிலே - வெந்து அதனிலே; புகல்வார்கள் - சொல்வார்கள்; புவியோர் - உலகோர்; நிசங்கம் - இணக்கம், உண்மை. இரவிலும் தணியாத வெப்பத்தில் நிலாமேனி வெந்து தழும்பு உண்டாயிற்று. அத் தழும்பையே நிலாவில் உள்ள களங்கம் என்று சொல்வார்கள்.

எவைதா னிணங்கு முவமான மிந்த
நிலமீது பொங்கி யெழுதீ
யிவைநீள விண்ட கமரானு ழைந்து
சுடுசூ டெனுங்கொ டுமையாற்
றவறாது கொண்ட விடைவேறு கொம்பு
தனின்மாறு கின்ற செயலே
புவிமாத திர்ந்த சைவதான தென்று
புகலாற தன்றி யுளவோ. (14)

14. (1475) பொருத்தமான உவமை எது? இப் பாலைப் பூமியில் பொங்கி எழும் நெருப்பு நீளமாக உயர்ந்து பிளந்து வெடித்தது. இந்தப் பூமியைத் தன்னுடைய ஒரு கொம்பில் சுமக்கும் காளைமாடு அந்த வெடிப்பினுள் நுழைந்து, வெப்பத்தின் கொடுமையால் சூடு சூடு என்று பதறி, தன்னுடைய ஒரு கொம்பிலிருந்து இன்னொரு கொம்பிற்கு பூமியை மாற்றுகிறது. இவ்வாறு சொல்வதன்றிச் சொல்ல வேறேதும் உளதோ?

இந்தப் பூமியை ஒரு மாடு தன்னுடைய ஒரு கொம்பில் சுமந்து கொண்டிருக்கிறது என்றும் அம் மாட்டிற்கு லுயூனான் என்று பெயர் என்றும் கஸஸுல் அன்பியா போன்ற சில நூல்கள் கூறுகின்றன. இச் செய்தியை அடிப்படையாகக் கொண்டு இப் பாட்டு கற்பனையை அமைத்திருக்கிறார் புலவர். ஆனால் இச் செய்திக்குத் திருக்குர்ஆனிலோ ஹதீசிலோ ஆதாரம் இல்லை. எங்கிருந்தோ வந்து இடையில் நுழைந்த கற்பனை போலும்!

இணங்கும் - இணக்கமான; விண்டல் - பிளத்தல்; விள் + தல் = விண்டல்; கமர் - வெடிப்பு; விடை - காளை மாடு; புகல் - சொல்லல்; ஆறு - வழி.

நெடிதாய்வ ளர்ந்த மலையேபொ ரிந்து
நிறமாறி வெந்த ழலுமாய்
விடுபோ தெழுந்த புகையோ பரந்த
மிகுகான லென்றி டுவதே
கொடிதான வந்த நிலமீது வெம்பல்
கொளவேகி டந்த மணலோ
கடுகாகி னும்ப டுவதோ நிறைந்த
கடலாவி கொண்டு சுடுமே. (15)

15. (1476) கானல் என்பது என்ன? உயர்ந்து எழுந்த மலைகள் வெந்து பொரிந்து நிறம் மாறி தீப் பிழம்பாக மாறிவிடும் போது எழும் புகைதான் பரந்து கானல் எனப்படுகின்றதோ? மிகக் கொடியதான அந்தப் பாலை நிலத்தில் கிடக்கும் மணல் வெந்து கொடுஞ் சினங் கொண்டு கிடக்கின்றது. அதில் கடுகளவு மணற்பொடி பட்டாலும் கடலளவு ஆவிகொண்டு சுடும்.

நெடிதாய் - உயரமாய்; அழல் - தீப்பிழம்பு; வெம்பல் - கொடுஞ்சினம்.

முதிர்தீயி னின்று விளையாடு மன்பு
முயல்காளி கண்ட வுடனே
யிதுகோர மென்ற பயமாய கன்ற
தெனிலார்பு குந்து வருவார்
கதிபாலை வெங்க ளிகள்வே லெரிந்த
கரியேனு மொன்று மிலையே
யதிலே பருந்து நிழல்காணு மென்ப
தறிவோ மிகுந்த மடமே. (16)

16. (1477) கனன்று எரியும் நெருப்பில் விருப்பம் கொண்டு விளையாடும் பேய்களின் தலைவியான காளி அப் பாலை அனலைக் கண்டு இது கொடுமை என்று அஞ்சி விலகி ஓடினாள் என்றால் வேறு யார்தான் துணிந்து புகுவார்? அனல் மிகுத்த அப் பாலை நிலத்தில் வேடுவர்கள் வெறிகொண்டு எறிந்த வேலால் தாக்குண்டு வீழ்ந்த யானை ஒன்றுகூட இல்லை. அவ்வாறு இருந்தால் அதைக் கொத்தித் தின்னவரும் பருந்துகள் வானத்தில் பறக்கும். அதன் நிழல் பூமியில் இருக்கும்.

அவ்வாறு இல்லை யாதலால், உள்ளே புகுந்தால் பருந்தின் நிழல் காணலாம் என்பது அறிவுடைமையோ? அன்று. மடத்தனம்!

முதிர்தீ - பெருந்தீ; அன்பு - ஆசை, விருப்பம்; கோரம் - கொடுமை; கதி - மிகுதி; வெம் - வெம்மை; களி - வெறி; கரி - யானை; மடம் - மடத்தனம்.

மகிழ்கூரு மன்பி னுடனே ரறிந்து
நடவாத வஞ்சி யரையே
தருபாரி யென்று ழலுவோர்க ணெஞ்சு
தனிலேகொ ளுந்து யரையே
நிகராகு மிந்த முதிர்பாலை யென்று
நினைவா லளந்தி டுவதாய்
மிகுதூர நின்று நினைவோ ருடம்பை
விடுமோக னன்று சுடுமே. **(17)**

17. (1478) இந்தப் பாலை நிலத்தில் நடந்தவர் அடையும் துயரத்திற்கு எதை ஒப்பாகச் சொல்வது? மகிழ்ச்சி பெருகச் செய்யும் அன்புடன் நேர்வழி இன்னது என்று அறிந்து நடக்காத பெண்டிரை மனைவியாக அடைந்தார்களே, அவர்கள் அடையும் துயரத்தை ஒருவாறு நிகர் என்று சொல்லலாம். இந்த முதிர்பாலையின் கொடுமையை மனத்தால் நினைந்து அளவிடலாம் என்று யாராவது நினைத்தால், அவர் மிகத் தொலைவில் நின்று நினைத்தாலும் விடாது. அனல் கனன்று சுடும்.

கூர்தல் - பெருகுதல்; நேர் - நேர்வழி; வஞ்சியர் - பெண்டிர்; தகு - தக்க; பாரி - மனைவி; உழலுவோர் - அலைந்து திரிபவர்; கொளும் - கொள்ளும்.

எழுசீர்க் கழிநெடிலடி யாசிரிய விருத்தம்

வகுக்குமித் தலத்திற் சேர்ந்தபின் சுலையு
மானபி குதுகுதைக் கூவி
மிகுத்தழற் றரித்த சுரமிதிற் புனலெவ்
விதத்தினுங் கிடைப்பரி தினியெத்
திகைக்கணி லிருப்ப தெனவறிந் தெமது
பால்விரை வினிற்றிரும் பென்றார்
நிகழ்த்துரை முடியு முனமன வேக
நிகருறப் பறந்துசென் றதுவே. **(18)**

18. (1479) மேற்சொன்ன பாலைவனத்தை வந்தடைந்த சுலைமான் நபி குதுதுப் பறவையை அழைத்தார். அனல் மிகுந்து பரக்கும் இப் பாலைவனத்தில் நீர் கிடைத்தல் அரிது. ஆதலால் நீ போய் வேறு எந்தத் திசையில் நீர் கிடைக்கிறது என்பதை அறிந்து விரைவில் திரும்பி வா என்றார். அவர் சொல்லி முடிக்குமுன் மனவேகமாகப் பறந்து சென்றது.

வகுக்கும் - சொல்லும்; தலம் - இடம், பாலைவனம்; மிகுத்து - மிகுதியாக; அழல் - நெருப்பு, அனல்; தரித்த - பூண்ட; சுரம் - பாலை நிலம்; புனல் - நீர்; அரிது - அருமை உடைத்து, இயலாது; திகை - திசை; பால் - இடம்; நிகழ்த்துரை - பேசும் பேச்சு; மனவேகம் - மனம் செல்லும் விசை, கணிக்க முடியாத விரைவு.

வானகத் துயர்ந்து பறந்துமுன் பினிலும்
வலப்புறத் தினுமிடப் புறத்து
மானதன் னிருகட் பார்வைகள் பரவ
நோக்கியே யழகொடு புகுதிற்
கானக மலைகள் பலவெதிர்ந் ததினீர்
காண்கில தானெடுந் தூரம்
போனதங் குயர்வா னளந்துநின் றிடுமோர்
பூனிழற் சோலையெய் தியதே. (19)

19. (1480) வானத்தில் உயர்ந்து பறந்தது. தனக்கு முன்புறமும் வலப்புறமும் இடப்புறமும் கண் பார்வையைப் படரவிட்டு அழகாய்ப் பறந்து, எதிர்ப்பட்ட காட்டு மலைகளில் எல்லாம் தேடிப் பார்த்தது. எங்கும் நீர் தட்டுப்படவில்லை, ஆதலால் நெடுந்தூரம் பறந்து சென்றது. அவ்வாறு செல்லும் போது வானளவு உயர்ந்து நின்ற பூஞ்சோலை ஒன்றைக் கண்டது.

புகுதில் - புகுந்ததில்; எய்தியது - அடையப்பெற்றது, கண்டது.

மலர்களோர் நான்கு வகைகளுஞ் செறிந்து
வானுல கமுதினிற் சுவைக
ளுலகில்வந் திதனுட் குடிபுகு வதுபோ
லுள்ளதீங் கனிகளும் பழுத்து
விலகிவில் லுமிழு மணிபல கொழித்து
வெள்ளனத் தொகைகுடி யிருக்குஞ்
சலநிறை தடங்கள் பலதுமுற் றிடுமற்
றண்டலை மீதுசென் றதுவே. (20)

20. (1481) நால்வகை மலர்களும் செறிந்து கிடந்தன. வானுலகத்தின் அமுதச் சுவை பூமியில் வந்து புகுந்து நிறைந்தது போன்ற தீஞ்சுவை தரும் கனிகள் பழுத்துக் குலுங்கின. அருகில் ஒளி உமுழும் முத்துகள் கொழித்துக் கிடக்க வெள்ளை அன்னப் பறவைக் கூட்டம் குடியிருக்கும் குளிர்ச்சி நிறைந்த தாமரைக் குளங்கள் இருந்தன. இத் தகைய சோலை மீது பறந்தது.

செறிந்து - நிறைந்து; வில் - ஒளி; மணி - முத்து; கொழித்து - ஒதுங்கி; வெள் - வெள்ளை; அனம் - அன்னம்; தொகை - தொகுதி, கூட்டம்; சலம் - குளிர்ச்சி; தடம் - நீர்நிலை; தண்டலை - சோலை. அன்னப்பறவைகள் தாமரை உள்ள நீர்நிலைகளை நாடுவதால் தடங்கள் - தாமரைக் குளங்கள் எனப்பட்டன.

நவிலுமப் பொழிலுந் தடங்களு நோக்கி
நயனமுங் கருத்துமே களித்துச்
சுவனவான் பொழிலிப் புவுயினி லுதித்த
தோவிதி லுள்ளநீர்த் தடங்கள்
கவினுறு மமர ரமுதமோ வெவர்தங்
காவிதோ முழுவது நோக்கி
மவுலவேண் டுதுநன் னபிக்கென நினைத்தவ்
வளஞ்சில சுற்றிநோக் கியதே. (21)

21. (1482) மேற்சொன்ன சோலையையும் குளங்களையும் பார்த்துக் கண்களும் மனமும் குளிர்ந்தது; மகிழ்ந்தது. சொர்க்கத்துச் சோலை பூமிக்கு வந்ததோ? இதில் உள்ள குளங்களில் உள்ள நீர் தேவர்கள் பருகும் உயர்ந்த அமுதமோ? எவருடைய சோலை இது? முழுமையாகப் பார்த்துவிட்டு நபியிடம் போய்ச் சொல்ல வேண்டும் என்று நினைத்து அதன் வளத்தைச் சுற்றிப் பார்த்தது.

நவிலும் - சொல்லும்; பொழில் - சோலை; தடம் - குளம்; நயனம் - கண்; கா - பூங்கா. சோலை; மவுலல் - சொல்லல்.

சுற்றிநோக் கிடவங் கொருகுது குதுசுந்
தரத்தொடு தோன்றிய திதனை
யுற்றினி துடன்பார்த் தெவ்விடத் திருந்திவ்
வுழையில்வந் தனையுரை யென்ன
நற்றவ நபிதா வூதருண் மதலை
சுலையுமா னபியிடத் திருந்து
முற்றுநல் வளஞ்சேர் பொழுதிலி லடைந்தே
னெனவிய னுறமொழிந் ததுவே. (22)

22. (1483) சுற்றிப் பார்த்தபோது அழகிய குதுகுதுப் பறவை ஒன்று அங்கே இருப்பதைக் கண்டது. அது வந்த குதுகுதை நோக்கி நீ எங்கிருந்து வருகிறாய்? இங்கு வந்த காரணம் யாது என்று கேட்டது. நல்ல தவம் செய்து செய்து சிறந்த தாவூது நபியின் மைந்தர் சுலைமான் நபியிடம் இருந்து வந்தேன் என்று பெருமையுடன் கூறியது.

சுந்தரம் - அழகு; உற்று - கூர்ந்து; உழை - இடம்; உரை - சொல்; நற்றவம் - நல்ல வணக்கம்; தவம் - வணக்கம், இபாதத்; அருண் மதனை - பெற்ற பிள்ளை; வியன் - பெருமை. பெருமைக்குக் காரணம் நபியின் ஏவலால் வந்திருந்தமை.

சொலவவர் சுலையு மானபி யெவரென்
றதுநெடுந் தொல்லுல கிடத்திற்
பலபல பேத சீவகோ டிகளாய்ப்
படையுணப் படுபடைப் பெவைக்கு
முலவிய புயற்காற் றுகட்குமோ ரரசாய்
நபியுமா யுதித்தரு ளண்ணல்
சலதர மிசையே படைகளை நடத்திச்
சத்துரு வனைத்தையும் வெல்வார். (23)

23. (1484) இவ்வாறு சொல்லக் கேட்ட சோலைக் குதுகுது, சுலைமான் நபி என்பவர் யார் என்று கேட்டது. வந்த குதுகுது சொல்லலாயிற்று! பழைமையான இப் பேருலகில், பற்பல உயிர் இனத் தொகுதிகளாகப் பகுக்கப் பட்டிருக்கும் படைப்புகளுக்கும், சுழன்றடிக்கும் புயல் முதலிய காற்றுகளுக்கும் அரசரும் நபியுமாய் பிறந்த அருள் மிகுந்த தலைவர். கடலிலும் தரையிலும் வானத்திலும் படை நடத்திப் பகைமை அனைத்தையும் வெல்பவர்.

நெடும் - நெடிய; தொல்லுலகம் - பழைமையான உலகம்; பேதம் - வேறுபாடு; சீவகோடி - உயிரினம்; படையுணப்படுதல் - வகைவகையாகப் பகுக்கப்படுதல்;

காற்றுகள் - புயற்காற்று, சுழற்காற்று எனப்படுதலால் கள் விகுதி சேர்த்துப் பன்மைப்படுத்தினார்; உதித்தல் - பிறத்தல்; அண்ணல் - அரசர், தலைவர்; சலதரம் - கடலால் சூழப்பட்ட உலகம் முழுவதும். ஆகவே கடலிலும் தரையிலும் வானத்திலும் என விரிக்கப்பட்டது; சத்து - பகை - வெளிப்படையான படைப்புகளும் மறைவா படைப்புகளும் உள்ளன ஆதலின், இருவகை பகையும் கருதிச் 'சத்துரு' அனைத்தும் என்றார்.

அரசர்க ளெனவிவ் வுலகொரு குடையி
லாண்டுவாழ்ந் திருந்தவர் தம்மி
னரருதித் திடுநாட் டொடுத்திது வரைக்கு
மிவரிணை நவில்பவ ரில்லை
கருணையங் கடலாய்ப் பரகதி வழியைக்
காட்டுமோர் காரண வடிவாய்த்
தருமவுள் ளுயிராய் நெடுவளங் குலவு
ஷாமில்வாழ் குரிசிலென் றதுவே. (24)

24. (1485) அரசர்களாக இவ் வுலகை ஒருகுடையின் கீழ் ஆண்டவர்களில், மனித உற்பத்தித் தொடங்கிய நாளில் இருந்து இன்றுவரை வாழ்ந்தவர்களில் இவருக்கு நிகராகச் சொல்லக் கூடியவர் யாரும் இல்லை. அவர் கருணைக் கடல்! மறுமை ஈடேற்ற வாழ்வைப் போதிக்கும் அற்புத வடிவம்! அறத்தின் உள்ளுயிர்! பெருவளம் நிறைந்த ஷாம் நாட்டில் வாழும் பெருமை மிக்கவர் என்று கூறியது.

பரர் - மனிதர்; நவில்பவர் - சொல்லத்தக்கவர்; பரகதி - மறுமை ஈடேற்றம்; காரணம் - இயற்கை இகந்தது, அற்புதம்; குரிசில் - பெருமையிற் சிறந்தவர்.

என்றுரைத் ததுமேற் பெயரெகு பீறென்
றிடுநபி குதுகுது வமுத
மொன்றிய பொழிலி னிருந்துள விசுபபி
னெனுமொரு குதுகுதை நோக்கி
யின்றியா னிவண்வந் ததுநபி வரவு
மியம்பின னீயெவ்வூ ரெங்கு
சென்றிட வடைந்தா யுரையென வுரைப்ப
வதின்வர வனைத்தையுஞ் செப்பும். (25)

25. (1486) எகுபீரு என்னும் பெயர் கொண்ட நபியின் குதுகுது இவ்வாறு கூறிவிட்டு, அமுதம் போன்ற நீர் நிறைந்த பூங்காவில் இருக்கும் இசுமின் என்னும் குதுகுதை நோக்கி, இன்று நான் இங்கு நீர் தேடி வந்ததையும் நபியின் வருகை பற்றியும் கூறினேன். நீ யார்? எங்கிருந்து வந்தாய்? எங்குச் செல்லும் வழியில் இவ் விடத்தை அடைந்தாய்? அதைச் சொல் என்று கேட்க, அது தான் வந்த விவரத்தைச் சொல்லலாயிற்று.

எகுபீறு - நீர் தேட நபி அனுப்பிய குதுகுதின் பெயர்; இசுபின் - பூங்காவில் இருந்த குதுகுதின் பெயர்; இவண் - இங்கு; செப்பும் - சொல்லும்.

இளக்குயி லனையார் நடைபடிந் திலமென்
றெழிலுறு மனத்தொகை யெவையு
முளந்தனி லுருகிச் சிறைவெளுத் தனபோ
லுயர்வளங் குலவெம னாடு
வளைந்துசுற் றியதாய்ச் சுவனவான் பதிவை
யகத்துள தாய்மணித் தீபம்
விளங்கவைத் திடுவீ திகள்கணிப் பிலதாய்
வியனுறு சபபென்றோர் நகரம். **(26)**

26. (1487) இளங்குயில் போன்ற பெண்களின் நடை போன்று நம் நடை அமையவில்லையே என்று உள்ளமுருகியதால் அன்னப் பறவைகளின் சிறகுகள் வெளுத்துவிட்டன போலும்! அவ் வன்னப் பறவைகளின் சிறகுபோல் வளைந்து சுற்றியதாய், சொர்க்க நாட்டு நகரம் பூமிக்கு வந்திருப்பதாய், ஒளி விளக்குகளால் அழகுசெய்யப்பட்ட எண்ணற்ற வீதிகளுடையதாய் இலங்கும் சபபு என்றொரு நகரம், பெருவளங்கள் குலவும் எமன் நாட்டில் உள்ளது.

படிந்திலம் - வாய்க்கப் பெற்றிலேம்; அனத்தொகை - அன்னப் பறவைக் கூட்டம்; சிறை - சிறகு; வியன் - பெருமை.

புரமதைச் சூழ விண்ணவர் பதியின்
பொழின்மல ருதிர்த்துமெத் தைகள்போற்
பரவிய பலகொத் தளமுள புரிசை
யிருப்பதப் பண்புள புரிசைக்
கிருபதோ டிருப தெயிலடங் கியதா
யிருப்பதந் நாட்டிலின் னமுமவ்
வொருசிறு புரிசைக் கிணையியா னறிந்த
வொளிர்முடி யசர்கட் கிலையே. **(27)**

27. (1488) அவ் வூரைச் சுற்றிலும் வானுலகப் பூங்காவின் மலர் உதிர்த்து மெத்தைபோல் பரப்பிய மதில் சுவர்களைக் கொண்ட கோட்டை உள்ளது. அக் கோட்டைக்கு நாற்பது மதில்கள் உள்ளன. அஃதன்றி வேறு ஒரு சிறிய கோட்டையும் உள்ளது. நான் அறிந்த மணிமுடி மன்னர்களிடமும் அதற்கு இணையான கோட்டை இல்லை.

புரம் - ஊர், சபபுநகர்; பரவிய - பரப்பிய; கொத்தளம் - கோட்டைச் சுவர்; புரிசை - மதில், கோட்டை; எயில் - சுவர்.

நகரதி லரசு புரிவது கனக
நாட்டரம் பையரழ கெவையுஞ்
சகதலத் தினின்மங் கையரழ கெவையுஞ்
சகலலோ கத்தழ கெவையுந்
தொகையுறத் திரட்டி யொருமுகப் படுத்தித்
தோகையி லுருவமைத் ததுவாய்
நிகரறு மெழில்வாய்ந் தவர்களங் ககன்ற
நிறைமதி வதனபல் கீசே. **(28)**

28. (1489) அந் நகரத்தில் அரசு புரிவது யார் தெரியுமா? சொர்க்கத்துப் பெண்கள் அனைவரின் அழகும் பூவுலகப் பெண்கள் அனைவரின் அழகும் இன்னும் மற்றும் உள்ள எல்லாம் உலகங்களின் அழகும் ஆகிய எல்லா வகையாக அழகுகளையும் ஒன்றாகத் திரட்டி, ஒருமுகப்படுத்தப்பட்ட நிகரற்ற பேரழகாய், மயிற் றோகையின் வனப்பில் உருவமைந்த, களங்கம் நீக்கப்பட்ட முழுநிலாமுக பல்கீசு.

கனகநாடு -பொன்னாடு, சொர்க்கம்; அரம்பையர் - சொர்க்க மகளிர்; சகதலம் - பூவுலகம்; தொகை - தொகுப்பு; தோகை - மயில் இறகு; களங்கு - களங்கம், கறை; நிறைமதி - முழுநிலா; வதனம் - முகம்.

கதிர்விரி தரள மணிவரம் பியற்றுங்
கழனிநா டெமனுங்சின் களுக்கோ
ரதிபதி யிவர்மூ தாதையம் றிபுனு
கைத்தமென் பவனின நாடும்
பதமலர் துதித்து மணிமுடி யிறைஞ்சிப்
பணிந்திடா வரசர்நா டுகளு
மெதிரற வொருசெங் கோன்முறை நடத்தி
யெண்ணிலா நிதிபடைத் தனரே **(29)**

29. (1490) ஒளிவீசும் முத்துகளைக் கொண்டு வரப்புக் கட்டிய நன்செய் வளநாடாகிய எமனும் முன்னோன் ஆகிய சின்களின் அரசன் அம்ரு இப்னு கைத்தமின் நாடும், மணிமுடி தாழப் பணிந்து பாதம் போற்றாத, அரசர்களால் ஆளப்படும் நாடுகளும் நிகராக முடியாதபடி ஒற்றைத் தனிச் செங்கோல் நடத்துகிறாள். அவள் பெற்றுள்ள செல்வமோ எண்ணமுடியாதது.

கதிர்விரி - ஒளிவீசும்; தரளம் - முத்து; வரம்பு - வரப்பு; இயற்றும் - எழுப்பும்; கழனி - நன்செய்; அதிபதி - அரசன்; அரசர் என்போர் ஆடவர் ஆதலின் ஆடவரால் ஆளப்படும் நாடுகளும் நிகராக முடியாதபடி பெண்ணாகிய பல்கீசால் ஆளப்படும் சபபு, செங்கோன்மையிலும் செல்வ வளத்திலும் உயர்ந்து இலங்கியது எனச் சுட்டுமுகத்தான் 'பதமலர் துதித்து மணிமுடி இறைஞ்சிப் பணிந்திடா அரசர் நாடுகளும் எதிர் அற' எனக் குறித்தார். எதிர் அற - நிகர் இல்லாத.

மலைகளை யெடுத்தம் மனைவிளை யாடும்
வலிமிகு சின்கணத் தினுக்கு
நிலைபெறு நரர்க்கு மொருகுடை நிழற்றி
நிறைந்தகற் பினுக்குயிர்ப் பொருளாய்
விலையிடற் கரிய தனிமணி விளக்காய்
விண்ணவர் துதிசெயு மமுதாய்த்
துலகிய கருணை வெள்ளவா ருதியாய்த்
தோன்றிவர் தளத்தொகை கேளாய். **(30)**

30. (1491) மலைகளைக் கைகளால் எடுத்து அம்மானை விளையாடும் வல்லமை படைத்த வலிய சின் கூட்டத்திற்கும் மனிதர்களுக்கும் ஒருசேர அரசு புரிபவள். நிறைந்த கற்பினுக்கு உயிர்ப்பொருள் ஆனவள். விலை மதிப்பிட முடியாத

தனிப்பெரும் மணிவிளக்குப் போன்றவள். வானவரும் புகழும் அமுது போன்றவள். வெளிப்படத் தோன்றிய கருணை வெள்ளக் கடலாய்த் தோன்றியவள். அவளுடைய படை வரிசை அளவு கேளாய்.

அம்மனை - அம்மானை, சிறுகற்களை மேல்நோக்கி எறிந்து பிடித்துப் பெண்கள் ஆடும் விளையாட்டு. குடைநிழற்றி - குடைநிழல் பரப்பி, செங்கோல் நடத்தி; மணிவிளக்கு - நெய்யும் திரியும் நெருப்புப் இன்றித் தானே ஒளிரும் விளக்கு; துலகிய - தெளிந்த; வாருதி - கடல்; தளம் - படை; தொகை - வரிசை, கூட்டம்.

பொன்னெடு மிரத நிழலொடு பொருதும்
பொருப்பெனுங் கரிபரிக் கூட்ட
மன்னுமோர் விழியிற் சரமுரு வினுமே
மறுவிழி யிமைத்திடா வீரர்
பன்னிரு கோடி பெருந்தள மிதையாள்
பவர்பன்னீ ராயிரந் தலைவ
ரின்னமு துறையு மணியரண் மனைபோ
லிவ்வுல கிடத்தினி லிலையே. (31)

31. (1492) பொன்னால் செய்யப்பட்ட நெடிய தேர்கள், நிழலுடன் போட்டி யிடும் மலைபோன்ற கரிய யானைகள், குதிரைகளின் கூட்டம்; ஒரு கண்ணில் அம்பு பாய்ந்து உருவி ஓடும் நிலையிலும் மறுகண்ணை இமைத்திடாத மாவீரரான படைவீரர் பன்னிரண்டு கோடிப்பேர்; இப் பெரும் படையின் தலைவர்கள் மட்டும் பன்னீராயிரம் பேர். இனிய அமுதம் போன்ற அவள் வாழும் ஒளிவீசும் அரண்மனைபோல் இவ் வுலகில் வேறு எங்கும் இல்லை.

நெடு - நெடிய; இரதம் - தேர்; பொருதும் - மோதும், போட்டியிடும்; பொருப்பு - மலை; கரி - யானை; பரி - குதிரை; சரம் - அம்பு; தளம் - படை.

அவரிடத் திருக்கும் புள்ளியா னுலவி
யகலவென் றிப்பொழி லடைந்தே
னிவைவர வெனவிண் டிடவெகு பீறவ்
விசுபினை நோக்கிபல் கீசாங்
கவினுறு மரசி யெவர்பெறு புதல்வி
கவலென விவரனை யினையீன்
றுவமையில் புகழ்பெற் றவன்முத லிவர்மட்
டுளவர வனைத்துமோ தியதே. (32)

32. (1493) அந்த அரசியிடம் இருக்கும் பறவை நான். வெளியே உலவ வந்து பூங்காவை அடைந்தேன். இதுதான் நான்வந்த வரலாறு என்றது இசுபின் என்னும் பெயர் கொண்ட குதுகுது. இதைக் கேட்ட எகுபீரு அந்த இசுபை நோக்கி அரசியாகிய அழகு பல்கீசு யார் பெற்ற மகள்? சொல் என்று கேட்டது. அவள் தாய், அவளைப் பெற்றதால் உவமை இல்லாத புகழ் பெற்ற தந்தை முதலிய அனைவர் வரலாறும் சொல்லிற்று.

புள் - பறவை; பொழில் - பூங்கா; விண்டிட - சொல்லிட; கவின் - அழகு; கவல் - சொல்; அனை - அன்னை; பெற்றவன் - தந்தை; ஓதியது - சொல்லிற்று.

இயம்பிய பறவை யெழின்முக நோக்கி
யிப்பொழி லெவர்பொழி லென்ன
நயந்தெகு பீறு கேட்பபல் கீசு
பொழிலென நவின்றது மேலும்
வயங்கெழின் மடந்தை யரசையு மவர்தம்
மாடகூ டத்தையுஞ் செங்கோல்
வியன்பெறு மணியா சனத்தையு நோக்க
வருகென விரும்பிவிண் டதுவே. (33)

33. (1494) இவ்வாறு கூறிய இசுபுன் அழகிய முகத்தை நோக்கி இச் சோலை யாருடையது என்று கேட்டது எகுபீரு. பல்கீசின் சோலை என்றது. மேலும், ஒளிவீசும் அழகு மடந்தையின் அரசையும் அவள் மாடகூடங்களையும் அமர்ந்து செங்கோல் நடத்தும் அரியணையையும் பார்க்கவருக என விரும்பி அழைத்தது.

இயம்பிய - சொன்ன; நயந்து - பணிவுடன்; கேட்ப - கேட்க; நவின்றது - சொன்னது; வயங்கு எழில் -ஒளிவீசும் அழகு; மடந்தை - மங்கை; வியன்-பெருமை; விண்டது - சொன்னது, அழைத்தது.

அழைத்தலுந் தொழுகைக் கொலுச்செயப் புனல்பார்த்
தறிந்துவா வெனநபி யனுப்பப்
புழைக்கரக் கரிக டிரிவன மலைகள்
பலதினும் போந்துபார்த் திலதாற்
றழைத்தவிப் பொழில்வந் தறல்கண்டே னொகுத்துப்
பிந்துமுன் சார்ந்துசொல் லிலனேற்
பிழைக்கிடம் வருமென் றுரைத்ததப் பொழுதிசு
பின்னெனுங் குதுகுது பேசும். (34)

34. (1495) அழைத்ததும், தொழுகைக்கு ஒலுச்செய்ய நீர் இருக்கும் இடத்தினைக் கண்டறிந்து வா என்று நபி என்னை அனுப்பினார். அதனால் துதிக்கை உடைய யானைகள் உலவும் காடுகள் மலைகள் பலவும் போய்ப்பார்த்து எங்கும் நீர் இல்லையாதலால் செழிப்பான இப் பூங்காவிற்கு வந்தேன். நீர் இருப்பதைக் கண்டேன். தொழுகை நேரம் பிந்திவிடுமுன் திரும்பிச் சென்றுதெரிவிக்க வேண்டும். இல்லையென்றால் பிழை வந்து சேரும் என்று கூறியது நபியின் குதுகுது. அதற்கு மறுமொழியாக இசுபின் என்னும் குதுகுது பேசலாயிற்று.

ஒலு - தொழுகைக்கு முந்தி நீரால் தூய்மை செய்தல்; புனல் - நீர்; புழைக்கரம் - தொளையுள்ள கை, தும்பிக்கை; கரி - யானை; திரி - திரிதல்; வனம் - காடு; போந்து - புகுந்து; இலதால் - இல்லையாதலால்; தழைத்த - செழித்த; பொழில் - சோலை; அறல் - நீர்; ஒகுத்து - தொழுகைக்கு உரிய நேரம்; சார்ந்து - அடைந்து; சொல்லிலனேல் - சொல்லவில்லை என்றால்.

நாரியி னழகு முழுதுநீ நோக்கி
நபியுழைப் புகுந்தியம் பிடுகிற்
சீரிய மகிழ்ச்சி யடைவரென் றதுசிந்
தையிலெகு பீறது பொருந்தி

யாரவங் கெழுந்து குதுகுது விரண்டும்
பறந்திட வணங்குக்கு நபிக்குங்
காரண வதுவை பொருத்தவம் மெனநின்
றழைத்தல்போற் கொடிகள்கண் டனவே. **(35)**

35. (1496) பெண்ணின் அழகு முழுவதையும் பார்த்துவிட்டு நபியிடம் போய்ச் சொன்னால் அவர் மிக்க மகிழ்ச்சி அடைவார் என்றது. எகுபீரின் மனத்திற்கும் அது சரி என்று தோன்றியது. எனவே இரண்டும் எழுந்து ஆர்த்துப் பறந்தன. பறந்து கோட்டையில் கொடிகள் பறப்பதைக் கண்டன. அக் கொடிகள், அழகிக்கும் நபிக்கும் அற்புதத் திருமணம் செய்து வைப்போம் வாருங்கள் என நின்று அழைப்பது போன்றிருந்தது.

நாரி - பெண்; உழை - இடம்; இயம்பிடுகில் - சொன்னால்; சீரிய - மிக்க; சிந்தை - மனம்; பொருந்தி - உடன்பட்டு; ஆர - ஆர்த்து; அணங்கு - அழகி; காரணம் - அற்புதம்; வதுவை - திருமணம்; பொருத்து - செய்துவைக்க; வம் - வருக.

அப்புறம் புகுதப் பலநிற வரைபோ
லனந்தகோ புரங்களு மகல்வா
னொப்பள விதுவென் றளந்துநிற் பதுபோ
லுயர்மலர்த் துடவைகள் சிலது
மைப்புயற் பதிமட் டளவினின் றொளிரு
மாடமா ளிகைகளுந் தெரிந்து
நற்பதி யினைச்சூழ் புரிசையுட் புகுந்து
நகரவீ தியினில்வந் தனவே. **(36)**

36. (1497) அப் புறம் புகுந்தன. பலநிறங்களில் மலைகள் நிற்பதுபோல் ஏராளமான கோபுரங்களும் அகன்ற வானத்தை ஒத்தவை இவை என்று அளந்துரைப்பது போல் உயர்ந்து நிற்கும் பூந்தோட்டங்களும் கருமேகங்களைத் தழுவி நின்று ஒளிரும் உயர்ந்த மாட மாளிகைகளும் தெரிந்தன. பின்னர் அந்த ஊரினைச் சூழ்ந்து நிற்கும் கோட்டையுள் புகுந்து நகர வீதிக்கு வந்தன.

வரை - மலை; அனந்த - அளவில்லாத; தகல் - அகன்ற; ஒப்பளவு - ஒத்த அளவு; துடவை - பூந்தோட்டம்; மைப்புயல் - கருமேகம்; புரிசை - கோட்டை.

வீதிகள் பலதுங் கடந்தெழிற் கெழிலா
மின்னரண் மனையினின் மேவி
மாதரண் மனையீ தெனவிசுபி னுரைக்க
மகிழ்ந்துநோக் கியதெகு பீறு
மேதகு கனகம் பவளம்பன் மணிகள்
வெள்ளிசேர் தூணமைந் துயர
மோதுகை முழமைம் பதுவக லமுந்தூ
ணொவ்வொன்றி னிடைமுழம் பத்தே. **(37)**

37. (1498) பற்பல வீதிகளும் கடந்து அழகுக்கு அழகாய் ஒளி வீசி இலங்கும் அரண்மனையை அடைந்தன. அப் பெண்ணின் அரண்மனை இது என்று இசுபின் சொல்ல, மகிழ்ந்து நோக்கிற்று எகுபீரு. உயர்ந்த பொன்னும் பவளமும்

பலவகை மணிகளும் வெள்ளியும் சேர்ந்த தூண் அமைந்து, உயரம் ஐம்பது முழமும் அகலம் ஐம்பது முழமும் தூண்களுக்கு இடையிலான இடைவெளி பத்து முழமும்

மேவி - அடைந்து; மாது - பெண்; மேதகு - உயர்ந்த; கனகம் - பொன்.

வளம்பெறு வொழுங்காய்த் தூணிவை நிறுத்தி
வைத்திருக் கின்றதம் மனைமேற்
பளிங்கினை யுருக்கி வடித்ததிற் றெளிவை
யெடுத்துப்பற் பலகல்லாய் வார்த்து
விளங்குறப் பரப்பல் செய்யலுற் றதுவோர்
வெண்மணிப் பலகையிட் டதுபோற்
றெளிந்தொளிர் மணிகள் கனகம்வெள் ளிகளாற்
செய்திருப் பதுதள விசையே. (38)

38. (1499) சிறந்த ஒழுங்குடன் இத் தூண்கள் நிறுத்தி வைக்கப் பட்டிருந்தன. அம் மனைமேல் பளிங்கை உருக்கி வடித்து அதன் தெளிவைப் பலவகை கற்களாக வார்த்து விளக்கமுறப் பரப்பப்பட்டிருந்தது. அஃது ஒரு வெண்மணிப் பலகை இட்டதுபோல் தோன்றியது. அதன் மீது தூய ஒளிமணிகளும் பொன் னும் வெள்ளியும் அழகு செய்யும்படி அமைந்திருப்பது தளவரிசை.

நவிலுமுட் புறத்திற் கனகமும் வெளியி
னவமணித் தொகைகளு மழுத்தி
யவிரொளிச் சிவந்த மாணிக்கத் தொருதூ
ணழகிய நீலத்தி லொருதூ
ணுவமையில் பசிய மரகதத் தொருதூ
ணுயர்வயி டூரியத் தொருதூண்
சவியுற நிறுத்தி யகலநாற் பதுமெண்
பதுமுழ வுயரமுந் தவிசே. (39)

39. (1500) அங்கே ஒரு தவிசு இருந்தது. அதன் உட்புறம் பொன்னால் ஆகியது. வெளியில் ஒன்பது வகை இரத்தினங்களும் பதிக்கப்பட்டிருந்தன. ஒளிவீசும் சிவந்த மாணிக்கத்தால் ஒரு தூணும் அழகிய நீலத்தால் ஒரு தூணும் உவமை இல்லாத பச்சை மரகதத்தால் ஒரு தூணும் உயர்ந்த வைடூரியத்தால் ஒரு தூணும் ஆக நான்கு தூண்கள் அழகாக நிறுத்தி, நாற்பது முழம் அகலமும் உயரம் எண்பது முழமும் கொண்டு அமைக்கப்பட்டிருந்தது.

நவிலும் - சொல்லும்; கனகம் - பெண்; நவம் - ஒன்பது; தொகை - தொகுதி; அழுத்து - பதித்து; கவியுற - அழகுற; தவிசு - கட்டில்.

கிளிச்சிறைப் பசிய கனகத்தா லெழில்சேர்
கிளர்மணிக் கதிரைக ளனந்தம்
வளத்துட னிருப்ப விவையெலா மிருக்கு
மாளிகைக் கேழுவா யலுமவ்

வுளிக்குள வாயல் காவலோர் களுமே
 லுளவலங் காரமு நான்கு
தளத்தொகைத் திறனு நோக்கிமீண் டெழின்மா
னுறையறைப் பள்ளிசார்ந் தனவே. **(40)**

40. (1501) உயர்ந்த கிளிச்சிறைப் பொன்னால் செய்யப்பட்ட இருக்கைகள் அளவின்றிக் கிடந்தன. இவையெல்லாம் இருக்கும் மாளிகைக்கு ஏழு வாயில்கள் உள்ளன. அவ் வாயில்களில் நிறுத்தப்பட்டிருந்த காவலர்களின் மேனி அலங்கார நேர்த்தியும் அவர்களிடம் காணப்பட்ட நாற்படைத்திறனும் பார்த்து வியந்தன. பின்னர் திரும்பி அரசி வாழும் பள்ளியறையைச் சென்றடைந்தன.

கிளிச்சிறை பசிய கனகம் - மாற்று உயர்ந்த கிளிச்சிறைப் பசும்பொன்; கிளர்மணி - ஒளிவீசும்; கதிரை - ஆசனம்; அனந்தம் - அளவில்லாத; துளி - இடம்; மேல் உளவலங்காரம் - மேனி அலங்காரம்; தளம் - படை; மான் - பல்கீசு, அரசி; உறைஅறை - இருக்கும் இடம்.

மானுறை மலர்ப்பஞ் சணையறை மணிச்சா
ளரத்தினி லொளித்துவந் திருந்து
மேனியிற் கவின்கள் கனகவான் மணியின்
மீதுள வொளிகளை மழுக்கி
நானமுங் கமழ நோக்கியெண் ணியதிந்
நகரலாற் சொற்கமு முளதோ
வானவிம் மனையின் வியன்மனை யுளதோ
வரம்பையு மிவளின்மே லுளரோ. **(41)**

41. (1502) அரசி இருக்கும் படுக்கை அறையின் சாளரத்தில் வந்து ஒளிந்து பார்த்தன. அங்கிருந்து அரசி பல்கீசை நோக்கின. அவள் மேனி அழகு வானவர் உலகின் மணிகளின் பொன்னொளியை மழுக்கியது. கத்தூரி மணம் கமழ்ந்தது. அதைக் கண்டு, எண்ணிப் பார்த்தது, இந் நகரம் அல்லாது சொர்க்கம் என்பது வேறு உள்ளதோ? அங்கே இதற்கு நிகரான மாளிகை உள்ளதோ? இந்த அரசி அல்லாது சொர்க்கத்துப் பெண் வேறு உள்ளாளோ? ஒருவேளை இருந்தால் அவள் இவளைவிட மேலானவளோ?

சாளரம் - சன்னல்; கவின் - அழகு; கனகவான் - பொன்னுலகு, சொர்க்கம்; நானம் - கத்தூரி; வியன் - பெரிய; அரம்பை - சொர்க்க மங்கை, ஹூரி.

கூட்டொடு சொற்கம் புகுதுவ தரிதென்
றுரைப்பர்நங் குலஞ்செயுந் தவமோ
மீட்டுநன் னபிக ளிடத்திருந் தவர்சொல்
விடைப்படி நடந்திடுந் தவமோ
காட்டுவ னெனவோர் குதுகுது வழைப்பக்
காயத்தோ டிப்படி புகுந்தோம்
நாட்டுநம் விதிநல் விதியென வுளத்தி
னயந்ததி சயமிகுத் ததுவே. **(42)**

42. (1503) குலத்தோடு ஒரு சேர சொர்க்கம் புகுவது அரிது என்று சொல்வார்கள். நம்குலம் செய்யும் தவமோ? நரகம் செல்லாது உயிர்களைப் பாதுகாக்கும் நபியின் அருகில் இருந்து அவர் ஏவல்படி நடந்திடும் தவமோ? வா காட்டுகிறேன் என்று ஒரு குதகுது அழைத்ததனால் உடலோடு இவ் வூருக்கு வந்தோம். இவ்வாறு கூட்டி வைத்த நம்முடைய விதி நல்லவிதி என்று மனத்தில் மகிழ்ந்து வியந்தது.

நபி என்பவர், இறைவனின் நேர்வழி இன்னது எனப்போதித்து அவ் வழியில் மக்களை வழிநடத்திச் சென்று சொர்க்கத்தில் சேர்ப்பவர். அவர் அருகில் இருந்து ஏவல் கேட்கும் பேறு பெற்றதனால், நான் மட்டும் தனியாக அன்று, என் குலத்தோடு ஒருசேர சொர்க்கம் புகுதல் உறுதி என எண்ணுகிறது குதுகுது. இதைக் குறிக்கவே 'கூட்டொடு சொறகம் புகுதுவது அரிது என்று உரைப்பர்...மீட்டு நன்னபிகள் இடத்திருந்து அவர் சொல் விடைப்படி நடந்திடும் தவம்' எனச் சுட்டினார். இவ்வாறு அமைந்த விதி நல்ல விதி ஆயிற்று.

கூட்டொடு - குலத்தோடு; மீட்டு நன்னபி - நரகம் செல்லாது உயிர்களைக் காக்கும் நல்ல நபி; விடை - கட்டளை; காயம் - உடல்; நயந்தது - மகிழ்ந்தது.

மட்டிலா மகிழ்வுற் றினிவிரை வினினம்
மணிப்புய நபிபதத் தணுகிக்
கிட்டிலா தலைந்து புனல்கிடைத் ததுவுங்
கிளர்மணிச் சுவனமின் குதித்துக்
கட்டழ கரம்பை யிதிலிருப் பதுவுங்
கவலவேண் டுதுமெனக் கருதி
யிட்டமுற் றழைத்து வருகுது குதுக்கு
மியம்பியங் திருந்தெழுந் ததுவே. **(43)**

43. (1504) மட்டில்லா மகிழ்ச்சி கொண்டது. இனி விரைந்து நபியிடம் போய் நீர் கிட்டாது அலைந்ததையும் பின்னர் கிடைத்ததையும் ஒளிவீசும் சொர்க்கத்தின் மின்னல் ஒளி குதித்து வந்து பூமியில் இருப்பது போல் இவ் வரண்மையில் அழகி இருப்பதையும் சொல்ல வேண்டும் என்று நினைத்து, விரும்பி இங்கு அழைத்து வந்த குதகுதுவிடம் கூறி விடைபெற்று அங்கிருந்து புறப்பட்டது.

அணுகி - அருகில்போய்; கிட்டிலாது - கிட்டாது; புனல் - நீர்; கிளர்மணி - ஒளிவீசுதல்; சுவனம் - சொர்க்கம்; மின் - மின்னல், ஒளித்திரள்; அரம்பை - சொர்க்க மங்கை; கவலல் - சொல்லல்; இட்டம் - விருப்பம்; இயம்பி - சொல்லி.

எழுந்தொளிர் மணியொண் சிறைவிரித் தகல்வா
னிடைவரி னொகுத்துப்பிந் துவதாற்
செழும்புன லிடம்பார்த் தெய்தியோ துதற்குச்
சென்றபுள் ளினம்வர விலையென்
றழன்றதி சினங்கொண் டாசுக மெவைக்கு
மரசெனுங் கழுகையு மதற்கா
மொழுங்குசொல் லமைச்சா கியகரு டனையு
மழைத்தெழி னபியுணர்த் துவரால் **(44**

44. (1505) அங்கிருந்து எழுந்து அழகு ஒளிவீசும் சிறகை விரித்து விரிந்த வானத்தில் பறந்து வரும்போது தொழுகை நேரம் பிந்திவிட்டது. நீர் இருக்கும் இடத்தை அறிந்துவரச் சென்ற பறவை இன்னும் வரவில்லை. அதனால் நபி சினம் கொண்டார். பறவை இனத்தின் அரசராகிய கழுகையும் அதற்கு மதியுரைக்கும் அமைச்சு ஆகிய பருந்தையும் அழைத்துக் கூறினார். பறவைகளின் அரசு கழுகு. பறவைகளின் அமைச்சு பருந்து.

சிறை - சிறகு; அகல்வான் - அகன்ற வானம், விரிந்த வானம்; ஒகுத்து - தொழுகை நேரம்; ஒகுத்து பிந்துதல் - தொழுகை நேரம் தவறிப் போதல், நேரம் கடத்தல்; புனல் - நீர்; எய்தி - அடைந்து; ஓதுதற்கு - சொல்வதற்கு; புள் - பறவை, குதுகுது; அழன்று - கனன்று; அதி - மிக்க; ஆசுகம் - பறவை; ஒழுங்கு சொல் அமைச்சு - நெறிப்படுத்தும் அமைச்சு; கருடன் - பருந்து; எழில் - அழகு.

நேரமிவ் வளவும் வருகிலாச் செருக்கு
நிறைந்துள குதுகுதெவ் விடத்திற்
சாரவை கிடினும் பிடித்துவந் திடுமின்
கடினதண் டனைசெய வெனவே
கோரமோ டுரைத்தார் பதமலர் பணிந்து
குருகினம் பறந்துபோய் நெடிய
தூரமு மலைந்து காண்கிலா தலுத்துத்
துணிந்தெம னோக்கிச்செல் போது. (45)

45. (1506) இவ்வளவு நேரம் ஆகியும் திரும்பி வராத திமிர் பிடித்த குதுகுது எவ் விடத்தில் சார்ந்து இருந்தாலும் பிடித்து வாருங்கள். கடுமையான தண்டனை கொடுக்க வேண்டும் என்று கடுமையாகக் கூறினார். பறவை இரண்டும் பாதம் பணிந்து பறந்தன. நீண்ட தொலைவு பறந்து தேடியும் குதுகுது காணப் படாததால் அலுப்பு அடைந்தன. பின்னர் சிந்தித்து எமன் நாட்டுத் திசையில் சென்றன.

சாரவைகிடினும் - சார்ந்து இருந்தாலும்; கோரம் - கடினம்; குருகுஇனம் - பறவை இனம்; நெடிய தூரம் - நீண்ட தொலைவு; துணிந்து - முடிவுசெய்து.

கழுகுபிந் தியது பருந்துமுந் தியதோர்
கடுவிரை வொடுபறந் தேகின்
முழுதுமுட் களிப்பாய் வருகுது குதுவை
முற்றிய சினத்தொடு நோக்கிப்
பழுதுனக் கடைந்த தடைந்ததென் றதிர்ந்து
பகர்ந்தரு குற்றுட லதனி
லெழுநுனை வளைகூர்ப் பதத்துகி ரழுந்த
விருபுறத் தினும்பிடித் ததுவே. (46)

46. (1507) அப்போது கழுகு பிந்தியது. பருந்து முந்தியது. மிக விரைந்து பறந்தன. மிக்க மகிழ்ச்சியுடன் வரும் குதுகுதைக் கண்டன. கடுஞ்சினத்துடன் நோக்கி உனக்குத் தீவினை வந்தது என்று அதிர்ந்து கூறி அருகில் போய், அதன் உடலில் தன்னுடைய காலின் வளைந்த கூரிய நகத்தின் நுனி அழுந்துமாறு இரண்டு பக்கமும் மிடித்தது பருந்து.

கடுவிரைவு - மிக்க விரைவு; முற்றிய சினம் - கடுஞ்சினம்; பழுது - தீங்கு, தீவினை; பகர்ந்து - கூறி; நுனை - நுனி; உகிர் - நகம்.
பிடித்தது பருந்து எனும் குறிப்பு வரும் பாட்டில் உள்ளது.

பிடித்திட வுகிர்க டசையையு முருவி
யென்பினு மழுந்துறப் பிரமித்
துடற்றனி நடுக்கி யலறிவாய் குழறி
யுரைக்கும்பிந் திரிகரு டாநீ
யடர்த்தெனைப் பிடிக்கும் வருத்தமென் னாவி
யகல்வருத் தமுநிக ரலவித்
திடப்பெல முனக்குக் கொடுத்தவ னாணை
செய்திடேல் வருத்தமென் றதுவே. (47)

47. (1508) பிடித்ததும், உடற் சதையை ஊடுருவிச் சென்று எலும்பிலும் அழுந்தியது பருந்தின் கால்நகம். அதனால் அதிர்ந்து உடல் நடுங்கி வாய் குழறி உரைத்தது. சாய்ந்த புள்ளியுடைய பருந்தே! நீ என்னை நெருக்கி பிடித்ததனால் உண்டான துன்பத்திற்கு உடலைவிட்டு உயிர் பிரியும்போது உண்டாகும் துன்பமும் நிகர் ஆகாது. உனக்கு இத்தகைய வலிமையைத் தந்த இறைவன் மீது ஆணை! துன்பம் செய்யாதே என்றது.

உகிர் - நகம்; நடுக்கு - நடுங்கி; பிந்து - புள்ளி; இரி - சாய்வு; அடர்த்து - நெருக்கி; அகல்வருத்தம் - நீங்கும் துன்பம்; திடல்பெலம் - மிக்க வலிமை.

பழிகொள்சத் தியங்கேட் டிளகுறப் பிடித்துப்
பகருநின் னிறகறப் பறித்தே
யழிபட வுனது தசையினைச் சிறுக
வறுத்தறுத் தெடுத்ததை யெறும்புக்
குழியிடை யிடவு மெலும்புட னுனைவெங்
கொடுவெயின் மணலிலிட் டிடவு
மொழிவறு சினங்கொண் டனர்நபி யிதுவோ
வுனக்குவே தனைகளென் றதுவே. (48)

48. (1509) பழியுண்டாகும்படியான சத்தியத்தைக் கேட்டு மென்மையாகப் பிடித்து, உன்னுடைய இறகுகள் இல்லாமல் ஆகும்படிப் பிய்த்து எறியவும் தசையைச் சிறுசிறு துண்டுகளாக அறுத்து எடுத்து எறும்புப் புற்றில் போடவும் எலும்புடன் உன்னை கொடிய வெயிலின் மணலில் இட்டிடவும் தீராத சினம் கொண்டுள்ளார் நபி. இதுதான் உனக்கு வேதனை என்றது பருந்து.

இளகுற - மென்மையாக; இறகு - சிறகு; அற - இல்லாமல் நீங்கும்படி; பறித்து - பிய்த்து; ஒழிவு அறுசினம் - ஒழியாத சினம்.

கலங்கவீ துரைத்துப் பிடித்துச்சென் றிடுகிற
கழுகுமே கண்டுடன் கூடி
நலங்கள்பெற் றிருந்தா யின்றதைக் கெடுத்தா
யெனநவின் றேபுகப் பறவைக்
குலங்கண்மற் றெவையு மெங்குபோ யினைநாட்
குறுகிய துனக்கெனக் கூற

மலங்கிவா யுலர்ந்து தனைமறந் தாவ
வயிரிகா லிடையிலுற் றதுவே. **(49)**

49. (1510) மனம் கலங்கும்படி இவ்வாறு கூறிப் பிடித்துச் செல்லும்போது, பிந்திவிட்ட கழுகு கண்டு அருகில் வந்து, எல்லா நலன்களும் பெற்றிருந்தாய், இன்று யாவற்றையும் கெடுத்துக் கொண்டாய் என்றது. பேசிக்கொண்டே சென்று பறவைக் குலங்களும் மற்றைய உயிர்க் கூட்டங்களும் கூடியுள்ள அவையில் நுழைந்ததும் 'எங்கே போயிருந்தாய்? காலம் குறைந்தது உனக்கு' என்று ஒருமித்துக் கூறின. கலங்கி வாய் உலர்ந்து தன்ன மறந்து நாணி பருந்தின் காலிடையில் இருந்தது.

நவின்று - சொல்லி; நாள்குறுகியது - வாழும் நாள்குறைந்துவிட்டது, மரண நாள் நெருங்கிவிட்டது; மலங்கி - கலங்கி; ஆவம் - நாணம்; வயிரி - வல்லூறு, இராசாளி.

வனமலர் வயிரப் புயநபிக் குரிசின்
மனத்தினிற் சினத்துள பொழுதே
தனதுயி ரினுமுள் ளுயிரென வுறவு
தழைத்தனு கூலமா யிருந்த
வனமுதற் பறவை யெவைகளு நெடுநா
ளகப்பகை தொடர்ந்திருந் தனபோற்
சினமிகு வசனம் புகன்றன வென்றன்
சீறிலாந் துணையிலை யன்றோ. **(50)**

50. (1511) வனப்புமிக்க வயிரத் தோளுடைய நபியரசர் மனத்திற் சினம் கொண்டிருக்கும் இவ் வேளை தனது உயிரின் உயிராக உறவு கொண்டு தழுவிக் கிடந்த காட்டுப் பறவைகள் முதல் எல்லாப் பறவைகளும், நீண்ட காலமாக மனத்தில் பகை கொண்டிருந்தவைபோல் சினந்து பேசின. என் மீது சினம் கொள்ளாத, துணையாகும்படியான பறவை ஏதும் இல்லையே!

வனம் - காடு; சினத்துள - சினந்து உள்ள; அனுகூலம் - உதவி; என்றன் சீறிலாந் துணையிலை அன்றோ என்பது குதுகுதுவின் நினைவுமொழி.

சண்டமா ருதமேர் கருடனி னுருவாய்த்
தனித்தொரு குதுகுதைப் பிடித்தே
யண்டகோ ளகையு முலகமு நடுங்கோ
ரடர்வலி மிகுமடங் கலின்பாற்
கொண்டுபோய் விடுவ தெனநபி திருமுன்
கொணர்ந்துவிட் டதுநய வுரைகள்
விண்டவாய் பிளந்து சிறைகளை யிருபால்
விரித்துநின் றதுபய மிகுத்தே. **(51)**

51. (1512) சுழன்றடிக்கும் சூறாவளி ஒரு பருந்தின் உருவாய் மாறிக் குதுகுதுவைப் பிடித்து, அண்ட கோளங்களும் உலகமும் நடுங்கும்படிப் போரிடும் வலிமைமிக்க சிங்கத்தின் முன்னே விடுவது போல் நபியின் முன்னிலையில் கொண்டு வந்துவிட்டது. முன்னர் நயமொழிகள் பேசிய வாய் பிளந்து இருபக்கச் சிறகுகளையும் விரித்து அச்சத்துடன் நின்றது குதுகுது.

சண்டமாரும் - சூறாவளி, புயல்; கோளகை - கோளங்கள்; அடர் - போர்; வலி - வலிமை; மடங்கல் - சிங்கம்; விண்ட - பேசிய.

தனிக்குடை நபிபுட் பதமொரு கரத்துந்
தலையொரு கரத்தினும் பிடித்துச்
சினத்தொடு மிழுக்கக் கருதினர் கருதிற்
செகத்திப முதலெறும் பீறா
யனைத்தையு மமைத்த மறைப்பொருள் சமுக
மதனினீர் நின்றிடு நிலையை
நினைத்துளத் துணர்வீ ரென்றதிவ் வார்த்தை
நிகழ்த்தலும் விடுத்தெதிர் வகுப்பார். (52)

52. (1513) தனியொரு குடையின்கீழ் உயிர்களைக் காக்கும் சுலைமான் நபி (அலை), குதுகுதுப் பறவையின் காலை ஒரு கையிலும் தலையை ஒரு கையிலும் பிடித்தார். சினத்துடன் இழுக்கக் கருதினார். அப்போது, உலகில் யானை முதல் எறும்புவரை அனைத்தையும் படைத்து மறைப்பொருளாய் இருக்கும் இறைவனின் திருமுன் நீர் நிற்கப் போகும் அந்த நிலையை நினைத்து உள்ளத்தில் உணர்வீராக என்றது. இச் சொல்லைக் கூறியதும் அதை விட்டுவிட்டார். பின் வினவினார்.

செகத்து - உலகத்தில்; இபம் - யானை; ஈறு - எல்லை, வரை; மறைப்பொருள் - வேதப்பொருள், மறைவான பொருள்; சமுகம் - திருமுன், முன்னிலை; நிகழ்த்தலும் - சொன்னதும்; எதிர் வகுப்பார் - மறுமொழியாகக் கூறுவார்.

உனையிறைத் தொழுகைக் கொலுச்செயக் கடிதி
லுதகங்கண் டோடிவா வெனவே
வினமொழி மறுத்தித் தனைபொழு தெவண்சென்
றனையென்றார் மிகுதொலை யலைந்து
புனலுங்கண் டனனீ ரறிந்திடா வோரற்
புதமுங்கண் டனனத னாலித்
தினமிது வரைக்கு மிதமென மணியொண்
சிறைநெடுஞ் சிகைப்புள்விண் டதுவே. (53)

53. (1514) இறைத் தொழுகைக்கு ஒலுச் செய்வதற்கு நீர் இருக்கும் இடம் கண்டு விரைந்து ஓடிவா என்று கட்டளை இட்டு உன்னை அனுப்பினேன். என் கட்டளைக்கு மாறாக இவ்வளவு நேரம் எங்குச் சென்றாய் என்று கேட்டார். நெடுங்தொலைவு சென்ற பின்னரே நீர் இருக்கும் இடத்தைக் கண்டேன். இதுவரை நீங்கள் அறிந்திராத அற்புதம் ஒன்றையும் கண்டேன். ஆதலால் இன்று இவ்வளவு சுணங்கிவிட்டேன் என்று ஒளிவீசும் அழகிய சிறகும் நீண்ட முடியும் கொண்ட பறவை கூறியது.

கடிதில் - விரைவில்; உதகம் - நீர்; மொழி மறுத்து - கட்டளைக்கு மாறு செய்து; பொழுது - நேரம்; எவண் - எங்கு; புனல் - நீர்; மிதம் - சுணக்கம்; சிகை - தலைமயிர்; புள் - பறவை; விண்டது - சொன்னது.

அவையுரை யெனநீர்க் கலைந்தது மெமனாட்
டலர்ப்பொழில் கண்டதிற் புனல்கண்
டுவகைகண் டதுமங் கொருபுட்கண் டதுஞ்சென்
றுயரெயில் வளநகர் தானை
தவிசுகண் டதுமா ளிகையைக்கண் டதுவுசுந்
தரபல்கீ சரசைக்கண் டதுவு
நவிலவுள் ளிருத்திச் சினமுஞ்சற் றடங்கி
நன்குநீ ரெங்கென்றார் நபியே. (54)

54. (1515) கண்டவற்றைச் சொல் என்றார் நபி. நீர் தேடி அலைந்ததையும் எமன் நாட்டில் சோலை கண்டு அதில் நீர்நிலை கண்டு மகிழ்ந்ததையும் அங்கொரு குதுகுதுவைக் கண்டதையும் அதன் அழைப்பின் பேரில் சென்று உயர்ந்த கோட்டை வளநகர் படைகள் அரியணை முதலியவற்றைக் கண்டதையும் ஏழுகட்டு மாளிகை கண்டதையும் அங்கே அழகிய பல்கீசு அரசியைக் கண்டதையும் விவரமாகக் கூறியது. கேட்ட நபி கேட்டவற்றை மனத்தில் இருத்தினார். அவர் கொண்ட சினமும் சற்றே அடங்கியது. நல்லது. நீர் எங்கே எங்கே உள்ளது என்று கேட்டார்.

உரை - சொல்; அலர்ப்பொழில் - பூஞ்சோலை; புனல் - நீர்; உவகை - மகிழ்ச்சி; புள் - பறவை, குதுகுது; எயில் - கோட்டை; தானை - படை; தவிசு - அரியணை; சுந்தரம் - அழகு; நவில - சொல்ல.

தாவிய சினவக் கினிசிறி தடங்கித்
தருமநா யகமிவை சாற்ற
வாவிபெற் றனமென் றகமகிழ் வடைந்தே
யண்ணலே யடிமைசொல் பொழிலின்
மேவிய தறலென் றியம்பியத் திசையும்
விரித்திரு பதமல ரிறைஞ்சித்
தூவியு முயர்த்தி யொடுக்கிநின் றதுகூர்
தோன்றிய நீலவாய்ப் பறவை. (55)

55. (1516) தாவிய சினத்தீ சற்றே அடங்கிய அறநாயகர் இவ்வாறு கேட்டதும் உயிர்பெற்றோம் என்று மனம் மகிழ்ந்தது குதுகுது. அண்ணலே! அடியேன் கூறிய பூஞ்சோலையில் உள்ளது நீர் என்று சொல்லி, அஃது இருக்கும் திசையின் விவரத்தையும் விளக்கிப் பாதம்பணிந்து புகழ்ந்து, சிறகுகளை உயர்த்தி ஒடுங்கிநின்றது கூரிய நீல நிற வாய் அலகுடைய குதுகுதுப் பறவை.

அக்கினி - நெருப்பு; சாற்ற - சொல்ல; ஆவி - உயிர்; சொல் - சொன்ன; மேவி - பொருந்தி; அறல் - நீர்; இயம்பி - சொல்லி; விரித்து - விவரமாகச் சொல்லி; தூவியம் - இறகு; ஒடுக்கி - ஒடுங்கி.

ஒடுங்கிநின் றுரைத்த குதுகுது வுடனே
யொருபெருஞ் சின்னதைக் கூட்டி
நெடுந்தொலை யதிலோர் கணத்தினிற் புகுந்து
நீர்கொடு வருகெனப் பகர்ந்தார்

கடிந்தெழுந் தனில விசையினும் விரைவாய்க்
கான்மலை கடந்ததிற் புகுந்து
தடம்புன லெடுத்துத் திருநபி யிடத்திற்
சார்ந்தன பறவையும் சின்னும். (56)

56. (1517) ஒடுங்கி நின்ற குதுகுதுவுடன் ஒரு பெரிய சின்னை கூட்டி நெடுந்தொலைவில் உள்ள அச் சோலைக்குச் சென்று நொடியில் நீர் கொண்டு வா என்று கூறினார். விரைந்தெழுந்து காற்றைவிட கடும் விசையாய்ப் பறந்து காடும் மலையும் கடந்து அச் சோலையில் புகுந்து நீர் எடுத்துக்கொண்டு நபியிடம் வந்து சேர்ந்தன பறவையும் சின்னும்.

கொடு - கொண்டு; அனிலம் - காற்று.

உதகத்தை யுதவி யிறைஞ்சிய தெழுந்தோ
ருயர்தலத் திருந்தொலுச் செய்து
குதறத்துள் ளவனை யாதிநா யகனைக்
குறையிலா தவனையாள் பவனை
யிதபுத்தி யுடையோர்க் கெவையுமீ பவனை
யிணையிலா தவனையெங் கோனை
நிதமுற்ற பொருளை யளவற்ற வருளை
நெஞ்சினி லுருகியே தொழுதார். (57)

57. (1518) நீரை அளித்துப் பணிந்தன. எழுந்து ஓர் உயரமான இடத்தில் அமர்ந்து ஒலுச் செய்து, சக்தி உள்ளவன் ஆதிநாயகன் குறையில்லாதவன் ஆள்பவன் நல்லறிவு உடையவர்க்கு எல்லாம் அளிப்பவன் இணையில்லாதவன் எம்மை ஆளும் அரசன் எப்போதும் உள்ளவன் அளவற்ற அருளாளன் ஆகிய இறைவனை உள்ளம் உருகித் தொழுதார்.

உதகம் - நீர்; உதவி - அளித்து; இறைஞ்சியது - பணிந்தது; உயர்தலம் - உயரமான இடம், தூய்மையான இடமும் ஆம்; குதுரத்து - சக்தி; இதபுத்தி - நல்லறிவு; ஈபவன் - அளிப்பவன்; கோன் - அரசன்.

தொழுதபின் பிசுமில் முழுதுமே வரைந்து
சுலையுமா னபிபல்கீ சென்னுஞ்
செழுமுடி யரசுக் கெழுதுவா சகமுட்
டெளிந்துநேர் வழிதொடர் பவர்க்கெம்
பழுதறு சலாமெய் துகவெமக் குயர்ந்த
பார்த்திப ரில்லையா தலினால்
வழுவற நமக்கு மாதிக்கும் வழியாய்
வரவிசு லாத்திலென் றெழுதி. (58)

58. (1519) தொழுது முடித்தபின்கடிதம் எழுதலானார். முதலில் பிசுமில், பிசுமில்லாகிர் ரகுமா னிர்ரகீம் என்று முழுமையாக எழுதினார். பின்னர் தொடர்ந்தார் ‘சுலைமான் நபி பல்கீசு என்னும் முடி அரசிக்கு எழுதுவது. எழுதும் வாசகத்தின் உட்பொருளை உணர்ந்து தெளிந்து நேர்வழியாகிய

இசுலாத்தில் ஆகுபவர்க்கு எம்முடைய குற்றமற்ற சலாம் எய்துக. எம்மைவிட உயர்ந்தவலிமை உடைய அரசர் இல்லை. ஆதலால் சறுகுதல் இன்றி நமக்கும் இறைவனுக்கும் வழிப்பட்டு இசுலாத்தில் ஆதி வருக' என்று எழுதி

பிசுமில் - தொடக்க வாசகம். காப்பு வாசகமும் ஆம். அது பிசுமில்லா கிர்ரகுமா னீர்ரகீம் - அளவற்ற அருளானும் நிகரற்ற அன்புடையனும் ஆகிய அல்லாகுவின் பெயரால் தொடங்குகிறேன் எனல். பிசுமில் கொண்டு தொடங்கப்படாத எதுவும் பழுதுடையது என்பது இசுலாமிய மரபு. உட்டெளிந்து - உள்ளம் தெளிந்து; நேர்வழி - இசுலாம்; பழதறு - குற்றமற்ற; சலாம் - முகமன் வாழ்த்து, அஃது அஸ் சலாமு அலைக்கம் என்பது. உங்களுக்கு இறைவென் புறத்து அமைதி கிட்டுக என்னும் பொருள் கொண்ட இறைஞ்சல்மொழி; பார்த்திபர் - அரசர்; வழு - வழுவுதல், சறுகுதல்; ஆதி - இறைவன்; வழிஆய்- வழிப்பட்டு; வர இசுலாத்தில் - இசலாத்தில் ஆகி வருக. நபி சுலைமான் (அலை) எழுதிய கடித வாசகம் கீழ்க்கண்டபடி இருந்ததாகத் திருக்குர்ஆன் கூறுகிறது:

'பிசுமில்லாகிர் ரகுமானிர் ரகீம். நீங்கள் என்னிடம் பெருமை பாராட்டாதீர்கள். (இறைவனுக்கு) முற்றிலும் வழிப்பவர்களாக முசுலிம்களாக என்னிடம் வாருங்கள்.' (27:30,31)

குபிர்நிலை யகற்றித் தவநிலைக் கலிமாக்
கூறியெக் காலமு மழியாச்
சுபமுயர் சுவன வாழ்வுபெற் றிடுகத்
துணிந்துநம் மிடந்தடைந் திடுகி
லுபையமற் றுறைவோ னருட்கிபு லாவாம்
பைத்துல்முக் கத்திசி லுறைவோ
மபையமுற் றவணில் வருகென வரிந்து
மடித்ததன் மேல்வரி தீட்டி. (59)

59. (1520) இறைமறுப்பு ஆகிய குபிர்நிலை அகற்றின் வணக்க நிலைக் கலிமா ஆகிய மூலமொழியைக் கூறி நலம் உயர்ந்த சொர்க்க வாழ்வு பெற்றிடுக. இவ்வாறு தெளிந்து துணிந்து நம்மிடம் வர முடிவு செய்தால், இரண்டற்ற தனிமுதலோனின் அருள் பெற்ற கிபுலாவாம் பைத்துல் மகத்தசில் யாம் இருப்போம். அடைக்கலம் பெற்றவர்களாக அங்கு வந்து நம்மைக் காண்க என்று எழுதி மடித்து அதன்மீது முகவரி எழுதினார்.

குபர் - இறைவனையும் அவன் நபியையும் மறுத்தல், மறுத்தவர் காபிர் எனப்படுவார். கலிமா - இசுலாமிய மூலமொழி. அது 'லாயிலாக இல்லல்லா சுலைமான் நபியுல்லா. அல்லாகு அன்றி இறைவன் இல்லை, சுலைமான் அல்லாகுவின் நபி' என்னும் வாக்கியம். முதற்பகுதி ஆகிய 'லாயிலாக இல்லல்லா' என்பது எல்லா நபிமார்களும் கற்பித்த பொதுவாக்கியம். பிற்பகுதி அவ்வக் கால நபியின் பெயரைக் கொண்டு அமையும். தற்காலம் முகம்மது நபி (சல்) அவர்களின் ஊழியாதலால் இக் கால மூலமொழி 'லாயிலாக இல்லல்லா முகம்மதுர் ரசூலுல்லா' என்பது ஆகும். இவ்வாறு சொல்வது 'கலிமாச் சொல்லல்' எனப்படும். இதை உள்ளத்தால் உறுதிகொண்டு நாவால் மொழிபவர் முசுலிம் ஆவார். சுபம் - நலம்; சுவனம் - சொர்க்கம்; துணிந்து - உள்ளத்தில் உறுதிகொண்டு; உபையம் -

இரண்டு; உடையம் அற்று உறைவோன் - இரண்டற்று இலங்கும் தனிமுதலோன், இறைவன்; கிபுலா - தொழுகையில் முன்னோக்கும் தலம்; பைத்துல் முகத்தீசு - எரூசலத்தில் உள்ள பள்ளிவாசல்; பைத்துல் மகத்தீசு பழைய கிபுலா. இப்போது கிபுலா, மக்காவில் உள்ள கஅபத்துல்லா ஆகும்.

உறைவோம் - அங்கு இருப்போம்; அடையம் - அபயம், அடைக்கலம்; அவணில் - அங்கு; வரிந்து - எழுதி; வரிதீட்டல் - முகவரி எழுதுதல். கடிதத்திற் கண்டபடி நடப்போர் அடைக்கலம் பெறுவர். ஆதலால் அடைக்கலம் பெற்றவராக அங்கு வருக என்பதைக் குறிக்க 'அடையமுற்று அவணில் வருக' என்றார்.

கரத்தின்மோ திரமுத் திரைபதித் தொருபத்
திரங்கருங் கானெடுங் கூர்வா
யிரத்தின மணிப்பொற் புறைசிறை விரித்துச்
சுருக்குநீ டெழிற்சிகை படைத்துத்
தெரித்துமுக் காலத் தியல்புக ளுணர்த
திரநிறை குதுகுதைக் கூவி
விருப்புட னளித்து மணிமுடி புனைந்த
வேதநா யகமிவை விளம்பும். (60)

60. (1521) கைவிரல் மோதிரத்தால் அதில் முத்திரை பதித்தார். கரிய காலும் நெடிய கூர்வாயும் இரத்தின மணிகள் பதித்தது போன்ற அழகிய சிறகும் விரித்துச் சுருக்கும் நெடிய அழகிய தலைமுடியும் கொண்ட, முக்கால நடப்புகளையும் அறிந்து உணரும் தந்திரம் நிறைந்த குதுகுதை அழைத்து மகிழ்ச்சியுடன் முத்திரை இட்ட கடிதத்தை அதன் கையில் அளித்து, மணிமுடி தரித்த வேத நாயகரான சுலைமான் நபி இவ்வாறு கூறினார்.

கரம் - கை; பத்திரம் - கடிதம்; பொற்பு உறை - அழகு நிறைந்த; சிகை - தலைமயிர்; கூவி - அழைத்து; விளம்பும் - சொல்வார்.

பத்திர மிதனை நமதுழைப் பகர்ந்த
பாவைபல் கீசுபா லணுகி
யத்திரு வறியா வகைகரம் புகுத்தி
வாசித்தாய்ந் தறிந்தபின் னடக்குஞ்
சித்திரந் தெரிந்து வருகென வனுப்பிச்
சேனைவா ருதிபுடை சூழ
மைத்தவழ் கனக விமானமீ தேறிப்
பைத்துல்மு கத்திசெய் தனரே. (61)

61. (1522) நம்மிடம் கூறிய அரசி பல்கீசை அணுகி அவள் உன்னை அறிந்துகொள்ளாதபடி இக் கடிதம் அவள் கையில் கிடைக்கச் செய்து, அவள் படித்து அறிந்தபின் அங்கு நடக்கும் நடப்புகளை அறிந்து வா என்று சொல்லி அனுப்பினார். பின்னர் படைக்கடல் புடைசூழ மேகம் தவழும் தங்க விமானத்தில் ஏறி பைத்துல் மகத்தசை அடைந்தார்.

பத்திரம் - கடிதம்; நமதுழை - நம்மிடம்; பகர்ந்த - சொன்ன; பாவை - பெண்; பால் - இடம்; அத்திரு - அச் செல்வப் பெண்; கரம்புகுத்து - கையில் கிடைக்கச்

செய்து; நடக்கும் சித்திரம் - நடக்கும் நடப்பாகிய காட்சி; சேனைவாருதி - படைக்கடல்; மை - மேகம்; கனகம் - பொன், தங்கம்; எய்தினர் - அடைந்தனர்.

அனுப்புமப் பொழுது பதமலர் பணிந்துள்
ளகத்ததி வேகமோ டெழுந்து
வனச்சிறை விரித்துப் பறந்தெமன் சூழும்
வளநகர்ச் சபபினைச் சேர்ந்து
கனக்கருங் குழற்சிற் றிடையயில் விழிச்செங்
கமலப்பொற் பதவன நடையார்
மனத்துதி மயிலி னரண்மனை வளைந்த
மணிமதில் வாயல்வந் ததுவே. (62)

62. (1523) அனுப்பிய அப்பொழுது பாதம் பணிந்து, மனவேகத்தோடு எழுந்து, வனப்பு நிறைந்த சிறகை விரித்துப் பறந்து, எமன் நாட்டில் உள்ள வளம் நிறைந்த சபபு நகரை அடைந்தது. அடைந்து, நிறைந்த கருங்கூந்தலும் சிற்றிடையும் வேல்விழியும் செந்தாமரைப் பொன்னடியும் அன்ன நடையும் உடைய மனம்புகழும் மயில் போன்றவளின் அரண்மனையைச் சூழ்ந்த மதிற்சுவரின் வாசலை அடைந்தது.

அகத்ததிவேகம் - மனவேகம்; வனச்சிறை - வனப்பு நிறைந்த சிறகு; கனக்கருங்குழல் - கனத்த கரிய கூந்தல்; அயில் - வேல்; அனநடையார் - அன்ன நடையாள்; மனத்துதி மயில் - வாய் திறக்குமுன்னே மனம் தானே புகழும் அழகு மயில்; வனைந்த - எழுப்பிய; வாயல் - வாசல்.

வந்துநோக் கியபோ தினின்மணி மனைசூழ்
மதிற்கத வடைத்தரண் மனையி
னுந்திய கதவ மெவைகளு மடைத்துள்
ளுறுமல ரணையினின் மேவி
முந்தணி துகிலைக் களைந்துபின் னொருமெல்
லியதுகில் புனைந்துடன் முழுதுங்
கந்தவெண் டுகிலொன் றதுகொடு மூடித்
துயின்றனள் கன்னியர்க் கரசே. (63)

63. (1524) வந்து பார்த்தபோது அரண்மனையைச் சூழ்ந்து எழுப்பப்பட்டிருந்த கோட்டை மதிலின் வாசற்கதவு அடைக்கப்பட்டிருந்தது. அரண்மனையின் உயரமான கதவுகள் எல்லாம் அடைக்கப்பட்டிருந்தன. உள்ளே அமைந்துள்ள படுக்கை அறையில் மலர்ப்படுக்கையில், முந்தி அணிந்திருந்த ஆடையைக் களைந்து அதற்கு மாற்றாக மெல்லிய ஆடையை அணிந்து கொண்டு நறுமணம் கமழும் வெள்ளைத் துணியால் உடல் முழுவதையும் போர்த்துக் கொண்டு தூங்கினாள் பெண்களின் அரசியான பல்கீசு.

மணிமனை - அழகுமாளிகை; கதவம் - கதவு; உந்திய கதவம் - உயரமான கதவு; உள்ளுறு - உள்ளே அமைந்திருக்கும்; மலரணை - மலர்ப்படுக்கை; மேவி - சார்ந்து; முந்தணி துகில் - முன்னர் அணிந்திருந்த ஆடை; கந்தம் - நறுமணம்.

மணிக்கத வடைத்த தாற்பறந் துயர்ந்து
மனையினுட் புகுந்துசா ளரத்தா
லணிப்பெற நுழைந்து மெலமெல வேகி
யணங்குபஞ் சணைமிசைச் சார்ந்து
பணிக்கதிர்க் காறை யெலும்பில்வைத் தகன்று
பலகணி யதனில்வந் தொளித்துத்
துணைக்கண்ணா னோக்கி யிருந்ததோர் நொடியிற்
றுணுக்கென விழித்தது தோகை. **(64)**

64. (1525) அழகிய வாசற்கதவு அடைக்கப்பட்டிருந்ததால் பறந்து உயர்ந்து அரண்மனை உள்ளே புகுந்தது. சாளரத்தின்வழி நுழைந்து மெல்லமெல்லப் போய் அரசி தூங்கும் படுக்கையை நெருங்கி, வளையல் ஒளிவீசும் மணிக்கட்டு எலும்பின்மீது கடிதத்தை வைத்துவிட்டு அகன்றது. சாளரத்தில் வந்து ஒளிந் திருந்து நடக்கப் போவதை எதிர்பார்த்து இரண்டு கண்களாலும் பார்த்துக் கொண்டிருந்தது. துணுக்கென நொடியில் விழித்தது பல்கீசு என்னும் மயில்.

சாளரம் - சன்னல்; மனை - அரண்மனை; ஏகி - சென்று; அணங்கு - பெண்; மிசை - மீது; பணி - ஆபரணம்; பணிக்கதிர் - ஆபரண ஒளி; காறைஎலும்பு - மணிக்கட்டு எலும்பு; அகன்று - விலகி; பலகனி - சன்னல், சாளரம்; துணைக்கண் - இணைக்கண், இருகண்.

பறவைவைத் திடுபத் திரங்கனத் ததிற்பஞ்
சணைத்துயில் விழித்திடு பாவை
யுறைகன மிவையே தெனக்கரந் தடவி
யெடுத்தன ளுடனெழுந் திருந்து
மறியுழை விழியி னோக்கினள் மலைத்து
மணிக்கபா டத்தைநோக் கினள்முன்
நெறியுற வடைத்துப் பூட்டிய விதமே
யிருப்பது நேத்திரங் கண்டாள். **(65)**

65. (1526) குதுகுதுப் பறவை வைத்த கடிதம் கனத்ததனால் படுக்கையில் விழித்த பாவை இது என்ன கனம்? இது ஏது? என்று கையால் தடவி எடுத்தாள். உடனடியாக எழுந்து மான்விழியால் நோக்கினாள். மலைத்தாள். வாசற் கதவை நோக்கினாள். முன்னர் முறைப்படி அடைத்துப் பூட்டிய அவ்விதமே இருப்பதைத் தன் கண்களால் கண்டாள்.

பத்திரம் - கடிதம்; மறி - பெண்மான்; கபாடம் - கதவு; நேத்திரம் - கண்.

தோட்டியு மடைத்துப் பூட்டியிங் கிருப்பத்
துகில்கலை யாதுநம் முழையிற்
றீட்டிமுத் திரையிட் டிடுமுடங் கலையார்
கொணர்ந்துசேர்ப் பவரென வுளத்தி
னாட்டிய பலவெண் ணமுங்குறித் ததன்மே
னளினச்செங் கரத்தினால் விரித்து
வாட்டிரு நயன மிமைப்பற நோக்கி
வாசித்தாய்ந் தனள்வரி முழுதும். **(66)**

66. (1527) கதவை அடைத்துப் பூட்டியிருக்கும் நிலையில், ஆடையும் விலகாதபடி, எழுதி முத்திரை இட்ட கடிதத்தைக் கொண்டுவந்து சேர்த்தவர் யார்? என்று பலவாறாக எண்ணினாள். பின்னர் மென்மையான சிவந்த கையினால் விரித்து வாள்விழி இமைக்காமல் முழுமையாகப் படித்து ஆராய்ந்தாள்.

தோட்டி - கதவு; துகில் - ஆடை; நம்முழையில் - நம்மிடத்தில்; தீட்டி - எழுதி; முடங்கல் - கடிதம்; நளினம் - தாமரை; வாட்டிரு - வாள்திரு; நயனம் - கண்; இமைப்பற - இமைத்தல் இல்லாது.

பயனுறு முடங்க லனுப்பிய குரிசில்
பார்முடி யரசர்க ளெவர்க்கும்
வியனெனக் குறித்துள் ளரண்மனை நீங்கி
வெளியரண் மனையரி யணையி
னயனுற மேவித் தரித்துவீற் றிருந்தா
ணாளுமா சனமறைத் திருப்ப
வியல்புட னதனுள் ளுறைந்துபே சுவதற்
றகற்றின டிரையினை யின்றே. (67)

67. (1528) பயனுடைய கடிதம் அனுப்பிய அரசர் உலகின் அரசர்கள் யாவரை யும்விடப் பெரியவர்; பெருமை உடையவர் என்று மனத்தில் உறுதி கொண்டாள். உடனடியாக உள்ளரண்மனையிலிருந்து வெளிப்பட்டு வெளியரண்மனைக்கு வந்தாள். அரியணை திரையிட்டு மறைக்கப்பட்டிருந்தது. வழக்கம் போல் அதனுள் புகுந்தாள். பேசுவதற்குத் தோதாகத் திரையை விலக்கினாள்.

உலகப் பயன் மட்டும் அன்றி மறுமைப் பயனும் குறித்த செய்தியைச் சுமந்து வந்த கடிதமாதலின் 'பயன் உறும் முடங்கல்' என்றார். முடங்கல் - கடிதம்; குரிசில் - அரசர்; பார் - உகம்; வியன் -பெரியவர், பெருமைக்கு உரியவர்; உள்அரன்மனை - அந்தப்புறம்; வெளியரண்மனை - அரச மன்றம்; நயன் - மகிழ்ச்சி; மேவி - சார்ந்து; தரித்து - பொருந்து; வீற்றிருப்ப - அமர்ந்து; இயல்புடன் - ஒழுங்குடன்; அதனுள் உறைந்து - உள்ளே புகுந்து; திரை - திரைச்சீலை; மின் - மின்னல்.

ஆசனத் திருந்து தலைவர்பன் னீரா
யிரம்பெய ரையுமழைத் தேவ
வாசகந் தலைக்கொண் டோடின ருழையோர்
மவுன்றன ரியாவருந் திரண்டு
வீசிய கிரண மணியரி யணையின்
மேவிய மயில்பத மடுத்துத்
தூசுகள் கரங்கள் வீக்கிவாய் புதைத்துச்
சூழ்ந்துநின் றனர்பய மிகுத்தே. (68)

68. (1529) அரியணையில் அமர்ந்து படைத்தலைவர் பன்னீராயிரம் பேரையும் அழைத்து வரும்படிக் கட்டளை இட்டு ஏவலரை ஏவினாள். கட்டளையைத் தலைமேற் கொண்டு பணியாளர் ஓடினர். அவரவரையும் கண்டு கூறினர். யாவரும் திரண்டு வந்து, ஒளிவீசும் அழகிய அரியணையில் வீற்றிருக்கும் பல்கீசு

என்னும் மயிலின் பாதத்தின் அருகில் நெருங்கி, கொடிகளையும் கைகளையும் கட்டிக்கொண்டு வாய்புதைத்து அச்சத்துடன் சூழ்ந்து நின்றனர்.

ஆசனம் - அரியணை; ஏவ - கட்டளை இட; வாசகம் - சொல், கட்டளை; உழையோர் - ஏவலர், பணியாளர்; மவுன்றனர் - கூறினர்; கிரணம் - ஒளிக்கதிர்; மணி - அழகு; மேவி - சார்ந்து; தூசு - கொடி; கரம் - கை; வீக்கி - கட்டி; தலைவர் யாவரும் கொடியுடையவர். தம் உரிமைக் கொடிகளைப் பல்கீசு முன் தாழ்த்திக் கொண்டதைக் கட்டிக்கொண்டதாகப் பாடுகிறார்.

மலர்விழி யதனா லவர்தமை நோக்கி
பைத்துல்மு கத்திசென் பதனிற்
சுலையுமா னபியென் றொருமுடி யரசு
தோன்றின ராமவ ரிசுலா
நிலையினி னமையும் வருகவென் றெழுதி
யனுப்பினர் நீரதற் கென்கொல்
சொலுமெதிர் மொழியென் றனர்கரும் பமுதிற்
சுவையெலாந் திரண்டமென் மொழியாள். (69)

69. (1530) மலர்போன்ற கண்களால் அவர்களை நோக்கி பைத்துல் முகத்திசில் சுலைமான் நபி என்றொரு முடிமன்னர் தோன்றியுள்ளாராம். அவர், இசுலாத்தில் வருக என்று நம்மை அழைத்துக் கடிதம் எழுதி அனுப்பியுள்ளார். இதற்கு நீங்கள் என்ன மறுமொழி சொல்கிறீர்கள் என்று கேட்டாள், கரும்பின் அமுதச் சுவை எல்லாம் திரண்ட மென்மொழியாள்.

நிலையினி னமையும் - நிலையினில் நமையும்; எதிர்மொழி - மறுமொழி.

தளங்களுக் கதிபர் செவிப்புக வெவருந்
தங்களிற் றெளிந்தொரு மொழியாய்
விளம்பின ருமக்கும் வியப்பர செவர்க்கு
மேதினி யிடத்திலை யுமைப்போ
லளந்தமுக் காலத் தியல்யுணர் பவரு
மிலையெமை யாள்வது நீரும்
முளந்தனிற் குறிப்ப தெவைகொலோ வவையே
யுத்தம மெமக்கெலா மென்றே. (70)

70. (1531) இது செவியிற் புகுந்த படைத்தலைவர்கள் யாவரும் தங்களுக்குள் ஆய்ந்து தெளிந்து ஒருமொழியாய் உரைத்தனர். உமக்கும் வியப்பிற்கு உரிய அரசர் எவருக்கும், முக்காலமும் அளந்து அவற்றின் இயல்பு உணர்பவர் உம்மை போன்றவர் யாரும் உலகில் இல்லை, எம்மை ஆள்வது நீர், உம் உள்ளத்தில் கருதுபவை எவையோ அதுவே எமக்கெல்லாம் மேலானது என்று.

தளம் - படை; அதிபர் - தலைவர்; விளம்பினர் - உரைத்தனர்; மேதினி - உலகம்; உத்தமம் - உயர்ந்தது, மேலானது.

அதிபரிவ் வசனங் சொலவமு துரைக்கு
மணிமுடி யரசர்கள் வேறோர்

பதிவரி லதனைப் பாழ்படுத் தலுமா
நபிகள்வந் திடிற்பரி பாலித்
திதமொடு தழைத்து மிகவும்வாழ்ந் தோங்க
வியற்றுவர் நபியெனிற் பணிய
விதியர செனிற்றள் ளுகவிது சோதித்
தறியவேண் டுதும்வகை கேண்மின். (71)

71. (1532) சபைத்தலைவர்கள் இம் மொழி சொல்ல, பல்கீசாகிய அமுது சொல்லும். மணிமுடி யரசர்கள் வேறோர் ஊரில் புகுந்தால் அதனைப் பாழ்படுத்துவர். நபிகள் வந்தால் அவ் வூரைப் பாதுகாத்து மகிழ்ச்சி தழைத்து ஓங்கும்படிச் செய்வர். சுலைமான் நபி என்றால் பணிய வேண்டும். அரசர் என்றால் இக் கடிதத்தைப் புறக்கணிக்க வேண்டும். இதைச் சோதித்து அறிய வேண்டும். அதன் விவரத்தைக் கேளுங்கள்.

அதிபர் - தலைவர்; வசனம் - மொழி; பதி - ஊர், நாடு; இதம் - இனிமை, மகிழ்ச்சி; விதியரசு - விதிப்படியான அரசர்; கேண்மின் - கேளுங்கள்.

காணிக்கை சிலது மனுப்புவ மேலாக்
கருமங்கள் சிலதுந்தேர்ந் தோதப்
பூணிக்கை கேள்வி சிலதுங்கேட் டனுப்பு
வோமர செனிற்பொருள் விரும்பிப்
பேணிக்கைக் கொளுவர் மற்றதே லாது
பெரியவ வருணபி யெனிலோ
பாணித்துப் புகல்வர் கேள்விநம் பொருள்கைப்
பற்றிடா ரேலுமற் றெவையும். (72)

72. (1533) காணிக்கையாகச் சில பொருள்களை அனுப்புவோம். இயலாத செயல்கள் சிலவற்றையும் அறிந்து சொல்லும்படி சில கேள்விகளையும் கேட்டு அனுப்புவோம். அரசர் என்றால் பொருளைப் பேணுதலுடன் பெற்றுக் கொள்வார். மற்றது அவரால் முடியாது. பெரியவனாகிய இறைவன் அனுப்பிய நபி என்றால், நம் கேள்வியை மதித்து விளக்கம் சொல்வார். பொருளைத் தீண்டமாட்டார். மற்றைய எந்தச் செயலும் அவரால் முடியும்.

ஏலாக் கருமங்கள் - செய்ய முடியாத செயல்கள்; தேர்ந்து ஓத - தெரிந்து உரைக்க; பூணிக்கை - பூணித்தல், சுட்டிக்காட்டுதல்; கொளுவர் - கொள்வார்; ஏலாது - இயலாது, முடியாது; பாணித்து - மதித்து; புகல்வர் - சொல்வர்.

வகையதி லறிந்து நபியெனிற் கலிமா
மவுன்றுநல் வழியினிற் செல்வோந்
தகையர் செனிலியா மறியுமப் பொழுதே
தானையந் நாட்டினி னடத்திப்
பகையமர் புரிந்து கோலுஞ்செல் வமுநம்
வசப்படுத் துவமெனப் பகர்ந்தா
டொகையுறு தலைவ ரெவர்களு மிதுவே
சூழ்சியுந் துணிவுமென் றிசைத்தார். (73)

73. (1534) அவர் யார் என்பதை இதனால் அறிந்து நபி என்றால் கலிமா மொழிந்து நல்வழியிற் செல்வோம், தகுதியான அரசர் என்றால், நாம் அறியும் அப் பொழுதே அந் நாட்டின் மீது படை நடத்திப் போரிட்டு வென்று அவருடைய அரசையும் செல்வத்தையும் வசப்படுத்திக் கொள்வோம் என்றாள். தொகையான தலைவர்கள் யாவரும் இதுவே சூழ்ச்சியும் துணிவும் ஆகும் என்று கூறினர்.

மவுன்று - சொல்லி; தகை - தகுதி; தானை - படை; அமர் - போர்; கோல் வசப்படுத்தல் - அரசை கைப்பற்றல்; பகர்ந்தார் - சொன்னர்; தொகை - எண்ணிக்கை, பன்னீராயிரம்; இசைத்தார் - இசைவு தெரிவித்தார்.

பல்கீசுக்குப் பத்திரமனுப்பின படல முற்றிற்று.

32. பல்கீசு சோதனைப் படலம்
படலச் செய்தி

தான் முடிவு செய்தபடி, ஐம்பது ஆடவர்க்குப் பெண்வேட மிட்டும் ஐம்பது பெண்டிர்க்கு ஆண்வேடமிட்டும் ஒருபால் நிறுத்தினாள். ஒரு கோணல் வைரத்தையும் ஓர் இயல்பான வைரத்தையும் ஒரு சிமிழில் இட்டாள். ஒரு முழம் நீளம், அகலம், கனம் கொண்ட பொன்னால் செய்த கற்கள் ஐம்பதும் வெள்ளியினால் செய்த கற்கள் ஐம்பதும் தயாரிக்கச் செய்து ஒரு புறத்தே வைத்தாள். பணியாளரும் பாதுகாப்பு வீரரும் வாகனங்களும் ஆயத்தப்படுத்தினாள். வேண்டிய பொருள் யாவும் அளித்து விவரமாக ஒரு கடிதமும் எழுதினாள். மதிநிறைந்த அமைச்சர் இருவரை அழைத்து அவர்களிடம் அனைத்தையும் ஒப்படைத்தாள். பின்னர் விவரம் கூறினாள். 'பைத்துல் முகத்திசை அடைந்து சுலைமான் நபியிடம் பொன், வெள்ளிக் கற்களைக் காணிக்கையாக வைத்திடுங்கள். கோணல் வைரத்தில் சரடு கோக்கவும் மற்ற வைரத்தில் துளையிடவும் கோருங்கள். இவர்களில் ஆண்கள் இத்தனை பெண்கள் இத்தனை என்று பிரித்து அறிவிக்கக் கேளுங்கள். பூமியிலும் வானத்திலும் இல்லாத நீர் வேண்டும் என்று கேளுங்கள். அவர் இவற்றை முடித்தால் பெற்று வாருங்கள். காணிக்கையை பெற்றுக் கொண்டு சமாதானம் கூறினால் அறிந்து வாருங்கள் என்று கூறினாள். அவர்கள் பணிந்து புறப்பட்டனர்.

இதை எல்லாம் மறைவில் இருந்து கவனித்த குதுகுதுப் பறவை விரைந்து புறப்பட்டு நபி சுலைமான் (அலை) அவர்களிடம் வந்து கண்டு, கேட்ட அனைத்தையும் தெரிவித்தது.

வருபவர்களை வியப்பிலும் திகைப்பிலும் ஆழ்த்த விரும்புகிறார் அரசர் நபி. பல்கீசு சொன்ன கற்கள் அதே அளவு கொண்ட தங்கம் வெள்ளி கற்கள் தயாரிக்கும்படிச் சின்களுக்குக் கட்டளை இட்டார். தயாராயின. தம்முடைய மாளிகைமுன் அவற்றைத் தளமாகப் பதிக்கச் செய்தார். நூறு கற்களுக்கு உரிய இடத்தை வெற்றிடமாக விட்டார். நாலாயிரம் வெள்ளி நாற்காலிகளும் நாலாயிரம் தங்க நாற்காலிகளும் தயாரிக்கச் செய்து தளத்தின் மீது பரப்பினார்.

தங்க இருக்கைகளில் மனித அரசர்களையும் வெள்ளி இருக்கைகளில் சின் தலைவர்களையும் அமர்த்தினார். மனித, சின் வீரர்களையும் பேய்களையும் காவலுக்கு நிறுத்தினார். பறவைகளைப் பந்தலாக வானத்தில் படர்ந்து நிழல் செய்யும்படிக் கட்டளையிட்டார். தம்முடைய அரண்மனையின் எட்டாம் தளத்தில் ஏழு திரைகளுக்கு அப்பால் அரியணை இட்டு அமர்ந்து கொண்டார்.

வந்தவர்கள் அனைத்தையும் கண்டு வியந்தனர்; திகைத்தனர். நிரப்பப் படாத நூறு கற்களுக்குரிய வெற்றிடம் அவர்களைக் குழப்பியது. தாம் கொண்டுவந்ததை அதில் பதித்து விட்டு அரசர் நபியைச் சென்று கண்டனர். பல்கீசு வைத்த சோதனையை வெற்றிகரமாக முடித்ததைக் கண்ட அமைச்சர்கள் இவர் நபியே என்று உறுதிகொண்டு பணிந்தனர். அவர்களுக்கு அன்பளிப்புகள் நல்கி நம்முடைய தீனில் இணைந்தால் நலமே வாழலாம் இல்லையென்றால் அழிய நேரும் என்று அரசிக்குச் செய்தி சொல்லி அனுப்பினார். திரும்பிச் சென்று அனைத்தையும் நிகழ்த்தினர். கேட்டு மகிழ்ந்த பல்கீசு அடுத்த வாரம் அனைவரும் சென்று அவர் தீனில் ஆகலாம் என்று முடிவு செய்தாள்.

32. பல்கீசு சோதனைப் படலம்

கலிநிலைத்துறை

அரசு மாதிதூது வனுநா மெமதுதீ னதனில்
வருக வென்றெழு தண்ணலை யரசுமாத் திரமோ
வொருவ னன்னபிப் பட்டமு முள்ளதோ வதனைத்
தெரிய வென்றுபல் கீசியற் றிடுதிற னுரைப்பாம். (1)

1. (1535) அரசரும் இறைவன் தூதுவனும் நாம். எமது தீனில் வருக என்று எழுதிய அரசர்நபியை அரசர் மட்டுமோ? இறைவன் தூதர் பட்டமும் உள்ள தோ? அதனை அறியவென்று பல்கீசு செய்த தந்திர வகையைச் சொல்வோம்.

ஆதி - இறைவன்; தூதுவன் - நபி; தீன் - மார்க்கம், இசுலாம்; அண்ணல் - அரசர்; ஒருவன் - அஹது, இறைவன்; இயற்றிடும் - செய்திடும்; திறன் - கூறுபாடு, தந்திரம்.

இருளெ னத்திருட் டளகமு முலைகளு மிட்டே
யருநெ டுந்துகில் புனைந்துபொன் மணிநகை யணிந்து
பரிம ளந்திமிர்ந் தரிவையர் மொழிநடை பயிற்றிப்
புருட ரைம்பது பெயர்க்கும் பெண்வேடங்கள் பொருத்தி. (2)

2. (1537) இருள் என்னும்படி கூந்தலும் முலைகளும் பொருத்தி, நீண்ட துணி அணிவித்து, பொன்மணி நகைவகை பூட்டி, நறுமணம் பூசி, பெண்கள் போல் பேச்சும் நடையும் பயில்வித்து ஐம்பது ஆடவர்க்குப் பெண் வேடம் பொருத்தி

இருள் - கருமையும் திரட்சியும் இருள்போல்; அளகம் - கூந்தல்; திருட்டு அளகம் பொய் முடி, ஒட்டுமுடி; துணிநெடுந்துகில் - நீளமான துணி; பரிமளம் - நறுமணம்;

நிமிர்த்து - பூசி; அரிவையர் - பெண்கள்; பயிற்றி - பயில்வித்து ; பொருத்தி - பூட்டி. அளகம் பொய் எனவே முலையும் பொய் என்றதாயிற்று.

அளக நீக்கிமின் னாரிடு மணிநகை யகற்றிப்
புளக வாண்மலை மறைத்துமைந் தரின்கலை புனைந்து
வளமோ டாயுத மீந்துரை பயிற்றிமங் கையர்நெஞ்
சிளக வைம்பது பெண்களை யாணுரு வியற்றி **(3)**

3. (1537) கலைமுடி நீக்கி, பெண்கள் அணியும் அணிமணி நகைகளை நீக்கி, பூரித்த முலைகளை மறைத்து, ஆடவர்தம் ஆடை உடுத்துவித்து, போராயுதங்கள் நல்கி, ஆடவர் போல் பேசப் பயில்வித்து, இளம் பெண்கள் பார்த்து உருகும்படி ஐம்பது பெண்களை ஆண் உருவில் ஆக்கி

அளகம் - கூந்தல்; மின்னார் - பெண்கள்; இடும் - அணியும்; புளகம் - பூரிப்பு; வாள் - ஒளி; மைந்தர் - ஆடவர்; கலை - ஆடை; புனைந்து - அணிந்து; உரை - பேச்சு; பயிற்றி - பயில்வித்து; நெஞ்சு இளக - நெஞ்சு உருக.

செயிர கன்றநல் லறிவுமே வியுமுரண் டீரா
முயல்வி னோர்க்கிணை யாந்தம ரிட்டவெண் முடங்கல்
வயிர மென்றொரு சிமிழில்வைத் தின்னமோர் வயிர
மியல்பி னிற்றம ரிட்டிடா தொருசிமி ழிருத்தி. **(4)**

4. (1538) குற்றமற்ற நல்லறிவு பொருந்தியும் முரண்பாடு நீங்காத யோகியர்க்கு இணையாகும்படியான தொளை இட்ட கோணலான வைரம் ஒன்று ஒரு சிமிழில் வைத்தனர். தொளை இடப்படாத மற்றொரு நல்ல இயல்புடைய வைரம் ஒன்றை வேறொரு சிமிழில் வைத்தனர்.

செயிர் - குற்றம்; மேவுதல் - பொருந்துதல்; முரண் - மாறுபாடு, அறியாமை; முயல்வினோர் - யோகியர்; தமர் - தொளை; முடங்கல் - மடங்கல், கோணல்; சிமிழ் - செம்பு, செப்புக் குழலும் ஆம்.

அகல மோர்முழ நீளமு மோர்முழ மதுபோற்
பகரு மோர்முழங் கனமுள செங்கலின் பண்பாய்
நிகரி லாக்கன கத்திலைம் பதும்வெள் ளியினான்
முகநி ழற்றெரிந் திலங்கவோ ரைம்பது முடித்து. **(5)**

5. (1539) அகலம் ஒரு முழம் நீளம் ஒரு முழம் உயரம் ஒரு முழம் என்ற அளவுப்படி செங்கல் அறுப்பது போல் ஐம்பது தங்கக் கட்டிகள் வார்த்தனர். அதே அளவில் ஐம்பது வெள்ளிக் கட்டிகள் வார்த்தனர். அவற்றில் பார்ப்பவர் முகநிழல் தெரிந்தது.

கனம் - மொத்தம், தடிப்பம், உயரம்; பகரும் - சொல்லும்; கனகம் - தங்கம்

தேட கப்பொருண் முகத்தினாற் றௌாயுமந் திரிக
ளேட லர்ப்புய ரிருவரை யழைத்தவ ரிடத்தில்
வேட மிட்ட நூற் றுவரையுஞ் சிமிழையும் வெள்ளி
யாட கத்தினாற் செய்தகற் களையுமே யளித்து. **(6)**

6. (1540) மனத்தில் உள்ளதை முகக்குறிப்பால் உணர்ந்து தெளியும் அறிவார்ந்த இரண்டு அமைச்சர்களை அழைத்தாள். மலர்ந்த மலர்மாலைகளைத் தோளில் அணிந்த அவர்களிடம் வேடம் புனைந்த நூறு பேர்களையும் சிமிழ்களையும் தங்கம், வெள்ளிக் கட்டிகளையும் அளித்து

தேடு அகப்பொருள் - தேடப்படும் மனத்தில் உள்ள பொருள்; ஏடு அலர் - விரிந்த மலர்மாலை; புயம் - புஜம், தோள்; ஆடகம் - பொன்.

பணிவி டைக்கிதத் தவர்சிலர் களும்படைக் கலங்க
ளணியும் வீரர்கள் பலர்களும் வாகனா திகளுந்
தணிவி லாதுவேண் டுவதெவை களுமவர் தமக்கீந்
துணர்மு டங்கலு மெழுதியீந் தெழிற்றிரு வுரைக்கும். **(7)**

7. (1541) பணிவிடைக்கு என்று பணியாளர் சிலரும் போர்க்கலங்கள் அணிந்த வீரர் பலரும் வாகனங்களும் இன்னும் வேண்டுமான பொருள்கள் அனைத்தும் குறைவு இல்லாமல் அவர்களுக்கு அளித்து ஒரு கடிதமும் எழுதி அவர்களிடம் கொடுத்து பல்கீசு எனும் அழகு செல்வம் சொல்லாயிற்று.

இதத்தவர் - பணியாளர்; தணிவு - குறைவு; ஈந்து - கொடுத்து; முடங்கல் - கடிதம்; எழில் - அழகு; திரு - செல்வம்.

மருக்கொள் சோலைசூழ் பைத்துல்மு கத்திசிற் சேர்ந்தங்
கிருக்கு மோர செனுநபி சுலையுமா னிடத்தி
லுருக்கு செம்பொனால் வெள்ளியாற் கல்லொரு நூறும்
வருக்க மாகவே காணிக்கை யென்றுவைத் திடுமின். **(8)**

8. (1542) மணம் கமழும் சோலை சூழ்ந்திருக்கும் பைத்துல் மகத்தசில் சேர்ந்து, அங்கிருக்கும் அரசராகிய சுலைமான் நபியிடம், உருக்கிய செம்பொன்னாலும் வெள்ளியினாலும் செய்த நூறு கட்டிகளையும் ஒழுங்கு முறைப்படி காணிக்கை என்று அளியுங்கள்.

மரு - மணம்; வருக்கம் - ஒழுங்கு.

இருந்தி டுஞ்சிமி ழிரண்டினி லிருக்குமெண் கோணல்
பொருந்து மோர்வயி ரத்தினிற் செம்பொனூல் புகுத்தித்
திருந்த மற்றவோர் வயிரத்தி னெடுந்தமர் செய்து
புரிந்தி டச்சொலிக் கேண்மினென் றின்னமும் புகலும். **(9)**

9. (1543) இவ் விரண்டு சிமிழ்களிலும் இருக்கும் இருவேறு வைரங்களில், எட்டுக் கோணல் இருக்கும் ஒரு வைரத்தில் செம்பொன் நூலை புகுத்திக் கொடுக்கவும் மற்றொரு வைரத்தில் தொளை இடச்சொல்லியும் கேளுங்கள் என்று சொல்லி, இன்னும் சொல்வதாவது.

நெடுந்தமர் - நெடிய தொளை; கேண்மின் - கேளுங்கள்; புகலும் - சொல்லும்.

கண்க ளித்தவிந் நூற்றுவர் தம்மிலுங் கணித்துப்
பெண்க ளித்தனை யாண்களித் தனையெனப் பிரிமின்

மண்ப தித்தலத் தினிலுவா னகத்திலு மில்லாத்
தண்பு னற்றர வேண்டுது மென்றுசாற் றிடுமின். (10)

10. (1544) கண்களால் கண்டு களிக்கத் தக்க அழகுடைய இந் நூறு பேர்களில், பெண்கள் இவர், இத்தனை பேர் என்றும், ஆண் இவர், இத்தனைபேர் என்றும் பிரித்து அறிவியுங்கள். மண் உலகிலும் விண் உலகிலும் இல்லாத குளிர்நீர் தர வேண்டும் என்று கேளுங்கள்.

கணித்து - எண்ணி, அளந்து; மண்பதித்தலம் - மண்ணுலகம்; தண்புனல் - குளிர்நீர்; சாற்றிடுமின் - சொல்லுங்கள், கேளுங்கள்.

செய்த ளித்திடிற் பெற்றுவந் திடுமின்செய் யாமற்
கைத னிற்கொடுத் திடும்பொருள் கவர்ந்தொரு புகலாய்ப்
பொய்த ரப்புகன் றிடிலவை யறிந்துபுக் கிடுமென்
றெய்தி ருச்சர விழிபல்கீ சியம்பியே வினளே. (11)

11. (1545) இவற்றைச் செய்து தருவாரானால் பெற்றுக்கொண்டு திரும்பிவிடுங்கள். கையிற் கொடுத்த பொருளை எடுத்துக்கொண்டு, பொய்யான சாக்குப்போக்குச் சொல்வாரானால், அவற்றை அறிந்து அவர் நாட்டில் புகுந்துவிடுங்கள் என்றும் கட்டளையிட்டு அவர்களை அனுப்பினாள் பாய்ச்சும் அழகிய அம்பு போன்ற விழியுடைய பல்கீசு.

கவர்ந்து - எடுத்துக்கொண்டு; புகல் - உபாயம், சமாதானம், சாக்குப்போக்கு; புக்கிடுமின் - புகுங்கள், அதாவது புகுந்து தாக்குங்கள் என்றபடி; சரம் - அம்பு.

ஏவு கின்றபோ திருபத மலர்பணிந் திறைஞ்சிக்
கூவு கின்றகோ கிலமருள் பொருளெலாங் கொண்டு
தாவு கின்றவெம் பரித்தளத் தொடுவழி சார்ந்தார்
மேவு கின்றதோர் குதுகுது வறிந்ததிவ் விதங்கள். (12)

12. (1546) கட்டளை இட்டுப் போக்கியதும் அவள் பாதம் பணிந்து வாழ்த்தி, பல்கீசாகிய குயில் அளித்த பொருள்களை எல்லாம் பெற்றுக்கொண்டு, தாவும் சீற்றக் குதிரைப் படைகளுடன் சாலையை அடைந்தனர். அங்கு மறைந்திருந்த குதுகுது இந்த நடப்புகளை எல்லாம் அறிந்து கொண்டது.

ஏவுதல் - கட்டளையிடல்; கோகிலம் - குயில்; அருள்பொருள் - அளித்த பொருள்; வெம் - வெம்மை, சீற்றம்; பரித்தளம் - குதிரைப்படை; வழி சார்ந்தார் - பாதையை அடைந்தார்; மேவுகின்ற - சார்ந்திருக்கின்ற.

அறிந்தி வர்க்குமுன் னபிபதத் தணுகியோ துவமென்
றெறிந்தி ருட்பட மகற்றுமா ளிகையைவிட் டெழுந்து
பறந்து வெற்புகள் பொழில்வனங் கடந்துபா ரிடத்தி
லுறைந்த பொற்பதி பைத்துல்மு கத்திசுற் றதுவே. (13)

13. (1547) அறிந்து, ‘இவர்களுக்கு முன்னே போய் நபியின் பாதத்தை அணுகி இவற்றைச் சொல்வோம்’ என்று, ஒளிவீசி இருள் படலத்தை அகற்றும்

மாளிகையை விட்டு எழுந்து பறந்தது. மலைகள் சோலைகள் காடுகள் முதலியவற்றைக் கடந்து உலகில் அமைந்த சொர்க்கமாகிய பைத்துல் மகத்திசை அடைந்தது.

அணுகி - நெருங்கி; ஓதுவம் - சொல்வோம்; எறிந்து - வீசி; இருட்படம் - இருளாகிய படலம்; அகற்றும் - நீக்கும்; வெற்பு - மலை; பொழில் - சோலை; வனம் - காடு, பாலைவனமுமாம்; உறைந்த - நிலைபெற்ற, அமைந்த; பொற்பதி - சொர்க்கம்; உற்றது - அடைந்தது.

பதிவி னிற்புகுந் தரசர்நா யகநபி பதஞ்சேர்ந்
தெதிரி னூற்றுவர் வருவதுஞ் சிமிழ்மணி யிரண்டுங்
கதிசெய் தங்கத்தால் வெள்ளியாற் கல்வரு வதும்பா
ரதனில் வானிலில் லாப்புனல் கேட்கச்சொல் வதுவும். **(14)**

14. (1548) நகரில் புகுந்து அரசர் தலைவராகிய நபியின் பாதம் அடைந்து, எதிரே நூறுபேர் வருவதும் இரண்டு சிமிழ்களில் இரண்டு வைரங்கள் வருவதும் தங்கத்தால் செய்த கட்டிகளும் வெள்ளிக்கட்டிகளும் வருவதும் உலகிலும் வானிலும் இல்லாத நீர் கேட்கப் போவதும்

பதி - நகரம்; மணி - வைரம்; புனல் - நீர்.

பொன்னைக் கைக்கொளா தோதுதற் காம்வகை புரிந்தாற்
றன்னைக் கைக்கொளு நபியெனப் பணியவுந் தவிர்ந்தான்
முன்னைக் கைக்கொளுஞ் சமர்புரிந் திடவுமுண் முயன்றே
மின்னைக் கைக்கொளு மிடையிருப் பதும்விரித் ததுவே. **(15)**

15. (1549) காணிக்கையாய் வரும் பொன் வெள்ளிக் கட்டிகளை எடுக்காது அவர்கள் கேட்பவற்றைக் கேட்டபடி செய்தால், நபிதான் என்று பணிந்து தன்னைக் கையளிக்கவும், இல்லை என்றால், பெரும்போர் நடத்திடவும், முயன்று பைத்துல் மகத்திசு ஆகிய இப் பெண்ணைக் கைப்பற்றவும், அதனால் பழி ஏற்பட வழி இருப்பதுவும் விரித்து உரைத்தது.

ஓதுதற்கு - கேட்பதற்கு; ஆம்வகை - பொருத்தமாகும்படி; தன்னைக் கைக் கொளும் - தன்னை ஏற்றுக் கொள்ளத் தக்க; தவிர்ந்தால் - செய்யத் தவறினால்; மின்னை - பைத்துல் மகத்திசு ஆகிய இப் பெண்ணை; மிடை - தூறு, பழிப்பு.

பங்க டக்குமப் பறவைசொன் மனத்தினுட் படுத்திச்
சின்க ளைக்கடி தாய்நபி திருமுன மழைத்தே
யிங்க னுப்புபல் கீசுகல் லளவிசைத் திதுபோ
லுங்கள் கைப்பட வனந்தங்கல் செயுமென வுரைத்தார். **(16)**

16. (1550) பாதியாக ஒடுங்கி நிற்கும் பறவையின் சொற்களை இருத்தி, சின்களை விரைந்து அழைத்தார். அவை நபி திருமுன் வந்தன. பல்கீசு இங்கே அனுப்பியுள்ள பொன், வெள்ளிக் கட்டிகளில் அளவு கூறி உங்கள் கைப்பட இதே போல் நிறைய பொன், வெள்ளிக் கட்டிகள் செய்யுங்கள் என்று கட்டளை இட்டார்.

பங்கு - பாதி; கடிதாய் - விரைந்து; கல் - கட்டி; அனந்தம் - மிகுதியாக.

தெள்ளி தாயருட் டிருநபி யுரைப்படி சின்கள்
வெள்ளி செம்பொன்னா லந்தஞ்செய் தளித்தன விரைவாய்
வள்ளி யோரரச தனைத்தம் மாளிகை முன்பு
மொள்ளி தாய்த்தள விசைபதித் திடுகவென் றுரைத்தார். (17)

17. (1551) தெளிவாக அருள்திரு நபி சொன்னதுபோல் வெள்ளிக் கற்களும் தங்கக் கற்களும் விரைந்து செய்துகொடுத்தன சின்கள். வரையாது கொடுக்கும் வள்ளல்களின் அரசராகிய சுலைமான் (அலை) அவற்றைத் தம்முடைய மாளிகை முன்னே ஒளியிலங்கும் தளமாக விரைந்து பதியுங்கள் என்றார்.

தெள்ளிதாய் - தெளிவாய்; அனந்தம் - அளவில்லாமல்; வள்ளியோர் - வரையாது கொடுப்பவர்; ஒள்ளிதாய் - ஒளியிலங்குவதாய்; தளம் - தரை; விசை - விரைவு.

விடையின் முன்றிலிற் பதித்திது தொடுத்துமின் னனுப்ப
வடையும் வீரர்கள் வருவழி யிலும்பதித் ததனிற்
றடையி னித்தள விசைக்குமத் தளவிசை தனக்கு
மிடையி னூறுகல் பதித்திடா திடம்விடு மென்றார். (18)

18. (1552) மாட்டுத் தொழுவத்திலும் பதியுங்கள். இங்கிருந்து தொடங்கி பல்கீசு அனுப்பும் வீரர்கள் வரும் வழியிலும் பதியுங்கள். அதில் இதற்கும் அதற்கும் இடையில் நூறு கல் பதிக்கும் அளவு கல் பதிக்காமல் இடம் விடுங்கள் என்றார்.

விடை - எருது, மாடு குதிரையும் ஆம்; ஆயின் 'விடையின் முன்றில்' குதிரை இலாயம் ஆகும்; தொடுத்து - தொடங்கி; மின் - மின்னல் போன்றவள் பல்கீசு.

பரவ வித்தள விசையுரைப் படிபதித் ததன்மே
னரரெ வர்க்குமே லெவைக்குநா யகம்விடை நவில
விரணி யத்தினான் காயிரங் கதிரைவெள் ளியினாற்
றிரமி குத்தநான் காயிரங் கதிரைகள் செறித்தார். (19)

19. (1553) அவர் சொன்னபடி, கண்டவர் புகழ்ந்து பேசும்படியாகத் தளம் பதித்ததன. அதன்பின் மனிதர்களுக்கும் பிற படைகளுக்கும் அரசராகிய சுலைமான் நபி (அலை) சொல்ல - பொன்னால் செய்த நான்காயிரம் நாற்காலிகளும் வெள்ளியினால் செய்த உறுதியான நான்காயிரம் நாற்காலிகளும் பரப்பி நிறைத்தனர்.

பரவ - புகழ்ந்து பேசும்படி; நரர் - மனிதர்; நாயகர் - அரசர்; இரணியம் - பொன்; கதிரை - நாற்காலி; திரம் - உறுதி; செறித்தார் - நெருக்கமாக இட்டார்.

அணிய ணிப்பெற நிரைத்தபின் கனகவா சனத்திற்
றணிவி லாமன வலிமனுக் குலத்தலை வரையும்
பணிவில் வெள்ளியா சனத்தினிற் சின்னதி பரையும்
மணியெ னப்பிரித் திருமினென் றனர்நபி வள்ளல். (20)

20. (1554) வரிசையாக நாற்காலிகள் இட்டபின் குன்றாத மன வலிமை கொண்ட மனித குலத் தலைவர்களைப் பொன் இருக்கைகளிலும் பணிதல் அறியாத சின் அரசர்களை வெள்ளி இருக்கைகளிலும் வரிசையாகப் பிரித்து அமருங்கள் என்றார் வள்ளல் நபி.

அணி - வரிசை; நிரைத்தல் - ஒழுங்குற அமைத்தல்; கனகம் - பொன்; தணிவிலா - குன்றாத; வலி - வலிமை; பணிவில் - பணிதல் இல்லாத; பொன் செருக்கிற்குக் காரணமும் வெள்ளி பணிவிற்குக் காரணமும் ஆகும் என்பர். ஆகவே, 'பணிவில் வெள்ளியாசனத்தில்' என்பதற்குப் 'பணிவாக வெள்ளி ஆசனத்தில்...' எனக் கொள்வதும் பொருந்தும்.

முச்ச கத்தினும் புகழுள்ளோ ரிருந்தபின் முறையாய்
வச்சி ரக்கட கஞ்சர மோகன மாலை
விற்ச ரப்பளி பதக்கமுத் தாரமே லெவையு
மற்றவ னபியுரைப் படிசில ரணிந்தார். (21)

21. (1555) மூன்று உலகங்களிலும் புகழ் உள்ள அத் தலைவர்கள், அமர்ந்தபின், அச்சமற்ற இறைவனின் நபி கட்டளை இட்டபடி, வச்சிரக் கடகம், சரம், மோகன மாலை, வில்போன்ற சரப்பளிப் பதக்கம் முத்தாரம் முதலிய ஆபரணங்களை அணிந்தார்.

முச்சகம் - மூன்றுலகங்கள் சுவர்க்கம் பூமி பாதாளம்; அச்சமற்றவன் - இறைவன்.

தலைவர் தங்களைச் சூழ்ந்திடக் கருநிறந் தழைத்த
வலகை யந்திர ளியாவையு நிரைநிரை யாக
நிலையி னின்றிட வுரைத்திவை சுற்றியே நெருங்கப்
பலநெ டுங்கொடி பொழில்கள்போற் பிடித்திடப் பணித்தார். (22)

22. (1556) கரிய நிறம் கொண்ட பேய்க் கூட்டங்களை அழைத்துத் தலைவர்களைச் சூழ்ந்து வரிசை வரிசையாக நிற்கும்படிப் பணித்தார். அவரவர்களின் கொடிகளை உயர்த்திப் பிடிக்கக் கட்டளை இட்டார். அவ்வாறு பிடிக்கவே அவை பூஞ்சோலைகள் போல் தோற்றின.

அலகை - பேய்; திரள் - கூட்டம்; நிரை - வரிசை; பொழில் - பூங்கா.

கரைக்கொள் பட்சிக ளனைத்தையு மழைத்துநீர் கடிதி
னிரைத்த திக்கள ரிகட்கெலாம் வெயில்விழா நிழலாய்
வரித்தி ருத்தல்போ லினம்வழு வாதுவான் சிறகை
விரித்து நின்றிடு மெனக்கனி வாய்மலர் விரித்தார். (23)

23. (1557) பல்வேறு நிறம் கொண்ட பறவை இனங்கள் அனைத்தையும் அழைத்து, இக் கூட்டங்களுக் கெல்லாம் வெயில் விழா வண்ணம் நிழல் விரித்திருப்பது போல் உங்கள் சிறகுகளை வானத்தில் விரித்து நில்லுங்கள் என்று கனி போன்ற வாய்மொழி கூறினார்.

கரை - நிறம்; கடிது - விரைந்து; களரி - கூட்டம்; வழுவாது - தவறாது; கனிவாய் - இனிய வாய்; மலர் - பேச்சு; அன்பு, மென்மையாய்க் கூறினார் எனக் குறித்தார்.

மணிம னைத்தலத் தோரெண்கட் டதிலொளி வயங்க
வணிமி குத்துற வலங்கரித் தரியணை யிருத்தி
யிணைய கற்றிதம் போலெழி லுளவெழு வோரைத்
துணையோ டங்குவைத் தைவனத் திரையிடச் சொன்னார். (24)

24. (1558) அழகிய மாளிகையின் எட்டாவது தளத்தில், ஒளி இலங்கும்படி அலங்கரிக்கப்பட்ட அரியணையை இருத்தி, தம்மைப் போல் உள்ள இணையற்ற ஏழு பேர்களை அதில் உடன் அமர்த்தி அழகிய வண்ணத்திரை இடுமாறு பணித்தார்.

மட்டிலோதிய வுரைப்படி நடந்தபின் வந்து
திட்டி மீதினி னோக்கிவா னகத்தினுந் திசைக
ளெட்டின் மீதினும் புகழ்பர வியநபி யெட்டாங்
கட்டின் மீதுசேர்ந் திருந்தன ரரியணை கவின. (25)

25. (1559) சொல்லிய அனைத்தும் சொல்லிய ஒழுங்கின்படி நடத்தப்பட்ட பின்னர், அவற்றைக் கண்களால் கண்டு மனநிறைவு கொண்டு, வானிலும் எட்டுத் திசைகளிலும் புகழ்பரவிய நபி மாளிகையின் எட்டாம் தளத்தை அடைந்து அரியணை அழகு பெறும்படி அதில் அமர்ந்தார்.

மட்டில் - அளவற்ற; திட்டி - பார்வைப் புலன், கண்; கவின - அழகு பெறும்படி; அரியணை அழகு பெறும்படி அவர் அதில் அமர்ந்தார்.

உலக சொற்கமென் பார்களிந் நகரையிவ் வுழைவா
னிலவு சொற்கமா ளிகையினி லொன்றினை யெடுத்து
நலமி குத்தொளிர் தரவிருத் தியதொரு நவமோ
மலர ணிப்புய நபியலங் கரித்தமா ளிகையே. (26)

26. (1560) இந் நகரை உலகில் அமைந்த சொர்க்கம் என்பர். தோள்களில் மலர்மாலை அணிந்த நபி அலங்கரித்த மாளிகை, வானில் உள்ள ஒளிவீசும் சொர்க்க மாளிகைகளில் ஒன்றைக் கொண்டு வந்து நல்ல ஒளி இலங்கும்படி இங்கே வைத்த புதுமையோ?

சொற்கம் - சொர்க்கம்; உழை - இடம்; வானிலவு - வானுலகில் ஒளிவீசும்; நலம் - நன்மை; நவம் - புதுமை.

அங்கு மானிடத் தலைவர்கள் கனகவா சனங்கள்
கங்கு னீக்குநா லாயிரங் கதிரவர்க் கெதிராய்ச்
சின்க ளாசன மத்தொகை மதிகள்போற் சிறப்பா
யெங்கு முத்தணி யுடுக்குல மாயிலங் கியதே. (27)

27. (1561) அங்கு, மனிதத் தலைவர்களுக்கான நான்காயிரம் பொன் இருக்கைகள் சூரியன் போல் எல்லையற்ற ஒளி வீசின. எதிர்ப் புறத்தில் சின் தலைவர்களுக்கான நான்காயிரம் வெள்ளி இருக்கைகள் நிலாப் போல் ஒளி உமிழ்ந்தன. மனிதத் தலைவர்களும் சின் அரசர்களும் முத்துமாலை அணிந்து நட்சத்திரக் கூட்டம் போல் இலங்கினர்.

கனகம் - பொன்; ஆசனம் - இருக்கை; கங்கு - எல்லை; கதிர் - சூரியன்; மதி - நிலா; உடு - நட்சத்திரம்.

வீர ராயுதப் பிடிமணி யொளிகளும் வேய்ந்த
வார வாபர ணாதியி னொளிகளு மடைந்தே
யேரு லாவுபொன் வெள்ளியங் கதிரைக ளெல்லாஞ்
சீரு லாவுமொன் பதுநிறக் கதிர்மதி சிவணும். (28)

28. (1562) வீரர்கள் ஏந்திய ஆயுதங்களில் பதித்த மணிகளின் ஒளிவீச்சும் அவர்கள் அணிந்திருக்கும் திரளான ஆபரணங்களின் ஒளி வீச்சும் கலந்து தோய்ந்த பொன், வெள்ளி இருக்கைகள் எல்லாம் சிறந்த ஒன்பது வகை இரத்தினங்களின் கதிர் ஒளி ஒப்ப இலங்கித் திகழ்ந்தன.

வேய்ந்த - புனைந்த; வாரம் - திரட்சி; ஏர் - அழகு; கதிரை - இருக்கை; சிவணும் - பொருந்தும்.

சின்கள் சூடிய மகுடபந் திகளின்செம் மணியிற்
றங்கி வீழ்கதிர் பருதியின் வெயிலிணை தரக்கண்
டெங்க ணாயக நபியறிந் திடிற்சினந் திடுமென்
றங்க மீதினி னடுக்குறு நிழற்செய்புள் ளனைத்தும். (29)

29. (1563) சின்கள் சூடியிருக்கும் மணிமுடிகளில் பதித்த சிவந்த மாணிக்கக் கற்களின் கதிர்ஒளி வீச்சு சூரியனின் வெய்யில் ஒளிக்கு இணையாக உள்ளது. அதைக் கண்ட நிழல் செய்யும் பறவைகள் வெய்யில் படுவதை நம் அரசராகிய நபி அறிந்தால் சினம் கொள்வாரே என்று அஞ்சி உடல் நடுங்கின.
என் கட்டளையைப் புறக்கணித்து அவர்கள் மீது வெய்யில் படச் செய்தீரே என்று சினம் கொள்வார் என அஞ்சி நடுங்கின. இது மாணிக்க ஒளியை வெயில் என மயங்கிய பறவைகளின் பேதைமை.

பந்தி - ஒழுங்கு; செம்மணி - மாணிக்கக் கல்; தங்கி வீழ் கதிர் - அதில் உள்ள ஒளியின் வீச்சு; பருதி - சூரியன்; இணை - நிகர், ஒப்பு; புள் - பறவை.

வயங்கள் பொங்கிய மனத்தெழில் வீரர்கள் வனைந்த
வியங்கொண் முத்துமா லையினொளி வீசுதல் சிறையி
னயங்கொள் பந்தரெங் கெங்குந்தம் வாயினு நண்ணத்
தயங்கு வெண்மதிக் கதிரென வுணுஞ்சகோ ரங்கள். (30)

30. (1564) மனவலிமை பொங்கித் ததும்பும் வீரர்கள் அணிந்திருக்கும் பெருமை மிக்க முத்து மாலையின் ஒளி, பறவைகளின் சிறகுகளிலும் மேன்மை பொருந்திய பந்தலின் எவ்விடத்திலும் தங்கள் வாயிலும் படக்கண்ட சகோரப் பறவைகள், வெள்ளிய நிலாவின் ஒளி என மயங்கி அவ் வொளியை உண்டன.

கோரப் பறவை சக்கரவாகம் எனப்படும். அப் பறவை நிலாஒளியை அமுதக் குழம்பாக உண்ணும் என்பது புராண மரபு.

வயம் - வலிமை; வனைந்த - அணிந்த; வியம் - பெருமை; சிறை - சிறகு; பந்தர் - பந்தல்; நண்ண - சென்றடைய; தயங்கும் - ஒளிவீசும்.

பறவை கற்றுள தனதுகுஞ் சொடுமிகப் பரிவாய்ச்
சிறைவி ரித்திடு காக்கையக் குஞ்சின்மேற் சிதறத்
தறைம தித்தள வயிரவெண் சோதிதங் குதலான்
மறைய முன்னகற் றியகுயி லோவென மருளும் (31)

31. (1565) தன்னுடைய கூட்டில் உள்ள குஞ்சுகள் மீது பரிவு கொண்டு நெருங்கிச் சிறகு விரித்த காக்கை, பூமியில் நிறைந்துள்ள வெள்ளை ஒளியினால் சிறகின் நிறம் மாறி ஒளி வீசியது. அவ் வொளி குஞ்சுகள் மீது பட்டு வேறுபடத் தோன்றியது. அதனால், இது நாம் முன்னர் துரத்திவிட்ட குயில் குஞ்சோ என்று மயங்கியது.

முட்டையிட்டு அடைகாக்க அறியாக் குயில் காக்கையின் கூட்டில் முட்டையிட்டுப் போய்விடும் என்றும் அறியாத காக்கை அதை அடைகாத்துக் குஞ்சை வெளிப்படுத்தி வளர்க்கும் என்றும் சிறகு முளைத்த பின்னரே அது குயில் என்று அறிந்து துரத்திவிடும் என்றும் உலகோர் கூறுவர். அவர் கூற்றை அடிப்படையாகக் கொண்ட கற்பனை இது.

கற்று, கத்து - சந்து, கூடு; தறை - பூமி; மறைய முன் அகற்றிய குயில் - தன் பார்வையில் படாதபடி முன்னர் நீக்கிய குயில்; மருளும் - மயங்கும். அது மீண்டும் வந்துவிட்டதோ என்று மயங்கும்.

பஞ்சு ராவயி டூரியத் தொளிகரும் பருந்தின்
மிஞ்சி வீழ்ந்திடி லொருநிச வயிரியின் விழியிற்
றுஞ்ச முன்புபோர் புரிதிறல் வயிரிபோற் றோன்றக்
கொஞ்ச முட்பயங் கொளுந்திரு நபிபெலங் குறித்தே. (32)

32. (1566) கரும்பருந்தின் மீது வயிடூரியத்தின் ஒளி வீழ்ந்தது. அது பார்க்க வல்லூறு போல் காட்சியளித்தது. அதைப் பார்த்தது கழுகு. அதற்குத் தன்னைப் போர் புரிந்து வீழ்த்திய எதிரியாகிய வல்லூறு போலத் தோன்றியது. அதனுடன் பொருதத் துடித்தது. ஆயினும் நபியின் வலிமைக்கு அஞ்சிப் பேசாதிருந்தது. வயிடூரியத்தின் ஒளி பட்ட கரும் பருந்து முன்னர் தன்னை அடித்து வீழ்த்திய பகை வல்லூறு போலத் தோன்றியதாம் கழுகுக்கு. நபியை அஞ்சி வாளாவிருந்ததாம்.

பஞ்சரம் - கழுகு; மஞ்சி - மிகுத்து, அதிகமாக; நிசவயிரி - மெய்யான எதிரி; துஞ்சு - மயங்க; பெலம் - வலிமை.

வழுத்து வீரர்க ளணிதரு நவமணி வடத்தின்
முழுப்ர காசங்கள் கோவையா யெழுந்துவான் முகத்தி
லழுத்து பந்தரொத் திடுசிறை விரித்தபுள் ளவையின்
கழுத்தின் மீதினு மாலையிட் டனவெனக் கவினும். (33)

33. (1567) புகழ்ச்சிக்கு உரிய வீரர்கள் அணிந்திருக்கும் நவமணி வடத்தின் முழுச்சுடரும் திரட்சியாய் எழுந்து, வானத்தில் பந்தல் போல் சிறகு விரித்திருக்கும் பறவைக் கூட்டத்தின் கழுத்துகளில் பாய்ந்தது. அஃது அப் பறவைகளுக்கு மாலை இட்டதுபோல் அழகு செய்தது.

வழுத்தும் - புகழும்; வடம் - மாலை; கோவை - திரட்சி; புள்ளவை - பறவைக் கூட்டம்; கவின் - அழகு.

கருக்கொ ளும்புயல் களுந்துதி நபிகவன் றிடவந்
திருக்கும் வீரர்காற் பாதுகைக் குமிழின்மீ திருந்தே
விரிக்குஞ் செம்மணி யொளியினாற் கரிக்குரு வியுமே
முருக்கம் பூவெனச் சிவந்திடில் வடிவையார் மொழிவார். (34)

34. (1568) மழைமேகங்களும் புகழ்ச்சி செய்யும் நபி சுலைமான் அவர்கள் அழைப்பை ஏற்று வந்திருக்கும் வீரர்கள் தங்கள் கால்களில் அணிந்திருக்கும் பாதுகைகளின் குமிழ்களில் பதிக்கப்பட்டிருக்கும் மாணிக்கங்கள் பரப்பும் ஒளியினால் கரிக்குருவிகளும் முருங்கைப் பூப்போல் சிவந்திருக்கின்ற அதன் அழகை யார் விளக்கிட வல்லார்?

புயல் - மழைமேகம்; கவன்றிட - அழைத்திட; பாதுகம் - பாதுகை; வடிவு - அழகு.

அன்ன மைக்குயில் சிரல்புறா பருந்துபோத் தன்றில்
பன்னி றக்கிளிக் குலமுதற் பறவைக ளெல்லாஞ்
சொன்ன பற்பல மணிகளாற் பலநிறந் தோன்றி
யின்ன பட்சியீ தெனத்தெரி வரிதியா வருக்கும். (35)

35. (1569) அன்னம் கருங்குயில் சிக்கிலி பருந்து செம்போத்து அன்றில் பலநிறக் கிளிக்குலம் முதலிய பறவைகள் எல்லாம் முன் சொன்ன பலவகை மணிகளால் பலநிறம் தோய்ந்து இஃது இன்ன பறவை என்று அறிந்து சொல்ல யாராலும் முடியாததாயிற்று.

மை - கருமை; சிரல் - சிச்சிலி; போத்து - செம்போத்து; அரிது - அரியது, இயலாது.

சொன்ன வாண்மணி யலகையின் முகப்புறந் துலங்கி
மின்ன லாய்முது குப்புறங் கறுப்புள விதங்கண்
முன்ன மோர்குணம் பின்னமோர் குணமுள மூடன்
தன்ன கத்தியல் பிதுவெனக் காட்டலொத் ததுவே. (36)

36. (1570) முன் சொன்ன ஒளிமணிகள் பேய்களின் முகங்களில் ஒளிர்ந்து மின்னலிட, அவற்றின் முதுகுப்புறம் கறுப்பு உள்ள வகையை நோக்க, முன்னால் ஒரு குணம் பின்னால் ஒரு குணம் என்றுள்ள மூடனின் மன இயல்பு இஃது என்று எடுத்துக் காட்டுவது போல் உள்ளது.

வாள் - ஒளி; அலகை - பேய்.

தலைவர் வந்தவெம் பரிகளின் மணியொளி தாக்கிப்
பலநிற ந்தரப் பிடித்தபண் ணுவர்கணம் பரியீ
தலவெ னத்துரத் துவரது வப்புற மகலிற்
றுலகி முன்னிறந் தோன்றநம் பரியெனத் தொடர்வார். (37)

37. (1571) தலைவர்கள் வந்த குதிரைகளின் மணிஒளி இலங்கிப் பலவகை நிறங்கள் காட்டின. அவற்றைப் பிடித்திருந்த குதிரைப் பாகர்கள் பலவகை

மணிஒளிகளைப் பார்த்து மயங்கி இது தம் தலைவரின் குதிரை அன்று எனத் துரத்துவர். அஃது அப்புறம் அகலும் போது பழைய நிறம் தோன்றவே இது நம்முடைய குதிரை யன்றோ என அதைப் பின்தொடர்வர்.
குதிரைச் சேணத்தில் பதித்த மணிகளின் ஒளியும் பந்தலில் உள்ள மணிகளின் ஒளியும் கலந்து புது வண்ணம் காட்டலாம். மயங்கி இது நம் குதிரை அன்று எனத் துரத்தினர். அப்பால் அகலும் போது இயல்பான நிறம் தோன்றவே நம் குதிரை எனத் தொடர்ந்தனர்.

பரி - குதிரை; பண்ணுவர் - குதிரைப் பாகர்; கணம் - கூட்டம்; துலகி - துலங்கி.

உயரத் தோன்றிய பறவையைத் தலைவரை யுழைபோய்
நயனத் தாற்றெரி பலரின்மீ தணியொளி நண்ணி
யயரத் தாமின்னா ரிவரென லறிவரி தாகிப்
பெயரைக் கேட்டவர் பெயரினுங் குரலினும் பிரிப்பார். (38)

38. (1572) உயரமாகத் தோன்றிய பறவையையும் தலைவரையும் அருகிற்போய்க் கண்ணால் பார்ப்பவரின் மீது அழகொளி பாய்ந்ததனால், தாம் இன்னார் இவர் இன்னார் என்று அறிய முடியாமல் மயங்கி பெயரைக் கேட்டு அறிந்து பெயராலும் குரலாலும் பிரித்து அறிவார்.

ஒளிவண்ணக் கலவையால் மயங்கி அடையாளம் தவறவிட்டவர். பெயரையும் குரலையும் கேட்டறிந்து பிரித்தறிவர். உழை - அருகில்; நயனம் - கண்.

வாடி நின்றமெல் லிடைபல்கீ செனுந்திரு மானை
நாடி நின்றநன் னபிமணக் காட்சிநாங் காணக்
கூடி நின்றது நிளென வானந்தங் குலவி
யாடி நின்றபோ லசைந்துநின் றனகொடி யனந்தம். (39)

39. (1573) பலவகையான கொடிகள் காற்றில் அசைந்து ஆடி நின்றன. அவை அவ்வாறு ஆடி நிற்பது, வாடும் மெல்லிய இடை கொண்ட பல்கீசு எனும் அழகு மானை விரும்பி நிற்கும் சுலைமான் நபியின் திருமணக் காட்சியைக் காண இன்று கூடி நிற்கின்றோம் என்று பெருமகிழ்ச்சியில் குலவி ஆடி நிற்பது போல் இருக்கிறது.

அனந்தம் - மிகுதி.

அலகை யாவதும் சின்னெழிற் ககமகிழ்ந் ததுசின்
பலவு மானிடத் தலைவரைப் பார்த்தக மகிழ்ந்த
திலகு மானிடர் புட்கள் பார்த் தகமகிழ்ந் திருந்தார்
குலவு புள்ளெலாங் கண்டக மகிழ்ச்சிகூர்ந் தனவே. (40)

40. (1574) பேய்கள் எல்லாம் சின்களின் அழகு கண்டு மகிழ்ந்தன. சின்கள் எல்லாம் மனிதர்களின் தலைவர் அழகு கண்டு மகிழ்ந்தன. மனிதர்கள் எல்லாம் பறவைகள் அழகு கண்டு மனம் மகிழ்ந்தனர். வானத்தில் நிழற்பந்தல் இட்ட பறவைகள் எல்லாவற்றையும் கண்டு மகிழ்ந்தன.

அலகை - பேய்.

கருத ருங்கவி னிலங்கவிவ் வகையுறை காலை
மருவ ருங்குழ லருள்பொருள் கொடுவரு வோருஞ்
செருவ ரும்பல வீரருஞ் சூழமந் திரிக
ளிருவ ருந்திரு வளநகர் வீதியெய் தினரே. (41)

41. (1575) இவ்வாறு பிறர் நினைத்துப் பார்க்க முடியாத அழகுடன் இலங்கும் போது மணம் கமழும் குழலுடைய பல்கீசு வழங்கிய பொருள்களைச் சுமந்துகொண்டு வருபவர்களும் போர்வல்ல அரிய வீரர்களும் சூழ பல்கீசின் அமைச்சர் இரிவரும் அவ் வளநகர் வீதியை அடைந்தனர்.

கருத - நினைக்க; அரும் - அறிய, பிறரால் முடியாத; கவின் - அழகு; மரு - மணம்; கொடு - கொண்டு; செரு - போர்; எய்தினர் - அடைந்தனர்.

வீதி யெய்திநன் னபியரண் மனைவழி மேவு
போதில் வெள்ளிசெம் பொற்கல்லிட் டிருக்குமற் புதங்கண்
டோதி மட்டிடாப் பிரமைகொண் டிவ்வுழை யளவீ
தாதி யெய்துகண் காட்சிமேற் காண்பமென் றடுத்தார். (42)

42. (1576) வீதியை அடைந்து நபியின் அரண்மனை வழியைச் சேர்ந்த போது, வெள்ளியினாலும் செம்பொன்னாலும் வார்க்கப்பட்ட கல்லினால் தளமிடப்பட்டிருக்கும் விந்தையைக் கண்டு வியந்து பேசி திகைத்து, இங்குள்ள இக் காட்சியின் தொடக்கம் வரை சென்று காண்போம் என்று கூறி நெருங்கினர்.

மேவுதல் - சேர்தல்; ஓதி - பேசி, வியந்து பேசி; பிரமை - திகைப்பு; உழை இடம்; ஆதி - தொடக்கம்; அடுத்தார் - நெருங்கினார்.

தேறி யிப்புற நடந்திட நாற்புறத் திலுமாத்
தேறு மிக்கபொற் றளவிசை பதித்தித னடுவே
நூறு கற்கிடம் விடுத்திருப் பதனைநோக் கினர்கண்
டாறு புத்திமந் திரிகளவ் விடத்தினின் றாய்வார். (43)

43. (1577) முடிவு செய்து இப்புறம் நடந்தனர். நாற்புறத்தும் மாற்றுயர்ந்த பொன்னால் தளம் பதித்து அதன் நடுவே நூறு கற்களுக்கு இடம் விட்டிருப்பதைப் பார்த்தனர். ஆறறிவு படைத்த அமைச்சர்கள் அவ் விடத்தில் நின்று அதன் காரணத்தை ஆராயலாயினர்.

தேறி - முடிவுசெய்து; மாத்தேறு - மாற்று உயர்ந்த; ஆறு புத்தி - ஆறறிவு; ஆய்வார் - ஆராய்வார், சிந்திப்பார்.

எங்கு மேதள விசைபதித் தவரிடை யினிலே
தங்க நூறுகற் பதித்திடா திருப்பரோ தரித்தாய்ந்
திங்கி தோர்கப டத்தொழில் புரிந்ததிக் கல்லு
நங்கை மேவுகற் களுந்தர மொன்றதா னதுவே. (44)

44. (1578) எல்லா இடங்களிலும் தளவிசை பதித்தவர்கள் இடையில் நூறு கல் பதிக்காமல் விடுவாரோ? என்று சிந்தித்து, இஃதொரு கபடமே! இக் கல்லும் நங்கை பல்கீசு அனுப்பியுள்ள கல்லும் தரத்தில் ஒத்தனவே.

நமது கையினி லிருப்பது நூறித னடுவே
யமைய விட்டது நூறுகல் லிடநபி யருகே
யெமது வேந்துமக் களித்ததென் றிதையளித் திடினந்
தமது வீதியிற் றளவிசைக் கல்லெனத் தகுமே. (45)

45. (1579) நம்முடைய கையில் இருப்பது நூறு. நடுவில் அமைய விட்டதும் நூறு கல் இடமே. நபியிடம் போய் எங்கள் அரசி இதை அளித்தார் என்று கொடுத்தால், நாங்கள் வீதியில் அமைத்த தளவிசைக் கல்லே இது என்று அவர் கூறினாலும் பொருந்தும்.

தளவி சைப்படுத் தியகலை யெடுத்திவண் சார்ந்து
வளம தாய்நமக் குதவுதந் திரம்வரு முமக்கென்
றுளவ தாயுமை யனுப்புவ தோவும தரசென்
றளவி லாதகீழ் மைப்பட நகைக்கவு மாமே. (46)

46. (1580) தளவிசைக் கல்லை எடுத்து, நம்மை அடைந்து, நமக்கே கையுறை யாய் அளிக்கும்படி உளவறிந்த உம் அரசி தந்திரமாக உம்மை அனுப்பினாரோ என்று நாம் சிறுமைப்படுமாறு நம்மைப் பார்த்து நகைக்கவும் கூடும்.

கலை - கல்லை; இவண் - இங்கு.

நாற்பு றத்தினுங் கற்பதித் திதனடு வேகற்
சேற்ப தற்கிட மில்லையோ வெமக்குங்கள் செங்கை
யேற்ப தற்கலி னளவெனிற் கேட்பவ ரெவர்க்கும்
பார்ப்ப வர்க்குநாந் திருடிய தெனநிசப் படுமே. (47)

47. (1581) நாற்புறத்தும் கற்பதித்து அதன் நடுவே, உங்கள் கையால் அளிக்கும் கல்லின் அளவு கல் பதிக்க எமக்கு வகை இல்லையோ? என்று கூறினால் கேட்பவர்க்கும் பார்ப்பவர்க்கும் நாம் இக் கல்லை திருடியதாக உறுதியாகி விடும்.

கலினளவு - கல்லின் அளவு; நிசப்படும் - உண்மையாகிவிடும்.

ஆவ தாலியை கரங்கொடு நாமவ ரருகிற்
போவ தாலொரு நவங்கிடைப் பவையிலைப் புன்சொன்
னாவ தாற்சொலக் கிடைக்குமிந் நடுப்பதித் தேகிற்
சீவ தாதுவா நமதுகீர்த் திக்கெனத் தெளிந்தார். (48)

48. (1582) ஆதலால் இவற்றைத் தூக்கிக்கொண்டு போவதால் நன்மை கிடைக்கப் போவதில்லை. நாவால் புன்சொல்தான் கிடைக்கும். மாறாக, இவ் வெற்றிடத்தில் பதித்துவிட்டுப் போனால் அது நம் கீர்த்திக்கு வித்தாகி விடும் என்று தெளிந்தார்.

ஆவதால் - ஆதலால்; நவம் - புதுமை, நன்மை, பாராட்டும் ஆம்; புன்சொல் - புன்மைசொல், பழிச்சொல்; சொல - சொல்ல; சீவதாது - சுக்கிலம், விந்து.

விடங்கி டந்துள கண்ணியர்க் கரசுமுள் வியக்குந்
திடங்கி டந்துள வளப்பென யாவர்க்குந் தெரியா

திடங்கி டந்துள நடுவினிற் பதித்தெழி லோங்கற்
றடங்கி டந்துள புயத்தின ரப்புறஞ் சார்ந்தார். (49)

49. (1583) காணும் ஆடவரைக் கொல்லும் நஞ்சு கிடக்கும் கண்ணியரின் அரசான பல்கீசும் வியக்கும் திடமான வளப்பம் என்று சொல்லும்படி, யாருக்கும் தெரியாமல் வெற்றிடத்தில் தாம் கொண்டுவந்த நூறு பொற்கற்களையும் பதித்துவிட்டு மலைத்தடம் கிடப்பது போன்ற தோளுடைய அவர்கள் அப்புறம் சென்றனர்.

விடம் - விஷம், நஞ்சு; வளப்பு - வளம், வளப்பம்; எழில் - அழகு; ஓங்கல் - மலை; புயம் - புஜம், தோள்.

பதித்துப் போதலுங் காற்றுவந் தெழினபி பதத்தைத்
துதித்துக் கூறிய தறிந்தனர் தோகைபா சுரத்தில்
விதித்துத் தான்வருங் கேட்கொணா தெனமன மீதே
யுதித்துத் தாமிருந் தனரமைச் சருமொழு கினரே. (50)

50. (1584) இவ்வாறு பதித்துப் போனதைக் காற்று வந்து அழகு நபி பாதம் புகழ்ந்து கூறியது. அதைக் கேட்டு அறிந்து கொண்ட நபி, தோகை பல்கீசின் கடிதத்தில் குறிப்பிட்டபடி வருவார்கள். அது பற்றி எதுவும் கேட்கக் கூடாது என்று மனத்தில் நினைத்தார். அப்போது பல்கீசின் அமைச்சர்கள் வந்தனர்.

ஒழுகினர் - நடந்துவந்தனர்.

சார்ந்து நன்னபி மனமிசைத் தளவிசை தனில்வந்
தார்ந்து வீரமுட் குடிகொளுந் தலைவர்பா லடுத்துத்
தேர்ந்து நீழல்செய் பட்சியைத் தலைவரைச் சின்னைப்
போந்து நின்றிடா வலகையைக் கண்டுளம் புரிப்பார். (51)

51. (1585) நபியின் மாளிகைத் தளத்திற்கு வந்தார். வீரம் ஆர்ந்து உள்ளத்தில் குடிகொண்டிருக்கும் படைத் தலைவர்பால் நெருங்கினார். திட்டமிட்டு நிழல் செய்யும் பறவைகளையும் அவற்றின் தலைவர்களையும் சின்களையும் வந்து நிற்கும் பேய்களையும் கண்டு உள்ளம் பூரித்தார்.

போந்து - வந்து; நின்றிட - நிற்கும்; அலகை - பேய்; புரிப்பார் - பூரிப்பார்.

நரரும் சின்களு நமதர சுரைப்படி நடந்து
பரவு கின்றன விவையுட னலகையும் பட்சித்
திரளுஞ் சொற்படி யொழுகுவ திவர்நிகர் செகத்தி
லரச ருள்ளரோ நபியெனு மொழிக்குண்டோ வையம். (52)

52. (1586) மனிதர்களும் சின்களும் நம் அரசியின் கட்டளைப்படி நடந்து புகழ் பரப்புகின்றனர். அவர்களுடன் பேய்களும் பறவைக் கூட்டங்களும் சொற்கேட்டு நடக்கும் இவருக்கு நிகரான அரசரும் உலகில் உள்ளாரோ? இவரை நபி என்று சொல்வதில் ஐயம் உண்டோ?

நரர் - மனிதர்; பரவுகின்றன - புகழ்ந்து பேசுகின்றன.

வந்த காரிய மனைத்துஞ்செய் துதவுவர் வலிய
நந்த மாரணங் கிவர்பதம் பணிவணா னிலத்தை
யிந்த நாயக மேபரிப் பவர்நக ரிடம்விட்
டுந்த நாம்வரு முகுர்த்தமே முகுர்த்தமென் றுணர்ந்தார். (53)

53. (1587) நாம் நாடிவந்த அனைத்தையும் செய்வார்; வலிமை பொருந்திய நம் பெண்ணாகிய பல்கீசு இவர் பாதம் பணிவாள். இந்த உலகத்தை இவரே ஆளுவார். நாம் இங்குவந்த நேரமே நல்லநேரம் என்று உணர்ந்தனர்.

பரிப்பவர் - பரிபாலிப்பவர், ஆளுபவர்; உந்துதல் - எழும்புதல்.

ஈது ளங்குறித் தமைச்சர்க டலைவர்பா லிறைவன்
றாது றைந்திடு மிடமெவை சொலுமெனத் திரையின்
மீது ளென்றுகை காட்டினர் முதற்றிரை மேவி
யோது கின்றவைந் தாந்திரை யளவுமுற் றனரே. (54)

54. (1588) இவ்வாறு தங்கள் மனத்தில் நினைத்த அமைச்சர்கள் அங்கிருந்த தலைவரிடம் இறைவன் தூதர் இருக்கும் இடம் எங்குள்ளது என்று கேட்க அவர்கள் உள்ளே என்று திரை மீது கைகாட்டினர். அதன்படி முதல் திரையை அடைந்து அங்கிருந்து ஐந்தாம் திரைவரை சென்றனர்.

உறைந்திடும் இடம் - இருக்கும் இடம்; மேவி - சென்று; உற்றனர் - அடைந்தனர்.

அத்தி ரைத்தலை வனைநபி யோவல வோவென்
றெய்த்து ளத்தெண்ணி மயங்கின ரவனிதற் காப்பான்
முத்தி ரைத்திரு வரசுறை குவதென மொழிந்தான்
வித்த கத்தரா றாந்திரை யதனுண்மே வினரே. (55)

55. (1589) அத் திரைத் தலைவனை இவன் நபியோ அல்லவோ என்று மனத்தில் எண்ணி மயங்கினர். அவனிடம் கேட்டனர். இத் திரைக்கு அப்பால் முத்திரைத் திருவரசு ஆகிய நபி உள்ளார் என்றான். வித்தகம் கற்ற அமைச்சர்கள் ஆறாம் திரையை அடைந்னர்.

எய்த்து - இளைத்து; முத்திரைத் திரு - உயர்ந்த செல்வம்; வித்தகம் - கல்வி.

இங்கு சேர்ந்துள மயங்கின ரப்புற மினமென்
றங்கு சேர்ந்துளோன் மவுலவே ழாந்திரை யடைந்து
தங்கு மையமா யினரவண் மேவிய தலைவன்
கங்குன் மாற்றுமெட் டாந்திரை காட்டினன் கரத்தால். (56)

56. (1590) ஆறாம் திரையை அடைந்து உள்ளம் மயங்கினர். அப்புறத் துள்ளார் என்று அங்குள்ளவன் சொல்லவே ஏழாம் திரையை அடைந்தனர். அடைந்து அங்கும் ஐயம் கொண்டு வினவினர். அங்குள்ள தலைவன் மேகத்திற்கு மாற்றுப் போல் அமைந்த எட்டாம் திரையைக் கையால் காட்டினான்.

இனம் என்று அங்கு சேர்ந்துளோன் - அவ்விடத்திற்கு உரியவனாக அங்கு உள்ளவன்; மவுல - சொல்ல; அவண் - அங்கு; மேவிய - சேர்ந்த; கங்குல் மாற்றும் எட்டாம் திரை - மேகத்திற்கு மாற்றுப்போல் அமைந்த கருநிறம் கொண்டதிரை.

ஏய்ந்த நல்லுணர் வமைச்சரெட் டாந்திரை யினில்வந்
தோய்ந்த சிந்தையு மகிழ்வுற வுபையதா ளொளிகள்
பாய்ந்து கண்களு மழுங்கிமேற் றெளிதரப் பார்த்தே
யாய்ந்து நன்னபி யிவரெனத் திடனுற வறிந்தார். (57)

57. (1591) நல்லுணர்வு அமைந்த அமைச்சர்கள் எட்டாம் திரையில் வந்து பார்த்துப்பார்த்துச் சலித்து ஓய்ந்த உள்ளம் மகிழும்படி இரு பாத ஒளி பாய்ந்து கண்கள் மழுங்கினர். மேற்கொண்டு தெளிவாகப் பார்த்து உள்ளத்தில் ஆராய்ந்து இவர்தான் நபி என்று உறுதியாக அறிந்துகொண்டனர்.

ஏழு திரைகளில் அங்குள்ள தலைவர்களிடம் நபி இருக்குமிடம் கேட்டுக் கேட்டுச் சலிப்படைந்த உள்ளம் ஓய்ந்தனர் என்க. அவ்வாறு ஓய்ந்த உள்ளங்கள் மகிழும்படிப் பாத ஒளியைப் பார்த்தனர்.

ஏய்ந்த - பொருந்திய; உபயதாள் - இரு பாதங்கள்; தெளிதர - தெளிவாக.

விருப்ப டுத்தபொற் பதிமணிக் கனகமீ தொளியை
யருட்ப டைத்தவோர் தனிமுதலி வரிட மனுப்ப
வுருப்ப டுத்திய தோவிவ ரரியணை யுலகிற்
றிருப்ப டைத்தவ ரெவர்க்கிது தகுமெனத் திகைத்தார். (58)

58. (1592) இவர் விருப்பத்தின்படி சொர்க்க நாட்டுத் தங்கத்தின் மீது ஒளியை நிரப்பி அருள் படைத்த தனிமுதல் ஆகிய இறைவன் இவரிடம் அனுப்பினானோ? அதனைக் கொண்டு செய்ததோ இவர் அரியணை? உலகில் செல்வம் படைத்த எவருக்கு இதுபோல் கிட்டும்?

விருப்பு - விருப்பம்; அடுத்த - நெருங்கிய; பொற்பதி - சொர்க்கம்; மணி - அழகு; கனகம் - பொன், பசுந்தங்கம்; திரு - செல்வம்.

சுந்த ராசலம் புயரிரு திருப்பதச் சோதி
வந்த தோர்குளி ரழலற விளங்கிமா னிடருள்
ளந்த காரமு மகற்றிமா றாதொளிர் வதனா
லெந்த வான்மதிக் கதிரிவ ரிணையென்றெண் ணினரே. (59)

59. (1593) அழகிய திருப்பாதங்களில் இருந்து வந்த குளிர்ச்சி வெப்பம் நீங்குமாறு செய்ததோடு மனிதர் மனங்களில் உள்ள அறியாமை இருளையும் அகற்றி மாறுதல் இல்லாது ஒளிர்வதனால், வானத்தில் உள்ள சூரியன் சந்திரன் ஆகிய கதிர்களில் எந்தக் கதிர் இவருக்கு இணையாகும் என்று எண்ணினர். ஒருவாறு சந்திரன் வெப்பத்தைத் தணித்தாலும் மனிதர் மன இருளை அகற்றுவது இல்லை ஆதலாலும் பகலில் மறைந்து இரவில் தோன்றும் இயல்பு உடையது ஆதலாலும் மாறாது ஒளிர்ந்து அனலைத் தணித்து மனிதர் மன இருளையும் அகற்றும் இவர் பாத ஒளிக்கு இணையாகாது என்று எண்ணினர். 'சுந்தராசலப் புயரிரு' ... என்னும் தொடரின் பொருள் விளங்கவில்லை. மற்றொரு பதிப்பில் 'சுந்தராசலம் புயரிரு...' என்று உள்ளது. இதுவும் தெளிவற்ற தொடரே. 'சுந்தராசலத் துயரிரு' என்று இருந்தால் ஒருவாறு பொருள் தெளிவாகும்.

பெய்யு மாரண முகிலிவர் மனத்தருள் பெருகித்
தொய்யு நூலிடைக் கெழுதினர் பாசரந் தொடுமக்
கையு மிங்கவர் பொருட்டினாற் காணுநங் கண்ணுஞ்
செய்யு நற்றவ மேதவ மெனக்கரு தினரே. (60)

60. (1594) வேத மழை பொழியும் இவருடைய மனத்தில் அருள் பெருகி தளர்ந்து நெளியும் நூலிடை கொண்ட பல்கீசக்குக் கடிதம் எழுதினார். அதைத் தொட்ட கையைக் காணும் பேறு அவர் பொருட்டினால் கிட்டியது என்றால் நம்முடைய கண்கள் செய்த தவமே தவம் என்று கருதி மகிழ்ந்தனர்.

ஆரணம் - மறை; நொய்தல் - தளர்தல், நெளிதல்; பாசுரம் - கடிதம்.

தொடுத்த பத்தியி னொடுமகத் தினுமிகத் துதிசெய்
தெடுத்தி யம்பிய வசனத்தோத் திரமுஞ்செய் திறைஞ்சி
வடுத்தி ருந்துகண் மடவியர் திலகம்பல் கீசு
கொடுத்த பத்திர நபிதிரு மலர்க்கையிற் கொடுத்தார். (61)

61. (1595) பக்தியுணர்வு பெருகி உள்ளத்தால் புகழ்ச்சி செய்து வாய்மொழியாலும் போற்றிசெய்து பணிந்து அருகிற் சென்று, கண்ணழகியரான சொர்க்கத்தின் ஹூரிப் பெண்களின் தலைவி போன்ற பல்கீசு அரசி கொடுத்த கடிதத்னை திருநபியின் மலர்போன்ற கையில் கொடுத்தனர்.

பத்தி - பக்தி; அகம் - உள்ளம்; துதி - புகழ்ச்சி; இயம்பிய - சொல்லிய; வசனம் - வாய்மொழி; தோத்திரம் - போற்றிப் புகழ்தல்; இறைஞ்சி - பணிந்து; அடுத்திருந்து - அருகில் நெருங்கி இருந்து; கண்மடவியர் - கண்ணழகியர், ஹூரிப் பெண்கள்; திலகம் - முதன்மையானவர், தலைவி; பத்திரம் - கடிதம்.

மன்னர் மன்னர்கைக் கொடுத்தபத் திரத்தைவா சிப்ப
நன்ன வப்பொருள் சுலையுமா னபிக்குபல் கீசு
மின்ன னுப்புவ திவையிவை கேள்வியிவ் விபர
மின்ன தற்கெலாம் வகைசொல வென்றிருந் ததுவே. (62)

62. (1596) மன்னர் மன்னரான சுலைமான் நபி தம்முடைய கையில் கொடுக்கப்பட்ட கடிதத்தைப் படித்தார். அதில், சுலைமான் நபிக்கு பல்கீசு அனுப்பும் பரிசுப் பொருள்கள் இவை என்றும் இவை கேள்வி என்றும் இவற்றிற்கு விடை சொல்ல வேண்டும் என்றும் இருந்தது.

பத்திரம் - கடிதம்; நவப்பொருள்கள் - புதுமைப் பொருள், பரிசுப்பொருள்; மின் - மின்னல் போன்றவர்; வகை - விடை.

அறந்த ழைத்தநன் னபியிவை யுணர்ந்தபின் னவர்முன்
மறந்த ழைத்தவே லினர்சிமி ழிரண்டையும் வைத்தார்
நிறந்த ழைத்தபொற் பரணியி லென்னென நிகழ்த்தத்
திறந்தெ டுத்திரு வயிரமுங் காட்டிச்செப் புவரால். (63)

63. (1597) அறம் தழைக்கச் செய்யும் நபி இவற்றைப் படித்து அறிந்தபின், வீரம் தழைத்த வேலை ஏந்தியவர்கள் சிமிழ் இரண்டையும் முன்னே வைத்தனர்.

அழகுநிறம் தழைத்த அணிகலச் செப்பில் என்ன உள்ளது என்று கேட்டார். அதைத் திறந்து உள்ளிருந்த இரண்டு வைரக் கற்களையும் காட்டிச் சொல்லலாயினர்.

பரணி - அணிகலச் செப்பு; செப்புபவர் - சொல்லுவர்.

கோண லெட்டுள வயிரத்துட் சரடுகோத் திடவும்
பூண மற்றொரு வயிரத்தி னுட்புரை யிடவும்
வேண தென்றனர் துளையிடு சின்களை விளித்துத்
தாணு வோதினர் மணியொன்றி லிட்டன தமரே. (64)

64. (1598) எட்டுக்கோணல் உள்ள வயிரத்தினுள் சரடு கோத்திட வேண்டும்; மற்றொரு வயிரத்தினுள் துளையிட வேண்டும் என்றனர். துளையிடும் சின்களை அழைத்துக் கட்டளையிட்டார் நபி. அவை ஒரு வயிரத்தில் துளை இட்டன.

சரடு - நூல்; புரை - உட்டுளை, உள்ளே இடப்படும் துளை; வேணது - விருப்பம்; தாணு - பந்தயம் பகர்தல்; மணி - வைரமணி; தமர் - துளை.

இன்ன மெண்முடக் காசினி யினிற்சர டிடவே
சின்ன தெங்களா லேன்றிடா தென்றது திரும்ப
வுன்ன தத்தொழி லிவைசெய்வோ ரியாவர்க்கு முரைத்தார்
சொன்ன பேரெலா மரிதரி தெனச்சொலித் தொலைந்தார். (65)

65. (1599) இந்த எட்டுக் கோணல் உள்ள வைரத்தில் சரடு கோக்க சின்களாகிய எங்களால் இயலாது என்று சொல்லித் திரும்பிச் சென்றன. இவ் வுயர் தொழில் செய்வோர் யாவரிடமும் சொன்னார். சொன்னவர் யாவரும் வந்து பார்த்துவிட்டு அரிது என்று தம் இயலாமையைச் சொல்லிப் போனார்கள்.

காசினி - வைரம்; ஏன்றிடாது - இயலாது; அரிது - செய்தற்கு அரியது; சொலி - சொல்லி; தொலைந்தார் - மறைந்தார்.

சிதல்கள் வந்தியாஞ் சரடிடு வோமெனச் செப்பிப்
பதம்வ ணங்கிய தவையிடத் திடவெனப் பணித்தார்
கதியு டன்சில தொருமித்துச் சரடுவாய் கவ்விப்
பதிவு றுந்தமர் வழியிழுத் துவைத்தன பரிவாய். (66)

66. (1600) கறையான்கள் முன்வந்து, நாங்கள் சரடிடுவோம் என்று சொல்லிப் பாதம் பணிந்தன. அவற்றிடம் இடுக என்று கட்டளை இட்டார். சில கறையான்கள் விரைந்து வந்து சேர்ந்து ஒன்று கூடி நூலை வாயில் கவ்வி பதித்துத் துளைவழி நூலை இழுத்துக் கோத்து அன்புடன் வைத்தன.

சிதல் - கறையான்; செப்பி - சொல்லி; பதம் - தாளடி; கதி - விரைவு; தமர் - துளை; பரிவாய் - அன்புடன்.

பேர்த்து வைக்கொணா முரண்பல திரள்பிடிவாதஞ்
சேர்த்து வைத்துள மனத்தினல் லறிவுதந் திரத்தா
லீர்த்து வைத்ததொத் தெண்முடக் குளமணி யினிலே
கோத்து வைத்தன சரடுசெந் சிதலைகள் கூடி. (67)

67. (1601) பெயர்த்தெறிய முடியாத பலவகையான முரண்பாடுகளும் பிடிவாதமும் திரளாகச் சேர்த்து வைத்திருக்கும் மனமுடையவனை நல்லறிவையும் தந்திரத்தையும் கொண்டு இழுத்துப்பிடித்து வைத்திருப்பதுபோல் எட்டு வளைவுகள் கொண்ட வைரத்தில் செந்தலைக் கறையான்கள் நூல்கோத்து வைத்தன.

எண்முடக்கு - எட்டுவளைவுகள்; சிதலை - கறையான்.

தமரி னிற்சர டதுபுகுத்த தொழுங்கொடு சார்ந்தே
யமர ருக்ககப் பொருணபிக் கிசைத்தன வதுகேட்
டுமிழ்ம ணிக்கதிர்ப் புயவரை புளகமுற் றுலக
நமைய யளித்தவ னிடந்துவா விரந்துபின் னவில்வார். (68)

68. (1602) துளையில் ஒழுங்குடன் நூலைப் புகுத்தியப்பின் வானவருக்கு அகப்பொருள் ஆகிய நபியை நெருங்கி உரைத்தன. அழகிய ஒளி உமிழும் மலைபோன்ற தோளுடைய நபி அதைக் கேட்டு மகிழ்ந்து உலகங்களைப் படைத்த இறைவனிடம் துஆ இறைஞ்சியபின் சொல்லலானார்.

தமர் - துளை; அகப்பொருள் - அன்பிற்குரிய பொருள்; இசைத் தன - கூறின; புயம் - தோள்; வரை - மலை; புளகம் - பெருமகிழ்ச்சி; உலகம் தமை அளித்தவன் - உலகங்களைப் படைத்தவன்; துஆ - பிரார்த்தனை; நவில்வார் - சொல்வார்.

திருந்த நம்மனப் படிசெயு நீர்செக தலத்தில்
விரும்பி யாதொன்றைக் கறிக்கினு மவைசுவை மிகுந்த
கரும்பு போன்றிருந் தோங்கிவா ழக்கட வீரென்
றருந்தி ருக்கனி வாய்மல ரலர்ந்தன ரன்றே. (69)

69. (1603) நம் மனம் விரும்பியபடி திருத்தமுறச் செய்து முடித்த நீங்கள், உலகத்தில் எப் பொருளை விரும்பிக் கடித்தாலும் அது சுவை மிகுந்த கரும்புபோல் ஆகி அமைய இருந்து உயர்ந்து வாழ்வீர்களாக என்று உயர்ந்த அருங்கனி போன்ற வாய் மலர்ந்து கூறினார்.

செகதலம் - உலகம்; கறித்தல் - கடித்தல்; அலர்ந்தனர் - கூறினர்.

கொடுத்தி டப்படு துளையிலா வயிரத்துட் டுளையுந்
தடுத்தி டப்படு முடக்குள வயிரத்துட் சரடுந்
திடத்தி யற்றிய பின்புமந் திரிகள்பாற் செம்ம
லெடுத்த ளித்தனர் வாங்கின ரிருகர மேந்தி. (70)

70. (1604) கொடுக்கப்பட்ட துளையில்லா வைரத்தில் துளையிடலும் தடுப்புடைய வளைவுடைய வைரத்தில் சரடு கோத்தலும் ஆகிய செயல்களை உறுதியுடன் செய்து முடித்தபின் பல்கீசின் அமைச்சர்களிடம் எடுத்துக் கொடுத்தார் சுலைமான் நபி. அதை இரு கையாலும் ஏந்தி வாங்கினர்.

முடக்கு - வளைவு, மடிப்பு; இயற்றி - செய்து.

வாங்கி நிற்பவர் வேடமிட் டழைத்துவந் தவரை
யீங்கு நிற்குநூற் றுவரிலாண் பெண்களித் தனையென்
றோங்கு ளத்தினிற் பிரித்தெமக்கு குதவுவீ ருலகத்
தீங்க கற்றவந் தீரெனப் பணிந்துசெப் பினரே. (71)

71. (1605) வாங்கிய பின், உலகின் தீங்குகளை அகற்றப் பிறந்து வந்தவரே! இதோ இங்கு நிற்கும் நூறு பேர்களில் ஆண்கள் இத்தனை பேர் பெண்கள் இத்தனை பேர் என்று உயர்ந்த உள்ளத்துடன் பிரித்து எமக்குத் தரவேண்டும் என்று வேடம் இட்டு அழைத்து வந்தவர்களைக் காட்டிப் பணிந்து கூறினர்.

உதவுவீர் - தருவீர்; செப்பினர் - கூறினர்.

அந்த வேலையாட் கொருசிறு குழல்வர வழைத்தே
வந்த நூற்றுவர் தம்மையிக் குழலின்வாய்ப் புறத்திற்
சிந்தி டாவித மூரிபெய் திடுமெனச் செப்பிப்
பந்த மானசோ தனைசெய வனுப்பினர் பலரை. (72)

72. (1606) ஒரு சிறு குழலை வரவழைத்து அந்த நூறு பேர்களிடம் கொடுத்து இக் கிழலின் வாய்க்கு வெளியில் சிந்தாதபடி மூத்திரம் பெய்யவேண்டும் என்று சொல்லி அவர்களுக்கு ஒரு சோதனையை ஏற்படுத்தி அனுப்பினார்.

மூரி - சிறுநீர்; செப்பி - சொல்லி; பந்தம் - கட்டு.

ஏவ லோரவர் தமையழைத் தொருதல மெய்திக்
கூவி யொவ்வொ ருவோர்களாய்ப் பெயர்சொலிக் குழல்பார்த்
தோவி லாதுசிந் தியபெயர் வேறுமுள் ளலது
மேவி வாய்சித றாதவர் வேறுமாய்ப் பிரித்தார். (73)

73. (1607) தம் வேலையாட்களை ஏவி சோதனையை நடத்தக் கட்டளையிட் டார். அவர்கள் இவர்களை ஓரிடத்திற்கு அழைத்துச்சென்றனர். ஒவ்வொரு வரையும் பெயர்சொல்லி அழைத்துச் சிறுநீர் பெய்யச்செய்தனர். வாய்ப்புறத்தில் சிந்தியவர்களை வேறாகவும் சிந்தாதவர்களை வேறாகவும் பிரித்தனர்.

தலம் - இடம்; ஓவிலாது - இசையாது, பொருந்தாது; மேவி - பொருந்த.

பிரித்த ழைத்துவந் தண்ணல்பா லுரைத்தனர் பெயும்போ
தரிக்கு ழற்சித றாதுபெய் தவர்களா ணெனவும்
விரித்தி டச்சித றினவர்பெண் ணெனவுமுள் விளங்கிப்
பரித்த மைந்தரைம் பதுமின்னா ரைம்பதும் பகுத்தார். (74)

74. (1608) இவ்வாறு பிரித்து சுலைமான் நபியிடம் அழைத்து வந்து உரைத் தனர். அரிக்குழலில் சிதறாது பெய்தவர்கள் ஆண் என்றும் சிதறப் பெய்தவர்கள் பெண் என்றும் விளங்கிக்கொண்டு ஆடவர் ஐம்பது பேரையும் மகளிர் ஐம்பது பேரையும் பகுத்தார்.

அண்ணல் - அரசர், சுலைமான் நபி; அரி - உட்டுளை, உள்ளே அமைந்த துளை; பரித்தல் - பங்கிட்டுப் பிரித்தல்.

இதுமு டிந்தபின் னுலகிலும் வானிலு மில்லா
வுதக மெந்தமக் குதவவேண் டுதுமென வுரைத்தா
ரதிக சுந்தர வீரரைப் பரிகண்மீ தாக்கிக்
கதிமி குந்திட நடத்துமென் றனர்வெயிற் கனலில். (75)

75. (1609) இது முடிந்ததும் எங்களுக்கு, உலகிலும் வானிலும் இல்லாத நீர் தரவேண்டும் எனக் கேட்டார். அழகு மிகுந்த வீரர்களைக் குதிரையில் ஏற்றி அனல் எரிக்கும் வெயிலில் விரைந்து நடத்துங்கள் என்றார்.

சாரி யாதொரு காதமோர் கணத்திற்போய்ச் சார்ந்தார்
வீரர் மீதினும் பரிகளின் மீதினும் வியர்வை
நீர தோடிய ததையொரு பாத்திர நிறைவித்
தார வாய்ந்துநீர் கேட்குமப் பிதுவென வளித்தார். (76)

76. (1610) சூறைக்காற்றுப் போல் நொடி நேரத்தில் ஒரு காதத் தொலைவு கடந்து போனார். வீரர்கள் உடம்பிலும் குதிரைகளின் உடம்பிலும் வியர்வை நீர் வழிந்து ஓடியது. அதை ஒரு பாத்திரத்தில் நிறைத்து பொருந்த ஆராய்ந்து நீங்கள் கேட்ட நீர் இது என்று அளித்தார்.

காரி - காற்று, சூறைக்காற்று; காதம் - பத்துக்கல் தொலைவு; பரி - குதிரை; ஆர - பொருந்த; ஆய்ந்து - ஆராய்ந்து; அப்பு - நீர்.

முழுது மற்புத மாயுத வினரென முடிவிட்
டெழுது தற்கரு மகிழ்ச்சிகொண் டிதையபூ ரணமாய்த்
தொழுது நின்றன ரவர்க்குமன் னவரைச்சூழ்ந் தவர்க்கு
மழகி னொண்மணி துகில்பொன்வா கனநபி யளித்தார். (77)

77. (1611) முற்றிலும் அற்புதமான முறையில் அனைத்தையும் அளித்தனர் என்று எழுதி முடிக்க முடியாத மகிழ்ச்சி கொண்டு முழு மனத்துடன் பணிந்து நின்றனர். அந்த அமைச்சர்களுக்கும் அவருடன் சூழ்ந்து வந்தவர்களுக்கும் அழகிய ஒளியிலங்கும் இரத்தினக் கற்களும் ஆடையும் பொன்னும் வாகனமும் அன்பளிப்பாக அளித்தார் சுலைமான் நபி.

முடிவு இட்டு எழுத - எழுதி முடிக்க; இதய பூரணமாய் - முழு மனத்துடன்; ஒண்மணி - ஒளியிலங்கும் இரத்தின மணி; அளித்தார் - அன்பளிப்புச் செய்தார்.

வாய்ந்து ளத்தினில் வெறுக்குமட் டாய்வெகு மான
மீய்ந்து செப்புவ ருமதர செமதுதீன் வழியிற்
சேர்ந்தி டிற்பலன் பெறும்வரா திருக்கினஞ் சேனை
சார்ந்த னைத்தையுஞ் சங்கரித் திடுமிவை சாற்றும். (78)

78. (1612) பெற்றவர் உள்ளம் போதும்போதும் என்று சலித்து வெறுக்கும் அளவிற்கு அன்பளிப்புகள் நல்கியபின் கூறலானார். உமது அரசு எம்முடைய தீன்வழியிற் சேர்ந்தால் பலன்பெறும். இல்லையென்றால் நமது படை அங்கு வந்து அனைத்தையும் அழித்துவிடும். இதை உங்கள் அரசியிடம் சொல்லுங்கள்.

வெகுமானம் - அன்பளிப்பு; ஈய்ந்து - ஈந்து, அளித்து; செப்புவர் - சொல்வார்; சங்கரித்திடும் - அழித்து விடும்; சாற்றும் - சொல்லுங்கள்.

என்று கூறியங் கனுப்பின நிறைஞ்சியவ் விடம்விட்
டன்று மாநகர் பைத்துல்மு கத்திசை யகன்று
குன்று கானதி கடந்தெழிற் சபபினைக் கூடிச்
சென்று மாதுபல் கீசுபொற் பதந்துதி செய்தார். (79)

79. (1613) என்று கூறி அவர்களை அனுப்பி வைத்தார். அவரைப் பணிந்து போற்றியபின் பைத்துல் முகத்திசு மாநகரை விட்டு நீங்கி மலை காடு ஆறு முதலியவற்றைக் கடந்து சபபு நகரை கூடிச் சென்றடைந்தனர். அடைந்து அரசி பல்கீசைக் கண்டு புகழ்ந்து பணிந்தனர்.

இறைஞ்சி - புகழ்ந்து; கான் - காடு; துதி - புகழ்ச்சி.

துதித்திங் குற்றவை யனைத்தையும் வகைவகை சொலிவாய்
புதைத்து நின்றனர் கேட்டலு முடலகம் பூரித்
தெதிர்த்து வந்திடு கிழமையிற் றளத்தொடு மேகி
மதித்த நல்வழி புகுவமென் றெண்ணினண் மயிலே. (80)

80. (1614) புகழ்ந்து, அங்கு நடந்தவை அனைத்தையும் விரிவாக எடுத்துச் சொல்லி வாய் புதைத்து நின்றனர். கேட்டதும் உடல் பூரித்து எதிர்வரும் கிழமை படைகளுடன் புறப்பட்டுப் போய் மதிப்புயர்ந்த நல்வழியிற் சேர்வோம் என்று தன் மனத்தில் எண்ணினாள் மயில் போன்ற பல்கீசு.

உற்றவை - நடந்தவை; சொலி - சொல்லி; எதிர்த்து வந்திடு கிழமை - எதிர்வரும் வாரம்; தளம் - படை; மதித்த நல்வழி - மதிப்புயர்ந்த நல்லவழி, இசுலாம், போய் வந்தவர் சொல்லக் கேட்டதனால் உண்டான நன்மதிப்பு.

மணியி ரண்டையுந் திருமுனம் வைத்தனர் வகுத்தற்
கிணைய கன்றிடு மகிழ்ச்சியாய் விழியில்வைத் தெடுத்தே
யணிபொ ருந்திய பேழையில் வைத்தன ளதன்மே
லுணர மைச்சர்கள் காட்டினர் பாத்திரத் துதகம். (81)

81. (1615) துளையிட்டதும் சரடு கோத்ததுமான இரத்தினக் கல் இரண்டையும் அவள் முன்னே வைத்தனர். அளவிட முடியாத மகிழ்ச்சியுடன் கண்ணில் ஒற்றி எடுத்து அழகிய பெட்டியில் வைத்தாள். பின்னர் அமைச்சர்கள் பாத்திரத்தில் உள்ள தண்ணீரைக் காட்டினர்.

அணி - அழகு, அழகிய வேலைப்பாடு; பேழை - பெட்டி; உதகம் - நீர்.

அறலை யப்புறத் திடுமென வுரைத்தன ளமைச்சிற்
றிறலி னோரையும் வேடமிட் டவர்சிலர் தமையு
முறையுஞ் சார்பினிற் புகுமென வனுப்பின ளுளத்தி
னிறையு மன்புகூர்ந் திருந்தனள் கற்புக்கோர் நிலையே. (82)

82. (1616) நீரை அப்புறப் படுத்துங்கள் என்றாள். திறன் மிகுந்த அமைச்சர்களையும் வேடமிட்டவர்களையும் உங்கள் இருப்பிடங்களுக்குச் செல்லுங்கள் என்று அனுப்பினாள். அனுப்பியபின் கற்புக்கு ஒரு நிலையாகிய பல்கீசு உள்ளத்தில் நிறையும் அன்பு மிகுந்தவளாகி இருந்தாள்.

அறல் - நீர்; உறையும் சார்பு - இருப்பிடம்; கூர்தல் - மிகுதல்.

பல்கீசு சோதனைப் படல முற்றிற்று.
படலம் 32-க்கு - திருவிருத்தம் - 1616

33. பல்கீசை எடுத்தவந்த படலம்

படலச்செய்தி

இக் காப்பியத்தில் 33ஆம் படலமாக அமைந்துள்ள இப் பகுதி சர்ச்சைக்கு உரியது. பொதுவாக முஸ்லிம்களாலும் குறிப்பாகச் சமய அறிஞர் (உலமாக்)களாலும் எதிர்மறை கருத்துக்கொள்ள இடம் தருவதாக உள்ளது. நபி சுலைமான் (அலை) - பல்கீசு நாச்சியார் பற்றித் திருக்குர்ஆன் கூறும் செய்திகளுக்கு முரணாக இப் பகுதி அமைந்துள்ளது.

திருக்குர்ஆனின் 27ஆம் அத்தியாயம் 'அன் நம்ல்'. அதன் 23 - 44 வசனங்களில் இவ் வரலாறு கூறப்படுகிறது. அதிலும் 'எடுத்து வந்தது' பற்றிய செய்தி உள்ளது. ஆனால் எதை எடுத்துவரச் செய்தார்கள்? பல்கீசிடம் ஓர் அரியணை இருந்தது. அது 'மகத்தான அரியணை' (அர்ஷுல் அளீம்) என்று திருக்குர்ஆன் (27:24) குறிப்பிடுகிறது. பல்கீசு நாச்சியார் வந்து சேர்வதற்கு முன்னே அந்த அரியணை இங்கு வந்து சேர வேண்டும் என்று கட்டளை இடுகிறார்கள் நபி சுலைமான் (அலை). அதன்படி அது 'எடுத்துவர'ப்படுகிறது. இது திருக்குர்ஆனில் உள்ள செய்தி. ஆனால், அரியணையுடன் பல்கீசையும் எடுத்துவரக் கட்டளையிட்டதாகவும் அவ்வாறு பல்கீசு எடுத்துவரப்பட்டதாகவும் இப் படலத்தில் பாடுகிறார் புவலர். இஃது ஏற்கக் கூடியதாக இல்லை. இதற்கான விளக்கம் உரிய பகுதியில் இடம்பெற்றுள்ளது.

சோதனையாக பல்கீசு அனுப்பியவர்கள் திரும்பிச்சென்றபின், பல்கீசைத் திருமணம் செய்துகொள்ள விரும்பினார் சுலைமான் நபி (அலை). முசுலிமாகி இங்கு வந்தபின் மணம் முடிக்கலாம் என்று முதலில் நினைத்தார். அவ்வாறு செய்தால் அவள் அழகில் மையல் கொண்டு இசுலாத்திற்கு அழைத்ததாகப் பிறர் பழி தூற்ற இடமாகிவிடுமே. இங்கு வந்தபின் திருமணத்திற்கு அவள் உடன்படவும் கூடும். மறுக்கவும் கூடும். ஆதலால் வேறு வழியை நாடினார். அரியணையோடு தூக்கிவரச் செய்தால், அதனால் திகைத்து உடன்படக் கூடும் என்று கருதினார். வலிய சின்களை அழைத்தார். பல்கீசைத் திருமணம் செய்துகொள்ள விரும்புகிறேன். உங்கள் கருத்தென்ன என்று வினவினார்.

பல்கீசின் தாய் சின்குலத்தவள் ஆதலால் சின்களின் கருத்தைக் கேட்டார். எங்களுக்குள் கலந்து பேசி முடிவு சொல்கிறோம் என்றன. சரி என்றார். சின் குலத்தவர்கள் யாவரும் தனியே கூடினர். உலகில் வலிமையோடு வாழ்ந்தோம். பல்கீசும் சுலைமானும் பிறந்தபின் இவ் விருவருக்கும் அடிமையாகி தாழ்ந்தோம். இவர்கள் இறந்த பின்னராவது மீட்சி பெறலாம் எனக் காத்திருக்கிறோம். அதுவும் முடியாது போலிருக்கிறதே! இவர்கள் இருவரும் திருமணம் செய்துகொண்டால், பிறக்கும் பிள்ளைகள், பிள்ளைகளுக்குப் பிள்ளைகள் என்று நாமும் நம்முடைய பிள்ளைகளும் ஊழியூழி காலத்திற்கும் அடிமைப்பட்டுக் கிடக்க நேரிடுமே! ஆதலால் இத் திருமணம் நடக்காது தடுக்க வேண்டும் என்று முடிவு செய்தன.

நபியிடம் வந்து பல்கீசைப் பழித்துப் பேசி அவள் தங்களுக்குத் தகுந்தவள் அல்லள் என்றன.

கேட்ட நபி இதன் உண்மையை அறிய விரும்பினார். அரண்மனையின் முன்னே பளிங்கினால் சிறிய குளம் அமைத்து, நீர் நிறைத்து, அதில் பலவகை மீன்களையும் விடச்செய்தார். குளத்திற்கு மேல் மூடிபோல் பளிங்கினால் தளம் அமைக்கச் செய்தார். பார்வைக்குப் பளிங்கு தெரியாததோடு, அது நீரோட்டம் போல் தெரியுமாறு அமைக்கச் செய்தார். சின்கள் செய்து முடித்தன.

வலிய சின்களை அழைத்துப் பல்கீசை இப்போதே இங்குக் கொண்டு வருபவர் யார் என்று கேட்டார். பொழுதெழுந்து மறையுமுன்னர் கொண்டு வருவேன் என்றது ஒரு சின். இன்னும் விரைந்து கொண்டு வருபவர் யார் என்று கேட்டார். 'இசுமுல் அகுலம்' அறிந்த இபுனு பருகியா என்பவர் எழுந்து, கண்மூடித் திறக்கும் முன் கொண்டுவருவேன் என்றார். விடை கொடுத்தார் நபி. சொன்னபடி பல்கீசையும் அவள் அரியணையையும் முன்னே வைத்தார். கண்டு மகிழ்ந்த நபி சுலைமான் (அலை) இறைவனுக்கு நன்றி செலுத்தினார்.

பல்கீசைப் பலவாறு சோதனை செய்து பார்த்தார். சின் கூறிய அனைத்தும் பொய் என்பது புலனாயிற்று. அவளுக்குக் கலிமா சொல்லிக் கொடுத்து முசுலிமாக ஆக்கி அரண்மனையிற் சேர்த்தார். அரண்மனையில் சேர்க்கப்பட்ட பல்கீசு, தன்னுடைய அமைச்சர்களுக்குக் கடிதம் எழுதி அனுப்பினாள். அதில்நான் கலிமா ஓதி முசுலிமாகி நபியின்

மனையில் இருக்கிறேன்.
தூத்த வகு என்பவருக்கு மணிமுடி
சூட்டி சபபின் அரசராகக்
கொள்ளுங்கள்.
நீங்கள் யாவரும் இசுலாத்தில்
இணையுங்கள்

என்று எழுதியனுப்பினாள். கடிதம் கண்ட அவர்கள் அதில் கண்டபடி செய்தனர். தங்கள் நிலையை விளக்கிக் கடிதம் எழுதியனுப்பினர். அதைக் கண்ட நபியும் பல்கீசும் அகம் மகிழ்ந்தனர்.

33. பல்கீசை எடுத்துவந்த படலம்

எழுசீர்க் கழிநெடிலடி யாசிரிய விருத்தம்.

உமையிறத் துதவு மிளங்குயில் பல்கீ
சுழையிருந் திங்குசே ரமைச்சர்
தமையனுப் பினபி னிவ்வித நமைச்சோ
தனைசெயும் பெண்ணர சியைநாங்
கமழ்மல ரணியல் புனைகலி யாணம்
புரியவேண் டுதுமெனக் கருதி
யமரர்கள் பரவு சுவையுமா னபியா
லோசனை பலநினைந் தனரே. (1)

1. (1617) உமையிரத்து பெற்ற இளங்குயில் பல்கீசு அங்கே இருந்துகொண்டு அமைச்சர்களை இங்கே அனுப்பி நம்மை இவ்வாறு சோதனை செய்தாளோ!

இப்படிப்பட்ட பெண்ணரசியை மணம் கமழும் மாலை சூடித் திருமணம் செய்ய வேண்டும் என்று, வானவர் புகழும் சுலைமான் நபி (அலை) நினைத்தார்.

உதவும் - பெற்றளித்த; உழை - அங்கு; கமழ்மலர் - மணம் கமழும் மலர்; அணியல் - மாலை; புனை - சூடுதல்; பரவும் - புகழும்.

வருமதி அமைச்ச ரிருவரு மவணி
னடந்தவா றனைத்தையு மயில்பா
லுரைசெயும் பொழுதின் முனநினைந் திருந்த
வுளக்களங் ககற்றிநம் முழைவந்
தரியவன் கலிமாப் புகன்றபின் முடிக்கி
லழகினுக் காசைகொண்டிசுலா
மருவுதீன் வழியில் வரவென வழைத்து
மணந்ததென் றுலகெலாந் தூற்றும் (2)

2. (1618) இங்கு வந்த மதியமைச்சர் இருவரும் அங்குச் சென்று நடப்புகள் அனைத்தையும் நடந்தபடி மயில் போன்ற பல்கீசிடம் சொல்லும்பொழுது, அவள், முன்னர் மனத்தில் நினைத்திருந்த தவறான கருத்துகளை அகற்றி, நம்மிடம் வந்து, அரிய இறைவன் கலிமாவை ஓதி இசுலாத்தில் சேர்ந்தபின் திருமணம் செய்துகொண்டால், அவள் அழகிற்கு ஆசை கொண்டு தீனுல் இசுலாத்தின் வழியில் வா என்று அழைத்து மணந்துகொண்டதாக உலகம் பழிக்கும்.

அவண் - அங்கு; முனம் - முன்னர்; உளக்களங்கம் - மனக்கசடு, தவறான கருத்து; உழை - இடம்; அரியவன் - இறைவன்; கலிமா - இசுலாமிய மூலமொழி, லா இலாஹா இல்லல்லாஹ் - அல்லாஹ்வைத் தவிர வேறு இறைவன் இல்லை; புகன்றபின் - சொன்னபின், சொல்லி இசுலாத்தில் சேர்ந்தபின்; முடிக்கில் - முடித்துக்கொண்டால்; மருவுதல் - அணைதல், சேர்தல்; தீன் - நேர்வழி, இசுலாம்; மணந்ததென்று - மணம்செய்து கொண்டார் என்று.

வசையிதைக் குறிக்க வேண்டுவ திலைவந்
ததன் பின்னே மணஞ்செய்வோ மெனவுள்
ளிசையுமோ ரளப்பு நினைக்கினு மடமா
னெய்திடிற் பொருந்தினும் பொருந்து
மசைவறப் பொருந்தா திருக்கினு மிருக்கு
மாகையாற் சின்களை யேவி
விசையுறக் கணத்தி லெடுத்துவந் திடுகின்
மிகப்பிர மித்துச்சம் மதிக்கும். (3)

3. (1619) இந்தப் பழியைக்கூடப் பொருட்படுத்த வேண்டுவதில்லை. வந்த பின்னே மணம்செய்து கொள்வோம் என்று ஊழ்ப்படி உள்ளம் இசைந்து நினைத்தாலும், அம் மடமான் இங்கு வந்தபின் மனம் பொருந்தினாலும் பொருந்துவாள்; விருப்பம் இன்றிப் பொருந்தாது மறுத்தாலும் மறுப்பாள். ஆதலால் சின்களை ஏவி விரைந்து நொடியில் தூக்கிவரச் செய்தால் திகைப்படைந்து உடன்பட்டாலும் படுவாள்.

வசை - பழி; இசையும - உடன்படும்; அளப்பு - ஊழ், அது தக்தீர்; பொருந்தும் - உடன்படும்; அசைவற - உறுதியுடன்; விசை - விரைவு; பிரமிப்பு - திகைப்பு.

தீர்க்கமிவ் வளப்பென் றுளத்தினி லிருத்திச்
செழுமணித் தவிசில்வந் திருந்து
தார்க்கல னணிந்த புயவலி யனந்தந்
தழைத்தசின் குலங்களை யழைத்துக்
கார்க்குல வியதண் பொழினகர்ச் சபபிற்
களித்துறை யரசிபல் கீசை
மார்க்கமேய் வதுவை செயநினைந் தோமும்
மனமதிப் பெவைசொலு மென்றார். **(4)**

4. (1620) இதுதான் முடிந்த முடிவு என்று உள்ளத்தில் உறுதி கொண்டார். பின்னர் செழுமையான இரத்தினக் கற்கள் இழைத்த அரியணையில் அமர்ந்து, மாலைகளும் அணிமணிகளும் அணிந்த தோள்வலி மிக்க சின் குலங்களை அழைத்தார். அவற்றிடம் மேகங்கள் சூழ்ந்து குளிர்ந்த நீரைப் பொழியும் சபபு நகரில் மகிழ்ச்சியுடன் வாழும் அரசி பல்கீசை, மார்க்கத்திற்கு இசைந்தபடித் திருமணம் செய்துகொள்ள நினைக்கிறோம், உங்கள் மனக்கருத்து யாது? சொல்லுங்கள் என்றார்.

அளப்பு - ஊழ், தக்தீர், முடிவு; தவிசு - அரியணை; தார் - மலர்மாலை; கலன் - அணிகலன்; புயவலி - தோள்வலிமை; அனந்தம் - அளவின்றி; கார் - மேகம்; தண்பொழில் - குளிர்ச்சி நிறைந்த பூங்கா; உறையும் - வாழும்; மேய் - தகுதியான, பொருத்தமான; வதுவை - திருமணம்; மணமதிப்பு - மனக்கருத்து.

திருநபி புகல யாங்களோர் தலத்திற்
சேர்ந்திருந் தாய்ந்துசெப் புதுமென்
றிருபத மிறைஞ்சி விளம்பிநின் றனதம்
மிணைவிழி மலர்களா லேவி
யருளின ரதன்மே லாங்குநின் றிடுசின்
னனைத்துமோ ரடத்தினி லடைந்து
மரபினி லுளசின் னினமெவை யெவையும்
வரவழைத் திருத்தியாய்ந் தனவே. **(5)**

5. (1621) அருள்நபி இவ்வாறு கூறியதும், நாங்கள்போய் ஓரிடத்தில் கூடி ஆராய்ந்து முடிவு சொல்கிறோம் என்று கூறி அவர் பாதம் பணிந்து நின்றன. அவர் தம் விழிகளால் ஏவி அருளினார். அதன்பின் அங்கிருந்த சின்கள் எல்லாம் மறைவான ஓர் இடத்தை அடைந்து கூடின. தம் இனத்தில் உள்ள சின் மரபினத் தலைவர் அனைவரையும் வரவழைத்து இருத்தி ஆராய்ந்தன.

புகல - சொல்ல; செப்புதும் - சொல்கிறோம்; இருபதம் - இரண்டு பாதம்; இணைவிழி - இருவிழி; ஏவி அருளினர் - இசைவு தெரிவித்தார்.

நலமெலாந் தழைத்திவ் வுலகினி லெவரு
நமக்கெதி ரிலையென வாழ்ந்தோம்

பெலமெலாந் தரித்த பெருந்தளத் தொகைப்பல்
கீசெனும் பெண்ணர சணங்கு
முலமெலாம் பொருந்து புயநபி சுலையு
மானும்வந் துதித்தபின் னமது
குலமெலா மிவர்கட் கடிமையாய் முடிந்து
குறைப்படு கீழ்மைகள் படைத்தோம். **(6)**

6. (1622) இது முதல் சின்கள் தம் மனக்குறைகளைத் தமக்குள் கொட்டிக் கொள்கின்றன: எல்லா நலங்களும் தழைத்திருக்க இவ் வுலகில் எவரும் நமக்கு நிகர் இல்லை என்று வாழ்ந்திருந்தோம். எல்லா வகையான வலிமைகளும் படைத்த பெரும்படை கொண்ட பல்கீசு என்னும் பெண்ணரசியும் உலகை எல்லாம் வெல்லும் தோள் வலிமை கொண்ட நபி சுலைமானும் வந்து பிறந்தபின், நம்முடைய குலம் எல்லாம் இவ் விருவர்க்கும் அடிமையாகிச் சிறுமை அடைந்து குறைபட்டோம்.

பெலம் - வலிமை; தரித்த - படைத்த, உடைய; தளம் - படை; தொகை - எண்ணிக்கை, பெருமை குறித்தது; அணங்கு - தெய்வப் பெண், வெல்ல முடியாத வலிமை காரணமாக அணங்கு என்றன; பொருந்து புயம் - பொருது புயம்; உலகை எல்லாம் போரிட்டு வெல்லும் வலிமை கொண்ட தோள்; கீழ்மை - சிறுமை.

ஆட்சிமுற் றியவிவ் விருவரூ ழியமா
மளவிலாப் பெருங்கட லழுந்திச்
சூழ்ச்சிமற் றறியா துலைந்தன மிவர்க
ளுடலுயிர் தொலைந்துகண் ணாரக்
காட்சிபெற் றிடுநா ளெனவுரைத் திடுநற்
காலம்வந் ததற்குமே லெனிலு
மீட்சிபெற் றிடலா மெனுமொரு நினைப்பவ்
வெள்ளமேற் பலகையாய் மிதந்தோம். **(7)**

7. (1623) அரசாட்சி பெற்ற இவ் விருவரின் ஊழியமாகிய கரைகாணா பெருங்கடலில் அழுந்தி, இதிலிருந்து தப்ப ஒரு வழியும் அறியாது வருந்துகின்றோம். இவர்கள் உடலைவிட்டு உயிர் தொலைந்து, அதைக் கண்ணாரக் காணும் பேறு பெற்றோம் என்று சொல்லப்படும் நல்ல காலம் வந்து, அதன் பிறகாவது மீட்சி பெற்றிடலாம் என்னும் நினைப்பே பலகையாகக் கொண்டு வெள்ளத்தில் மிதக்கின்றோம்.

ஊழியமாகிய பெருங்கடலில் கிடந்து வருந்துகின்றோம். இவ் விருவரும் தொலைந்தபின் மீட்சி பெறலாம் என்னும் நினைப்பைப் பலகை - மிதப்பு - ஆகக்கொண்டு மிதக்கிறோம். இல்லையென்றால் அழிந்து போவோம் என்னும் குறிப்பு சின்கள், விருப்பத்தோடு அன்று, வேறு வழியின்றி வேண்டா வெறுப்புடனேயே ஊழியம் செய்கின்றன என்பது வெளிப்படுகின்றது.

முற்றி - உறுதிப்பட்ட; சூழ்ச்சி - தப்பும் வழி; உலைந்தனம் - வருந்துகின்றோம், சீரழிகிறோம் என்றும் உரைப்படுத்தலாம்.

உன்னத வழகுங் குணமுமாந் திருவென்
றியாமுள புலன்சொலின் மணந்து
பன்னிரு கோடிப் பெருங்கடற் சேனைப்
பாவையு நபியுமொன் றாகிற்
பின்னுமெண் மடங்கா மூழியந் தோன்றல்
பிறக்குநந் தோன்றலுந் தொழும்பாந்
தன்னகத் தினிலெண் ணாதுகொள் ளியினாற்
றலைசொறி வதுநிக ராமால். **(8)**

8. (1624) உயர்ந்த பேரழகும் குணமாகிய திருவும் என்று நம்முடைய புலன்களே புகழ்ந்து சொல்லும்படி திருமணம் செய்துகொண்டு பன்னிரண்டு கோடிப் பெருங் கடற்படை யுடைய பெண்ணும் நபியும் ஒன்றாக இணைந்துவிட்டால், பின்னும் எட்டு மடங்கு ஊழியம் செய்யும்படி அவர்களுக்கு மக்கள் பிறப்பர், நமக்குப் பிறக்கும் நம்முடைய வழித்தோன்றல்களும் அவர்களுக்கு அடிமையாகிக் கிடப்பர். ஆதலால் அவர்கள் திருமணத்திற்கு உடன்படுவது தன்னுடைய வீட்டில் உள்ள கொள்ளியை எடுத்துத் தன்னினைவு இன்றியே தன்னுடைய தலையைச் சொறிந்து கொள்வதற்கு நிகராகும்.

உன்னதம் - உயர்ச்சி; புலன் - நாவு; தோன்றல் - மக்கள்; தொழும்பு - அடிமைப்படல்; தன்னகம் - தன்வீடு.

இனமொரு வரையுட் குறித்துசா வுவதற்
றியல்பெலா நமையுசா வுவதே
கனமுநா மினிமே லாயினுங் கடத்தே
றுதற்கொரு காரண நலனு
மெனவுரைத் துறுப்பிற் பழுதுகள் பலது
மிழிவுள குணங்களு முளதென்
றனைவரு மொருவாய் மொழிப்பட வறைவோ
மெனமுடித் தனர்விதி யறியார். **(9)**

9. (1625) ஆதலால் மனித இனத்தில் உள்ள ஒருவரிடம் இத் திருமணம் குறித்துக் கேளாமல் நம்மை அழைத்துக் கேட்டதே நம்மை பெருமைப்படுத்தியதும் இனிமேலாயினும் நாம் கடைத்தேறக் காரண நலமும் ஆகும் என்று கூறி, பல்கீசிடம் உடல் உறுப்பில் குறைகளும் இழிந்த குணங்களும் உள்ளன என்று அனைவரும் ஒருவாய் மொழியாகக் கூறி விடுவோம் என்று முடிவுரைத்தன. பாவம்! இறைவன் விதிப்பை அறியாதவர்கள். 6ஆம் பாட்டுமுதல் 9ஆம் பாட்டுவரை நான்கு பாட்டுகளும் சின்கள் தமக்குள் நடத்திய கருத்துரையாடலும் அவை செய்த முடிவும் ஆகும். இதன்வழி சின்களின் மனத்தில் உள்ள வெறுப்பும் இத் திருமணம் நடைபெறாமற் செய்ய வேண்டும் என்ற உறுதியும் வெளிப்படுகின்றன. 'உடலுயிர் தொலைந்து' என்னும் சொல்லாட்சி வெறுப்பின் அளவைக் காட்டுகின்றது..

உசாவுதல் - கேட்டறிதல், விசாரித்தல்; அற்று - நீங்கி, இல்லாமல்; கனம் - பெருமை, பெருமைபடுத்தல்; ஒருவாய் மொழிப்பட - ஒரே குரலில், ஒரே முடிவாக; அறைவோம் - சொல்வோம்.

முடித்திது தனைப்போ லளப்பிலை யெனக்கார்
முகத்தினை நிகர்த்துள கூனற்
றடிக்கர முதியோர் கஞமெழி லுளமைந்
தருஞ்சிறு வருந்திரண் டெழுந்து
படித்தல நெடுவா னகத்தல மெவையும்
பரவுசுந் தரநபி பதும
வடித்துணை யினில்வந் திறைஞ்சிவாய் புதைத்தொன்
றாகநின் றறைகுவர் நிறைபோல். (10)

10. (1626) இவ்வாறு முடிவு செய்து, இதைப் போல் நல்லவழி வேறு இல்லை என்ற கருத்துடன் மழைமேகம் நிகர்த்த கருத்த முகமும் கூனல் முதுகும் கையில் தடியும் கொண்ட முதியோரும் அழகிளைஞரும் சிறுவருமாகத் திரண்டு எழுந்து, மண் உலகமும் நெடிய வான உலகமும் போற்றும் அழகு நபியின் தாமரை போன்ற பாதத்தடியில் வந்து பணிந்து வாய்புதைத்து ஒன்றாக நின்று உண்மை போல் கூறலாயின.
'நிறைபோல்' என்பது 'உண்மை போல்' என்று உரைசெய்யப்பட்டுள்ளது. நிறைபோல் என்பதை 'எள்ளற் குறிப்பு' ஆகவே புலவர் ஆண்டுள்ளார். நிறை என்னும் சொல் அழிவின்மை, உண்மை, உறுதி, மாட்சிமை, வரையறை என்பதுபோல் பல்வேறு கருத்துக்கூறுகள் கொண்ட சொல். 'நிறைமொழி மாந்தர் ஆணையிற் கிளந்த மறைமொழி தானே மந்திரம் என்ப' என்னும் தொல்காப்பியச் சூத்திரத்திலும் 'நிறைமொழி மாந்தர் பெருமை நிலத்து மறைமொழி காட்டிவிடும்' என்று திருக்குறளிலும் ஆளப்பட்டுள்ள 'நிறைமொழி' என்னும் சொல்லாட்சியுடன் ஒப்பிட்டுப் பார்த்தால் 'நிறை' என்னும் சொல்லின் பொருட்சிறப்பு புலப்படும். 'அத்தகைய தன்மை யுடையது போல் பேசின' என்று எள்ளி நகையாடுகின்றார் புலவர்.

முடித்து - முடிவுசெய்து; அளப்பு - ஊழ், விதி, இங்கு வழி என்பது பொருள், வேறு விதியில்லை எனலும் பொருந்தும்; கார் - மழைமேகம்; தடிக்கரம் - தடி ஊன்றிய கை; எழில் - அழகு; மைந்தர் - இளைஞர்; படித்தலம் - மண்ணுலகம்; நெடு வானத் தலம் - நெடியதான வான உலகம்; எவையும் - பலவாகிய வான மண்டலங்களும்; பரவும் - போற்றும்; சுந்தரம் - அழகு; பதுமம் - தாமரை; அடித்துணை - ஈரடி; அறைகுவர் - சொல்வர்; நிறை - உண்மை.

அன்புவீற் றிருந்த தாலதற் கிடையூ
றறைவதெவ் விதமெனப் பயந்து
முன்புகேட் டிடுமக் கணத்திலே யனைத்து
மொழிந்திடா தாய்ந்துசொல் லுவமென்
றெம்பெருங் குழுவோ டகன்றனந் திரண்டி
யாவரு மிருந்தளப் பிடுகிற்
பின்புநந் தலைகள் சேதமா மொழியா
திருந்திடி லெனப்பிரிந் ததுவே. (11)

11. (1627) அப் பெண்ணரசியின் மீது தங்களுக்கு அன்பு இருப்பதனாலும் எங்கள் இனத்தவளுக்குப் பிறந்த பெண் ஆதலால் அப் பெண்ணரசியின் மீது

எங்களுக்கும் அன்பு இருப்பதனாலும் அதற்கு இடையூறாகச் சொல்வது எப்படி என்னும் அச்சத்தால் முன்னர் தாங்கள் கேட்டபோது எல்லாவற்றையும் சொல்லாமல் ஆராய்ந்து சொல்கிறோம் என்று சொல்லி எங்கள் குழுவுடன் வெளியே சென்றோம். ஓரிடத்தில் இருந்து விவாதித்தோம். தங்கள் அன்பை அறிந்த நாங்கள் தலையசைத்து விடலாம். ஆனால் பின்விளைவு எப்படி இருக்கும்? நாங்கள் உண்மையைச் சொல்லாமல் இருந்து அதனால் தங்களுக்குத் துன்பம் நேர்ந்தால் எங்கள் தலைக்கு ஆபத்து வரும் என்பதனால் உண்மையைச் சொல்வது என்று முடிவு செய்தோம். சின்கள் சொல்லும் மறுமொழி இது. மிகத் தந்திரமாகப் பீடிகை போட்டுப் பேசுகின்றன. சுலைமான் நபிக்கு பல்கீசின் மீது அன்பு இருப்பதையும் பல்கீசு சின் இனத் தாய்க்குப் பிறந்த பெண் என்பதனால் இயல்பாவே தங்களுக்கு அவள்மீது அன்பு இருக்கிறது என்பதையும் ஒரு சேர உணர்த்தும் முகமாக 'அன்பு வீற்றிருந்ததனால்' என்னும் தொடரை ஆளுகின்றன. இதன்வழி இன உணர்வையும் அன்புணர்வையும் புறக்கணித்துவிட்டு உண்மையைச் சொல்கிறோம் என்று காட்டிக்கொள்ள முயல்கின்றன..

இடையூறு - துன்பம், தடங்கல்; அறைவது - சொல்வது, உண்மையைச் சொல்வது; மொழிந்திடாது - சொல்லாது, உண்மையைச் சொல்லாது; அளப்பு - விதிப்பு; இடுகு - ஒடுக்கம், நெருக்கடி, துன்பம், இறைவிதிப்பின்படி அவள் இயற்கைத் தன்மை மிகைத்துத் தங்களுக்குத் துன்பம் நேர்ந்தால்; சேதமலம் - பாதிப்பு, ஆபத்து ஆகும்; பிரிந்தது - மாறுபாட்டைச் சொல்லப் பிரிந்து வந்த இச் செய்கை.

ஓதுதல் கேண்மோ கொடுமைகட் கிவளே
தலையதற் குதாரண மாக
வாதியிற் கொழுநன் சிரமறுத் தவன்சிங்
காசன மிவள்பெற லானாள்
பேதமை மடவார்க் கணிகல மெனநூற்
பெரியவர் வகுப்பர்காந் தனையே
பாதகப் பழிக்குட் பயப்படாக் கொலைசெய்
திடிலினிப் பகருவ தெவையே. (12)

12. (1628) கசப்பானதாக இருந்தாலும் உண்மையைச் சொல்கிறோம். கேட்டருளல் வேண்டும். கொடுமைகளுக்கெல்லாம் இவளே தலைமையானவள். அதற்கு எடுத்துக்காட்டாக, முன்னர் கணவனின் தலையை அறுத்து அவன் அரியணையை இவள் பெற்றாள். பேதைமை என்பது பெண்களுக்கு நீங்கா அணிகலம் என்று நூல் கற்ற பெரியவர்கள் வகுத்தனர். பழிக்கு அஞ்சாது கணவனையே பாதகமாகக் கொலை செய்தாள் என்றால் சொல்வதற்கு வேறு என்ன இருக்கிறது?

ஓதுதல் - சொல்வது; வேண்டுமோ- கேளுங்கள்; தலை - தலை போன்றவள்; ஆதியில் - முதலில், முன்னர்; கொழுநன் - கணவன், சிங்காசனம் - அரியணை, அரசாட்சி; பேதைமை - அறிவின்மை, அமைதியான தன்மை; அணிகலம் - பெருமை தரும் குணம்; வகுப்பார் - விதிவகுத்தார்; காந்தன் - கணவன்; பகருவது - சொல்வது.

பழிப்புறு வசன மெவையுரைத் திடினும்
பலதுதி யெனநினைந் திடலும்
வழுக்கியல் பெவைசொல் லினுமவை வேத
வாசக மெனமதித் திடலுங்
கழுத்தறுத் திடினு மறுத்திடுங் கொடுமை
கருதிடா தாளன்கை நோமென்
றழுத்தியெண் ணலுநற் கதியிவன் பாலென்
றாய்தலும் பெறிலன்றோ கணவி. **(13)**

13. (1629) எத்தகைய வார்த்தைகளால் எப்படிப் பழித்தாலும் அதைப் புகழ்ச்சி என்று நினைப்பதும் குற்றமுடைய செயல் எதைச் செய்யச் சொன்னாலும் அதை வேதமொழி என மதிப்பதும், கழுத்தை அறுத்தாலும் அதை அறுத்திடும் கொடுமையை எண்ணியும் பாராது அறுக்கும்போது கணவன் கை நோகுமே என்று அழுத்தமாக எண்ணுவதும், நமக்கு நற்கதி இவனிடமே உள்ளது என்று ஆராய்ந்து கொள்வதும் அன்றோ மனைவியின் மாண்பு!

பழிப்புறு வசனம் - பழிச்சொல்; வழுக்கியல் - குற்றப்பாடு; கணவி - மனைவி.

உரைநய மகன்றாள் கழுதையின் பதத்தா
ளுணர்விலா மூற்கமே மிகுத்தாள்
கரடது தொடுத்துப் பெருந்துடை யளவுங்
கணக்கறு முரோமங்க ளடைந்தா
ளரிவைய ரொழுங்கெவ் வளவுமற் றவளா
டவர்குரல் போற்குர லுரத்தா
ளிருநிலத் தியல்பாய் வதுவைசெய் பவர்கட்
கிழிவெலாம் விளைநில மிவளே. **(14)**

14. (1630) விரும்பத் தக்க இனிய பேச்சு இல்லாதவள். கழுதையின் பாதம் போன்ற பாதம் உடையவள். மூர்க்கக்குணம் மிகுத்தவள். கணுக்கால் தொடங்கி பெரிய தொடைவரை அடர்ந்த மயிர் முளைத்தவள். பெண்கள் ஒழுக்கம் கொஞ்சமும் இல்லாதவள்; ஆடவர் போன்ற உரத்த குரல் உடையவள். உலக இயற்கையின்படி திருமணம் செய்துகொள்பவர்களுக்கு எல்லா வகையான இழிவுகளும் விளையும் நிலம் இவள்தான்.

உரைநயம் - விரும்பத்தக்க இனிய பேச்சு, இன்மொழி; இல்லாதவள்; கரடு - கணுக்கால்; கரடு - கணு; அரிவையர் - பெண்கள்; வதுவை - திருமணம்.

உன்னவு மிழுக்கென் றகற்\றிய விழிவுள்
ளோர்களி லுலகினி லவள்போற்
கன்னிய ரிலைமுப் புவனமுந் துதிக்கக்
கருணையங் கடலொரு வடிவாய்
மன்னவ ரணியு மகுடவொண் மணியாய்
வருபவ ருமைநிக ரிலையே
முன்னிய வதுவை முடிக்கவென் றினியெம்
முறையினிற் சொல்வமென் றனவே. **(15)**

15. (1631) நினைப்பதும்கூட இழுக்கு என்று ஒதுக்கப்பட்ட இழிவுதகைமை கொண்டவர்களில் அவள் போன்ற பெண் எவளும் உலகில் இல்லை. தாங்களோ மூன்று உலகங்களும் புகழ, கருணைக் கடலின் ஒருதனி வடிவாய் மன்னர்கள் அணியில் மணிமுடியின் ஒளிவீசும் மாமணியாய் வந்திருப்பவர். தங்களுக்கு நிகரானவர் ஒருவரும் இல்லை. நினைத்தபடி திருமணம் செய்துகொள்ளுங்கள் என்று எம் முறையினில் சொல்வோம் என்றன.

உன்னுதல் - நினைத்தல்; இழுக்கு - பழி, பாவம்; முப்புவனம் - மூன்று உலகம்; துதிக்க - புகழ; மகுட ஒண்மணி - முடியில் இலங்கும் ஒளிவீசும் மாமணி; முன்னிய - விரும்பிய, நினைத்த; வதுவை - திருமணம்; முடிக்க - முடித்துக் கொள்க.

பொருத்தமற் றிருந்த கணங்களிவ் வகையாய்ப்
பகன்றிடப் பொய்மெய்யென் றிதனி
னருத்தமுற் றிலுநா மறியவேண் டுமென்
றகத்தினி லிருத்திமா ளிகைக்கு
வரத்தகு வழியிற் பளிங்கினாற் புறத்தும்
வரம்புயர் கௌலொன்று கட்டித்
தரத்தின்மின் னெடுத்துத் தெளிசல நிறைத்துச்
சலசரம் பலததினில் விடுத்து. (16)

16. (1632) மாறுபட்டிருந்த சின் கூட்டங்கள் இவ் வகையாய்ச் சொல்ல இது பொய்யா மெய்யா என்று இதன் பொருளை முழுமையாக அறிய வேண்டும் என்று எண்ணினார். எண்ணத்தை வெளியிடாமல் மனத்தில் இருத்திக்கொண்டு, மாளிகைக்கு வரும் வழியில் வட்ட வடிவில் பளிங்கினால் புறத்தே மதில் உயர்ந்த சிறிய குளம் ஒன்று கட்டி அரக்கினால் மின்னல் அடிக்கும்படிச் செய்து தெளிந்த நீரை அதில் நிறைக்கச் செய்து மீன் இனங்களையும் வட்டப்பரப்பில் விடச் செய்து

பொருத்தமறல் - உடன்பாடில்லாமை, மாறுபாடு; கணம் - கூட்டம், சின் கூட்டம்; புகன்றிட - சொல்லிட; அருத்தம் - பொருள்; அகம் - மனம்; வரத்தகும் வழி - வரும்வழி; கௌல் - சிறிய நீர்க்குளம்; தரம் - அரக்கு; தெளிகலம் - தெளிந்த நீர்; சலசரம் - மீனினம்; பலம் - வட்டப்பரப்பு.

மின்னல்செய் ததைச்சூழ் தரப்பளிங் கதனான்
மிகத்தளம் பதிக்கவும் பணித்தார்
சின்னின மவைசெய் தனபுனற் றடத்திற்
சேர்ந்திது வும்புனல் போலும்
பன்னெடுஞ் சகுலி யுலவுதல் போலும்
பார்ப்பவர் மருளுறத் தோன்றி
நன்னிலை யகன்றோர் மனமென வடுத்த
நிறமெலா நயந்துகாட் டியதே, (17)

17. (1633) ஒளிவீசச் செய்து, அதைச் சுற்றிலும் பளிங்குத் தளம் பதிக்கவும் செய்தார். சின் கூட்டங்கள் அவற்றைச் செய்தன. தண்ணீரில் சேர்ந்து இதிவும் தண்ணீர் போலும் பலவகை மீன்கள் உலவுதல் போலும் என்று பார்ப்பவர்

கண்கள் மயங்கும்படித் தோன்றியது. நன்னிலை அகன்றோர் மனம்போல் அடுத்து இருந்த நிறத்தை எல்லாம் எடுத்துக் காட்டியது.

சகுலி - மீன்; தாம் வாழ்ந்த நல்ல நிலையிலிருந்து நீங்கியவர் பிறர் சொல்வதை எல்லாம் ஆம் ஆம் என்று கேட்பது போல் என்றும் தமக்கென்று ஒருநிலை வாய்க்காது பிறர் தயவில் வாழ்வோர் மற்றவர் கருத்தை எல்லாம் தம் கருத்தாகக் கொண்டு ஒழுகுவது போல் பளிங்குப் பதித்த தளம் வட்டக் குளத்தின் நீரையும் மீன்களையும் காட்டியது எனக் குறிக்க 'நன்னிலை அகன்றார் மனமென அடுத்த நிறமெலாம் நயந்து காட்டியதே' என்றார்.

செய்துதீர்ந் ததற்பின் னரரையுஞ் சூழ்ந்த
சின்குலத் தொகையையு நோக்கி
மைதரு நெடுங்கட் சிற்றிடைக் கனக
மயிலைபல் கீசையிப் போதே
யுய்தர நமது முனங்கொடு வருவோ
ரெவரென வுரைத்தன ருரைக்கின்
மெய்தரு கதவு கோட்டையென் றிடுபேர்
விறற்பெரும் சின்னது விரிக்கும். (18)

18. (1634) இவ்வாறு செய்து முடித்தபின் மனிதர்களையும் சூழ்ந்து நின்ற சின் குலங்களையும் நோக்கி மையிட்ட நெடுங்கண்ணும் சிறிய இடையும் கொண்ட தங்க மயில் போன்ற பல்கீசை இப்போதே நம் முன்னே கொண்டு வருபவர் யார் என்று கேட்டார். கேட்டதும் மெய்தரு கதவு கோட்டை என்ற பெயர் இடப்பட்ட வலிமைமிக்க சின் சொல்லலாயிற்று.

கதவு எனில் காவல் என்றும் கோட்டை எனில் அரண் என்றும் பொருள்படும். அந்த முரட்டுச் சின்னின் பெயர் காவல் அரண் என்பதாக இருக்கலாம். நரர் - மனிதர்; கனம் - பொன்; உய்தல் - சேர்தல், வைத்தல்; விறல் - வீரம், வலிமை; விரிக்கும் - விவரித்துச் சொல்லும்.

ஆதிநன் னபியே பொழுதுதித் திடும்போ
தடைந்துசிங் காசனத் திருந்தே
யோதுமப் பமலெல் லாமகன் றதன்மே
லொண்மணி மாளிகை புகலெப்
போதுமே வழக்க முமக்கிது தினத்தும்
புகுவதிப் பகலகன் றன்றோ
கோதையை யிதற்குட் கொடுவரு குவனியான்
கொடும்விடை யென்றுகூ றியதே. (19)

19. (1635) இறைவனின் நபியே 'பொழுது விடியும் போது அரியணையில் அமர்ந்து அப் பகல் நீங்கியபின் ஒளிவீசும் மணி பதித்த மாளிகைக்குள் நுழைவது எப்போதும் உங்கள் வழக்கம். அது போல் இன்றும் நீங்கள் மாளிகைக்குள் நுழையப் போவது பகல் நீங்கிய பின்னர் அன்றோ? இதற்குள் அம் மலர்மாலை போன்ற பெண்ணைக் கொண்டு வருவேன் நான். கொடுங்கள் என்று கூறியது. (ஆதி - இறைவன்)

புகலுமவ் வுரைகேட் டிதனிலும் விரைவாய்ப்
போந்தெவர் கொடுவரு பவரென்
றகிலநா யகர்விண் டனரதற் கிசுமு
லகுலமந் திரம்பலித் திருக்கு
மகரமஞ் சரியொண் புயவரை யிபுனு
பறுகியா வென்பவ ரெழுந்து
முகவிழி மூடித் திறக்குமுன் கொணர்வேன்
விடைதரி லெனமொழிந் தனரே. (20)

20. (1636) இதைக்கேட்ட உலகநாயகர் இதைவிட விரைவாகப்போய் எடுத்து வருபவர் யார் என்று கேட்டார். இதைக் கேட்டு இசுமுல் அகுலம் ஆகிய மாமந்திரம் கற்றிருக்கும் தேன் நிறைந்த பூங்கொத்துப் போன்ற மலைத்தோள் கொண்ட இபுனு பருகியா என்பவர் எழுந்து விடைதந்தால் முகத்தில் உள்ள கண்ணை மூடித் திறக்குமுன் கொண்டு வருவேன் என்று சொன்னார்.

இசுமுல் அகுலம் என்பதை மந்திரம் என்று குறிப்பிட்டிருந்தாலும் அது மந்திரம் அன்று. இறைவனின் திருப்பெயர். இறைவனின் திருப்பெயர்களில் எந்தப் பெயரைச் சொல்லி வேண்டினால் வேண்டியது வேண்டியபடி உடனடியாகக் கிடைக்குமோ அந்தப் பெயர்.

புகலும் - சொல்லும்; போந்து - போய்; அகிலம் - உலகம்; விண்டனர் - சொன்னார்; மகரம் - பூந்தாது, தேன்; மஞ்சரி - பூங்கொத்து; வரை - மலை.

விடைகொடுத் தனரப் பொழுதுபல் கீசு
மின்னனார் துகிலணி யகற்றிக்
கடகளி றனைய புருடவே டமதாய்க்
கனகசிங் காசனத் திருந்தா
ளுடனது சமையத் தினில்விழி மூடி
யுன்னின ருயரரி யணையு
மடவிய ராசுஞ் சுலையுமா னபிமுன்
வந்திருந் ததுகதிர் மதிபோல். (21)

21. (1637) விடை கொடுத்தார். அப்போது பல்கீசு பெண்கள் அணியும் ஆடைகளை அகற்றிவிட்டுக் கடா யானை போன்ற ஆடவர் தோற்றத்தில் ஆடை அணிந்து பொன்னால் செய்த அரியணையில் அமர்ந்திருந்தாள். அச் சமயத்தில் கண்களை மூடி நினைத்தார். நினைத்தவுடன் உயர்ந்த அரியணையுடன் பெண்ணரசியும் சுலைமான் நபிமுன் சூரியனும் சந்திரனும் போல் வந்திருந்ததைக் கண்டனர்.
சூரியன் அரியணைக்கும் சந்திரன் பல்கீசுக்கும் உவமைகள்.

மின்னனார் - பெண்கள்; அணி - அணிமணிகள்; கடகளிறு - ஆண்யானை; கனக சிங்காசனம் - பொன்னரியணை; உன்னினர் - நினைத்தார்; மடவியர் - பெண்கள்;

பாட்டு எண் 18 முதல் 21வரை உள்ள நான்கு பாட்டுகளிலும் உள்ள செய்தி யாது? சுலைமான் நபி அவர்கள் விரும்பி பல்கீசை எடுத்துவரச் செய்தார் என்பது தான். இச் செய்தி எங்கிருந்து கிடைத்தது என்று

தெரியவில்லை. இக் காப்பியக் கதையை 'இபுராகீம் லெவ்வை ஆலிம்' என்வர் ஆராய்ந்து சொன்னதாக கடவுள் வாழ்த்தில் (பாட்டு 25) குறிப்பிடுகிறார் புலவர். அவர் எங்கிருந்து பெற்றார் என்று தெரியவில்லை. இதே வரலாறு திருக்குர்ஆனில் 27ஆம் அத்தியாயம் ஆகிய 'சூரத்துன் நம்ல்' இல் இடம்பெற்றுள்ளது அதில், பெருமையாகப் பேசப்பட்ட பல்கீசின் அரியணையை எடுத்துவரச் செய்ததாகவே உள்ளது. அஃது இவ்வாறு உள்ளது:

(சுலைமான் தன் பிரதானிகளை நோக்கி) "தலைவர்களே! அவர்கள் வழிப்பட்டவர்களாக என்னிடம் வந்து சேர்வதற்கு முன்னதாகவே அவளுடைய சிம்மாசனத்தை என்னிடம் கொண்டு வருபவர் உங்களில் யார்?" என்று கேட்டார். அதற்கு ஜின்களில் உள்ள இஃப்ரீத் (என்னும் ஒரு வீரன்) 'நீங்கள் உங்கள் இடத்திலிருந்து எழுந்திருப்பதற்கு முன்னதாகவே, அதனை நான் கொண்டு வருவேன். நிச்சயமாக நான் இதற்குச் சக்தியுடையவன். (மிக்க) நம்பிக்கையும் உடையவன்' என்று கூறினான்.

"(எனினும், அவர்களில்) வேத ஞானம் பெற்ற ஒருவர் (இருந்தார். அவர் சுலைமான் நபியை நோக்கி) 'நீங்கள் கண் இமைப்பதற்குள் அதனை நான் உங்களிடம் கொண்டு வந்து விடுவேன்' என்று கூறி (அவ்வாறே கொண்டு வந்தும் வைத்தார்.) அது தம்முன் வைக்கப்பட்டிருப்பதை (சுலைமான்) கண்டதும் 'இது என் இறைவன், நான் அவனுக்கு நன்றி செலுத்துகிறேனா, இல்லையா என்று என்னைச் சோதிப்பதற்காக (எனக்குப்) புரிந்த பேரருளாகும். எவன் (இறைவனுக்கு) நன்றி செலுத்துகின்றானோ அவன், தனக்கே நன்மை செய்துகொள்கிறான். எவன் நன்றியை நிராகரிக்கிறானோ (அவன் தனக்கே தீங்கு தேடிக்கொள்கிறான்; இதனால் இறைவனுக்கு யாதொரு நஷ்டமுமில்லை.) நிச்சயமாக என் இறைவன் (எவருடைய) தேவையற்றோனும், மிக்க கண்ணியமானவனுமாக இருக்கிறான்' என்று கூறி, (தன் வேலைக்காரர்களை நோக்கி) 'அவளுடைய சிம்மாசனத்தை மாற்றி அமைத்துவிடுங்கள். அவள் அதனைத் தன்னுடையதுதான் என்று) அறிந்துகொள்கிறாளா, அல்லது அறிந்துகொள்ள முடியாதவளாகி விடுகின்றாளா என்று பார்ப்போம்' என்று கூறினார். அவள் வந்து சேரவே (அவளை நோக்கி) 'உன்னுடைய சிம்மாசனம் இவ்வாறுதானா (இருக்கும்)?' என்று கேட்டார். (அதற்கு) அவள் 'இது முற்றிலும் அதைப் போலவே இருக்கின்றது. இதற்கு முன்னதாகவே (உங்கள் மேன்மையைப்பற்றிய விஷயம்) எங்களுக்கு அறிவிக்கப்பட்டுவிட்டது. நாங்கள் முற்றிலும் (உங்களுக்கு) வழிப்பட்டே வந்திருக்கிறோம்' என்றாள்.' (27:38-42) (அல்லாமா ஆ. கா. அப்துல் ஹமீது பாகவீ அவர்களின் மொழிபெயர்ப்பு.)

திருக்குர்ஆன் கூறும் இவ் வரலாற்றில் பல்கீசை எடுத்துவரச் செய்த குறிப்பு இல்லை. அவ்வாறு கருத்துக்கொள்ளக் காரணமும் இல்லை. ஏனென்றால் சுலைமான் நபி பல்கீசுக்கு எழுதிய கடிதத்தில் 'முற்றிலும் வழிப்பட்டவர்களாக என்னிடம் வாருங்கள்' என்று எழுதியுள்ளார். (திருக்குர்ஆன் 27:31) இதையே புலவரும் பல்கீசுக்கு பத்திரம் அனுப்பின படலத்தில் 'வழுவற நமக்கும் ஆதிக்கும் வழியாய் வரஇசு லாத்தில் என்று எழுதி' என்று (பாட்டு 58) பாடியுள்ளார். சுலைமான் நபியைச் சோதிப்பதற்காகக் காணிக்கைப்

பொருள்களை அனுப்பினார் பல்கீசு. அவற்றைப் பெற்றுக்கொள்ள மறுத்து அனுப்பிய செய்தி திருக்குர்ஆனில் (27:36) உள்ளது. இதே செய்தியைப் பாடும் புலவர் 'உமதுஅரசு எமதுதீன் வழியில் சேர்ந்திடில் பலன்பெறும்; வாரா திருக்கில் நம் சேனை சார்ந்து அனைத்தையும் சங்கரித்திடும் இவை சாற்றும்' என்று சொல்லி அனுப்பியதாக 'பல்கீசு சோதனைப் படலத்தில் (பாட்டு 78) குறிப்பிடுகிறார். இவ்வாறு திருக்குர்ஆனிலும் இராஜநாயகம் காப்பியத்திலும் இஸ்லாத்திற்கு அழைக்கும் செய்திகளே உள்ளன. 'பணிந்து வந்தால் வாழலாம். இல்லை என்றால் எம் படையெடுப்பு நிகழும்' என்ற எச்சரிக்கையும் உள்ளது. இதற்கு அப்பால் 'எடுத்துவரும் ' செய்தி இல்லை. தம்முடைய குடிபடைகளுடன் சுலைமான் நபியை வந்து சந்தித்த பல்கீசு 'நாங்கள் முற்றிலும் வழிப்பட்டே வந்திருக்கிறோம்' என்று கூறியதாகத் திருக்குர்ஆன் (27:42) தெரிவிக்கிறது.

இஸ்லாத்திலாகி வா என்று அழைப்பதிலிருந்து அதன் முடிவு தெரியுமுன் எடுத்துவரச் செய்வது நபிக்கு அழகன்று; அரச நீதியும் ஆகாது. ஆதலால் 'பல்கீசை எடுத்துவந்த படலமும்' திருக்குர்ஆனுக்கு முரண்பட்டது. இது புலவர் கற்பனையோ வரலாற்றுக் குறிப்புத் தந்த 'இபுராகீம் லெவ்வை ஆலிம்' கற்பனையோ அல்லது அவருக்கு ஆதாரமாய் அமைந்த நூலின் கற்பனையோ தெரியவில்லை.

காண்டலு மகிழ்ந்து கொடுத்தவை யகற்றாக்
கடவுளே முதல்வனே கபீபே
வேண்டுதல் வேண்டா தவைகளில் லவனே
மெய்யனே யளவிலா தவனே
நீண்டபூ ரணனே யெனவிறை யவனை
நினைத்தகத் தினிற்சுக்கூர் செய்து
பூண்டகங் கனிந்து சுசூதுசெய் தெழுந்து
புயற்கையேந் தித்துவாச் செய்தார். (22)

22. (1638) அதைக் கண்டதும் மகிழ்ந்தார். தான் நல்கிய அருளை அகற்றாத கடவுளே! முதல்வனே! நேசனே வேண்டுதல் வேண்டாமை இல்லாதவனே! மெய்யானவனே! அளவு இல்லாதவனே! பரிபூரணனே! என்று இறைவனை மனத்தில் நினைத்து நன்றி செலுத்தி மனம் கனிந்து சுஜூது செய்து எழுந்து மழைபோல் கொடைகொடுக்கும் கையை ஏந்தி இறைஞ்சினார்.

காண்டலும் - கண்டதும்;ஹபீபு - நேசன்; சுக்கூர் செய்தல் - நன்றி பாராட்டல்; சுக்கூர் - நன்றி; சுசூது - சுஜூது, இரண்டு உள்ளங் கைகள், இரண்டு முழங்கால்கள் நிலத்தில் பதித்து இரு பாதப் பெருவிரல்களும் வெளிப்புறம் வளையுமாறு வைத்த நெற்றியைத தரையில் வைக்கும் நிலை; இது தொழுகையின் உச்சப் பகுதி; புயல் - மழை; புயற்கை -மழை ஒழிவதுபோல் கொடை கொடுக்கும் கை; வேண்டுதல் வேண்டாமை - இருவர்க்கிடையில் பகையும் நட்பும் பாராட்டாமல் சமநிலையில் இருவரையும் நடத்துதல்; யாவரையும் படைத்தவன் ஆதலால் பூமியில் எல்லா மக்களையும் சமமான அருள் உணர்வோடு நடத்துகின்றான். 'ரஹ்மான்' என்னும் திருப்பெயரின் விளக்கம்.

அகத்தனை யிரந்து துதித்துபல் கீசை
யருகினில் வருகென வழைத்தார்
தகுத்தைவிட் டிறங்கி நடந்துவந் தனளத்
தடவழி யினிற்பதித் திருக்கு
மிகத்தெளி வுளவொண் பளிங்கினை நோக்கி
வெள்ளமு மீனுமாய்க் குறித்துச்
சுகக்கிளி மொழிமான் பெருந்துடை யளவுந்
துகிலினை யுயர்த்திச்சார்ந் தனளே. (23)

23. (1639) மனத்தில் நிறைந்திலங்கும் இறைவனை இறைஞ்சிப் போற்றியபின் அருகில் வருக என்று பல்கீசை அழைத்தார் அரியணையை விட்டு இறங்கி நடந்து வந்தாள். அப் பாதையில் பதித்திருக்கும் மிகத் தெளிந்த பளிங்கினை நோக்கி நீரும் மீனும் என்று நினைத்து, இன்பம் தரும் கிளிமொழி உடைய மான்போன்ற பல்கீசு தொடைவரை ஆடையை உயர்த்தி நடந்து வந்து சேர்ந்தாள்.

அகத்தன் - மனத்தில் உள்ளவன்; இரந்து - கேட்டு, இறைஞ்சி; துதித்து - புகழ்ந்து, போற்றி; தகுத்து - அரியணை; தடவழி - பாதை; வெள்ளம் - நீர்; துகில் - ஆடை.

பரடுதொட் டிரண்டு பெருந்தொடை யளவும்
பார்த்தன ருரோமங்க ளில்லை
யருகில்வந் தரம்பை போலநின் றனர்மா
தரியணை யினைத்தலை கீழாய்த்
தெரிதரப் பிடிக்க வேவினர் சிலசின்
களையவை விரைவினிற் சென்று
வரன்முறை பிடித்த தரிவையை விளித்திவ்
வகைத்தவி சோவுன தென்றார். (24)

24. (1640) கணுக்காலில் இருந்து பெரிய தொடைவரை பார்த்தார். மயிர் இல்லை. வானவர் உலகப் பெண்போல் அருகில் வந்து நின்றாள் பல்கீசு. அவள் அரியணையைத் தலைகீழாகத் தூக்கிப் பிடிக்கும்படி சின்களை ஏவினார். அவ்வாறே சில சின்கள் தூக்கிப் பிடித்தன. உன் அரியணை இவ் வகைதானா என்று பல்கீசிடம் கேட்டார்.

பரடு - கரடு, கணு, கணுக்கால்; அரம்பை - வானவப்பெண்; வரன்முறை - ஒழுங்கு; விளித்து - அழைத்து.

பல்கீசு அரியணையில் இருக்கும் நிலையில் எடுத்துவரப்பட்டாள். அவள் முன்னிலையில் அவளுடைய அரியணையைத் தலைகீழாகத் தூக்கிப் பிடித்துக்காட்டி உன் அரியணை இவ்வகைதானா எனக் கேட்பதும் அதுவும் இது போன்றதே என மறுமொழி கூறுவதும் பொருத்தமாக இல்லை. இதைவிட, இதுபற்றிய திருக்குர்ஆன் சித்திரம் பொருத்தமாக உள்ளது. பல்கீசின் அரியணை தம்முன் கொண்டுவரப்பட்டதும் 'அவளுடைய சிம்மாசனத்தை மாற்றி அமைத்து விடுங்கள். அவள் அதனைத் தன்னுடையதுதான் என்று அறிந்து கொள்கிறாளா, அல்லது அறிந்துகொள்ள

முடியாதவளாகி விடுகிறாளா என்று பார்ப்போம்' என்று சுலைமான் நபி கூறியதாகக் குறிப்பிடப்படுகிறது (27:41). மேலும், அக் காலத்தில் பல்கீசின் அரியணை பலராலும் வியந்து புகழ்ந்து பேசப்படும் ஒன்றாகத் திகழ்ந்தது. திருக்குர்ஆன் பல்கீசை அறிமுகம் செய்யும்போது அவளுடைய அரியணையின் பெருமையைக் கூறியே அறிமுகம் செய்கிறது: "மெய்யாகவே அ(த்தேசத்த)வர்களை ஒரு பெண் ஆட்சிபுரிவதை நான் கண்டேன். சகல சம்பத்தும் அவள் பெற்றிருக்கிறாள். 'மகத்தானதொரு சிம்மாசன'மும் அவளுக்கு இருக்கிறது (27:23)" என்று குதுகுதுப் பறவை கண்டறிந்து வந்து கூறுவதாகக் குறிப்பிடப்படுகிறது. இத் தகைய பெருமைக்குரிய அரியணை புலவரின் கற்பனையை ஈர்க்காதது விந்தையே!

ஓதிடி லதுவு மிதுநிக ராமென்
றுரைத்தனர் பொழிப்புரை விரிக்கி
லாதியென் பவனு மரியணை யினையு
மிதைநிகர் செயவரி தலவென்
றேதமில் பொருளை விளைத்ததிப் பொருளும்
மிதையத்துள் ளுணர்ந்திம்மான் வடிவு
மூதறி வுளது சின்குலம் பழுது
மொழிந்தது பொய்யென நினைந்தார். (25)

25. (1641) சொல்லப்போனால் அதுவும் இதற்கு நிகர்தான் என்றாள். இச் சொற்பொருளைச் சிந்தித்த சுலைமான் நபி இப் பொழிப்புரையை விரித்தால், இறைவனுக்கு இதற்கு நிகரான அரியணையைச் செய்வது அரிய செயலன்று என்ற குற்றமற்ற மெய்ப்பொருளைத் தருகிறது. இதை உள்ளத்தால் உணர்ந்து உரைத்த இம் மான்வடிவு கொண்ட பல்கீசு மூதறிவு உடையவள். சின்குலம் குற்றம் கூறியது பொய் என்று நினைத்தார்.

ஆதி - இறைவன்; ஏதமில் - குற்றமற்ற; வடிவு - அழகு.

அரம்பைய ரினிலு மெழில்கனிந் தொழுகு
மணங்கைநோக் காதுதம் வதனந்
திரும்பினர் நபியென் றிரும்புவ தெனமான்
செப்பினர் புருடர்பெண் களைப்பார்த்
திருந்திடல் பழுதென் றனரதற் கெதிரியான்
குமரனேந் திழையல வென்றா
ளொருங்குபெண் ணெனவிங் குணர்த்துவ மெனநெஞ்
சுறுக்கிநோக் கினர்மலர் விழியால். (26)

26. (1642) வானுலகப் பெண்களைவிடப் பேரழகு கனிந்து ஒழுங்கும் பெண்ணாகிய பல்கீசை நோக்காது முகத்தைத் திருப்பிக் கொண்டார் நபி. திருப்பிய காரணம் என்ன என்று மான்போன்ற பெண் கேட்டாள். ஆண்கள் பெண்களைப் பார்ப்பது தவறு என்றார். அதற்கு மறுமொழியாக நான் குமரன், பெண்ணல்ல என்றாள். பெண் என்பதை உணர்த்துவோம் என்று உள்ளம் சினக்க மலர்போன்ற கண்களால் நோக்கினார்.

அரம்பையர் - வானுலகப் பெண்கள்; அணங்கு - பெண்; வதனம் - முகம்; என் - என்ன; செப்பினர் - கேட்டார்; புருடர் - புருஷர், ஆடவர்; பழுது - குற்றம், தவறு; எதிர் - எதிர்மொழி, மறுமொழி; குமரன் - இளைஞன், ஆண்; ஏந்திழை - பெண்; உறுக்கி - வெகுண்டு, சினம் கொண்டு.

வாழுநல் லருள்சேர் விழிகளா லுறுக்கி
நோக்கலு மானணிந் திருந்த
வேழுகஞ் சுகியுந் தெறித்ததுள் ளிருந்த
விணைமணி மலைகளுந் தோன்ற
வீழியங் கனிவா யனநடை மடவார்
வெட்கமென் பதுவெல்லாந் திரண்டு
சூழுற நெருங்கி மனத்தினுட் குடியாய்ச்
சுமந்தகன் றொதுங்கின ரொருபால். (27)

27. (1643) வாழ்வுக்கு ஆதாரமான அருள்கூடிக்கிடக்கும் விழிகளால் வெகுண்டு நோக்கியதும் மான்போன்றவள் அணிந்திருந்த ஏழு சட்டைகளும் தெறித்து அதனால் உள்ளே இருந்த இரட்டை மணிமலை போன்ற மார்பு வெளிப்பட்டுத் தோன்ற, விருப்பமூட்டும் கனிபோன்ற வாயும் அன்னநடையும் கொண்ட பெண் களின் நாணமெல்லாம் ஒன்றுதிரண்டு சூழ்ந்து நெருங்கி மனத்தில் குடிகொள்ள அதைச் சுமந்துகொண்டு அகன்று போய் ஒரு பக்கமாக ஒதுங்கினாள்.

கஞ்சுகம் - சட்டை, மார்புச் சட்டை; வீழ் - விருப்பம்; வீழியம் - விருப்பம் செய்யும்; மடவார் - பெண்கள். பெண்களின் வெட்கமெல்லாம் ஒன்றாகச் சூழ்ந்து மனத்தில் குடியேற, அதைச் சுமந்துகொண்டு அகன்றுபோய் ஒரு பக்கமாக ஒதுங்கினாள்.

இதையமு முடலு மொடுங்கிநிற் பவளை
யிறைகலி மாப்புக லெனமென்
மதுரவாய் திறந்து நபிமுனஞ் சொலப்பின்
வகுத்துநல் வழியினிற் புகுந்தாள்
கதிர்விரி மணிமா ளிகையினிற் கொடுபோய்க்
கனகவா சனமொடு சேர்த்துப்
பதுமவாள் விழிநோக் கறிந்தொழு கிகுளை
யார்பல ரையுமிருத் தினரே. (28)

28. (1644) உள்ளமும் உடலும் ஒடுங்கி நிற்பவளை இறைவனின் கலிமாவை ஓது என்று சொல்லி, மென்மையும் இனிமையும் நிறைந்த நபி முன்னே சொல்ல பின்னர் அவ்வாறே வகுத்துச் சொல்லி இசுலாம் என்னும் நல்லவழியில் புகுந்தாள். அவளை ஒளிக்கதிர் பரப்பும் அழகிய மாளிகைக்குக் கொண்டுபோய்ப் பொன்னிருக்கையில் சேர்த்து, அழகில் தாமரை மலரும் கூர்மையில் வாளும் போன்ற கண்களை உடைய பல்கீசின் குறிப்பறிந்து பணி செய்யும் தோழிப் பெண்டிர் பலரையும் உடன் இருத்தினார்.

கலிமாவை நபி முன்னே ஓத பல்கீசு தொடர்ந்து ஓதி நல்வழியிற் புகுந்தாள். கொடுபோய் - கொண்டு போய்; கனகவாசனம் - பொன்னிருக்கை; பதுமம் - தாமரை; இகுளையர் - தோழியர், பணிப்பெண்டிர்.

அணங்கர சினுக்கு வேண்டுவ தெவையு
மற்புதங் கொளவளித் தனர்பின்
மணங்கமழ் பொழில்சூழ் சபபுக்குத் தூத்த
வகுதயை மணிமுடி சூட்டி
நிணங்கம ழயிற்க ணமுதையு மெழுத
நிகழ்த்தினர் தாம்வரு வரவுங்
குணந்தரு கலிமாப் பகர்ந்தது மொருசெங்
கோனபி மனையில்வை குவதும். (29

29. (1645) பெண்ணரசிக்கு வேண்டுவன அனைத்தையும் அற்புதமான முறையில் அளித்தார். பின்னர் மலர்மணம் கமழும் சோலை சூழ்ந்த சபபுக்கு அரசராக தூத்த வகு என்பவருக்கு மணிமுடி சூட்டப் பணித்துக் கடிதம் எழுதுமாறு புலால் நாறும் வேல் போன்ற கூரிய கண்ணுடைய அமுதம் போன்ற பல்கீசிடம் கூறினார். அதன்படி, தாம் வந்த வருகையின் காரணங்களையும் குணம்தரும் கலிமாஓதி முசுலிம் ஆகியதையும் உலகம் முழுவதும் ஒரு தனிச் செங்கோல் நடத்தும் நபியின் அரண்மனையில் இருப்பதையும் எழுதினாள். பொருள் முற்றுப்பெறவில்லை. ஆதலால் இது குளகச் செய்யுள். குளகம் - ஒன்றுக்கு மேற்பட்ட பாட்டுகளில் பொருள் முற்றுப்பெறும் செய்யுள். 'தூத்தவகு' என்பது ஒரு மனிதர் அல்லது சின்னின் பெயர். பல்கீசுக்குப் பகரமாக இவருக்கு மணிமுடி சூட்டுமாறு பணிக்கிறார்.

அணங்கு - பெண்; பொழில் - சோலை; நிணம் - புலால்; அயில் - வேல், ஈட்டி; நிகழ்த்தினார் - கூறினார்; பகர்ந்தது - கூறியது; வைகுதல் - இருத்தல்.

வரிந்தெம தரசு மணிமுடி தூத்த
வகுதமக் களித்திட வெனவுந்
தெரிந்துமந் திரிகண் முதலெவ ரெவருந்
தீன்வழி புகுதுக வெனவும்
விரிந்திட வெழுதி மடித்துமுத் திரையும்
பதித்துமேல் வரிகளும் பொறித்துக்
கருந்தட விழியார் சபபினுக் கேகுங்
காவலன் கரத்துத வினரே. (30)

30. (1646) எழுதி, எமது அரசையும் மணிமுடியையும் 'தூத்த வகு'க்கு அளித்திடுக என்றும் இதை அறியும் அமைச்சர் அனைவரும் தீன்வழி ஆகிய இசுலாத்தில் சேர்ந்திடுக என்றும் விரிவாக எழுதி மடித்து முத்திரை பதித்து முகவரியும் எழுதி, கரிய விழியுடைய பல்கீசு சபபுக்குச் செல்லும் காவல் வீரனிடம் கொடுத்தாள்.

வரிந்து - எழுதி; புகுதுக - நுழைக; மேல்வரி - முகவரி; பொறித்து - எழுதி; கருந்தட விழி - கரிய விழி; ஏகும் - போகும்; உதவினர் - அளித்தார்.

வாங்கிநன் னபிபா லடைந்துதாள் வழுத்தி
வகுத்தனர் மிகுதளங் கூட்டி
யாங்கனுப் பினர்சென் றணிநகர் புகுந்தே
யாதிமந் திரியினை யழைத்து

மாங்குயின் முடங்கல் கொடுத்தனர் விரித்து
வாசித்தற் புதமிகுத் தரசி
லோங்கவைத் தெவரு மிறைஞ்சியே கலைக
ளொதுக்கிவாய் புதைத்துநின் றனரே. (31)

31. (1647) கடிதத்தை வாங்கிய காவல் வீரன் சுலைமான் நபியிடம் சென்று அவரைப் புகழ்ந்து பணிந்து நின்றான். பெரும்படை ஒன்றை அவனுடன் சேர்த்து வழியனுப்பி வைத்தார். பல்கீசின் கடிதத்துடனும் படைகளுடனும் சென்று அழகிய சபபு நகரை அடைந்து முதலமைச்சரை அழைத்து, மாமரக்குயில் போன்ற பல்கீசின் கடிதத்தை அவரிடம் கொடுத்தான். பிரித்துப் படித்து மகிழ்ச்சி மிகக்கொண்டு தூத்த வகுவை ஆட்சியில் அமர்ந்து உயரவைத்து அவரைப் பணிந்து வாழ்ந்தனர்.

இப் பாட்டில் பெரிய வரலறு கூறப்படுகிறது. கடிதம் பெறல், சுலைமான் நபியைக் கண்டு விடைபெறல், உடன்வந்த பெரும்படையைக் கூட்டிச் செல்லல், முதல் அமைச்சரிடம் பல்கீசின் கடிதத்தை ஒப்படைத்தல், அதைப் படித்தல், அதில் உள்ளபடி தூத்த வகுக்கு மணிமுடி சூட்டி அரசராக அமைத்தல் முதலிய நிகழ்ச்சிகள் கூறப்பட்டுள்ளன.

வழுத்தி - புகழ்ந்து; மிகுதளம் - பெரும்படை; ஆதி மந்திரி - முதல் அமைச்சர்; முடங்கல் - கடிதம்.

கலந்திறை கலிமாப் பகர்ந்தனர் தளங்க
ணெருங்கப்பல் லியங்கள்கார் கடுப்ப
வலம்புரித் தொகைகள் குழல்களுங் கறங்க
மணியரி யணையில்வீற் றிருந்து
நலம்புரி நபிக்கும் பாசுரம் விடுத்து
வாழ்ந்தனர் பாசுர நபியின்
பலம்புரி கரம்வந் ததுவிரித் துணர்ந்து
பாவைக்கும் பகர்ந்தக மகிழ்ந்தார். (32)

32. (1648) எல்லாரும் கூடி இறைவன் கலிமாவை ஓதி முசுலிம் ஆயினர். படையணிகள் திரண்டு நிற்க இடி முழக்கம் போல் வாத்தியங்கள் முழங்க வலம்புரிச் சங்குகளும் குழல்களும் ஒலிக்க அழகிய அரியணையில் அமர்ந்து நன்மையே செய்யும் நபிக்குக் கடிதம் அனுப்பினார். நபியின் வலிமை மிக்க கைகளுக்குக் கடிதம் வந்தது. பிரித்துப் படித்து உணர்ந்து பாவை பல்கீசுக்கும் கூறினார். அகம் மகிழ்ந்தாள்.

கலந்து - கூடி, கூட்டமாக; தளங்கள் - படைகள்; பல்லியம் - பலபறை; கடுப்ப - முழங்க; பாசுரம் - கடிதம்; பலம்புரிகரம் - வலிமை பொருந்திய கை; பகர்ந்து - சொல்லி; அகம் - உள்ளம்.

பல்கீசை யெடுத்து வந்த படலம் முற்றிற்று.
படலம் 32-க்கு - திருவிருத்தம் - 1648

34. திருமணப் படலம்

படலச் செய்தி

இப் படலத்தில் அரசர் நபி சுலைமான் அவர்களுக்கும் பல்கீசுக்கும் நடக்கும் திருமண நிகழ்ச்சி விளக்கப்படுகிறது. திருமணச் சடங்குகள் மிக எளிமையாக நடக்கின்றன. ஆயினும் பறையறிவித்தல், பந்தல் அமைத்தல், விருந்து அருந்தல், மணமக்களை நீராட்டுதல், ஆடை அணிவித்தல், ஒப்பனை, ஊர்வலம் முதலிய நிகழ்ச்சிகள் விரிவாகப் பாடப்பட்டுள்ளன. கடந்த நூற்றாண்டின் நடுப்பகுதிவரை தமிழ் முஸ்லிம் திருமண ஊர்வலங்களில் இடம்பெற்ற பண்பாட்டு நிகழ்ச்சிகளை எல்லாம் விரிவாகப் பாடியுள்ளார் புலவர். இரவு நேரங்களில் நடைபெற்ற திருமண ஊர்வலத்தில் மாப்பிள்ளை குதிரையில் அமர்ந்து வருவார். பல்லக்குகளிலும், கோலாரி வண்டிகளிலும் உறவுக்கார சிறுவரும் சிறுமியரும் புத்தாடை, மலர்மாலை அணிந்து வருவர். ஊரே திரண்டு வரும். முரசு முதலிய இசைக் கருவிகள் முழங்கிவரும். வாணவேடிக்கைகளும் இடம் பெறுவதுண்டு. ஊர்வலத்தின் முன்னே இளைஞர்கள் சிலம்பம், வாள்போர், சுருள்கத்தி, தீப்பந்தம், மற்போர், புலியாட்டம் முதலிய வீர விளையாட்டுகள் நிகழ்த்துவர். இன்று காப்பியச் செய்தியாக மட்டுமே எஞ்சி நிற்கும் அவற்றை எல்லாம் விரிவாகப் பாடியுள்ளார். பிற்காலக் காப்பிய மரபை ஒட்டி எழுவகை பருவப் பெண்கள் மணமகன் அழகில் மயங்கும் காட்சிகள் சுவையுடையன. தெரிந்தெடுத்த சொற்களைப் பெய்து ஒருவகை மயக்கச் சூழ்நிலையை உருவாக்கிவிடுகிறார். பொதுவாக ஒரு கட்டுக்குள் நின்று பாடும் புவலர் இப் படலத்தில் கரைகடந்து பாடுகிறார் என்றே சொல்ல வேண்டும்.

இப்படலத்தில், ஊர்வலம் சுற்றிவரும் மணமகனை மணமேடையில் அமர்த்தி மணமகளையும் அருகில் அமர்த்தி மணவினை நடத்துகிறார். இவ் வழக்கம் இன்று இல்லை. மணமகளை தோழியரும் அணுக்க உறவினரும் சூழத் தனியறையில் அமர்த்தித் தந்தை முதலிய அணுக்க உறவினர் சென்று அவள் இசைவினைப் பெற்று வருவர். மணவினை முடிந்தபின் மணமக்களை அலங்கரிக்கப்பட்ட மணமேடையில் அருகருகே அமர்த்திப் பெண்கள் கூடி அழகு பார்ப்பர். குலவையிடல், பரிகாசம் செய்தல் எல்லாம் நடக்கும். இதுதான் இன்றுள்ள நடைமுறை. மணமக்கள் இருவரையும் அருகருகே மணமேடையில் ஒன்றாக அமர்த்தி மணவினை நடத்தும் வழக்கம் புலவர் காலத்தில் இருந்தது போலும்.

34. திருமணப் படலம்

அறுசீர்க் கழிநெடிலடி யாசிரிய விருத்தம்

துதிமுழு துடையோன் றூதர் சுலையுமா னபிவிண் ணோரும்
பதியுல கினிலுள் ளோரும் பரவுகற் பரசைச் சோதி
மதிநுதற் குயில்பல் கீசை மணஞ்செயக் குறித்து மேலோர்
கதியெனும் பதத்திற் சூழ்ந்த தலைவர்பாற் கவலு வாரால். (1)

1. (1649) எல்லாப் புகழும் தனக்கே என முழுமையாக உரிமைகொண்ட இறைவனின் தூதரான சுலைமான் நபி (அலை), விண்ணவரும் உலகில் உள்ளவர்களும் போற்றும் கற்பரசி ஆகிய ஒளிவீசும் பிறைபோன்ற நெற்றியுடைய பல்கீசு என்னும் குயிலைத் திருமணம் செய்துகொள்ள முடிவு செய்தார். மேலோர்க்கு நற்கதி எனப்படும் பாதத்தில் சூழ்ந்த தலைவர்களிடம் அது குறித்துக் கூறினார்.

எல்லாப் புகழும் தனக்கே உரிமையுடையவன் - இறைவன். 'அல் ஹம்து லில்லாஹ்' என்னும் திருக்குர்ஆன் வாக்கியக் கருத்தை உட்கொண்ட தொடர். நபியை ஒத்துக்கொண்டு அவரைச் சார்ந்திருப்பதே நற்கதி பெறுவதற்குரிய வழி, அவ்வாறு சார்ந்திருப்பவரே மேலோர் எனப்படுவர் ஆதலால் சுலைமான் நபியின் பாதம் 'மேலோர் கதி எனும் பாதம்' எனப்பட்டது.

துதி - புகழ்; பரவும் - புகழும், போற்றும்; சோதி - ஒளி; நுதல் - நெற்றி; மதி - பிறை; குறித்து - முடிவுசெய்து; கவலுதல் - சொல்லுதல்.

விவுசின் னார்கட் கெல்லாம் விருந்தினி தளித்து வேத
வரன்முறைப் படிபல் கீசை மணமுடித் திடுதல் வேண்டுந்
தரனுற வதற்கி யாவும் புரிமினென் றனர்தார் மார்ப
ரிருவரைப் புயங்கள் பூரித் தெழுந்தனர் செழுந்தாள் போற்றி. (2)

2. (1650) சின்களுக்கும் மனிதர்களுக்கும் இனிய விருந்து அளித்து வேதம் கூறும் ஒழுங்குமுறை வழுவாமல் பல்கீசை மணம் முடிக்க வேண்டும். அதற்கு ஆவனவற்றை நல்லபடிச் செய்யுங்கள் என்றார். மாலை அணிந்த இரு மலைகள் போன்ற தோள்கள் பூரித்து நபியின் செழுமையான பாதங்களைப் போற்றி எழுந்தனர்.

நற்கதிப் பேற்றிற்குக் காரணமான பாதங்கள் ஆதலால் 'செழுந்தாள்' என்றார். விரவுதல் - கலந்திருத்தல்; நரர் - மனிதர்; வரன்முறை - ஒழுங்குமுறை; தரன் - தரம், சிறப்பு; வரை - மலை; தார் - மாலை.

அடிபணிந் தெழுந்து வேறோ ரகத்திருந் துழையர் தம்மாற்
கடிமுர சினரைக் கூவிக் கருணைநா யகன்றூ துக்கும்
பிடிநடை மயில்பல் கீசு தமக்கும்பெட் புறுகல் யாண
முடிவதித் தினத்தென் றெங்கு முரசறைந் திடுக வென்றார். (3)

3. (1651) அடிபணிந்து எழுந்து வேறோர் இல்லத்திற் போய் இருந்துகொண்டு பணியாளரை அழைத்து முரசறைவோரை வரவழைத்தனர். அருள் நிறைந்த இறைவன் தூதராக வந்த சுலைமானுக்கும் பெண்மான் போன்ற நடையுடைய பல்கீசு என்னும் மயிலுக்கும் பெருமைமிக்க திருமணம் இன்ன நாளில் நடைபெறும். இச் செய்தியை எங்கும் முரசறைந்து அறிவியுங்கள் என்றனர்.

அகம் - வீடு; உழையர் - பணியாளர்; கடிமுரசு - உரத்தமுரசு; கூவி - அழைத்து; பிடி - பெண்மான்; பெட்பு - பெருமை.

வெள்ளியங் கிரியின் மீதி லொழுகரு விகள்போ லூற்று
மொள்ளிய மதவெள் ளானைக் கழுத்திடை யொலிக்குங் கண்டை

கள்ளவிழ் மலர்த்தார் சூட்டிக் கடலொலி யடங்கத் தாக்கும்
வள்ளிய முரச மேற்றி மணியொளிர் தெருவில் வந்தார். (4)

4. (1652) வெள்ளி மலையில் இருந்து ஒழுகும் அருவிகள் போல் மதநீர் ஒழுகும் வெள்ளை யானையின் கழுத்தில் ஒலி எழுப்பும் கண்ட மணியும் தேனொழுகும் மலர்மாலையும் பூட்டி கடலோசை அடங்குமாறு அடித்து ஒலி எழுப்பும் முரசினை மேலே ஏற்றி ஒளி வீசும் மாட மாளிகை கொண்ட தெருவிற்கு வந்தனர்.

கிரி - மலை; ஒள்ளிய - ஒளியுடைய; மதம் - மதநீர்; கண்டை - கண்டமணி, யானையின் கழுத்திலிடும் பெரிய மணி; கள் - தேன்; தாக்கும் - அடிக்கும்.

வேழமீ திருந்து வேத விதிநெறி முறைவ ழாது
சூழியற் செயல்க ளியாவுந் தொடர்தரப் புரிந்து தீம்பா
லாழியோ னிறைந்தெந் நாளு மளவிலாச் செல்வ மோங்கி
வாழியிந் நகரு நாடும் வையமு மெனவே வாழ்த்தி. (5)

5. (1653) யானையின் மீது இருந்து, வேத நெறிமுறை வழுவாது செய்யத் தக்க செயல்கள் யாவும் செய்க! சுவைமிகுந்த பால் கடல்போல் நிறைந்து அளவில்லாத செல்வம் ஓங்கி இந்த நகரமும் உலகமும் வாழ்க! என்று வாழ்த்தி

வேழம் - யானை; சூழியல் - செய்யும்; தீம்பால் - தீஞ்சுவைப் பால்.

புவிபுகழ் சுலையு மானன் னபிக்குமுட் பொறையாங் கஞ்சத்
தவிசில்வீற் றிருந்து வாழுந் தனியனப் பெடையாங் கற்புக்
கவினொழு இயபல் கீசு தமக்குஞ்சோ பனகல் யாண
மிவையறிந் திடுக வென்றே யியம்பிமே லியம்பு வாரால். (6)

6. (1654) உலகம் புகழும் சுலைமான் நபிக்கும் உள்ளே பொறுமையாகிய அமுதத் தவிசில் அமர்ந்து வாழும் தனித்த அன்னப் பேடு ஆகிய கற்பு நல அழகு ஒழுகும் பல்கீசுக்கும் மகிழ்ச்சித் திருமணச் செய்தியை அறிந்திடுவீர் என்று சொல்லி மேலும் சொல்லலானார்.

பொறை - பொறுமை; கஞ்சம் - அமுதம்; தவிசு - அரியணை; அனப்பெடை - பெண் அன்னம்; கவின் - அழகு; சோபனம் - மகிழ்ச்சி; இயம்பி - சொல்லி.

உவமையில் லவனை நெஞ்சி லுறுதிகொண் டுறைமின் செய்யுந்
தவமுழு தினுமே லான வில்லறத் தருமஞ் செய்மி
னவரவர் வதுவை மீதும் வியப்பதா யாதி யேவு
நபிவது வையைக்கொண் டாடி நலம்பெறு விருந்து முண்மின். (7)

7. (1655) உவமை இல்லாதவனாகிய இறைவனை உறுதியுடன் நெஞ்சில் இருத்தி வாழுங்கள். செய்யும் இறைவணக்கங்கள் எல்லாவற்றையும்விட மேலானதான இல்லறம் பேணுங்கள். அவரவரும் தத்தம் திருமணத்தைவிட மேலானதாகவும் வியப்பிற்கு உரியதாகவும் இறைவன் அனுப்பிய நபியின் திருமணத்தைக் கொண்டாடி நலம்தரும் நல்ல விருந்தும் உண்ணுங்கள்.

உவமைஇல்லவன் - உவமை இல்லாதவன், இறைவன்; உறைமின் - வாழுங்கள்; தவம் - இறைவன் உகப்பைப் பெறும் முயற்சி, இறைவணக்கம்; தருமம் - அறம்; வதுவை - திருமணம்; ஆதி - இறைவன்.

என்றிவை பலவுங் கூறி யெழின்மணி வீதி தோறுஞ்
சென்றுசென் றனந்த மோங்கல் சேணகத் திருந்து மீண்டே
யொன்றொடொன் றதிரத் தாக்கு மொலியும்வெம் மடங்கல் கோடி
நின்றெதி ரொலியு மாற்று நிரைமணி முரச மார்த்தார். (8)

8. (1656) என்று இவ்வாறு பலபடக் கூறி அழகிய வீதிகள் தோறும் சென்று உயர்ந்த மாளிகைகளில் இருந்து மீண்டுவந்து ஒன்றோடொன்று அதிரும்படி தாக்கி எழுப்பும் ஒலியும் கோடிச் சிங்கங்கள் கூடி நின்று செய்யும் கர்ச்சனை ஒலியும் ஒன்று என்று கருதும்படி முரசறைந்தனர்.

அனந்தம் - மிகுதி; ஓங்கல் - உயர்ச்சி; சேணகம் - மாளிகை; வெம் - கொடுமை; மடங்கல் - சிங்கம்.

முரசறைந் திடலும் வீழி முருக்கிதழ் வளைக்கை யாரும்
வரையெனத் திரண்ட திண்டோள் வயவருஞ் செவியிற் கொண்டு
பரிவுறு மகிழ்ச்சி கூர்ந்து படிகமா ளிகைக டோறும்
விரைசெய விளக்கல் செய்ய வியஞ்செயத் துடங்கி னாரே. (9)

9. (1657) முரசறைந்தும் விழுதை முருங்கை இலைபோல் கோத்த வளையலைக் கையில் அணிந்த பெண்களும் மலைஎனத் திரண்ட தோளுடைய வீரர்களும் காதால் கேட்டு மகிழ்ச்சி பொங்கி பளிங்கு போல் இலங்கும் மாளிகைகள் தோறும் சாந்து பூசவும் மணம் காட்டவும் வியப்புச் செய்யவும் தொடங்கினர்.

வீழி - விழுது; வரை - மலை; வயவர் - வீரர், இளைஞர்; படிகம் - பளிங்கு; விரை - மணம்; விளக்கம் செய்தல் - சாந்து பூசுதல், விளக்கெடுத்தல்; வியம் - வியப்பு.

கடைந்தவேல் விழியார் தொய்யிற் காய்ந்துதிர் கலவைத் தூளு
நடந்திடப் பரப்பல் செய்த நறும்பசுங் கொழுந்தும் பூவு
முடம்பெழிற் கிணையொவ் வாதென் றெறிந்தபொன் மணியொண் பூணு
மிடம்படக் கிடந்த தெல்லா மெடுத்தெடுத் தெறிவர் வாரி. (10)

10. (1658) வடித்த வேல்போன்ற விழியுடைய பெண்கள், தொய்யில் எழுதிக் காய்ந்து உதிர்ந்த கலவைத் தூளையும் பாதையில் பரப்பி வைத்த மணம் மிக்க மருக்கொழுந்தையும் பூவையும் உடலின் அழகிற்கு இணையாகா என்று கழற்றி எறிந்த பொன்மணி நகைகளையும் இடம்பாடாகக் கிடந்த பிறவற்றையும் வாரி எடுத்து எறிந்தார்கள்.

இளம் ஆடவரும் பெண்டிரும் குறிப்பாகக் கணவன் மனைவியர் நறும்பொடிக் கலவைச் சாந்தினால் மார்பில் கோலமிடுவர். உறங்கி எழும்போது அது காய்ந்து உதிர்ந்துவிடும். இவ்வாறு கலவைச் சாந்தினால் கோலமிடுதலைத் 'தொய்யில் எழுதுதல்' என்பர். சங்க காலம் முதலே தொடர்ந்து வரும் இப் பழக்கத்தின் எச்சமே இன்று 'சந்தனம் பூசுத'லாக உள்ளது. இதே போல்

மருக்கொழுந்தையும் பூக்களையும் கட்டிலில் பரப்பி வைக்கும் வழக்கமும் உண்டு. காய்ந்து உதிர்ந்த கலவைச் சாந்தையும் மருக்கொழுந்தையும் பூக்களையும் காலையில் கூட்டி வாரி எடுத்து எறிந்தனர். அத்துடன் மாதர் உடல் அழகுக்குப் பொருந்தா என்று பொன் அணி மணிகளையும் கழற்றி எறிந்தனராம்.

கடைந்தவேல் - வடித்தவேல்; தொய்யில் - சாந்துக் கோலம்; நறும்பசுங்கொழுந்து - மருக்கொழுந்து; பூண் - அணிகள்; இடம்பட - இடம்பாடாக.

தண்பனி நீரி னாலே தடங்கிரி கழுவல் போல
வொண்பெற விளக்கித் தூசா லோளிர்தரத் துடைத்து வாசம்
விண்படர்ந் தடர்பூ முல்லை வெட்சிமல் லிகைத்தார் வேய்ந்து
மண்மதி விலைகொள் சோதி மணியணி சூட்டு வாரே. (11)

11. (1659) குளிர்ந்த பனிநீரால் பெரிய மலையைக் கழுவுவது போல் ஒளிவீசுமாறு தூய்மையாகக் கழுவி, துணிகொண்டு துடைத்து, வானளவு மணம் பரப்பும் அடர்ந்த முல்லை, வெட்சி, மல்லிகை முதலிய பூக்களால் மாலை கட்டி வேய்ந்து மண்ணையும் நிலவையும் விலையாகக் கொள்ளும் விலைமதிப்பற்ற மணிகள் பதித்த அணிகள் சூடுவார். இது, மகளிர் நீராடி ஆடை அணிமணி மாலைகள் புனைந்த கோலம் போலும்!

தண்பனிநீர் - குளிர்ந்த பனிநீர்; தடங்கிரி - பெரிய மலை; ஒண்பெற - ஒளி பெறும்படி; தூசு - துணி; தார் - மாலை; வேய்ந்து - மூடி; மதி - நிலா.

படிகவெண் கால்க ணாட்டிப் பவளச்செல் வளைக ளேற்றி
வடிவுற வதன்மேற் செம்பொன் மாற்றுயர் தகடு சேர்த்து
நெடியகா வணங்கள் செய்வார் நிரைநிரை கொடிநி ரைப்பார்
விடுசுடர் மணியாற் பூவான் மிகவலங் கரித்து நிற்பார். (12)

12. (1660) வெண்பளிங்கினால் செய்த கால்கள் நாட்டி பவளத்தால் உத்தரம் போட்டு அதன் மீது மாற்றுயர்ந்த பொன் தகடு சேர்ந்து நீண்ட பந்தல் இடுவார். வரிசை வரிசையாகக் கொடிகளை நிரப்புவார். சுடர்விடும் மாணிக்கங்களாலும் பூக்களாலும் அலங்கரிக்கரிப்பார்.

படிகம் - பளிங்கு; செவ் - சிவப்பு; வளை - உத்தரம்; வடிவு - அழகு; காவணம் - பந்தல்; நிரை - ஒழுங்கு, வரிசை.

மகரிகை புனைவார் கன்னல் வாழைமா தளைசம் பீரந்
திகழ்பரங் கமுகு புட்பச் செடிபல செறிந்து தோன்றத்
தொகையுற நடுவார் செந்தேன் கனியெல்லாந் தூக்கி வைப்பார்
நகர்வளம் பொன்னூர் சோலை நண்ணிநோக் குவது போலும். (13)

13. (1661) தோரணம் கட்டுவார். கரும்பு வாழை மாதுளை எலுமிச்சை அத்தி பாக்கு முதலியனவும் இடையிடையே பலவகை மலர்ச் செடிகளும் செறிந்து வரிசை வரிசையாக நடுவார். தேன்சுவைக் கனிவகை எல்லாம் நடுவார். இவ் வாறுசெய்த சோலைகள் நகரின் வளத்தை உற்றுநோக்குவது போல் தோன்றும்.

மகரிசை - தோரணம்; புனைதல் - கட்டுதல்; கன்னல் - கரும்பு; சம்பீரம் - எலுமிச்சை; பரம் - அத்தி; புட்பம் - புஷ்பம், மலர்; செறிந்து - செறிவாக, மிகுதியாக நட்டு; தொகையுற - தொகுப்பாக, வரிசை வரிசையாக.

மதுவொழு கியவெண் கஞ்ச மலர்களைத் தூக்கிச் சூழ
விதழ்விரி தளவ மாலை யிட்டுநான் றிடுதல் சோமன்
முதிர்விசும் பிழிந்திக் காட்சி முழுவது நோக்க வெண்ணிக்
கதிர்நிலா வொழுகச் செம்பொற் காவணத் துறைதல் போலும். (14)

14. (1662) தேன் ஒழுகும் வெண்டாமரை மலரைத் தூக்கிக் கட்டி அதைச் சூழ்ந்திருக்குமாறு இதழ் விரிந்த முல்லை மலர் மாலை இட்டுத் தூக்கியது, வானத்துச் சந்திரன் அங்கிருந்து இறங்கி வந்து, இக் காட்சிகள் யாவையும் காண்பதற்கென்று நிலாவொளி ஒழுகும்படிச் செம்பொன் பந்தலில் வந்திருப்பது போன்று இருந்தது.

மது - தேன்; வெண்கஞ்சம் - வெள்ளைத் தாமரை; தளவம் - முல்லை; நான்றிடுதல் - கட்டுதல்; சோமன் - சந்திரன்; விசும்பு - வானம்.

அங்கியைப் பழிப்ப தாஞ்செவ் வாம்பன்மென் மலர்க டூக்கித்
தொங்கமா தளைப்பூ மாலை சூழ்தரத் தொடுத்த தோற்றஞ்
செங்கதிர் வாதா மேவுஞ் சேணிட மகன்றிங் கெய்தி
வெங்கதி ரகற்றித் தண்ணங் கதிர்விரித் திடுதல் போலும். (15)

15 (1663) நெருப்பைப் பழிக்கும் செவ்வல்லியின் மென்மையான மலர்களைக் கட்டி அதைச்சுற்றிலும் மாதுளைப் பூமாலை தொடுத்த காட்சி சூரியன் மேகம் மேவி இருக்கும் வானிடத்திலிருந்து நீங்கி இங்குவந்து தன் கதிர்களின் வெப்பத்தை விலக்கி குளிர்ந்த கதிர் விரித்து இருப்பது போல் இருந்தது.

அங்கி - நெருப்பு; செவ்வாம்பல் - சிவந்த அல்லி, செவ்வல்லி; தூக்கி - கட்டி; மாதளை - மாதுளை; வாதா - மேகம்; சேணிடம் - வானம்; தண் - குளிர்ச்சி.

இயைந்தணி யணிய தாக விதழ்விரி யல்லி வெண்பூ
நயந்தவிண் ணகத்தி லுற்றோர் நாசிகள் மட்டு வாசம்
வியந்தசெங் கனகப் பந்தர் மீதினிற் புனைந்த தோற்ற
முயர்ந்தசெவ் வான மீதி லுடுக்குல முதித்தல் போலும். (16)

16. (1664) இதழ்விரித்த வெள்ளை அல்லிப் பூவை அணி அணியாக நெருங்கித் தொடுத்துச் செம்பொன் பந்தல் மீது விரித்தனர். அதன் வாசம் வானத்தில் உள்ளவர்களின் நாசியையும் எட்டியது. அவர்கள் வியந்து நோக்கினர். உயர்ந்த செவ்வானத்தில் நட்சத்திரக் கூட்டம் தோற்றியது போல் கண்டனர்.

வானவர் கண்டனர் என அவர் மேல் ஏற்றி உரைக்கப்பட்டது. இயைந்து - பொருந்தி; கனகம் - பொன்; பந்தர் - பந்தல்; உடு - நட்சத்திரம்.

முகைவிரி தளவ முல்லை சண்பக முதலா யுள்ள
விகசித மலர்தேன் சிந்தி மெல்லியர் வதனத் தேபட்
டுகுதர வொழுகு முந்நீ ரெனுங்கலை யுடுத்து வாழு
மகிதலத் திழிந்து சோதி மதியமு துகுத்தல் போலும். (17)

17. (1665) மொட்டு விரிந்த கொடி முல்லை சண்பகம் முதலிய பூக்கள் மலர்ந்து தேன் சிந்துகிறது. அது மென்மையானவரான பெண்களின் முகத்தில் பட்டு ஒழுகுகிறது. முந்நீர் எனப்படும் கடலையே ஆடையாக உடுத்து வாழும் நிலவு பூமியில் இறங்கி வந்து ஒளி மதியாகிய அமுதக் குழம்பை உகுப்பது போன்றிருந்தது அக் காட்சி.

முகை - மொட்டு; தளவம் - முல்லைக்கொடி; விகசிதம் - மலர்ச்சி; முந்நீர் - கடல்; கலை - ஆடை; மதி - நிலவு; இழிந்து - இறங்கி; சோதி - ஒளி; அமுது - அமுதக்குழம்பு, ஒளிக்குழம்பு.

அடர்மணி வயிரச் சோதி யாம்பற்பூ வளியிற் றாவல்
படர்மதிக் குடைந்த கங்கு லளியுருப் படைத்து வந்த
விடரையம் மதிநண் பாமின் னிடமுரைத் தடைந்த போதும்
விடுவதின் றெனவெண் சோதி விரிகையாற் பிடித்தல் போலும். (18)

18. (1666) இருள் படர்ந்து கிடந்தது. நிலவு எழுந்தது. அது படர்ந்தபோது இருள் உடைந்தது. இரங்கத்தக்க நிலையடைந்தது. தனக்கு நேர்ந்த துன்பத்தை நிலாவின் நண்பனாகிய மின்னலிடம் முறையிட்டுத் தஞ்சம் அடைந்தது. அப்போதும் விட மாட்டேன் என்று தான் விரிக்கும் ஒளிக்கதிர்க் கையால் பிடித்தது. அதுபோல் அடர்ந்து சுடர்வீசும் வைரமணி போலும் ஒளிவீசும் செவ்வாம்பல் பூ தென்றல் காற்றில் அங்கும் இங்கும் தாவியது.

அடர் - அடர்த்தி; சோதி - ஒளி; ஆம்பல் - செவ்வாம்பல், அரக்காம்பல்; வளி - தென்றல்; கங்குல் - இருள்; அளியுரு - இரங்கத் தக்க நிலை; படைத்து - அடைந்து; இடர் - துன்பம்; மின் - மின்னல்.

ஒண்மணிக் கதிர்க ளொன்றோ டொன்றுதாக் குவதா லார
வெண்மணி சிவப்பாய்ச் செம்மை வியன்மணி கறுப்பாய்ப் பந்த
ருண்மணி யெவையும் பேதித் தொளிர்தல்சேர்க் கையினாற் றோன்றல்
கண்மணி கொடுபார்த் தாயு மெனவிங்குக் காட்டல் போலும். (19)

19. (1667) மாணிக்கங்கள் வீசும் ஒளிக்கதிர்கள் ஒன்றோடொன்று மோதித் தாக்குவதனால் மாலைகளிலுள்ள வெள்ளை மணிகள் சிவப்பாகவும் செம்மணி கள் கறுப்பாகவும் பந்தலில் உள்ள மணிகள் எல்லாம் ஒளி பேதம் கொண்டு ஒளிர்கின்றன. இவ்வாறு செயற்கையாகத் தோன்றுவது கண்கொண்டு பார்த்து ஆராய்ந்து அறிந்துகொள்ளுங்கள் என்று இங்குக் காட்டுவது போல் உள்ளது.

ஒண் - ஒளி; ஆரம் - மாலை; பேதித்தல் - வேறுபடல்; சேர்க்கை - செயற்கை.

சேறுசெய் கலவை வாசந் திகழ்கன தனத்தார் மைந்தர்
நாறுமும் மதமா லியானை தேர்பரி நண்ண லெல்லாந்
தேறுமொண் பளிங்கு மாடச் சுவர்மிசை தெரியுந் தோற்றம்
வேறொரு நகரு மங்கோர் வதுவையும் விளங்கல் போலும். (20)

20. (1668) நறுமணக் கலவைச் சாந்து பூசிய உடலெலாம் வாசம் கமழும் செல்வரும் இளைஞரும் சேறுபோல் பூசிய கலவைச் சாந்து மணக்கும் பெரிய மார்புடைய பெண்களும் இளைஞரும் ஒழுகும் மும்மதநீர் நாறும்

பெரிய யானைகளும் தேர்களும் குதிரைகளும் சேர்ந்திருக்கும் காட்சி ஒளிவீசும் பளிங்கு மாடச் சுவர்களில் தெரிந்தது. அஃது, அங்கே வேறொரு நகரம் இருப்பது போன்றும் அங்கே ஒரு திருமணம் நடப்பது போன்றும் தோன்றியது.

சேறுசெய் கலவை - கலவைச் சாந்து; கனதனம் - பெரிய மார்பு; மைந்தர் - இளைஞர்; மால் - பெருமை; பரி - குதிரை; நண்ணல் - சேர்தல், ஒன்றுகூடுதல்; தேறும் - தெளியும்; வதுவை - திருமணம்.

மெல்லிதழ் மலர்பொற் பந்தர் பருக்கைவெண் டூணிற் றோன்ற
வல்லியல் வடிவு வாய்ந்த வஞ்சிறை யறுகால் வண்டு
நல்லமு தருந்த வேகி மொய்த்தற நலிந்து வாடல்
புல்லர்சொன் னியமென் றெண்ணிப் போயடுத் தயர்வார் போலும். (21)

21. (1669) மெல்லிய இதழ் விரிந்த மலர்ப்பந்தல் பளிங்குத் தூணில் தோன்ற, அதை மெய்மையென்று நம்பிய அழகிய சிறகும் உறுதியான வடிவமும் கொண்ட ஆறுகால் வண்டு தேனருந்தச் சென்று தூணில் மோதி விழுந்து வருந்தி வாடுவது புல்லர் சொல் உண்மை என்று எண்ணிச் சென்று ஏமாந்து வாடுபவர் நிலைமை போலிருந்தது.

பருக்கை - பளிங்கு; அம்சிறை - அழகிய சிறகு; ஏகி - சென்று; அற - இல்லாதாக; நியம் - நிச்சயம், உண்மை; அடுத்தல் - சார்தல்; அயர்தல் - சோர்தல்.

அமுதமு முதவிச் சோதி யணிமணி வுதவி நீண்ட
கமழ்தரு வுதவிக் கூர்வேற் கண்ணின ருதவி வீரர்
தமையுங்மங் குதவி யோசை தன்னையு முதவ லாலே
நிமிர்வள நெடிய பந்தர் நிறைந்தபாற் கடலே போலும் (22)

22. (1670) அமுதம் போன்ற தேன் தருகிறது; ஒளிவீசும் அழகிய மாணிக்கங்கள் தருகிறது; சந்தன மரம் போன்ற நீண்ட மணம் வீசும் மரங்களைத் தருகிறது; கூரிய வேல்போன்ற கண்ணுடைய மாதரைத் தருகிறது; வீரர்களைத் தருகிறது. ஓசையும் தருகிறது; இப்படி எல்லாம் தருவதால் நிமிர்ந்து நிற்கும் அந்த வளம் நிறைந்த நெடியபந்தல் நிரம்பிவழியும் பாற்கடல் போல் உள்ளது.பாற் கடல் வேண்டுவன தருவதால் எல்லாம் தரும் பாற்கடல் போன்றது என்றார்.

பாற்கடல் - புராண மரபுசொல்; அமுதம் - தேன்; தரு - மரம்.

மின்மணி மகுட பார மேனிலை மாட மெல்லாஞ்
சொன்மனு நீதி யாதி தூதின்கல் யாணக் காட்சி
பன்மகிழ் வுடனே நோக்கிப் பலன்பெறு வோமென் றெண்ணிப்
பொன்மனை கோடா கோடி புகுந்திவ ணிருத்தல் போலும். (23)

23. (1671) விண்ணில் உள்ளவர்கள் அணியும் மணிமுடிகள் எல்லாம் பூமிக்கு வந்துவிட்டன. மனித நீதிப் போதனை செய்யும் இறைத்தூதரின் திருமணக் காட்சியைக் கண்ணால் கண்டு மகிழ்ந்து பலன்பெறுவோம் என்று எண்ணி பலகோடிப் பொன் மாளிகைகளில் புகுந்து மேனிலை மாடங்களில் தங்கியிருக்கின்றன.

மணிமுடிகள் இறங்கிவந்தன எனவே அவற்றை அணிபவர் இறங்கி வந்தனர் என்பதாயிற்று. மணிமுடி மாடக் கலசங்களுக்கு உவமை.

மகுடம் - மணிமுடி; பாரம் - சுமை; இவண் - இங்கு.

குருமணி வயிரச் சோதி குல்வலங் காரமாட
மருவிய பொருளை யெல்லாம் வளம்பட வியற்றி யோங்கி
யொருநிலை யாய்நின் றொட்டா துள்ளிரு ளகற்ற லாலே
யிருபதி யினும்பே றெய்தி யிருக்குமே லவரைப் போலும். (24)

24. (1672) வைரமணியின் வெள்ளி ஒளிக்கதிர்களின் அலங்காரம், மாடத்தில் உள்ள பொருள்களை எல்லாம் விளக்கமாகக் காட்டி ஓங்கி ஒரு நிலையாய் ஒட்டாமல் நின்று உள்ளே இருந்த இருளை அகற்றுவதனால் இம்மை மறுமை ஆகிய இரண்டிலும் நற்பேறு வாய்க்கப்பெற்ற மேலவரைப் போன்றிருந்தது. மாடத்தில் பொருந்திய பொருளை எல்லாம் அழகாக்கிக் காட்டுவதாலும் எதிலும் ஒட்டாது ஒருநிலையாய் நிற்றலாலும் உட்புறத்து இருளை அகற்றுவ தாலும் மாணிக்கக்கல் அலங்காரமானது மேலவரைப் போன்றதாயிற்று. அம் மேலவர் தம்மை அண்டியவர் நிலையைச் செம்மைப்படுத்துவதனாலும், ஆயினும் எதிலும் ஒட்டாது - பற்றற்று தனிநிலையில் நிற்றலாலும் அவர் உவமையாயினர்.

மருவிய - பொருந்திய.

மடங்கிலா துயர்ந்து நின்ற மாளிகைக் கொடிநின் றாடல்
கடந்தெழில் குல்வும் வீதிக் காவணச் சிறப்பு நோக்க
வடர்ந்துவிண் மகளிர் வானி னெருங்குமப் பூச நோக்கி
நெடுங்கர நீட்டிக் காட்டி யொழுங்குற நிறுத்தல் போலும். (25)

25. (1673) எல்லையற்ற அழகுடன் திகழும் வீதிப் பந்தல் சிறப்பைக் காண வானவப் பெண்கள் திரண்டு வந்து வான்வெளியில் நெருங்கினர். அதனால் நெருக்கடியும் இரைச்சலும் உண்டாயிற்று. அதைப் பார்த்துத் தம் நீண்ட கைகளை நீட்டி ஆங்காங்கே ஒழுங்குபடுத்தி நிறுத்துவதுபோல் மாளிகையின் கொடிகள் மடங்காது உயர்ந்து நின்று ஆடின.

காவணம் - பந்தல்; அடர்ந்து - பாய்ந்து, திரண்டு; பூசல் - இரைச்சல்.

அரியமே னிலையி னின்றே யணங்கனார் குளிர்பன் னீரில்
விரவிய கலவை தன்னை வேணுவி னிரப்பல் செய்து
தெருநெடு வீதி தோறுஞ் செழிக்கவீ சுவர்விண் ணோங்கும்
வரையிலற் புதமாய் வாச மழைமிகப் பொழிதல் போலும். (26)

26. (1674) பெண்கள் உயர்ந்த மேல் மாடிகளில் நின்று பீச்சாங் குழாய்களில் குளிர்ந்த பன்னீருடன் நற்மணம் கலந்து நிரப்பித் தெருவில் பீச்சுகின்றனர். அது வானில் இருந்து அற்புதமாக வாசனைமழை பொழிவது போலிருந்தது.

மேனிலை - மாடம்; அணங்கனார் - பெண்கள்; வேணு - மூங்கில், பீச்சாங்குழாய்.

தணப்பரு மாடந் தோறுஞ் சந்தகில் புகைக்கு மந்த
மணப்புகை வதுவைக் காட்சி வான்முகி லனைத்து நோக்கக்

கணத்தொடு நகரிற் சேர்ந்து காவண நோக்கி யின்ன
மிணக்குவான் புகுந்து மீள்வோ மெனவெண்ணி யேகல் போலும். (27)

27. (1675) இடைவெளி இன்றி நெருக்கமாக அமைந்திருக்கும் மாடங்கள் தோறும் அகில் புகை எழுப்பினர். அந்த மணப்புகை, திருமணத்தைக் காண்பதற்காக வானத்து மேகங்கள் எல்லாம் ஒன்றாகத் திரண்டு கூட்டத்துடன் வந்து சேர்ந்து பந்தல் அழகைக் கண்டு களித்து மீண்டும் வருவோம் என்றெண்ணி வானத்திற்குத் திரும்பிச் செல்வது போன்றிருந்தது.

தணப்பு - பிரிவு, இடைவெளி; வதுவை - திருமணம்; கணம் - கூட்டம்; இணக்கு - சம்மதம்; ஏகல் - போதல்.

கரும்பெனு மொழியி னார்கா ளையர்திரண் டிவ்வா றிந்தப்
பெரும்பதி யலங்க ரித்த பெற்றியற் புதத்தை நோக்க
விரும்பியிப் பதியில் வந்து மேவிய விமையா நாட்ட
வரம்பையர் தமக்கும் பொன்னூ ரடைந்திட மறதி யாகும். (28)

28. (1676) கரும்பு என்னும்படி அமைந்த மொழியுடைய பெண்களும் காளையரும் திரண்டு இவ்வாறு நகரை அலங்கரித்த அற்புதச் சிறப்பைக் காண விரும்பி இந் நகருக்கு வந்து சேர்ந்த இமைத்தல் இல்லாத பார்வையுடைய வானவப் பெண்களுக்கு சொர்க்கத்திற்குத் திரும்பிச் செல்ல மறந்து போயிற்று.

பதி - நகரம்; இமையா நாட்டம் - இமைத்தல் இல்லாத பார்வை, வானவர் விழி இமைத்தல் இல்லார் என்பது புராண மரபு; பொன்னூர் - சொர்க்கம்.

திருந்தியல் விரகு தேர்ந்த சிறுவரும் வீதி சென்று
வருந்திற லரிதென் றாய்ந்த வல்லவ ருடன்போய் மீள்வர்
பொருந்துமிந் நகரை நீங்கிப் புறத்தொரு நகரந் தன்னில்
விருந்துபோய் மீண்டு ளோர்க்கும் வேறொரு நகர்போற் றோன்றும். (29)

29. (1677) கெட்டிக்காரச் சிறுவராயினும் வீதியில் சென்று சென்ற வழியே திரும்பி வருவது கடினம். இதனால் தெளிவாகப் பாதை அறிந்த பெரியவருடன் சேர்ந்தே போய் வருவர். அயலூருக்கு விருந்துண்ணப் போய்வரும் இவ் வூர்க்காரர்கள் இது வேறொரு நகரம் போலத் தோன்றக் காண்பர்.
கெட்டிக்காரச் சிறுவர்க்கும் பாதை தடுமாற்றம் ஏற்படக் காரணம் பந்தல் அலங்காரமும் மக்கள் பெருக்கமும் ஆகும். அயலூர் போய்வந்தவர்க்கு வேறொரு நகராகத் தோன்றக் காரணமும் அதுவே ஆகும்.

திருந்தியல் - திருத்தம்; விரகு - சமர்த்து, கெட்டிக்காரத்தனம்; ஆய்ந்த - ஆராய்ந்த.

வானுல கனக்கு ழாங்கண் மகிதல மிசையே வந்து
தேனுலா வியம்பூம் பொய்கை சேர்ந்துமூழ் குவதாய் மாதர்
தானமா டிடுவ தந்தத் தடத்திநீர் மலர்கள் கூந்த
னானமு மகிலுந் தேக நறுந்தயி லமுமே வீச. (30)

30. (1678) வானுலகத்து அன்னப் பறவைக் கூட்டங்கள் நிலவுலகுக்கு வந்து தேன் தளும்பும் தாமரைப் பொய்கைகளில் சேர்ந்து மூழ்குவது போல் பெண்கள்

நீராடுகின்றனர். அக் குளத்து மலர்களின் மணமும் பெண்கள் கூந்தலின் கத்தூரி, அகில் மணமும் உடலில் பூசிய நறுநெய்யின் மணமும் கலந்துவீசின. வானுலக அன்னங்கள் மூழ்குகின்றன என நினைக்கும்படி பெண்கள் நீராடினர்.

அனக்குழாம் - அன்னக்கூட்டம்; மகிதலம் - உலகம்; சேர்ந்து - கூட்டமாகக் கூடி; தானமாடுதல் - நீராடுதல்; நானம் - கஸ்தூரி, கத்தூரி; தயிலம் - நெய்.

மயில்கலை வனைவ தேபோல் வனைவர்குங் குமங்கஸ் தூரி
தயிலமுந் திமிர்வர் செம்பொன் மணிநகை தரிப்பர் மென்பூ
வியனணி புனைவர் சோதி விரிமணி வளைகைக் கொள்வர்
குயின்மொழிச் செவிய ளாவு கொழுஞ்செழுங் குவளைக் கண்ணார். (31)

31. (1679) குயில்மொழி செவியில் அளாவும் செழுமையான குவளை மலர் போன்ற கண்களையுடைய பெண்கள் மயில் ஆடை உடுத்துவதுபோல் ஆடை உடுத்துவர். குங்குமமும் கத்தூரியும் நெய்யும் பூசுவர். சிவந்த பொன்னில் மாணிக்கம் பதித்த நகைகள் பூட்டுவர். மென்மையான பூவும் அணிவகையும் அணிவர். ஒளிவீசும் வளையல்கள் கையில் அணிவர். நீராடிய பெண்கள் ஆடை உடுத்து ஒப்பனை செய்துகொள்ளும் காட்சி இது.

கலை - ஆடை; வனைவர் - அலங்கரிப்பர்; திமிர்வர் - பூசுவர்; தரிப்பர் - அணிவர்;

வளர்கருங் கூந்த லாட மதுமலர் மாலை யாடத்
தளருமா பரண மாடத் தமனியர் குழல்க ளாடப்
புளகவெம் முலைக ளாட புனையிழை மருங்கு லாட
வெளிர்மணி வடங்கே ளாட வூசலக ளாடு வாரே. (32)

32. (1680) நீண்டு செழித்து வளர்ந்த கூந்தல் ஆட, தேன் நிறைந்த மலர்மாலை ஆட, தளரப் பூட்டிய ஆபரணங்கள் ஆட, பொன் போன்றவரின் சுருளமுடித்த குழல் ஆட, பூரித்த வெம்மையான முலைகள் ஆட, ஆபரணம் அணிந்த இடை ஆட, ஒளிவீசும் மணி வடங்கள் ஆட ஊஞ்சல் ஆடுவார்.

தமனியர் - பொன் மேனியர்; குழல் - ஐவகையாகக் கூந்தல் முடித்தலில் ஒரு வகை; புளகம் - பூரிப்பு; வெம்மை - சூடு; மருங்குல் - இடை; வடம் - முலைக்குப் பூட்டும் அணிவகை; ஊசல் - ஊஞ்சல்.

மதிதரு தரளம் போல வதனத்தில் வியர்வு தோன்ற
விதழ்பிரி குவளைக் கண்க ளிருசெவி புகுந்து மீளப்
பதமலர்ச் சதங்கை யுக்கம் பதனமென் றதிர்ந்தொ லிப்ப
வதரமென் கனிமின் னார்க ளம்மனை யாடு வாரே. (33)

33. (1681) நிலவில் முத்துப் பதித்ததுபோல் முகத்தில் வியர்வைத் துளிகள் அரும்ப, இதழ் அவிழ்ந்த குவளை மலர் போன்ற கண்கள் இரு செவி அளவு போய் மீள, மலர் போன்ற பாதங்களில் அணிந்த சதங்கையின் ஆலவட்டம் பத்திரம் பத்திரம் என்று அதிர்ந்து ஒலிக்க இனிய கனிபோன்ற அதரம் உடைய மின்னல் போன்ற பெண்கள் அம்மானை ஆடுவர்.

தரளம் - முத்து; உக்கம் - ஆலவட்டம்; அதரம் - வாயிதழ்; அம்மனை - அம்மானை

கத்திவால் வளைக ளார்ப்பக் காந்தளங் கைகள் சேப்பப்
புத்தமு தொழுகு மென்பூ மழைகுழல் பொழியக் கொங்கைக்
கொத்ததென் றுரைப்ப தாலே யுளஞ்சினத் தடிப்பார் போலப்
பத்தியிற் புடைத்த முத்தப் பந்துகள் பயிலு வாரே. (34)

34. (1682) நிறைந்த வளையல்கள் அதிர்ந்து ஒலிக்க காந்தள் பூங்கொத்துப் போன்ற கைகளில் பிடித்து, புதிய தேன் ஒழுகும் மென்மையான பூக்களை மழை போலக் கூந்தல் பொழிய, கையிற் பிடித்த பந்து கொங்கைக்கு ஒத்தது என்று பிறர் சொல்வதால் உள்ளம் சினந்து அடிப்பவர் போல் கொழித்து எடுத்த முத்துகளால் செய்த புடைத்த பந்துகள் அடித்து ஆடுவார்.
கையிற் பிடித்துள்ள கொழித்து எடுத்த முத்தினால் செய்த பந்து கொங்கை போன்று உள்ளது என்று பிறர் சொல்வதனால் உள்ளம் சினந்து அடிப்பது போல் பந்தடித்தனர்.

கத்தி - வாள், ஓசை; வால் - மிகுதி; வளை - வளையல்; காந்தள் - செங்காந்தட்பூ, விரலுக்கு உவமை; சேப்ப - சேர்த்துப் பிடிக்க; பத்தி - ஒழுங்கு; புடைத்தல் - கொழித்து எடுத்தல்; பயிலுவார் - ஆடுவார்.

துணைப்பசுங் கொழுந்தும் பூவுஞ் சுமைப்பட வொருதிக் கோர்பெண்
குணத்தொடு குழலிற் சூட்டக் குறித்திடை யொடிக்க வன்றோ
மணத்தினை யிடுதல் போல வஞ்சனை யிட்டா யென்றே
பிணக்குக ளிடுவ ரிந்நாட் பெரிதென வொழிவர் பின்னும். (35)

35. (1683) ஓரிடத்தில் ஒரு பெண், மருக்கொழுந்தும் பூவும் சுமை என்று சொல்லத் தக்க அளவில் அன்போடு ஒருத்தியின் கூந்தலில் சூட்டினாள். அதைப் பொறாத அவள், என் இடையை ஒடிப்பதற்காகவா மணம் இடுவது போல் வஞ்சனையாக இச் சுமையை இட்டாய் என்று சண்டை பிடித்தாள். சுலைமான் - பல்கீசு திருமண நாளாகிய இந் நாள் பெருநாள் ஆதலால் பிணக்கிடுதல் கூடாது என்று சொல்லி அடங்குவர்.
'பீலிபெய் சாகாடும் அச்சிறும் அப்பண்டம் சால மிகுத்துப் பெயின்' என்னும் குறட் கருத்தை உட்கொண்ட கற்பனை போலும்.

கொழுந்து - மருக்கொழுந்து; பிணக்கு - வாய்ச்சண்டை.

நறியபூந் தயிலச் சாந்தை நளினச்செங் கரத்தா லோர்பெண்
ணெறியமற் றொருத்தி கொங்கை யினிற்பட வெழுது தொய்யின்
மறைவதிற் பகைத்திம் மாது மிவள்கொங்கை மறைய வீச
வுறவுகொண் டிடுவள் காந்த னுகிர்க்குறி மறைத்தா ளென்றே. (36)

36. (1684) செங்காந்தள் மலர் போன்ற மென்மையான கையால் நறுமண நெய்ச் சாந்துக் கலவையை எடுத்து எறிந்தாள் ஒரு பெண். அது தொய்யில் எழுதிக்கொண்டிருந்த மற்றொரு பெண்ணின் கொங்கையில் தெறித்து அவள் எழுதிய தொய்யிலை மறைத்தது. அதனால் அவள் சினம்கொண்டு முன்னவள் கொங்கை மறையும்படிச் சாந்தெடுத்து வீசினாள். இரவு உறவுகொண்ட கணவனின் நகக்கீறல் கொங்கையில் உள்ளது. அதைக் கலவைச் சாந்தினால் மறைத்தாயே என்பாள்.

கலவைச் சாந்து தெறித்து விழுந்து கணவனின் நகக்கீறலை மறைத்தது. அதனால் சினந்தாள்.

நறிய - நறுமணம் நிறைந்த; சாந்து - தொய்யில் எழுதும் கலவைச் சாந்து; நளினம் - மென்மை; காந்தன் - கணவன்; உகிர்க்குறி - நகக்குறி, நகத்தால் உண்டான கீறல் காயம்.

வள்ளனன் னபியைச் சந்த்ர வதனபல் கீசை வாழ்த்தித்
தெள்ளிசை குயில்போற் றோன்றச் சிந்துபா டுவரச் சிந்தைக்
கிள்ளைகள் செவியிற் கேட்டுக் கிளரிசை யன்றிச் சொல்லா
யுள்ளதுங் குளற மேலா யுவப்பரன் புயர்த்து மன்றோ. (37)

37. (1685) வள்ளல் நபியையும் மதிமுக பல்கீசையும் வாழ்த்தித் தெளிந்த இசை பாடும் குயில் போன்ற குரலால் தென்பாங்குச் சிந்து பாடுவர். அதைக் கேட்ட கிளிகள், இசையாக அல்லாமல், அவர் பாட்டில் அமைந்துள்ள சொற்களை மட்டும் தம் குழறல் சொல்லால் திருப்பிக் கூறின. அதைக் கேட்டு உவப்புக் கொள்வர். எவரையும் அன்பு உயர்த்தும் அன்றோ?

சந்த்ரவதனம் - நிலாமுகம்; தெள்ளிய - தெளிந்த; சிந்து - தென்பாங்கு; கிள்ளை - கிளி; உவப்பர் - விரும்புவர்.

தவமியாம் புரிந்த மட்டுஞ் சாருமா துலர்கட் கென்று
நவமணி பசும்பொன் னாடை நகைமிகப் பதுமப் பீடத்
தவிசில்வா ழனம்போற் சென்று தலைக்கடை தொறுங்கு விப்பார்
பவனிநோக் காசை மீறும் பார்வைகாள் பொறுமி னென்பார். (38)

38. (1686) நாங்கள் செய்த இறைவணக்கப் பயன்கள் எல்லாம் எங்கள் மாமன்மார்களுக்குச் சேரட்டும் என்று சொல்லி, நவமணி பதித்த பசும்பொன் ஆடையும் மிகுதியான பொன் நகைகளும் அணிந்த பெண்கள், தாமரை மலரைத் தவிசாகக் கொண்டு அமரும் அன்னப் பறவைகள் போல் தலைவாசல் தோறும் குவிந்தனர். சுலைமான் நபியின் திருமண ஊர்வலம் காண ஆசை மிகக் கொண்ட கண்களே! பொறுங்கள் என்பார்.

சிறந்த கணவன்மாரைப் பெற்ற பெண்டிர், தாம்செய்த இறைவணக்கப் பயன் அனைத்தையும் தம் கணவரை ஈன்று புறந்தந்த மாமனார்க்குக் காணிக்கை ஆக்குகின்றனர். செய்நன்றி அறிதல் போலும்! திருமண ஊர்வலம் காணத் தலைவாசலில் திரண்ட பெண்கள் ஆசை மீறும் கண்களே! பொறுங்கள் என்பர்.

தவம் - இறைவணக்கம்; சாரும் - அடையும், சேரும்; மாதுலர் - மாமன், கணவனின் தந்தை; பதுமம் - தாமரை; அனம் - அன்னம்; தலைக்கடை - தலைவாசல்; பவனி - ஊரவலம்; நோக்காசை - காணும் ஆசை; பார்வை - கண்.

கஞ்சவான் முகத்து தெய்திற் கண்ணெச்சில் கழிக்க வென்றே
செஞ்சொலார் மணிப்பொற் றட்டந் தெரிந்தொரு பாலில் வைப்பார்
மஞ்சனார் பவனி நோக்கிப் பிரமித்து மறந்தி டாதே
நெஞ்சமே நினைவாய் நின்று சுற்றிநீ நிறைவேற் றென்பார். (39)

39. (1687) வானுலக அமுதம் போன்ற முகமுடைய நபி சுலைமான் (அலை) வரும்போது அவருக்குக் கண்ணெச்சில் கழிப்பதற்காகச் செம்மையான மொழியுடைய பெண்கள் பொன் தட்டில் ஆலாத்தி நீரை எடுத்து ஒரு பக்கத்தில் வைப்பார். நெஞ்சமே! மழைபோன்றவரின் ஊர்வல அழகில் திகைத்து மறந்துவிடாதே! நினைவுடன் நின்று ஆலாத்தி சுற்றி நிறைவேற்று என்று தமக்குத் தாமே கூறிக்கொள்வார்.

புதுமாப்பிள்ளைக்குக் கண்ணெச்சில் கழிக்க அலாத்தி எடுப்பது தமிழர் பண்பாட்டுக் கூறு.

கஞ்சம் - அமுதம்; தூது - நபி; எய்தில் - வந்தால்; தட்டம் - தட்டு; தெரிந்து - அறிந்து; பால் - பக்கம்; மஞ்சு - மேகம்; பவனி - ஊர்வலம்; பிரமித்து - திகைத்து; சுற்றி நிறைவேற்று - ஆலாத்தி சுற்றி அவ் வேலையை முடி.

மெய்திக ழிறையோன் றூதர் விரிகட லுலகு வாழ்த்து
மைதிகழ் விழிபல் கீசை மணக்குநா ளாகை யாலித்
தெய்திபோல் வதுவைக் கான தினங்கிட்டா தென்பர் வள்ள
லெய்தினா மடுத்து நோக்கு மிடமிது வெனம திப்பார். (40)

40. (1688) மெய்யான இறைவனின் தூதர் ஆகிய சுலைமான் நபி விரிந்த கடல் சூழ்ந்த உலகம் வாழ்த்தும் மை எழுதிய விழியுடைய பல்கீசை மணம்கொள்ளும் நாள் ஆகையால் இந்த நாள்போல் திருமணத்திற்குரிய வேறு நல்ல நாள் கிட்டாது என்பர். ஆகையால் வள்ளல் நபி வரும்போது அருகில் நின்று பார்ப்பதற்கு இதுவே பொருத்தமான இடம் என்று மதித்து இடம்பிடிப்பார்.

மெய் - உண்மை, ஹக்; தெய்தி - தேதி, நாள்; வதுவை - திருமணம்; எய்தினால் - வந்தால்; அடுத்து - கிட்டல், அருகிலாதல்; மதிப்பார் - முடிவு செய்வார்.

வியலுற்ற நபிதா வூது விழிமணி யிவர்க ளன்பாம்
பயனுற்ற கலிமாச் சொல்லிப் பவனியென் பதையு மின்று
நயனத்திற் காண்பார் பேறு நாம்புக லரிய தென்பா
ரியல்புற்ற வனந்தங் கோடி தவஞ்செய்தார்க் கெய்து மென்பார். (41)

41. (1689) பெருமைபெற்ற நபி தாவூது (அலை) அவர்களின் கண்ணின் மணி போன்றவர்கள் இவர்கள். இவர்களின் அன்பாகிய இம்மை மறுமையாகிய இருமைப் பயனும் தரும் கலிமாவும் சொல்லி திருமண ஊர்வலத்தையும் இன்று கண்களால் காண்பவர் பெற்ற பேறு இத்தகையது என்று நம்மால் சொல்ல இயலாது என்பார். பலகாலம் இறைவணக்கத்தில் மூழ்கிக் கிடந்த இறை அன்பர்களுக்கே இப் பேறு கிடைக்கும் என்பார்.
கலப்பற்ற உள்ளத்தோடு பல காலம் இறைவணக்கத்தில் மூழ்கிக் கிடந்தவர் இறையன்பராவர். அத் தகையார்க்கே இப் பேறு கிட்டும் என்பார்.

வியல் - பெருமை; உற்ற - பெற்ற; பயனுற்ற கலிமா - இம்மை, மறுமை ஆகிய இருமைப் பயனும் தரும் கலிமா; நயனம் - கண்; அரியது - இயலாலது; அனந்தகோடி - மிகுதி குறித்தது, பலகாலம்; தவம் - இறைவணக்கம்.

அலங்கரித் திவ்வா றுள்ள மளவறு களிப்புப் பொங்கி
யிலங்கிழை யினரு மைந்த ரியாவரு மிருந்தார் செங்கோ
னலங்கிளர் நபிதம் மாளி கையலங் கரித்தார் நாவாற்
புலந்தனை யுரைப்ப தென்னிப் புரத்துக்கோர் கிரீட மன்றோ. (42)

42. (1690) அணிமணி புனைந்த பெண்களும் இளைஞரும் அலங்காரம் செய்து இவ்வாறு உள்ளத்தில் எல்லையில்லாத மகிழ்ச்சி பொங்க இருந்தனர். நல் லாட்சி நலம் கிளர்ந்து இலங்கும் நபியின் மாளிகையையும் அலங்கரித்தனர். அதன் அழகை நாவால் உரைப்பதற்கு என்ன உள்ளது? அஃது இத் தலைநகரத் துக்கு மணிமுடியன்றோ? தலைநகரத்திற்குச் செய்யப்பட்ட அலங்காரம் அதற்கு முடி சூட்டியது போன்றிருந்தது.

அளவறு களிப்பு - எல்லையில்லாத மகிழ்ச்சி; இலங்கிழையினர் - அணிமணி புனைந்த பெண்கள்; புலம் - நுண்மை, அழகு; புரம் - தலைநகர்.

சிறப்பிவை வளர்த்த பின்னர் திருநக ரினிலுள் ளோரும்
புறத்துள நகரோ ரியாரும் சின்களும் புசிப்ப தாக
நிறைத்தெருத் தெருக்க டோறு மோரிட நிலைத்தங் கங்கே
முறைப்பட விருந்தூண் செய்ய மொழிந்தனர் நபியுல் லாவே. (43)

43. (1691) இவ்வாறு சிறப்புற அலங்கரித்த பின்னர் அரச நகரில் உள்ளவர்களும் புறத்தே உள்ள நகரங்களில் உள்ளவர்களும் சின்களும் உண்பதற்காகத் தெருக்கள் தோறும் ஆங்காங்கே இடங்கள் அமைத்து முறையாக விருந்து உண்ண ஏற்பாடு செய்யுங்கள் என்றார் இறைவனின் நபி.

திருமணத்திற்காகச் செய்யப்பட்டுள்ள அலங்காரம் ஒவ்வொன்றும் ஒவ்வொரு வகையில் சிறப்புற்றுத் திகழ்ந்தது. ஆதலால் ஒட்டுமொத்த அலங்காரத்தையும் குறித்துச் 'சிறப்பினை வளர்த்து' என்றார்.

நிலைத்து - நிலை அமைத்து.

திருநபி கமலம் போன்ற செய்யவாய் மலர நாளு
மருகினி லுறையு மேவற் றலைவரவ் விதமே யட்டில்
பரிவினி லியற்றி வேண்டும் பொருளெலாம் பண்பி னீந்தே
யுரைசெய்து நரரைச் சின்னை யுணர்ந்தெடுத் தேவி னாரே. (44)

44. (1692) தாமரை மலர் போன்ற வாய் திறந்து இறைத்தூதர் சொன்னதும் அருகில் இருந்த பணியாளரின் தலைவர் அவ்வாறே அடுக்களை அமைத்து உணவு சமைப்பதற்குத் தேவையான பொருள்கள் அனைத்தும் அன்புடன் அளித்து மனிதரையும் சின்களையும் தேர்ந்தெடுத்து ஏவினார்.

கமலம் - தாமரை; அட்டில் - அடுக்களை, சமையற்கூடம்; இயற்றி - அமைத்து; பரிவு - அன்பு; நரர் - மனிதர்; உணர்ந்தெடுத்து - தேர்ந்தெடுத்து; ஏவி - கட்டளையிட்டார்.

திறன்மிகு நரருஞ் சின்க டொகுதியுஞ் செறிந்து கூடிப்
பொறைநிக ரடுதா னங்கள் புகுந்துவா லரியிற் சோறுங்

கொறியொடு பலதா மேதை கொடிசெடி மரத்திற் றோன்றி
நிறைதரு கறியுஞ் செய்தார் நீரற்று நெய்யே தோன்ற. (45)

45. (1693) சமையலில் தேர்ந்த மனிதர்களும் சின்களும் சேர்ந்து மலைபோன்ற சமையற் கூடங்களில் புகுந்தனர். பச்சரிசியிற் சோறும் செம்மறியாட் டிறைச்சி முதலிய பலவகை இறைச்சிகளும் செடிகொடி மரத்தில் ஆகிய கீரை காய் கனி முதலியவை நிறைந்த கறி வகையும் சமைத்தனர். கறிகளில் நீர் இல்லை; நெய்யே மிகுத்துத் தோன்றியது.

கனி, காய், கீரை முதலியவை கொடிகளிலும் செடிகளிலும் மரங்களிலும் பெறப்படுவதால் 'கொடி செடி மரத்தில் தோன்றி நிறைதரு கறி' என்றார். கறிகளில் நீர் இல்லையாம், நெய்யே தெரியுமாம்! புலவர்களுக்கு உருக்கு நெய்யில் விருப்பம் மிகுதி போலும்.

'சோற்றை அள்ளுங்கால்
துவள்வாழைத் தண்டிலுறும்
சாற்றைப்போ லே வடியத்
தக்கவண்ணம் ஊற்றுநெய்யை!'
- குடும்பவிளக்கு.

'ஆன் (பசு) உருக்கு நெய்யில்
சீரகச்சம்பா மிதக்கும்!'
-கடல்மேற் குமிழிகள்

என்றெல்லாம் பாரதிதாசனும் பாடுவார்!

திறன் - சமையல்திறன்; நரர் - மனிதர்; தொகுதி - கூட்டம்; செறிந்து - திரண்டு; பொறை - மலை; அடுதானம் - சமையற்கூடம்; வாலரி - வெள்ளை அரிசி, பச்சரிசி; கொறி - செம்மறியாடு; பலதா - பலதாய; மேதை - இறைச்சி.

கறிகளி னிறம னந்தங் கவளத்தி னிறம னந்த
நெறிதர நிறைத்து வைக்கும் பாத்திர நிறம னந்த
மறிதரா திதற்கு வேண்டு மணிக்கல நிறம னந்தஞ்
செறிதர னோக்கின் றோர்நேத் திரவொளி கூசிற் றன்றே. (46)

46. (1694) கறிகளின் நிறங்கள் எண்ணற்றவை. சோற்றுத் திறள் பல நிறத்தவை. ஒழுங்காக நிறைத்து வைத்திருக்கும் பாத்திரங் பல நிறத்தன. சமைத்த கலங்கள் பல நிறத்தன. அவற்றைக் கூர்ந்து பார்த்தவர் கண்கள் கூசின.

அனந்தம் - அளவில்லாதது; கவளம் - சோற்றுத் திரள்; பாத்திரம் - உண்கலம்; அறிதராது - அறிய முடியாதபடி; அணி - அழகு; கலம் - சமைக்கும் கலம்; செறிதர - நிறைந்து; நோக்கின்றோர் - பார்ப்பவர்; நேத்திரம் - கண்.

போதினு மணத்து நின்ற பூவையர் புருடர் தேக
மியாதினு மணத்துச் செல்வ நகரெல்லா மணத்து மேக
மீதினு மணத்த தல்லால் விரித்தின்னஞ் சொல்லக் கேட்போர்
காதினு மணப்ப தன்றோ வன்னத்திற் கறியில் வாசம். (47)

47. (1695) பொழுதெல்லாம் மணம் கமழ்ந்து, நின்ற பெண்கள் ஆடவர் உடம்பெல்லாம் மணம் கமழ்ந்து, செல்வ வளம் நிறைந்த அந் நகரெல்லாம் மணம் கமழ்ந்து, வானத்து மேகத்தின் மீதும் மணம் கமழ்ந்ததல்லாமல் அதைப் பற்றி விவரித்துச் சொல்வோர் நாவிலும் சொல்லக் கேட்போர் காதிலும் மணம் கமழ்வதன்றோ வண்ணத்திலும் கறி வகைகளிலும் கமழும் மணம்!
பொழுதெல்லாம் ஆடவர் பெண்டிர் மீதிலும் செல்வ நகரத்திலும் வானத்து மேகத்திலும் கறிவகைகளின் மணம் கமழ்ந்ததல்லாமல் அதைப் பற்றிச் சொல்வோர் நாவிலும் கேட்போர் செவியிலும்கூட மணம் கமழ்ந்தது. கேட்போர் காதிலும் மணம் கமழ்ந்து என்றதனால் சொல்வோர் நாவிலும் மணம் கமழ்ந்தது என்பது பெறப்பட்டது.

போது - பொழுது; புருஷர் - ஆடவர்; வன்னம் - நிறம்.

அடுபவ ரிவையெ லாஞ்செய் தாயபின் றலைவர்க் கோத
நெடிவ னபிபா லன்னோர் நிகழ்த்தினர் நிகழ்த்த லோடு
நடுநெறி செலுந்துங் கோமா னரர்க்குஞ்சின் கணங்க ளுக்குங்
கொடுமென வவரை யேவ நடந்தனர் குவவுத் தோளார். (48)

48. (1696) சமைப்பவர் இவற்றையெல்லாம் செய்து முடித்த பின் பணியாளர் தலைவர்களிடம் கூறினர். அவர்கள் இறைத்தூதரிடம் கூறினர். சொன்னதும் ஒருபால் கோடாமல் நடுநின்று செங்கோல் அரசு நடத்தும் மன்னர் நபி மனிதர்களுக்கும் சின் கூட்டங்களுக்கும் விருந்து கொடுங்கள் என்று அவர்களுக்குக் கட்டளை இட திரண்ட தோளுடைய அவர்கள் அப் பணி செய்ய நடந்தனர்.

அடுபவர் - சமையற்காரர்; ஆய - ஆகிய, முடந்த; நெடியவன் - இறைவன்; நிகழ்த் தினர் - கூறினர்; நடுநெறி - ஒரு பக்கம் சாராது நிற்றல், செங்கோல் அரசு; கோமான் - அரசர்; குவவு - திரட்சி.

அட்டில்க டோறுஞ் சென்றே யணினக ரோரை வேறு
கட்டெழி னகருள் ளோரைச் சின்களைக் கவினக் கூவி
நெட்டெதி ரெதிரே வைக நிரைநிரை யாக வைத்தே
யிட்டனர் விருந்துண் டாரன் பினிமையு ணினிமை தோன்ற. (49)

49. (1697) அவர்கள் சமையற்கூடம் தோறும் சென்று அந் நகரத்தாரையும் கட்டப்பட்ட அழகு மனைகள் நிறைந்த பிற நகரங்களிலிருந்து வந்தவர்களையும் சின்களையும் அன்புடன் கூவி அழைத்து, நீள வாக்கில் எதிர்எதிராக அமர்த்தி, கறி வகைகளை வரிசை வரிசையாகப் பரப்பி வைத்து விருந்திட்டனர். அன்பின் இனிமையும் உணவின் இனிமையும் தோன்ற அவர்கள் விருந்து உண்டனர்.

அட்டில் - சமையல் கூடம்; நகரோர் - நகரத்தில் உள்ளவர்; கட்டெழில் - கட்டப்பட்ட மனைகளின் அழகு, அழகு மனைகள்; கவின் - அழகாக, அன்புடன்; நெட்டெதிர் - நீள வாக்கில் எதிர்; வைக - அமர்; நிரை - வரிசை; ஊண் - உணவு.

கையெல்லாம் வாய்க ளெல்லாங் கமழவுட் களிப்புப் பொங்க
மெய்யெல்லாம் புளக மோங்க விழியெலாங் குளிரக் கட்டும்

பொய்யெல்லா மெய்யின் முன்னே போதல்போற் பசிக ணீங்க
நெய்யெல்லா மொழுகத் தங்கள் வயிறெல்லா நிறைய வுண்டார். (50)

50. (1698) கைகளும் வாய்களும் மணக்க, உள்ளத்தில் மகிழ்ச்சி பொங்க, உடல்களில் புளகாங்கிதம் ஓங்க, விழிகள் குளிர, இட்டுக்கட்டப்படும் பொய்கள் மெய்யின் முன்னே நில்லாது ஓடுவதுபோல் பசி நீங்க, நெய் ஒழுக வயிறு நிறைய உண்டார்கள்.

களிப்பு - மட்டுமீறிய மகிழ்ச்சி; மெய் - உடல்; புளகம் - பூரிப்பு; கட்டும் - இல்லாததை இட்டுக் கட்டும்.

வேலொடு பொருள்கண் மோகா விரும்புநெய் யமுதுண் டப்பாற்
பாலொடு சிலபே ருண்டார் பாலொடு பழமுஞ் சேர்த்துத்
தாலொடு சிலபே ருண்டார் தயிரொடு சிலபே ருண்டார்
மாலொடு பலதுங் கூட்டி வாரியே சிலபே ருண்டார். (51)

51. (1699) விரும்புகின்ற நெய்ச்சோறு உண்டபின் சிலர் பால் கலந்து பிசைந்த பாற்சோறு உண்டனர்; சிலர் பருப்புடன் பாலும் பழமும் சேர்த்து உண்டனர்; சிலர் தயிர் கலந்து உண்டனர்; விருப்பத்துடன் பல வகைகளையும் கூட்டி வாரி வாரி உண்டனர்.

'வேலொடு பொருள்கண் மோகர்' எனத் தொடங்குகிறது பாட்டு. இதன் பொருள் விளங்கவில்லை. அச்சுப்பிழை காரணமாகச் சொல் குழம்பிக் கிடக்கிறது போலும். நம்மிடம் உள்ள மூன்று வெவ்வேறு பதிப்புகளிலும் இதே பாடமே உள்ளது.

அமுது - உணவு, சோறு; தால் - பருப்பு (உருது); மால் - வேட்கை, பெருவிருப்பம்.

உண்டபின் கலையி னாலே யுபையகை வாய்து டைத்து
விண்டமா வதனிற் றேய்த்து மென்புனல் கொடுதுய் தாக்கித்
தண்டருங் கலவைச் சேறுந் தயிலமுந் தரித்து வாசங்
கொண்டபா கிலையும் வாய்க்கொண் டெழுந்தனர் குழுமி யார்த்தே. (52)

52. (1700) உண்டபின் துணியால் இரு கைகளையும் வாயையும் துடைத்தனர். மாவில் தோய்த்துத் தண்ணீரால் கழுவித் தூய்மை செய்து குளிர்ச்சி தரும் கலவைச் சாந்தும் நெய்யும் பூசினர். வாசனை கமழும் வெற்றிலைப் பாக்கு போட்டுக்கொண்டு ஆரவாரத்துடன் கூட்டமாக எழுந்தனர்.
தயிலந் தரித்தல் என்பது அத்தர் பூசுவது போலும்.

கலை - துணி; உபையம் - இரண்டு; விண்ட - உடைத்த; மா - மாவு; தண்தரும் - குளிர்ச்சி தரும்; சேறு - சாந்து; தயிலம் - வாசனை கலந்த எண்ணெய், அத்தர்; தரித்து - பூசி; பாகிலை - பாக்கும் இலையும், பாக்கு; இலை - வெற்றிலை.

குழுவுட னெழுந்தா னந்தக் கடலிடை குளித்து நீந்தி
மழைபொழி வதுபோற் பன்னீர் பொழிதர வாய னீங்கி
முழவுறழ் புயத்தார் சென்றா ரனங்கறி முதலி யாவு
மெழுதரு சகடத் தேற்றி யேவினர் வீதி யெங்கும். (53)

53. (1701) பறைக்கு நிகரான தோளுடையவர்கள், தங்கள் குழுவினருடன் கூட்டமாக எழுந்து இன்பக் கடலில் குளித்து நீந்தி, மழை பொழிவதுபோல் பன்னீர் தெளிக்கும் வாசலைக் கடந்து சென்றனர். சோறும் கறிவகைகளும் வண்டிகளில் ஏற்றி வீதிகள் தோறும் அனுப்பினர்.

தமிழக முஸ்லிம்களின் வழக்கமாக இருக்கும் நடைமுறை இங்குக் குறிக்கப் பட்டுள்ளது. திருமணம் போன்ற விருந்து களரிகளில் ஆடவரும் இளம் பெண்டிரும் களரி நடக்கும் வீட்டிற்கு வந்து விருந்துண்பர். கன்னிப்பெண்களும் முதுபெண்டிரும் தங்கள் வீடுகளை நீங்கி வருவதில்லை. ஆதலால் வண்டிகளில் சோறு கறிவகைகளை ஏற்றி வீடுதோறும் சென்று அளிப்பர்.

முழவு - பறை; உறழ் - நிகர்; அனம் - அன்னம், சோறு; சகடம் - வண்டி.

மனைமனை தோறு மேகி வண்டிலோ ரிறக்கி நல்கப்
புனமுகிற் கரிய கூச்தற் பூவையர் தாமு முண்ணு
மினியமென் மொழிச்சி றாரு மெவருமுண் டகங்க ளித்தார்.
வினவியிவ் விருந்துண் டோர்கள் வீடெல்லாம் வியந்து சொல்வார்.(54)

54. (1702) வீடுதோறும் சென்று வண்டியிலிருந்தவர்கள் இறக்கி வழங்க வீடுக ளில் உள்ள நீர் சுமந்த மேகம் போன்ற கருங்கூந்தல் உடைய பெண்களும் உண்பர். இனிய மழலை பேசும் சிறுவரும் பிறரும் உண்டு மனம் மகிழ்ந்தனர். இவ்வாறு இந்தத் திருமண விருந்து உண்டவர்கள் வீடெல்லாம் வியந்து பேசினார்கள்.

மனைமனை - வீடுதோறும்; ஏகி - சென்று; வண்டிலோர் - வண்டியில் உள்ளவர்; புனல் - நீர்; முகில் - மேகம்; எவரும் - அவ் வீட்டுப் பணியாளர் முதலியோர்.

அமுதெல்லாந் திரண்ட தென்னி லறுசுவை யதனி லுண்டோ
நமதெல்லா மனமும் வாழ்த்த நல்கிந்த விருந்தொப் பாமோ
தமதெல்லா மனையு மேவத் தகுவர்பா னிதம ணஞ்செய்
தெமதெல்லாத் தினமு மிவ்வா றிடுமெனப் பகர்வோ மென்பார். (55)

55. (1703) வானவர்தம் அமுதம் எல்லாம் திரண்டது என்றால் அதில் அறுசுவை உண்டோ? நம் எல்லாருடைய மனமும் வாழ்த்தும்படி அளிக்கப்பட்ட இவ் விருந்துக்கு நிகராகுமோ? தமது எல்லா வீடுகளிலும் வந்து வாழத்தக்க பெண் களை நாள்தோறும் திருமணம் செய்து எல்லாநாளிலும் இவ்வாறு விருந்திடுங் கள் என்று சொல்வோம் என்பார். அக் காலத்தில் ஓர் ஆண் இத்தனை பெண்களைத் தான் மணக்கலாம் என்ற கட்டுப்பாடு இல்லை. அதனால் சிலர் நூற்றுக் கணக்கில் திருமணம் செய்தனர். நான்கு மனைவியர் என்ற வரையறை நபிகள் நாயகம் முஹம்மது (சல்) அவர்களால் நிலைநாட்டப்பட்டது.

மேவ - இருக்க, தகுவர் - தகுதியுள்ளவர்.

இனந்தரு தெளிவு மேலா மியல்பிலோ ரியல்பு மற்றோர்
மனந்தரு முரித்தன் பாய்நீர் வழங்குத லமுதின் மேலாங்
கனந்தரு தொழின்மூன் றுள்ள கடவுளுக் கருக ரன்பா
யனந்திரு வமுதின் மேலா யளித்திடி லிணையே தென்பார். (56)

56. (1704) குலமுறையாக வந்த அறிவுத் தெளிவும் மேலான தன்மைகள் கொண்டோரின் இயல்பும் மற்றவர் மனங்களை ஈர்த்து அன்பைப் பெற்றுத் தரும்; கடமையாகக் கருதி தவித்த வாய்க்கு அன்புடன் அளிக்கப்படும் நீர் அமுதத்தைவிட மேலானதாகும்; அதற்கும் மேலாய் உணவு படைத்தால் அதற்கு படைத்தல், காத்தல், அழித்தல் ஆகிய முத்தொழில் நடத்தும் இறைவனுக்கு நெருக்கமானவராக ஆக்கும். அத் தகையவர் இணை ஏது என்பார்.

இனம்தரு தெளிவு - குடும்பத்தில் வழிவழியாக வரும் அறிவுத் தெளிவு; மனம் தரும் - மற்றவர் மனங்களை ஈர்த்து அவர் அன்பைப் பெற்றுத்தரும்; உரித்து - கடமை; கனம் - பெருமை; அருகர் - நெருக்கமானவர்; அனம் - அன்னம், சோறு; திருவமுது - வானவர் அமுது.

எல்லவர் மூக்கு நாவு மிதையமுஞ் செவியுங் கண்ணுஞ்
சொல்லெவர் விருந்தின் மீதும் விருப்பறத் தோன்றிற் றென்பார்
புல்லவ ருறவு நீங்கிப் போகின்ற செய்கை போலு
நல்லவ ருறவு போலு நாடின மின்ப மென்பார். (57)

57. (1705) எல்லாருடைய மூக்கும் நாவும் இதயமும் காதும் கண்ணும் எவரும் சொல்லி அழைக்கும் விருந்தின் மீது விருப்பம் நீங்கும்படி ஆகிவிட்டது. புல்லர் உறவுநீங்கியது போலும் நல்லவர் உறவு போலும் இன்பம் எய்தினோம் என்பார். சுலைமான் நபி அளித்த விருந்தை உண்டனால் எவருடைய விருந்தின் மீதும் ஆசை இல்லாமலாகிவிட்டது. புல்லர் உறவு நீங்குதல் இன்பம், நல்லவர் உறவு இன்பம், அது போல் உண்ட இவ் விருந்தின் இன்பம் என்றார்.

எல்லவர் - எல்லாருடைய; அற - அற்றுப் போக; நாடினம் - எய்தினோம்.

எவருமவ் வவர்க ளுள்ளத் தியன்றகற் பனையின் மேலாய்
நவமுற நவின்றி ராஜ நாயக னபியுல் லாதந்
திவளொளி மனையிற் சேர்ந்தார் திருவுலா வருதற் கேற்ற
அவளவுந் தலைவர் செய்தே யடுத்துவந் தனர்பொற் றாளை. (58)

58. (1706) அவரவரும் தத்தம் உள்ளக் கற்பனைக் கேற்ப மேன்மையாகவும் புதுமையாகவும் பேசிக் கொண்டு இராஜ நாயகம் ஆகிய இறைத்தூதரின் ஒளிவீசும் மாளிகையை வந்தடைந்தார். திருமண வீதி உலாவருவதற்கேற்ற அவ்வளவும் செய்து முடித்த தலைவர்கள் பொன்போன்ற பாதம் உடைய இராஜநாயகத்தை அடுத்தனர்.

நவம் - புதுமை; நவின்று - பேசி; இராஜநாயகம் - அரசர் தலைவர்; நபியுல்லா - அல்லாஹ்வின் நபி, இறைத்தூதர்; திவள்ஒளி - துவளும் ஒளி; திருவுலா - திருமண வீதியுலா, ஊர்வலம்; அடுத்தனர் - நெருங்கி வந்தனர்; தாள் - பாதம்.

எழுசீர்க் கழிநெடிலடி யாசிரிய விருத்தம்

வேலுலா வியகை வயவருங் கிளையி
னிரியரும் வேதவல் லவரும்
பாலில்வாழ்த் தெடுத்து விரிகதிர் வயிரப்
பதுமப்பீ டந்தனி லிருத்திச்

சீலநூற் சுருதி யொலிப்பவான் புனலைச்
சிரத்தினிற் பொழிந்தன ரிலங்கு
வாலசூ ரியனை மதியினி லிருத்தி
மணிக்கடப் புனல்வழி வதுபோல் **(59)**

59. (1707) கையில் வேல் ஏந்திய வீரரும் குடும்பத்தில் உரிமை உடையவர்களும் மறைவல்லவரும் சென்று மங்கலம் பாடி அழைத்து வந்தனர். ஒளிக்கதிர் பரப்பும் வயிரங்கள் பதித்த தாமரை போன்ற பீடத்தில் அமர்த்தி, மறைவல்லவர் வேத வாக்கியங்களை வாய்விட்டு ஓத நீரை அள்ளித் தலையில் ஊற்றினர். இலங்கும் இளஞ்சூரியனை நிலவில் இருத்தி அழகிய குடத்தில் நீரெடுத்து ஊற்றி வழிய விடுவதுபோல் இருந்தது அது.

மணமகனை நீராட்டுகின்றனர். முன்பாட்டில் (58) குறித்த ஏவலர் தலைவரும் காவல் வீரரும் குடும்ப உறுப்பினரும் மறைவல்லவரும் சென்று அழைத்து வருகின்றனர். உரிமையுடைய குடும்ப உறுப்பினரும் பாதுகாப்பிற்கு வீரரும் வேதம் ஓத மறைவல்லவரும் நீராட்டும் பணியைச் செய்ய ஏவலர் தலைவரும் கூடிச் சென்று அழைத்துவந்து நீராட்டினர்.

வயவர் - வீரர்; கிளையின் உரியர் - குடும்ப உறுப்பினர்; பாலில் வாழ்த்தெடுத்தல் - கட்டியம் கூறி வாழ்த்துதல்; பதுமப் பீடம் - தாமரை வடிவிலான பீடம்; சீலம் - ஒழுக்கம்; சுருதி - வேதம்; சீல நூற் சுருதி - ஒழுக்கம் கற்பிக்கும் வேதம்; புனல் - நீர்; வான்புனல் - மழைநீர்; வாலசூரியன் - இளஞ்சூரியன்; கடம் - குடம் ;

ஒழுக்கம் கற்பிக்கும் நூலாயினும் இஸ்லாமிய வேதம் இறைவன் அருளியதாத லாலும் இறைவனின் மெய்ம்மை விளக்கமாகவும் அவன்பால் நிகழ்த்தும் இறைஞ்சலாகவும் திகழ்வதாதலாலும் வேதம் ஓதி வினை தொடங்குவது இஸ்லாமிய மரபாக உள்ளது.

கருமுகிற் சிறுதுண் டையுமிளங் கதிரோன்
கதிரையு மின்னினாற் றுவட்டும்
பரிசில்வெண் கலையாற் சிரமுஞ்செஞ் சோதி
படர்திரு மேனியும் புலர்த்திப்
பெருகிய திருப்பாற் கடனிற மதனைப்
பிரித்தெடுத் துருப்படுத் துதல்போ
லரியவெண் ணிறமெல் லிழைத்துகி லிடையி
லணிந்தன ரிராஜநா யகமே. **(60)**

60. (1708) கரிய முகிலின் சிறிய துண்டையும் இளஞ்சூரியனின் ஒளியையும் மின்னல் ஒளியினால் துவட்டும் விதமாக வெள்ளைத் துணியினால் தலையையும் செவ்வொளி படர்ந்த மேனியையும் ஈரம் நீங்கப் புலர்த்தினர். பொங்கிப் பெருகும் அழகிய பாற்கடலின் தூய வெள்ளை நிறத்தைப் பிரித்தெடுத்து உருப்படுத்துதல் போல் இராஜநாயகர் சுலைமான் நபிக்கு அரிய மென்மையான நூல் கொண்டு நெய்த வெள்ளைத் துணியை இடையில் அணிவித்தனர். கருமேகச் சிறுதுண்டு தலைக்கு உவமை. இளங்கதிரோன் கதிர் மேனிக்கு உவமை. துவட்டும் மின்னல் துணிக்கு உவமை.

உடுக்குலத் திரளின் செழுங்கதிர் திரண்டங்
கொழுங்குற வமைந்திருப் பதுபோற்
றொடுத்தெழில் பரவு சருவந்து சிரத்திற்
சூட்டினர் சொற்கமீ தழகு
கொடுத்தொளிர் தரள வொளிகளும் வயிர
வொளிகளும் கோடிக வுருவ
மெடுத்துமேற் பதவி பெறப்பொதி வதுபோ
லிலங்குகுப் பாயமிட் டனரே. **(61)**

61. (1709) நட்சத்திரத் திரளின் செழுமையான ஒளிக்கதிர்கள் திரண்டு ஒழுங்காக அங்கே அமைந்திருப்பதுபோல் தொடுத்து அழகு பெற்றிலங்கும் சருவந்து என்னும் தலைக்கவசத்தைத் தலைக்குச் சூட்டினர். சொர்க்கத்திற்கு அழகு கொடுத்து ஒளிர்ந்து கொண்டிருந்த முத்துகளின் ஒளிகளும் வயிரத்தின் ஒளிகளும் தம்பலப் பூச்சியின் உருவம் எடுத்து மேலான பதவி பெறுவதற்கென்று வந்து மேனியைப் பொதிவதுபோல் இலங்கும் குப்பாயம் இட்டனர். சொர்க் கத்து முத்துகளின் ஒளிகளும் வயிர மணிகளின் ஒளிகளும் தம்பலப் பூச்சியின் வடிவம் எடுத்து வந்து அது குப்பாயம் ஆயிற்றாம். ஏன்? இறைத்தூதரின் உடலைச் சார்வதன் மூலம் லேலான பதவியைப் பெற அவாவினவாம்! தம்பலப் பூச்சி - புளியங்கொட்டை அளவில் இளஞ்சிவப்பு நிறத்தில் மழைக் காலத்தில் வெளிப்படும் பூச்சி. அதை இந்திரகோபம் என்றும் கூறுவர்.

உடு - நட்சத்திரம்; பரவும் - பரப்பும், வீசும்; சருவந்து - தலைக்கவசம்; தரளம் - முத்து; கோடிகம் - தம்பலப் பூச்சி; குப்பாயம் - மேலங்கி.

மலரடி பணியார் மருமத்துட் புகுந்து
மனத்தினிற் புகுந்தந்த மனத்துள்
ளுலவிய துணிவெவ் விடத்துள வெனவாய்ந்
துட்புகுந் தறத்துளைத் துருவி
யிலகிவென் கொடுத்தோர்க் கிரப்புயிர் கொடுத்திட்
டிவர்தமை நொக்கொணா தெனவே
விலகிவந் துறையுட் புகுந்தகுற் றுடைவாள்
விசித்தினர் மருங்கில்வீற் றிருப்ப. **(62)**

62. (1710) மலரடி பணியாதவரின் மார்பின் உயிர்நிலையுள்ளே புகுந்து, மனத்தில் புகுந்து, அந்த மனத்தில் துணிவு எவ்விடத்தில் உள்ளது என்று ஆராய்ந்து அதன் உள்ளே புகுந்து அற்றுப் போகும்படித் துளைத்து, புறமுதுகு காட்டுவோர்க்குப் பிச்சையாக உயிர்கொடுத்து, இவரை நேர்முகமாகக் காணமுடியாது என்று அஞ்சி விலகி வந்து உறையுள் புகுந்த குற்றுடைவாள் இடையில் இருக்குமாறு கட்டினர்.

குற்றுடைவாள், பணியதார் மனத்தில் புகுந்து அங்குள்ள துணிவை அழிக்கும். போரில் புறங்காட்டுவார்க்கு உயிர்ப்பிச்சை அளிக்கும்; சுலைமான் நபியை முகமுகமாக நோக்க முடியாதாகையால் விலகிவந்து உறையுள் புகுந்துகொள் ளும். வாளின் வீரம் கூறவே அஃதுடையாரின் வீரம் கூறியதாயிற்று.

மருமம் - உயிர்நிலை மார்பு; வென் - முதுகு; வென்கொடுத்தோர் - முதுகுகாட்டியோர்; இரப்பு உயிர் - உயிர்ப்பிச்சை; குற்றுடைவாள் - சிறிய உடைவாள்; விசித்தல் - கட்டல்; மருங்கு - இடை.

செம்மலர் வதன வனப்புநான் றதுபோற்
சிவந்தமா ணிக்கமா லிகையும்
விம்மிய வயிரப் புயவரை யதனில்
விரிமதிர் திரண்டுசூழ் வதுபோற்
கம்மெனக் கமழ்மல் லிகைமலர்த் தொடையுங்
கவினுற வணிந்தரு ணிறைந்து
தம்மில்வீற் றிருக்கும் விழிகளிற் சுறுமா
வெழுதினர் கலவையுத் தரித்தார். (63)

63. (1711) மலைபோன்ற தோளில் விம்மிப்புடைத்த உறுதி நிறைந்த சிவந்த மலர்போன்ற முக அழகு தொடுத்துக் கட்டியதைப் போன்ற சிவந்த மாணிக்க மாலையும் கம்மென்று மணம் கமழும் மல்லிகை மாலையும் விரிந்த கதிரொளி திரண்டு சூழ்ந்திருப்பதுபோல், அழகுற அணிந்து அருள் நிறைந்து தமக்குரிய இடத்தில் இருக்கும் விழிகளில் சுருமா தீட்டினர்; கலவைச் சாந்தும் பூசினர்.

செம்மலர் - சிவந்த மலர், அது தாமரை; வனப்பு - அழகு; நான்றல் - தொடுத்தல்; மாலிகை - மாலை; புயம் - தோள்; வரை - மலை; தொடை - மாலை; தம்மில் - தமக்குரிய இடம்; சுறுமா - கண்ணுக்கு இடும் கற்றூள்; எழுதினர் - தீட்டினர்; கலவை - சாந்து; தரித்தார் - பூசினார்.

அரும்பர கதியை யருள்கலி மாவு
மட்டமா சித்துக ளியற்ற
வரும்பல பலமந் திரமெவை யெவைக்கு
முள்ளுயிர் நிலைவழங் குவதாய்த்
தரம்பெறு மிசுமு லகுலமுங் குடையிற்
றக்கவன் குதறத்தா லெழுதி
யிருந்திடு மனந்த சோதிமுத் திரைமோ
திரமுங்கை விரலிலிட் டனரே. (64)

64. (1712) கிடைத்தற்கு அரியதாகிய மறுமைப் பேற்றை அருளும் கலிமாவுக்கும் எட்டுவகை சித்துகள் செய்ய உதவும் பலவகை மந்திரங்களுக்கும் உள்ளுயிர் வழங்கும் இசுமுல் அகுலம் ஆகிய பெயர்களுள் மகத்தானவையை இறைவனின் வல்லமையால் குடையில் எழுதியிருந்த அளவிலா ஒளியுமிழும் முத்திரை மோதிரத்தைக் கைவிரலில் இட்டனர்.

மணமகன் சுலைமான் நபியின் கைவிரலில் ஒளியுமிழும் முத்திரை மோதரம் இட்டனர். அம் மோதிரத்தின் குடையில் இசுமுல் அகுலம் பொறிக்கப்பட்டிருந்தது. அஃது இறைவனின் வல்லமையால் பொறிக்கப்பட்டது. மறுமை ஈடேற்றம் தரும் கலிமாவுக்கும் எட்டுவகை சித்துகள் செய்ய உதவும் மந்திரங்களுக்கும் உள்ளுயிர் வழங்குவது இசுமுல் அகுலம். கலிமா - இஸ்லாமிய மூலமொழி, லாயிலாஹா இல்லல்லாஹ்- அல்லாஹ்வைத் தவிர இறைவன் இல்லை என்பது. அட்டமா சித்து

- எட்டுவகை சித்துகள். பிற நினைவுகளை ஒழித்து இறைவன் நினைவில் ஒன்றி அவன் நெருக்கத்தைப் பெற்றவர்கள் எட்டுவகை சித்துகள் கைவரப்பெறுவர் என்பர். அவையாவன: அணிமா, மகிமா, கரிமா, இலகிமா, பிராத்தி, பிராகாமியம், ஈசத்துவம், வசித்துவம்.அணிமா - அணுப்போல் ஆதல்; மகிமா - மிகப் பெரியதாக ஆதல்; கரிமா - இரும்பு மலையைவிடக் கனமாதல்; இலகிமா - பஞ்சைவிட நொய்தாதல்; பிராத்தி - வேண்டுவன வேண்டியவாறு அடைதல்; பிராகாமியம் - நினைத்தபோதெல்லாம் அடைவது; ஈசத்துவம் - தெய்வநிலை அடைதல்; வசித்துவம் - யாவரும் வணங்கும் நிலை அடைதல்; இவை 'அட்டமா சித்தி' என்றும் இவை எய்தப்பெற்றவர் சித்தர் என்றும் அழைப்பர். இஸ்லாமிய ஞான மார்க்கம் இவற்றைப் பிள்ளை விளையாட்டு என்று ஒதுக்கிவிடும். இச் சித்துகளை வெளிப்படுத்த மந்திரம் உண்டு என்று கூறுகிறார் புலவர். கலிமாவிற்கும் சித்தியற்றும் மந்திரங்களுக்கும் உள்ளுயிர் அளிப்பது இசுமுல் அகுலம். இசுமுல் அகுலம் என்பது இறைவன் திருப்பெயர்களில் பெரியது. மகத்துவம் பொதிந்தது. இசுமுல் அகுலத்தை ஓதி எதைக் கேட்டாலும் கிடைக்கும் என்பர்.

அரும்பரகதி - அரிய மறுமைப் பேறு; இயற்ற - நிகழ்த்த; குடை - மோதிரக்குடை; தக்கவன் - இறைவன்; குதறத்து - வல்லமை.

கட்டழ கெவையுந் திரண்டுமா னிடரி
னுருக்கொளுங் கருணைநா யகத்தை
யிட்டமுற் றடைந்தோர் மனநிறை வேற
வலங்கரித் திலங்கொளி மணியால்
வட்டவெம் முலையா ரயினிகள் சுழற்றி
யடப்பைகோ டிகமணந் தருசாந்
தட்டதிக் கனைத்துங் கமழ்ந்திட விருபா
லடுத்துநின் றேந்தின ரன்றே. (65)

65. (1713) அழகு என்று சொல்லப்படும் அனைத்தும் ஒன்றாகத் திரண்டு மனித உருக்கொண்டு இலங்கும் கருணை நாயகத்தை, விரும்பி முன்வந்து தங்கள் மனவிருப்பம் நிறைவு பெறும் வண்ணம் அலங்கரித்தனர். வட்டமான கதகதப்பான முலையுடைய பெண்கள் மணியொளி இலங்கும் தட்டுகளால் ஆலாத்தி சுற்றினர். வெற்றிலைத் தட்டும் எட்டுத் திசையும் மணம் கமழும் சந்தனக் குழம்புத் தட்டும் ஏந்திய பெண்கள் இருபுறமும் நின்றனர்.

இட்டம் - விருப்பம்; வெம் - இளஞ்சூடு; அயினி - ஆலாத்தி; கோடிகம் - தட்டம்; சாந்து - சந்தனக் குழம்பு; அட்டதிக்கு - எட்டுத்திசை; இருபால் - இரு பக்கம்;

ஆதுலர் மறையோர் முதிய ரெவர்க்குவ
மவாவற வேண்டுவ தளித்துப்
பூதல மகனா மெவரும்வாழ்த் தெடுப்பப்
பூந்துகின் மிசைநடந் தேகிச்
சீதவொண் முகில்செந் தேன்மலர் பொழியத்
தெரிவையர் குரவைக ளியம்பக்
காதலித் தீன்ற நசாயிகு களிப்பக்
கவனவாம் பரியிலே றினரே. (66)

66. (1714) வறியவர், மறை பண்டிதர் முதலிய தேவையுடையவர்களுக்கு அவர்கள் விருப்பம் நிறைவேறும்படி அளித்து, எல்லாரும் வாழ்த்துக் கூற உலகப் பெருமகனார் சுலைமான் நபி மலர் பரப்பிய துணி விரிப்பில் நடந்து சென்று குளிர்ந்த மேகம் பொழிவதுபோல் தேன்நிறைந்த மலர் பொழிய பெண்கள் குரவை ஒலி எழுப்ப, காதலித்துப் பெற்றெடுத்த பல்கீசின் தாய் நசாயிகு உள்ளம் மகிழக் குதிரையில் ஏறினார்.

ஆதுலர் - தரித்திரர், வறியவர்; அவாவற - ஆசை நீங்க; பூதல மகனார் - உலகப் பெரு மகனார், இது சுலைமான் நபியைக் குறித்தது; பூந்துகில் - மலர் பரப்பிய துணிவிரிப்பு; மிசை - மீது; சீதம் - குளிர்ச்சி; தெரிவை - பெண்; குரவை - பெண்கள் கூட்டமாக நின்று எழுப்பும் வாயொலி; கவனவாம் பரி - குதிரை நடை.

குளிர்துடி யுறுமி திண்டிமந் தம்பூர்
பம்பைபே ரிகைகுட முழவ
மளவறு தடாரி முருடுவெம் முரச
மகன்றவாய்ப் பதலையா குளிகள்
வளமுறு நவுரி பூரிகா ளங்கை
மணியெழு மலைகளு மதிர
வொளிர்மணிக் கடலுந் திசையினெண் களிறும்
பயங்கொள வொலித்தலுற் றனரே. **(67)**

67. (1715) மத்தளம், உடுக்கு, உறுமி, தம்பட்டம், தம்பூர், பம்பை, பேரிகை, குடம், மேளம், தடாரி, முருடு, முரசு, அகன்ற வாயுடைய பதலை, ஆகுளிகள், பூரி, காளங்கை, மணி முதலிய வாத்தியங்கள், ஏழுமலைகளும் அதிரும்டியும் முத்து பவள மணி விளையும் கடலும் எட்டுத் திசை களிறுகளும் அஞ்சி நடுங்கும்படியும் முழக்கினர்.

குளிர் - மத்தளம்; துடி - உடுக்கை; முழவம் - மேளம்; திசையின் எண்களிறு - எட்டுத் திசைகளிலும் உள்ள யானைகள் அவற்றைத் திக்கயம் என்று கூறுவர். திசைகள் எட்டு. அவை கிழக்கு, தென்கிழக்கு, தெற்கு, தென்மேற்கு, மேற்கு, வடமேற்கு, வடக்கு, வடகிழக்கு ஆகியன. இந்த எட்டுத் திசைகளுக்கும் எட்டுப் பேர் காவலர்களாக உள்ளனர். அவர்கள் முறையே இந்திரன், அக்கினி, இயமன், நிருதி, வருணன், வாயு, குபேரன், ஈசானன் ஆவர். அவர்கள் அட்டதிக்குப் பாலகர் எனப்படுவர். அவர்களின் வாகனமே அட்டதிக்கயம் எனப்படும் எட்டு யானைகளும். அவற்றின் பெயர்கள் முறையே ஐராவேதம், புண்டரீகம், வாமனம், குமுதம், அஞ்சனம், புட்பதந்தம், சாருவபூமம், சுப்பிரதீபம் ஆகும். இது புராண மரபு.

கதிரவ னொளியான் மழுங்குறா நில்வு
கான்றெழு கவரியீ யகற்றி
விதிர்கொடி கவிகை விசிறிநீள் பீலி
வீசுவெண் கலைபெருஞ் சவள
முதிர்நெடுங் ககன முகடெலா மறைய
மொய்த்தன மணிபல குயிற்றி
மதரணி புணைந்த சிவிகைகோ லாரி
வண்டில்க ளனந்தமே வியதே. **(68)**

68. (1716) சூரியன் ஒளியால் மழுங்காத நிலவின் ஒளியுமிழும் கவரி வானவில்லை அகற்றி அசையும் கொடி, குடை, விசிறி நீளமான மயில்தோகை, வீசும் வெள்ளைச் சீலை, பெரிய ஈட்டி முதலிய அரச சின்னங்கள் மொய்த்து வான முகட்டை மறைத்தன. பலவகை மாணிக்கக் கற்கள் பதித்து அசையும் அலங்கரிக்கப்பட்ட பல்லக்குகளும், திருமண ஊர்வலத்திற்கென்றே அலங்கரித்து வரும் கோலாரி வண்டிகளும் ஏராளமாக நிறைந்தன.

கான்று - கக்கி; கவரி - கவரி மா என்னும் விலங்கின் மயிரைக் கொத்தாகத் தொடுத்த விசிறி, அரச சின்னங்களில் ஒன்று; ஈ - வானவில்; விதிர்தல் - அசைதல்; கவிகை - குடை; பீலி - மயிலின் தோகை; கலை - சீலை; ககனம் - வானம்; முகடு - உச்சி; குயிற்றுதல் - பதித்தல்; மதர் - ஆடி அசைதல்; கவிகை - பல்லக்கு; கோலாரி வண்டில் - திருமண ஊர்வலத்திற்கென்று அலங்கரித்து வரும் வண்டி; மேவியது - சேர்ந்தது, நிறைந்தது.

பார்வையி னடங்கா துயர்ந்துவிண் புகுந்து
பதிவுறப் பத்திபத் திகளாய்ச்
சேர்வையிற் செறித்த மணியொளி விரிந்து
செங்கதிர் மதியொளி மழுக்கிக்
கார்வயி னடைந்து வெண்முகி லனைத்துங்
கருமையாய்க் கருமைவெண் மையதா
யேர்வயங் குதல்செய் யிருபுடைப் புரவி
யிரதகோ டிகணெருங் கினவே. (69)

69. (1717) பார்வையில் அடங்காது உயர்ந்து வானமண்டிலத்தில் புகுந்து பத்திபத்தியாய் ஒன்றோடு ஒன்று பதிவுறச்சேர்ந்து கலந்துசெறிந்து அழகொளி விரிந்து சூரியசந்திர ஒளிகளை மழுக்கி, மேகத்தில் புகுந்து வெண் மேகத்தைக் கருமேகமாகவும் கருமேகத்தை வெண்மேகமாகவும் அழகு இலங்கச் செய்யும் குதிரை பூட்டிய தேர்கள் கோடிக் கணக்கில் இருபுமும் நெருங்கி வந்தன. பத்திபத்தியாய் ஒளிவீசும் தேர்கள் கோடிக்கணக்கில் திரண்டன. தேர்களின் ஒளி சூரியசந்திர ஒளிகளை மழுக்கி மேகமூட்டத்திலும் விந்தை புரிந்தது.

சேர்வை - கலவை; கார் - மேகம்; வயின் - இடம்; ஏர் - அழகு; வயங்குதல் - ஒளிசெய்தல்; புடை - பக்கம்; புரவி - குதிரை; இரதம் - தேர்.

உழைத்தட நெடுங்கண் மடவியர் மயலற்
றோர்மன நிலைநிகர் மலைகள்
புழைக்கரஞ் சிறுகண் புகர்முக முரற்றாள்
பொருபிறைக் கூரிணை மருப்பு
மழைத்தடங் கொதித்துப் பொழிதல்போற் பொழிந்து
வண்டல்பாய் கவுண்மதம் படைத்துத்
தழைத்துவாழ் நபிதம் பவனிகாண் பதற்குச்
சார்ந்தன நெருங்கின கயங்கள். (70)

70. (1718) பெரிய மலர்போன்ற நீண்ட கண்களை உடைய இளம் பெண்களின் ஆசையற்ற துறவிகளின் மனநிலைக்கு நிகரான மலைகள் போன்ற உருவமும்

தொளை உள்ள தும்பிக்கையும் சிறிய கண்ணும் உடைய யானை. ஒலி எழுப்பும் பாதமும் பொருதிய பிறைபோன்ற கூர்த்த இரு தந்தங்களும் மழைமேகம் கொதித்துப் பொழிவது போல் பொழிந்து சேறுபடும் மதநீர் பொழியும் கதுப்பும் உடையது. அத் தகைய யானைகள், தழைத்து வாழும் நபியின் திருமண ஊர்வலம் காண நெருங்கி வந்தன.

உழை - மலர்; தடம் - பெருமை; மடவியர் - இளம்பெண்கள்; மயல் - மையல், விருப்பம்; புழை - தொளை; புகர்முகம் - யானை; பொரு - பொருதிய, சேர்ந்த; இணை - இரண்டு; மருப்பு - தந்தம், கொம்பு; மழைத்தடம் - மேகம்; கவுள் - கதுப்பு; மதம் - மதநீர்; பனி - உலா, திருமண ஊர்வலம்; கயம் - யானை.

தரைகுழி குழிக்கு மடையலர் மகுடந்
தகர்க்குமொண் குளம்புள விசைக்கொண்
டிரையுணா தியங்கு நடையுள கவரி
யிணைநெடு வாலுள பாகர்
மருமநிச் சயங்க ளறிந்துள வயங்கு
வடிமணிக் குரலுள சுழியின்
பரிவுள மலர்த்தா ரணிந்துள பாயும்
பரிகளெண் ணிலசெறிந் தனவே. (71)

71. (1719) பாய்ந்து ஓடும்போது தரையில் குழி ஏற்படுத்துவதும், எதிரிகளின் மணிமுடியைத் தகர்க்கும் இயல்புடையதும், இரையும் உண்ணாது விசைகொண்டு ஓடும் நடையுள்ளதும், வீசும் கவரி போன்ற நெடிய வால் உள்ளதும், பாகர் உள்ளக் குறிப்பறிந்து இயங்கும் தன்மையுடையதும், மணியொலி போன்ற கூர்த்த குரலுடையதும், இசைவான உரோமச் சுழி உள்ளதும், மாலை அணிந்துள்ளதுமான பாயும் குதிரைகள் எண்ண முடியாத அளவில் திரண்டன.

அடையலர் - பகைவர்; விசை - வேகம், விரைவு; கவரி - அரச சின்னங்களில் ஒன்று, கவரிமா என்னும் விலங்கின் மயிரைக் கொத்தாகத் தொடுத்த விசிறி; மருமம் - நெஞ்சின் உயிர்நிலை, உள்ளம்; வயங்குதல் - ஒளி செய்தல்; வடி - கூர்மை; தார் - மாலை; பரி - குதிரை; செறிந்தன - மிகுந்தன.

முன்னிடு பதம்பின் பெயர்த்திடா வரைகண்
முழுதெதிர்க் கினுமனங் கலங்கா
ருன்னிடு பெரும்போர் புரிந்துசீர் பெறுதற்
கொருபொழு தினுமவா வொழியார்
துன்னிய புலவு மணப்படைக் கலத்தார்
தோற்றல்சோர்ந் தவரினு மறியார்
வென்னிடு பவர்கட் குயிரிடு கொடையார்
வீரர்கண் மிகத்திரண் டனரே. (72)

72. (1720) முன்வைத்த காலைப் பெயர்த்துப் பின்வாங்காதவர்களும் உலகம் முழுவதும் எதிர்த்து வந்தாலும் மனம் கலங்காதவர்களும் கிளர்ந்தெழுந்து பெரும்போர் புரிந்து சிறப்புப் பெறும் வேட்கை ஒரு போதும் ஒழியாதவர்களும் பிதுங்கும் புலால் நாற்றம் வீசும் படைக்கலன் உடையவர்களும் தம்மைச்

சேர்ந்தவர்களும் தோற்றலை அறியாதவர்களும் புறமுதுகாட்டுபவர்களுக்கு உயிர்ப்பிச்சை அளிப்பவர்களுமான வீரர்கள் மிகுதியாகத் திரண்டனர். 'துன்னிய புலவு மணப்படைக் கலத்தார்' என்றதனால் போர் செய்து எதிரியை வெட்டிச் சாய்க்கும் தொழில் ஒழியாதார் எனக் குறித்தார். 'தம்மைச் சேர்ந்தவர் தோல்வி அடைந்ததை அறியார் ' என்றதனால் தாமும் தோற்றறியார் என்பது பெறப்படும்.

முன்னிருபதம் - முன்வைத்த கால்; வரை - உலகம், மலையுமாம்; உன்னிடுதல் - கிளர்ந்தெழல்; சீர் - சிறப்பு; அவா - விருப்பம், வேட்கை; ஒழியார் - நீங்கார்; துன்னிய - பிதுங்கிய; புலால் - இறைச்சி, சதை; வென் - முதுகு; உயிரிடு கொடையார் - அவர் உயிரைப் போக்காது விடுவார், உயிர்ப்பிச்சை அளிப்பார்.

சந்தன மகிற்பூ வினிற்பல தினிலாந்
தயிலங்கள் பொழிபவர் பலரு
நந்தலில் கனக மணிச்செப்பி னிறைத்து
நறும்பன்னீர் வீசுவர் பலருஞ்
கந்தமே வியநால் வகையொன்றாய்க் கலந்த
கலவைச்சே ரிறைப்பவர் பலருஞ்
சிந்துமை முகில்க ளெனவரு பவனித்
திரளினிற் பரவினர் விரவி. (73)

73. (1721) சந்தனத்தில் அகிலில் பலவகை பூக்களில் எடுத்த பலவகையான தயிலங்கள், பொழிபவர்கள் பலரும் கெடுதல் இல்லாத அழகிய தங்கச் செம்பில் நிறைத்து நறுமணப் பன்னீர் வீசுபவர் பலரும் மணம்கமழும் நால்வகை சாந்தும் ஒன்றாய்க் கலந்த கலவைச் சாந்து இறைப்பவர்கள் பலரும் மழைபொழியும் கருமேகம் போல் திரண்டுவரும் ஊர்வலக் கூட்டத்தில் கலந்து பரவி நின்றனர்.

நந்தல் - கேடு அடைதல், கெடுதல்; கனகம் - பொன்; செப்பு - செம்பு; கந்தம் - மணம்; மைமுகில் - கருமேகம்; விரவி - கலந்து.

நவந்தர வியற்கை நறைகமழ்ந் தெழில்சேர்
நளினபொற் பதமலர் நீங்க
துவந்துறை தலைவர் பரபதி யரச
ரூருள புருடர்பூ வையர்கள்
கவின்கொளு முடிச்சின் குலத்தவர் பூத
கணந்திரண் முதலெவர் களுமே
தவங்களென் பதற்குள் ளுயிரென வருசுந்
தரனபி பவனியிற் கலந்தார். (74)

74. (1722) புதுமை விளங்க இயற்கை மணம் கமழும் அழகிய மென்மையான பொன்போன்ற பாதமலரை நீங்காது பூரிப்புடன் அருகிருக்கும் தலைவர்களும் அயல் நாட்டு அரசர்களும் ஊரில் உள்ள ஆடவர்களும் பெண்களும் அழகிய முடிபுனைந்த சின்குலத்தார், பூதகணத் திரள் முதலிய எல்லாரும், இறைவணக்கம் என்பதற்கு உள்ளுயிராக வந்து பிறந்த அழகு நபியின் ஊர்வலத்தில் கலந்துகொண்டனர்.

நவம் - புதுமை; தர - விளங்க; நறை - வாசனை; நளினம் - மென்மை; உவந்து - மகிழ்ந்து, பூரித்து; தலைவர் - படைத்தலைவர் முதலியோர்; பரபதி - அயல்நாடு; கவின் - அழகு; தவம் - இறைவணக்கம்; வரும் - பிறந்து வரும்.

கனிபழுத் துதறுங் கதிரவ னுழையாக்
கருஞ்செழுஞ் சோலைசூழ் வகுதைத்
தனியதி பதியா மகுமது நயினான்
றருநிதி துரையப்துல் காதிர்
புனிதவுள் ளிதையா சனத்தினி லிருந்து
புகழினி லிருந்துவா ழரசு
நனிகமழ் பசிய பரியின்மீ திருந்து
நடத்தினர் பெருங்குழா நெருங்க. (75)

75. (1723) கனிகள் பழுத்து உதிரும் சூரியன் நுழையாத கரிய செழுமையான சோலைகள் சூழ்ந்த வகுதை நகரின் தனியரசாகிய முகமது நயினான் ஈன்ற செல்வன் துரை அப்துல் காதிரின் உள்ளத்தை இருக்கையாகக் கொண்டு அவன் புகழினில் உள்ளிருந்து வாழும் அரசர் சுலைமான் நபி சிறப்புமிக்க குதிரைமீது அமர்ந்து, பெரிய கூட்டம் நெருங்கிவர ஊர்வலம் நடத்தினார்.

அதிபதி - அரசன்; தரும் - ஈன்று தந்த; பசிய - சிறப்புமிக்க; நனி - மிக்க.

மன்னர்சின் கணங்க ளணிமுடி கதிர்பொன்
மடந்தையர் முகநிறை மதிபோற்
துன்னிய வயவ ரணிபுய வயிரந்
துலங்குபொன் மீனினத் தொகைபொன்
மின்னுதல் கொடியாற் குடைகளாற் றா
விருந்தத்தால் வான்மறை வதனா
லின்னிலத் திழிந்து கதிர்மதி பலவாய்
மீனொடு நோக்குதற் கியையும். (76

76. (1724) மன்னர்களும் சின்கூட்டங்களும் அணிந்திருக்கும் மணிமுடிகள் சூரியன் போல் ஒளிர்ந்தன. பொன்னிறப் பெண்களின் முகங்கள் நிலவுபோல் இலங்கின. வீரர்கள் அணிந்திருந்த வயிரம் பதித்த பொன்னணிகள் நட்சத்திரங்கள்போல் மின்னின. அது, கொடிகளாலும் குடைகளாலும் பெரிய ஆலவட்டங்களாலும் வானம் மறைந்ததனால், சூரியனும் நிலாவும் நட்சத்திரக் கூட்டங்களுடன் இறங்கிவந்து திருமண ஊர்வலத்தை அருகில் இருந்து பார்ப்பதுபோன்று உள்ளது.

மணிமுடிகள் சூரியன். மாதர் முகம் நிலவு. நகைகளில் பதித்த வயிரங்கள் நட்சத்திரக் கூட்டம். கொடிகளும் குடைகளும் ஆலவட்டங்களும் வானத்தை மறைத்தன. ஊர்வலம் காண விரும்பிச் சூரியனும் நிலவும் நட்சத்திரங்களும் பூமியில் இறங்கி வந்து காண்கின்றன.

கதிர் - சூரியன்; மடந்தையர் - பெண்கள்; நிறைமதி - முழுமதி; துன்னிய - நெருங்கிய; வயவர் - வீரர்; மீனினத் தொகை - நட்சத்திரக் கூட்டம்; தாலவிருந்தம் - ஆலவட்டம், பெரிய விசிறி; இழிந்து - இறங்கி; இயையும் - ஒக்கும், பொருந்தும்.

மிகுந்தசின் கணமெக் களிப்பினின் முழங்கு
முழக்கமே மேகவெங் குரலாய்ப்
பகர்ந்ததிண் புயவீ ரரின்படைக் கலத்திற்
படரொளி மின்னலாய்ப் பன்னீர்
புகுந்துவா னுலவு மணச்செழுங் குழம்பு
தயிலங்கள் பொழிவது துளியா
யகன்றிடா தொலித்து மின்னிமூ வகைபெய்
தருள்விடா மாரியொப் பாமால். **(77)**

77. (1725) மிகுதியாகத் திரண்டு வந்த சின் கூட்டங்கள் எக்களித்து முழக்கும் வாழ்த்தொலியே மேகத்தின் வெய்ய குரலான இடி முழக்கமாய், புகழப்பட்ட திண்ணிய தோள் வீரரின் படைக்கலத்தில் படரும் ஒளி மின்னலாய், பன்னீரும் நறுமணக் கலவைக் குழம்புகளும் தயிலங்களும் தெளிப்பது வானத்தில் புகுந்து உலாவிச் சிந்திய அதுவே பொழியும் மழைத்துளியாய் இடைவிடாமல் நீங்காது ஒலித்தும் மின்னியும் மூன்று வகையான அருள் மழைகள் விடாமல் பெய்வதை ஒத்திருந்தது. சின்கூட்டங்களின் முழக்கம் இடிக்குரல், வீரரின் படைக்கல ஒளி மின்னல், பன்னீர் சந்தனம் தயிலங்கள் தெளிப்பது மழைத்தூறல், இவை மூன்றும் மூன்று வகை அருள் மழை.

முழக்கம் - வாழ்த்தொலி; வெங்குரல் - வெய்யகுரல், கடுமையான இடிக்குரல்; வெம்மை - கடுமை; பகர்ந்த திண்புய வீரர் - புகழப்பட்ட திண்ணிய தோளுடைய வீரர்; பகர்தல் - பாராட்டல், புகழ்தல்; மாரி - மழை.

படித்தலம் வளைந்த கடற்கப்பா லியானை
யிறாஞ்சிப்பட் சிகள்குடம் பைகள்வைத்
திடத்தகு நெடிய பெருமரங் களினா
லியற்றிச்செம் மணிப்பிடி குயிற்றித்
திடக்கிரி நிகர்தண் டாயுத மெடுத்துச்
சின்கணஞ் சிரமஞ்செய் திடுதற்
றொடுத்ததிற் கிரணந் துலங்குத லுபைய
சூரிய ராடல்போற் றோன்றும். **(78)**

78. (1726) உலகை அடைய வளைந்திருக்கும் கடலுக்கு அப்பால் ஆனையிறாஞ்சிப் பறவைகள் கூடுகட்டத் தக்க நீண்டுயர்ந்த பெரிய மரங்கள் உள்ளன. அந்த மரங்களை வெட்டிச் செய்து பிடியில் மாணிக்கக் கற்களை பதித்த பெரிய மலை போன்ற தண்டாயுதங்களை ஏந்திச் சின் கூட்டங்கள் சிலம்பம் ஆடுகின்றன. அதிலிருந்து சுடர் இலங்குகின்றது. அவ்வாறு இலங்குவது இரண்டு சூரியன்கள் ஆடுவதுபோல் உள்ளது.

படித்தலம் - உலகம்; குடம்பை - கூடு; இயற்றி - செய்து; செம்மணி - மாணிக்கம்; குயிற்றி - பதித்து; திடக்கிரி - உறுதியான மலை; தண்டாயுதம் - சிலம்பக்கழி; சிரமம் - சிலம்பம்; கிரணம் - ஒளி, சுடர்; உபையம் - இரண்டு.

நலிவறு மிறைவன் றூதுவா சியின்முன்
னயவிளை யாடலா யெதிர்ந்து

வலிமிகு முபைய சின்கண்மற் பொருதன்
மலைகண்மற் பொருதல்போற் றுலங்குஞ்
சொலியிரு புயங்கொட் டிடுமொலி முரசத்
தொனியெலா முகிலெலா மடக்கிக்
கலியையு மொடுக்கி யளவறு பூத
கணச்செவி புகுந்துட றுணுக்கும். (79)

79. (1727) நலிவுகள் இல்லாத இறைவனின் தூதர் சுலைமான் நபி ஏறிவரும் குதிரையின் முன்னே, இரண்டு வலிய சின்கள் நட்புமுறை மற்போர் புரிந்தன. எதிர் எதிரே நின்று அவை பொருதுதல் இரண்டு மலைகள் மோதுவது போல் இருந்தது. இரண்டு தோள்களையும் விருது கூறிக் கொட்டிடும் ஒலி பெரிய முரசின் முழக்கம் போல் எழுந்து மேகங்கள் எழுப்பும் இடியோசை அடங்கச் செய்தது; உலகில் புக முயன்ற சைத்தானியச் சத்திகள் ஒடுங்கி அடங்கச் செய்தது; அளவற்றதான பூதக் கூட்டங்களின் செவிகளில் புகுந்து உடல்கள் நடுங்கச் செய்தது. மற்போர் புரிவோர், எதிரியை நோக்கித் தன்வலிமை கூறித் தோள் தட்டுவது வழக்கம்.

நலிவறு - துன்பற்ற; வாசி - குதிரை; நயவிளையாடல் - நட்புமுறை ஆட்டம்; எதிர்ந்து - எதிர் வந்து; உபையம் - இரண்டு; மற்பொருதல் - மற்போரிடுதல்; சொலி - தன் வலிமை கூறி; புயம் - தோள்; தொனி - ஒலி; முகில் - மேகம்; கலி - அறம் தளர்ந்து மறம் தலையெடுக்கும் காலம் கலிகாலம் எனப்படும், அதுவே கலி எனச் சுருக்கியும் கூறப்படும், அதுவே இங்குச் சைத்தானியச் சத்தி எனப்பட்டது; அளவறு - அளவில்லாத; துணுக்கும் - நடுங்கச் செய்யும்.

மதகரி மருப்பு வீக்கிய சடையும்
வக்ரதந் தமும்புகை விழியு
மதிகமை யிருண்மே னியுமுள பூத
மனந்தங்க ளிணையிணை யாக
வெதிரின்மல் விளையா டிடல்கரு முகில்க
ளிவணில்வந் துறுப்புகள் படைத்துக்
கதிரிளம் பிறைகள் சிலைகலை யிலங்கக்
கட்டிமற் பொருவது நிகர்க்கும். (80

80. (1728) மதயானையின் கொடும்புகள் போல் எடுத்துக் கட்டிய சடையும், வளைந்த கோரைப் பல்லும், புகை கக்கும் கண்ணும், கரிய மை போல் மிக இருண்ட உடலும் கொண்ட பூதங்கள் ஏராளமாக முன்வந்து இணையிணையாகச் சேர்ந்து எதிரே மற்போர் புரிந்தன. அக் காட்சி கருமேகங்கள் இறங்கி வந்து உடல் உறுப்புகள் உண்டாக்கிக் கொண்டு இளம்பிறையின் ஒளியை ஆடையாகத் தரித்து கட்டிப் பிடித்து மற்போர் செய்வது போன்றிருந்தது.

மதகரி - மதநீர் ஒழுகும் யானை; மருப்பு - தந்தம், கொம்பு; வீக்கிய - கட்டிய; வக்ர தந்தம் - வளைந்த பல், கோரைப்பல்; அனந்தம் - ஏராளம்; இவண் - இங்கு; கலை - ஆடை; பொருவது - பொருதுவது.

மருட்டொளி மணிக்கஞ் சுகிமுடி தரித்த
வலிப்புயச் சின்கள்வே டிக்கைப்
பொருட்டினாற் கரிய பூதவே தாளந்
தனைவிசும் பிடைப்புகுத் தெய்த
வுருட்டிவிட் டெறிந்து கரத்தினிற் பலகி
லேந்தியங் குலாவுடன் போத
லிருட்டினைத் திரட்டிக் கதிரவன் கரத்தா
லெறிந்தெறிந் தேந்துத லிணைக்கும். (81)

81. (1729) பிறரை மருட்டும்படியாக ஒளிவீசும் மாணிக்கக் கல்லுடைய பாம்பினை மணிமுடியில் தரித்துக்கொண்ட வலிய தோளுடைய முரட்டுச் சின்கள் வேடிக்கையாகக் கரிய பூதங்களையும் வேதாளங்களையும் பிடித்து வானத்தில் எறிகின்றன. அங்கிருந்து அவை உருண்டு வருகின்றன. மீண்டும் பிடித்து எறிகின்றன. மீண்டும் அவை உருண்டு வருகின்றன. இவ்வாறு செய்துகொண்டே ஊர்வலத்துடன் சேர்ந்து போகின்றன. அக் காட்சி இருட்டினை பிடித்துக் கையில் ஏந்தி எறிந்து சூரியன் விளையாடுவது போன்றிருந்தது.

மருட்டும் - மருளச் செய்யும்; ஒளிமணிக் கஞ்சுகி - ஒளிமணி உடைய பாம்பு; கஞ்சுகி - பாம்பு; வலி - வலிமை; விசும்பு - வானம்.

அவிரொளிர் மணிக ளெனவொளிர் தேக
வாண்சினும் பெண்சினுஞ் சேர்ந்த
குவிதிரட் சிலது திருநபி நடத்துங்
கொய்யுளை முன்புபோய் நோக்கி
நவிலுமந் தரத்திற் பரந்துபார்த் திமையா
நாட்டமோ டிவணில்வந் திடுதல்
கவினரம் பையரும் புருடரும் வதுவைக்
காட்சிநோக் கிடவரல் பொருவும். (82)

82. (1730) ஒளிபரப்பும் மாணிக்கக் கற்கள் போல் மேனியுடைய ஆண் சின்களும் பெண் சின்களும் இணைசேர்ந்த சில சின் இணைகள் திருநபி நடத்தும் குதிரையின் முன்னே சென்று நோக்கி வானத்தில் பார்த்துப் பார்த்துக் கண் இமைக்காமல் இங்கு வருவதும் போவதுமாக இருக்கின்றன. அது, வானவப் பெண்கள் தம் கணவரோடு திருமணக் காட்சி காண வருவது போன்றிருந்தது. காட்சி வியப்பில் மயங்கிக் கண் இமைக்காமல், பார்த்தபடி வான் வழியே வருகின்றன. அது வானவ ஆடவர் பெண்டிர் வருவது போன்று இருந்தது.

அலர்தல் - விரிதல்; மணி - மாணிக்கக் கல்;; குவிதிரள் - குவிந்ததிரட்சி; கொய்யுளை - குதிரை; அந்தரம் - வானம்; இமையாநாட்டம் - கண் இமையாதிருத்தல்.

கருணையங் கடலா கியநபி திருமே
னியிற்கமழ் வாசமும் பொழியும்
பரிமளக் குழம்பிற் றயிலத்திற் புதுப்பன்
னீரினில் வாசமும் பரந்து
விரிகடற் றளமு மாடமா ளிகையு
மேவினோ ரியாவர்மே னிகளுந்

தெருவுமெங் காணுமே கமழ்ந்துமல் லிகையிற்
சிறந்தன மணமிலா மலரும். (83)

83. (1731) அருட்கடலாகிய நபியின் திருமேனியிற் கமழ்ந்த மணமும் வீசும் வாசனைக் கலவைச் சாந்திலும் தயிலத்திலும் புதுப் பன்னீரிலும் கமழ்ந்த மணமும் பரந்து, விரிந்த கடற்கரையிலும் மாட மாளிகைகளிலும் அங்குக் கூடியிருந்த யாவர் மேனியிலும் தெருவிலும் எங்கும் கமழ்ந்தது. மணமில்லா மலர்கள் எல்லாம் இந் நறுமணச் சேர்க்கையால் மல்லிகைப் பூவைவிட மேலாக மணந்தன.இயற்கையில் மணமிலா மலர்ளும் மல்லிகையைவிட மணம் வீசின.

பரிமளம் - நறுமணம்; மேவினோர் - கூடினோர்.

முன்னழ கதனை நோக்கிநின் றொதுங்கிக்
கொய்யுளை முன்புபோந் ததற்பின்
பின்னழ கதனை நோக்கிநின் றோடிப்
பெயர்நடை யினில்வலப் பாகந்
துன்னழ கதனை நோக்கிநின் றிப்பாற்
சுற்றிவந் தேயிடப்பாக
மின்னழ கதனை நோக்கிநின் றுலவி
வீதியெங் கணுஞ்சிலர் திரிவார். (84)

84. (1732) குதிரையின் முன்னே போய் முன்னழகை ஒதுங்கி நின்று பார்த்து, அதன்பின் பின்னழகை ஓடிப் பார்த்து, நடந்து போய் வலப்பக்கத்து அழகை நின்று பார்த்துவிட்டுப் பின்னர் சுற்றிவந்து இடப்பக்கத்து ஒளி அழகை நோக்கி நின்று உலவியபடி சிலர் வீதி எங்கும் திரிவார்.

கொய்யுளை - குதிரை; போந்து - போய்; துன்னழகு - பிதுங்கும் அழகு.

விடுசுடர் மதிபோற் கவரிவெண் ணுரையும்
வேந்தர்தம் மகுடகோ டிகளிற்
றொடைகளி லிலங்கு மணிகளு நறும்பொற்
றோட்கணைத் தூணியாஞ் சுறவு
மிடையறா முழக்கந் தருபெரும் பவனித்
தானையென் றிடுகட லினிலே
நெடுவரி கயற்கண் ணியரெனு மமுதந்
தோன்றியெங் கணுநிறைந் தனவே. (85)

85. (1733) இடையறாது முழங்கும் பெரிய ஊர்வலப்படை என்னும் கடலினிலே, ஒளிவீசும் நிலவு போன்ற கவரி ஆகிய வெள்ளை நுரையும், அரசர்களின் மணிமுடிகளிலும் கழுத்தில் பூண்ட ஆரங்களிலும் இலங்கும் மணிகளும், பொற்றோளில் அணிந்த அம்புக் கூடாகிய சுறாவும் நெடிய செவ்வரி படர்ந்த மீன் போன்ற கண்ணுடையார் ஆகிய அமுதமும் தோன்றி எங்கும் நிறைந்தன. ஊரவலப் படை, கடல். கவரி, கடலில் தோன்றும் வெண்ணுரை. முடிகளிலும் அணிகளிலும் பதித்த மணிகள், கடல்மணிகள். அம்புக்கூடு, சுறாமீன். கயற்கண் ணியர், அமுதம். வெண்ணுரையும் முத்து பவளம் முதலிய மணிகளும் சுறாவும் கடலில் விளைவன. அமுதமும் அங்கே விளையும் என்பது புராண மரபு. ஊர்வலப் படையைக் கடல் என்பதற்கேற்ப அங்கு விளைவனவும் கூறினார்.

மதி - நிலவு; கவரி - அரச சின்னங்களில் ஒன்று, கவரிமா என்னும் விலங்கின் மயிரைக் கொத்தாகத் தொடுத்தது, விசிறி போல் காற்றுக்கு விசிறுவது; தொடை - நகை; கணை - அம்பு; தூணி - அம்புக்கூடு; தானை - படை; நெடுவரி - மாதர் கண்களில் படர்ந்திருக்கும் செவ்வரி.

கலித்துறை

அரிய நன்னபி பவனியின் முழக்கங்கேட் டறிந்தே
பெரிய கண்மடந் தையருயர் மாடக்கள் பிறங்கி
விரிம ணிக்கதிர் வாயில்கண் முகப்புவே திகைக
டெரிய நோக்குமவ் விடந்தொறுந் தெருத்தொறுஞ் செறிந்தார். (86)

86. (1734) மனிதர்களில் அரியவரான நபியின் ஊர்வல முழக்கத்தைக் கேட்டு அறிந்து கொண்ட பெரிய கண்களையுடைய பெண்கள், உயர்ந்த மாடங்களில் நிறைந்து ஒளிவீசும் மணிகள் பதித்த வாயில் முகப்புகளிலும் திண்ணைகளிலும் கண்களால் பார்க்கக் கூடிய இடங்களிலும் தெருக்களிலும் கூடி நிறைந்தனர்.

பவனி - ஊர்வலம்; மடந்தை - பத்தொன்பது வயதுடைய பெண்; பிறங்கி - நிறைந்து; வேதிகை - திண்ணை; செறிந்தார் - மிகுதியாகச் சேர்ந்தார்.

தேன துள்ளுறை சுவையென மணியொளி திரண்டு
தான மெல்லிய ருருவெடுத் தினவிடை தமக்குண்
டான தில்லென வுண்டெனத் தென்றலி லசையும்
வான மின்னென மயிலெனத் தோன்றினர் மடவார். (87)

87. (1735) தேனின் உள்ளே உறையும் சுவை எனவும் இரத்தின மணிகளின் ஒளி திரண்டு அழகிய தொப்புள் உடைய மென்மையான பெண் உருவம் எடுத்தது எனவும் தமக்கு இடை உண்டாகவில்லை எனவும் உண்டு எனவும் தென்றலில் அசையும் வானத்து மின்னல் எனவும் மயில் எனவும் நினைக்கும்படித் தோன்றினர் அப் பெண்கள்.

உதானம் - தொப்புள்; மடவார் - பெண்கள்.

உருக்க லாமெனச் சொலவருங் கனகமொண் கொவ்வை
முருக்கெ லாங்கரி தழினர வடிவினிம் மூதூ
ரிருக்க லாமெனத் விருந்திவண் புகுந்தெனத் வின்பப்
பெருக்கே லாந்திரண் டவையெனத் தோன்றினர் பெண்கள். (88)

88. (1736) அணிமணிகள் செய்வதற்காக உருக்கலாம் என்று நினைக்கத் தோன்றும் தங்கக் கட்டியும், ஒளிவீசும் கொவ்வைப் பழமும் முருங்கைப் பூவும் இதழுடைய மனித வடிவம் கொண்டு இப் பேரூரில் இருக்கலாம் என்று விரும்பி வந்து இருப்பது போலவும் இன்பப் பெருக்கெல்லாம் ஓரிடத்தில் திரண்டிருப்பது போலவும் தோற்றம் வழங்கினர் பெண்கள்.
இப் பாட்டின் இரண்டாம் அடியில் உள்ள 'முருக்கெலாங்கரி தழினர வடிவினில்..' என்னும் தொடர் தெளிவாக இல்லை. 'கரிதழன் என்னும் சொல்லொட்டு விளங்கவில்லை.

'உருக்கலாம் எனச் சொலவரும் கனகம்' என்றது மாதர் முலையை. 'கனக முலை' என்று பட்டினத்தாரும் பாடினார். முருக்கு, முருக்கப்பூ. அது மாதர் பல்லுக்கு உவமை. கொவ்வை, கோவைப் பழம், மாதர் இதழுக்கு உவமை. பொற்கட்டி கோவைப் பழம் முருங்கைப் பூ ஆகியவை மனித வடிவம் கொண்டு இப் பேரூரில் இருந்து வாழலாம் என்று வந்திருக்கின்றன என்று கற்பனை செய்கிறார் புலவர்.

கனகம் - பொன்; கொவ்வை - கோவை; முருக்கு - முருங்கைப் பூ; நரவடிவு - மனிதவடிவு; கரி - சாட்சி; மூதூர் - பேரூர், நகரம்; இவண் - இங்கு.

விண்ணி டத்தினி லூறைமலர்க் கொடிலா மேவி
யெண்ணி டத்தகாக் கவின்மடந் தையருரு வெடுத்துக்
கண்ணி டத்தினி லடக்கொணாக் காட்சியைக் காண
மண்ணி டத்தில்வந் தவையெனத் தோன்றினர் மாதர். (89)

89. (1737) வானவர் உலகத்தில் உள்ள பூங்கொடிகள் எல்லாம் விரும்பி எண்ண முடியாத அழகு பெண்கள் உருவம் கொண்டு, கண் பார்வைக்குள் அடக்க முடியாத ஊர்வலக் காட்சியைக் காண இம் மண்ணுலகத்திற்கு வந்தவை போல் தோன்றினர் பெண்கள்.
பெண்களைப் பூங்கொடி எனல் இலக்கிய வழக்கு. "ஒரு பூங்கொடியோ மலர்க்கூட்டமோ" என்று பாரதிதாசனும் பாடினார்.

சேல்கள் போல்விழி பவளங்கள் போலிதழ் சிறுத்த
நூல்கள் போலிடை மலைகளைப் போன்முலை நுகர்தேன்
பால்கள் போன்மொழி யொடுபல வுறுப்பெலாம் படைத்து
மால்க ளியாவதுந் தோன்றல்போற் றோன்றினர் மானார். (90)

90. (1738) மான் போன்ற பெண்கள், சேல்கெண்டை மீன் போன்ற கண்களும் பவளம் போல் சிவந்த இதழ்களும் சிறுத்த நூலிழை போன்ற இடுப்பும் மலைகள் போன்ற பருத்த முலைகளும் சுவைத்துப் பருகும் தேனும் பாலும் போன்ற மொழியும் பிற உறுப்புகளும் படைத்து மயக்கந்தரும் யாவும் ஒருங்கே திரண்டிருப்பது போல் தோன்றினர்.

நுகர்தல் - பருகல்; மொழி - பேச்சு; மால் - மயக்கம், வலையும் ஆம்.

மஅளவில்லாமல் சூழ்ந்திருக்கும். இவ்வாறு துலங்கும் அந் நகரத்தின் வளத்தை ஆராய்ந்து உலகச் சொர்க்கம் என்று புகழ்வார்கள்.

குலவெழின் - குலவும் எழில்; தரளம் - முத்து; அலர் - மலர்தல்; நளினம் - தாமரை; வாவி - குளம்; தண்டலை - சோலை; அனந்தம் - அளவற்ற; துலகு அதன் வளம் - துலங்கும் அதன் வளம்; பூலோகம் - நிலவுலகம்; சொற்கம் - சொர்க்கம்; இசை - புகழ்.

அன்னக ரதனின் மாலீக் கருளிய காரீ தென்போன்
மன்னர சிருந்தான் மேலொண் மணிமுடிச் சத்தா தீன்ற

வின்னுயிரக் குமரன் செங்கோ லியற்றின னிதன்பின் னிவ்வேந்
துன்னகப் பொருளா மைந்த னுறக்கத்து வுறைய லுற்றான். (4)

4. (1303) அந் நகரத்தில், மாலீக்கு என்பவன் பெற்ற மகனான காரீது என்போன் அரசு புரிந்தான். பின்னர் ஒளிவீசும் மணிமடி புனைந்த சத்தாது பெற்ற உயிரான மகன் செங்கோல் நடத்தினான். அதன்பின் இவ் வேந்தனின் அகப்பொருளாக மதிக்கத்தக்க மகன் உறக்கத்து என்போன் அரசனாக இருந்தான்.

மாலீக்கு, காரீது, சத்தாது, உறக்கத்து - மன்னர் பெயர்கள்; அருளிய - பெற்ற; மன்னரசு - பொருந்திய அரசு; ஒண் - ஒளி; ஈன்ற - பெற்ற; இயற்றினன் - நடத்தினான்; உன்னகப் பொருள் - உன்னும் அகப் பொருள், நினைக்கும் அகப்பொருள்; உறையலுற்றான் - இருந்தான்.

அடலரி யிவன்பின் புன்மை யனைத்தும்வான் றடவு செந்தீ
வடவையும் விடங்க ளியாவு மனுவுரு வெடுத்த தொப்பாய்ச்
சுடர்மணி வயிரத் தோளான் குமையிறு சுதனாய்த் தோன்றுங்
கொடியவன் சுறாயிக் கென்போன் குடையொன்றிற் புடவி
கொண்டான். (5)

5. (1304) வீரச் சிங்கம் போன்ற இவனுக்குப் பின், சிறுமை அனைத்தின் திரட்சியும் வானத்தைத் தொட்டுத் தடவும் ஊழித் தீயும் நச்சுகள் யாவும் ஒன்றாகத் திரண்டு மனித உருவம் கொண்டு வந்ததற்கு ஒப்பாகக் கொடியவன் சுறாயிக்கு என்போன் நிலவுலகம் முழுவதையும் ஒரு குடையின் கீழ் கொண்டு ஆண்டான். வயிரத்தோள் உடையவனான குமையிறுவின் மகனாகப் பிறந்தான்.

அடல்அரி - வீரச்சிங்கம்; புன்மை - சிறுமை; வடவை - வடவாக்கனி, ஊழித்தீ; விடம் - விஷம், நஞ்சு; மனு - மனிதர்; சுதன் - மகன்; புடவி - நிலவுலகம்.

பொய்வகை களவு நிந்தை கொலைமதுப் பொசித்த லென்னு
மைவகைப் பவங்கி ரீட மாயதற் கடுத்த புன்மைச்
செய்வகை யெவையுந் தேகக் கலங்களாய்ச் சிறக்கப் பூண்டு
மொய்வகை யிபுலீ சுக்கு முதன்மக வாயி னானே. (6)

91. (1739) பூங்கொடி போன்ற நுண்ணிய இடையுடைய பெண்கள், மனம் விரும்பும் நறுமணங்களைப் பூசிக்கொண்டும் அணிமணிகள் புனைந்துகொண்டும், ஊர்வலம் வரும் திருநபி தம்மை அன்னார்களும் கிளிகளும் குயில்களும் பெண்யானை இனங்களும் தொடர்ந்து வருவது போல் செல்வச் செழிப்புடன் தொடர்ந்து உலா வந்தனர்.

சுகந்தம் - நறுமணம்; பூண் - அணிமணிகள்; வனைந்து - புனைந்து; தனம் - செல்வம்; பவனி - ஊர்வலம்,ா; அனம் - அன்னம்; பிடியானை - பெண்யானை.

வேலை யோர்புறந் திரண்டென நோக்கமும் விழிபூஞ்
சோலை யோர்புறந் திரண்டெனக் கூந்தலுந் தோன்ற

மாலை யோர்புறஞ் சரிந்திட சிலம்புவாய் புலம்பச்
சேலை யோர்புறஞ் சரிந்திட வந்தனர் சிலரே. (92)

92. (1740) வேல்கள் எல்லாம் ஒருங்கே ஓரிடத்தில் திரண்டாற் போன்ற பார்வையும் பூஞ்சோலைகள் எல்லாம் ஒருங்கே ஓரிடத்தில் திரண்டாற் போன்ற கூந்தலும் தோன்ற மாலைகள் ஒருபக்கம் சரிய காற்சிலம்பு வாய் ஒலிக்க சேலை ஒருபக்கம் சரிந்திடச் சிலர் வந்தனர்.

வேலை - ஈட்டி, வேல்; நோக்கம் - பார்வை; சிலம்பு - மாதர்காலில் அணியும் காப்பு; புலம்ப - ஒலிக்க.

கோணற் கொண்டைதம் மிதயத்தின் படிவராக் குறையி
னாணற் கொண்டொளித் திருந்துநோக் கினர்சிலர் நயனங்
காணற் கொண்டதின் மயன்மிகுந் தேமுனங் கருத்திற்
பூணற் கொண்டநா ணந்தனை மறந்திங்குப் புகுந்தார். (93)

93. (1741) தலையில் முடித்த கொண்டை தாம் விரும்பியது போல் அமையால் கோணலாகி விட்டதனால் வெட்கம் கொண்டு மறைந்து நின்று பார்த்தனர் சிலர்; கண்ணால் கண்ட காட்சியில் மயங்கிய நிலையில் முன்னர் பெரிதாக மதித்த நாணத்தை மறந்த சிலர் கூட்டத்திற் புகுந்தனர்.
முற்கூறப்பட்ட பெண்கள் நாணத்தால் ஒளிந்து நின்று நோக்கினர். பிந்தியவர்கள் காட்சி அழகில் மயங்கிய மயக்கத்தில் தம்மை மறந்து நாணத்தை மறந்து கூட்டத்தில் புகுந்தனர்.

நயனம் - கண்; மயன் - மயல், மையல், மயக்கம்.

மொழிசெம் பொன்மணி நகையெலா மணிந்துபூ முடித்து
விழிகு ளிர்ந்திட வலங்கரித் தனங்கரி விரைவுண்
டொழிவ தின்றித்தம் வாயற்கு மனைக்குமா யொழுகி
வழிகு ழிந்திடத் திரிந்தபூ வையர்சிலர் வந்தார். (94)

94. (1742) செம்பொன் மணி நகைகள் அணிந்து தலையில் பூச்சூடி காண்பவர் கண்கள் குளிர்ந்திடும்படி அலங்கரித்துக் கொண்டு அன்னம்போல் தம் மனைக்கும் வாசலுக்குமாக இடையறாது நடந்து, நடந்த பாதை பள்ளமாகும்படித் திரிந்த பூப்போன்ற பெண்கள் சிலர் வந்தனர்.

அனம் - அன்னம்; கரி - காட்சி; விரைவுண்டு - விரைந்து; ஒழுகி - நடந்து.

கடலெ னத்திரு நபிபவ னியினொலி காதிற்
படரு மப்பொழு தினிற்கரக் கிளியைப்பஞ் சரத்தில்
விடவி டப்பினுங் கரத்தில்வந் துறமிக விரைவாய்
மடவ னத்திரள் கிளிசுமந் தெனச்சிலர் வந்தார். (95)

95.(1743) கூண்டில் இருந்த கிளியைக் கையில் வைத்து விளையாடிக்கொண்டிருந்தனர் அன்னம் போன்ற பெண்கள். அப்போது நபியின் ஊர்வல முழக்கம் கடலோசை போன்று காதில் வந்து படவே, விரைந்து கிளியை கூட்டில் விட்டனர். ஆனால் அஃது அங்குத் தரியாது கையில் வந்து

அமர்ந்தது. தொடர்ந்து கூட்டில் விடவிட கையில் வந்து அமரவே ஊர்வலம் காணும் ஆவலில் கையில் கிளியோடு விரைந்து வந்தனர். அது அன்னக்கூட்டம் கிளி சுமந்து வருவது போன்றிருந்தது.

பஞ்சரம் - கூடு.

பந்தி சேர்ந்திடக் கமலத்தின் மணிகளைப் பரப்பி
யிந்து போன்றவத் திரர்சில ராலத்தி யேந்தி
வந்து தோன்றினர் சுழற்றவு மறந்துவாண் முலையின்
முந்தி சேர்ந்தது மறந்துநின் றனர்பரி முனமே. (96)

96. (1744) நிலவை நடுவே வைத்து வரிசையாக மரகத மணிகளைப் பரப்பிய தைப் போன்ற ஆடை அணிந்த சிலர் ஆலாத்தி ஏந்தி வந்தனர். ஒளி வீசும் முலையின் முன்னே ஊர்வலக் குதிரை வந்து சேர்ந்தது. ஆயினும் ஊர்வல நேர்த்தியில் மயங்கி ஆலாத்தி சுற்ற மறந்து குதிரையின் முன்னே நின்றனர்.

பந்தி - வரிசை; கமலமணி - மரகதம்; இந்து - நிலவு; வாண் - ஒளி; பரி - குதிரை; வத்திரம் - ஆடை.

கந்த வான்புய நபியெழில் கண்டுளங் கலங்கி
யிந்த வூரெது வெவர்வரு பவனியீ தெனது
சொந்த நாமமே துமதுபே ரூரெவை சொலுமுன்
றந்த வாணுதற் றோழிய ருடன்சில ரறைவார். (97)

97. (1745) சந்தனம் மணக்கும் பூரித்த தோள்களையுடைய நபியின் அழகு கோலம் கண்டு மயங்கிய பெண்களில் சிலர், தம்நிலை மறந்து இந்த ஊர் எது? எவருடைய ஊர்வலம் இது? என் சொந்தப் பெயர் யாது? உன் பேர் யாது? ஊர் எது? சொல் என்று அந்த ஒளிவீசும் நெற்றியுடைய தோழியருடன் வினவுவார். அவர் அழகில் மயங்கிப் பொறிகலங்கித் தன்னுணர்வு கெட்ட பெண்டிரிற் சிலர் இவ்வாறு வினவுவர்.

கந்தம் - சந்தனம், சந்தன மணம்; வான்புயம் - பூரித்து வானளவு உயர்ந்த தோள்; கலங்கி - பொறிகலங்கி; வாணுதல் - ஒளிவீசும் நெற்றி, வாள் போன்ற நெற்றியுமாம்; அறைவார் - வினவுவார்.

மறிந்த வார்திரை யமுதன்னார் மயலினால் வளைகள்
பறிந்து போவதுள் ளுணர்வில தால்விழி பார்த்து
மறிந்தி லாருணர் விருந்தருந் தவருள்ளெம் மலர்க்கை
செறிந்த வால்வளை யிதுவென வறிந்திலர் சிலரே. (98)

98. (1746) உயர்ந்தெழுந்து மறித்து வீழ்ந்து நீளும் அலையுடைய கடலில் தோன்றும் அமுதம்போன்ற பெண்களில் சிலர் தம்முடைய வளையல்கள் கழன்று வீழ்வதும் உள்ளத்தில் உணராதவர் ஆயினர். ஆதலால் தங்கள் கண்களால் பார்த்தும் இது தம்முடைய கை வளையல்கள் என்பதை அறியவில்லை. தவமுடையார் போன்று உணர்வு இருந்த சிலரும்கூட மலர்போன்ற எம்முடைய கையில் அணிந்திருந்த வளையல் இது என்று அறியவில்லை.

மறிந்த - மறித்து வீழ்ந்த; வார் - நீளமான; திரை - அலை; அமுதன்னார் அமுதம் போன்றவர்; பறிந்து - கடந்து, கழன்று; அருந்தவர் - அரிய தவம் செய்தவர்; செறிந்த - நிறைந்த, அணிந்திருந்த; வால் - வெண்மை; வளை - வளையல்.

கரும்பு போன்மொழிக் கயல்விழி மடந்தையர் கருத்துள்
விரும்பு காமச்செந் நெருப்பது தாவிவெம் முலையிற்
றிரும்பு சோதிவெண் டரளங்க ளுதிர்தல்வெம் முளரி
யரும்பு மேமணி யீன்றுகுப் பதனையொப் பாமால். (99)

99. (1747) கரும்புபோன்ற இனிய மொழியும் மீன் போன்ற கண்களும் உடைய இளம் பெண்களின் கருத்தின் உள்ளே காம விருப்பமாகிய சிவந்த நெருப்பு தாவிப் பற்றியது. அதனால் வெம்மை நிறைந்த முலையில் ஒளி மிக்க வியர்வை முத்துகள் உதிர்ந்தன. சிவந்த தாமரை அரும்பு மணியைச் சிந்தும் அதனை ஒத்ததாக உதிர்ந்தன. பற்றிய காம நெருப்பின் வெப்பத்தால் முலையிலிருந்து வியர்வைமுத்துகள் உதிர்ந்தன. அது தாமரை அரும்பிலிருந்து முத்து உதிர்வதை ஒத்திருந்து. முத்துப் பிறக்கும் இடங்கள் பல என்பதும் அவற்றுள் தாமரையும் ஒன்றும் என்பதும் புராண வழக்கு.

தரளம் - முத்து; முளரி - தாமரை; உகுத்தல் - உதிர்தல்.

அயில்க ளுந்தரு விழியினர் மயனெருப் படர்ந்து
தொயில்கொ ளுந்தன முத்தணி யறுந்தொட்டித் தொங்கல்
வெயில்கொ ளுங்கிரி யருவியை நிகர்க்குமவ் வெற்பை
மயில்க ளுங்குயில் களுஞ்சுமந் துலவுதன் மானும். (100)

100. (1748) வேல்போன்ற கண்ணுடைய பெண்களில் காமநெருப்புப் படர்ந்து, தொய்யில் எழுதும் முலையில் கட்டிய முத்துமாலை அறுந்து ஒட்டிக்கொண்டு தொங்கியது. அவ்வாறு தொங்குவது, மலையில் இருந்து இழியும் அருவியின் மீது வெய்யில் ஒளிபடர்ந்தது போன்றிருந்தது. அம் மலையை மயில்களும் குயில்களும் சுமந்து உலவுவது போல் அப் பெண்கள் உலவினர்.

அயில் - வேல்; மயனெருப்பு - மயல் நெருப்பு, காமத்தீ; அடர்ந்து - தாவி; தொயில் - தொய்யில், மார்பில் எழுதும் சாந்துக்கோலம்; கிரி - மலை; மானும் - போலாகும்.

கருவி ழிச்சிய ரடக்கொணா மயலினாற் களபப்
பருமு லைத்தடம் பசலைகள் படர்ந்துள பண்பு
குரக தத்தினில் வருநபி பவனியைக் கோடி
மரக தக்கிரி வந்துநோக் குவதென வயங்கும். (101)

101. (1749) அடக்க முடியாத காமத் தீயினால் கரிய விழியுடைய பெண்களின் சாந்து பூசிய பருத்த முலையினிடத்தே பசலை படர்ந்தது. அந் நிலையில் பார்க்க, குதிரையில் அமர்ந்து ஊர்வலம் வரும் நபியைக் கோடிக்கோடி மரகத மலைகள் வந்து பார்ப்பது போன்றிருந்தது.

மயல் - மையல்; களபம் - சாந்து; பருமுலை - பருத்த முலை; பசலை - காம மிகுதியால் தோன்றும் பசப்புத் தேமல்; குரகதம் - குதிரை; வயங்கும் - ஒளிவீசும்.

தெரியல் வெண்மணி யணிமுலை வெண்மையாற் சிவப்பில்
விரிசி வப்பதாய் நீலத்தி னீலமாய் வெள்ளிக்
கிரிகள் செம்மணிக் கிரிகணீ லந்தடங் கிரிக
ளரிய நன்னபி பவனிநோக் குதற்குவந் தவையாம். **(102)**

102. (1750) வெள்ளை மணிமாலை அணிந்த முலைகள் வெண்மையாயும் சிவப்பு மணிமாலை அணிந்த முலைகள் சிவப்பாயும் நீல மணிமாலை அணிந்த முலைகள் நீலமாயும் தோன்றின. அது, வெள்ளி மலைகளும் செம்மணி மலைகளும் நீல மலைகளும் அரிய நபியின் ஊர்வலம் காண வந்த அரிய காட்சியாம். மாதர் அணிந்த மணிமாலைகளுக்கு ஏற்ப அவர்களின் முலைகள் வெள்ளி சிவப்பு நீல மலைகளாம். அம் முலைகள் ஊர்வலம் காண வந்த மலைகளாம்.

தெரியல் - மாலை; கிரி - மலை.

மாக மீதரம் பயரென பவனியில் வந்த
தோகை யார்கடம் முலைகளுங் குழல்களுந் தோன்றன்
மேக மியாவது மதியின்மீ தேறிமே தினிவந்
தேக நாயகர் திருவுலாப் பார்ப்பதொத் திருக்கும். **(103)**

103. (1751) வானத்தின் மீது ஹூரிப் பெண்கள் உலாவுதல் போல் ஊர்வலம் காண வந்த மயில்போன்ற பெண்களின் முலைகளும் கூந்தல்களும் தோன்றுதல் மேகங்கள் எல்லாம் நிலாவின் மீது ஏறி உலகிற்கு வந்து உலகை எல்லாம் ஆளும் அரசர் நபியின் ஊர்வலம் காண்பதை ஒத்திருந்தது.

மாகம் - வானம்; அரம்பையர் - வானவப் பெண்கள், ஹூரிகள்; தோகையார் - மயில் போன்றவர், பெண்கள்; மேதினி - உலகம்; ஏக நாயகர் - ஒரே தலைவர்.

வேய்தி ரண்டுள தோளிய ரணிகலன் மென்பூத்
தோய்த ருங்கல வைகளொடு முதிர்த்துமெய் தோன்ற
வாய்த ருந்தொழி லினர்செயும் பதுமைபோ லானார்
வாய்தி றந்திட வுணர்வுள மடவியர் மவுல்வார். **(104)**

104.(1752) மூங்கில்போல் திரண்டுள்ள அழகிய தோள்கள் உடைய பெண்களின் அணிகலன்களும் மென்மையான பூக்களும் பூசிய நறுமணக் கலவைச் சாந்தும் உதிர்ந்து உடல் தெரியலாயிற்று. அதனால் உணர்விழந்து கைவல்லான் செய்த பதுமைகள் போல் ஆயினர். அவர்களில் சிலர் உணர்வு பெற்று வாய்திறந்து பேசினர். அவர்கள் உணர்விழந்து பதுமைகள் ஆனதற்குக் காரணம் காமத்தீ பற்றியதும் அதன் காரணமாக பசலை படர்ந்ததும் அணிமணிகளும் கலவைச் சாந்தும் உதிர்ந்ததும் போலும்!

வேய் - மூங்கில்; தோய்தருதல் - தோய்த்தல், பூசுதல்; வாய்தரும் தொழிலினர் - தொழில் வல்லவர்; மடவியர் - பெண்கள்; மவுல்வார் - பேசுவார்.

விண்ணின் மீதினுட் கமழ்புய நபியின்மெய் யழகு
கண்ணின் மீதினுட் புகுந்ததென் பார்சிலர் கருது
மெண்ணின் மீதினுட் புகுந்ததென் பார்சில ரிதனை
நண்ணி நம்மனை கொடுபுகு வோமென நவில்வார். **(105)**

105. (1753) வானத்தைக் கடந்து அப்பாலும் சென்று மணக்கும் தோளுடைய நபியின் உடல் அழகு கண்ணின் வழியே உள்ளே புகுந்தது என்பார் சிலர். கருதும் எண்ணத்தின் வழியே உள்ளே புகுந்தது என்பார் சிலர். இதனை எடுத்துக்கொண்டு நம் வீட்டிற்குச் செல்வோம் என்று சொல்வார்.

மெய் - உடல்; எண் - எண்ணம்; நண்ணி - சேர்ந்து; நவில்வார் - சொல்வார்.

மடலெ லாம்விரி மலர்ப்புய நபிபவ னியில்வந்
துடலெ லாம்பைம்பொ னிறம்படைத் தனர்களொண் டொடியா
ரடலெ லாம்வரு மினியடை யாளமா றறிவார்
கடலெ லாங்கலந் தெவர்பிரிப் பவரெனக் கவல்வார். (106)

106. (1754) மடல்விரிந்த மலர்மாலை அணிந்த தோளுடைய நபியின் ஊர்வலத் திற்கு வந்து கலந்து ஒளிவீசும் வளைஅணிந்த பெண்கள் உடலெல்லாம் பசும்பொன் நிறம் பெற்றனர். வெற்றியாக வரும் அடையாளத்தை இனி யாரே அறிவார்? கடலெல்லாம் கலந்தபின் எவர் வந்து பிரிப்பார் என்று கூறுவார்.

மடல் - தோடு; பைம்பொன் - பசும்பொன், கலப்பற்ற தங்கம்; ஒண் - ஒளி; தொடி - வளை; அடல் - வெற்றி; கவல்வார் - வினவுவார்.

வான தார்புகழ்ச் சுலையுமா னபிக்குபல் கீசே
யான தாரஞ்செம் மணிகன கத்தழுத் துவதா
மீன தாம்பிரத் தினிமணி பதித்ததற் கீடா
மீன தாம்விழி மறுமடந் தையரென விள்வார். (107)

107. (1755) வானத்திலும் உரத்த குரலில் புகழப்படும் சுலைமான் நபிக்கு பல்கீசே பொருத்தமான மனைவி, அது சிவந்த மாணிக்கக் கல்லை வைரத்தில் பதிப்பது போன்றதாகும். இதற்கு மாற்றாக வேறு பெண்களை அவருக்கு மனைவியாக்குவது தாழ்ந்த செம்பில் மாணிக்கத்தைப் பதிப்பது போலாகும். அது, பார்க்கும் கண்ணுக்கும் இழிவு என்று சொல்வர்.

பொருந்தாமனம் - ஆதலின் அதனைக் காணல் கண்ணுக்கு இழிவு என்றார்.

வான் அது ஆர் புகழ் - வானதார் புகழ்; தாரம் - மனைவி; செம்மணி - மாணிக்கக் கல்; கனகம் - பொன்; ஈனம் - இழிவு, தாழ்ச்சி; தாம்பிரம் - தாமிரம், செம்பு; ஈனதாம் விழி - கண்ணுக்கும் இழிவு.

பணத்தொ டேபணஞ் சேருமே லவர்களா பரணக்
குணத்தொ டேகுணஞ் சேருமா னிடரும்சின் குலமுங்
கணத்தொ டேபணிக் கவின்முடிக் கன்னியாய் நபிக்கிம்
மணத்தொ டேமணஞ் சேர்ந்ததாய்ந் திடுமென வகுப்பார். (108)

108. (1756) பணத்துடன் பணம் சேரும். மேலோருக்கு ஆபரணமாக இலங்கும் குணத்துடனே குணம் சேரும். மனிதரும் சின்குலமும் தொகை தொகையாகச் சேர்ந்து பணி செய்யும் கன்னி பல்கீசுக்கும் சுலைமான் நபிக்கும் மணத்தோடு மணம் சேர்ந்தது போல் திருமணம் வாய்த்ததை ஆராயுங்கள் என்று புகழ்வார். பணத்தோடு பணம் சேர்வது போலவும் குணத்தோடு குணம் சேர்வது போலவும்

மனிதரும் சின்குலமும் பணிசெய்யும் பல்கீசுக்கும் சுலைமான் நபிக்கும் நடக்கும் திருமணம் பொருத்தமான இணைப்பு என்று புகழ்ந்தனர்.

கணம் - கூட்டம்; பணி - பணிதலும் பணிவிடை செய்தலும்; கவின் முடி - அழகிய மணிமுடி.

இவர்க்கு முன்னவ ரொருபதி னாறுபே ரிருந்து
மவர்க்கிவ் வாழ்வுகிட் டிலையவ ரெவையுஞ்செய் தயர்ந்தா
ருவர்க்க டற்புவி யிடத்தினிற் றங்களூக் கத்தா
லெவர்க்கு வாழ்வுண்டா மிறையரு ளன்றியென் றிசைப்பார். (109)

109. (1757) இவர்க்கு மூத்தவராகப் பதினாறு பேர்கள் உள்ளனர். அவர்களும் தங்கள் ஊக்கத்தால் ஏதேதோ செய்து பார்த்தனர். ஆயினும் அவர்களுக்கு இந்த அரச வாழ்வு கிட்டவில்லை. அதனால் சோர்ந்து முடங்கினர். உப்புக்கடல் சூழ்ந்த உலகில் இறைவன் அருளால் அல்லாமல் தங்கள் ஊக்கத்தால் மட்டுமே எவருக்கு இத் தகைய வாழ்வு உண்டாகும்? என்று வினவுவார்.

முன்னவர் - மூத்தவர், அண்ணன்மார்; அயர்ந்தார் - சோர்ந்தார்; உவர் - உவர்ப்பு, உப்பு; இசைப்பார் - புகழ்வார்; இசை - புகழ்.

இவரி லோர்திரு மயன்மிகுத் துடன்மறந் திருகண்
கவரி யேமுதல் விருதெலாங் குழுவெலாங் காணா
துவரி போன்முர சொலியெலாஞ் செவிபுகா தொருவ
னபியை மாத்திரங் கண்டன ளகநய னத்தால். (110)

110. (1758) திருமகள் போன்ற ஒருத்தி ஆசையினால், மையல் மிகுந்து தன்னை மறந்தாள். கவரி வீசுவோர் விருது முழக்குவோர் முதலிய குழுவினர் எவரையும் தன்னுடைய இரண்டு கண்களாலும் காணதவளானாள். கடல் முழக்கம் போல் முழங்கும் முரசொலிகளைச் செவியேற்காதவளானாள். ஒருவனாகிய இறைவனின் நபியை மட்டும் அகவிழியால் கண்டாள்.

இவர் - இப் பெண்களில்; திரு - திருமகள்; மயன் - மையல்; கவரி - கவரி வீசுவோர்; உவரி - கடல்; ஒருவன் - அஹது, இறைவன்; அகம் - உள்; நயனம் - விழி.

கலங்கு மையன் மீறியவொ ருபெண்ணுக்கெங் கணுமே
துலங்கு நன்னபி தந்திரு வுருவெளி தோற்றப்
பலங்கொ ணாற்றிசை யினுமிறைஞ் சினணிசம் புகன்று
விலங்கி னாளொரு பூவைய ரதிற்சின மிகுத்தாள். (111)

111. (1759) கட்டு மீறிய மையலால் கலங்கிய ஒரு பெண்ணுக்கு எங்கு நோக்கினாலும் நபியின் உருவெளித் தோற்றமே ஒளிர வேண்டும் என்ற அவா உண்டாயிற்று. நான்கு திசைகளிலும் அதையே வேண்டி வலுவுடன் இறைஞ்சினாள். இவ் வுண்மையைப் பிற மாதரிடம் சொல்லிக் கலங்கினாள். கேட்ட ஒரு பெண் அவள்மேல் சினம் கொண்டாள்.
இவளுக்கு மட்டும் என்ன தனி உரிமை என்ற சினம் போலும்!

விலங்குதல் - கலங்குதல்.

ஏக நன்னபி நமைமணந் திடுவரோ வெனவோர்
தோகை யெண்ணவே றொருத்தியோ டொருத்திதான் சொல்லி
தாகு மென்றிட வாக்களித் தனையென வடியை
நோகு மட்டுந்தொட் டிறைஞ்சின னூற்றுக்கு லேலாய். (112)

112. (1760) தனித்தவன் ஆகிய இறைவனின் மேலான நபி 'நம்மை மணந்திடு வாரோ' என்று எண்ணினாள், மயில்போன்ற ஒருத்தி. அச் சமயம், ஒரு பெண் மற்றொருத்தியிடம் 'உன்சொல்படி ஆகும்' என்று சொன்னாள். அதைக் கேட்ட முதலாவது பெண் 'நல்வாக்கு அளித்தாய்' என்று சொல்லி அவள் காலடியை, நோகும் மட்டும் நூறு தடவைக்கு மேல் தொட்டுப் பணிந்தாள். அவள் கூறியது எதை நினைத்தோ? ஆயினும் இவள், அது தனக்கு அளிக்கப்பட்ட நல்வாக்கு என்றே மதித்து அவள் பாதம் பணிந்தாள். இதை 'விரிச்சி கேட்டல்' என்பது சங்க இலக்கிய மரபு. முல்லைப் பாட்டு நோக்குக.

ஏகன் - தனித்தவன், இறைவன்; அடி - பாதம்; இறைஞ்சினள் - பணிந்தாள்.

மதத்த மோகமிஞ் சியவொரு பெண்ணொடோர் மாதிங்
கெதைப்பொ ருத்துவ னிவரெழிற் கெனவந்த விளம்பெண்
ணிதத்தொ டும்பொருத் துவனென்றா யெனைமணந் திடவெவ்
விதத்தி னும்பொருந் திவையெனப் பதத்தைவிட் டிலளே. (113)

113. (1761) கொழுத்த மோகம் மிஞ்சிய ஒரு பெண்ணிடம் மற்றோர் பெண் இவரது அழகிற்கு எதைப் பொருத்துவேன் என்றுசொல்ல, அவள் 'இதமாகப் பொருத்துவேன் என்றாய், என்னை மணந்திட எவ்விதத்திலாவது பொருத்திவை' என்று அவள் காலைப் பிடித்துக்கொண்டாள்; விடவே இல்லை. அவள் அழகிற்கு உவமைகேட்டாள். இவளோ பொருத்துதல் என்னும் சொல்லைப் பற்றிக்கொண்டு என்னை மணம்பொருத்திவை என்று மன்றாடுகிறாள்.

உட்சு மந்ததென் கண்மணி யிதினபி யுறைந்தார்
கட்சி கொண்டிங்கார் செல்வதென் றனளொரு கன்னி
வெட்சி மன்றலங் குழன்மற்றோர் பெண்மெல மெலச்செல்
பட்சி யென்றபேர் தவிரெனப் பரியொடு பகர்ந்தாள். (114)

மதத்தல் - கொழுத்தல்.

114. (1762) என்னுடைய கண்மணிப் பாவை தன்னுள்ளே சுமந்துகொண்டது. நபி அதன் உள்ளே இருக்கிறார். இந் நிலையில் உடம்புகொண்டு இங்கே செல்பவர் யார் என்றாள் ஒரு கன்னிப் பெண். வெட்சி மாலையைக் கூந்தலில் சூடிய பெண் 'மெல்ல மெல்லப் போ. பறவை என்ற பேரை விலக்கு' என்று குதிரையிடம் கூறினாள். நபி என் கண்மணியில் இருக்கையில் அவரைப் போன்ற உருவில் அதோ போவது யார் என்று கேட்டாள் ஒருத்தி. வெட்சிமாலை, எதிரியின் பசுக்கூட்டங்களைக் கவர்ந்து செல்வோர் அணியும் மாலை. இப்போது கவர்தல் இல்லை. ஆதலால் 'குதிரையே பறவைபோல் பறக்க வேண்டாம். மெல்லப் போ' என்றாள் வெட்சி மாலை சூடிய பெண்.

கட்சி - உடல்; பரி - குதிரை.

நகைமு ளைத்தது முளைத்திலா ததுவுமாய் ஞானத்
தொகைமி குத்தவ ரடக்கம்பொன் முலைகடோன் றாதாய்
வகையி ணைக்கண்முன் கடைபடாப் பாற்கடல் வடிவா
யிகப ரப்பொரு ணபிமுன்னோர் பேதையெய் தினளே. (115)

115. (1763) புன்னகை அரும்பியும் அரும்பாததுமாய், ஞானச் செல்வர்களும் அடக்கமாகும் முலைகள் பருத்துத் தோன்றாததாய், கண்களால் கடையப்படாத பாற்கடல் வடிவாய் இகபரப் பொருளாய் இலங்கும் நபியின் முன்னே ஏழுவயது பெண் ஒருத்தி வந்தாள். பேதை - ஏழுவயதுப் பெண். ஆதலால் அரும்பியும் அரும்பாததுமாகிய புன்னகை உடையவள் என்றும் ஞானச்செல்வரின் ஆசை அடக்கமாகும் முலைகள் தோன்றாதவள் என்றும் கண்களால் கடையப்படாப் பாற்கடல் என்றும் கூறினார்

ஞானம் - மெய்யறிவு; தொகை - செல்வம்; எய்தினாள் - வந்தாள்.

அரசை நோக்கிநா மியற்றுசிற் றிலின்விருந் தருந்த
வரவ ழைத்திடு மெனவிரைந் திரங்கினள் வானோர்
பரவு சுந்தரக் குரிசிலை யழைத்திடப் படுமோ
சரணம் போற்றெனச் சொலியழைத் தேகினர் தாயர். (116)

116. (1764) அரசரைச் சுட்டிக்காட்டி 'நாங்கள் கட்டியுள்ள சிறு வீட்டில் விருந்து அருந்த அழையுங்கள் என்று சொல்ல, 'வானவர் இறங்கி வந்து போற்றும் அழகு தலைவரை நாம் அடையக்கூடுமோ? அவரைப் பணிந்து போற்று என்று சொல்லி அச் சிறுமியை அழைத்துப் போயினர் தாயர்.

சிற்றில் - சிறுவர் எழுப்பும் மணல் வீடு; பரவுதல் - போற்றுதல்; குரிசில் - பெருமையிற் சிறந்தவர்; சரணம் - பாதம்.

முயலு வோரக விருப்புக ணிறைசிமிழ் முலையும்
வெயிலிற் பாதிதே னூறிய தாமரை விழியு
மயலெ னும்பயிர் முளைத்துமூ விலைக்கொளு மனமுந்
தொயிலி னேயமு மாயொரு பெதும்பைதோன் றினளே. (117)

117. (1765) முயல்வோரின் மன விருப்பங்கள் நிறைந்த சிமிழ் போன்ற முலைகளும் வெயிலில் பாதி அளவு தோன்றிய தாமரை போன்ற கண்களும் மையல் என்னும் பயிர் முளைத்து மூன்று இலைகள் விரிந்த மனமும் தொய்யில் எழுதிக்கொள்வதில் விருப்பமுடையவளும் ஆகிய பெதும்பை ஒருத்தி வந்தாள். பெதும்பை - பதினோரு வயதுடைய பெண்.

சிமிழ் - செப்புச் சிமிழ்; தொயில் - தொய்யில், கலவைக் குழம்பினால் மார்பில் எழுதும் கோலம்.

துன்று சீரெழிற் பதமலர் நோக்கியே தொழுதா
ளின்று போயிவர் நாளைவெள் ளானையி லேறிச்
சென்று லாவிடி லியானுமே றுவனென்றாற் செம்மை
யன்றெ னக்கிளை யாளையேற் றுவனென வறைந்தாள். (118)

118. (1766) நெருங்கிய சீரான அழகிய பாத மலர்களை நோக்கிப் பணிந்தாள். இன்று குதிரையிற் போகும் இவர் நாளை வெள்ளை யானையிற் ஏறி உலா வரும்போது, அதில் நானும் ஏறுவதென்றால் அது சரியாகாது. ஆதலால் எனக்கு இளையவளை ஏற்றுவேன் என்று சொன்னாள்.

துன்றுதல் - நெருங்குதல்; செம்மை - திருத்தம்; அறைந்தாள் - சொன்னாள்.

பங்க யங்களைப் புனற்றடத் தினிற்சிறைப் படுத்தி
வெங்க யங்களை வனத்தினிற் றுரத்திவிம் மிதமாங்
கொங்கை செம்பசு நிறவட மலையெனக் குலுங்க
மங்கை யென்றொரு பருவப்பெண் ணெய்தினள் மயில்போல். (119)

119. (1767) தாமரை அரும்புகளை நீர்நிலையில் சிறைப்படுத்தி, கடா யானைகளைக் காட்டிற்குத் துரத்தி, விம்மிப் பருத்த கொங்கையாகிய பொன்போல் சிவந்த பசிய வட மலைகள் குலுங்க மங்கைப் பருவப் பெண் ஒருத்தி மயில் போல் வந்தாள்.

மங்கை - பதிமூன்று வயதுடைய பெண். பங்கயம் - தாமரை; புனல்தடம் - நீர்நிலை; வெம் - வெம்மை, சீற்றம்; கயம் - கடாயானை; எய்தினள் - வந்தாள்.

வள்ள லார்வரு பவனியை நோக்கிமால் பெருகி
யெள்ள லாமுலை பசலையா யினதுகண் டிதுபோற்
கள்ள வாள்விழி யாட்கெலா முளதுகாண் குவமென்
றுள்ள மாதரின் முலையெலாந் திறந்துபார்த் துழன்றாள். (120)

120. (1768) வள்ளலார் வரும் ஊர்வலத்தை நோக்கிய அளவில் மையல் கொண்டாள். அது பெருகிப் பிறர் இகழத்தக்க வகையில் முலையில் பசலை படர்ந்தது. இதேபோன்று கள்ளம் நிறைந்த வாள்போன்ற விழியுடைய பெண்களுக்கெல்லாம் உள்ளதா என்று பார்க்க வேண்டும் என்று கருதி வந்திருக்கும் பெண்களின் முலைகளை எல்லாம் திறந்து பார்த்துச் சுற்றி வந்தாள் ஒருத்தி.

மால் - மையல்; எள்ளல் - இகழ்தல்; உழன்றாள் - சுழன்றாள், சுற்றி வந்தாள்.

இருந்தொ ரீவிசைக் கொடுபறந் திடிலத னிறகிற்
பொருந்து காற்றடி படிகினு மதுபொறா தொசிந்து
வருந்து சிற்றிடை முலைமலை தாங்கியே வயங்க
விரைந்து வந்தனள் மடந்தையென் றொருதிரு மின்னே. (121)

121. (1769) ஓர் ஈ அமர்ந்திருந்து விரைந்து பறந்தால் அதனால் அசையும் சிறகின் காற்றாடி பட்டால்கூடத் தாங்காது ஒடிந்து வருந்தும் சிற்றிடை முலையாகிய மலையின் பாரம் தாங்காது நடந்து வந்தாள் மடந்தைப் பருவத்து மின்னல் போன்ற பெண் ஒருத்தி. ஈ சிறகடித்தால் அதனால் உண்டாகும் காற்றின் அழுத்தம் தாங்காது வருந்தும் சிற்றிடை உடையவள் முலையாகிய மலை குலுங்க நடந்து வந்தாள்.

மடந்தை - பத்தொன்பது ஆண்டுப் பருவப் பெண். விசை - விரைவு; ஒசிந்து - ஒடிந்து; வயங்க - நடந்து; மின் - மின்னல்.

காத்து வந்துநோக் கினள்பிர மித்திடைக் கலையைப்
பார்த்துச் சொல்லென்றாள் பாங்கியை நகைத்தவள் பரிவாய்ச்
சேர்த்தி றுக்கிய தென்றன ளதுசெவி நுழையா
தார்த்துப் பின்னுமவ் வார்த்தையே யறைந்துநின் றனளே. (122)

122. (1770) ஆரவாரத்துடன் வந்துபார்த்தவள் திகைத்தாள். தன்னை மறந்தாள். அரையாடையைப் பார்த்துச்சொல் என்று தோழியிடம் கூறினாள். அவள் நகைத் தாள். சேர்த்து இறுக்கிக்கட்டப்பட்டுள்ளது என்று பரிவுடன் கூறினாள். அதைக் காதில் வாங்கிக்கொள்ளாமல் சொன்னதையே உரத்துத் கூறிநின்றாள். காத்தல் - நிறைகாத்தல். இதுகாறும் தம் கற்புநிறை வழுவாது காத்து வந்தனம். பார்த்துமயங்கிய பூரிப்பில் ஆடை அவிழ்ந்ததோ என்று பார்க்கச் சொன்னாள். பாங்கி கூறியதைச் செவியேற்காமல் அதையே உரக்கக் கூறினாள்.

இடைக்கலை - அரையாடை; ஆர்த்து - உரத்து; அறைதல் - கூறுதல்.

அரிவை யென்றொரு மாதுவந் துற்றன ளறிவைப்
பிரிவை யிங்குவந் தென்றெனக் கொருத்திக்கோ பின்னும்
பரிவை வேலர சுழைவரு பாவையர் பலர்க்கும்
வரிவைக் கும்விதி யோவென மனத்தொடு மவுன்றாள். (123)

123. (1771) அரிவைப் பருவமாது ஒருத்தி வந்தாள். இங்குவந்து அறிவு பேத லிப்பாய் என்று எழுதிவைத்த விதி என் ஒருத்திக்கு மட்டுமா அல்லது வலிமை மிக்க வேல் ஏந்திய அரசருடன் குதிரையின் அருகில் சூழ்ந்துவரும் எல்லாப் பெண்களுக்குமா என்று தன் மனத்திற்குள் சொல்லிக்கொண்டாள். இங்கு வரும்வரை அறிவுத்தெளிவுடன் இருந்தாள். ஊர்வலம் வரும் அவரைக் கண்ட தும் பேதலித்தாள். இவ் விதி என் ஒருத்திக்கு மட்டுமா? எல்லாப் பெண்களுக் குமா என்றாள். அரிவை - இருபத்தைந்து ஆண்டுப் பருவமுடைய பெண்.

பிரிவை - பேதலிப்பாய்; பரி - குதிரை; வைவேல் அரசு - வலிமை மிக்க வேலுடைய அரசு; வலிமை - ஆட்சி வலிமை; உழை - அருகு; வரி - எழுத்து; வரிவைக்கும் விதி - எழுதி வைத்த விதி; மடந்தை - பெண்; மவுன்றாள் - சொன்னாள்.

கன்னல் போலுரைத் தெரிவைவந் திவ்வுலாக் கண்டா
ளுன்னொ ணாமயன் மிகுந்தென ளொண்டொடி யரைப்பார்த்
தென்ன காரணம் வளையெங்கே கலையெங்கே யென்றா
டன்ன தாம்வளை கழன்றதை யறிகிலா டானே. (124)

124. (1772) கரும்புபோல் இனிக்கப் பேசும் தெரிவைப்பருவத்துப் பெண் ஒருத்தி வந்தாள். ஊர்வலக்காட்சியில் மயங்கி எண்ணமுடியாத மையல் கொண் டாள். வளையல் அணிந்த தன் போலும் பெண்டிரைப் பார்த்து என்ன காரணம்? நீங்கள் அணிந்திருந்த வளையல்கள் எங்கே? அரையாடை எங்கே? என்று கேட்டாள். ஆனால் தன் வளையல் கழன்றுவீழ்ந்ததை அவள் அறியவில்லை.

தெரிவை - இருப்பதாறு முதல் முப்பத்தோரு ஆண்டிற்கு இடைப்பட்ட பருவத்தள். கன்னல் - கரும்பு; உரை - பேச்சு; உன்னல் - நினைத்தல், எண்ணல்; மயன் - மயல், மையல்; ஒண்டொடி - ஒளிவீசும் வளையல் அணிந்தவள்; கலை - ஆடை.

சாய்ந்து வீழ்முலைப் பேரிளம் பெண்வந்து சார்ந்தாள்
வாய்ந்த வள்ளலைக் கண்டதின் மெலமெல மயலா
யாய்ந்து தன்னுழைச் சூழ்பெண்க ளறிந்திடா தடக்கி
யோய்ந்தி டாக்குரு தியானம்போற் கண்முகிழத் துறைந்தாள். (125)

125. (1773) சாய்ந்து வீழ்ந்த முலையுடைய பேரிளம்பெண் ஒருத்தி வந்து சேர்ந்தாள். மணவுலா வரும் வள்ளலைக் கண்டதும் மெல்லமெல்ல மையல் வயப்படலானாள். பிறகு தன்னிலை உணர்ந்து அருகில் இருக்கும் பெண்கள் அறியாதபடி அடக்கிக் குருத்தியானம் போல் கண்களை மூடி அமைதியானாள்.

பேரிளம்பெண் - நாற்பதைக் கடந்தவள். உழை - அருகு; முகிழ்த்தல் - குவித்தல்,

சோதி வந்தொளிர் மதிமுகக் கிளிமொழித் துவர்வாய்ப்
பாதி வந்தநூ லிடையின ரிவ்வணம் பணியு
மோதி வந்ததொங் கலுமிழந் ததிமய லுறவவ்
வீதி வந்துவே றொருநெடு வீதிமே வினரே. (126)

126. (1774) ஒளிவீசும் நிலாமுகமும் கிளிபோல் மழலை மொழியும் சிவந்த இதழும் பாதியாக வந்த நூல் போன்ற நுண்ணிடையும் கொண்ட பெண்கள் இவ்வாறு பணிந்து வந்து ஒதுங்கவும் தம்மை இழந்து மையல் கொள்ளவும் ஆகிய யாவும் நிகழுமாறு நடந்த ஊர்வல உலா அவ் வீதியைக் கடந்து வேறொரு வீதியிற் சென்றது.

மதி - நிலவு; துவர் - சிவப்பு; இவ்வணம் - இவ்வாறு; அதி - மிக்க; மயல் - மையல்.

உலவு வீதியெ லாமுல வினரவ ணுற்ற
நிலவு வாண்முக மடந்தைமார் தமதுநெஞ் செவையுங்
குலவு வள்ளறன் வதனத்திற் புயவொண்குன் றுகளிற்
சலச மென்கரத் தினிற்பதத் தினிற்றொடர்ந் தனவே. (127)

127. (1775) எல்லா வீதிகளிலும் ஊர்வலம் சுற்றி வந்தது. அங்கிருந்த ஒளிமுக மங்கையர் நெஞ்சங்கள் எல்லாம் வள்ளலின் முகத்திலும் தோளாகிய மலைகளிலும் தாமரைப் பூக் கைகளிலும் பாதங்களிலும் படிந்து தொடர்ந்தன.

அவண் - அங்கு; உற்ற - உள்ள; வாண்முகம் - ஒளிமுகம்; மடந்தையர் - பெண்கள்; வதனம் - முகம்; சலசம் - தாமரை.

குரக தத்திரள் களிறுதே ரூர்வதிற் குருகுங்
கரைசொ லற்கரு மணிகளும் பொன்களும் கலந்தே
தருபொ டிப்படு தூள்சல தரபடஞ் சார
விரைம லர்ச்செழுந் திருமணப் பந்தர்மே வினரே. (128)

128. (1776) குதிரைத் திரள்களும் யானைகளும் தேர்களும் ஊர்ந்து செல்வதனால் குருக்கத்திப் பூக்களும் குற்றம் சொல்லமுடியாத மணிகளும் பொன்களும் கலந்த பொடியானது மேகப்படம் போல் சார்ந்துவர நறுமண மலர் மாலைகள் வேய்ந்த மணப்பந்தலை அடைந்தனர்.

குரகதம் - குதிரை; குருகு - குருக்கத்தி; சலதரம் - மேகம்; விரை - மணம்.

நண்ண லுங்கிளி மொழியின ராலத்தி நடத்த
விண்ண லும்பர காதினிற் குரவைகள் கடமெவ்
வெண்ண லும்பல்சேர் சுருதிதா வூதினி தீன்ற
வண்ண லும்பசும் புரவிவிட் டிறங்கின ரன்றே. (129)

129. (1777) வந்து சேர்ந்ததும் கிளிபோன்ற மொழியுடைய பெண்கள் ஆலாத்தி சுழற்றினர். விண்ணில் உள்ளவர்கள் எழுப்பும் குரவைஒலி படர்ந்தது. நபி தாவூது ஈன்ற மைந்தராகிய அரசர் நபி குதிரை விட்டு இறங்கினார்.

நண்ணல் - அடைதல்; உம்பர் - வானவர்; கடம் - மந்திர ஓசை; சுருதி - வேதம்.

மலர்ந்த தாமரைப் பதமிசை நறும்பன்னீர் வார்த்துக்
கலந்தவ் வாசங்கொள் புனலினைக் கலையினா னீவி
நலங்கொள் வாழ்த்தெலா மியம்பமென் மலர்மிசை நடந்தங்
கிலங்க வெய்தியொண் மணியணைத் தவிசின்மீ திருந்தார். (130)

130. (1778) மலர்ந்த தாமரை மலர் போன்ற பாதங்களைப் பன்னீரால் கழுவினர். அதனால் நறுமணம் பெற்ற நீரைத் துணியினால் துடைத்தனர். சூழ இருந்தவர் வாழ்த்துகள் இயம்ப மலர்விரிப்பில் நடந்து ஒளிமணிகள் பதித்து இலங்கும் மணத் தவிசில் போய் அமர்ந்தார்.

வார்த்து - ஊற்றி; புனல் - நீர்; கலை - துணி; நீவி - துடைத்து; எய்தி - அடைந்து.

மரும லர்த்தொடை நகைதுகில் சாந்தெலா வகையுங்
கருவி ழிச்சியர் விரிந்தபொற் கமலத்தி னேந்தி
யிருடி ணிக்குமெய் யூசறு குமையிறத் தீன்ற
திருவி னுக்கெழிற் றிருபல்கீ சுழையினிற் சேர்ந்தார். (131)

131. (1779) கருவிழிச்சியரான தோழியர், மணமாலை நகைகள் மண ஆடை சாந்துக் கலவை வகைகளை எல்லாம் விரிந்த தாமரை போன்ற தட்டுகளில் ஏந்தி, இருள்நீக்கும் ஒளியுடம்பு படைத்த யூசருகு - உமையிரத் ஈன்ற திருவி னுக்கு அழகாகிய பல்கீசு என்னும் செல்வத்தின் அருகில் கொண்டு வந்தனர்.

மருமலர்த்தொடை - நறுமணமாலை; துகில் - ஆடை; கமலம் - தாமரை; துணித்தல் - அறுத்தல், நீக்குதல்; மெய் - உடல்; திரு - செல்வம்; உழை - அழகு.

பொருந்த ரம்பைய ரெழிற்குமே லுதாரணப் பொருளை
யருந்த வம்புவி புரிந்துவந் தருளிய வமுதைத்
திருந்து கற்பெனு முடற்குயி ருதவுசஞ் சீவி
மருந்தை வான்புன லாட்டினர் புலர்த்தினர் வயங்க. (132)

132. (1780) ஹூரிப் பெண்களுக்கு உதாரணப் பொருளாகவும் உலகம் அரிய தவம் செய்து அதன் பயனாக வந்த அமுதமாகவும் திருந்திய கற்பென்னும் உடலுக்கு உயிர்தரும் சஞ்சீவி மருந்தாகவும் வந்த பல்கீசை நீராட்டினர். உடலைத் துவட்டி ஒளி இலங்கச் செய்தனர்.

அரம்பையர் - வானவப் பெண்கள், ஹூரிகள்; புலர்த்தினர் - உலர்த்தினர்.

பொன்னங் கொம்பைச்செங் கதிர்விசித் தெனக்கலை புனைந்து
துன்னுஞ் சைவலத் தினின்முகி றோன்றுதல் போல
பன்னுங் கூந்தலி லகிற்புகை யூட்டியே வார்த்து
முன்னுஞ் சார்ந்துநா னமும்விர வினர்முடித் தனரே. (133)

133. (1781) பொற்கொம்பில் சூரியனைச் சுற்றிக் கட்டியதுபோல் ஆடை அணிவித்து பிதுங்கும் பாசியில் மேகம் தோன்றுதல் போல் திரண்ட கூந்தலில் அகில் புகை ஊட்டி கத்தூரியும் பூசி அலகங்கரித்தனர்.

விசித்தல் - கட்டுதல்; கலை - ஆடை; துன்னும் - பிதுங்கும்; சைவலம் - பாசி; பன்னல் - திரளல்; நானம் - கஸ்தூரி; விரவினர் - பூசினர்.

நறும லர்த்தொடை யணிந்தென்று மொருகுண நாட்டுஞ்
சிறுபி றைக்கணி யணிந்தென நுதலணி சேர்த்தி
முறையின் மேலணி தரித்திரு குழைகளின் மோதி
மறித ருங்கரு நெடுந்தடங் கண்ணின்மை வரைந்தார். (134)

134. (1782) நறுமலர் மாலை அணிவித்தார். ஒரு குணத்தை நிலைநாட்டுதல் போலவும் சிறு பிறைக்கு அணி பூட்டுவது போலவும் நெற்றியில் சுட்டி வைத்து முறையாக மேலணியும் பதித்து இரு காதளவும் ஓடி மறித்து வரும் கரிய நீண்ட கண்களில் மை தீட்டினார்.

தொடை - மாலை; நுதலணி -சுட்டி, நெற்றிச் சுட்டி; குழை - காது.

இருசெ விக்குமோ ரொழுங்குற வொளிர்நகை யிட்டு
மரக தந்தர ளத்தொடு நவமணி வடங்க
ளரிதி னிற்றிரு மிடற்றினி லணிந்துதோ ளணியும்
விரிக திக்கொள வணிந்துமோ திரம்விரற் கணிந்தார். (135)

135. (1783) இரண்டு காதுகளிலும் நேர்த்தியான நகை பூட்டி, மரகதம் முத்துடன் நவமணி மாலைகள் கழுத்தில் அணிவித்து கதிர்விரிக்கும் தோளணியும் பூட்டி விரல்களில் மோதிரம் அணிவித்தார்.

தரளம் - முத்து; வடம் - மாலை, சிறிய மாலை; மிடறு - தொண்டை, கழுத்து.

மருங்குன் மேகலை தரித்தன ரலர்த்தக மலர்த்தாட்
கொருங்கு றாதொளிர் சதங்கைபா டகஞ்சிலம் புகளுந்
திருந்த வேபுனைந் தங்குலிப் பணியெலாஞ் செறிந்தார்
தெரிந்த மேனியிற் பரிமளக் குழம்பினைத் திமிர்ந்தார். (136)

136. (1784) அரையாடையின் மேலே மேகலை தரித்தனர். விரிந்த தாமரைபோன்ற பாதத்திற்குச் சதங்கையும் பாடகமும் சிலம்பும் திருத்தமாக அணிவித்தனர். கால் விரல்களில் அங்குலிப்பணி அணிவித்தனர். உடல் முழுவதும் நறுமணக் குழம்பு பூசினர்.

மருங்குல் - இடை; மேகலை - இடையில் ஆடையின் மேலே கட்டும் அழகிய துணி; அலர்த்தகம் - விரிந்தது; பாடகம் - பாதத்தின் மேற்பகுதியில் அணியும்

நகை; அங்குலிப்பணி - கால்விரல்களில் அணியும் நகை; செறிந்தார் - பூட்டினார்; பரிமளம் - நறுமணம்; திமிர்ந்தார் -பூசினார்.

அடர்ந்த பொன்மணிச் சோதிக ளனைத்தையு மடக்குந்
திடங்கொள் வாசமெவ் வெவைக்குமே லாமன்றோ தேகம்
வடங்கள் பூண்டதும் பரமளந் திமிர்ந்ததும் வதுவைச்
சடங்கு தீர்ப்பதற் கன்றியோர் வியப்பென்ன தானே. (137)

137. (1785) அடர்ந்த பொன்மணி ஒளிகள் அனைத்தையும் அடக்கிக்கொண்டு விளங்கும் எவ் வகை நறுமணத்திற்கும் மேலன்றோ மேனி! அணிமணி வடங்கள் பூட்டியதும் நறுமணம் பூசியதும் திருமணச் சடங்குகள் முற்றுப் பெறுவதற்கன்றி வேறெதற்கு? இதில் வியப்பு ஏது?

அடர்ந்த - செறிந்த; வடம் - மாலை; திமிர்தல் - பூசுதல்; வதுவை - திருமணம்.

போற்றி வாழ்த்தின ரயினினீர் சுழற்றினர் புவன
நாற்றி சைக்கமழ் கொழுந்தினு மலரினு நடத்தி
யேற்ற கோடிகங் கலவைச்செப் படைப்பைக ளேந்தி
யாற்று சாமரை வீசிவந் தனரணங் கனையார். (138)

138. (1786) போற்றினர். வாழ்த்தினர். சோறு கலந்த ஆலாத்தி எடுத்தன். உலகின் நான்கு திசையும் மணம் கமழும் மருக்கொழுந்தும் மலர்களும் பரப்பி அதன் மீது நடத்தி, பூந்தட்டுகளும் கலவைச் சிமிழ்களும் வெற்றிலைப் பாக்குத் தட்டுகளும் ஏந்தி, சாமரம் வீசி நடத்தி வந்தனர் வானவர் உலகத்து ஹூரிகள் போன்ற தோழியர்.

அயினிநீர் - சோற்றுப் பருக்கை இட்ட ஆலாத்தி; புவனம் - உலகம்; கோடிகம் - பூந்தட்டு; கொழுந்து - மருக்கொழுந்து; கலவைச் செப்பு - சந்தனம் முதலிய கலவைச் சாந்திடும் சிமிழ்; அடைப்பை - வெற்றிலைப் பாக்கு; சாமரை - சாமரம், விசிறி போல்வது; அணங்கு - தேவமாதர், ஹூரிகள்; அனையார் - போன்றவர்.

முரச மார்த்திடப் பெரியவ ராசிகண் முழங்கப்
பரவு சோபன மயிலையற் புதகுண பதியைச்
சரத பூரண மதியைபல் கீசெனுந் தவத்தை
யிருப திக்கதிப் பொருணபி யிடத்திருத் தினரே. (139)

139. (1787) முரசுகள் முழங்க பெரியவர்கள் வாழ்த்துரைக்க போற்றுதலுக்கு உரிய மங்கல மயிலும் அற்புத குண இருப்பும் எப்போதும் இலங்கும் முழு மதியும் ஆகிய பல்கீசு என்னும் தவத்தை இம்மை மறுமை ஆகிய இருபதிகளுக்கும் மேற்கதி நல்கும் மெய்ப்பொருளாகிய சுலைமான் நபி யின் அருகில் அமர்த்தினர்.

பரவுதல் - போற்றுதல்; சோபனம் - மங்கல வாழ்த்து; சரதம் - நிலையான; இருபதி - இம்மையும் மறுமையும்; கதிப்பொருள் - மேற்கதி நல்கும் மெய்ப்பொருள்.

அதிக சோதிவெய் யோனொடு மதியமை வதுபோன்
மதுர வாருதிச் சுவையெலாந் திரண்டுபெண் வடிவாய்ப்

துதியெ லாம்பெற வேண்டுமென் றீங்குதோன் றுதல்போ
லெதிரி லாவொரு தனிக்குடை நபியிடத் திருந்தார். (140)

140. (1788) இனிப்புச் சுவைக் கடல்கள் எல்லாம் திரண்டு பெண் வடிவாகிப் புகழ்பெற வேண்டும் என்று இம் மண்ணுலகில் வந்து தோன்றியது போல் வந்த பல்கீசு, பேரொளி பரப்பும் சூரியனுடன் நிலவு வந்து சேர்ந்திருப்பது போல், எதிர் இல்லாது தனிக்குடை நிழற்றும் நபியின் அருகில் இருந்தாள்.

சோதி - ஒளி; வெய்போன் - சூரியன்; மதி - நிலவு; மதுரம் - இனிப்பு; வாருதி - கடல்; துதி - புகழ்ச்சி.

எழிற்ற ருங்குல முதியவ ருவந்தியல் புடனே
செழித்த திண்புய சுலையுமா னபிக்குஞ் செந்தேன்பூ
மழைக்க ருங்குழன் மங்கைபல் கீசுக்கு மகிழ்வு
தழைக்க பூரணப் பொருத்தநிக் காகுசெய் தனரே. (141)

141. (1789) மேன்மை பொருந்திய குல முதியவர் அன்புடன் செழித்த வலிமை மிக்க தோளுடைய சுலைமான் நபிக்கும் தேனூறும் பூச்சூடிய மேகம் போன்ற கருங்கூந்தல் உடைய பல்கீசுக்கும் மகிழ்வு தழைக்கும்படி முழுப் பொருத்தத்துடன் மரபு தவறாது திருமணம் செய்து வைத்தனர்.

இயல்புடன் - மரபுபடி; நிக்காகு - திருமணம்.

தரவ லம்புரிக் குலவொலி யெனமடைந் தையர்கள்
குரவை யுந்திரும் பாற்கட லினும்வியன் குறிக்கு
முரசி னங்களூ மியம்பப்பல் கீசுகோன் முறைசெய்
யரசு மென்மலர் மணவறை புகுந்தன ரன்றே. (142)

142. (1790) உயர்ந்த வலம்புரிச் சங்கின் ஓசை என்ற பெண்களின் குரவை ஒலியும், திருப்பாற் கடலைவிடப் பெருமை மிக்க முரசினங்களின் முழக்கமும் ஒலிக்க, மணப்பெண் பல்கீசும் அரச நீதி செலுத்தும் அரசர் நபியும் மென்மையான மலர்களால் அலங்கரிக்கப்பட்ட மணவறையினுள் புகுந்தனர்.

வியன் - பெருமை; இயம்ப - இசைக்க; கோன்முறை - அரசநீதி.

வளர்செ ழும்புகழ் யூசறு குதவுபல் கீசுந்
தெரிவு றுந்திரு வேதநா யகரருள் செம்மல்
களப வொண்புயா சலநபி யுந்திருக் கருத்தி
லளவு கண்டிடா வானந்த மிகுத்தன ரன்றே. (143)

143. (1791) செழித்து வளரும் புகழுடைய யூசருகு ஈன்ற பல்கீசும், தெளிவுபடுத்தும் திருவேதமாகிய சபூரின் நாயகர் தாவூது நபி ஈன்ற நறுமணச் சாந்து மணக்கும் ஒளிவீசும் மலைபோன்ற தோளுடைய நபி சுலைமானும் மனத்தாலும் அளவிட முடியாத பேரின்பம் எய்தினர்.

தெளிவுறும் திருவேதம் - சபூர் வேதம்; வேத நாயகர் - தவூது நபி; உதவு - பெற்றளித்த; களபம் - மணச்சாந்து; புயம் - தோள்; அசலம் - மலை.

நிலங்கள் வாழ்கமே லவர்தவம் வாழ்கமா னிடர்சின்
குலங்கள் வாழ்கபுண் ணியப்பொருள் வாழ்ககோல் வாழ்க
பலங்கள் வாழ்கதீன் வாழ்கபல் கீசுடன் பண்பாய்
நலங்கள் வாழ்கவாழ்ந் திருந்தனர் சுலையுமா னபியே. (144)

144. (1792) உலகம் வாழ்க. மேலோரின் தவங்கள் வாழ்க. மனித, சின் குலங்கள் வாழ்க. புண்ணியங்களும் அவற்றிக்குக் காரணமான வணக்கங்களும் வாழ்க. செங்கோல் வாழ்க. வலிமைகள் வாழ்க. தீன் வாழ்க வாழ்க. பல்கீசுடன் பண்பாய் நலங்கள் வாழ வாழ்ந்திருந்தனர் சுலைமான் நபி.

திருமணப் படல முற்றிற்று.
படலம் 34 -க்கு - திருவிருத்தம் - 1792

35. பவுனவத வதைப்படலம்
படலச் செய்தி

பல்கீசு நாச்சியாரை மணம் செய்துகொண்டு மகிழ்ச்சியுடன் வாழ்ந்த சுலைமான் நபி ஒரு நாள் சின்களை அழைத்தார். சாமில் இருந்து மூன்று திங்கள் பயணத் தொலைவில் உள்ள ‘எமத்தில் மதான்’ என்ற ஊரில் அரச மாளிகை ஒன்று கட்டுமாறு பணித்தார். பாதுகாப்பான மூன்று கோட்டைகளுக்கு நடுவே அம் மாளிகையைக் கட்டப் பணித்தார். அவ்வாறு கட்டி முடித்தன சின்கள். அதைப் பார்வையிட்ட சுலைமான் நபி அதன் நேர்த்தியைப் பாராட்டினார். கட்டிய சின்களுக்கு விருதுகளும் ஏராளமான பரிசில்களும் வழங்கினார். அம் மாளிகையில் பல்கீசு நாச்சியாரை இருத்தினார். சாமில் இருந்து புறப்பட்டுப் போய் மூன்று நாள்கள் அங்குத் தங்குவதும் திரும்பிவந்து சாமில் இருந்து நான்கு நாள்கள் அரசு அலுவல்களைப் பார்ப்பதும் வழக்கமாகக் கொண்டு வாழலானார்.

அக் காலத்தில், அரபுக் கடற்கரைக் கானலில், கடல் நடுவே அமைந்த பெரிய தீவை பவனவகு என்பவன் ஆண்டு கொண்டிருந்தான். வளம் நிறைந்த காடும் மலையும் அமைந்த நாடுகளின் இடையே சைத்தூன் என்னும் பட்டணத்தில் கோட்டைக் கொத்தளங்கள் அமைத்து வாழ்ந்தான். அத் தீவிற்குச் செல்லும் கடல்வழி ஒடுக்கமான ‘சலதுற்கம்’ ஆதலால் யாரும் அங்குப் போவதில்லை. எந்த அயல் மன்னரும் அங்குப் போவதில்லை. எந்த அயல் மன்னரும் அங்குப் படையெடுத்ததும் இல்லை. ஆயினும் உறுதியான கோட்டைகளும் வலிமை மிக்க படைகளும் அமைத்துக் கொண்டு வெல்லப்படாத அரசனாக வாழ்ந்து வந்தான். அவனுக்கு மனைவியும் சமுசத்து என்னும் மகளும் உள்ளனர்.

பவுனவகு ஷிர்க்கு ஆகிய இணைவைப்பு உடையவனாக இருந்தான். இதை அறிந்த சுலைமான் நபி ஏகத்துவ நெறியாகிய தீனில் சேருமாறு தூது அனுப்பினார். சினத்துடன் தூதை மறுத்துப் புறக்கணித்தான் பவுனவகு. எனவே,

அவன் மீது படையெடுப்பு நடத்த முடிவு செய்து நால்வகைப் படையுடனும் சின்குலப் படைகளுடனும் காற்றுவாகனத்தில் ஏறிச்சென்று சைத்தூன் பட்டணத்தை முற்றுகையிட்டார். பவுனவகு கோட்டைக்கு வெளியே வந்து போரிட்டான். கடுமையான போர் நடந்தது. போரில் பவுனவகு கொல்லப்பட்டான். அவன் படைகள் முற்றாக அழிக்கப் பட்டன. புறமுதுகு காட்டி ஓடியவர்களும் அடிபணிந்து உயிரப் பிச்சை கேட்டவர்களும் மட்டுமே தப்பினர்.

வெற்றிபெற்ற சுலைமான் நபி கோட்டையினுள் நுழைந்தார். பழைய அரியணையை அகற்றித் தம்முடைய அரியணையை இட்டு அதில் அமர்ந்தார். அரச குடும்பத்தினரையும் பொது மக்களையும் வரவழைத்து அனைவருக்கும் கலிமா கற்பித்துத் தீனில் ஆக்கினார். உரிய பயிற்சிகளைக் கொடுத்து தீனை நிலைநிறுத்தினார். பின்னர் பவுனவகுவின் மகள் சமுசத்தைத் திருமணம் செய்து கொண்டார். சிலநாள் அங்கே தங்கி இருந்தார். அப்பால் பொருத்தமான ஒருவருக்கு அரசுரிமை அளித்து மனைவி சமுசத்துடன் சாமிற்குத் திரும்பினார்.

இராஜநாயகம் காப்பியத்தில் இடம்பெற்றுள்ள இரண்டாவது போர்க்களம் இது. முன்னர் 'கடல் வேட்டைக்கெழுந்த (24வது) படலத்தில் முதற்போர்க்களம் உள்ளது. அதில் 6 பாட்டுகளில் மிகச் சுருக்கமாகப் பாடிய புலவர் இந்த பவுனவகு வதைப் படலத்தில் 32 பாட்டுகளில் விரிவாகப் பாடியுள்ளார். படலத்தில் மொத்தமே 61 பாட்டுகள் தாம் உள்ளன.

போர் எவ்வாறெல்லாம் நடந்தது? யார் யாரை எதிர்த்தார்? முடிவு என்ன? என்பதை எல்லாம் விரிவாகவும் குறிப்பாகவும் பாடியுள்ளார். இவற்றிற்கு அப்பால் போர் முடிந்த பின்னர் வெட்டுண்டு கிடக்கும் போர் வீரர்களின் உடல்களுக்கு நேரும் கொடுமைகள் அச்சம் தருவனவாகவும் உள்ளன. பரணி நூல்களில் நாய்களும் நரிகளும் கீறிக் கிழித்து உண்ணும் பருந்து கழுகு முதலிய பறவைகளும் பேய்களும் பிணங்களைக் கடித்தும் குதறியும் கூழ்சமைத்தும் உண்ணும் காட்சி அச்சந்தரும் வகையில் பாடப்பட்டிருக்கும். அதேபோல் இப் படலத்திலும் பாடப்பட்டுள்ளது. பாட்டுணர்ச்சிக்கு ஏற்பச் சந்தமும் சொற்களும் குதிகொண்டு எழுந்து ஆடுகின்றன. கற்பாரைக் கழிபேருவகை கொள்ளச் செய்யும் பகுதி இது.

35. பவுனவகு வதைப்படலம்

அறுசீர்க் கழிநெடிலடி யாசிரிய விருத்தம்

தடப்புய நபிதா வூது சந்ததி சுலையு மானுந்
திடத்தகற் பெழில்பல் கீசு மகிழ்ந்துசே ணுலகோர் செம்பொன்
வடத்தினுக் கிணங்கு சோதி மணிமதின் மாட மேகப்
படத்தினைக் தொடுசா மென்னும் பதியில்வாழ்ந் திருக்கு நாளில்.(1)

1. (1793) மலைபோன்ற தோளுடைய நபி தாவூதின் மைந்தராகிய சுலைமான் நபியும் உறுதியான கற்புடைய அழகு பல்கீசும் மகிழ்ச்சியுடன் குபேரபுரிக்கு நிகரான ஒளிவீசும் அழகிய மதில் சூழ்ந்த மாடங்கள் மேகப் படலத்தைத் தொடும் ஷாம் என்னும் நாட்டில் வாழ்ந்திருக்கும் நாளில்.

தடம் - மலை; சந்ததி - மைந்தர்; சேண்உலகம் - வான உலகினர்; செம்பொன்வடம் - குபேர புரி, புராண மரபு.

சாமெனும் பதிக்கப் பான்முத் திங்கள்செல் பயணஞ் சாற்ற
லாமெனும் பதியெ மத்தில் மதான்மிசை யணிகொண் டோங்கும்
கோமணி மனையு மூன்று கோட்டையு மியற்ற வென்றே
தேமல ரலங்கற் றோளார் சின்களை யேவி னாரே.   (2)

2. (1794) ஷாம் என்னும் ஊருக்கு அப்பால் மூன்று மாத பயணத் தொலைவில் உள்ளது என்று சொல்லப்படும் ஊர் 'எமத்தில் மதான்'. அவ் வூரில் அழகு மிளிரும் அரச மாளிகையும் மூன்று கோட்டைகளும் கட்ட வேண்டும் என்று சின்களுக்குக் கட்டளை இட்டார் தேன் தளும்பும் மலர்மாலை அணிந்த தோளுடைய சுலைமான் நபி.

பதி - நகர், ஊர்; சாற்றலாம் - சொல்லலாம்;எமத்தில் மதான் - ஓர் ஊர்; மிசை - மேல்; கோமணி மனை - அழகிய அரச மாளிகை; இயற்ற - கட்ட; தேமலர் - தேன் தளும்பும் மலர்; அலங்கல் - மாலை; ஏவினார் - கட்டளையிட்டார்.

சின்கணந் திரண்ட னந்தந் திகிரியை யிணக்கி விண்ணின்
மின்கண வுடுவ ளாவ மூன்றுசுற் றெயிலும் வீக்கிப்
பொன்கண மணிக ளாலே பொருவின்மா ளிகையுஞ் செய்து
நன்குணக் கடவு ளாதி நபியுழை நவின்ற தன்றே.   (3)

3. (1795) மலைகள் திரண்டு எழுந்தது போல் சின் கூட்டங்கள் திரண்டு எழுந்தன. வானத்தின் ஒளிவீசும் நட்சத்திரக் கூட்டங்களைத் தொடும்படி மூன்று சுற்றுக் கோட்டையும் கட்டி பொன்னாலும் மணிகளாலும் ஒப்பற்ற மாளிகையும் கட்டி முடித்து நல்ல குணங்கள் நிறைந்தவரான இறைத் தூதரிடம் வந்து கூறின.

அனந்தம் - அளவின்மை; திகிரி - மலை; மின் - ஒளி; கணம் - கூட்டம்; உடு - நட்சத்திரம்; எயில் - கோட்டை; வீக்கி - கட்டி; பொருவு - ஒப்பு; ஆதி - இறைவன்; உழை - இடம்; நவின்றன - சொல்லின.

வகுத்தலும் போந்து நோக்கி மகிழ்ச்சிகூர்த் தியற்று சின்கட்
ககத்தில்வேண் டுவதின் மேலு மனந்தமெய் வரிசை யீந்து
தொகுத்தகற் பரசைத் தூண்டாச் சுடர்மணி விளக்கைப் பேறு
மிகுத்தபல் கீசை யந்த மேனிலை மனையில் வைத்தார்.   (4)

4. (1796) சொன்னதும் போய்ப் பார்த்தார். மகிழ்ச்சியடைந்து கட்டிய சின்களுக்கு முன்னர் மனத்தில் எண்ணியிருந்ததைவிட மிகுதியான பரிசும் பாராட்டும் நல்கினார். கற்பின் தொகுதிகளின் அரசியும் தூண்டா மணி விளக்கும் மிகுந்த நற்பேறுகள் உடையவளுமான பல்கீசை அந்த உயர்ந்த மாளிகையில் வைத்தார்.

வகுத்தல் - சொல்லல்; போந்து - போய்; அனந்தம் - மிகுதி; வரிசை - சிறப்பு; மேனிலை மனை - உயர்ந்த மாளிகை.

அரசுறை பதிய தான சாமினி லிருந்தாங் கெய்தி
விறைசெறி குழல்பான் மூன்று நாட்டரித் திங்கு மேவி
நிறைமணி மகுட வேந்தர் நிதித்திறை குவித்துச் செந்தா
மரைமல ரடிகள் போற்றி வணங்கவை கினரக் காலம். (5)

5. (1797) அரசநகரான சாமிலிருந்து அங்குப் போய் மணம் நிறைந்த கூந்தலுடைய பல்கீசிடம் மூன்று நாள்கள் தங்கியிருந்துவிட்டுத் திரும்பி இங்கு வந்து, மணிமுடி சூடிய வேந்தர்கள் வந்து திறைப் பணத்தைச் செந்தாமரை மலரடிகளில் வைத்துப் பணிந்து நிற்க, இவ்வாறாக வாழ்ந்து வரலானார். அக் காலத்தில்

அரசுறைபதி - அரசர் வாழும் நகர், தலைநகர்; எய்தி - அடைந்து; விறை - விரை, மணம்; மேவி - வந்து; நிதித் திறை - திறைப்பணம், கப்பம்; வைகினர் - தங்கினர்.

அவனியில் வியப்ப தான கரையெனு மறபில் வேலை
யுவரியி னடுவ தாமோ ருயர்பெருந் தீவத் தீவிற்
கவலரும் தளங்கொண் டோங்கு நாடுகள் கவினச் சூழ்ந்த
நவமுறு சைத்தூ னென்றோர் நகரெயில் வளைந்த தம்மா. (6)

6. (1798) உலகில் வியப்பிற்கு உரிய கானல் என்று சொல்லப்படும் அரபு நாட்டுக் கடலின் நடுவே ஒரு பெரிய தீவு உள்ளது. அத் தீவில் விரும்பத் தக்க அரிய வளங்கள் கொண்டு இலங்கும் நாடுகள் பலவும் அழகாகச் சூழ்ந்திருக்க கோட்டைகள் சூழ்ந்த சைத்தூன் என்ற நகரம் உள்ளது.

அவனி - உலகம்; கரை - கானல், கடற்கரைச் சோலை; அறபில் - அரபு நாட்டில்; வேலை - கடல்; உவரி - உப்புநீர், கடல்; கவலரும் - விரும்பும் அரிய; கவலல் - விரும்பல்; கவின - அழகாக; நவம் - புதுமை; எயில் - கோட்டை.

பகருமந் நகரை யாள்வோன் பவுனவ கெனுமோர் வேந்தன்
றகுமுடி யரசரி யாருஞ் சலதுற்க மாத லாலே
யிகலியங் கிவனை வெல்வ தெத்திறத் தினுமொவ் வாதாய்
நிகரறு சீர்த்தித் தானைப் பெருக்கொடு நெடுவாழ் வுற்றான். (7)

7. (1799) அந் நகரை ஆள்பவன் பவுனவகு என்பவனாவன். அத் தீவு கடல் நீரால் சூழப்பட்டதும் ஒடுங்கிய பாதையுடையதும் ஆகும். ஆதலால் அங்கே படை நடத்திச் செல்வதும் போரிட்டு அவனை வெல்வதும் எத் தகைய வலிமை மிக்க அரசருக்கும் இயலாததாக இருந்தது. அதன் காரணமாக நிகரற்ற படைப் பெருக்கத்துடன் நெடிய வாழ்வும் அடைந்திருந்தான்.

சலதுற்கம் - நீர்சூழ்ந்த ஒருங்கிய பாதை; சலம் - நீர்; துற்கம் - துருக்கம், ஒடுக்கவிடம்; இகலி - பகைத்து; ஒவ்வாதாய் - ஆகாததாய், இயலாததாய்; .

தளத்தினு முவமை யில்லான் றனதுநா டெயிற்பு ரத்தின்
வளத்தினு முவமை யில்லான் மாற்றல ரெதிர்த்த வெம்போர்க்
களத்தினு முவமை யில்லான் கரையறு குபிரர் கங்கு
லுளத்தினு முவமை யில்லா னிதியினு முவமை யில்லான். (8)

8. (1800) படைப் பெருக்கிலும் உவமை இல்லாதவன். தனது நாட்டுக் கோட்டைக் கொத்தள வளத்திலும் உவமை இல்லாதவன். பகைவர் எதிர்த்து வந்த கொடிய போர்க்களத்திலும் உவமை இல்லாதவன். கங்குகரையில்லாத இறைமறுப்பாகிய குபிர் இருள் சூழ்ந்த உள்ளத்திலும் உவமை இல்லாதவன். செல்வப் பெருக்கத்திலும் உவமை இல்லாதவன்.

தளம் - படை; எயில் - கோட்டை; வெம் - கொடிய தன்மை; கரையறு - கரையற்ற; குபிர் - இறைமறுப்பு, இறைவன் வானவர் மறுமை முதலியவற்றை மறுக்கும் நாத்திகம்; கங்குல் - இருள்; நிதி - பொருட்செல்வம்.

ஓதிய வவனைத் தீனில் வருகென வொருவன் றூதோர்
தூதினை விடுத்தார் போந்து சொல்லினன் சினமீக் கொண்டே
தாதினை யுதிர்க்குந் தாரான் றள்ளின னபிபொற் பாதப்
போதினை யடுத்துச் சென்றோன் புகன்றன னிகழ்ந்த மாற்றம். (9)

9. (1801) முற்கூறிய பவுனவகு மன்னனை தீனில் வருக என அழைத்துத் தூது அனுப்பினார் அரசரும் ஒருவனாகிய இறைவனின் தூதரும் ஆகிய சுலைமான் நபி. தூதன் போய் அவனிடம் சொன்னான். கேட்ட தேன் சிந்தும் மாலை அணிந்த பவுனவகு சினம் மிகைத்து எழுந்து தூதை புறம் தள்ளினான். திரும்பி வந்த தூதன் நபியின் பொன் மலர்ப் பாதங்களை நெருங்கி வந்து அங்கு நடந்தவற்றைக் கூறினான்.

ஓதிய - கூறிய; ஒருவன் - இறைவன்; தூதோர் - தூதராக வந்தவர், தூதர்; விடுத்தார் - அனுப்பினார்; போந்து - போய்; மீக்கொண்டு - மிகக் கொண்டு; தாது - தேன்; தாரான் - தாருடையவன்; தார் - மாலை; போது - பூ; அடுத்து - நெருங்கி; புகன்றனன் - சொன்னான்; மாற்றம் - மாறுபட நிகழ்ந்தவை.

அம்படை மலர்த்தாள் போற்றி யறைதல்கேட் டழன்று சீறி
வெம்படைத் தலைவர் தம்மை விரைவினில் வருக வென்றார்
தம்படை யொடுவேல் சூலஞ் சரந்தனு தூணி தண்டம்
வம்படை வசிமே லியாவும் வகைவகை பூண்டு வந்தார். (10)

10. (1802) அழகிய இரு பாதம் பணிந்து தூதன் சொன்னதைக் கேட்டு நெருப்பானார். சீறினார். கொடிய போர்ப் படைத் தலைவர்கள் விரைந்து வருக என்றார். அவர்கள் தம்முடைய படைப்பிரிவுகளுடன் வேல் சூலம் அம்பு வில் அம்புக்கூடு தண்டம் வலிமை மிக்க வாள் முதலிய போர்க்கருவிகளை வகை வகையாக அணிந்து வந்தனர்.

அம் - அழகிய; அறைதல் - கூறுதல்; அழன்று - நெருப்பாகி; தம்படை - தம்முடைய படைப் பிரிவு; சரம் - அம்பு; தனு - வில்; தூணி - அம்புக்கூடு; தண்டம் - கதை; வம்படை - வலிய படை; வசி - வாள்; பூண்டு - தரித்து, அணிந்து.

கொடிகுடை யால வட்டங் குழற்றொகை பணிலங் கொம்பு
நெடியசா மரைசாந் தாற்றி நிரைமணி முரசங் கஞ்ச
மிடியொலி யடங்கத் தாக்கி யெழுகட லொலியை மாற்றிப்
படிமுழு ததிர விண்ணிற் படர்தரப் பரந்த தன்றே. (11)

11. (1803) கொடி, குடை, விசிறி, பலவகை குழல்கள், சங்கு, கொம்பு, நீண்ட சாமரம், சிறிய விசிறிகள், மணிகள் வைத்துக் கட்டிய முரசு, வெண்கலம் முதலிய கருவிகளுடன் எழுப்பிய முரசொலி முழக்குமாறும் செய்து உலகம் முழுவதும் அதிர வானத்தில் படர்ந்து பரந்தது.

ஆலவட்டம் - பெரிய விசிறி; பணிலம் - வலம்புரிச் சங்கு; சாமரை - சாமரம்; சாந்தாற்றி - சிறிய விசிறி; கஞ்சம் - வெண்கலம்; படி - உலகம்; பரந்தது - வளர்ந்தது, மிகுந்தது.

தானைநால் வகையு நோக்கிச் சலதரத் திரளை கூவிச்
சேனையா வையுநம் பாலிற் சேர்ந்துவந் திடுவ தாக
வேனையாய்ச் சுமந்து வம்மி னெனச்சொலி விமான மீதும்
வானையார் கடல்போற் றானை சுமத்திமற் றதன்மேற் கொண்டார். (12)

12. (1804) நால்வகைப் படைகளையும் நோக்கினார். மேகக் கூட்டம் போல் திரண்டிருந்த அவர்களை விளித்து, படையினர் யாவரும் நம்முடன் சேர்ந்து வருக, படையினர் ஒழிந்த மற்றவர்களும் மற்ற பொருள்களும் சுமந்து வருக என்று சொல்லி, விமானத்தின் மீது வானளவு ஆர்த்தெழும் கடல் போன்ற படையை ஏற்றி மற்றவற்றை அதன் மீது ஏற்றிக் கொண்டார்.

சலதரத் திரள் - மேகக் கூட்டம்; ஏனை - மற்றையவை; வம்மின் - வருக.

மேற்கொண்டு காற்றைக் கூவி விடைகொடுத் தனர்பு லால்கொள்
வேற்கொண்டு கரச்சின் மாந்தர் சூழ்ந்துற விமானந் தன்னை
காற்கொண்டு ககன மார்க்கத் தேகின கடுமை கொண்டு
சூற்கொண்டு பொழியு மேகத் திரள்களுஞ் சூழ்ந்த தன்றே (13)

13. (1805) மேற்கொண்டு காற்றை அழைத்து விடை கொடுத்தார். புலால் நாறும் வேலைக் கையில் ஏந்திய சின்களும் மனிதரும் சூழ்ந்து நிற்க விமானத்தைச் சுமந்துகொண்டு வான்வழி சென்றது காற்று. சூல்கொண்டு பொழியும் கருமேகத் திரள்களும் விரைந்து சூழ்ந்தன.

கால் - காற்று; ககனம் - வானம்; ஏகின - சென்றன.

அகவிரை வாக வேகி யலையெறி யாழி நிங்கி
நிகரறு தீவின் மேவி நெடியகான் மலைநா டாறு
மகிழ்வொடு நோக்கிச் செம்பொன் மணிமுடி யரசு செங்கோ
னகர்வளை யெயிலை நோக்கிச் நண்ணிச்சூழ்ந் திறங்கி னாரால். (14)

14. (1806) மிக விரைந்து சென்று, அலை எறியும் கடலைக் கடந்து, நிகரற்ற தீவைச் சேர்ந்து, நீண்ட காடுகளையும் மலைகளையும் நாடுகளையும் ஆறுகளையும் மகிழ்ந்து நோக்கி செம்பொன் மணிமுடி அரசன் தலைநகரின் அடைய வளைந்த கோட்டையை நோக்கிச் சென்று இறங்கினார்.

அகவிரைவு - மிக விரைவு; ஏகி - சென்று; ஆழி - கடல்; நீங்கி - கடந்து; நிகரறு - நிகரற்ற; மேவி - சேர்ந்து; கான் - காடு; செங்கோல்நகர் - தலைநகர்; அரசு - அரசன்; எயில் - கோட்டை; நண்ணி - சேர்ந்து, அடைந்து.

ஆதிதூ திவ்வா றெய்த வரசெவ ரெனவி னாவித்
தூதிவண் விடுத்த தோன்றல் சுலையுமா னெனவு ணர்ந்தான்
பேதியா தொருமித் திந்தப் பெருந்தளங் கடல்க டந்தே
யாதில்வந் தனவோ வங்க மின்றியென் றதிச யித்தான். (15)

15 (1807) இறைவன் தூதர் இவ்வாறு சென்று சேர்ந்ததும் தீவின் அரசன் பவுனவகு வந்திருக்கும் பகைவர் யார் என்று வினவினான். இங்குத் தூது அனுப்பிய அரசர் நபி சுலைமான் என்று கேட்டு அறிந்தான். கப்பல் ஏதும் இல்லாமல், இவ்வாறு பெரிய படை சேதாரம் இன்றி எதில் வந்தது என்று வியந்தான்.

ஆதிதூது - இறைத்தூதர்; எய்த - அடைய, சேர; இவண் - இங்கு; தோன்றல் - அரசர்; பேதியாது - சிதையாது, சேதாரம் இன்றி, உள்ளம் திடுக்குறாது; பெருந்தளம் - பெரும்படை; யாதில் - எதில்; வங்கம் - கப்பல்.

அதிசயித் திதனை யெல்லா மரைக்கணத் தழிக்க நம்மைத்
துதிசெய்திவ் வுலக மேத்தத் தோன்றின னிவனென் றேயுண்
மதிசெய்து தனது சேனை யதிபரை வருக வென்றான்
விதிசெயு முடிவு தோன்றும் வீரர்க ளொருமித் தாரே. (16)

16. (1808) வியந்து, இப் பெரும்படையை எல்லாம் அரைக் கணத்தில் அழித்து, அதைக் கண்டு இவ் வுலகம் நம்மைப் புகழ்ந்து போற்ற வேண்டும் என்று இவன் இங்கு வந்தான் போலும் என்று மனத்தில் நினைத்துப் படைத்தலைவர்கள் வருக என்று ஆணையிட்டான். விதி செய்யும் முடிவு தோன்றும்படி வீரர்கள் யாவரும் ஒருங்கே திரண்டனர்.

துதி - புகழ்; ஏத்தல் - புகழ்தல்; மதிசெய்து - முடிவு செய்து.

வானையார் சிகரி யொப்பா மதகரி யிரதம் வாசி
தேனையா ரலங்கன் மார்பர் திகழ்படை முரசம் வான
மீனையார் துவசந் தால விருந்தமே லெவையுஞ் சூழச்
சேனைகா வலர்கள் வந்து செருமினர் குழுமி நின்றார். (17)

17. (1809) வானத்தைத் தொடும் மலையொத்த மதயானை, தேர், குதிரை, தேன்தளும்பும் மாலை அணிந்த மார்புடைய காலாள் ஆகிய நாற்படையும் முரசு முழக்கியவர்களாக, வான நட்சத்திரங்களைத் தொடுமாறு கொடி உயர்த்தி, தாலவிருந்தம் எனப்படும் பேராலவட்டம் சுழன்றுவர படைத்தலைவர் கள் வந்து நெருக்கமாகச் சூழ்ந்து நின்றனர்.

சிகரி - மலை; மதகரி - மதயானை; வாசி - குதிரை; அலங்கல் - பூமாலை; துவசம் - கொடி; தால விருந்தம் - பேராலவட்டம்; செருமினர் - நெருங்கினர்.

இன்னமு தருந்திப் பூணு மிளவெயின் முடியுஞ் சூட்டிப்
பன்னருங் கலவை பூசிப் படைக்கல மெவையும் பூண்டு
பொன்னொடு மணியுந் தூசும் புயலென விரப்போர் கீந்து
மன்னன்மா ளிகையை நீங்கி மதகரி யேறி னானே. (18)

18. (1810) இனிய உணவு உண்டான்; இளஞ்சூரியன் போன்ற முடியைச் சூட்டிக் கொண்டான்; உடலில் கலவைச் சாந்து பூசிக்கொண்டான்; எல்லா வகையான படைக்கலன்களையும் தரித்துக் கொண்டான்; இரந்து வந்தோர்க்குப் பொன்னும் மணியும் தானியமும் ஈந்தான், புயல்போல் விரைந்து ஈந்தான்; எல்லாம் முடித்த மன்னன் மாளிகையை விட்டு நீங்கிப் பட்டத்து யானையின் மீது ஏறினான்.

இன்னமுது - இனிய உணவு; கலவை - கலவைச் சாந்து; தூசு - தானியம்.

வீறியல் கரடக் கைமா மிசையிருந் தெமது பாலின்
மீறிவந் தவன்ற னாவி விடுவதில் லெனப்ப கர்ந்து
தேறிய வளவிற் சேனை செறிதர நடத்திக் காலத்
தீறிது வெனவா னோங்கு மெயிலரு நெறிக டந்தான். (19)

19. (1811) மதநீர் பீறியடிக்கும் யானை மீது அமர்ந்தபடி எதிரிப்படையை நோக்கி எல்லை கடந்து நம்மிடம் வந்தவனின் உயிரைப் போக்காமல் விடுவதில்லை என்று முடிவுசெய்தவனாக அளவுகடந்த தன்னுடைய படைகளைத் திரளாக நடத்தி உலகின் இறுதி எல்லை இது என்று நினைக்கும்படி உயர்ந்து இலங்கும் கோட்டையின் கடப்பதற்கு அரியதான வழியைக் கடந்தான்.

வீறியல் - பீறியடித்தல்; கரடம் - மதநீர்; கைமா - கைம்மா, யானை; மிசை - மீது; பால் - இடம்; மீறி - கடந்து; பகர்ந்து - சொல்லி; தேறி - நிச்சம் செய்து; அளவில் - அளவில்லாத; செறிதர - திரண்டு வர; ஈறு - எல்லை, முடிவு; எயில் - கோட்டை; நெறி - பாதை, வழி.

கடந்துவந் தாதி தூதின் கடற்பொருந் தானை நோக்கி
யடர்ந்துவென் றிடுதற் கீதோ ரணுவென மதித்து முன்னம்
தொடர்ந்தெதிர் பூச லிட்டான் சுருதிநன் னெறிக்கோல் வள்ள
லிடந்தரச் சூழ்ந்த சேனை யெவையையு மேவி னாரே. (20)

20. (1812) கடந்து வந்து இறைத்தூதரின் கடல்போன்ற படையை நோக்கி போரிட்டு வெல்வதற்கு இஃதோர் அணு எனமதித்து முன்னே சென்று போரைத் தொடங்கினான். வேத நெறிப்படி செங்கோல் நடத்தும் வள்ளலான சுலைமான் நபி அடைய வளைந்து நின்ற தம்முடைய படை முழுவதையும் ஏவினார்.

ஆதிதூது - இறைத்தூதர்; பொருவுதல் - நிகராதல்; தானை - படை; பூசல் - போர்; சுருதி -வேதம்; நெறி - வழி, மரபு; கோல் - ஆட்சிக்கோல், செங்கோல்.

தேரொடு தேரும் வாசித் திரளொடு திரளுஞ் சூற்கொள்
காரொடு காரும் போலக் களிற்றொடு களிறு மொன்னார்
வேரொடு மடியத் தாக்கும் வீரரும் வீரர் தாமு
மாரொடு பொருவ தென்னு மவாவொடு நெருக்கி யார்த்தார். (21)

21. (1813) தேரோடு தேரும் குதிரைத் திரளோடு குதிரைத் திரளும் சூல் கொண்ட கரிய மேகத்தோடு மேகமும் போல் யானையோடு யானையும்

எதிரியை வேரோடு தாக்கி அழிக்கும் காலாள் வீரர்களோடு வீரர்களும் யாரோடு மோதுவது என்னும் வேட்கையுடன் நெருங்கி ஆர்ப்பரித்தனர்.

வாசி - குதிரை; சூல் - கருப்பம்; கார் - மேகம்; களிறு - யானை; ஒன்னார்; பொருவது - பொருதுவது, போரிடுவது; அவா - விருப்பம், வேட்கை.

தாரைகள் குழல்கொம் போடு சமர்ப்பறை முழக்கும் வென்றி
வீரவேல் வயவர் திண்டோண் மிசைகொட்டு முழக்குந் தாக்கிற்
பாரவாண் முதலா யுள்ள படைக்கல முழக்குந் தந்தி
கோரதேர் முழக்கும் வேலை முழக்கின்மேற் கோடி யாமால். (22)

22. (1814) தாரைகள் குழல்கள் கொம்புகளுடன் போர்ப்பறை முழக்கமும் வெற்றிதரும் வீர வேல் ஏந்திய வீரர்கள் தங்களின் வலிமை மிக்க திண்ணிய தோள்களைத் தட்டும் முழக்கமும் தாக்கும் வலிமை மிக்க வாள் முதலிய ஆயுதங்களின் முழக்கமும் யானை குதிரை தேர்களின் முழக்கமும் கடலின் முழக்கத்தைவிடக் கோடி மடங்கு உயர்ந்து முழக்கின.

வயவர் - வீரர்; மிசை - மீது; தந்தி - யானை; கோரம் - குதிரை.

கைமிகு பெரும்போ ராகக் கலந்தனர் கலந்த போது
மைமிகு களிறு மஞ்சில் வைகுவீ ரருமோர் வெட்டின்
மெய்பக விருதுண் டாக்கி விண்ணிற்றேர் பதத்தா லேற்றி
நொய்மையிற் களத்தில் வீழ்த்தி நொறுக்கின சிலசின் கூட்டம். (23)

23. (1815) கையோடு கை கலந்தனர். அது பெரும்போர் ஆயிற்று. அப்போது சில சின் கூட்டங்கள், கரிய யானையையும் யானை முதுகில் இருந்த வீரரையும் ஒரே வெட்டில் இரண்டு இரண்டாகும்படி உடல்களைப் பிளந்து, வானத்தில் தேர்ப்போலப் பறக்க வீசிக் களத்தில் கெட்டு விழும்படி நொறுக்கின.

மை - கருமை; களிறு - யானை; மஞ்சு - யானை முதுகு; வைகுதல் - இருத்தல்; மெய்பக - உடல் பிளக்க; நொய்மை - கேடு.

வடிக்கரி கரங்கள் வீழ்த்தி வரையரு விகள்போற் சோரி
யிடத்தொழு கவுஞ்செய் தேதே ரெடுத்தொன்றோ டொன்றைத் தாக்கி
நடுப்படு வயவர் வாசி நைந்திட மற்றோர் கண்டு
திடுக்கிட நொறுக்கி நின்று சிரித்தன சிலசின் கூட்டம். (24)

24. (1816) யானையின் தும்பிக்கையை வெட்டிவீழ்த்தி மலை அருவியில் நீர் கொட்டுவது போல் இரத்தம் கொட்டச் செய்து, தேர்களைத் தூக்கி ஒன்றோடு ஒன்று மோதும்படித் தாக்கி, நடுவில் உள்ள வீரரும் குதிரைகளும் துன்புற்று நலிய, மாற்றார் கண்டு திருக்கிடுமாறு நொறுக்கி வீழ்த்தின சில சின் கூட்டம்.

வடி - கயிறு; கரி - யானை; கரம் - கை, தும்பிக்கை; வரை - மலை; சோரி - இரத்தம்; வயவர் - வீரர்; வாசி - குதிரை.

வாணகைத் துவர்வாய் மின்னார் மனநடைப் பரிக்கு ழாத்தை
யாணழ கினரைத் தேரை யத்தியைக் கதையான் மோதிப்
பூணுயிர் வதைக்கிற் றேரிற் புனைமணி பறிபட் டோடிச்
சேணகத் துடுவோ டொட்டச் செய்தன சிலசின் கூட்டம். (25)

25. (1817) வாள் போன்ற சிரிப்பும் சிவந்த இதழும் கொண்ட மின்னல் போன்ற மாதரின் மன ஓட்டம் போன்ற விரைந்த நடையுடைய குதிரைக் கூட்டத்தையும் ஆணழகினரையும் கம்புகளையும் கதையினால் மோதித் தாக்கும் போது உயிர் வதைப்பட்டு, தேரில் கட்டியிருந்த மணிகள் அறுத்துக் கொண்டு ஓடி வானத்தில் இருக்கும் நட்சத்திரக்களுடன் ஒட்டிக்கொள்ளும்படிச் செய்தன சில சின் கூட்டம்.

துவர்வாய் - செவ்வாய்; மனநடை - மன ஓட்டம், மனப்போக்கும் ஆம்; குழாம் - கூட்டம்; அத்தி - தண்டு, கம்பு; கதை - கதாயுதம்; சேணகம் - உச்சியில் உள்ள இடம், வானம்; உடு - நட்சத்திரம்.

பெருக்குறு கடலிற் றேர்த்தொல் பரிகளைப் பிடித்து வீசி
முருக்கிதழ் மடவா ரியாரு மொய்த்தழ வெயிலி னுட்பட்
டிருக்குநன் னகரிற் சேர்மி னென்னவீ ரரையங் கேற்றிச்
செருக்களத் தாடல் செய்து திரிந்தன சிலசின் கூட்டம். (26)

26. (1818) பொங்கிப் பெருகும் கடலில் தேர்களையும் கோட்டையின் உள்ளே இருக்கும் குதிரைகளையும் பிடித்து வீசி எறிந்து, முருங்கைப் பூப்போன்ற பல்லும் இதழும் கொண்ட பெண்கள் யாவரும் கூடி நின்று அழும்படி அங்கே போங்கள் என்று சொல்லி வீரர்களைப் பிடித்து அங்கே வீசி எறிந்து விட்டுப் போர்க்களத்தில் கூத்தாடித் திரிந்தன சில சின் கூட்டம்.

பரி - குதிரை; தொல் - பழைமை; முருக்கு - முருங்கை; எயில் - கோட்டை; செருக்களம் - போர்க்களம்.

அடித்தன சிலசின் கூட்ட மங்கங்க ணெறுநெ றென்னப்
பிடித்தன சிலசின் கூட்டம் பிடித்துத்தா ளினிற்றேய்த் தாவி
முடித்தன சிலசின் கூட்ட முனைத்தளம் போதா தென்று
துடித்தன சிலசின் கூட்டம் தொனித்தன சிலசின் கூட்டம். (27)

27. (1819) அடித்தன சில சின் கூட்டம். உடல் நெறு நெறு என்று நொறுங்குமாறு பிடித்தன சில சின் கூட்டம். பிடித்துக் காலில் போட்டுத் தேய்த்து ஆவியை முடித்தன சில சின் கூட்டம். இந்தப் போர்க்களம் போதாது என்று துடித்தன சில சின் கூட்டம். சில சின் கூட்டம் கர்ச்சனை செய்தன.

ஆவி - உயிர்; முனைத்தளம் - போர்க்களம்.

திறன்மிகு வலிய கோரச் சின்களிவ் விதஞ்செய் போது
பொறைநிகர் மரவ மாலைப் புயமனுத் தளமுஞ் சேர்ந்தங்
கிறைகுபிர்த் தளத்தி னோடே யெதிர்ந்துவெஞ் செருக்க ளத்தின்
முறையொடு சமரஞ் செய்து முடித்தனர் சிலர்க ளாவி. (28)

28. (1820) திறன்மிகுந்த வலிமைநிறைந்த கொடிய சின்கள் இவ்வாறு செய்த போது, குங்கும மாலை புரளும் மலைபோன்ற தோளுடைய மனிதப்படையும் சேர்ந்து குபிருடையவரின் படைகளுடன் எதிர்த்துக் கடுமையான போர்க்களத்தில் முறையோடு போர் நிகழ்த்தி சிலருடைய உயிர்களைப் போக்கினர்.

கோரம் - கொடுமை; பொறை - மலை; நிகர் - நிகரான; மரவம் - குங்குமம்; மனு - மனிதர்; குபிர் - இறைமறுப்பு, நாத்திகம்; வெம் - வெம்மை, கடுமை; செரு - போர்; சமரம் - போர்.

சாலவுங் கரத்தண் டோங்கு மொருகுபிர்த் தலைவன் சென்னி
யேலவுந் துணித்துத் தண்டம் பரிசையி னேந்தி யேயோர்
சீலவெந் திறலோன் செல்லச் சென்னிபோ மவன்வி ரைந்து
நாலடி யளவு மோங்கி நடந்தடித் தனபின் வீழ்ந்தான். (29)

29. (1821) தண்டாயுதத்தை உறுதியாகப் பற்றிப் பிடித்துப் போரிட்ட ஒரு குபிர்ப்படைத் தலைவனின் தலையை வெட்டி வீழ்த்திய ஒரு நேர்வழி வீரர், அவனுடைய தண்டாயுதத்தைக் கேடயத்தில் ஏந்திச் சென்றான். தலையை இழந்தவனின் முண்டம் நாலடித் தொலைவு நடந்து கீழே விழுந்தது.

சால - மிக உறுதியுடன்; தண்டு - தடி, தண்டாயுதம்; குபிர்த்தலைவன் - இறைமறுப்புப்பாளர் படைத்தலைவன்; சென்னி - தலை; துணித்து - துண்டித்து; பரிசை - கேடயம்; சீலம் - நெறி; திறலோன் - வீரன்.

மற்றொரு வனினோர் கண்ணில் வாளிபாய்ந் தனவ யிற்றிற்
குற்றுறக் குடர்ச ரிந்து தொங்கின வெறிகூர் வெந்மார்
புற்றதோர் கரமு மற்ற தொருகண்ணு மிமையான் கைக்கொண்
டற்றகா லறுகை தூக்கி யடித்தடித் தடர லுற்றான். (30)

30. (1822) மற்றொருவனின் ஒருகண்ணில் அம்புபாய்ந்தது. வயிற்றில் இடிபட்டுக் குடல் சரிந்து தொங்கியது. வெறிமிகுந்து முதுகையும் மார்பையும் ஒரு கையால் தாங்கிக்கொண்டான். மற்றொரு கண்ணை இமைக்கவில்லை. வெட்டுப்பட்ட காலையும் அறுந்த கையையும் தூக்கி அடித்துஅடித்துப் போரிட்டான்.

வாளி - அம்பு; குற்றுறல் - இடிபடல்; குடர் - குடல்; வெறி - போர்வெறி; கூர் - மிகுதி; வெந் - முதுகு; இமையான் - இமைத்தலில்லான்; அடரல் - போர்செய்தல்.

சின்னெடும் பருங்கை வேலான் மார்பினிற் .ஈறிக் குற்றி
யன்னவ ரினிலோர் வீரர் றன்ளையந் தரத்து யர்த்த
முன்னிய வேல வன்றன் முதுகென்பிற் றடைகொண் டுற்றே
தன்னரும் பகழி சேனை மாரிபோற் றாக்கி னானே. (31)

31. (1823) தன்னுடைய பெருத்து நீண்ட கைவேலால் எதிரிப்படை வீரர் ஒருவனின் மார்பில் சீற்றத்துடன் குத்தி வானத்தில் தூக்கி உயர்த்தியது ஒரு சின். அவ் வேல் அவன் மார்பைத் துளைத்தது. ஆயினும் முதுகுப் பக்கம் வெளிப்படாமல் முதுகெலும்பில் தடைப்பட்டு நின்றது. அந் நிலையிலும் தன்னுடைய அம்பாயுதத்தை மழைபோல் பொழிந்து தாக்கினான்.

நெடுங்கை - நெடிய கை; பருங்கை - பருத்த கை; அந்தரம் - வானம்; முன்னிய - சென்ற, நுழைந்த; உற்று - தங்கு; பகழி - அம்பு; சேனை - ஆயுதம்; மாரி - மழை.

இன்னமோர் குபிரன் மேனி யினிற்றுறட் டம்பு பாய்ந்து
துன்னவே கழற்காய் முள்ளாய்த் துலங்கிநங் களைக ளற்ற
பின்னுமே யிவையுண் டென்று பிரியமுற் றதன்மே லார்ந்து
முன்னமே யெதிர்வோர் மார்பின் முருக்கினன் கொணர்ந்த வாளி. (32)

32. (1824) இன்னொரு குபிரன் மேனியில் துறட்டம்பு பாய்ந்து தைத்தது. அது கழற்சிக்காய் முள்ளாய்த் துலங்கிற்று. நம்முடைய உடலில் வலிமை நீங்கிய பின்னும் இவை உண்டு என்று விருப்பங்கொண்டு ஆர்ப்பரித்தான். தன் முன்னே வந்து எதிர்த்தவர் மார்பில் தான் கொண்டு வந்த அம்பினால் குத்தினான்.

துறட்டம்பு - கொழுவிக் கொள்ளுமாறு யானையின் அங்குச முனைபோல் வளைந்த அம்பு; துன்னல் - தைத்தல்; கழற்காய் - கழற்சிக்காய்; களை - பொலிவு, வலிமை; பிறியம் - பிரியம், விருப்பம்; ஆர்த்து - ஆர்ப்பரித்து; வாளி - அம்பு.

சீற்றங்கொண் டொருவன் வெம்போர் செய்திடில் தனது வில்லி
னேற்றம்பை விடுமுன் னாவி யிழந்துசா யிரதஞ் சார்ந்தே
யூற்றங்கொண் டவர்போ னிற்ப வுயிரென மதித்து வீரர்
மேற்றங்க விடுமம் பாணி யறைதல்போல் விளங்கி நின்றான். (33)

33. (1825) சீற்றம் கொண்ட ஒருவன் கடும்போர் புரிந்தான். தனது வில்லில் அம்பை ஏற்றினான். அதை விடும் முன்னே ஆவி இழந்தான். சாய்ந்த தேரில் சார்ந்து ஊன்றுகோல் பிடித்து நிற்பதுபோல் அசைவின்றி நின்றான். அவன் உயிருடன் இருப்பதாக நினைத்து அவன் உடலில் பாய்ந்து நிற்கும்படி அம்பு பாய்ச்சினான் ஒரு வில் வீரன். அதனால் அவன் ஆணி அறைந்தாற்போல் நின்றான்.

சாயிரதம் - சாய்ந்த தேர்; சார்ந்து - சாய்ந்து; ஊற்றம் - ஊன்றுகோல், அசைவின்றி நிற்றல்; மதித்து - நினைத்து.

தூயவற் புதஞ்செய் வள்ளல் சேனையோர் தொடுத்த வம்பு
காயமர்க் களத்தோர் வீரன் கடிமணம் புரிந்த பெண்டீர்
தாயினித் தோற்றா ளென்றே சவுரிய மதங்கள் கூறும்
வாயினிற் றுளைக்கப் பின்னும் வகுத்தனன் குளறி நின்றே. (34)

34. (1826) அற்புதங்கள் செய்யும் தூய வள்ளலாகிய சுலைமான் நபி அவர்களின் படையினர் நெருப்புப்போல் அம்பு பாய்ச்சும் கொடிய போர்க்களத்தில் எதிரி வீரர்களில் ஒருவன் ‘திருமணம் புரிந்த என் மனைவியரே! நான் தோற்றால், எனக்குத் தாய் ஆகிவிடுவீர்கள் - அதாவது, தாயை எப்படித் தீண்ட மாட்டேனோ அப்படி உங்களைத் தீண்டமாட்டேன்’ என்று சூளுரைத்தான். அப்போது அவன் வாயினில் அம்பு துளைக்கக் குழறி ஏதேதோ கூறினான்.

காய் அமர் - கடிய போர்; கடிமணம் - திருமணம்; பெண்டீர் - மனைவியரே; சவுரிய மதம் - சூளுரை; சவுரியம் - வீரம்.

கலிவிருத்தம்

இரதவுரு ளையிலுயி ரிறந்தவர்கள் சிலரே
கரியெயிறு பதமுயிர் கவர்ந்தவர்கள் சிலரே
பரிகள்பத மதிலுயிர் பறிந்தவர்கள் சிலரே
யரிநிகர்சின் னொலியினி லழிந்தவர்கள் சிலரே. **(35)**

35. (1827) தேர் உருளையில் சிக்கி உயிர் இறந்தவர் சிலர், யானைகளின் கொம்பால் குத்தப்பட்டு காலில் மிதிப்பட்டு உயிர் பறிக்கப்பட்டவர் சிலர். குதிரைகளின் குளம்படியில் உயிர் இழந்தவர் சிலர். சிங்க நிகர்த்த சின்களின் கர்ச்சனை ஒலியில் அழிந்தவர் சிலர்.

இரதம் - தேர்; உருளை - சக்கரம்; கரி - யானை; எயிறு - கொம்பு; பரி - குதிரை; பதம் - கால், குளம்பு; அரி - சிங்கம்.

ஒட்டைகள் கழுத்திடை கடித்தொழிவர் சிலரே
வெட்டிலுத கத்தவன மிக்கழிவர் சிலரே
யட்டரி நொறுக்கிலிடை யற்றழிவர் சிலரே
பொட்டின மணித்தொகைகள் பொத்தழிவர் சிலரே. **(36)**

36. (1828) ஒட்டகைகள் கழுத்தில் கடித்ததனால் சிலர் ஒழிந்தனர். வெட்டுப்பட்டதனால் நீர் வேட்கை மிகுந்ததனால் சிலர் அழிந்தனர். போரிட்டுச் சிங்கங்கள் போன்றவரின் இடையிற் சிக்கி இடுப்பு முறிந்து அழிந்தவர் சிலர். திலகமும் மணிகளும் பொத்து அழிந்தவர் சிலர்.
பொட்டும் மணியும் தொளைத்து என்றதனால் நெற்றியிலும் கழுத்திலும் அம்பு தைத்தமை குறித்தார்.

உதகம் - நீர்; அவனம் - விருப்பம், வேட்கை, தாகம்; அட்டு - சுட்டு; அரிநொறுக்கு - எலும்பு நொறுங்குதல்; பொட்டு - திலகம்; பொத்து - துளைத்து.

இருவரைக ணிகர்புய மிழந்தவர்கள் சிலரே
யொருகையுட னொருபத மொடிந்தவர்கள் சிலரே
சரமுருவி யிருவிழி தவிர்ந்தவர்கள் சிலரே
யுரமொடிடி படினவகை யுதிர்ந்தவர்கள் சிலரே. **(37)**

37. (1829) இரு மலைகளுக்கு நிகரான தோள்களை இழந்தவர்கள் சிலர். ஒரு கையும் ஒரு காலும் ஒடிந்தவர்கள் சிலர். அம்பு தொளைத்து இரண்டு கண்களையும் இழந்தவர் சிலர். உறுதியையும் ஆரவார ஒலியையும் வெற்றியையும் இழந்தவர் சிலர்.

வரை - மலை; புயம் - தோள்; சரம் - அம்பு; உறம் - உறுதி; இடி - ஆரவார ஒலி; படினம் - வெற்றி.

கதந்தமுவி நபியினெதிர் கதறுவர்கள் பலரே
பதுங்கவழி துருவிநனி பதறுவர்கள் பலரே
யொதுங்குமிட மதிரவுட லுதறுவர்கள் பலரே
சிதைந்துபொரு களமதிடை சிதறுவர்கள் பலரே. **(38)**

38. (1830) நபியின் முன்னே நின்று பார்த்ததைத் தழுவிக்கொண்டு கதறுவோர் பலர். பதுங்குவதற்கு இடம் தேடிப் பதறுவோர் பலர். ஒதுங்கும் இடம் அதிர்வதனால் உடல் உதறல் எடுத்தவர் பலர், படையணி சிதைந்து போர்க்களத்தில் அங்கும் இங்கும் சிதறுவோர் பலர்.

கதம் - பாதம்; துருவி - தேடி; நனி - மிக; பொருகளம் - போர்க்களம்; சிதைந்து - படையணி சிதைந்து, கலைந்து.

கொடுந்தவனத் தாற்குருதி குடிப்பவர்கள் பலரே
சுடும்புழுவொத் தாக்கைதுடி துடிப்பவர்கள் பலரே
கடும்படையற் றார்த்தெயிறு கடிப்பவர்கள் பலரே
பிடுங்குகுடற் காக்கைவிரல் பிடிப்பவர்கள் பலரே. (39)

39. (1831) கொடுமையான தாகத்தினால் பலர் இரத்தத்தைக் குடித்தனர். நெருப்பில் சுடப்படும் புழுப்போல் பலர் உடல் துடித்தனர். வீரப் படைக்கலன் இழந்த நிலையிலும் பலர் ஆரவாரம் செய்து பற்களைக் கடித்தனர். குடலைக் கொத்திப் பிடுங்கும் காக்கையைப் பலர் தங்கள் கைவிரலால் பிடித்தனர்.

கொடும் - கொடுமையான; தவனம் - தாகம்; குருதி - இரத்தம்; ஆக்கை - யாக்கை, உடல்; எயிறு - பல்.

சண்டமாரு தஞ்சினந்த தகைகொளுவர் பலரே
யண்டகோள முங்குலுங்க வலறுவர்கள் பலரே
பண்டுதா மறிந்துபுரி பழிநினைவர் பலரே
முண்டமா யுருண்டுருண்டு முடியுடைவர் பலரே. (40)

40. (1832) சீற்றம் கொண்டு எழுந்து சாடும் சூறைக் காற்றினைப் போலாவோர் பலர். அண்ட கோளமும் குலுங்கும்படி அலறுவோர் பலர். முன்னர் தாங்கள் அறிந்து செய்த பழியை நினைப்போர் பலர். தலையை இழந்து முண்டமாய் உருண்டு உருண்டு முடி உடைவோர் பலர். முண்டத்திற்குத் தலை இல்லை. ஆகவே முடியும் இருப்பதற்கில்லை. எனவே “முண்டமாய் உருண்டு உருண்டு முடிவடைவர் பலரே” என்றிருப்பதே பொருத்தம்.

சண்டமாருதம் - புயல், சூறைக்காற்று; பண்டு - முன்னர்; அறிந்து புரிபழி - அறிந்தே செய்தபழி.

நெடியசமர் வினைகளிவை நிகழுமப் பொழுதே
வெடிகுரல்கொ ளொருசின் மிக விளைசினத் துடனே
யடையலர்கள் கிடுகிடெனு மரசனைக் கிரிபோற்
றடவிகட கரியினொடு தலைதுணித் ததுவே. (41)

41. (1833) பெருந்துன்பமாகிய போரில் மேற்கண்டபடி செயல்கள் தடைபெற்ற அதே வேளையில், வெடிபோன்ற அச்சந்தரும் குரல் கொண்ட ஒரு சின் சினத்துடன் எதிரிகளைப் பார்த்து கிடுகிடு என நடுங்கும் அரசனை,

மலையைத் தூக்குவதுபோல், அவன் ஏறிவந்த பட்டத்து யானையோடு தூக்கி; அவன் தலையையும் யானையின் தலையையும் வெட்டித் துண்டித்தது. நெடிய சமர் பெருந்துன்பம் ஆகிய போர் எனப்பட்டது. அரசன் ஏறிவந்த யானை எனவே பட்டத்துயானை எனப்பட்டது. போர் என்பதே துன்பம் ஆதலின்

சமர் - போர்; வினை - செயல்; அடையலர் - பகைவர்; கிரி - மலை; தடவி - தூக்கி; கடகரி - கடா யானை, பட்டத்து யானை; துணித்தது - துண்டித்தது.

புரிசமர் குபிரருடல் பொடிபடுமிவ் வேலை
குருதிபெரு கியநுரை கொளுநதிகள் போல
விரதமிழு படநணிய திதிலலகை பூத
நரிகளொடு கழுகுவணம் ஞமலிகொடி யார. (42)

42. (1834) போர் புரிந்த குபிர் உடல் சிதையும் போது, இரத்த ஆறு பெருகியது. அவ் வாற்றில் நுரைபோல் பிணங்கள் மிதந்து வந்தன. அதைக் கண்டு பேய்கள், பூதங்கள், நரிகள், கழுகுகள், பருந்துகள், நாய்கள் காக்கைகள் ஆரவாரத்துடன் வந்து சேர்ந்தன.

விரதம் - பிரேதம், பிணம்; நணியது - நண்ணியது, சேர்ந்தது; உவணம் - பருந்து; அலகை - பேய்; ஞமலி - நாய்; கொடி - காக்கை; ஆர - ஆரவாரம்.

மலைகடறி படுவதென மதகரிக ளொருபால்
சலமுகில்கள் சிதறியுறை தகையிரத மொருபா
லுலைவில்பரி வயவர்கட லுயர்வதென வொருபா
னிலவுகுடை கொடிமுரசு நிகரில்விரு தொருபால். (43)

43. (1835) மலைகள் வெட்டப்பட்டுக் கிடப்பதுபோல் மதயானைகள் ஒருபுறம் வெட்டப்பட்டு கிடந்தன. நீர்மேகங்கள் சிதறிக் கிடப்பது போல் தேர்கள் ஒருபுறம் சிதறிக் கிடந்தன. மனங்கலங்குதல் இல்லாத குதிரைப் படையினர் கடல் உயர்ந்து கிடப்பதுபோல் ஒரு புறம் குவிந்து கிடந்தனர். நிலவு போன்ற வெண்கொற்றக் குடைகள் கொடிகள் முரசுகள் விருதுகள் ஒருபுறம் கிடந்தன.

தறிபடல் - வெட்டுப்படல்; மதகரி - யானை; சலமுகில் - நீர்மேகம்; உலைவு - கலக்கம்; பரிவயவர் - குதிரை வீரல்.

மண்டலித் திறந்தவர்கள் வரிசைகளு மொருபால்
தண்டுகைக் கவர்ந்துடல்க டறிபடுவ ரொருபா
லண்டமுட் டியகவந்த மதுபொதிவ ரொருபால்
தெண்டனிட் டடிபணிந்த செயலினர்க ளொருபால் (44)

44. (1836) வட்டமிட்டுச் சுற்றிவந்து இறந்தவர்கள் ஒரு பக்கம். தண்டாயுதத்தைக் கவர்ந்து உடல் வெட்டுப்படுபவர்கள் ஒரு பக்கம். வானை முட்டும் அளவு உடல் குறைக்குக் கட்டுப் போடுபவர்கள் ஒரு பக்கம். தெண்டனிட்டு அடிபணிந்து நிற்பவர்கள் ஒரு பக்கம்.

மண்டலித்தல் - வட்டமிடல்; தண்டு - தடி, தண்டாயுதம்; தறிபடல் - வெட்டுப்படல்.

எழுசீர்க் கழிநெடிலடி யாசிரிய விருத்தம்

நாய்கொடி கழுகு பருந்துவே தாள
நரிபிண மருந்துதல் சிலபால்
பாய்குரு தீயினா றிழுத்திட மிதக்கும்
பல்லக்கே றியநரி சிலபால்
தீய்கழு கிழுப்பக் குடர்களஞ் சுருக்கிச்
சிறையடி பருந்துகள் சிலபால்
வாய்கரத் தடியோ டிறந்தவ ருழைபோ
வதுகொடி வெருவுதல் சிலபால். **(45)**

45. (1837) நாய் காகம் கழுகு பருந்து வேதாளம் நரி முதலியன ஆங்காங்கே பிணம் தின்றன. பாய்ந்து செல்லும் இரத்த ஆற்றினால் இழுக்கப்பட்டு மிதக்கும் பல்லக்குகளில் நரிகள் ஏறின. தீய கழுகுகள் இழுப்பதனால் குடலையும் கழுத்தையும் சுருக்கிச் சிறகடித்தன பருந்துகள். வாயிலும் கையிலும் அடிபட்டு இறந்தவர் அருகே மிதந்து போவதைக் கண்டு காகம் அஞ்சிப் பறந்தது. இவை ஆங்காங்கே நிகழ்ந்தன.

கொடி - காக்கை; குருதி - இரத்தம்; களம் - கழுத்து; உழை - அருகு; வெருவுதல் - அஞ்சுதல்.

பேய்ச்செவிக் கூகை கொடிக்குயிர் வெருவிப்
பிணத்தினுட் புகுந்துணல் சிலபா
னேர்ச்சிகொண் மகிழ்விற் குறுநரிக் குருளை
நெடுங்குரல் விளிப்பன சிலபால்
தாய்ச்சவத் துழைப்போய் மணிநெருப் பெனவூன்
சமைத்திடச் சிணுங்குதல் சிலபால்
வாய்ச்செலு தசைபோய் நிறைந்ததோ வெனப்பேய்
வயிறுகொட் டிடுதொனி சிலபால். **(46)**

46. (1838) பெரிய காதுடைய கோட்டான் காகத்திற்கு அஞ்சிப் பிணத்தின் உள்ளே போய்ப் புகுந்துகொண்டு உண்ணுகிறது. குள்ளநரிக் குட்டி பிணக்குவியலைக் கண்டு மகிழ்ச்சியுடன் நெடிய குரலில் ஊளையிட்டு அழைக்கிறது. தாயுடன் பிணத்தின் அருகில் சென்று ஊன் சமைத்திட நெருப்பு வேண்டும் என்று சிணுங்குகிறது. வாய் வழியாகச் செல்லும் தசைபோய் நிறைந்ததோ என்று வயிற்றில் கொட்டுகிறது பேய்.
கோட்டானுக்குப் பகலில் கண் தெரியாது - ஆதலால் கோட்டானைப் பகலில் கொத்திக் கொன்றுவிடும் காகம். போர் நடந்தது பகல் நேரத்தில் ஆதலால் பிணம் தின்ன வரும் காகத்திற்கு அஞ்சிப் பிணத்தின் உள்ளே புகுந்து தின்னுகிறது கோட்டான். ‘பகல் வெல்லும் கூகையைக் காக்கை’ என்றார் குறளார்.

பேய்ச்செவி - பெரிய காது; கூகை - கோட்டான்; கொடி - காகம்; வெருவி - அஞ்சி; குறுநரி - குள்ளநரி; குருளை - குட்டி; விளிப்பன - அழைப்பன; சவம் - பிணம்; உழை - அருகு; ஊன் - புலால், தசை.

குறையுயிர்க் கயங்க ணரியுண வூழிக்
கோரனெட் டுயிர்ப்பன சிலபால்
செறிமுடி கதையிற் றகர்ந்துவெண் டயிர்போற்
சிதறிய மூளைகள் சிலபா
னிறைகடி பறவை விலங்குமுன் செருக்கி
நிணங்கள் பாத்தருந்துதல் சிலபாற்
பறைகள் வாரறுந்து மொடிந்துந்தோல் கிழிந்தும்
பலபடக் கிடப்பன சிலபால். **(47)**

47. (1839) குற்றுயிருடன் கிடக்கும் யானைகளை நரிகள் உண்ணுகின்றன. குதிரைகள் மரண வேதனையில் நெட்டுயிர்க்கின்றன. கதையினால் அடிக்கப்பட்டுத் தகர்ந்த மணிமுடி தரித்த தலைகளில் இருந்து சிதறிய மூளைகள் வெண்மையான தயிர்க்கட்டிகள்போல் கிடக்கின்றன. களிப்பு நிறைந்த பறவைகளும் விலங்குகளும் ஊன் உண்ணும் ஆசையால் கொழுப்பைப் பங்குவைத்து அருந்துகின்றன. வார் அறுந்தும் ஒடிந்தும் தோல் கிழிந்தும் போன பறைகள் பலவாறாகச் சிதறிக் கிடக்கின்றன.
இறைச்சி உணவில் மிகுதியான சுவையுடைய பகுதி கொழுப்பு ஆதலால் அதை அடிதடி வாராமல் பறவைகளும் விலங்குகளும் பங்கிட்டு உண்டன போலும்!

கயம் - யானை; ஊழி - உறைகாலம், மரணவேளை; கோரம் - குதிரை; செறிமுடி - செறிந்தமுடி, தரித்தமுடி; நிறை - நிறைந்த; கடி - களிப்பு; ஊன் - புலால், தசை; செருக்கு - விருப்பம்; நிணம் - கொழுப்பு; பாத்து - பகுத்து, பங்கீடு செய்து.

நிணத்தசை பொசித்துக் குருதியைக் குடித்து
நிரைநவ மணித்தொடை யொடுபூ
மணத்தொடை புனைந்து மனத்தள வறவே
மகிழ்ந்துவே தாளங்கை கொட்டக்
கணத்தொடு நரி களூளையிட் டலறிக்
கத்துவெங் குரலொடு பாட
வணிப்பட வெழுந்து குறைத்தலைக் கவந்த
மனந்தநின் றாடிய தன்றே. **(48)**

48. (1840) தசையும் கொழுப்பும் உண்டு இரத்தத்தைக் குடித்து நவமணி மாலைகளும் மணக்கும் பூமாலைகளும் அணிந்து மனநடுக்கம் நீங்கி மகிழ்ந்து கை கொட்டின வேதாளங்கள். நரிகள் கூட்டமாக நின்று நெடிய கொடிய குரலில் ஊளையிட்டு அலறிப் பாடின. தலை துண்டிக்கப்பட்ட முண்டங்கள் ஏராளமாக எழுந்து வரிசையாக நின்று ஆடின.
வேதாளங்கள் கைகொட்டித் தாளமிட நரிகள் ஊளையிட்டுப் பாட தலையிழந்த முண்டங்கள் ஆடின.

நிணம் - கொழுப்பு; தசை - ஊன்; குருதி - இரத்தம்; தொடை - மாலை; மனத்தளவு - மனநடுக்கம்; அற - நீங்க; கணம் - கூட்டம்; அணிப்பட - வரிசையாக; குறைத்தலை - தலைகுறைந்த; கவந்தம் - குறையுடல், முண்டம்; அனந்தம் - மிகுதி.

தொங்கிய தலையின் கவந்தநின் றாடத்
தொகைப்பருந் துவணமுள் வெருவிச்
செங்கொலைக் களம்விட் டகன்றிடா துயர்ந்து
செறிந்துல வியிறை நீழற்
றங்கிய நெடும்பந் தரிலிருந் தரசு
தலையையம் மனைவிளை யாடி
முங்கியுண் மகிழ்வாங் கடற்குளித் தனளோர்
மூவிலை யயிற்கரக் காளி. **(49)**

49. (1841) தலைதொங்கிய முண்டம் நின்று ஆடியது. அதைக் கண்ட பருந்துகளும் கழுகுகளும் உள்ளம் அஞ்சின. ஆயினும் சிந்திய இரத்தத்தால் சிவந்து கிடந்த கொலைக்களத்தை விட்டு நீங்கிடாது சிறகடித்து உயர்ந்து பறந்து வானத்தில் செறிந்து வட்டமிட்டன. அவற்றின் நெருக்கமாகத் திரண்ட இறகுகளின் நிழல் பூமியில் படிந்தது. அந் நிழற்பந்தலில் இருந்து அரசனின் தலையை வைத்து அம்மானை விளையாடி மகிழ்ச்சிக் கடலில் குளித்தாள், கையில் திரிசூலம் ஏந்திய காளி. முண்டத்தைக் கண்டஞ்சிக் கழுகுகளும் பருந்துகளும் பறந்து வானில் வட்டமிட்டன. அந் நிழலில் இருந்து அரசனின் தலையை வைத்து அம்மானை ஆடினாள் காளி.

கவந்தம் - முண்டம்; உவணம் - கழுகு; வெருவி - அஞ்சி; செறிந்து - நெருங்கி; சிறை - சிறகு; அம்மனை - அம்மானை; மூவிலை அயில் - சூலம்; கரம் - கை.

கவைக்கொள்வாய்ச் சூல நெருப்புவிட் டெழுந்து
கதைகணை தூணியிற் பிடித்து
நவப்படு மிரதத் தினும்பிடித் தெரிய
நண்ணியப் பிணங்களை யதனி
லுவப்பொடு புகுத்திக் காய்த்திச்செம் மயிர்க்கா
ருடற்பெருங் காளிபாற் கொடுபோய்க்
குவித்துண முகம னுரைத்துநின் றேத்துங்
குழிவிழு விழிச்சில கணங்கள். **(50)**

50. (1842) வாய் வளைந்த சூலத்திலிருந்து எழுந்த நெருப்பு, கதாயுதம் அம்பு அம்புக்கூடுகளிலும் புதுமையான தேர்களிலும் பிடித்து எரிந்தது. அங்கு வந்து மகிழ்ச்சியுடன் பிணங்களை அந் நெருப்பில் இட்டுச் சமைத்து, செந்நிற மயிர்க்காலும் பெருத்த உடலும் கொண்ட காளியின் முன்னே கொண்டுபோய்க் குவித்து வைத்து, முகமன் உரைத்து வாழ்த்தி நின்று உண்ணுமாறு வேண்டின குழிவிழுந்த கண்ணுடைய பேய்க்கூட்டங்கள்.

கவை - வளைவு; கதை - கதாயுதம்; கணை - அம்பு; தூணி - அம்புக்கூடு; நவம் - புதுமை, அழகு; இரதம் - தேர்; உவப்பு - மகிழ்ச்சி; காய்த்தி - காய்ச்சி, சமைத்து; முகமன் - முன்னுரை; ஏத்தல் - வாழ்த்தல்; கணம் - பேய்க்கூட்டம்.

பலகுலப் பிணமும் பறவையும் விலங்கும்
பைம்பொனா பரணமுங் கலையு
மலர்நறுந் தொடையும் பரிமளப் பொடியும்
வகைவகை படைக்கலத் தொகையு

நில்வுமிழ் குடையுங் கொடிகளு முரசு
நிரைமணிச் சிவிகையுந் தேருங்
கலவல்கொண் டீர்த்துக் குருதியா றோடிக்
கருங்கடல் சிவப்பச்செய் ததுவே. (51)

51. (1843) பல குலத்தவரின் பிணங்களும் பறவைகளும் விலங்குகளும் பசும்பொன் ஆபரணங்களும் ஆடைகளும் நறுமண மலர் மாலைகளும் நறுமணப் பொடி வகைகளும் வகைவகையான போராயுதங்களும் நிலவுபோல் ஒளி உமிழும் வெண்கொற்றக் குடைகளும் கொடிகளும் முரசுகளும் நிறைய மணி பதித்த பல்லக்குகளும் தேர்களும் கலவையாக இழுத்துச் செல்லும் இரத்த ஆறு ஓடிக் கலந்து கருங்கடலைக் சிவக்கச் செய்தது. அதாவது கருங்கடலைச் செங்கடலாக ஆக்கியது.

கலை - ஆடை; தொடை - மாலை; பரிமளம் - நறுமணம்; படைக்கலம் - ஆயுதம்; தொகை - தொகுதி; சிவிகை - பல்லக்கு; கலவல் - கலத்தல்; ஈர்த்து - இழுத்து.

கடுவிட மூட்டு மாயுதங் கழுவு
கடற்சல மருந்தியே வருந்தி
யுடல்புரண் டிறந்து மீனின மனந்த
மொதுங்கின குவிந்தன கரையிற்
றுடியடிச் சிறுகட் குறையுயிர்ப் பேழ்வாய்த்
தூங்கலைத் திமிங்கிலம் விழுங்கி
யிடையற நபியைத் துதித்துமுன் விருந்துண்
டிகழுமீ னினையிகழ்ந் ததுவே. (52)

52. (1844) கொடிய நஞ்சு தோய்க்கப்பட்ட ஆயுதங்கள் கழுவிய கடல்நீரை அருந்தி வருந்திய மீன்கள் உடல் புரண்டு துடிதுடித்துச் செத்தன. இவ்வாறு செத்த மீன்கள் அளவின்றிக் கரையில் ஒதுங்கிக் குவிந்தன. உடுக்குப் போன்ற பாதமும் சிறிய கண்களும் பெரிய வாயும் கொண்ட யானை குற்றுயிராக இரத்த ஆற்றில் மிதந்துவந்து கடலில் விழுந்தது. அதனைத் திமிங்கிலம் விழுங் கிப் புகழ்ந்தது. முன்னர் நபியால் விருந்தூட்டப்பட்டு வயிறு நிரம்பாமல் பழித்த மீனை இகழ்ந்தது. ஆயுதங்கள் கொடிய நஞ்சு தோய்க்கப்பட்டவை. அவற் றைக் கழுவிய கடல்நீரும் நஞ்சாயிற்று. அந் நீரைப் பருகிய மீன்களும் செத்துக் கரையில் ஒதுங்கின. ‘முன் விருந்து உண்டு இகழும் மீன்’ பற்றிய விவரம் ‘படியளந்தேலாப் (16ஆம்) படலம்’ படித்து அறிக. அந்த மீனைப் பழித்து நபி யைப் புகழ்ந்தது திமிங்கிலம்.

கடுவிடம் - கொடிய நஞ்சு; சலம் - நீர்; அனந்தம் - அளவின்மை; துடி - உடுக்கு; அடி - கால்; பேழ் வாய் - பெரிய வாய்; தூங்கல் - யானை; இடை - அளவு.

மூளைக ளொளிர்மீன் கணங்களாய் மிதக்கு
முத்தவெண் குடைநிலா மதியாய்
வாளொடு சுழித்திட் டலையெறி குருதி
மணிநதி சிவந்தவா னிகர்ப்பக்
கோளொடு மெழுந்த களவியப் பெவரே
கூறவல் லவரெவர் பொருத

காளைய ரெவரு மிறந்தனர் சிலர்வெந்
கொடுத்துயிர் புறமறல் கடந்தார். (53)

53. (1845) சிதறிய மனித மூளைகள் ஒளிவீசும் நட்சத்திரக் கூட்டங்களாகவும் மிதந்துவரும் வெள்ளை முத்துகள் பதித்த வெண்கொற்றக் குடை முழுமதி யாகவும் வாளொடு சுழியிட்டு அலை எறியும் இரத்த ஆறு செவ்வானத்திற்கு நிகராகவும் கொண்டு குறிக்கோளுடன் எழுந்த போர்க்களத்தின் விந்தைகளை எவரால் விளக்கிக் கூறமுடியும்? போரிட்ட இளைஞர் யாவரும் இறந்தனர். சிலர் புறமுதுகுகாட்டி ஓடிச் சாவு கடந்தனர். வாளொடு அலையெறிந்து சுழித்து ஓடும் இரத்த ஆற்றின் நடை செவ்வானம். அதில் சிதறிய மூளைகள் நட்சத்திரக் கூட்டம். வெண்கொற்றக்குடை நிலா. குபிரை ஒழிப்பதை நோக்கமாகக் கொண்ட போர் ஆதலால் 'கோளொடும் எழுத்தபோர்' என்றார்.

ஒளிர்மீன் - ஒளிவீசும் நட்சத்திரம்; கணம் - கூட்டம்; குருதி - இரத்தம்; மணி - அழகு; கதி - நடை; கோள் - குறிக்கோள்; பொருத - போரிட; வெந் - முதுகு; மறல் - சாவு; கடந்தார் - தவிர்ந்தார்.

கலனணிப் புயபூ தரநபி தளத்திற்
காயமென் பதுபிழை காய
மலதுவேல் வயவர் வாகன மிவையி
லாருயி ரிறந்ததொன் றிலையால்
பலனருள் கலிமா வரசிவை யியற்றிப்
பகைக்களத் துறைதரு மளவி
னிலையெயி லுறைவோ ரியாவரு மறிந்து
நெடுங்கட னிகர்த்திரங் கினரே. (54)

54. (1846) போர்க்கலன் ஆகிய உருக்குச் சட்டை அணிந்த தோளுடைய உலகத்தைத் தாங்கும் தொழில் உடைய சுலைமான் நபியின் படையில் காயம் என்பது இலேசான காயம் அல்லாது வேல் வீரரிலும் வாகனங்களிலும் அரிய உயிர் இழப்பு ஒன்றும் இல்லை. இம்மை மறுமைப் பலன்களை நல்கும் கலிமாவின் அடிப்படையில் அரசு நடத்தும் சுலைமான் நபி இவ்வாறு போர் நடத்திப் பகைவரின் பாடி பகுதியில் நுழைந்து இருந்தபோது நிலைபெற்ற கோட்டையில் இருந்த யாவரும் இறந்தவர்களுக்காக இரங்கி நெடிய கடல் போல் அழுது அரற்றினர். உலகில் முதன்முதலாக இரும்பை உருக்கிக் கவசம் செய்தவர் ஹளரத் தாவூது நபி (அலை) ஆவார். அவருடைய மைந்தர் அக் கவசம் அணிதல் இயல்பாதலின் 'கலன் அணி புய பூதரநபி' என்றார். இம்மை யில் வெற்றியும் மறுமையில் ஈடேற்றமும் தருவது கலிமா ஆலின் 'பலன் அருள் கலிமா' என்றார்.

கலன்அணி புயம் - கவசம் அணிந்த தோள்; பூதர - பூமியைத் தாங்குதல்; பிழைகாயம் - சிறய காயம்; வயவர் - வீரர்; எயில் - கோட்டை; உறைவோர் - இருப்போர்; இரங்கினர் - அழுதனர்.

அடிபணிந் தடையார் பரவவீற் றிருந்த
வணிமுடிப் பவுனவ கரசன்

கடிமணம் புரிந்த துணைவியு மீன்ற
கண்மணி ஜமுசத்துங் கலங்கி
நெடிதுயிர்த் திரங்கி யுணர்வற மயங்கி
நிகழ்பல கணைபடு பிணைபோற்
சுடர்மணிக் கலன்க ளிழந்துவீழ்ந் துடலஞ்
சோர்ந்துபோய்ப் பெற்றன ருயிரே. **(55)**

55. (1847) பகைவர்கள் அடிபணிந்து போற்ற, முடிசூடி வெற்றி வேந்தனாய் வீற்றிருந்த பவுனவகு மன்னன் திருமணம் புரிந்த மனைவியும் பெற்றெடுத்த கண்மணி போன்ற மகள் சமுசத்தும் கலக்கம் எய்திப் பெருமூச்சுவிட்டு அழுதனர். உணர்வு நீங்கி மயங்கினர். அம்புகள் பாய்ந்த மான்போல் வீழ்ந்தனர். உடல் சோர்ந்தனர். அணிந்திருந்த ஒளிவீசும் மணி ஆபரணங்களை இழந்தனர். உயிரையும் இழந்து பெற்றனர். பவுனவகு கொல்லப்பட்டதை அறிந்து செத்தவர் போல் ஆயினர். ஆயினும் உயிர் பெற்றனர்.

அடையார் - பகைவர்; பரவ - போற்ற; வீற்றிருத்தல் - அரசிருத்தல்; கடிமணம் - திருமணம்; ஈன்ற - பெற்ற; நெடிது உயிர்த்து - பெரு மூச்சுவிட்டு; இரங்கி - அழுது; உணர்வு அற - உணர்வு நீங்கி; கணை - அம்பு; பிணை - மான்; சுடர்மணிக் கலன் - மணி பதித்து ஒளிவீசும் ஆபரணம்.

மருத்தகு பொழிற்சா மிருந்தெழு மளவும்
வஞ்சியும் வந்தெதி ரூன்றிப்
பொரத்தகு மளவும் காஞ்சியும் புனைந்த
புயத்தினர் தும்பைகள் புனைந்தா
ரருட்டகு மரசுத் தூரிய முதலா
யகண்டிகோ டுகள்குழன் முழங்கத்
திருத்தகு நகருட் புகுந்தனர் மாந்தர்
சின்கள்சே னைகள்புடை செறிய **(56)**

56. (1848) நறுமணம் கமழும் சோலை ஆகிய ஷாம் நகரில் இருந்து புறப்படும்போது வஞ்சிமாலை சூடினர். போர் நிகழும்போது காஞ்சி மாலை சூடினர். போரில் வென்ற பின்னர் தும்பை மாலை சூடினர். இவ்வாறு தோள்களில் தும்பை மாலை அருள் தங்கும் அரசர் சுலைமான் நபி, முரசு, பறை, அகண்டி, கொம்பு, குழல் முதலிய வெற்றி வாச்சியங்களை முழங்க, மனிதர் சின்களின் படைகள் புடைசூழ திரு எனத்தக்க நகரத்தின் உள்ளே நுழைந்தார். பண்டை நாளில் போரில் ஈடுபடும் அரசரும் படைஞரும் ஒவ்வொரு நிலையிலும் வெவ்வேறு மாலைகள் அணிவர். 'எதிரியை வெல்வேன்' என்று சூளுரைத்துப் புறப்படும் போது வஞ்சி மாலை அணிவர். போர்க்களத்தில் எதிரியின் முன்னே நிற்கும் போது காஞ்சி மாலை அணிவர். வெற்றிபெற்ற படையினர் தும்பை மாலை அணிவர். இதன் விளக்கம் புறப்பொருள் இலக்கண நூல்களில் காண்க.

மரு - நறுமணம்; பொழில் - சோலை; எழுமளவு - புறப்படும்போது; எதிர் ஊன்றுதல் - போர்க்களத்தில் எதிரியின் முன்வந்து ஊன்றி நிற்றல்; பொரல் -

பொருந்துதல்; புனைதல் - சூடுதல்; தூரியம் - முரசு, ; கோடு - கொம்பு; குழல் - நாதசுரம், முகவீணை முதலிய மங்கல வாத்தியம்; புடை செறிய - புடை சூழ.

நெடுவள நகருட் புகுந்துபொன் மணிவா
னிதியறை மாளிகை யெவைக்கு
மடவியர் மனைக்குங் காவல்வைத் தெயிற்கும்
வாயிற்குங் வயவரை யிருத்தித்
தடமுடி விடலை யரியணை யகற்றித்
தமதரி யணையையாங் கிருத்தி
வடிவுடைக் குரிசி லொருபொருட் கருணை
வரவிவை யெனமதித் துறைந்தார். **(57)**

57. (1849) வளம் நிறைந்த பெரிய நகரின் உள்ளே புகுந்து பொன்னும் மணியும் நிறைந்த கருவூல அறைக்கும் மாதர் பகுதிக்கும் காவல் வைத்துக் கோட்டை வாயிலிலும் வீரர்களை அமர்த்தினார். பவுனவகுவின் அரியணையை அகற்றித் தம்முடைய அரியணையை அங்கே இருத்தி 'ஒருவன் ஆகிய இறைவனின் கருணையால் வந்தவை இவை' என்று மதித்துப் போற்றி அதில் அமர்ந்தார் அழகுடைய அரசர் சுலைமான் நபி. 'ஒருபொருட் கருணை வரவு இவை' என்னும் இத் தொடர் திருக்குர் ஆன் ஆயத்தின் கருத்தமைந்தது. பல்கீசு நாச்சியாரின் அரியணை தம் முன்னே கொண்டுவந்து வைக்கப்பட்டதும், அதன் நேர்த்தையை வியந்து 'ஹாதா மின் ஃபளுலி ரப்பீ - இஃது என் இறைவன் புரிந்த பேரருள்" (27:40) என்று கூறி இறைவனைப் புகழ்ந்ததாகத் திருக்குர்ஆன் குறிப்பிடுகிறது. இத் தொடர் புலவரை ஈர்த்தது போலும்! "பொன் மணிபாணிதியறை" என்னும் தொடர் குழப்பம் உடையது. அது, வானளவு உயர்ந்த பெருஞ் செல்வம் என்னும் பொருளமைந்த 'வானிதியறை' என்றிருந்திருக்கலாம். 'வாணிதி' என்றால் கூத்து என்றும் மதர்த்தவள் என்றும் பொருள்படும்.

மடவியர் - பெண்கள். எயில் - கோட்டை; வயவர் - வீரர்; தடமுடி விடலை - பவுனவகு, பெரிய முடிமுனைந்த அரசன்; விடலை - அரசன், இளைஞன்; குரிசில் - பெருமையில் சிறந்தவர், அரசர்; ஒருபொருள் - ஒன்றாக உள்ளவன், ஒருவன், தனித்தவன், இறைவன்.

உறைந்தபின் னரசன் மனைவியை யுயிர்போ
லுதவுகா தலிஜமு சத்தை
நிறைந்துள வுறவிற் புருடர்பூ வையரை
நெடுவள நகரிலியா வரையுந்
திறந்தர வழைத்து முதல்வன் கலிமாச்
செப்பியுட் பொருந்துறப் பயிற்றி
நறுந்தொடைப் புயங்கள் பூரித்து மகிழ்ந்தார்
நானிலத் தரசர்நா யகமே. **(58)**

58. (1850) அமர்ந்தபின் அரசன் பவுனவகுவின் மனைவியையும் அவளுக்கு உயிர்போல் பெற்ற மகள் சமுசத்தையும் நிறைந்த உறவினரையும ஆடவர்

பெண்டிரையும் மிகுவளம் செறிந்த நகரிலுள்ள யாவரையும் திறத்துடன் அழைத்து, இறைவனின் ஏகத்துவத் திருக்கலிமாவைக் கற்பித்தார். அது உள்ளத்தில் பொருந்தும்படிப் பயிற்சி அளித்தார். அவர்கள் உள்ளங்களில் கலிமா பொருந்தி நிறைந்த மெய்மைகண்டு நறுமலர் மாலை அணிந்த தோள் கள் பூரித்து மகிழ்ந்தார் உலக அரசர்களின் நாயகர் ஆகிய சுலைமான் நபி. உண்மையில் பவுனவகுவை வீழ்த்துவதற்காகப் போர் செய்யவில்லை. நுபுவ்வத்தின் செய்தியை மறுத்தமைக்காக அக் கால வழக்கப்படிப் போர் நடந்தது. போரில் வெற்றி பெற்றபின் நாட்டு மக்கள் யாவருக்கும் கலிமா கற்பித்து தீனில் ஆக்கினார்.

உறைந்தபின் - அமர்ந்தபின்; புருடர் - ஆடவர்; பூவையர் - பெண்கள்; திறந்தர - திறத்துடன்; திறன் - வலிமை; சாமர்த்தியம்; செப்பி - சொல்லி; பொருந்துற - பொருந்திநிற்க, நிலைபெற்றிருக்க; பயிற்சி - பயிற்சி அளித்து; தொடை - மாலை; புயம் - தோள்; நானிலம் - உலகம்.

இவையியன் றதன்மேல் விண்ணக ரினைவிட்
டிவணில்வந் திருவிழி யிமைத்து
நவமுறு மனந்த மடவிய ரிறைஞ்ச
நடுவில்வீற் றுறையிளங் குயிலைக்
கவின்முடி யரசுக் கிருவிழி மணியாங்
காதலி ஜமுசத்தை யுலகி
லுவமையி லழகெ லாந்திரண் டுருவா
மொண்டொடி யினைமண முடித்தார். (59)

59. (1851) இவை நடந்து முடிந்தபின், வானுலகத்தை விட்டு இங்கு வந்து இருவிழிகளும் இமைத்து அழகிய வாலைப் பெண்கள் பணிந்து அவள் அழகைக் கேட்டு இறைஞ்ச நடுவில் அமர்ந்திருக்கும் குயிலை, முடியரசன் பவுனவகுக்குக் கண்ணின் மணியாகிய அன்பிற்குரிய சமுசத்தை, உலகில் உவமை இல்லாதபடி அழகெல்லாம் திரண்டு உருவாகிய ஒளிவீசும் வளையல் அணிந்தவளைத் திருமணம் செய்து கொண்டார். வானுலகத்தை விட்டு மனித உலகுக்கு வந்ததால் விழி இமைத்தாள். வாலைப்பெண்கள் இறைஞ்சி என்றதால் அவள் அழகைக் கேட்டு என்பது வருவிக்கப்பட்டது.

இயன்றதன்பின் - நடந்தபின்; இவண் - இங்கு; நவம் - நவயௌவனம், வாலைப்பெண்; அனந்தம் - மிகுதி; இறைஞ்சல் - பணிந்து வேண்டுதல்; ஒண்டொடி - ஒளிவீசும் வளையல்.

பூமணத் தொடையல் புனைந்தனை வருக்கும்
பூரணப் பொருத்தம தாகத்
தாமண முடித்த கருணையங் கடவுள்
சந்திர வதனபூங் கொடிமீ
தாமன மகிழ்ச்சி யளவிலா தோங்கி
யவ்வணங் குடனர சிருந்த
சேமவொண் மணிமா ளிகையினி லிருந்து
செகமெலாந் துதிக்கவாழ்ந் தனரே. (60)

60. (1852) மணக்கும் பூமாலை சூடி, அனைவரும் முழு மனத்துடன் உடன்பட சமுசத்தைத் தாமே மணமுடித்துக்கொண்ட அருள் தலைவர், நிலாமுகப் பூங்கொடி மீது அளவில்லா மகிழ்ச்சி ஓங்கி அரண் சூழ்ந்த மாளிகையில் வாழ்ந்தார். அம் மாளிகை முன்னர் பவுனவகு தன் மனைவியுடன் வாழ்ந்த பளிங்கு மாளிகை ஆகும். உலகமெல்லாம் அவரைப் புகழ்ந்தது.
அனைவரின் இசைவுடன் சமுசத்தை மணந்து மகிழ்ச்சியுடன் அரண் சூழ்ந்த மாளிகையிலிருந்து வாழ்ந்தார். அது பவுனவகு தன் மனைவியுடன் வாழ்ந்த பளிங்கு மாளிகை.

தொடையல் - மாலை; பொருத்தம் - இசைவு; கடவுள் - தலைவர்; அவ்வணங்கு - பவுனவகுவின் மனைவி; சேமம் - அரண்; செகம் - உலகம்.

இருவருங் கலந்தங் கிருந்திடச் சிலநா
ளகன்றபி னிமைத்திடார் நகர்போற்
றிருவரு நகரி லிருந்தர சியற்றுஞ்
செழுஞ்செங்கோல் பதத்துதி மறவா
வொருவருக் களித்துச் சுருதிநன் னீதி
யுணர்த்தல்செய் தணங்குசே னையினோ
டருவரு மனில வாகனத் தேறி
யலர்ப்பொழிற் சாமிலெய் தினரே. (61)

61. (1853) இருவரும் கூடிக் கலந்து வாழ்ந்தனர். இன்பமாகச் சிலகாலம் கடந்தது. கடந்தபின், விழி இமைத்திடா வானவர் நகரம் போல் செல்வம் பெருகிவரும் நகரில் இருந்து அரசு நடத்தும் செங்கோலை, தம்மைப் பணிந்து புகழும் ஒருவருக்கு அளித்தார். வேதம் சொல்லும் நீதி நெறிகளை அவருக்கு உணர்த்தினார். பின்னர் இளைய மனைவியோடும் படைகளோடும் அருவ உருவாகிய காற்று வாகனத்தில் ஏறி பூஞ்சோலை சூழ்ந்த ஷாம் நகரைச் சென்றடைந்தார்.

இமைத்திடார் - இமைத்தல் செய்யாத வானவர்; இயற்றும் - நடத்தும்; செங்கோல் - ஆட்சி அதிகார அடையாளக் கோல்; பதத்துதி - பாதப்புகழ்; சுருதி - வேதம், அது சபூர்; அணங்கு - பெண், மனைவி; அரு - அருவம்; அனிலம் - காற்று, அலர் - மலர்; பொழில் - சோலை; எய்தினர் - அடைந்தனர்.

பவுனவகு வதைப் படல முற்றிற்று.
படலம் 35 -க்கு - திருவிருத்தம் - 1853

36. முத்திரை மோதிரம் பறிபட்டு வந்த படலம்
படலச்செய்தி

இப் படலப் பெயரே புதுமையாகத் தோன்றக்கூடும். அரசர் நபி சுலைமான் அவர்களிடம் இருந்து முத்திரை மோதிரம் பறிக்கப்பட்டு நாற்பது நாள் கழித்து மீண்டும் கிடைத்ததையும் அதன் விளைவுகளையும் பேசும் பகுதி ஆதலால் முத்திரை மோதிரம் பறிபட்டு வந்த படலம் எனப் பெயரிடப்பட்டது.

இப் படலத்தில் பவுனவகு வெற்றிகொள்ளப்பட்டபின் சுலைமான் நபி சோதனைக்கு உள்ளாகித் துன்புற்று அது நீங்கிய செய்திகள் பேசப்படுகின்றன.

அரசர் நபி சுலைமானைத் திருமணம் செய்துகொண்டு சாமுக்கு வந்த பவுனவகுவின் மகள் சமுசத்து வந்தது முதலே மனம் உடைந்து அழுதுகொண் டிருந்தாள். கணவர் காரணம் கேட்ட போது தந்தையின் அவல முடிவு என் அழுகைக்குக் காரணம்; ஆகையால் அவரைப் போல் உருவம் செய்து தந்தால் பார்த்து ஆறுதல் கொள்வேன் என்றாள். நல்லதென்று சொல்லிச் சிற்பிகளை அழைத்துச் சமுசத்து சொன்னதுபோல் செய்யக் கட்டளை இட்டார். அவர்கள் செய்து தந்தனர். அதை மனைவியிடம் கொடுத்தார். அதை வாங்கிய அவளுடைய ஈமான் வளைந்தது. அதை வணங்கத் தொடங்கிவிட்டாள். இவ்வாறு நாற்பது நாள் நடந்தது. அவர் அதை அறியவில்லை.

இந் நிலையில் ஒருநாள் அவர் ஷாம் நகர வீதியில் போனார். வழியில் ஒரு பெண்ணைக் கண்டார். கரடியின் தலை. பரட்டை மயிர். ஈறும் பேனும் குடியிருக்கும் தலை. திரிதிரியாய்த் தொங்கும் குட்டை மயிர். புழு அரித்தது போன்ற மயிரில்லாத புருவம். பீழை ஒழுகும் கண். கொசுக்கள் மொய்த்துக் கிடக்கின்றன. பூனைக்கண். மாறுகண். பிதுங்கிய கண். பிண்ணாக்குப் போன்ற காது. பனைமரத் துண்டுபோல் கழுத்து. அடிக்கடி மூக்குச் சிந்தினாள். குழிந்த தாழி போன்ற உதடுகள். முகம் கை கால் கன்னம் குரங்கு போல் மயிர் பரந்த தோற்றம். கருத்த மேனி. கற்றாழை நாற்றம். நல்லது கெட்டது பாராள். முரட்டுத்தனமும் வெடிப்பேச்சும் உடையவள் - குழறுவாய். மீன் நாற்றம் வேறு. மீனவப் பெண்.

இப் பெண்ணைக் கண்டதும் இவளை எவன் மணப்பான்? மணந்து மடியில் வைத்து கொஞ்சுவானா ஒரு மனிதன்? என்று நினைத்தார்.

இவளை இவ்வாறு நிந்தனை நினைத்தது ஒரு குற்றம். உருவத் தொழும்பை ஒழிப்பதும் உருவமற்ற ஒற்றைத் தனிமுதல் வழிபாட்டை நிலைநாட்டுவதும் நபியின் முதன்மை பணியாயிருக்க அதற்கு மாறாக மனைவி மகிழ்தல் பொருட்டு உருவம் செய்து கொடுத்தது ஒரு குற்றம்.

மனித உருவம் அழகாய் இருப்பதும் மாற்றமாய் இருப்பதும் நம் வசம் இல்லை. உலக வாழ்க்கையைச் சோதனையாக அமைத்துள்ள இறைவன் அழகையும் அழகின்மையையும் அதே அடிப்படையிலேயே நல்குகிறான். யாவும் இறைவன் செயல் என்னும்போது ஒன்றைப் புகழ்வது இறைவனைப் புகழ்வாதாகவும் ஒன்றைப் பழிப்பது இறைவனப் பழிப்பதாகவும் ஆகும் அன்றோ? எளிய மனிதர்க்கே இச் சட்டம் என்றால் இறையுண்மையை நிலைநாட்டலையே தலைப்பணியாகக் கொண்ட நபிக்கு வேறு சட்டம் ஏது? ஆதலால் இது குற்றமாயிற்று.

உருவத் தொழும்பை ஒழிப்பதும் உருவங்களை அழிப்பதும் நபியின் பணி. இதற்கு மாறாக மனைவிக்கு உருவச் சிலை செய்து கொடுப்பதும் அதை அவள் வணங்கக் காரணமாய் இருப்பதும் பொருந்துமோ? ஆதலால் இதுவும் குற்றமாயிற்று.

இவ் விரு குற்றங்களுக்காகவும் அவரைத் தண்டிக்க முடிவு செய்தான் இறைவன்.

வீதியில் செல்லும்போது அவர் விரலில் அணிந்திருந்த முத்திரை மோதிரம் கழன்று விழுந்தது. எடுத்து அணிந்து கொண்டு கடற்கரைக்குச் சென்றார். மோதிரம் கழன்று கடல் நீரில் விழுந்தது. அதை ஒரு மீன் விழுங்கிச் சென்றது. அப்போதே அவர் உருவம் மாறிவிட்டது.

ஆறாம் கடலில் உள்ள தீவில் வாழ்கிறது சகரு சின். அதன் உருவத்தை சுலைமான் போல் மாற்றிய இறைவன் நீ போய் சுலைமானின் ஆட்சியை நடத்து. என்று ஆணையிட்டான். சுலைமான் அரியணையில் சகரு சின் அமர்ந்தது. சுலைமானாய் மதித்து அனைவரும் பணிவிடை செய்தனர்.

தம் உருவம் மாறியதை அறியாத சுலைமான் எழுந்து மனைவியர் இல்லம் சென்றார். நீ யார் எனக் கேட்டு வெருட்டியடித்தனர். அரச மாளிகைக்குச் சென்றார். அங்கும் அடித்து வெருட்டினர். வீதியில் சென்று வீட்டுத் திண்ணையில் அமர்ந்தார். அடித்துத் துரத்தினர். எங்கும் போக முடியவில்லை. எல்லாரும் துரத்தினர். பசி எடுத்தது. பிச்சை கேட்டு இரந்தார். உருவம் கண்டு அஞ்சி வெருட்டினர். பசியால் தளர்ந்து வருந்தினார். மீனவர் சேரிக்குச் சென்றார். அங்கே அடியும் உதையும் கிடைத்தன. அவர் நிலைகண்டு படைப்பினம் அனைத்தும் அழுதன. செந்நீர் வழிந்தோட அழுது நின்று இறைவனிடம் இறைஞ்சி மன்றாடினார். இறைவனின் நூறு பெயர்களான அசுமாவுல் ஹுசுனாவைக் கூறி இறைஞ்சினார். இறைவன் அருள் சுரந்தது. சேரி மக்கள், வெறியனே! உனக்கு ஒரு பெண்ணைத் திருமணம் செய்து வைக்கிறோம். எங்களுடன் சேர்ந்து வாழ்கிறாயா எனக் கேட்டனர். சரி என்றார். எந்தப் பெண்ணைப் பழித்தாரோ அதே பெண்ணைத் திருமணம் செய்து வைத்தனர். உணவும் ஈந்தனர். ஒரு குடிலும் அளித்தனர்.

இவளுடன் பொருந்தி வாழ்ந்தால் இறைவன் இரங்கக் கூடும் என்று அவளைக் கொஞ்சி மகிழ்ந்தார்.

மீன் பிடிக்கச் செல்லும் மீனவர் அவரையும் உடனழைத்துச் சென்றனர். அவர் கையால் வீசும் வலையில் மீன்கள் மிகுதியாகக் கிடைத்தன. இதனால் அவரை உடனழைத்துச் செல்வதில் மீனவரிடையே நீ நான் எனும் போட்டி எழுந்தது. அவருக்குக் கூலியாக மீன் கிடைத்தது. இவ்வாறு நாள் நகர்ந்தது.

ஒரு நாள் கூலியாகப் பெரிய மீன் கிடைத்தது. அதை வீட்டிற்குக் கொண்டுவந்து அறுத்தார். அதன் வயிற்றில் தொலைந்துபோன முத்திரை மோதிரம் இருந்தது. அதைக் கண்டு மகிழ்ந்து இறைவனைப் போற்றி புகழ்ந்து சூசூது செய்தார். எழுந்தார். எழுந்தபோது பழைய அழகிய உருவத்தோடு எழுந்தார். மனைவியைப் பார்த்தார். அவள் சொர்க்கத்து ஹூரிப் பெண்போல் சுடர்பெற்று இலங்கினாள். அன்றோடு முத்திரை மோதிரம் பறிபட்டு நாற்பது நாள்கள் முடிந்திருந்தன. அதே நேரம் அரியணையில் இருக்கும் சகரு சின்னுக்கு உன் பணி முடிந்தது. உன் இருப்பிடத்திற்குத் திரும்பு என்ற கட்டளை பிறந்தது. அது போய்விட்டது.

மனைவியை அங்கேயே இருத்திவிட்டு அரண்மனைக்குத் திரும்பினார். அரண்மனையில் அமர்ந்தார். சில பெண்களை அனுப்பி மனைவியை வரவழைத்து ஒரு பளிங்கு மாளிகையில் இருத்தினார்.

சமுசத்திடம் இருந்து சிலையைப் பறிமுதல் செய்து அடித்து நொறுக்கி எரித்துச் சாம்பலாக்கிக் காற்றில் தூற்றினார். சமுசத்தை மணவிலக்கு செய்து அவள் நாட்டிற்கு அனுப்பினார்.

வழக்கம்போல் அரசு புரிந்தார்.

அந் நாளில் பல்கீசை மணந்து ஏழு ஆண்டுகளும் ஏழு மாதங்களும் ஆகியிருந்தன. ஆண் மக்கள் இருவரை பெற்றிருந்தாள். அவ் வாண்டு நபியுல் அவ்வல பிறை இருபத்தேழில் இறைவன் நாட்டப்படி காலமானாள். அரண்மனையில் துயரம் சூழ்ந்தது. மாதர்கள் குளிப்பாட்டிக் கபனிட்டனர். பைத்துல் மகத்தீசு பள்ளிக்கு அருகில் அடக்கம் செய்யப்பட்டாள்.

மனைவியை அடக்கம் செய்த பின் அளவில்லாமல் தானம் செய்தார். ஒருவாறு மனைவி மக்களுடன் மனம் தேறி வாழலானார்.

இப் படலத்தில் மிகுதியான நிகழ்ச்சிகள் இடம்பெற்றுள்ளன. நாடகத்தில் உச்சக் காட்சிபோல் அடுத்தடுத்த நிகழ்ச்சிகள் தொடர்கின்றன.

அழகின்மையைப் பழிப்பது குற்றம் என்பதையும் அதற்கு இறைத்தண்டனை தப்பாது என்பதையும் நீதியாக உணர்த்துகிறார் புலவர்.

சின் இனம் மனிதரைப் போன்ற படைப்பு. அவை நெருப்பால் படைக்கப்பட்டவை. மனிதனிடம் இல்லாத சில மிகை ஆற்றல்கள் அவற்றிடம் உள்ளன என்பது உண்மையே. ஆயினும், மனிதரில் சிலர் நினைப்பது போல் மறைவான உண்மைகளை அறியும் ஆற்றல் அவற்றிற்கு இல்லை என்பதை அழுத்தமாக உணர்த்துகிறார் புலவர்.

சுலைமான் நபியின் உருவம் மாற்றப்பட்டு அரண்மனைக்கு வரும்போது மனிதர்களோடு சேர்ந்து சின்களும் அடித்துத் துரத்துகின்றன. அவரைப் போல் உருமாற்றப்பட்ட சகரு சின் நாற்பது நாள்கள் ஆட்சிபுரிகின்றது. மனிதர்களுடன் சின்களும் அதன் கட்டளைக்கு அடிபடிந்தன. நாற்பத்தோராம் நாள் சுலைமான் நபி திரும்பியதையும் அவை அறியவில்லை. சின்பற்றிய தவறான ஊகக் கருத்தை இப் படலத்தில் அடித்து நொறுக்குகிறார் புலவர்.

சீரா முதலிய இசுலாமிய காப்பியங்களில் இறைவனப் புகழும் தமிழ்ச்சொற்களும் அராபிச் சொற்களும் மிகுதியாக இடம் பெற்றுள்ளன. ஆயினும் எவரும் அசுமாவுல் ஹுசுனாவை வரிசையாக அமைத்துப் பாடியதில்லை.

வண்ணக் களஞ்சியப் புலவர்தான் முதன் முதலாகப் பாடியிருக்கிறார். அழகிழந்து அரசிழந்து அடியும் உதையும் பட்டு அவமானப்பட்டு நிற்கும் சுலைமான் நபி இறைவனின் நூறு பெயர்களை அமைத்து அழுது கெஞ்சி

இறைஞ்சுவதாகப் பாடி இருக்கிறார். இதைச் 'சதநாமத் துதி' என்று குறிப்பிடு கிறார். இப் பகுதியை விரிவாக ஆராய்ந்து எழுதியிருக்கிறார் சென்னை உயர்நீதிமன்றத் தலைமை நீதிபதியாய் இருந்த மு.மு. இஸ்மாயீல். 'இனிக்கும் இராஜநாயகம்' என்ற அவருடைய நூலில் இடம்பெற்றுள்ள அப் பகுதியைப் படித்து அறிய வேண்டும். சென்னை, உலகத் தமிழாராய்ச்சி நிறுவன வெளியீடு.

36. முத்திரை மோதிரம் பறிபட்டுவந்த படலம்

கலிநிலைத்துறை

தரும நன்னபி ஜமுசத்தோ டிருந்துசா மினிலே
யருநி றைப்பொருள் பெருகிவாழ்ந் திருக்குமந் நாளிற்
பொருது தன்னுயி ரறுபவு னவகருள் புதல்வி
யுருகி யுள்ளுயி ருடைதர வழுதுறைந் தனளே. (1)

1. (1854) அறம் காக்கும் சுலைமான் நபி சாமில் மனைவி சமுசத்துடன் அரியவையும் நியாயமானவையுமான பொருள் பெருகி வாழ்ந்தார். அப்போது நபியுடன் போரிட்டுத் தன் உயிரை இழந்த பவுனவகு ஈன்ற மகள் சமுசத்து உள்ளம் உருகி உள்ளுயிர் உடைந்து அழுதுகொண்டே இருந்தாள்.

தருமம் - அறம்; அரு - அரிய; நிறை - நியாயம்; பொருது - போரிட்டு; அறு - அறுந்த, இழந்த; அருள் புதல்வி - பெற்ற மகள்; உடைதர - உடைய, உடைந்து.

அழுது வைகலு நோக்கியே னழுகின்றா யறையென்
றெழுது மெய்ம்மறைப் பொருணபி கேட்பவென் றனையே
முழுது மின்னுயிர் போலருள் பிதாவுயிர் முடிந்த
பழுதுள் ளெண்ணிநொந் தழுதன னெனப்பகர்ந் தனளே. (2)

2. (1855) நாள்தோறும், அவள் அழுவதைப் பார்த்த, ஏட்டில் எழுதப்பட்ட மெய்யான சபூர் வேதத்தின் பொருளாக வாழ்ந்துவரும் சுலைமான் நபி 'ஏன் அழுகின்றாய்? சொல்' என்று கேட்க, 'முற்றாக என்னைத் தம்முடைய உயிர்போலக் காத்த தந்தை உயிர் இழந்த பொல்லாங்கை எண்ணியே நொந்து அழுகின்றேன்' என்று மறுமொழி கூறினாள்.

வைகலும் - நாள்தோறும்; அறை - சொல்; எழுது மெய்ம்மறை - எழுதப்பட்ட மெய்யான வேதம், அது சபூர்; பிதா - தந்தை; பழுது - பொல்லாங்கு; பகர்ந்தனள் - சொன்னாள்.

மீன தாகிய விழிமயில் விளம்பலும் விளிந்து
போன தோருயிர்க் கிரங்கியுள் ளுருகிப்புண் படுத
லீன மியாவையுந் தரும்வரு நலத்தையீ டழிக்கு
மான தாலவை தவிரென வுரைத்தன ரண்ணல். (3)

3. (1856) மீன் விழியாக உடைய மயில்போன்ற சமுசத்து இவ்வாறு சொன் னதும், 'இறந்துபோன ஓர் உயிருக்காக அழுது உள்ளம் உருகிப் புண்படுதல்

இழிவு யாவையும் தரும் செயல். எதிர்வரும் நலங்களையும் ஈடழிக்கும். ஆதலால் அதைத் தவிர்' என்றார் அரசர் நபி.

விளம்பல் - சொல்லல்; இழந்து - செத்து, இறந்து; இரங்கி - அழுது; ஈனம் - இழிவு; அண்ணல் - அரசர்.

எனது தந்தைபோ லோருரு வமைத்தளித் திடுகிற்
புனித சுந்தர வவனென நோக்கிய போதே
மனதுள் வெம்பிய கவலையுந் தேட்டமு மாறித்
தினம கிழ்ந்துறை குவனெனக் கனிந்துசெப் பினளே. (4)

4. (1857) எனது தந்தை போல் ஓர் உருவம் செய்து தந்தால் தூய அழகன் என அவனைப் பார்க்கும் அளவில் என் மனம் வெம்பலும் கவலையும் தேட்டமும் தீரும், நானும் மகிழ்ச்சியுடன் இருப்பேன் என்று கனிவுடன் கூறினாள்.

புனிதன் - தூயவன்; சுந்தரன் - அழகன்; மாறி - தீர்ந்து; செப்பினள் - கூறினாள்.

நன்றெ னக்குறித் தியற்றும்வித் தகருழை நவின்றார்
குன்றெ னப்பணைத் தெழுபுய னுருவகோ மளமா
யன்ற மைத்தளித் தனர்விழி நோக்கின்முற் றறிவ
தின்றெ னப்படு மிழையிடை கரத்திலீந் தனரே. (5)

5. (1858) நல்லது என்று முடிவு செய்து சிலைசெய்யும் கம்மாளரை அழைத்து அவர்களிடம் கூறினார். அவர்கள் மகிழ்ச்சியுடன், மலைபோல் பருத்து எழுந்த தோளுடைய பவுனவகுவின் சிலையைச் செப்பமாகச் செய்து கொடுத்தனர். கண்களால் உற்று நோக்கினும் அறிய முடியாத நூல் போன்ற இடையுடைய சமுசத்தின் கையில் அதை அளித்தார் சுலைமான் நபி.

குறித்து - முடிவு செய்து; இயற்றுவோர் - செய்வோர்; வித்தகர் - கம்மாளர், அவர்கள் கொல்லர், சிற்பர், தட்டார், தச்சர்; உழை - இடம்; நவின்றார் - கூறினார்; குன்று - மலை; பணைத்து - பருத்து; புயன் - தோளுடையவன்; கோமளம் - மகிழ்ச்சி; இழை - நூல்.

அணங்க லர்க்கையில் வாங்கின ளன்றக வீமான்
குணங்க லுற்றனள் கடவுளே யிதுவெனக் குறித்து
வணங்க லுற்றனள் கனிந்துநாற் பதுதினம் வரைக்கு
மிணங்க லுற்றவ ரொடுநபி யறிந்திடா திருப்ப. (6)

6. (1859) அப் பெண் மலர்க்கையில் வாங்கினாள். அன்றே அவள் உள்ளத்தின் ஈமான் வளைந்தது. இதுவே கடவுள் என்று வணங்கலானாள். நாற்பது நாள்வரை வணங்கினாள். நபியுடன் இணக்கமாகவே நடந்துகொண்டாள். ஆயினும் அதுவரைக்கும் நபியும் அறிந்துகொள்ள முடியாதபடி பக்குவமாக நடந்துகொண்டாள்.

அணங்கு - பெண்; அலர் - மலர்; அகம் - உள்ளம்; குணங்குதல் - வளைதல்; ஈமான் - ஓரிறை நம்பிக்கை.

அரிவை யிவ்விதம் வணங்கிடி லொருதின மரசு
புரிவ தாகிய சாமெனு நெடுவளம் புரியின்
றெருவி லேகின ரேகிடி லருளெலாந் திரண்டு
பெருகு பார்வையி னங்குகண் டனரொரு பெண்ணை. (7)

7. (1860) அப் பெண் இவ்வாறு தந்தையின் உருவத்தை வணங்கிவர, ஒருநாள், தாம் ஆட்சி புரியும் ஷாம் என்னும் பெருகிய வளம் நிறைந்த நகரத்தின் சாலையில் சென்றார் நபி. செல்லும் போது, அருள் எல்லாம் திரண்டு பெருகும் கண்களால் அங்கொரு பெண்ணைக் கண்டார்.

அரிவை - பெண்; நெடுவளம் புரி - பெருகிய வளநகர்; ஏகினர் - சென்றார்.

உரிய தாய்க்கர டியின்றலை வாய்ப்பறு குடையாய்
விரிவ தாய்நெடு நாட்குடி யாய்மிகு பேனுந்
திரிவ தாய்த்திரித் திரிகளாய்க் கூழையாய்ச் செறிவு
பிரிவ தாய்க்கருஞ் செந்நிறக் கூந்தலும் பெற்றாள். (8)

8. (1861) அவள் தலை கரடியின் தலைபோன்றிருந்தது. கருஞ்சிவப்புக் கூந்தல் குடைபோல் விரிந்து கிடந்தது. நீண்ட காலமாகக் குடியிருக்கும் பேன்கள் ஏராளமாகத் திரிந்தன. திரிதிரத்தது போன்ற குட்டை மயிர் செறிந்து வளராமல் திட்டுத் திட்டாய் வளர்ந்து கிடந்தது.

கூழை - குட்டை; செறிவு பிரிவதாய் - செறிந்து வளராமல் பிரிந்து.

புழுப்ப ரந்தரித் திடுவதாய் மயிரற்றுப் பூழை
யழுக்க டைந்ததா யில்லியா யுள்விழுந் ததுமாய்
விழுக்க ருங்கொசு கடைந்ததாய் மாறலாய் மிகுநீ
ரொழுக்கு கின்றதா யிழிவுமாய்ப் பூனைக்கண் ணுடையாள். (9)

9. (1862) புழுக்கள் அரித்ததுபோல் புருவ மயிர் இல்லாத கண் உட்குழிந்து பீளையும் நீரும் ஒழுக அழுக்கடைந்துகிடந்தது. பெரிய பெரிய கருநிற கொசுக்கள் மொய்த்துக் கிடந்தன. மாறுகண். குழிந்த பூனைக்கண் உடையவள். மார்புக்குறை வேறு.

பூழை - பீழை, பீளை, கண்ணழுக்கு; இல்லி - பால் உறுப்புக்குறை; விழு - பெரிய; மாறல் - மாறுகண்.

தீதி னாளெல்லாம் பழகிய தயிலக்குத் திகள்போற்
காதி னாள்கரும் பனைக்கழுத் தழகெனுங் கழுத்தாள்
வாதி னாளிவண் மூக்குக்குந் திருக்கைக்கு மறித்து
மோதி னாளிருந் தாள்குழி தாழிபோ லுதடாள். (10)

10. (1863) தீதுகள் எல்லாம் உடையவள். பிண்ணாக்குப் போன்ற காதுகள். கரிய பனைமரத்தின் துண்டுப் போன்ற கழுத்து. நாய்போல் இரைந்து வம்பு வழக்காடுபவள். பெரிய மூக்கோடு கையை வைத்துச் சிந்தி ஒப்பாரி வைப்பவள். குழிந்த பானைபோன்ற உதடுடையவள்

இப் பாட்டில் பதிப்புப்பிழை நேர்ந்திருப்பதாகத் தோன்றுகிறது.'தயிலகித்தம்' என இருக்கவேண்டுவது 'தயிலக்குத்தி' என்றுள்ளது. 'வண் மூக்கும் திருகக் கைக்கு மறித்தும் ஓதினாள்' என்றிருப்பது பொருள்மயக்கம் தருவதாகவுள்ளது.

தயிலக்குத்தி - தயிலகித்தம், பிண்ணாக்கு; வாது - வம்புவழக்கு; நாளி - நாய்; வண்மூக்கு - பெரிய மூக்கு; திருக்கை - கை, எள்ளற் குறிப்பு; தாழி - பானை.

முகமுங் கன்னமுங் கரங்களும் பதங்களு முழுது
மகிழ்வ றுங்குரங் கிணைக்குநோக் குவர்விழி வழிவந்
தகநி றைந்துமேற் பொங்கியே சிவப்புடம் பனைத்து
மிகவுங் கங்குலி னிறஞ்செயுங் கரியமே னியினாள். (11)

11. (1864) முகமும் கன்னமும் கைகளும் கால்களும் முழுவதும் பார்க்க மகிழ்ச்சியற்ற குரங்குக்கு நிகர் என்று பார்ப்பவர் சொல்வர். கண்களில் பொங்கி வழியும். செம்மேனி இருட்டுப் போன்ற கரிய மேனியினாள்.

கங்குல் - இருட்டு.

நயவி ரோதமு நயமுமெண் ணாள்கடு நடையாள்
வியர்வை நாற்றமு மிருபுலா னாற்றமு மிகுந்தா
ளுயர்வு தோன்றுரை பிறந்திலாக் குளறுவா யுடையா
ளயர்வி லாதுமீன் படுப்பவர் குலத்தினி லானாள். (12)

12. (1865) நல்லது கெட்டதை நினையாதவள். கடுமையான போக்குடையவள். வியர்வை நாற்றமும் இருவகை புலால் நாற்றமும் மிகுந்தவள். உயர்ந்த சொற்கள் பிறவாத குளறுவாய் உடையவள். சோர்வு அறியாது மீன் பிடிக்கும் செம்படவர் குலத்தில் பிறந்தவள்.

இருபுலால் நாற்றம் - தன் உடலின் நாற்றமும், செம்படவப் பெண் ஆதலால் மீன் நாற்றமும் என்க. கடுநடை - மென்மையற்ற நடையும் ஆம். நயம் - நன்மை; நயவிரோதம் - கெட்டது; உயர்வு தோன்றுரை - உயர்ந்த சொல், நல்ல வார்த்தை; அயர்வு - சொர்வு; மீன்படுத்தல் - மீன்பிடித்தல்.

இந்த வாறுள கோரமங் கையைத்தெரு வினிலே
வந்து தோன்றிநின் றிடவிழி காண்டலு மணப்ப
தெந்த வூருள புருடன்றன் மடியினி லேற்றி
நிந்தி யாதுமுத் துவன்கொலோ வெனநினைந் தனரே. (13)

13. (1866) இவ்வாறு அச்சந்தரும் வகையில் தெருவில் வந்து நின்ற பெண்ணைக் கண்டதும் 'இவளை மணப்பவன் எந்த ஊர்க்காரன்? இவளைப் பழிக்காமல் தன்னுடைய மடியில் தூக்கி வைத்து முத்தமிடுவானா?' என்று நினைத்தார்.

கோரம் - அச்சம் தரும் தோற்றம்; காண்டலும் - கண்டதும்; நிந்தித்தல் - பழித்தல்; முத்துதல் - முத்தமிடல்.

இவளை நிந்தனை நினைத்தோர் குற்றமற் றிதன்முன்
னவள்பு கின்றிடு படியுரு வமைத்திளித் ததுவோர்

நவமி குந்துள குற்றமிவ் விரண்டையு நாட்டி
யுவமை யொன்றிலான் றெண்டனை புரியவுன் னினனால் (14)

14. (1867) இவளை நிந்தனை நினைத்தது ஒரு குற்றம். இதற்கு முன்னே தம் இளைய மனைவி சமுசத்து சொன்னபடி உருவச்சிலை செய்து கொடுத்தது புதுமை மிகுந்த குற்றம். இவ் விரு குற்றங்களையும் முன்னிட்டு அவரைத் தண்டிக்க நாடினான் உவமை ஒன்று இல்லாதவனான இறைவன். நபிமார்கள் அனுப்பப்பட்டதன் நோக்கமே இணை துணை ஒப்பு உருவம் இல்லாத ஒரே இறைவனின் மெய்மையை நிலைநாட்டுவதும் அதற்கு மாறான உருவ வணக்கத்தைக் களைவதும்தான். இந்த நோக்கத்திற்கு மாறாக நபியே உருவச் சிலை செய்துகொடுத்தது புதுமை ஆதலால் 'நவம் மிகுந்துள்ள குற்றம் என்றார்.

அவள் - சமுசத்து; புகன்றிடுபடி - அவள் சொன்னபடி; உரு - உருவச்சிலை; நவம் - புதுமை; தெண்டனை - தண்டனை; உன்னினன் - நாடினான்.

செய்ய மெய்ப்பொருள் வருத்திட நினைக்குமத் தினத்தில்
வைய கத்தினுக் கொருசெங்கோ லரசுதம் மனைநீத்
தையெ ழிற்கொள்வீ தியினில்வந் தனர்வரி லாழி
வெய்ய வற்கிணை யெனவிர லகன்றுவீழ்ந் ததுவே. (15)

15. (1868) செம்பொருளும் மெய்ப்பொருளும் ஆன இறைவன் அவரைத் தண்டிக்க நாடிய அன்று, உலகம் முழுவதற்கும் தனிச் செங்கோல் நடத்தும் சுலைமான் நபி தம்முடைய அரண்மனையில் இருந்து நீங்கி, நுட்பமான அழகுடன் திகழும் நகர வீதியில் வந்தார். வந்ததும், அவர் விரலில் அணிந்திருந்த முத்திரை மோதிரம் விரலில் இருந்து கழன்று சூரியன் வீழ்வது போல் வீழ்ந்தது.

வருந்திட - தண்டிக்க; மனை - அரண்மனை; நீத்து - கடந்து, நீங்கி; ஐ - நுண்மை; எழில் - அழகு; ஆழி - மோதிரம்; வெய்யவன் - சூரியன்; அகன்று - நீங்கி, கழன்று.

இன்ன தாம்பொழு தெடுத்தனர் விரலினி லிட்டார்
பின்னும் விழ்ந்ததாய்ந் தெடுத்தனர் தரித்தனர் பெயர்ந்தே
யன்ன மாந்திரைக் கடற்கரை புகுந்தன ராங்கு
மின்னு காந்திகொண் மோதிரங் கழன்றுவீழ்ந் ததுவே. (16)

16. (1869) அப்பொழுதே எடுத்து விரலில் அணிந்தார். மறுபடியும் கழன்று விழுந்தது. அதைத் தேடி எடுத்து அணிந்தார். அங்கிருந்து அன்னம் போல் அலை எழுந்து உலவும் கடற்கரைக்குச் சென்றார். அங்கே மின்னும் சுடர்கொண்ட மோதிரம் கழன்று வீழ்ந்தது.

ஆய்ந்து - ஆராய்ந்து, தேடி; தரித்தார் - அணிந்தார்; காந்தி - சுடர்.

சிந்த டித்திடு கரையில்வீழ்ந் ததுகடல் சேர
வந்தெ டுத்தருந் தினதொரு மீன்வயிற் றுறலு
முந்த னக்கிரை யலவது பதனஞ்செய் யுறுதி
முந்த கட்டுள்வைத் துறையென விறையவன் மொழிந்தான். (17)

17. (1870) கடல்நீர் அடித்து மோதும் கரையில் விழுந்தது. அலையில் அடித்துச் செல்லப்பட்டுக் கடலில் போய்ச் சேர்ந்தது. அதை ஒரு மீன் வந்து

எடுத்து விழுங்கியது. அது வயிற்றினுள்ளே சென்றது. சென்றதும் 'அஃது உனக்கு இரையன்று. பத்திரப்படுத்தி வை. வயிற்றின் உறுதியான முன்பகுதியில் வைத்திடு' என்று இறைவன் கூறினான்.

சிந்து - நீர்; உறலும் - சேரவும்; பதனம் - பத்திரம், பேணல்; அகடு - வயிறு; உறை - இரு; மொழிந்தான் - கூறினான்.

மாயி ரும்புவி துதித்திடச் சுலையுமான் வடிவ
தாயி ருந்திட வுனைச்செய்தோ மவரரி யணையிற்
போயி ருந்தர சியற்றென சகுறுக்குப் புனித
மேயி ருந்தரு ளிறையவன் சத்தமா யினதே. (18)

18. (1871) பெரிய உலகம் போற்றிடும்படி உன்னை சுலைமான் வடிவாக மாற்றி அமைத்தோம். அவரது அரியணையில் அமர்ந்து அரசு நடத்து' என்று சகரு சின்னுக்கு, அருளும் தூயவனாகிய இறைவனின் ஓசைகேட்டது.சகரு - ஆறாம் கடலிலுள்ள தீவில் வாழும் சின். இதே படலம் பாட்டு 57 பார்க்க.

மா - பெரிய; இரும்புவி - நிலைபெற்ற உலகம்; துதி - புகழ்; இயற்று - நடத்து.

சுத்த மாயின பொழுதத னுருவவர் தமைப்போற்
சுத்த மாயின மணியரி யணைமிசைத் தோன்றி
சித்த மாயர சியற்றின நபியென நினைத்துப்
பத்த மாயின வுலகுயிர்த் தோற்றங்கள் பலவும். (19)

19. (1872) ஓசை கேட்ட அப்பொழுதே அதன் உருவம் முற்றாக அவரைப் போலாயிற்று. மணிபதித்த அரியணையின்மேல் அமர்ந்து அரசு நடத்தலாயிற்று. நபி என நினைத்து உலக உயிர்க்கூட்டங்கள் எல்லாம் உண்மைப்படுத்தின.

மணி - இரத்தினக்கல்; மிசை - மீது, மேல்; தோன்றி - காட்சியாகி அமர்ந்து; நித்தம் - நாள்தோறும்; இயற்றல் - நடத்தல்; பத்தம் - உண்மை.

முடிவ கற்றினன் மோதிர மகற்றிமுன் னிருந்த
வடிவ கற்றின னவிடம்விட் டெழுந்துதா மணஞ்செய்
கொடியி டைக்குயி லியர்மனைக் கேகினர் குறித்திங்
கடிமி திக்கநீ யெவனெனச் சினந்தகற் றினரே. (20)

20. (1873) முடியை நீக்கினான். முத்திரை மோதிரத்தை நீக்கி வடிவத்தையும் நீக்கினான். அவ் விடத்தை விட்டெழுந்து தாம் மணந்த கொடியிடையும் குயில்போன்ற மொழியுமுடைய மனைவியர் மாளிகளுக்குச் சென்றார். மாளிகை யைக் காலடியால் மிதித்ததும் 'நீ எவன்' என்று சினந்து வெருட்டினர். இப் பாட்டின் முதலடி 'முடிய கற்றினன்' என்றிருக்கலாம். 'கொடியிடைக் குயிலியர் மனைக்கு ஏகினர்' என்பது ஆசையுடன் சென்றார் என்னும் குறிப்புடையது.

ஏகினர் - சென்றார்; அடி - காலடி, மாளிகை அடி எனினும் அமையும்.

அகலு கின்றன ரினியளி யணைக்கணென் றாலும்
புகுவ மென்றுசென் றனர்பர பதிபுரப் பவரும்
பகுதி கொண்டுள சின்களி னரர்களிற் பலருந்
தொகுதி கொண்டிங்கே னடைந்தனை யெனத்துரத் தினரே. (21)

21. (1874) அங்கிருந்து நீங்கினார். இனி அரியணைக்காவது செல்வோம் என நினைத்துச் சென்றார். திறை செலுத்த வந்திருந்த அயல் அரசர்களும் பகுதி பகுதியாக உள்ள மனிதர்களும் சின்களும் ஒன்று கூடி இங்கே ஏன் வந்தாய் என்று துரத்தினர். அயல்நாட்டு அரசர்கள் திறை செலுத்த வந்தவர் என்க. உள்ளூர்க்காரர்களுடன் அவர்களும் சேர்ந்துகொண்டு துரத்தினர்.

பரபதி - அயல்நாடு; புரப்பவர் - காப்பவர், அரசர்; நரர் - மனிதர்.

அன்ன போதினிற் சுலையுமா னபியியா னலவோ
வென்ன வோதினர் நபியதோ விருப்பவிவ் வார்த்தை
சொன்ன பேயனீ யாரினஞ் சொல்லிலுன் னாக்கைச்
சன்ன மாயரி குவமக லென்றுதள் ளினரே. (22)

22. (1875) அப்போது 'நான் சுலைமான் நபியன்றோ' என்று சொன்னார். 'நபி அதோ அங்கிருக்க இவ் வார்த்தை சொன்ன பேயனே! நீ யார்? இன்னொரு முறை சொன்னால் உன் நாக்கை அறுத்து துண்டு துண்டாக்கி விடுவோம். போய்விடு' என்று நெட்டித் தள்ளினர்.

பேயன் - முட்டாள்,; இனம் - இன்னும், மறுபடி; சன்னம் - சிறுமை, துண்டு.

கோக்கு ழாம்பணி விடையினர்க் கோதிடக் கோபந்
தாக்கு கோரமா யடியடி யென்றுதள் ளிடலும்
வாக்கி னாலொன்றும் பகர்ந்திலர் வெளியில்வந் தெண்ணி
நோக்கி னாரியாஞ் செயும்வினை யென்றுநொந் தனரே. (23)

23. (1876) அரசர்க்குப் பணிவிடை செய்யும் காவலர்க்குச் சொல்ல, அவர்கள் சினத்துடன் வந்து அச்சந்தரும் வகையில் அடிஅடி என்று தள்ளினர். வாயினால் அவர் ஏதும் பேசவில்லை. வெளியில் வந்தார். எண்ணிப் பார்த்தார். நான் செய்த பாவத்தின் பலன் என்று நொந்தார்.

கோ - அரசர்; பணிவிடைக்குழாம் - பணியாளர், மெய்க்கவலர் குழு, அயலரசரின் மெய்க்காவலரும் ஆம்; ஓதிட - சொல்ல; கோரமாய் - அச்சம்தரும் வகையில்; பகர்ந்திலர் -சொல்லவில்லை; வினை - பாவம்.

நகர வீதிவந் தாங்குள மனைதொறு நண்ண
மிகவு மேமுனிந் தகற்றினர் பறவையும் விலங்கு
நகரி லாவெறி யினனிவ னபிநெறி நினையா
னுகநம் மாருயிர் செகுப்பனென் றஞ்சியோ டியதே. (24)

24. (1877) நகர வீதியில் வந்தார். அங்குள்ள மாளிகைதோறும் சென்றார். அவர்கள் சினந்து ஏசிப்பேசி அகற்றினர். 'இவன் நிகர் இல்லாத வெறியன்; நபியின் நேர்வழி நினையாதவன்; நம் உயிர்போகும்படிக் கொன்றுவிடுவான்' என்று அஞ்சிப் பறவைகளும் விலங்குகளும் ஓடின.
ஓய்ந்து அமர எண்ணி மாளிகைதோறும் சென்றார் போலும்!

நண்ண - செல்ல; முனிந்து - ஏசிப்பேசி, சினந்து; நெறி - நேர்வழி; உக - உதிர, நீங்க; செகுப்பன் - அழிப்பான், கொல்வான்.

நார மாகிய நகரிதை நீங்கியிந் நகர்சூ
ழார மாகிய பதிதொறும் புகுந்தன ராங்குங்
கோர மாகிய வுடம்புகண் டகப்பயங் கொண்டு
தூர மாயகன் றனரரு கடைந்திலர் துணிந்தே. (25)

25. (1878) மக்கள் தொகை மிகுந்த இப் பட்டணத்தில் இருந்து நீங்கி இப் பட்டணத்தை மாலை போல் சூழ்ந்து கிடக்கும் புறநகர் ஊர்களுக்குச் சென்றார். அங்குள்ளவர்கள் அச்சம் தரும் இவர் உடம்பைக் கண்டு அஞ்சி விலகித் தொலைவில் ஒடினரே அன்றி எவரும் துணிந்து நெருங்கி வரவில்லை.

நாரம் - மக்கள் திரள்; ஆரம் - மாலை; பதி - ஊர்; கோரம் - அச்சம்.

இச்சை மேற்கொளு மமுதினு மரினவூ ணினிதா
ருச்சி தாற்புத வயிற்றினுட் பசிவளர்ந் தோங்கிப்
பிச்சை கேட்பச்சென் றனர்மனை வாயிலின் பிறன்கண்
டச்ச மாய்க்கத வடைத்தகற் றினரனை வருமே. (26)

26. (1879) பசியால் அன்றி இச்சையால் விரும்பி உண்ணும் அமுதினும் கிடைப்பதற்கு அரியதான உணவு வகைகளை உண்டு நிரம்பிய அற்புத வயிறு அவர் வயிறு. அவ் வயிற்றினுள் பசி வளர்ந்து ஓங்கியது. வேறு வழியின்றிப் பிச்சை கேட்டுச் சென்றார். தங்கள் வீட்டு வாசலில் அச்சந்தரும் உருவத்துடன் அயலான் யாரோ நிற்பதைக்கண்டு அச்சத்துடன் கதவை அடைத்தனர். அனை வரும் விலக்கினர். கிடைத்தற்கு அரிய உணவு வகைகள் அடிக்கடி கிடைத்துக் கொண்டே இருப்பதனால் அவருக்குப் பசி எடுப்பதில்லை. ஆயினும் ஆசையின் காரணமாகவே உண்டு நிரம்பிய அழகிய வயிறு. இப்போது உண்மையிலேயே பசி எடுத்தது. அதனால் பிச்சை கேட்டார். உணவுப்பிச்சை. இச் செய்தி ஆராய்வதற்கு உரியது. அவரது தந்தை ஹள்ரத் தாவூது (அலை) ஒருநாள் விட்டு ஒருநாள் நோன்பு நோற்றார்கள் என்ற செய்தி ஹதீசில் உள்ளது. அவர்களின் மைந்தர் பசிக்காக அன்றி நாவுச் சுவைக்காக வகைவகையாக உண்டு பசி அறியாது இருந்திருப்பாரா? நபியும் ஆயிற்றே! வயிறு புடைக்க உண்ணும் வழக்கம் நபிமார்களுக்கு இல்லையே?

இச்சை - விருப்பம், ஆசை; ஊண் - உணவு; ஆர் - நிறைவு; உச்சிதம் - அழகு; பிறன் - அயலான்.

எழுசீர்க் கழிநெடிலடி யாசிரிய விருத்தம்

இடரினிற் கொடும்பட் டினிகிடந் தாற்றா
தெவர்களைக் காண்கிலு மவர்பா
லடர்பசி மிகுந்தேன் சுலையுமா னபியா
னருந்திட வெனக்கியா தேனுங்
கொடுமென விரப்ப நபியென விவனோ
கூறுவ னெனக்கொதி கொதித்துப்
படர்சினத் தேசிக் கைகொட்டி நகைத்துப்
பழித்தடித் திடத்தொடுத் தனரே. (27)

27. (1880) கொடும்பட்டினியில் கிடந்து வருந்தி ஆற்றாது எவரைக் கண்டாலும் அவரிடம் 'கடும் பசியில் இருக்கிறேன்; நான் சுலைமான் நபி; அருந்திட ஏதேனும் கொடுங்கள்' என்று இரந்து கேட்டார். 'நான் சுலைமான் நபி என்று இவன் சொல்வதா' எனக் கொதித்துச் சினம் கொண்டு ஏசியும் கைகொட்டிப் பரிகாசத்துடன் சிரித்தும் பழித்தும் அடிக்கத் தொடங்கினர்.

இடர் - துன்பம்; ஆற்றாது - தாங்க முடியாது; அடர் - மிகுதி, நெருக்கம்; இரப்ப - இரந்து கேட்க; இரத்தல் - கெஞ்சுதல்.

மூரலும் வெளிகண் டயர்ந்துவாய் புலர்ந்து
முதுகென்பில் வயிறுசேர்ந் தொட்டி
யீரலுங் கருகி விழிகளுங் குழிவீழ்ந்
திருசெவித் துளைகளு மடைத்துப்
பாரநெஞ் செலும்புங் காரையி னெலும்பும்
பழுவெலும் புகளுமூட் டெலும்பும்
தூரநின் றிடினுந் தெரிந்திட மெலிந்து
தொனிகுறைந் தனர்நடை தளர்ந்தார். (28)

28. (1881) பல் வெளியாகி அயர்ந்தது; வாய் உலர்ந்தது; முதுகு எலும்புடன் வயிறு ஒட்டிக்கொண்டது; ஈரல் கருகியது; கண்கள் குழிவிழுந்தன; இரு காதுகளும் அடைத்தன; பெரிய நெஞ்செலும்பும் கழுத்து எலும்பும் விலா எலும்புகளும் மூட்டெலும்பும் தொலைவில் நின்று பார்த்தாலும் தெரிவது போல் மெலிந்தார்; குரல் குறைந்தார்; நடை தளர்ந்தார்.'

மூரல் - பல்; புலர்ந்து -உலர்ந்து; காரை எலும்பு - கழுத்து ஓர எலும்பு; பழுவெலும்பு - விலா எலும்பு; தொனி - குரலோசை.

கடுநெருப் புலையின் மெழுகென வுருகிக்
கடற்கரைப் புகுந்ததிற் குடியா
யிடுவலை யினின்மீன் படுப்பவ ரிடத்தி
னெய்தியான் பசியினா லிடைந்தேன்
கொடுமெனக் குணவே தினிலுமென் றிரந்து
கூறினர் செவியினிற் கொண்டு
கெடுமுக முனைப்போற் காண்கில மகலென்
றடித்துவை தனர்கொடுங் கீழோர். (29

29. (1882) கடுமையான நெருப்புப் பொங்கும் உலையில் இடப்பட்ட மெழுகுபோல உருகினார். கடற்கரைப் பகுதிக்குச் சென்றார். அங்குள்ள மீனவர் சேரிக்குச் சென்றார். வலைவீசி மீன் பிடிக்கும் அவர்களிடம் போய் 'நான் பசியினால் வருந்துகிறேன். ஏதேனும் உணவு கொடுங்கள்' என்று வேண்டி நின்றார். அவர்களோ கொடுமை நிறைந்தவர்கள். கீழ்மக்கள். அவர் வேண்டுவதைக் கேட்டு 'உன்னைப் போல் கேடுகெட்ட முகம் உடையவனை நாங்கள் கண்டதில்லை; போ' என்று அடித்து வைதனர்.

இடுவலை - வீசும்வலை; படுப்பவர் - பிடிப்பவர்; எய்தி - சென்று; இடைந்தேன் - வருந்தினேன்,வசமிழந்தேன்; இரந்து - வேண்டி.

அடித்தகற் றலுமியான் மறைநபி தாவூ
தருளிய சுலையுமா னபியு
மிடத்தினி லொருகுற் றமும்புரிந் திலனீ
ரேனடித் திடுகின்றீ ரென்றார்
தடப்புய நபியா னெனவிவ னுரைக்கத்
தகுவதோ வெனச்சின மிகுத்துப்
புடைத்தனர் மறித்து மிந்தவே லையினிற்
புகுந்தனன் பின்னொரு கொடியோன். (30)

30. (1883) அடித்து வெருட்டியதும் 'நான் சபூர் வேதம் கொண்டு வந்த தாவூது நபி பெற்ற சுலைமான் நபி. உங்களுக்கு எந்தக் குற்றமும் செய்ததில்லை; என்னை ஏன் அடிக்கிறீர்கள்' என்றார். 'தடந்தோள் நபி நான் என்று இவன் சொல்லத் தகுமோ' என்று சினம் மிகுந்து மீண்டும் நையப் புடைத்தனர். அந் நேரம் இன்னொரு கொடியவன் வந்து நுழைந்தான்.

மறித்தும் - மீண்டும்

வலையினர் குலத்தோ னருளென வுரைக்கும்
வார்த்தையும் புகுந்திலாச் செவியோன்
கொலைநிறை விழியோ னடுத்தலு மவன்பாற்
கூறினர் நபியெனு மாற்றஞ்
சுலையுமா னபியா னெனமனந் துணிந்து
சொல்வனோ வெனத்துடி துடித்துச்
சிலையினுங் கனத்த வொருதடி யெடுத்துச்
சென்னிமீ தடிக்கலுற் றனனே. (31)

31. (1884) அவனும் மீனவர் குலத்தானே. நன்மையான சொல் எதுவும் அவன் காதில் நுழையாது. கண்களில் கொலைவெறி நிரம்பிக் கிடக்கும். அவன் வந்ததும் இவன் நபியாம் என்று அவனிடம் கூறினர். 'சுலைமான் நபி நான் என்று மனம் துணிந்து சொன்னானா' என்று சினத்தால் துடித்தான். மலையைவிடக் கனத்த தடியொன்றை எடுத்துத் தலைமீது அடிக்கலானான்.

வலையினர் - மீனவர்; அடுத்தலும் - வந்ததும்; சிலை - மலை; சென்னி - தலை.

அசைவரு சினங்கொண் டிருவிழிக் கடையு
மனற்பொறி தெறித்திட மிகவும்
விசையொடு கரங்க ளிரண்டுந்தன் சிரத்தின்
மேற்பட வோங்கிமூச் சடக்கித்
தசையது பெயர மண்டையுந் தகரத்
தாரையாய்க் குருதியு மொழுக
விசையுற மனதுட் சலித்தடங் களவு
மெண்ணிலா வடியடித் தனனே. (32)

32. (1885) அடங்காச் சினம்கொண்டு அடித்தான். கண்களிரண்டிலும் நெருப்புப்பொறி தெறிக்க அடித்தான். மிக வேகமாக அடித்தான். கையிரண்டும் தலைக்கு மேல் ஓங்கி ஓங்கி அடித்தான். மூச்சை அடக்கிக்கொண்டு

அடித்தான். சதை பிய்ந்து போகும்படி அடித்தான். மண்டை உடைந்து தாரை தாரையாக இரத்தம் ஒழுகும்படி அடித்தான். மனம் சலித்து அடங்கும் வரை வேகமாக அடிஅடி என்று அடித்தான்.

அசைவறு சினம் - அடங்காச் சினம்; அனல் - நெருப்பு; விசை - வேகம்; கரம் - கை; சிரம் - தலை; தசை - சதை; தகர - உடைய.

எண்ணற வடிக்கு மடியினிற் றடியு
மிதையவூக் கமுமுறிந் ததற்பின்
கண்ணகத் தருளற் றவன்விடுத் தனன்மேற்
கவன்றில ரெதிர்ந்தொரு மொழியு
மண்ணலுள் ளுருகி மலர்விழி விழிநீ
ரருவிபோற் சொரிந்திட வழுதார்
மண்ணக மடந்தை யழுதனள் கூற்று
மலக்குக ளெவர்களு மழுதார். (33)

33. (1886) மாறி மாறி அடித்ததில் தடியும் முறிந்தது. அதன் பின்னரே அடிப்பதை விட்டான் கண்ணில் கருணை இல்லாதவன். அவர் மேற்கொண்டு ஏதும் பேசவில்லை. எதிர்த்து ஒன்றும் சொல்லவில்லை. உள்ளம் உருகி அருவிபோல் கண்கள் கண்ணீர் சிந்த அழுதார் அண்ணலார். மண்மகளும் அழுதாள். வானவர் யாவரும் அழுதனர்.

எண்ணற - எண்ணிக்கை இல்லாத; விடுத்தனன் - விட்டான்; மேல் - மேற்கொண்டு; கவன்றிலர் - பேசவில்லை அவர்; எதிர்ந்து - எதிர்த்து, மறுத்து; சொரிந்திட - சிந்திட; கூற்று - உயிர்பறிப்பவர், இசுராயீல்; மலக்கு - வானவர்.

மலையுரு கினவெண் கயமுரு கினமீன்
மதிகதி ருருகின வான
நிலையுரு கினவேழ் முகிலுரு கினபுண்
ணியமுரு கினசல சரத்தோ
டலையுரு கினகாற் றுகளொடு நெருப்பு
மளவற வுருகின தழைக்கு
மிலையுள தருவு மிறந்துள தருவு
மெவையுமே யுருகின வம்மா. (34)

34. (1887) மலைகள் உருகின. வெள்ளை யானைகள் உருகின. நட்சத்திரங்களும் நிலவும் சூரியனும் உருகின. வான மண்டிலங்கள் உருகின. ஏழுவகை மேகங்களும் உருகின. புண்ணியங்கள் உருகின. கடல்மீன்கள் உருகின. கட லும் அலையும் உருகின. காற்றும் நெருப்பும் அளவின்றி உருகின. பட்ட மரங் களும் உருகின. அம்மம்ம! அவருக்கு ஏற்பட்ட துயரங்கண்டு யாவும் உருகின. வெள்ளை யானை அரியவை. அவை உருகின என்றதனால் பிற யானைகளும் உருகின என்றதாயிற்று.

வெண்கயம் - வெள்ளை யானை; மீன் - நட்சத்திரம்; வானநிலை - வானமண்டலங்கள்; முகில் - மேகம்; சலசரம் - மீன்; தரு - மரம்; இறந்துள தரு - பட்ட மரம்.

மலர்தலை யுலகிற் சிலநபி மாரை
வாதனை யியற்றுசோ தனைகள்

பலவிதம் புரிந்தா யாயினு மெனைப்போற்
பட்டினி வருத்தினை யிலையே
சலதர மனில மொடுபல வுயிர்க்குந்
தலைபதி யாக்கியேச் சுடிபெற்
றலையவும் விதித்தா யிலைத்தமி யனையே
யளவற வுயர்த்தினை தாழ்த்தாய். (35)

35. (1888) விடியலை உடைய உலகத்தில் நபிமார்களில் சிலரை பலவிதமாகத் துன்புறுத்தும் சோதனைகள் செய்தாய். ஆயினும் என்னைப்போல் பட்டினியால் வருத்தியதில்லையே. கடலொடும் காற்றொடும் பலவகை உயிரினங்களுக்கும் தலைமை நல்கி, ஏச்சும் அடியும் வாங்கி அலையும்படி விதிக்கவில்லை. என்னை அளவில்லாமல் உயர்த்தினாய்; தாழ்த்திவிடாதே.

மலர்தலை - விடியல்; சலதரம் - கடல்; அனிலம் - காற்று; தலைபதி - தலைவர்; தமியேன் - நான்.

தாங்கின னிதுமட் டினம்வருத் திடுகிற்
றாங்குதல் வலியனோ வெளியே
னோங்கிய கருணை முனிவுடை யவனே
யொருபொழு தினுமினி யிதுபோற்
றீங்கியல் கரும வினைசெயேன் பொறுத்தல்
செய்தரு ளெனத்தௌபாச் செய்தே
தூங்கிசைச் சுருதி பகர்சத நாமத்
துதிசெயத் தொடுத்தன ரன்றே. (36)

36. (1889) இதுவரை தாங்கிக் கொண்டேன். நானோ வலிமையற்ற எளியேன். இன்னும் வருத்தினால், தாங்கும் வலிமையுடைவனோ? ஓங்கிய கருணையும் சினமும் உடையவனே! இனி ஒருபோதும் இதுபோல் பாவச் செயல் செய்ய மாட்டேன். பொறுத்தருள் என்று பிழைபொறுக்கத் தேடுதல் செய்தார். உள்ளத்தை ஓர்மை படுத்தி, வேதம் கூறும் நூறு பெயர் புகழ்ச்சி செய்யத் தொடங்கினார். இன்ன குற்றத்திற்காக இவ்வாறு சோதிக்கப்படுகிறார் என்று அறிவிக்கப்பட்டது போலும். அதனால்தான் 'ஒரு பொழுதினும் இனி இது போல் தீங்கியல் கரும வினை செயேன்' என்று மன்றாடுகிறார்.
'தௌபா' என்பது பாவச்செயலில் இருந்து திரும்புதல் என்னும் பொருள் கொண்ட சொல். இசுலாமிய மொழி மரபில் தௌபாச் செய்தல் என்பது விரிந்த பொருளுடையது.

(1) ஒரு பாவச் செயலில் ஈடுபட்டவன் முதலில் அது பாவம் என்று உணரவேண்டும்.
(2) அதைச் செய்ததை எண்ணி உள்ளார்ந்து வருத்தம் கொள்ள வேண்டும்.
(3) இனி ஒருபோதும் அதைச் செய்வதில்லை என்று உறுதி பூண வேண்டும்.
(4) அப்பால் இறைவனிடம் அழுது கெஞ்சி பிழைபொறுக்க மன்றாட வேண்டும். இந்த நான்கடுக்கு இறைஞ்சலே 'தௌபாச் செய்தல்; எனப்படும். சுலைமான் நபியின் வேண்டுதலில் இதைக் காணலாம்.

‘சதநாமம்’ இறைவன் பெயர்களில் ‘அல்லாஹ்’ என்பது யாவும் பொதிந்த முற்றுற நிரம்பிய சொல். இதையன்றி மேற்கொண்டு 99 பெயர்கள் உள்ளன. அவை யாவும் அவனுடைய பண்புப்பெயர்கள். அவற்றுடன் ‘அல்லாஹ்’வையும் சேர்த்தால் 100 ஆகும். இந்த நூறு பெயர்களும் ‘அஸ்மாவுல் ஹுஸ்னா’ - அழகு பெயர்கள்’ எனப்படும். அதையே ‘சதநாமம்’ என்று குறிக்கிறார் புலவர்.

முனிவு - சினம்; தீங்கியல் கரும வினை - தீங்கை உண்டாக்கும் செயல், பாவச்செயல்; தெளபா - பிழைபொறுக்கத் தேடுதல்; சுருதி - வேதம்; பகர் - சொல்லும்; சதம் - நூறு; நாமம் - பெயர்; துதி - புகழ்ச்சி.

சதநாமத் துதி

நவந்தரு கருனை யாறகு மானே
யாறகீ மலிக்குல்குத் தூசே
கவின்கொளு மூமின் முகைமினு ஸலாமே
காலிக்குல் ஜெப்பார்முத் தகப்பிர்
உவந்தருள் வாரி அஜீசுமு ஜவ்விர்
கப்பார்கஃகா றுதவுவஃ காபே
மவுன்றஜ் ஜாக்கு பத்தாகு அலீமு
வாசிது காயிலு அதலே. **(37)**

37. (1890) நவம்தருகருணை - உயிர்களுடன் உறவை உண்டாக்கும் கருணை; கவின்கொளும் - அழகு கொண்டிலங்கும்; உவந்தருள் - மகிழ்ச்சியுடன் அடியார்க்கு அருள்செய்யும்; மவுனம் - சாத்விக மோனம்; வாரி - பாரி; வாசிது - பாசிது; யா - ஏ ஓ என்பன போன்ற அழைப்புச்சொல்; காயிலு - காபிலு.

1. ரகுமான் - அருளாளன்
2. ரகீம் - அன்பு உடையவன்
3. மாலிக் - மன்னன்
4. குத்தூசு - பரிசுத்தமானவன்
5. மூமின் - அபயம் அளிப்பவன்; நம்பிக்கையாளன்
6. முகைமின் - பாதுகாவலன்
7. சலாம் - சாந்தி அளிப்பவன்
8. காலிக் - படைப்பவன்
9. ஜப்பார் - சர்வ வல்லமை வாய்ந்தவன்
10. முத்தகப்பிர் - பெருமை உள்ளவன்
11. பாரி - ஆத்துமாவை அமைப்பவன்
12. அஜீசு - யாவையும் மிகைத்தவன்
13. முசவ்விர் - உருவம் அமைப்பவன்
14. கப்பார் - மன்னிப்பவன்; பிழை பொறுப்பவன்
15. கஃகாறு - அடக்கி ஆள்பவன்
16. வஃகபு - இடைவிடாது வழங்கிக்கொண்டிருப்பவன்
17. ரசாக்கு - இரணம் (உணவு) அளிப்பவன்
18. பத்தாகு - வெற்றியாளன் / வெற்றியளிப்பவன்

19.	அலீமு	-	யாவும் அறிந்தவன்
20.	பாசிது	-	தாராளமாகக் கொடுப்பவன்; வாழ்வு, இதயம் ஆகியவற்றை விரிவுபடுத்துபவன்
21.	காயிலூ	-	தடுப்பவன்; கைவசப்படுத்துபவன்
22.	அதுலு	-	நீதிபதி

இறைவனுக்கும் அடியார்களுக்கும் இடையில் நெருக்கத்தை ஏற்படுத்துவது கருணையாதலின் 'நவம்தரு கருணை' என்றார். நவம் - உறவு, கேண்மை; மனிதர்க்கு அழகும் அலங்காரமும் ஆவது ஈமான் ஆதலின் அஃதுடையாரைக் குறிக்க, 'கவின்கொளும் மூமின்' என்றார். கவின் - அழகு. பூமியில் தனது பிரதிநிதியை (கலீபா) ஏற்படுத்த விரும்பியே மனிதனைப் படைத்தான் இறைவன். '(நபியே) உமது இறைவன் மலக்குகளை நோக்கி 'நான் பூமியில் (எனது) பிரதிநிதியை (ஆதமை) நிச்சயமாக அமைக்கப் போகிறேன்' என்று கூறிய சமயத்தில் ... (திருக்குர் ஆன் 2:30) ஆதலால் மனித ஆத்மாவை அமைப்பவன் ஆகிய 'பாரிஉ'க்கு 'உவந்து அருள்வாரி' என அடைகொடுக்கிறார். படைப்பு களில் இறைவனால் உகக்கப்பட்ட படைப்பு மனிதன். 'மவுனரசாக்கு' என்பதில் பதிப்புக் குழப்பமுள்ளது. ஒரு பதிப்பு 'மவுன்ற ரசாக்கு' என்று உள்ளது. 'மவுல்' என்பதற்கு 'நல்ல அமிசம்' என்ற பொருள் உள்ளது.

நாட்டிய முதில்லு முகீசு சமீகு
றாபிகு காபிலு பசீறு
காட்டிய கக்கமு லத்திபு கபீறுக்
கலீமு அலீமு கபூறு
மூட்டிய சுக்கூறு அலீயுல் கபீறு
முகீத்து கமீனு கசீபு
வாட்டரு ஷபீலு கரீமுறகீபு முசீபு
வாசியுல் கக்கீம் வதூதே. (38)

38. (1891) நாட்டிய - நிலைநாட்டிய; காட்டிய - எடுத்துக்காட்டிய; மூட்டிய - மூளச்செய்த; வாட்டரும் - வாள்தரும், பாதுகாக்கும் கருவிகள் தரும்.

23.	முதில்லு	-	தாழ்த்துகிறவன்
24.	முகீசு	-	மேன்மை அடையச் செய்பவன்
25.	சமீகு	-	யாவையும் கேட்பவன்
26.	றாபிகு	-	உயர்த்துகிறவன்
27.	காபிலு	-	தாழ்த்துபவன்
28.	மசீறு	-	யாவற்றையும் பார்ப்பவன்
29.	கக்கமு	-	அறிவாளன், பேரரசன் என்ற முறையில் நீதி செலுத்துபவன்.
30.	லத்தீபு	-	உள்ளன்பு உடையவன்
31.	கபீறு (ஹபீர்)	-	படைப்புகளின் இரகசியங்களை அறிந்தவன்
32.	கலீமு	-	மென்மையானவன்; தண்டிப்பதில் நிதானம்காட்டுபவன்
33.	அலீமு	-	நெருக்க முடியாதபடி மிகப் பெரியவன்; மனித அறிவிற்கு எட்டாதவன்

34. கபூறு - மன்னிப்பவன்
35. சுக்கூறு - நன்றியுடையவன்
36. அலீயு - உன்னதம் ஆனவன்
37. கபீறு - பெரியவன்
38. முகீத்து - விதியை நிர்ணயிப்பவன்
39. கபீலு - பாதுகாவலன்
40. கசீபு - கணக்குக் கேட்பவன்
41. சலீலு - (ஜலீல்) மாட்சிமை மிக்கவன்
42. கரீமு - கண்ணியம் மிக்கவன்
43. ரகீபு - கண்காணிப்பவன்
44. முசீபு - முறையீட்டை ஏற்பவன்
45. வாசியு - எங்கும் நிறைந்து அனைத்தையும் தன்னுள் அடக்கிக் கொண்டிருப்பவன்
46. கக்கீம் - உலகின் விதியை அறிவொடு நிர்ணயித்து அதன் காரணமாக நற்பலன் விளையச் செய்பவன்
47. வதூது - உள்ளன்பு மிக்கவன்; நல்லடியார்களைப் புகழ்வதுடன் அவர்கள் மீது நல்லருள் புரிபவன்

இறைவன் அருளால் நற்பேறு பெற்ற காரூன் நமூரூது போன்றவர்கள் நன்றி மறந்து இறைவனுக்கு எதிராகப் போர்க் கொடி தூக்கிய போது அவர்களைத் தாழ்த்தித் தன்னுடைய தனிப்பேராண்மையை நிலைநாட்டியமையைக் கருதி ‘நாட்டிய முதில்லு’ என்றார். நீதித் தீர்ப்பச் செய்யுங்கால் தீர்ப்புக்கான காரணங்களை ஆதாரத்துடன் எடுத்துக் காட்டல் கடனாதலின் ‘காட்டி கக்கமு (ஹக்கம்) என்றார். நன்றியறிதல் உணர்வு தீப்போல் மூட்டப்படுதல் வேண்டும் என்னும் கருத்தில் ‘மூட்டிய சுக்கூறு’ என்றார்.

சுத்தனே மசீது வாகிது ஸகீது
சுயம்புவொக் கிவ்வியு மத்தீனே
மொத்தனே வொலிய்யுல் கையீயூ
முமீத்து வதீகைபுல் வையீம்
அத்தனே முகுசீ வாசீது மாசீ
தண்ணலே வாகிதே ஸமதே
நித்தனே காதிர் முக்கத்ததிற் முக்கத்திம்
நிகழ்வவ லாகிற்மு வஃகீற். (39)

39. (1892) சுத்தன் - தூய்மையானவன்; சுயம்பு - பிறரால் ஆக்கப்படல், அளிக்கப்படல் இன்றித் தானாய் இருப்பவன்; மொத்தன் - கூறுபடுதல் இன்றி அனைத்துமாய் இருப்பவன்; அத்தன் - தந்தை; நித்தன் - முக் காலம் கடந்து நிலையாய் இருப்பவன்; வாகிது - பாயிது; அண்ணலே - அரசே.

48. மசீது - மகத்துவம் பகர்பவன்
49. பாயிது - மறுமையில் அனைவரையும் எழுப்பபவன்
50. சகீது - சான்று பகர்பவன்
51. வொக்கியு - படைப்புக்களின் அலுவல்களை பொறுப்பேற்பவன் ஏற்றுப் பரிபாலிப்பவன்

52. கவியு - வல்லமை உள்ளவன்
53. மத்தீன் - உறுதியானவன்
54. வொலி - பாதுகாவலன்
55. கமீது - புகழுக்கு உரியவன்
56. முயீது - படைப்புகள் அழிந்த பின்னர் அவற்றை மீளச் செய்பவன்
57. முமீத்து - இறப்பை படைத்தவன்
58. முகியி - உயிரைப் படைத்தவன்
59. கையு - உயிரோடு உள்ளவன்
60. கையூம் - நிலையானவன்
61. முகுசீ - கணக்கிட்டு அனைத்தையும் அறிகிறவன்
62. வாசீது - பரிபூரண செல்வந்தன்
63. மாசீது - ஆட்சியும் அதிகாரமும் ஒருங்கே வாய்ந்த மேலானவன்
64. வாகிது - ஒருவன், தனித்தவன்
65. சமது - (எவருடைய) தேவை(யும்) அற்றவன்
66. காதிர் - ஆற்றல் மிக்கவன்
67. முக்கத்ததிர் - எல்லாம் வல்லவன்
68. முக்கத்திம் - தான் விரும்புபவர்களைத் தன்பால் அணைத்து ஏனையோரை ஒதுக்கித் தள்ளுபவன்
69. அவ்வல் - முதல்வன்
70. ஆகிர் - இறுதி ஆனவன்
71. முவஃகிர் - பிற்படுத்துபவன்

இப்பாட்டில் சுத்தனே மொத்தனே அத்தனே அண்ணலே நித்தனே என்னும் ஐந்து தமிழ்வழக்குச் சொற்களைப் பயன்படுத்தி இறைவனை விளிக்கிறார். இவை நூறு பெயர்களில் (சத நாமம்) சேர மாட்டா.

தகுத்துள லாகிற் பாத்தினு வற்றுத்
தவ்வாபுவொக் கீல்முத்த ஆலி
வகுத்தமுன் தஹகி முஅபுவ்வும்றஊபு
மாலிக்கு முல்க்கிது ஜலாலி
யிகழ்ச்சிய லிக்கு றாமுக்கு சித்து
ஸாமிகே கனியே முகுனிய்யு
தொகுத்திடா முகுத்தீ மானியு லாறு
நாபிகு சோதியே ஹாதி. (40)

40. (1893) தகுத்துள - அரியணை (குருசி) உள்ள; வற்று - பர்ரு; தவ்வாபு - பிழைபொறுக்கத் தேடலை (தௌபாவை) ஏற்பவன்; இகழ்சி - பழித்தல்; தொகுத்திடா - தொகுப்படாத.

72. லாகிற் - பகிரங்கமானவன்
73. பாத்தினு - மறைவானவன்; அந்தரங்கமானவன்
74. பர்ரு - நன்மைகளின் ஊற்றாக உள்ளவன்
75. தவ்வாபு - பாவமன்னிப்புக் கோரலை ஏற்பவன்
76. வாலீ - ஆட்சி செய்பவன்

77. முத்தஆலி - மிகவும் உயர்ந்தவன்
78. முன்தகிம் - பழிதீர்த்துக்கொள்பவன்
79. முஅபுவ்வு - குற்றங்கள் எழுதப்பட்ட தாள்களில் இருந்து அவற்றை அழிப்பவன்
80. றவூபு - துன்பச் சுமைகளை நீக்குபவன்.
81. மாலிக்குல் முல்க் - அரசர்களின் அரசன்
82. துல்ஜலாலி வல் இக்ராம் - மாண்பும் தாராளத்தன்மையுமுள்ள அதிபதி
83. முக்குசித்து - நீதியாளன்
84. சாமிகு (ஜாமிஃ) - ஒன்று சேர்ப்பவன்
85. கனி - எவ்விதக் குறையும் இல்லாத செல்வன்; எவ்விதத் தேவையும் அற்றவன்
86. முகுனிய்யு - வளமாக்குபவன்
87. முகுத்தீ - வழங்குபவன்
88. மானியு - தடுத்து வைப்பவன்
89. லாறு - துன்புறுத்துபவன்
90. நாபிகு - அருள்சொரிபவன்
91. நூர் (சோதி) - ஒளிமயமானவன்
92. காதி (ஹாதி) - வழிகாட்டுபவன்

இப் பாட்டில் நூர் என்னும் சொல்லுக்கு மாற்றாகச் சோதி என்னும் சொல்லே ஆளப்பட்டுள்ளது. அல்-நூர் என்பதும் நூறு பெயர்களில் ஒன்று ஆதலால் அது கொள்ளப்பட்டது.

தக்கதோர் பத்தீகு வாரிது வாக்கி
ஸபூறு றசீதுசந் ததனே
மக்கள்சின் முதலாஞ் சராசரம் பெருகி
வாழ்வதுந் தாழ்வது மனந்த
விக்கின மடைந்து தவிர்வது மெவையும்
வேறொரு பொருளினா லன்றே
யிக்கண முனது கருணைசெய் தருள்வா
யேழையெற் குனையலா தெவரே. (41)

41. (1894)

93. பத்தீகு - புதுமை செய்வோன்
94. வாரிது - உரிமையாளன்
95. பாக்கீ - நிரந்தரமானவன்
96. சபூறு - பொறுமையாளன்
97. றசீது - நேர்வழியில் நடத்திச் செல்பவன்.

நிரந்தரமானவனே! மக்கள் சின் முதலாக உள்ள அசைவனவும் அசையாதனவும் ஆகிய சராசரம் பெருகி வாழ்வதும் தாழ்வதும், அளவற்ற துன்பம் அடைவதும் நீங்குவதும் மற்றவையும் வேறொரு பொருளினால் அன்றே! இக் கணமே கருணை செய்து அருள்வாயாக! ஏழையாகிய எனக்கு உன்னை அல்லாது வேறு யார் உள்ளார்? நூறு பேர்கள் (சத நாமம்) எனப்பட்டாலும் 36, 37, 38, 39, 40, 41, ஆகிய பாட்டுகளில் 97 பேர்களே குறிக்கப்பட்டுள்ளன.

மனிதர் சின் முதலாம் உயிர்கள் பெருகி வாழ்வதும் துன்பம் அடைவதும் அது நீங்குவதும் வேறொரு பொருளால் அல்லவே. யாவும் உன்னால் நிகழ்த்தப்படுவன. ஆதலின் இக் கணமே அருள் செய்.

வாக்கீ - பாக்கீ, இதற்கு நேரான சொல் சந்ததன்; சந்ததன் - நிரந்தமானவன்; சராசரம் - சரம், அசரம் - அசையும் அசையாத் திணைகள்; அனந்தம் - அளவற்ற; விக்கினம் - இடையூறு, துன்பம்; தவிர்தல் - நீங்குதல்; எற்கு - எனக்கு.

என்றிறை யவன்ற னழகிய நாம
மெனுமொரு நூறுமே துதித்து
நின்றுள முருகி யழுதுகை யேந்தி
நெடுந்துவா விரந்தனர் முதலோன்
வென்றிகொள் கருணை நோக்கந்தோன் யதவ்
வேளையவ் வலையினோர் தமக்குந்
துன்றிய கருணை தோன்றிய ததனாற்
றோன்றலை நோக்கிவிள் ளுவரால். (42)

42. (1895) என்று அசுமாவுல் ஹுசுனா எனப்படும் இறைவனின் அழகிய பெயர் என்னும் நூறு பெயர்களால் புகழ்ந்து நின்று உள்ளம் உருகி அழுது கையேந்தி, நெடுநேரம் இறைஞ்சினார். அனைத்தையும் வெற்றி கொள்ளும் இறைவனின் கருணைப் பார்வை திரும்பியது. அம் மீனவர்க்கும் அவர்மேல் இரக்கம் பிறந்தது. அதனால் உருக்குலைந்து நிற்கும் அரசரிடம் சொல்லலாயினர்:

அழகிய நாமம் - அஸ்மாவுல் ஹுஸ்னா; துஆ - இறைஞ்சல்; இரந்தார் - பணிந்து வேண்டினார்; முதலோன் - இறைவன்; வென்றி - வெற்றி; கொள் - கொள்ளும்; துன்றிய - நெருங்கிய; தோன்றல் - அரசர்; விள்ளல் - சொல்லல்.

இறையவ னருள்சேர் சுலையுமா னபியா
னெனும்பயித் தியந்தலைக் கேறும்
வெறியினை யுடையா யுன்றனக் கொருபெண்
மெய்விவா கம்புரிந் தருள்வோ
மறுவற வவளு நீயுமொத் திருந்து
வலையிழுத் தெம்முடன் கூடி
முறையொடு பிழைக்கத் திறனுள தாயின்
முயற்சிசெய் குவம்புக லென்றார். (43)

43. (1896) இறைவனின் அருள் கூடிக் கிடக்கும் சுலைமான் நபி நான் என்னும் பயித்தியம் தலைக்கேறிய வெறிகொண்ட மனிதனே! உனக்காக ஒரு முயற்சி செய்ய நினைக்கிறோம். அஃதாவது ஒரு பெண்பார்த்து உனக்குத் திருமணம் செய்து வைக்கிறோம். அவளும் நீயும் பழுது இல்லாமல் ஒத்திருந்து, வலை இழுத்து, எங்களுடன் கூடி முறையோடு பிழைக்கத் தெம்பு உண்டா? அப்படியானால் முயற்சி செய்கிறோம். சொல் என்றனர்.

விவாகம் - திருமணம்; மறு - குற்றம், பழுது; திறன் - தெம்பு.

வகுத்தலு மனம்பெற் றிடுவழி கிடைக்கும்
வகையினால் வதுவையும் பொருந்தி
மிகத்துதித் துமது கருணையெவ் விதமவ்
விதமொழு குவனென விதித்தா
ரகற்றிமுன் னினைத்த விரிதலை யிழிகண்
ணடங்கறு புலால்வெடி நாற்றத்
திகைத்ததிக் குளவாய்ப் பெண்ணையாய்ந் திவளே
யீடென வதுவைசெய் தளித்தார். **(44)**

44. (1897) இவ்வாறு கேட்டதும், அம் மீனவரின் மனத்தில் இடம்பெற வழி கிடைத்ததனால், திருமணத்திற்கும் உடன்பட்டு, அவர்களை மிகவும் பணிந்து, உங்கள் அன்பு உள்ளம் எவ்வாறு கட்டளையிடுகிறதோ அவ்வாறு செய்வேன் என்றார். அங்கிருந்து அழைத்துப் போய் தலை பரட்டையான, கண் குழிவிழுந்த, மீன் நாற்றம் நீங்காத, திக்குவாய்ப் பெண் இவளே தகும் என்று மணம் முடித்த வைத்தார்.

கடற்கரை புகுந்து மோதிர மிழந்து
கனகவா சனத்துழை யினுந்தம்
மடக்கொடி யினர்தம் மனையிடத் தினிலும்
வரத்தகா தகன்றுவா ணகர்நாட்
டடக்கொணாப் பசியேச் சடிதுயர் கிடைத்திட்
டலைந்துமீ னகந்தியுங் கிடைத்திவ்
விடத்தனங் கிடைக்க வகைகிடைத் தவர்தம்
மினமெனுஞ் சொலுங்கிடைத் ததுவே. **(45)**

45. (1898) கடற்கரையை அடைந்தார். முத்திரை மோதிரம் இழந்தார். தங்க அரியணையண்டையும் தம்முடைய மனைவியர் அருகிலும் வரத்தகாதவர் ஆனார். வாழும் நகரத்தையும் நீங்கி, அடக்க முடியாத பசியுடன் ஏச்சும் அடியும் பெற்றுத் துன்புற்றார். கடைசிக் கடைசியாக மீனகந்தி மனைவியாகக் கிடைத்து, அவள் கையால் உண்ணவும் கிடைத்ததன்றி, இவர் நம் இனம் என்னும் சொல்லும் கிடைத்தது.

கனக ஆசனம் - அரச அரியணை; மீனகந்தி - மீன் நாற்றமுடையாள்; இவ்விடத்தனம் - இவ் விடத்தின் உணவு; அனம் - அன்னம், சோறு. மீனகந்தி மகாபாரதத்தில் வரும் மச்சதந்தியின் தாக்கம் போலும்!

மொழிப்படு சருவ சீவகோ டிகளு
முளரியம் பதமல ரிறைஞ்சி
வழிப்படு நபியோ ரிணையிலா விழிவா
மங்கையைப் பழித்ததற் கனந்த
மழிப்படு துயரீந் தவளையே துணைவி
யாகவீந் தனனிறை யதனாற்
பழிப்பவர் பழிப்புக் குடையவ ரலது
பழிக்குமப் பொருளென லாமோ. **(46)**

46. (1899) அவரோ நபி. இறைவனால் தெரிந்தெடுக்கப்பட்டவர்; அவனுடைய தூதர். சொல்லில் அகப்படும் எல்லா உயிரினங்களும் அவருடைய அழகிய தாமரை மலர்ப்பாதம் பணிந்து அவருக்கு வழிப்படுகின்றன. அத் தகையவர், நிகரில்லாத இழிந்த தோற்றத்தில் வந்த ஒரு பெண்ணைப் பழித்ததற்காக அவருக்கு அளவில்லாத பெருந்துயரம் அளித்து, அவளையே மனைவியாகவும் ஆக்கிவிட்டான் இறைவன். ஆதலால், பழிப்பவரே பழிப்புக்கு உடையவர் ஆவாரே அன்றிப் பழிக்கப்பட்ட அப் பொருள் பழிப்புக்கு உரியதாகாது.

சருவம் - எல்லாம்; சீவகோடி - உயிரினங்கள்; முலாரி - தாமரை; அம் - அழகு; பதம் - பாதம், காலடி; அழிப்படுதுயரம் - சாகடிக்கும் துயரம், பெருந்துயரம்.

பெருகமீன் படுப்போர் குலத்தினி லுதித்துப்
பிறந்துள விழிவெலாந் திரண்டோ
ருருவமாய் விழிகண் டகம்பழித் ததற்கா
யுலகர சிழந்துவா ருதியி
னருகில்வந் திருப்ப வசனத்தைக் கொடுக்கா
தடிகொடுத் ததற்குமேற் கொடுப்ப
வருமட வியையு நபியையுஞ் சிறிதோர்
மனையினுட் புகுத்தின ரன்றே. (47)

47. (1900) மீன் பிடித்துப்பெருக வாழும் மீனவர் குலத்தில், இழிவெல்லாம் திரண்டு ஓருருவாய்ப் பிறந்தவள்போல் வந்தவளைக் கண்களால் கண்டு மனத்தில் பழித்த குற்றத்திற்காக, உலக அரசை இழந்து கடலின் அருகில் வந்த போது, வார்த்தைகளைக்கொண்டு காதடி கொடுத்து, அதற்குமேல் அப் பெண்ணை மனைவியாகவும் கொடுத்த மீனவர்கள், அப் பெண்ணையும் நபியையும் ஒரு சிறு குடிசையில் குடியமர்த்தினர். கடுமையான சொற்களால் பழித்ததை 'வசனத்தைக் கொடுகாதடி - காதுஅடி - கொடுத்து' என்றார் தடியால் அடித்ததையும் உட்கொண்டு. 'காதடி' புதிய சொல்லாக்கம். 'கொடுப்ப வருமடவி' - அவர்கள் கொடுத்ததால் மனைவியாக வந்தபெண், ஏச்சுக் கொடுத்தனர், அடிகொடுத்தனர், பெண்கொடுத்தனர், இப்போது குடிசையும் கொடுத்தனர்.

மீன்படுப்போர் - மீன்பிடிப்போர்; வாருதி - கடல்; காதடி - ஏச்சு; மடவி - பெண்.

மனையினுட் புகுத்தி யிருவரு மருந்தி
மனமகிழ் வுறவயி றார
வனமொடு பரிமீன் கறியனுப் பினருண்
டார்ந்துமிஞ் சியதுபெண் பொசித்தா
ளினையபெண் வதன மிதற்குமேற் குறிப்பி
னிருவிழி நோக்கினர் மடவார்
நனிமயன் முதலாய் மயல்கொளெவ் வெவையும்
பசியுறி னாடுவ துண்டோ. (48)

48. (1901) குடியமர்த்தியபின், இருவரும் 'உண்டு மகிழ, வயிறு நிரம்பும் அளவு சோறும் பருத்த மீன் இட்டுச் சமைத்த கறியும் அனுப்பினர். அவர் உண்டார். உண்டு மிஞ்சியதை அப் பெண் உண்டாள். இத் தகைய பெண்ணின்

முகத்தை மேற்கொண்டு ஒரு குறிப்புடன் கண்களால் பார்த்தார். மிகைத்தெழும் பெண் மையல் முதலாய் உள்ள எல்லா வகையான மையல்களும் பசி வந்தால் நாடுவ துண்டோ? தனிக்குடித்தனம் வைத்ததோடு சோறும் கறியும் அனுப்பினர். அவர் உண்டுமீந்ததை அவள் உண்டாள். உருவத்திற்கு மாறான உளப்பண்புடை யாள் போலும்! உண்டு முடிந்ததும் மேற்குறிப்பினோடு கண்களால் நோக்கினார். என்ன குறிப்பு? காமக் குறிப்புப் போலும். இதுவரை பசியுடன் இருந்ததால் அஃது எழவில்லை. பசி அடங்கியது. உருசி தலையெடுக்கிறது.

அனம் - அன்னம்; பரிமீன் - பருத்த மீன்; ஆர, ஆர்தல் - நிறைதல்; இனைய - இத் தன்மையுடைய; மடவார் - பெண்; நனி - மிக்க; மயன், மயல் - மையல்.

அருளடை கிடக்கும் விழியினோக் கிடலு
மன்றுதாம் பழித்தபெண் ணெனவே
பரிவுறத் தெளிந்து பழித்ததி னமக்கே
பாரியாய் வரவர சிழந்து
திரியவெண் ணறுதுன் பமும்பட விறையோன்
செய்தன னினிப்பழி யாது
மருவிடி லிரங்கிப் பொறுப்பனென் றுணர்ந்து
மடியினி லெடுத்திருத் தினரே. (49)

49. (1902) அருள் அடைந்து கிடக்கும் கண்களால் ஏறிட்டுப் பார்த்ததும், அன்று தாம் பழித்த பெண்ணே இவள் என்று தெளிவாக அறிந்து கொண்டார். இவளைப் பழித்ததனால் இவளே நமக்கு மனைவியாக வரவும் அரசு இழந்து திரியவும் எல்லையில்லாத துன்பங்கள் எல்லாம் படவும செய்தான் இறைவன். இனிப் பழிக்காது கூடி வாழ்ந்தால் இரக்கம் கொண்டு பொறுப்பான் என்பதை உணர்ந்து, அவளைத் தூக்கித் தம் மடியில் அமர்த்திக்கொண்டார்.

பரிவு - இரக்கம்; பாரி - மனைவி; மருவிடின் - கூடினால்.

மடியினி லிருத்தி முகந்தணைத் துவந்தார்
மங்குல்போ யருணன்வந் துதித்து
விடிதலு மறுநாள் வலையின ருடன்போய்
மீன்வலை படுத்தனர் படுக்க
நெடியதாய்ப் பருத்துக் கொழுத்ததாய் வலையி
னிறவதாய் மிகவும்வாய்த் ததுமீன்
படுவதின் மகிழ்ந்தவ வலையினோ னுளதிற்
பருஞ்சல சரஞ்சில கொடுத்தான. (50)

50. (1903) மடியில் இருத்தி முகத்தோடு முகம் சேர்த்து முகந்து அணைந்து மகிழ்ந்தார். இரவின் இருள் போயிற்று. சூரியன் எழுந்தது. விடிந்தது. மறுநாள் மீனவருடன் கடலுக்குச் சென்றார். வலை வீசினார். வீசியதில் நீண்டதாகவும் பருத்துக் கொழுத்ததாகவும் வலை நிறைந்ததாகவும் நிறைய மீன்கள் அகப்பட்டன. அவர் யாருடன் சென்றாரோ அம் மீனவன் மகிழ்ந்து உள்ளதில் பெரியதாய் சில மீன்களைக் கொடுத்தான். இவளை முதன் முதலில் பார்த்த போது அருவெறுபடைந்து, இவளை மணப்பவன் எந்த ஊர்க்காரன்? பழிக்காது,

தன்னுடைய மடியில் வைத்துக் கொஞ்சுவானோ? என்று பழிப்பாக நினைத்தார்.(பாட்டு 13) அவனாக அவரே ஆனார்.

மங்குல் - இரவு, இருள்; அருணன் - சூரியன்; பரும் - பருத்த; சலசரம் - மீன்.

அதுமுதற் றினமு மயிலைவா ணிகரோ
டடைந்துமீன் படுத்தன ரிவர்தம்
புதுமலர்க் கரத்தாற் றொடுவலை யினின்மீன்
போதவு மிகவகப் படலான்
மதிமகிழ்ந் திவர்க்குப் பெருமயி லைகளாய்
வழங்கின ரெனக்குனக் கெனவே
விதுமுக வரசைத் தமதொடு சேர
விரும்பின ரன்புமீ றினரே. **(51)**

51. (1904) அது முதல் நாள்தோறும் மீனவரோடு சென்று கடலில் மீன் பிடித்தார். புதுமலர் போன்ற இவருடைய கையால் தொட்டு வீசும் வலையில் மீன்கள் எப்போதும் மிகுதியாக அகப்பட்டன. அதனால் மனம் மகிழ்ந்து இவருக்குப் பெரிய மீன்களாகக் கொடுத்தனர். அத்துடன் அச் சந்திரன்முக அரசைத் தம்முடன் அழைத்துச் செல்ல எனக்கு உனக்கு என்று ஒவ்வொருவரும் போட்டியிட்டனர். மிதமீறிய அன்பு காட்டினர்.

மயிலை - மீன்; போதவும் - எப்போதும்; விது - சந்திரன்

வருஞ்சல சரத்திற் கறிசெலு மளவும்
வைத்துமற் றதைவிலைப் படுத்தித்
திருந்தவுண் டிடவேண் டுவதெலாம் வாங்கிச்
செம்மலு மடவியும் பொசித்துப்
பரிந்திது தொழிலாய் நடந்தன ராழி
பறிபட்டு நாற்பது தினமும்
பொருந்தின வொருவன் வலையினி லரசு
புகுந்துமன் படுத்தன ரன்றே. **(52)**

52. (1905) மீனவருடன் கடலுக்குச் சென்று மீன் பிடித்து, கூலியாகக் கிடைக்கும் மீன்களில் கறிக்கு வேண்டியதை வைத்து, மற்றதை விற்று உணவுக்கு வேண்டிய பிற பண்டங்கள் வாங்கிச் சமைத்து உண்டு, அரசர் நபியும் அப் பெண்ணும் வாழ்ந்து வரலாயினர். இவ்வாறு தொழிலும் இது வாழ்க்கையும் இது என வாழ்ந்து வருகையில், முத்திரை மோதிரம் பறிபட்டு நாற்பது நாள்கள் ஆயின. நாற்பதாம் நாள் ஒருத்தனுடன் சென்று வலைவீசினார்.

சலசரம் - மீன்; விலைப்படுத்தி - விற்பனைசெய்து; செம்மல் - அரசர், சுலைமான்; மடவி - பெண், அவர் மனைவி; பரிந்து - அன்புடன்; ஆழி - மோதிரம்.

அன்றவன் வலைமீ தினுநிறை வுறமீ
னகப்பட லுற்றன வதனி
லொன்றழ கியதாய்ப் பருத்துவால் சடக்கிட்
டுடலெலாங் கொழுத்துநீண் டுளதாய்த்

தன்றுணை விழியி னோக்கியிங் குதவுஞ்
சலசரஞ் சிலதுமே கொடுத்தான்
வென்றிகொள் ளரசு வாங்கியுண் மகிழ்ந்து
விரைந்துதம் மனையின்மே வினரே. (53)

53. (1906) அன்றும் அவன் வலையில் நிரம்ப மீன் அகப்பட்டது. அவற்றில் ஒரு மீன் அழகாகவும் பருத்தும் சடக் சடக்கென்று வாலை அடித்துக் கொண்டும் உடலெல்லாம் கொழுத்தும் நீண்டதாயும் இருந்தது. அதை உற்றுப் பார்த்த மீனவன் அதையும் அதனுடன் சில மீன்களையும் சேர்த்துக் கொடுத்தான். வெற்றிகள் பல கொண்ட அரசர் நபி அதை வாங்கி மகிழ்ச்சியுடன் விரைந்து வீட்டிற்கு வந்தார்.

மேவினர் - சேர்ந்தார்; துணைவிழி - இரண்டு கண்கள்.

வியம்பழ கியதோர் பருஞ்சல சரத்தை
மேதினிக் கரசுதங் கரத்தால்
வயிற்றினிற் குரிய நெடுங்கரு வியினால்
வகிர்ந்தனர் வகிர்தலு மதனு
ளியற்கதி ரவிழு மணிக்குலஞ் சிலது
மிமைத்திடு வானமீ னினமு
முயறகளங் ககன்ற மதியமு நிகரா
முத்திரை யாழியுற் றதுவே. (54)

54. (1907) வியப்புக்குரிய அந்த அழகிய பருத்த மீனைத் தம்முடைய கையால் உரிய கருவிகொண்டு வயிற்றில் கீறி வகிர்ந்தார் உலக அரசர். பிளந்ததும் அதனுள்ளே ஒளி அவிழும் சில இரத்தின மணிகளும் கண்சிமிட்டும் வான நட்சத்திரங்களும் களங்கம் நீங்கிய முழுமதியும் நிகர் என்னும்படி முத்திரை மோதிரம் இருந்தது. மூன்றாம் அடி 'இயற்கதிர் அவிழு மணிக்குலம்' என்று இருத்தல் வேண்டும். 'அவரு'ம் என்பதற்குப் பொருள் இல்லை. மீன் வயிற்றில், மின்னும் நட்சத்திரங்களும் முழுமதியும் நிகராகும்படி ஒளியவிழும் மாணிக்கக் கற்கள் பதித்த முத்திரை மோதிரம் இருந்தது.

பரும் - பருத்தது; சலசரம் - மீன்; மேதினி - உலகம்; வகிர்ந்தனர் - பிளந்தனர்; இயற்கதிர் - இயற்கையான ஒளிக்கதிர்; மணிக்குலம் - இரத்தினக் கற்கள்; முயற்களங்கு - களங்கம்; மதியம் - முழுமதி; ஆழி - மோதிரம்; உற்றது - இருந்தது.

சோதியைத் திரட்டி யமைத்தமோ திரத்தைத்
துணைவிழி நோக்கின ரெடுத்துத்
தாதியை மலர்க்கை விரன்மிசை தரித்துச்
சருவசா தகமுஞ்செய் பவனை
நீதியைக் கருணா நிதியையா ரணனை
நித்தியா னந்தபூ ரணளை
யாதியைக் குறித்தோ ரளவிலாத் துதிசெய்
தன்பொடு சுசூதுசெய் தனரே. (55

55. (1908) ஒளியைத் திரட்டி அமைத்த மோதிரத்தைத் தம் இரண்டு கண்களாலும் நோக்கினார். அதை எடுத்தார். தேன்பொருந்திய மலர்போன்ற கையின் விரலில் அணிந்தார். அணிந்து எல்லாச்செயல்களையும் நிறைவேற்றித் தருபவனும் நீதியாய் இலங்குபவனும் அருட்செல்வனும் மறையோனும் நிலையாகப் பேரின்பம் நிரம்பி நிற்பவனும் ஆகிய இறைவனைக் குறித்து, அவன் அருளை எண்ணி அளவில்லாமல் புகழ்ச்சி செய்து அன்புடன் சுஜூது செய்தார்.

துணை - இணை, இரண்டு; தாதியை - தாது இயை, தேன் பொருந்திய; விரன்மிசை - விரலில்; தரித்து - அணிந்து; சருவம் - எல்லாம்; சாதகம் - காரிய சித்தி, செயல் நிறைவேற்றம்; கருணாநிதி - அருட்செல்வர்; ஆரணம் - வேதம், மறை; ஆரணன் - மறையவன்; நித்தியம் - நிலையானது; ஆனந்தம் - பேரின்பம்; பூரணன் - நிரப்பமானவன், நிரம்பியவன்; துதி - புகழ்ச்சி; சுசூது - சுஜூது.

என்னரும் பிழையைப் பொறுத்தருள் புரியென்
றிறைஞ்சியே யெழுந்தன ரெழலும்
பன்னரும் பழிப்புக் குவமையில் லனவாய்ப்
படருடற் கோரமு மகன்று
முன்னிருந் ததின்மும் மடங்கெழில் படைத்தார்
முதிர்புலால் கமழ்வலை யினர்பெண்
பொன்னிருந் தொளிருஞ் சுவனமங் கையர்போற்
புனிதசுந் தரமிகுந் தனளே. (56)

56. (1909) என்னுடைய கொடிய பிழையைப் பொறுத்தருள் செய்க என்று இறைஞ்சி எழுந்தார். எழுந்ததும், பலவகையான கொடிய பழிப்புகளுக்கும் இடனாய் உவமை இல்லாத கொடூர அச்சந்தரும் உடல் தோற்றம் நீங்கி முன்னிருந்ததைக் காட்டிலும் மூன்று மடங்கு அழகு பெற்றார். மீன் நாற்றம் வீசும் மீனவப் பெண், பொன் ஒளிரும் சொர்க்கத்து ஹூரிப் பெண்கள் போல் தூய அழகு மிகுந்து இலங்கினாள்.

அரும் - அரிய; பிறர் யாரும் செய்யாத எனப் பொருள்கொண்டு 'கொடிய' எனப்பட்டது; முதிர் - செறிவும் மிகுதியும் குறித்தது; புலால் - மீன்; சுவனம் - சொர்க்கம்; சுவன மங்கையர் - ஹூரிப் பெண்கள்; சுந்தரம் - அழகு.

அரியணை யினில்வீற் றிருந்துயி ரெவைக்கு
மரசுசெய் சகுறுசின் னதனைத்
திருநபி முனம்போ லரசியற் றிதற்குச்
சேர்கின்ற நாளிது வுனக்குன்
னுருவமு முனம்போ லமைத்தன மகலென்
றுடையவன் சத்தமுண் டாகத்
தருமநன் னெறிக்கோ லணையைவிட் டாறாஞ்
சமுத்திரத் தீவிலே கியதே. (57)

57. (1910) இங்குக் கடற்சேரியில் இவ்வாறு நிகழ்ந்த அதே நேரத்தில், அரியணையில் அமர்ந்து எல்லா உயிர்களுக்கும் அரசு செய்த, சுலைமான் நபி போல் உருமாற்றம் செய்யப்பட்ட சருகு சின்னுக்கு, 'என்னுடைய

அருள்பெற்ற நபி அரசு செய்ய வந்து சேர்கின்ற நாள் இது, ஆதலால் உனக்கு உன்னுடைய பழைய உருவத்தை அளித்தேன், விலகிச் செல்' என்று இறைவன் புறத்திலிருந்து கட்டளை ஓசை பிறந்தது. பிறந்ததும் அறநெறிச் செங்கோல் அரசர் நபியின் அரியணையை விட்டெழுந்து ஆறாம் கடற்றீவில் உள்ள தன்னுடைய இருப்பிடத்திற்குச் சென்று சேர்ந்தது.

முனம் - முன்னர்; தருமம் - அறம்; அணை - அரியணை, அரசிருக்கை; ஏகியது - சென்றது.

இறையவன் முனம்போ லெழில்கொடுத் தளவி
லெதிருறு கணவியை நோக்கக்
கறையறு மதிபோல் வதனமு மிலங்கக்
கமகமா யனமணங் குலவ
நிறைதர வெழில்க ளெவையுமோ ருருவாய்
நிலத்திடைத் தோன்றிய தெனக்கண்
டறிவினி லடங்கான் றனைத்துதித் தேத்தி
யளவிலா மகிழ்ச்சிகூர்ந் தனரே. (58)

58. (1911) இறைவன் முன்னே தமக்கு அளித்திருந்தது போன்ற அழகை மீண்டும் அளித்ததைக் கண்டதும் எதிரில் இருக்கும் மனைவியை நோக்கினார். கறை நீங்கிய முழுமதி போல் முகம் இலங்க கமகம என உடலில் மணம் கமழ அழகு கூறுகள் அனைத்தும் ஓருருவாய் நிறைந்து உலகிற்கு வந்திருப்பது போல் இருக்கக் கண்டார். அளவிலா மகிழ்ச்சி கூர்ந்து அறிவில் அடங்காத வனாகிய இறைவனைப் புகழ்ந்து போற்றினார்.

வதனம் - முகம்; நிறைதர - நிறைந்துநிற்க; அறிவினில் அடங்கான் - இறைவன்; ஏத்தி - வணங்கி, போற்றி.

வாழ்வினிற் சுலையு மானபிக் கிணையாய்
மானிலத் திலைமடந் தையரின்
றாழ்வினி லிவள்போ லிலையிவ ணபிகா
தலியுமா யரம்பைபோ லானா
ளாழ்விய னபிவெம் பசிவசை யடிபெற்
றலைந்துமுன் போல்வடி வானா
ரூழ்விதிப் பயனை யுணர்வதா ருணரி
னொழிப்பதார் தேகங்கொண் டுதித்தோர். (59)

59. (1912) வாழ்வில் சுலைமான் நபிக்கு இணையாக யாரும் உலகில் இல்லை. பெண்களில் இவளைப் போல் தாழ்ந்தவள் எவளும் இல்லை. இவள் நபியின் மனைவியும் ஆகி அழகில் ஹூருலீன்களைப் போல் ஆனாள். பெருமையில் ஆழ்ந்து திளைத்திருந்த நபி கொடும்பசியில் உழன்று வசையும் அடியும் பெற்று சிறுமையுற்று அலைந்து மீண்டும் முன்போல் ஆனார். இறைவிதிப்பை உணர்தல் இயலாது. ஒருவேளை உணர நேர்ந்தாலும் உடல் எடுத்து உலகிற்கு வந்த யாரால் அதை விலக்க முடியும்? இப் பாட்டில் 'ஊழ்விதிப்பயன்' என்றது இறை விதிப்பின் விளைவே அன்றி வேறன்று. ஊழ் - முறைமை; விதி -

இறைவிதிப்பு. பயன் என்றது அவ் விதிப்பின் செயல்பாட்டையும் அதன் பயனையுக் குறித்தது.

மானிலம் - உலகம்; மடந்தை - பெண்; காதலி - மனைவி; அரம்பை - வானவப் பெண்டிர், ஹூருலீன்கள்; ஆழ்வியன் - (வியன் - பெருமை; ஆழ் - ஆழ்தல்) திளைத்தல்; ஊழ்விதிப் பயன் - இறைவிதிப்பின் விளைவு. தேகம் - உடல்.

பரிவிழி யகன்று மச்சகந் தமும்போய்ப்
பரிமள கந்தமா யெழிலா
ரரிவையை நீயிங் கமையென விருத்தி
யணிநகர் சார்ந்தரி யணையைக்
கருதியங் கடுத்தா ரிபமுத லெறும்பு
கடையள வுயிரெலாங் கண்டே
திருவடி யிறைஞ்சித் துதித்தன வணையிற்
சேர்ந்திருந் தரசுசெய் தனரே. (60)

60. (1913) அச்சந்தரும் பெரிய கண்கள் நீங்கி அழகு பெற்று மீன் நாற்றமும் போய் நறுமணம் கமழும் அழகு மங்கையை நீ இங்கேயே தங்கி இரு என்று வைத்துவிட்டு அழகிய நகரான சாமுக்குச் சென்றார். அரியணையைக் கருதி அதன் அருகில் சென்றார். யானை முதல் எறும்பு வரையுள்ள உயிர்கள் எல்லாம் கண்டு பாதத்தருகில் வந்து இறைஞ்சிப் புகழ்ந்தன. இதனூடே அரியணையில் அமர்ந்தார். அரசு அலுவல்களை மேற்கொண்டார்.

பரிவிழி - பருத்த கண்; மச்சகந்தம் - மீன் நாற்றம்; பரிமள கந்தம் - நறுமணம்; எழில் - அழகு; ஆர்தல் - மிகுதல்; அரிவை - பெண். அமை - தங்கு; அடுத்தார் - நெருங்கினார்; இபம் - யானை; கடையளவு - முடியும் அளவு, எல்லை, வரை.

முரசங்க ளொலிப்பக் குழற்றொகை தாள
முறையொடு முழங்கத்தண் மதியில்
விரிகின்ற கதிர்போற் கவரிகா லசைப்ப
வெண்கவி கைகள்கொடி பிடிப்பச்
சொரிசெம்பொற் கடக விசிறிவேர் விசிறி
தோகைசாந் தாற்றிகள் சுழற்ற
வரவிந்த நயன நோக்குண ருழையோ
ரருகுநாற் புறத்தினு நெருங்க. (61)

61. (1914) முரசுகள் முழங்க குழல் வகை வாத்தியங்கள் தளத்திற்கு அமைய ஒலிக்க குளிர்ச்சி தரும் முழுமதியில் விரிகின்ற கதிர்போல் கவரிகள் சுழற்ற வெண் கொற்றக்குடையும் கொடியும் பிடிக்க செம்பொன் கங்கணம் பூட்டிய விசிறி வெட்டிவேர் விசிறி மயில் தோகை சாந்தாற்றி விசிறி முதலிய விசிறி வகைகள் சுழற்ற அரசரின் தாமரை போன்ற கண் பார்வையின் பொருளை உணர்ந்து பணிவிடை செய்யும் பணியாளர்கள் நாற்புறமும் நெருங்கி நிற்க 'அரவிந்த நயன நோக்குணர் உழையோர்' என்றது குறிப்பறிந்து பணிவிடை செய்யும் பணியாளரைக் குறித்தது. கனகவிசிற, வேர் விசிறி, தோகை, சாந்தாற்றி ஆகியன விசிறி வகைகள்.

தண் - குளிர்ச்சி; மதி - நிலவு; கால் - காற்று; கவிகை - குடை; சொரி - சொரிதல், கொட்டுதல்; கடகம் - கங்கணம், காப்பு; வேர் - வெட்டி வேர்; தோகை - மயில் தோகை கொண்டு செய்த விசிறி. சாந்தாற்றி - அரை ஆலவட்ட விசிறி; அரவிந்தம் - தாமரை; நயனம் - கண்; நோக்குணர்தல் - பார்வவையின் பொருளை உணர்தல், குறிப்பறிதல்; உழையோர் - அருகில் இருப்போர், அருகிருந்து பணிவிடை செய்வோர்.

கோடிகத் தினின்மூ வகைசுமந் துதவு
குறிப்பறி பவர்சிலர் நிற்ப
நீடிய கனக மணிமுடி தரித்த
நிருபர்க டிறைகுவித் தேத்த
தேடிய புகழுத் தமனப்துல் காதிர்
செழுங்கரம் போலருண் முகில்கள்
கூடிமென் மலர்பொன் மணிபொழிந் திடச்செங்
கோன்முறை செலுத்தின ரன்றே. (62)

62. (1915) தங்கத் தட்டுகளில் மூவகையும் சுமந்து உதவும் குறிப்பறிபவர் சிலர் நிற்க, நெடிய மணிமுடி அணிந்த அரசர்கள் கப்பப் பொருளைக் குவித்து வைத்துப் புகழ்ந்து நிற்க, செல்வத்தால் புகழைத் தேடிய மேலோன் அப்துல் காதிரின் கொடையால் செழுமை பெற்ற கைகள் பொழிவது போல் அருள் முகில்கள் கூடி மென்மையான மலர், பொன், நவமணிகள் பொழிந்திடச் செங்கோல் நீதிமுறை நடத்தினார். தட்டுகளில் மூவகை என்றது மலர்த் தட்டு, பொற்றட்டு, நவமணித் தட்டு. ஒவ்வொரு தட்டிலும் ஒவ்வொன்றைச் சுமந்துநின் றனர். மலரும் பொன்னும் மணியும் வழங்குதல் அக்கால மன்னர் மரபு போலும்.

கேடிகம் - பொன்னால் செய்த தட்டு; மூவகை - மலர், பொன், மணி; கனகமுடி - பொன்முடி; நிருபர் - அரசர்; திறை - கப்பம்; ஏத்த - புகழ; செங்கோல் - நல்லாட்சி; முறை - நீதி.

அயிற்கர வயவர் நிருபர்கள் சூழ
வரியணை யினிலிருந் தெழுந்தே
யுயிர்த்துணை வியர்க ளுறையுமா ளிகைவந்
துற்றனர் நாற்பது தினமும்
வெயிற்பர வியசிங் காசனத் திருந்து
மேவின ரின்றென விறைஞ்சிப்
பயிர்ப்படு வுடனீங் கியவுயிர் புகுந்த
பான்மையாய் மகிழ்ச்சிபொங் கினரே. (63)

63. (1916) கையில் வேல் ஏந்திய வீரர்களும் அரசர்களும் சூழ்ந்து நிற்க, அரியணையில் இருந்து எழுந்தார். உயிர்த் துணையாகிய மனைவியர் வாழும் மாளிகைக்கு வந்தார். நாற்பது நாள்களும் காலை வெயில் போல் சுடர் பரப்பும் அரியணையில் இருந்து அரசு அலுவல்கள் புரிந்துவிட்டு இன்றுதான் வருகின்றார் என்று நினைத்து மகிழ்ச்சி பொங்கப் போற்றி வரவேற்றனர், விலக்குக் காலத்து உடலைவிட்டு நீங்கிய உயிர் மீண்டும் வந்து புகுந்தது போன்ற பான்மையில்.

அயிற்கரம் - வேல் ஏந்திய கை; வயவர் - வீரர்; நிருபர் - அரசர்; உறையும் - வாழும்; உற்றனர் - சேர்ந்தனர்; வெயில் பரவிய சிங்காசனம் - வெயிலின் வெளிச்சம் பரப்பும் ஒளி மிகுந்த சிங்காசனம்; இறைஞ்சி - பணிந்து; பயிர்ப்பு அடுதல் - மாதத்தீட்டு வருதல்; அக்காலத்தில் மாதரைக் கண வன்மார் தீண்ட மாட்டார். விலகியிருப்பர். அவ்வாறு இருத்தலை உடலை விட்டு உயிர் நீங்குவதாகவும் மீண்டும் கூடுவதை நீங்கிய உயிர் மீண்டதாகவும் பாடுகிறார்.

வலையினர் குலத்தில் வதுவைசெய் மயிலை
மாதர்க டமைவிடுத் தழைத்தே
யிலகிய பளிங்கு மாடமொன் றமைத்தாங்
கிருத்தின ரிக்குயி லுடனே
தலைவியர் பலர்க ளுடனுமே கலந்து
சந்ததா னந்தமுற் றிருந்தார்
நிலைதரு தரும நெறிமுறை யெவையு
நீணில முழுவதுந் தழைப்ப. (64)

64. (1917) ஒளியிலங்கும் பளிங்கு மாளிகை ஒன்று அமைத்தார். மீனவர் குலத்தில் திருமணம் செய்து கொண்ட பெண்ணை, சில மாதர்களை அனுப்பி அழைத்து வரச் செய்தார். அப் பெண்ணை அம் மாளிகையில் வைத்தார். அப் பெண்ணுடன் மற்ற மனைவியர் அன்புடன் கலந்து பழகினர். எல்லா மனைவியருடன் கூடிக் கலந்து எப்போதும் இன்பத்துடன் வாழ்ந்தார். அவரால் நிலையான அறநெறியும் நீதியும் நீண்ட உலகம் முழுவதும் தழைத்தன.

வலையினர் - மீனவர்; சந்ததானந்தம் - சந்ததம் ஆனந்தம்; சந்ததம் - எப்போதும்; ஆனந்தம் - இன்பம்; முறை - நீதி; நீணிலம் - நீண்ட நிலம், பேருலகம்.

பவுனவ குதவு ஜமுசத்தென் பவட்குப்
பரிவுட னமைத்தரு ளுருவை
யவளனு தினமும் வணங்கிய தறிந்தா
ரறிதலும் பெண்பழித் ததுவு
மிவளுரைப் படிசெய் தளித்ததும் பிழையா
யிவையெலாம் விளைந்ததென் றெண்ணித்
தவறியற் றுதற்கா முருவையும் வாங்கித்
தலாக்குரைத் தகற்றின ரன்றே. (65)

65. (1918) பவுனவகு பெற்ற மகள் சமுசத்துக்கு இரங்கிச் செய்து கொடுத்த உருவச் சிலையை அவள் நாள்தோறும் வணங்கியதை அறிந்தார். அறிந்ததும் ஒரு பெண்ணைப் பழித்ததும் இவள் பேச்சைக் கேட்டு உருவச் சிலை செய்து கொடுத்ததும் குற்றமாகி இவ்வாறெல்லாம் இடர்ப்பட நேர்ந்தது என்று எண்ணினார். தவறு செய்யக் காரணமாய் அமைந்த உருவச் சிலையை வாங்கிக் கொண்டு, அவளைத் தலாக் சொல்லி அப்புறப்படுத்தினார். 'தவறு இயற்றுவதற்கு ஆம் உரு' - இறைவனால் மன்னிக்கப்படாத பெருங்குற்றமாகிய ஷிர்க்கு - இறைவனுக்கு இணைவைத்தல் ஆகிய குற்றம் நிகழ்த்தக் காரண மாய் அமைந்த உருவச்சிலை.

பரிவு - இரக்கம்; தலாக் - திருமண உறவு நீக்கம்.

அண்ணல்பல் கீசை மணந்தநாண் முதலா
யரசுயர்ந் தனர்பவு னவகின்
கண்ணக மணியை மணந்தநாண் முதலாய்க்
கவினிழந் தனரர சிழந்தார்
விண்ணகத் தரம்பை நிகரெழில் சிறிதும்
விருப்புறா தகற்றிமிக் கானார்
பெண்ணெனப் படுமோர் பொருளினுக் கிணையாய்ப்
பெரிதினுஞ் சிறிதினு முளவோ. **(66)**

66. (1919) அரசர் நபி சுலைமான், பல்கீசை மணந்த நாள் முதல் அரசராக உயர்ந்து நின்றார்; பவுனவகுவின் கண்ணின் மணி போன்ற சமுசத்தை மணந்த நாள் முதல் அழகு இழந்தார்; அரசும் இழந்தார். ஆதலால் வானுலக ஹூரிகள் நிகரான அழகியரே ஆயினும் அவர்கள் மீது விருப்பு கொள்ளாது நீங்கி உயர்வு பெற்றார். பெருமையும் சிறுமையும் படுத்துவதில் பெண்ணுக்கு நிகரான பொருள் ஏதும் உண்டோ?
கொண்டவன் பெருமையும் சிறுமையும் பெண்ணால் அமையும் என்றார்.

அண்ணல் - அரசர்; அயர்ந்தனர் - செய்தனர்; கவின் - அழகு; அரம்பை - அங்குள்ள பெண்கள், ஹூருல் ஈன்கள்; மிக்கானார் - உயர்ந்தார்.

வாங்கிய வுருவை யடித்துடைத் தனலில்
வைத்தெரித் தணுவற நீற்றி
யாங்குறு நீற்றைக் காற்றினிற் றூற்றி
யகற்றின ராதியே யழியா
தோங்கிவாழ் பொருளே யெனதக மழுங்கி
யொழிபிழை புரிந்திடா தருட்கை
தாங்கியாண் டருளென் றளவற வுருகித்
தனியவன் றனையிரந் துறைந்தார். **(67)**

67. (1920) சமுசத்திடம் இருந்து வாங்கிய உருவச் சிலையை அடித்து உடைத்து நெருப்பில் வைத்து எரித்துச் சாம்பலாக்கிக் காற்றில் தூற்றிப் பறக்கவிட்டார். 'முதலே! அழியாது ஓங்கி உயர்ந்து வாழும் பொருளே! என் மனம் கெட்டொழிந்து பிழை புரிந்திடாது உன்னுடைய அருட் கையால் தடுத்துக் காத்து ஆண்டருள்' என்று மிக உருகி; தனித்தவனாகிய இறைவனிடம் கெஞ்சி வேண்டுதல் புரிந்து வாழலானார்.

அனல் - நெருப்பு; அணுவற நீற்றி - உருவப் பகுதி அணுவளவும் மிஞ்சாது சாம்பலாக்கி; அழுங்கி - கெட்டு; உறைந்தார் - இருந்தார்.

உறையுநாள் வதுவை புரிந்தெழு வருட
முடனெழு மாதமும் வாழ்ந்து
நிறைதரு விரண்டாண் புதல்வரு முதவி
நிகழ்த்திய றபீகுலவ் வலினிற்
றிறனுறு தெய்தி யிருபத்தே ழதனிற்
றிங்களிற் சகதல நீங்கி

யிறையவன் விதித்த விதிப்படி பல்கீ
சிறந்துபொன் னுலகமெய் தினரே. **(68)**

68. (1921 இவ்வாறு வாழ்ந்து வருகையில், திருமணம் புரிந்து ஏழு ஆண்டுகளும் ஏழு மாதங்களும் வாழ்ந்து நிறைவாக இரண்டு ஆண் மக்களைப் பெற்றளித்து நிகழும் ரபிய்யுல் அவ்வல் மாதம் பிறை இருபத்து ஏழு திங்கட்கிழமை அன்று இறைவிதிப்பின்படி பல்கீசு நாச்சியார் இவ் வுலக வாழ்வு நீங்கிச் சிறந்த சொர்க்க உலகம் அடைந்தார்.

உறையும்நாள் - வாழும் காலம்; சகதலம் - உலகம்; பொன்னுலகு - சொர்க்கம்;

ஆரணங் கிறப்ப வளவிலாத் துயர்கொண்
டருணபி யுருகினர் கடல்சூழ்
பாரணங் குடனே யுடன்வரு தாரம்
பலர்களு முருகினர் நகரோர்
பூரணந் தருமன் புளமுரு கினமுன்
புகணபி மணம்புரிந் திடுமக்
காரணம் பொருந்தாச் சின்குலத் திரளுங்
கனிந்தக மிகவுரு கினவே. **(69)**

69. (1922) அம்மையார் இறந்ததும் அளவில்லாத துயரம் கொண்டு உருகினார் அருள்நபி. கடலால் சூழப்பட்ட நிலவணங்குடன் அரசர் நபியின் மற்றைய மனைவியரும் உருகினர். நிறைவு பெற்ற அன்புள்ளம் கொண்ட நகர மக்களும் உருகினர். பல்கீசு நாச்சியாரை அரசர் நபி திருமணம் செய்துகொள்வதை விரும்பாது முன்னர் பொய்க்காரணம் கூறி எதிர்ப்புத் தெரிவித்த சின்குலக் கூட்டங்களும் மனம் கனிந்து மிகவும் உருகின.

ஆரணங்கு - பெண், பல்கீசு நாச்சியார்; பாரணங்கு - பார் ஆணங்கு, நிலமாது;

அரிவையர் திலகத் தாவிபோ மளவே
யறுபது கைமுழ நீளத்
தொருபெரும் பதும ராகப்பெட் டகஞ்செய்
துயருமூ டியினில்தா வூது
தருதிர மதலை சுலையுமா னபிகா
தலியெனும் ஸாலிகா கியதோர்
தெரிவைபல் கீசு பேழையீ தெனவே
தீட்டின ரிலங்கொளி சிறப்ப. **(70)**

70. (1923) பெண்கள் திலகம் பல்கீசு நாச்சியாரின் உயிர்பிரிந்த உடனே அறுபது முழு நீளத்தில் ஒருபெட்டி செய்தனர். அதில் பதுமராகக் கல் பதித் தனர். மேற்புறம் உள்ள மூடியில் ‘தாவூது நபியின் மைந்தர் சுலைமான் நபியின் மனைவி புனிதப்பெண் பல்கீசு பேழை இது’ என்று ஒளி இலங்கும் எழுத்துக ளால் பொறித்தனர்.

அரிவை - பெண்; பதுமராகம் - இரத்தினக் கல்வகை; பெட்டகம் - பெட்டி; தருமதலை - பெற்ற மைந்தர்; காதலி - மனைவி; சாலிகா - புனிதப்பெண்;

தெரிவை - பெண்; பேழை - பெட்டி; தீட்டினர் - எழுதினர், பொறித்தனர்; இலங்கும் ஒளி - ஒளிவீச்சு.

நாரியர் தமைக்கொண் டணங்கினுக் கரசை
நறும்புன லாட்டிவெண் டுகிலாற்
சீரிய கபன்செய் திருட்பிழம் பகற்றித்
திகழ்மணிப் பேழையி லிருத்திப்
பாரிய கலிமாச் சொலியெடுத் தகன்று
பள்ளியி னருகுற வடக்கி
நேரியற் சுகந்த மலர்ச்செழுங் கரத்தா
னிசானியு நிறுத்திமீண் டனரே. (71)

71. (1924) பெண்களைக் கொண்டு பெண்ணரசியை நறும்புனல் ஆட்டி வெள்ளைத் துணியால் கபனிடச் செய்தார். இருட்படலத்தை நீக்கி ஒளியிலங்கும் மணிபதித்த பெட்டியில் வைத்து மூடினர். பெரிய ஆன்மிக ஞானப் பொருளமைந்த கலிமா சொல்லியவர்களாகத் தூக்கிச் சென்று பைத்துல் முகத்தீசு பள்ளியின் அருகில் அடக்கினர். அரசர் நபி நறுமண மலர் போன்ற செழுமையான கையினால் 'நிசானி' எனப்படும் அடையாளக் கொடி நாட்டி விட்டுத் திரும்பினார். பெண்களைக் கொண்டு பல்கீசு நாச்சியாரைக் குளிப்பாட்டிக் கபனிடச் செய்தார். பிறவற்றைத் தாமே செய்தார் என்க.
கபன் செய்தல் - இறந்தவர் உடலைத் தூய வெள்ளைத் துணியில் பொதிதல் 'கபன் செய்தல், என்று சொல்லப்படும். கபனிடுதல்' பாரிய கலிமா - பெரிய கலிமா. ஆன்மிக ஞானத்தின் திரண்ட பொருள் அனைத்தும் பொதிந்த வாக்கி யம் ஆதலால் கலமாவைப் 'பெரிய கலிமா' என்றார்.

நிசானி - பாரசிகச் சொல். பொதுவாக அடையாளம் என்று பொருள். அடக்கம் செய்யப்பட்ட இடத்தில் மண்குவிந்து ஒரு சிறிய கொடியை நடுவது வழக்கம். அதனை இச் சொல் குறிக்கிறது. (இனிக்கும் இராஜநாயகம்: 151)

இங்கே ஜனாசா தொழுகை நடத்தப்பட்டதாகப் புலவர் பாடவில்லை. ஆயினும் தாவூது நபி உபாத்துப் படலத்தில் தொழுவிக்கப்பட்ட செய்தி உள்ளதனால் (13:42) இங்கு பல்கீசு நாச்சியார் அடக்கமும் அந்த ஒழுங்கின் படியே நடந்தது என்பது பெறப்படும்.

நாரியர் - பெண்கள்; துகில் - துணி; பாரிய - பெரிய, மதிப்பிட முடியாத அளவினதான; கலிமா - இசுலாமிய மூலமொழி.

மீண்டபி னிரவா வறுமையோ ருணர்ந்த
வேதியர் முதலுளோ ரெவரக்கும்
வேண்டுவ தளித்துத் தமதுளத் துயரை
வியந்ததம் மறிவினா லகற்றிப்
பூண்டுள வறவோ ரியாவர்க்கு முகமன்
புகன்றவர் மனைபுக வியற்றி
யீண்டருள் புதல்வர் மனைவியர் தமதுள்
ளிதயமுந் தேற்றியுற் றனரே. (72)

72. (1925) திரும்பி வந்து, தம்முடைய வறுமையைக் கூறி இரத்தல் செய்யாது வெட்கமும் மான உணர்வும் கொண்டு வாழும் ஏழையர்க்கும் மறைநுட்பம் உணர்ந்த மறையோர் முதலியவர்களுக்கும் அவர்களுக்குத் தேவையானவற்றை அளித்தார். வியக்கத் தக்க அறிவு கொடுக்கப்பட்டிருந்த அவர் அதன் துணையினால் தம்முடைய உள்ளத் துயரை நீக்கிக் கொண்டார். உறவு முறை கொண்டுள்ள அனைவருக்கும் சலாம் கூறி அவரவர் இல்லங்களுக்கும் திரும்பச் செய்தார். பல்கீசு நாச்சியார் பெற்ற மக்கள் இருவருக்கும் பிற மனைவியர்க்கும் ஆறுதல் கூறி மனத்தைத் தேற்றி வாழ்ந்தார்.

இறவா வறுமையோர் - வறுமையில் உழல்வோரில் சிலர் உள்ளனர். அவர்கள் வெட்கத்தினாலும் மானத்திற்கு அஞ்சியும் வெளிப்படையாகத் தம் நிலையைக் கூறி இரப்பதில்லை. நாமே அறிந்து தேடிப் போய்க் கொடுத்தால் நெகிழ்ச்சியுடனும் நன்றியுடனும் பெற்றுக்கொள்வர் "...(அவர்கள்) யாசிக்காததால் அறியாதோர் அவர்களைச் சீமான்கள் என எண்ணிக் கொள்கின்றனர். அவர்களுடைய (வறுமையின்) அடையாளங்களாகிய ஆடை முதலானவைகளைக் கொண்டு நீங்கள் அவர்களை அறிந்துகொள்ளலாம். அவர்கள் மனிதர்களிடத்து வருந்தியும் கேட்கமாட்டார்கள்" அவர்களைக் குறித்தது இத் தொடர். 'வியந்த தம் அறிவு' - தந்தை தாவூது நபி முதல் அனைவரும் கண்டு வியந்த நுண்ணறிவு - சுலைமான் நபிக்கு இத் தகைய அறிவைக் கொடுத்திருப்பதாகத் திருக்குர்ஆனில் இறைவன் குறிப்பிடுகிறான். "தீர்ப்புக் கூறுவதில், நாம் சுலைமானுக்கு அதன் நியாயத்தை விளங்க வைத்தோம். (தாவூது நபி சுலைமான் நபி ஆகிய) இவர்கள் இருவருக்கும் அறிவையும் ஞானத்தையும் (ஹுக்மன் வ இல்மன்) நாம் கொடுத்திருந்தோம் (திருக்குர்ஆன் 21 :79)." இக் கருத்தை உளங்கொண்டே 'வியந்த தம் அறிவு' என்ற தொடரை அமைத்திருக்கிறார். பூண்டுள உறவோர் - உறவு பூண்டவர்; இயற்றி - செய்து. 'ஈன்றருள் புதல்வர்' - சுலைமான் நபியின் மக்கள் என்று பொதுவாகக் கூறலாமாயினும் பல்கீசு நாச்சியாரின் மக்களுக்கே தாயை இழந்த ஆறாத்துயர் உள்ளதாதலின் 'பல்கீசு நாச்சியார் பெற்ற மக்கள்' என உரை வகுக்கப்பட்டது.

முத்திரைமோதிரம் பறிபட்டுவந்த படல முற்றிற்று.
படலம் 36 -க்கு - திருவிருத்தம் - 1925

37. தம்பெயரோனுக் கன்புறு படலம்

படலச் செய்தி

இறைவனின் சோதனையில் இருந்து மீண்ட அரசர் நபி சுலைமான் இறைவன் வகுத்த நீதியின்படி அரசு புரியலானார். அப்போது ஒருநாள் கால்நடையாக நகர வீதியிற் சென்றார். எதிரில் ஒரு சிறுவன் தலையில் விறகு சுமந்து வந்தான். வறுமையால் வாடி நலிந்து மெலிந்து போயிருந்த அவனைக் கண்டு இரக்கம் கொண்டார். நீ யார்? உன் பேர் என்னவிறகு சுமக்கும் வறிய நிலை எப்படி வந்தது? என்று கேட்டார்.

என் பெயர் சுலைமான். தந்தை இல்லை. உறவுமில்லை. உதவும் அயலாரும் இல்லை. தந்தை வைத்துச்சென்ற பொருளும் இல்லை. தாய் இருக்கிறார். இரண்டு உயிர்களும் வாழ விறகு சுமக்கிறேன் என்றான் அச் சிறுவன்.

அவன் மீது இரக்கம் கொண்டு என் பெயர் பூண்டிருக்கும் நீ இவ்வாறு இருத்தல் ஆகாது. இந்தா ஆயிரம் பொற்காசு. இதை முதலாக வைத்து நாணயமாக வாணிகம் செய்து உயர்ந்து வாழ் என்று சொல்லி ஆயிரம் தங்கக் காசுகள் கொடுத்தார்.

மகிழ்ச்சியுடன் வாங்கி அவரைப் பணிந்து வாழ்த்திச் சென்றான். வேறொரு தெருவில் விறகை விற்றுவிட்டுக் கிடைத்த பொருளுடன் வீட்டிற்குப் போய் தாயிடம் பொற்காசைக் கொடுத்து நடந்ததைச் சொன்னான். மகிழ்ந்த தாய் பணப்பையைக் கலயத்தில் இட்டு உறியில் வைத்தாள். இதைப் பக்கத்து வீட்டில் இருந்த திருடன் பார்த்தான். விறகு விற்ற பணத்தில் அரிசியும் கறிப்பொருளும் வாங்கிவரச் சொன்னாள். அவன் போனான்.

அது குடிசை வீடு. ஒதுக்குப் புறத்தில் அமைந்தது. தட்டி இட்ட வாசல் கதவு பொருத்தியது. மிகப் பழமையானது.

மகன் வாங்கிவந்த பொருளைச் சமைத்து இருவரும் உண்டனர். இரவில் உறங்கினர். நள்ளிரவில் புகுந்த திருடன் பொற்காசுகளைத் திருடிச் சென்றான். விடிந்து எழுந்து உறிக் கலயத்தைப் பார்த்த தாய் திகைத்தாள். திருடு போயிருப்பதை அறிந்து வருந்தினாள். எனினும் இறைவன் செயல் என்று தெளிந்தாள். சிறுவனும் எழுந்தான். அறிந்தான். வருந்தினான். தாய் தெளிவித்து விறகு வெட்ட அனுப்பினாள். காட்டிற் சென்று விறகு வெட்டிச் சுமந்து வந்து வீதியில் விலை கூவும்போது நேற்றுப்போல் அரசர் நபி எதிரில் வந்தார். தொழில் செய்து வாழ் என்று சொல்லிப் பொருள் கொடுத்தேன். பழையபடி விறகு சுமந்து அலைகிறாயே என்று கேட்டார். உறிக் கலயத்தில் வைத்த பொற்காசு திருடு போன செய்தியைக் கூறினான். கேட்டு இரங்கி ஒரு மாணிக்கக் கல்லை அளித்து இதைக் கொண்டு வாணிகம் செய்து வாழ்க என்றார். மகிழ்வுடன் வாங்கிக் கொண்டு விறகுச் சுமையை ஓரிடத்தில் விற்றுப் பணமாக்கிக் கொண்டு வீட்டிற்குத் திரும்பினான். தலைவாசல் அருகில் வந்ததும் நின்று கையை விரித்து மாணிக்க மணியைப் பார்த்தான். எங்கிருந்தோ பறந்து வந்த பருந்து ஒன்று அதைப் பறித்து எடுத்துக்கொண்டு பறந்து போயிற்று. பதறிப் புலம்பினான். தாயிடம் போய் சொன்னான். இறைவிதிப்புப் போலும் என்று ஆறுதல் கூறினாள். மூன்றாம் நாள் விறகு சுமந்து வந்த போதும் நபி எதிரில் வந்தார். என்ன ஆயிற்று என்றார். பருந்து பறித்துச் சென்ற செய்தியைச் சொன்னான். கேட்டதும் உள்ளம் உருகினார். தரையில் வீழ்ந்து சுஜூது செய்து ' இறைவா! இச் சிறுவன் வாணிகம் செய்து வளம்பெற என்று நான் உதவியதை நீ ஏன் பறித்தாய்?' என்று கேட்டு இறைஞ்சினார்.

'ஒருவனை உயர்த்துவதும் தாழ்த்துவதும் நீ செய்யக் கூடியதோ? அஃது என் செயல் அன்றோ?' என்று வினவினான் இறைவன். பிழையுணர்ந்த நபி தௌபாச் செய்தார். அவரை மன்னித்த இறைவன் 'ஒரு வெள்ளிக் காசை

எடுத்து, இறைவன் செல்வம் தருவான் என்று சொல்லிச் சிறுவன் கையில் கொடுத்து அனுப்பு' என்றான். அவ்வாறே செய்தார். மகிழ்ச்சியுடன் விறகு விற்றுத் திரும்பிய மகன் வெள்ளிக் காசைத் தாயிடம் கொடுத்து நடந்ததைக் கூறினான்.மகிழ்ந்து வாழ்த்திய தாய், விறகுவிற்ற பணத்தில் அரிசியும் கறிப் பொருளும் வாங்கிவா என்றாள். வாங்கி வந்தான். வீட்டிற்கு வெளியே அடுப்புக் கூட்டிச் சமைத்தாள். உலையில் அரிசி அரைக்கொதி கொதிக்கும்போது இம் மரத்தில் ஏறிப் புளியம்பூ பறித்து வா. கறியில் இட்டால் சுவைமிகும் என் றாள். சரி என்று மரத்தில் ஏறினான். உயர்ந்த கிளையில் ஏறிப் பூப் பறித்தான். அக் கிளையின் கவையடியில் பருந்தின் கூடு இருந்தது. அதில் தான் பறி கொடுத்த மாணிக்கக்கல் இருக்கக் கண்டான். மகிழ்ச்சி மிகுந்து 'கண்டேன் கண்டேன், களவுகொடுத்த பொருளை' என்று கத்திக் கூவினான். அச் சமயம், திருடி வந்து ஒளித்துவைத்த பொற்காசை வெளியில் எடுத்து எண்ணிக் கொண் டிருந்தான் திருடன். சிறுவன் கத்துவதைக் கேட்டதும் 'நம்மைப் பார்த்து விட்டுக் கத்துகிறான்போலும்! அரசர் நபியிடம் போய்ச் சொன்னால் தலையும் போகும் உயிரும் போகும்' என்று அஞ்சி நடுங்கினான். யாரும் அறியாமல் வீட்டின் உள்ளே போய் தாழ்வாரத்தில் பொற்காசை வைத்துவிட்டு ஓடி மறைந் தான். சமையலில் கவனமாக இருந்த தாய், மகன் கூவியதையோ திருடன் பொற்காசைத் திரும்ப வீட்டினுள் வைத்ததையோ அறியவில்லை. பூவுடன் மாணிக்கத்தையும் கொண்டுவந்து மகன் தாயிடம் கொடுத்து நடந்ததைக் கூறினான். மகிழ்ச்சியுடன் வாங்கிய தாய் வெந்த சோற்றை இறக்கும்படி மகனிடம் சொல்லிவிட்டு வீட்டினுள் சென்றாள். அங்கே களவுபோன பொற்காசு கிடக்கக் கண்டாள். மகிழ்ச்சி மேல் மகிழ்ச்சி அடர்ந்தேற மகனை அழைத்துக் காட்டினாள். அவர்கள் வறுமை ஒழிந்தது.

அப் பணத்தை முதலாக வைத்துப் பெரியஅளவில் நாணயமாக வாணிகம் செய்து பெருக வாழ்ந்தனர். இதை அறிந்த அரசர் நபி மனம் மகிழ்ந்தார்.

ஒரு மனிதனுக்கு நல்வாழ்வு அளிப்பதும் துன்பநிலையை மாற்றுவதும் அதே போல் நல்வாழ்வை மாற்றித் தாழ்வினை அளிப்பதும் அதைக் தணிப்பதும் இறைவனால் அன்றி வேறு எம் மனிதனாலும் ஆகக்கூடியதல்ல என்னும் உண்மையை விளக்குவதே இப் படலத்தின் நோக்கம் என்று தெரிகிறது.

37. தம்பெயரோனுக் கன்புறு படலம்

எழுசீர்க் கழிநெடிலடி யாசிரிய விருத்தம்

ஆதியு நடுவு முடிவுமற் றுயர்ந்தோ
னருளிய வேவலின் படியே
நீதிசெய் துலக முழுதுமோர் கவிகை
நிழற்றிடு சுலையுமா னபியோர்
போதினிற் கடல்சூழ் புவியணங் கிறைஞ்சப்
புகழ்புனை சாமெனு நகர
வீதியிற் கமல மலர்ப்பத நடையாய்
மேவினர் மேவுமவ் வழியில். (1)

1. (1926) தொடக்கமும் நடுவும் முடிவும் இன்றி உயர்நதவன் ஆகிய இறைவன் இட்ட கட்டளைப்படியான நீதி செலுத்தி உலகம் முழுவதையும் ஒரு குடையின் கீழ் ஆளும் சுலைமான் நபி ஒரு நாள் கடல் சூழ்ந்த நிலமாது போற்றுதல் செய்யும் புகழைப் புனைந்துள்ள ஷாம் நகர வீதியில் கால் நடையாக நடந்து சென்றார். அவ்வாறு போகும் போது வழியில்

ஆதி - தொடக்கம்; அருளிய - இட்ட; ஏவல் - கட்டளை; கவிகை - குடை; நிழற்றிடும் - நிழல்செய்யும், ஆளும்; போது - பொழுது, நாள்; புவி - உலகம்; அணங்கு - பெண், மாது; இறைஞ்ச - போற்ற; கமலம் - தாமரை; பதநடை - கால்நடை; மேவினர் - போனார்.

நடுமயி ருதிர்ந்து தொலியிடை சுருங்கி
நகங்கடு வழுந்துறாத் தலையுந்
தொடுபவ ருடலிற் சிலைபடு வதுபோற்
றோன்றுகாய்ப் புறுமிரு கரமுங்
கடுவியர் வொழுகிப் புழுதியார்ந் துறைந்து
கருகிமுட் கீறல்சே ருடம்பு
மிடநிமிர் கழுத்து முளவொரு சிறுவ
னிந்தனஞ் சுமந்தெதிர் வந்தான். (2)

2. (1927) நடுமயிர் எல்லாம் உதிர்ந்து இடையிடையே தோல் சுருங்கி நகம் அழுந்தாத தலையும் தொடுபவர்கள் உடலில் சிலை படுவது போல் தோன்றும் காய்ப்பேறிய இரு கையும் கடுமையான வியர்வை ஒழுகிய புழுதி படிந்து கிடக்கும் உடம்பும் இடப்புறமாகச் சாய்ந்து நிமிர்ந்த கழுத்தும் உடைய சிறுவன் ஒருவன் விறகு சுமந்து எதிரில் வந்தான்.

தொலி - தோல்; கடு - கூர்; அழுந்துறா - அழுந்தாத; ஆர்ந்து - பறந்து; உறைந்து - படிந்து; இந்தனம் - விறகு.

விறகுப்பந் தனஞ்சென் னியிற்சுமந் தொழுகி
வீதியில் வருசிறு வனைக்கண்
டுறவுற்றன் பெவையுங் குடியிருந் தோங்கு
முளத்தினிற் கருணைகூர்ந் துபைய
திறலுற்ற சிகரப் புயநபி நின்பேர்
செப்பென சுலையுமா னென்றான்
மறுகுற்று விறகே சுமந்துவிற் றலையும்
வகையென்கொ லெனவெதிர் வகுப்பான். (3)

3. (1928) தலையில் விறகு சுமந்தபடி தெருவில் வரும் சிறுவனைக் கண்டு, அன்பும் பரிவும் உறவுகொண்டு குடியிருந்து உயர்ந்த உள்ளத்தில் இரக்கம் கொண்டு, வலிமை மிக்க மலைபோன்ற இரண்டு தோளுடைய நபி உன் பெயர் என்ன சொல் என்று கேட்க சுலைமான் என்றான். தெருவில் விறகு சுமந்து அலைந்து விற்கும் காரணம் யாது என்று கேட்டார். அவன் சொல்லலானான்.

விறகுப் பந்தனம் - விறகுக்கட்டு; பந்தனம் - கட்டல்; சென்னி - தலை; அன்பு எவையும் - அன்புடன் தொடர்புடைய பரிவு, இரக்கம் முதலியன; உபயம் - இரண்டு; திறல் - வலிமை; உற்ற - பெற்ற, உடைய; சிகரம் - மலை; செப்பு - சொல்; என - என்ன, என்று கேட்க; மறுகு - தெரு; வகை - காரணம்; எதிர் - மறுமொழி; வகுப்பான் - சொல்லலானான்; வகுத்தல் - விவரித்தல்.

தந்தையு மிலைச்சுற் றமுமிலை யயலா
தரவுசெய் பவரிலைத் தாதை
யென்றனக் கெனவோர் பொருளும்வைத் திறந்த
திலையனை யேபொரு ளாகி
நந்தலுற் வுறைகின் றாளெனக் குதவி
நாடோறும் வளர்ப்பது வனமா
யிந்ததன மதிற்போ யெடுத்துவந் ததைவிற்
றிரண்டுயி ருய்கின்றோ மென்றான். (4)

4. (1929) எனக்குத் தந்தையும் இல்லை. சுற்றத்தார் இல்லை. அயலாரில் ஆதரவு நல்குபவரும் இல்லை. எனக்கென்று எப் பொருளையும் வைத்துவிட்டு என் தந்தை இறக்கவில்லை. தாய் மட்டுமே என்னுடன் சேர்ந்து வாழ்கின்றாள். எனக்கு உதவியும் வளர்ப்பதும் காடுதான். அங்குப் போய் விறகு எடுத்து வந்து அதை விற்று இரண்டு உயிர்கள் பிழைக்கின்றோம் என்றான்.

சுற்றம் - உறவு; தாதை - தந்தை; அனை - அன்னை; நந்தல் - சேர்ந்து; வனம் - காடு; இந்தனம் - விறகு; உயிர்க்கிறோம் - பிழைக்கிறோம்.

நவிலலு மிகவு மிரங்கியே நோக்கி
நமதுபே ருனக்குவைத் திருந்துங்
கவலைகொள் கலியா லயர்ந்துவா டுவதேன்
கைமுத லாகநா முதவு
மிவைகொடு வசன வரம்புநா ணயத்தோ
டியன்றவர்த் தகம்புரிந் தோங்கி
யவமதிப் பறவாழ்ந் துறையென வுரைத்தோ
ராயிரந் தங்கக்கா சளித்தார். (5)

5. (1930) அவன் சொல்லக் கேட்டு மிகவும் இரக்கம் கொண்டார். அவனை நோக்கி நம்முடைய பெயர் உனக்கு வைக்கப்பட்டிருந்தும் கவலை தரும் வறுமைத் துன்பத்தால் வாடுவது ஏன்? கைமுதலாக நாம் உதவும் இந்தத் தொகையைக் கொண்டு, நாணயப் புகழோடு தெரிந்த வாணிகம் செய்து ஓங்கி அவமதிப்பு நீங்கி வாழ்வாயாக என்று சொல்லி ஆயிரம் தங்கக் காசு அளித்தார்.

நவிலலும் - சொன்னதும்; கலி - துன்பம், இங்கு வறுமை குறித்து வந்தது; அயர்ந்து - தளர்ந்து; வசனவரம்பு - சொல் எல்லை, புகழ்ச்சி; இயன்ற - செய்யக் கூடிய, தெரிந்த;தவமதிப்பு அற - அவமதிப்பு நீங்கும்படி, மதிப்புடன், இப்போதைய வாழ்க்கை அவமதிப்புடையது ஆதலின் அது நீங்க என்றார்.

வாங்கினன் மிகவு மகிழ்ந்தனன் பதத்தில்
வணங்கினன் வள்ளலன் பனந்தந்
தாங்கினன் விடைபெற் றனன்மறு கதனைத்
தாண்டினன் மறுதெருப் புகுந்த
னாங்கினன் குதவு விலையிற்றன் முளரி
யதனைவிற் றனனது வீதி
நீங்கினன் றனது மனைபுகு வழியா
நிரைமணிச் சிறகொழு கினனே. (6)

6. (1931) வாங்கினான். மிகவும் மகிழ்ந்தான். அவரைப் பணிந்து போற்றினான். வள்ளலின் அளவில்லாத அன்பைத் தாங்கினான். விடைபெற்றான். அந்தத் தெருவைக் கடந்தான். வேறொரு தெருவில் புகுந்தான். அங்கு நல்ல விலைக்கு விறகை விற்றான். அத் தெருவைக் கடந்தான். தன் வீட்டிற்குச் செல்லும் வழியில் சிறகு கட்டிப் பறந்தான். தீடீரென்று ஆயிரம் பொற்காசு கிடைத்த மகிழ்ச்சியும் பளபளப்பும் வியப்பும் விரைவும் தோன்ற பாட்டு நடக்கும் அழகை வாய்விட்டுப் படித்து ஓசை நுட்பம் உணர்க. நிரைமணிச் சிறகு ஒழுகினன் என்பது நடக்கவில்லை; சிறகு கட்டிப் பறந்தான் என்றது.

அனந்தம் - மிகுதி; மறுகு - தெரு; முளறி - விறகு; அதுவீதி - அத்தெரு; நிரை - வரிசை; மணி - அழகு; சிறகு - இறகு; ஒழுகினன் - கைக்கொண்டான்.

சராசர மமைத்தோன் றிருநபி யுதவி
தங்கக்கா சையுந்தலைச் சுமைக்கொண்
டிராவினைப் பகல்செய் பணிமனைத் தெருவி
லீமம்விற் றிடுபொரு ளையுங்கொண்
டராவிய வயிற்கை வயவர்போ ரினில்வென்
றதிமகிழ் வொடுபுகு வதுபோற்
புராதனந் தொடுத்துத் தானுறை மனையோர்
புளியடி வீடங்குப் போனான். (7)

7. (1932) உலகங்கள் யாவையும் படைத்த இறைவனின் திருநபி அளித்த தங்கக் காசுப் பையைத் தலையில் சுமந்து கொண்டு, இரவைப் பகலாக்கும் தொழில் தெருவில் விறகு விற்ற காசையும் எடுத்துக்கொண்டு வேல் கையில் ஏந்திய வீர்கள் போரில் வென்று மிக்க மகிழ்ச்சியுடன் புகுவதுபோல், நீண்ட காலமாகத்தான் குடியிருக்கும் புளிய மரத்தடி வீட்டிற்குப் போனான்.

சராசரம் - சரம் அசரம், அசைவனவும் அசையாதனவும் ஆகிய படைப்புகள் அடங்கிய உலகம். அமைத்தோன் - அமையச் செய்தோன், படைத்தோன், இறைவன்; இரா - இரவு; பணிமனைத் தெரு - தொழில் தெரு, தொழிற்பேட்டை; ஈமம் - விறகு; அராவிய - அழுந்திய; அயில் - வேல்; வயவர் - வீரர்; அதி - மிக்க; புராதனம் - பழைமை; புளியடி - புளிய மரத்தடி.

தாயுழை யணுகி நபிதெரு வினில்வந்
ததுந்தனைச் சுமையொடு கண்டு
நீயிது சுமையோ டலைவதேன் பெயரென்
னிகழ்த்துமென் றதுநிகழ்த் தியதுந்

தூயவன் பொடுபொற் காசளித் ததுவுஞ்
சொல்லியந் நிதியமுங் கொடுத்து
வேயணித் தெருவிற் கொடுபுகு விறகின்
விலைப்பொரு ளையுங்கையிற் கொடுத்தான். (8)

8. (1933) தாயின் அருகில் நெருங்கி, நபி தெருவில் வந்ததையும் தன்னை விறகுச் சுமையோடு கண்டு நீ இச் சுமையோடு அலைவதேன்? உன் பெயர் என்ன? சொல் என்று கேட்டதையும் தான் சொன்னதையும் தூய அன்புடன் தங்கக் காசு அளித்ததையும் சொல்லி அதைக் கொடுத்தான். தொழில் செய்யும் தெருவில் புகுந்து விறகு விற்ற பொருளையும் கையில் கொடுத்தான்.

உழை - அருகு; நிகழ்த்து - சொல்; வேய் - மூங்கில்; அணி - நகை; வேயணித் தெரு - கொல்லர் தெரு; கொடு - கொண்டு; புகு - புகுந்து.

ஒன்றிணை பகரா மகிழ்ச்சிகூர்ந் துதவு
நிதியுறிக் கலசத்தி னிறைத்தா
ளன்றுசெல் விறகின் விலைப்பொரு ளதனா
லரிகறி வாங்கியட் டருந்தித்
துன்றுமவ் விரவி லிருவருந் துயின்றார்
தொட்டியற் றிடுபடல் வீட்டிற்
சென்றுபெற் றதுவு முறியில்வைத் ததுவுந்
தெரிந்தன னயன்மனைத் திருடன். (9)

9. (1934) எந்த ஒன்றையும் இணையாகச் சொல்ல முடியாத அவ்வளவு மகிழ்ச்சி கொண்டு நபி அளித்த பொற்காசை உறியில் உள்ள குடத்தில் வைத்தாள். அன்று விறகு விற்ற பணத்தால் அரிசியும் காய்கறியும் வாங்கிச் சமைத்து உண்டு நெருங்கிய அவ் விரவில் இருவதும் தூங்கினார். அது படல் போட்டுக் கட்டிய வீடு. அவ் வீட்டில் பொற்காசு பெற்று வந்ததையும் அதை உறியில் வைத்ததையும் பக்கத்து வீட்டுத் திருடன் பார்த்தான்.

பகரா - சொல்ல முடியா; உறி - தூக்கு; கலசம் - குடம்; அரி - அரிசி; கறிப்பொருள் - கறிசமைக்கும் இறைச்சி, காய்கறி முதலியன; துன்றுதல் - நெருங்குதல்; தொட்டி யற்றுதல் - கையால் கட்டுதல்; படல் - தட்டி; அயன் மனை - அடுத்த வீடு.

அற்றையி னிரவிற் கடுந்துயில் சோதித்
தகப்பட லொலிப்பறத் திறந்துள்
ளூற்றிரு பதமு மொளிப்பற நடந்தாங்
குறியினு மொலிப்பறக் கவர்ந்து
பற்றியந் நிதிய முழுவதுந் திருடிப்
பயப்பய வெளியில்வந் தகன்றான்
பிற்றையப் பகலில் விடிந்தபின் னெழுந்து
பேதைநோக் கினளூறிக் கலசம். (10

10. (1935) அன்றைய இரவில் அவர்கள் ஆழ்ந்து உறங்குவதைச் சோதித்து அறிந்தான். தலைவாசல் படலை ஓசைப்படாமல் திறந்து உள்ளே சென்றான். இரு பாதங்களும் ஓசைப்படாமல் நடந்துசென்று ஓசைப்படாமல் உறியில்

உள்ளதைத் திருடி எடுத்துக்கொண்டு பையப்பைய நடந்து வெளியில் வந்து ஓடி மறைந்தான். இதை அறியாத அப் பேதைத் தாய் மறுநாள் பொழுது விடிந்தபின் எழுந்து உறிக் குடத்தைப் பார்த்தாள்.

அற்றையிரவு - அன்று இரவு; அகப்படல் - தலைவாசல் தட்டி; ஒலிப்பற - ஓசைப் படாமல்; உற்று - சென்று; பிற்றைய - பிந்திய; கலசம் - கலயம், குடம்.

உறியினி னிதியொன் றாயினுங் காணா
ளூறுவெறுங் கலசமும் வாயி
னெறியினிற் றிறந்து கிடந்துள படலு
நிறைதரு கவலையுங் கண்டாள்
வறியவெங் கலியே பெரிதென வலிய
வருபெரு வாழ்வுமிக் கலிமுன்
சிறிதென விருக்கிற் போனதற் கிரங்குஞ்
செயனல மலவெனத் தெளிந்தான். (11)

11. (1936) உறியின் உள்ளே காசு ஒன்றும் காணவில்லை. வெறும் கலயமும் தட்டி அகன்று வாசல் திறந்து கிடப்பதும் கண்டாள். நிறைந்த கவலை கொண்டாள். வறுமையாகிய கொடிய துன்பமே பெரியது என்றாள். வலிய வரும் பெருவாழ்வும் அதன் முன்னே சிறியது என்றாள். இவ்வாறு வருந்திய அவள், பின்னர், போனதற்கு வருந்தும் செயல் நலம் அன்று என்று தெளிந்தாள்.உறுயினில் நிதியொன் றாயினும் காணாள், வெறுங் கலசமும் வாயில் நெறியினில் திறந்து கிடந்துள படலும் நிறைதகு கவலையும் கண்டாள். காணாதது ஒன்று. கண்டது மூன்று. இதில் அமைந்துள்ள முரண் இன்பம் பயின்று மகிழத் தக்கது.

கலசம் - கலயம்; நெறி - வழி; வறிய - வறுமையாகிய; வெம் - கொடுமை; கலி - துன்பம்; இருக்கில் - இருக்கும் போது.

சேயனு முருகித் திகைத்தன னவன்புத்
தியிற்கவ லையுமறத் தெளித்துப்
போயட வியிலிந் தனமெடுத் துவரப்
புகன்றனுப்பி னள்குயந் தடிதாம்
பாயதுங் கவர்ந்து புகுந்துகட் டைகள்சேர்த்
தரும்பெருஞ் சுமைக்கட்டாய்ப் பிணித்துத்
தீயசென் னியினிற் சுமடுவைத் தெடுத்துச்
சேர்ந்தனன் செழுநகர்த் தெருவில். (12)

12. (1937) அவள் மகனும் திகைத்தான். வருந்தினான். அவன் கவலை நீங்கும் படி ஆறுதல்கூறி அறிவைத் தெளிவித்துக் காட்டிற்போய் விறகு எடுத்து வரச் சொல்லி அனுப்பினாள். கொடுவாள் கைத்தடி கயிறு ஆகியவற்றை எடுத்துக் கொண்டு காட்டிற்குப் போனான். விறகுக் கட்டைகள் சேர்த்துப் பெருங்கட் டாய்க் கட்டி, தன்னுடைய தீய விதிப்பு அமைந்த தலையில் சும்மாடு வைத்துத் தூக்கிச் சுமந்துகொண்டு செழுமையான நகரத்தெருவிற்கு வந்தான். மகனுக்கு ஆறுதல் கூறி வழக்கம் போல் விறகு கொண்டுவர அனுப்பினாள் தாய்.

இறைவனின் விதிப்புத் தலையில் எழுதப்படுகிறது என்றும் அதனால் தலையெழுத்து என்றும் கூறுவது உலக வழக்கு. அவ் வழக்கையொட்டித் தீய விதிப்பு எழுதப்பட்ட தலையைத் 'தீயசென்னி' என்றார்.

சேயன் - மகன்; தெளித்து - தெளிவித்து; அற - நீங்க; அடவி - காடு; இந்தனம் - விறகு; புகன்று - சொல்லி; கயம் - வெட்டரிவாள், கொடுவாள்; தடி - கைத்தடி; தாம்பு - கயிறு; பிணித்து - சேர்த்து; சென்னி - தலை; சுமடு - சும்மாடு. மேல்துண்டைச் சேர்த்து வளையம்போல் ஆக்கித் தலையில் வைத்து அதன் மீது சுமையை வைப்பர். தலையை வருத்தாதிருக்க உதவும் அது சும்மாடு எனப்படும்.

தெருவினில் விறகோ விறகெனச் செவிடர்
செவிகளுந் திறந்திடக் கூறி
வருதலிற் சுலையு மானபி யெதிரே
வந்தனர் விழிகளாற் கண்டார்
திரவிய முதனா ளுதவிநா ணயமாஞ்
செய்தொழில் புரிந்துவாழ் கெனவே
விரவுசெய் வகைசெய் யாதுநீ முனம்போல்
விறகெடுத் தலைவதே னென்றார். (13)

13. (1938) செவிடர் காதுகளும் திறந்துகொள்ளும்படி 'விறகோ விறகு' என்று கூவிக்கொண்டு தெருவில் வந்தான். அப்போது சுலைமான் நபியும் எதிரே வந்தார். அவனைக் கண்களால் கண்டார். நேற்றுப் பொருள் கொடுத்து நாணயமாகத் தொழில் செய்து வாழ் என்று அனுப்பினேன். அவ்வாறு செய்யாமல் முன்னர்போல் விறகு சுமந்து அலைவது ஏன் என்று கேட்டார்.
செவி - காது; திரவியம் - பொருள்; முதனாள் - முதல்நாள்; விரவு - கலத்தல்; முனம் - முன்னம், முன்னர்.

கொடுத்துள நிதியை யிரவினிற் றிருடன்
கொண்டகன் றனனத னாலே
யெடுத்தனன் பழைய தொழிலென விசைத்தா
னிசைத்தலும் பினுமன மிரங்கி
மடற்செழுங் கமல மலர்நிகர் கரத்தான்
மாணிக்க மணியொன்றை யுதவித்
திடத்தபுந் தியினோ டிதுகொடா யினுநீ
வாணிபஞ் செய்துவாழ் கென்றார். (14)

14. (1939) தாங்கள் தொடுத்த பொருளை இரவில் திருடன் கொண்டுபோய் விட்டான். அதனால் பழைய தொழிலையே கைக்கொண்டேன் என்றான். என்றதும் அவன்மீது இரங்கினார், மடல்விரியும் செழுமையான தாமரை மலர்க் கையால் பின்னும் கொடுத்தார். இம்முறை மாணிக்கக்கல் ஒன்றைக் கொடுத் தார். மனஉறுதியுடன், இதைக்கொண்டாவது வாணிகம்செய்து வாழ்க என்றார்.

இசைத்தான் - சொன்னான்; பினும் - பின்னும்; மடல் - தோடு, இதழ்; கமலம் - தாமரை; திடபுத்தி - மன உறுதி; கொடு - கொண்டு.

கற்றடம் புயநன் னபியருண் மணியைக்
கரத்தினில் வாங்கியே மூடி
மற்றவன் விறகோர் தெருவில்விற் றொழுகி
மனையின்வா யலினரு காகிப்
பொற்றிய கரத்தைத் திறந்துநோக் கினனப்
போதொரு பருந்துவந் திறைஞ்சிப்
பற்றியே பறித்துக் ககனிடை வுயர்ந்து
பறந்தகன் றதுமனம் பதற. **(15)**

15. (1940) மலைபோல் உயர்ந்த தோளுடைய நன்னபி வழங்கிய மாணிக்க மணியை கையில்வாங்கிப் பொத்தி மூடிக்கொண்டு வேறொர் தெருவில் போய் விறகை விற்றுவிட்டு வீட்டு வாசல் அருகில் வந்து, பொத்திய கையைத் திறந்து மாணிக்கக் கல்லைப்பார்த்தான். அப்போது பறந்து வந்த பருந்து ஒன்று அக் கல்லைக் கவர்ந்து வானத்தில் உயர்ந்து பறந்து மறைந்தது. அவன் பதறினான்.

கற்றடம் - கல் தடம்; கல் - மலை; பொற்றிய - பொருத்திய; இறைஞ்சல் - இறாய்ஞ்சுதல், தட்டிப்பறித்தல்; ககன் - வானம்.

பதறிவாய் புலம்பி யனையுழை யினிற்போய்ப்
பகர்ந்தனன் பகர்தலும் விதியென்
றிதயசஞ் சலமாய் விறகுவிற் றதுகொண்
டிரவினி லமுதுசெய் திருந்தே
கதிரெழு முனமுன் போலெழுந் தேகித்
காட்டஞ்சேர்த் தொருசுமை பிணித்தே
யதைநகர் கொணர்ந்து விலைசொலி யலைந்தா
னன்றுமங் கெதிந்தனர் நபியே. **(16)**

16. (1941) பதறினான். வாய்விட்டுப் புலம்பினான். தாயிடம் போய்ச் சொன்னான். கேட்டு இறைவிதிப்பு என்றாள். மனம் வருந்தினாள். விறகு விற்ற பொருளைக் கொண்டு இரவு உணவு உண்டனர். சூரியன் எழுமுன் எழுந்துபோய் விறகு சேர்த்து ஒரு சுமையாகக் கட்டிச் சுமந்துகொண்டு போய் நகர வீதியில் விலைகூறி அலைந்தான். அன்றும் நபி அங்கே எதிரில் வந்தார்.

அனை - அன்னை, தாய்; உழை - அருகு; பகர்ந்தனன் - சொன்னான்; சஞ்சலம் - வருத்தம்; அமுது - உணவு; காட்டம் - விறகு.

கண்டுமுன் னுதவு நிதியமு மிரவிற்
களவுபோ யினதெனக் கவன்றாய்
விண்டுநேற் றொருகல் லளித்தன மதுவெவ்
விதத்தகன் றதுவிற கெடுத்துக்
கொண்டுவீ தியின்முன் போலலைந் தனையிக்
கொள்கையா தென்றனர் மனைவா
யொண்டுபோ தினிற்கை திறந்துபார்த் தனனோ
ருவணங்கொண் டகன்றதென் றனனே. **(17)**

17. (1942) அவனைக் கண்டு, முன்னர் கொடுத்த பொற்காசு இரவில் திருடு போயிற்று என்று சொன்னாய். முன்போல் சொல்லி நேற்று ஒரு மாணிக்கக் கல் கொடுத்தேன். அஃது எவ்வாறு தொலைந்தது? விறகு சுமந்துகொண்டு வீதியில் முன்போல் அலைகிறாய்! இது என்ன கொள்கை? என்று கேட்டார். வீட்டின் வாசல் அருகே நெருங்கும் போது கையைத் திறந்து பார்த்தேன். எங்கிருந்தோ வந்த பருந்து ஒன்று பறித்துச் சென்றது என்றான்.

களவு - திருடு; கவன்றாய் - சொன்னாய்; விண்டு - சொல்லி; கொள்கை யாது - இது என்ன வேலை என்றபடி. ஒண்டுதல் - நெருங்குதல்; உவணம் - பருந்து.

விளம்பலு மிதையத் தளவற வுருகி
வீழ்ந்துசு சூதுசெய் தழியா
வளந்தரு மிறையே யெளியவிச் சிறுவன்
வறுமைபோய்ச் செல்வமுற் றிருப்ப
வுளந்தனிற் குறிந்துன் னடிமையா னுதவு
மொண்பொரு ளனைத்துநீ பறித்துக்
களைந்ததிவ் விதக்கா ரணந்தனக் கெனவே
கவலெனக் கெனவின வினரே. **(1**

18. (1943) சொன்னதும் கேட்டு உருகினார். அளவில்லாமல் உள்ளம் உருகினார். தரையில் வீழ்ந்து சுசூது செய்து, அழிவு ஏதும் அணுகாத வளம் தரும் இறைவனே! இந்த எளிய ஏழைச்சிறுவனின் வறுமை நீங்கிச் செல்வம் பெற்று வாழ்வதை உள்ளத்தில் விரும்பி உன் அடிமையாகிய நான் உதவிய ஒளிப் பொருள் அனைத்தையும் பறித்துக்கொண்டாய். அஃது இன்ன காரணத்திற்காக என்பதை எனக்கு விளக்கிச் சொல்ல வேண்டும் என்று கேட்டார்.

விளம்பல் - சொல்லல்; சுசூது - சுஜூது; ஒண்பொருள் - ஒளிப்பொருள்; முன்னர் தந்தது தங்கச் காசு, பின்னர் தந்தது மாணிக்கக்கல் ஆதலால் ஒண்பொருள் என்றார்; களைந்தது - விலக்கியது; கவல் - சொல்.

சூழ்வினைப் புவியா ணபியென விடுத்த
சுலையுமா னேசொலக் கேண்மோ
வாழ்வினை யொருவர்க் குதவவுங் கலியை
மாற்றவும் வாழ்வினை யகற்றித்
தாழ்வினை யுதவித் தணிக்கவு மும்மாற்
றகுவதோ வென்செய லலவோ
வாழ்வினை குறியா தியற்றினீ ரெனவே
யரியவன் சத்தமா யினதே. **(19)**

19. (1944) உழைப்பாகிய வினையால் சூழப்பட்ட உலகை ஆளும் நபி என்று அனுப்பட்ட சுலைமானே! கேள்: ஒருவர்க்கு நல்வாழ்வினைக் கொடுக்கவும் துன்பத்தை மாற்றவும் வாழ்வினை நீக்கித் தாழ்வினைக் கொடுத்துத் தணிக்கவும் உம்மால் முடியுமோ? உமக்குத் தகுமோ? அஃது என் செயல் அன்றோ? வாழ்க்கை இயற்கையை நினையாமல் செய்தீர் என்று உணர்வதற்கு அரியவன் ஆகிய இறைவனின் ஓசை எழுந்தது.

இறைவனின் ஓசை என்பது புறத்தே எழும் ஓசையன்று. அகத்தே கேட்கும் ஓசையாகும். நபிமார்களுக்கும் இறைவனுடன் நெருக்கம் பெற்ற (முகர்ரபீன்) நல்லடியார்கட்கும் கிட்டும் அகவய அனுபவமாகும்.

உணர்வதற்கு அரியவன் ஆதலால் இறைவன் அரியவன் எனப்பட்டான். சூழ் - சூழப்பட்டிருத்தல்; வினை - செயல், அஃது உழைப்பு; புவி - உலகம்; விடுத்த - அனுப்பிய; கேண்மோ - கேள்; கலி - துன்பம்; அகற்றி - நீக்கி; தணிக்கவும் - குறைக்கவும்; தகுவதோ - ஆகுமோ; குறியாது - நினையாது; இயற்றினீர் - செய்தீர்.

எய்தவிவ் வசனம் பிறந்துள வளவே
யியற்றுதல் பெரும்பிழை யிதனை
மெய்திகழ் கருணைக் கடவுளே பொறுக்க
வேண்டுமென் றஞ்சியே தௌபாச்
செய்தனர் பொறுத்தோர் வெள்ளிக்கா செடுத்துச்
செல்வமீ குவனிறை யெனவே
கைதனி லளித்தச் சிறுவனை யனுப்பு
மெனத்தொனித் தனன்முதற் கடவுள். (20)

20. (1945) இறைவன் எறிந்த இச் சொல் பிறந்த உடனே இறைவன் செய்ய வேண்டுவதை நான் செய்ய நினைத்தது பெரும்பிழை. நீ இதனைப் பொறுக்க வேண்டும் என்று அஞ்சிப் பிழைபொறுத்தல் வேண்டினார். இறைவன் பொறுத்தான். பொறுத்து, 'ஒரு வெள்ளிக் காசை எடுத்து இறைவன் செல்வம் அளிப்பான் என்று சொல்லி சிறுவன் கையில் கொடுத்து அவனை அனுப்பும்' என்று அறிவித்தான் முழுமுதற் கடவுள்.

எய்த - எறிந்த; இயற்றுதல் - இறைவன் செயலைத் தான் செய்தல்; தௌபாச் செய்தல் - பிழைபொறுக்க வேண்டி இறைஞ்சுதல்; தௌபாச் செய்தல் - இசுலாமிய ஷரீஅத் கலைச்சொல்; தொனித்தனன் - ஒலித்தனன்.

தொனிபிறந் திடவோர் வெள்ளிக்கா செடுத்துத்
தொல்லுல கினிற்பெரு வாழ்வு
தனியவ னுனக்குத் தருவனென் றுரைத்துச்
சந்ததி கரத்தினிற் கொடுத்தார்
புனிதமோ டதனைக் கவர்ந்துதாள் வழுத்திப்
போந்துமற் றொருதெரு வினிலே
யினியெடா திருப்போ னெடுத்துள விறகு
மியம்பிவிற் றேகின னனைபால். (21)

21. (1946) ஓசை பிறந்தவுடன் ஒரு வெள்ளிக்காசு எடுத்து 'தனித்திருக்கும் ஒருவனாகிய இறைவன் இப் பழைமையான உலகில் உனக்குப் பெருவாழ்வு தருவான்' என்று சொல்லி அம் மைந்தனின் கையில் கொடுத்தார். தூய்மையுடன் அதனைப் பெற்று அவர் பாதம் போற்றிச் சென்றான். சென்று, காட்டிற்போய் இனி விறகு எடுக்காது இருக்கப் போகின்றவன் இப்போது எடுத்த விறகை வேறொரு தெருவில் விலை கூவினான். விற்றான். விற்ற பொருளுடன் தாயிடம் சென்றார்.

தொனி - ஓசை; தொல்லுலகு - பழைமையான உலகம்; சந்ததி - மைந்தன்; கவர்ந்து - பெற்று; வழுத்தி - போற்றி; போந்து - போய், சென்று; எடாதிருப்போன் - எடுக்காது இருப்பவன்; இயம்பி - கூவி; ஏகினன் - சென்றான்; அனைபால் - அன்னையிடம்.

ஈன்றதா யுழைசென் றெழினபி யளித்தா
ரின்றுமோர் வெள்ளியென் றீந்தான்
கோன்றனை வழுத்தி மகன்றனை நோக்கிக்
குறுகியா வணத்தரி கறிகொண்
டேன்றிவண் விரைவில் வருகவென் றியம்பி
யேவினள் வாங்கிவந் திட்டா
னான்றுள மகிழ்வோ டரியுலை யினிலிட்
டரைக்கொதி குமிழிகொண் டிடுகால். (22)

22. (1947) பெற்ற தாயின் அருகில் சென்று அழகு நபி இன்றும் ஒரு வெள்ளிக் காசு அளித்தார் என்று சொல்லி அதைக் கொடுத்தான். அரசரை வாழ்த்தி கடைத்தெருவிற்கு விரைந்து சென்று அரிசியும் கறிக்குரியனவும் வாங்கி விரைந்து வா என்று மகனை நோக்கிக் கூறினாள். வாங்கி வந்தான். மிகுந்த மகிழ்ச்சியுடன் அரிசியை உலையில் இட்டாள். அது மெல்ல அரைக்கொதி கொதிக்கக் குமிழி கொள்ளும் போது.

ஈன்ற - பெற்ற; உழை - - அருகு; ஈந்தான் - கொடுத்தான்; கோன் - அரசன், இறைவனும் ஆம்; வழுத்தி - வாழ்த்தி; குறுகி - சென்று; ஆவணம் - கடைத்தெரு; அரி - அரிசி; கறி - கறிக்காகும் பொருள்; ஏன்று - பொருந்த; இவண் - இங்கு; இயம் - சொல்லி; ஏவினாள் - அனுப்பினாள்; ஆன்று - மிகுந்து.

அனைமகன் முகத்தை நோக்கியிக் கறிக்கிட்
டட்டிடி லதிசுவை கொடுக்கு
மனையின்முன் னுறையிப் புளியினி லேறி
மலர்பறித் தருளென மவுன்றா
ளினையது குறித்துக் கலைவிசித் திறுக்கி
யிடங்கொளா ழியமடி கூட்டி
நினைவுட னடியிட் டெக்கியோர் கவைக்கொண்
ணெடும்பணர் தன்னிலெய் தினனே. (23)

23. (1948) மகன் முகத்தை நோக்கி, 'வீட்டின் முன்னே நிற்கும் புளிய மரத்தில் ஏறி அதன் பூவைப் பறித்து வந்து கொடு. இக் கறியில் இட்டுச் சமைத்தால் மிகுசுவை கொடுக்கும்' என்றாள் தாய். அதனைக் கருதி ஆடையை இறுக்கிக் கட்டி, இடம்கொண்ட பெரிய மடியும் கூட்டி கவனமாக அடி வைத்து வயிற்றை எக்கிக் கொண்டு மரத்தில் ஏறி இரண்டு கிளைகள் பொருந்திய பெரிய கிளையை அடைந்தான்.

அனை - அன்னை, தாய்; அடுதல் - சுடுதல், சமைத்தல்; அட்டிடில் - சமைத்தால்; அதி - மிகுதி; மவுன்றாள் - சொன்னாள்; இனையது - இதனை; குறித்து - கருதி; கலை - ஆடை; விசித்து - கட்டி; இடம் கொள ஆழிய மடி - இடம்கொண்ட பெரிய மடி; ஆழிய - ஆழமான, பெரிய; நினைவுடன் - கவனமாக; அடியிட்டு -

அடிவைத்து; எக்கி - வயிற்றை ஒட்டி; கவை - இரு கிளைகள் சேருமிடம், வளைவு; நெடும்பணர் - நீண்ட கிளை; எய்தினன் - அடைந்தான்.

அங்கெய்தி மலர்தான் கூட்டிய மடிகா
லளவுமே நிரம்புறப் பறிக்கப்
பங்குள கவையிற் கழியொடு பலதாற்
பருந்திடு கூடுகண் டதனுட்
டங்கநோக் கினனன் னபியருண் மணியே
தரித்திடக் கண்டனன் மகிழ்வா
லிங்குகண் டனன்கன் டனனகல் பொருளென்
றியம்பினன் பெருந்தொனி யிட்டே. (24

24. (1949) அங்குச் சென்று, தான் கூட்டிய மடி நிரம்பும் அளவு புளியம்பூ பறித்தான். பக்கத்தில் உள்ள கவையில் சிம்புகள்ம் வேறுபலவும் கொண்டு அமைத்த பருந்தின் கூடு ஒன்று இருத்தல் கண்டான். அதனுள் உற்றுப் பார்த்தான். அதில் நபி அளித்த மாணிக்க மணி இருக்கக் கண்டான். கண்டு மகிழ்ச்சியில் ‘இழந்த பொருளை இங்குக் கண்டேன் கண்டேன் என்று பெருங்குரல் எடுத்துக் கூவினான்.

நிரம்புற - நிரம்ப; கவை - வளைவு; கழி - சிம்பு; தங்கநோக்கினன் - தரித்து நோக்கினான், உற்று நோக்கினான்; பங்கு - பாதி, பிளவு; அகல் பொருள் - இழந்த பொருள்; இயம்பினன் - கூவினான்; தொனி - ஓசை.

பலதர மிகவும் பெருந்தொனி யுடனே
பகருமவ் வேளைகா சதனைப்
புலனறிந் தெடுத்த திருடன்பே ழையினிற்
புகுத்ததை வெளியினி லெடுத்தே
யிலகுறப் பரப்பல் செய்திவை யிவள
வெனவறிந் திடுதற்கெண் ணினனால்
செலுமரத் துறைந்திச் சிறுவன்சொல் வசனஞ்
செவிபுகுந் துடறுணுக் கிட்டான். (25)

25. (1950) இவ்வாறு பலமுறை கூவிக் கூச்சலிட்டான். அதே சமயம், நபி இவனுக்கு அளித்த பொற்காசை உளவறிந்து திருடிய திருடன், பெட்டியில் மறைத்து வைத்திருந்த அதனை வெளியில் எடுத்துப் பரப்பி வைத்து எவ்வளவு பணம் உள்ளது என்று அறிய விரும்பி எண்ணிக் கொண்டிருந்தான். மரத்தில் இருந்து இச் சிறுவன் கூச்சலிட்டதைக் கேட்டதும் துணுக்குற்றான்.

பகரும் - சொல்லும்; புலனறிந்து - உளவறிந்து; பேழை - பெட்டி; புகுந்ததை - புகுத்தியதை, மறைத்து வைத்ததை; இலகுற - ஒளிவீச; இவளவு - இவ் வளவு.

எண்ணுமிந் நிதியை யிவன்விழி யினிற்கண்
டியம்பினன் போலிருப் பதுசென்
றண்ணனன் னபிபா லியம்பிடிற் றலைக்கு
மாவிக்கும் பழுதுவந் திடுமென்

றுண்ணிறை பயங்கொண் டிருகரம் பதங்க
ளுடலெலாந் திடுக்கமுற் றுளறிக்
கண்ணினைக் கரந்தம் மனையிறப் பதனிற்
கரமிட்டுக் காசெலா மிட்டான். **(26)**

26. (1951) நாம் பணத்தை எண்ணுவதை இவன் பார்த்து விட்டுக் கூச்சலிடுகிறான். இதுபோல் களவுபோன பணம் என்னிடம் இருப்பதை அரசர் நபியிடம் போய்ச் சொல்லிவிட்டால் நம்முடைய தலைக்கும் உயிருக்கும் பழுது வந்துவிடும் என்று நினைத்து, உள்ளம் நிறைய அச்சம் கொண்டான். கையும் காலும் உடலும் திடுக்கமுற்று நடுங்கினான். வாய்பதறி உளறினான். பிறர் கண்களை மறைத்து அவ் வீட்டின் தாழ்வாரத்தில் கையை நுழைத்துக் காசை எல்லாம் அங்கே வைத்தான்.

அண்ணல் - அரசர்; இயம்பிடில் - சொல்லிவிட்டால்; பால் - இடம்; ஆவி - உயுர்; கண்ணினைக் கரந்து - பிறர் கண்ணை மறைத்து, பிறர் காணாமல்; மனையிறப்பு - இறவானம், தாழ்வாரம்.

குத்திர மறியா வனையடு சோற்றிற்
குறிப்புள கவனத்தாற் றருவிற்
புத்திரன் சொலுஞ்சொல் செவிவழி புகுந்தும்
புகுந்திலா ததுவுமா யுறைந்தா
ளத்திரு டனும்வீட் டிறப்பினி லொளித்திட்
டகன்றனன் மலரொடு மணிகொண்
டுத்தமப் புதல்வ னிழிந்துபஞ் சருத்துற்
றதையனைக் குரைத்துத வினனே. **(27)**

27. (1952) வஞ்சனை அறியாத தாய் சமைத்திடும் சோற்றில் கருத்தூன்றி இருந்ததனால், மரத்தில் இருந்து மகன் கூச்சலிட்டது காதில் விழுந்தும் விழாததுமா இருந்தாள். அத் திருடனும் வீட்டின் முன்புறம் காசை மறைவாக வைத்துவிட்டுப் போனான். மலரோடு மாணிக்கக் கல்லையும் எடுத்துக் கொண்டு இறங்கிய உயர்ந்த மகன் மரத்தில் பருந்தின் கூட்டைக் கண்டதையும் அதன் பின் நடந்ததையும் தாயிடம் சொல்லி மாணிக்கத்தையும் கொடுத்தான்.

குத்திரம் - வஞ்சனை; தரு - மரம்; புத்திரன் - மகன்; செவி - காது; உறைந்தாள் - இருந்தாள்; அகன்றான் - போனான்; இழிந்து - இறங்கி; பஞ்சரம் - கூடு; உற்றது - சென்றது; உதவினன் - கொடுத்தான்.

மணியினை நயன மணியிற்கண் டளவா
மகிழ்ச்சியாய் வாங்கிக்கை யிருத்தி
யணிதரு மகவை வெளியிலட் டிடுசோ
றானதா லிறக்கென வறைந்து
தணிதரு படல்வா யலிற்குனிந் தொடுங்கித்
தனதுவீ டேகினன் வீட்டுட்
கணிதமிட் டிடவோ ராயிரங் கனகக்
காசுமே கிடந்தது கண்டாள். **(28)**

28. (1953) மாணிக்க மணியினைக் கண்மணியினால் கண்டு அளவில்லா மகிழ்ச்சியுடன் வாங்கிக் கையில் வைத்துக்கொண்டு, வீட்டின் வெளியில் சமைக்கும் சோறுவெந்து பதமானதால் மகனே! சோற்றை இறக்கு என்று சொல்லி, தணிந்த படல் கொண்டு அமைத்த வீட்டு வாசலில் ஒடுங்கி வில்போல் வளைந்து வீட்டின் உள்ளே நுழைந்தாள். வீட்டின் உள்ளே தாழ்வாரத்தில் சரியாக நூறு தங்கக் காசுகள் கிடந்ததைக் கண்டாள். விறகுவெட்டி போன்ற வறியவர்வர்கள் வாழ்வது பெரும்பாலும் குடிசைகளில்தான். உள்ளே சமைத்தற்கு இயலாது. ஆதலால் குடிசைக்கு வெளியே இடப்புறமோ வலப்புறமோ சமைப்பர்.

மணி - மாணிக்கம்; நயனம் - கண்; அளவா - அளவில்லா; அணி - அழகு, அருமை; அணிதரு மகவு - அருமையான மகன்; அட்டிடு சோறு - சமைக்கும் சோறு; ஆனதால் - வெந்து பதமானதால்; அறைந்து - சொல்லி; தணிதரு - தணிவான, தாழ்ந்த, தணிந்த; படல் - தட்டி; முனிந்து - வில்போல் வளைந்து; ஏகினள் - நுழைந்தாள்; கணிதம் இட்டிட - எண்ணிட; கனகம் - தக்கம்.

கிடந்துள கனகக் காசைநோக் கிடலுங்
கிளர்ந்தமுன் மகிழ்ச்சியி னுடனே
யடர்ந்துள மகிழ்ச்சி பெருகியுள் ளகமு
மாகமுங் குளிர்ந்துபூ ரித்துப்
படர்ந்துபொங் குவதாய் மகவையு மழைத்துப்
பகர்ந்தன ளவனுமுட் களித்தான்
றொடர்ந்தது முதலா யழகிட்டு விறகுத்
தொலிழைவிட் டிருவரு முறைந்தார். **(29)**

29. (1954) கிடக்கும் தங்கக் காசைக் கண்டதும் முன்னே கிளர்ந்த மகிழ்ச்சியுடன் அடர்ந்தெழுந்த புதிய மகிழ்ச்சி பெருகி, உள்ளமும் உடலும் குளிர்ந்து பூரித்துப் படர்ந்து பொங்க மகனை அழைத்துக் கூறினாள். அவனும் உள்ளம் மகிழ்ந்தான். தொடர்ந்து, அழகாக அதையே முதலாக வைத்து விறகு வெட்டித் தொழிலைக் கைவிட்டு இருவரும் வாழ்ந்தனர்.
இப் பாட்டில் அமைந்துள்ள 'அழகிட்டு' என்னும் தொடருக்கு என்ன பொருள் கொள்வது என்பது தெளிவாக இல்லை. 'அது முதலா அழகிட்டு' எனும் தொடரைக் கொண்டு 'அழகாக அதையே முதலாக வைத்து' எனப் பொருள்கொள்ளப் பட்டிருக்கிறது.

கனகம் - தக்கம்; அடர்தல் - நெருங்குதல்; ஆகம் - உடல்; மகவு - மகன்; பகர்ந்தனள் - கூறினாள். உறைந்தார் - வாழ்ந்தார்.

காணமு மணியுங் கரவசப் படுத்திக்
கதித்தவா ணிபம்புரிந் தெவர்க்கு
நாணயம் பெருகித் தொகையிடாப் பொருளுங்
கல்வியு நாட்குநாள் வளர்ந்து
சேணள வியமா ளிகைகளு மியற்றிச்
செல்வமுற் றிருந்தனன் வகுதை
யாணிதி யப்துல் காதிர்நெஞ் சுறையு
நபியறிந் தகமகிழ்ந் தனரே. **(30)**

30. (1955) பொற்காசையும் மாணிக்கக் கல்லையும் கைவசப்படுத்தி பெரிய அளவில் வாணிகம் புரிந்தனர். நாணயம் பெருகி தொகை அளவு குறிக்கப்பட முடியாத பொருட் செல்வமும் கல்வியும் நாளுக்கு நாள் வளர்ந்தன. வானளவு உயர்ந்த மாளிகைகள் எழுப்பி செல்வமும் செல்வாக்கும் பெற்று வாழ்ந்தான் வகுதையை ஆளும் செல்வன் அப்துல் காதிரின் நெஞ்சில் நீங்காது வாழும் நபி அதை அறிந்து உள்ளம் மகிழ்ந்தார்.

காணம் - பொற்காசு; கரம் - கை; கதித்த - மிகுந்த, பெரிய; சேண் - வானம்; இயற்றி - கட்டி, எழுப்பி; ஆணிதி - ஆள்நிதி, ஆளும் செல்வன்; நிதி - செல்வம்.

தம்பெயரோனுக் கன்புறு படல முற்றிற்று.
படலம் 37 -க்கு - திருவிருத்தம் - 1955

38. சகுறசின் ஈமான் கொண்ட படலம்

படலச் செய்தி

சகுரசின் பற்றிய செய்தி ‘முத்திரை மோதிரம் பறிபட்டு வந்த படல’த்தில் (பாட்டு 18) இடம்பெற்றுள்ளது. ஆனால் விவரம் இல்லை. ஆறாம் கடலில் உள்ள தீவில் வாழ்கிறது என்ற விவரம் மட்டுமே உள்ளது. இப் படலத்தில் சகுரசின் பற்றிய விவரம் விரிவாக உள்ளது.

தாவூது நபி இறைவனை வணங்குவதற்காக பைத்து முக்கத்தீசு பள்ளியைக் கட்ட விரும்பி பனீஇசுரவேலர்களிடம் கூறினார். அவர்களும் இசைந்து கட்டலாயினர். ஆளுயரக் கட்டடம் எழும்பிய போது, தாவூதே! இஃது உம்மால் நிறைவுறாது. உமது மைந்தர் சுலைமான் கட்டி முடிப்பார் என்று அறிவித்தான் இறைவன். அதனால் கட்டுமானப் பணியை நிறுத்தினார். அவருக்குப் பின் அரசு பொறுப்பேற்ற சுலைமான் நபி அதைக் கட்ட முடிவு செய்தார். பெரிய கட்டடமாகவும் வெண்பளிங்கினால் ஆன பள்ளியாகவும் கட்ட விரும்பிச் சின்களை அழைத்துக் கூறினார். பளிங்கு மலை உள்ள இடம் தங்களுக்குத் தெரியாதென்றும் அதை வெட்டி எடுக்கவும் தங்களால் இயலாது என்றும் கூறின. இவ் வேலை சகுர சின்னால் அன்றி வேறு எவராலும் நடவாது என்றும் கூறின.

இதைக் கேட்டு வியந்த சுலைமான் நபி எனக்கு எண்பது வயதாயிற்று. இதுவரை சகுரசின் பற்றி நான் கேள்விப்பட்டதும் இல்லை. நீங்களும் சொல்லவில்லை. உலக உயிரினங்களின் அரச பதவி அளிக்கப்பட்டிருக்கும் என்னிடம் வரவும் இல்லை. ஆதலால் உடனே போய் அதைப் பிடித்து வாருங்கள் என்றார். இதைக் கேட்டுச் சின்கள் நடுங்கின. எங்கள் அனைவரையும் கடை விரலால் பிடித்து நசுக்கிக் கொன்றுவிடும். அதை வெல்ல யாராலும் ஆகாது. அதன் பெயரைக் கேட்டாலே உடல் நடுங்குகின்றது என்றன. அதைப் பிடிப்பது எப்படி? வழி சொல்லுங்கள் என்றார்.

சகர சின் வாழ்வது ஆறாம் கடல் நடுவிலுள்ள தீவு. எட்டு நாள்களுக்கு ஒருமுறை நாலாம் கடல் தீவில் உள்ள நீர்நிலைக்கு வரும். அதில் போதைதரும்

பொருளைக் கலந்துவிட்டு இரும்புவலையும் சங்கிலியும் கொண்டு ஒளிந்திருப் போம். அது வந்து நீரைப் பருகி மயங்கி விழுந்துவிடும். வலையில் பிடித்துச் சங்கிலியால் கட்டிப் போதைதெளியுமுன் இங்கே கொண்டு வந்துவிட வேண் டும் என்றன. அவ்வாறே செய்க என்றார். அவ்வாறே செய்து மறைந்திருந்தன.

கருமேகங்கள் திரண்டுவருவது போல் சகுரசின் வந்தது. நீர் பருகச் சென்றது. மது வாடை வரவே விலகியது. மது அருந்துவது பாவம் என்றது. நீர் அருந்தாமலே திரும்பி விட்டது. மூன்று நாள் கழித்து மீண்டும் வந்தது. உலகில் எங்கும் நீர் இல்லை. ஆதலால் பாவமானாலும் வேறு வழியின்றி அருந்துகிறேன் என்று சொல்லிப் பருகியது. போதை ஏறி மயங்கி விழுந்தது. மறைந்திருந்த சின்கள் ஓடி வந்து வலையில் மாட்டிச் சங்கிலியால் இறுக்கிக் கட்டின. தூக்கிச் சென்று மிதவையில் கிடத்திச் சூழ்ந்து நின்றன. மிதவை புறப்பட்டது. கரை நெருங்கும் சமயம் சகுரசின்னின் போதை தெளிந்தது. நிலையை உணர்ந்தது. சினத்துடன் உடலை உதறியது. வலையும் சங்கிலியும் பொடிந்து வீழ்ந்தன. சூழ நின்ற சின்கள் அஞ்சி நடுங்கின. வானில் பறந்து ஓடின. சகுரசின் துரத்திச் சென்றது. இனித் தப்பியோட இடமில்லை என்று கண்ட சின்கள் நபிமுன் வந்து விழுந்தன. சகுரசின்னும் தொடர்ந்து துரத்தி வந்தது. நிலைமையை உணர்ந்த நபி அசா ஆகிய கைத்தடியையும் முத்திரை மோதிரத்தையும் சகுரசின்னின் கண்ணுக்கு நேராகக் காட்டியபடி உற்றுப் பார்த்தார். நுபுவ்வத் பார்வையின் வெம்மைக்கு ஆற்றாது சகுரசின் நடுங்கியது. எத்துணைப் பெரிய வல்லமையைக் கண்டும் நடுங்காத தன்னுடைய உள்ளம் அவரைக் கண்டு நடுங்குவதை உணர்ந்த சகுரசின் வியந்தது. அவர் இறையருள் பெற்ற நபியே என்று தெளிந்து அவர்முன் பணிந்தது. எல்லா உயிர்களுக்கும் அரசரும் தூதருமாக ஆக்கி இறைவன் என்னை அனுப்பியிருக்கிறான். உயிரினங்கள் எல்லாம் எனக்குப் பணிந்தன. இதை எல்லாம் அறிந்தும் நீ மட்டும் ஏன் என்முன் வரவில்லை என்று வினவினார். தங்கள்பால் வருதல், தனித்த ஆளுமை உடைய அதிபதியாய் ஆறாம் கடல் நடுவே தீவில் வாழும் எனக்குத் தகுதி அன்று என்னும் சிறுமதியால் வாராதிருந்தேன் என்று மெய்யுரைத்து மன்னிப்பு வேண்டி இறைஞ்சியது. அரசர் நபி மன்னித்தார். கலிமா ஓதப் பணித்தார். ஓதி தினிலாகியது. இனிச் சகுர சின் பற்றிய அச்சம் தீர்ந்தது என்று பிற சின் கூட்டங்கள் எல்லாம் மகிழ்ந்தன.

38. சகுறசின் ஈமான் கொண்ட படலம்

எழுசீர்க் கழிநெடிலடி யாசிரிய விருத்தம்

நாயகன் கருணைச் சுருதிதா வூது
நபியிருந்த தரசுசெய் திடுநாள்
வாயரு ளிறைவன் றனைவணங் குதற்கு
பைத்துல்முக் கத்திசு வெளியிற்
றூயவொண் சிலையாற் பள்ளிகட் டிடவேண்
டுதுமெனச் சூழுற வினரா
யேயுநல் லுரிமை பனியிசு றாயீ
லென்பவர்க் கியம்பியே வினரே. (1)

1. (1956) இறைவன் அருள் பெற்ற வேதநபி தாவூது (அலை) அரசு செலுத்தும் காலத்தில் உண்யையும் அருளும் நிறைந்த இறைவனை வணங்குவதற்கு ஒரு பள்ளிவாசல் கட்ட விரும்பினார். பைத்துல் மகத்திசு வெளியில் தூய வெண்பளிங்கினால் அதைக் கட்ட விரும்பி, தன்மைச் சூழ்ந்திருக்கும் உறவினராய் அமைந்த பனிஇசுராயில் சமூகத்தாருக்குச் சொல்லி, கட்டடம் கட்டுவதற்கான கட்டளையிட்டார்.

சுருதி - வேதம். அது சபூர்; வாய் - சத்திய வாக்கு, உண்மை; சிலை - பளிங்கு; சூழுறவினர் - சுற்றம், சமூகம்; ஏய - ஏய்ந்த, இசைந்த; இயம்பி - சொல்லி; ஏவினர் - கட்டளையிட்டார்.

விளம்பலு மோரா ளுயரம தளவு
வீக்கினர் வீக்கலும் வியப்பா
யுளங்குறித் திதனை யியற்றுதா வூதே
யுமதுநா ளகன்றுநீ ருதவு
வளந்தரு சுலையு மானபி யியற்று
வாரும்மா லியற்றொணா தெனவே
களங்கறு மிதயா சனப்பொரு ளிறைவன்
கவன்றன னிறுத்திவைத் தனரே. (2)

2. (1957) சொன்னதும் வேலை தொடங்கினர். ஓர் ஆள் உயரத்திற்குக் கட்டினர். அவ்வாறு கட்டும் போது, 'வியப்பிற்கு' உரியதாகக் கட்ட உள்ளம் விரும்பிய தாவூதே! இதனை உமது வாழ்நாள் முடிந்து, நீர் பெற்ற சுலைமான் நபி கட்டி முடிப்பார். உம்மால் கட்டி முடிக்க முடியாது' என்று, களங்கமற்ற உள்ளத்தை இருக்கையாகக் கொண்டு அமரும் மெய்ப்பொருளாகிய இறைவன் அறிவித்தான். அதனால் நிறுத்தி வைத்தார்.

விளம்பல் - சொல்லல்; வீக்கினர் - கட்டினர்; இயற்றும் - எழுப்பும்; ஒணாது - ஒண்ணாது, முடியாது; கவன்றான் - சொன்னான்.

நடுநெறி செலுத்து மரசுதா வூது
நபியுல்லா சுவனமெய் தியபின்
படர்புகழ் தழைத்த சுலையுமா னபியிப்
பள்ளிகட் டுதற்ககங் குறித்தே
நெடுமலை யனைத்துங் கிடுகிடென் றதிர
நின்றுவெங் குரலொலி முழக்குந்
திடவலி மிகுத்த பலவுரு வெடுத்த
சின்கணங் களையழைத் திசைத்தார். (3)

3. (1958) நடுநிலையில் நின்று நீதி செலுத்திய அரசர் தாவூது நபி சொர்க்கப் பேறு எய்தியபின் படர்ந்து செல்லும் புகழ் தழைத்த சுலைமான் நபி இப் பள்ளிவாசலைக் கட்ட மனத்தில் நினைத்தார். நெடிது உயர்ந்த மலைகள் எல்லாம் கிடுகிடு வென்று அதிரும்படி நின்று கடிய குரலில் முழக்கமிடும் திடமும் வலிமையும் மிகுந்துள்ள பல்வேறு உருவங்கள் எடுத்து உலவும் சின் கூட்டங்களை அழைத்துத் தம் விருப்பத்தைக் கூறினார்.

நடுநெறி - நடுநிலை, நீதி; சுவனம் - சொர்க்கம்; எய்திய பின் - சேர்ந்தபின்; அகம்குறித்தல் - மனத்தில் கருதுதல், நினைத்தல்; வெங்குரல் - தீப் போன்ற குரல், கடிய குரல்; கணம் - கூட்டம்; இசைத்தார் - அறிவித்தார், கூறினார்.

வள்ளிய மெனவுள் ளுருகியே வணங்க
பைத்துல்முக் கத்திசு வெளியி
லொள்ளிய பளிங்கால் விசித்திரப் பணியா
யுயர்ந்துநீள் விசாலமுள் ளதுவாய்ப்
பள்ளியொன் றியற்ற நினைத்தன மதனாற்
பளிங்கொளிர் மலையுறை யிடம்பார்த்
தெள்ளிய பிளவாய்ப் பிளந்துவந் திடுதற்
கியல்வதோ வெனப்பணிந் தியம்பும். (4)

4. (1959) மெழுகுபோல் உள்ளம் உருகி இறைவனை வணங்குவதற்காக, பைத்துல் முகத்திசு வெளியில் வெண்பளிங்கினால், அழகிய வேலைப்பாட்டுடன் உயர்ந்ததும் நீண்டதும் அகலமானதுமாய் ஒரு பள்ளிவாசல் கட்ட நினைக்கின்றோம். அதனால் பளிங்கு ஒளிவீசும் மலையுள்ள இடம் பார்த்துச் சிறுசிறு துண்டுகளாகப் பிளந்து எடுத்துவர முடியுமா என்று கேட்க, சின்கள் பணிந்து கூறலாயின.

வள்ளியம் - மெழுகு; ஒள்ளிய - ஒளிபொருந்திய; விசித்திரம் - வியப்பு, பேரழகு; பணி - வேலைப்பாடு; விசாலம் - அகலம்; எள்ளிய - எள், சிறுமை, சிறிய; இயல்வதோ - இயலுமா, முடியுமா; இயம்பும் - சொல்லும்.

நெறிசெயு மொருசெங் கோன்முறை யரசே
நிகழ்த்துதல் கேண்மினேர் பிளவாய்ப்
பிறிதொரு சிலையா யினும்பிளந் திடலாம்
பிறங்கிய பளிங்கடித் திடுகிற்
சிறுசிறு துணியாய்த் தெறித்திடு மலது
செவ்விதிற் பிளந்திட வாரா
துறுமலை யதுவு மிருப்பதிவ் விடமென்
றோதவுங் கேட்டறி கிலமே. (5)

5. (1960) நீதியான ஒற்றைத் தனிச் செங்கோல் முறை பிறழாது ஆளும் அரசே! நாங்கள் சொல்வதைக் கேட்டருள வேண்டும். நேர்ப் பிளவாய் வேறு எந்த மலையையும் பிளந்துவிடலாம். ஒளிவீசும் பளிங்கை அடித்தால் சிறுசிறு துளியாய்த் தெறித்திடுமே அல்லாது செவ்வகையாகப் பிளந்தி வராது. மேலும் அம் மலை இருப்பது இன்ன இடத்தில் என்று பிறர் சொல்லக் கேட்டதும் இல்லை; அறிந்ததும் இல்லை.

முன்பாட்டில் 'பணிந்து இயம்பும்' என்றதால் 'கேண்மின்' என்பதற்குக் 'கேட்டருள வேண்டும்' என உரை வகுக்கப்பட்டது. ஒருசெங்கோல் - ஒற்றைத் தனிச் செங்கோல்; நிகழ்த்துதல் - சொல்லுதல்; கேண்மின் - கேளுங்கள்; சிலை - மலை; பிறங்கிய - ஒளிவீசிய; செவ்வி - அழகு; உறுமலை - உள்ள மலை; ஓத - சொல்ல.

தெளிதரு படிகப் பருப்பத முறையுந்
திசையுமத் திசைவழி யதிற்போய்ப்
பிளவுசெய் திடலுஞ் சகுறசின் னறியும்
பெயர்ந்துவந் திடிலத னாலே
யெளிதினிற் சொலுமிப் பணிமுடித் திடுதற்
கியலுமெம் மாலிய லாதென்
றளவற வெருவிப் பகர்ந்தன சினங்கொண்
டறைந்தன ருயிர்க்கெலா மரசே. (6)

6. (1961) தெளிந்திருக்கும் பளிங்கு மலை இருக்கும் திசையும் அத் திசைக்குச் செல்லும் வழியும் அங்குச் சென்று அதைப் பிளந்தெடுக்கும் முறையும் சகுர சின்னுக்குத் தெரியும். அதுபோய்ப் பெயர்த்து வந்துவிடுமானால் அதைக் கொண்டு இப் பணியை எளிதில் முடித்திட எங்களால் முடியும். இல்லையென்றால் எங்களால் முடியாது என்று அளவில்லா அச்சத்துடன் கூறின. இதைக் கேட்டு எல்லா உயிர்களுக்கும் அரசர் ஆகிய சுலைமான் நபி சினங்கொண்டு கூறுவாராயினார்.

தெளிதரு - தெளிவான; படிகம் - பளிங்கு; பருப்பதம் - மலை; வெருவி - அஞ்சி; பகர்ந்தன - கூறின; அறைந்தனர் - கூறினார்.

மண்புவி யினில்வா முயிர்க்கெலா மரசு
வல்லவ னுதவிவாழ் கின்றோ
மெண்பது வயது நிறைந்தன விதுமட்
டெமதுழை வரவிலை நீரும்
பண்பொடு பகர்ந்த திலைச்சகு றெனும்பேர்
பகர்ந்திடக் கேட்டதித் தினமின்
றுண்பதன் முனம்போய்ப் பிடித்துவந் திடுகிற்
பெறுவிரும் முயிரென வோதும். (7)

7. (1962) பூமியில் வாழும் உயிர்களை எல்லாம் ஆளும் அரச பதவி இறைவன் அருளப் பெற்று வாழ்கின்றோம். எண்பது ஆண்டு அகவையும் நிறைந்தது. இந் நாள்வரை அது நம்மிடம் வரவில்லை. நீங்களும் சொன்னதில்லை. சகுரு என்னும் பெயர் சொல்லக் கேட்டதே இன்றுதான். இன்று உணவு உண்பதற்குமுன் நீங்கள் போய் அதனைப் பிடித்து வந்தால் உயிர்பெறுவீர்கள் என்றார். அதைக் கேட்டுக் கூறின.

உழை - அருகு, இடம்; பகர்ந்ததிலை - சொன்னதில்லை; ஓதும் - கூறும்.

கடைச்சிறு விரலால் வளைத்தெமைப் பிடித்துக்
களையுமா றுயிரையெம் மாலும்
விடைச்சிர மறுப்பார் புவியிலியா ராலு
மெதிர்சென்று வென்றிட லரிதா
லுடற்றுணுக் குவதப் பெயர்நினைத் திடிலென்
றுரைத்தவ் வுரையையா ராய்ந்தெம்
மிடத்தினிற் கொணருஞ் சூழ்ச்சியெவ் விதத்தி
லென்றனர் வாய்புதைத் தியம்பும். (8)

8. (1963) சுண்டு விரலால் எங்களை வளைத்துப் பிடித்துக் கொன்றுவிடும். அதனை எதிர்த்துநின்று வென்றிட எங்களாலும் முடியாது. காளைமாடு தன் தலையில் உள்ள கொம்பில் தூக்கிச் சுமந்துள்ள நிலவுலகில் உள்ள யாராலும் அதனை வெல்ல முடியாது. அதன் பெயரை நினைத்தாலே உடல் நடுங்குகிறது என்றன. அதைக்கேட்டுச் சிந்தித்து அதை என்னிடம் கொண்டு வருவது எப்படி என்று வினவினார். வாய் புதைத்துப் பணிந்து நின்று கூறின. 'விசைச்சிரம் மருப்பார்புவி' - காளை மாட்டின் கொம்பில் தங்கியிருக்கும் உலகம். இந்தப் பூமியை ஒரு வானவர் சுமந்துகொண்டிருக்கிறார். அந்த வானவரை 'லுயூனான்' என்னும் காளைமாடு தன்னுடைய கொம்பில் சுமந்துகொண்டிருக்கிறது என்னும் செய்தி 'கசசுல் அன்பியா'வில் உள்ளது. இதற்குத் திருக்குர்ஆனில் ஆதாரம் இல்லை. இச் செய்தி எங்கிருந்து வந்தது என்று தெரியவில்லை.

கடைச்சிறு விரல் - சுண்டுவிரல்; கொல்லும்; விடை - காளை மாடு; சிரம் - தலை; மருப்பு - கொம்பு; ஆர் - ஆர்தல், தங்குதல்; அரிது - இயலாது; துணுக்குவது - திடுக்கிடல்; உரை - சொல்; சூழ்ச்சி - வழி; இயம்பும் - சொல்லும்.

சகறுறை குவதா றாங்கடற் றீவத்
தலத்திருந் தெட்டுநாட் கொருக்காற்
புகரினி னாலாங் கடனடுத் தீவிற்
பொருவற வுறைதடத் தினிலே
மிகுபுனல் பருக வருமெதிர் வாடை
விரவினும் வெறிதரு பொருளுந்
தகுபெருங் கரும்பொற் சங்கிலி வலையுந்
தாங்கியத் தடத்துழை சார்ந்து. (9)

9. (1964) சகுரு இருப்பது ஆறாம் கடலில் உள்ள தீவில். அவ் விடத்திலிருந்து எட்டு நாளுக்கு ஒரு முறை, அழகிய நாலாம் கடல் நடுவே உள்ள தீவில் இருக்கும் ஒப்பில்லாத குளத்தில் நீர் குடிக்க வரும். வாடை கலந்திருந்தாலும் போதை தரும் மது போன்ற பொருளும் பெரிய இரும்புச் சங்கிலி வலையும் எடுத்துக்கொண்டு அக் குளத்தின் அருகில் சென்று

உறைவது - இருப்பது; தலம் - இடம்; புகர் - அழகு; பொருவு - ஒப்பு; அற - அற்ற; உறைதடம் - இருக்கும் குளம்; வாடை - வாசனை, நெடி; விரவினும் - கலந்திருந்தாலும்; வெறி - போதை; கரும்பொன் - இரும்பு; உழை - அருகு.

வெறிதரு பொருளைத் தடத்தினிற் கலந்து
மிகுவலை சங்கிலி யுடனாங்
கறிதரா தொளித்தோர் புறத்திருந் திடில்வந்
தறலுட னருந்துமுள் ளருந்திப்
பறிதரா மயக்கம் பெருத்துச்சென் னியைக்கீழ்ப்
படவிடு மப்பொழு தேகி
யெறிவலை வீசிச் சங்கிலி யிறுக்கி
யிசைத்திங்கு கொடுவர வேண்டும். (10)

10. (1965) மயக்கம்தரும் பொருளைக் குளத்தில் கலந்து பெரிய வலைச் சங்கிலியுடன் யாரும் அறியமுடியாதபடி அங்கே ஒருபக்கத்தில் ஒளிந்திருந்

தால், சகுரு சின் வரும். நீர் அருந்தும். நீங்கா மயக்கம் பெருத்துத் தலையைச் சாய்க்கும். அப்போது போய் வலைவீசிச் சங்கிலியால் இறுக்கிக் கட்டி இசைவாக இங்கே கொண்டுவர வேண்டும்.

தடம் - குளம்; அறிதராது - பிறர் அறியத் தராது, அறியாதபடி; புறம் - பக்கம்; அறல் - நீர்; பறிதராமயக்கம் - விலக்கமுடியாத மயக்கம், நீங்கா மயக்கம்; பெருத்து - மிகுத்து; சென்னி - தலை; கீழ்ப்படவிடும் - கீழே படுமாறு விடும், சாய்க்கும்.

சூட்சியிவ் விதங்கொண் டலதுவே றொருவர்
தொட்டுமீண் டிடலரி தெனவே
மீட்சிசெய் தருள நபிமுனந் தணிந்து
விளம்பின வவைபுரி குவமென்
றாட்சிகொள் வெறிமுந் திரிகையின் மதுவு
மவைநிகர் வெறிபல பலவு
நீட்சிசெய் தொடர்ச்சங் கிலிகளும் வலையு
நினைப்பினு மிகுதிசேர்த் தனரே. (11)

11. (1966) இவ் விதமாகச் சூழ்ச்சி செய்தல்லாது வேறு வகையில் ஒருவர் தொட்டு மீண்டுவர முடியாது என்று உயிர்க்குலத்தை துன்பக் கட்டிலிருந்து மீட்சி செய்து காக்கும் நபியின் முன் தணிந்து கூறின. அவ்வாறே செய்வோம் என்றார். மயக்கம் தரும் திராட்சை மதுவும் அது போன்று போதை தரும் வேறு பலவும் நீளமான தொடர்ச் சங்கிலியும் வலையும் சின்கள் நினைத்ததைவிட மிகுதியாகச் சேர்த்தார்.

சூட்சி - தந்திரம், சூழ்ச்சி; மீட்சி செய்து அருளும் நபி - உயிர்க்குலத்தை துன்பக் கட்டில் இருந்து மீட்டருளும் நபி; விளம்பின - கூறின; முந்திரிகை - கொடிமுந்திரி;

கடலிடை மறைக்கு மிதவைக ளனந்தம்
கடிதினிற் சேர்த்தன ருதவி
மிடலுறு பலசின் களையவ ணேக
விடைகொடுத் தனர்திரண் டெழுந்து
மடலவிழ் கமல மலர்ப்பத மிறைஞ்சி
வாருதிக் கரையினின் மேவித்
தடநெடும் புணையி லேறியத் திசைபோய்ச்
சார்ந்தன வாவிவாழ் தீவில். (12)

12. (1967) கடலில் இடைமறைக்கும் மிதவைகள் அளவின்றிச் சேர்த்தார். உதவிக்கு வலிமை மிக்க சின்கள் பலவும் அங்குப் போகப் பணித்து விடை கொடுத்தார். திரண்டு எழுந்து மடல் அவிழும் தாமரை மலரப்பாதம் பணிந்து கடற்கரைக்குச் சென்றன. அங்கிருந்து தெப்பம் ஏறி அக்கரைக்குப் போய் சகுர சின் நீரருந்தும் குளம் உள்ள தீவில் இறங்கின.

மிதவை - தெப்பம்; கடிதினில் - விரைவில்; மிடல் - வலிமை; அவண் - அங்கு; ஏக - செல்ல, போக; வாருதி - கடல்; மேவி - அடைந்து; தடநெடும் புணை - பெரிய நீண்ட தெப்பம்; வாவி - குளம்.

தீவில்வந் திறங்கிக் கடற்சல முழுதுந்
திரண்டுவர் மாறிவை குவதாம்
வாவியங் கரைசேர்ந் துட்புகுந் துதக
மதுவினான் கினிலொரு பங்காய்
மேவிநின் றிடவே கலந்துமற் றுளதாம்
வெறிப்பொருள் களுங்கலந் தகன்றே
யோவிய நிகர்ப்ப விழிகளிற் றெரியா
வோரிடத் தொளித்துறைந் ததுவே. **(13)**

13. (1968) தீவில் வந்திறங்கின. கடல்நீர் திரண்டு உவர்ப்பு மாறி இருப்பதாகிய அக் குளக் கரையை அடைந்து, நீரில் இறங்கின. தாம் கொண்டுவந்த மதுவை, நான்கில் ஒரு பங்காகும் அளவிற்கு நீரில் கலந்தன. மற்றைய வெறியூட்டும் பொருள்களையும் கலந்தன. பின்னர் மறைவான இடத்தில் போய் ஓவியம் போல் யார் கண்ணிலும் படாமல் மறைந்துகொண்டன.

உவர் மாறி - உவர்ப்பு மாறி, நல்ல நீராகி; வாவி - குளம்; உதகம் - நீர்; மேவி -

கரந்துகண் களுமுள் ளகமுமவ் வாவிக்
கண்ணினாற் றிசைகளு மிருத்தி
யிருந்தன விருக்கிற் கருமுகிற் றிரள்க
ளெழுந்தொன்றாய் வருவது நிகர்ப்பத்
தெரிந்துள கிரிகள் பலவுமோ ருருவாய்ச்
சேண்பறந் தெய்துறல் சிவணப்
பரிந்தவ ணொளிக்கும் சின்னெலா நடுங்கப்
பயங்கொள வாங்குமே வியதே. **(14)**

14. (1969) கண்களையும் மனத்தையும் குளத்தின் நான்கு திசைகளிலும் இருத்தி மறைந்திருந்தன. அப்போது கருமேகங்கள் எல்லாம் ஒன்றாகத் திரண்டு வருவது போலவும், மலைகள் பலவும் சேர்ந்து ஓருருவமாக வானத்தில் பறந்து வருவது போலவும், ஒளிந்திருக்கும் சின்கள் எல்லாம் அஞ்சி நடுங்குமாறு அங்கே வந்தது.

கரந்து - மறைந்து; வாவி - குளம், நீர்நிலை; நிகர்ப்ப - நிகராக; கிரி - மலை; சிவண - பொருந்த; சேண் - வானம்.

வந்துநீர்த் தடத்தி லிழிந்துநோக் கியது
மதுமணம் பரந்துவீ சுவதா
லிந்தநீர்க் கயத்தின் மதுவரக் கரும
மெவையென மனத்தினி லிருத்தி
மந்தமாத் திரியும் வனமுமோங் கலுமவ்
வாவியும் புவியுமே யதிரச்
சிந்தையாய்த் தரித்த சின்கண்மெய் மறப்பத்
திமிலமிட் டார்த்துவிண் டிடுமால். **(15)**

15. (1970) வந்திறங்கி நீர்க்குளத்தை நோக்கியது. மதுவின் நெடி எழுந்து வீசக் கண்டது. இந்த நீர்க்குளத்தில் மது வந்தது எப்படி என்று மனத்தில்

இருத்தி, யானைகள் திரியும் காடும் மலை குளமும் உலகமும் அதிர, சிந்தையும் மனமும் ஒன்றாகிய ஒளிந்திருக்கும் சின்களெல்ல அச்சத்தால் மெய்மறக்க, பம்பைமேளம் அடிப்பது போல் ஆர்த்து உரக்கச் சொல்லிற்று.

இழிந்து - இறங்கி; பரந்து - மிகுந்து; கயம் - குளம்; கருமம் - செயல்; மந்தமா - யானை; திரியும் - திரிந்து வாழும்; வனம் - காடு; ஓங்கல் - மலை; வாவி - குளம்; புவி -உலகம்; திமிலம் - திமிலை, பம்பைமேளம்.

வனநடு வுறையித் தடத்தினில் வரவோர்
வழியற்றும் வந்துள மதுவே
யினிதுறு பொருணீ யாயினு முனையுண்
டிடிலறி வினர்மட மெய்தித்
தனியவன் றனக்கும் வேறுபட் டலைவர்
சகமெலா மிகழும்புல் லவர்சொல்
வினவுதல் செவிக்கொண் டவர்முன மருவி
மேன்மையோர் கீழ்மைபெற் றிடல்போல். (16)

16. (1971) காட்டின் நடுவிலுள்ள இக் குளத்திற்கு வர ஒரு வழியும் இல்லாத நிலையிலும் வந்துள்ள மதுவே! நீ இனிய பொருளே! ஆயினும் உன்னைப் பருகினால் அறிஞரும் மடையராவதோடு இறைவனுக்கும் மாறுபட்டவராகி அலைவர். உலகமெல்லாம் பழிக்கும், புல்லர் சொல்லுக்குச் செவி சாய்த்து அவருடன் கூடி மேலோர் கீழ்மை பெற்றால் பழிக்குமே அப்படி.

வனநடு உறை - காட்டின் நடுவில் உள்ள; தடம் - குளம்; வர - வருவதற்கு; வழியற்று - வழி இல்லாதிருந்தும்; அறிவினர் - அறிஞர்; மடம் - அறிவின்மை; எய்தி - அடைந்து; தனியவன் - இறைவன்; வேறுபடல் - பகையாதல், அன்பரல்லாதார் ஆதல்; சகம் - உலகம்; புல்லவர் - புல்லியர், கீழோர்; சொல் வினவுதன் - சொல்லை ஒரு பொருளாய்க் கருதக் கேட்டல்; செவிக்கொண்டு - கேட்டு, செவிசாய்த்து; மருவி - பொருந்தி, கலந்து.

பஞ்சபா தகத்தொன் றாமது வருந்தப்
படுவதென் பாரெளி தருந்தி
நெஞ்சறி வகலிற் கொலைகள வுகள்பொய்
நிந்தையென் றிடுமொரு நான்கு
மஞ்சலி லகமா யியற்றுதற் கிடமா
மாகையா லைந்துங்கள் ளினிலாம்
வெஞ்சுடு நரகிற் புகவழி காட்டும்
வினைக்கெல்லாம் வித்துவே றுளதோ (17)

17. (1972) பஞ்சமா பாதகம் எனப்படும் ஐம்பெருங் குற்றத்துள் மது அருந்து வதும் ஒன்று என்பர். மது அருந்துவது எளிது. அருந்த நெஞ்சறிவு அகலும். அகன்றால் கொலைகளவு பொய்நிந்தை எனப்படும் மற்றைய நான்கும் நெஞ்சம் அஞ்சாமல் செய்வதற்கு இடமாகும். ஆதலால் ஐம்பெருங் குற்றங்களும் கள்ளினால் உண்டாகும். கொடியதாகிய சுடும் நரகில் புக வழிகாட்டும்; பாவ வினைகளுக்கெல்லாம் வித்தாவது மதுவன்றி வேறு உள்ளதோ?

பஞ்சமா பாதகம் என்பது நாட்டு மரபு; இசுலாமிய மரபு அன்று. பொதுவாகக் குற்றங்கள், பாவங்கள் பற்றி இசுலாமியக் கண்ணோட்டம் தனிச்சிறப்பானது. படைப்புகள் நான்கு வகையாகப் படைக்கப்பட்டுள்ளன.

(1) பாவமே படமுடியாத தூய்மையான படைப்பு. அது மலக்கு எனப்படும் வானவர் படைப்பு. ஒளியால் படைக்கப்பட்ட வானவர் ஆண்பெண் அலி ஆகிய பால் வேறுபாடுகள் இல்லாதவர்கள். உண்ணல் பருகல் உறங்கல் இன்ப விழைவு முதலிய தேவைகள் இல்லாதவர்கள். எதிர்மறை இயற்கை இல்லாதவர்கள். இறைவன் ஏவியதை ஏவியபடி நிறைவேற்றுபவர்கள். தூய்மையாகப் படைக்கப்பட்டவர்கள். தூய்மையான இடத்தில் வைக்கப்பட்டிருப்பவர்கள். இவர்களிடம் பாவமே நிகழாது.

(2) நன்மை தீமை பற்றிய கருத்தில்லாது தம் நிலையில் தரித்திருக்குமாறு கட்டுப்படுத்தப்பட்ட படைப்புகள். அவை ஓரறிவு முதலா ஐயறிவு ஈறாக உள்ள அஃறிணை உயிர்கள். இவ் வுயிர்களுக்குத் தன்தேர்வு உரிமையும் அதற்கேற்ற அறிவும் இல்லையாதலால் இவற்றிற்கும் பாவம் இல்லை.

(3) நன்மையே இல்லாத கொடூரப் படைப்புகள். அவை சைத்தானிய சத்திகள். அவற்றால் பாவக் கருமங்கள் அன்றி விளைய மாட்டா.

(4) நன்மையும் தீமையும் கலந்த தன்தேர்வு உரிமையும் அதற்கேற்ற அறிவும் கொடுக்கப்பட்ட படைப்புகள். அவை சின்களும் மனிதர்களும் ஆம். மனிதன் பாவச் செயல்களில் ஈடுபடமுடியும். அதற்குரிய உரிமையும் அறிவும் ஆற்றலும் அவனுக்கு உள்ளன. அதே போல் பாவங்களில் இருந்து விலகி நன்மையே செய்தும் வாழமுடியும். அதற்குரிய உரிமையும் அறிவும் ஆற்றலும் அவனுக்கு உள்ளன. அவன் வாழ அமைந்திருக்கும் நிலம் முற்றிலும் தூய்மையானதும் அன்று; முற்றிலும் தூய்மைக் கேடானதும் அன்று. தூய்மையும் தூய்மைக்கேடும் கலந்தது. ஆதலால் நன்மைகளைச் செய்வதைப் போலவே பாவங்களையும் செய்துவிடுகிறான் மனிதன். இந் நிலையில் பெரும்பாவம் சிறிய பாவம் என்று பகுப்பதைவிட மன்னிக்கப்படக் கூடிய பாவம்; மன்னிக்கப்படாத பாவம் என்று பகுப்பதையே விரும்புகிறது இசுலாம். பெரும்பாலான பாவங்கள் உணர்ந்து வருந்தி திருந்தி மன்னிப்புக் கோரினால் இறைவனால் மன்னிக்கப்படக் கூடியவையாகவே உள்ளன. இறைவனுக்கு இணைகற்பித்தலும் நயவஞ்சகம் ஆகிய நிபாக்கும் இறைவனால் மன்னிக்கப்படுவதில்லை, அவன் தெளபாச் செய்து திரும்பினால் அன்றி பிறர் உரிமையைப் பறித்தலாகிய பாவக்களைப் பாதிக்கப்பட்டவன் மன்னித்தாலன்றி இறைவன் மன்னிப்பதில்லை. பிற பாவங்கள் பெரும்பாலும் மன்னிக்கப்படக் கூடியவையாகவே உள்ளன. இத்தகைய கண்ணோட்டத்தில் 'பஞ்சமா பாதகம்' அல்லது ஐம்பெரும் குற்றம் என்பது போன்ற மரபு உருவாக்கத்திற்கு இசுலாமிய வாழ்க்கையில் இடமில்லை.

பஞ்சமா பாதகம் - கொலை, களவு, பொய், கள்ளுண்ணல், குருநிந்தை; நிந்தை - பழித்தல்; அகம் - மனம், நெஞ்சு; இயற்றுதல்; நிலம் - விளைநிலம்; வினை - பாவச்செயல்.

என்றுரைத் ததிசுத் தோதக விருப்புற்
றேகிய தேகிநாண் மூன்று
சென்றபின் மறித்து நெடும்புனற் றடத்திற்
சேர்ந்தது சேர்ந்துகள் ளேநீ
யன்றியோ ரிடத்தும் புனலிலை யதனா
லருந்துகின் றேனுனை யெனது
முன்றலை விதியின் படிமுடி வெவையு
முடியவென் றிசைத்தருந் தியதே. (18)

18. (1973) என்று சொல்லித் தூய்மையான நீரில் விருப்பங்கொண்டு, குளத்தில் நீர் பருகாமல் திரும்பிச் சென்றுவிட்டது. சென்று மூன்று நாள்கள் கழிந்தபின் மீண்டும் அக் குளக்கரைக்கு வந்து சேர்ந்தது. சேர்ந்து, கள்ளே! நீ அன்றி ஓரிடத்திலும் நீர் இல்லையதனால் உன்னை அருந்துகின்றேன். எனது முந்திய தலைவிதியின்படி எத்தகைய முடிவும் ஆகும் என்று சொல்லிக் குளத்தில் கள் கலந்த நீரை அருந்தியது. முன்தலைவிதி - தலையில் முன்னே எழுதிய விதி. இது நாட்டு மரபு. இசுலாத்திற்கு உடன்பாடு அன்று.

அதி - மிக; சுத்தோதகம் - சுத்த உதகம், தூயநீர்; ஏகியது - சென்றது; மறித்து - மீண்டும்; நெடும் புனல்தடம் - மிகுநீர் நிறைந்த குளம்; இசைத்து - சொல்லி.

மூன்றுநா ளளவும் புனலெய்தா தலைந்து
முதிர்பெருந் தாகமுற் றதனா
லேன்றகார்க் குலங்கள் வெருவுறப் பலமீ
னினமொடு சலமொரு முகமாய்த்
தோன்றியுட் புகவா ழமுறநிலை காண்கத்
தொடுநெடு மலைவயி றாரத்
தான்றனிப் பருகி யதுகணத் தினிலே
சார்ந்ததுள் ளுணர்வறு வெறியே. (19)

19. (1974) மூன்று நாள்வரை நீர் கிடைக்காமல் அலைந்து பெருந்தாகம் கொண்டிருந்தது. நீர் நிலைகளில் நீர் அருந்தும் மேகங்கள் அச்சம் கொள்ள, குளத்தில் இருக்கும் பலவாகிய மீனினங்களுடன் நீரும் ஒருமுகமாக உள்ளே புக, குளத்தின் ஆழம் காணும்படியாக, வானத்தைத் தொடும் பெரிய மலைவயிறு நிரம்பத் தான் தனியாக ஒரு கணத்தில் பருகித் தீர்த்தது. அக் கணத்திலேயே உள்ளுணர்வு நீங்கும்படிப் போதையேறியது.

புனல் - நீர்; எய்தாது - கிடைக்காது; முதிர்பெருந்தாகம் - முதிர்ச்சியுற்ற பெரிய தாகம்; உற்றது - அடைந்தது; ஏன்ற - பொருந்திய; கார்க்குலம் - மேகக்கூட்டம்; வெருவுற - அச்சம்கொள்ள; சலம் - நீர்; ஒரு முகம் - ஒன்றாக; ஆழநிலை காண்க - ஆழம் இவ்வளவு என்று கண்டு அறிந்துகொள்ளும்படி; தொடு நெடுமலை - வானைத் தொடும் நீண்ட மலை; மலவயிறு - மலைபோன்ற பெரிய வயிறு; ஆர - நிரம்ப; உள்ளுணர்வறு வெறி - உள்ளுணர்வுநீங்கும் போதை.

வெறியினா லுடல மயர்ந்துவா யொழிந்து
விழிசிவந் தசைவற மயங்கி

நெறியினாற் செயுஞ்சித் திரமெனத் தலையை
நிலத்திலிட் டதுகர ணமதாற்
பொறியினாற் புலனாற் றனித்தனி விளையும்
புன்மையீ தெனத்தெளிந் தறியு
மறிவினா லுயர்ந்துங் காமநோய் பெருகி
யணைந்துமெய் மறந்தவர் நிகராய். (20)

20. (1975) கலவியினால் உடல் உறுப்புகளிலும் ஐம்புலன்களிலும் ஏற்படும் தீங்கு இன்னது என்று தெளிந்தறியும் அறிவினால் உயர்ந்திருந்தும் காமநோய் பெருகிப் பரத்தையரை அணைந்து மெய்மறந்தவர் போல், போதையினால் உடல்சோர்ந்து வாய் பேச்சு ஒழிந்து கண்கள் சிவந்து அசைவு இல்லாமல் மயங்கி தொழில்திறன் வல்லவன் செய்த சிறந்த ஓவியம் என்று சொல்லத் தக்கதாகத் தலையைத் தரையில் இட்டது. பரத்தையர் புணர்ச்சியினால் உடலிலும் உள்ளத்திலும் ஏற்படும் தீங்கு இத்தகையது என்று அறியும் அறிவி னால் உயர்ந்திருந்தும் காமம் வயப்பட்டுப் பரத்தையரை அணைந்து மெய்மறந் தவர்போல் கள்ளின் தீங்கு இத்தகையது என்று அறிந்திருந்தும் குடித்து மயங்கி விழுந்தது சகுர சின்.

மெய் மறத்தல் - தன்னிலை மறத்தலும் சத்தியத்தை மறத்தலும் ஆம். வெறி - போதை; அயர்ந்து - சோர்ந்து; அசைவற - அசைதல் நீங்கி, அசையாமல்; நெறியினாற் செயும் சித்திரம் - இலக்கண நுட்பம் பிழையாமல் எழுதிய ஓவியம்; சித்திரம் - சிற்பமும் ஆம்; கரணம் - கலவி, புணர்ச்சி; பொறி - உறுப்பு; புலன் - இந்திரிய உணர்வு; புன்மை - கேடு, தீங்கு.

சிலையெனக் கரையிற் கிடப்பதாய்ந் தொளிந்த
ஜின்னெலா மோடிவந் திருப்பு
வலைகளை வீசிச் சுருக்கிச்சங் கிலியால்
வலிதுற விறுக்கியார்த் தீர்த்து
விலைமட வியர்போற் பலருமே வுவதா
மிதவைசேர் கடற்கரை சேர்த்தே
உலைவறக் குழுமித் தூக்கியாங் கேற்றி
யுடனதைச் சூழவே றினவே. (21)

21. (1976) சிலைபோல் கரையில் கிடப்பது எழுந்து தெளிந்து சின்கள் எல்லாம் ஓடி வந்தன. இரும்பு வலையை வீசிச் சுருக்கிச் சங்கிலியால் வலுவாக இறுக்கிக் கட்டின. ஆரவாரத்துடன் இழுத்துக்கொண்டு பலரும் சேரும் விலைமாதர் போன்ற கடற்கரைக்கு வந்தன. தாங்கள் கொண்டுவந்த மிதவையில் அச்சமின்றி நெருங்கித் தூக்கி ஏற்றின. தாங்களும் ஏறிச் சூழ்ந்து கொண்டன. மெய்யில் காம வேட்கையும் கையில் பணமும் உள்ள யாவரும் விலைமாதரை நாடி வந்து சேர்வர். கடற்கரைக்கு இன்னின்னார் என்னாது யாவரும் வந்து சேர்வர். ஆதலால் இதற்கு அது உவமையாயிற்று.

வலிதுற - வலுவாக; ஆர்த்து - ஆரவாரித்து; ஈர்த்து - இழுத்து; வேவுதல் - சேர்ல்; உலைவுஅற - அச்சம் நீங்கி.

ஏறியெக் கடற்குஞ் செலுமரக் கலன்க
ளெவையினும் பெருமித வையினைத்
தேறிமா ருதத்தும் வலிவிரை வோங்குஞ்
சின்பல ககனமீ துயர்ந்து
கூறிய தொடரிட் டீர்த்துமற் றுளசின்
கூட்டமுந் தண்டுகள் வலித்துப்
பேறுயர் நபிவாழ் திசையுற நடத்திப்
பெருங்கடன் முழுதுநீங் கியதே. **(22)**

22. (1977) ஏறி, எந்தக் கடலுக்கும் செல்லும் மரக்கலம் எதையும் விட விரைந்து செல்ல நிச்சயம் செய்து, காற்றைவிட விரைந்து செல்லும் சின்கள் பலவும் வானத்தில் மீது உயர்ந்து பகுதி பகுதியாகப் பிரிந்து தொடராக இழுத்துக் கொண்டு பறந்தன. மற்றுள்ள சின் கூட்டம் தண்டு வலித்தது. இவ்வாறு நடத்திப் பவகைப் பேறுகளும் பெற்று உயர்ந்த நபி வாழும் திசையில் பெருங்கடல் முழுவதையும் கடந்தன.

தேறி - நிச்சயித்து; மாருதம் - காற்று; ககனம் - வானம்; கூறிய - பகுதி பகுதியாக; ஈர்த்து - இழுத்து; பேறு - நன்மை, நலம்.

கரைதெறி வதுவுந் தெரிகிலா ததுமாய்க்
கதிநபி நகர்தெரி வதுமாய்
விரைவில்வந் திடுபோ தருந்திய மதுவின்
வெறிதெளிந் திருவிழி களினிற்
பரவிய சிவப்பு மகன் றுநோக் கியது
பற்றிவீக் கியதொடர் வலைசின்
மரபுக ளனைத்துங் கண்டது சினமாம்
வடவையங் கனலெழுந் ததுவே. **(23)**

23. (1978) கரை கண்ணில் தெரிவதும் தெரியாததுமாய் நற்கதியாக வந்த நபியின் நகரம் தெரிவதுமாய் உள்ள தொலைவில் வரும்போது, அருந்திய மதுவின் போதை தெளிந்து கண்களில் பரவிய சிவப்பும் நீங்கி விழித்து நோக்கியது சகுரசின். பற்றி இறுக்கிக் கட்டிய வலையையும் சின் கூட்டங்களையும் கண்டது. கண்டதும் சினமாகிய ஊழித்தீ எழுந்தது.

வீக்கிய - கட்டிய; வடவையங்கனல் - வடவாக்கினி, ஊழித்தீ.

சினத்தெழுந் துடல்சற் றுதறிய துதறிற்
சேர்த்திசை தொடர்வலை யனைத்தும்
புனற்சுமந் திடுகிற் சிறையினாற் சரபப்
புள்ளுத றலுந்தெறிப் பனபோற்
றனித்தனிப் பொடியாய்த் தெறித்தகன் றனசூழ்
தரவுறை சின்னெலா மிகவு
மனத்துயிர் லெருவிப் பதறிவாய் குளறி
வானகத் திடைபறந் தனவே. **(24)**

24. (1979) சீற்றத்துடன் எழுந்து உடலை சற்றே உதறியது. எட்டுக் கால்கள் உடைய சிம்புட் பறவை தன்னுடைய சிறகில் சுமந்துள்ள நீரை உதறியவுடன் நீர்த்துளி தெறித்து விழுவது போல் வலையும் சேர்த்துக் கட்டிய சங்கிலியும் தெறித்துப் பொடிப்பொடியாகி விழுந்தன. சூழ்ந்து நின்ற சின்கள எல்லாம் உயிர் அஞ்சின; பதறின; வாய் குழறி வான வெளியில் பறந்தன.

புனல் - நீர்; சரபம் - சிம்புள் பறவை; புள் - பறவை; சூழ்தர உறை - சூழ்ந்து நின்ற; வெருவி - அஞ்சி.

பறத்தலு நமையோர் கடுகினுஞ் சிறிதாம்
பயனிலாப் பஞ்சியிங் கிவரோ
வுறப்பிடித் திடலெங் கேகினும் புகுந்தே
யொருகணத் தினிற்பிடித் துலகிற்
றுறைப்பட நமது பெரும்புகழ் விளங்கச்
துணிந்தநெஞ் சையுங்கிழித் துயிரை
யறச்செகுத் தலது விடவொணா தெனவே
யதிவிரை வொடுதொடர்ந் ததுவே. (25

25. (1980) பறந்ததும் சகுர சின்னும் அவற்றைத் துரத்தியது. கடுகைவிடச் சிறியதாகிய பயன் இல்லாத பஞ்சுப் போன்ற இவர்களா நம்மைப் பிடித்துக் கட்டுவது? எங்குச் சென்றாலும் துரத்திப் பிடித்து அங்கேயே அடித்து உலகில் நம்முடைய புகழ் விளங்கும்படி கணநேரத்தில் நம்மைப் பிடிக்கத் துணிந்த அவர்கள் நெஞ்சைக் கிழித்து உயிரைக் கொல்லாமல் விடக்கூடாது என்று விரைந்து தொடர்ந்தது.

உறப்பிடிப்பது - கட்டிப் பிடிப்பது; ஏகினும் - சென்றாலும்; துறை - எல்லை, முடிவு; அற - இல்லாமல் ஆக; செகுத்து - போக்கி, கொன்று.

சகுறசின் றொடர்ந்து வருவது குறித்துச்
சாற்றுமெவ் வுழைப்புகுந் திடினு
மிகலியவ் வுழைவந் துயிர்செகுத் திடுநா
மெழினபி பாதபங் கயத்திற்
புகுவதே கரும மெனநினைந் தனிலம்
புகுவிரை வினிலுமெண் மடங்கு
தகுவிரை வொடுவான் பறந்துசின் னனைத்துஞ்
சார்ந்துவீழ்ந் தனதிரு முனமே. (26)

26. (1981) சகுர சின் தொடர்வதை நினைத்து எந்த இடத்தைக் குறிப்பிட்டுச் சென்றாலும் அங்கே வந்து பிடித்து அடித்துக் கொன்றுவிடும். ஆதலால் நபியின் பாதங்களில் சரணடைவதே செய்யத் தக்க செயல் என்று முடிவு செய்து காற்றைவிட எட்டு மடங்கு விரைவுடன் பறந்து சின்கள் அனைத்தும் நபியின் திருமுன் சார்ந்து வீழ்ந்தன.

சாற்றும் - சொல்லும்; எவ்வுழை - எவ்விடம்; இகலி - பகைத்து, வெகுண்டு; செகுத்திடும் - கொன்றிடும்; கருமம் - செயல்; அனிலம் - காற்று.

பதத்தினி லடைந்துஞ் சகுரசின் மிகவார்ப்
பரித்ததி சினத்தொடு தொடர்ந்தே
யெதிர்ப்படப் புகுந்த திவைநபி விழிகண்
டெழிற்கரத் தாழியுங் கோலு
முதித்ததன் விழியிற் றெளிதரத் காட்டி
யுறுக்கியே நோக்கினர் நோக்க
மதிப்பற வெருவி யுடலெல்லா நடுங்கி
மனவலி குறைந்தயர்ந் ததுவே. (27)

27. (1982) நபியின் பாதத்தில் அடைந்த நிலையிலும், மிக்க சினத்துடன் ஆர்ப்பரித்தபடி தொடர்ந்து வந்து சேர்ந்தது சகுரசின் தாம் அனுப்பிய சின்கள் நடுங்கி ஓடி வந்ததையும் தம் கண்களால் கண்டார் நபி. கண்டு தம்முடைய முத்திரை மோதிரத்தையும் ஆசாக் கோலையும் சகுரசின்னின் கண்ணுக்கு நேராகக் காட்டி உற்று நோக்கினார். நோக்கியதும் அளவில்லாத அச்சம் கொண்டு உடலெல்லாம் நடங்கி மனவலிமை குறைந்து அயர்ந்தது சகுரசின்.

அதி - மிக்க; கரம் - கை; ஆழி - மோதிரம்; கோல் கைக்கோல், அசா; உதித்த - திறந்து பார்த்த; தெளிதர - தெளிவாக;குறுக்கி - உறுத்து, உற்று; மதிப்புற - மிதிக்க முடியாத, அளவில்லாத; வெருவி - அஞ்சி.

எவ்வகை வலியுள் ளவரைக்காண் கினுநம்
மிதையமு முடலமோர் போது
மிவ்வகை நடுக்கங் கொளவறிந் திலமின்
றிவரைக்கண் டிடினடுங் கியதாற்
செவ்வகைத் தறஜாத் தனந்தமு முயர்ந்த
திருநபி யிவரிவர் பதத்தில்
வெவ்வகை வினைபோ மகலொணா திறைஞ்ச
வேண்டுமென் றுளத்திலெண் ணியதே. (28)

28. (1983) தன்னிடம் ஏற்பட்ட மாற்றத்தைக் கண்ட சகுரசின் நினைத்துப் பார்த்தது. எத் தகைய வலிமை கொண்டவரைக் கண்டாலும் நம்முடைய உள்ளமும் உடலும் ஒருபோதும் இப்படி நடங்கியதைக் கண்டறிந்ததில்லை. இன்று இவரைக் கண்டதும் நடங்குகின்றது என்றால் இவர் உயர்ந்த பதவிகள் உடைய நபியே ஆவார். இவர் பாதத்தடியில் கொடிய பாவமும் தீரும். ஆதலால் நீங்காது நின்று இவர் பாதத்தை இறைஞ்ச வேண்டும் என்று உள்ளத்தில் நினைத்தது. 'பதத்தில் வெவ்வகை வினைபோம்' என்றால், இவர் பொருட்டால் நீங்கும் என்பது கருத்து. இவர் பொருட்டால் இறைஞ்சப் பாவம் போம் என்பது பொருள். இவ்வாறு ஒன்றின் பொருட்டால் இறைஞ்சுவது 'வசீலாதேடுதல்' எனப்படும்.

வலி - வலிமை; கொள - கொள்ள; அறிந்திலம் - அறிந்ததில்லை; செவ்வகை - உயர்ந்த; தரசா - தரஜா, பதவி; அனந்தம் - அளவற்ற; வெவ்வகை - கொடிய.

விண்ணிடந் தனிலிவ் வகைமன நினைந்து
மேதினிக் கரசுபா லிழிந்து

வெண்ணகை யொளிர முறுவலித் திருதாண்
மிசைபணிந் தெழுந்துகை வீக்கி
யெண்ணறு கருணை யடைகிடந் திடுகண்
ணெதிர்தர நின்றதவ் வளவி
லண்ணல்வா ருதித்தீ வதிபதி தனைப்பார்த்
தமுதவாய் மலரலர்ந் திசைப்பார். (29)

29. (1984) வானத்தில் பறந்தபடி இவ்வாறு நினைத்த சகுர சின் உலக அரச ரிடம் இறங்கி வந்தது. வெள்ளைப் பற்கள் ஒளிவீசும்படிப் புன்னகைத்தபடி அவர் பாதத்தில் பணிந்து எழுந்து கைகட்டியடி அளவில்லாத அருளொளி கூடிக் கிடக்கும் சுலைமான் நபியின் கண்காண எதிரில் நின்றது. நின்றதும் ஆறாம் கடல் தீவின் அரசராகிய சகுர சின்னைப் பார்த்து அரசர், அமுதம் போன்ற வாய்திறந்து கூறினார்.

மேதினி - உலகம்; மேதினிக் கரசு - உலக அரசர், சுலைமான் நபி; இழிந்து - இறங்கி; வீக்கி - கட்டி; வாருதி - கடல்; வாருதித் தீவு அதிபதி - ஆறாம் தீவின் அரசு; மலர்ந்து - திறந்து; இசைப்பார் - சொல்வார்.

பற்றியுன் றனைக்கொண் டிவண்வர வியற்று
பண்பினைக் குறித்துஞ்சின் பெலங்க
ளற்றது குறித்து மெமையவ மதிப்பா
யாய்ந்துள தாம்பரி யாச
முற்றத்தோர் நகைப்போ நகைத்திவ ணடைந்தா
யுரையென வுரைத்தன ருபைய
கற்றடங் கிரிக ளெனத்திரள் பெருந்தோட்
கவினுறு சகுறசின் னியம்பும். (30)

30. (1985) உன்னைப் பிடித்துக்கொண்டுவரச் சொன்ன செயலைக் குறித்தும் நாம் அனுப்பிய சின்கள் எல்லாம் வல்லமையற்றுப் போனதைக் குறித்தும் எம்மை அவமதிப்பாய் நினைத்துப் பரிகாசமாகச் சிரிக்கும் சிரிப்போ சிரித்து இங்கு வந்தாய்? சொல் என்று சொன்னார். இரண்டு கருங்கல் மலைகள் என்று சொல்லும்படித் திரண்ட பெரிய தோள்கள் அழகாக அமைந்த சகுர சின் சொல்லலாயிற்று!

பற்றி - கைப்பற்றி, பிடித்து; இவண் - இங்கு; இயற்றும் - செய்யும்; பண்பு - தன்மை; பெலம் - வல்லமை; பரியாசம் - பரிகாசம்; உபயம் - இரண்டு; கிரி - மலை; கவின் - அழகு; இயம்பும் - சொல்லும்.

அறிவினி லடங்காப் பெரும்பொரு ணபியே
யடிமையுந் தமைப்பரி யாச
நெறிசெயத் தரமோ வெனையல தெவர்க
ளாயினு நினைக்கவுந் தரமோ
வெறிகமழ் மலர்த்தண் டலைகள்சூ ழமது
வியனக ரடுத்துறு தரளஞ்
செறிநதிக் கரையி னருகினின் மடப்புத்
தியின்கொழுந் தொருவனைக் கண்டேன். (31)

31. (1986) அறிவின் எல்லைக்குள் அடக்காத பெரிய பொருளாகிய இறைவனின் தூதரே! நான் உங்கள் அடிமை. நான் உங்களைப் பரிகாசம் செய்யும் நெறியை மேற்கொள்ளுதல் தக்கதோ? என்னை அன்றி வேறு எவரே ஆனாலும் தங்களைப் பரிகாசம் செய்ய நினைக்கவும் தகுமோ? மணம் கமழும் மலர்ச் சோலைகள் சூழ்ந்த உங்கள் தலைநகரத்தை அடுத்துள்ள முத்துகள் நிறைந்த ஆற்றங்கரையின் அருகில் அறிவீனக் கொழுந்தான ஒருவனைக் கண்டேன்.

பரியாசம் - பரிகாசம்; வெறி - மணம்; தண்டலை - சோலை; வியன் நகர் - தலை நகரம்; தரளம் - முத்து; செறிதல் -நிறைதல்; மடப்புத்தி - அறிவீனம்.

அவனியல் புணர்த்தக் கேண்மின்சித் திரஞ்செய்
யழகிய வொருகுட வாயிற்
கவனவெம் பரியில் வியந்தகோ வேறு
கழுதையைக் கட்டிவைத் தனனீர்த்
துவமையிற் கடத்தை யுடைத்தது கரத்துக்
கொருகடத் துறுகனம் வியனோ
விவனிக ரறீவீ னருமினி யுளரோ
விவனுமோர் பேதைய னிப்பால். (32)

32.(1987) அவனுடைய இயல்பைக் கூறுகிறேன். கேளுங்கள்.ஓவிய வேலைப்பாடுகள் நிறைந்த ஒரு குடத்தின் வாயில் குதிரை ஓட்டத்தையும் மிஞ்சிய கோவேறு கழுதையைக் கட்டிவைத்தான். தன்மையில் உவமை இல்லாத அக் குடத்தை அது உடைத்தது. கையில் கனமான பெரிய குடங்களை இருகைகளிலும் வைத்திருந்தான். இவனைப் போன்ற அறிவீனரும் உளரோ? அடுத்தொருவன் இந்தப் பக்கம்.இவனும் மூடனே. இப் பாட்டில் என்ன சொல்கிறார் என்று புரியவில்லை. பதிப்புகளுக்கிடையே நேர்ந்த அச்சுப் பிழைகளின் விளைவு போலும்.

சித்திரம் - ஓவியம்; கவனம் - குதிரை நடையில் ஒன்று; வெம்பரி - விரைந்து செல்லும் குதிரை; வியந்த - மிகைத்த, மிஞ்சிய; நீர்த்து - நீர்மையில், தன்மையில்; கடம் - குடம்; கரம் - கை; கனம் - பாரம்; வியன் - மிகுதி.

கழலியற் றுவனை நோக்கிநித் தமுமென்
கால்களோ யாமலே விரைவாய்
வழிநடந் திடினும் வருடநா லளவு
மடிந்தறா தாய்ப்புதி தெனலாய்ப்
பொழியடி திறஞ்செய் பாதகாப் பெனக்கிப்
போதொன்று வீக்கெனப் புகன்றா
னழிவுறா ததன்மட் டிவனுற லறிந்தோ
வறைந்தனன் சிதடருக் கதிபன். (33)

33. (1988) செருப்புத் தைப்பவனை நோக்கி, நாள்தோறும் கால்கள் ஓயாமல் விரைந்து வழி நடந்தாலும் நான்கு ஆண்டுகள்வரை தேய்ந்து அறாததாகவும் புதிய அழகு கெடாததாகவும் காலுக்கு இசைவானதாகவும் உள்ள செருப்பு ஒன்று எனக்கு வேண்டும், இப்போதே தைத்து அதை என் காலில் மாட்டு

என்று கூறினான். அழியாததன் மீது இவன் விருப்பம் கொண்டிருப்பதை அறிந்ததனாலா இவ்வாறு கூறினான் மூடர்களின் தலைவன்?

கழல் - செருப்பு; கழலியற்றுவன் - சக்கிலியன், செருப்புத் தைப்போன்; நித்தமும் - நாள்தோறும்; மடிந்து - தேய்ந்து; அறாதாய் - அறுந்துபோகாததாய்; பொழியடி - நடைசொரியும், நடைபோடும் கால்; பொழியடி திறம் - நடைநலம், நடக்கும் காலுக்கு இசைவாக; பாதகாப்பு - செருப்பு, மிதியடிக் கட்டையும் ஆம். வீக்கு - கட்டு, தைத்துக் கொடு; புகன்றான் - சொன்னான், அழிவு றாததன் மாட்டிவனுறல் - அழியாததன் மீது இவன் விருப்பம் கொண்டிருத்தல்; அறைந்தனன் - சொன்னான்; சிதடர் - மூடர்; அதிபன் - தலைவன்.

இன்னமிப் புறத்தோர் விருத்தமைந் தருக்கு
மெழின்மடந் தையர்க்குஞ்சோ திடம்போ
லன்னபூ வையர்க்கும் புருடர்க்கும் பொருத்த
மானபாக் கியம்வளர்ந் தேறு
மென்னதத் துகளு மகலுமங் கலஞ்செய்
திடிலெனப் பகர்கின்றா ளதுகேட்
டுன்னத மகிழ்வாய் வதுவைசெய் திடுத
லுற்றனர் மூடர்கள் சிலரே. (34)

34. (1189)மேலும் இப்புறத்தில், ஒரு கிழவனுக்கும் அழகிய இளம்பெண்ணுக்கும் சோதிடம் பாரக்கின்றார் போலும். அந்தப் பெண்ணுக்கும் முதியவனுக்கும் திருமணம் செய்தால் பொருத்தமான நற்பேறுகள் வளரும், எவ் வகையான கண்டங்களும் நீங்கும் என்று கூறுகின்றாள், அதைக் கேட்டுப் பெரு மகிழ்ச்சியுடன் திருமணம் நடத்தினர் மூடர்களான சிலர்.இது பொருந்தாத் திருமணம் - பெருந்திணை என்கிறார் போலும்.

விருத்தமைந்தர் - கிழவன்; எழின்மடந்தை - அழகிய இளம்பெண்; பூவை - பெண்; புருடர் - ஆண்; பாக்கியம் - நற்பேறு; என்ன - எத்தகைய; தத்து - இடர், கண்டம்; அகலும் - நீங்கும்; மங்கலம் - திருமணம்; பகர்தல் - சொல்லுதல்; உன்னதம் - பெருமை; வதுவை - திருமணம்.

இன்றியு மறைவா யுளபொரு ளெவையு
மிருவிழி யாரக்கண் டதுபோ
லொன்றினும் பழுதற் றுரைப்பள்போ லுரைக்க
லுற்றன ளவளிருப் பதன்கீழ்ப்
பொன்றனிப் புதையல் கிடப்பதைப் புதையற்
புலனறிந் தில்ளதன் மீதே
சென்றுறைந் தறைகின் றாளவை கேட்டுச்
செருமின நரர்திரள் சிலதே. (35)

35. (1990) அன்றியும் கண்ணுக்கு மறைவாய் உள்ள பொருள்களை எல்லாம் இரு கண்களாலும் நிரப்பமாகக் கண்டவள் போலவும் அவற்றில் ஒரு குறையும் இல்லாமல் சொல்பவள் போலவும் சொன்னாள். அவள் இருக்கும் இடத்திற்குக் கீழே பொற்புதையல் இருப்பதை அவளுடைய மறைவறியும் அறிவு

அறியவில்லை. அதன் மீது அமர்ந்தே சொல்கிறாள். அதைக் கேட்டு மனிதர்கள் கூட்டமாக நெருங்கினர். வானில் பறக்கும் சகுர சின் புதையல் இருப்பதை அறிந்து சொல்கிறது. குறி சொல்பவள் புதையல் மீதே அமர்ந்திருந்தாலும் அதை அறியவில்லை. புலவர் சோதிட மறுப்பாளர் போலும்.

புதையல் புலம் - மறைவை அறியும் அறிவு; உறைந்து - அமர்ந்து; அறைகின்றாள் - சொல்கின்றாள்; செருமினர் - நெருங்கினர்; நரர் - மனிதர்; திரள் - கூட்டம்.

இப்புற மொருவ னோய்கிடந் ததற்கா
யீருள்ளி யருந்தியப் பிணிபோய்ச்
செப்பமுற் றனன்றான் சுகமடைந் ததனாற்
செகநரர் யிணிக்கெலா மிதுவே
யொப்புறு மருந்தென் றுறுகண்ண ரெவர்க்கு
முதவவாய்ந் தீகின்றான் வாங்கிப்
பற்பல ரயின்றா ருண்ணவுண் மிகவும்
படர்ந்தன தணிந்தில படரே. (36)

36. (1991) இப்பால் ஒருவன் நோயில் விழுந்தான். வெங்காயம் உண்டான். நோய் நலமுற்றான். தான் நலமடைந்ததனால் உகல மக்களின் நோய்க்கெல் லாம் இதுவே உரிய மருந்து என்று முடிவு செய்து நோய்வாய்ப்பட்டவர்களுக் கெல்லாம் அதையே கொடுத்தான். பலரும் வாங்கி உண்டனர். உண்டவர்க் கெல்லாம் நோய் உள்முகமாகப் படர்ந்து பரவியதே அன்றித் தணியவில்லை.

ஈருள்ளி - வெங்காயம்; செப்பமுறல் - நலமாதல்; செகநகர் - உலக மக்கள்; பிணி - நோய்; ஒப்புறு மருந்து - உரிய மருந்து; உறுகண் - நோய்; ஆய்ந்து - ஆராய்ந்து; அயின்றார் - உண்டார்; அயிலுதல் - உண்ணல்; படர் - நோவு.

உள்ளிபற் பலதா மணங்குகட் கணுவு
மொவ்வுறா ததிலிவ னொருவன்
கொள்ளுமச் சிதலை யகன்றதா லெவர்க்குங்
கொடுத்திடத் துணிதல்போன் மடனும்
வெள்ளறி வினர்கள் சிலரதை யருந்தி
வேதனை மிகுந்ததை யறிந்துந்
தள்ளுதல் குறியா தினஞ்சில ரருந்துந்
தாழ்வுறு மடனும்போ லுண்டோ. (37)

37. (1992) பலவகை நோய்களுக்கும் வெங்காயம் அணுவளவும் பொருந்தாமல் போன இந்த நடப்பில், இவன் ஒருவனுக்கு வந்த நோய் நீங்கியதனால் எல்லார் நோய்க்கும் வெங்காயம் கொடுக்கத் துணிந்தது போன்ற அறிவீனமும், அறிவில்லாத சிலர் அதை உண்டு நோய் நீங்காது வேதனை மிகுந்து வருந்தியதைக் கண்ட பின்னும் அதை விட்டுத் தொலைக்காத சிலர் இன்னும் அதை உண்ணும் கீழான அறிவீனமும் போல் உண்டோ?

உள்ளி - வெங்காயம்; அணங்கு - நோய்; ஒவ்வுறாதது - பொருந்தாதது; சிதலை - நோய்; வெள்ளறிவு - அறிவில்லாமை; தள்ளுதல் - விலக்கல்; முறியா - நினையா; தாழ்வுறு மடம் - கீழான அறிவீனம்.

இதனையுங் கடந்திப் பால்வரிற் சிலர்க
ளிதயமீ தளவற வுருகிப்
பதிவுறு முறுதி புனிதமோ டிறையோன்
பாலிபா தத்துச்செய் தேத்தி
துதிசெய்தின் றுனது கருணைசெய் யெனவே
துவாவிரந் திட்டன ரவர்க
ளதபொடு கேட்குந் துவாகபு லாகா
தயர்ந்தன ரவையுநீத் ததற்பின். **(38)**

38. (1993) இதனையும் கடந்து இப்பால் வந்தேன். சிலர் உள்ளம் அளவில்லாமல் உருகிப் பதிவும் உறுதியும் தூய்மையும் கொண்டு இறைவனை வணங்கி அவனைப் பணிந்து புகழ்ந்து இன்று உனது கருணை செய் என்று முறையிட்டு இரந்தனர். அவர் ஒழுங்குடன் கேட்கும் இறைஞ்சல் நிறைவேறாமல் சோர்ந்தன. அதை நீங்கிய பின்.

பதிவுறல் - பதிதல், ஒன்றி விடுதல்; புனிதம் - தூய்மை; இபாதத்து - இறைவணக்கம்; ஏத்தி - போற்றி; துவா - பிரார்த்தனை, இறைஞ்சல்; அதபு - ஒழுக்கம்; கபூல் - நிறைவேறல்; அயர்ந்தனர் - சோர்ந்தனர்.

இனஞ்சில ரொருபா லுறைகின்றா ரவர்க
ளிபாதத்துச் செய்கிலர் துவாவும்
கனிந்தக முருகிக் கேட்கில ரவர்பாற்
கருணையா யளவிலா றகுமத்
தனந்தலற் றுறைவோன் வலியவே யிறக்கி
யருளின னிவையெலா மெனது
மனத்தினிற் குறித்து நகைத்தன னெனவே
வகுத்துமீ ளவுமிறைஞ் சியதே. **(39)**

39. (1994) இன்னும் சிலர் ஓரிடத்தில் உள்ளனர். அவர்கள் இறைவணக்கம் செய்யவில்லை. உள்ளம் உருகி இறைஞ்சவில்லை. ஆயினும் கெடுதல் இல்லாமல் எப்போதும் உள்ளவன், அவர்கள் மீது கருணையாய் அளவில்லாமல் அருட்பேறுகளை இறக்கி அருளினான். இவற்றை எல்லாம் என் மனத்தில் நினைத்தே சிரித்தேன் என்று விரிவாகக் கூறி மீண்டும் பணிந்தது.

உறைகின்றார் - உள்ளனர்; ரகுமத் - அருள், அருட்பேறு; அனந்தல் - கெடுதல்; குறித்து - நினைத்து; வகுத்து - விரித்துரைத்து.

பதமல ரிறைஞ்சி யெழுந்துநின் றளவிற்
பகர்ந்ததற் ககங்களி கூர்ந்து
கதமுறு பலசின் குலங்களு நடுங்குங்
காட்சிகொள் சகுறினை நோக்கி
யிதமுற வரசு நபியுமா யிறையோ
னேவியெந் தமக்குயி ரெவையுஞ்
சிதமுறப் பணிவ தறிந்துமே நீமாத்
திரம்வரா தென்னெனச் செப்பும். **(40)**

40. (1995) பணிந்து பாதமலர் இறைஞ்சி எழுந்து நின்றதும் அது கூறியவற்றிற்காக மகிழ்ந்தார். பின்னர் கொடுமை நிறைந்த சின் குலங்கள் எல்லாம் நடுங்கும் உருவங் கொண்ட சகுரினை நோக்கி அரசரும் நபியுமாக எம்மை அனுப்பிய இறைவன் கட்டளைப்படி உயிரினங்கள் எல்லாம் எமக்கு ஞானம் கொண்டு பணிவதை அறிந்தும் நீ மாத்திரம் வராத காரணம் என்ன என்று கேட்க, அது சொல்லிற்று.

களிகூர்ந்து - மகிழ்ச்சி கொண்டு; கதம் - கொடுமை, சினம்; காட்சி - தோற்றம்; ஏவி - கட்டளையிட்டு; சிதம் - ஞானம்.

பகர்ந்தது சரத முமதுழை யணுகிற்
பரிவுறு தனியதி பதியாய்
மகிழ்ந்தியா னுறையத் தகுவதன் றெனும்பின்
மதிகொண்டா றாங்கடற் றீவி
லகன்றிருந் தனன்பொற் பதமல ரதனி
லடிமைவந் திறைஞ்சிமுன் புரிந்த
மிகுந்தவெவ் வினைதீர் புனிதனாம் வகையை
விடுத்ததே குற்றமென் றிசைக்கும். (41)

41. (1996) தாங்கள் சொன்னது உண்மை, தங்களை அணுகினால், தனி அரசாக நான் மகிழ்ந்திருத்தல் இயலாதாகி விடும் என்னும் சிறுமதி கொண்டு ஆறாம் கடல் தீவில் ஒதுங்கி இருந்தேன், தங்கள் பொற்றாமரை பாதத்தடியில் அடிமை நான் வந்து பணிந்து முன்னர் புரிந்த மிகுதியான கொடிய பாவம் தீர்ந்து புனிதனாகும் வாய்ப்பை இழந்ததே பெரிய குற்றம் என்று கூறியது.

பகர்ந்தது - கூறியது; சரதம் - உண்மை; புன்மதி - சிறுமதி; அகன்று - நீங்கி, ஒதுங்கி; வெவ்வினை - கொடிய பாவம்.

உதவுசந் ததிகள் செயுங்கொடும் பிழையை
யுரியதாய் பொறுப்பது போலுஞ்
சிதடர்செய் பிழையைப் பெரியவர் பொறுத்துத்
திருவருள் புரிவது போலுஞ்
சதவிய னெனிலுந் தொழும்பர்செய் பிழையைச்
சாதனர் பொறுப்பது போலும்
பதமல ரிறைஞ்சப் பலன்பெறு மெனது
பலபிழை பொறுத்திடல் வேண்டும். (42)

42. (1997) பெற்ற பிள்ளைகள் செய்யும் கொடிய பிழைகளைத் தாய் பொறுப்பது போலும் அறிவீனர் செய்யும் பிழைகளைப் பெரியவர்கள் பொறுத்து மேலான அருள் செய்தல் போலும் சதுப்பு நிலம் போன்ற என்னைவிட கீழான அடிமைகள் செய்யும் பிழையை யோகியர் பொறுப்பது போலும் தங்கள் பதமலர் பணிந்த அளவில் பிழை பொறுத்தலாகிய பலனைப் பெறுவதற்கு உரியவனான என்னுடைய எல்லாப் பிழைகளையும் பொறுத்து அருளல் வேண்டும்.

உதவு சந்ததி - பெற்ற பிள்ளை; சிதடர் - அறிவீனர்; சதவியன் - சதுப்பு நிலம் போன்றவன்; தொழும்பர் - அடிமை; சாதனர் - பொறுத்துச் சாதிப்பவர், யோகியர்.

வேண்டுமென் றுரைத்து மேலுமே லிறைஞ்சி
மிகத்துதித் ததுதுதித் திடலும்
பூண்டவெம் பிழைநீ நமக்கொரு போதும்
புரிந்ததே யிலைப்புரிந் துறையிற்
கூண்டமுப் புவன முழுவது மறியக்
கோதறப் பொறுத்தன மிதயத்
தீண்டிறை தனக்கு நமக்குமே வழிப்பட்
டியல்கலி மாப்பக ரென்றார். (43)

43. (1998) வேண்டும் என்று சொல்லி மேலும்மேலும் பலவாறு போற்றிப் புகழ்ந்து பணிந்தது. பணிந்ததும் நீ ஒருபோதும் நமக்குப் பிழை புரிந்ததே இல்லை. ஒருவேளை எம் அறிவிற்கு எட்டாத நிலையில் நீ புரிந்திருந்தால் அதைக் குவிந்த மூன்று உலகமும் அறியக் குற்றம் இல்லாது பொறுத்தோம். இப்போது உள்ளத்தால் இறைவனுக்கும் எமக்கும் வழிப்பட்டு இயற்கை நெறியின் கலிமாவைச் சொல் என்றார்.

கூண்ட - குவிந்த; புவனம் - உலகம்; கோதற - குற்றம் இலவாக; ஈண்டு - இங்கு; இயல் கலிமா- இயற்கை நெறியின் கலிமா.

பகர்ந்திடு மளவென் விளையுமோ வெனவே
படர்தரு பலபல கவலை
மிகுந்தவெம் பயங்கொள் கலக்கமு மகன்று
மேருவொத் திருபுயம் பூரித்
தகந்தனிற் களிப்புற் றரியவன் கலிமா
வன்பொடு விளம்பியீ மான்கொண்
டுகந்தரு ளிசுலாத் தினிற்புகுந் தவண்சேர்ந்
துறைந்தசின் கணமகிழ்ந் ததுவே. (44)

44. (1999) கலிமாச் சொன்னால் என்ன நடக்குமோ என்று படர்ந்திருந்த பலவகைக் கவலைகளும் அக் கவலையால் எழுந்த அச்சமும் கலக்கமும் நீங்கப் பெற்றது. இமய மலைபோல் இருதோள்களும் பூரிக்க உள்ளக் களிப்புக் கொண்டது. அறிவிற்குள் அடங்கா அரியவன் ஆகிய இறைவன் கலிமாவை அன்புடன் ஓதி ஈமான் கொண்டு இறைவன் உகந்து அருளிய இசுலாத்தில் இணைந்தது. அங்குக் கூடி நின்ற சின் கூட்டம் மகிழ்ந்தது.

மேரு - இமயமலை; கலிமா - இசுலாமிய மூலமொழி; விளம்பி - சொல்லி; ஈமான் - நம்பிக்கை; உகந்து - மகிழ்ந்து; அவண் - அங்கு; கணம் - கூட்டம்.

வகுதையம் பதிவா ழுகுமது நயினான்
வரநிதி துரையப்துல் காதிர்
முகதெரி சனங்கண் டவர்கலி யகன்று
முழுவது மகிழ்வது போலத்
திகழ்பெரு வயங்கொள் சகுறினா லுயிர்க்குச்
சேதம்வந் திடலகன் றதுவே
யகமதிற் றுதிசெய் திடுதல்பெற் றனமென்
றானந்த மிகுந்ததச் சின்கள். ((45)

45. (2000) வகுதை நகரில் வாழும் அகுமது நயினான் வரத்தில் பெற்ற செல்வமாகிய அப்துல் காதிர் முகக்காட்சி கண்டவர்களின் வறுமை நீங்கப் பெற்று முழு மகிழ்ச்சி கொள்வது போல், பெருவலி கொண்டு திகழும் சகுரினால் உயிருக்குத் துன்பங்கள் நீங்கின, உள்ளத்தில் புகழ்ச்சி செய்திடும் பேறு பெற்றோம் என்று பேரின்பம் மிகக் கொண்டன அச் சின்கள்.

வரம் - இறையருள்; நிதி - செல்வம்; கலி - வறுமை; வயம் - வலிமை; சேதம் - இடர், துன்பம்..

சகுறசின் னீமான் கொண்ட படலமுற்றிற்று.
படலம் 38 -க்கு - திருவிருத்தம் - 2000

39. பைத்துல் முக்கத்தீசுப் படலம்
படலச் செய்தி

கலிமா மொழிந்து ஈமான் கொண்டு இசுலாமாகி நிற்கும் சகுர சின்னிடம் இறைவனை வணங்குவதற்காகப் பளிங்கினால் பள்ளி ஒன்று கட்டவேண்டும். அதற்காக உன்னைக் கொண்டு வந்தேன். பளிங்கு மலை இருக்கும் இடமறிந்து அதைக் கொண்டுவர உன்னால் முடியுமா என்று கேட்டனர். பளிங்கு மலை கிடைப்பது அரிது. அது நொறுக்காமல் பிளந்து எடுப்பது அதைவிட அரிது. ஆயினும் அதற்கோர் வழி உள்ளது பளிங்கு மலையைப் பிளந்து எடுக்க வயிரம் வேண்டும். பொதுவாக அஃது இருக்கும் இடம் பருந்துக்கு மட்டும்தான் தெரியும். இலேசில் அது சொல்லாது. அதன் குஞ்சுகளை அஃது அறியாமல் பிடித்து வந்து பளிங்குப் பேழையில் இட்டு மூடி மறைவாக ஒரு குகையில் வைத்து விட்டால் குஞ்சுகளைத் தேடி அங்கு வரும். பேழையைப் பிளக்க மாவயிரத்தைக் கொண்டுவரும். பேழையைப் பிளந்து குஞ்சுகளை மீட்டுச் செல்லும். மாவயிரத்தை அங்கேயே போட்டுவிடும். நாம் எடுத்துக் கொள்ளலாம் என்றது. அவ்வாறே செய் என்றார். அவ்வாறே செய்து மா வயிரத்தைக் கொண்டு வந்தது. அதைப் பெற்றுக் கொண்ட அரசர் நபி இவ்வகை வயிரம் எங்குள்ளது என்று சின்களிடம் கேட்டார். அதனை ஆராய்ந்த சின்கள் மகரிபு நாட்டில் உள்ள சிமுர் மலையில் இவ்வகை வயிரம் உள்ளது என்றன. அதைக் கொண்டு வா என்றதும் விரைந்து சென்று அவ் வகை வயிரத்தை ஒரு தலைச்சுமை அளவு சேகரித்துக் கொண்டுவந்தன. அவற்றை சகுர சின்னிடம் கொடுத்தார். வெட்டப்பட வேண்டிய கற்களின் அளவு வகைகளைக் குறித்து எழுதி வாங்கிக் கொண்டு வெட்டிய கற்களைச் சுமந்து வர மனிதர் சின் பூதம் பிசாசுகள் அடங்கிய படையையும் அழைத்துக்கொண்டு வானத்தில் ஏறிப் பறந்து சென்றது. எட்டுத் திசைகளையும் பார்வையால் நோட்டமிட்டபடிச் சென்றது. ஓரிடத்தில் அடர்ந்த காட்டில் கறுப்பு வெள்ளை சிவப்பு வண்ணங்களில் பளிங்கு மலைகள் இருக்கக் கண்டு அங்கு இறங்கி குறித்த அளவுகளின்படி சேதாரமில்லாமல் வெட்டி எடுத்தது. சுமப்போர் சுமந்து வந்தனர். பைத்துல் தாவூது நபி கட்டி நிறுத்திய இடத்திலிருந்து வேலையைத் தொடரக் கட்டளை இட்டார். அத்துடன் மனிதர் சின் பேய் பூதம் ஆகிய நால்வகை இனத்திற்கும் இன்னார்க்கு இன்ன பணி

எனப் பிரித்துக் கொடுத்தார். விரைந்து பணி செய்து வியப்பிற்கு உரியதாகவும் பழுது இல்லாததாகவும் கட்டி முடித்தனர். கட்டட நேர்த்தியைக் கண்ட அரசர் நபி கட்டியவர்கள் நீடுழி வாழ வாழ்த்தினார்.

39. பைத்துல் முக்கத்தீசுப் படலம்
எழுசீர்க் கழிநெடிலடி யாசிரிய விருத்தம்

நிறையொடு கலிமாப் பகர்ந்தக மகிழ்வாய்
நின்றிடு சகுறினை சோக்கி
மறையருஞ் சுருதிப் பொருளினை வணங்க
பைத்துல்முக் கத்திசு வெளியிற்
குறையறு படிகப் பள்ளியொன் றியற்றக்
குறித்துனை நமதுபாற் கொணர்ந்தோம்
பொறைநிலை யறிந்து சார்ந்துபோழ்ந் தெடுத்துப்
புகுவையோ வெமதுபா லென்றார்.   (1)

1. (2001) மனநிறைவுடன் கலிமா ஓதி மகிழ்ந்து நிற்கும் சகுர சின்னை நோக்கி மறைப்பற்ற வேதப் பொருளாகிய இறைவனை வணங்குவதற்காக பைத்துல் முக்கத்தீசு வளாகத்தில் குற்றமற்ற பளிங்கினால் ஆன பள்ளிவாசல் ஒன்று கட்டுவதற்காகவே உன்னை நம்மிடம் கொண்டு வரச் செய்தோம்: அதற்குரிய பளிங்குக் கற்களை உன்னால் கெண்டு வர முடியுமா என்று கேட்டார் அரசர் நபி சுலைமான்.

நிறை - உறுதி, நிறைவு; பகர்ந்து - சொல்லி, ஓதி; அகம் - உள்ளம், மனம்; மறை - வேதம், மறைப்பு; அரும் - அரிய, அரியதாகிய; சுருதி - வேதம்; மறையரும் சுருதி - மறையாகிய அரிய வேதம், மறைப்பற்ற வேதம்; சுருதிப்பொருள் - வேதப்பொருளாகிய இறைவன்; மறையரும் சுருதிப் பொருள் - மறைப்பற்ற வேதப்பொருள் ஆகிய இறைவன்; குறையறு - குற்றமற்ற; படிகம் - பளிங்கு; பள்ளி - இறைவணக்க மனை, பள்ளிவாசல்; பொறை - மலை; பொறைநிலை - மலை இருக்கும் இடம்; சார்ந்து - சேர்ந்து; போழ்ந்து - பிளந்து; புகுவையோ - வருவாயா.

வள்ளலிவ் வசனம் வகுத்தலும் பளிங்கு
வரையகப் படுவதே யரிதால்
விள்ளுமவ் வரைகிட் டினும்பிளந் திடுதன்
மிகவரி தால்வரை காண்கிற்
றள்ளவ மறவே வகிர்வதற் குளதோர்
தந்திர மவைபுரிந் திடுகி
லுள்ளகங் குறித்த படிசெய லாமென
றுரைத்ததவ் வகைபுக லென்றார்.   (2)

2. (2002) வள்ளல் இவ் வார்த்தை சொன்னதும், பளிங்கு மலை அகப்படுவதே அரிது. சொல்லிய அம் மலை ஒருவேளை அகப்பட்டாலும் அதைப்

பிளந்தெடுப்பது மிக அரிது. மலையைக் கண்டால், தள்ளத் தக்க குற்றம் மலையைக் கண்டால், தள்ளத் தக்க குற்றம் ஏதும் இல்லாமல் பிளப்பதற்கு உரிய முறை உள்ளது. அதன்படிச் செய்தால் தங்கள் உள்ளம் விரும்பியபடி செய்யலாம் என்று கூறியது. அம் முறையை விளக்கு என்றார்.

வசனம் - மொழி, வார்த்தை; வகுத்தல் - சொல்லல்; வரை - மலை; அகப்படுதல் - கிடைத்தல்; விள்ளும் - சொல்லும்; கிட்டல் -கிடைத்தல்; காண்கில் - காணப்பட்டால்; தள்ளவம் - தள்ளத்தக்க குற்றம்; அவம் - பயினில்லாமை, குற்றம் - அற - நீங்க; வகிர்தல் - பிளத்தல்; உளதோர் - உள்ளதாகிய ஒரு; தந்திரம் - சூழ்ச்சி, இங்கு அதற்குரிய நன்முறை என்பது பொருள்; குறித்த - நினைத்த; அவ் வகை - அந்த வகை, அறிந்தமுறை; புகல் - சொல், விளக்கு - அரிதால், மிக வரிதால்; ஆல் - அசை.

இடுகதிர் வயிரத் தால்வகிர்ந் திடலா
மென்றிடி லீங்குள வயிரங்
கொடுமுடி யாது பிறிதுள தவைகைக்
கொளும்வகை யேதெனிற் கருடன்
படருமன் பிருத்துங் குடம்பையிற் பார்ப்பைப்
பற்றியா மலகப்பே ழையிலிட்
டடர்தரக் கவித்துப் பூட்டியோர் நெடிய
வசலத்தின் குகையில்வைத் திடுகில். (3)

3. (2003) ஒளி உமிழும் வயிரத்தால் பிளந்திடலாம் என்றால் இங்குள் வயிரத்தைக் கொண்டு அது நடவாது. வேறு வகையான வயிரம் உள்ளது. அதை அடையும் வழி என்னவென்றால், செம்பருந்து அன்படர அமைக்கும் கூட்டில் உள்ள குஞ்சுகளைப் பிடித்தும் பெட்டியில் நிறைத்து அடைத்துக் கவிழ்த்துப் பூட்டி ஒரு பெரிய மலையின் குகையில் வைத்துவிட வேண்டும். இவ்வாறு செய்தால்

இடுகதிர் - வீசும் ஒளி; வகிர்தல் - பிளத்தல்; கொடு - கொண்டு; பிறிது உளது - வேறு வகை உள்ளது; கைக்கொள்ளும் - அடையும்; வகை - வழி; கருடன் - செம்பருத்து; அன்பிருத்தும் - அன்புடன் இட்டு வைக்கும்; பார்ப்பு - குஞ்சு; அல்க - தக்க; பேழை - பெட்டி; அடர்தரக்கவித்து - (இரும்புத்) தகட்டினால் மூடி; அசலம் - மலை.

பெறுபருந் துகள்வத் தாங்குநோக் கிடிற்றம்
பிள்ளைகள் குடம்பையி லில்தான்
மறுகியெத் திசையுந் துருவிநா மிருத்து
மலையினும் வந்துநோக் கிடுமன்
றறிவினிற் றெளிவுற் றெவர்கொலோ கவர்ந்திங்
கடைத்துவைத் தனரென வயிரப்
பொறையினிற் புகுந்தா சினியெடுத் துவந்து
போழ்ந்ததாற் பேழையைத் திறக்கும். (4)

4. (2004) பெற்ற தாய் பருந்து கூட்டிற்குத் திரும்பிவந்து அங்குப் பார்க்கும் போது அவை அங்கு இல்லாததை அறிந்து மனம்குழம்பி எல்லாத் திசைகளிலும்

துருவித்துருவித் தேடும். நாம் வைத்திருக்கும் மலைக் குகைக்கும் வந்து பார்க்கும். அங்குத் தன் குஞ்சுகள் இருப்பதை அறிந்து அறிவில் தெளிவு பெற்று, இங்கே கொண்டுவந்து வைத்திருப்பவர் எவரோ என்று, வயிரம் விளையும் கருப்பத்தில் புகுந்து வயிரம் எடுத்து வந்து அதனால் தகட்டைப் பிளந்து பெட்டியைத் திறக்கும்.

பெறுபருந்து - தாய் பருந்து; குடம்பை - கூடு; இலதான் - இல்லாததனால்; மறுகி - மனம்குழப்பி; துருவி - தேடி; நாம் இருத்தும் - நாம் இருக்கச் செய்திருக்கும்; எவர்கொலோ - எவரோ; கவர்ந்து - திருடி; வயிரப்பொறை - வயிரம் விளையும் கருப்பம், வயிர மலையும் ஆம்; ஆசினி - வயிரம்; போழ்ந்து - பிளந்து; அதால் திறக்கும் - தான் கொண்டு வந்த வயிரத்தால் திறக்கும்; பேழை - பெட்டி.

அங்குபே ழையுமா சினியுமே கிடப்ப
மகன்றிடுங் குஞ்சுகொண் டதன்மேற்
றங்குமவ் வரையிற் புகுந்தியாம் வயிரந்
தனையெடுந் திடப்பெறி லதனாற்
சங்கையில் படிகம் பிளப்பதற் கிடனா
மென்றது சரதமென் றாய்ந்து
பொங்கர்வா ழிடமுந் துருவுதந் திரமும்
புரியென நபிபுகன் றனரே. (5)

5. (2005) பெட்டியும் வயிரமும் அங்குக் கிடக்கவிட்டுக் குஞ்சுகளை எடுத்துச் சென்றுவிடும். அதன் பிறகு நாம் அம் மலைக் குகைக்குச் சென்று வயிரத்தை எடுத்துக் கொண்டால். அதைக் கொண்டு விலை மத்பில்லாத பளிங்கு மலையைப் பிளக்க முடியும் என்றது. அதை ஆராயந்து உண்மை என்று அறிந்தபின், பளிங்குமலை உள்ள இடமும் அதைத் தேடிக் கண்டு பிடிக்கும் சூழ்ச்சியும் மேற்கொண்டு செய் என்று கூறினார் சுலைமான் நபி.

பேழை - பெட்டி; ஆசினி - வயிரம்; வரை - மலை; சங்கை - பெறுமதி, மதிப்பு; படிகம் - பளிங்கு; சரதம் - உண்மை; பொங்கர் - மலை; துருவும் - தேடும்; தந்திரம் - வழி, சூழ்ச்சி; புரி - செய், மேற்கொள்; புகன்றனர் - சொன்னார்.

பணிவிடை தலைக்கொண் டிறைஞ்சியே யகன்று
பன்னக வயிரிகூ டியற்று
மணிநெடுந் தருக்க டொறுந்தொறுந் துருவி
யாய்ந்திடி லொருதரு வினிலே
கணிதமுற் றிருகுஞ் சிருப்பதை நோக்கிக்
கணத்தினிற் பெயர்ந்துவெண் படிக
மணியொளிப் பேழை யமைத்துவந் தெடுத்துள்
வைத்தடைத் தெழுந்தது மலைக்கே. (6)

6. (2006) கட்டளையைத் தலைமேற் கொண்டு பணிந்து சென்று, செம்பருந்து கூடு கட்டியுள்ள அழகிய நீண்ட மரங்கள் தோறும் சென்று தேடியது. இவ்வாறு தேடியதில் ஒரு மரத்தில் எண்ணி இரு குஞ்சுகள் இருப்பதைக் கண்டு

திரும்பி வந்து அழகு ஒளிவீசும் வெண் பளிங்குப் பெட்டி அமைத்தது. அதை எடுத்துச் சென்று அதனுள் அக் குஞ்சுகளை எடுத்து அடைத்து மலைக்கு எழுந்து சென்றது.

இறைஞ்சி - பணிந்து; அகன்று - நீங்கி; பன்னகவயிரி - பருந்து; கூடியற்றும் - கூடு கட்டும்; மணி நெடுந்தரு - அழகிய நீண்ட மரம்; துருவி - தேடி; கணிதம் - எண்ணிக்கை; பெயர்ந்து - நீங்கி.

பெருவரை புகுந்து பளிங்குபெட் டகத்துட்
பிள்ளையை யொருகையி னில்வைத்
தருவரை பறப்ப தெனப்பறந் தகன்ற
தாங்கருள் பருந்துக ளிரண்டுங்
கருதுதன் குடம்பை சார்ந்தன பார்ப்பைக்
காண்கிலா துளம்பதை பதைத்துப்
பருவரல் பெருகி யுருகியே பறந்து
பலபல திசையுநோக் கியதே. (7)

7. (2007) பளிங்குப் பெட்டியுள் அடைக்கப்பட்ட குஞ்சுகளை ஒரு கையில் வைத்துக்கொண்டு பெரிய மலை ஒன்று வானத்தில் பறப்பது போல் பறந்து சென்று பெரிய மலைக் குகையிற் சென்று சேர்ந்தது. இதன் பின்னர் குஞ்சு பொறித்த பருந்து இரண்டும் தம் கூட்டிற்கு வந்தன. குஞ்சுகளைக் காணாது மனம் பதை பதைத்துத் துன்பம் பெருகி உருகிப் பறந்து பற்பல திசைகளிலும் நோக்கித் தேடின.

பெருவரை - பெரிய மலை; அருவரை - கடப்பதற்கு அரியதான மலை; அகன்று - நீங்கி; அருள் பருந்துகள் - குஞ்சு பொறித்த பருந்துகள்; சார்ந்தன - சேர்ந்தன; பார்ப்பை - குஞ்சுகளை; பருவரல் - துன்பம்; நோக்கியது - உற்று நோக்கித் தேடியது.

எண்டிசை யினும்வாழ் மலைகளில் வனத்தி
லெங்கணுந் துருவிக்காண் கிலதாய்ச்
சண்டமா ருதம்போல் விரைவொடு வொருகால்
சகுறுவைத் திடுமலைக் குகையிற்
கண்டன பளிங்குள் ளிரண்டுபார்ப் புகளுங்
கதறியா வலினொடு மொழியா
தொண்டிநின் றொலிப்ப வொலித்தன வுதவு
முபையபன் னகவயி ரியுமே. (8)

8. (2008) எட்டுத் திசைகளிலும் உள்ள மலைகளிலும் காடுகளிலும் தேடின. எங்கனும் தேடியும் காணப்படாத நிலையில் புயல் போன்ற விசையுடன் விரைந்து சென்று சகுர சின் வைத்திருக்கும் மலைக் குகைக்குச் சென்றன. அங்கே பளிங்குப் பெட்டியின் உள்ளே தம்முடைய இரண்டு குஞ்சுகளையும் கண்டன. ஏதும் பேச முடியாமல் ஆவல் மீதுறக் கதறி அழுதபடி தனிமையில் நின்று ஓசை எழுப்பின. தேடி வந்த இரண்டு பருந்துகளும் ஓசை எழுப்பின.

வனம் - காடு; துருவி - தேடி; சண்டமாருதம் - புயல்; பார்ப்பு - குஞ்சு; ஒண்டி - தனிமை; உபயம் - இரண்டு; பன்னகவயிரி - பருந்து.

படிகப்பெட் டகமீ துறைந்துகா லுகிராற்
பதிவுற வகிர்ந்தன வகிர்ந்து
முடிவற்றுக் கலங்கி யளவிலா தொலித்து
மோந்ததை நீத்துயர்ந் தகன்று
விடிவுற்ற பகலு மிரவுமோ யாது
விண்ணிடைப் பறந்தலைந் தயர்ந்து
வடிவுற்று வயிரம் பலகிடந் திலங்கு
வான்றொடு வரையிலெய் தியதே. (9)

9. (2009) பளிங்குப் பெட்டியின் மீது ஏறிக் கால் நகத்தால் அழுந்தக் கீறின. கீறிப்பிளக்க முடியாமல் கலங்கி அளவில்லா ஓசை எழுப்பிக் கதறின. முத்தமிட்டு அங்கிருந்து கிளம்பின. உயரத்தில் பறந்தன. விடிந்த பகலும் இரவும் உணவு உண்ணாமல் வானத்தில் பறந்து அலைந்து சோர்ந்து அழகிய வயிரங்கள் பலவாறு கிடந்து ஒளிவீசும், வானத்தைத் தொடும் மலையை அடைந்தன.

படிகம் - பளிங்கு; பெட்டகம் - பெட்டி; உறைந்து -ஏறி நின்று; உகிர் - நகம்; பதிவுற - அழுந்த; வகிர்ந்தன - கீறின; வகிர்ந்து முடிவற்று - கீற முடியாமல்; மோந்து - முத்தமிட்டு; நீத்து - நீங்கி; மேயாது - உணவு தேடாது; வடிவுற்ற - அழகிய; வரை - மலை; எய்தியது - அடைந்தது.

எய்தியா சினியை வளைதரு கூர்வா
யினிலெடுத் தீன்றகுஞ் சிருக்கு
மைதிகழ் வரைசேர்ந் தடைத்தபெட் டியின்மேல்
வகிர்தலு மொலியறப் பொருந்திச்
செய்தவை யிளப்ப தெனப்பிளந் ததுமேற்
சேர்த்தமூ டியைத்திறந் திடலு
மெய்தனை யகன்ற வுயிர்வரு வதுபோல்
வெளியில்வந் தனவிரு பார்ப்பும். (10)

10. (2010) அடைந்து, தன்னுடைய வளைந்த கூர் வாயினால் பளிங்கை அறுக்கும் வயிரத்தை எடுத்தது. எடுத்து ஈன்ற குஞ்சுகள் இருக்கும் மேகம் தவழும் மலைக்கு வந்தது. வந்து தன்னுடைய குஞ்சுகள் அடைக்கப்பட்டிருக்கும் பளிங்குப் பெட்டியின் மேற்புறத்தில் கீறியது. இரண்டு துண்டுகளைப் பொருத்திச் செய்த பகுதி ஓசையின்றிப் பிளப்பது போல் பிளந்தது. மேலே உள்ள மூடியைத் திறந்ததும் உடலை விட்டு நீங்கி உயிர் வருவது போல் இரண்டு குஞ்சுகளும் வெளியில் வந்தன.

பளிங்குப் பெட்டியை உடலாகவும் குஞ்சுகள் அதை விட்டு நீங்கி வரும் உயிராகவும் உருவகம் செய்துள்ளார். 'குடம்பை தனித்தொழியப் புள் பறந்தற்றே உடம்போடுயிரிடை நட்பு' என்னும் குறளார் கருத்தை இங்குக் காட்சிப் படுத்திப் பாடினார். அன்றியும் தாய் பருந்திற்குக் குஞ்சுகள் உயிர் போன்றவை எனவும் குறிப்பால் உணர்த்தினார்.

எய்தி - அடைந்து; ஆசினியை - வயிரத்தை; மை - மோகம்; திகழ் - திகழும்; வரை - மலை; வகிர்தலும் - கீறியதும்; மெய் - உடல்.

வருதலு மிறகி லணைத்துமோந் தழைத்து
மரத்துவாழ் குடம்பைசேர்ந் தனபின்
கருதிய சகுறக் குடம்பைநோக் கிடலுங்
கதிரிடு பேழையை நீங்கி
யிருபற வையும்வந் துறைவது தனைக்கண்
டிருத்திய மலைக்குகை புகுந்து
தெரிதலும் பளிங்கு வகிர்ந்தவண் கிடப்பச்
சேகுமே கிடப்பக்கண் டதுவே. (11)

11. (2011) வந்ததும் இறகில் அணைத்து மோந்து முத்தமிட்டு தங்கள் கூடு இருக்கும் மரத்திற்கு அழைத்து வந்தன. இவ்வாறு பருந்துகள் குஞ்சுகளுடன் தங்கள் கூட்டிற்கு வந்து சேர்ந்ததும் சகுர சின் அக் கூட்டை நோக்கியது. ஒளிவீசும் பளிங்குப் பெட்டியிலிருந்து வெளிப்படுத்திய குஞ்சுகளுடன் இரண்டு பருந்துகளும் வந்து கூட்டில் இருக்க கண்டது. அங்கிருந்து புறப்பட்டுப் பெட்டியை வைத்த குகைக்குச் சென்று புகுந்தது. பளிங்குப் பெட்டி பிளந்து கிடக்க அதன் மேல் அதைப் பிளந்த வயிரம் கிடப்பதைக் கண்டது.

குடம்பை - கூடு; உறைவது - இருப்பது; வகிர்ந்து - பிளந்து அவண் - அங்கு; சேகு - வயிரம்

காண்டலு மகிழ்ந்து கரத்தினி லெடுத்துக்
கடிதினி னபிபதஞ் சார்ந்து
பூண்டதந் திரமுன் புகலவை புரிந்திப்
பொருள்கிடைத் ததுவெனக் கொடுத்தே
வேண்டியம் புயத்தா ளிறைஞ்சிநின் றதுபார்
வேந்தர்நா யகமிக வியந்தா
ராண்டுதர்ப் பணத்திற் றெளிந்துதீ யினிற்சூ
டாயிலங் கியதந்த வயிரம். (12)

12. (2012) கண்டதும் மகிழ்ந்தது. கையில் எடுத்தது. விரைந்து வந்து நபி பாதம் சேர்ந்தது. முன்னர் சொன்ன சூழ்ச்சியைச் செய்து அதன் பயனாகக் கிடைத்தது இந்த அரும்பொருள் ஆகிய வயிரம் என்று சொல்லி அதை அவரிடம் கொடுத்து அவருடைய தாமரைப் பாதம் பணிந்து நின்றது. அவ் வயிரம் கண்ணாடியைவிடத் தெளிந்தும் தீயைவிட சூடுள்ளதாகவும் இலங்கியது. அதைப் பார்த்து உலக அரசர்களின் நாயகம் ஆகிய சுலைமான் நபி வியந்தார். கிடைத்தற்கு அருமையும் விலைமதிப்பின்மையும் கருதி அவ் வயிரத்தை 'இப் பொருள்' என்றார்.

காண்டலும் - கண்டதும்; கடிது - விரைந்து; தந்திரம் - சூழ்ச்சி; முன் புகல் அவை - முன்னர் சொன்ன அவை; புரிந்து - செய்து; அம்புயம் - தாமரை; தாள் - பாதம்; தர்ப்பணம் - தருப்பணம், கண்ணாடி.

கொணர்ந்துறை சகுறுக் கோருறை யிடத்தைக்
குறித்தவ ணுறையெனக் கூறி
யிணங்கவாங் கேவி வயிரமீ துறையு
மிடமறி வீர்களோ வெனச்சின்
கணங்களை விளித்துக் கேட்கலுற் றனர்தங்
கண்களா னோக்கியா ராய்ந்து
மணங்கமழ் மரவப் புயநபி பதத்தை
வணங்கியே வாய்புதைத் தியம்பும் **(13)**

13. (2013) கிடைத்தற்கு அரிய வயிரத்தைக் கொண்டு வந்த சகுர சின்னுக்கு ஓர் இருப்பிடத்தைக் குறிப்பிட்டுக் காட்டி நீ அங்கே தங்கி இரு என்றார். இந்த வயிரம் உள்ள இடத்தை அறிவீர்களோ என்று இணக்கமான சொற்களால் சின் கூட்டங்களிடம் கேட்டார். தங்கள் கூட்டங்களுடன் உற்று நோக்கி ஆராய்ந்த சின்கள் மணங்கமழும் குங்கும மாலையைத் தோளில் அணிந்த நபியின் பாதம் பணிந்து வாய் புதைத்துச் சொல்லின.

உறைவிடம் - இருப்பிடம்; இணங்கு - இணக்கமான; ஆங்கு - அங்கு, சொல்; ஏவி - கட்டளையிட்டு; உறையும் - இருக்கும்; கணம் - குழு, கூட்டம்; மரவம் - குங்குமம்; இயம்பும் - சொல்லும்.

மன்றலங் கழனி மணியொடு விளையு
மகரிபு தேயத்திற் சாமூ
றென்றொரு நெடுவான் றொடுவரை யுளதவ்
விருவரைக் கெவர்களென் றாலுஞ்
சென்றிட லரிதா லதன்மிசை யுளதித்
தெளிகதிர் வயிரமென் றனநீ
ரின்றவண் புகுந்து கொடுவரு கெனவே
யேவினர் சின்கணஞ் சிலதை. **(14)**

14. (2014) மணம் கமழும் சோலைகளில் முத்தும் மணியும் விளையும் மகரிபு நாட்டில் சாமூர் என்று ஒரு நெடிய வானத்தை அளாவும் மலை உள்ளது. எவர் சென்றாலும் அம் மலைக்குச் சென்று சேர்தல் அரிது.தெளிந்து ஒளிவீசும் இவ் வயிரம் அம் மலையில் உள்ளது என்றன. நீங்கள் இன்றே அங்குச் சென்று இதைக் கொண்டு வாருங்கள் என்று சின் கூட்டங்களில் சிலவற்றை அனுப்பினார்.

மன்றல் - மணம்; கழனி - நன்செய், சோலை; வரை - மலை; எவர்கள் என்றாலும் - எவராயினும்; தெளிகதிர் - தெளிந்த ஒளி; அவண் - அங்கு; ஏவினர் - கட்டளை இட்டனுப்பினார்.

ஏவலுங் கடிதவ் வரையினிற் புகுந்தே
யெண்ணிலா நெடுங்கலை யெடுத்துத்
தாவறு சுமையிற் சுமந்துநன் னபிபொற்
றாளினிற் கொணர்ந்துவைத் தனகண்
டாவலற் றிடவுண் மகிழ்ந்ததி லனந்த
மாசினி களுமுனங் கொணர்ந்த

மாவயி ரமுமே சகுறசின் னதனை
வரவழைத் ததன்கரத் தளித்தார். (15)

15. (2015) கட்டளை இட்டதும் விரைந்து அம் மலைக்குச் சென்று அங்குள்ள வயிரங்களில் பெரிய வயிரங்களை அளவில்லாமல் எடுத்துக் குற்றம் இல்லாத சுமையாகக் கட்டிச் சுமந்து எடுத்து வந்து நபியின் காலடியில் வைத்தன. கண்டு ஆவல் தீர்ந்த மனம் மகிழ்ந்து, சகுர சின்னை வரவழைத்து, முன்னர் சகுர சின் கொண்டு வந்த மா வயிரத்தையும் அளவற்ற இவற்றையும் அதன் கையில் ஒப்படைத்தார். பளிங்கினால் பைத்துல் முக்கத்தீசு கட்டி எழுப்பும் விருப்பம் நிறைவேறும்படி பளிங்கு மலையைப் பிளக்கும் மா வயிரம் வந்ததைத் கண்டு மகிழ்ந்தார் ஆதலின் 'ஆவல் அற்றிட உள்ளம் மகிழ்ந்து' என்றார்.
பைத்துல் முக்கத்தீசு கட்டும் விருப்பம் - கட்ட வேண்டும் என்னும் ஆவல் நிறைவேறுதலை 'ஆவல் அறல்' எனக் குறித்தார்.

ஏலும் - கட்டளை இட்டதும்; கடிது - விரைந்து; வரை - மலை; நெடுமை - பெருமை; கலை - வயிரம்; தா - குற்றம்; அற - அற்ற, நீங்கிய; ஆசினி - வயிரம்.

அளித்துவெண் படிகம் பிளந்திவண் வரவெண்
றறைந்தன ரறைதலுங் கொணரும்
பளிக்கினி னெடுமை குறுமைவந் ததற்பின்
பணிசெயும் பழுதிலா விதமா
யொளிப்பருந் தூண்கல் பாவுகன் மதிற்கல்
லுயரமு மகலமுங் கனமுங்
கொளத்தக வகிர்வ திவளவென் றெழுதிக்
கொடுத்திடல் வேண்டுமென் றதுவே. (16)

16. (2016) கொடுத்து, இதனைக் கொண்டு வெண்பளிங்கு மலையைப் பிளந்து அதனை இங்குக் கொண்டுவர வேண்டும் என்றார். என்றதும் கொண்டுவர வேண்டும் பளிங்கின் நீளமும் அகலமும், வந்ததும் வேலை செய்வதற்குக் குறைவு ஏற்படாத விதமாய் வெளிப்பட நிறுத்தும் தூண்கல் பரப்பும் கல் மதிற்கல் ஆகியவற்றின் உயரமும் அகலமும் கனமும் இன்ன அளவில் பிளந்து எடுத்து வர வேண்டும் என்று குறித்துக் கொடுத்திடல் வேண்டும் என்றது.
வேலை செய்வதற்குத் தோதாக வெட்டி எடுக்க வேண்டிய கல்லின் நீள அகலம் கனம் இவ்வளவு என்று எழுதிக் கேட்டது.

படிகம் - பளிங்கு; அறைந்தனர் - அறிவித்தார்; ஒளிப்பரும் - ஒளிப்பதற்கு அரிதாகிய; பாவுகல் - வரிசையாகப் பரப்பும் கல்; கொளத்தக - கொள்ளத் தக்க;

கேட்குமவ் விதமே யெழுதியீந் தனரியான்
கீன்றிடும் படிகம தனைத்துங்
கோட்கொடு சுமந்து வருபவர் தமையுங்
கூட்டவேண் டுதுமெனப் பகர்ந்த
தாட்டிக துரிய சின்களின் மருளி
லடற்பெரும் பூதங்க ளினிலே
வாட்கர மகுடா திபர்க்கர சனந்தம்
வகைவகை தெரிந்துகூட் டினரே. (17)

17. (2017) அது கேட்டபடியே எழுதிக் கொடுத்தார். நான் அறுத்து எடுக்கும் பளிங்குக் கற்களைக் கருத்துடன் சுமந்து வருபவர்களையும் என்னுடன் கூட்டி அனுப்ப வேண்டும் என்றது. வல்லமை மிக்க சுமைஎருது போன்ற சின்களிலும் பிசாசுகளிலும் பெரிய பூதங்களிலும், கையில் வாளேந்திய முடிமன்னர் வகைவகையாகக் கூட்டினார்.

ஈந்தனர்; - அளித்தார்; கீன்றிடும் - கிழித்திடும், அறுத்தெடுக்கும்; படிகம் - பளிங்குக் கல்; கோள் - குணம்; கோட்கொடு - கருத்துடன்; பகர்ந்த - கூறியது; தாட்டிகம் - வல்லமை; துரியம் - பொதியெருது; மருள் - பிசாசு; மகுடாதிபர் - முடிமன்னர்.

கூடியித் திரளோ டடிபணிந் தெழுந்து
குடிலமீ தினிற்பறந் தேகி
நாடியெண் டிசையெவ் வெவையினுந் தனது
நயனங்கள் பரவவே நோக்கித்
தேடிய தாங்கோர் திசைநெடு வனத்திற்
சிவப்பினிற் கறுப்பில்வெண் மையினி
னீடிய பளிங்கு மலைகள்வான் றடவி
நிற்கக்கண் டகமகிழ்ந் ததுவே. (18)

18. (2018) இத் திரளுடன் கூடி அடிபணிந்து எழுந்து வானத்தில் பறந்தது. எட்டுத் திசைகளிலும் ஆங்குள்ள எவற்றிலும் தன்னுடைய பார்வை படும்படி நோக்கியவாறு பறந்து சென்றது. குறிப்புடன் தேடித் தேடிப் பறந்தது. இவ்வாறு தேடிப் பறந்து செல்லுகையில் ஆங்கோர் நெடிய காட்டில் சிவப்பிலும் கறுப்பிலும் வெண்மையிலும் நீண்டு உயர்ந்த பளிங்கு மலைகள் வானத்தைத் தடவிக்கொண்டு நிற்றல் கண்டு மகிழ்ந்தது.

குடிலம் - வானம்; நயனம் - கண், பார்வை; நெடுவனம் - நெடிய காடு, பெருங்காடு; நீடிய - நீண்ட.

சந்திரசூ ரியரின் கதிர்களு மிருளுந்
தனித்தனி வரையுருப் படைத்து
வந்துதோன் றுதல்போ லுறுநெடும் படிக
மலைகளைக் காண்டலு மிழிந்து
முந்தவாய்ந் திறையோ னபிவரைந் தளித்த
முறைப்படி பாவுகன் மதிற்கல்
லந்தமோங் கியதூண் வயிரத்தாற் கீறி
யளவற வகிர்ந்தெடுத் ததுவே. (19)

19. (2019) சந்திர சூரியனின் ஒளிக்கதிர்களும் இருளும் தனித்தனியே மலை உருவம் படைத்து வந்து கண் எதிரில் தோன்றுதல் போல் அமைந்துள்ள உயர்ந்த பளிங்கு மலைகளைக் கண்டதும் கீழே இறங்கியது. இறைவன் நபி முடிவாக ஆராய்ந்து எழுதி முன்னர் கொடுத்த அளவுகளின் படி பரப்பிடும் கல், மதிற்கல், ஓங்கி உயர்ந்த முடிவு உடைய தூண்கல் ஆகியவற்றை வயிரத்தால் கீறிப் பிளந்து அளவில்லாமல் வெட்டி எடுத்தது.

வரை - மலை; உருப்படைத்து - உருவம் படைத்து; உறு - உற்ற, இருக்கும்; நெடும் - நெடிய, உயர்ந்த; படிகமலை - பளிங்குமலை; காண்டலும் - கண்டதும்; இழிந்து - இறங்கி; முந்த - முன்னர்; பாவுகல் - பரப்பிடும் கல்; அந்தம் - முடிவு, முனை; அளவற - அளவில்லாமல்; வகிர்ந்து - கீறி, பிளந்து.

திருந்துறு பணியிற் பெயர்த்தகல் லனைத்துஞ்
சின்கள்சென் னியினுமை யிருட்போ
லிரும்பெரும் பூத மருள்கணச் சென்னி
யினுமெடுத் தடிக்கிவைத் தேற்றி
விரைந்துசென் றிடவென் றேவிய தெழுந்து
விண்ணிடைப் பறந்துகார்க் குலம்போற்
பரிந்துவந் தெழினன் னபிபகர் வெளியிற்
பண்பொடு கொணர்ந்துசேர்ந் தனவே. (20)

20. (2020) கைத்தொழில் அருமையுடன் பெயர்த்த கல் அனைத்தையும் சின்களின் தலையிலும் கரிய மையிருள்போல் இருக்கும் பெரிய பூதங்களின் தலையிலும் பிசாசுக் கூட்டத்தின் தலையிலும் எடுத்து அடுக்கி வைத்து ஏற்றி விரைந்து சென்றிட ஏவியது. எழுந்து வானத்தில் பறந்து மேகக் கூட்டம் போல் பரிவுடன் வந்து அழகு நபி சொன்ன வெளியில் பண்புடன் கொண்டு வந்து சேர்த்தன.

திருந்துறு பணி - திருத்தமான வேலை, தொழில் அருமை; சென்னி - தலை; மருள்கணம் - பிசாசுக்கூட்டம்; கார்க்குலம் - மேகக்கூட்டம்; பகர் - சொன்ன.

மூவகைப் படிகச் சிலையுஞ்சின் முதலா
மூவகை யினங்களுங் கொணர்ந்து
மாவகை மகுட பதிகணா யகஞ்சொல்
பைத்துல்முக் கத்திசேற் றியபின்
கூவகைப் பலவெற் புகள்கிடு கிடுக்குங்
கொடுங்குரற் சகுறுவா னுயர்ந்தே
பூவகைக் கமலப் பதமல ருழையிற்
புகுந்தது மகிழ்ச்சிபொங் கினரே. (21)

21. (2021) சின் பூதம் பிசாசு ஆகிய மூவகை இனங்களும் கறுப்பு சிவப்பு வெள்ளை ஆகிய மூவண்ணப் பளிங்குக் கற்களையும் பெருமிதம் மிகுந்த முடிமன்னர்களின் நாயகம் ஆகிய சுலைமான் நபி சொல்படி பைத்துல் முக்கத்தீசு வெளியில் ஏற்றியபின், குரலெடுத்துக் கூவிய அளவில் பற்பல மலைகளும் கிடுகிடுக்கும் கொடிய குரல் கொண்ட சகுர சின் வானத்தில் உயர்ந்து பூவகையிற் சிறந்த தாமரைப் பூ போன்ற பாத்தினை உடைய தாயிடம் வந்து நின்றது. அதைக் கண்டு மகிழ்ச்சி பொங்கினார்.

படிகச்சிலை - பளிங்குக்கல்; மா - பெருமை, பெருமிதம்; மகுடபதி - முடிமன்னர்; கூ - கூவுகை; வெற்பு - மலை; கமலம் - தாமரை; உழை - அருகு, இடம்.

நண்ணலுற் றதன்பின் னுதவுதா வூது
நபிபணி தொடங்கிய மதின்மேற்

றெண்ணில வொழுகு பளிங்கினை யடுக்கித்
திருந்துற வியற்றின ரியற்றிற்
கண்ணக மிகுறா ஜேணிய திறங்கு
கல்லின்மீ திடிந்துவீழ்ந் ததுகண்
டண்ணலங் கதனை முழுவதும் பிரித்தே
யறல்வரைக் ககழவே வினரே. **(22)**

22. (2022) இவ்வாறு பளிங்குக் கற்களும் சின்களும் பிற பணியாளர்களும் வந்து சேர்ந்தபின் பைத்துல் முக்கத்தீசு கட்டும் பணியைத் தொடங்கினார். தாவூது நபி தொடங்கி இறைவன் கட்டளைப்படி நிறுத்திய இடத்திலிருந்து வேலையைத் தொடங்கக் கருதி, அவர் எழுப்பிய மதில்மேல் தெளிந்த நிலவு ஒளி ஒழுகும் பளிங்குக் கற்களைத் திருத்தமுற அடுக்கி எழுப்பினார். அடுக்கும் போது, நபிகள் நாயகம் முகம்மது (சல்) அவர்கள் கண்ணும் மனமும் காண மிகுரா சுக்கு ஏறுவதற்கு உதவியாக இறக்கப்பட இருக்கும் மிகுராசு ஏணி இறக்கும் கல்லின் மீது இடிந்து வீழ்ந்தது. இதைக் கண்ட அரசர் நபி சுலைமான், அந்த பகுதியை முழுமையாகப் பிரித்து அடிமணல் பகுதிவரை தோண்டுமாறு பணித்தார். மிகுராசு என்பது நபிகள் நாயகம்(சல்) அவர்களின் வாழ்வில் நடந்த நிகழ்ச்சி. மக்காவில் உள்ள குபாவின் வளாகத்தில் இருந்து யெருசலம் நகரில் அமைந்துள்ள பைத்துல் மகத்தீசுக்கும் அங்கிருந்து வானங்களைக் கடந்து இறைவன் திருமுன் வரையும் ஓர் இரவில் அழைத்துச் செல்லப்பட்டார்கள். இது பற்றிய விவரம் வரலாற்று நூல்களிலும் திருக்குர்ஆனில் 17:1, 53:1-18 வசனங்களிலும் புகாரி ஹதீசுத் தொகுப்பிலும் விரிவாகக் காணலாம். பைத்துல் முக்கத்தீசில் இருந்து வானத்தில் ஏறுவதற்கு ஏணி இறக்கப்பட்டது. என்றும் அங்குள்ள ஒரு பாறைக்கல்லின் மீது ஏணி இறக்கப்பட்டது என்றும் குறிப்பிடுகிறார் புலவர். நபி தவூது (அலை) காலம் 1000 என்பர். 1600 ஆண்டுகளுக்குப் பின்னே நிகழ இருப்பதை முன்னரே குறிப்பிட்டுக் காட்டுகிறார். முஃதசிலக்காரர்களும் அவர்களைச் சார்ந்தவர்களும் மிகுராசு கனவு நிகழ்ச்சி என்பர். அதை மறுத்து ‘கண் அக மிகுராசு - கண்ணும் மனமும் காண நடந்த மிகுராசு’ என்று குறிப்பிடுகிறார் புலவர்.

நண்ணலும் - வந்து சேர்ந்ததும்; தெண்ணிலவு - தெளிந்த நிலவு ஒளி; இயற்றினர் - எழுப்பினர்; கண்ணக மிகுராசு - கண்ணும் மனமும் காண நிகழ்ந்த மிகுராசு பயணம்; அறல் - மணல்; அகழ - தோண்ட; ஏவினார் - கட்டளையிட்டார்.

அகழ்ந்தன ரறல்கள் பெருகுகண் ணடைத்தே
யடித்தளந் திடத்திலிட் டதன்மேற்
றிகழ்ந்தொளிர் கருமை செம்மைவெண் மையதாஞ்
சிலைகளை யணியணி யடுக்கி
மிகுந்தகுங் குமவெண் பசியசாந் தரைத்து
வியப்பவிட் டுயர்த்தியவ் வெயின்மேற்
பகிர்ந்திர ணியவெள் ளிகளுமே தரித்தொன்
பதுமணி களும்பதித் தனரே. **(23)**

23. (2023) தோண்டினர். நீர் உற்றுகள் பொங்கின. அவ் வூற்றுக் கண்களை அடைத்து அடித்தளத்தை உறுதியாக அமைத்தனர். அதன் மீது கருமை

செம்மை வெண்மையாகிய பளிங்குக் கற்களை விசை வரிசையாக அடுக்கி வெண்மையும் பசுமையும் கலந்த குங்குமச் சாந்து அரைத்து வைத்து மதிலை உயர்த்தி எழுப்பினர். அம் மதிலின் மேல் பொன்னும் வெள்ளியும் தரித்து அதில் ஒன்பது வகை இரத்தின மணிகளும் பதித்தனர்.

அகழ்ந்தனர் - தோண்டினர்; அறல் - நீர்; திடம் - உறுதி; சிலை - கல்; எயின் - மதில்; பகிர்ந்து - பங்கிட்டு; இரணியம் - பொன்.

பாவுமேற் றளமும் படிகத்தி லியற்றிப்
பசும்பொனிட் டதன்மிசை யணியாய்
மேவிய கருங்கங் குலின்பிளப் பனைத்தும்
விலகிவில் லுமிழ்மணி யழுத்தித்
தூவியம் படிகத் தினும்ஹகீக் கலினுந்
தூண்களோ ராயிர நிறுத்தி
யாவதி லதன்மீ தறுவகைத் தசும்பா
லமைத்தனர் பலபல தருவே. (24)

24. (2024) மேற்றளத்தைப் பளிங்கினால் பரப்பி அதன்மேல் பசும்பொன்னிட்டனர். அதன் மேல் வரிசையாக ஓரத்தில் கறுப்புக் கல் தம்பத்தின் மீது இடம்விட்டு ஒளி உமிழும் இரத்தினக் கற்கள் பதித்தனர். தூய பளிங்குக் கல்லினாலும் அக்கி கல்லினாலும் ஓராயிரம் தூண்கள் நிறுத்தினர். அவற்றின் மீது ஆறு வகையான பொன்னாலும் பலவகை மரங்கள் அமைத்தனர்.அலங்காரத்திற்காக இன்று நெகிழத்தால் (plastic) மரம் முதலிய போற்செய்தல் போல் அன்று பொன்னாற் செய்தனர் போலும்.

பாவுமேற்றளம் - பரப்பிய மேற்றளம்; கருங்கங்குல் பிழம்பு - உறுதி மிக்க இருண்ட தூண்; பிழம்பு - தம்பம்; கருமை - வலிமை, ; வில் - ஒளி; தூவியம் - தூஇயம், தூய; அக்கீக் கல் - இரத்தினக் கல்லில் ஒருவகை; தசும்பு - பொன்; தரு - மரம்.

சிலதரு வதன்மீ தாத்தம்வெள் ளியினாற்
றிரிகையின் கொடிபடர்ந் திடல்போ
லிலகியோங் கவுஞ்செய் திதுவிதப் பணியோ
டியற்றலாந் திருப்பணி யெவையு
நலனுற வியற்ற நான்குபங் கமைத்து
நரர்க்கொன்று சின்குலத் திரட்கொன்
றுலவிய சைத்தான் பூதங்க டமக்கொவ்
வொன்றதா யுதவியே வினரே. (25)

25. (2025) சில மரங்களின் மீது பொன்னாலும் வெள்ளியினாலும் திராட்சைக் கொடி படர்ந்திருப்பது போல் அமைத்தனர். இவ்வாறு கலைத்திறன் மிக்க வேலைப்பாடுகள் இலங்க இயற்றலாகும் திருப்பணி நல்லபடி நிறைவேறும் பொருட்டு நான்கு பங்காகப் பிரித்தார். அவற்றை மனிதர்களுக்கு ஒரு பகுதியும் திரண்ட சின்குலத்திற்கு ஒரு பகுதியும் உலவும் சைத்தான்களுக்கு ஒரு பகுதியும் பூதங்களுக்கு ஒரு பகுதியும் ஆக ஒதுக்கி ஒப்படைத்தார்.

ஆத்தம் - ஆத்தானம், கோபுரம்; திரிகை - திராட்சை; நரர் - மனிதர்

அருளுரைப் படியே சின்களு நரரு
மலகையும் பூதமுந் திரண்டு
விரைவொடு மொருகூ றினுக்கொரு கூறு
வேலையில் வியப்பிழி விலதாய்
மருவிய சிலைகள் பொருத்திடந் தெரியா
வகையதாய்க் கொடிதழை மலர்காய்
தருவமைத் தலிற்பின் னமைத்தவர் தமக்கே
சரதமாய்த் தோன்றவாழ்த் தினரே. (26)

26. (2026) இவ்வாறு கட்டளை இட்டபடியே சின்களும் மனிதரும் பிசாசுகளும் பூதங்களும் திரண்டு விரைந்தும் ஒருபகுதிக்கு ஒரு பகுதி வேலைப்பாட்டிலும் வியக்கத்தக்க அழகிலும் தாழ்வில்லாததாய் கற்கள் பொருத்தப்பட்ட இடம் தெரியாததாய் கொடி தழை மலர் காய் மரம் அமைந்ததாய்க் கட்டி முடித்தனர். இவ்வாறு அழகுற அமைத்தவர்களை உண்மையாய் வாழ்த்தினார் அரசர் நபி.

நரர் - மனிதர்; அலகை - பிசாசு; கூறு - பகுதி; இழிவிலதாய் - தாழ்வு இல்லாததாய்; மருவிய - பொருந்திய; சரதம் - உண்மை; சரதமாய்த் தோன்ற - நீடு வாழ.

பைத்துல் முக்கத்தீசுப் படல முற்றிற்று.
படலம் 39 -க்கு - திருவிருத்தம் - 2026

40. சகுறசின் கூட்டம் ஈமான் கொண்ட படலம்

படலச்செய்தி

பைத்துல் முக்கத்தீசு கட்டி முடிக்கப்படதும் நபியிடம் வந்தது சகுரசின். நான் தங்களிடம் வந்து நெடுநாள்கள் ஆயின. என் மனைவியும் மகளும் உறவினர்களும் குடிமக்களும் நான் திரும்பாததனால் எனக்கு ஏதும் இடர் நேர்ந்ததோ என் அஞ்சித் தேடி வாடுவர். அன்றியும் நான் ஒருத்தன் மட்டும் இசுலாத்தில் இணைந்து மீட்சிபெற அவர்கள் எல்லாம் குபிரில் இருப்பது குற்றமாகும். அவர்களும் ஈமான் கொள்ள வேண்டும். அதற்கு அவர்கள் இங்கே வரவேண்டும். அனுமதி கொடுத்தால் நான் போய் அழைத்து வருவேன் என்றது. அனுமதி கொடுத்தார். தன் தீவுக்கு விரைந்து சென்றது. அரச சின் திரும்பியதைக் கண்டதும் போன உயிர் திரும்பியது போல் மகிழ்ந்தன தீவுச் சின்கள். அமைச்சுச் சின் வந்து முக்கி மோந்து தழுவி எங்குச் சென்றீர் என்று வினவியது. நீர் பருகச் சென்றது முதல் எல்லா நடப்புகளையும் விவரமாகக் கூறியது சகுர சின். முடிவில் ‘இனக்குபிர் ஒழித்து இசுலாம் வழி ஈமான் கொள்ளும் அந் நெறி வேண்டுவ தின்றோ’ என வினவியது. அச் சின்கள் எல்லாம் ‘உமதுளப்படியே வள்ளல்பொற் பதத்தில் ஒருப்பட புகுந்து மருவுவோம் தீனில்’ என்றன. மறுநாள் பறையறைந்து தெருத்தோறும் இச் செய்தி அறிவிக்கப்பட்டது. சின் குலங்கள் எல்லாம் திரண்டு வந்தன. யாவரும் புறப்பட்டனர். இச் செய்தியை நபியிடம் அறிவித்தது காற்று. நபி மகிழ்ந்து, வரும் கூட்டம் அவரவர் தகுதிக்கேற்பத் தங்குவதற்கும் உணவுக்கும் உரிய ஏற்பாடுகள் செய்தார்.

பறந்து வந்த சின்கள் ஷாம் நகர் அடைந்ததும் நாங்கள் தங்கும் இடம் யாவை எனக் கேட்டுத் தூதனுப்பின. வரவேற்புக் குழுவை அனுப்பினார் நபி. அக் குழு சென்று சகுர சின் கூட்டத்தை வரவேற்று மாளிகைகளில் இருத்தி அறுசுவை உணவு ஆக்கிப் படைத்தது. உண்டு மகிழ்ந்தபின் யாவரும் நபியிடம் வந்தனர். அரசி சகுரு தவிர மற்ற யாவரும் கலிமா மொழிந்து ஈமான் கொண்டு தம் இருப்பிடம் திரும்பினர். இதன்பின்னர் இன்னும் எவரும் உளரோ என்று நபி கேட்க, அமைச்சின் மனைவியும் மகளும் என் மனைவியும் மகளும் உள்ளனர் என்றது சகுரு. அவர்களையும் அழைத்து வா என்றார். அவர்கள் மிகுநாண் உடையவர்கள். இரவானதும் வருவர். அவர்கள் வந்து போகும் வரை ஆடவர் எவரும் வெளியில் வரக்கூடாது என்று கட்டளை இட வேண்டும் என்று கேட்டுக் கொண்டது. அவ்வாறே பறையறைந்து அறிவிக்கப்பட்டது. தம் அருகில் இருந்தவர்களையும் அனுப்பிவிட்டுத் தனியே அரியணையில் இருந்தார். அவர்கள் வருவர் என்று கூறி சகுரும் இருப்பிடத்திற்குத் திரும்பியது. முதலில் அமைச்சின் மனைவியும் மகளும் வந்தனர். கலிமா ஓதி ஈமான் கொண்டு திரும்பினர். இதன் பின்னர் சகுர சின்னின் மனைவியும் மகளும் திரைச்சீலைகளால் மூடப்பட்ட தனித்தனிப் பல்லக்குகளில் வந்தனர். முதலில் தாய் பல்லக்கிலிருந்து இறங்கி வந்து ஈமான் கொண்டு நின்றாள். பின்னர் வலிய சமால் எனப் பெயர் கொண்ட மகள் பல்லக்கில் இருந்து இறங்கினாள். பணிவாக இறங்கி வந்து இறைவன் கலிமா ஓதி ஈமான் கொண்டு அருகில் கைகட்டி நின்றாள். அன்று அமாவாசை இரவு. அவள் மேனியின் அழகு ஒளி பாய்ந்து நகரைப் பகல் போல் துலக்கியது. அவ் வொளியைக் காண முயன்றவர்களின் கண்கள் மழுங்கின. இதனைக் கண்டு வியந்த ஊர் மக்கள் விடிந்ததும் நபியிடம் கேட்போம் என்று வீடடங்கி இருந்தனர். அவள் அழகைக் கண்ட நபியும் தடுமாறினார். மையல் கொண்டார். இத்தகைய பேரழகைத் தம்முடைய மனைவியரும் காணட்டும் என்று அவர்களிடம் அனுப்பினார். அவர்களும் அவளைக் கண்டு மயங்கினர். உயரிய பரிசில்கள் கொடுத்து நபியிடம் அனுப்பினர். அனுப்பும் போது நீ இங்கிருக்கும் வரை உன் காட்சி எங்களுக்குக் கிட்டுமாறு அருள்கூர்தல் வேண்டும் என்று வேண்டி அனுப்பினர். வந்த அவளையும் அவள் தாயையும் அமைச்சின் மனைவியையும் மகளையும் அவரரவர் இருப்பிடங்களுக்கு அனுப்பி வைத்தார். மறுநாள் விடிந்தபின் சின்னின் அமைச்சை அழைத்து உங்கள் அரசின் மகள் கன்னியா மணமானவளா என வினவினார். கன்னி என்றது அமைச்சுச் சின். அவளை நான் மணக்க வேண்டும். ஏற்பாடு செய் என்றார். ஆகட்டும் என்று சென்றது.

ஊர் மக்கள் வந்தனர். புதுமை உள்ளது என்றனர். சூரியனும் நிலவும் ஒரு சேர வந்தது போன்ற ஒளி இரவு வந்தது. பார்த்தவர் கண்களையும் மழுக்கியது. ஆடவர் வெளிப்படக் கூடாது என்ற ஆணை இருந்ததால் இரவு கழிந்து பகலில் வந்தோம் என்றனர். சகுர சின்னின் மகள் வந்ததால் வந்த அவள் மேனி ஒளி அது என்றார். புதுமை என்று வியந்து சென்றனர்.

சகுர சின்னிடம் சென்ற அமைச்சுச் சின் நபியின் விருப்பத்தை தெரிவித்தது. அதைக் கேட்டதும் விரைந்து நபியிடம் வந்த சகுர சின் நான் தங்கள் அடிமை. என் மனைவி மகள் சுற்றமும் அடிமை. நான் அயலான்

ஆகுமாறு தூது அனுப்பியதேன்? என்று கேட்டு வருந்தி நின்றது. விருப்பம் போல் செய்க என்றது.

சகுரு கூறியதைக் கேட்டதும் சிந்திக்கலானார். இவளை நாம் மணம் புரிந்தால் அனைவரையும் தீனின்பால் அழைக்கிறார்; வருபவரின் அழகிய பெண்களை மணக்கிறார் என்று உலகம் பழிக்கும், தீன் வளர்ச்சிக்கு இஃது இடையூறாகும் என்று நினத்து, தம் மையலை அவித்தார். சகுரிடம் உம் மகள் எனக்கும் மகளே என்றார். சகுரு திடுக்கிட்டது. என் மீது குறையோ? மகளிடம் குற்றம் உள்ளதோ? எனக் கேட்டது. தம் நினைவைக் கூறி நீ உன் மகளை மனித இனத்தில் கொடு என்றார். என் தீவிற்கு மனிதர்கள் வரமாட்டார்களே என்றது. மகளை ஓவியம் வரைந்து என்னிடம் கொடு. பொருத்தமான ஆடவன் வந்தால் நான் அனுப்பி வைக்கிறேன் என்றார். அவ்வாறே செய்தது.

இப் படலத்தில் சகுர சின்னின் மகள் வலிய சமாலை இருபது பாட்டுகளில் புனைந்து பாடுகிறார். அடிமுடி (பாதாகி கேச) வண்ணனையாக அமைந்த அப் பாட்டுகள் புலவருக்கு இருந்த புராண கற்பனை வேட்கையைப் புலப்படுத்துகின்றன. வியப்பும் மருட்சி (பிரமிப்பு) யும் ஊட்டுகின்றனவே அன்றி உணர்ந்து திளைக்கும்படி இல்லை. இது காலச் செல்வாக்குப் போலும்!

அழைப்புப் பணியில் ஈடுபட்டிருப்பவர்களுக்கு ஏற்படக் கூடிய தடுமாற்றத்தை அரசர் நபி சுலைமான் (அலை) மீது பாடுகிறார் (52-70). தஅவாப் பணியாளர்க்கு இருக்க வேண்டிய மன உறுதியையும் இப் பகுதியில் காட்சிப்படுத்திக் காட்டுகிறார்.

நான் தங்கள் அடிமை. மனைவி மக்களும் அடிமைகள். உறவும் சுற்றமும் அடிமைகள் என்று பணியும் சகுர சின்னுக்கு 'உன் மகள் நமக்கும் மகளே' என்ற உடன்பிறப்பு (சகோதரத்துவ) உறவு உணர்வு உணர்ந்து போற்றத் தக்கது.

40. சகுறசின் கூட்டம் ஈமான் கொண்ட படலம்

எழுசீர்க் கழிநெடிலடி யாசிரிய விருத்தம்

வயங்கொள்சின் முதலா நால்வகைக் குலமும்
பைத்துல்முக் கத்திசு குயிற்றிப்
புயங்கொளும் விசய மகுடபூ பதிகள்
போற்றுபொற் பதமலர்த் தருவே
நியங்கொளுஞ் சுருதி நெறிமுறை வழுவா
நிலையொரு கோல்புரி யரசே
வியங்கொளு நபியே யடிமைசொற் கேட்க
வேண்டுமென் றிசைத்திடுஞ் சகுறே. (1)

1. (2027) வலிமை கொண்ட சின் முதலிய நல்வகைக் குலமும் கொண்டு பைத்தில் முக்கத்தீசுப் பள்ளி எழுப்பிய வெற்றி விளைத்த, மணிமுடி

வேந்தர்களாகிய உதவியாளர்கள் போற்றும் மலர் போன்ற பொற்பாதம் உடைய தேவதாரு போன்றவரே! முறைமைப் படுத்தும் வேத நெறிமுறை தவறாத நிலையான ஒற்றைக்கோல் கொண்டு உலகாளும் அரசே! பெருமையை அணிகலனாகக் கொண்ட நபியே! இவ் வடிமையின் சொற்களைக் கேட்டருளல் வேண்டும் என்று கூறியது சகுர சின்.

வயம் - வலிமை; குயிற்றி - செய்து; புயங்கொளல் - உதவிகொளல்; விசயம் - வெற்றி; தரு - தேவதாரு; நியம் - நியமம்; சுருதி - வேதம்; ஒருகோல் - தனிச் செங்கோல்; வியம் - பெருமை.

அடிமைவந் துமது சரணபங் கயங்சேர்ந்
தாயது மிகுபக லதனா
லுடலியிர்க் கணவி யுதவுசந் ததிகூ
முறவினர் முதலுளோ ரெவருங்
குடிகளு மிதுமட் டீண்டுவந் திலதாற்
குறித்தகன் றிடுமிடத் தினிலெவ்
விடறுவந் தனவோ வெனமனங் கலங்கி
யிரங்கியே தேடிவா டுவரால். (2)

2. (2028) அடிமை உங்கள் பாததாமரை சேர்ந்து பலநாள்கள் ஆயின. அதனால் உடலுயிர்த் துணைவியாகிய மனைவியும் பெற்ற மக்களும் உறவினர் முதலியோரும் குடிமக்களும், இங்குத் திரும்பி வராததனால் குறிப்பிட்டுச்சென்ற இடத்தில் என்ன இடர் வந்ததோ?' என்று மனம் கலங்கி வருந்தித் தேடி வாடுவர்.

சரணம் - பாதம்; பங்கயம் - தாமரை; மிகுபகல் - பலநாள்; உதவுசந்ததி - பெற்ற மக்கள்; ஈண்டு - இங்கு; இடறு - இடறுதல், இடர்; இரங்கி - அழுது, வருந்தி.

இன்றியுந் தமியே னொருவனும் பதவி
யினிலுயர் கதியிசு லாமாய்த்
துன்றியென் றனைச்சூ முறவினர் முதலாய்த்
தோன்றுவ ரெவர்களுங் குபிராய்
நின்றிடல் பழுதக் குபிரவர் மனத்தை
நீங்கியீ மான்கொள வேண்டு
மன்றலம் பதஞ்சேர்ந் தடிமையீ மான்கொள்
வகையின மறிந்தில ரவரே. (3)

3. (2029) அன்றியும், நான் ஒருவன் மட்டும், பதவியில் உயர்ந்தது ஆகிய இசுலாமில் ஆகி, என்னைச் சூழ்ந்த நெருங்கிய உறவினராய்ப் பிறந்த அனைவரும் இறைமறுப்பாகிய குபிரில் இருப்பது குற்றமாகும். அவர்கள் உள்ளத்தில் உள்ள அக் குபிர் நீங்கி ஈமான் கொள்ளவேண்டும் தங்கள் மலர்ப்பாதம் சேர்ந்து அடிமையாகிய நான் ஈமான் கொண்ட உண்மையையும் அவர்கள் இன்னும் அறியவில்லை.

தமியேன் - தனியனாகிய நான்; தமியன் - தனியன், ஒருவன்; கதி - பதவி; துன்றி - நெருங்கி; தோன்றுவர் - பிறந்தவர்; பழுது - குற்றம்; மன்றல் அம், மன்றலம் - மணம்; வகை - வகை, உண்மை; இனம் - இன்னும்.

கவலுமன் னவரு மிகுகண மாறாங்
கடனடுத் தீவில்வை குவதாற்
றவநிலைப் பொருளுந் திருமொழி கொடுக்கிற்
சார்ந்தியான் வழிப்படல் சாற்றி
யவர்மன முழுது மிணக்கியும் முழையி
னழைத்துவந் திடுவனீ மான்கொண்
டுவமையில் கதிபெற் றிடுவரே வுதல்வேண்
டுதுமென வுரைத்திறைஞ் சியதே. **(4)**

4. (2030) நான் கூறிய அந்த என் மனைவி, மக்கள் முதலிய உறவினர் ஆகிய பெரிய கூட்டம் ஆறாம் கடல் நடுவில் உள்ள தீவில் வாழ்கிறது. ஆதலால், இறையொருமைப் பொருளாம் உமது திருமொழிக் கட்டளை அளித்தால், நான் போய், நான் தங்களுக்கு வழிப்பட்ட விவரத்தை அவர்களிடம் சொல்லி அவர்களின் மனங்கள் முற்றிலும் இணங்குமாறு செய்து தங்களிடம் அழைத்து வந்திடுவேன். அவர்கள் ஈமான் கொண்டு உவமை இல்லாத உயர் பதவி பெற்றிடுவர். அதற்கு என்னை அனுப்பவேண்டும் என்று சொல்லிப் பணிந்தது. நபியின் சொல்லே நேர்வழியும் அவர் சொல்லுக்குச் செவி கொடுத்து இணங்கு வதே இறை வணக்கமும் ஆம். எவன் தூதருக்கு வழிப்படுகின்றானோ அவன், நிச்சயமாக அல்லாஹ்வுக்கே வழிப்பட்டான் (திருக்குர்ஆன் 4:80) என்னும் திருக்குர்ஆன் கருத்தைத் தழுவி ‘தவநிலைப் பொருள் உம் திருமொழி’ என் றார். தவநிலை - இறையொருமை உணர்வு நிலையும் இறைவணக்கமும்.

கவலும் - சொல்லும்; மிகுகணம் - மிகுதியான கூட்டம், பெரிய கூட்டம்; வைகுவதால் - வாழ்வதனால்; தவம் - இறையொருமை உணர்வு நிலை, இறைவணக்க உணர்வு; சார்ந்து - சேர்ந்து; சாற்றி - சொல்லி; இணக்கி - இணங்கச் செய்து; உம்முழை - உம்மிடம்; கதி - பதவி; ஏவுதல் - அனுமதிக் கட்டளை; இறைஞ்சியது - பணிந்தது.

வகுத்திறைஞ் சலுந்தம் முளத்தினிற் பொருந்தி
மகிழ்ந்துவல் லவன்கலி மாவை
யகத்தினின் மறவா துறையறன் வழுவா
தாய்ந்தொழு கெனவிவை முதலாய்த்
தொகுத்தபுந் திகள்பற் பலதுறைத் துனது
சூழ்கணங் களையழைத் தெய்திப்
புகுத்துநல் வழிமுன் போலிருந் தரசு
புரியவண் புகுந்தெனப் புகன்றார். **(5)**

5. (2031) இவ்வாறு விரிவாகப் பணிந்து உரைத்ததும், அது நியாயம் எனத் தம் உள்ளத்தில் பொருந்திக்கொண்டார். மகிழ்ச்சியும் கொண்டார். வல்லவன் ஆகிய இறைவன் கலிமாவை மறவாது மனத்தில் இருத்தி வாழ். அறநெறிகள் தவறாது ஆராய்ந்து ஒழுகு என்று கூறி அது முதலாய அறிவுரைகள் பற்பலவும் தொகுத்து உரைத்து, உன்னுடைய உறவுக் கூட்டத்தை அழைத்து வந்து நல்வழியாகிய இசுலாத்தில் புகுத்து. பின்னர் அங்கே சென்று முன்போல் அரசு நடத்து என்றார்.

வகுத்து - விவரித்து; பொருத்த - பொருத்தம் கொண்டு; அறன் - அறநெறி, ஷரீஅத்; வழுவாது - தவறாது; ஆய்ந்து - ஆராய்ந்து; புந்தி - அறிவுரை; சூழ்கணம் - சூழ்ந்திருக்கும் கூட்டம், உறவுக்கூட்டம்; எய்தி -அடைந்து; அவண் - அங்கு,ஆறாம் கடல்நடுத்தீவு; புகன்றார் - சொன்னார்.

விடைகொடுத் திடலும் பதமலர் வணங்கி
மீண்டெழுந் திறைசலாம் விளம்பிப்
புடையினி லொதுங்கி நடந்தகன் றதன்மேற்
பொருவறு விரைவொடு பறந்து
தடையிலித் தனைநாள் வரைக்குநம் மரசு
சாரந்திடா விடரென்கொ லெனவுள்
ளுடைதுயர் பெருகா றாங்கட னடுத்தீ
வுளகணங் காண்கவெய் தியதே. **(6)**

6. (2032) விடை கொடுத்ததும் மலர் போன்ற அவர் பாதத்தில் பணிந்து மீண்டும் எழுந்து சலாம் சொல்லி ஒரு பக்கமாக ஒதுங்கி நடந்து சென்று அப்பால் இணையற்ற விரைவுடன் பறந்து சென்றது. பறந்து சென்று, இத்தனை நாள் வரைக்கும் நம் அரசர் திரும்பி வராத கரணம் யாதோ? எத் தகைய தடையினால் வரமுடிய வில்லையோ? எத்தகைய இடர் நேர்ந்ததோ' என்று உள்ளம் உடைந்து துன்பம் பெருகி ஆறாம் கடல் நடுத்தீவில் நின்ற கூட்டத் தார் காணும்படி சென்றுசேர்ந்தது. இறை சலாம் - இறைவன் கற்றுக்கொடுத்த முகமன் வாழ்த்து. அஃது 'அஸ்ஸலாமு அலைக்கும் என்பதாகும். இதன் பொருள் 'இறைவன் உமக்கு அமைதி அருள்க'. தன் அடியார்களுக் கென்று இறைவன் கற்றுக் கொடுத்த முகமன் வாழ்த்து ஆதலின் 'இறைசலாம்' என்றார்.

விடை - மறுமொழி, அனுமதி; இறைசலாம் - இறைவன் கற்றுக் கொடுத்த அமைதி வாழ்த்து 'அஸ் ஸலாமு அலைக்கும்' என்பது; விளம்பி - சொல்லி; புடை - பக்கம்; பொருவறு - இணையற்ற, நிகரில்லாத; சார்ந்திடா - சேர்ந்திடாத; இடறு - இடர், ஆபத்து; எய்தியது - அடைந்தது.

அரசுவந் திடக்காண் டலுங்கணந் தமதுள்
ளாவிகள் போய்வரு வதுபோற்
பெருகிய மகிழ்வுற் றிறுகுறத் தழுவிப்
பெயர்ந்துசூழ்ந் தனசில சிலசின்
கரமிரண் டையுமோந் தனசில சிலசின்
கண்ணில்வைத் தனசில சிலசின்
பரிவுற வுபைய பதங்களைத் துதித்துப்
பணிந்துநின் றனசில சிலசின். **(7)**

7. (2033) தமது அரசர் வந்திடக் கண்டதும் தங்களுடைய உயிர் திரும்பிவந்து போல் மகிழ்ந்தது அச் சகுர சின் கூட்டம். பெருகிய மகிழ்ச்சியால் தங்கள் உயிர் நீங்கி மீண்டு வருவது போல் இறுகத் தழுவின. தழுவி விலகிச் சூழ்ந்து நின்றன சில சின்கள். கைகள் இரண்டையும் முத்தமிட்டு மோந்தன சில சின்கள். கைகளைக் கண்களில் ஒற்றிக்கொண்டன சில சின்கள். இரண்டு கால்களையும் பணிந்து புகழ்ந்து நின்றன சில சின்கள்.

தகுதி மிக்க பெரியோர்களைச் சந்திக்கும் போது அவர்களுக்குச் சலாம் சொல்லுவதும் அவர்களை இறுகத் தழுவுவதும் அவர்கள் கைகளை முத்தமிடுவதும் கண்களில் ஒற்றிக்கொள்வதும் முஸ்லிம்களின் மரபொழுக்கம். இதை முசாபகா, முஆனக்கா என்பர். இப் பண்பாட்டு வழக்கைச் சகுர சின்கள் மீது ஏற்றிப் பாடுகிறார் புலவர். இறுகத் தழுவியதனால், பிரிந்ததைப் 'பெயர்ந்து' என்றார்.

காண்டலும் - கண்டதும்; கணம் - கூட்டம், சின் கூட்டம்; ஆவி - உயிர்; இறுகுற -இறுக்கமாக, இறுக; பெயர்ந்து - பேர்ந்து, விலகி; கரம் - கை; மோந்ன - முகர்ந்தன; உபயம் - இரண்டு; துதித்து - புகழ்ந்து.

கதிக்குமன் பொடுமிவ் வகைநிகழ் போது
கணமெலாஞ் சூழ்தரக் கால
மதிக்குமந் திரியு மருகுற விருப்ப
மகிழ்வுட னிருந்ததங் கதன்மேற்
றுதிக்குஞ்சின் னரசர் புனைமணி முடியே
தொடர்ந்தெம்மீ தருள்பொழி முகிலே
பதிக்கிது வரைக்கும் புகுந்திடா தகன்றெப்
பாலுற்ற தென்றதவ் வமைச்சே. (8)

8. (2034) மிகுந்த அன்புடன் இவ்வாறெல்லாம் நடக்கும் போது சின் கூட்டங்கள் எல்லாம் சூழ்ந்திருக்க காலத்தை மதித்து அறிந்து கடமை ஆற்றும் அமைச்சரும் அருகில் இருக்க மகிழ்ச்சியுடன் இருந்தது சகுர சின். அப்போது சின்னரசர்கள் போற்றிப் புகழும் தலையில் சூடும் மணிமுடி போன்றவரே! தொடர்ந்து எங்கள் மீது அருள்மழை பொழியும் மேகமே! நம் நாட்டிற்கு இதுவரை திரும்பிவாராது எங்குச் சென்றீர்கள் என்று கேட்டது அமைச்சுச் சின். கருவியும் காலமும் செய்கையும் செய்யும் அருவினையும் மாண்டது அமைச்சு (குறள்: 63) என்பர் ஆதலின் 'காலமதிக்கும் மந்திரி என்றார். அருள் பொழிதல் - செங்கோல் நிழற்றல்' கொடை அளி செங்கோல் குடியோம்பல் நான்கும் உடையானாம் வேந்தர்க்கு ஒளி (குறள்: 390) என்பார் குறளார்.

கதிக்கும் - மிகுக்கும்; அருகுற - அருகில் இருக்க; பதி - நாடு; எப்பால் - எங்கு.

வினவலு முதகம் பருகச்சென் றதுவு
மிகுவலிச் சின்களத் தடத்திற்
கனவெறிப் பொருள்கள் கலந்திருந் ததுந்தான்
கருத்தினி லாய்ந்தகன் றதுவும்
பினுமதிற் புகுந்து பருகியே மயக்கம்
பெருகிடப் பிடித்துவீக் கியது
மனையதோர் மிதவை யினிலெடுத் தேற்றி
யதிவிரை வொடுகொண்டே கியதும். (9)

9. (2035) கேட்டதும் , நீர் பருகச் சென்றதையும் வலிமை மிகுந்த சின்கள் அக் குளத்தில் மிகுந்த போதை தரும் பொருள்களை கலந்திருந்ததையும் அதை அறிந்து ஆராய்ந்து நீர் பருகாது நீங்கியதையும் வேறு இடங்களில் நீர் கிடைக்காததனால் பின்னும் அங்கே சென்று போதை கலந்த நீரையே

பருகியதையும் அதனால் மயங்கிச் சாய்ந்த தன்னைப் பிடித்துக் கட்டியதையும் ஒரு மிதப்பினில் ஏற்றி மிக்க விரைவுடன் கொண்டு சென்றடைந்ததையும்

வினவலும் - கேட்டதும்; உதகம் - நீர்; மிகுவலி - மிக்க வலிமை; தடத்தில் - குளத்தில்; ஆய்ந்து - ஆராய்ந்து; அகன்றது - நீங்கியது; பினும் - பின்னும்; வீக்கியது - கட்டியது; அனையதோர் - அன்னதோர்; மிதவை - தெப்பம், மிதப்பு; ஏகியதும் - சென்றதும்.

நகர்தெரி வழியில் வெறிதெளிந் ததுவு
நாடியோர் தரமுத றிடுகா
லகல்வலைத் தொடர்கள் பொடிப்பொடித் துணுக்கா
யகன்றதுஞ் சூழ்ந்தசின் கணத்தை
மிகுசினத் துடனே தொடர்ந்தது நபிபால்
விரைவிற்போய்ப் பறந்துவீழ்ந் ததுவும்
பகருமவ் வுழைப்போயத் துரத்தமோ திரமும்
பற்றுசெங் கோலுங்காட் டியதும். **(10)**

10. (2036) வழியில் நகரம் தெரியும் தொலைவில் போதை தெளிந்ததையும் முயன்று ஒரு காலை உதறியதும் அகன்ற வலையும் சங்கிலியும் சிறுசிறு துண்டுகளாகத் தெறித்து வீழ்ந்ததையும் சூழ்ந்திருந்த சின் கூட்டத்தை மிகுந்த சினத்துடன் துரத்திச் சென்றதையும் விரைந்து பறந்து சென்று நபியின்முன் விழுந்ததையும் தானும் அங்குத் துரத்திச் சென்றதையும் முத்திரை மோதிரத்தையும் அசாவையும் அவர் காட்டியதையும்

வெறி - போதை; அகல் வலை - அகலமான வலை; தொடர்கள் - சங்கிலி; பகரும் - சொல்லும்; உழை - இடம்; அவ்வுழை -அவ்விடம், அங்கு.

உடனதை விழியிற் காண்டலு நடுங்கா
வுடனடுங் கயதுமுள் வெருவி
மடலவிழ் கமல மலர்ப்பதத் திழிந்து
வணங்கலு முரைநடந் ததுவுந்
திடனொடு கலிமாப் பகர்ந்தது மிறையோன்
றிருப்பணிப் பள்ளிக்காய்ப் பளிங்கு
நெடுமலை துருவிக் கிடைத்ததும் வகிர்ந்து
நிகழ்த்துமத் தலம்புகுத் ததுவும். **(11)**

11. (2037) அதைக் கண்களால் கண்டதும் நடுங்காத தன்னுடைய உடல் நடங்கியதையும் உள்ளம் அஞ்சி அவருடைய மடல் அவிழும் தாமரைப் பாதத்தில் வீழ்ந்து வணங்கியதையும் இருவர்க்கும் இடையில் நடந்த உரையாடல்களையும் உறுதியுடன் கலிமா ஓதியதையும் இறைவனின் திருப்பணியாகிய பள்ளி கட்டுவதற்கு உயர்ந்த பளிங்குமலை தேடியதையும் அது கிடைத்ததும் பிளந்து எடுத்துப் பள்ளி கட்டும் இடத்திற்கு வந்ததையும்

வெருவி - அஞ்சி; கமலம் - தாமரை; இழிந்து - விழுந்து; பகர்ந்ததும் - சொன்னதும்; துருவி - தேடி; வகிர்ந்து - பிளந்து; நிகழ்த்தும் - சொல்லும்.

பள்ளிசெய் திடலும் வகைவகை முழுதும்
பகர்ந்தது கணமெலாஞ் செவிக்கொண்
டுள்ளக மகிழ்வுற் றெமதுளக் குபிரு
மொழித்திசு லாம்வழி யீமான்
கொள்ளுமந் நெறிவேண் டுவதின்றோ வெனவே
கூறிய துமதுளப் படியே
வள்ளல்பொற் பதத்தி லொருப்படப் புகுந்து
மருவுவோந் தீனிலென் றனவே. (12

12. (2038) பள்ளி கட்டியதையும் விரிவாக முழுதும் சொன்னது. சின் கூட்டம் எல்லாம் கேட்டு உள்ளம் மகிழ்ந்து எங்கள் உள்ளக் குபிரும் ஒழிந்து இசுலாம் ஆகும் வழியாக ஈமான் கொள்ளும் அந் நெறி சேர வேண்டுவ தில்லையோ என்று கூறின. உங்கள் விருப்பப்படியே எல்லாரும் ஒன்றாக வள்ளல் நபியிடம் சென்று அவர் பொற்பாதத் தடியில் தீன் இசுலாத்தில் சேர்வோம் என்றது.

வகைவகை - விரிவாக; பகர்ந்தது - சொன்னது; செவிக்கொண்டு - கேட்டு; ஒருப்பட ஒன்றாக; மருவுவோம் - சேர்வோம்.

சகுறுரைத் திடவக் குழுவுடல் பூரித்
தனவமைச் சொடுமவை யவைகள்
புகுமிடம் புகுந்து மடவிய ரெவர்க்கும்
புகலவெண் மடங்கக மகிழ்ந்தா
ரிகலயி லரசு தனதுகா தலிக்கு
மிருவிழிப் புதல்விக்கு மியம்ப
மிகவுமன் பிருத்தி நபிபத மலராம்
விகசிதாம் புயந்தியா னித்தார். (13)

13. (2039) சகுர சின் இவ்வாறு சொன்னதும் அக் கூட்டத்தினர் உடல் பூரித்தனர். அமைச்சருடன் மற்றமற்ற சின்கள் எல்லாம் தத்தம் வீடுகளுக்குச் சென்று மனைவிமார் யாவர்க்கும் சொல்ல அவர்களும் எட்டு மடங்கு மகிழ்ந்தனர். இச் செய்தியைத் தனது காதல் மனைவிக்கும் இரு கண்கள் நிகரான மகளுக்கும் இயம்பினார் வீரவேல் ஏந்திய ஆசு. அவர்கள் மிக்க அன்பு கொண்டு நபியின் பாதமாகிய மலர்ந்த தாமரையை நினைவுகூர்ந்தனர்.

நபியின் மலர்ப்பதம் தியானிதார் - நபியை நினைத்தார். இப் பாட்டில் குறிப்பிடப் பட்டிருக்கும் வீரவேல் ஏந்திய ஆசு என்பவர் யார் என்ற விளக்கம் இல்லை. ஆதலால் சகுர சின் கூட்டத்தில் ஒருவர் என்று கருதலாம்.

புகுமிடம் - வீடு; மடவியர் - பெண்கள், மனைவியர்; புகல - சொல்ல; இகல் - பகை, போர்; அயில் - லேல், வீரவேல்; காதலி - காதல் மனைவி; இயம்ப - சொல்ல; அன்பிருத்தி - அன்புகொண்டு; விகசிதம் - மலர்ச்சி; அம்புயம் - தாமரை; விகசிதாம்புயம் - மலர்ந்த தாமரை; தியானித்தார் - நினைவு கூர்ந்தார்.

அன்றுபோய் மறுநாட் சகுறுதன் மணிச்சிங்
காசன மீதில்வந் திருந்து

குன்றுபோன் முலையார் புருடர்கள் சிறுவ
ரனைவருங் கூண்டுநன் னபிபாற்
சென்றிடப் புகுமி னெனப்பறை யறைந்து
தெருத்தொறு மியம்புகப் பணிப்பத்
துன்றியங் கறையக் கணமெலாந் திரண்டு
சூழ்ந்தன வேந்தல்பா லினிலே. **(14)**

14. (2040) அன்று கழிந்த மறுநாள் சகுரசின் தன்னுடைய மணி பதித்த அரியணை மீது வந்து அமர்ந்து, மலைபோன்ற முலையுடைய பெண்டிர் ஆடவர் சிறுவர் ஆகிய அனைவரும் சேர்ந்து நபியிடம் சென்றிட வந்து கூடுங்கள் என்று தெருத்தோறும் பறை அறைந்து அறிவியுங்கள் என்று கட்டளை இட்டது. அவ்வாறே நெருங்கிப் பறை அறையச் சின் கூட்டங்கள் எல்லாம் அரச சின்னிடம் திரண்டு வந்து சூழ்ந்தன.

மணிச் சிங்காசனம் - மணிகள் பதித்த அரியணை. அழகிய அரியணையுமாம்; முலையார் - பெண்கள்; புருடர் - ஆண்கள்; கூண்டு - கூடி; இயம்புதல் - அறிவித்தல்; பறையறைய - பறை அறைந்து அறிவிக்க.

கணமெலாந் திரண்டு சகுறுடன் வருதல்
காற்றதி விரைவொடு புகுந்து
மணமெலாங் குடிகொள் புயநபி யுழையில்
வகுத்தது வகுத்தலுஞ் சின்கள்
குணமெலாந் தெரிந்த வயவரை யழைத்துக்
கூறின ரரசுக்கு மெவைக்குஞ்
சுணமெலாங் கமழ்மா ளிகையமைத் துணவாம்
பொருளெலாந் துருவியே செறித்தார். **(15)**

15. (2041) சின் கூட்டமெல்லாம் திரண்டு சகுர சின்னுடன் வருவதை நறுமணம் குடிகொண்டிருக்கும் தோளுடைய நபியிடம் விரைந்து சென்று அறிவித்தது காற்று. அறிவித்ததும், சின்கள் குண இயல்புகள் தெரிந்த வீரர்களை அழைத்துக் கூறினார். அவர்கள் அரச சின்னுக்கும் மற்ற சின்களுக்கும் தங்குவதற்குச் சாந்தெல்லாம் மணம் கமழும் மாளிகைகள் தயார் செய்தனர். உணவுப் ஒருள்களைத் தேடிதேடிக் கொண்டுவந்து நிறைத்தனர்.

உழையில் - இடத்தில்; வகுத்தது - அறிவித்தது; வயவர் - வீரர்; சுணம் - சுண்ணம், சாந்து; துருவு - தேடி; செறித்தார் - நிறைத்தார்.

அண்ணலிங் கிதுசெய் திருந்திடச் சகுறு
மமைச்சுக்கா தலிபுதல் வியரும்
பெண்ணொடு பலசின் கணங்களுந் தாரண்டு
பெருகுமத் தீவைவிட் டெழுந்து
விண்ணிடைப் பறந்து திருநகர்ச் சாமின்
மேவியா வருமிவண் புகுந்தே
நண்ணியா முறையு மிடமெவை யெனவே
நபிக்கொரு தூதனுப் பினரே. **(16)**

16. (2042) அரசர் நபி இவற்றைச் செய்திட்ட அதே நேரம் சகுரும் அமைச்சும் காதல் மனைவியும் பெண் மக்களும் பெண்ணொடு பலப்பல சின் கூட்டங்களும் திரண்டு பெரிய அத் தீவை விட்டெழுந்து வானத்தில் பறந்து திருநகர் சாமை அடைந்தன. நாங்கள் தங்கும் இடம் எது' என்று கேட்டு நபிக்கு ஒரு தூது அனுப்பின.

அண்ணல் - அரசர்; காதலி - மனைவி; மேவி - சேர்ந்து; இவண் - இங்கு; புகுந்தோம் - வந்துள்ளோம்; நண்ணி - சேர்ந்து; உறையுமிடம் - தங்குமிடம்.

தூதவந் துரைப்ப முனமமைத் திருக்குஞ்
சுடர்மணித் தொகுதிமா ளிகையின்
மீதுவந் திருப்ப விருத்துக வெனவே
விண்டுசின் சிலதரை விடுத்தா
ரோதுமவ் வளவு விரைவினிற் புகுந்தங்
குளசகு றையும்வரு கணங்க
ளியாதையு மனைக டொறுந்தொறு மிருத்தி
யீங்குமீண் டிசைத்தன நபிபால். (17)

17. (2043) தூது வந்து சொன்னதும் முன்னரே ஏற்பாடு செய்திருந்த ஒளிவீசும் அழகு மாளிகைகளில் இருக்குமாறு அமர்த்துக என்று சொல்லி, சின்களில் சில கூட்டங்களைத் தரையில் இறக்கிவிட்டார். அவை விரைந்து வந்து அங்குள்ள சகுரையும் உடன் வந்த கூட்டங்கள் யாவையும் மாளிகைதோறும் அமர்த்திவிட்டு இங்குத் திரும்பி வந்து நபியிடம் விவரம் கூறின.

தொகுதி - வரிசை; விண்டு - சொல்லி; இசைத்தன் - கூறின.

இயம்பலு மனைக டொறுமமு தடுசின்
னினங்களிற் சிலதையங் கேவி
வியன்பெறு மணமோ ரறுசுவைக் கறிவிண்
ணவருமற் புதங்கொளச் சமைத்து
நயம்பெற விருந்திட் டருள்கவென் றனரந்
நாழிகை யினிற்புகுந் தமைத்துப்
புயம்பெறு மதுகைச் சகுறுட னெவைக்கும்
புரிந்தன மகிழ்ந்தன பொசித்தே. (18)

18. (2044) கூறியதும், மனைகள் தோறும் உணவு சமைக்கும் சின்களை அனுப்பி மனம் வியப்படையும்படி அறுசுவைக் கறி வானவரும் உண்டு அற்புதம் என்று சொல்லுமாறு சமைத்து விருந்து இட்டருளுங்கள் என்றார். அதே நொடியில் அடுக்களையில் புகுந்து சமைத்து தோள் வலிமை மிக்க சகருடன் மற்றுள்ள கூட்டங்களுக்கும் அளித்தன. அவை உண்டு மகிழ்ந்தன.

இயம்பலும் - சொல்லவும், அமுது அடுசின் - உணவு சமைக்கும் சின், சமையற்கார சின்; ஏவி - அனுப்பி; வியன் பெறும் மனம் - மனம் வியப்பு அடையும்படி; புயம் பெறு மதுகை - வலிமை பெற்ற தோள்.

அளவற முகம னுரைசொலுஞ் சுவையு
மன்னத்திற் கறியினிற் சுவையுங்

கொளவிணை யிலதாய் மனத்தினின் மகிழ்ச்சி
கூர்வது மிணையிலா தோங்கிப்
புளகநல் கியமே னியிலரம் பையர்வாழ்
புரியினுங் கமழ்தரு தயில
களபசந் தனமுந் தரித்துமென் மலர்ப்பூங்
கண்ணியுந் தரிக்கலுற் றனரே. (19)

19. (2045) அளவில்லாத வாழ்த்துரை சொல்லும் சுவையும் சோற்றின் சுவையும் கறியின் சுவையும் உண்டு மனத்தில் நிகரில்லா மகிழ்ச்சி கூர்வதும் இணை யில்லாது ஓங்கி பூரிப்பு நல்கிய மேனியில் ஹூரிகள் வாழும் சொர்க்கத்தை விட மணம் கமழும் தயிலமும் சந்தனக் குழம்பும் பூசி மென்மையான மலர்ப் பூங்கண்ணியும் தரித்துக் கொண்டனர்.

அளவறு - அளவில்லாத; முகமன் - வாழத்து, அஃது அஸ் ஸலாமு அலைக்கும் என்பது; அன்னம் - சோறு; கூர்வதும் - மிகுவதும்; புளகம் - பூரித்தல், சிலிர்த்தல்; அரம்பையர் - சொர்க்கப்பெண்டிர், ஹூரிகள்; களபம் - கலவைக் குழம்பு; தரித்தல் - அணிதல்.

விருந்திது விதஞ்செய் தருளிய வதன்மேல்
விரிந்தபூ தரப்புய சகுறும்
பொருந்தத னமைச்சுந் தமதுகா தலிகள்
புதல்விக டவிரமற் றுளதாம்
வரும்பெருங் கணங்க ளெவையையு மழைத்து
வள்ளனன் னபியுழை யணுகித்
திருந்துமன் புவகைக் கடல்கரை புரளத்
திருவடி யிறைஞ்சிநின் றனவே. (20)

20. (2046) இவ்வாறு விருந்து அருந்தியபின் மலைபோல விரிந்த மார்புடைய சகுறும் அமைச்சும் தன் மனைவியர் பெண்மக்கள் தவிர மற்றுள்ள உடன்வந்த பெருங் கூட்டங்கள் யாவையும் பொருத்தமுற அழைத்துக்கொண்டு வள்ளல் நபியிடம் நெருங்கி வந்து திருந்திய அன்பும் உவகையும் ஆகிய கடல் கரை புரளத் தம் மனைவியரையும் பெண் மக்களையும் தவிர மற்ற யாவரையும் அழைத்து வந்தன. திருவடி பணிந்து நின்றன.

பூதரம் - மலை; புயம் - தோள்; காதலிகள் - மனைவியர் ; உழை - இடம்; அணுகி - நெருங்கி; உவகை - மகிழ்ச்சி.

இறைஞ்சிநின் றிடலுங் கருணையா னோக்கி
யெவைகட்கு முறைவிட மீந்து
நிறங்கிளர் வயிரப் புயநபி கலிமா
நிகழ்த்துமி னென்றுமுன் னுரைப்ப
வுறைந்தமந் திரியும் பெண்களாண் களுமா
யுடன்வரு சின்களியா வதுமே
யறைந்தக வுறுதி பெருகியீ மான்கொண்
டரியநற் பலன்படைத் தனவே. (21)

21. (2047) இறைஞ்சி நின்றதும் கருணைக் கண்களால் நோக்கி, வந்திருக்கும் யாவருக்கும் தகுதிக்குத் தக்க முறையான இடளீளித்து, கலிமாச் சொல்லுங்கள் என்று சொல்லி முன் உரைத்தார் நபி. அங்கு வந்திருந்த அமைச்சும் பெண்க ளும் ஆண்களுமாக உடன் வந்த சின்கள் யாவும் அக் கலிமாவை வழிமொழிந்து மனஉறுதி பெருகி ஈமான் கொண்டு இம்மை மறுமைகளின் அரிய நற்பலன்க ளைப் பெற்றனர்.

சகுர சின் முன்னரே தனியே ஈமான் கொண்டதனால் இப்போது தன்னுடைய கூட்டத்தோடு சேர்ந்து ஈமான் கொள்ளவில்லை.

உறையிடம் - இருக்கை; நிகழ்த்துமின் - சொல்லுங்கள்; முன்னே உரைப்ப - முன்னே சொல்ல; உறைந்த - இருந்த; அறைந்து - சொல்லி; அகவுறுதி - மனவுறுதி; அரிய - நற்பலன் - இம்மை மறுமைப் பலன்கள்; படைத்தனர் - பெற்றனர்.

உடையவன் கலிமாப் பகர்ந்துபொற் பதத்தி
லுறைந்திடச் சிலகடி கையின்மேற்
கடைநெடு வடிவேற் கண்ணிய ரொடுசூழ்
கணமதற் கருள்விடை கொடுப்பப்
புடையுள சகுறோ டெழுந்துதஞ் சார்பிற்
புகுந்தன புகுந்திருந் ததற்பி
னடையவிங் கெவரு மிருமென விருத்தி
யமைச்சொடு மெழுந்தது சகுறே. (22)

22. (2048) இறைவன் கலிமா மொழிந்து நபியின் பொன்னடி அருகிற் சிறிது நேரம் இருந்தபின் நீண்ட வடிவேல் போன்ற கண்ணும் கூர்த்த கடைவிழிப் பார்வையும் உடைய பெண்களோடு சூழ்ந்திருக்கும் கூட்டத்திற்கு அருள்விடை கொடுக்க, அருகில் உள்ள சகுருடன் எழுந்து தங்கள் இருப்பிடத்திற்குச் சென்று சேர்ந்தன. சேர்ந்து அங்கிருந்தபின் எல்லாரும் இங்கேயே இருங்கள் என்று சொல்லி அமைச்சுடன் எழுந்து சென்றது சகுர சின்.

உடையவன் - இறைவன்; பகர்ந்து - சொல்லி; கடிகை - நொடி, நாழிகை; புடை - அருகு; சார்பு - இருப்பிடம்.

பதம்புகுந் திடலு நிறைந்துவாழ் கருணைப்
பார்வையா னோக்கியீ மான்கொண்
டிதம்புகு மிசுலாத் தினில்வரு பலர்க
ளின்றியின் னமுமுள ரோவென்
றதம்புகு குபிர்மாற் றிடுநபி கேட்ப
வமைச்சுபுத் திரிதுணை வியுமென்
விதம்புகு மொழுக்கத் துணைவிபுத் திரியு
முளரென விரித்தது வேந்தே. (23)

23. (2049) எழுந்து சென்ற சகுரும் அமைச்சும் நேராக நபியிடம் வந்தன. வந்து பாத சரண் புகுந்ததும் நிறைந்த கருணைப் பார்வையில் நோக்கி, நன்மையில் புகுத்தும் இசுலாத்தில் வந்த பலரை அன்றி இன்னமும் வேறு யாரும் உளரோ என்று, தாழ்வில் ஆழ்ந்திடும் குபிரை மாற்றிடும் நபிகேட்க,

அமைச்சின் மகளும் மனைவியும் என்னைச் சார்ந்து என்னைப் போலவே ஒழுகும் என் மனைவியும் மகளும் உள்ளனர் என்று விவரித்தது அரச சின்.

பதம் - பதவி, காலடி; இதம் - நன்மை; அதம் - தாழ்வு; துணைவி - மனைவி; புத்திரி - மகள்; விதம் - வகை; வேந்து - அரசு.

இன்னவர் களுமீ மான்கொள வழைத்திங்
கெய்துநம் முழையென விசைத்தா
ரன்னவர் மிகுநா ணுடையரின் றிரவா
யதன்பினும் முழைவரச் செய்வோம்
பொன்னடி மலரில் வந்துபோ மளவும்
புருடர்கள் வெளிவரா திருப்பத்
துன்னருள் புரிய வேண்டுமென் றுரைத்துத்
துதித்தது தோன்றலு மமைச்சும். **(24)**

24. (2050) இன்னவர்களும் ஈமான் கொள்ளுமாறு நம்மிடம் அழைத்து வா என்று கூறினார். அவர்கள் மிகுந்த நாணம் உடையவர்கள். இன்று இரவானபின் உங்களிடம் வரச்செய்வோம். அவர்கள், தங்களுடைய பொற்பாத மலர் அடிக்கு வந்து போகும் அளவும் ஆடவர் யாரும் வெளியில் வாராதிருக்க ஆணையிட்டருளல் வேண்டும் என்று கூறிப் புகழ்ந்து நின்றன அரசும் அமைச்சும். அவர்கள் பிற ஆடவரைக் காணவும் நாணுவர் போலும். இக் காலத்தில் எங்கே போய்த் தேடுவது அத் தகையவர்களை?

எய்து - சேர், அடை; உழை - இடம்; இசைத்தார் - சொன்னார்; புருடர் - ஆடவர்; தோன்றல் - அரசு

திருவுளம் பொருந்தி நலனென வுரைத்துத்
தெருத்தொறும் புருடரின் றிரவு
வரவொணா தடங்கப் பறையிட வெனவே
வகுத்தன ரேவலோர் முடித்தார்
கருதிய சகுறிங் கனுப்புவ மெனவே
கமலமென் பதம்பணிந் தகன்ற
தருகிலியா வரையு மகற்றியே தனிச்சிங்
காசனத் திருந்தன ரண்ணல். **(25)**

25. (2051) அதைச் சரி என்று மனம் பொருந்தி நல்லது என்றார். இன்றிரவு எந்த ஆடவரும் தெருவிற்கு வாராது வீடடங்க வேண்டும் என்று பறையறிவிக்கக் கட்டளையிட்டார். ஏவலர் அவ்வாறே செய்து முடித்தனர். அவர்களை இங்கே அனுப்புவோம் என்று தாமரைப் பதம் பணிந்து சொல்லிச் சென்றது சகுரு. அருகில் இருந்தவர் யாவரையும் அகற்றித் தனியே அரியணையில் இருந்தார் அரசர் நபி.

வகுத்தனர் - கட்டளை இட்டார்; ஏவலோர் - பணியாளர்; அண்ணல் - அரசர்.

இவ்வகை புரிந்து நபிதனித் திருப்ப
வியல்பெலா முணரமைச் சேவச்

செவ்விய வவன்கா தலியுங்கண் மணியாஞ்
சிறுமியு மகிழ்வுட னணுகி
யொவ்விய கலிமா நிகழ்த்தியீ மான்கொண்
டுபையதாண் மலர்துதித் துற்றார்
வெவ்விய வலிச்சின் னதிபதி சகுறு
விழிமணி மகளெழின் மொழிவாம். **(26)**

26. (2052) இவ்வாறு செய்து தனித்திருக்க, இயல்பறிந்த அமைச்சன் ஏவ செம்மையான அவன் காதல் மனைவியும் கண்மணியாம் மகளும் மகிழ்ச்சியுடன் வந்து ஒப்பிய கலிமா ஓதி ஈமான் கொண்டு இரு பாத மலர் பணிந்து திரும்பினர். கடுமையான வலிமை கொண்ட சின்னரசு ஆன சகுரின் கண்மணியான மகளின் அழகைச் சொல்வோம்.

இயல்பு - இயற்கை, தன்மை; ஏவ - அனுப்ப; செவ்வியம் - செம்மையான; அணுகி - நெருங்கி; ஒவ்விய - பொருந்திய, ஒப்பிய; உபயம் - இரண்டு; உற்றார் - நீங்கினார்; வெவ்விய - வெம்மையான, கடுமையான; வலி - வலிமை; அதிபதி - அரசு; எழில் - அழகு.

கார்க்குல பயங்கொண் டலறச்சை வலங்கள்
கடலிடை யொளிப்பமை யிருளு
மேற்கதிர் புகிந்து மிரவிருந் தகல
மினுமினுப் பறலுதை படச்செய்
தேற்கமற் றெவையு மிணையற நெருங்கி
யெழுந்துநின் றகிலும்பன் னீரு
நாற்குல மலருந் தகரமும் புழுகு
நானமுங் கமழ்கருங் குழலாள். **(27)**

27. (2053) மேகக் கூட்டங்கள் கண்டு அஞ்சி அலற, கடற்பாசிகள் கடலின் அடியில் ஒளிந்துகொள்ள, மையிருள் சூரியனுக்குள் புகுந்து கொண்டு இரவில் இருந்து நீங்க, மினுமினுக்கும் கடலின் நெளிதிரை உதைபட்டு ஏற்க இவை நான்கும் ஒன்றாக நெருங்கி ஒன்றாகத் திரண்டு எழுந்து நின்று, அகிலும் பன்னீரும் நால்வகை மலர்களும் மயிர்ச் சாந்தும் புனுகும் கத்தூரியும் கமழும் கரிய கூந்தலாள்.

கருமேகம் கடற்பாசி இரவின் இருள் மினுமினுக்கும் நெளிதிரை ஆகிய நான்கும் ஓருருவாகத் திரண்டெழுந்த கூந்தல். அதில் அகில் பன்னீர் நால்வகை மலர்கள் மயிர்ச்சாந்து புனுகு கத்தூரி ஆகியவை மணக்கின்றன.

நாற்குல மலர் - கொடிப்பூ கோட்டுப்பூ, நீர்ப்பூ, நிலப்பூ; கார்க்குலம் - மேகக் கூட்டம்; சைவலம் - பாசி; மையிருள் - கறுப்பு மைபோல் அடர்ந்த இருள்; அகல - நீங்க; அறல் - கடலின் நெளிதிரை; இணையற - மற்றொன்று நிகர் என்று இல்லாத படி நெருங்கி ஒன்றாகி; அகில் - நறுமணப் புகை எழுப்பும் கட்டை; தகரம் - பெண்கள் கூந்தலுக்குப் பூசும் நறுமணச்சாந்து; புழுகு - புனுகு; நானம் - கத்தூரி.

உமிழ்சுட ரமுத நிலவுகான் றொழுகி
யொளிரிளம் பிறையிரு தலையுஞ்

சமனறக் கோண லிவணுதற் கிணையாத்
தமியனியா னெனுமுதா ரணமா
நிமிர்தரற் கரிய சிலைகளி னுருவாய்
நீலவொண் கிரணமே வியதோ
கமழ்தரு முருவப் பசியகொம் பனையாள்
கருங்கடை நெடுங்கொடும் புருவம். (28)

28. (2054) சுடர் உமிழும் அமுத ஒளி கக்கி ஒழுகி ஒளிரும் இளம்பிறை இரு தலையும் நேராக இராமல் வளைந்திருப்பது, இவளுடைய நெற்றிக்கு இணை யாக நானிருக்கிறேன் என்று சொல்வதற்கு உதாரணமாக உள்ளது. நிமிர்ந்து நில்லாத வில்லின் உருவாய் நீல ஒளிக்கதிர் சேர்ந்ததோ, நறுமணம் கமழும் பசிய கொம்பு போன்றவளின் கடையோரம் கருத்த நெடிய வளைந்த புருவம்? அமுத ஒளி ஒழுகும் பிறையானது இவள் நெற்றிக்கு இணையாக நான் இருக்கிறேன் என்பது போல் உள்ளது. நிமிர்தல் இல்லாது வளைந்தே இருக்கும் வில்லின் உருவாய் நீல ஒளிக்கதிர் சேர்ந்ததோ நறுமணம் கமழும் உருவப் பசுக்கொம்பு போன்றவளின் கருத்து நீண்டு வளைந்த புருவம்?

நிலவு - ஒளி; கான்று - கக்கி; சமனற - நேர்படல் இல்லாமல்; நுதல் - நெற்றி; தமியன் - தனித்தவன், ஒருவன்; உதாரணம் - உவமை, எடுத்துக்காட்டு; நிமிர்தரற்கு அரிய - நிமிர்தல் இயலாத; சிலை - வில்; ஒண் - ஒளி; கரணம் - கதிர்; மேவியதோ - சேர்ந்ததோ; கரை - ஓரம்; கொடும்புருவம் - வளைந்த புருவம்.

வெள்ளமுங் கணையும் பிணையும்வாள் வலையு
மென்குவ ளையுஞ்சுரும் பினமு
மள்ளமுந் தயிலுங் கயலுமா வடுவு
மமுதபார் வையும்விடப் பார்வைக்
கள்ளமுந் திரண்டு குடங்கையி னகன்று
காதளா விப்பெரி யவர்க
ளுள்ளமுங் கவர்ந்து நீண்டுசெவ் வரிசே
ருவமைசெப் பரியபார் வையினாள். (29)

29. (2055) கடல் நீலமும் அம்பும் மானும் வாளும் வலையும் மென்மையான குவளை மலரும் வண்டும் வீரர் ஏந்தும் வேலும் மீனும் மாவடுவும் அமுதப் பார்வையும் நச்சுப் பார்வையும் கள்ளமும் உள்ளங் கையை விட அகன்றும் காதளவு நீண்டும் பெரியோர் எனப்படுவோரின் உள்ளங்களையும் கவர்ந்திழுக்கும் நீண்டு செவ்வரி படர்ந்த உவமை சொல்ல முடியாத பார்வையுடையாள். மாதர் கண்களுக்கு உவமையாகப் பயன்படுத்தும் எல்லாச் சொற்களையும் பயன்படுத்தியுள்ளார். வேறு எப் புலவரும் ஒரே பாட்டில் மாதர் கண்ணுக்கு இத்தனை உவமைகளை அடுக்கியதில்லை. வெள்ளம் - கடல், நீல நிறத்திற்கும் ஆழங்காண முடியாத் தன்மைக்கும் உவமை.

கணை - அம்பு, பாய்ந்து தாக்கி நோவினை செய்தற்கு உவமை; பிணை - மான், மருண்ட நோக்கிற்கு உவமை; வாள் - வடிவிற்கும் கொலைத் தொழிலுக்கும் உவமை; வலை - மீனைப் பிடித்து இழுப்பது போல் ஆளைப் பிடித்து இழுத்துப் போடுவதற்கு உவமை; மென்குவளை - குளிர்ந்த பார்வைக்கும் வடிவு அழகிற்கும்

உவமை; சுரும்பு - வண்டு, படபடத்துப் பறத்தலுக்கும் கருவிழிக்கும் உவமை; மள்ளமுந்து அயில் - மள்ளர் கையில் உள்ள வேல், கூர்மைக்கு உவமை; மள்ளம் - வலிமை; கயல் - வடிவிற்கும் பிறழ்ச்சிக்கும் உவமை; மாவடு - வெட்டிப் பிளந்த மாவடு கண்ணுக்கு உவமை; அமுதப் பார்வை - காதலுற்றார் உயிர் தளிர்க்கச் செய்தலுக்கு உவமை; விடப்பார்வை - கிடைக்கப் பெறாதாரின் உயிரைக் கொல்வதற்கு உவமை; கள்ளம் - யான் நோக்கும் காலை நிலன் நோக்கும் நோக்காக்கால் தான் நோக்கி மெல்ல நகும். அச்செயலுக்கு உவமை; குடங்கை - உள்ளங்கை; காதளாவுதல் - காதுவரை நீண்டிருத்தல்; செவ்வரி - மாதர் கண்களில் படரும் சிவந்த கோடு; செப்பரிய - சொல்லமுடியாத.

மனுவலி குழைக்கு மயல்கனெவ் வெவையு
மஞ்சிக வடிவெடுத் துவந்து
வினவிநோக் கிடவந் திடிலதை யகல
விடுவதற் றாட்டூஞ சலுமாஞ்
சினவயில் விழிகள் புகுந்துமீள் வழியாஞ்
செவியினள் பார்வைவா ளிகட்குத்
தனியொரு குமிழ மலரினை நடுவிற்
சாத்திய தென்னுநா சியினாள். **(30)**

30. (2056) மனித வலிமைகள் நெகிழ்ந்து தளரச் செய்யும் மையல் அனைத்தும் கொடி வடிவம் கொண்டு கண்காண வந்தால் அதை அகல விடாமல் ஆட்டும் ஊஞ்சலாகும் சீற்றங்கொண்ட வேல் போன்ற கண்கள். அக் கண்கள் புகுந்து மீளும் வழியாக அமைந்த காதுகள் உடையவள். பார்வை அம்புகளுக்குத் தனியொரு குவிந்த மலரினை நடுவில் வைத்தது என்று சொல்லும்படி அமைந்த மூக்கு உடையவள். மனித வலிமையைக் குலைக்கும் மையல்கள் மயக்கங்கள். காமம் போல்வன. அவை யாவும் மஞ்சிக வடிவு கொண்டு வந்தன. வந்த அதனை அப்பால் இப்பால் அகலவிடாமல் ஊஞ்சலாட்டும் விழிகள். ஏனெனில் அம் மையல்களின் தொகுதியையும் மையல் கொள்ளச் செய்பவை இவள் கண்கள். அத்துணை மையலூட்டும் அழகு! அக் கண்கள் புகுந்து திரும்பும் வழியே காது. அஃதாவது காது அளவு பரந்த நெடுவிழிகள் உடையாள். அதைக் காண மையலுறுவார் எறியும் பார்வை அம்புகளைத் தடுக்கவே வைத்தது போன்ற குமிழ் மலர் மூக்கு.

மனு - மனிதர்; வலி - லலிமை; குமைக்கும் - நெகிழச் செய்யும், குலைக்கும்; மயல் - மையல், மையல் ஊட்டக் கூடிய யாவும்; மஞ்சிகம் - தாளிக்கொடி, கொடி; வினவி - கேட்டு; நோக்கிட - காண; அகல விடுவது அற்று - அகல விடுதல் இல்லாமல்; ஊசல் - ஊஞ்சல்; சினம் - சீற்றம்; அயில் - ஈட்டி,வேல்; செவி - காது; வாளி - அம்பு; குமிழ மலர் - குவிந்த மலர்.

தொண்டைவீ ழிகள்போற் கனிந்தபின் னனுங்கா
துவரெனக் கடிதுறா வாம்பல்
விண்டல ரிலவு முருக்கென வுலரா
விரும்புகா தலனுயிர் வளரப்

பண்டுல ருடம்பு பூரிப்ப மகிழ்ச்சி
படர்தர வெதுவெதுப் பிருப்பத்
தண்டரு மமுத முதவியாய்ந் தவர்முத்
தமிழினுஞ் சிவந்தமெல் லிதழாள். (31)

31. (2057) கோவைப் பழங்கள் போல் கனிந்தபின் ஆடாத பவளம் என்று சொல்லும்படியான மென்மையான செவ்வல்லி; மலர்ந்தபின் காய்ந்துவிடும் முருங்கைப் பூப்போல் அல்லாமல் வெடித்து மலர்ந்த இலவு; விரும்புகின்ற காதலனின் உயர்வளரும் படியும் பழைய மெலிந்த உடம்பு பூரிக்கும் படியும் மகிழ்ச்சி பொங்கும்படியும் அமைந்துள்ள வெதுவெதுப்பான சூடு அமைந்து தோய்ந்து ஆராய்ந்தவர்க்கு குளிர்ந்த அமுதச் சுவை நல்கும் முத்தமிழை விடச் சிவந்ததான செவ்விய இதழ்.

கோவைப்பழம் கனிந்தபின் அழகுவிடும் ஆதலின் அவ்வாறு ஆகாத இதழ் எனக் குறிக்கத் 'தொண்டை விழிகள் போல் கனிந்தபின் அனுங்கா' என்றார், நிறம் குறிக்கத் 'துவர்' என்றார். மென்மையும் குளிர்மையும் குறிக்கக் 'கடிது உறா ஆம்பல்' என்றார் கடிது உறா - வன்மை அடையாத, எதிர்மறைப்பொருள். பெண்ணின் இதழுக்கு வெடித்த இலவங்காயை உவமை கூறியிருப்பது புதுமையாக உள்ளது. முருங்கைப்பூ உலர்ந்து விடும் ஆதலின் அவ்வாறு உலர்தல் இல்லாத வெடித்த இலவு என்றார். விரும்பும் காதல் உயிர் தளிர்க்கவும் மெலிந்த உடல் பூரித்துப் பருக்கவும் மகிழ்ச்சி பொங்கவும் உதவும் வெதுவெதுப்பான இளஞ்சூடு. தோய்ந்து ஆய்ந்தவர்க்கு அமுதாகும் முத்தமிழ் போன்ற செவ்விய இதழ். அது வழங்கும் உமிழ்நீர் குளிர்ந்தது, அமுதம் போன்றது என்றார். 'பாலொடு தேன்கலந்தற்றே பனிமொழி வாலெயி றூறிய நீர்' என்பார் குறளார். குளிர்மையும் அமுதச் சுவையும் முத்தமிழுக்கு உவமை ஆகின்றன. 'தமிழுக்கும் அமுதென்று பேர்' என்றார் பாரதிதாசன்.

தொண்டை வீழி - கோவைப்பழம்; அனுங்கா - அழுகாத; துவர் - பவளம்; கடிது உறா - கடுமை எய்தாத; ஆம்பல் - செவ்வல்லி; விண்டு அலர் இலவு - வெடித்து மலரும் இலவம்; முருக்கு - முருங்கைப் பூ; பண்டு உலர் உடம்பு - முன்னர் வாடிய உடம்பு; தண்தரும் அமுதம் - குளிர் தரும் அமுதம்; உதவி - சுரந்தளித்து.

முந்தமா தளையுந் தரளமுந் தளவு
முருந்துமாய்க் கருவரி யிடையில்
வந்ததா லொழுங்கான் மதனுயி ரினைமேல்
வனப்பினா லகற்றியே நகைக்கி
லிந்துகாந் தமுமுள் ளுருகிநீர் பொழிய
விருட்பிழம் பகன்றிட நிறைந்த
சந்திரோ தையம்வந் துதித்தென வனந்தம்
கோரமுந் தொடர்முறு வலினாள். (32)

32. (2058) மாதுளையுமாய் முத்துமாய் முல்லையுமாய் இறகினடியுமாய் இடையில் கருவரி வந்த ஒழுங்கால் அமைந்த அழகினால் மன்மதன் உயிரைப் போக்கிச் சிரித்தால் நிலாவொளி உள்ளுருகி நீர் பொழியும். இருள் விலகும். அதனால் நிலவு எழுந்துவிட்டது என்று அதன் அமுதக் குழம்பைப் பருக நிலாமுகிப் புள் கூட்டம் தொடர்ந்து வரச்செய்யும் புன்னகையாள்.

அவள் புன்னகை புரிந்தால், மாதுளையும் முத்தும் முல்லையும் மயில் இறகடியும் இடையில் கருவரி வந்து அமைத்தது போன்றிருக்கும், அந்த அழகினால் காமக் கடவுளான மன்மதனைக் கொன்று விட்டுத் தன் புன்னகையால் அவன் வேலையை மேற்கொள்வாள். மாதுளை, முத்து, முல்லை, மயிலிறகடி ஆகியன பல்லுக்கு உவமை. மன்மதனைக் கொன்றுவிட்ட பெருமிதத்தில் அவள் சிரித்தால் நிலாவொளி உருகி நீர் பொழியும்; இருள் விலகும். அதனால் சந்திர உதயம் வந்தது என்று அதன் குழம்பைப் பருகச் சகோரப் புள் கூட்டம் தொடரும். அத் தகைய முறுவல் உடையவள். மன்மதன் காமக் கடவுள் என்பதும் அவனைச் சிவபெருமான் நெற்றிக் கண்ணால் எரித்தார் என்பதும் புராண மரபு செய்தி. சந்திரமுகி என்றொரு பறவை இருப்பதாகவும் அது நிலாவில் இருந்து வழியும் குழம்பையே உண்டு உயிர்வாழ்கிறது என்பதும் புராண மரபே.

'நிலாவையும் வானத்து
மீனையும் காற்றையும்
நேர்பட வைத்தாங்கே
குலாவும் அமுதக்
குழம்பைக் குடித்தொரு
கோல வெறிபடைத்தோம்' - பாரதி.

முந்த - முன்னே; மாதளை - மாதுளை; தரளம் - முத்து; தளவு - முல்லை; முருந்து - மயிலிறகின் அடிப்பகுதி; மதன் - மன்மதன்; வனப்பு - அழகு; அகற்றி - போக்கி; நகைக்கில் - சிரித்தால்; இந்து - நிலவு; காந்தம் - ஒளி; அனந்தம் - மிகுதி, கூட்டம்; சகோரம் - சந்திரமுகிப் புள்.

ஓவியத் தெழுது முருவமு மரப்பா
வையினுரு வமுமழைத் திடுகி
லாவிபெற் றுவந்து பணிந்துவாய் திறந்தே
யடிமையாண் டருளெனத் துதிப்ப
மேவுமுக் கனிபால் சருக்கரை பசுந்தேன்
விண்ணமு தொடுகிளி மொழியைக்
கூவுகோ கிலத்தி னிசையையாழ் குழலைக்
குழைக்குமென் மதுரவா சகத்தாள். (33)

33. (2059) ஓவியத்தில் எழுதிய உருவமும் மரத்தில் செய்த பாவையும் அவள் அழைத்தால், உயிர்பெற்று வந்து பணிந்து நின்று அடிமையை ஆண்டருள் என்று வாய்திறந்து புகழும் படியான, மா பலா வாழை ஆகிய முக்கனியும் பாலும் சருக்கரையும் பசுந்தேனும் வானத்து அமுதையும் கிளியின் கொஞ்சும் மொழியுடன் கலந்து கூவும் குயிலின் இசையையும் யாழ் இசையையும் குழல் இசையையும் குழைத்த மென்மையான இனிய மொழியாள்.

மரப்பாவை - மரத்தில் செய்த பெண் உரு; பாவை - சிற்பம்; துதிப்ப - புகழ; மேவும் - சேரும்; கோகிலம் - குயில்; குழைத்தல் - சேர்த்துக் குழைத்தல்.

இயல்பறப் பலகான் முகந்திடிற் கமழு
மியற்கைவா சனையுட லினில்வா

முயிரினுக் குணவா யமுந்தமுத் திகளாங்
குதவுத லளவறக் காமப்
பயிரினை வளர்க்கு மழைகளாய்க் குணங்கள்
பலபடைத் தனுதினஞ் சுவைத்து
மயர்வறக் குறையா தினிமைசெய் சுவனத்
தமுதவட் டெனுங்கபோ லத்தாள். **(34)**

34. (2060) இயல்பாகப் பலகாலம் முகர்ந்தால் கமழும் நறுமணம், உடலில் உள்ள உயிருக்கு உணவாகும்! அவள் அமுந்த முத்தமிடுதல் காமப்பயிரை அளவின்றி வளர்க்கும் மழையாகும்! இவ்வாறான பல நற்குணங்கள் உடையத ாகி நாள்தோறும் சுவைத்தும் சலிப்பின்றிக் குறைவுபடாத இனிமை தரும் சொர்க்கத்தின் அமுதக் கலசம் என்று சொல்லப்படும் கன்னம் உடையாள். காதலியரை முகர்தல் குறுகிய கால நுகர்ச்சி என்பர். ஆனால் இவளை எப்போது முகர்ந்தாலும் முதல்நாள் போன்றே இன்பக் கிளர்ச்சி நல்குவாள் எனக்குறிக்க ‘இயல்பறப் பலகால் முகர்ந்திடில்...’ இயற்கைக்கு மாறாகப் பலகாலம் முகர்ந்தாலும்!... என்றார். ‘இயல்புற எனினும் அமையும். அவ்வாறு முத்தமிடும்போது எய்தும் மணம் காதலன் உடலில் வாழும் உயிரை வளர்க்கும் உணவாகும். அவள் உதவும் முத்தம் காமப் பயிரை வளர்க்கும் மழையாகும்! இதற்கு இடமாக அமைந்த கன்னம் சலிப்பூட்டாத இனிமை குறையாத சொர்க்கத்தின் அமுதக் கலசமாகும்!

இயல்பற - இயற்கைக்கு மாறாக; முத்தி - முத்தம்; அயர்வு - சலிப்பு; வட்டு - குடம், கலசம்; தட்டையும் ஆம்; கபோலம் - கன்னம்.

செழும்பதிச் சுவனத் தினிலொளி யனைத்துந்
திரட்டியவ் வொளியினிற் றெளிவா
லொழுங்குற வமைத்து நீலவொண் மணியி
னொளித்தெளி வால்விழிக் கறுப்பிட்
டெழுந்தகோ ததனாற் களங்கொடு மதியை
யிறையவ னமைத்ததோ வெனவே
பழம்பொருட் சுருதி முதற்கலை யுணர்ந்தோர்
பகுத்துளத் தாய்ந்திடு முகத்தாள். **(35)**

35. (2061) செழுமையான சொர்க்க நாட்டினில் உள்ள ஒளி அனைத்தையும் திரட்டி எடுத்து அதைத் தெளிய வைத்து அத் தெளிவினால் ஒழுங்காக அமைத்து, நீல ஒளி மணியின் தெளிவினால் கண்ணில் கறுப்பு நிறத்தை அமைத்து மிச்சப்பட்ட சக்கையினால் களங்கம் உள்ள நிலவை அமைத்தானோ இறைவன் என்று இறைவனையும் வேதம் முதலிய கலைகள் உணர்ந்தவர்கள் உள்ளத்தில் பகுப்பாய்வு நடத்துகின்ற அழகு முகத்தாள். சொர்க்க ஒளியைத் தெளிய வைத்து அத் தெளிவினால் ஒழுங்காக அமைந்த முகம். நீல மணியின் தெளிவைக் கொண்டு அமைக்கப்பட்ட கருவிழி. ஒளித் தெளிவின் சக்கையினால் அமைக்கப்பட்டது களங்கமுள்ள நிலவு. இஃது இவ்வாறுதானா என்று வேத விற்பன்னர்கள் பகுப்பாய்வு நடத்துகின்றனர்.

பதி - நாடு; சுவனம் - சொர்க்கம்; கோது - சக்கை; களங்கு - களங்கம்; பழம் பொருள் - இறைவன்; சுருதி - வேதம்; கலையுணர்ந்தோர் - விற்பன்னர்.

வலம்புரிக் குலமு மடல்விரி கமுகும்
வதுவைமங் கலப்பொரு ளெனவே
நிலந்தனி லுரைப்பத் தனக்கிணை சிலது
நிகழ்த்துமப் பெருமையை யுதவி
யிலங்கொளி மணிப்பூண் பலசுமந் தவைக
ளெவைகளுந் தனதெழி லதனாற்
றுலங்கவீ றருளிப் பறவையெண் குரலுந்
தொனித்திடு சுகந்தகந் தரத்தாள். (36)

36. (2062) வலம்புரிச் சங்கும் மடல்விரிந்த பாக்கு மரமும் திருமணத்திற்கு உரிய மங்கலப் பொருள்கள் என்று உலகில் உள்ளவர்கள் சொல்வார்கள். அப் பெருமை அவற்றின் சொந்தப் பெருமை அன்று. அவள் தன்னுடைய கழுத்தில் ஒளி இலங்கும் அணிமணிகளைச் சுமந்து தன்னுடைய அழகினால் அவ் வணிமணிகள் துலங்குமாறு அருள் செய்தாள். இதன் மூலம் சங்குக்கும் பாக்குக்கும் தனக்கு இணையாகச் சொல்லப்படும் பெருமையை உதவியாக அளித்தாள் என்று எட்டுவகைப் பறவைகளும் கத்திக் கரையும்படி அமைந்த நறுமணம் கமழும் கழுத்து உடையாள்.

சங்கும் பாக்கும் மாதர் கழுத்துக்கு உவமை. வலம்புரிக்குலம் - வலம்புரிச்சங்கு; கமுகு - பாக்குமரம்; வதுவை - திருமணம்; நிகழ்த்தும் - செய்யும், சொல்லும்; வீறு - பெருமை; சுகந்தம் - நறுமணம்; கந்தரம் - கழுத்து.

அருந்துவ தறக்கண் ணோக்கிடி லுயிருள்
ளளவுமின் சுவையருள் செழுஞ்செங்
கரும்புக ளெழுதிச் சாத்திய பசிய
கழைநெடுந் தோளினள் காந்தள்
விரிந்தசெவ் விதழ்ப்பங் கயம்புனல் கதியாய்
வெட்கிநின் றிடப்பசுங் கிளிவந்
திருந்திடிற் பவள நிறம்படைத் தெழில்பெற்
றிலங்கிடச் சிவந்தசெங் கையினாள். (37)

37. (2063) அருந்துவதை ஆராய்ந்தால் உயிருள்ளவரை இனிக்கும் இன்சுவை தரும் செழித்த செங்கரும்பினால் அமைந்த பசுமையான நெடிய மூங்கில் போன்ற தோள் உடையவள். செங்காந்தள் மலரும் சிவந்த இதழ் விரிந்த தாமரையும் கண்டு வெட்கம் கொண்டு தண்ணீரே கதியாய்க் கொண்டு நிற்கும்படி, பச்சைக்கிளி வருமானால் அதுவும் பச்சை மாறிய பவள நிறம் பெற்றிடச் செய்யும் சிவந்த கையினாள்.

அறக் கண்ணோக்கிடில் - தீர உற்று ஆராய்ந்தால்; பசிய -பசுமையான; கழை - மூங்கில்; காந்தள் - செங்காந்தள் மலர், நீர்ப்பூ; பங்கயம் - தாமரை; கதி - புகல்.

மாணிக்க மணியைக் கடைந்திணக் குவதோ
வரிகடைந் திடிலமுந் துவதோ
பாணிச்செங் கயினின் மிகக்கனிந் திலங்கிப்
படரொளி நீட்டுநா வுகளோ

வாணிக்குங் கடந்த கனகத்தா லுதித்த
வரம்பையின் சிறியபிஞ் சுகளோ
வாணிக்கெவ் விதஞ்சொல் லுவதெனும் விரலாள்
வயிரமேற் பிறத்தல்போ லுகிறாள். **(38)**

38. (2064) மாணிக்க மணியைக் கடைந்து பொருத்தி வைத்ததோ? தீக்கொழுந்தில் கடைந்து வைத்ததோ? வலம்புரிக் கொடியின் சிவந்த கனியைவிடவும் கனிந்து படரும் ஒளிவீசும் நாவுகளோ? முதற்றரப் பொன்னாகிய ஆணிப் போன்னைவிட மேலான பொன்னாகத் தோன்றிய பொன்வாழையின் சிறிய பிஞ்சுகளோ? இப் பெண்ணுக்கு எதை உவமையாகச் சொல்லுவது என்று கலைவாணியும் தடுமாறும் வில் உடையாள். அவ் விரல் மேல் வயிரம் பிறந்திருப்பது போன்ற நகம் உடையவள்.

இணக்குதல் - பொருத்துதல்; வரி - நெருப்பு, தீக்கொழுந்து; பாணியம் - வலம்புரிக்கொடி; ஆணி - முதற்றரமான பொன், ஆணிப்பொன்; கடந்த - மேம்பட்ட; கனகம் - பொன்; உதித்த - தோன்றிய; அரம்பை - வாழை; வாணி - பெண், சரசுவதி; உகிர் - நகம்.

இலகெழில் பரந்து குவிந்துநின் றிடங்கொண்
டெழுந்துபூ ரித்துமார் படர்ந்து
தலைநிமிர்ந் துயர்ந்தண் ணாந்திறு மாந்து
தனித்தனிச் சுணங்குகள் படர்ந்து
கலவைபூண் சுமந்து மெமெலக் குலுங்கி
கச்சறுத் திளநலங் கனிந்து
மலைமுதற் சிமிழீ றுவமையிற் கடந்து
வளரிரு புளகவெம் முலையாள். **(39)**

39. (2065) இலங்கும் அழகு பெருகி, குவிந்து நின்று, இடைவிட்டு எழுந்து நின்று பூரித்து நெஞ்சுப் பகுதியில் நெருங்கி, தலைநிமிர்ந்து, உயர்ந்து, அண்ணாந்து, இறுமாப்புக் கொண்டு தனித்தனியே அழகு தேமல் படர்ந்து, கலவைச் சாந்தும் பூணும் வடமும் சுமந்து, மெல்லமெல்லக் குலுங்கி, அடங்காமல் நிமிர்ந்து கச்சையை அறுத்து, இளமையின் செழுமை கனிந்து, மலை முதல் தங்கச் சிமிழ்வரை உள்ள உவமைகளை முறியடித்து வளர்கின்ற மயிர்சிலிர்க்க செய்யும் வெம்மையான இரண்டு முலைகள் உடையாள்.

இலகுஎழில் - ஒளிவீசும் அழகு; பரந்து - பெருகி; இடம்கொண்டு - இடைவெளி கொண்டு; அடர்ந்து - நெருங்கி; சுணங்கு - தேமல்; கலவை - மணச்சாந்து; பூண் - முலையை இறுக்கிக் கட்டும் வடம்; ஈறு - முடிவு, எல்லை, வரை; கடந்து - அப்பாற்பட்டு, முறியடித்து; வெம் - வெம்மை, இளஞ்சூடு.

கொலைவிழி யினர்கள் வனப்பெலா முணர்ந்தோர்
குறித்தெடுத் துவமையோ துவதா
லிலையென வுரைப்ப ராலிலை யினிமே
லெவைகளு நிகரிலை யெனவே
நிலைதரு பொருளை விளைத்திடு வயிற்றா
ணிகழ்த்துமவ் வயிற்றினின் மடிப்புக்

கலர்தலை யுலகி லிணைபகர்ந் திடநா
வதற்கெலா மடிப்புக ளாமால். **(40)**

40. (2066) கண்டவர் உயிரைக் கொலை செய்யும் கண்களை உடையவரான பெண்களின் அழகு நலன்களை என்னாம் உணர்ந்தவர்கள் இவள் அழகை குறித்துச் சொல்லும்போது உவமையாகச் சொல்லத் தக்கது எதுவும் இல்லை என்பர். இவள் வயிற்றின் மடிப்பிற்கு ஆலம் இலையும் உவமை ஆகாது என்பர். நிலையான பொருள்கள் விளையும் அவ் வயிற்றின் மடிப்பைப் பற்றி இரவடங்கி வைகறையில் மலர்தல் உடைய உலகினில் உவமை சொல்லிட நினைப்பவர் நாவுகளில் எல்லாம் மடிப்புண்டாகிவிடுகின்றது. வியப்பு வயப்பட்டுப் பேச்சிடித் தலை 'நாவதற் கெல்லாம் மடிப்புகளாமால்' என்றார். நாவில் மடிப்புடையார் பேசல் ஆற்றார் அன்றோ? மாதர் வயிற்றின் மடிப்பை ஆல் இலை என்பர். அஃதும் உவமையாதல் இல்லை. ஆதலால் உவமை ஏதும் இல்லை என்றார். 'வயிற்றாண் நிகழ்த்தும் அவ்' என்பது பொருள்விளங்குமாறு இல்லை. 'வயின் கால் நிகழ்த்தும் 'என்றிருக்குமானால் ஒருவாறு பொருள் அமையும்.' நிலையான பொருள்களை விளக்கும் பூமியின் இடத்தில் கால்நாட்டி..' எனப் பொருள்தரும்.

கொலை விழியினர் - கண்டாரைக் கொலை செய்யும் விழியுடையார், பெண்கள்; வனப்பு - அழகு; பகர்ந்திட - சொல்லிட.

இணைமுலை நடுவிற் புகுதுமோ புகுதா
திருக்குமோ வெனவறி வதற்காய்
மணமலர்ப் பகழி மதனொரு கருநூன்
மலர்க்கைகொண் டிடைசெலுத் திடுகி
லணியுறப் புகுதா தாங்குசிக் குவதலுற்
றந்தநூல் படிந்துதொங் குவதோ
வுணர்தரு முவமைக் கடங்கிலா ளுதரத்
தொழுங்குறு முரோமமென் பதுவே. **(41)**

41. (2067) அவளுடைய பருத்த முலைகளுக்கு இடையில் புகுமா புகாதா என்று அறிவதற்காக ஒரு கறுப்பு நூலை இடையில் செலுத்தினான் நறுமண மலரால் ஆன அம்பு வைத்திருக்கும் மன்மதன். அது சரிவர நுழையாமல் சிக்குண்டு படிந்து தொங்குகிறது. உணர்ந்த உவமைக்கு அடங்காத அவளுடைய வயிற்றில் ஒழுங்காக அமைந்துள்ள மயிர் வரிசை அந்தக் கறுப்பு நூல் தொங்குவதுதானோ? காமக்கடவுளான மன்மதன் மலர்அம்பு உடையவன் என்பது புராண மரபு.

இணை - இணைந்துள்ள, இரண்டு; பகழி - அம்பு; மதன் - மன்மதன்; அணி - அழகு; உதரம் - அடிவயிறு.

பரிந்திருள் வணங்கு மளகநா யகியைப்
பார்த்தகண் ணொளிமழுங் குவதாற்
றெரிந்திடற் கரிதாம் வகையதோ முலைமுன்
சிமிழெனத் தோன்றிலோ ரிழைபோ
லிருந்துபின் புடைத்துப் பரந்துவிம் மிதங்கொண்
டெழுஞ்சுமை சுமைந்தற மெலிந்து

வருந்தியுள் ளுருகிச் சிலம்பினூ லினிலெண்
மடங்கிலொன் றுளகொலோ விடையே. (42)

42. (2068) இருள் பரிந்து வந்து வணங்கும் கூந்தல் நாயகியைப் பார்த்த கண் மழுங்கி ஒளி குன்றுவதனால் தெரிந்து கொள்வதற்கு முடியாத அரிய வகையைச் சேர்ந்ததோ? அவள் முலை முன்னர் சிமிழ் போலத் தோன்றிய போது நூல் போல் இருந்தது; பின்னர் அதுவே புடைத்துப் பருத்து விம்மிதம் கொண்டு எழுந்த போது, அந்தச் சுமையைச் சுமக்க முடியாமல் மெலிந்து வருந்தி உள்ளே உருகி சிலந்திவலையின் நூலைவிட எட்டு மடங்கு மெலிந்ததில் ஒருமடங்கோ? அதுதான் அவள் இடையோ? பார்த்தகண் மழுங் கியதனால் இருக்கிறதா இல்லையா என்று தெரிந்துகொள்ள முடியாமற் போயிற்று. அவள் முலை சிமிழ்போல் இருந்தபோது நூல்போல் இருப்பது தெரிந்தது. அது புடைத்துப் பருத்து விம்மியபோது அதைச் சுமக்க முடியாமற் தேய்ந்தது. சிலந்தி வலையின் நூலைவிட எட்டுமடங்கு மெல்லிதாகத் தேய்ந் தது. அதுதான் அவள் இடை.

'கடல்புக்கு உயிர்கொன்று வாழ்வர் நின் ஐயர்
உடல்புக்கு உயிர்கொன்று வாழ்வைமன் நீயும்
இடர்புக்கு இடுகும் வெம்முலையோ பாரம்
நுடங்கி உகும்மென் நுசுப்பிழவல் கண்டாய்' என்றார் சிலம்புடையார்.

பரிந்து - அன்புகொண்டு; அளகம் - கூந்தல்; சிமிழ் - செப்பு, செம்பு; இழை - நூல்; சிலம்பி - சிலந்தி.

நெடுங்கழைச் சிலைக்கை மதனிளைப் பாறு
நீழல்செய் வாழையோ துடைக
ளுடம்பினில் வனப்பென் றிடுநிறை சலதி
யுதித்துள வலவனோ முழந்தாள்
படிந்ததி லுறையு மிருவரா லினமோ
பணிக்கழ குதவுவள் கணைக்கா
றிடந்தரு மிளைஞர் மனநினை நிறுக்குஞ்
சிறுதரா சுகளதோ கரடே. (43)

43. (2069) கையில் நீண்ட கரும்பு வில் ஏந்திய மன்மதன் இளைப்பாறுவதற்காக நிழல் பரப்பும் வாழை மரமோ தொடைகள்? உடம்பினில் நிறைந்து இலங்கும் அழகாகிய கடலில் தோன்றியுள்ள நண்டோ முழங்கால்? அக் கடலில் வாழும் வரால் மீனோ, அணிகலன்களுக்கு அழகு அளிப்பவளின் முழங்காலுக்குக் கீழே உள்ள கணைக்கால்? இளைஞரின் மனநிலையின் உறுதியை நிறுக்கும் சிறு தராசோ கணுக்கால்? மன்மதன் கையில் பிடித்துள்ள கரும்புவில். அதில் பயன்படுத்துவது மலர் அம்பு.

நெடுங்கழை - நீண்ட கரும்பு; சிலை - வில்; மதன் - மன்மதன்; வனப்பு - அழகு; நிறைசலதி - நிறைந்த கடல்; அலவன் - நண்டு; முழந்தாள் - முழங்கால்; பணி - நகை, அணிகலன்; கணைக்கால் - திரண்டகால், முழங்கிலுக்குக் கீழே உள்ள பகுதி; கரடு - கணு, கணுக்கால்.

கரியகங் குலின்வா ரணபதி மதன
கலைகளை முழுவது மெழுதி
யிருநிலத் திளைஞர் மனநிலை லெழுதி
யிழையிடை யினரெழி எழுதி
விரிவறச் சேர்ந்து மயலெனுங் கயிற்றால்
வீக்கிரு சிறியபுத் தகமோ
மரைமல ரினையு மிளந்தளிர் தனையு
மருட்டிவென் றிடுமிரு பதமே. **(44)**

44. (2070) கரிய இருள்போன்ற யானைமுக கணபதி, மன்மதக் கலையாகிய காமக் கலை முழுவதும் எழுதி உலகத்தின் இளைஞர்தம் மனநிலையையும் எழுதி நூலிடையாராகிய பெண்களின் அழகையும் எழுதி அது விரிவடைந்து விடாமல் மையல் என்னும் கயிற்றினால் கட்டிய சிறிய புத்தகமோ, நறுமண மலரையும் இளந்தளிரையும் மருட்டி வென்றிடும் இரு பாதம்?

கங்குல் - இருள்; வாரணம் - யானை; வாரணபதி - பிள்ளையார், கணபதி; மதனகலை - காமக்கலை; இழை -நூல்; எழில் - அழகு; விரிவற - சுருக்கமாக, விரிவடையாமல்; மயல் - மையல்; வீக்கி - கட்டி; புத்தகம் - ஓலைச்சுவடி.

பாரதக் கதையை இமய மலையில் எழுதியவர் யானைமுக கணபதி என்பர். அது பற்றியே இச் சுவடியையும் அவர் எழுதினார் என்றார் போலும்!

மருமலர்க் களபங் கமகம கமென
மணிவளை கல்கல கலனெத்
திரளொளி நகைகள் பளபள பளெனத்
தேகசுந் தரந்தள தளெனத்தளவெனத்
தரைபத மழுந்தத் தொடுதொடு தொடெனத்
தருமமென் னுடனட நடெனப்
பிரிவற மதகுஞ் சரத்தின்பின் னடக்கும்
பிடியின்மெல் லியநடை பெயர்வாள். **(45)**

45. (2071) சூடிய மண மலர்களும் பூசிய கலவைச் சாந்தும் கமகம என்று மணக்க அழகிய சங்கு வளையல்கள் கலகல என்று ஒலிக்க திரண்ட ஒளி வீசும் நகைகள் பளபள என்று மின்ன மேனி அழகு தளதள என்று திரண்டு நிற்க அவள் நடக்கும்போது பாதம் தரையில் அழுந்த அந்த இன்பக் கிளர்ச்சி யில் பூமி தொடுதொடு என்றுகெஞ்ச நல்லொழுக்கம் பூண்ட அவள் உடலும் நடநட என்று சொல்ல மதநீர் ஒழுகும் கடாயானையின் பின்னே பிரிதல் இன்றி மெல்ல நடக்கும் பெண்யானை போன்று மென்மையான நடை உடையாள்.

மணிவளை - அழகு வளையல்; மரு - மணம்; களபம் - கலவைச் சாந்து; திரள் - திரட்சி; சுந்தரம் - அழகு; தருமம் - நல்லொழுக்கம்; பிரிவு அற - பிரிதல் அறும்படி; மத - மதநீர்; குஞ்சரம் - யானை, கடா யானை; பிடி - பெண் யானை.

வரைநிகர் புயச்சின் சகுறுக்குஞ் சகுறு
மனைவிக்கும் மரபின ரெவர்க்கும்

பெருகுசின் னெவைக்கும் மிருவிழி மணியாய்ப்
பிறங்கெழில் குணங்களும் படைத்தாள்
விரிகட லுலகு பதந்தொடத் தவஞ்செய்
வியப்பில்விண் ணவர்பதி நீங்கித்
தரையில்வந் ததுபோ லுதித்தவள் வலிய
ஜமாலெனும் பெயர்த்துதி தழைத்தாள். (46)

46. (2072) மலைபோன்ற தோளுடைய சகுர சின்னுக்கும் சகுரின் மனைவிக்கும் சகுர சின் மரபினர் அனைவர்க்கும் பெருகிய பிற சின்கள் கூட்டத்திற்கும் இருகண் மணியாய் உயர்ந்த அழகிய குணங்கள் படைத்தவள். விரிந்த கடலால் சூழப்பட்டுள்ள உலகம் அவள் பாதம் தன் மீது படவேண்டும் என்று தவம் செய்த வியப்பால் வானவர் உலகை விட்டு நீங்கி பூமிக்கு வந்தது போல் பிறந்தவள். வலிமை மிக்க சமால் என்னும் பெயருடன் புகழ் தழைத்தவள்.

வரை - மலை; புயம் - தோள்; மரபினர் - குலத்தவர்; பிறங்குதல் - உயர்தல்; விண்ணவர் பதி - வானவர் உலகம்; சமால் - ஜமால், அழகு; துதி - புகழ்.

இவளுமின் னிவளை யீன்றவன் னையுந்தம்
மேந்தலாஞ் சகுறுரைப் படியே
பவளமென் மலர்கா யிலைநிக ரெழுது
படத்தினான் மூடிய கனக
நவமணிச் சிவிகை யிரண்டினி லேறி
நபியரி யணையின்மா ளிகையி
லுவகையங் கடலுட் பெருகியன் பமுத
முதித்துமேற் படரவந் தனரே. (47)

47. (2073) இந்தப் பெண்ணும் இவளைப் பெற்ற தாயும் தங்கள் அரசனாகிய சகுரு சொன்னபடி பவள மென்மலரும் காயும் இலையும் ஓவியமாகத் தீட்டப் பட்ட திரைச்சீலையால் மூடிய, மாணிக்க மணிகள் பதித்த இரண்டு தங்கப் பல்லக்குகளில் ஏறி, உள்ளத்தில் மகிழ்ச்சிக் கடல் பெருகி அன்பாகிய அமுதம் தோன்றி மேற்படர நபி அரியணையில் அமர்ந்திருக்கும் மாளிகைக்கு வந்தனர். உருவப் படம் எழுதுவது விலக்கப்பட்டது, ஆதலால் மலர்காய் இலை எழுதப்பட்டது என்றார்,

அன்னை - தாய்; ஏந்தல் - அரசன்; படம் - திரைச்சீலை; கனகம் - பொன்; நவமணி - ஒன்பது வகையான மாணிக்க மணிகள்; சிவிகை - பல்லக்கு; உவகை - மகிழ்ச்சி.

பதம்புகு சகுறு மனைவியின் சிவிகைப்
படந்திறந் திடவெனப் பணித்தா
ரிதந்தரத் திறந்து வெளியில்வந் திருதா
ளிறைஞ்சின ளிறையவன் கலிமா
முதிர்ந்ததெள் ளமுத மெனநபி யுரைப்ப
மொழிந்துளக் குபிரற வகற்றி
யதிர்ந்திடு முகிலி னுதிக்குமின் னெனவே
யருகிலீ மானுட னின்றாள். (48)

48. (2074) மேலான பதவியினுள் புகும் சகுரு மனைவி ஏறிவந்த பல்லக்கின் திரைச்சீலையை விலக்கக் கட்டளையிட்டார். இனிமையுடன் திறந்து வெளியில் வந்து நபியின் பாதம் பணிந்தாள். முதிர்ந்த தெள்ளமுதம் என இறைவன் கலிமாவை விளக்கினார் நபி. அவ்வாறே உரைத்து உள்ளக் குபிர் அற்றுப் போகும்படி நீக்கி இடி இடித்து அதிர்ந்திடும் மேகத்தில் தோன்றும் மின்னல் என ஈமானுடன் அருகில் நின்றாள்.

பதம் - கதி, பதவி; சிவிகை - பல்லக்கு; படம் - திரைச்சீலை; இதம் - இனிமை; அற - அற்றுப்போகும்படி; மின் - மின்னல்

தார்க்குழ லினர்க ளணிமணி வலிய
ஜமாலுறை சிவிகையின் படத்தை
நீக்குக வெனவே நிகழ்த்தினர் திறந்து
நேரிழை வெளியில்வந் தருணன்
பாற்கரன் வணங்கு பதமலர் பணிந்தாள்
பகர்ந்திட விறைகலி மாவிண்
டேற்கமீ ளவுமே யிறைஞ்சியீ மான்கொண்
டிருகரங் கட்டிநின் றனளே. (49)

49. (2075) மலர்மாலை அணியும் கூந்தல் உடைய பெண்களுக்கு அலங்கார மாகவும் கண்ணின் மணியாகவும் திகழும் வலிய சமால் இருக்கும் பல்லக்கின் திரையை நீக்குங்கள் என்றார் நபி. நீக்கினர். பல்லக்கின் கதவைத்திறந்து வெளியில் வந்த அப் பெண் சூரியன் வந்து பணியும் நபியின் பாத மலரில் பணிந்தாள். அவர் இறைவன் கலிமா ஓதினார். அவள் ஏற்றாள். மீண்டும் பணிந்து ஈமான்கொண்டு இரு கைகளையும் கட்டிக்கொண்டு நின்றாள். இரண்டாம் அடியில் ஈற்றுச்சீர் தொடங்கி 'அருணன் பாற்கரன் வணங்கும் பதமலர்' என்னும் தொடர் உள்ளது. அருணன் பாற்கரன் இரண்டும் சூரிய னைக் குறிக்கும் சொற்களே. ஒரு பதிப்பில் 'பாற்கரன்' என்னும் இடத்தில் 'பார்க்கரன்' என்றுள்ளது. இச் சொற்குப் பொருள் யாது? 'பார்க்கவி' என்றிருக் குமானால் 'கலைமகள்' என்னும் பொருளைத் தரும். எது சரியான பாடம் என்று தெரியவில்லை.

தார்க்குழல் - மாலை சூடிய கூந்தல்; தார்க்குழலினர் - மாலை சூடிய கூந்தலுடை யார்; அணிமணி - அணியும் கண்மணியும்; சிவிகை - பல்லக்கு; படம் - திரைச்சீலை; நிகழ்த்தினர் - செய்தனர்; நேரிழை - பெண்; அருண - சூரியன்; பாற்கரன் - சூரியன்; விண்டு - சொல்லி; ஏற்க - ஏற்றுக்கொள்ள; மீள - மீண்டும்.

திருந்திழை வணங்கி யாங்குநின் றிடலுந்
தேகசுந் தரநெடுஞ் சோதி
நெருங்கிய விருளெங் கணுமற வகற்றி
நிறைமதிக் கதிர்சத கோடி
விரிந்தெனத் துலங்கி நகரெலாம் விளங்கி
விழியொளி மழுக்கிய திதுகண்
டருந்தவ நபிபால் விடிந்தபின் புகுந்தாய்ந்
தறிவமென் றடங்கின ரெவரும். (50)

50. (2076) திருந்திய அணிமணிகள் புனைந்த வலிய சமால் அங்கு வணங்கி நின்றதனால் அவள் அழகு மேனியின் நெடிய ஒளிச்சுடர் இரவின் இறுக்கமான இருள் எங்கும் இல்லாமல் ஆகும்படி விலக்கி, முழுமதிக் கதிர் பலகோடி விரிந்தது என்னும்படி விளங்கியது. மக்களின் கண் ஒளியை மழுக்கியது. இதைக் கண்டு வியந்த மக்கள் விடிந்தபின், அரிய தவத்தால் வந்த நபியிடம் சென்று ஆராய்ந்து அறிவோம் என்று அடங்கினர்.

திருந்திழை - திருத்தமாகச் செய்யப்பட்ட அணிமணிகள் புனைந்தவள்; தேகம் - உடல், மேனி; சதகோடி - நூறுகோடி, பலகோடி.

வெங்கதி ரனந்தஞ் செழுமதி யனந்தம்
விரிகதிர் சொரிவது நிகரா
யெங்கணுந் துலங்கி யொளிர்வதாற் பகலோ
விரவிதோ வெனவறி கிலதாய்ப்
பங்கய மலருங் குவளைநெய் தலும்பற்
பலதரங் குவிந்தலர்ந் ததன்மேற்
கொங்கைகள் சிமிழாம் பெதும்பைபோற் சிலது
குவிந்தில மலர்ந்தில துணிந்தே. (51)

51. (2077) ஏராளமான சூரியன்களும் ஏராளமான நிலவுகளும் ஒரே சமயத்தில் ஒளிக்கதிர் விரித்துப் பொழிவதற்கு நிகராக எங்கும் ஒளிர்வதனால், இது பகலா இரவா என்று அறியாமல் தாமரை மலரும் குவளை மலரும் அல்லி மலரும் பலமுறை குவிந்தும் மலர்ந்தும் தடுமாறின. அதன் பிறகு, பதினோராண்டு அகவை உடைய பெதும்பைப் பெண்ணின் குங்குமச் சிமிழ் போன்றிருக்கும் கொங்கைகள் போல் சில மலர்கள் குவியவில்லை; துணிந்து சில மலர்கள் மலரவில்லை. 'துணிந்து எனில்', இது பகல் அன்று; இரவே என்று தெளிந்து' என்றி கொள்வதும் பொருந்தும்.

வெங்கதிர் - வெப்பமான ஒளி, சூரியன்; அனந்தம் - ஏராளம்; செழுமதி - செழித்த முழுமதி; பங்கயம் - தாமரை; குவளை - நீலம், நீலோற்பலம், கருங்குவளை; நெய்தல் - அல்லி, இவை நீர்ப்பூக்கள்; அலர்ந்து - மலர்ந்து; பெதும்பை - பதினோராண்டு அகவையுடைய பெண்.

சுடர்விடு நெடுவாட் கரியகட் கனிந்த
துவரிதழ்க் கவினல னோக்கி
மடலவிழ் கமல மலர்ப்பத நபிதம்
மனமுதற் கரணமோர் நான்கு
முடலமு முபைய நயனமு நிறைவா
யோங்கியம் மயற்கடற் பெருகிப்
படர்வதி லமுந்திப் பயப்பய வுணர்வாம்
பலகைவந் ததுபற்றி மிதந்தார். 52)

52.(2078) சுடர் வீசும் நெடிய வாள்போன்ற கரிய கண்ணும் கனிந்த பவளம் போன்ற இதழும் உடைய அவள் அழகு நலத்தை நோக்கி மடல் அவிந்த தாமரை மலர்போன்ற மென்மையான பாதம் கொண்ட நபியின் மனம் முதலிய

அந்தக் கரணங்கள் நான்கும் உடலும் இரு கண்களும் பெருகிப் படர்ந்து நிறைந்து ஓங்கிய மையல் கடலில் அழுந்தின. மெல்ல மெல்லத் தன்னுணர்வாம் பலகை வந்தது. அதைப் பற்றி மிதந்தார். அவள் அழகைக் கண்டதும் மையல் வயப்பட்டுத் தன்னுணர்வு இழந்தார், அது வந்ததும் மீண்டார். மையல் கடலாகவும் தன்னுணர்வு பலகையாகவும் உருவகிக்கப் பட்டன. அந்தக் கரணம் நான்கு. அவை மனம், புத்தி, சித்தம், அகங்காரம் ஆகியன.

துவர் - பவளம்; உபயம் - இரண்டு; நயனம் - விழி; மயல் - மையல்; பயப்பய - பையப்பைய, மெல்ல மெல்ல; பற்றி - பிடித்து.

மகிதல முழுதும் வருநர ரடங்கா
வலிமுரண் பெருகுசின் கணங்கள்
புகல்பல வுயிர்மற் றெவைகளின் மனத்தும்
பொருந்திரண் மயக்கற வகற்றி
யிகபர பலன்பெற் றிடுமியல் புதவ
வீண்டுதித் தருளிய நபியே
மிகுமயற் கடலின் கரைபெறா துருகில்
விரகமுற் றுருகிலா ரெவரே. (53)

53. (2079) உலகம் முழுவதும் வாழும் மனிதர்கள் அடங்க மாட்டாத வலிமையும் முரண்பாடுகளும் நிறைந்த சின் கூட்டங்கள் பலவாறாக உள்ள உயிரினங்கள் முதல் மற்ற எவற்றின் மனத்திலும் பொருந்தித் திரளும் மையலை நீக்கி இம்மை மறுமைப் பலன் பெற்றிடும் இயற்கையைக் கற்பிப்பதற் கென்று இங்கு அருளாகத் தோன்றிய நபியே மிகுந்த மையல் கடலில் கரை காணப் பெறாது உருகினால், காமநோய் தோன்றி உருகாதவர் எவர்?

மகிதலம் - உலகம்; வரும் - வாழும்; நரர் - மனிதர்; வலி - வலிமை; புகல் - சொல்லும்; இகம் - இம்மை; பரம் - மறுமை; ஈண்டு - இங்கு; உதித்து - தோன்றி; மயல் -மையல்; விரகம் - காமநோய்.

உளம்பயப் பயவே தெளிந்ததங் கதற்பி
னுலகினி லாதமீன் றெடுத்து
விளங்குசந் ததியின் வழியினி லுதித்த
மெல்லிய லெனத்தகா தழியா
வளந்தரு சுவனத் தரம்பைய ரினிலோர்
மயிலெனத் தகுமென மதித்தே
யளந்திடற் கரிய தரியதிவ் வனப்பென்
றதிசயித் தனர்மிக வண்ணல். (54)

54. (2080) அவர் உள்ளம் மெல்லமெல்லத் தெளிந்தது. அங்கு அதன்பின், உலகில் ஆதம் பெற்றெடுத்து விளங்கும் சந்ததியின் வழியில் தோன்றிய மென்மையான இயல்புடைய பெண் என்று சொல்லத்தகாது. அழியா வளம் கொழிக்கும் சொர்க்கத்து ஹூரிகளில் ஒரு மயில் எனல் தக்கதே என்று மதித்து, அளந்து அறிவதற்கு அரியது இவ் வழகு என்று மிகமிக வியந்தார் அரசர் நபி.

வலிய சமால் என்னும் பெயர் கொண்ட அப் பெண் சகுரசின் இனத்தவள் என்பதை மறந்து விட்டார் போலும். ஆதலால்தான் 'ஆதத்தின் சந்ததியில் வந்தவள் எனல் பொருந்தாது' என்று நினைக்கிறார். ஆதம் மனிதத் தந்தை - அபுல் பஷர். சின் அல்லவே!

சுவனம் - சொர்க்கம்; அரம்பை -ஹூரி; வனப்பு - அழகு.

சோதிக ளெவையு மமுதமு மயலுந்
தொகைப்படத் திரண்டுபூ தலத்தின்
மாதென வுதித்தின் றிரவுநாங் காண
வருபெருங் காட்சியை நமது
காதலி யருங்கண் டளவளாய்ப் பிரமை
காணவேண் டுதுமெனக் கருதிச்
சீதவொண் கதிர்செய் பளிங்கினா லமைந்து
திகழுமா ளிகைக்கனுப் பினரே. (55)

55. (2081) எல்லா வகையான ஒளிகளும் அமுதமும் மையலும் தொகையாகத் திரண்டு உலகின் பெண் என்று பிறந்து, இன்றிரவு நாம் காணும்படி வந்திருக்கும் பெரிய காட்சியை நமது மனிவியரும் கண்டு அளவளாவி மயக்கம் கொள்ள வேண்டும். அதை நாம் காண வேண்டும் என்று கருதி குளிர்ந்த கதிரொளி பரப்பும் பளிங்கினால் அமைந்து திகழும் மாளிகைக்கு அவளை அனுப்பினார்.

பூதலம் - உலகம்; உதித்து - தோன்றி, பிறந்து; காதலியர் - மனைவியர்; அளவளாய் - அளவளாவி; சீதம் - குளிர்; ஒண்கதிர் - ஒளிக்கதிர்.

ஏவலு மணிமா ளிகையினி லுறையு
மிலங்கிழை யினருழைப் புகுந்தாண்
மாவடு வனைய விழிகளி லிவடன்
வனப்பினிற் கோடியி லொருபங்
கீவுகண் டதனால் விழிகளு மழுங்கி
யிதையமு மயங்கியே தெளிந்து
பூவுல கினிலிவ் வரம்பைவந் திடலெப்
பொருட்டினா லெனவதி சயித்தார். (56)

56. (2082) போக ஆணையிட்டதும் அழகு மாளிகையில் வாழும் அணிமணிகள் ஒளி செய்யும் பெண்களிடையே புகுந்தாள். இவளைக் கண்ட அவர்கள், வெட்டிப் பிளந்த மாவடு போன்ற அவள் கண்களின் அழகில் கோடியில் ஒரு பங்காகத் தங்கள் அழகைக் கண்டு அதனால் தங்கள் பார்வை மழுக்கி மனமும் மயங்கினர். பின்னர் தெளிவடைந்து இந்த வானவப் பெண் எதற்காக பூமிக்கு வந்தாள் என்று வியந்தனர்.

உறையும் - இருக்கும்; இலங்கிழையினர் - பெண்கள்; உழை - இடம்.

விழிமழுங் கிடுகில் வேறொன்றை நோக்கி
விருப்பொடு மடிக்கடி தெளித்து
வழிகதி ரழகென் றிடுமமு தினைப்பார்
வைகளெனுஞ் சுரும்பினா லருந்தித்

தழுவியுண் மகிழ்வாய் முகமனு முரைத்துச்
சமைத்தறு சுவைக்கறி யுடனே
மழையைவென் றிடுபூங் குழற்கமு களித்து
மணத்திர வியங்களுந் திமிர்ந்தார். (57)

57. (2083) அவள் அழகின் ஒரு பகுதியை விருப்பத்துடன் பார்ப்பார்கள். முழுவதும் பார்ப்பதற்குள் விழி மழுங்கிவிடும். மழுங்கி விட்டால் வேறொன்றை நோக்குவர். இவ்வாறு அடிக்கடி மாற்றிமாற்றி விருப்பத்துடன் நோக்கி நோக்கித் தெளிந்து வழியும் ஒளியழகு என்னும் அமுதினைப் பார்வைகள் என்னும் வண்டினால் அருந்தித் தழுவி, உள்ளம் மகிழ்ந்து, முகமன் உரைத்து, அறுசுவைக் கறியுடன் உணவு சமைத்து, மழை மேகத்தை வென்றிடும் பூங்குழலாளுக்கு உணவளித்து, நறுமணத் திரவியங்களும் பூசிவிட்டனர்.

சுரும்பு - வண்டு; முகமன் - சலாம்; திமிர்ந்தார் - பூசினார்.

பசியபொன் னிழையா யிரம்பெறு மணிமென்
பாளிதக் கலைகளு முதவித்
திசையுல கனைத்தும் பெறுமணி யழுத்துஞ்
செம்பொன்னா பரணமும் புனைந்தே
யிசையவிங் குளநாள் வரைக்குநுங் காட்சி
யீந்தருள் கருணைசெய் யெனவே
வசியவா சகங்கள் வகுத்தனுப் பினரொண்
மகுடமன் னவர்க்கதி பதிபால். (58)

58. (2084) பசும்பொன் இழை வேய்ந்து நெய்த ஆயிரம் பெறுமதி உள்ள அழகிய மென்மையான பட்டுப் புடைவைகள் உடுத்தச் செய்தனர். திசைகளும் உலகம் முழுவதும் பெறுமதி உள்ள மாணிக்க மணிகள் பதித்த செம்பொன் ஆபரணங்கள் பூட்டிவிட்டு இங்குள்ளவர்கள் விரும்பும்படி இங்கே தங்கி இருக்கும் நாள் வரைக்கும் அருள்கூர்ந்து நீ உன் காட்சி அருளல் வேண்டும் என்று வசிய மொழிகள் கூறி ஒளிவீசும் மணிமுடி மன்னவர்தம் அரசராகிய சுலைமான் நபியிடம் அனுப்பினர்.

பாளிதக் கலை - பட்டுப் புடைவை; வசிய வாசகம் - வயப்படுத்தும் மொழி; வகுத்து - சொல்லி.

வந்துதாள் பணிந்தா ளவளையு முதவு
மயிலையு மமைச்சுகண் மணிபோற்
றந்தமங் கையையுந் தாயையு முமது
சார்பினிற் புகுமென விடுத்தா
ரந்தவா றகன்றா ரருணன்வந் ததற்பி
னணிநக ரினிலுள்ளோர் பதஞ்சேர்ந்
தெந்தநா யகமே யதிசய முளதொன்
றியம்புக வேண்டுமென் றனரே. (59)

59. (2085) வந்து பாதம் பணிந்தாள். அவளையும் அவளைப் பெற்ற தாயாகிய மயில் போன்றவளையும் அமைச்சன் கண்ணின் மணிபோல் தந்த மகளையும்

அவள் தாயையும் உங்கள் இருப்பிடங்களுக்குச் செல்லுங்கள் என்று அனுப்பி னார். அவ்வாறே அவர்கள் சென்றனர். இரவுமறைந்து சூரியன் எழுந்தபின் அந்த அழகுநகரில் உள்ளவர்கள் வந்தனர். எங்கள் நாயகமே! வியப்பான செய்தி ஒன்றுள்ளது. அதன் விளக்கம் யாதென்று தெரிவிக்கவேண்டும் என்றனர்.

உதவும் மயில் - பெற்ற தாய்; சார்பு - இருப்பிடம்; விடுத்தார் - போக்கினார், அனுப்பினார்; அருணன் - சூரியன்.

இயம்புமென் றனர்சந் திரனுதி யாவின்
றிரவினிற் கதிர்மதி யனந்தம்
வியந்தர வுதித்த தெனநகர் முழுதும்
விளங்கிநோக் குவர்விழி மழுக்கி
வயங்கிநின் றனவீ திகடொறு மெவரும்
வரவொணா தெனப்பறை யிடலாற்
பயந்துவந் திலம்போ துதித்தபின் னடைந்தோம்
பயனிவை யாதெனப் பகர்வார். (60)

60. (2086) சொல்லுங்கள் என்றார். நிலவு தோன்றாத இன்றிரவு ஏராளமான சூரியன்களும் நிலவுகளும் பெருமைகொண்டு ஒருசேரத் தோன்றியது போல் ஒளிவீசிப் பார்ப்பவர் கண்களை மழுக்கி ஒளிர்ந்தது. எவரும் வெளியில் வரக் கூடாது என்று வீதிகள் தோறும் பறையறிவித்ததனால் அஞ்சி வாராதிருந்தோம். ஆதலால் பொழுது புலர்ந்தபின் வந்திருக்கின்றோம். இதன் காரணமும் பயனும் யாவை என்று வினவினர். அவர் சொன்னார். அன்று உவாநாள் (அமாவாசை) போலும். அதனால்தான் சந்திரன் உதியா இன்று இரவினில்.. ' என்றனர்.

பறையிடல - பறையறைந்து செய்தி அறிவித்தல், இது தமுக்கடித்தல் என்றும் சொல்லப்படும். இயம்பும் - சொல்லும்; வியம் - பெருமை; வயங்கி - ஒளிர்ந்து. போது - பொழுது, பகல்; உதித்தல் - எழுதல், புலர்தல்; பகர்வார் - சொல்வார்.

சகுறுத வியகண் மணிமகள் வலிய
ஜமாலுவந் தனள்கலி மாவிண்
டகமதி லீமா னுறுதிகொண் டனளிங்
கவடிரு மேனியி னொளியிந்
நகரமெங் கணும்வீ சியதுசெங் கனக
நவமணிச் சிவிகையுட் புகுந்து
திகழணிப் படம்விட் டகன்றபின் னிரவாய்த்
திமிரம்வந் தனவென்றார் செம்மல். (61)

61. (2087) சகுர சின் பெற்ற கண்மணி போன்ற மகள். பெயர் வலிய சமால். அவள் வந்தாள். கலிமா மொழிந்து உள்ளத்தில் ஈமான் உறுதி கொண்டாள். இங்கு அவள் வந்த போது அவள் திருமேனியின் ஒளி நகரம் எங்கும் வீசியது. நவமணி பதித்த செம்பொன் பல்லக்கினுள் புகுந்து அழகு திரையால் மூடிச் சென்றபின் இரவின் இருள் வந்தது என்றார் அரசர்.

விண்டு - சொல்லி; செங்கனகம் - செம்பொன்; சிவிகை - பல்லக்கு; படம் - திரை; படம் விடுதல் - திரைச்சீலை விட்டு மூடுதல்; திமிரம் - இருள்.

இவைசெவி புகுதக் காண்கிலா வெவரு
மிம்பவுங் கேட்கிலா வரிய
நவமெனப் பிரமித் திருபதம் வணங்கி
நண்ணின ரவரவர் சார்பிற்
குவிமுலைத் துவர்வாய் வனப்பெனும் வடவைக்
கொழுந்தக மெழுகுருக் குவதா
லவலமுற் றுருகி மணிமுடிச் சகுறுக்
கமைச்சினை வரவழைத் தனரே. **(62)**

62. (2088) இச் செய்திகள் காதில் புகுந்ததும் கண்டறியாததும் எவரும் சொல்லவும் கேட்டறியாததுமான அரிய புதுமை எனப் பிரமித்தனர், பின்னர் பாதம் பணிந்து அவரவர் இருப்பிடம் சென்றபின், குவிந்த முலையும் பவள வாயும் கொண்ட அழகு என்னும் ஊழித் தீக்கொழுந்து உள்ளமாகிய மெழுகை உருக்குவதனால் துன்பம் கொண்டு உருகி அரச சகுருக்கு அமைச்சினை வரவழைத்தார். குவிந்த முலையும் பவளவாயும் கொண்ட அழகு ஊழித்தீயின் கொழுந்தாக உருவகிக்கப்பட்டது. அதற்கேற்ப உள்ளம் மெழுகு எனப்பட்டது. மணிமுடி தரித்த சகுருக்கு அமைச்சு - முடிபுனைந்த அரச சகுருக்கு. அமைச்சு ‘காண்கிலா எவரும் இயம்பவும் கேட்கிலா அரிய நவம் - கண்டதும் இல்லை; சொல்லக் கேட்டதும் இல்லை. இஃது அரியது. புதுவது என மயங்கினர்.

நவம் - புதுமை; பிரமிப்பு - வியப்பு; நண்ணினர் - சென்றனர்; சார்பு - இருப்பிடம்; துவர் - பவளம்; வனப்பு - அணகு; வடவை - வடவாக்கினி, ஊழித்தீ.

பதமல ரினில்வந் தெனையழைத் திடலெப்
பணிவிடைக் கெனச்சகு றுதவு
புதல்விகன் னிகையோ வதுவைசெய் துளதோ
புகலென்றார் வதுவைசெய் திலையென்
றெதிர்பகர்ந் ததுநா மணம்புரிந் திடுதற்
கியல்புசெய் குவைகொலோ வென்றா
ரிதமுள வரசுக் குரைத்துளப் படிசெய்
திடுவனெண் றிறைஞ்சியே கியதே. **(63)**

63. (2089) அமைச்சுச் சகுரம் வந்தது. பணிந்தது. எப் பணிவிடைக் கென்று என்னை அழைத்தீர் என்று கேட்டது. அரசு சகுரின் மகள் கன்னியா? திருமணம் ஆகிவிட்டதா? சொல் என்றார். திருமணம் ஆகவில்லை என்று மறுமொழி கூறியது. நான் திருமணம் செய்து கொள்வதற்கு ஏற்பாடு செய்வாயா என்றார். இனிமையுள்ள அரசுக்குச் சொல்லித் தங்கள் உள்ளக் கருத்தின்படி செய்திடுவேன் என்று பணிந்து சொல்லிச் சென்றது.

வதுவை - திருமணம்; புகல் - சொல்; எதிர்பகர்தல் - மறுமொழி சொல்லல்; இயல்புசெய்தல் - ஏற்பாடு செய்தல்; உளப்படி - கருதியபடி; ஏகியது - சென்றது.

மணிமுடி யரசி னுழைப்புகுந் துனது
மகளைநன் னபிமண மாலை
யணியவுள் விரும்பி யெனையழைத் துரைத்தா
ரளித்திடி லவளுநா மெவரு

மிணையறு பதவி பெறுவதாம் புகழு
மிரும்புவி யுளவரைக் குளதா
முணர்தரு நமது தவப்பயன் விருப்ப
முதித்தது நபிக்கென்றோ தினதே. (64)

64. (2090) மணிமுடி தரித்த அரசு சகுரின் இடம் சென்று உன்னுடைய மகளை, நபி, மணமாலை அணிந்து திருமணம் புரிந்திட விருப்பம் கொண்டு என்னை அழைத்துக் கூறினார். அவருக்குக் கொடுத்தால், அவளும் நாம் எல் லாரும் இணையற்ற பதவி பெறுவதால் உண்டாகும் புகழ் உலகம் உள்ளவரை இருக்கும். 'நானறிந்தவரை, நம் தவப்பன். விருப்பம் தோன்றியது நபிக்கு என்று உரைத்தது. நபிக்கு விருப்பம் தோன்றியது நம்முடைய தவப்பயனால்.

உழை - இடம்; ஓதினது - உரைத்தது.

கவலலுஞ் சகுறு மறுமொழி யெவையுங்
கவன்றில நபிபதத் தணுகி
யுவமையில் லவன்றன் றிருவருட் பொருளே
யுமதுள முணர்ந்திடா துளதோ
வெவர்களு மறிய வுடல்பொரு ளாவி
யினையுமீந் தெளியனுந் தொழும்பாந்
தவபலன் படைத்தே னடிமைபெற் றிடுசந்
ததியெலாந் தொழும்புக ளன்றோ. (65)

65. (2091) அமைச்சுச் சின் இப்படிக் கூறியதும் சகுரு மறுமொழி ஏதும் சொல்லவில்லை. நேராக நபியிடம் சென்று உவமை இல்லாதவனின் திருவருட் பொருளாய்த் தோன்றிய நபியே தங்கள் உள்ளம் உணராததும் அறியாததும் உள்ளதோ? யாவரும் அறியும்படி உடல்பொருள் ஆவியினைத் தங்களுக்கு அளித்து ஏழையேன் தங்கள் அடிமையாகிய தவப்பலன் உடையவன் ஆனேன். அடிமைபெற்ற மக்கள் தங்கள் அடிமைகள் அன்றோ? நான் செய்த தவத்தின் பலன் தங்கள் அடிமையானது. அடிமையாகிய என் மக்களும் தங்கள் அடிமை களே என்றது.

கவலலும் - சொன்னதும்; கவன்றில - சொல்லவில்லை; உவமை இல்லவன் - உவமை இல்லாதவன்; எளியன் - ஏழை; தொழும்பு - அடிமை; சந்ததி - மக்கள்.

ஆவதா லெனது புதல்வியாந் தொழும்பை
யகத்தினுள் விரும்புமப் பொழுதே
நாவதா லடிமைக் குரைத்திடிற் றடையோ
நாயினேன் றனையய லாக்கி
யேவலா கியதூ தனுப்புத னெறியோ
வெளியெனு மெனதுகோத் திரமு
மேவலா னவருங் கதிபெறக் கருத்துள்
விரும்பல்போற் செய்மினென் றதுவே. (66)

66. (2092) ஆதலால், எனது மகளாகிய அடிமையை மனத்தில் விரும்பி அப்பொழுதே நாவால் அடிமையாகிய என்னிடம் சொல்லத் தடையோ?

நாயினேனை அப்பால் ஆக்கி ஏவலாகிய தூது அனுப்புதல் நெறியோ? எளியேனும் எனது குலமும் எனது கிளையார்களும் உயர் கதி பெறுதல் வேண்டி தங்கள் கருத்தில் விரும்பியது போற் செய்யுங்கள் என்றது.

அயலாக்கி - என் இருப்பிடத்திற்குப் போக்கி, அயலான் ஆகும்படி ஆக்கி எனினும் ஆம்; மேவலானவர் - கிளைஞர், சுற்றத்தார்.

உரைசெவிப் புகலு மிகக்களித் துறைந்தா
ருறையிலியா மணம்புரிந் திடுகி
லருமறைப் பொருளின் றீனிலியா வரையு
மழைக்கின்றார் புகுந்திடிற் புகுதுந்
தெரிவையர் களினில் வனப்புடை யவரைச்
சிறைபிடிப் பதுதுணிந் தனரென்
றிருநில முழுதுந் தூற்றுந்தீன் பெருகற்
கிவையிடை யூறென நினைத்தார். (67)

67. (2093) சகுரு சொன்னவை செவியிற் புகுந்ததும் மிகமகிழ்ச்சி கொண்டார். இவளை நாம் மணம்புரிந்து கொண்டால், அரிய மறைப்பொருளாகிய இறைவன் தீனில் யாவரையும் அழைக்கின்றார். அவர் அழைப்பை ஏற்று தீனில் புகுந்தால், புகும் பெண்களில் அழகானவர்களை திருமணம் மூலம் சிறை பிடிக்கத் துணிந்துள்ளார் என்று உலகம் முழுவதும் தூற்றும். தீன் பெருகுவதற்கு இஃது இடையூறாகும் என்று உள்ளத்தில் நினைத்தார்.

நினைத்திவ டனையாம் வதுவைசெய் திடுகி
னிந்தைசெய் திடற்கிட மெனவே
மனத்தினிற் குறித்து மயலெனுங் கொடிய
வடவையைத் தெளிவெனும் பெருகு
புனற்கொடு முழுது மறவவித் துதவு
புயவலிச் சகுறினை யழைத்து
நனித்தவம் புரிந்திட் டீன்றநின் புதல்வி
நமக்குமே புதல்வியென் றிசைத்தார். (68)

68. (2094) நினைத்து, இவளை நாம் திருமணம் செய்தால் பிறர் பழிதூற்றற்கு இடமாகிவிடும் என்று மனத்தில் உறதிகொண்டு, மையலென்னும் கொடிய ஊழித்தீயைத் தெளிவென்னும் பொங்கிப் பெருகும் வெள்ளை நீரினால் அவித்தார். அவித்தபின் பெண்ணைப் பெற்ற சகுர சின்னை அழைத்து, ‘அரிய தவம் செய்து பெற்ற உன் மகள் எமக்கும் மகளே’ என்று கூறினார்.

நிந்தை - நிந்தனை, பழிப்பு; குறித்து - உறுதிகொண்டு ; மயல் - மையல்; வடவை - வடவாக்கினி, ஊழித்தீ; புனல் - நீர்; அறவவித்து - அற அவித்து, அற்றுப்போகும்படி அவித்து, அணைத்து; உதவு சின் - பெற்ற சின்; நனி - மிகுதி.

அடிகளிவ் வசன மிசைத்தலு நபியுள்
ளகத்திலெப் பிழையினைக் குறித்தோ
முடிவிது பகர்ந்திட் டனரெனக் கலங்கி
மொழியொணாக் கவலைகொண் டுருகிக்

கடிமணம் புரியக் கருதியென் னுழையிற்
கவன்றுபின் மறுத்திவை புகலக்
கொடியதீ வினையாம் புரிந்தென் னெமது
கோதைக்கென் குற்றமென் றதுவே. (69)

69. (2095) தலைவர் இம் மொழி கூறியதும் அறிந்தோ அறியாமலோ நடந்துவிட்ட ஏதோ ஒரு பிழையை உள்ளத்தில் கொண்டு நபி இம் முடிவைக் கூறினாரோ என்று கலங்கிய சகுரு சொல்ல முடியாத கவலை கொண்டு உருகி, திருமணம் புரியக் கருதி என்னிடம் சொல்லிப் பின் மறுத்து இவ்வாறு சொல்ல, நாங்கள் கொடிய தீவினை என்ன புரிந்தோம்? எங்கள் மகளிடம் என்ன குற்றம் உள்ளது? என்று கேட்டது.

அடிகள் - தலைவர், குரு, ஆசான் மூத்தோர் எனப் பலபொருள் கொண்ட சொல்; வசனம் - மொழி; இசைத்தலும் - சொன்னதும் பகர்ந்திட்டார் - சொன்னார்; கடிமணம் - திருமணம்; உழையில் - இடத்தில்; கவன்று - சொல்லி; புகல - சொல்ல; எமது கோதை - எம் மகள்.

வருத்தமுற் றயர்ந்து சகுறிவை பகர
வள்ளலுன் புதல்வியா லுன்னாற்
பொருத்துநின் மரபாற் பிழைகுறித் திவையாம்
புகன்றிலம் புவிவசை புகலு
மருத்தமுள் ளுணர்ந்து தவிர்த்தன மெனவிண்
டாயிழை யவளைச்சின் னினத்தின்
மருத்தகு தெரியல் புனைந்தருள் வதனை
மறுத்துமா னிடர்க்கரு ளென்றார். (70)

70. (2096) வருத்தம்கொண்டு சோர்ந்து சகுரு இவ்வாறு கூற, உன் மகளாலோ உன்னாலோ உன் குலமரபினராலோ குற்றம்கண்டு நாம் இவற்றைக் கூற வில்லை. உலகம் வசைபேசும் பொருளை உள்ளுணர்ந்து தவிர்த்தோம் என்று சொல்லி, உன் மகளைச் சின் இனத்திற்கு நறுமண மாலை சூட்டிக் கடிமண செய்யாது மனிதர்க்கு மணம்செய்து கொடு என்றார் வள்ளல் நபி.

பகர - சொல்ல; மரபு - குலம்; புகன்றிலம் - சொல்லவில்லை; புகலும் - பேசும்; அருத்தம் - பொருள்; விண்டு - சொல்லி; மரு - மணம்; தெரியல் - மாலை.

இன்னவை செவிக்கொண் டெனதுகா தலிசூழ்ந்
திடுகுழா மீன்றவென் மகளாங்
கன்னலின் மொழியா ளொடுமெழுந் தாறாங்
கடனடுத் தீவுசென் றிடுகில்
சின்னின மலது மனுக்குலத் தெவர்கள்
சேர்வரங் கதற்குளத் துணர்ந்து
சொன்னவை புரிவே னடிமையென் றேத்தித்
துணைமலர்ப் பதமிறைஞ் சியதே. (71)

71. (2097) இவற்றைக் கேட்டு, என் மனைவி சூழ்ந்திடும் கூட்டம் பெற்ற என் மகளாகிய கரும்பு மொழியாளுடன் புறப்பட்டு ஆறாம் கடல்நடுத் தீவிற்குச்

சென்றுவிட்டால், சின் இனம் அல்லாமல் மனித குலத்தவர்களில் எவர் அங்கு வந்து சேர்வார்? அதற்கு ஒரு வழி உள்ளத்தில் உணர்ந்து சொன்னால் அடிமை அவ்வாறே செய்வேன் என்று அவர் மலரடி பணிந்து போற்றியது.

குழாம் - கூட்டம்; கன்னல் - கரும்பு; ஏத்தி - புகழ்ந்து; இறைஞ்சியது - பணிந்தது.

பங்கியல் பகர்தல் சரதநின் மகள்போற்
படத்தினி லெழுதிநம் முழையி
னிங்களித் திடுகி னோக்கியம் மயிலி
னெழிற்கிணைப் புருடர்வந் தணுகி
லங்கனுப் புவமென் றனரகம் பொருந்தி
யவ்வகை தீட்டியீந் ததுதஞ்
செங்கையி லதுகொண் டறையினுண் மணிகள்
செறிந்தபே ழையிலிருத் தினரே. (72)

72. (2098) சகுர சின் சொல்வது மெய். உன் மகள்போல் உருவம் சீலையில் எழுதி நம்மிடம் கொடு. உன் மகளின் அழகுக்குப் பொருத்தமான ஆடவன் வந்து அணுகினால் அவனை அங்கு அனுப்புவோம் என்றார். அது சரி என்று கண்டு அவ்வாறே எழுதிக் கொடுத்தது. அதைப் பெற்றுக் கொண்டார். அறையின் உள்ளே மாணிக்கமணிகள் நிறைந்த பேழையில் வைத்தார். இப் பாட்டின் முதற்சீராய் அமைந்துள்ள 'பங்கியல்' என்ற சொல்லின் பொருள் விளங்கவில்லை. சின் வானில் பறவைபோல் பறக்கும் இயல்பு கருதி 'பட்சி யியல்' என்றார் எனக் கருதலாம். அவ்வாறானால் 'பட்சி' என்னும் வடசொல் தமிழ் மரபின்படி 'பக்கி' ஆகும். மெலித்தல் விகார விதியின்படி பக்கி 'பங்கி' ஆகலாம். ஆனால், 'பறவைபோல் பறக்கும் இயல்புடையது' என்னும் பொருளில் 'பட்சியியல்' எனப் புதுச்சொல் படைத்துக்கொண்டார் எனலாம். அதுவே 'பக்கியியல்' ஆகி அது மெலித்தல் விகாரப்படி 'பங்கியியல்' - பங்கியல் ஆக லாம். இதன்பொருள் 'பறவை இயல்பு கொண்டது, சின்' என்றார். விளக்க முடையார் தெளிவுபடுத்துக.

பகர்தல் - சொல்லுதல்; சரதம் - மெய்; படத்தினில் - சீலையில், துணியில்; நம்முழை - நம்மிடம்; அகம் பொருந்தி - திருப்திகொண்டு, மனத்தில் சரி என்று கண்டு; செறிந்த - நிறைந்த; பேழை - பெட்டி; இருத்தினர் - வைத்தார்.

மணிப்புயச் சகுறு வருதினந் தொடுத்து
மலர்ப்பதத் துறையுநா ளளவு
மணிப்பெறு மதற்குங் கணங்களெவ் வெவைக்கு
மசனவத் திரங்களா பபரணங்
கணிப்பறக் கொடுத்து மகிழ்ச்சிசெய் துறைந்தார்
கனகத்தாற் படிகத்தான் மணியாற்
பணிப்பற விறையோன் றனைவணங் கிடுமப்
பள்ளியுங் குயிற்றிவந் தனரே. (73)

73. (2099) வயிரத்தோள் உடைய சகுரு வந்த நாளில் இருந்து நபியின் அருகில் இருந்த நாள்வரை அதற்கும் அதன் கூட்டத்தார்க்கும் உணவும்

உடையும் பிற அணிமணிகளும் அளவின்றிக் கொடுத்து மகிழ்ந்தார். இறைவனைப் பணிந்து வணங்கும் அப் பள்ளியை பொன்னாலும் பளிங்கினாலும் மணிகளாலும் அழகுபெறப் பதித்து வந்தனர்.

மணி - வயிரம்; மணிப்புயம் - வயிரம் போன்ற உறுதியுடைய தோள்; வருதினம் - வந்தநாள்; அணிப்பெறும் - அழகுபெறும்; கணங்கள் - கூட்டங்கள்; அசனம் - உணவு; வத்திரம் - வஸ்திரம், ஆடை; ஆபரணம் - அணிமணிகள்; கணிப்பற - கணக்கின்றி; கனகம் - பொன்; படிகம் - பளிங்கு; மணி - நவமணி; பணிப்பு - பணிதல்; பணிப்பற - பணிந்திட; அப் பள்ளி - பைத்துல் முக்கத்தீசுப் பள்ளி; குயிற்றி - செய்து, பதித்து.

சகுறசின் கூட்ட மீமான்கொண்ட படலமுற்றிற்று.
படலம் 40 -க்கு - திருவிருத்தம் - 2099

40. அரியணை மாளிகைப் படலம்

படலச் செய்தி

ஒரு நாள் சகுர சின்னை அழைத்துத் தம் விருப்பத்தைக் கூறினார் அரசர் நபி. உலகில் உள்ள யாவரும் அற்புதம் என்று சொல்லும்படியான அரியணை மாளிகை ஒன்று அமைத்துத் தரவேண்டும் என்றார். அஃது ஒரு நகரம் போலவும் நினைக்கும் இடத்திற் கெல்லாம் போகவும் வரவும் எந்திர நுட்பம் அமைந்தாக இருக்க வேண்டும். அதன் நடுவில் அரியணை அமைந்து நுண்ணிய வேலைப்பாடுகளுடன் திகழ வேண்டும் என்றார். சரி என்றது.

அரியணை மாளிகை அமைப்பதற்கென்று நால்வகை பொன்னும் பளிங்கும் வெள்ளியும் நவமணிகளும் மலைபோல் குவிந்தன. அகலம் பத்தாயிரம் முழம் நீளம் பத்தாயிரம் முழம் கடுநடையாய் ஐந்தரை நாழிகை வழிப்பயணத் தொலைவு உயரம் உடையதாய், அம் மாளிகையை அமைத்தது. மூன்றடுக்கு உடையதாயும் மாட மாளிகைகளும் கூட கோபுரங்களும் உடையதாயும் வெளித் திண்ணை அமைப்புடன் ஆயிரம் தூண்கள் நாட்டியும் அமைத்தது. நடுவில் வெள்ளைக் குப்பா அமைத்து உச்சியில் மரகதக் கொடி நிறுத்தியது. இரண்டு அடுக்குகளுக்கு இடையே படம் விரித்து நேராக இருக்கக் கீழடுக்குச் சுவரில் உடலைச் சார்த்தி வானத்தில் தெரியும்படியாக பொன்னாற் செய்த பாம்பு அமைத்து அதன்மேல் யானை மருப்பினால் மாளிகை ஒன்றும் அமைத்தது. அதனுள் நவமணி பதித்த அரியணை அமைத்தது. அதைச் சுற்றிலும் ஐம்பொன்னால் செய்த பேரீச்ச மரங்கள் செய்து, பொன்னால் கொம்புகள் அமைத்து பொன்னும் மணியும் கலந்த திராட்சை கொடிகளை அவற்றில் படரவிட்டு, வெள்ளியினால் இலை மலர் கனி செய்து படரவிட்டது. கீழடுக்கில் அமைந்துள்ள அரியணைப் பீடத்தின் கீழே இரண்டு பெரிய புலிகளும் அதைச் சூழ்ந்து பீடத்தைத் தொடும்படி இரண்டு கழுகுகளும் இரண்டு மயில்களும் நேர்த்தியுடன் செய்து அமைத்தது. அரியணை அசைந்தாடும் போது புலிகள் கைவிரித்து வால் அசைத்து உயர்த்த பறவைகள் சிறகு விரித்தன. அரியணைப் பீடம் சுழலும்போது மயில்களும் கழுகுகளும் புலிகளும் தலை தாழ்த்தி அமர்ந்திருக்கும் நபியை நோக்கி உயர்த்தின. புலிகளும் பறவைகளும் உயிருள்ளவை என்று பார்ப்பவர் அஞ்சினர்.

வலப்புறத்தில் ஆயிரம் பொன் இருக்கைகளும் இடப்புறத்தில் ஆயிரம் வெள்ளி இருக்கைகளும் அமைத்து நால்வகைப் படைகளும் இருக்கத் தக்க அகன்ற தளமும் அமைத்தது. படைகளுடன் நபியைச் சுமந்து ஒரு நாளில் இருமாத பயணத் தொலைவைக் கடந்து வானத்தில் பறந்து செல்லும் விரைவு உடையதாகவும் வானிலும் நிலத்திலும் எவ் விடத்திலும் செல்லக் கூடியதாகவும் அதற்கேற்ற எந்திர நுட்பத்துடனும் அமைத்து அரசர் நபியிடம் அறிவித்தது.

அதைப் பார்த்த நபி வியந்தார். தாம் நினைத்தபடி எல்லா வசதிகளும் அதில் அமைந்திருக்கக் கண்டு மகிழ்ந்தார். சகுரை பாராட்டினார். இருமைப் பேறுகள் எய்தும் துஆ இரந்தார்.

அரியணை மாளிகையில் அமர்ந்து அரசு நடத்தினார் வலப்புறப் பொன் இருக்கைகளில் பனிஇசுராயீல் தலைவர்களை அமர்த்தினார். இடப்புற வெள்ளி இருக்கைகளில் சின்குலத் தலைவர்களை அமர்த்தினார். கீழடுக்கில் நாற்படைகளையும் நிறுத்தினார். அரியணையில் அமர்ந்து அரசு நடத்தினார்.

இவ்வாறு நடக்கும்போது சகுர சின் வந்து தீவிற்குத் திரும்ப அனுமதி வேண்டி நின்றது. வரிசைகள் பல அளித்து உன் நாட்டிற் போய் அரசு செய்து வாழ் என்று வாழ்த்தி விடை கொடுத்தார். சகுரு தன் இனத்தோடும் அமைச்சோடும் வந்து பணிந்து திரும்பி வானில் பறந்து தீவை அடைந்து ஒற்றை அரசு செய்தது.

இப் படலத்தில் செய்திகள் மிகுதியாக இல்லை. ஆயினும் அரியணை மாளிகை அமைப்பை விரிவாகப் பாடி உள்ளார்.

41. அரியணை மாளிகைப் படலம்

எழுசீர்க் கழிநெடிலடி யாசிரிய விருத்தம்

திருநபி சுலையு மான்சகு றுழையிற்
செப்புவர் செகத்தினி லெவரு
மரியவற் புதங்கொண் டிடவொரு மணிச்சிங்
காசன மாளிகை யமைத்துத்
தருகவேண் டுதுமன் னவைவள மிகுந்து
தருமொரு பெருநகர் போன்றும்
விரைவினி னினைக்கு மிடமெலாம் புகுந்து
மீளுமச் சூட்சமும் வேண்டும். (1)

1. (2100) திருநபி சுலைமான் சகுர சின்னிடம் கூறினார். உலகில் உள்ள யாவரும் கண்டு அற்புதம் என்று கொண்டாடத் தக்க அழகிய அரியணை மாளிகை ஒன்று அமைத்துத் தர வேண்டும். வளம் மிகுந்த பெரிய நகரம் போன்றதாகவும் நினைக்கும் இடத்திற் கெல்லாம் விரைந்து சென்று திரும்பும் இயந்திர நுட்பம் பொருத்தப்பட்டதாகவும் அஃது அமைதல் வேண்டும். சூட்சி என்பதற்கு இயந்திர நுட்பம் எனப் பொருளுரைக்கப்பட்டுள்ளது. சூட்சம், சூட்சமம் என்தற்கு நுட்பம், நுண்ணறிவு என்பது பொருள். அறிவு நுட்பத்தால்

815

உருவாக்கப்படும் கருவி இயந்திரம் எனப்படும் ஆதலின் இவ்வாறு பொருளுரைக்கப்பட்டது.

உழையில் - இடத்தில்; செப்புவர் - சொல்லுவர்; செகம் - உலகம்; மணி - அழகு, மாணிக்க மணியும் ஆம்; சூட்சம் - நுட்பம், அஃது இயந்திர நுட்பம்.

> அரியணை நடுவி லுறவுநுண் பணிய
> தாய்க்கவி னிலங்கவும் வேண்டும்
> பொருவறு முனது மனத்தெளி வதனாற்
> புரிவைமற் றொருவரான் முடியா
> திருநிலத் தெனவுன் னுழையியம் பினனென்
> றியம்பின ரியம்பலு மெளியேன்
> றருமவுள் ளுயிருங் கருணையாற் குயிற்றித்
> தருகின்றே னென்றது சகுறே.   (2)

2. (2101) அரியணை நடுவில் இருக்க அரிய நுட்ப வேலைப்பாடுகள் நிறைந்ததாக அழகுடன் இலங்க வேண்டும். நிகரற்ற உனது மனத் தெளிவினால் உன்னால் செய்ய முடியும். உலகில் வேறொருவரால் முடியாது. ஆதலால் உன்னிடம் சொன்னேன் என்று கூறினார். கூறியதும் அறத்தின் உள்ளுயிராகிய உங்கள் அருளால் செய்து தருகின்றேன் என்றது சகுரு.

உற - இருக்க; நுண்பணி - நுட்ப வேலைப்பாடு; கவின் - அழகு; இலங்கல் - ஒளிர்தல்; பொருவு அறு - நிகர் அற்ற, உவமை இல்லாத; திருநிலம் - உலகம்; உழை - இடம்; இயம்பினேன் - சொன்னேன்; தரும உள் உயிர் உம் கருணை - அறத்தின் உள்ளுயிர் ஆகிய உம் அருள்; குயிற்றி - செய்து.

> தவநிலைக் குரிய நபிபத மகன்று
> தங்கநால் வகைகளும் பளிங்கு
> நவமணித் திரளு மிரசிதப் பிழம்பு
> நவில்பல தொழிற்கரு விகளு
> மிவைமுதற் குயிற்ற வேண்டிய பொருள்க
> ளெவைகளுந் தனதினிற் றுருவிக்
> குவிதரத் திரட்டி யொருதல மதனிற்
> குன்றுகள் போற்செறித் ததுவே.   (3)

3. (2102) தவ நிலைக்கு உரிய நபியிடம் இருந்து திரும்பிச் சென்று நான்கு வகையான தங்கமும் பளிங்கும் ஒன்பது வகை இரத்தின மணிகளும் வெள்ளித் திரட்சியும் பல்வேறு வகையான தொழிற் கருவிகளும் இவையன்றி அரியணை மாளிகை கட்டத் தேவையான பொருள்கள் யாவும் தானே தேடிக் குவியலாகத் திரட்டி ஓரிடத்தில் மலைகள் போல் அடுக்கி வைத்தது. நால்வகைப் பொன்: ஆடகம், கிளிச்சிறை, சாதரூபம், சாம்புநதம்.

நவமணி : வைரம், முத்து, பவளம், மாணிக்கம், மரகதம், கோமேதகம், வைடூரியம், நீலம், புருடராகம்.இரசிதம் - வெள்ளி; பிழம்பு - திரட்சி; குயிற்ற - கட்ட; தனதினில் - தன்பொறுப்பாய்; துருவி - தேடி; செறித்தது - நிறைத்தது.

செறித்தபின் படிகச் சிலைகளா லகலத்
தினிற்பதி னாயிர முழமுங்
குறித்தநீ ளமுமவ் வளவதாய் நெடிய
குடுமியைந் தரைக்கடி கையின்மட்
டுறக்கடு நடையாய் நடக்குமவ் வழியி
னுயரமா யுயரவா யிரங்கீழ்ச்
சிறக்கவா யிரமொண் மணியடுக் குகளாய்ச்
சேரிவை பதின்முழ முயர்வாய். **(4)**

4. (2103) இது முதல் ஒன்பது பாட்டுகளில் (4 - 12) அரியணை மாளிகையின் அமைப்பும் அளவுகளும் பாடுகிறார். நிறைத்து வைத்தபின், பளிங்கினால் சிலைகள் செய்தது. அளவு அகலம் பத்தாயிரம் முழம், நீளமும் அதேயளவு, ஆயிரம் நாழிகை நேரம் நடக்கும் தொலைவு உயரம், சிறக்கும்படி உயரத்தில் ஆயிரம் ஒளிமணி அடுக்கு, கீழ்ப்பகுதி ஆயிரம் மணியடுக்கு, இது பத்து முழம் உயரம்.

செறிந்தபின் - நிறைத்தபின்; படிகச் சிலை - பளிங்குச் சிலை; சிலை - கல்; கடிகை - நாழிகை; நாழிகை - அறுபது நாழிகை ஒருநாள், 24 மணி நேரம்.

அடுக்குக ளிருப்ப மாடகூ டமுமாங்
கறைகளும் வெளியிற்றிண் ணைகளுந்
திடப்பட வமைய மலைகளைச் சுமக்குஞ்
சின்கள்பத் ததிபெலங் கூட்டி
யெடுத்திட தகுதூ ணாயிரம் நிறுத்தி
யிழைத்துமே லடுக்கில்வெண் மையதாய்
வடிக்கதிர் தருகுப் பாவொன்று சமைத்து
மரகதக் கொடிகண்மே னிறுத்தி **(5)**

5. (2103) இவ்வாறு அடுக்குகள் அமைத்து, மாடமும் கூடமுமாய் அறைகளும் வெளியில் திண்ணைகளும் உறுதியுடன் அமைய, மலைகளைச் சுமக்கும் சின்களில் பத்துச் சின்கள் வலிமையைக் கூட்டி எடுத்திடத் தக்க தூண்கள் ஆயிரம் நாட்டி, இழைத்து, மேலடுக்கில் வெண்மையாய் ஒளிக்கதிர் பரப்பும் விதான கலசம் (Doom) அமைத்து, அதன் மீது மரகதக் கொடிகள் அமைத்து மலைகளைச் சுமக்கும் சின்களில் பத்துச் சின்கள் கூடித் தூக்கிச் சுமக்க வேண்டிய தூண்கள். அத் தகைய சின்கள் ஆயிரம்.

பெலம் - பலம், வலிமை; வடிக்கதிர் - ஒளிக்கதிர்; குப்பா - பெரிய நீர்ச்சாலைக் கவிழ்த்து வைத்தது போன்றுள்ள விதமான கலசம்.

ஈரடுக் கினுக்கு நடுப்படு வெளியி
லெழின்மணிப் பெரும்படம் விரித்து
நேரிட விருப்பக் கீழடுக் கினிலே
நிற்குமச் சுவரினிற் சார்வாய்ச்
சீருற வளர்த்தந் தரத்திற்போய்த் தெரியச்
செம்பொன்னால் வரையென வொருபாம்
பேரொடு மமைத்துப் பெரியமா ளிகையொன்
றிதற்குமே லிபக்கொம்பாற் குயிற்றி. **(6)**

6. (2105) இரண்டு அடுக்குகளுக்கு நடுவாக உள்ள வெளியில் அழகிய பெரிய படத்தினை விரித்து நேராக இருக்க, கீழடுக்கில் நிற்கும் அச் சுவரில் சார்பாய் சிறக்க வளர்த்து, வானத்தில் போய்த் தெரியும்படி செம்பொன்னால் மலை எனத் தக்க ஒரு பாம்பு அழகாக அமைத்து, அதற்கு மேல் யானைத் தந்தத்தால் பெரிய மாளிகை ஒன்று கட்டி

சார்வு - சாவ்பு; சீருற - அழகாக; அந்தரம் - வானம்; வரை - மலை; ஏர் - அழகு; இபம் - யானை; கொம்பு - மருப்பு, தந்தம்.

மணிபதித் ததனு ளரியணை யதுவு
மணிகளாற் கனகத்தாற் குயிற்றி
யணிதரு மதைச்சூழ்ந் திடதெடுந் தருவீந்
தைம்பொனாற் செய்துகொம் பனைத்துங்
கணமணி களினாற் சமைத்திர ணியத்தாற்
கலந்தடர் கொடித்திரி கையுஞ்செய்
திணையற வொளிரம் மரத்தின்மேற் படர்ந்தே
யிலைமலர் கனியொடு மிலங்க. (7)

7. (2106) அம் மாளிகையில் இரத்தின மணிபதித்து அதன் உள்ளே அரியணை அமைத்து அதையும் பொன்னிழைத்து இரத்தின மணி பதித்து அழகுமிக்க அவ் வரியணையைச் சுற்றிலும் ஐம்பொன்னால் செய்து கொம்புகள் எல்லாம் ஒளிபரப்பும் இரத்தின மணிகளால் அமைத்த நீண்ட ஈச்ச மரங்களை நாட்டி, அதன்மீது இரத்தின மணிகளும் பொன்னும் கலந்தமைத்த திராட்சைக் கொடி களைப் படரவிட்டு, இலைகளும் மலர்களும் கனிகளும் இலங்கச் செய்து.

கனகம் - பொன்; குயிற்றி - பதித்து; தரு - மரம்; ஈந்து - ஈச்சமரம்; கணம் - தீப் பொறி; இரணியம் - பொன்; அடர்தல் - படர்தல்; கொடிமுந்திரிகை - திராட்சை.

கீழடுக் கதன்மே லரியணை மனையின்
கீழ்த்தொட விருபெரும் புலியுஞ்
சூழவம் மனையைத் தொடவிரு கழுகுந்
தோகைக ளிரண்டுஞ்செய் தெழில்கள்
வாழுமவ் வரியா சனமனை யாடி
வரப்புரிந் தாடிவந் திடுபோ
தூழியல் புலிகை விரித்துவால் விசைத்திட்
டுயர்த்தபட் சிகள்சிறை விரிப்ப. (8

8. (2107) கீழடுக்கின் மேல் அரியணை இடத்தில் கீழே தொடும்படியாக இரண்டு பெரிய புலிகளும் அவ் விடத்தைச் சூழ்ந்து தொடும்படியாக இரண்டு கழுகுகளும் இரண்டு மயில்களும் செய்து, அழகு கொழிக்கும் அரியாசன மனையைச் சுற்றி ஆடி வரும்படிச் செய்து, சுற்றி வரும்போது புலி நியமமாகக் கைவிரித்து வாலை விரைத்து உயர்த்த பறவைகள் சிறகு விரிக்க

தோகை - மயில்; ஊழியல் - ஒழுங்கு; விசைத்தல் - விரைதல்; பட்சி - பறவை.

நிலைகதி ரரியா சனமனை திரிகை
நிகர்தரச் சுற்றச்சுற் றிடுகிற்

புலிகளுங் கழுகு மயில்களு மணிகள்
புனைந்ததந் தலைகளைப் பணிந்து
நலனுறு நபிதா ணோக்கிமே லுயர்த்த
நவமுறு புலிகள்பக் கிகளு
முலவுறு முயிருள் ளவையென நினைத்தே
யுளத்தினிற் சிலர்வெரு வோங்க. **(9)**

9. (2108) ஒளிவீசும் அரியணை உள்ள இடம் இயந்திரம் சுற்றுவது போல் சுற்றும். சுற்றும்போது புலிகளும் கழுகும் மயில்களும் இரத்தின மணிகள் பதித்த தங்கள் தலைகள் பணிந்து நலங்கள் குடியிருக்கும் நபியின் பாதம் நோக்கி மேல் உயர்த்த புதுமையான புலிகளும் பறவைகளும் உயிருடன் உலவுகின்றன என்று நினைத்துச் சிலர் அச்சம் கொள்ள

திரிகை - கையால் சுற்றி மாவரைக்கும் கல்; பக்கி - பறவை; வெருவு - அச்சம்.

அமைத்தன வலப்பா லிரணிய மதனா
லாயிரங் கதிரைவெள் ளியினாற்
கமைப்படு வனப்பா யாயிரங் கதிரை
கணமணி யழுத்திச்செய் திருத்தி
யிமைப்பிலா நகர்போற் றிரண்டொரு மனையா
யெழிலரி யணையொடு மிலக்கத்
தமக்கிணை பகராத் தளங்களு நபியுந்
தரித்திடு மிகுவிசா லமதாய். **(10)**

10. (2109) அமைத்தன. வலப்பக்கத்தில் பொன்னாற் செய்த ஆயிரம் இருக்கைகளும் வெள்ளியினாற் செய்த ஆயிரம் இருக்கைகளும் மிகுந்த வேலைப்பாடுகளுடனும் ஒளிவீசும் இரத்தின மணிகள் பதித்தும் செய்து இருத்தியது. கண் இமைத்தல் இல்லாது எப்போதும் விழித்து இருக்கும் நகரம் போல் ஒரு மனையாய்த் திரண்டு அழகிய அரியணையுடன் இலங்க, தமக்கு இணை சொல்ல முடியாத படைகளும் நபியும் தங்குவதற் கேற்ற அகன்ற பரப்பு உடையதாய்

வலப்பால் - வலப்பக்கம்; இரணியம் - பொன்; கதிரை - நாற்காலி, இருக்கை; சுமை - கனம்; வனப்பு - அழகு; கணம் - ஒளி; மணி - இரத்தினமணி; அழுத்தி - பதித்து; இமைப்பிலா - கண் இமைத்தல் இல்லாது விழித்திருக்கும் நகரம்; மனை - இடம், பீடம்; தளம் - படை; விசாலம் - அகலம்.

திருநபி யுடனே தளங்களைச் சுமந்தோர்
தினத்தினி லிருமதிப் பயணம்
விரைவினி லெழுந்து முகிற்பட மளவி
விண்ணகத் தினிற்பறந் தேக
விருநில விசும்பெவ் வுழையினின் றிடவென்
றிடினுநின் றிடவெழிற் சூட்சந்
தரிபடக் குயிற்றி முடித்துயி ரெவைக்கும்
தனியர சினுக்கியம் பினதே. **(11)**

11. (2110) திருநபியுடன் படைகளைச் சுமந்து ஒரு நாளில் இரண்டு மாதப் பயணத் தொலைவை விரைவில் எழுந்து மேகக்குவியலைத் தொட்டபடி வானில் பறந்து செல்லும் வல்லமை உடையது. நிலத்திலும் வானத்திலும் எவ்விடத்தில் நிறுத்த விரும்பினாலும் நிறுத்தக் கூடிய இயந்திர நுட்பம் அமைத்து முடித்த பின்னர் எல்லா உயிரினங்களுக்கும் தனி ஓர் அரசருக்கு அறிவித்தது.

தளம் - படை; மதி - மாதம்; முகிற்படம் - மேகக் கூட்டம்; இருநிலம் - பூமி; விசும்பு - வானம்; உழை - இடம்; சூட்சம் - இயந்திரம்; தரிபட - நிலைப்பட;குயிற்றி - செய்து; முகித்து - முற்றுவித்து; இயம்பினது - சொல்லியது.

இறைஞ்சிவிள் ளலுமாங் கேகிநோக் கினர்கீ
ழிருக்குமவ் வடுக்கினாற் றளமு
முறைந்திட வடிசில் சமைத்திட வனந்த
மொளிர்முடி மகுடமன் னவர்கள்
சிறந்தினி திருப்பத் தாமர சுறைசிங்
காசன மிருப்பவிண் ணகத்திற்
பறந்தெழ நிறுத்த வெனினிறுத் திடச்செய்
பண்புகண் டகமிக மகிழ்ந்தார். (12)

12. (2111) வினை முடித்துப் பணிந்து நின்று கூறியதும் அங்குச் சென்று நோக்கினார். கீழ்த்தளத்தில் இருப்பிடத் தளமும் உணவு சமைக்கும் அடுக்களையும் ஏராளமான முடிமன்னர்கள் தமக்கு உரிய தகுதிகளுடன் வீற்றிருக்கத் தாம் அமர்ந்து ஆட்சி நடத்தும் அரியணை இருக்க, வானத்தில் பறந்து செல்லவும் நிறுத்தவும் விரும்பினால் நிறுத்திடவும் தக்க தன்மைகள் அமைந்திருக்கக் கண்டு மிக்க மன மகிழ்ச்சி கொண்டார்.

விள்ளல் - சொல்லல்; ஏகி - சென்று; அடிசில் - உணவு; அனந்தம் - மிக்க; அரசுறையும் - அரசிருக்கும்; பண்புகள் - தன்மைகள்.

மிகுந்ததந் திரமென் றதிசயித் தெழில்சின்
வேந்தனுக் களவற முகமன்
பகர்ந்திக பரத்திற் பெறுபல னெவையும்
பரிவினிற் பெறுதுவாச் செய்து
திகழ்ந்தொளி தருநின் னுறையகம் புகவென்
றனுப்பினர் செம்மலத் தினந்தொட்
டுகந்தவற் புதத்தாங் குளவரி யணையி
லுறைந்தர சியற்றின ரன்றே. (13)

13. (2112) மிகுந்த அறிவு நுட்பம் என்று வியந்தார். அதை உருவாக்கிய அழகிய சின் அரசனுக்கு பாராட்டுத் தெரிவித்து இம்மை மறுமைப் பலன்கள் அனைத்தையும் பெற வேண்டும் என்று துஆச் செய்தார். பின்னர் நீ உன் ஒளி திகழும் இருப்பிடத்திற்குச் செல் என்று வழியனுப்பி வைத்தார். அன்று தொடங்கி அந்த அற்புத அரியணையில் விரும்பி அமர்ந்து அரசாட்சி நடத்தினார் அரசர் நபி. தந்திரம் என்பது அறிவுநுட்பம் என்று பொருளுரைக்கப்பட்டது. முகமன் - புகழ்ச்சி, பாராட்டு; பகர்ந்து - சொல்லி;

இகம் - இம்மை; பரம் - மறுமை; பலன் எவையும் பரிவினில் பெறுதுஆ - பலன்கள் அனைத்தையும் பெற்றுக் கொள்ளும் துஆ; நபிமார்களுக்கென்று தனிப்பட்ட துஆ ஒன்று வழங்கியிருக்கிறான் இறைவன். அதை எல்லா நபிமார்களும் பயன்படுத்திக் கொண்டனர். நான் அதை மறுமையில் என்னுடைய மக்களுக்கு (உம்மத்துகளுக்கு)ப் பரிந்துரை (ஷபாஅத்) செய்வதற்கென்று பாதுகாத்து வைத்திருக்கிறேன்.' என்றார்கள் நபிகள் நாயகம் (சல்). அந்த துஆவைக் குறிப்பிடவே 'இக பர பலன் பெறு துஆ' என்றார் போலும்!

துஆ - இறைஞ்சல், பிரார்த்தனை; உறையகம் - இருப்பிடம் புக - புகுக, சென்று சேர்க; உறைந்து - அமர்ந்து; அரசியற்றினர் - அரசு நடத்தினார்.

வலப்புறத் திருக்குங் கதிரையா யிரத்தும்
பனியிசு றாயிலின் றலைவர்
நலத்துட னிருப்ப விடப்புறக் கதிரை
நண்ணியே சின்களின் றலைவ
ரிலக்குற விருப்பக் கீழடுக் கதனி
லிரதங்கண் முதற்றள மிருப்பத்
துலக்கமுற் றிடவந் நடுவரி யணையிற்
றோன்றலுற் றரசுசெய் தனரே. (14)

14. (2113) வலப்புறத்தில் இருக்கும் ஆயிரம் நாற்காலிகளில் பனீஇசுராயீல் தலைவர்கள் நலமுடன் அமர்ந்திருக்க இடப்புறத்தில் உள்ள ஆயிரம் நாற்காலிகளில் சின்களின் தலைவர்கள் இலக்கறிந்து அமர்ந்திருக்க கீழடுக்கில் தேர் முதலிய நால்வகைப் படைகளும் இருக்க நடுவில் உள்ள அரியணையில் அரசர் நபி அமர்ந்து ஒளி இலங்கும்படி அரசு நடத்தினார்.

கதிரை - இருக்கை, நாற்காலி; பனீயிசுராயீல் - இசுரவேலர், யூதர்; நண்ணி - சென்று; இரதம் - தேர்; தளம் - படை; துலக்கம் - ஒளிவீசுதல்; தோன்றல் - அரசர்; உற்று - அமர்ந்து.

மங்குலைத் தடவு நெடுமுடி தரித்த
மரகத மணிக்கொடி யொளிபாய்ந்
தெங்கணும் பசிய நிறந்தழைத் திலங்கி
யிரதங்கண் முதலுள தளத்தி
னங்கமுற் றினுந்தாக் கிடிற்படி களின்வா
லடர்பைங்கூ ழிணையதாய்த் தோன்றத்
தங்குமொட் டகக்கண் முதலுள விலங்கு
தாவுங்கட் டுகளினாற் றரிக்கும். (15)

15. (.2114) மேகத்தைத் தொடுகின்ற நெடிய முகடு உடைய பச்சை நிறக் கொடிகளின் ஒளி பாய்ந்து எங்கும் பசுமை நிறம் தழைத்திருந்தது. தேர் முதலிய படைகளின் அங்கமாக அமைந்து தாக்குவதற்காக வால்களை அசைக்கின்றன குதிரைகள். அவ் வால் அடர்ந்த கதிர்முற்றி நெற் பயிருக்கு இணையாகத் தோன்றியது. அங்குத் தங்கியுள்ள ஒட்டகம் முதலிய விலங்குகள் தாவத் துடித்தன.ஆயினும் கட்டுகளினால் தரிபட்டிருந்தன.

பசிய நிறம் தழைத்திலங்கல், வால் அடர் பைங்கூழ் இணையாய்த் தோன்றல், கட்டுகளினில் தரித்தல் முதலிய உவமைகளின் மூலம், பசிய நெல்வயலையும் கதிர் முற்றிய நெல் அரியையும் அறுத்துக் கட்டுக்கட்டிப் போட்டிருத்தலையும் குறிப்பாகப் புலப்படுத்துவதாகக் கருதலாம்.

மங்குல் - மேகம்; முடி - உச்சி; பரி - குதிரை; பைங்கூழ் - பயிர், நெற்பயிர்; கட்டு - அரிக்கட்டு; தரிக்கும் - இருக்கும், கிடக்கும்.

செந்திரு வகுதை யகுமது நயினான்
சேயெனுந் துரையப்துல் காதிர்
சுந்தரப் புகழ்போ லிருட்பிழம் பனைத்துந்
துணித்தெழு செழுநிலாவொழுகு
சந்திர னொளிபோ லிரவினிற் றுலங்குஞ்
சகத்திர கிரணசூ ரியர்கள்
வந்தொரு திரளா யொளிர்வது நிகராய்
வனப்பொடு பகலினி லிலங்கும். (16)

16. (2115) வகுதை நகரின் செவ்விய திருவாகிய அகுமது நயினான் மகனாகிய அப்துல் காதிரின் அழகிய புகழ்போல், இருள் திரள் அனைத்தையும் அறுத்து எழும் செழுமையான குளிர் ஒளி ஒழுகும் நிலவு போல், ஆயிரம் கதிர்கொண்ட சூரியர்கள் ஒரு திரளாய் வந்து இரவில் ஒளிர்வது போல் அழகுடன் பகலில் இலங்கும். சூரியன் பகலில் ஒளிர்கிறது. ஆனால் சுடவில்லை. இரவில் செழித்த முழுமதி ஒளிர்வது போல் குளிர்ந்து ஒளிர்கிறது. வகுதை அகுமது நயினான் மகன் அப்துல் கதிரின் அழகிய புகழ் அத் தகைய குளிர்மை உடையது.

செந்திரு - செவ்விய திரு; சேய் - மகன்; துணித்து - அறுத்து; சகத்திரம் - சகஸ்திரம், ஆயிரம்; வனப்பு - அழகு.

வனப்புறு மிதனி லிருந்தர சியற்றி
மகிழ்ந்திடிற் சகுறுவந் திறைஞ்சி
யெனைத்தொழும் பரிற்சேர்ந் திடவருள் புரிந்த
வேந்தலே யேழையெற் கியம்பு
மனத்திரு வருளின் படிமுடித் துதவ
வாய்த்தென் விதியினி யடியே
னினத்தொடு முறுதீ வினிற்புகுந் துறைய
வேவுதல் வேண்டுமென் றதுவே. (17)

17. (2116) அழகிய இவ் வரியணையில் அமர்ந்து அரசு நடத்தி மகிழும் அந் நாளில் சகுரு வந்து பணிந்தது. என்னை அடிமைகளில் ஒருவனாகச் சேர்த்து நல்லருள் புரிந்த அரசே! எளிய எனக்குக் கட்டளை இட்டபடி, தங்கள் மனத் திருவருளின்படிச் செய்து முடிக்க வாய்த்தது என்னுடைய நல்விதிப் பயனே ஆகும். இனி என் இனத்தாருடன் தீவிற்குச் சென்று வாழக் கட்டளை கொடுத்தல் வேண்டும் என்றது.

தொழும்பர் - அடிமை; மனத் திருவருள் - மனக்கருத்து.

விடைபெற விரும்பி யுரைத்துநின் றிடலு
மேவியோ ரரசுசெய் துறையென்
றடைகிடந் தருளோங் கியவிழி நோக்கி
யருள்விடை வரிசைக ளீந்தார்
புடையுறு தனது குழுவமைச் சுடனே
பொன்னடி யிறைஞ்சிமீண் டகல்வா
னிடைபறந் தகன்று புகுந்துதீ வினில்வாழ்ந்
தேகசெங் கோனடத் தினதே. (18)

18. (2117) விடைபெற விரும்பிக் கேட்டு நின்றதும், போய் அரசு செய்து வாழ் என்று அடைகிடந்து அருள் ஓங்கும் கண்களால் நோக்கி அருள் விடையும் வரிசைகளும் அளித்தார். அங்கிருக்கும் தனது கூட்டத்துடனும் அமைச்சுடனும் வந்து பணிந்து திரும்பி விரிந்த வானத்தில் பறந்து சென்று தீவில் நுழைந்து ஒற்றைச் செங்கோல் நடத்தியது.

மேவி - சேர்ந்து; புடை - பக்கம்; ஏகம் - ஒருமை.

அரியணைமாளிகைப் படலமுற்றிற்று.
படலம் 41 -க்கு - திருவிருத்தம் - 2117

42. முத்துமாளிகைப் படலம்

படலச் செய்தி

சகுர சின் அமைத்துத் தந்த அரியணையில் அமர்ந்து அரசு நடத்தும் காலத்தில் ஒருநாள் எப்போதும் தன்னுடன் இருக்கும் சின் கூட்டத்தை அழைத்தார். உலகில் இரண்டு அதிசய முத்துகள் உள்ளன. ஒன்று இளமஞ்சள் நிறம். இன்னொன்று நிலா வெள்ளை நிறம். அம் முத்துகளின் அளவு நீளத்தால் எழுபது முழம், அகலத்தால் எழுபது முழம், கனம் எழுபது முழம். அவை இருக்கும் இடம் உங்களுக்குத் தெரியுமா என்று கேட்டார். பாற்கடலில் உள்ளன என்று தெரிவித்தன. அவற்றை எடுத்து வர வேண்டும் என்றார். முக்குளிக்கும் வலிய சின்கள் சென்று தாம் அறிந்த பகுதியில் மூழ்கித் தேடின. அவை அங்கு இல்லாததனால் பல இடங்களிலும் தொடர்ந்து தேடிச் சோர்ந்தன. அப்போது வானவர் சிலர் அங்கு வந்தனர். என்ன தேடுகிறீர்? நீங்கள் யார்? எனக் கேட்டனர். தாங்கள் சுலைமான் நபியின் ஊழியர் என்றும் அவர் ஆணைப்படி அதிசய முத்துகளைத் தேடுவதாகவும் கூறின. அவை இருக்கும் பகுதியை அறிவித்தனர் வானவர். அங்குச் சென்று, அவற்றைக் கண்டெடுத்த சின்கள் வானவர்க்கு நன்றி கூறி விடைபெற்றுத் திரும்பின.

அதிசய முத்துகளைக் கண்ணெதிரில் கண்ட நபி மகிழ்ந்தார். எடுத்து வந்த சின்களுக்குப் பரிசில்கள் வழங்கினார். அவற்றைப் பதித்து முத்து மாளிகை அமைக்க விரும்பிக் கட்டடக் கலை வல்ல சின்களுக்குத் தெரிவித்தார். ஒரு மலையைத் தாங்கும் வலிமைக் கொண்ட குவிமாடம் அமைத்து ஒரு பெரிய மாளிகை அமைத்தனர். அப் பளிங்கு மாளிகை வாசல்கள் பல்லக்குகள் செல்லும் அளவில் பெரிதாய் இருந்தன. நிலையும் கதவும் பொன்னால்

அமைக்கப்பட்டன. நவமணிகள் பதிக்கப்பட்டன. இரத்தின தீப விளக்குகளும் அமைக்கப்பட்டன. அம் மாளிகையின் உச்சியில் வெண்ணிற அதிசய முத்தைப் பதிக்கச் செய்தார். அதன் வடிவழகைக் கண்டு மகிழ்ந்த நபி அதைச் சுற்றிலும் மாளிகைகள் அமைக்கக் கட்டளை இட்டார். பளிங்கினால் அழகிய மாளிகைகள் வரிசை வரிசையாக அமைத்தன.

முத்து மாளிகையிலும் அதைச் சுற்றி அமைத்த பளிங்கு மாளிகைகளிலும் தம்முடைய உறவு முறையுடைய பனீஇசுராயீல்களை குடியமர்த்தினார். அவர்களுக்குத் தேவையான ஆடை அணிமணிகள் யாவும் குறைவின்றி வழங்கினார். இதை முடித்தபின் நால்வகைப் படையும் சூழ சகுரு அமைத்த அரியணையில் ஏறி மகரிப் நாட்டிற்குப் பறந்து சென்றார். அங்கும் இதே போன்ற குவி மாட மாளிகையும் சுற்றிலும் பளிங்கு மாளிகைகளும் அமைத்தார். குவிமாட மாளிகை உச்சியில் மஞ்சள் நிற அதிசய முத்தைச் சாய்வாக அமைத்தார். அந்த மாளிகைகளிலும் பனீஇசுராயீல்களைக் குடியமர்த்தினார். இவ்வாறு குடியமர்த்தப் பட்டவர்கள் இன்றுவரை மகிழ்ச்சியுடன் வாழ்கின்றனர்.

பாற்கடலும் எழுபது முழு நீள அகல முத்துகளும் புராண மரபு செய்திகளே. இவற்றிற்கு அப்பால் குறிப்பிடத் தக்க செய்தி ஒன்று இப் படலத்தில் பேசப்படுகின்றது.

42. முத்துமாளிகைப் படலம்

கலிநிலைத்துறை

சகுற மைத்தரு ளற்புத வரியணை தனிலே
திகழ்ம ணிப்புய நபியிருந் தரசுசெய் திடுநா
ளகல்வ தற்றனு தினமுஞ்சூழ் சின்கண மதனை
மகிழ்வு றக்கரு ணையினொடு நோக்கியே வகுப்பார். **(1)**

1. (2118) சகுரசின் அமைத்துக் கொடுத்த அற்புத அரியணையில் அமர்ந்து திகழும் அழகு மணித்தோள் உடைய சுலைமான் நபி அரசு செய்திடும் நாளில் ஒரு நாள் தம்மை விட்டு நீங்காமல் எந் நாளும் உடனிருக்கும் சின் கூட்டத்தை மகிழ்ச்சியுறும்படிக் கருணையுடன் நோக்கிக் கூறினார்.

அகல்வதற்று நீங்காமல். கணம் - கூட்டம்; வகுப்பார் - கூறுவார்.

நிகரி லாவதி சயத்தெழு பதுமுழ நீள
மகல மோரெழு பதுமுழங் கனமுமவ் வளவாய்த்
தகவி ரண்டுமுத் துறைவதா மொன்றுமஞ் சளைப்போற்
தாறிகழ்வ மொன்று வெண்ணிலா வொளிதிகழ் வதுவாம். **(2)**

2. (2119) நிகர் இல்லாத அதிசயமாக எழுபது முழம் நீளமும் எழுபது முழம் அகலமும் கனமும் அதே அளவாய் தெளிவு மிக்க இரண்டு முத்துகள் உள்ளனவாம். ஒன்று மஞ்சளைப் போல் திகழுமாம். ஒன்று வெண்ணிலாவின் ஒளி திகழுமாம்.

அவ்வளவு - அதே அளவு; தகவு - தெளிவு.

இந்த மாமணித் தரளமிவ் விடத்துள தெனவே
யுந்த மாலறிந் திருந்திடி லுணர்த்துமென் றுரைத்தார்
நந்த மார்பயோ ததியினி லுளதென நவின்ற
தந்த மாதியில் லவனபி மகிழ்ந்தன ரறைவார். (3)

3. (2120) இப் பெரிய ஒளிமுத்துகள் எவ்விடத்தில் உள்ளன? உங்களில் யாரும் அறிந்திருந்தால் நாம் உணரும்படி அறிவியுங்கள் என்று சொன்னார். சங்குகள் நிறைந்த பாற்கடலில் உள்ளன என்று கூறின. இதைக் கேட்டு முடிவும் தொடக்கமும் இல்லாத இறைவனின் நபி மகிழ்ந்தார். பின் கூறினார்.

தரளம் - முத்து; உணர்த்தும் - உணரச் செய்க; நந்தம் - சங்கு; ஆர்தல் - நிறைதல்; பயோததி - பாற்கடல்; நவின்றது - சொன்னது; அந்தம் - முடிவு; ஆதி - தொடக்கம்; அறைவார் - கூறுவார்.

உறைத லத்துமெங் கேகினும் பிரிவிலா துறைவீ
ரறையு முத்தினை யெடுத்துநம் பாற்கொணர்ந் தருள
நிறைச முத்திரம் புகுமினித் தினத்தென நிகழ்த்தப்
பொறையெ னத்திகழ் புயவலிச் சின்கள்போந் தனவே. (4)

4. (2121) இருப்பிடத்திலும் எங்கும் சென்றாலும் பிரியாது உடன் இருப்பவர்களே! குறிப்பிட்ட அம் முத்துகளை எடுத்து வந்து நம்மிடம் கொடுக்க, நிறைந்த கடலுக்கு இன்றே செல்லுங்கள் என்று கூற சிறிய மலைபோல் திகழும் தோளின் வலிமை கொண்ட சின்கள் போயின.

உறைதலம் - இருப்பிடம்; ஏகினும் - சென்றாலும்; உறைவீர் - இருப்பவர்களே; அறையும் - சொல்லும், குறிப்பிடும்; அருள - கொடுக்க; நிகழ்த்த - சொல்ல; பொறை - குன்று, சிறுமலை; புயம் - தோள்; வலி - வலிமை; போந்தன - போயின.

கவர றச்சொலக் கேட்டிருந் திடுமிடங் கணித்தே
யுவரி யிற்புகுந் தேசிலை யொடுகுளி யோடிச்
செவியின் மூச்சதாற் கிறுச்செழக் கடிதினிற் றேடி
யவிரொ ளித்தர ளங்களைக் காண்கிலா தயர்ந்தார். (5)

5. (2122) சொல்வதைப் பிளவுபடாமல் கேட்டு, அம் முத்துகள் இருக்கும் இடத்தை கணித்து அறிந்து, கடலில் ஒலி எழுமாறு முக்குளித்து ஓடி, மூக்கால் மூச்சு விடுவதை அடக்கிச் செவியால் கிறீச் ஒலி எழுமாறு போக்கி விரைந்து விரைந்து தேடினர். ஆனால் ஒளிவீசும் முத்துகள் அங்குக் காணப்படவில்லை. அதனால் சோர்ந்தனர். கவர் அறச் சொலக்கேட்டு - முத்துகள் இருக்கும் பகுதி இன்னது என்று சொல்லக்கேட்டு, இருவேறு கருத்துக் கொள்ளாமல் ஒரே இடத்தைக் கணித்து அறிந்தனர். செவியின் மூச்சதால் கிறுச்செழ - நீரினுள் மூக்கால் மூச்சு விடுவதைத் தடுத்துச் செவியால் மூச்சு விட்டனர். அதன் ஒலி கிறீச் என்றிருந்தது.

கவர் - பிளவு; அற - நீங்க; உவரி - கடல்; சிலை - ஒலி; குளி - குளித்தல், முக்குளித்தல்; கடிது - விரைந்து; தரளம் - முத்து; அயர்ந்தார் - சோர்ந்தார்.

அயர்ந்து முன்குளித் திடுமிடம் விடுத்ததற் கப்பாற்
றுயர்ந்து மூழ்கிடப் புகுந்தனர் புகுதவான் றொடத்தோ
ளுயர்ந்து விம்மிய மலக்குகள் சிலர்களங் குற்றார்
வியந்த சின்களைக் கண்டெவ ரெனவின வினரே. (6)

6. (2123) அயர்ந்தனர். முன்னே முக்குளித்த இடத்தை விட்டு அப்பால் ஓரிடத்தில் துன்பத்துடன் முக்குளிக்கப் போயினர். போய்ப் புகுந்த போது வானத்தைத் தொடுமாறு தோள்கள் விம்மிப் புடைத்த வானவர் சிலர் அங்கு வந்தனர். அவர்களைக் கண்ட சின்கள் வியந்தன. வியந்த சின்களை நீங்கள் யார் என்று வினவினர். அயர்வுக்குக் காரணம் முத்துகள் அவ் விடத்திற் காணப் படாமை. துயருக்குக் காரணம் இங்கும் காணப்படாவிடில் என்ன செய்வது என்ற கவலை. தொடர்ந்து என்பதைத் 'துயர்ந்து' என்று சொல்லும் உலக வழக்கும் உள்ளது. அவ்வாறு பொருள் கொண்டால், தொடர்ந்து முக்குளிக்கப் போயினர்' என்றாகும்.

அயர்ந்து - சோர்ந்து; விடுத்து - விட்டு நீங்கி; துயர்ந்து - துன்பத்துடன், தொடர்ந்து; மலக்கு - வானவர்; உற்றார் - வந்தார்.

வினவு போதினிற் சுலையுமா னபிபத மீது
தினமு மேவல்செய் துறைந்திடு சின்களியாந் தெளிமுத்
தினமி ரண்டெழு பதுமுளத் தெடுத்துவந் திடவவ்
வனம ணிப்புய ரேவவந் தனமென மவுன்றார். (7)

7. (2124) கேட்டதும் நாங்கள் சுலைமான் நபிக்குப் பணிவிடை செய்து வாழும் சின்கள். எழுபது முழத்தில் அமைந்த இரண்டு ஒளி முத்துகளை எடுத்து வந்திடுமாறு, அந்த வனப்பு மிக்க மணித்தோள் நபியின் கட்டளைப்படி வந்தோம் என்றன.

வினவு போதினில் - கேட்டபோது; ஏவல் - பணிவிடை உறைந்திடும் - வாழும்; இனம் - வகை; மவுன்றார் - சொல்லினர்.

எங்கு முத்தினைத் துருவிநீ ரினியலை யாதீ
ரிங்கி ருப்பதென் றுறையிடங் காட்டியீ தெடுத்தே
யங்க ருட்டிரு நபிபதத் தணுகுமென் றறைந்தார்
செங்கை பற்றியுண் மூழ்கிக்கண் டெடுத்தன சின்கள். (8)

8. (2125) இனிமேல் முத்துகளைத் தேடி எங்கும் அலையாதீர். அவை இங்குள்ளன என்று அவை இருக்கும் இடத்தைச் சுட்டிக்காட்டி, இவற்றை எடுத்து அங்குள்ள அருள்திருவாகிய நபியிடம் செல்லுங்கள் என்று அறிவித்தனர். சிவந்த தங்கள் கைகளைப் பிடித்துக் கொண்டு உள்ளே மூழ்கி அம் முத்துகளைக் கண்டு எடுத்தன சின்கள்.

துருவி - தேடி; உறையிடம் - இருக்கும் இடம்; அணுகும் - போங்கள்; அறைந்தார் - அறிவித்தார்; செங்கை - சிவந்த கை.

துலக்க நித்தில மெடுத்தன ரனைவருஞ் சுமந்து
மலக்கு கட்குரைத் தவர்விடை வாங்கிவா னகத்தி
லிலக்க மற்றசந் திரனையுஞ் சாய்கதி ரினையுந்

தலைக்கொ ளக்கொடு வருதல்போற் பறந்துவந் தனரே. (9)

9. (2126) சின்கள் ஒளி முத்துகள் இரண்டையும் எடுத்தன. அனைவரும் கூடிச் சுமந்தன. வானவரிடம் விவரம் கூறின. அவர்களிடம் விடை பெற்று, களங்கமற்ற நிலவையும் மாலையில் மறையும் சூரியனையும் தலையில் சுமந்து வருவது போல் வானத்தில் பறந்து வந்தன.

துலக்கம் - ஒளிவீச்சு; நித்திலம் - முத்து; இலக்கம் - கறை.

மணியை நன்னபி யுழையினிற் கொணர்ந்துமுன் வைத்துத்
தணித ரப்பணிந் தெழுந்துவா ருதியினிற் சார்ந்து
கணித மாய்த்தொடர்ந் தலைந்தது மலக்குகள் கண்டு
துணிவி னைத்துலங் கிக்கொடுத் தேவலுஞ் சொன்னார். (10)

10. (2127) அம் முத்துமணிகளை நபியிடம் கொண்டுவந்து வைத்து, தாழ்ந்து பணிந்து எழுந்து கடலை அடைந்து குறிப்பிட்ட இடங்களில் தொடர்ந்து தேடி அலைந்ததையும் வானவர் கண்டு துணிந்த செயலுக்கு உரிய இடத்தைத் துலக்கமாக அறிவித்துக் கொடுத்ததையும் கூறின.

மணி - முத்துமணி; உழை - இடம்; தணிதர - தணிவாக, தாழ்ந்து; வாருதி - கடல்; சார்ந்து - சேர்ந்து, அடைந்து; கணிதமாய் - கணித்து அறிந்தபடி; மலக்கு - வானவர்; துணிவினை - செய்யத்துணிந்துள்ள செயல்; ஏவல் - போக்கியது.

திரட்சி தன்னையுங் கண்டுரை மொழியையுஞ் செவிக்கொண்
டருட்சி றந்தனன் னபிமகிழ்ந் தங்கருள் சின்கட்
கிரத்தி னந்தனங் கோடிக மனத்தள வீந்து
கருத்து வந்துமா ளிகைசெயும் சின்கள்பாற் கவல்வார். (11)

11. (2128) அருள் குணம் சிறந்த நபி முத்துகளின் திரட்சியைக் கண்டார். சின்கள் கூறிய சொற்களைக் கேட்டார். மகிழ்ந்தார். அவற்றைக் கொண்டு வந்த சின்களுக்கு இரத்தினங்களும் பொன்னும் ஆபரணப் பெட்டிகளும் தம்முடைய மனத்தளவு அளித்தார். பின்னர் மனமகிழ்ச்சியுடன் மாளிகை கட்டும் சின்களிடம் கூறினார்.

அருள் சிறந்த நன்னபி தம்முடைய மனத்தளவு ஈந்தார். உரைமொழி - சொல்லும் சொல்; செவிக்கொண்டு - கேட்டு; தனம் - பொன்; கோடிகம் - அணிகலச் செப்பு, ஆபரணப்பெட்டி; கவல்வார் - சொல்வார்.

சிகர மீதொரு பெருமலை சுமந்திடு திறனு
மகல முந்தர வுருகுப்பா வமைத்ததன் முடியிற்
றிகழ்வெண் ணித்தில மணியுமென் றனர்தொழிற் றிறலோர்
முகில ளாவுற வமைத்தனர் பளிங்கினூன் முறையாய். (12)

12. (2129) உச்சியில் ஒரு மலையைத் தூக்கி வைத்தால் சுமக்கக் கூடிய

உறுதியும் அகலமும் கொண்ட ஒரு குப்பா (Dome) அமைத்து அதன் முடியில் திகழுமாறு இவ் வெண்முத்தைப் பதியுங்கள் என்றார். கட்டடக் கலை வல்லுநர்கள் பளிங்கினால் மேகத்தைத் தொடும்படியாக சிற்பக்கலை முறைப்படி அமைத்தனர்.

சிகரம் - உச்சி; திறன் - உறுதி; குப்பா - குவிமாடம் (Dome); நித்திலம் - முத்து; அணியும் - பதியுங்கள்; தொழில் - கலை; திறலோர் - வல்லுநர்; முகில் - மேகம்; அளாவுற - தொட; நூன்முறை - கலைமுறை, சிற்பக்கலைமுறை; நூல் - கலை.

அகல்பெ ருஞ்சிவி கைகள் வாயில்க ளமைத்து
திகழ்ப சும்பொனாற் கதவுக ணிலைகளுஞ் செய்து
பகல வன்கதிர் மழுங்குறு நவமணி பதித்துத்
தொகையி லாதொளி ரிரத்தினதீ பங்களுந் தூக்கி. (13)

13. (2130) அகன்ற பெரிய பல்லக்குகள் நுழையும்படியான வாசல்கள் அமைத்து பசும்பொன்னால் கதவுகளும் நிலைகளும் செய்து சூரியன் ஒளி மழுங்கும்படி ஒளிரும் நவமணிகள் பதித்து அளவிலாது ஒளிரும் இரத்தின தீபங்களும் நிறுத்தி

இரத்தின தீபம் - விளக்கு, அஃது அரச சின்னங்களில் ஒன்று; சிவிகை - பல்லக்கு; புகுவாயில் - நுழையும் வாசல்; நிலை - கதவு பொருத்தும் வாசல்நிலை; பகலவன் - சூரியன்; மழுங்குறு - மங்கச் செய்யும்; தொகை - அளவு; தூக்கி - நிறுத்தி.

முடுகு மெப்பொரு ளினையும்வெண் ணிறஞ்செயு முத்தைக்
குடுமி மீதினில் வீற்றிருந் திலங்கிடக் குயிற்றி
வடிவு செய்தனர் நோக்கிநன் னபிமகிழ்ந் திதைச்சூழ்ந்
திடவொண் மாளிகை பலவமைத் திடுமென விசைத்தார். (14)

14. (2131) நெருங்கும் எப் பொருளையும் வெண்ணிறமாக மாற்றிடும் வெண்முத்தை உச்சியில் இருந்து இலங்கும்படிப் பதித்து வடிவுற அமைத்தனர். அதைப் பார்வையிட்ட நபி மகிழ்ந்து இதனைச் சூழ்ந்து இலங்கும்படி ஒளி உமிழும் மாளிகைகள் பலவாக அமைத்திடுங்கள் என்று சொன்னார்.

முடுகுதல் - நெருங்குதல்; குடுமி - உச்சி; குயிற்றி - பதித்து.

போழ்த ரும்பளிங் குகளினா னெடுஞ்சுவர் புரிந்து
கேழ்த ரும்பருந் தூண்களு நிறுவிவெண் கிரபோ
லூழ்த ருங்கண மணிகளு மழுத்தியவ் வுறையுட்
சூழ்த ரும்படி யமைத்தனர் பலமனைத் தொகுதி. (15)

15. (2132) அரிய பளிங்கில் பிளந்து எடுத்த கற்களினால் நீண்ட சுவர் எழுப்பி ஒளி இலங்கும் பருத்த தூண்களும் நிறுத்தி வெள்ளை மலைபோல் வெயில் போல் வெளிச்சம் தரும் பவகையான ஒளி மணிகளும் பதித்து தொகுதியாகப் பல மாளிகைகள் அவ் வில்லத்தினைச் சூழ்ந்து இருக்கும்படி அமைத்தனர்.

போழ்தல் - பிளத்தல்; சுவர் புரிந்து - சுவர் எழுப்பி; கேழ் - ஒளி; பருந்தூண் - பருத்த தூண்; வெண்கிரி - வெள்ளை மலை; ஊழ் - வெயில், ஒளி; கணமணி - ஒளிமணி; அழுத்தி - பதித்து; உறையுள் - வீடு; மனை - வீடு, மாளிகை.

பத்தி யாய்ப்பதித் திடுமணி விடுசுடர் பாய்ந்து
கத்து வான்முகிற் படத்தினிற் படர்ந்துமேற் கடந்து
மத்தி ஞாயிறு மழுக்கிச்சாய்த் தகற்றிலம் மனைசூழ்
முத்து மாளிகை யதனலங் காரமார் மொழிவார். (16)

16. (2133) வரிசையாகப் பதிக்கப் பட்டிருக்கும் மணிகள் உமிழும் சுடர் பாய்ந்து இடித்து ஓசை எழுப்பும் வான் மேகத் திரளில் பரவிப் படர்ந்து அதன் மேலே கடந்து சென்று உச்சிச் சூரியன் ஒளி மங்கச் செய்து அதை வீழ்த்தி அகற்றிவிடுமானால் அவ் வில்லங்கள் சூழ்ந்துள்ள முத்து மாளிகையின் அலங்காரத்தை யாரால் சொல்ல முடியும்?

பத்தி -வரிசை; கத்துதல் - ஓசை எழுப்புதல்; மத்தி - நடு, உச்சி; ஞாயிறு - சூரியன்; மொழிவார் - சொல்வார்.

அடர்செ ழுங்கதிர் முத்துமா ளிகையினு மதைச்சூழ்ந்
திடவ மைந்திடு மனைதொறுந் தமதினத் தினிலாந்
தடநெ டும்புய பனியிசு றாயில்க டம்மை
மடவ னங்களொப் பவரொடு வாழ்ந்துற வைத்தார். (17)

17. (2134) செழுங்கதிர் அடர்ந்து ஒளி பரப்பும் முத்து மாளிகையிலும் அதைச் சூழ்ந்து அமைந்திருக்கும் மனைகளிலும் தம்முடைய இனத்தவரான தடநெடுந்தோள் உடைய பனிஇசுராயீல்களை மடப்பம் பொருந்திய இள அன்னம் ஒத்தவரோடு வாழ்ந்திருக்கும்படிக் குடியமர்த்தினார். தமது இனத்தில் ஆம் பனிஇசுராயீல்கள் - பனீஇசுராயீல்களில் தம் அணுக்க உறவு உடையாரைக் குடியமர்த்தினார் என்க. மட அனங்கள் ஒப்பவரொடும் - ஆணும் பெண்ணுமாகக் குடியமர்த்தினார் என்க.

அடர் - அடர்த்தி; செழும் - செழுமை; மடம் - மடப்பம், பேதைமை; அனம் - அன்னம்; அன்னங்கள் ஒப்பவர் - இள அன்னம் போன்றவர், இளம் பெண்கள்.

இனைய தந்தமர் பனியிசு றாயில்கட் கெல்லாம்
புனைய வேண்டுமெல் லாடையா பரணமும் பொன்னும்
கனைக டற்படு தரளமே முதற்கண மணியு
மனைய மாடப்பொன் னறைதொறு நிறைதர வளித்தார். (18)

18. (2135) தம்முடைய உறவின் முறையாரான இந்த பனிஇசுராயீல்களுக் கெல்லாம் உடுத்துவதற்கு மெல்லிய ஆடை வகைகளும் நகைகளும் பொன்னும் இரைச்சலிடும் கடலில் விளையும் முத்து முதலிய ஒளியுமிழும் இரத்தின மணிகளும் மாடம் சிறந்த பொன்னறை தோறும் நிரப்பமாக அளித்தார்.

இணைய - இத் தன்மையான; புனைய - உடுத்த; கனைகடல் - இரைச்சலிடும் கடல்; தரளம் - முத்து; கணமணி - ஒளிமணி, இரத்தினம்; நிறைதர - நிரப்பமாக.

கருத லர்க்கிடி யேறிவை புரிந்தபின் கமழு
மிருவ ரைப்புயச் சகுறரு ளரியணை யேறிப்
பரிவி னிற்சது தளங்களுஞ் சூழ்தரப் பறந்து
திருவ ருட்செழு மகறிபு தேயஞ்சென் றனரே. (19)

19. (2136) பகைவர்க்கு இடியேறு போன்ற சுலைமான் நபி இவற்றைச் செய்து முடித்தபின் இரு மலைகள் போன்ற நறுமணம் கமழும் தோளுடைய சகுரசின் அமைத்த அரியணையில் ஏறி நால்வகைப் படைகளும் பரிவுடன் சூழ்ந்து இருக்க வானில் பறந்து இறைவன் திருவருள் செழித்து இலங்கும் மகரிபு நாட்டிற்குச் சென்றார்.

கருதலர் - பகைவர்; இடியேறு - இடி; வரை - மலை; அருளிய - அமைத்துக் கொடுத்த; சதுதளம் - நாற்படை; தேயம் - நாடு; மகிரிபு - ஒரு நாடு.

கருது மாங்குசென் றதிசயம் பலபலகண்டா
ரருளெ லாந்திரள் விழியின ரவ்வுழை யினிலு
முருகு லாம்புயச் சின்களா லொருகுப்பா முடித்தார்
பெருக வீங்குசெய் மாளிகை தனக்கிணை பிறப்ப. **(20)**

20. (2137) கருதியபடி அங்குச் சென்று பற்பல அதிசயங்களைக் கண்டார். அருள் எல்லாம் திரண்டு கிடந்து இலங்கும் விழியுடைய சுலைமான் நபி இங்கு சாமில் செய்திருக்கும் மாளிகைக்கு இணை உண்டாகும்படி அவ்விடத்திலும் இளமை ததும்பும் தோளுடைய சின்களைக் கொண்டு குவிமாட மாளிகை ஒன்று அமைத்தார்.

அவ்வுழை - அவ்விடத்தில்; முருகு - அழகு, இளமை; குப்பா - குவிமாடம்.

அடையச் சாய்கதிர் நிகரொளி மஞ்சண்முத் ததனை
முடியிற் சாய்தர விருத்தினர் பகலுமொய்த் திருளே
யிடையச் சூழுமவ் வுழையிர வினும்பக லிணையாய்
நெடிதிற் சோதியிட் டிலங்கச்சூழ் பதியதி னிறைய. **(21)**

21. (2138) மறைவதற்குச் சாயும் மாலைச் சூரியனுக்கு நிகரான ஒளிவீசும் மஞ்சள் முத்தை உச்சியில் சாய்வாக இருத்தினார். பகல் மொய்த்திருந்து இருள் வந்து சூழும் அவ் விடத்தில், இரவிலும் பகலுக்கு இணையாக அந் நகரம் மிக நிறையும்படி நெடிதாக ஒளிவிட்டு இலங்கியது.
இருள் தோற்கும்படி இரவிலும் பகலுக்கு இணையாய் நெடிதிற்சோதி இட்டு இலங்க சூழ்பதி. பதி அதின் சோதி நிறைய சாய்கதிர் நிகர் ஒளி மஞ்சள் முத்தினை முடியிற் சாய்தர இருத்தினார்.

அடைய - பொழுதடைய; முடி - உச்சி; இடைய - பின்வாங்க; பதி - நகரம்.

அதையுஞ் சூழ்தர வணியணி மாளிகை யமைத்தா
ரிதையம் பூரண மகிழ்ச்சியா லிங்குவைத் திடல்போற்
றதையஞ் சீர்வளர் பனியிசு றாயில்க டமைவிண்
ணுதையஞ் சாய்கதிர் மனைதொறு மிருத்தலுற் றனரே. **(22)**

22. (2139) அங்கு சாமில் அமைத்தது போல் இங்கு மகரிபில் அமைத்த குவிமாட மாளிகையாகிய இதைச் சூழவும் வரிசை வரிசையாக மாளிகை அமைத்தார். இதயம் முழு மகிழ்ச்சியால் அங்கு சாமில் வைத்ததுபோல் நெருங்கிய சீர் வளரும் பனிஇசுராயீல்கள் தம்மை, வானில் உதிக்கும் போது சூரியன் சாய்ந்து ஒளிரும் மனைகள் தோறும் குடியமர்த்தினார்.

அணி - வரிசை; ததை - நெருங்கல்; அம்சீர் - அழகிய சீர்; உதையம் - உதயம்;

அங்கு வைத்தவர்க் கருளல்போ லியாவது மளித்தே
யிங்கு வைத்திடு மிவர்க்குமன் னவர்க்குமெப் போதுந்
தங்க லுற்றிடு மாட்சியாக் கினரவர் தமரே
மங்க லற்றினம் வாழ்ந்தினி துறைகின்றார் மகிழ்வாய். (23)

23. (2140) அங்குக் குடியமர்த்தியவர்களுக்கு அளித்ததுபோல் எல்லாம் கொடுத்து, இங்கு வைத்தவர்களுக்கும் அங்குவைத்த அவர்களுக்கும் எப்போதும் தங்கி வாழ்ந்திடும் மாண்பினை உண்டாக்கினார். அவர்களும் அவர்களின் உறவின் முறையாரும் மங்குதல் இன்றி இன்னமும் மகிழ்ச்சியுடன் வாழ்கின்றார்.

தங்கல் உற்றிடல் - தங்கிவாழ்ந்திடல்; தமர் - உறவினர்; இனம் - இன்னும்.

முத்துமாளிகைப் படல முற்றிற்று.
படலம் 42 -க்கு - திருவிருத்தம் - 2140

43. மலக்கல் மவுத்தைக் கண்ட படலம்

படலச் செய்தி

(மலக்கு என்போர் வானவர் ஆவர். மலக்கு என்போர் மனிதர் போல் ஒரு படைப்பு ஆவர். ஒளியால் படைக்கப்பட்டவர்கள். இறகு உடையவர்கள். எங்கும் எப்போதும் வந்து போகக் கூடியவர்கள். தன் விருப்பம் தோன்றும் சித்தம் இல்லாதவர்கள். இறைவன் கட்டளையை நிறைவேற்றுவதைத் தவிர வேறு அறியாதவர்கள். ஊண் உறக்கம் இல்லாதவர்கள். ஆண் பெண் பால் வேறுபாடு இல்லாதவர்கள். நன்மைச் சார்பே அன்றித் தீமைச் சார்பு இல்லாதவர்கள். நாய் பன்றி தவிர மற்றெல்லா உருவமும் கொண்டு வந்து போகின்றவர்கள். அவர்களின் எண்ணிக்கையை இறைவனே அறிவான். அவர்கள் ஒவ்வொருவரும் ஒவ்வொரு பணியில் அமர்த்தப்பட்டுள்ளனர். உயிரைக் கைப்பற்றும் பொறுப்பில் அமர்த்தப்பட்டவர் பெயர் இசுராயீல். மரணத்திற்கு அதிகாரி என்னும் முறையில் அவர் மலக்கல் மவுத்து என்று அழைக்கப்படுகிறார். மவுத்து - மரணம். அரசர் நபி சுலைமான் அவரைச் சந்ததையும் பின்னர் நடப்பவைகளையும் கூறும் பகுதியாதலால் மலக்கல் மவுத்தைக் கண்ட படலம் எனப் பெயரிடப்பட்டது.)

மகரிபு நாட்டில் தங்கி இருக்கும் போது உலகைச் சுற்றி வளைந்துகொண்டிருக்கும் பாம்பைக் காண வேண்டும் என்ற அவா உண்டாயிற்று. சகுர சின் அமைத்த அரியணையில் அமர்ந்து படைகள் புடைசூழ வானில் பறந்து சென்றார். வழியில் ஒரு வானவரைக் கண்டார். அவர், பாம்பின் அச்சந்தரும் தோற்றத்தையும் கொடிய தன்மையையும் கூறி அதன் ஓசை கேட்டால் படையுடன் அழிவீர் என்றார். ஆதலால் அந் நினைவை விலக்கி மேக மண்டலத்திற்குச் சென்றார்.

அங்கு இடையறாது இறைவனை புகழும் வானவர் சிலரைக் கண்டார். மேகத்தின் வகைகளைக் கண்டார். இரவும் பகலும் ஒன்றாகிக் குடியிருக்கும் இடத்தைக் கண்டார். அங்கு மலக்கல் மவுத்தையும் கண்டார். கண்டு மருண்டு

பைத்துல் முக்கத்தீசுக்குப் போக எண்ணித் திரும்பினார். வரும் வழியில் ஓர் இளைஞரை எதிரில் கண்டார். யார் எனக் கேட்டார். உயிர் பறிக்கும் வானவர் என்று கூறி மறைந்தார்.

அவர் பெயரைக் கேட்டதும் நடுங்கினார். கவலை கொண்டார். விரைந்து பைத்துல் முக்கத்தீசை அடைந்தார். தம் இல்லம் சென்று கவலையுடன் இருந்தார். உறவினரும் தலைவர்களும் வந்து அவர் கவலைக்குக் காரணம் கேட்டனர். மலக்கல் மவுத்தைக் கண்டேன் என்றார். கண்டவர் போய்விட்டார். ஆயினும் உயிர் பறிக்க விரைவில் வருவார். முடிவு நெருங்கிவிட்டது. ஆதலால் மகன் ரசுகீமை உங்கள் அரசராக ஆக்குகிறேன். ஏற்றுக் கொண்டு அவருக்கு வழிப்படுங்கள் என்றார். ஒப்பினர். ரசுகீம் அரசரானார். செய்தி அறிந்து நமக்கு விடிவு பிறந்தது என்று சின்களும் சைத்தான்களும் மகிழ்ந்தன.

மகனை அரசு பதவியில் அமர்த்தியபின் பைத்துல் முக்கத்தீசுப் பள்ளியில் சென்று நோன்பிலும் இறைவணக்கத்திலும் ஈடுபட்டார்.

இப் பகுதியில் அரிய செய்திகளை நுட்பமாகப் பாடியிருக்கும் புலவர், மலக்கல் மவுத்தைக் கண்டதும் சுலைமான் நபி பேதலித்து நடுங்கியதாகப் பாடியிருப்பது பொருத்தமாக இல்லை. பொதுவான மனிதரில் இருந்து வேறு பட்டு உயர்ந்தவர்கள் நபிமார்கள். மரணம் நபிமார்களை மருட்ட முடியுமோ?

பொதுவாக மரணம் நெருங்கி விட்டதை உணரும் மனிதனிடம் எத்தகைய திடுக்கமும் தடுமாற்றமும் ஏற்படுமோ அதே நிலை சுலைமான் நபியிடம் ஏற்பட்டதாகப் பாடியிருப்பது தகாது. நபிமார்களைப் பொறுத்தவரை உலகில் உயிரோடு உலவுவதும் மண்ணறையில் அறிதுயில் கொள்வதும் ஒன்றுதான். இரண்டையும் சமமாக மதிப்பதே நுபுவ்வத்தின் மாண்பு. இப் பகுதியில் இச் சத்தியம் மறக்கப்பட்டு விட்டது.

43. மலக்கல் மவுத்தைக் கண்ட படலம்

கலிநிலைத்துறை

வளஞ்செ றிந்திடு மகறிபு தேயத்தில் வைகிக்
களஞ்செ றிந்திடு புவிவளை பணியினைக் காண
வுளஞ்செ றிந்திடு விருப்பொடு மெழுந்தன ரொருநாற்
றளஞ்செ றிந்திடச் சகுறரு ளரியணை தங்கி. (1)

1. (2141) வளஞ்செறிந்த மகரிபு நாட்டில் தங்கி இருக்கும்போது விளைநிலங்கள் நிறைந்த இவ் வுலகத்தை வளைந்து சூழ்ந்து கொண்டிருக்கும் பாம்பைக் காண வேண்டும் என்ற விருப்பம் அவர் உள்ளத்தில் எழுந்தது. அது வீறுகொண்டு உள்ளத்தில் நிறைந்தது. அதை நிறைவேற்றிக் கொள்ளும் பொருட்டு, நால்வகைப் படைகளும் சூழ சகுரு அமைத்த அரியணையில் ஏறிப் புறப்பட்டார்.

இவ் வுலகத்தை ஒரு பெரிய பாம்பு சூழ்ந்து கொண்டிருக்கிறது என்பது புராண மரபு செய்தி. இஸ்லாத்தில் அத் தகைய கோட்பாடு இல்லை.

வைகி - தங்கி; களம் - நிலம், விளைநிலம்; புவி - உலகம்; வளை - வளைந்துள்ள; பணி - பாம்பு; தளம் - படை.

விண்ணின் மீதினிற் பறந்துநெஞ் சினிமதி விரைவாய்
நண்ணு மாசுண முறையிடம் புகமிகு நாளா
யெண்ணி யேகின ரேகும்வா னகவழி யினிலே
கண்ணின் மீதொரு மலக்கைக்கண் டனரவர் கவல்வார். (2)

2. (2142) மன விரைவைவிடவும் மிக்க விரைந்து வானத்தில் பறந்து சென்றார். பாம்பு இருக்கும் இடத்தை அடைய நாளாகும். ஆதலால் அதனை எண்ணி மிக்க விரைவுட் பறந்தார். பறந்து போகும் வான வெளியில் ஒரு வானவரைக் கண்ணில் கண்டார். அவர் சொன்னார்.

நெஞ்சினும் அதிவிரைவாய் - மனவிரைவைவிட மிக்க விரைவாய்; நண்ணும் - சேரும்; மாசுணம் - பாம்பு; உறைஇடம் - இருப்பிடம்; புக - அடைய, சேர; ஏகினர் - போனார்; மலக்கு - வானவர்; கவல்வார் - சொல்வார்.

மறையி னீதிச்செங் கோல்செய்தா வூதருண் மகவே
யறையும் வாருதி சூழ்புவி வளைந்தபாம் பதையுள்
ளுறைவ தாதிய மகிழ்ச்சியாய்க் காண்குற வுன்னி
நிறைவ தாகிய தளத்தொடு புகுவதென் னினவே. (3)

3. (2143) வேத நீதியின்படி செங்கோல் நடத்தும், தாவூது நபி பெற்ற மைந்தரே! ஒலி எழுப்பும் கடல் சூழ்ந்த உலகை வளைந்துள்ள பாம்பைக் காண வேண்டும் என்று உள்ளத்தில் குடிகொண்டிருக்கும் விருப்பத்தை நிறைவேற்றிக்கொள்ளும் பொருட்டு மகிழ்ச்சியுடன் காண்பதற்கு நிறைந்த படைகளுடன் போகும் நினைவு என்ன நினைவு?

மறை - வேதம்; அருள் மகவே - பெற்ற மைந்தரே!; அறையும் - இரையும், ஒலி எழுப்பும்; அறையும் - மோதும்; வாருதி - கடல்; உறவது - இருப்பது; ஆதிய - ஆகிய; என் நினைவு - என்ன நினைவு?

நெடுமை யிற்புவி முழுதுஞ்சுற் றியுமின நீளம்
கொடுமை யிற்கொடு நரகசெந் நெருப்பினுங் கொதிப்ப
வடுவி டத்தினை யுமிழ்விழி படைத்தஞ்ஞூ றாட்டைக்
கடுந டைப்பய ணத்தொலை யுளதுடற் கனமே. (4)

4. (2144) நீளத்தில் உலம் முழுவதையும் சுற்றினாலும் இன்னும் நீளம். கொடுமையில் நரகத்தின் சிவந்த நெருப்பைவிடக் கொதிப்பு. கொடிய நஞ்சு உமிழும் கண்படைத்தது. அதன் உடல் பருமன் ஐந்நூறாண்டு கடுநடைப் பயணத்தொலைவு உள்ளது.

நெடுமை - நீளம்; வடு - கடுமை; விடம் - நஞ்சு; அஞ்ஞூறு ஆட்டை - ஐநூறு ஆண்டு; கடுநடை - விரைந்த நடை, ஓட்டம் அன்று; கனம் - மொத்தம், பருமன்.

மகித லத்தையப் பாம்பின்வாய் நடுவினில் வைக்கி
லிகழ்த னிச்சிறு கடுகையோர் பெருவெளி யிருத்துந்
தகமை யொக்குமாங் கதனொலி செவியினிற் சாரி
லகம கிழ்ச்சியுந் தளமுநீர் தாமுமெங் காமோ. (5)

5. (2145) உலகத்தை அப் பாம்பின் வாய் நடுவில் வைத்தால் அற்பமான கடுகை ஒரு பெரிய வெளியில் வைத்ததை ஒத்ததாக இருக்கும். அதன் ஓசை காதில் விழுந்தால் மனமகிழ்ச்சியும் உங்கள் படைகளும் நீங்களும் என்ன ஆவீர்களோ? எங்குப் போவீர்களோ?

மகிதலம் - உகலம்; இகழ் - பழிப்பு, அற்பம்; தகைமை - தகுதி; சாரில் - சேர்ந்தால்; தளம் - படை.

இந்த வாறறி யாமலப் பணியினை யெண்ணி
யெந்த வீறுகொண் டேகின்றீ ரென்றன ரிதுகேட்
டந்த மாசுணத் துழைப்புகுந் திடுநினை வகற்றிச்
சந்த னாசலப் புயநபி முகிற்பதி சார்ந்தார். (6)

6. (2146) இந்த உறுதி அறியாமல் அப் பாம்பினை எண்ணி எந்தத் துணிச்சலில் அதைக் காணப் போகின்றீர்கள் என்றார். இதைக் கேட்டு அப் பாம்பின் இருப்பிடம் காணப்போகும் நினைவை விலக்கிச் சந்தனமலை போன்ற தோளுடைய நபி மேக மண்டலத்தில் போய்ச் சேர்ந்தார்.

இவ்வாறு - இந்த உறுதி; பணி - பாம்பு; வீறு - துணிச்சல்; ஏகின்றீர் - போகின்றீர்; மாகணம் - பாம்பு; உழை - இடம், இருப்பிடம்; சந்தனாசலம் - சந்தன மலை; முகிற்பதி - மேகமண்டலம்; சார்ந்தார் - சேர்ந்தார்.

கவலு மவ்வுழைச் சிலமலக் குகடமைக் கண்டா
ரவர்கள் வாயிடை மொழிபுறப் படுவதல் லாவைத்
தவறி டாத்தசு பீகுசெய் துறைகின்றார் தரித்தாங்
கெவையும் வாழ்மழை பொழிமுகில் களைத்தெரிந் திட்டார். (7)

7. (2147) மேக மண்டலம் என்று சொல்லப்படும் அவ் விடத்தில் சில வானவர்களைக் கண்டார். அவர்கள் வாயில் புறப்படும் சொற்கள் எல்லாம் தவறாமல் அல்லாஹ்வை தசுபீகு செய்பவையாகவே இருந்தன. அவ் விடத்தில் எவ் வுயிரும் வாழக் காரணமான மழை பொழியும் மேகங்களின் வகைகளைக் கண்டு அறிந்தார்.

கவலும் - சொல்லும்; உழை - இடம்; தசுபீகு - தஸ்பீஹ், இறைவனை அவனுடைய தூய நிலையில் புகழ்தல், அது சுபஹானல்லாஹ் என்பது போல. அதன் பொருள் அல்லாஹ் தூய்மையானவன், இணைதுணை நிகர் பிறப்பு இறப்பு தேவையாதல் முதலிய எல்லாக் கசடு (அசுத்தம்)களில் இருந்தும் தூய்மையானவன் என்பதாம். உறைகின்றார் - வாழ்கின்றார்; தரித்து - இருந்து; முகில்கள் - மேகங்கள், அவை ஏழு என்பர்; தெரிந்திட்டார் - அவற்றின் வகைகளைக் கண்டு அறிந்தார்.

மேகங்கள் ஏழு என்பது புராண மரபு செய்தி.

அங்கு வைகியே யிரவொடு பகலுமொன் றாகித்
தங்கி வாழிடம் புகுந்தனர் புகுதுமத் தலத்தே
யெங்கு மாயுயிர் கவர்மலக் கல்மவுத் தினையே
திங்கண் மேவுபங் கயநிகர் விழிதெரி சித்தார். **(8)**

8. (2148) அங்கு இரவும் பகலும் ஒன்றாகத் தங்கியிருக்கும் இடத்தைக் கண்டு அதில் நுழைந்தார். புகுந்த அவ் விடத்தில், எங்கும் உள்ள உயிர்களைக் கைப்பற்றிச் செல்லும் 'மலக்கல் மவுத்து' என்னும் வானவரை, நிலாவில் சேர்ந்த தாமரை போன்ற கண்களால் கண்டார்.

மலக்கல் மவுத்து - உயிரைக் கைப்பற்றும் பொறுப்பில் அமர்த்தப்பட்டுள்ள இசுராயீல் என்னும் வானவர். அவரை மரணத்தின் அதிகாரியான வானவர் என்னும் பொருளில் மலக்கல் மவுத்து என்பர். மலக்கு - வானவர்; மவுத்து - மரணம்; அல் - வேற்றுமை உருபு, உடைய; இரவும் பகலும் ஒன்றாகத் தங்கியிருக்கும் இடம் - இஃது இரவையும் பகலையும் இருவேறு பொருள்களாக் கருதிய காலத்துக் கற்பனை. இக் கற்பனை இசுலாமியக் கோட்பாட்டைச் சேர்ந்ததன்று. இரவும் அல்லாத பலும் அல்லாத ஓரிடம் உள்ளது என்றும் அஃது இரவு பகல் அற்ற இடம் என்றும் ஆத்ம ஞானிகள் கூறுவர். அவ் விடமாகக் கொள்ளலாம். வைகி - தங்கி; கவர்தல் - பறித்தல், கைப்பற்றுதல்; பங்கயம் - தாமரை; தெரிசித்தார் - கண்டார்.

கொடையு ளோர்கிறை யேயள வறுநலங் கொடுகைத்
தடையு ளோர்தமக் கருள்கெடு திகளெனச் சாற்றி
கடையு ளோருயிர் கவருவோர் நின்றிடக் கண்டே
யடைய மீண்டனர் பைத்துல்முக் கத்திசென் பதற்கே. **(9)**

9. (2149) கொடை கொடுக்கும் வள்ளல்களுக் கெல்லாம் தலைவரே! அளவற்ற நலன்கள் கைக்கொண்டு, கைமுடைப்பட்டுள்ளவர் தம் கெடுதிகள் நீக்கி அருள்க என்று சொல்லி வாழ்வின் இறுதியை அடைந்தவர் உயிரைக் கைப்பற்றும் மலக்கல் மவுத்து நிற்கக் கண்டு விரைந்து பைத்துல் முக்கத்தீசை அடையக் கருதித் திரும்பினார். இப் பாட்டில் 'கைத் தடையுள்ளோர் தமக்கு அருள் கெடுதிகள்' என்ற தொடர் நேரடியாகவும் தெளிவாகவும் இல்லை. நேரடிப் பொருள் வேண்டினால் 'அருள்' என்பதற்கு 'நீக்குதல்' எனப் பொருள் கொள்ள வேண்டும். வேறு பாடம் உள்ளதா என்று தெரியவில்லை.

இறை - தலைவர்; கைத்தடையுள்ளோர் - முடைப்பட்டவர்; கடையுளோர் - வாழ்வின் இறுதி அடைந்தவர்; கவருவோர் - கைப்பற்றுபவர், மலக்கல் மவுத்து.

நாற்ற ளங்களி னொடுவரு வான்வழி நடிவிற்
காற்றி னுங்கடி தெதிர்ந்துவந் தனரொரு காளை
தோற்று கின்றபோ தெவரென வினவினர் தோன்ற
லீற்றில் வந்துயிர் கவர்ந்துபோ மலக்கியா னென்றார். **(10)**

10. (2150) நால்வகைப் படைகளுடன் வான்வழி வரும் போது நடுவழியில் காற்றைவிட விரைவாக எதிரில் வந்தார் ஓர் இளைஞர். எதிரில் தோன்றிய அவரை நீ யார் என்று கேட்டார் அரசர் நபி. முடிவில் வந்து உயிரைப் பறித் துச் செல்லும் வானவர் யான் என்றார் அவர்.

மேக மண்டலத்தில் எந்த மலக்கல் மவுத்தைக் கண்டு மருண்டு விரைந்து திரும்பினாரோ அவரே வேறு உருவில் எதிரில் தோன்றினார்.

நாற்றளம் - நால்வகைப்படை; எதிர்ந்து - எதிர்த்து, எதிரில்; காளை - இளைஞர்; தோற்றுகின்ற போது - தோன்றும் போது ; தோன்றல் - அரசர்; ஈற்றில் - கடைசியில், முடிவில்; கவர்ந்துபோகும் - பறித்துப் போகும்.

நவிலக் கேட்டலும் பேதமுற் றகமுட னடுங்கி
யவலித் தாற்றலுங் குறைந்தன ரவர்சொலி யகன்றார்
கவலித் தாற்றொணா நடுக்கொடு வெளிவழி கடந்தே
தவிசுற் றாட்சிசெய் பைத்துல்முக் கத்திசு சார்ந்தார். (11)

11. (2151) சொல்லக் கேட்டதும் பேதமடைந்து உடலும் உள்ளமும் நடுங்கித் துயரம் கொண்டு வலிமையும் குன்றினார். இளைஞராக வந்த அவர் சொல்லிச் சென்றுவிட்டார். கவலை கொண்டு தாங்க முடியாத நடுக்கத்துடன் வான்வழி கடந்து அரியணையில் ஆட்சி செய்யும் பைத்துல் முக்கத்தீசை அடைந்தார்.

நவில - சொல்ல; பேதம் - மாற்றம், பேதலிப்பு; அகம் - உள்ளம்; அவலித்தல் - அவலம் கொள்ளல், துயரம் கொள்ளல்; கவலித்தல் - கவலை கொள்ளல்; ஆற்றொணா - தாக்க முடியாத; வெளிவழி - வான்வழி; தவிசு - அரியணை; உற்று - அமர்ந்து; சார்ந்தார் - சேர்ந்தார், அடைந்தார்.

சார்ந்து தம்மனை புகுந்துளத் தயர்ந்துசஞ் சலமா
யேந்தல் வைகினர் பனியிசு றாயிலோ டெவரும்
போந்து ளங்கலங் கீர்கலங் குறுபயம் பூண்டு
சோர்ந்தி ருத்தல்போற் றோற்றலெப் பொருட்டென்றார் சொல்வார் (12)

12. (2152) அடைந்து தம்முடைய மனையில் புகுந்து உள்ளம் சோர்ந்து கவலையுடன் இருந்தார் அரசர் நபி. பனிஇசுராயில்களும் மற்றவர்களும் வந்து, உள்ளம் கலங்கி அறியாத நீர் கலங்கி அச்சம் கொண்டு சோர்ந்திருப்பது போல் காணப்படுகிறீர். எதன் காரணமாக என்று வினவினர். அவர் சொல்வார்.

சார்ந்து - அடைந்து; மனை - அரண்மனை; அயர்ந்து - சோர்ந்து; ஏந்தல் - அரசர்; வைகினர் - இருந்தார்; போந்து - வந்து; பொருட்டு - காரணம்.

இலக்கிற் சென்றவிப் பயணமீ தினிலுயிர்க் கெய்து
மலக்கைக் கண்டனம் வந்தவர் பெயர்சொலி மறைந்தார்
புலத்திற் கொண்டகன் றிடவினி விரைவினிற் புகுவார்
கலக்கச் சிந்தையவ் வகையினா லுதித்ததெங் கருத்தில். (13)

13. (2153) குறிப்பிட்டு இலக்குநோக்கிச் சென்ற இப் பயணத்தில் உயிர் வாங்க வரும் வானவரைக் கண்டோம். வந்தவர் தம்முடைய பெயரைச் சொல்லிவிட்டு மறைந்தார். கைப்பற்றிக் கொண்டு செல்ல விரைவில் வருவார். அவ் வகையினால் எம் உள்ளத்தில் கலக்கம் பிறந்தது என்றார்.

இலக்கில் இடம் குறிப்பிட்டு அவ்விடம்; உயிர்க்கு எய்தும் - உயிருக்கு வரும்; மலக்கு - வானவர்; புலத்தில் - இடத்தில்; கொண்டு - கைப்பற்றி.

அமைவ தாகிய முடிவுநா ளடுத்ததா தலினா
னமது தோன்றலா கியரசு கீமையிந் நாளே
யுமது பூரணத் தலைமையாக் கினமியா மொழுங்கி
னெமது வாய்மொழி போலவர் மொழிக்கொழு கிடுமின். (14)

14. (2154) அடங்குவதாகிய முடிநாள் நெருங்கி விட்டது. ஆதலினால் நமது மைந்தராகிய ரசுகீமை இன்றே உங்களின் முழுத் தலைமை ஆக்கினோம் நாம். ஒழுங்கு முறைப்படி எமது வாய்மொழிபோல் அவர் வாய்மொழிக்கு உடன்பட்டு ஒழுகுங்கள்.

அமைவது - அடங்குவது; அடுத்தது - நெருங்கியது; தோன்றல் - மைந்தர்; ஒழுங்கின் - ஒழுங்கு முறைப்படி.

என்று கூறின ரனைவரும் பொருந்தின ரிதையங்
கன்றி வாடின ரிறுதிநா ளடைந்ததைக் கருதித்
துன்றி வீறுடைச் சின்கள்சைத் தானெலாஞ் சுகமுற்
றின்று வாழ்க்கைபெற் றனமென மகிழ்ச்சியெய் தினவே. (15)

15. (2155) என்று சொன்னார். அனைவரும் ஒப்பினர். ஆயினும் இதயம் கன்றி வாடினர். தம்மை அடிமைப் படுத்திவைத்திருக்கும் சுலைமான் நபிக்கு முடிவுநாள் வந்து விட்டதை எண்ணி வீறுடைய சின்கள் சைத்தான்கள் எல்லாம் நலம் பெற்று இன்று வாழ்க்கை பெற்றோம் என்று கூடி மகிழ்ச்சி அடைந்தன.

'இறுதிநாள் அடைந்ததைக் கருதி' என்பதை சுலைமான் நபிக்கும் கூட்டுக.பொருந்தினர் - ஒப்பினர்; துன்றி - சேர்ந்து, கூடி; எய்தின - அடைந்தன.

ஈன்ற சந்ததி யினையரி யணைமிசை யிருத்தி
யான்ற பேரொளி பைத்துல்முக் கத்திசென் பதனி
லூன்று சீர்மிகு றாபில்வந் திருந்தொரு வோனைத்
தோன்று ளன்பொடு நோன்பொடும் வணங்கினர் துதித்தே. (16)

16. (2156) பெற்ற மகனை அரியணை மீது அமர்த்தியபின் மாட்சிமை நிறைந்த பேரொளியாகிய பைத்துல் முக்கத்தீசில் அமைந்துள்ள சிறப்பு மிகுந்த மிகுராபில் வந்து இருந்து ஒருவனாகிய இறைவனை உள்ளத்தின் தோன்றிய அன்புடனும் நோன்பு நோற்றவராகவும் புகழ்ந்து வணங்கினார்.
மாட்சிமைப்பட்ட ஆன்மிகப் பேரொளி இலங்கும் இடம் என்பதைக் குறிக்க 'ஆன்ற பேரொளி பைத்துல் முக்கத்தீசு' என்றார். ஒரு சொல்படி. எழுபதினாயிரம் நபிமார்கள் அறிதுயில் கொள்ளும் இடம் ஆதலின் அஃது 'ஆன்றபேரொளி' என்னும் அடைகொண்டு சிறப்புச் செய்யப்பட்டது.

ஈன்ற சந்ததி - பெற்ற மகன்; மிசை - மீது; இருத்தி - அமர்த்தி; ஆன்ற - மாட்சிமைப்பட்ட; ஊன்று சீர் - நிலை நிறுத்திய சிறப்பு; மிகுராபு - தொழுகையில் இமாம் நிற்பதற் கென்று அமைந்த இடம்; இமாம் - தலைவர்; ஒருவோன் - ஒருவன், இறைவன்; துதித்து - புகழ்ந்து.

இணக்கஞ் செய்யொரு குருவியை யழைத்தியா மிருந்து
வணக்கஞ் செய்திடின் மயக்கிநித் திரையுடன் மறக்குங்

குணக்கஞ் செய்திடி லெழுப்பெனத் திருமொழி கொடுத்தே
யுணக்கஞ் செய்திடா நிறையிபா தத்தினி லுறைந்தார். (17)

17. (2157) தமக்கு இணங்கி ஏவல் செய்யும் ஒரு குருவியை அழைத்து யாம் வணக்கம் செய்கையில் மயங்கி உறக்கம் வந்து மறதியுடன் வாட்டம் அடைந்தால் எழுப்பு என்று அழகுமொழி கொடுத்து விட்டு வாட்டமின்றி நிறைவான இறைவணக்கத்தில் மூழ்கினார்.

இணக்கம் - இணங்குதல்; குணக்கம் - வாடுதல், வாட்டம்; உணக்கம் - வளைதல்; இபாதத்து - இறைவணக்கம்; உறைந்தார் - மூழ்கினார்.

மூல காரண முடிவறு முதல்வனை முயன்று
சால நோன்பொடு வணங்கிடிற் றாதைபோற் சபூறை
ஞால மீதிலெப் பொருள்களு முருகுநன் னயமாய்க்
கால மியாவதும் பொருந்துற வோதுவர் கனிந்தே. (18)

18. (2158) மூலகாரணமானவனை முடிவற்றவனை முதல்வன் ஆகிய இறைவனை மிக்க நோன்புடன் தம் தந்தை தாவூது நபி போன்று இடையறாது முயன்று வணங்கினார். உலகில் உள்ள எப் பொருளும் உள்ளம் உருகிக் கேட்கும்படி தாவூதுநபி எப்படி ஓதினாரோ அப்படி சபூர் மறையை உருக்கத்துடன் ஓதினார். நபி தாவூது (அலை) ஒருநாள் விட்டு ஒருநாள் என்று முறை வைத்து நோன்பு நோற்றார்கள் என்பது நபிகள் நாயகம் (சல்) வாக்கு. ஆதலால் அவ்வாறு நோன்பு நோற்பது 'தாவூது நபியின் நோன்பு' எனப்படுகிறது. அதைக் குறிக்கவே 'தாதை போல் சால நோன்புடன் வணங்கி' என்றார். தாவூது நபி மிகுந்த பொறுமையுடையவர் என்பர். இறைமறுப்பாளர்களின் பரிகாசத்தைப் பொறுத்துக் கொள்ளும்படி அறிவுறுத்தும் இறைவன் 'இவர்கள் கூறுவதைப்பற்றிப் பொறுமையாகச் சகித்துக்கொண்டிரும். அன்றி, மிக்க பலவான் ஆகிய நம்முடைய அடியார் தாவூதை நினைத்துப் பாரும். நிச்சயமாக அவர் (எத்தகைய கஷ்டத்திலும் நம்மையே) நோக்கி நின்றார் (திருக்குர்ஆன் 38:17)' என்று கூறுகிறான். இக் கருத்தை உட்கொண்டு 'தாதைபோற் சபூரை…' என்றார். தாவூது நபியுடன் மலைகளும் பறவைகளுடன் உடன்சேர்ந்து இறைவனைப் புகழ்ந்தன. 'மலைகளையும் பட்சிகளையும் தாவூதுக்கு வசப்படுத்திக் கொடுத்தோம். அவை அவருடன் துதி செய்து பாடின (திருக்குர் ஆன் 21:84) என்று கூறுகிறது. திருக்குர்ஆன் இக் கருத்தைத் தழுவி 'தாதைபோற் சபூரை ஞால மீதில் எப் பொருளும் உருகு நன்னயமாய் காலம் யாவதும் பொருந்துற ஓதுவர் கனிந்தே' எனப் பாடினார்.

சால - மிக்க; தாதை - தந்தை; சபூறு - பொறுமை, சபூர் வேதமும் ஆம்; ஞாலம் - உலகம்; ஓதுவர் - ஓதுவார், உபதேசிப்பார்.

தருந்த வப்பொரு ளோதிடி னரகவே தனைகள்
பொருந்து மாயத்து வரிலழு தயர்ந்துளம் புழுங்கி
வருந்தி நொந்துடல் சோர்ந்துணர் வுகளற மயங்கி
விரிந்த பேரொளி தருமிகு றாபில்வீழ் வாரால். (19)

19. (2159) அவர் சபூர் வேதம் ஓதுகையில் அதில் நரக வேதனை பற்றிய ஆயத்து வந்தால் அழுவார். சோர்வார். புழுங்குவார். வருந்துவார். உடல்

நொந்து அயர்ந்து உணர்வு நீங்க மயங்கி விரிந்த பேரொளி தரும் மிகுராபில் விழுவார்.

தரும் தவப்பொருள் - தவம் தரும் பொருள், வேதம். அது தவூது நபிக்கு அருளப்பட்ட ஜபூர்; ஆயத்து வேத வாக்கியம்; வரில் - வந்தால்; விரிந்த பேரொளி தரும் மிகுராப் - ஞானப் பேரொளி நல்கும் இடம்.

அகத்தி னுட்பொரு ளெனத்தரு நசாயிகா மன்னை
யிகைத்த கற்றிடு முணர்வுதோன் றிடுமள வினுமே
முகத்தி னிற்சலந் தெளித்துவீ சுவர்வினை முழுதுஞ்
செகுக்கு நற்றவம் புரிந்தன ரிவ்வணஞ் சிலநாள். (20)

20. (2160) அகத்தின் உட்பொருளாக சுலைமான் நபியைப் பெற்றுத் தந்த அன்னையாகிய நசாயிகு, அது நீங்கிடும் உணர்வு தோன்றும் வரை முகத்தில் நீர் தெளித்து விசிறி கொண்டு வீசுவார். இவ்வாறு தாம் செய்த பாவ வினைகளை நீக்குதற் பொருட்டு நற்றவம் புரிந்தார் சில நாள்.

தரு - தரும், தந்த; இகைத்து - கொடுத்து; செகுக்கும் - அழிக்கும்.

மகன் அடிக்கடி மயங்கி விழுவதை அறிந்த தாய் நசாயிகு மகன் முகத்தில் நீர் தெளித்து விசிறி வீசி உதவினார். முதிர்ந்த அகவையிலும் தாயின் பரிவு என்னே! வரும் தீங்குகளைத் தருமம் அகற்றும் என்பது நபிமொழி.

மலக்கல்மவுத்தைக் கண்ட படல முற்றிற்று.
படலம் 43 -க்கு - திருவிருத்தம் - 2160

44. பைத்துல் முக்கத்தீசிற் குறுபான் கொடுத்த படலம்

படலச் செய்தி

(தியாகம் எனப் பொருள்படும் குர்பான் ஆடு மாடு ஒட்டகைகளை இறைவன் பொருட்டு அறுத்துப் பலி இடுதல் ஆகும். அது 'ஹஜ்' கடமையில் ஒரு கூறாக உள்ளது. பொருள் வசதி உள்ளவர்கள் ஹஜ் பெருநாளில் தம் இல்லங்களில் குர்பான் கொடுப்பர். குர்பான் பிராணியின் இறைச்சியை மூன்று பங்கு வைத்து ஒரு பங்கு தன் குடும்பத்திற்கும் ஒரு பங்கு உறவினர்களுக்கும் ஒரு பங்கு ஏழைகளுக்கும் பகிர்ந்து அளிக்கப்படும். இஃது இன்றுள்ள இசுலாமிய நடைமுறை. யூத சமுதாயத்தில் குர்பானி இறைச்சியை உண்பதற்கு அனுமதி இல்லை. தீயில் இட்டு எரிக்கப்படும். இந்த அடிப்படையிலேயே இக் காப்பியத்தில் பாடப்பட்டுள்ளது.)

தம்முடைய வாழ்நாள் குறுகிவிட்டதனால் தாம் மறைவதற்குமுன் பைத்துல் முக்கத்தீசுப் பணியைக் குறையின்றி முடித்துவிட விரும்பினார். தாம் தங்கியிருக்கும் மிகுராபை விட்டு எழுந்து வந்து பள்ளியைச் சுற்றிப் பார்த்தார். இயந்த உனுபுக்கு என்னும் மரத்தில் ஒரு கோலை ஒடித்து வந்து பள்ளியின் முன்னே நட்டு வைத்தார். அதை நபிமார்கள் தொட்டால் ஏதும் செய்யாது. மற்றவர் தொட்டால் கைவெந்து போகும். பள்ளியின் உள்ளே பாவிகள்

போனால் முகம் கறுக்கும். உடம்பும் கறுக்கும். நல்லடியார் போனால் நறுமணத்துடன் வெண்ணிறமாய் உடல் இலங்கும். இவ்வாறு நிகழ்வதனால் யாரும் பள்ளியினுள் செல்வதில்லை.

இதைக் கண்டு இறைவனிடம் கனிந்து இறைஞ்சினார். இறைவா! எவரும் இப் பள்ளியில் இரண்டு ரக்கஅத் தொழுதால் அவர் பாவம் பொறுத்து அன்று பிறந்த பாலகன் போல் மாசு மருவற்றவராக ஆக்கிவிட வேண்டும். அஞ்சுவோர் புகுந்தால் அது மாற வேண்டும். பிணியாளர் புகுந்தால் அது தீர வேண்டும் என்று இறைஞ்சினார். இதன் பின் ஆயிரம் ஒட்டகைகளும் ஆயிரம் ஆடுகளும் அறுத்து குர்பான் செய்தார். அப்போது வானத்தில் இருந்து நெருப்பு இறங்கி வந்து குர்பான் கொடுத்த அனைத்தையும் எடுத்துச் சென்றது. இஃது இறைவன் ஏற்றுக் கொண்டதன் அடையாளம் என்று மகிழ்ந்தார்.

சந்தன மரத்தால் பத்தாயிரம் நாற்காலிகள் செய்து பள்ளியைச் சுற்றிலும் அமைத்தார். ஆயிரம் நல்லடியார்களைப் பணியில் அமர்த்தினார். அவர்களின் மாதச் சம்பளத்திற்கு ஒழுங்கு செய்தார். பள்ளியில் சென்று தொழுதவர்கள் நோய் நீங்கி உடலில் ஒளி பெற்றனர்.

நபிமார்களின் கிபுலாவாய்த் திகழ்ந்த பெருமைக்கு உரியது பைத்துல் முக்கத்தீசுப் பள்ளி. அங்குத் தொழுதவர் பதவி பெறுவர். அவர்கள் பெற்ற பதவியும் பேறுகளும் நம் அனைவர்க்கும் கிடைக்குமாக என்று இறைஞ்சலுடன் படலத்தை முடிக்கிறார் புலவர்.

44. பைத்துல் முக்கத்தீசிற் குறுபான் கொடுத்த படலம்.

கலிநிலைத்துறை

நிறைவ துற்றிடு தவம்புரிந் திடிலியா னிலத்தி
லுறைவ தற்குள நாள்குறு கியதினா லுடல
மறைவ தற்குமுன் பைத்துல்முக் கத்திசின் பணியிற்
குறைவ தற்றிட வமைக்கவேண் டுதுமெனக் குறித்தார். (1)

1. (2161) நிறைவான வணக்க வழிபாடுகளில் ஈடுபட்டிருக்கும்போது யான் பூமியில் வாழ்வதற்குள்ள நாள்குறுகிவிட்டதல் உடல் மறைவதற்குமுன் பைத்துல் முகத்திசின் வேலைகள் குறைவின்றி முடித்துவிட வேண்டும் என்று கருதினார்.

நிறைவதுற்றிடு தவம் - நிறை வணக்க வழிபாடு; உறைவதற்குள நாள் - வாழ்வதற்கு உரிய நாள்; குறுகியது - குறைந்தது; பணி - வேலை; குறைவதற்றிட குறைவின்றி; குறித்தார் - கருதினார்.

எண்ணி யங்குதா முறைமிகு றாபைவிட் டெழுந்து
நண்ணி யெங்கணுஞ் சுற்றிநோக் கினர்நிறை நாளாய்
விண்ணி யங்குதண் மதிபல வெனவிளங் குதலாற்
புண்ணி யங்குடி கொளுமக மகிழ்ந்துபூ ரித்தார். (2)

2. (2162) இவ்வாறு எண்ணி அங்குத் தாம் இருக்கும் மிகுராபை விட்டெழுந்து வந்து எங்கும் சுற்றிப் பார்த்தார். பவுர்ணமி நாளில் வானத்தில் உலவும் குளிர்மதி

போன்று விளங்குவதனால் புண்ணியம் குடிகொண்டிருக்கும் உள்ளம் மகிழ்ந்து பூரித்தார்.

மிகுராப் - தொழுகையில் இமாம் நிற்கும் இடம்; நண்ணி - சென்று; நிறைநாள் - பவுர்ணமி நாள்; விண் இலங்கு - வானில் உலவும்; தண்மதி - குளிர்நிலா

வாக தாகிய வுனுபுக்கென் றிடுமரத் தாசா
வாக மாகுமப் பள்ளிமுன் னாட்டின ரதனை
யேக னாயக னபிகடொட் டடிற்பொறுத் திருக்கும்
போக யாவர்தொட் டிடினுமே கரம்வெந்து போமால் (3)

3. (2163) உனுபுக்கு என்றிடும் மரத்தில் அழகாகச் செய்த கைத்தடியை அசாவாக மனித உடம்பு போல் அப் பள்ளியின் முன்னே நாட்டி வைத்தார். அதனை ஒரே தலைவனாகிய இறைவனின் நபிமார்கள் தொட்டால் பொறுத்திருக்கும். அவர்கள் அல்லாத யார் தொட்டாலும் கை வெந்து போகும். பள்ளிவாசலை 'உடல் ஆகும் - ஆகம் ஆகும்' என்று கூறுகிறார். என்ன கருத்தில் இவ்வாறு கூறுகிறார் என்று தெரியவில்லை. அசாவுக்குப் பள்ளி வாசல் இருப்பிடம் என்னும் கருத்தில் ஆகம் - உடல், தங்கி வாழும் இடம் என்று பாடினாரோ?

வாகு - அழகு; உனுபுக்கு - ஒரு வகை மரத்தின் பெயர்; ஆசா - கோல்; ஏகநாயகன் - ஒரே தலைவன், அல்லாஹ்; போக - அவர்போக, அவர் அல்லாதவர்.

திகழ்ந்தி ரக்குமப் பள்ளியுட் பாவிகள் சேரின்
முகங்க றுக்குமே னிகளெலாங் கறுக்குமொய் பவங்க
ளிகழ்ந்த கற்றிய சாலிகா னவர்புகுந் திடுகிற்
சுகந்த முற்றுவெண் ணிறமதாய்ச் சூறத்துத் துலங்கும். (4)

4. (2164) இலங்கும் அப் பள்ளின் உள்ளே பாவிகள் நுழைந்தால் முகம் கறுத்துவிடும். உடம்பு முழுவதும் கறுத்துவிடும். பாவங்களைப் பழித்து விலக்கிய நல்லடியார் நுழைந்தால் நறுமணம் கமழ உடல் வெண்ணிறமாய் ஒளிவீசும்.

சாலிகு - நல்லடியார்; சுகந்தம் - நறுமணம்; சூரத்து - மேனி, உடம்பு.

சோதி வீசுபள் ளியினுட்புக் குவர்க்கிவை தொடலா
லியாது மோரவ மிருக்குமென் றவஞ்செய்யா ரெவரு
மோது பாவஞ்செய் பவரும்புக் குவதொழித் தனர்கண்
டாதி நாயக னிடத்திரந் தகங்கனிந் தறைவார். (5)

5. (2165) ஒளிவீசும் பள்ளியின் உள்ளே நுழைபவர்களுக்கு இத் தகைய நன்னிலையும் தீய விளைவும் பற்றுவதனால் தங்களுக்கு ஏதும் தீங்கு நேரலாம் என்று அஞ்சி எவரும் தீது செய்ய மாட்டார். பாவம் செய்பவர் உள்ளே நுழைவதைத் தவிர்த்து நீங்கினர். இவற்றை எல்லாம் கண்டு மகிழ்ந்து ஆதி நாயகனாகிய இறைவனிடத்தில் மனம் கனிந்து இறைஞ்சினார்.

சோதி - பள்ளி; புக்குவர்க்கு - நுழைபவர்களுக்கு; தொடலால் - தீண்டுவதனால், பற்றுவதனால்; அவம் - தீங்கு; புக்குவது - நுழைவது; ஒழிந்தார் - நீங்கினார்; அகம் - மனம்; அறைவார் - இறைஞ்சுவார்.

என்று மேயுளோய் பள்ளியிங் கிதிற்புகுந் தெவருந்
துன்று நேரொடு மிரண்டுறக் காத்துனை தொழுகிற்
பொன்றி லாதவர் புரிபிழை யனைத்தயும் பொறுத்தே
யன்று பூமியிற் பிறந்தபா லனுக்கிணை யாக. (6)

6. (2166) என்றும் உள்ளவனே! எவரும் இங்கு இப் பள்ளியினுள் புகுந்து சேர்ந்து நேர்மையுடன் இரண்டு 'ரக்காத்' உன்னைத் தொழுதால், குறைதல் இல்லாது நிறைந்த அளவில் அவர் செய்த பிழைகள் அனைத்தையும் மன்னித்து பூமியில் அன்று பிறந்த குழந்தைக்கு இணையாக ஆகச் செய்வாயாக. இது குளகச் செய்யுள். பொருள் முற்றுப்பெற வில்லை. அடுத்த பாட்டில் முடிகிறது.

துன்றுதல் - சேர்தல்; நேரொடு - நேர்மையுடன்; ரக்காத் - தொழுகையின் ஓர் அலகு; பொன்றல் - குறைதல்; பொன்றிலாது - குறவு இலாது, நிரம்பிய அளவில்; பொறுத்து - மன்னித்து; இணை ஆக - இணை ஆகுக, இணையாக ஆக்குக.

மனந்த னிற்பயந் தவர்புகுந் திடிற்பய மாறச்
சினந்த வெம்பிணி யினர்புகுந் திடிற்பிணி தீர
வினந்த ழைத்தெழிற் குலவநீ யருள்புரி யெனவே
தினந்த வத்தினி லுயர்புகழ் நபிதுவாச் செய்தார். (7)

7. (2167) மனத்தில் அச்சம் புகுந்தவர் நுழைந்தால் அச்சம் தீர, சீற்றம் கொண்ட கொடிய நோய் கொண்டவர் நுழைந்தால் அவர் நோய் தீர, அவர் இனம் தழைத்து அழகு நலம் குலவ நீ அருள் புரி என்று நாள்தோறும் வணக்க வழிபாடுகளில் உயர்ந்து புகழ் பெற்ற நபி இறைஞ்சினார்.

பாலகனுக்கு இணையாக, பயம் மாற, பிணி தீர, எழில் குலவ நீ அருள் புரி என்று வேண்டுதல் செய்தார். வெம்பிணி - கொடிய நோய்; துவா - துஆ, இறைஞ்சல்.

செய்த தற்குமே லாயிரந் திறத்தவத் திரியு
மெய்து டற்கொழுத் துற்றவா டுகளோரா யிரமு
மைத ரித்தகை யினரறுத் தேகுறு பான்செய்
தைத ரித்தநா யகன்றனைத் துதித்தன ரகத்தில். (8)

8. (2168) துஆச்செய்தபின், தேர்ந்த ஆயிரம் ஒட்டடகைகளும் உடல்கொழுத் துள்ள ஆயிரம் ஆடுகளும் அறுத்துக் குர்பானி செய்து நுட்பத்தினும் நுட்பமாகிய இறைவனை மனத்தில் புகழ்ந்தார். மழைமேகம் போல் கொடை கொடுக்கும் கையினராகிய சுலைமான் நபி.

திறத்த - மேன்மையான; னத்திரி - ஒட்டகை; மை - மேகம்; மை தரித்த கை - மேகத்தின் இயயல்பு கொண்ட கை; ஐ - உண்மை.

உடுத்த வழ்ந்தொளிர் வானிழிந் தனல்புகுந் துடனே
கொடுத்த வந்தவத் திரிதக ரியாவுமே கூட்டி
யெடுத்த கன்றது வெடுத்தகன் றதுகபு லெனவே
யடுத்த றந்தவங் குணநிறை யகங்களிப் பானார். (9)

9. (2169) அப்போது, நட்சத்திரங்கள் தவழ்ந்து ஒளிரும் வானத்தில் இருந்து நெருப்பு இறங்கி வந்து குர்பாணி கொடுத்த அந்த ஒட்டகைகளையும்

ஆடுகளையும் கூட்டி எடுத்துச் சென்றது. ஏற்றுக்கொண்டதன் அடையாளம் என்று அறமும் இறைவணக்கமும் நற்குணமும் அடுத்து வந்து இருந்து நிறைந்த உள்ளத்தில் மகிழ்ச்சி கொண்டார்.

உடு - நட்சத்திரம்; தவழ்ந்து - உலவி; இழிந்து - இறங்கி; அனல் - நெருப்பு; அத்திரி - ஒட்டகை; தகர் - செம்மறிக் கடா; கபுல் - கபூல், ஒப்புக்கொள்ளல்.

சந்த னத்தினா லூனுகா லாசினாற் சிவிகள்
சிந்தி டப்பதி னாயிரங் கதிரைகள் செய்து
சுந்த ரப்பளிங் கினிற்செயும் பள்ளியைச் சூழ
மந்தி ரக்கருப் பொருணபி யிருத்திவைத் தனரே. (10)

10. (2170) சந்தன மரத்தில் கால் ஊன்றி ஆசுமனையும் அமைத்து ஒளி சிந்தும் பத்தாயிரம் இருக்கைகள் செய்து அழகிய பளிங்கினால் செய்த பள்ளியைச் சூழ இருத்திவைத்தார் மூலமொழிக் கருப்பொருளான நபி.
மந்திரம் - மூலமொழி, கலிமா, லாயிலாஹ இல்லல்லாஹு என்பதுடன் நபியின் பெயரும் இணைந்ததே கலிமா ஆதலின் சுலைமான் நபி 'மந்திரக் கருப்பொருள் நபி' எனப்பட்டார்.

ஆசு - அசுமணை, பலகை; சவி - ஒளி; கதிரை - நாற்காலி;

விண்ணின் மீதினுந் திகழ்தரு பள்ளியை மேவிக்
கண்ணின் மீதினு முரிமைசெய் திடுகரத் தினரா
யுண்ணின் லாவுமீ மானிபா தத்துடை யவரா
யெண்ணி யாயிரம் பணிவிடை யினரையு மிட்டார். (11)

11. (2171) விண்ணுலகிலும் ஒளிவீசும் பள்ளியைக் கண்ணினும் மேலாய் வைத்துக் காத்திடும் கடமைகொண்டவராய் உள்ளத்தில் நிலவும் இறைநம்பிக் கையும் இறைவணக்கமும் உடையவராக ஆய்ந்து தேர்ந்து ஆயிரம் பணியாள ரையும் அமர்த்தினார். பள்ளியைக் கண்போல் காப்பவர்களும் ஈமான் இபாதத் உடையவர்களுமாகத் தெரிந்தெடுத்த ஆயிரம் பேரைப் பணியில் அமர்த்தினார்.

திகழ்தரல் - ஒளிவீசுதல்; மேவி - பொருந்தி; உரிமை செய்தல் - முதன்மை நல்கல்; உண்ணிலாவும் - உள் நிலாவும்; நிலாவும் - நிலவும்; ஈமான் - இறைநம்பிக்கை; இபாதத் - இறைவணக்கம்.

பூவ கந்துதித் தேத்துபள் ளியினிலெப் போதுஞ்
சேவ கஞ்செயு மவர்க்கெலாஞ் செம்பொனு மணியுங்
காவ கம்பெற வுதவிமா தந்தொறுங் கணித்து
நாவ கம்புக ழுயர்ந்தசீ வதமுநாட் டினரே. (12)

12. (2172) பூவுலகம் போற்றும் பள்ளிலில் எப்போதும் பணிசெய்யும் அவர்களுக்கெல்லாம் செம்பொன்னும் நவமணியும் ஊதியமாகப் பெற வழங்கி, அதை மாதம் தோறும் இவ்வளவு பெறுவது என்று அளவு குறித்து மனிதர் புகழும் உயர்ந்த வழிமுறையும் நாட்டினார். ஊதியம் வழங்கப் பொன்னும் மணியும் அளித்ததோடு அமையாது மாதந்தோறும் பெறும் முறையும் அளவும் கணித்து முறை வகுத்தார்.

பூவகம் - பூவுலகம்; சேவகம் - பணி; காவகம் - ஊதியம்; சீவதம் - சன்மார்க்கம்.

சின்கள் பூதங்கண் மாந்தர்கள் பலசைத் தான்கண்
முன்கொள் கூறதின் படிதிருப் பணியினின் முயன்றே
பின்கொ ளாதுசெய் வதுதொடுத் தனபெரு மதியு
மின்க ளியாவது மொளிமழுங் கிடவிளங் கியதே. (13)

13. (2173) சின்களும் பூதங்களும் மனிதர்களும் பல வகையாகிய சைத்தான்களும் முன்னே கூறப்பட்டபடி தங்கள் பங்கு என்று ஒதுக்கப்பட்ட பணிகளைச் சுணக்கமின்றிச் செய்யத் தொடங்கின. அதனால் நிலவும் நட்சத்திரங்களும் ஒளி மழுங்கும்படி ஒளிவீசித் திகழ்ந்தது.

முன்கொள் கூறு - முன்னே பங்கிட்டுக் கொண்ட பணிகள்; திருப்பணி - பள்ளி கட்டுமானப் பணி; பின்கொளாது - வேலையில் பின்வாங்காது, சுணக்காது; பெருமதி - நிலவு; மின் - நட்சத்திரம்.

விரிவ தாம்பவம் பிணிபய முடையருண் மேவி
யரிதி ரண்டிறக் காத்திறை வனைத்தொழு தளவிற்
கருதொ ணாவிவை யெவைகளு மகன்றுடல் களிப்பாய்ப்
பெருகு சோதிவெண் மதியென வுடல்பிறங் கியதே. (14

14. (2174) பெரிய அளவில் பாவம் செய்தவரும் பிணியாளரும் அச்சம் கொண்டவரும் அப் பள்ளியின் உள்ளே சென்று அரிதின் இரண்டு ரக்கஆத் இறைவனைத் தொழுத அளவில் இவை யாவும் கருதப்படாதவையாக நீங்கி அருள்மேவி ஒளிபெருகும் நிலவு என்று சொல்லும்படி அவர்கள் உடலில் சுடர் வீசியது.

விரிவதாம் - பரந்த, பெரிய அளவில்; பவம் - பாவம்; ரக்கஆத் - தொழுகையின் ஓரலகு; பிறங்கியது - சுடர்ந்தது.

நபிக ளாய்ப்பிறந் தவர்க்கெலா மொருகிபு லாவா
யவியொ ணாப்பவ வேரறக் களையுமா யுதமாய்த்
தவிர்கி லாப்பிணி யகற்றுஞ்சஞ் சீவியிற் றழைவாய்ப்
புவியெ லாம்புகழ் பைத்துல்முக் கத்திசு போற்றி. (15)

15. (2175) நபிகளாய்ப் பிறந்த யாவர்க்கும் ஒரே கிபுலாவாய் அவித்துப் போக்கமுடியாத பாவங்களின் வேர்கள் அற்றுப் போகும்படி நீக்கும் ஆயுதமாய் நீங்காத பிணிகளை நீக்கும் சஞ்சீவியைவிடச் செழுமை உடையதாய் உலகமெல்லாம் புகழ விளங்கும் பைத்துல் முக்கத்தீசுப் பள்ளியைப் போற்றுவோம். நபிகள் நாயகம் (சல்) அவர்கள் முதல் எல்லா நபிமார்களுக்கும் கிபுலாவாய்த் திகழ்ந்தது பைத்துல் முக்கத்தீசே ஆகும். முசுலிம்களுக்கும் முதல் கிபுலா பைத்துல் முக்கத்தீசே. பின்னர் மாற்றப்பட்டது.

கிபுலா - தொழுகையில் முகம் நோக்கும் இலக்கு.

மானெ லாம்பொரு விழியினர் புருடர்தம் மனத்துட்
டீனெ லாங்குடி புகுத்தலா யச்சந்தீர்த் திடலாய்
மீனெ லாம்புனை மதிகதி ரொளியினு மேலாய்
வானெ லாந்திகழ் பைத்துல்முக் கத்திசு வாழி. (16)

16. (2176) மான்களின் விழிகளை ஒக்கும் விழியுடைய பெண்கள், ஆடவர் யாவரின் மனித்தினுள்ளும் தீனைக் குடியமர்த்துவதாகவும் அச்சம் தீர்ப்பதாகவும் நட்சத்திரங்கள் புனைந்த சந்திர சூரிய ஒளியினும் மேலானதாகவும் வானுலகமும் புகழ்வதாகவும் திகழும் பைத்துல் முக்கத்தீசு வாழ்க.

பொருவுதல் - பொருந்துதல், ஒத்தல்; மானெல்லாம் பொரு விழியினர் - பெண்கள்; மீன் - நட்சத்திரம்; மதி - நிலவு; கதிர் - சூரியன்.

அணங்கு மேவிய வளம்பதி வகுதைவா ழதிபன்
மணங்கு லாவிய புயனப்துல் காதிர்வள் ளலுக்கு
மிணங்கு நாமனை வோர்க்குமப் பள்ளியுள் ளெய்தி
வணங்கு வோர்பல னிறைதரக் கடவது மாதோ. (17)

17. (2177) திருமகள் சேர்ந்த வளநகர் வகுதையில் வாழும் அதிபன் மணமாலை தவழும் தோளுடைய அப்துல் காதிர் வள்ளலுக்கும் அவனுக்கு இணக்கமாக இருக்கும் நம் அனைவர்க்கும் அப் பள்ளியிற் சென்று வணங்குவோரக்குக் கிட்டும் பதவி நிறைவாகக் கிட்டுமாக.

அணங்கு - திருமகள்; எய்தி - சென்று; பதம் - பதவி.

பைத்துல்முக்கத்தீசிற் குறுபான்கொடுத்த படலம் முற்றிற்று.
படலம் 44 -க்கு - திருவிருத்தம் - 2177

45. சுலையுமானபி உபாத்துப் படலம்

படலச் செய்தி.

கலகம் செய்யும் பகைவரின் முடிமீது தாளை நாட்டும் நபி தவூது (அலை) பெற்ற, பல்கலைச் செல்வராய் எல்லா உயிரினங்களுக்கும் அரசராய்த் திகழ்ந்த சுலைமான் நபிக்கு 180 ஆண்டு வந்த போது மரணம் அடுத்தது. தாம் எழுப்பும் பைத்துல் முக்கத்தீசுப் பள்ளியின் கட்டட லேலை கொஞ்சம் மிச்சம் இருந்த போது அதை விரைந்து முடிக்க விரும்பினார். விரைந்து முடியுங்கள் என்று பணியாளரைச் சற்றே சினந்து கூறியவராக கைக்கோலை ஊன்றி அதில் சாய்ந்து நின்றார். அப்போது மலக்கல் மவுத்து எதிரில் வந்து நின்றார். அவரைக் கண்டதும் முன்னர் நான் பயணத்தில் இருக்கும் போது உங்கள் பெயரைச் சொல்லிச் சென்றீர். இப்போது என்னைக் கண்டு போக வந்தீரா? என்று கேட்டார். உயிரைக் கொண்டு போக வந்தேன் என்றார். இப் பள்ளி வேலை கொஞ்சம் மிச்சம் உள்ளது. முடியும் வரை பொறும் என்றார் நபி. இறைமொழி இல்லை என்றார் மலக்கு. என்னைச் சேர்ந்தவர்க்கு

இறுதி மொழி (வசிய்யத்) சொல்ல அனுமதியும் என்றார் நபி. இயலாது என்றார் மலக்கு. தரையில் படுத்துக் கொள்கிறேன் என்றார் நபி. தகாது என்றார் மலக்கு. அமர்ந்து கொள்கிறேன் என்றார் நபி. ஒவ்வாது என்றார் மலக்கு. மேலும் கைக்கோலில் சாய்ந்த நிலையிலேயே உயிர்வாங்க ஆணை என்று சொல்லி ஒரு பூவை அவர் கையில் கொடுத்து முகரச் சொன்னார். மோந்த வாசம் மூக்கில் நுழைந்தபோதே அவர் உயிர் பிரிந்தது. அப் புனித உயிரை இல்லிய்யீன் என்னும் சொர்க்கத்திற் சேர்த்தார் மலக்கல் மவுத்து. அவருடைய உடல் முன்புபோல் கைக்கோலில் சாய்ந்து நின்றது. அதனால் உண்மை அறியாத சின்கள் விரைந்து வேலை செய்தன. இவ்வாறு ஓராண்டு நின்றார். இதை அறிந்த இபுலீசு சின்களிடம் உண்மையைக் கூறினான். அவை நம்ப மறுத்துப் பணியில் மூழ்கின. வேறு வழியின்றிக் கறையானை அணுகி வஞ்சகமாகப் பேசி வசக்கினான். அவனை நம்பிய கறையான் அவன் சொன்னபடி சுலைமான் நபியின் கைக்கோலின் அடிப்புறத்தை அரித்தது. அடி நொடிக்கவே நபியின் உடல் சாய்ந்தது. சாய்ந்த உடலை மலக்குகள் எடுத்துச் சென்று நாலாம் கடல் நடுவில் உள்ள பெரிய தீவில் அமைந்துள்ள அழகிய மாளிகையில் வைத்தனர். நஞ்சு உமிழும் கண்களும் ஐந்து தலைகளும் பத்து நாவுகளும் கொண்ட நாகப் பாம்பையும் வலிமை பொருந்திய மலக்குகள் சிலரையும் காவலாக வைத்தனர். இஃது இறைவன் கட்டளை.

உடல் அகன்ற போதே நபி இறந்தது மெய் என்றுணர்ந்த சின்கள் அச்சம் தீர்ந்து வேலையை அப்படி அப்படியே போட்டுவிட்டு ஓடி விட்டன.

மைந்தர் ரசுக்கீமும் பிறரும் அறிந்து அழுதனர். அன்னை நசாயிகு அழுதார். மனைவியர் அழுதனர். ரசுக்கீம் அன்னையரையும் பாட்டியாரையும் தேற்றினார். தந்தைக்குரிய இறுதிக் கடன்களைக் குறைவற நிறைவேற்றினார்.

இப் படலத்தில் மூன்று பாட்டுகளில் (2, 3, 4) நிலையாமை குறித்துப் பாடுகிறார் புலவர். குறள் நாலடி முதலிய பழைய நூல்கள் உரைக்கும் நிலையாமை குறித்த கருத்துகளின் சாரம் எனத் தக்க பாட்டுகள் அவை. முத்தாய்ப்பாக 'மெய் எனல் இறத்தல் அல்லால் வேறொன்றை நாட்டலாமோ?' எனக் கேட்டு முடிக்கிறார்.

மலக்கல் மவுத்திடம் சில கோரிக்கைகளை முன்வைக்கிறார் சுலைமான் நபி. அனைத்தும் மறுக்கப்படுகின்றன. மரணம் என்பது இறைவன் குறித்த நேரத்தில் அவன் திட்டப்படி நடந்தே தீரும் என்பதையும் நபிமார் முதலிய எவரும் விலக்குப்பெற முடியாது என்பதையும் நிலைநாட்டுகிறார் புலவர்.

மரணச் செய்தி கேட்டு நபியின் தாய் நசாயிகும் மனைவியரும் அழுது அரற்றுவதாக அமைந்துள்ள பத்துப் பாட்டுகள் (32 - 41) சற்றே நெருடலானவை. ஒப்பாரி வைத்து அழுவது இசுலாத்தில் விலக்கப்பட்டுள்ளது. ஆயினும் நபிகள் நாயகம் (சல்) அவர்களின் ஷரீஅத்திற்கு முந்திய பனீஇசுராயீல்களின் வரலாற்றைச் சார்ந்த கதையாதலின் ஒருவாறு அமைதி கொள்ளலாம். அத்துடன் இவ் வழக்கம் இன்றும் அவர்களிடம் இருப்பதாகவே அறிய முடிகின்றது.

45. சுலையுமான் நபி உபாத்துப் படலம்

அறுசீர் ஆசிரியவிருத்தம்

கலகமே வலர்கி ரீடக் கவின்பத தாவூ தீன்ற
பலகலா நிதியாய்த் தோற்றப் படுவதா முயிர்கட் கெல்லாந்
துலகவோ ரரசாய் வந்த சுலையுமா னபியுல் லாவிவ்
வுலகினூற் றெண்ப தாண்டுற் றுபாத்துநா ளடுத்த தம்மா. (1)

1. (2178) கலகத்தை வெறுப்பவர்களான நல்லடியார்களின் மணிமுடியாய்த் திகழ்ந்த நற்பதம் சேர்ந்த தாவூது நபி பெற்ற, பல்கலைச் செல்வமாய், தோன்றிய உயிர்களுக்கெல்லாம் ஓர் அரசராய் வந்து இலங்கிய, அல்லாஹ்வின் நபி சுலைமான் நூற்று எண்பது ஆண்டுகள் இவ்வுலகில் தோன்றி வாழ்ந்தபின் மரணநாள் நெருங்கியது.

மேவலர் - பகைவர், வெறுப்பவர்; கிரீடம் - மணிமுடி; கவின் - அழகு, நலம்; பதம் - பதவி; ஈன்ற - பெற்ற; தோற்றப்படுதல் - தோன்றுதல், காணப்படுதல் எனினும் ஆம்; துலக - துலங்க; உற்று - அடைந்து; உபாத்து - மரணம்.

உவரியங் கடல்சூழ் வைப்பி னுயிரெவை யினுக்கு மோர்கோ
லவிரொளி பரப்பி வான்செல் லரியணை யனந்த மாகித்
துவரிதழ் மடவார் போகந் துய்த்தவிவ் வாழ்க்கை மாறி
லெவர்பெரு வாழ்க்கை மாறா திருக்குமென் றிசைக்க லாமே. (2)

2. (2179) உப்புக்கடல் சூழ்ந்த உலகில் எல்லா உயிர்களுக்கும் ஒரே பேரரசாக ஒளி பரப்பி, வானத்தில் பறந்து செல்லும் அரியணை மாளிகைச் சிங்கமாகி சிவந்த இதழுடைய மாதர் இன்பம் துய்த்த அரசர் நபி சுலைமானின் இவ் வாழ்க்கையும் தீர்ந்து மரணம் வருமானால், எவருடைய பெருவாழ்வு மாறாதிருக்கும் என்று சொல்ல முடியும்?

ஆனைரதம் ஏறும் அரசர்பெரு வாழ்வுமுதல்
கானற் சலமன்றோ கண்ணே ரகுமானே
- குணங்குடியார்.

உவர் - உவர்ப்பு; உவரியங் கடல் - உவர்ப்புக் கடல்; வைப்பு - உலகம்; அவிர் - சுடர்; வான்செல் அரியணை - வானில் பறக்கும் அரியணை மாளிகை; (படலம் 41 காண்க); அனந்தம் - அதிகம்; துவர் - சிவப்பு; மடவார் - பெண்கள்; போகம் - இன்ப நுகர்ச்சி; மாறில் - தீர்ந்தால்; இசைக்கலாம் - சொல்லலாம்.

சிறப்பினி லுயர்கி ரீடச் செம்மல்க ளிறந்த தெண்ணி
லறச்சிறு மணலொன் றுக்கோர் கோடியி னதிக மாகும்
பிறப்பதென் றிடுசொற் றோன்றி லதனுள்ளே பிறப்ப தெல்லா
மிறப்பதென் றிடுபொ ருட்கொண் டிடுவதா னிலையொன் றுண்டோ. (3)

3. (2180) சிறப்பில் உயர்ந்த முடிமன்னர்கள் இறந்ததை எண்ணினால் அது மிகச் சிறுமணல் ஒன்றுக்கும் ஒரு கேடி மிகுதியாகும். பிறப்பு என்னும் சொல்

தோன்றி விட்டால் அதன் உள்ளே பிறப்பதெல்லாம் இறக்கும் என்ற பொருளையும் அது கொண்டுள்ளது. ஆதலால் நிலையான ஒன்று உண்டோ?

கிரீடம் - மணிமுடி; செம்மல் - அரசர்.

மையெனுங் குழலார் நெஞ்சத் தொகையுக வாணா ளுள்ளோர்
பொய்யென விறந்தா ரன்னோர் பெயர்பொறித் தடைய வென்னில்
வையகங் ககன முற்று மடைந்துமேல் வரம்பு றாதான்
மெய்யென லிறத்த லல்லால் வேறொன்றை நாட்ட லாமோ. (4)

4. (2181) மை என்னும்படியான கரிய கூந்தல் உடைய பெண்கள் உள்ளத்தின் அடங்காத ஆசையின் அளவைக் கடந்த வாழ்நாள் உடையவர்களும் பொய் என்று எண்ணுமாறு இறந்தனர். அவர்ளின் பெயர்களை எழுதி முடிப்பதென்றால் உலகப் பரப்பும் வான வெளியும் நிறைந்து அதற்கு மேலும் முடிவடையாது நீளும் என்றால், மரணம் ஒன்றே மெய் என்பதை அன்றி வேறொன்றை நிலைநாட்ட முடியுமோ? மைஎனும் குழலார்நெஞ்சத் தொகை - பொதுவாகப் பெண்கள் மிகுதியான ஆசைகள் கொண்டவர்கள். அவர்கள் ஆசைக்கு அளவு காண முடியாது. அவர்களின் ஆசையையும் கடந்த வாழ்நாள் உடையவர்கள் என்று குறிக்க 'நெஞ்சத் தொகை உக நாள் உள்ளோர்' என்றார். உக - உதிர, நீங்க, கடந்த என்று பொருள்படும். யுகம் எனக் கொண்டால் இரண்டு மடங்கு என்பது பொருளாகும்.

உக - நீங்க, கடந்த; யுகம் - இரண்டு; பெறித்து - எழுதி; அடைய - முடிக்க; ககனம் - வானம்; அடைந்து - நிறைந்து; வரம்புறாது - முடிவுறாது; நாட்டல் - நிலைநாட்டல்.

வள்ளியோர் துதிக்கு மேந்தல் பைத்துல்முக் கத்தீ சென்னும்
பள்ளியின் மிசைச்சற் றுண்டாம் பணியினை விரைவிற் செய்து
தெள்ளிதின் முடிக்க வென்று திருவுளத் திருத்திச் சென்றே
யொள்ளிய கரத்தி லாசா வூன்றியங் கதனிற் சாய்ந்தே. (5)

5. (2182) அளவின்றிக் கொடுக்கும் வள்ளல்கள் புகழும் பெருங்கொடையாள ரான அரசர் நபி பைத்துல் முக்கத்தீசுப் பள்ளியில் முடிவுடையாமல் இருக்கும் கொஞ்சம் வேலையும் விரைந்து தெளிவாக முடிக்க வேண்டும் என்று மனத்தில் கருத்துக் கொண்டு, ஒளிவீசும் கையில் ஆசாக்கோலை ஊன்றி அதில் சாய்ந்து

வள்ளியோர் - அளவின்றிக் கொடுக்கும் வள்ளல்கள். துதித்தல் - புகழ்தல்; ஏந்தல் - அரசர்; தெள்ளிதின் - தெளிவாக; ஒள்ளிய - ஒளிவீசும்; ஆசா - கைத்தடி.

வேலையா ளரைக்கண் ணோக்கி விரைவினிற் புரிமி னென்றே
சாலவே வெருவுட் கொள்ளச் சாற்றியக் கோலி னின்றார்
ஞாலமோர் குடையிற் றாங்கு நபியுல்லா நிற்கும் போது
காலனார் கடிதங் குற்றார் கண்டவ ரொடுவிள் வாரே. (6)

6. (2183) வேலை செய்வோரைப் பார்த்து விரைந்து முடியுங்கள் என்று அவர்கள் உள்ளத்தில் பெரிதும் அச்சம் ஏற்படுமாறு அதட்டிக் கூறியபடி அக் கோலில்

சாய்ந்து நின்றார். உலகத்தைத் தம்முடைய ஒருகுடையில் தாங்கும் இறைத்தூதர் அவ்வாறு நிற்கும்போது காலனார் ஆகிய மலக்கல் மவுத்து விரைந்து அங்கு வந்தார். அவரைக் கண்டதும் அவருடன் பேசினார்.

புரிமின் - வேலையை முடியுங்கள்; சால - மிக்க; வெருவு - அச்சம்; சாற்றி - சொல்லி; ஞாலம் - உலகம்; குடை - கொற்றக் குடை; நபியுல்லா - இறைத்தூதர்; காலனார் - மலக்கல் மவுத்து; உற்றார் - வந்தார்; விள்வார் - பேசுவார்.

பண்டுபோ வதற்கி யான்செல் பாதையி லுமது நாமம்
விண்டுபோ வதற்கு வந்தீர் மேலுமிப் பொழுதி னென்னைக்
கண்டுபோ வதற்கோ வன்றிக் கடிதினி லாவி வாங்கிக்
கொண்டுபோ வதற்கோ வந்தீர் கூறுமென் றனரெங் கோமான். (7)

7. (2184) முன்னர் யான் ஓர் இலக்கிற்குச் செல்லும் பாதையில் உமது பெயரைச் சொல்லிவிட்டுச் செல்வதற்காக வந்தீர். மேலும் இப்போது வந்திருக்கிறீர். என்னைக் கண்டு போவதற்கா? அன்றி விரைந்து என் உயிரைப் பறித்துக் கொண்டு போவதற்கா? எதற்கு வந்தீர்? கூறும் என்றார் எம் வேந்தர். இப் பாட்டில் எம் கோமான் என்று புலவர் நேரடியாகப் பேசுகிறார்.

பண்டு - முன்னர்; நாமம் - பெயர்; விண்டு - சொல்லி; கடிதினில் - விரைவினில்; ஆவி - உயிர்; வாங்குதல் - பறித்தல்; கோமான் - அரசர்.

கூறுமென் றிடலு மாவி கொண்டுபோ வதற்கே வந்தேன்
வேறுமொன் றலவிங் கென்றார் விளம்புரை கேட்டிப் பள்ளி
தேறுமொண் பளிங்கில் வேலை செய்தமைந் ததுசற் றுள்ள
தீறுமிங் கமைந்தப் பாற்கொண் டேகுமென் றிசைத்திட் டாரே. (8)

8. (2185) கூறும் என்றதும் உங்கள் உயிரைக் கொண்டு போவதற்கே வந்தேன். வேறு ஒரு வேலையும் இங்கில்லை என்றார். சொன்ன சொல்லைக் கேட்டு இந்தப் பள்ளியின் தெளிந்த ஒளிவீசும் பளிங்கு வேலை அமைவுற முடிந்தது. ஆயினும் கொஞ்சம் முடியாமல் உள்ளது. முழுவதும் முடிந்தபின் கொண்டு செல்லுங்கள் என்றார்.

அல - அல்ல; விளம்புரை - சொன்ன சொல்; தேறுதல் - தெளிதல்; ஈறு - முடிவு; இசைத்திட்டார் - சொன்னார்.

இறைமொழி யிலையென் றாரென் றிடிலென துரித்தோர்க் கெல்லா
மறைவற வொசியித் தோதி வருகின்றே னென்றார் நீத்தா
ருறையினிற் போய் மீள்கின் றேனென் றுரைத்தன ரொழித்தா ராயிற்
றறையினிற் படுக்கின் றேனென் றனர்தகா தெனத்த விர்த்தார். (9)

9. (2186) இதற்கு அவர் இறைவன் அனுமதி மொழி இல்லை என்றனர். என்றதும் எனக்கு உரிமையுடைய மனைவி மக்களுக்கு மறைப்பின்றி இறுதி உபதேசம் செய்து வருகின்றேன் என்றார். மண்ணறைகள் உள்ள இடுகாடு சென்று வருகின்றேன் என்றார். இவற்றையும் மறுத்தார். ஆதலால் தரையில் படுத்துக்கொள்கின்றேன் என்றார். முடியாது என்று அதையும் தவிர்த்தார்.

இறைமொழி - இறைவன் அனுமதி; உரித்தோர் - உரிமையுடையோர், மனைவி, மக்கள்; மறைவற - மறைப்பின்றி; ஒசிகத் - வசிய்யத், இறுதி உபதேசம்; நீத்தார் உறையுள் - கல்லறை, இடுகாடு; நீத்தார் - இறந்தார்; ஒழித்தார் - நீக்கினார், மறுத்தார்; தறை - தரை; தகாது - முடியாது; தவிர்த்தார் - மறுத்தார், விலக்கினார்.

இருந்தபின் வாங்கு மென்றா ரிதுவுமொவ் வாதா சாவிற்
பொருந்தநின் றிடிலே வாங்கிப் புகுவதற் கிறைசொ லென்றா
ரருந்தவப் பொருள்சொல் வண்ண மாருயிர் கவரு மென்றார்
திருந்துமெல் லிதழ்ப்பூ வொன்றைத் திருக்கரத் தளித்து விள்வார். (10)

10. (2187) அமர்ந்தபின் உயிர் வாங்கும் என்றார். இதுவும் இயலாது, கைத்தடியில் சாய்ந்து நிற்கும்போது வாங்கிப் போவதற்கே இறைக்கட்டளை உள்ளது என்றார். அரிய தவங்களின் கருது பொருளான இறைவன் சொன்ன வண்ணம் என் உயிரைக் கவரும் என்றார். மென்மையான இதழ்கள் கொண்ட பூ ஒன்றை அவர் கையில் கொடுத்துச் சொன்னார். மலக்கல் மவுத்து உம் உயிரை வாங்கவே வந்தது என்றதும் ஐந்து கோரிக்கைகளை முன் வைக்கிறார் அரசர் நபி சுலைமான் (பாட்டு 8, 9, 10).

1. பள்ளி வேலை கொஞ்சம் முடிய வேண்டி உள்ளது. முடியட்டும்.
2. உரிமை உடையார்க்கு இறுதி உபதேசம் செய்ய வேண்டும்.
3. தந்தை முதலிய முன்னோர் கல்லறைக்குச் சென்று வர வேண்டும்.
4. தரையில் படுத்துக் கொள்கிறேன்.
5. அமர்ந்துகொள்கிறேன்.

இவ் வைந்து கோரிக்கைகளையும் மறுத்து அசாவில் சாய்ந்து நிற்கும் நிலையிலேயே உயிர்வாங்க ஆணை என்றதும் இறைவன் ஆணைப்படி செய்க என்றார் நபி. ஒரு நபிக்கே இந் நிலை என்றால் நம் நிலை யாதோ?

இருந்தபின் - அமர்ந்தபின்; ஒவ்வாது - பொருந்தாது; ஆசா - கைக்கோல்; இறைசொல் - இறைவன் ஆணை; அருந்தவர் பொருள் - இறைவன்; கவரும் - கைப்பற்றும்; திருந்தி - திருத்தமாக, முழுமையாக; விள்வார் - சொல்வார்.

சூழ்ந்திடும் புகழ்தா வூது தோன்றலே கரத்தின் பூவை
மோந்திடு மெனவு ரைத்தார் மோந்தனர் மோந்த வாசஞ்
சார்ந்தன நாசி மீது சாருமவ் வாசத் தோடே
பூந்தடப் புயத்தா ராவி புகுந்துபாத் தாயி னாரே. (11)

11. (2188) புகழால் சூழப்பட்ட வாழ்க்கை வாழ்ந்த தாவூது நபியின் மைந்தரே! கையில் உள்ள பூவை மோந்திடுங்கள் என்றார். மோந்தார். மோந்த மணம் மூக்கில் சார்ந்தது. சாரும் அம் மணத்துடனேயே, பூமாலை சார்ந்த மலை போன்ற தோளுடைய சுலைமான் நபி உயிர்பிரிந்து மரணம் எய்தினார். 'புகுதல்' என்னும் சொல் உள்ளே செல்லும் என்னும் பொருளுடையது. இங்கு 'மரணத்தின் உள்ளே நுழைந்தார்' என்றே பாட்டு உள்ளது. ஆயி னும் பொருள் தெளிவு கருதி ' உயிர் பிரிந்து மரணம் எய்தினார்' என உரை வகுக்கப்பட்டது.

தோன்றல் - மகன்; தடம் - மலை; புயம் - தோள்; உபாத்து - வபாத்து, மரணம்.

தூதென வுதித்த வள்ளல் சுலையுமா னபியின் றூகை
யேதமி லில்லீ னென்னுஞ் சுவர்க்கமீ திருதத லுற்றார்
சோதிகொண் டிலங்கி வானச் சுகந்தமுங் கமழ்ந்து தேகந்
தாதணி மணியா சாவிற் சாய்ந்துநின் றதுமுன் போலாய். (12)

12. (2189) இறைத்தூதராகப் பிறந்த வள்ளல் சுலைமான் நபியின் உயிரைத் துன்பம் அணுகாத இல்லிய்யூன் உடல் சொர்க்கத்தில் இருத்தினார். அவருடைய உடல், பைத்துல் முக்கத்தீசுப் பள்ளியின் முன்னே, ஒளியிலங்கி வானுலக நறுமணம் கமழ்ந்திட மலர்க் கண்ணிகள் புனைந்து மணிகள் பதித்த ஆசாக் கோலில் சாய்ந்து முன்னர் உயிருடன் இருந்தபோது நின்றதைப் போலவே நின்றது.

தூது - நபி; றூகு - காற்று, உயிர்; ஏதம் - துன்பம்; சுகந்தம் - நறுமணம்; தேகம் - உடல்; தாது - பூவிதழ், அது முடித்த கண்ணி.

இல்லீன் - இல்லிய்யூன்: இஃது ஒரு சொர்க்கம் - நன்மை செய்தோரைத் தவிர வேறு யாரும் அங்குச் செல்ல முடியாது. இதை, “நிச்சயமாக நன்மை செய்தோரின் ஜாபிதா இல்லிய்யூன் என்ற (மேலான) இடத்தில் இருக்கும் (83:18) என்று குறிப்பிடுகிறது திருக்குர்ஆன்.

இருபுறத் தினுஞ்சா யாம லிறந்தவெற் றுடம்பாய்த் தோன்றா
தொருநிலை யுறவே நிற்ப வுயிரகன் றதுதே ராது
திருநபி விரைவி னேவி நின்றன ரெனச்சின் பூத
நரர்மருள் வெருவி வேலை நடந்தன விரண்டு போதும். (13)

13. (2190) இரு புறமும் சாயாமல் உயிர் பிரிந்த வெற்றுடம்பாய்த் தோன்றாது ஒரே நிலையில் ஊன்றி நின்றதனால், உயிர் பிரிந்ததை அறியாமல், சுலைமான் நபி விரைவுப் படுத்தக் கட்டளை இட்டு நிற்கிறார் என்ற அச்சத்துடன் சின் பூதம் மனிதர் பேய்கள் எல்லாம் விரைந்து வேலை செய்தனர். இவ்வாறு இரவும் பகலும் ஓயாமல் வேலைகள் நடந்தன.

நிற்ப - நிற்க, நின்றதனால்; தேராது - அறியாது; நரர் - மனிதர்; மருள் - பேய்; வெருவி - அஞ்சி; இரண்டு போதும் - இரவும் பகலும்.

வெயிலினி னிலைநிற் கின்றார் வேந்தர்வேந் தெனவாங் குள்ளோ
ரியலொளிப் பளிங்கி னாலோ ரெழிற்புரை சிரத்தின் மேலாய்
வியனுற வமைத்தார் சாயில் வெங்கதி ருடலில் வீழா
தயர்வறப் பறவை தூவி யானிழ லிட்ட தன்றே. (14)

14. (2191) மன்னர் மன்னர் வெயிலில் நிலையாக நிற்கிறார் என்று நினைத்த அங்கு உள்ளவர்கள், அவர் தலைக்கு மேலாக நிழலுக்கு என்று ஒளிவீசும் பளிங்கினால் அழகிய கூரை ஒன்று அமைத்தனர். சூரியன் சாய்ந்தால் உடலில் வெயில் படாதபடி பறவைகள் அயராமல் தங்கள் இறகினால் நிழலிட்டன.

இயல் ஒளிப் பளிங்கு - இயல்பாக ஒளிவீசும் பளிங்கு; எழில் - அழகு; புரை - வீடு, கூரை; சிரம் - தலை; வியன் - ஒற்றை; சாயில் - சாய்ந்தால்; வெங்கதிர் - சூரிய வெப்பம்; அயர்வு - சோர்வு; தூவி - இறகு.

இன்னதன் மையினி லாவி யிறந்தொரு வருட நின்றார்
சின்னொடு கணங்கள் வேலை விரைவிற்செய் தனவி தற்கு
முன்னிரு வருடஞ் செய்து முடிந்தன மூன்றாண் டாய
துன்னமப் பணியி னஞ்சற் றுளதிபு லீச றிந்தான். (15)

15. (2192) இவ்வாறான நிலையில் ஆவி பிரிந்தபின் ஓர் ஆண்டுக்காலம் நின்றார். சின் முதலிய கூட்டங்கள் விரைந்து வேலைசெய்தன. இதற்குமுன் இரண்டு ஆண்டுகள் வேலை நடந்துள்ளது. இப்போது மூன்றாண்டு ஆயிற்று. அப் பணியில் இன்னும் கொஞ்சம் உள்ளது. இதனை அறிந்தான் இபுலீசு.

இன்ன - இந்த; துன்னும் - குறிப்பிட்ட; இனம் - இன்னும்; இபுலீசு -சைத்தான்.

இறந்ததை யறியா தன்றோ வெவர்களும் விரைவில் வேலை
சிறத்திடப் புரிவ துற்றார் செய்துதீர்ந் திடுகி னம்மாற்
பிறந்திடு கலைவு செல்லாப் பிழைவருந் தள்ளத் தீண்டிற்
பறந்தகன் றிடுநீ றாவோ மென்செய்வோ மெனப்ப தைத்தான். (16)

16. (2193) இறந்ததை அறியாததனால் அன்றோ எல்லாரும் சிறப்பாக விரைந்து வேலை செய்கின்றனர்! செய்து பணி முடித்து விட்டால் நம்மிடம் இருந்து தோன்றும் குழப்பம் செல்லுபடி ஆகாது. நமக்குக் குற்றம் சேரும். நெருங்கினாலோ, நெருப்புப் போல் தீண்டிவிடும். வெந்து காற்றில் பறந்திடும் சாம்பலாகி விடுவோம். இதற்கு என்ன செய்வது என்று பதைத்தான்.

கலைவு - குழப்பம்; நீறு - சாம்பல்.

கூறுமெத் திறத்தும் வேலை குறைப்படுத் திடுகி லன்றோ
வேறுநங் கலைவென் றெண்ணி யெழிற்பணி புரிவோர் பாற்சென்
றீறுவந் துமது கோமா னிறந்தன ரிதையோ ராமற்
சீறுமென் றோடி யோடிச் செய்கின்றீர் பேதை நெஞ்சீர். (17)

17. (2194) எப்படியாவது வேலையைக் குறைவுப்படுத்தினால் அன்றோ நம்முடைய குழப்பம் எடுபடும் என்று எண்ணினான். அழகுற வேலை செய்வோரிடம் சென்று மூடமனம் உடையவர்களே முடிவு நாள் வந்து உங்கள் அரசர் இறந்து விட்டார். இதை அறியாமல், சினம் கொண்டு சீறுவார் என்று ஓடி ஓடி வேலை செய்கின்றீர்கள்!

எத்திறத்தும் - எப்படியாவது; குறைப்படுத்தல் - நிறைவு பெறாது குறைவுப்பட்டு நிற்குமாறு செய்தல்; கலைவு - குழப்பம்; ஈறு - இறுதி, முடிவு; கோமான் - அரசர்; ஓராமல் - ஆராயாமல், அறியாமல்; சீறும் - சீறுவார்; பேதை - மூடத்தனம்.

இந்தநா னிலத்துக் கெல்லா மிவர்நபி யரசாய்த் தோன்று
மந்தநாட் டொடுத்து நீங்க ளடிமையா யுழைத்து நொந்தீர்
பந்தநா ளகன்று மாய்ந்த பகலதே யுமக்கு மேன்மை
வந்தநா ளெனநீங் காதேன் மாய்கின்றீர் வருட மொன்றாய். (18)

18. (2195) இந்த உலகுக் கெல்லாம் அரசர் நபியாய் இவர் பிறந்த அந்த நாள் தொடங்கி நீங்கள் அடிமையாய் உழைத்து நொந்தீர்கள். அந்தத்

தொடர்பு நீங்கித் தொலைந்த அந்த நாளே உங்களுக்கு மேன்மையாகிய விடுதலை வந்த நாள் ஆகும் என்று எண்ணி விலகாமல் இன்னும் ஏன் ஓர் ஆண்டாக மாய்கின்றீர்கள்?

நானிலம் - உலகம்; பந்தம் - தொடர்பு; மாய்ந்த - தொலைந்த; பகல்அதே - நாள்அதே; மேன்மை - விடுதலை; என் - என்று.

இரவினும் பகலு மூண்முச் சியங்கசை வகன்றோ ராண்டு
தரிபட வொருகோன் மீது சாய்ந்துயி ரினரார் நிற்பார்
தெருளில்வீண் வேலை செய்வீர் சென்மினுஞ் சார்பிற் சென்மின்
மருளினைப் பொருளாய்க் கொண்டீர் மடமையை யுடைமை பூண்டீர் (19)

19. (2196) இரவிலும் பகலிலும், உணவும் மூச்சு இயக்கமும் அசைவும் இல் லாமல், ஒரு கோலில் நிலையாகச் சாய்ந்தபடி, உயிருள்ள யாரேனும் ஓராண் டுக் காலம் நிற்பார்களா? சிந்தனையில் தெளிவில்லாமல் வீண் வேலை செய்ப வர்களே! போங்கள்! உங்கள் இருப்பிடங்களுக்குப் போங்கள். பைத்தியம் கொண்டவர்களே! முட்டாள்தனத்தை உடைமையாகப் பூண்டவர்களே!

மூச்சியங்கு - மூச்சு இயங்குதல்; ஊண் - உணவு; அகன்று - நீக்கி, இல்லாமல்; தரிபட - நிலையாக; உயிரினர் - உயிர் உள்ளவர்; தெருள்இல் - தெளிவு இல்லாமல்; செய்வீர் - செய்வோரே; சென்மின் - செல்லுங்கள்; உம் சார்பு - உம் இருப்பிடம்; மருள் - அறிவுப் பிறட்சி, பைத்தியம்; மடமை - முட்டாள்தனம்.

என்சொலை யுறுதி கொள்ளீ ரெனிலுமிப் பணியை விட்டுப்
பின்செலுஞ் சினக்கு நோக்கம் பிறந்திடிற் றிரும்புங் கோமான்
முன்சொலும் பிழையென் மீது முழுதுமென் றோடி யோடிப்
புன்சொலெவ் வெவைக்குந் தாயாம் புலைமொழிக் கொலைஞன்
சொன்னான் (20)

20. (2197) ஆதலால் என் சொல்லை உண்மை என்று நம்பமாட்டீர்கள். என் றாலும் இப் பணியைக் கைவிட்டுப் பின்வாங்குங்கள். அவர் உயிருடன் இருந் தால் பார்வையில் சினக்குறிப்புத் தோன்றும். அரசர் பின்புறமாகத் திரும்புவார். இவ்வாறு நடந்தால் முன் நான் சொன்ன அனைத்தும் பொய் என்று ஆகிவிடும். முழுக்குற்றமும் என்மீதே சாரும் என்று கீழ்மொழி எவைக்கும் தாயாகிய புலை மொழிக் கொலைஞன் ஒவ்வொரு கூட்டத்தாரிடமும் ஓடி ஓடிச் சொன்னான்.

என் சொலை - என் சொல்லை; உறுதி கொள்ளீர் - உறுதி கொள்ளமாட்டீர், நம்ப மாட்டீர்; பின்செலும் - பின்வாங்கிச் செல்லும்; சினக்கு நோக்கம் - சினக் குறிப்புடைய பார்வை; திரும்பும் - திரும்புவார்; கோமான் - அரசர்; முன்சொலும் - முன்சொல்லிய சொல்; பிழை - குற்றம், பொய்; பிழை என் மீது முழுதும்- குற்றம் முழுவது என்மீது சாரும்; புன்சொல் - கீழ்மொழி; தாயாம் - தாயாகக் திகழ்பவன்.

உரைக்குமவ் வுரையை யாரு முண்மைகொண் டிலராய் நீத்தார்
தரித்தமும் மலமு நீத்துத் தவஞ்செய்வோர்க் கிடையூ றெண்ணுங்
கருத்தின னுருகி வாடிக் கடிதினிற் சிதல்கள் பாற்சென்
றரிக்குநும் வாய்கள் வாழ்கென் றாசியுங் கூறி வைகி. (21)

21. (2198) அவன் சொல்லிய அப் பேச்சை யாரும் உண்மை என்று நம்பாதவ ராய் அவனைத் துறந்து பணியில் தொடர்ந்து ஈடுபட்டனர். ஆதலால், பூண்ட மூன்று வகைக் குற்றங்களையும் விட்டு நீங்கித் தவஞ்செய்யும் துறவிகளுக்கு இடையூறு செய்வதற்கே எப் போதும் எண்ணி முயலும் கருத்தினன் ஆகிய இபுலீசு உருகி வாடினான். பின்னர் கறையான்களிடம் விரைந்து சென்று அரிக்கும் உங்கள் வாய்கள் வாழ்க என்று வாழ்த்தும் கூறிகின்றான்.

நீத்தார் - நீங்கினார்; தரித்த - மனத்தில் பூண்ட; மும்மலம் - ஆணவம் கன்மம், மாயை ஆகிய முக்குற்றம்; சிதல் - கறையான்; பால் - இடம்; வைகி - போய். .

உளத்தினிற் கனிவி னோடு முரிமைசேர் மொழிகள் பேசி
யளப்பரு நலங்க ளெல்லா மருள்பவ னிவனென் றெண்ண
வளப்படு வசியஞ் செய்து மவுலுவன் மனையெங் கேநீ
ரிளைத்திடத் துணிகின் றீரங் கீகுவன் புனலி யானே. (22)

22. (2199) உள்ளத்தில் கனிவு கொண்டு உரிமையுடையான் போல் வார்த்தை பேசி அளவற்ற நலன்கள் எல்லாம் தருபவன் இவன் என்று எண்ணும்படி வளமான வசியம் செய்து சொல்லுவான். நீங்கள் எங்கே புற்றெடுக்க விரும்பி முயல்கின்றீர்களோ அங்கே நான் தண்ணீர் தருவேன்.
கறையான் புற்றெடுக்க மண்ணில் ஈர நைப்பு வேண்டும். ஆதலால் நான் நீர் தருவேன் என்றான்.

வளப்படு வசியம் - வளமான வசியம், உறுதியான வசியம்; மவுலுவான் - சொல்லுவான்; மனை - வீடு, கறையான் வீடு, புற்று; இளைத்திட - இழைத்திட, எழுப்பிட; ஈகுவன் - தருவேன்; புனல் - நீர்.

நீருமெந் தமக்கு வேண்டுங் கருமங்க ணிகழ்த்து வேனேற்
சீருறப் புரிந்தெந் நாளுந் தேகங்கள் பலவாய்த் தேகத்
தாருயி ரொருமை யாய்வாழ்ந் தரும்புகழ் படைக்க வேண்டு
மேருற விவையொப் பென்றே யெனக்குவாக் கீக வென்றான். (23)

23. (2200) அதேபோல் நீங்களும் எமக்குத் தேவையான வேலைகள் செய்து கொடுக்க வேண்டும். இவ்வாறு செய்வீர்களானால், நாம் இருவரும் ஒருவருக் கொருவர் உதவிகள் சீராகப்புரிந்து, எப்போதும் உடல்கள் பலவாக வும் உடலின் உயிர் ஒன்றாகவும் வாழ்ந்து அரிய புகழ்படைக்க வேண்டும். இவை உங்களுக்கு உடன்பாடுதான் என்றால் எனக்கு வாக்குறுதி தருக என்றான்.

கருமம் - வேலை; சீர் - ஒழுங்கு; தேகம் - உடம்பு; ஏர் - அழகு; ஒப்பு - சம்மதம், உடன்பாடு; வாக்கு - வாக்குறுதி; ஈக - தருக.

மகிழ்ந்துவாக் கீந்த தந்த வாக்குவந் ததன்மேற் சொல்வ
னகும்புயச் சுலையு மானன் னபியுயி ரகன்றுந் தேக
முகந்தகைக் கோலிற் சாய்ந்துற் றதுவுயி ரெனவி யாரு
மிகுந்தகம் வெருவிப் பள்ளி விரைவினிற் குயிற்று கின்றார். (24)

24. (2201) கறையான்கள் அவன் கேட்டபடி மகிழ்ந்து வாக்களித்தன. அந்த வாக்குறுதி வந்தபின் சொல்லலானான். ஒளிவீசும் தோளுடைய சுலைமான்

நபியின் உயிர் பிரிந்து நீங்கினாலும் அவருடைய உடல் அவர் விரும்பிப் பிடித்திருந்த கைத்தடியில் சாய்ந்து நிற்கிறது. அவர் உயிருடன் இருப்பதாக எண்ணிக் கொண்டு மனம் மிக அஞ்சி யாவரும் பள்ளியை விரைந்து கட்டுகின்றனர்.

வாக்கு - வாக்குறுதி; ஈந்தது - அளித்தன; நகும் - ஒளிவீசும்; அகன்றும் - நீங்கியும்; தேகம் - உடம்பு; உகந்த - விரும்பிய; யாரும் - மனிதர், சின், பூதம், பேய் முதலியோர்; அகம் - மனம்; வெருவி - அஞ்சி; குயிற்றுகின்றார் - கட்டுகின்றார், முற்றுபெறாதிருக்க எஞ்சிய கட்டுமான பணிகளைச் செய்கின்றார்.

முழுவது மமைந்த தென்னின் முடிக்குமென் கலைவுக் கெல்லாம்
பழுதுறு முமக்கு மேயப் பழுதன்றோ வாத லாலே
தழுவுமவ் வாசாக் கோற்கீழ்ச் சாய்ந்தரித் திடலுங் கோலும்
விழுவது புரிதல் வேண்டும் விரைவினென் றிசைத்திட் டானே. (25)

25. (2202) கட்டுமானம் முழுமை பெற்றுவிட்ட தென்றால் என்னுடைய கலைப்பு வேலைக்குப் பழுது வந்து சேரும். நம்முடைய ஒப்பந்தப்படி அப் பழுதில் உங்களுக்கும் பங்கு உண்டு அன்றோ? ஆதலால் அவ் வுடலை சாய்ந்து தழுவி நிற்கும் கைத்தடியின் அடிப் பகுதியைச் சாய்த்து அரித்திடவும் அத் தடி விழவும் செய்திடல் வேண்டும். அதுவும் விரைந்து நடக்க வேண்டும் என்றான் தந்திரக்காரனான இபுலீசு. பழி தன் மீது விழாமல் பார்த்துக் கொள்வான். 'கோல் விழுவது புரிதல் வேண்டும்' என்றானே அன்றி நபியின் உடல் விழுவது புரிதல் வேண்டும் என்று சொல்லவில்லை. கோல் சாய்ந்தால் கோலில் சாய்ந்து நிற்கும் நபியின் உடலும் சாயாதா? சாயும். ஆயினும் தன்வாயால் அதைச் சொல்லிப் பழிகொள்ள விரும்பாமல் தவிர்க்கிறான்! நூலில் மிகச் சிறந்த நாடகப் பாட்டு இது.

கலைவு - இபுலீசின் கலைப்பு; ஆசா - கைத்தடி; இசைத்திட்டான் - சொன்னான்.

இருண்மனத் துறைவோன் வார்த்தைக் கிசைந்துதஞ் சிதலை கூடி
யொருமையுற் றெழுந்து தாவூ துதவுசந் ததியா சாக்கீழ்
விரைவினிற் புகுந்து வாய்க்கொண் டரித்துவீழ்த் தினகோல் சாய்ந்து
பரிமளங் கமழ்ந்து சோதி படருடல் சாய்ந்த தன்றே. (26)

26. (2203) மனத்தில் இருள் குடிகொண்டிருக்கும் இபுலீசின் சொல்லுக்கு உடன்பட்டு, கறையான்கள் ஒன்றாகக் கூடி எழுந்து, தாவூது நபி பெற்ற மைந்தரின் உடல் சாய்ந்துள்ள அவரின் கைத்தடியின் அடிப் பகுதிக்கு விரைந்து சென்றன. அதைத் தங்கள் வாய்களால் அரித்து வீழ்த்தின. கோல் சாய்ந்ததனால் கத்தூரி மணம் கமழ்ந்து ஒளி படர்ந்த உடல் சாய்ந்தது.

அரசர் நபி சுலைமான் (அலை) தம்முடைய கைத்தடியில் சாய்ந்த நிலையில் உயிர் துறந்தார் என்றே திருக்குர்ஆனும் கூறுகிறது. ஆனால் எவ்வளவு காலம் அந் நிலையிலேயே சாய்ந்து நின்றார் என்று தெரிவிக்கவில்லை. 'இன்ன தன்மையில் ஆவி இறந்து ஒரு வருடம் நின்றார் (பாட்டு: 14) என்று புலவர் பாடுகிறார். சில காலம் அல்லது சில நாள் அந் நிலையில் நின்றார் என்று கருதும்படியாகவே திருக்குர்ஆன் வாக்கியம் அமைந்துள்ளது. சின்கள்

மறைவான செய்திகளை அறியக் கூடியவை என்ற கருத்து அன்றைய மக்களிடம் இருந்தது. இன்றும் ஒரு சாராரிடம் அக் கருத்து உள்ளது. அதை மறுக்கும் தோரணையில் அமைந்துள்ளது திருக்குர்ஆன் வாக்கியம்: "(சுலைமான் ஆகிய) அவர் மீது நாம் மரணத்தை விதித்த பொழுது அவர் இறந்துவிட்டார் என்பதை, அவர் சாய்ந்திருந்த தடியை அரித்துவிட்ட நிலப்பூச்சியை (கறையானை)த் தவிர, (மற்றெவரும்) அந்தச் சின்களுக்கு அறிவிக்கவில்லை. (அவர் சாய்ந்திருந்த தடியைக் கறையான் பூச்சிகள் அரித்துவிட்டன. ஆகவே, அதன் மீது சாய்ந்திருந்த சுலைமான் கீழே விழுந்து விட்டார். அவர் கீழே விழவே, (வேலை) செய்துகொண்டிருந்த அவைகள் மறைவான விஷயங்களை அறியக் கூடியவையாக இருந்தால், (இரவு பகலாக உழைக்க வேண்டிய) இழிவு தரும் இவ் வேலையில் நிலைத்திருக்க மாட்டா என்று ஜின்களுக்குத் தெளிவாகத் தெரிந்தது (34:14)" என்று விளக்குகிறது திருக்குர்ஆன். சின்கள் மறைவு அறிந்தவை என்னும் கூற்றை இவ் வாக்கியம் மறுக்கிறது. ஆனால் புலவர் இதைப் பாடவில்லை.

இருள் மனத்து உறைவோன் - இபுலீசு; இசைந்து - உடன்பட்டு; உதவு சந்ததி - பெற்றமைந்தர்; பரிமளம் - நறுமணம், கத்தூரி மணம்.

மணியொளித் தேகஞ் சாயின் மலக்குக ளெடுத்துச் சென்று
கணிகையர் மனம்போ னாலாங் கடனடுப் பெருந்தீ வின்கண்
ணணிகொண்மா ளிகையொன் றுற்ற ததிலரி யணையொன் றுற்ற
திணையற வதனிற் சோதி யிலங்குறக் கிடத்தி னாரே. (27)

27. (2204) அழகொளி மேனி சாயவும் வானவர் வந்து அதைத் தாங்கிக் கொண்டனர். கணிகையர் மனம் போல் நாலாம் கடலின் நடுவே பெரிய தீவு ஒன்று உள்ளது. அதில் அழகிய மாளிகை ஒன்று உள்ளது. அம் மாளிகையில் அரியணை ஒன்று உள்ளது. நபியின் மேனியை எடுத்துச் சென்று அவ் வரியணை மீது இணையற்ற ஒளி இலங்கும்படிக் கிடத்தினர். கணிகையர் என்போர் பண்டை நாளில் வாழ்ந்த பொதுமகளிர். சமுதாய அங்கீகாரம் பெற்ற விலை மகளிர். அவர்கள் மனம் போல் கடல் நடுவே தீவு என்று பாடுகிறார். கணிகையர் சமுதாயத்துடன் ஒட்டாது தனித்து வாழ்பவராதலின் அவ்வாறு கூறினார்,

மலக்கு - வானவர்; கணிகை - விலைமாதர்.

மேவலில் விடங்கள் வீசு விழியுமைந் தலையும் பத்து
நாவும்வெண் ணிறமு மாமோர் நாகமா னதையுந் திண்டோண்
மாலிய வலிகு லாவு மலக்குக டமையு மாங்கே
காவல்வைத் தகன்றார் மேலோன் கவன்றகட் டளையின் வண்ணம். (28)

28. (2205) உண்ணப்படுதல் இல்லாத நஞ்சு வீசும் கண்களும் ஐந்து தலைகளும் பத்து நாவுகளும் வெண்ணிறமும் கொண்ட ஒரு நாகப் பாம்பையும் மலைபோன்ற வலிமை கொண்ட திண்ணிய தோளுடைய வானவர்களையும், இறைவன் சொன்ன கட்டளைப்படி அங்கே காவல் வைத்துச் சென்றனர்.

மேவல் - விரும்பல், உண்ணல்; இல் - இல்லாத; விடம் - நஞ்சு; மால் - மலை; வலி - வலிமை.

தேகமாங் ககன்ற போதே திருப்பணி குயிற்று வோர்கண்
டேகநா யகன்றூ தாவி யிறந்ததென் றிபுலீ சோது
பாகவா சகமெய் யென்றுட் பதிவுகொண் டச்ச நீங்க
லாகலாற் பணியை நீங்கி யவரவர் சார்பிற் சார்ந்தார். (29)

29. (2206) திருமேனி எடுத்துச் செல்லப்பட்ட போதே பள்ளி கட்டுமானப் பணியில் ஈடுபட்டிருப்பவர்கள், ஒருதனித் தலைவனான இறைவன் தூதரின் தூதின் ஆவி இறந்தது என்று இபுலீசு சொன்ன பக்குவ வார்த்தை உண்மை என்று மனத்தில் பதிந்துகொண்டு அச்சம் நீங்கலாயினர். ஆதலால் செய்த பணியைக் கைவிட்டு நீங்கி அவரவர் இருப்பிடம் சென்று சேர்ந்தனர்.

தேகம் - உடல்; குயிற்றுவோர் - கட்டுவோர், செய்வோர்; ஓது - ஓதிய, சொன்ன; பாகவாசகம் - பக்குவ வார்த்தை; சார்பு - இருப்பிடம்.

தடம்பதி யினிலுள் ளோரும் சந்ததி றசுக்கீந் தாமு
மடங்கலே றனைய வாற்றற் பனியிசு றாயீ லோருந்
தொடர்ந்தறிந் துருகிக் கண்ணீர் சொரிந்தன ரனைநசாயி
குடன்பல மனைவி யார்கேட் டுணர்வுயி ரொடுங்கி வீழ்ந்தார். (30)

30. (2207) பெருமை மிக்க நகரில் உள்ளவர்களும் மகன் ரசுக்கீமும் ஆண் சிங்கம் போன்ற ஆற்றல் பனி இசுராயீல்களும் செய்தியை அறிந்து உருகிக் கண்ணீர் சிந்தினர். தாயார் நசாயிகுவுடன் மனைவியர் அனைவரும் செய்தி கேட்டு உணர்வும் உயிரும் ஒடுங்கி வீழ்ந்தனர்.
ரசுக்கீம் - சுலைமான் நபியின் மகன்; நசாயிகு - சுலைமான் நபியின் தாய்.

தடம் - பெருமை; பதி - நகர்; சந்ததி - மகன்; மடங்கலேறு - ஆண்சிங்கம். அனை - அன்னை.

உடலகஞ் சோர்ந்துள் ளாவி யுளகொலோ விலையோ வென்று
சுடர்விரி மனையின் மேவிச் சூழ்மற்றோர்க் கையந் தோன்றப்
படர்பரு வரலாய்ப் பின்னும் பதைப்பினிற் றுடிப்பு மூச்சுந்
திடனொடு நடந்து மெல்ல வுணர்வுயிர் சேர்ந்தெ ழுந்தார். (31)

31. (2208) உடல்கள் சோர்ந்தனர். உயிர் உள்ளதா இல்லையா என்று ஒளி பரவும் மாளிகையில் வந்து கூடியுள்ளவர்களுக்கு ஐயம் தோன்றும்படித் துன்பம் படர்ந்து கிடந்தனர். பின்னர் பதைத்த பதைப்பில் மூச்சுத் துடிப்பு திடத்துடன் நடந்து மெல்ல மெல்ல உணர்வும் உயிரும் கொண்டு எழுந்தனர்.
முதலில் செத்தார்போல் வீழ்ந்தனர். பின்னர் பதைத்த பதைப்பில் உயிரும் உணர்வும் கொண்டு எழுந்தனர்.

மேவி - சேர்ந்து; பருவரல் - துன்பம்; திடன் - உறுதி, திடம்.

கவினுமெம் முயிரே பிள்ளைக் கலியெலாந் தீர்த்த வாழ்வே
நபியுமெவ் வுயிர்க்கு மோர்கோ னடைத்துநல் லரசு மாகிப்
புவியதி பதிகள் போற்றப் புகழ்படைத் தனருஞ் சேயென்
றிவைசொலக் கேட்குங் காதோ விறந்தசொற் கேட்டு வாழும். (32)

32. (2209) அழகிய எம் உயிரே! பிள்ளை இல்லாத துன்பத்தைத் தீர்க்க வந்த புதுவாழ்வே! நபியும் எவ் வுயிருக்கும் ஒரு தனிச் செங்கோல் நடத்தும் நல்ல அரசரும் ஆகி உலகத்து அரசர்கள் எல்லாம் போற்றப் புகழ் படைத்தனர் உம் மைந்தர் என்றும் இவை போலவும் பிறர் வாயால் சொல்லக் காதால் கேட்கும் தாய் மகன் இறந்த சேதியைக் கேட்டு உயிர் வாழ்தல் இயலுமோ? மகன் சிறப்புக் குறித்துப் புகழ்ந்தும் இறப்புக்கு வருந்தியும் பிறர் சொல்லத் தாய் கேட்டது.

கவின் - அழகு; கலி - துன்பம்; கோல் - செங்கோல், ஆட்சி; புவி - உலகம்; அதிபதி - அரசர்; சேய் - மகன்.

தமையரு முணர்ந்தோர் தாமும் சாற்றொணா மசலாச் சாற்று
மமுதவா சகச்செவ் வாயு மடியொடு மிறந்த கம்பு
சமைதரு மனையி னுள்ளே தழைத்திடத் தீண்டுங் கையுங்
கமழ்மலர்ப் புயமு மெந்நாட் காண்பதிங் கினிமே லியாமே. (33)

33. (2210) அண்ணன்மாரும் மூத்தவர்களும், 'எவராலும் விடை சொல்ல முடியாத வினாக்களுக் கெல்லாம் விரிவான விடைசொல்லும் அமுத மொழி யுடைய செவ்வாயும், முற்றிலும் இறந்துவிட்ட கம்புவைத்த வீட்டினுள்ளே தழைத்து இலை கிளை படருமாறு தீண்டும் கையும், பூமணம் மகழும் தோளும் இனி நாங்கள் எந்த நாளில் காண்போம்?

'சாற்றொணா மசாலா சாற்றும் வாயும்' 'கம்பு தழைத்திடத் தீண்டும் கையும்' பற்றி முன்னே 'அரசு நிலையிட்ட (12ஆம்) படலத்தில் காண்க. இப் பாட்டும் தொடரும் இரண்டு பாட்டுகளும் அண்ணன்மாரும் உணர்ந்தவர்களான மூத்தவர்களும் அரற்றியது.

தமையர் - அண்ணன்மார்; உணர்ந்தோர் - மெய் உணர்ந்த முதியவர்; சாற் றொணா - சொல்ல முடியாத; மசாலா - வினா; சமைதரல் - இருத்தல்.

ஈன்றவ ரிறந்து பிள்ளை யிருந்தியல் சடங்கி யாவு
மேன்றிடப் புரியப் பெற்றா லெழிற்சிறப் பிதுவுந் தாதை
தோன்றிடப் பெறுவ தாகிச் சுவர்க்கமும் வாழ்த்தப் புக்கார்
மீன்றொகைக் குறைநீர் போலியா மெலிவுற்றவ் விதியு மற்றோம். (34)

34. (2211) பெற்றவர் இறந்து, பிள்ளை இருந்து இறப்புச் சடங்குகள் செய்யப் பெற்றால் அஃது அழகு. அச் சிறப்பும், தந்தை காணப் பெற்றதுடன் அவர் வாழ்த்தவும் பெற்றுச் சொர்க்கத்திற்குப் போய்விட்டார். நாங்கள் அத் தகைய விதியும் அற்று நீர் குறைந்ததனால் மெலிந்து வாடும் மீன் கூட்டம்போல் மெலிந்தோம். தந்தை தாவூது நபி இறந்த போது இறப்புச் சடங்குகள் செய்யும்பேறு அரசு மகன் என்ற முறையில் சுலைமான் நபிக்குக் கிடைத்தது. மூத்தவர்களான அண்ணன்மார்களுக்குக் கிடைக்கவில்லை. 'தாதை தோன்றிடப் பெறுவதாகிச் சுவர்க்கமும் வாழ்த்தப் புக்கார் - தந்தை தோன்றி வாழ்த்தச் சொர்க்கம் சென்றார்' என்பதற்கு உரிய விளக்கம் காப்பியத்தில் இல்லை. இப் பாட்டுச் செய்தியை கொண்டு ஊகிக்கலாம். இவ் விருவகைப் பேறுகளும் தமக்குக் கிட்டவில்லை என்று கூறி வருந்தினர்.

ஈன்றவர் - பெற்றவர்; இயல் சடங்கு - இறப்புச் சடங்குகள், அவை மேனி நீராட்டல், ஆடையிற் பொதிதல், இறப்புத் தொழுகை நடத்தல், தூக்கிச் சென்று புதைத்தல், இறந்தார் பொருட்டு தருமம் செய்தல் முதலியன. (தலூது நபி உபாத்துப் (13ஆம் படலம் காண்க.) ஏன்றிட - ஏற்புடையதாக; தாதை - தந்தை; புக்கார் - புகுந்தார்.

ஆவியே யமுதே யெங்க ளருந்தவப் பொருளே யன்பே
பூவில்வாழ் மதியே மாறாப் பொறுமையங் கடலே விந்தப்
பாவியர்க் கிடமெங் கென்றே பதைத்தன ரனைய ரெல்லாந்
தூவியே விழிநீர் சிந்தக் துணைவியர் புலம்பு வாரால். (35)

35. (2212) உயிரே! அமுதே! எங்கள் அரிய தவத்தின் பயனாய் எய்திய பொருளே! அன்பே! பூமியில் வாழ்ந்த நிலவே! மாறுதல் இல்லாத பொறுமைக் கடலே! பாவியரான எங்களுக்கு இனி எங்கே உள்ளது இடம்? என்று அன்னை மார் எல்லாம் பதைத்தனர். கண்ணீர் விசிறிச் சிந்துமாறு மனைவியர் புலம்பினர். அனையர் என்றது தாய்மார்களை. நபி தாவூது (அலை) அவர்களின் மனைவி யரில் சுலைமான் நபியை பெற்ற நசாயிகு தவிர மற்றவர்களை.

ஆவி - உயிர்; அருந்தவப் பொருள் - அரிய தவங்களின் பயனாக எய்திய பொருள்; பூ - பூமி; மதி - நிலவு; அனையர் - அன்னையர், தாயர்; துணைவியர் - மனைவியர்.

வல்லவ னருளே தூதே மகிதலத் தெவர்க்கும் பேறே
யெல்லவ னகன்ற காலத் தகழ்குவி நளினம் போலக்
கல்லகம் படைத்தி யாங்க ளிருந்தென்கொல் கணவ னற்றுந்
தொல்லுல கினில்வாழ் வுண்டோ சொல்லற்றுப் பொருளு முண்டோ. (36)

36. (2213) இறைவனின் அருளே! நபியே! உலகத்தில் உள்ள எவருக்கும் நற்பேறாய் வந்தவரே! சூரியன் மறைந்த இரவுக் காலத்தில் இதழ் குவித்து நிற்கும் தாமரை போல், தாங்கள் போனபின் நாங்கள் கல்மனம் கொண்டு இருந்து என்ன உண்டு? கணவன் இல்லாமல் பெண்ணுக்கு வாழ்வு உண்டோ? சொல் இல்லாமல் பொருளும் உண்டோ? பொருள் முந்தியது சொல் பிந்தி யது. பொருளை விளக்கவே சொல்பிறந்தது. ஆதலால் சொல் இல்லாதவிடத் தும் பொருள் இருக்கும். ஆயினும் அறியபடாதொழியும். அதுபோல் கணவன் இல்லாத விடத்தும் பெண்கள் வாழ முடியும். ஆயினும் அவர்கள் இருளில் இட்ட ஓவியம் போல் தமக்கும் பிறர்க்கும் பயனின்றி ஒழிவர்.

‘கன்றும் உணாது கலத்தினும் படாது
நல்ஆந் தீம்பால் நிலத்து உக்காங்கு
எனக்கும் ஆகாது என்னைக்கும் உதவாது
பசலை உணீஇயர் வேண்டும்
திதலை அல்குலென் மாமைக் கவினே’ - (குறுந்தொகை)

என்றாற் போல வறிதே ஒழிவர் எனக் குறிக்கச் ‘சொல்லற்றும் பொருளும் உண்டோ’ என உவமங் காட்டினார்.

மகிதலம் - உலகம்; பேறு - செல்வம்; எல் - சூரியன்; நளினம் - தாமரை; தொல் லுலகு - பழைய உலகம், தொன்று தொட்டு இருக்கும் தொன்மையான உலகம்.

மறப்பது தனைக்கொ ளாத மனமுமற் றொருவர் வார்த்தை
பிறப்பது தனைக்கொ ளாத செவிகளும் பிரிந்து மீளச்
சிறப்பது தனைக்கொ ளாத வுயிருமித் தினத்தி லாவி
யிறப்பது தனைக்கொண் டெவ்வா றிருப்பதா முலகின் மீதே.   (37)

37. (2214) மறப்பது என்பதை பொருந்திக் கொள்ளாத மனமும் மற்றவர் வாயிலிருந்து வார்த்தை பிறப்பதை ஏற்றுக்கொள்ளாத செவிகளும் பிரிந்து மீண்டும் இணைதலைச் சிறப்பு என்று கொள்ளாத உயிரும் எவர் பொருட்டு இயங்குகின்றவோ அவர் ஆவி இறப்பதைப் பொருந்திக் கொண்டு உலகில் எவ்வாறு இருப்பது?

மீள - திரும்ப, இணைய.

ஆயிர மனைக டோறு மாயிர முருவ மாகி
வாயிதழ் சுவைத்து வாழ்வீர் வகுக்குமெவ் விடத்துற் றாலு
நேயமோ டெமது பாலு நிறைந்துறை வீரிப் போது
போயுறை தலத்தும் வைகிப் புகவொணா தோவெம் பாலே.   (38)

38. (2215) ஆயிரம் மனைவியரின் ஆயிரம் வீடுகளிலும் ஆயிரம் உருவமாகி வாயின் இதழைச் சுவைத்து வாழ்வீர். இலக்குக் குறித்து எவ் விடத்திற்குச் சென்றாலும் நேசத்தோடு எங்களிடம் நிறைந்திருப்பீர். இப்போது போய் இருக்கும் இடத்திலும் இருந்துகொண்டு எங்களிடம் வந்து போக முடியாதா?

எங்கே சென்றாலும் எங்களோடும் இருப்பீர்களே! இப்போது ஏன் அப்படி இல்லை?

வகுக்கும் - இலக்குக் குறிக்கும்; உற்றாலும் - சென்றாலும்; நிறைந்துறைவீர் - நிரப்பமாக நீங்காதிருப்பீர்; போய் உறை தலம் - போய் இருக்கும் இடம்; வைகி - இருந்து.

உரித்தினெம் முடல்க ளெல்லா முமதுயி ரொன்று சார்ந்து
தரித்ததிங் கதனா லன்றோ மனைதொறுந் தழுவி வாழ்ந்தீ
ரிருக்கிலியா மிருக்க மாயின் மாயவேண் டுதுமே யெம்மைப்
பிரித்தும துயிரை வேறாய்ப் பிடித்ததெவ் வாறு கூற்றே.   (39)

39. (2216) நீர் உரிமையாய்க் கொண்ட எங்கள் உடல்கள் எல்லாம் உங்கள் உயிர் ஒன்றையே சார்ந்து நிலைபெற்றன. அதனால் அன்றோ எப்போதும் மனைகள்தோறும் தழுவி வாழ்ந்தீர்கள். இவ்வாறிருக்க, நீங்கள் இறந்தால் நாங்களும் இறந்திருக்க வேண்டுமே! எங்களை நீக்கி உங்கள் உயிரைத் தனியாகப் பிடித்துச் சென்றதே கூற்றம், அஃது எவ்வாறு?

உரித்தின் - உரிமையில்; இருக்கில் - இவ்வாறு இருக்கையில்; கூற்றம் - மரண அதிகாரி, மலக்கல் மவுத்து.

இலக்கத்தி னுமக்கு மெங்க டமக்குமே யேக மாகக்
கலப்பற்றிங் கிருந்த வாவி கலந்தொன்றாய்க் கொண்டே காது
நிலத்துட்கப் பிரித்து வாங்க நீதியோ வுயிரை வாங்கு
மலக்குக்கு மெமக்கு முண்டோ வன்பகை யாதென் றாலும். (40)

40. (2217) உங்களுக்கும் எங்களுக்கும் ஒன்றாக, மற்ற எதன் கலப்பும் இல்லாமல் ஒரே இலக்காக இருந்த உயிரை ஒன்றாகக் கலந்து அன்றோ பிடித்துச் சென்றிருக்க வேண்டும்? அப்படிச் செய்யாமல், உலகத்தில் நாங்கள் அஞ்சி வாழும்படி உங்கள் உயிரைத் தனியாகப் பிரித்து வாங்குவது நீதியோ? உயிரை வாங்கும் வானவருக்கும் எங்களுக்கும் கொடிய பகை ஏதேனும் உண்டோ? கணவரின் உயிருடன் மனைவிமார்களின் உயிர்கள் ஒன்றாகக் கலந்து ஒரே இலக்காகி விட்டன. இந் நிலையில் கணவரின் உயிரை மட்டும் தனியே பிரித்து எடுத்து வாங்கியது என்ன நீதி?

இலக்கு - அலகு, குறிப்பு; ஏகம் - ஒற்றை; நிலம் - பூமி, உலகம்; உட்க - அஞ்ச; மலக்கு - வானவர்; வன்பகை - கொடிய பகை.

எமதுயிர் மாய்த்தும் பாலி னின்றைக்கே புகவென் றாலுந்
தமதுயிர் தாமே கொல்லிற் சாருத னரக மன்றோ
வமைவதோர் நொடிகோ டிக்கு மதிகநா ளாக வந்த
நமன்வரு மளவு மிங்கு நண்ணவந் திடலெப் போதோ. (41)

41. (2218) எங்கள் உயிரை மாய்த்துக்கொண்டு இன்றைக்கே உங்களிடம் வந்துவிடலாம் என்றாலும் அது குற்றம் அன்றோ? தங்கள் உயிரைத் தாங்களே போக்கிக்கொண்டால் அவர் சேருமிடம் நரகம் அன்றோ? கோடி நொடிக்கும் மிகுதியான நாளாகும் அந்தக் கூற்றம் வரும் நாள். அமைவாக இங்கு நெருங்கி வந்து சேர்தல் எப்போதோ? தமிழ் இலக்கியத்தில் தற் கொலைக்கு எதிரான முதற்குரல் இதுதான். பிற நூல்கள் தற்கொலைக்குப் புனிதம் கற்பிக்கும் நிலையில் இவரே முதன்முதலில் 'தற்கொலை செய்து கொள்வோர்க்கு நரகம் தான் சேரிடம்' என்று அஞ்சாமல் பாடுகிறார். காரணம் எதுவாயினும் 'தற் கொலை நரகில் சேர்க்கும் குற்றம்' என்பது இசுலாமியக் கோட்பாடு.

மாய்த்து - போக்கி; உம்பால் - உம்மிடம்; புக - செல்ல, சேர; தமதுயிர் தாமே கொல்லில் - தற்கொலை செய்து கொண்டால்; சார்வது - சென்று சேர்வது; நமன் - கூற்றம்; நண்ணி - கிட்டி, நெருங்கி.

எனவுரைத் துருகி விம்மி யேங்கியே யரற்றி வாடிப்
புனைகல னிழந்து கண்ணீர் பொழியின்மை கரைத்து மேனி
யினினெடுந் தாரை போட விலங்குபொற் கொடியி னீலம்
வனமொடு படர்தல் போல வயங்கநொந் தயர்ந்தா ரன்றே. (42)

42. (2219) என்று இவ்வாறு பலவும் சொல்லி உருகி விம்மி அழுது ஏங்கி வாடி பூட்டிய அணிமணிகள் கழன்றுவிழ, பொழிந்த கண்ணீரில் தீட்டியமை

கரைந்து மேனியில் தாரையாக ஓட ஒளிவீசும் பொற்கொடியில் நீலம் படர்ந்தது போல் ஒளிர நொந்து சோர்ந்தனர்.

அரற்றுதல் - புலம்புதல்; புனைகலன் - அணிகலன்; வனம் - வனப்பு.

திருமயி லனையா ரிவ்வா றெய்தலுஞ் செறிந்து சூழ்ந்த
மரபினிற் பெரிய ரான மடவியர் தேற்ற நெஞ்சிற்
பருவரல் சிறிது நீங்கி யிருந்தனர் பரிந்து வெம்பி
யுருகிய றசுகீந் தம்மி லுரையினிற் றேற லுற்றார். **(43)**

43. (2220) அழகிய மயில் போன்ற மனைவியர் இவ்வாறான நிலை அடைந்தனர். அடையவே, நெருங்கிச் சூழ்ந்த உறவினரில் முதிய பெண்கள் தேற்றினர். அவர் தேற்றலால் சிறிதே மனத்துன்பம் நீங்கி இருந்தனர். பரிந்து வெம்பி உருகிய ரசுக்கீமின் மனைவியின் தேறுதல் மொழிகளால் தேறலாயினர். முதிய மடவியர் தேற்றியதன் பயனாக மனத்துன்பம் சற்றே நீங்கினர். ரசுக்கீம் மனைவியின் பரிவுரையால் தேறலாயினர்.

எய்தலும் - அடைந்ததும்; செறிந்து - நெருங்கி; மரபினிற் பெரியர் - உறவின் முறையாரில் முதியவர்; முதிய மடவியர் - முதிய பெண்கள்; பருவரல் - துன்பம்; இல் - இல்லினர், மனைவி; உரை - பரிவுரை.

மதிநிகர் வதனச் சோதி மணிப்புய றசுகீந் தம்மை
உதவுதந் தையர்க்குச் செய்யுஞ் சடங்கெலா மோங்கச் செய்து
நிதிமணி யணிக ளாடை நெஞ்சவர் நீங்கி யாங்கே
அதிசய மகிழ்ச்சி கூர வாதுலர்க் களித்தா ரன்றே. **(44)**

44. (2221) நிலவுக்கு நிகராக முக ஒளியும் அழகிய திரண்ட தோளும் உடைய ரசுக்கீம், தம்மைப் பெற்ற தந்தையாருக்குச் செய்யும் சடங்குகளை எல்லாம் உயர்வாகச் செய்தபின், பணமும் மணியும் அணிகலன்களும் ஆடைகளும் ஏழையர்க்கும் தரித்திரர்க்கும் அளித்தார், அவர்கள், இல்லை என்ற ஏக்கம் நீங்கி நெஞ்சில் வியப்பும் மகிழ்ச்சியும் மிகைக்கப் பெற்றனர்.

மதி - நிலவு; வதனம் - முகம்; சோதி - ஒளி; மணி - அழகு, கல்; உதவுதந்தை - பெற்ற தந்தை; ஓங்க - உயர்வாக; ஆதுலர் - தரித்திரர்.

இயலரிய சிறந்த மாற்ற மெய்தியே வினவ வந்த
வயவரி யனைய கேண்மை பனியிசு றாயி லோர்க்கு
மயலின ரெவர்க்கு மன்பா யளவற முகமன் கூறி
வியனுற வயின்கட் கேவி மீண்டனை யினர்பால் வந்தார். **(45)**

45. (2222) வேத நபி அரசர் இறந்த செய்தியைக் கேள்விப்பட்டுத் துக்கம் விசாரிக்க வந்த வரிப்புலி போன்ற பனீஇசுராயீல்களுக்கும் அயலினத்தார்க்கும் அன்புடன் தகவுரை கூறி அவர்தம் இருப்பிடங்களுக்கு அனுப்பி விட்டு, தாய்மார்களான நபியின் மனைவியரிடம் திரும்பி வந்தார்.

இயல் நூல், வேதம்; மாற்றம் - சொல்; எய்தி - பெற்று; வினவல் - துக்கம் விசாரித்தல்; வயவரி - வரிப்புலி, வீரப்புலி; அனைய - போன்ற; கேண்மை -

உறவு; அயலினர் - இசுவேலர் அல்லாதார்; அளவற - அளவின்றி; முகமன் - உபகாரம், தகவுரை; வியன் பெருமை; வயின் - வீடு; ஏவி - அனுப்பி; மீண்டு - திரும்பி; அனையினர் - அன்னையர்; பால் - இடம்.

வந்தனை யினர்கட் கெல்லாம் வந்தனை புரிந்து கண்ணீர்
சிந்தனை துயர மாறத் தெளிவுறு மொழிகள் கூறி
யிந்தனை வதன வாட்ட மிருந்திடா தகற்றி யாதி
யந்தனை யழியா வாழ்வை யகத்தினி லிருத்தி யுற்றார். (46)

46. (2223) திரும்பி வந்து அன்னையர்க்கு எல்லாம் பணிவு காட்டி அவர்கள் கண்ணீரும் மனத் துன்பமும் மாறுமாறு தெளிவு மொழிகள் கூறி நிலவொளி கலந்த அவர்களின் முகவாட்டம் மிகாது நீக்கி, முதலும் முடிவும் ஆனவனும் அழியா வாழ்வு நல்குபவனும் ஆகிய இறைவனை மனத்தில் நிலை நிறுத்தினார். கணவர் பிரிவால் வாடிக் கலங்கிய அவர்கள் வாட்டம் போக்கி இறைவன் நினைவை உள்ளத்தில் நிலைநிறுத்தினார்.

வந்தனையினர் - வந்து அன்னையர்; வந்தனை - பணி; இந்து - நிலவு; அளைதல் - கலக்குதல்; வதனம் - முகம்; ஆதி - தொடக்கம், இறைவன்; அந்தன் - முடிவானவன், இறைவன்; இருத்தி - நிலைநிறுத்தி; உற்றார் - இருந்தார்.

சுலையுமானபி யுபாத்துப் படல முற்றிற்று.
படலம் 45 -க்கு - திருவிருத்தம் - 2224

46. அரசாட்சிப் படலம்
படலச் செய்தி

பனீயிசுராயீல்களின் மேலோர் கூடி சுலைமான் நபியின் மைந்தர் ரசுகீமுக்கு முடிசூட்டி அரியணையில் அமர்த்தி அரசர் ஆக்கினர். அவர் ஆட்சி நல்லாட்சியாய் அமைந்தது. இறைவன் அவருக்கு நபிப் பட்டம் அருளினான். சின்ன நபியாகப் பதினேழு ஆண்டுகள் தழைத்து வாழ்ந்து அரசாண்டார். அவர் ஆட்சி வானில் உள்ளவர், மண்ணில் உள்ளவர் ஆகிய இரு சாராரின் உள்ளத்திலும் மகிழ்ச்சிப் பயிரை வளர்த்தது.
இப் படலம் மிகச் சிறியது. செய்திகளும் மிகுதியாக இல்லை. ரசுகீம் முடிசூட்டப்பட்டதும் நபிப்பட்டம் பெற்றதுமே முகாமைச் செய்திகள். வாழ்த்துக் கூறிக் காப்பியத்தை இனிதே முடிக்கிறார்.

46. அரசாட்சிப் படலம்
அறுசீர்க் கழிநெடிலடி யாசிரிய விருத்தம்

மலரணி வயப்பொற் றோளார் பனியிசு றாயின் மேலோர்
துலகிய புகழ்சேர் வள்ளல் சுலையுமா னபியுல் லாதஞ்
சலதர மனைய தோன்றற் சந்ததி ரசுகீந் தம்மை
யுலகொடு தருமம் வாழ வொளிரரி யனையில் வைத்தார். (1)

1. (2224) மலர்மாலை அணிந்த பொன்னால் ஆன வலிமை மிக்க தோளுடைய பனீயிசுரயீல்களில் உள்ள மேலோர் யாவரும் கூடி, துலங்கிய புகழ் சேர்ந்த வள்ளலான சுலைமான் நபியின் மேகம்போல் கொடை கொடுக்கும் மைந்தரில் ரசுக்கீம் என்பவரை உலகமும் வாழ ஒளிவீசும் அரியணையில் அமர்த்தினர். 'சலதரம்' என்னும் சொல் கடல் என்றும் பொருள்படும். ஆயிரம் மனைவியரைக் கொண்டிருந்ததாகப் புலவர் குறிப்பிடும் சுலைமான் நபிக்கு மக்கள் ஏராளமாக இருந்திருப்பர். அந்த மக்கள் கடலில் ரசுக்கீமை அரியணையில் அமர்த்தினர் என்றும் பொருள் கொள்ளலாம்.

வயம் - வலிமை; துலகிய - துலங்கிய, ஒளிவீசும்; சலதரம் - கடல், மேகம்; தோன்றல் - சந்ததி, மக்கள்.

வலம்புரி பதினெண் மேள மணிக்குழற் றொகைகள் பூரி
சலம்புரி நெடிய வாரி தனைநிக ரொலித்துப் பொங்க
நிலம்புரி யிருளை மாற்று நிறைமதிக் கவிகை பற்ற
நலம்புரி நிலவைச் சேரத்து நடத்தல்போற் கவரி வீச. (2)

2. (2225) வலம்புச் சங்கும் பதினெட்டு வகை மேளங்களும் பூரியும் அலையாடும் நெடிய கடலோசைக்கு நிகராக முழங்க உலகஇருளை மாற்றும் வெண் கொற்றக் குடைபிடிக்க நிலவைப்பிடித்து நடந்துவருவது போல் கவரிவீசிவர

பூரி - இசைவகை; தொகை - தொகுதி; சலம் - அசைவு, அலை; வாரி - கடல்; கவிகை - குடை, வெண்கொற்றக்குடை; கவரி - கவரிமான் மயிரால் ஆன விசிறி.

விருதுகள் பலவு மேவ வியந்துகட் டியங்கள் கூறத்
தருமமும் பெரியோர் தாமுந் தகுபனி யிசுறா யீலா
மரபின ரெவரும் வாழ்த்த வயவர்வெம் பரிக யங்க
ளிரதமு நெருங்கி நிற்ப விரத்ன தீபங்க ளேந்த. (3)

3. (2226) அடையாளக் கொடிகள் பலவும் சூழ வியந்து கட்டியம் கூற அறமும் பெரியோரும் தகுதியுடைய பனீயிசுராயீல் குல மரபினர் யாவரும் வாழ்த்த வீரர்களும் குதிரைகளும் யானைகளும் தீபங்களும் ஏந்த

விருது - அடையாளம், கொடி; மேவ - சேர்ந்திருக்க; கட்டியம் - புகழ்ச்சி; வயவர் - வீரர்; வெம் - வெம்மை, சினம்; கயம் - யானை; இரதம் - தேர்.

தணிவறு மதுரந் தோன்றச் சகலநூற் பொருளுந் தேர்ந்து
துணிவறு துறைகண் டோது புலவர்கள் சூழ்ந்து போற்ற
வணிபரி வியகி ரீட வடையல ரெவருஞ் செம்பொன்
மணியணி திறைக ளீந்து மலரடி யிறைஞ்சி யேத்த. (4)

4. (2227) எல்லா வகையான நூற்பொருளும் கற்றுத் தேர்ந்து முடிந்த முடிபாகக் கொண்ட துறைகளை ஆவல் அடங்க மாட்டாச் சுவை தோன்ற எடுத்துச் சொல்லும் புலவர்கள் சூழ்ந்து நின்று போற்ற, ஒளிபரப்பும் முடி சூடிய பகைவர்கள் யாவரும் பணிந்து வந்து சிவந்த பொன் மணி முதலியவற்றைத் திறையாக அளித்து மலரடி பணிந்து வாழ்த்த

தணிவு அறு - தணிதல் இல்லாத, அடங்காத; மதுரம் - சுவை; துணிவு - முடிபு; அணி - ஒளி; அடையலர் - பகைவர்; இறைஞ்சி - பணிந்து; ஏத்த - வாழ்த்த.

சீதவொண் கதிர்கு லாவு செழுமணித் தவிசின் மேவி
மாதமும் மாரி பெய்ய மகிதல முழுதும் வாழப்
பேதவெங் கொடுமை யென்னும் பெருகிருட் பிழம்பை மாற்று
மாதவ னிகராய்ச் செங்கோ லரசுசெய் திருந்தா ரன்றே. (5)

5. (2228) குளிர்ந்த ஒளிக்கதிர் எரிக்கும் செழுமையான மணிகள் பதித்த அரியணையில் சேர்ந்து அமர்ந்து மாதத்திற்கு மூன்று மழை பெய்யும்படியும் உலகம் முழுவதும் அச்சமும் துக்கமும் தீர்ந்து நல்வாழ்வு வாழும்படியும் மக்களைப் பேதப்படுத்திப் பிரித்து வைக்கும் கொடுமையாகிய இருட்பிழம்பை மாற்றும் சூரியனுக்கு நிகராய் நல்லரசு நிகழ்த்தினார்.

பேதம் - அறநெறிக்கு மாறுபட்ட மறம் ஆகிய குபுர், ஷிருக்கு எனலும் கூடும்.

2, 3, 4 ஆம் பாட்டுகள் குளகம். அஃதாவது பாட்டுப் பொருள் முற்றுப்பெறாது தொடரும் பாட்டுகள். 2 - 5வரை உள்ள நான்கு பாட்டுகளிலும் சுலைமான் நபியின் மைந்தர் ரசுக்கீம் முடிசூட்டிக்கொண்ட செய்தி விளக்கப்படுகிறது.

சீதம் - குளிர்ச்சி; குலாவல் - மகிழ்தல், எரித்தல்; தவிசு - இருக்கை, அரியணை; மேவி - சேர்ந்து, அமர்ந்து; மாரி - மழை; மகிதலம் - உலகம்; பேதம் - மாறுபாடு, பிரிவினை; ஆதவன் - சூரியன்; செங்கோல் - செம்மையான கோல், நல்லரசு.

தேயமெங் கணும்விண் ணோருஞ் செழும்புவி மகளுஞ் செங்கோல்
வாயலெப் பொழுது மோங்கி வளர்கென வாழி கூறத்
தூயநன் னெறிந டாத்தித் தொல்புவி புரக்க வாதி
நாயகன் கருணை யாலே நபிப்பட்ட முதவப் பெற்றார். (6)

6. (2229) நாடெங்கும் வானவரும் செழுமையான புவி மாதும் செங்கோல் நடத்தும் வாயிலாகிய ரசுக்கீம் வாழ்க! எப்போதும் உயர்ந்து வாழ்க! வளர்க! என்று வாழ்த்துச் சொல்லும்படியாகத் தூய்மையான ஏகத்துவ நன்னெறி நடத்தி தொன்மையான இவ் வுலகத்தைக் காப்பதற்கு முழுமுதல் இறைவனின் அருளால் நபிப்பட்டமும் அளிக்கப்பட்டார். சுலைமான் நபியின் மைந்தர் ரசுக்கீம் நபிப்பட்டம் அளிக்கப்பட்டார் என்பதற்கு திருக்குர்ஆன் ஆதாரம் இல்லை.

விண்ணோர் - வானவர்; புவிமகள் - புவிமாது, உலகமாகிய மாது; வாழிகூற - வாழ்த்துக் கூற; தூயநன்னெறி - ஏகத்துவம், இசுலாம்; தொல்புவி - பழைமையான உலகம்; புரக்க - பாதுகாக்க; ஆதி - முதல்வன், இறைவன்.

கனியிதழ் பல்கீ சீன்ற கண்மணி றசுகீ முக்கு
நனியருட் பெருகு மேலோ னபிப்பட்டங் கொடுத்த மாற்றந்
தனைபனி யிசுறா யீலோர் தாமுஞ்சா மினினுள் ளோர்க
ளனைவரு முணர்த்தக் கேள்வி யாயக மகிழ்ச்சி கூர்ந்தார். (7)

7. (2230) கனிபோன்ற இதழுடைய பல்கீசு பெற்ற கண்ணின் மணிபோன்ற ரசுக்கீமுக்கு மிக்க அருள்பெருகும் மேலான இறைவனால் நபிப்பட்டம்

கொடுத்த செய்தியைப் பனீயிசுராயீல்களும் ஷாம் நாட்டில் உள்ளோர் அனைவரும் கேட்டு அறிந்து உள்ளம் மிக மகிழ்ந்தார்கள்.

நனி - மிக்க; மாற்றம் - சொல்; கூர்ந்தார் - மிகுதிகொண்டார்.

அகமகிழ்ந் திருதாள் போற்றி யன்புகூர்ந் தனரந் நாட்டொட்
டிகல்குபி ரரசர் வாழு நகரமெங் கெனவே யாய்ந்து
திகழ்படைத் தளங்கள் சூழச் சென்றுபோர் புரிந்து வென்று
மிகுபுக ழொடுதீ னென்னும் பயிரினை விளைக்க லுற்றார். (8)

8. (2231) உள்ளம் மகிழ்ந்த அவர்கள் ரசுக்கீமின் பாதங்களை வாழ்த்தி மிகுதியாக அன்பு பெருகினர். இவ்வாறு வந்து நின்று போற்றிய நாடுகளை ஒட்டி உள்ள நாடுகளில் குபிர் அரசர் வாழும் நகரங்கள் எங்கே உள்ளன என்று ஆராய்ந்து படைகள் சூழ அந் நகரங்களுக்குச் சென்று போர் புரிந்து வென்று தீன் என்னும் பயிரை மிக்க புகழ்டன் விளைவிக்கலானார்.

இகல் - பகை; தளம் - படைகள்; விளைக்கல் - விளைத்தல்.

நறைகொளும் புயவி ராஜ நாயக றசுகீ முக்கு
முறைகொளுங் கலிமாச் சொல்லா முதிர்குபி ரரசர் தங்கள்
திறைகளுந் தீனின் மேவு செம்மல்கள் குவிக்குஞ் செம்பொற்
றிறைகளுந் தெருக்க டோறுஞ் செறிந்தன சாமின் மீதே. (9)

9. (2232) மலர்மணம் கமழும் தோளுடைய அரச நாயகர் ரசுகீமுக்கு முறையாகக் கலிமாச் சொல்லாத முற்றிய குபிர் உடைய அரசர்கள் அடிமைகளாகக் கொண்டு வந்து குவித்த கூட்டமும் தீனில் சேர்ந்த அரசர்களின் சிவந்த பொன்னாகிய கப்பப் பொருள்களும் ஷாம் நாட்டின் தெருக்கள் தோறும் செறிந்து கிடந்தன.
தீனில் சேராத முற்றிய குபிரர் அடிமைகளாகச் சிறைப் பிடிக்கப்பட்டனர். தீனில் சேர்ந்தோர் கப்பப்பொருள் கொணர்ந்து குவித்தனர். அவ் வடிமைக் கூட்டமும் கப்பப் பொருள்களும் தெருக்கள் தோறும் நிறைந்து கிடந்தன.

நறை - மணம்; புயம் - தோள்; முறை - நீதி; சிறை - சிறைப்பிடிக்கப்பட்டோர்; மேவும் - சேரும்; செம்மல் - அரசர்; திறை - கப்பம்; செறிந்தன - நிறைந்தன.

நவங்கொளுஞ் சுலையு மானன் னபிதவங் களும்பல் கீசு
தவங்களுஞ் செழும்பூ மாது தவங்களுஞ் செறிந்தொன் றாகிக்
கவின்கொளுந் தோன்ற லான கறையறு மதிச்சீ ரென்னுந்
துவங்கொளுங் கலையு லோக மங்கணுஞ் சொரிந்த தன்றே. (10)

10. (2233) வியப்பிற்குரிய சுலைமான் நபியின் தவங்களும் பல்கீசின் தவங்களும் உலக மாதின் தவங்களும் சேர்ந்து ஒன்றாகி அழகு பெறத் தோன்றிய மைந்தரான ரசுக்கீம் என்னும் கறையற்ற நிலவின் ஒளி பதினான்கு உலகங்களிலும் பொழிந்தது.

நவம் - புதுமை, வியப்பு; துவம் - நிலையான; கலை - ஒளி; உலோகம் - மேல் கீழாக உள்ள பதினான்கு உலகங்கள்; சொரிந்தது - பொழிந்தது.

**நண்ணிய விறையோன் றூது சுலையுமா னபியுல் லாதம்
புண்ணியப் பொருள தாம்புத் திரறசு கீமா மேகந்
தண்ணளி மழையை வீசித் தகுதிகொண் டிடுவிண் ணுள்ளோர்
மண்ணுள்ளோர் மகிழ்ச்சி யென்னும் பயிரதை வளர்த்த தன்றே. (11)**

11. (2234) உயிருக்கு மிக நெருங்கியவனான இறைவனின் தூதர் சுலைமான் நபியின் புண்ணியப் பொருளாகத் தோன்றிய மைந்தர் ரசுக்கீம் ஆகிய மேகம் குளிர்ந்த மழையைப் பொழிந்து தகுதி கொண்டுள்ள வானத்தில் உள்ளவர்கள் பூமியில் உள்ளவர்கள் ஆகிய இருசாரரின் மகிழ்ச்சி என்னும் பயிரை வளர்த்தது. அவர் ஆட்சியில் வானவரும் மனிதரும் மகிழ்ந்தனர். தீன் அரசு நடத்தலால் வானவரும் செங்கோல் கோடாமையால் மனிதரும் மகிழ்ந்தனர் என்க.

நண்ணிய - நெருங்கிய; தூது - தூதர்; நபியுல்லா - இறைத்தூதர்; புத்திரர் - மைந்தர்; தண்ணளி - குளிர்மை, இரக்கம்.

**துன்றியெவ் வுலகு மேவித் தூயவெண் புகழ்கு லாவ
வென்றிகொண் டிடுமோர் செங்கோ னடத்துமவ் வியப்பி னாலே
மன்றலம் பொழிற்சா மென்னும் பதிவளம் பெருகி மாட
முன்றில்க டோறுந் தோறு மும்முர சொலித்த தன்றே. (12)**

12. (2235) எல்லா உலகங்களிலும் நெருங்கிச் சூழ்ந்த தூய இளம் புகழ் இலங்க வெற்றி கொண்ட செங்கோல் நடத்தும் இயல்பினால் நறுமணம் மகழும் பூங்கா ஆகிய ஷாம் என்னும் நகரம் வளம் பெருகி மாளிகை மாட முற்றங்கள் தோறும் மூன்றுவகை முரசுகளும் முழங்கின.

மும்முரசு - வீரமுரசு, கொடைமுரசு, மணமுரசு. துன்றி - நெருங்கி; மேவி - சூழ்ந்து; வெண்மை - இளமை; குலாவ - ஒளிர; வென்றி - வெற்றி; செங்கோல் - நல்லாட்சி; மன்றல் - மணம்; பொழில் - சோலை; முன்றில் - முற்றம்.

**இன்னதன் மையதாஞ் செங்கோ லேந்தலா யிறைவ னேவு
சின்னநன் னபிக டம்மி லொருவராய்த் திகழ்வ தாயம்
முன்னவன் கருணை யோங்க முதிர்வளச் சாமின் மீதே
பன்னெழு வருடம் வைகிப் பரிவொடு தழைத்து வாழ்ந்தார். (13)**

13. (2236) இத் தன்மை உடையதாகிய செங்கோல் மன்னராய் இறைவன் அனுப்பும் சின்ன நபிமார்களில் ஒருவராய்த் திகழ்ந்து, இறைவன் அருள் ஓங்க, வளம் முதிர்ந்த சாமின் மீது பதினேழு ஆண்டுகள் இருந்து அன்புடன் தழைத்து வாழ்ந்தார். சின்ன நபி - நபிமார்களில் இருவகையினர் உள்ளனர். ஒரு வகையினர் 'முர்சல்' எனப்படுவோர் ஆவர். அவர்கள் இறைவனிடமிருந்து 'சுகுபு' ஆகிய கட்டளைகளையோ 'கித்தாபு' ஆகிய வேதங்களையோ பெற்று மக்களை அதன்வழி நடத்துவர். மற்ற வகையினர்க்கு சுகுபோ கித்தாபோ அருளப்பட்டிராது. தமக்கு முன்னே வாழ்ந்து மறைந்த முர்சல் நபியின் அதே போதனைகளின்படி மக்களை வழி நடத்துவர். இந்த இரண்டாம் வகை நபிமாரைக் குறிக்கவே 'சின்ன நபி' என்னும் வாக்கியத்தைப் பயன்படுத்தியுள்ளார்.

ஏந்தல் - அரசர்; வைகி - இருந்து, தங்கி; பரிவு - அன்பு.

ஆதிதன் கருணை வாழி யகுமத ரிறசூல் வாழி
தூதிவர்க் கருக ரான தோழர்நால் வோர்கள் வாழி
போதிணைப் பாத்தி மாபுத் திரரச னுசைனார் வாழி
சோதிசெய் நபிகள் வாழி சுலையுமா னபிசீர் வாழி **(14)**

14. (2237) இறைவன் அருள் வாழ்க. அகுமது இரசூல் வாழ்க. இத் தூதரின் அணுக்கத் தோழர்களான நால்வரும் வாழ்க. மலருக்கு இணையான பாத்திமாவின் மைந்தர்கள் அசனாரும் உசைனாரும் வாழ்க. தீன் ஒளி பரப்பிய எல்லா நபிமார்களும் வாழ்க. சுலைமான் நபியின் சீர் வாழ்க.

ஆதி - இறைவன்; அகுமதர் - அகமது ஆகிய முகம்மது நபி; இரசூல் - வேதம் பெற்ற நபி; அருகர் - அணுக்கமானவர்; நாலவர் - அபூபக்கர், உமர், உதுமான், அலி (ரலி); போது - மலர்; அசன்உசனார் - அசன், உசைன்.

கவின்முகி யித்தீ னப்துல் காதிர்பொற் றாள்கள் வாழி
யவுலியா நிலையோர் வாழி யணியுல மாக்கள் வாழி
யெவர்களுந் தீனோர் வாழி யீகைநற் றருமம் வாழி
புவிகதிர் மதிகள் செங்கோற் புரவலர் புலவோர் வாழி. **(15)**

15. (2238) அழகிய முகியித்தீன் அப்துல் காதிரின் பொன் போன்ற பாதங்கள் வாழ்க. இறை நேசர்கள் வாழ்க. மார்க்க அறிஞர்களான ஆலிம்கள் வாழ்க. தீனவர் யாவரும் வாழ்க. கொடையும் அறமும் வாழ்க. உலகின் சூரியன் நிலவு போன்ற செங்கோல் அரசுகளும் புரவலரும் புலவர்களும் வாழ்க.

கவின் - அழகு; அவுலியா - இறை நேசர்; உலமா - இமாம்கள், அறிஞர்கள்; தீனோர் - முசுலிம்கள்; புவி - உலகம்; கதிர் - சூரியன்; மதி - நிலவு.

அதிபதி வகுதை யாளு மகுமது நயினா னீன்ற
துதியப்துல் காதிர் வாழி துலங்குகோத் திரத்தோர் வாழி
மதிதொடு குடுமி மாட மதுரையோன் வனச வாரங்
கதிர்விரி மீசல் வண்ணக் களஞ்சியங் கவிநூல் வாழி. **(16)**

16. (2239) வகுதையை ஆளும் அதிபதியாகிய அகமது நயினான் பெற்ற புகழ் மிகு அப்துல் காதிர் வாழ்க. துலங்கும் அவன் கோத்திரம் வாழ்க! நிலாவைத் தொடும் முகடு அமைந்த மாடம் கொண்ட மதுரைக்காரன் தாமரைக் கடற்கரையில் அமைந்துள்ள கதிர் விரியும் மீசலோன் வண்ணக் களஞ்சியத்தின் கவிதை நூல் ஆகிய இக் காப்பியம் வாழ்க.

அதிபதி - ஆட்சியாளன், அரசன்; வகுதை - கீழைக்கரை; துதி - புகழ்; மதி - நிலவு; குடும் - முகடு, உச்சி; மாடம் - மாளிகை; வனசம் - தாமரை; வாரம் - கடல், கரை; கதிர் - சூரியன்.

அரசாட்சிப் படல முற்றிற்று.
படலம் 46 -க்கு - கூடிய திருவிருத்தம் - 2239

பதினான்குசீர்க் கழிநெடிலடி யாசிரிய விருத்தம்.

திருநபி கிசறத் தாயிரத் திருநூற்
றிருபத்து மூன்றினின் முஹற்றத்
திங்களிற் பதினா லாந்தெய்தி யதனிற்
சென்றிடு மட்சய வருடம்
வருடுபைங் கூனிமாத் தையிற் பனிரண்
டாந்தின மாகிய சோம
வாரமுத் திரமென் றிரண்டுமே கலந்து
வரப்படு சித்தயோ கத்தி
னரர்முத லுயிர்க ளெவையையும் புரந்த
நபியுல்லா சுலையுமான் வரவு
நானில முழுது மகிழ்வுற விராஜ
நாயக மெனப்பெயர் விளங்க
விரவிய படல நாற்பத்தா றிரண்டா
யிரத்திரு நூற்றுநாற் பானுள்
விருத்தம தாகப் புகன்றனன் மதுரை
மீசல்வண் ணக்களஞ் சியமே.

இராஜநாயகம் முற்றிற்று.

தனிப்பாட்டுரை: 14 சீர் ஆசிரியம்

திருநபி கிசுரத் சென்ற ஆயிரத்து இருநூற்று இருபத்து மூன்றாம் ஆண்டின் முகர்ரம் மாதத்தில் பதினாலாம் தேதியில், அட்சய ஆண்டு குளிரால் மெய்வருடும் பங்குனி மாதத்தில் பன்னிரண்டாம் நாளாகிய சோமவாரமும் உத்திர நட்சத்திரமும் கூடிய சித்தயோகத்தில், மனிதர் முதல் எல்லா உயிர்களையும் ஆட்சி செய்த இறைத்தூதர் சுலைமான் வருகையை, உலகம் முழுவதும் மகிழ்ச்சி கொள்ளும்படி இராஜநாயகம் என்று பெயர் விளங்குமாறு விரிவாக நாற்பத்தாறு படலங்களில் இரண்டாயிரத்து இருநூற்று நாற்பது பாட்டில் விருத்தமாகக் கூறினான் மதுரை மீசல் வண்ணக் களஞ்சியம்.

கிசுரத்து - ஹிஜ்ரத், திருநபி அவர்கள் மக்காவைத் துறந்து மதினா குடியேறியது. வருடும் - இளம்பனியால் மேனிகுளிரும்; மாத்தை - மாதம்; நரர் - மனிதர்; புரந்த - காத்த; ; விரவிய - கலந்த; புகன்றனன் - சொன்னான், பாடினான்.

மதுதும் முகம்மது பாடிய அச்சிற் பதித்த வரலாறு
அகவல்

இவ்வகவல், வாயுறை வாழ்த்து என்னும் பெயரில் அச்சிடப்பட்டிருக்க லாம். முன்பகுதி கிடைக்க வில்லை.

பளிங்குவெண் மனாரா
ஐந்துஞ் சிறந்த அலங்கார வாயிலும்
இத்தொளி தோற்றி இலங்குமண்டபங்களு
மாகமூ டுலவு மணிக்கொடி திரளும்
வாகுறு செம்பொன் வயிரக் கலசமுந்
தோரணம் காடுந் துலங்குகிந் தீல்களும்
பூரண மதியெனப் பொற்போ டிலங்குந்
தங்கக் கதவுத் தயங்குமொன் படியும்
வெங்கதி ரென்ன விளங்கிய பாதமுஞ்
சொலவரும் வள்ளல் சுலுத்தான் சிக்கந்த
ருலவிலா தியற்று மொளிர் முறு(து) பக்கும்
நித்தில ரத்தின நிதிமணி யெங்கும்
பத்தியாய்ந் தொளிவு பளீர்பளீ ரென்னுஞ்
சீரணி மாலையும் சிறந்தமென் புட்பமும்
பூரணக் களபமும் புகையகர் வாசமுங்
கமகம வென்று கமழ்ந்ஃஉ கொப் பளிக்குஞ்
செகமக ளுவந்து திருநடம் புரியும்
மறைபயில் முழக்கமும் மவுலூ தோசையுங்
குறைவிலாச் சிந்து கூறிய வோசையும்
வாரணி முரசம் வலித்திடு மோசையுஞ்
சீரணிப் பாற்கடற் சிறப்பெனக் கறங்கும்
நவனிலை யொலிமார் நனியுள முலமாப்
புவிபுகழ் புலவோர் பொன்முடி யரசர்
வாரண வல்லார் வலம்பரி வில்லார்
தாரண நிலையார் தயங்குதிண் புயத்தார்
வந்துநின் றேத்தி வணங்கிவாய் புதைத்துக்
கந்தவொண் பதத்தைக் கண்ணினில் வைத்து
முகந்து முகந்து முடிமிசை யேற்றிப்
புகழ்ந்து புகழ்ந்து போற்றி மகிழ்வார்
இவ்வித மனந்த மெழிலுடை தறுகாச்
செவ்விதா யோங்குஞ் செழுநகர் நாகை
யூரினி லமர்ந்து வுயர்புக ழோங்கும்
ஆரண நாவா ரருந்துவ மானோர்
கிலுறு நபியெனுங் கிளர்ந்தெழு நாத்
துதியினை யுடையோர் தூதுவந் துரைக்கக்
கேட்டக மகிழுங் கிருபையங் கடலா
ரோட்டிய குருவியை யோலையி லழைத்தோர்

வல்லவன் நன்மையோர் வரைப்பொழு தேனு
மில்லகத் தகலா கிருத்தியே யுணர்வோர்
நிலைத்தகற் றேரை நெறியிணி னடத்தித்
தலத்தினி லிருத்துந் தருமசற் குருவார்
மான்மதங் கமரு முகம்மது நயினார்
கான்முளை வழியிற் காரணப் பேரர்
முகிய்யித்தீ னாண்டகை மகமக வழியாய்ச்
செகமதி லுதித்த செய்யிது மீரான்
சாகுல் கமீது சற்குரு பதத்தை
நாவினு முளத்தினும் நன்குறப் புகழ்வோர்
சொன்மொழி தவறாச் சுருதிநே ருடையார்
பொன்மணி போலப் பொருந்துநற் றவத்தார்
நலந்தருங் கனத்தார் நறைகமழ் மலர்த்தா
ரலர்ந்தபொற் புயத்தா ரமுதசற் குணத்தா
ரறிவுநே ரொழுக்க மன்புநல் வாய்மை
நெறிமுறை தரும் நீங்கிலா மனத்தா
ரசனுகலன் சாகி பண்ணநன் மகவாய்
வசையற வுலகில் வந்திடு பையன்
முகிர்புக ழொடுங்கி முகம்மது நயினார்
கதிர்விரி பதத்தைக் கருத்தினிற் றுதிப்போன்
பகுதாது மீரா முகிய்யித்தீன் பாதம்
பகுமொடு நாளும் பாடித் துதிப்போன்
மூமீன் முசுல முக்கியர் தம்மை
பூமியி னாளும் புகழ்ந்திடு சிந்தையன்
ஆலீ முலமா வருமையோர் தம்மை
மேலுமேலும் விரும்பிடு சிந்தையன்
நிதானக்கவி வாணரை நித்தியம் புகழும்
மதாறுகா னென்ன வழங்குபே ருளனே!

-----------------------------*****------------------------------

மேற்படி மதுதூம் என்பவர் பாடிய
ஆசிரிய விருத்தம்

பூவுலகு நரர்களும் வானுலக் சுரர்களும்
பொற்பதிவி னோடுவெவையும்
புனிதமுற வேயமைத் துயிர்களெவை யெவையுமே
புகலுதற் கரியபொருளோ
னேவுதலி னாலும்வெகு நீதமு மமைத்திமுன
மேதமகல் சோதியொளிவா
யெங்குநறை தங்குநவ துங்கமகு மூதரையு
மேமுதன்மை யானநபியாய்

மூவுலக லாமொளிர மாபுகழி லாக்கியர்
முறைவளர வாதநபியை
முற்படு சுவர்க்கநக ரிற்படைத் தப்புற
மொழிதவிர்த லாலுமுலகின்
மேவிடவு மேசெயிது போகமுற தோளில்
விரித்துநபி யாதமகவாய்
வெத்தியொ டுதித்தநபி மெத்தவர்க ளுத்தபுகழ்
வேயோதுதா வூதுநபியாம்
தாவூது நபிதவமு மேதிரண் டேயொரு
தரளவடி வானமகவாய்
தற்பர விசால்புக ழற்புதம தாயுலகு
தாங்கவரு பாங்குநெறியாய்க்
கோவூது முறைகளொடு மெழுவகைத் தோற்றமுங்
கூறுமொழி வேறுமறியக்
குவ்வினிலு தித்தநபி திவ்விய சுலையுமா
னெனுங்கொண்டல் சரிதைத்திரட்டை
மாவூது வாச்சியத் தொனியரசர் மனைதொறும்
வயங்கிய மதுரைமீசல்
வண்ணக் களஞ்சிய மெண்மிக்க வாய்ந்துநல
வாக்யமொழி யோக்யபுவலர்
நாவோதி ராஜநா யகமெனுங் காப்பியம்
நன்குற விளங்கயார்க்கும்
நவமிக்க சென்னைநகர் தனிலச்சி லிட்டனர்
நாகூர் மதாறுகானே.

1848 சனவரி 25

நாகூர் அசன்கான் சாகிபு மகன்
.... மதாறு கான் சாகிபு

காப்பு

திருமலர் வாசம் போலும்
தெளிதரு முறையிற் சொல்லும்
பொருளினைப் போலும் உண்மை
பொருந்துநாச் சுவையைப் போலும்
அருளினிற் பொறிக ளாகி
அனைத்துல காளும் சோதி
கருவினுட் கருவாய் நின்ற
கத்தனைக் கருத்துட் கொள்வாம்.